ಬೆಂಕಿ ಮತ್ತು ನೀರು

ರಘುವೀರ್ ಶರಣ್ 'ಗೆಳೆಯ'

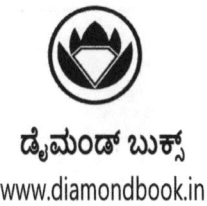

ಡೈಮಂಡ್ ಬುಕ್ಸ್
www.diamondbook.in

© ಪ್ರಕಾಶಕರು

ಪ್ರಕಾಶಕರು : ಡೈಮಂಡ್ ಪಾಕೆಟ್ ಬುಕ್ಸ್ (ಪ್ರೈ.) ಲಿಮಿಟೆಡ್.

X-30, ಓಖ್ಲಾ ಇಂಡಸ್ಟ್ರಿಯಲ್ ಏರಿಯಾ ಹಂತ-11

ನವದೆಹಲಿ-110020

ದೂರವಾಣಿ : 011-40712200

ಇ-ಮೇಲ್: sales@dpb.in

ವೆಬ್‌ಸೈಟ್: www.diamondbook.in

ಆವೃತ್ತಿ: 2023

ಆಗ್ ಔರ್ ಪಾನಿ

ಮೂಲಕ: ರಘುವೀರ್ ಶರಣ್ ಮಿತ್ರ

1

ಬಿಳಿ ಕೂದಲು, ದೊಡ್ಡ ಹಣೆ, ದೊಡ್ಡ ಕಣ್ಣುಗಳು, ಯಜ್ಞೋಪವೀತದ ಘನತೆ ಭುಜದಿಂದ ಎದೆ ಮತ್ತು ಹೊಕ್ಕುಳಕ್ಕೆ ಬೀಸುತ್ತಾ, ದೇಹದ ಮೇಲೆ ಎರಡೂವರೆ ಗಜದ ಬಟ್ಟೆಯನ್ನು ಧರಿಸಿ, ಅವರು ಬಡತನ ಮತ್ತು ಹೆಮ್ಮೆಯ ಸಾಕ್ಷಿಯಾಗಿ ರಾಜಪಥದಲ್ಲಿ ಬಂದರು. ಹಣೆಯಲ್ಲಿ ಚಿಂತೆಯ ಚಿತ್ರಗಳಿದ್ದವು, ಪಾದಗಳಲ್ಲಿ ನಂಬಿಕೆಯ ವೇಗವಿತ್ತು, ಆಲೋಚನೆಗಳಲ್ಲಿ ತರ್ಕ ಚಿಮುಕಿಸಿತ್ತು ಮತ್ತು ವಿದ್ಯಾರ್ಥಿಗಳಲ್ಲಿ ಚಲನೆ ಇತ್ತು. ಅವನು ಚಲಿಸುತ್ತಿದ್ದನು, ಆದರೆ ಯಾರೋ ಭಾವನಾತ್ಮಕ ರಾಗದಲ್ಲಿ ಚಲಿಸುತ್ತಿರುವಂತೆ, ಸಾವಿನ ವಿರುದ್ಧದ ಓಟದಲ್ಲಿ ಯಾರೋ ಚಲಿಸುತ್ತಿರುವಂತೆ, ಸೂರ್ಯನ ಬೆಳಕು ಮೋಡಗಳನ್ನು ಚುಚ್ಚುವಂತೆ ಮತ್ತು ಜಲಚರಗಳನ್ನು ಚಲಿಸುವಂತೆ. ಕಣ್ಣುಗಳ ಕಣ್ಣೀರಿನಲ್ಲಿ ಮತ್ತು ಹೃದಯದ ಉರಿಯಲ್ಲಿ ಸಿಂಧುವಿನ ಘನತೆ ಮತ್ತು ವಿನಾಶದ ವೇಗವಿದೆ. ಜೀವಭೀತಿಯಿಂದ ಮೋಡಗಳ ರೂಪದಲ್ಲಿ ಮಳೆ ಸುರಿದಾಗ ಮಿಂಚಿನ ಹಂಬಲವೂ ಮೂಡುತ್ತದೆ.

ರಾಜಮನೆತನದ ಬಣ್ಣಗಳಿಂದ ಪ್ರಜ್ವಲಿಸುತ್ತಿರುವ ಪ್ರಯಾಣಿಕನು ರಾಜಮಾರ್ಗವನ್ನು ದಾಟಿ ರಾಜ ಮಂತ್ರಿಗಳ ಇಂದ್ರ ಮಹಲ್‌ಗಳು ಆಕಾಶದೊಂದಿಗೆ ಸ್ಪರ್ಧಿಸುತ್ತಿದ್ದ ಆ ವಿಶಾಲವಾದ ಸುಂದರ ರಸ್ತೆಗೆ ಬಂದನು. ರಸ್ತೆಯ ಇಕ್ಕೆಲಗಳಲ್ಲಿ ಹಸಿರು ಮತ್ತು ಹೂವುಗಳ ಸುವಾಸನೆಯ ಸೆಳವು ಇತ್ತು, ಅವುಗಳಿಂದ ಹೊರಹೊಮ್ಮುವ ಸುಗಂಧವು ಕೆಲವೊಮ್ಮೆ ಪ್ರಯಾಣಿಕನ ಆಲೋಚನೆಗಳ ತರ್ಕವನ್ನು ಮುರಿಯುತ್ತದೆಗುಲಾಬಿ, ನೈದಿಲೆ, ಚಂಪಾ, ಮಲ್ಲಿಗೆ ಮಿಶ್ರಿತ, ಆಭರಣಗಳಿಂದ ಅಲಂಕೃತವಾದ ರಾಜಮನೆತನದ ಅರಮನೆಗಳು, ಇವುಗಳಲ್ಲಿ ಖಜಾನೆ ತುಂಬಿ ತುಳುಕುತ್ತಿದೆ.

ಅಮೃತಶಿಲೆಯಿಂದ ಮಾಡಿದ, ಚಿನ್ನದಿಂದ ಹೊದಿಸಿದ, ಮುತ್ತುಗಳ ಅಂಚುಗಳಿಂದ ಮಿನುಗುವ, ಚಿನ್ನದಲ್ಲಿ ಚಿತ್ರಿಸಲಾದ ಮತ್ತು ನಕ್ಷತ್ರಗಳ ಪರದೆಗಳಿಂದ ಮುಚ್ಚಲ್ಪಟ್ಟ ಈ ಅರಮನೆಗಳಲ್ಲಿ ಮನುಷ್ಯನ ಭವಿಷ್ಯವನ್ನು ಬಂಧಿಸಲಾಗಿದೆ. ದಾರಿ ಕಡಿಮೆಯಾಗುತ್ತಾ ಪ್ರಯಾಣಿಕರು ಹೆಚ್ಚಾಗುತ್ತಿದ್ದರು. ಯೋಚಿಸುತ್ತಿರುವಾಗಲೇ ರಾಹಿ ಅರಮನೆಯೊಂದರ ಹೆಬ್ಬಾಗಿಲನ್ನು ಪ್ರವೇಶಿಸಿದಳು. ದ್ವಾರಪಾಲಕನು ಸಂದರ್ಶಕನನ್ನು ತಡೆದು ಹೇಳಿದನು- 'ಶ್ರೀ ಶ್ರೀ ನೂರೆಂಟು ಮಹಾಗುಣಿ ಮಹಾಮಾತ್ಯರು ಕೆಲವು ವಿಶೇಷ ಕೆಲಸಗಳಲ್ಲಿ ನಿರತರಾಗಿದ್ದಾರೆ. ಈ ಸಮಯದಲ್ಲಿ ಯಾರೂ ನಮ್ಮ ಹತ್ತಿರ ಬರಬಾರದು ಎಂಬುದು ಅವರ ಆದೇಶ. ಸಂದರ್ಶಕನು ನಯವಾಗಿ ದ್ವಾರಪಾಲಕನನ್ನು ನೋಡಿ ಹೇಳಿದನು - "ನೀನು ಹೊಸ ದ್ವಾರಪಾಲಕನಾಗಿರುವಂತೆ ತೋರುತ್ತಿದೆ. ಚಾಣಕ್ ದ್ವಾರದಲ್ಲಿ ನಿಂತಿದ್ದಾನೆಂದು ಶ್ರೀ ಶ್ರೀ ನೂರೆಂಟು ಮಹಾಮಾತ್ಯರಿಗೆ ತಿಳಿಸಿ. ಅವನು ಈಗಲೇ ನಿಮ್ಮನ್ನು ನೋಡಬೇಕೆಂದು ಬಯಸುತ್ತಾನೆ." ದ್ವಾರಪಾಲಕನು ತಲೆಯಾಡಿಸಿದನು.

ಹೇಳಿದನು. - ನಾನು ಅವರಿಗೆ ಯಾವುದೇ ಸಂದೇಶವನ್ನು ತೆಗೆದುಕೊಳ್ಳಬಹುದು. ನನಗೆ ಅನುಮತಿ ಇಲ್ಲ ಆದರೆ ನಾನು ಅವನನ್ನು ಈಗಲೇ ಭೇಟಿಯಾಗಬೇಕು, ಅದು ಬಹಳ ಮುಖ್ಯ! ಅವರ ನಾನು ಕೆಲಸಕ್ಕೆ ಮಾತ್ರ ಬಂದಿದ್ದೇನೆ. ಭಯಪಡಬೇಡಿ, ಅವರು ನಿಮ್ಮ ಮೇಲೆ ಕೋಪಗೊಳ್ಳುವುದಿಲ್ಲ. ಹೋಗಿ ಅದನ್ನು ಹೇಳು ಚಾಣಕ್ಯಬಂದಿದ್ದಾನೆ. ಈ ಭಯಂಕರ ಮುದುಕನು ಪ್ರೇತದಂತೆ ಅಂಟಿಕೊಂಡಿರುವುದನ್ನು ಕಂಡು ದ್ವಾರಪಾಲಕನು ಮಹಾಮಾತ್ಯನನ್ನು ಭೇಟಿಯಾಗದೆ ಹೋಗುವುದಿಲ್ಲ ಎಂದು ಅವನು ಗಂಟಿಕ್ಕಿ ಅರಮನೆಗೆ ಹೋದನು. ಅತಿಶಯೋಕ್ತಿಮಹಾಮಾತೆಯರು ಅರಮನೆಯ ಛಾವಣಿಯ ಮೇಲೆ ಅಡ್ಡಾಡುತ್ತಿದ್ದರು. ಚೌಕದಲ್ಲಿ ದ್ವಾರಪಾಲಕನನ್ನು ನೋಡಿ ಕೋಪದಿಂದ ಹೇಳಿದನು - "ಏನು ದ್ವಾರಪಾಲಕ?"

ದ್ವಾರಪಾಲಕನು ತಲೆಬಾಗಿ ನಮಸ್ಕಾರ ಮಾಡುವಾಗ ಹೇಳಿದನು- "ಬಾಗಿಲಲ್ಲಿ ಒಬ್ಬ ವಿಚಿತ್ರ ಮುದುಕ ನಿಂತಿದ್ದಾನೆ. ಈ ಕ್ಷಣವೇ ನಿನ್ನ ದರ್ಶನಕ್ಕಾಗಿ ಒತ್ತಾಯಿಸುತ್ತಿದ್ದಾನೆ. ಅವನು ತನ್ನ ಹೆಸರನ್ನು ಚಾಣಕ್ ಎಂದು

ಕರೆದನು ಇದನ್ನು ಕೇಳಿದ ಮಹಾಮಾತ್ಯನು ಕೆಳಗಿಳಿದನು, ಅವನು ಬೇಗನೆ ಬಾಗಿಲಿನ ಕಡೆಗೆ ಓಡಿದನು, ಬಂದವರನ್ನು ದೂರದಿಂದ ಗೌರವದಿಂದ ನೋಡುತ್ತಾ, ಅವನನ್ನು ಸ್ವಾಗತಿಸಿ ನಂತರ ಅತಿಥಿಯನ್ನು ಅರಮನೆಗೆ ಗೌರವದಿಂದ ಕರೆದೊಯ್ದನು. ಅನೇಕ ಜಟಿಲ ಬಾಗಿಲುಗಳನ್ನು ಹಾದು ಕೋಣೆಯಿಂದ ಕೋಣೆಗೆ ಪ್ರವೇಶಿಸಿದ ಮಹಾಮಾತ್ಯ ಸಂದರ್ಶಕನನ್ನು ರಹಸ್ಯ ಗರ್ಭಕ್ಕೆ ಕರೆತಂದನು. ಈ ಗರ್ಭಗುಡಿಯ ಅಲಂಕಾರವೂ ವಿಶಿಷ್ಟವಾಗಿತ್ತು. ನೀಲಿ ಸೀಲಿಂಗ್, ನೀಲಿ ಗೋಡೆಗಳು ಮತ್ತು ನೀಲಿ ವೆಲ್ವೆಟ್ ಹಾಸಿಗೆಗಳನ್ನು ಮಲಗಳಲ್ಲಿ ಹರಡಲಾಯಿತು. ನೀಲಿ ಗಾಜಿನ ಬಾಗಿಲುಗಳು, ನೀಲಿ ಗಾಜಿನ ಚಿಮಣಿಗಳಿಂದ ಬೀಳುವ ನೀಲಿ ಬೆಳಕು ಮತ್ತು ವಿವಿಧ ಸ್ಥಳಗಳಲ್ಲಿ ಹೊದಿಸಿದ ನೀಲಮಣಿಗಳ ಹೊಳಪಿನಿಂದ ಆ ರಹಸ್ಯ ಗರ್ಭವು ಬೆರಗುಗೊಳಿಸುತ್ತದೆ. ಆದರೆ ಕಬ್ಬಿಣದ ಗೋಡೆಗಳೊಳಗೆ ಬೆಳಕು ಎಷ್ಟು ಸೀಮಿತವಾಗಿತ್ತು ಎಂದರೆ ಒಂದು ಕಿರಣವೂ ಹೊರಬರುವುದಿಲ್ಲಹೊಸಬರು ಇದ್ದಿದ್ದರೆ ಖಂಡಿತಾ ಗರ್ಭಗುಡಿಯತ್ತ ನೋಡುತ್ತಲೇ ಇರುತ್ತಿದ್ದರು. ಅರಮನೆಗಳ ಸೌಂದರ್ಯದಿಂದ ಯಾರ ಕಣ್ಣುಗಳು ಬೆರಗುಗೊಳ್ಳುವುದಿಲ್ಲ! ಇದು ಕಣ್ಣುಗಳನ್ನು ಕುರುಡಾಗಿಸುವ, ಪಾದಗಳನ್ನು ಸರಪಳಿಗಳಿಲ್ಲದೆ ಬಂಧಿಸುವ ಜಾದೂ. ಆದರೆ ಚಾಣಕ್ಯನ ಆಸೆ ತ್ಯಾಗದ ಬಲಿಪೀಠದ ಮೇಲೆ ಹತ್ತಿತ್ತು. ಬಡತನದ ಮಡಿಲಲ್ಲಿ ಉಣಬಡಿಸಿ ಆಟವಾಡುತ್ತಿದ್ದವನು ಸಂಪತ್ತಿನ ವಿಸ್ಮಯದಲ್ಲಿ ಕಳೆದುಹೋಗಬಹುದೇ? ತ್ಯಾಗ ಮತ್ತು ಸತ್ಯದ ದೇಹವಾದ ಚಾಣಕ್ ಒಂದು ಕಂಬದ ಮೇಲೆ ಕುಳಿತನು. ಮಹಾಮಾತ್ಯನೂ ಅವನ ಸಮಾನವಾಗಿ ಕುಳಿತನು. ಚಾಣಕನು ಕುಳಿತ ಕೂಡಲೇ.

ಹೇಳಿದನು - "ಈ ದೀಪಾವಳಿಯ ಮಧ್ಯರಾತ್ರಿಯಲ್ಲಿ ಚಾಣಕ್ ಮಹಾಮತ್ಯ ಶಕ್ತರ ಅರಮನೆಯಲ್ಲಿ ಏಕೆ ಇದ್ದಾನೆ ಎಂದು ಮಹತ್ಯ ಮಹಾಮಾತ್ಯ ಆಶ್ಚರ್ಯಪಡುತ್ತಾರೆ!" ಚಾಣಕ್ ನನಗೆ ಚಿರಪರಿಚಿತ. ಅವನು ತನಗಾಗಿ ಏನನ್ನೂ ಬಯಸುವುದಿಲ್ಲ. ಹೌದು, ಅವನಿಗೆ ಮಹಾಮಾತ್ಯ ಶಕ್ತರೆಂಬ ಹೆಸರು ಬಂದಿದೆ. ಖಂಡಿತವಾಗಿ ಚಿಂತೆ ಇರುತ್ತದೆ"

"**ಶಕ್ತರಿಗೆ** -ರಾಷ್ಟ್ರದ ಬಗ್ಗೆ ಚಿಂತೆ, ಅದಕ್ಕಾಗಿಯೇ ನಾನು ಶಕ್ತರ ಬಗ್ಗೆ ಚಿಂತಿಸುತ್ತಿದ್ದೇನೆ.

ಮಗಧಧಿಪತಿ-ಮಹಾನಂದರ ಐಷಾರಾಮಿ ಮತ್ತು ಮತಾಂಧತೆಯಿಂದ, ರಾಷ್ಟ್ರವು ಭಯಾನಕ ಜಟಿಲದಲ್ಲಿ ಸಿಕ್ಕಿಹಾಕಿಕೊಂಡಿದೆ. ಯಾವುದೇ ಸಮಯದಲ್ಲಿ ಸ್ಫೋಟ ಸಂಭವಿಸಬಹುದು." ಚಾಣಕ್ ಹೇಳಿದರು. ಆತಂಕದ ಧ್ವನಿಯಲ್ಲಿ. "ಚಿಂತೆ ಮಾಡಬೇಡ ಚಾನಕ್! ಶಕ್ತರ ಕಣ್ಣು ಮುಚ್ಚಿಲ್ಲ. ಶಕ್ತರ ಕಣ್ಣುಗಳಿಂದ ಯಾವ ದುಷ್ಕೃತ್ಯಗಳ ಜಾಲವೂ ಅಡಗಿಲ್ಲ. ಮಗಧ ರಾಜ್ಯದ ಪ್ರತಿಯೊಂದು ಕಣದ ಮೇಲೂ ಕಣ್ಣಿಟ್ಟಿದ್ದಾನೆ. ಶಕ್ತರ ಕಿವಿಗಳು ಮಹಾರಾಜ್ ನಂದನ ಪ್ರತಿಯೊಂದು ಹೆಜ್ಜೆಯನ್ನೂ ಕೇಳುತ್ತಲೇ ಇರುತ್ತವೆ. ಶಕ್ತರಿಗೆ ಶತ್ರು ಮತ್ತು ಮಿತ್ರನನ್ನು ಚೆನ್ನಾಗಿ ತಿಳಿದಿದೆ.

ಚಾಣಕ್- ನೀನು ಗುರುತಿಸಿದರೆ ಕಣಜದ ಗೂಡಿನಿಂದ ಯಾಕೆ ಹೊರಗೆ ಬರಲಿಲ್ಲ? ಏಕೆ ಇಲ್ಲಿಯವರೆಗೆ ಶತ್ರುಗಳನ್ನು ನಾಶ ಮಾಡಲಿಲ್ಲ? ನಿಮ್ಮ ತೋಳುಗಳಲ್ಲಿ ಹಾವುಗಳಿವೆ ಮತ್ತು ನೀವು ಅವುಗಳನ್ನು ಇನ್ನೂ ಪುಡಿಮಾಡಿಲ್ಲ! ನೋಡಬೇಡಿ, ವಿದೇಶಿಗರು ಎಲ್ಲಾ ಕಡೆಯಿಂದ ದೇಶದತ್ತ ನೋಡುತ್ತಿದ್ದಾರೆ! ಖಜಾನೆ ಲೂಟಿಯಾಗುತ್ತಿದೆ.

ಮಹಾರಾಜ್ಯಪಟಿಗಳಿಂದ-ಸುತ್ತುವರಿದಿದೆ. ಮದಂಧ ಮಾಗಧಾಧಿಪತಿ ಮದ ಮತ್ತು ಮಾನಿನಿಗಳಲ್ಲಿ ಏನು ಬೇಕಾದರೂ ಮಾಡುತ್ತಿದ್ದಾನೆ. ಮಂತ್ರಿಗಳು ಕಣ್ಣು ಮುಚ್ಚಿ ಕುಳಿತಿದ್ದಾರೆ. ನಂದಿನಲ್ಲಿ ಧೂಳು ಇದೆ. ರೂಪ, ರುಚಿ, ವಾಸನೆ ಮತ್ತು ಸ್ಪರ್ಶ ಅವನನ್ನು ಮೂರ್ಖರನ್ನಾಗಿ ಮಾಡಿದೆ. ಅರಮನೆಯಲ್ಲಿ, ಸಿಹಿ ಸರ್ಪಗಳು ರಾಜ್ಯವನ್ನು ಕಚ್ಚಲು ತಮ್ಮ ಹೆಡ್ಗಳನ್ನು ಹರಡಿಕೊಂಡು ನೃತ್ಯ ಮಾಡುತ್ತಿವೆ. ಮಹಾಮಾತೆಯರು ಇದನ್ನೆಲ್ಲ ಹೇಗೆ ಸಹಿಸಿಕೊಳ್ಳುತ್ತಿದ್ದಾರೆ ಎಂದು ಆಶ್ಚರ್ಯ ಪಡುತ್ತಾರೆ! ಅಥವಾ ಎಲ್ಲೋ ಮಂತ್ರಿಗಳು ರಾಜರಾಗಲು ಬಯಸುತ್ತಾರೆಯೇ?

ಶಕ್ತರ್- ನನ್ನನ್ನು ಅಥವಾ ನಿನ್ನ ಮಾತಿಗೆ ಕಳಂಕ ತರಬೇಡ ಚಾಣಕ್! ಶಕ್ತರು ದುರಾಸೆಯಲ್ಲ.

ಚಾಣಕ್ - ನೀವೇ ರಾಜ್ಯಕ್ಕಾಗಿ ದುರಾಸೆಯಿಲ್ಲದಿದ್ದರೆ, ನಿಮ್ಮ ಸಡಿಲಿಕೆಯಿಂದ ನೀವು ನಿಮ್ಮ ದೇಶವನ್ನು ಬೇರೆಯವರಿಗೆ ಒಪ್ಪಿಸುತ್ತೀರಿ ಮತ್ತು ಗುಲಾಮಗಿರಿಯು ನಿಮ್ಮ ಬುದ್ಧಿವಂತಿಕೆಯನ್ನು ಕರುಣಿಸುತ್ತದೆ. ಅದಕ್ಕಾಗಿಯೇ, ಕಾಲಾನಂತರದಲ್ಲಿ, ಕಾಂಚನದಲ್ಲಿ ಬಂಧಿತ ಬುದ್ಧಿಯ ಬಾಗಿಲುಗಳನ್ನು ತೆರೆಯಿರಿ.

ಶಕ್ತರ್- ವಿವೇಕವೂ ಕಾಂಚನ ಕೋಶದಲ್ಲಿ ಬಂಧಿಯಾಗಿಲ್ಲ, ಅವಕಾಶ ಖಚಿತ ಕಾಯುತ್ತಿದೆ

ಚಾಣಕ್ - ಮಹಾಮಾತ್ಯ ಅವಕಾಶವನ್ನು ಹಾದುಹೋಗುತ್ತಿದ್ದಾರೆ! ಭಾರತದ ಮಗಧ ರಾಜ್ಯವನ್ನು ಒಂದೇ ಬೆರಳಿನಿಂದ ನಿಗ್ರಹಿಸಿದರೆ, ಆಗ ವಿದೇಶಿಯರು ಇಡೀ ರಾಷ್ಟ್ರವನ್ನು ಆಳುತ್ತಾರೆ.

ಶಕ್ತರ್- ಆದರೆ ಇದು ಶಕ್ತರ ಮರಣದ ನಂತರ ಸಂಭವಿಸುತ್ತದೆ. ರಾಕ್ಷಸ ಮತ್ತು ಕಾತ್ಯಾಯನರಂತಹ ದಾರ್ಶನಿಕ ಅಮಾತ್ಯರು ಮಗಧ ರಾಜ್ಯದಲ್ಲಿ ಇರುವವರೆಗೂ ಮಗಧವನ್ನು ಯಾರ ಬೆರಳಿನ ಅಡಿಯಲ್ಲಿಯೂ ನಿಗ್ರಹಿಸಲು

ಸಾಧ್ಯವಿಲ್ಲಚಾಣಕ್ - ನಾನು ಶಕ್ತರ ಬುದ್ಧಿವಂತಿಕೆಯನ್ನು ಮಾತ್ರ ನಂಬುತ್ತೇನೆ, ಕಾಟ್ಯಾಯನ ಮತ್ತು ರಾಕ್ಷಸರು ಕಾಡಿನ ಬೆಂಕಿಯನ್ನು ನಂದಿಸುವಲ್ಲಿ ಇನ್ನೂ ದುರ್ಬಲರಾಗಿದ್ದಾರೆ.

ಶಕ್ತರ್ - ಇದು ಭ್ರಮೆ ಬುದ್ಧಿವಂತ ಬ್ರಾಹ್ಮಣ! ಅವನ ಕಣ್ಣುಗಳು ನನ್ನ ಮುಂದೆ ಈಗಾಗಲೇ ತೆರೆದಿವೆ.

ಚಾಣಕ್- ಆದರೆ ಅವರು ತೆರೆದ ಕಣ್ಣುಗಳೊಂದಿಗೆ ಮಲಗಿದ್ದಾರೆ. ಶಕ್ತರ್ - ಅವರು ನಿದ್ರಿಸುತ್ತಿಲ್ಲ, ಅವರು ಮಹಾರಾಜ್ ನಂದರನ್ನು ಮನವೊಲಿಸಲು ಪ್ರಯತ್ನಿಸಿದರು.

ಚಾನಕ್ - ಮತ್ತು ಇದು ಅವನು ಘೋರ ಅಪರಾಧವನ್ನು ಮಾಡಿದ್ದಾನೆ. ರಾಜಾ ನಂದ್ ಮನವೊಲಿಸಲು ಇದರ ಪರಿಣಾಮವಾಗಿ ಅವನು ತನ್ನ ಇಚ್ಛೆಗೆ ವಿರುದ್ಧವಾಗಿ ಯೋಚಿಸುವವರನ್ನು ಗುರುತಿಸುತ್ತಾನೆ. ಶಕ್ತರ್- ನೇರ ಬೆರಳುಗಳಿಂದ ತುಪ್ಪ ತೆಗೆಯುವುದು ಅಪರಾಧವೇ?

ಚಾಣಕ್ - ಅಪರಾಧ ಮಾತ್ರವಲ್ಲ, ವಿಫಲ ಪ್ರಯತ್ನವೂ ಸಹ. ಇಬ್ಬನಿಯನ್ನು ನೆಕ್ಕಿ ಬಾಯಾರಿಕೆ ನೀಗಿಸಿಕೊಳ್ಳುವ ಕಲ್ಪನೆ ಇದು.

ಶಕ್ತರ್ - ಹಾಗಾದರೆ ನಾನು ನನ್ನ ಬೆರಳುಗಳನ್ನು ದಾಟಲು ಸಿದ್ಧನಿದ್ದೇನೆ.

ಚಾಣಕ್- ಆದರೆ ಬೆರಳು ವಕ್ರವಾಗಿದೆ ಎಂದು ಬೆರಳಿನ ಉಗುರಿಗೂ ತಿಳಿಯಬಾರದು.

ಶಕ್ತರ್- ಯೋಗಾಭ್ಯಾಸದ ಈ ಗರ್ಭಗುಡಿಯಿಂದ ಏನೂ ಹೊರಬರುವುದಿಲ್ಲಚಾಣಕ್-ನಂದನ ಕೈಯಲ್ಲಿ ಮಗಧ ರಾಜ್ಯ ಸುರಕ್ಷಿತವಾಗಿಲ್ಲ. ಆರ್ಯಾವರ್ತದ ಹೆಮ್ಮೆ ದಾರದಿಂದ ನೇತಾಡುತ್ತಿದೆ. ಸಣ್ಣ ರಾಜ್ಯಗಳು ಮಗಧದತ್ತ ದೃಷ್ಟಿ ನೆಟ್ಟಿವೆ.

ಶಕ್ತರ್- ಮೌರ್ಯ ಸೇನಾಪತಿ ಮತ್ತು ನೀತಿ ಮಂತ್ರಿಗಳ ಅಧಿಕಾರವು ಎಲ್ಲಿಯವರೆಗೆ ಸುರಕ್ಷಿತವಾಗಿರುತ್ತದೆಯೋ ಅಲ್ಲಿಯವರೆಗೆ ಮಗಧದ ಜುಟ್ಟು ಬಿಡುವಂತಿಲ್ಲ, ಆರ್ಯಾವರ್ತದ ಹೆಮ್ಮೆಗೆ ಧಕ್ಕೆಯಾಗದು. ನಿನಗೇಕೆ ಇಷ್ಟೊಂದು ಭಯವಾಗುತ್ತಿದೆ!

ಚಾನಕ್ - ನನ್ನ ಭಯ ನಿರಾಧಾರವಲ್ಲ. ಪರಾಕ್ರಮಿ ಮೌರ್ಯನ ತೋಳುಗಳಲ್ಲಿ ನನಗೆ ನಂಬಿಕೆಯಿದೆ, ಆದರೆ ಆ ಕೈಗಳು ಮಹಾರಾಜ್ ನಂದನ ದುಷ್ಟ ಚಿನ್ನದ ಸರಪಳಿಯಲ್ಲಿ ಹಿಡಿದಿಲ್ಲವೇ? ತನಕಮಗಧ ರಾಜ್ಯವು ನಂದನ ಕೈಯಲ್ಲಿದೆ, ಅಲ್ಲಿಯವರೆಗೆ ರಾಷ್ಟ್ರದ ಭದ್ರತೆಯು ದಾರದಿಂದ ನೇತಾಡುತ್ತದೆ.

ಶಕ್ತರ್- ಹಾಗಾದರೆ?

ಚಾಣಕ್- ಹಾಗಾದರೆ ಏನು, ನಂದನನ್ನು ಯಮರಾಜನ ರಾಜ್ಯಕ್ಕೆ ಕಳುಹಿಸಲಿ ಮತ್ತು ನಂದನು ಸತ್ತಿಲ್ಲ, ಆದರೆ ಸಾಯುವಂತೆ ಮಾಡಿದ್ದಾನೆ ಎಂದು ಯಾರಿಗೂ ತಿಳಿಯಬಾರದು. ಶಕ್ತರು ದಿಗ್ಭ್ರಮೆಗೊಂಡ ಚಾಣಕ್‌ನ ಕಡೆಗೆ ನೋಡಿದ ನಂತರ ಚಾಣಕ್‌ನ ಹೇಳಿಕೆಯ ಆಳಕ್ಕೆ

ಧುಮುಕುತ್ತಾನೆ - ಹಾವು ಸಾಯುವ ಮತ್ತು ಕೋಲು ಮುರಿಯದ ಯಾವುದಾದರೂ ಪರಿಹಾರವಿದೆಯೇ?

ಚಾಣಕ್- ಹೌದು, ಅದು ಸಾಧ್ಯ, ಆದರೆ ಗುರಿಯ ಮೊದಲು ಚಲಿಸುವ ಪಾದಗಳ ಸದ್ದು ಯಾರ ಕಿವಿಗೂ ತಲುಪದಿದ್ದರೆ ಮಾತ್ರ. ನಂದನನ್ನು ಕೊಲ್ಲಬೇಕೆನ್ನುವ ಈ ರಹಸ್ಯ ನನಗೆ ಮತ್ತು ನಿನಗಲ್ಲದೆ ಬೇರೆ ಯಾರಿಗೂ ತಿಳಿಯಬಾರದು.

ಶಕ್ತರ್ - ಹಾಗಾದರೆ ಅದು ಹೇಗೆ ಆಗುತ್ತದೆ?

ಚಾಣಕ್- ನೀನುಹೇಗೋ ಮಹಾರಾಜ್ ನಂದನಿಗೆ ಅತ್ಯಂತ ವಿಶ್ವಾಸಿಯಾಗುವೆ ಮತ್ತು ಮೊದಲು ಕಾತ್ಯಾಯನನನ್ನು ಮಂತ್ರಿ ಸ್ಥಾನದಿಂದ ಕೆಳಗಿಳಿಸು, ಆದರೆ ನಂದನು ಶಕ್ತರು ನನ್ನ ಹಿತೈಷಿಎಂದುಅರ್ಥಮಾಡಿಕೊಳ್ಳುವರೀತಿಯಲ್ಲಿಮತ್ತುಮಹಾಮಾತ್ಯಶಕ್ತರುನನ್ನಮೇಲೆಅಪಾರವಾದಆಶೀರ್ವಾದಗಳನ್ನುಹೊಂದಿದ್ದಾರೆಂದು ಕಾತ್ಯಾಯನ ಅರ್ಥಮಾಡಿಕೊಳ್ಳುತ್ತಾರೆ. ಗಮನ! ಕಾತ್ಯಾಯನ ಅವರನ್ನು ಸಚಿವ ಸ್ಥಾನದಿಂದ ಕೆಳಗಿಳಿಸಿ ಮತ್ತೆ ಸಚಿವರನ್ನಾಗಿ ಮಾಡಬೇಕು. ಅದರ ನಂತರ, ಮೌರ್ಯ ಕಮಾಂಡರ್ ಸೂರ್ಯ ಗುಪ್ತನನ್ನು ಸಾಮ್ರಾಜ್ಯದ ಆಮಿಷದ ಮೂಲಕ ನಿಮ್ಮ ಕಡೆಗೆ ಸೆಳೆಯಿರಿ.

ಶಕ್ತರ್- ಆದರೆ ಅಮಾತ್ಯ ರಾಕ್ಷಸ ಮಹಾರಾಜ ನಂದನ ರಕ್ಷಾಕವಚವಾಗಿರುವವರೆಗೆ ಇದು ಹೇಗೆ ಸಂಭವಿಸುತ್ತದೆ? ಸಾಧ್ಯವಾಗಬಹುದು! ಮಹಾರಾಜನಿಗೆ ರಾಕ್ಷಸನ ಮೇಲೆ ಅಚಲವಾದ ನಂಬಿಕೆ, ರಾಕ್ಷಸನಿಗೂ ಮಹಾರಾಜನ ಮೇಲೆ ಅಚಲವಾದ ನಂಬಿಕೆ. ಅವನು ರಕ್ಷಣೆಯಲ್ಲಿ ಎಲ್ಲೆಡೆ ಇದ್ದಾನೆ. ಪ್ರತಿಭೆಯಲ್ಲಿ ಸರಸ್ವತಿಯ ಆ ಯುವಕನ ತೋಳುಗಳಲ್ಲಿ ದೊಡ್ಡ ಶಕ್ತಿಯಿದೆ ನೆಲೆಸಿದ್ದಾರೆ ಮತ್ತು ಮಹಾರಾಜ್ ನಂದರು ಹೃದಯದಲ್ಲಿ ನೆಲೆಸಿದ್ದಾರೆ. ಚಾಣಕ್- ನಿಷ್ಠಾವಂತ ಮನುಷ್ಯನಿಗೂ ಕೆಲವು ಅಳಿಸಲಾಗದ ದೌರ್ಬಲ್ಯಗಳಿವೆ. ಆ ದೌರ್ಬಲ್ಯಗಳ ಸಹಾಯದಿಂದ ನೀವು ಪಿತೂರಿಗಳನ್ನು ರಚಿಸಬೇಕಾಗುತ್ತದೆ.

ಮಹಾರಾಜರ-ಅರಮನೆಯಲ್ಲಿ ಅಂತಹ ಸೌಂದರ್ಯವನ್ನು ಪ್ರವೇಶಿಸಿ, ಅರಮನೆಯಲ್ಲಿ ಅವಳಿಗಿಂತ ಸುಂದರಿ ಯಾರೂ ಇಲ್ಲ. ಆ ಚೆಲುವೆಯ ಕಂಪನಗಳಲ್ಲಿ ಅವಳನ್ನು ಕಂಡರೆ ಕಲ್ಲಾದರೂ ನೀರಾಗುವಷ್ಟು ಆಕರ್ಷಣೆ ಇರಬೇಕು. ಈ ಕಿಡಿ ಮಾತ್ರ ಸಾಕು.

ಶಕ್ತರ್ - ತುಂಬಾ ಸುಂದರ, ಖಂಡಿತವಾಗಿಯೂ ಅವಳು ಅನನ್ಯ ಸೌಂದರ್ಯ! ಸೌಂದರ್ಯದ ನಿಜವಾದ ಚಿತ್ರ! ಚಾಣಕ್ ನಿಮ್ಮ ಆಸೆ ಈಡೇರುತ್ತದೆ! ನಾಳೆಯೊಳಗೆ ನಾಯನ ಜಾತಿಯ ಬೇಳ ಕುಮಾರಿ ಮುರ ಅರಮನೆ ಪ್ರವೇಶ ಮಾಡುತ್ತೇನೆ.

ಚಾಣಕ್ - ಆದ್ದರಿಂದ ಈಗ ನನಗೆ ಹೋಗಲು ಅವಕಾಶ ಮಾಡಿಕೊಡಿ, ಪ್ರಧಾನ ಕಾರ್ಯದರ್ಶಿ! ನಿಮ್ಮ ಮಗಳು ಎಲ್ಲಿದ್ದಾಳೆ? ನಾನು ಅವನನ್ನು ನೋಡಿ ಬಹಳ

ದಿನಗಳಾಯಿತುಶಕ್ತರ್- ಅವಳು ತನ್ನ ಕೋಣೆಯಲ್ಲಿ ಕುಳಿತು ಕವನ ಬರೆಯುತ್ತಿರಬೇಕು. ಬನ್ನಿ, ಅಲ್ಲಿಗೆ ಹೋಗೋಣ. ಮುಂದೆ ಶಕ್ತರು ಮತ್ತು ಹಿಂದೆ ಚಾಣಕ್ ಗರ್ಭಗುಡಿಯಿಂದ ಹೊರಬಂದು ಅರಮನೆಯ ಒಳಕೋಣೆಗೆ ಬಂದರು ಎಂದು ನಾನು ಹೇಳುತ್ತೇನೆ. ಇವುಗಳಲ್ಲಿ ಒಂದರ ಬಾಗಿಲನ್ನು ಪ್ರವೇಶಿಸಿದ ಶಕ್ತನು

ಹೇಳಿದನು – "ಸುವಾಸಿನೀ! ನೋಡಿ ಬಾಬಾ ಚಾನಕ್ ಬಂದಿದ್ದಾರೆ. , ಸುವಾಸಿನಿ ಅವನನ್ನು ನೋಡಿದ ತಕ್ಷಣ ಸಂತೋಷದಿಂದ ಎದ್ದು ನಿಂತಳು. "ಹಲೋ ಬಾಬಾ! ಹೀಗೆ ಹೇಳುತ್ತಾ ಮಹಾತ್ಮ ಚಾನಕನಿಗೆ ಆಸನದ ಮೇಲೆ ಕುಳಿತುಕೊಳ್ಳುವಂತೆ ಸೂಚಿಸಿದನು. ಚಾಣಕ್ ಸುವಾಸಿನಿಯ ತಲೆಯ ಮೇಲೆ ಆಶೀರ್ವಾದದ ಕೈಯಿಟ್ಟು

ಹೇಳಿದ- "ನಮ್ಮ ಮಗಳು ಏನು ಮಾಡುತ್ತಿದ್ದಳು! ನಾನು ಕೇಳಿದೆ, ಅವಳು ಕವಿತೆ ಬರೆಯುತ್ತಿದ್ದಳು. ನಮಗೂ ಹೇಳು ಮಗಳೇ! ನೀವು ಯಾವ ಕವಿತೆ ಬರೆದಿದ್ದೀರಿ?" ಸುವಾಸಿನಿಯ ಮುಖದಲ್ಲಿ ನಾಚಿಕೆ ಮತ್ತು ಸಂತೋಷದ ಕಿರಣವು ಮಿನುಗಿತು. ಅವನು ಹಿಂಜರಿದನು ಮಕ್ಕಳ ಹಿತವಾದ ಧ್ವನಿಯಲ್ಲಿ

ಹೇಳಿದರು - ತಂದೆ, ಬಾಬಾ ಜೀ ಹೀಗೆ ಹೇಳುತ್ತಲೇ ಇರುತ್ತಾರೆ! ಸರಿ ನಾನು ಕವಿತೆ ಬರೆಯಲು ನಾನು ಏನು ತಿಳಿದಿರಬೇಕು?

ಚಾಣಕ್- ನಮ್ಮ ಬುದ್ಧಿವಂತ ಮಗಳು ಸುವಾಸಿನಿಗೆ ತಿಳಿಯದ ಇಂತಹ ಕಲೆ ಏನಾದರೂ ಇರಬಹುದೇ? ಸುವಾಸಿನಿ ಭಾವುಕರಾಗಿ ಬಾಬಾರವರನ್ನು ನೋಡಿ

ಹೇಳಿದರು - ನಿಮ್ಮ ಆಶೀರ್ವಾದವಿದ್ದರೆ ನಾನು ಸಕಲ ಕಲೆಗಳಲ್ಲಿ ಪ್ರವೀಣನಾಗುತ್ತೇನೆ. ಆದರೆ ನಾನು ಇನ್ನೂ ತುಂಬಾ ಚಿಕ್ಕವನು. ಯಾರೂ ನನ್ನನ್ನು ಓದಲು ಮತ್ತು ಬರೆಯಲು ಕೇಳಬಾರದು ಎಂದು ನಾನು ಬಯಸುತ್ತೇನೆ, ನಾನು ಇಡೀ ದಿನ ಆಡುತ್ತಲೇ ಇರುತ್ತೇನೆ.

ಶಕ್ತರ್ - ನೀವು ಚಿಕ್ಕವರಾಗಿದ್ದರೆ, ನೀವು ಹೆಚ್ಚು ಸುಳ್ಳು. ಆದರೆ ಈಗ ನೀನೂ ಎಲ್ಲಿದ್ದೀಯ ಪುಟ್ಟ! ಈಗಕಾರ್ತಿಕ್ ಶುಕ್ಲಾ ಪೂರ್ಣಿಮಾದಂದು ಹದಿನಾಲ್ಕು ವರ್ಷ ವಯಸ್ಸಿನವನಾಗುತ್ತಾನೆ

ಸುವಾಸಿನಿ - ನೋಡು ಬಾಬಾ! 'ಆಟ ಬೇಡ, ಓದು' ಎಂದು ಅಪ್ಪ ನಿತ್ಯ ಗದರಿಸುತ್ತಾರೆ. ಈ ಸಣ್ಣ ಜೀವನದಲ್ಲಿ ನಾನು ಇತಿಹಾಸ, ಕಾವ್ಯ ಮತ್ತು ತತ್ವಶಾಸ್ತ್ರವನ್ನು ಅಳವಡಿಸಿಕೊಂಡಿದ್ದೇನೆ, ಆದರೆ ಇನ್ನೂ ನನ್ನ ತಂದೆ ನನ್ನನ್ನು ಸುಳ್ಳುಗಾರ ಎಂದು ಕರೆಯುತ್ತಾರೆ.

ಚಾಣಕ್- ಇದು ತಂದೆಯ ಪ್ರೀತಿಯ ಮಗಳು! ಸರಿ ಹೇಳಿ, ನೀವು ಯಾವ ಆಟಗಳನ್ನು ಆಡುತ್ತೀರಿ?

ಸುವಾಸಿನಿ - ಈಗ ನಾನು ತುಂಬಾ ದಿನಗಳಿಂದ ಆಟವಾಡುವುದನ್ನು ನಿಲ್ಲಿಸಿದೆ. ನಾನು ಹೇಗೆ ಚೆನ್ನಾಗಿ ಆಡಲಿ, ನೀನು ಕೌಟಿಲ್ಯನನ್ನು ಕಳುಹಿಸಲೇ ಇಲ್ಲ. ಅವನು ಬರುತ್ತಿದ್ದಾಗ ನಾವಿಬ್ಬರೂ ಆಟವಾಡುತ್ತಿದ್ದೆವು. ಬಾಬಾಜಿ! ಆ ದಿನಗಳಲ್ಲಿ ನಾವೂ ನಾಟಕ ಆಡುತ್ತಿದ್ದೆವು, ಚೆಸ್ ಆಡುತ್ತಿದ್ದೆವು. ಆದರೆ ಅವನು ಕೌಟಿಲ್ಯನೊಂದಿಗೆ ಒಂದು ದಿನವೂ ಬದುಕಲಿಲ್ಲ. ನಾನು ಸೋಲಲೇಬೇಕು ಎನ್ನುವ ರೀತಿಯಲ್ಲಿ ಅವರು ತಮ್ಮ ಕಾಯಿಗಳನ್ನು ಸರಿಸುತ್ತಿದ್ದರು. ಮತ್ತು ಕೌಟಿಲ್ಯನ ವಿಜಯದಿಂದ ನಾನು ಚೌಪದನ ಆಟವನ್ನು ಗೆದ್ದ ನಂತರ ಸಂತೋಷಪಡುತ್ತಿದ್ದೆ ಏಕೆ ಎಂದು ತಿಳಿದಿಲ್ಲ. ಎಂದೂ ಆಗಲಿಲ್ಲ. ನೀವು ಅವನನ್ನು ನಮ್ಮ ಬಳಿಗೆ ಏಕೆ ಕಳುಹಿಸಬಾರದು?

ಚಾಣಕ್- ನಾನು ಅವನನ್ನು ಇಲ್ಲಿಗೆ ಬರಲು ಎಂದಿಗೂ ನಿರಾಕರಿಸಲಿಲ್ಲ. ಅವನು ತುಂಬಾ ವಕ್ರ. ಸುವಾಸಿನಿಯ ಮನೆಗೆ ಹೋಗಲ್ಲ ಅಂತ ಜಗಳ ಮಾಡಿದ್ದೆ ಅಂತ ಹೇಳುತ್ತಿದ್ದರು.

'ಸುವಾಸಿನಿ- ಕೌಟಿಲ್ಯ ಬರುವುದಿಲ್ಲವೆ? ಅವನು ನನ್ನ ಮೇಲೆ ಕೋಪಗೊಂಡಿದ್ದಾನೆಯೇ? ಆಡುವಾಗ ಅವಳನ್ನು ಪ್ರೀತಿಯಿಂದ ಚುಡಾಯಿಸಿದ್ದೆ. ನಿಜವಾಗಿಯೂ ಬಾಬಾ ಜೀ! ಕೌಟಿಲ್ಯನನ್ನು ಗೇಲಿ ಮಾಡುವುದು ನನ್ನ ಉದ್ದೇಶವಾಗಿರಲಿಲ್ಲ.

ಚಾಣಕ್- ಅವನು ತುಂಬಾ ಕೋಪಗೊಂಡಿದ್ದಾನೆ ಮಗಳೇ! ಅವನು ಕೋಪಗೊಂಡಾಗ ಮತ್ತು ಬೇರೆಯವರ ಮೇಲೆ ನಿಯಂತ್ರಣವಿಲ್ಲದಿದ್ದಾಗ, ಅವನು ತನ್ನ ದೊಡ್ಡ ಕೂದಲನ್ನು ಎಳೆದುಕೊಂಡು ನಂತರ ತನ್ನ ಬೆರಳುಗಳನ್ನು ರಕ್ತದಲ್ಲಿ ನೆನೆಸಿ ಮರಳಿನಲ್ಲಿ ಚಿತ್ರಗಳನ್ನು ಬಿಡಿಸಲು ಪ್ರಾರಂಭಿಸುತ್ತಾನೆ

ಸುವಾಸಿನಿ - ಇಲ್ಲ, ಇಲ್ಲ, ಬಾಬಾ ಜೀ! ಕೌಟಿಲ್ಯನು ಕಠೋರನಿಗಿಂತ ಹೆಚ್ಚು ಸೌಮ್ಯ. ಇದೆ. ಇತರರಿಗೆ (ಇತರರಿಗೆ), ಅವನು ಸ್ವಾಭಿಮಾನದಿಂದ ಕಠಿಣವಾಗಿ ಕಾಣುತ್ತಾನೆ, ಆದರೆ ವಾಸ್ತವದಲ್ಲಿ ಅವನು ಮೃದುವಾಗಿರುತ್ತಾನೆ ಮತ್ತು ಸುಂದರ ಇದೆ. ಅವನು ಸೌಂದರ್ಯ ಮತ್ತು ಹೊಳಪಿನ ಚಳಿಗಾಲದ ಸೂರ್ಯ. ಅವನ ರೂಪದ ಮೊದಲು ಯಾವ ಹೂವುಗಳು ತುಂಬಾ ಮೃದುನಾಚಿಕೆಪಡಬೇಡ! ಶಾಸ್ತ್ರಗಳು ಅವನ ಗುಣಗಳಿಗಿಂತ ತಮ್ಮನ್ನು ಕೀಳು ಎಂದು ಪರಿಗಣಿಸಲು ಪ್ರಾರಂಭಿಸುವುದಿಲ್ಲವೇ! ಕೌಟಿಲ್ಯ ಅದ್ಭುತ ಪ್ರತಿಭೆಯ ಬೆಳಕು. ಗೋಕುಲದ ಬೀದಿಗಳಲ್ಲಿ ಆಡಿದ್ದು ಇದೇನಾ ಎಂದು ಕೆಲವೊಮ್ಮೆ ಅನಿಸುತ್ತದೆ.

ಚಾಣಕ್- ನಿಮ್ಮ ಮಗಳು ಕವನ ಹೇಳುತ್ತಿದ್ದಾಳಾ?

ಸುವಾಸಿನಿ- ಇಲ್ಲ, ಬಾಬಾ ಜೀ! ಸತ್ಯವನ್ನು ಹೊಗಳುವುದು. ಬಾಬಾ ಜೀ, ದಯವಿಟ್ಟು ಅವನನ್ನು ಕಳುಹಿಸಿ! ಹೇಳಿ, 'ಸುವಾಸಿನಿ ತುಂಬಾ ಮಿಸ್ ಆಗಿದ್ದಾಳೆ.

ಚಾನಕ್- ಸರಿ, ರಾಣಿ ಮಗಳೇ! ನಾನು ಅವನನ್ನು ಕಳುಹಿಸುತ್ತೇನೆ ಮತ್ತು ಅವನು ಬರದಿದ್ದರೆ, ನಾನು ಅವನನ್ನು ಬಲವಂತವಾಗಿ ಕಳುಹಿಸುತ್ತೇನೆ. ಈಗ ನಿನ್ನ ಹಳೆಯ ಬಾಬಾ ಹೋಗಲಿ. ಹೀಗೆ ಹೇಳುತ್ತಾ ಚಾಣಕ್ ಮತ್ತು ಶಕ್ತರ್ ರೂಮಿನಿಂದ ಹೊರಬಂದರು. ಸುವಾಸಿನಿ ಕೈಮುಗಿದು ನಮಸ್ಕರಿಸಿದಳು.ಶಕ್ತರೊಡನೆ ಮಾತನಾಡುವಾಗ ಚಾಣಕ್ ಅರಮನೆಯಿಂದ ಹೊರಬಂದು ಅದ್ಭುತವಾದ ಭಂಗಿಯಿಂದ ಅವಳನ್ನು ನೋಡುತ್ತಾ

ಹೇಳಿದನು - ಈಗ ನಾನು ಓಡಿಸಬಹುದು! ಕೌಟಿಲ್ಯನ ಬಗ್ಗೆ ನನಗೆ ಸದಾ ಚಿಂತೆ. ಅವನು ತುಂಬಾ ಕೋಪಗೊಂಡಿದ್ದಾನೆ ಮತ್ತು ತುಂಬಾ ಹೆಮ್ಮೆಪಡುತ್ತಾನೆ. ಹಾವನ್ನು ತುಳಿದು ಸಾಯಿಸುವಷ್ಟು ಚೇಷ್ಟೆ, ಚೇಳನ್ನು ದಾರದಲ್ಲಿ ಕಟ್ಟಿ ಆಟವಾಡುತ್ತಾನೆಶಕ್ತರ್- ಅವನು ಇನ್ನೂ ಮಗು, ಅವನು ದೊಡ್ಡವನಾದಾಗ ಚೆನ್ನಾಗಿರುತ್ತಾನೆ. ಚಾಣಕ್- ಮುಂದಿನ ವರ್ಷ ವಿದ್ಯಾಭ್ಯಾಸಕ್ಕಾಗಿ ತಕ್ಷಶಿಲೆಗೆ ಕಳುಹಿಸಲು ಯೋಚಿಸುತ್ತಿದ್ದೇನೆ. ಅಲ್ಲಿ ಸಾಧ್ಯ ಒಂದಿಷ್ಟು ಚೇಷ್ಟೆ ಬಿಟ್ಟು ಅಧ್ಯಯನ ಮಾಡಿ ಬರೆಯಬೇಕು.

ಶಕ್ತರ್ - ನೀವು ಇದನ್ನು ಖಂಡಿತವಾಗಿ ಮಾಡಬೇಕು. ಕೌಟಿಲ್ಯ ತಕ್ಷಶಿಲಾ ವಿಶ್ವವಿದ್ಯಾಲಯ ದಯವಿಟ್ಟು ನಮೂದಿಸಿ; ಹೊಸ ವರ್ಷದಲ್ಲಿ ಈ ಶುಭ ಕಾರ್ಯವನ್ನು ಮಾಡಿ. ಅಲ್ಲಿಯವರೆಗೆ ಸ್ಥಳೀಯ ಗುರುಕುಲದಲ್ಲಿ ವ್ಯಾಸಂಗ ಮಾಡುತ್ತಿದ್ದಾನೆ.

ಚಾಣಕ್- ಕೌಟಿಲ್ಯ ಮೋಸಗಾರ, ಆದರೆ ಅವನು ದೊಡ್ಡ ಪುಸ್ತಕಗಳನ್ನು ಆಟವಾಗಿ ಓದುತ್ತಾನೆ.

ಶಕ್ತರ್- ಯಾಕೆ ಬೇಡ, ಅಷ್ಟಕ್ಕೂ ಅವನು ಆಚಾರ್ಯ ಚಾಣಕ್ ಅವರ ಮಗ. ಮಗ ತನ್ನ ತಂದೆಯ ಕೆಲವು ಗುಣಗಳನ್ನು ಹೊಂದಿರಬೇಕು. ಆದ್ದರಿಂದಒಬ್ಬರ ಗುಣಗಳು ದೇಶಕ್ಕೆ ಉಪಯುಕ್ತವಾದಾಗ ಮಾತ್ರ ಸಾರ್ಥಕವಾಗುತ್ತದೆ. ನನ್ನ ಆಕಾಂಕ್ಷೆಗಳಿಗೆ ರೂಪ ಕೊಡುವಷ್ಟು ಅವನು ಬೆಳೆಯಲಿ ಎಂದು ದೇವರು ದಯಪಾಲಿಸಲಿ. ಹೀಗೆ ಹೇಳುತ್ತಾ ಚಾಣಕ್ ನಡೆಯಲು ಕಾಲು ಮೇಲೆತ್ತಿ ಪ್ರೀತಿಯಿಂದ ಶಕ್ತರ ಕುತ್ತಿಗೆಯ ಮೇಲೆ ಕೈಯಿಟ್ಟು ಹಾವು ಸಾಯಲಿ, ಕೋಲು ಮುರಿಯಬಾರದು ಎಂದು ಹೊರಟು ಹೋದ. 'ಹಾವುಗಳು ಸತ್ತಿವೆ, ಕೋಲು ಮುರಿಯಿಲ್ಲ' ಎಂದು ಯೋಚಿಸಿ ಶಕ್ತರು ಅರಮನೆಗೆ ಮರಳಿದರು. ಯೋಚಿಸುತ್ತಿರುವಾಗ, ಅವನು ದೊಡ್ಡ ಹಾಸಿಗೆಯ ಮೇಲೆ ಮಲಗಿದನು. ಸುವಾಸಿನಿ ಅದೇ ಕೋಣೆಯಲ್ಲಿ ತಂಗುದಾಣದಲ್ಲಿ ಮಲಗಿ ಏನೋ ಗುನುಗುತ್ತಿದ್ದಳು. ಶಕ್ತರು ಮಧುರವಾದ ಆದರೆ ಚಿಂತೆಯ ಧ್ವನಿಯಲ್ಲಿ

ಹೇಳಿದರು – "ಸುವಾಸಿನಿ! ನಾವು ಏನೋ ಯೋಚಿಸುತ್ತಿದ್ದೇವೆ, ನೀವು ಗುನುಗುವುದನ್ನು ನಿಲ್ಲಿಸಿ. ಸುವಾಸಿನಿ ಸಂಪೂರ್ಣವಾಗಿ ಮೌನವಾದಳು, ಆದರೆ ಕೆಲವು ಕ್ಷಣಗಳ ನಂತರ ಅವಳು

ಹೇಳಿದಳು - ನೀವು ಏನು ಯೋಚಿಸುತ್ತಿದ್ದೀರಿ, ತಂದೆ? ನೀವು ಎಲ್ಲಾ ಸಮಯದಲ್ಲೂ ಯೋಚಿಸುತ್ತಲೇ ಇರುತ್ತೀರಿ. ಅತಿಯಾಗಿ ಯೋಚಿಸುವುದು ನಿಮಗೆ ಮತ್ತೆ ತಲೆನೋವು ತರುತ್ತದೆ. ಯೋಚಿಸುವುದನ್ನು ನಿಲ್ಲಿಸಿ ಮತ್ತು ಮಲಗಲು ಹೋಗಿ. , "ನಾನು ಮಲಗುತ್ತೇನೆ, ನೀನು ಮಲಗು ಮಗಳೇ! ನನ್ನ ಬಗ್ಗೆ ಚಿಂತಿಸಬೇಡ. ರಾಜ್ಯದ ರಹಸ್ಯಗಳನ್ನು ಬಿಡಿಸುವಲ್ಲಿ ಅಮಾತ್ಯ ನಿದ್ರೆ ಕಳೆದುಕೊಳ್ಳುತ್ತಾನೆ. ಆದರೆ ಈ ವಿಷಯಗಳ ಬಗ್ಗೆ ನೀವು ಏನು ಕಾಳಜಿ ವಹಿಸುತ್ತೀರಿ? ನೀನು ಇನ್ನೂ ಮಗು. ರಾಜಕೀಯಗೊಂದಲಗಳು

ಹಸಿವು-ಬಾಯಾರಿಕೆ ಮತ್ತು ನಿದ್ರೆಯನ್ನು ನಾಶಮಾಡುತ್ತವೆ. ಹಸಿ ದಾರದಲ್ಲಿ ನೇತಾಡುವ ರಾಜಕೀಯದ ಕತ್ತಿ ಯಾರ ಕೊರಳಿಗೆ ಬೀಳುತ್ತದೋ ಗೊತ್ತಿಲ್ಲ. "ಆದರೆ ನೀವು ಚಿಂತಿತರಾಗಿರುವವರೆಗೂ ನಾನು ಮಲಗಲು ಸಾಧ್ಯವಿಲ್ಲ, ತಂದೆ! ಬಾ, ನಾನು ನಿನ್ನ ತಲೆಯನ್ನು ಒತ್ತುತ್ತೇನೆ, ನೀವು ನಿದ್ರಿಸುತ್ತೀರಿ. ಹೀಗೆ ಹೇಳುತ್ತಾ ಸುವಾಸಿನಿ ಎದ್ದು ಅಪ್ಪನ ತಲೆ ಒತ್ತತೊಡಗಿದಳು. ಶಕ್ತರು ಸುವಾಸಿನಿಯ ಬೆನ್ನ ಮೇಲೆ ಆಶೀರ್ವಾದದ ಹಸ್ತವನ್ನು ಇಟ್ಟು ಆಲೋಚಿಸುತ್ತಲೇ

ಹೇಳತೊಡಗಿದರು - 'ಜೀವನ ಮತ್ತು ಜಗತ್ತು ಬಹಳ ಅದ್ಭುತವಾಗಿದೆ, ಸುವಾಸಿನಿ! ಮನುಷ್ಯ ಯಾವ ದಾರದಲ್ಲಿ ನರ್ತಿಸಿದನೋ ಗೊತ್ತಿಲ್ಲ. ಇಂದು ರಾಜನಾದವನು ನಾಳೆಯೂ ಭಿಕ್ಷುಕನಾಗಬಹುದು. ಇಂದು ಎಲ್ಲ ಸುಖಗಳನ್ನು ಹೊಂದಿರುವವನಿಗೆ ನಾಳೆ ಎಲ್ಲ ದುಃಖಗಳು ಬರಬಹುದು ಆದ್ದರಿಂದ ಅರಮನೆ ಮತ್ತು ಮಣ್ಣಿನ ಅಸ್ತಿತ್ವ ಒಂದೇ ಎಂಬುದನ್ನು ಎಂದಿಗೂ ಮರೆಯಬಾರದು. ಒಂದು ದಿನ ಕೋಟೆಯ ಶಿಖರದಲ್ಲಿ ಮಣ್ಣು ಹೆಮ್ಮೆಯಿಂದ ಏರುತ್ತದೆ ಮತ್ತು ಒಂದು ದಿನ ಅದು ಕಾಲುಗಳ ಕೆಳಗೆ ತುಳಿಯುತ್ತದೆ. ಅರಮನೆಗಳು ಕೆಲವೊಮ್ಮೆ ಆಕಾಶದೊಂದಿಗೆ ಮಾತನಾಡುತ್ತವೆ ಮತ್ತು ಕೆಲವೊಮ್ಮೆ ಧೂಳಿನಿಂದ ಮುಚ್ಚಲ್ಪಡುತ್ತವೆಯಾಕೆ ಈ ಸಮಯದಲ್ಲಿ ಈ ತತ್ವಶಾಸ್ತ್ರವನ್ನು ಓದಲು ಪ್ರಾರಂಭಿಸಿದೆ, ತಂದೆ? ಎಲ್ಲಾ ನಂತರ, ನೀವು ಏನು ಊಹಿಸುತ್ತಿದ್ದೀರಿ? ರಾಜಕಾರಣಿ ಸನ್ಯಾಸಿ ಭಾಷೆಯಲ್ಲಿ ಮಾತನಾಡಬಾರದು" ಎಂದು ಸುವಾಸಿನಿ ಗಂಭೀರವಾಗಿ ಹೇಳಿದಳು.

"ಏನಿಲ್ಲ ಮಗಳೇ! ನಾನು ಯೋಚಿಸಲು ಪ್ರಾರಂಭಿಸಿದೆ. ಸರಿ ಈಗ ನಾನು ಮಲಗುತ್ತೇನೆ. ಹೋಗು, ನೀನೂ ಮಲಗು! ಮತ್ತು ನೋಡು, ನೀವು ಐದು ಗಂಟೆಗೆ ಎದ್ದೇಳಬೇಕು. ಬೆಳಿಗ್ಗೆ ಏಕೆಂದರೆ ನಾನು ನಿನ್ನನ್ನು ಬೇಲಾಳ ಮನೆಗೆ ಕಳುಹಿಸುತ್ತೇನೆ; ಕಾರಿನಲ್ಲಿ ಅಲ್ಲ, ಆದರೆ ಕಾಲ್ನಡಿಗೆಯಲ್ಲಿ, ನಾನು ಬೆಳಿಗ್ಗೆ ಬೇಲಾ ಮತ್ತು ಅವಳ ಮಗಳು ಮುರಾ ಅವರನ್ನು ಭೇಟಿಯಾಗಲು ಬಯಸುತ್ತೇನೆ, ಶಕ್ತರ್ ಕೆಲವು ವಿಷಯಗಳನ್ನು ಹೇಳಿದನು. "ಇದು ಸರಳ ವಿಷಯ. ನಾನು ಅವರನ್ನು ನಮ್ಮ ಬೆಳಗಿನ ವಾಕ್‌ನಲ್ಲಿ ನನ್ನೊಂದಿಗೆ ಕರೆದುಕೊಂಡು ಬರುತ್ತೇನೆ." ಹೀಗೆ ಹೇಳುತ್ತಾ ಸುವಾಸಿನಿ ಹಾಸಿಗೆಯ ಮೇಲೆ ಮಲಗಿದಳು. ಸ್ವಲ್ಪ ಹೊತ್ತಿನಲ್ಲೇ ಗೊರಕೆ ಹೊಡೆಯತೊಡಗಿದಳು. ಆದರೆ ಶಕ್ತರ ಕಣ್ಣುಗಳಲ್ಲಿ ಇನ್ನೂ ನಿದ್ರೆ ಇರಲಿಲ್ಲ. ಅವರು

ಯೋಚಿಸುತ್ತಿದ್ದರು - ಭವಿಷ್ಯದ ಪ್ರಶ್ನೆಗಳು. ಅವರು ರಾಜಕೀಯದ ಬಟ್ಟೆಯಲ್ಲಿ ಸಿಕ್ಕಿಹಾಕಿಕೊಂಡಿದ್ದರುಮಾಗಧ ನಾಡು ಟೊಳ್ಳಾಗಿದೆ. ಮಹಾರಾಜ್ ನಂದ್ ಐಷಾರಾಮಿ. ವಿವಿಧ ಧರ್ಮಗಳಿಂದ ತಾರತಮ್ಯದ ಸುಂಟರಗಾಳಿಗಳು ಹುಟ್ಟಿಕೊಂಡಿವೆ. ಯುದ್ಧದಲ್ಲಿ ಶತ್ರುಗಳ ಸೊಂಟವನ್ನು ಸುತ್ತುವ ಬಾಹುಗಳು ಕಿಡಿಗೇಡಿಗಳ ಅಪ್ಪುಗೆಯಲ್ಲಿ ಪ್ರಜ್ಞಾಹೀನವಾಗುತ್ತಿವೆ; ಮತ್ತು ಅಲ್ಲಿಂದ ಸಣ್ಣ ರಾಜ್ಯಗಳ ಕಣ್ಣುಗಳು ನಿಧಾನವಾಗಿ ಏರುತ್ತಿರುವ ಮೋಡಗಳಂತೆ ಮಗಧ ರಾಜ್ಯದ ಕಡೆಗೆ ಚಲಿಸುತ್ತಿವೆ. ಆದರೆ ಶಕ್ತರ ಕಣ್ಣುಗಳು ಈ ದಾಳಿಕೋರರನ್ನು ಮರೆಯುವುದಿಲ್ಲ.

ಶಕ್ತರ್ -ಅಲರ್ಟ್ ಆಗಿದ್ದಾನೆ. ಅವರು ನಂದರಾಜ್ಯದ ಒಂದು ತಲೆಮಾರು ಮಾತ್ರವಲ್ಲ, ಇತರ ತಲೆಮಾರುಗಳನ್ನೂ ನೋಡಿದ್ದಾರೆ. ಈ ಬಾರಿ ಈ ಬೀಜವನ್ನು ಸಂಪೂರ್ಣವಾಗಿ ನಾಶಪಡಿಸಬೇಕಾಗಿದೆ. , ಈ ಗೊಂದಲದಲ್ಲಿ ಸಿಕ್ಕು ಮಹಾಮಾತ್ಯ ಶಕ್ತರು ಸ್ವಲ್ಪ ನಿದ್ರೆಗೆ ಜಾರಿದರು; ಶಕ್ತರ್ ತಕ್ಷಣ ಎಚ್ಚರವಾಗಿ ಎದ್ದು ಧ್ವನಿಯನ್ನು ಕೇಳಲು ಪ್ರಾರಂಭಿಸಿದ. ಸಂಕೇತ ಭಾಷೆಯನ್ನು ಗುರುತಿಸಿ, ಮಹಾಮಾತ್ಯನು

ಕೇಳುವ-ಗಂಟೆಯಿಂದ

ಹೇಳಿದನು - "ಯಾರು? ಅಂಗರಕ್ಷಕ ಅವಂತ್! ನೀವು ಏನು ಹೇಳಿದ್ದೀರಿ, ನಾಳೆ ಬೆಳಿಗ್ಗೆ ನೀವು ಮಹಾಬಲಧಿಕೃತ ಹುದ್ದೆಯನ್ನು ವಹಿಸಬೇಕು ಮತ್ತು ಮಗಧದ ಕಡೆಗೆ ಚಲಿಸುವ ರಜಪೂತನ ಸೈನ್ಯವನ್ನು ಹತ್ತಿಕ್ಕಬೇಕುಹೌದು, ಈ ಮಹಾರಾಜ ಮತ್ತು ಅಮಾತ್ಯ ರಾಕ್ಷಸರು ರಹಸ್ಯ ಸಚಿವಾಲಯದಲ್ಲಿ ಸಮಾಲೋಚಿಸಿ ನಿರ್ಧರಿಸಿದ್ದಾರೆ." 'ಆ ಸಮಯದಲ್ಲಿ ಬೇರೆ ಯಾರಾದರೂ ಇದ್ದಾರಾ?' "ಇಲ್ಲ, ಮಹಾರಾಜರು ನನಗೆ ಇನ್ನೊಂದು ಕೋಣೆಯಲ್ಲಿ ಇರುವಂತೆ ಆದೇಶಿಸಿದ್ದರು, ಆದರೆ ನಾನು ಬಾಗಿಲಿನ ಮೂಲಕ ಸಂಭಾಷಣೆಯನ್ನು ಕದ್ದಾಲಿಕೆ ಮಾಡಿದೆ." "ಆದ್ದರಿಂದ ಇಂದಿನ ದಿನಗಳಲ್ಲಿ ಮಹಾರಾಜರು ಅಮಾತ್ಯ ರಾಕ್ಷಸನಲ್ಲಿ ಹೆಚ್ಚು ನಂಬಿಕೆ ಹೊಂದಿದ್ದಾರೆ. ಹೀಗಾಯಿತೇ?" 'ಮಹಾರಾಜನಿಗೆ ರಾಕ್ಷಸನ ಹೊರತಾಗಿ ಯಾರ ಮೇಲೂ ನಂಬಿಕೆಯಿಲ್ಲ ಎಂದು ನಾನು ಅರ್ಥಮಾಡಿಕೊಂಡಿದ್ದೇನೆ. ಶೀಘ್ರದಲ್ಲೇ ನಿನ್ನನ್ನು ಪದಚ್ಯುತಗೊಳಿಸಿ ರಾಕ್ಷಸ ಮಹಾಮಾತ್ಯನ ಸ್ಥಾನದ ಮೇಲೆ ಕೂರಿಸುವ ದಿನ ಬರಲಿದೆ. ಅಷ್ಟೇ ಅಲ್ಲ, ರಾಕ್ಷಸನು ಇನ್ನಷ್ಟು ಹೆಚ್ಚಾಗುತ್ತಾನೆ. ಅಪಶಕುನ ನೀವು ಬಯಸಿದರೆ ಅದು ಅಸಾಧ್ಯವಲ್ಲ. "ಸರಿ, ನೋಡು, ಮಹಾರಾಜರು

ಅಂಗರಕ್ಷಕ ಅವಂತ್ ಯಾವ ರೀತಿಯಲ್ಲೂ ಅರ್ಥ ಮಾಡಿಕೊಳ್ಳಬಾರದು ಶಕ್ತರ ಗೂಢಚಾರ. 'ನಂಬಿಕೆಯನ್ನು ಹೊಂದು, ಮಹಾಮಾತ್ಯಾ! ಅವಂತ್ ಬೇಕಿದ್ದರೆ ನಿನಗಾಗಿ ಪ್ರಾಣವನ್ನೂ ಕೊಡುತ್ತಾನೆ. 'ನಾನು ನಿಮ್ಮಿಂದಲೂ ಅದನ್ನೇ ನಿರೀಕ್ಷಿಸುತ್ತೇನೆ. ಮತ್ತು ನೋಡಿ, ಏನಾದರೂ ವಿಶೇಷ ರಹಸ್ಯವಿದ್ದರೆ, ಅದನ್ನು ನನಗೆ ತಕ್ಷಣ ತಿಳಿಸುವಲ್ಲಿ ಶ್ರದ್ಧೆಯಿಂದಿರಿ! ರಾಕ್ಷಸನ ಈ ವಿಷವರ್ತುಲವನ್ನು ಹತ್ತಿಕ್ಕುವ ಭಾರವನ್ನು ನೀನೇ ಹೊರಬೇಕುಹೀಗೆ ಹೇಳುತ್ತಾ ಮಹಾಮಾತ್ಯ ಶಕ್ತರು ಚಿಂತೆಯ ದೀರ್ಘ ಉಸಿರನ್ನು ತೆಗೆದುಕೊಂಡು ಆಲೋಚನೆಯಲ್ಲಿ ಮುಳುಗಿ ಹಾಸಿಗೆಯಿಂದ ಮೇಲೆದ್ದರು. 'ರಾಕ್ಷಸ! ನೀವು ಮಹಾಮಾತ್ಯ ಶಕ್ತರನ್ನು ನಾಶಮಾಡಲು ಬಯಸುತ್ತೀರಿ, ಆದರೆ ನಿಮ್ಮ ಈ ಕನಸು ಎಂದಿಗೂ ಈಡೇರುವುದಿಲ್ಲ. ಎಂತಹ ವಿಪರ್ಯಾಸ! ರಾಜ್ಯಾಪೇಕ್ಷೆಯು ಮನುಷ್ಯನನ್ನು ಎಷ್ಟು ಕೃತಘ್ನನನ್ನಾಗಿ ಮಾಡುತ್ತದೆ!' ಯೋಚಿಸುತ್ತಿರುವಾಗ ಶಕ್ತನು ತನ್ನ ಮಗಳು ಸುವಾಸಿನಿಯನ್ನು ಕರೆದನು. ಸುವಾಸಿನಿ ಥಟ್ಟನೆ ನಿದ್ರೆಯಿಂದ ಎಚ್ಚರಗೊಂಡು ಗಾಬರಿಯಿಂ

ಹೇಳಿದಳು - ಏನಿದು ತಂದೆ! , ಶಕ್ತರು ನಿಲ್ಲದೆ ಮೆಲ್ಲನೆ

ಹೇಳತೊಡಗಿದರು - 'ನನ್ನ ಹೃದಯ ಮುಳುಗುತ್ತಿದೆ ಮಗಳೇ! ಅದೇ ಸಮಯದಲ್ಲಿ, ಮಹಾಮಾತ್ಯ ಶಕ್ತರು ಇದ್ದಕ್ಕಿದ್ದಂತೆ ನಿಧನರಾದರು ಎಂದು ಎಲ್ಲರಿಗೂ ತಿಳಿಸಿ. ಕೂಡಲೇ ವೈದ್ಯರ ಬಳಿಗೆ ಕಳುಹಿಸಿ, ಆದಷ್ಟು ಬೇಗ ಶಕ್ತರು ತುಂಬಾ ಅಸ್ವಸ್ಥರಾಗಿದ್ದಾರೆ ಎಂಬ ಸುದ್ದಿಯನ್ನು ರಾತ್ರಿಯಿಡೀ ಸೇವಕರ ಮೂಲಕ ಎಲ್ಲರಿಗೂ ತಲುಪಿಸಬೇಕು.

ಮಹಾರಾಜ್-ನಂದರಿಂದ ಹಿಡಿದು ರಾಜಧಾನಿಯ ಪ್ರತಿ ಮಗುವಿನವರೆಗೂ ಶಕ್ತರು ಮರಣಶಯ್ಯೆಯಲ್ಲಿದ್ದಾರೆ ಎಂದು ತಿಳಿಯಬೇಕು. ನನ್ನ ಮನಸ್ಸು ಏಕೆ ಚಡಪಡಿಸುತ್ತಿದೆ ಎಂದು ನನಗೆ ತಿಳಿದಿಲ್ಲ! ನಾನು ಬದುಕುವುದಿಲ್ಲ ಎಂದು ನನಗೆ ಅನಿಸುತ್ತದೆ. , ಇದನ್ನು ಕೇಳಿದ ಸುವಾಸಿನಿ ಕಿರುಚಿದಳು, 'ತಾಯಿ, ಸಹೋದರಿ, ಸಹೋದರ, ಸೇವಕರೇ! ದಯವಿಟ್ಟು ತಂದೆಯನ್ನು ಬೇಗ ನೋಡಿ ಏನಾಯ್ತು!' ಹೀಗೆ ಹೇಳುತ್ತಿರುವಾಗ ಸುವಾಸಿನಿಯು ಅಲ್ಲಿ ಇಲ್ಲಿ ಅಳಲು, ಹೊಡೆಯಲು ಮತ್ತು ಕಿರುಚಲು ಪ್ರಾರಂಭಿಸಿದಳು, ಮತ್ತು ಮಾತಿನಲ್ಲಿ ಮಹಾಮಾತ್ಯ ಶಕ್ತರ ಕೋಣೆ ಅವನ ಕುಟುಂಬ ಮತ್ತು ರಾಜ ಸೇವಕರಿಂದ ತುಂಬಿತ್ತು. ಉಸಿರಾಟದ ಮಾಂತ್ರಿಕ ಜಾಲದ ವ್ಯಂಗ್ಯವನ್ನು ಯಾರು ಅರ್ಥಮಾಡಿಕೊಳ್ಳಬಹುದು? ಯಾರಾದರೂ ಬದುಕಲು ಬಿಡಿಬೇಡ. ನಿಗೂಢಗಳ ವ್ಯೂಹದಲ್ಲಿ ವಿಜಯದ ಗೀತೆಗಳನ್ನು ಹಾಡುವ, ಶಕ್ತಿ ಇರುವವನು ಮಾತ್ರ ಬದುಕಬಲ್ಲನು. ಯಾರಿಗೂ ಮೋಸ ಮಾಡಬೇಡಿ, ಆದರೆ ಯಾರಿಂದಲೂ ಮೋಸ ಹೋಗಬೇಡಿ.

2

ರಾತ್ರಿ ತುಂಬಾ ಸುಂದರ ಮತ್ತು ಅಪಾಯಕಾರಿ. ದೀಪಗಳು ಉರಿಯುತ್ತವೆ, ಗಾಳಿಪಟಗಳು ಹಾರುತ್ತವೆ ಮತ್ತು ಬಾಯಾರಿಕೆ ನಾಟಕಗಳು. ತಮಾ ಮತ್ತು ತಮಾದಿಂದ ದೀಪಕ್ ದೀಪಕ್ನಿಂದ ಪ್ರಕಾಶಿಸಲ್ಪಟ್ಟಿದ್ದಾನೆ, ಆದರೆ ಇದು ಅದ್ಭುತವಾದ ರಹಸ್ಯವಾಗಿದೆ, ಪ್ರತಿಯೊಂದೂ ಪರಸ್ಪರ ಪೂರಕವಾಗಿದೆ ಮತ್ತು ಭಕ್ಷಕವಾಗಿದೆ. ತೃಪ್ತಿಯೇ ಅತೃಪ್ತಿಯ ಒಡತಿ. ಗಾಳಿ ಬೀಸುತ್ತದೆ, ದೀಪಗಳು ಮಿನುಗುತ್ತವೆ, ನಕ್ಷತ್ರಗಳು ಎಚ್ಚರಗೊಳ್ಳುತ್ತವೆ. ಮೌನದ ಎಷ್ಟು ರಹಸ್ಯಗಳು ಬಯಲಾಗುತ್ತವೋ, ಎಷ್ಟು ಅಡಗಿವೆಯೋ ಗೊತ್ತಿಲ್ಲ. ರಾತ್ರಿಯ ರಹಸ್ಯವು ತುಂಬಾ ಆಳವಾಗಿದೆ. ರಾತ್ರಿಯ ಚಲನೆ, ಪ್ರತಿ ವಿಷಯದಲ್ಲೂ ಮಹಾಮಾತ್ಯ ಶಕ್ತರ ಕರುಣೆ ಮತ್ತು ಅದು ಚಿಂತೆಗೆ ತಿರುಗಿತು. ದಿಕ್ಕುಗಳ ಮೌನ ಸ್ವರ ಪಿಸುಮಾತಿಗೆ ತಿರುಗತೊಡಗಿತು. ಬೀದಿಗಳಲ್ಲಿ ಮತ್ತು ಗಲ್ಲಿಗಳಲ್ಲಿ ಶೋಕದ ಅಲೆಗಳು ಓಡಿದವು. ಎಲ್ಲರ ಮಾತಿನ ಮೇಲೂ ಮಹಾಮಾತ್ಯ ಶಕ್ತರ ಚಿಂತಾಜನಕ ಸ್ಥಿತಿಯ ಮಾತಾಯಿತು. "ಪರಮಗುಣಿ ಶಾಕ್ತಾಯನ ಸ್ಥಿತಿ ಇದ್ದಕ್ಕಿದ್ದಂತೆ ಚಿಂತಾಜನಕವಾಗಿದೆ. ಅವರ ಶಿಷ್ಯರು ಮೇಲೇರುತ್ತಿದ್ದಾರೆ, ಹೃದಯ ಬಡಿತ ನಿಧಾನವಾಗುತ್ತಿದೆ, ಅವರು ಹದವಾದ ಭಾಷೆಯಲ್ಲಿ 'ಮಹಾರಾಜ್, ಸುವಾಸಿನಿ, ವೈಜಯಂತಿ ಮತ್ತು ರಾಕ್ಷಸ್, ರಾಕ್ಷಸ್!' ತುರುಕುತ್ತಿವೆ., ಬಾಯಾರಿಕೆ ಮತ್ತು ತೃಪ್ತಿಯಿಂದ ಮಲಗಿದ್ದ ಮಹಾರಾಜ್ ನಂದರನ್ನು ಮಾಧವಿ ಕಂಡು ಬೆಳಗಿನ ಜಾವ ನಾಲ್ಕು ಗಂಟೆಯಾಗಿರಬೇಕು. ಗಡಗಡನೆ ಎದ್ದ ಅವರು

ಹೇಳಿದರು- 'ಎಷ್ಟು ದಿನದಿಂದ ಅಗತ್ಯ ಮಾಹಿತಿಯ ಸಂಕೇತಗಳು ಬರುತ್ತಿವೆ. ಎದ್ದೇಳು, ಏನು ವಿಷಯ ಎಂದು ನೋಡೋಣಮಾಧವಿಯ ಎದೆಯ ಮೇಲೆ ತನ್ನ ಕುಂಟಾದ ತೋಳನ್ನು ಇಟ್ಟು, ಸಂತೃಪ್ತ ಮಹಾರಾಜರು ಮುಖ ಮಾಡಿ ಎದ್ದು ಮಲಗುವ ಕೋಣೆಯ ಬಾಗಿಲನ್ನು ತಲುಪಿದರು. ಬಾಡಿಗಾರ್ಡ್ ಅವಂತ್ ಬಾಗಿಲಲ್ಲಿ ನಿಂತಿದ್ದ. ಅವರು ಮಹಾರಾಜ್ ನಂದರನ್ನು ಆತಂಕದಿಂದ ಸ್ವಾಗತಿಸಿದರು ಮತ್ತು

ಹೇಳಿದರು - ಮಹಾಮಾತ್ಯ ಶಕ್ತರು ಇದ್ದಕ್ಕಿದ್ದಂತೆ ನಿಧನರಾದರು ಎಂದು ಈಗ ವರದಿಯಾಗಿದೆ. **ರಾಜವೈದ್ಯ** -ಅವರು ಚಿಕಿತ್ಸೆಗಾಗಿ ತಮ್ಮ ನಿವಾಸಕ್ಕೆ ತಲುಪಲಿದ್ದಾರೆ. ತನ್ನ ಕಣ್ಣುಗಳನ್ನು ಉಜ್ಜಿಕೊಂಡು ಮಹಾರಾಜರು

ಹೇಳಿದರು - 'ಹಾಗಾದರೆ ಈ ಸಮಯದಲ್ಲಿ ನಮ್ಮನ್ನು ಎಚ್ಚರಗೊಳಿಸುವ ಅಗತ್ಯವೇನಿತ್ತು? ಈ ಸಂದೇಶವನ್ನು ಅಮಾತ್ಯರಕ್ಷಗೆ ತಿಳಿಸಿದರೆ ಸಾಕಿತ್ತು. , 'ಅನುಮತಿ ಇದ್ದರೆ ಅಮಾತ್ಯ ರಾಕ್ಷಸರೂ ಸಹ ಮಹಾಮಾತ್ಯ ಶಕ್ತರ ಹಠಾತ್ ಅನಾರೋಗ್ಯವನ್ನು ನೋಡಿಕೊಳ್ಳುತ್ತಾರೆ. ನಾನು ಸಂದೇಶವನ್ನು ತಲುಪಬೇಕೇ?' ಅಂಗರಕ್ಷಕ ಅವಂತ್ ಕೈಮುಗಿದು

ಹೇಳಿದ- 'ಹೌದು, ನಾವು ಬೆಳಿಗ್ಗೆ ಮಹಾಮಾತ್ಯ ಶಕ್ತರನ್ನು ನೋಡಲು ಹೋಗುತ್ತೇವೆ.' ಹೀಗೆ ಹೇಳುತ್ತಾ ನಂದನು ಮತ್ತೆ ಬಂದು ಹಾಸಿಗೆಯ ಮೇಲೆ ಮಲಗಿದನು, ಅದರ ಮೇಲೆ ಮಿಂಚಿನಂತೆ ಹೊಳೆಯುತ್ತಿದ್ದ ಮಾಧವಿಯು ಯೌವನದ ಮದದಿಂದ ಗುಲಾಬಿಯ ವಾಸನೆಯನ್ನು ಬೀರಿದಳು.

ಮಹಾರಾಜರ-ಕಣ್ಣುಗಳು ಕೆಲವು ಕ್ಷಣಗಳು, ಮಹಾಮಾತೆಯ ಕಾಯಿಲೆಯ ಕಾಲ್ಪನಿಕ ಚಿತ್ರ ನೋಡುತ್ತಲೇ ಇದ್ದು ನಂತರ ಮಾಧವಿಯ ಮಧುದಲ್ಲಿ ಕಳೆದು ಹೋದೆ. ಮತ್ತೊಂದೆಡೆ, ಅಂಗರಕ್ಷಕ ಅವಂತ್ ಮಹಾಮಾತೆಯ ಅನಾರೋಗ್ಯದ ಬಗ್ಗೆ ಅಮಾತ್ಯರಕ್ಷರಿಗೆ ತಿಳಿಸಿದ ತಕ್ಷಣ, ಅದನ್ನು ಕೊಡಲು ರಾಜ ಸೇವಕನನ್ನು ಕೇಳಿದನು, ಆಗ ಅವನು ಅಮಾತ್ಯ ರಾಕ್ಷಸನ ಬಂಡಿ ರಾಜಮನೆತನದ ದ್ವಾರದಲ್ಲಿ ಇರುವುದನ್ನು ನೋಡಿದನು. ಆದರೆ ಅದು ನಿಂತಿತು ಮತ್ತು ಅಮಾತ್ಯ ಅದರಿಂದ ಕೆಳಗಿಳಿದು ಬೇಗನೆ ಮಲಗುವ ಕೋಣೆಯ ಕಡೆಗೆ ಹೋದಳುಆಗಿವೆ ಅವನನ್ನು ಕಂಡೊಡನೆಯೇ ಗೋಡೆಗಳೂ ಮಿಲಿಟರಿ ಶಿಸ್ತಿನಂತೆ ಮೌನವಾದವು. ರಾಜ್ಯೋತ್ಸವದ ಶುಭಾಶಯವನ್ನು ತಿಳಿಸಿದ ನಂತರ, ಪ್ರತಿಯೊಬ್ಬ ಸಿಬ್ಬಂದಿ ನೇರವಾಗಿ ಎದ್ದುನಿಂತರು.

ಅಂಗರಕ್ಷಕ ಅವಂತ್ ಗೌರವದಿಂದ ತಲೆ ಬಾಗಿಸಿ ನಂತರ ಅತ್ಯಂತ ಸರಳ ಮನೋಭಾವದಿಂದ ಅಮಾತ್ಯ ರಾಕ್ಷಸನನ್ನು ನೋಡುತ್ತಿದ್ದನು. ಎಲ್ಲವನ್ನೂ ತೀಕ್ಷ್ಣ ಕಣ್ಣುಗಳಿಂದ ನೋಡಿದ ರಾಕ್ಷಸ ಮಹಾರಾಜನು ನಂದನ ಮಲಗುವ ಕೋಣೆಯ ಬಳಿ ಬಂದನು. ಬಂದ ಕೂಡಲೇ ಗಟ್ಟಿ ಮಾತುಗಳಲ್ಲಿ

ಹೇಳಿದ- 'ಏನ್ ಅವಂತ್! ಮಹಾರಾಜರು ಇನ್ನೂ ನಿದ್ರಿಸುತ್ತಿದ್ದಾರಾ?' 'ಹೌದು, ಕೃಪಾಲು! ಅವರು ತುಂಬಾ ಸುಸ್ತಾಗಿ ಮಲಗಿದ್ದಾರೆ. ಯಾರೂ ಬರಬೇಡಿ ಆದರೆ ನನ್ನನ್ನು ಎಬ್ಬಿಸಬೇಡಿ ಎಂದು ನನಗೆ ಆದೇಶಿಸಲಾಗಿದೆ. 'ಮತ್ತು ಬಹುಶಃ ನೀವು ಇನ್ನೂ ಅವನನ್ನು ಎಬ್ಬಿಸಿಲ್ಲ!' ತೀಕ್ಷ್ಣವಾದ ಕಣ್ಣುಗಳನ್ನು ಹೊಂದಿರುವ ರಾಕ್ಷಸ ಅಂಗರಕ್ಷಕ ಅವಂತ್ ಅನ್ನು ನೋಡಿ ಹೇಳಿದ. ಇಲ್ಲ, ನೀತಿ ತಜ್ಞ! ಈಗಷ್ಟೇ ಮಹಾಮಾತ್ಯ ಶಕ್ತರು ಇದ್ದಕ್ಕಿದ್ದಂತೆ ಭೀಕರ ಕಾಯಿಲೆಯಿಂದ ಬಳಲುತ್ತಿದ್ದಾರೆ ಎಂದು ವರದಿಯಾಗಿದೆ. ಆ ಮಾಹಿತಿ ನೀಡಲು ನಾನು ಮಹಾರಾಜರನ್ನು ಎಬ್ಬಿಸಿದೆ. ಅವನು ಎಚ್ಚರವಾದಾಗ ಅವನು ಕೋಪಗೊಂಡನು. ಅವರು

ಹೇಳಿದರು- 'ಮಹಾಮಾತ್ಯರ ಕಾಯಿಲೆಯ ಬಗ್ಗೆ ಅಮಾತ್ಯ ರಾಕ್ಷಸರಿಗೆ ತಿಳಿಸಿ, ಈಗ ನಮ್ಮನ್ನು ಎಬ್ಬಿಸಬೇಡಿ.' 'ಒಮ್ಮೆ ಮಹಾರಾಜರೇ ಎದ್ದೇಳಿ!' ಬೆರಳಿನಿಂದ ಹಣೆಯನ್ನು ತಟ್ಟುತ್ತಲೇ ರಾಕ್ಷಸ ಹೇಳಿದ. 'ಆದೇಶದಂತೆ.' ಹೀಗೆ ಹೇಳುತ್ತಾ ಅಂಗರಕ್ಷಕ ಅವಂತ್ ಮಲಗುವ ಕೋಣೆಯ ಬಾಗಿಲನ್ನು ತಲುಪಿ ಬಡಿಯತೊಡಗಿದ. ಮಹಾನಂದ್ ಸಿಟ್ಟಿಗೆದ್ದು ಎದ್ದು ಬಾಗಿಲಿಗೆ ಬಂದ. ಎದುರಿಗಿದ್ದ ರಾಕ್ಷಸನನ್ನು ನೋಡಿ ಅವನ ಕೋಪವೆಲ್ಲ ಘನೀಭೂತವಾಯಿತು. ರಾಕ್ಷಸನನ್ನು ವಾತ್ಸಲ್ಯದಿಂದ ನೋಡುತ್ತಾ

ಹೇಳಿದನು - 'ಎಷ್ಟು ರಾತ್ರಿಗಳು ಕಳೆದಿವೆ, ಹಠಾತ್ ಆಗಮನ! ಆಳವಾದ ಏನಾದರೂ ಇರಬೇಕು. 'ಹೌದು, ಮಹಾಮಾತ್ಯ ಪಟ್ಕರ್ ಇದ್ದಕ್ಕಿದ್ದಂತೆ ಅನಾರೋಗ್ಯಕ್ಕೆ ಒಳಗಾದುದನ್ನು ನೀವು ಕೇಳಿದ್ದೀರಿ. ಸಂಜೆಯವರೆಗೂ ಆರೋಗ್ಯವಾಗಿದ್ದರು. ರಾಕ್ಷಸರು ಯೋಚಿಸಿ ಏನನ್ನೋ ಹೇಳತೊಡಗಿದರು.

ಮಹಾರಾಜರು- 'ಹೌದು, ಇದು ಖಂಡಿತವಾಗಿಯೂ ಕಾಳಜಿಯ ವಿಷಯವಾಗಿದೆ.

'ರಾಕ್ಷಸ-' ಇದು ಚಿಂತೆಯ ವಿಷಯವಲ್ಲ, ಇದು ವ್ಯತ್ಯಾಸದ ವಿಷಯವೆಂದು ತೋರುತ್ತದೆ, ಮಹಾರಾಜ! ಬನ್ನಿ, ನೋಡಿಕೊಂಡು ಹೋಗೋಣ' ಎಂದರು. ಹಿರಿಮೆ 'ನಾವು ಹೋಗೋಣ!' ಹೀಗೆ ಹೇಳುತ್ತಾ ಅಮಾತ್ಯ ಮಹಾರಾಜನು ರಾಕ್ಷಸನೊಡನೆ ಮಹಾಮಾತ್ಯ ಶಕ್ತರ ನಿವಾಸದ ಕಡೆಗೆ ಹೋದನು. ಆತುರದಲ್ಲಿ ಮಹಾರಾಜರು ರಾಜಕಾರಿಣಿಯಲ್ಲಿ ಹೋಗದೆ ರಾಕ್ಷಸನ ಕಾರಿನಲ್ಲಿಯೇ ಹೋದರು. ಇಲ್ಲಿ ಮಹಾರಾಜನು ರಾಕ್ಷಸನೊಂದಿಗೆ ಹೊರಟನು ಮತ್ತು ಇನ್ನೊಂದು ಬದಿಯಲ್ಲಿ ಅವಂತ್ ಶಕ್ತರಿಗೆ ತಿಳಿಸಿದನು ಮಹಾರಾಜರು ಬರುತ್ತಿದ್ದಾರೆ ಎಂದು ಸ್ವೀಕರಿಸಿದರು. ಮಹಾರಾಜರು ಮತ್ತು ರಾಕ್ಷಸರು ಕಾರಿನಲ್ಲಿ ಹೋಗುತ್ತಿರುವಾಗ ನಿಧಾನವಾಗಿ ಮಾತನಾಡಲು ಪ್ರಾರಂಭಿಸಿದರು. ರಾಕ್ಷಸನು ಆಳವಾದ ಉಸಿರನ್ನು ತೆಗೆದುಕೊಂಡು

ಹೇಳಿದನು- 'ನೀವು ನಂಬುತ್ತೀರೋ ಇಲ್ಲವೋ, ಖಂಡಿತವಾಗಿಯೂ ಅರಮನೆಯಲ್ಲಿ ಯಾರಾದರೂ ಮಹಾಮಾತ್ಯರಿಗೆ ಎಲ್ಲವನ್ನೂ ತಿಳಿಸುತ್ತಲೇ ಇರುತ್ತಾರೆ, ಮತ್ತು ಈ ಗೂಢಚಾರರು ನಿಮ್ಮ ಅಂಗರಕ್ಷಕ ಅವಂತ್ ಆಗಿರಬಹುದು. ಶಕ್ತರಿಗೆ ಅಚಾನಕ್ಕಾಗಿ ಇಷ್ಟು ಘೋರ ರೋಗ ಬಂದಿತೇನೋ ಎಂಬ ಅನುಮಾನ ನನ್ನದು. ಖಂಡಿತಾ ಬೆಳಗ್ಗೆ ರಜಪೂತನ ವಿಜಯಕ್ಕೆ ಹೊರಡಬೇಕು ಎಂಬ ಮಾಹಿತಿ ಸಿಕ್ಕಿದೆ. ''ನಂಬಲಾಗುತ್ತಿಲ್ಲ, ರಾಕ್ಷಸ! ಅವಂತ್ ಮಹಲ್ ನಲ್ಲಿ ನಮ್ಮ ಅತ್ಯಂತ ಹಿತೈಷಿ ಮತ್ತು ನಂಬಲರ್ಹವಾಗಿದೆ. 'ಫಲಿತಾಂಶ ಹೊರಬಿದ್ದ ಮೇಲೆ ನೀವು ನಂಬುತ್ತೀರಿ ಮಹಾರಾಜರೇ!' ರಾಕ್ಷಸ ವಿಚಿತ್ರ ಭಂಗಿಯಲ್ಲಿ ಹೇಳಿದರು.

ಮಹಾರಾಜ - ಎಂತಹ ಕೋಪದ ರಾಕ್ಷಸ!

ರಾಕ್ಷಸ - ನನ್ನ ಆರಾಧ್ಯ ಆಡಳಿತಗಾರನ ಮೇಲೆ ನಾನು ಎಂದಿಗೂ ಕೋಪಗೊಳ್ಳುವುದಿಲ್ಲ ಮತ್ತು ಅವನ ಹಾನಿಯನ್ನು ಎಂದಿಗೂ ಊಹಿಸುವುದಿಲ್ಲ. ಅದೇ ಸಮಯದಲ್ಲಿ, ನನ್ನ ಬುದ್ಧಿವಂತಿಕೆಯು ನನ್ನೊಂದಿಗೆ ಇರುವವರೆಗೂ ಮತ್ತು ನನ್ನ ತೋಳುಗಳಲ್ಲಿ ಶಕ್ತಿ ಇರುವವರೆಗೂ ಮಹಾರಾಜರಿಗೆ ಯಾವುದೇ ಹಾನಿಯಾಗುವುದಿಲ್ಲ ಎಂದು ನಾನು ನಂಬುತ್ತೇನೆ.

ಮಹಾರಾಜ- ನಿನ್ನಿಂದಾಗಿ ನಾನೇ ಸರ್ವಾಧಿಕಾರಿ! ನಿಮ್ಮಂತಹ ಸಹಾಯಕರನ್ನು ಹೊಂದಿರುವ ರಾಜ್ಯ ನಾವು ಅವನನ್ನು ಭೇಟಿಯಾದರೆ, ಯಾವುದೇ ತೊಂದರೆ ಉಂಟಾಗಬಹುದೇ? ಸ್ವಲ್ಪ ಸಮಯದಲ್ಲೇ ಮಹಾಮಾತ್ಯ ಶಕ್ತರ ನಿವಾಸ ಬಂದಿತು. ಮಹಾರಾಜರು ಮತ್ತು ರಾಕ್ಷಸರು ಬೇಗನೆ ಮಹಾಮಾತ್ಯರ ಅರಮನೆಯನ್ನು ಪ್ರವೇಶಿಸಿದರು. ಸ್ವಲ್ಪ ಹೊತ್ತಿನಲ್ಲಿ ಇಬ್ಬರೂ ಮಹಾಮಾತ್ಯ ಶಕ್ತರು ಅರೆಪ್ರಜ್ಞಾವಸ್ಥೆಯಲ್ಲಿ ಮಲಗಿದ್ದ ಸ್ಥಳವನ್ನು ತಲುಪಿದರು. ವೈಜಯಂತಿ, ಅವನ ತಲೆಯ ಮೇಲೆ ಕುಳಿತು, ಪನ್ನೀರಿನಲ್ಲಿ ಅದ್ದಿದ ಬಟ್ಟೆಯನ್ನು ತನ್ನ ಗಂಡನ ಹಣೆಯ ಮೇಲೆ ಇಡುತ್ತಿದ್ದಳು. ಸುವಾಸಿನಿ ಅವನ ಕಾಲುಗಳ ಕಡೆಗೆ ಆಸನದಲ್ಲಿ ಕುಳಿತಿದ್ದಳು. ಮುರ ಪಕ್ಕದಲ್ಲಿ ಕುಳಿತು ಕಿತ್ತಳೆ ರಸ ತೆಗೆಯುತ್ತಿದ್ದ. ಅವನು ಬಂದ ತಕ್ಷಣ, ರಾಕ್ಷಸನು ಮಹಾಮಾತ್ಯ

ಶಕ್ತರ-ಮುಖವನ್ನು ಆಳವಾಗಿ ನೋಡಿದನು ಮತ್ತು ನಂತರ ಫೆನೋಜ್ವಾಲ್ ಮೆತ್ತನೆಯ ಹಾಸಿಗೆಯ ಮೇಲೆ ಕುಳಿತನು. ಮಹಾರಾಜರು ಅದಾಗಲೇ ಅಲಂಕೃತವಾದ ಆಸನದಲ್ಲಿ ಕುಳಿತಿದ್ದರು.

ಮಹಾರಾಜರು-ಕುಳಿತ ಕೂಡಲೇ ಶಕ್ತರತ್ತ ಸ್ವಲ್ಪ ಭಾವದಿಂದ ನೋಡಿದ ನಂತರ ಸುವಾಸಿನಿ ಮತ್ತು ಮುರರನ್ನು ನೋಡುತ್ತಲೇ ಇದ್ದರು. ರಾಕ್ಷಸಿಯ ಕಣ್ಣುಗಳೂ ಸುವಾಸಿನಿಯತ್ತ ಸಾಗಿದವು. ಅವನು ಕೆಲವು ಕ್ಷಣ ಸುವಾಸಿನಿಯ ಬಾಯಿಯನ್ನೇ ನೋಡಿದನು. ಅಂಟಿಕೊಂಡಿತು ಕಷ್ಟದ ಬಗ್ಗೆ ಎಚ್ಚರದಿಂದಿರಿ, ದೈತ್ಯನು 'ಇದು ಎಷ್ಟು ಹೊಸತನವಾಗಿದೆ!' ಮತ್ತು ಆಗ ಅರಿವಾಯಿತು ಮತ್ತು ಪ್ರಶ್ನೆ

ಎತ್ತಿದರು - 'ಮಹಾಮಾತ್ಯ ಅಂತಹ ಸ್ಥಿತಿಗೆ ಹೇಗೆ ಬಂದರು? ಸಂಜೆಯವರೆಗೆ ಹಾಗಾಗಿ ಅವರು ಚೆನ್ನಾಗಿದ್ದರುಹೀಗೆ ಆಲೋಚಿಸುತ್ತಿರುವಾಗ ಅಪ್ಪನಿಗೆ ದಿಢೀರನೆ ತಲೆಸುತ್ತು ಬಂದು ಬಿದ್ದಿತು. ಅಂದಿನಿಂದ ಮೌನಿ, ಇನ್ನೂ ಏನೂ ಮಾತನಾಡಿಲ್ಲ. ಸುವಾಸಿನಿ ತಲೆಬಾಗಿ ಉತ್ತರಿಸಿದಳು.

ರಾಕ್ಷಸ - ರಾಜವೈದ್ಯ ಬಂದಿದ್ದಾನೆಯೇ?

ಸುವಾಸಿನಿ - ಇಲ್ಲ, ಅವನು ಬೇಗ ಬರಬೇಕು. ನಾನು ಅವನಿಗೆ ಸ್ವಲ್ಪ ಸಮಯದ ಹಿಂದೆ ಅಮೃತಗಳನ್ನು ನೀಡಿದ್ದೇನೆ, ಅಂದಿನಿಂದ ಅವನ ಕಣ್ಣುರೆಪ್ಪೆಗಳು ಸ್ವಲ್ಪ ತೆರೆದಿವೆ.

ರಾಕ್ಷಸ- ಹಾಗಾದರೆ ಕ್ರಮೇಣ ಮಹಾಮಾತ್ಯ ಉತ್ತಮವಾಗುತ್ತಿದ್ದಾನೆ ಅಲ್ಲವೇ? ಇದು ಸುವಾಸಿನಿಯನ್ನು ಸ್ವಲ್ಪ ಕೆರಳಿಸಿತು. ಅವಳು ಬೇಜಾರಾದವಳಂತೆ

ಹೇಳಿದಳು - "ಇಂತಹ ಭಯಾನಕ ಕಾಯಿಲೆ ಒಂದು ಕ್ಷಣ ಅಥವಾ ಎರಡರಲ್ಲಿ ಅದನ್ನು ಗುಣಪಡಿಸಬಹುದೇ? ರಾಕ್ಷಸರು ಉತ್ತರಕ್ಕೆ ಹೆದರಿ ತತ್ತರಿಸಿದರು ಮತ್ತು "ಇಲ್ಲ, ನಾನು ಒಳ್ಳೆಯ ಉದ್ದೇಶದಿಂದ ಹೇಳುತ್ತಿದ್ದೇನೆ" ಎಂದು ಹೇಳಿದರು.

ಸುವಾಸಿನಿ - "ಹಾಗಾದರೆ ನಾನು ಇದನ್ನು ದುರುದ್ದೇಶದಿಂದ ಯೋಚಿಸುತ್ತಿದ್ದೇನೆ ಎಂದು ನೀವು ಹೇಗೆ ಅರ್ಥಮಾಡಿಕೊಂಡಿದ್ದೀರಿ?" ಈ ಚರ್ಚೆಗೆ ಮಹಾರಾಜ್ ನಂದರು ಸ್ವಲ್ಪ ಮುಗುಳ್ನಕ್ಕು ನಂತರ ಸುವಾಸಿನಿಯನ್ನು ಹೊಗಳಿದರು ಮತ್ತು

ಹೇಳಿದರು - ನೀವು ತುಂಬಾ ಬುದ್ಧಿವಂತರಾಗಿದ್ದೀರಿ.

ಸುವಾಸಿನಿ - ನಿಮ್ಮ ಆಶೀರ್ವಾದದೊಂದಿಗೆ! ನಾನು ಸ್ವಲ್ಪ ಹೆಚ್ಚು ಮಾತನಾಡುತ್ತೇನೆ." ಮತ್ತು ಇದು ಯಾರು?

"ಮಹಾರಾಜರು- ಮುರನನ್ನು ತೋರಿಸುತ್ತಾ ಕೇಳಿದರು.

ಸುವಾಸಿನಿ - ನನಗೆ ಒಬ್ಬ ಸ್ನೇಹಿತನಿದ್ದಾನೆಮಹಾರಾಜ- ಚೆನ್ನಾಗಿ ಕಾಣುತ್ತಿದೆ.

ಸುವಾಸಿನಿ - ಮೊದಲ ನೋಟಕ್ಕೆ ಎಲ್ಲವೂ ಚೆನ್ನಾಗಿದೆ ಎಂದು ತೋರುತ್ತದೆ, ಆದರೆ ಅದು ತುಂಬಾ ವಕ್ರವಾಗಿದೆ, ಮಹಾರಾಜ! ಇದು ಮಕ್ಕಳು ಆಡುವ ಆಟಿಕೆ ಅಲ್ಲ.

ಮಹಾರಾಜ್- ಎಲ್ಲರೂ ಆಟಿಕೆಗಳೊಂದಿಗೆ ಆಡುತ್ತಾರೆ, ಆದರೆ ಸೋಪಿನ್ ಜೊತೆ ಆಟವಾಡುವುದು ಸ್ವಲ್ಪ ಟ್ರಿಕಿ. ಸುವಾಸಿನಿ - ಹಾವು ಮೋಡಿ ಮಾಡುವವನು ಕೃತಕವಲ್ಲದಿದ್ದರೆ ಹಾವು ಎಷ್ಟೇ ವಿಷಪೂರಿತವಾಗಿದ್ದರೂ ಅವನು ಅದರೊಂದಿಗೆ ಆಟವಾಡಬಹುದು.

ರಾಕ್ಷಸ-ರಾಜನಿಗೆ ರಾಜಕೀಯವೇ ದೊಡ್ಡ ಹಾವು. ಮಹಾರಾಜರು ಪ್ರತಿದಿನ ರಾಜಕೀಯದ ವಿಷಸರ್ಪಗಳೊಂದಿಗೆ ಆಟವಾಡುತ್ತಾರೆ. ಸುವಾಸಿನಿ - ಆದರೆ ಅವನು ಆಡುವವನು ಕೆಲವು ದಿನ ಅವನಿಂದ ಕಚ್ಚುತ್ತಾನೆ. ರಾಕ್ಷಸ- ನಿನಗೆ ಚೆನ್ನಾಗಿ ಉತ್ತರಿಸುವುದು ಗೊತ್ತು ಸುವಾಸಿನಿ! ಆದರೆ ಇದು ಚರ್ಚೆಯ ಸಮಯವಲ್ಲ. ನೋಡಿ ಮಹಾಮಾತ್ಯ ಶಕ್ತರು ಈಗ ಯಾವ ಸ್ಥಿತಿಯಲ್ಲಿದ್ದಾರೆ?

ಸುವಾಸಿನಿ - ನಾನು ನಿನಗಿಂತ ಹೆಚ್ಚು ನಿನ್ನನ್ನು ಗುರುತಿಸಲಾರೆ. ರಾಕ್ಷಸ- ರಾಜವೈದ್ಯ ಬಂದಿಲ್ಲವೇ?

ಸುವಾಸಿನಿ - ನೂರಾ ಹತ್ತು ವರ್ಷಗಳು ಅವಳ ರಾಜ್ಯ ಮತ್ತು ನಂತರ ಎಲ್ಲಾ ಕಾಲಕ್ಕೂ ಕರೆಯುತ್ತದೆ ಅವರನ್ನು ಇನ್ನಷ್ಟು ದುರ್ಬಲಗೊಳಿಸಿದೆ. ಬರಲಿದೆ.

ರಾಕ್ಷಸ - ಮಹಾಮಾತ್ಯರಿಗಿಂತ ರಾಜವೈದ್ಯರ ಆರೋಗ್ಯದ ಬಗ್ಗೆ ನಿಮಗೆ ಹೆಚ್ಚು ಚಿಂತೆ ಇದೆ ಎಂದು ತೋರುತ್ತದೆ.

ಸುವಾಸಿನಿ- ನೀವು ಗೊಂದಲಕ್ಕೊಳಗಾಗಿದ್ದೀರಿ, ಪ್ರತಿ ಉಪಯುಕ್ತ ಜೀವನದ ಆರೋಗ್ಯದ ಬಗ್ಗೆ ನನಗೆ ಕಾಳಜಿ ಇದೆ. "ವೈದ್ಯರು ಬರುತ್ತಿದ್ದಾರೆ" ಎಂದು ಸೇವಕ ಹೇಳಿದರು. ವೈದ್ಯಾಧಿಕಾರಿ ಬಂದ ಕೂಡಲೇ ಮೌನ ಆವರಿಸಿತು. ಸಾಕ್ಷಾತ್ ಧನ್ವಂತರಿಯು ಮೊದಲು ಮಹಾಮಾತ್ಯನನ್ನು ಹಿಮ್ಮಡಿಯಿಂದ ಮೇಲಕ್ಕೆ ಗಂಭೀರವಾದ ನೋಟದಿಂದ ನೋಡಿದ ನಂತರ ತನ್ನ ಬೆರಳುಗಳಿಂದ ಅಗತ್ಯವಿರುವ ಪ್ರತಿಯೊಂದು ಅಂಗವನ್ನು ಪರೀಕ್ಷಿಸುತ್ತಾ

ಹೇಳಿದನು - "ಚಿಂತಿಸಬೇಕಾದ ಏನೂ ಇಲ್ಲ, ದೇಹದ ಯಾವುದೇ ಭಾಗದಲ್ಲಿ ಯಾವುದೇ ವಿಶೇಷ ಅಸ್ವಸ್ಥತೆ ಕಂಡುಬರುವುದಿಲ್ಲ. ಆತ್ಮೀಯ ಯಾವುದೋ ಮಾನಸಿಕ ಪ್ರಭಾವದಿಂದ ಇದು ಇದ್ದಕ್ಕಿದ್ದಂತೆ ಸಂಭವಿಸಿದೆ ಎಂದು ತೋರುತ್ತದೆ, ಅವನು ಸಂಪೂರ್ಣ ವಿಶ್ರಾಂತಿ ತೆಗೆದುಕೊಳ್ಳಬೇಕು, ನಾನು ಅವನಿಗೆ ಔಷಧಿಯನ್ನು ಕೊಡುತ್ತೇನೆ, ಆದರೆ ಅವನಿಗೆ ಯಾವುದೇ ರೀತಿಯ ದಣಿವು ಉಂಟಾಗಬಾರದು." ರಾಜವೈದ್ಯ ಔಷಧಿ ಕೊಟ್ಟು ಹೋದರು. ಅಮಾತ್ಯ ರಾಕ್ಷಸ ಮಹಾರಾಜನನ್ನು ಬಹಳ ಗಂಭೀರವಾಗಿ ನೋಡಿದನು. ಅವರು ಗಂಭೀರ ಮನಸ್ಥಿತಿಯಲ್ಲಿ

ಹೇಳಿದರು - "ಒಂದೇ ವಿಷಯ ಕೆಲವೊಮ್ಮೆ ವಿವಿಧ ರೂಪಗಳಲ್ಲಿ ಕಾಣಿಸಿಕೊಳ್ಳುತ್ತದೆ." ಮಹಾರಾಜರು ಏನನ್ನೂ ಹೇಳುವ ಮುಂಚೆಯೇ, ಸುವಾಸಿನಿ ತಕ್ಷಣವೇ

ಹೇಳಿದರು - "ಭಾವನೆ ಮತ್ತು ಭ್ರಮೆಯಿಂದಾಗಿ ದೃಷ್ಟಿ ಗೊಂದಲಕ್ಕೊಳಗಾಗುತ್ತದೆ."

ರಾಕ್ಷಸ – "ನಾನು ಮಹಾರಾಜರಿಗೆ ಹೇಳುತ್ತಿದ್ದೆ.

ಸುವಾಸಿನಿ - "ನಾನು ಈಗ ನಿರಾತಂಕವಾಗಿದ್ದೇನೆ ಮತ್ತು ನಿರಾತಂಕದ ವ್ಯಕ್ತಿಯಲ್ಲಿ ಯಾವುದೇ ಸಂಯಮವಿಲ್ಲ." ಮಹಾರಾಜ್ ನಂದರು ಸ್ವಲ್ಪ ನಗುತ್ತಾ

ಹೇಳಿದರು - "ಸೂರ್ಯೋದಯವು ಸಂಭವಿಸಲಿದೆ, ಅಮಾತ್ಯ!" ಸೈನ್ಯವು ರಜಪೂತನ ಕಡೆಗೆ ಹೊರಡುವ ವ್ಯವಸ್ಥೆ ಮಾಡಬೇಕಾಗಿದೆ., ಮಹಾರಾಜನು ಇಲ್ಲಿ ಹೇಳುವುದು ರಾಕ್ಷಸನಿಗೆ ಇಷ್ಟವಿಲ್ಲವೆಂಬಂತೆ ತೋರಿತು, ಆ ವಿಷಯಕ್ಕೆ ಪ್ರಾಮುಖ್ಯತೆಯನ್ನು ಕೊಡದೆ ಅವನು

ಹೇಳಿದನು-"ಮಹಾರಾಜನು ಎಷ್ಟೊಂದು ಏರ್ಪಾಡುಗಳನ್ನು ಮಾಡಬೇಕು! ನಡಿ ಹೋಗೋಣಮಹಾರಾಜರು ರಾಕ್ಷಸನ ಕೋರಿಕೆಯ ಮೇರೆಗೆ ನಡೆಯಲು ಎದ್ದು ನಿಂತರು ಆದರೆ ಅವರಿಗೆ ನಡೆಯಲು ಮನಸ್ಸಾಗಲಿಲ್ಲ. ಮುರನ ವಿಶಿಷ್ಟ ರೂಪವು ಅವನ ಪಾದಗಳಿಗೆ ಸರಪಣಿಗಳನ್ನು ಹಾಕಿತ್ತು. ರೂಪದ ಬಂಧ ಯಾರನ್ನೂ ಬಂಧಿಸುವುದಿಲ್ಲ ಎಂಬುದು ರಾಕ್ಷಸರಿಗೆ ಚೆನ್ನಾಗಿ ಗೊತ್ತಿತ್ತು. ಮಹಾರಾಜರು

ಮತ್ತು ಅಮಾತ್ಯರು ಶಕ್ತರ ನಿವಾಸದಿಂದ ಹೊರಬಂದು ಮುಖ್ಯ ದ್ವಾರಕ್ಕೆ ಬಂದರು. ರಾಕ್ಷಸರು ತಮ್ಮ ಚೂಪಾದ ಕಣ್ಣುಗಳಿಂದ ಪ್ರತಿ ಕಣವನ್ನೂ ಪ್ರತಿ ಕ್ಷಣವನ್ನೂ ಪರೀಕ್ಷಿಸುತ್ತಿದ್ದರು. ಅವನ ಪ್ರತಿ ಹೆಜ್ಜೆಯೂ ಭೂಮಿಯನ್ನು ತೂಗುವಂತೆ ಮೇಲೇರುತ್ತಿತ್ತು. ಅವನು ತನ್ನ ಸಂಪೂರ್ಣ ಆಂತರಿಕ ಚಿತ್ರವನ್ನು ತನ್ನ ಕಣ್ಣುಗಳಲ್ಲಿ ಸೆರೆಹಿಡಿಯುವಂತೆ ಪ್ರತಿಯೊಬ್ಬ ವ್ಯಕ್ತಿಯನ್ನು ನೋಡುತ್ತಿದ್ದನು. ಅವನು ಹಠಾತ್ತನೆ ಗೇಟಿನಲ್ಲಿ ನಿಂತು ಗೇಟ್‌ಕೀಪರ್‌ನತ್ತ ಕ್ರೂರ ನೋಟದಿಂದ ನೋಡಿದನು. ದಹನದಂತಹ ಕಣ್ಣುಗಳನ್ನು ನೋಡಿದ ತಕ್ಷಣ, ದ್ವಾರಪಾಲಕನು ಜೀವಂತ ಸತ್ತಂತೆ ನಿಂತನು. ಉಸಿರು ಬಿಡುವ ಮೊದಲೇ ರಾಕ್ಷಸನು ಕಟುವಾಗಿ

ಹೇಳಿದನು – "ಮಹಾಮಾತ್ಯರನ್ನು ಭೇಟಿಯಾಗಲು ಬಂದವನ ಮನೆ ನಿನಗೆ ಗೊತ್ತೇ? ದ್ವಾರಪಾಲಕನು ನಡುಗುವ ದನಿಯಲ್ಲಿ

ಹೇಳಿದನು – "ಯಾರೂ ನನ್ನ ಮುಂದೆ ಬಂದಿಲ್ಲ ಮಹಾರಾಜ! ನಾನು ಈಗ ಎರಡು ಗಂಟೆಗಳ ಕಾಲ ಕಾವಲು ಕಾಯುತ್ತಿದ್ದೇನೆ, ನನಗಿಂತ ಮೊದಲು ಗೇಟ್ ಕೀಪರ್ ದೇವಿ ದತ್.

ರಾಕ್ಷಸ - ದೇವಿದತ್ತ ಎಲ್ಲಿದ್ದಾನೆ

ದ್ವಾರಪಾಲಕ-ಮುಂಭಾಗದಿಂದ ದಕ್ಷಿಣಕ್ಕೆ ನಿರ್ಮಿಸಲಾದ ಸೇವಕರ ಮನೆಗಳಲ್ಲಿ ನಾಲ್ಕನೆಯವನು. ನಿವಾಸದಲ್ಲಿ ವಾಸಿಸುತ್ತಿದ್ದಾರೆಯಾವುದೇ ಉತ್ತರವನ್ನು ನೀಡದೆ, ರಾಕ್ಷಸ ಮಹಾರಾಜನು ಚತುರ್ತಂಕ್ ಸೇವಕನ ಮನೆಯ ಮೇಲೆ ದಾಳಿ ಮಾಡಿದನು. ಮಾಡಿ. ದೇವಿದತ್ತನ ಮುಂದೆ ದ್ವಾರಪಾಲಕನನ್ನು ಪ್ರಸ್ತುತಪಡಿಸುತ್ತಾ ರಾಕ್ಷಸನು

ಹೇಳಿದನು - 'ದ್ವಾರಪಾಲಕನೇ! ಏನು ಮಹಾಮಾತೆಯನ್ನು ಭೇಟಿಯಾಗಲು ಬಂದವನ ಮನೆ ಯಾವುದು ಗೊತ್ತಾ? ಈ ಸಮಯದಲ್ಲಿ ಅಗತ್ಯವಿದೆ ಇದೆ. ಮಹಾಮಾತ್ಯ ಅನಾರೋಗ್ಯದಿಂದ ಪ್ರಜ್ಞಾಹೀನರಾಗಿದ್ದಾರೆ, ಅವರು ಮಾತನಾಡಲು ಸಾಧ್ಯವಿಲ್ಲ. ಹೆದರಿದ ದ್ವಾರಪಾಲಕ ದೇವಿದತ್ತನು

ಹೇಳಿದನು - ನನಗೆ ಅವನ ಮನೆ ತಿಳಿದಿಲ್ಲ, ಅವನು ದಕ್ಷಿಣದ ಕಡೆಗೆ ಹೋಗಿದ್ದನು.

ರಾಕ್ಷಸ - ಅವನ ರೂಪವೇನು?

ದ್ವಾರಪಾಲಕ- ಅವನು ಎತ್ತರ, ತುಂಬಾ ವಯಸ್ಸಾದ, ತುಂಬಾ ಒಣ, ತುಂಬಾ ಕಡಿಮೆ ಬಟ್ಟೆ. ಧರಿಸುತ್ತಾರೆ ಸೊಂಟಕ್ಕೆ ಸ್ವಲ್ಪ ಬಟ್ಟೆಯನ್ನು ಮಾತ್ರ ಸುತ್ತಿಕೊಂಡಿದ್ದರು.

ರಾಕ್ಷಸ - ಅವನ ತಲೆಕೂದಲೆಲ್ಲಾ ಬೆಳ್ಳಗಿತ್ತು ಅಲ್ಲವೇ?

ದ್ವಾರಪಾಲಕ - ಹೌದು, ಮಹಾರಾಜ್ಬೇರೇನೂ ಕೇಳದೆ ರಾಕ್ಷಸರು ಮಹಾರಾಜರೊಡನೆ ಬೇಗನೇ ಗಾಡಿ ಹತ್ತಿದರು. ವಾಹನ ಚಲಿಸತೊಡಗಿತು. ದಾರಿಯಲ್ಲಿ ರಾಕ್ಷಸನು

ಹೇಳಿದನು - ಮಹಾರಾಜ! ಆ ಮುದುಕ ಬ್ರಾಹ್ಮಣ ಚಾಣಕನನ್ನು ಕೂಡಲೇ ಬಂಧಿಯಾಗಿಸಬೇಕು. ಅದು ವಿಷದ ಬೀಜ. ಖಂಡಿತ, ಚಾಣಕ್ ಶಕ್ತರನ್ನು ಭೇಟಿ ಮಾಡುವ ಮೂಲಕ, ಯಾರಾದರೂ ಆಳವಾದ ಪಿತೂರಿಯನ್ನು ರಚಿಸಲಿದ್ದಾರೆ. ಭಾರಿ ಸ್ಫೋಟ ಸಂಭವಿಸುವ ಮೊದಲು ಈ ಹಾವುಗಳನ್ನು ಹತ್ತಿಕ್ಕುವುದು ನಮ್ಮ ಹಿತಾಸಕ್ತಿಯಾಗಿದೆ. ವಿಷವು ಹರಡುವ ಮೊದಲು ಅವರ ಹಲ್ಲುಗಳು ಮುರಿಯದಿದ್ದರೆ, ವಿಷವು ಹರಡಿದ ನಂತರ ಯಾವುದೇ ಚಿಕಿತ್ಸೆ ಇರುವುದಿಲ್ಲ.

ಮಹಾರಾಜರು - ಆದರೆ ಆ ನೇರ ಬ್ರಾಹ್ಮಣ ಚಾಣಕ್ ಬಗ್ಗೆ ಏಕೆ ಚಿಂತೆ? ಆ ಚಪ್ಪರದಂಥ ಬ್ರಾಹ್ಮಣ ನಮ್ಮನ್ನು ಏನು ಮಾಡಬಲ್ಲ!

ರಾಕ್ಷಸ- ಅವನು ನೇರವಾಗಿ ಮತ್ತು ವಕ್ರವಾಗಿ ಕಾಣಿಸುತ್ತಾನೆ. ಆ ಒಣಹುಲ್ಲಿಗೆ ಬೆಂಕಿ ತಗುಲಿದ ತಕ್ಷಣ ಬೆಂಕಿ ಹೊತ್ತಿಕೊಳ್ಳುತ್ತದೆ, ಅದಕ್ಕಾಗಿಯೇ ಅದು ತುಂಬಾ ಅಪಾಯಕಾರಿ. ಆದಷ್ಟು ಬೇಗ ಅವನನ್ನು ಕೊಲ್ಲಬೇಕು.

ಮಹಾರಾಜ - ನಾವು ಬ್ರಹ್ಮನನ್ನು ಕೊಲ್ಲಬೇಕೇರಾಕ್ಷಸ ಆ ಬ್ರಾಹ್ಮಣನನ್ನು ಕೊಲ್ಲದಿದ್ದರೆ ಅವನು ನಮ್ಮನ್ನು ಕೊಲ್ಲುತ್ತಾನೆ. ಇದು ಪಾಪವಲ್ಲ, ಪುಣ್ಯ. ರಾಜಕೀಯದಲ್ಲಿ ಧರ್ಮದ ಗೋಡೆ ಎಂದರೆ ಸಾವಿನ ಗೋಡೆ.

ಮಹಾರಾಜ - ಆದರೆ ಇದು ಹೇಗೆ ಸಾಧ್ಯ?

ರಾಕ್ಷಸ - ಇದನ್ನು ಮಾಡದೆ, ಮಹಾರಾಜ ಮಹಾಪದ್ಮಾನಂದರ ಕಲ್ಯಾಣವು ಸಂಭವಿಸುವುದಿಲ್ಲ. ಮಹಾರಾಜರು - ಹೀಗೆ ಮಾಡುವುದರಿಂದ ಜನರು ದಂಗೆ ಏಳುತ್ತಾರೆ.

ರಾಕ್ಷಸ - ದೌರ್ಬಲ್ಯವು ಸಾರ್ವಕಾಲಿಕವಾಗಿ ಮನುಷ್ಯನನ್ನು ಹೆದರಿಸುತ್ತದೆ. ಮಹಾರಾಜರು ತಮ್ಮ ಆಕಾಂಕ್ಷೆಗಳ ಗುಲಾಮಗಿರಿಯಲ್ಲಿ ತಮ್ಮ ಶಕ್ತಿಯನ್ನೂ ಮರೆತಿದ್ದಾರೆ.

ಮಹಾರಾಜ - ಅಮಾತ್ಯ ರಾಕ್ಷಸರು ನನ್ನ ಮೇಲೆ ಕೋಪಗೊಳ್ಳುತ್ತಿದ್ದಾರೆಯೇ?

ರಾಕ್ಷಸ - ಇದು ಅಸಮಾಧಾನದ ಧ್ವನಿಯಲ್ಲ, ಇದು ಭಕ್ತಿಯ ಧ್ವನಿ, ಮಹಾಬಲಿ! ಮಹಾರಾಜ- ಹಾಗಾದರೆ ನಿನ್ನ ಇಷ್ಟದಂತೆ ಮಾಡು!

ರಾಕ್ಷಸ- ನನ್ನ ಆಸೆಗಾಗಿ ನಾನು ಏನನ್ನೂ ಮಾಡುವುದಿಲ್ಲ, ರಾಜನನ್ನು ರಕ್ಷಿಸಲು ಮಾತ್ರ ನಾನು ಎಲ್ಲವನ್ನೂ ಮಾಡುತ್ತೇನೆ. ಯೋಚಿಸುತ್ತಿರುವಾಗ, ರಾಜ ಮತ್ತು ರಾಕ್ಷಸರು ಅರಮನೆಗೆ ಹಿಂತಿರುಗಿದರು, ಆದರೆ ರಸ್ತೆಯಲ್ಲಿ ಮಾತನಾಡುವುದರಲ್ಲಿ ಮಗ್ನರಾಗಿದ್ದಾಗ, ಒಂದು ಮಗು ಒಳ ಉಡುಪುಗಳನ್ನು ತಿನ್ನುತ್ತಾ ಗಾಡಿಯ ಹಿಂದೆ ಹೋಗುತ್ತಿರುವುದನ್ನು ಯಾರೂ ಗಮನಿಸಲಿಲ್ಲ. ಒಂದು ಕಡೆ ಚಾಣಕ್‌ನನ್ನು ಬಂಧಿಸಬೇಕೆಂದು ರಾಜಾಜ್ಞೆ ಹೊರಡಿಸಿದರೆ ಇನ್ನೊಂದು ಕಡೆ ರಾಜಾಜ್ಞೆ ಪ್ರಕಟವಾಗುವ ಮೊದಲೇ ಬಾಲಕ ಕೌಟಿಲ್ಯ ತನ್ನ ವೃದ್ಧ ತಂದೆಗೆ (ಚಾಣಕನಿಗೆ) ದಾರಿಯಲ್ಲಿ ರಾಜ ಮತ್ತು ರಾಕ್ಷಸನಿಗೆ ಏನಾಯಿತು ಎಂದು ತಿಳಿಸಿದನು

3

ಕೌಟಿಲ್ಯನಿಂದ ಮಾರ್ಗದ ಬಗ್ಗೆ ತಿಳಿದ ತಕ್ಷಣ ಚಾಣಕ್ ಎಚ್ಚರಗೊಂಡನು. ರಾಜ್ಯದ ಕಠೋರ ನೀತಿ ಅವರ ಕಣ್ಣೆದುರು ನರ್ತಿಸುತ್ತಿತ್ತು. ಅವನು ಯೋಚಿಸಿದನು, "ದೇಶದ್ರೋಹದ ಅಪರಾಧಕ್ಕಾಗಿ ನಾನು ಜೈಲಿಗೆ ಹೋಗುತ್ತೇನೆ. ರಾಕ್ಷಸನ ಕ್ರೂರ ಕೈಗಳು ನನ್ನ ರಕ್ತದಿಂದ ಕಲೆಯಾಗುತ್ತವೆ. ರಾಜಮದ್ ನನ್ನನ್ನು ಶೂಲಕ್ಕೇರಿಸುವನು. ನಾನಷ್ಟೇ ಅಲ್ಲ, ನನ್ನ ಏಕೈಕ ಭರವಸೆಯ ಜ್ಯೋತಿಯಾದ ಕೌಟಿಲ್ಯನೂ ಕೊಲ್ಲಲ್ಪಡುತ್ತಾನೆ. ಅಕಾಲಿಕ ಬಹಿರಂಗಪಡಿಸುವಿಕೆಯಿಂದಾಗಿ ಕ್ರಾಂತಿಯು ವಿಫಲವಾಯಿತು. ಶಕ್ತರೂ ಖಂಡಿತಾ ಆಕ್ಷೇಪದಲ್ಲಿ ಸಿಕ್ಕಿಬೀಳುತ್ತಾರೆ. ಹಾಗಾದರೆ ಏನು? ನಾನು ಮಹಾಮಾತೆಯನ್ನು ಭೇಟಿಯಾಗಲೂ ಸಾಧ್ಯವಿಲ್ಲ. ಕೆಲವು ಕ್ಷಣಗಳ ನಂತರ ನಾನು ಕಬ್ಬಿಣದ ಗೋಡೆಗಳೊಳಗೆ ಬಂಧಿಯಾಗಬೇಕಾಗುತ್ತದೆ, ಆದರೆ ಇದು ಸಂಭವಿಸುವುದಿಲ್ಲ. ಚಾಣಕ್ ಎಂದಿಗೂ ಯಾರ ಗುಲಾಮನಾಗುವುದಿಲ್ಲ. ನನಗೆ ಒಂದೇ ಒಂದು ಆಸೆ ಇದೆ, ಅದು ದೇಶವನ್ನು ಕ್ರೂರ ರಾಜನ ಸರಪಳಿಯಿಂದ ಮುಕ್ತಗೊಳಿಸಬೇಕು. ರಾಜಪ್ರಭುತ್ವದ ಕಠೋರ ಶಕ್ತಿಗೆ ಅಮಾಯಕರು ಏಕೆ ತಲೆಬಾಗಬೇಕು? ನಾನು ಮಹಾನಂದನ ರಕ್ತಸಿಕ್ತ ಕಣ್ಣುಗಳಿಂದ ದೂರ ಹೋಗುತ್ತೇನೆ. ಹಾಗಾದರೆ ಮರದಲ್ಲಿ ಬೆಂಕಿಯಂತೆ ಅಡಗಿರುವ ಬ್ರಹ್ಮವನ್ನು ಯಾರು ನೋಡಬಲ್ಲರು?, ಚಾಣಕ್ ಒಮ್ಮೆ ತನ್ನ ಗುಡಿಸಲನ್ನು ನೋಡಿ ನಂತರ ಕೌಟಿಲ್ಯನನ್ನು ನೋಡಿ

ಹೇಳಿದನು - ನಾವು ಇಲ್ಲಿ ಉಳಿಯುವುದು ಅಪಾಯದಿಂದ ಮುಕ್ತವಾಗಿಲ್ಲ. ಮಹಾರಾಜ ನಂದನ ಯಾವ ಚಲನವಲನವೂ ತಲುಪದ ಇಂತಹ ಕಠೋರವಾದ ಕಾಡನ್ನು ನಾವು ಆದಷ್ಟು ಬೇಗ ತಲುಪಬೇಕು.

ಕೌಟಿಲ್ಯ- ನಾವು ಇಲ್ಲಿ ಹೆಚ್ಚು ಸಮಯ ಕಳೆಯುತ್ತೇವೆ, ಸಾವು ನಮಗೆ ಹತ್ತಿರವಾಗುತ್ತದೆಬರುತ್ತಿದೆ. ಕೂಡಲೇ ಈ ಗುಡಿಸಲು ಬಿಡು! ನಾವು ವೇಗವಾಗಿ ಚಲಿಸೋಣ ಮತ್ತು ನಮ್ಮ ಹೆಜ್ಜೆಗಳನ್ನು ನಿಲ್ಲಿಸೋಣ, ಅಲ್ಲಿ ರಾಜ್ಯದ ಗೋಡೆಗಳು ನಮ್ಮ ಹಿಂದೆ ಉಳಿದಿವೆ, ನೆರಳಿನ ಒಂದು ನೋಟವೂ ನಮ್ಮನ್ನು ಸ್ಪರ್ಶಿಸುವುದಿಲ್ಲ.

ಚಾಣಕ್- ಆದರೆ ಹೇಗೆ? ರಾಜ್ಯದ ಗಡಿಯ ಪ್ರತಿ ಹೆಜ್ಜೆಯಲ್ಲೂ ಕೈಕೋಳ ಹಿಡಿದು ನಿಂತಿರುವ ರಾಕ್ಷಸ ಸೈನಿಕರು ಇರುತ್ತಾರೆ. ಕೌಟಿಲ್ಯ- ನೀನು ತಕ್ಷಣ ಕುರುಡನಾಗು, ಕೋಲಿನ ಒಂದು ತುದಿಯನ್ನು ಹಿಡಿದುಕೊಳ್ಳಿ ಮತ್ತು ನಾನು ಇನ್ನೊಂದು ತುದಿಯನ್ನು ಹಿಡಿಯುತ್ತೇನೆ. ಬನ್ನಿ, ದಾರಿಯಲ್ಲಿಯೇ ಮುಂದಿನ ಉಸಿರನ್ನು ತೆಗೆದುಕೊಳ್ಳೋಣ.

ಚಾನಕ್- ಸರಿ, ಇದು ಸರಿಯಾದ ಮಾರ್ಗ. ಹಿಂದೆ ಒಬ್ಬ ಕುರುಡು ಮುದುಕ ಮತ್ತು ಮುಂದೆ ಕೋಲಿನೊಂದಿಗೆ ಮುದುಕ ಬಾಬಾನನ್ನು ಹೊತ್ತ ಮಗುವು ರಸ್ತೆಯಲ್ಲಿ ಕಾಣಿಸಿಕೊಳ್ಳಲು ಪ್ರಾರಂಭಿಸಿತು. ಈ ಪ್ರಯಾಣಿಕರು ಹಲವು ರಸ್ತೆಗಳನ್ನು ದಾಟಿದರು. ಹಲವರ ಕಣ್ಣು ತಪ್ಪಿಸಿ, ಹಲವಾರು ಗಂಟೆಗಳ ನಿರಂತರ ಪ್ರಯಾಣದ ನಂತರ ರಾಜಧಾನಿಯ ಮಿತಿಯಿಂದ ಹೊರಬಂದರು. ಸುಮಾರು ಮೂರು ತಿಂಗಳುಗಳಲ್ಲಿ, ಹಳ್ಳಿಯಿಂದ ಹಳ್ಳಿಗೆ, ಕಾಡಿನಿಂದ ಕಾಡಿಗೆ ಬದಲಾಗುತ್ತಾ, ಚಾಣಕ ಮತ್ತು ಕೌಟಿಲ್ಯ ಒಂದು ಹಳ್ಳಿಯ ಬಳಿ ಗಂಗಾ ನೆಲೆಸಿದರುಕೆಳಗೆ ಭೂಮಿ ಮೇಲಿನ ಆಕಾಶ, ಉಳಿವಿಗಾಗಿ ಹರಿಯುವ ಗಂಗೆ, ಭವಿಷ್ಯಕ್ಕಾಗಿ ಮಗು ಕೌಟಿಲ್ಯ, ಇವೇ ಚಾಣಕ್‌ಗೆ ಉಳಿದ ಆಸರೆ.

ಚಾಣಕ್-ನಿತ್ಯವೂ ನೇಯ್ಗೆಯಲ್ಲಿ ನಿರತನಾಗಿದ್ದ. ಏನಾಗಬಹುದು ಎಂದು ಅವನು ಯಾವಾಗಲೂ ಚಿಂತಿಸುತ್ತಿದ್ದನು? ಏಕಾಂಗಿಯಾಗಿ, ಬಹುಶಃ ಅವನು ತುಂಬಾ ಚಿಂತೆ ಮಾಡುತ್ತಿರಲಿಲ್ಲ, ಆದರೆ ಕೌಟಿಲ್ಯನ ಪರವಾಗಿ ಅವನು ಯಾವಾಗಲೂ ಚಿಂತಿಸುತ್ತಿದ್ದನು. ಒಬ್ಬನೇ ಒಬ್ಬ ವ್ಯಕ್ತಿಗೆ ಊಟ ಸಿಗುತ್ತದೆಯೋ ಇಲ್ಲವೋ, ಬಟ್ಟೆ ಇದೆಯೋ ಇಲ್ಲವೋ, ಆದರೆ ತಂದೆಯೇ ಆಸರೆಯಾಗಿರುವ ಮಗುವಿನ ಬಗ್ಗೆ ತಂದೆ ಹೆಚ್ಚು ಕಾಳಜಿ ವಹಿಸುತ್ತಾನೆ. ಚಾಣಕ್ ಕಳವಳದ ಧ್ವನಿಯಲ್ಲಿ

ಹೇಳಿದನು - ಮಗ ಕೌಟಿಲ್ಯ! ಹಳ್ಳಿಯಿಂದ ಸ್ವಲ್ಪ ಹಿಟ್ಟು ತೆಗೆದುಕೊಂಡು ಹೋಗಿ ಹಿಂತಿರುಗುವಾಗ, ಮರವನ್ನು ಕಡಿಯುವುದನ್ನು ಮುಂದುವರಿಸಿ. ನಿನ್ನೆಯಿಂದ ನೀನು ಏನನ್ನೂ ತಿಂದಿಲ್ಲ, ನಿನಗೆ ರೊಟ್ಟಿ ಮಾಡುತ್ತೇನೆ.

ಕೌಟಿಲ್ಯ - ಹಾಗಾದರೆ ಏನಾಯಿತು, ನೀನೂ ಏನನ್ನೂ ತಿಂದಿಲ್ಲ. ಮತ್ತು ನಾನು ಭಿಕ್ಷೆಯಿಂದ ಆಹಾರವನ್ನು ತರುವುದಿಲ್ಲ, ತಂದೆ! ಭಿಕ್ಷೆ ಬೇಡಲು ನನ್ನ ಕೈ ಚಾಚುವುದಿಲ್ಲ.

ಚಾಣಕ್ - ನಾವು ಬ್ರಾಹ್ಮಣರು ಮತ್ತು ಈ ಸಮಯದಲ್ಲಿ ಆಕ್ಷೇಪಣೆಯಲ್ಲಿದ್ದೇವೆ. ಬದುಕಲು ಹೊಟ್ಟೆ ತುಂಬುವುದು ಅತ್ಯಗತ್ಯ. ನಾನೊಬ್ಬನೇ ಇದ್ದಿದ್ದರೆ ಊಟ ಮಾಡದೆ ದೇಹವನ್ನೇ ತ್ಯಜಿಸುತ್ತಿದ್ದೆ, ಆದರೆ ನನ್ನ ಮಾಂಸವನ್ನು ಮಾರಿಯಾದರೂ ನಿನ್ನ ಪ್ರಾಣವನ್ನು ಕಾಪಾಡಬೇಕೆನಿಸುತ್ತದೆ

ಕೌಟಿಲ್ಯ- ತಾಳ್ಮೆ ಮತ್ತು ಧರ್ಮವನ್ನು ಆಕ್ಷೇಪಣೆಯಲ್ಲಿ ಪರೀಕ್ಷಿಸಲಾಗುತ್ತದೆ. ಭಿಕ್ಷೆ ಬೇಡುವುದು ಬ್ರಾಹ್ಮಣನ ಧರ್ಮವಲ್ಲ; ಭಿಕ್ಷುಕನು ಅಂಗವಿಕಲನಾಗಿದ್ದರೂ, ಅದು ಸೂಕ್ತವಾಗಿದೆ. ಬುದ್ಧಿವಂತಿಕೆ ಮತ್ತು ಕೈ ಕಾಲುಗಳು ಸುರಕ್ಷಿತವಾಗಿರುವವರನ್ನು ಕೇಳುವ ಅಗತ್ಯವೇನು? ಚಾಣಕ್- ಒಂದಲ್ಲ ಒಂದು ರೀತಿಯಲ್ಲಿ ಹೊಟ್ಟೆ ತುಂಬಬೇಕು. ಕೌಟಿಲ್ಯ:ಭಿಕ್ಷೆಯಿಂದ ಹೊಟ್ಟೆ ತುಂಬಿಸಿಕೊಳ್ಳುವುದು ಗರ್ವದಿಂದ ಪಾಪ.

ಚಾಣಕ್-ರಾಜ್ಯದಕಣ್ಣುಗಳಿಂದ ದೂರ ಉಳಿದು ಹೊಟ್ಟೆ ತುಂಬಿಸಿಕೊಳ್ಳುವುದಾದರೂ ಹೇಗೆ?

ಕೌಟಿಲ್ಯ- ಪ್ರಪಂಚದಲ್ಲಿ ಮೂರ್ಖರಿಗೆ ಕೊರತೆಯಿಲ್ಲ. ಅನೇಕ ಮೂರ್ಖರು ಧುನಿಯನ್ನು ಪೂಜಿಸಲು ಇಲ್ಲಿಗೆ ಬರುತ್ತಾರೆ. ಮೂರ್ತಿಗಳಿಗೆ ಲಕ್ಷಗಟ್ಟಲೆ ಸಿಹಿತಿಂಡಿಗಳನ್ನು ಅರ್ಪಿಸಿದರೆ, ಮನುಷ್ಯ ಬದುಕಿರುವಾಗಲೇ ನೈವೇದ್ಯವಾಗುವುದಿಲ್ಲವೇ? ನೀವು ಇಲ್ಲಿ ಮೌನ ಉಪವಾಸವನ್ನು ಆಚರಿಸುತ್ತಿದ್ದೀರಿ! ನಾನು ಹಳ್ಳಿಯಲ್ಲಿದ್ದೇನೆಹೇಗೋ ಗಂಗಾತೀರಕ್ಕೆ ಸಿದ್ಧ ಮಹಾತ್ಮನೊಬ್ಬ ಬಂದಿದ್ದಾನೆ ಎಂದು ಹಬ್ಬಿಸುತ್ತಿದ್ದೇನೆ. ಏಕಾದಶಿಯಂದು ಮಾತ್ರ ಮಾತನಾಡುತ್ತಾರೆ, ಪ್ರಶ್ನೆ ಕೇಳುವ ಆಸೆಯಿಂದ ಬಂದವರ ಮುಖವನ್ನು ನೋಡುತ್ತಾ, ಹಿಂದಿನ ಜನ್ಮ, ಈ ಜನ್ಮ ಮತ್ತು ಮುಂದಿನ ಜೀವನದ ಸಂಪೂರ್ಣ ಪರಿಸ್ಥಿತಿಯನ್ನು ಹೇಳುತ್ತಾರೆ. ಇಡೀ ಹಳ್ಳಿಯಲ್ಲಿ ಒಬ್ಬರನ್ನಾದರೂ ನಾನು ಖಂಡಿತವಾಗಿ ಕಂಡುಕೊಳ್ಳುತ್ತೇನೆ, ಅವರ ಜೀವನದ ಸ್ಥಿತಿಯನ್ನು ನಾನು ಹೇಗಾದರೂ ತಿಳಿಯುತ್ತೇನೆ, ಮತ್ತು ನನಗೆ ತಿಳಿಯದಿದ್ದರೂ, ಏಕಾದಶಿಗೆ ಇನ್ನೂ ಹತ್ತು ದಿನಗಳು ಉಳಿದಿವೆ, ಅಲ್ಲಿಯವರೆಗೆ ನನ್ನ ರಾಮನು ಎಲ್ಲೋ ದೂರದಲ್ಲಿರುತ್ತಾನೆ. ಹೋಗುತ್ತೇನೆ ಮತ್ತು ಬೇರೆ ರೂಪವನ್ನು ತೆಗೆದುಕೊಳ್ಳುತ್ತೇನೆ. ಕೌಟಿಲ್ಯನ ಅದ್ಭುತ ಬುದ್ಧಿವಂತಿಕೆಯನ್ನು ಕೇಳಿ ಚಾಣಕನು ತನ್ನ ಹೃದಯದಲ್ಲಿ ಮುಗುಳ್ನಕ್ಕು ನಂತರ ವಿಚಿತ್ರವಾದ ಭಂಗಿಯಲ್ಲಿ

ಹೇಳಿದನು - ಎಲ್ಲೋ ಸೋರಿಕೆ ಒಡೆದು ಯಾರಿಗಾದರೂ ಈತನು ದಂಗೆಕೋರ ಬ್ರಾಹ್ಮಣನೆಂದು ತಿಳಿದುಕೊಂಡರೆ, ಅದು ನಿಮಗೆ ತಿಳಿದಿದೆಯೇ? ಫಲಿತಾಂಶ? ಕೌಟಿಲ್ಯಪರಿಣಾಮಗಳ ಭಯದಿಂದ ನಿಮ್ಮ ಪ್ರಯತ್ನವನ್ನು ಬಿಡುವುದು ವೀರ ಕಾರ್ಯವಲ್ಲ, ನೀವು ಇದನ್ನು ನನಗೆ ಹಲವಾರು ಬಾರಿ ಕಲಿಸಿದ್ದೀರಿ. ಚಾಣಕ್- ಆದರೆ ಒಬ್ಬರ ಸ್ವಂತ ದೇಹದಿಂದ ಅಪಾಯವಿದೆ ಎಂದು ನಾನು ಯಾವಾಗಲೂ ಹೇಳುತ್ತೇನೆ. ಆದ್ದರಿಂದ, ಯಾವುದೇ ಕೆಲಸವನ್ನು ಮಾಡಿ ಆದರೆ ಅದು ಪೂರ್ಣಗೊಳ್ಳುವವರೆಗೆ ಅದರ ಬಗ್ಗೆ ನಿರ್ಲಕ್ಷ್ಯ ಮಾಡಬೇಡಿ.

ಕೌಟಿಲ್ಯ - ನಿಮ್ಮ ಆಶೀರ್ವಾದದಿಂದ ಯಾವುದೇ ಹಾನಿಯಾಗುವುದಿಲ್ಲ. ಬನ್ನಿ!

ಚಾಣಕ್- ಈಗ ನಾವು ಸ್ನಾನ ಮಾಡಿ ಧ್ಯಾನ ಮಾಡೋಣ, ಅಲ್ಲಿಯವರೆಗೆ ನೀವು ಹಳ್ಳಿಯಲ್ಲಿದ್ದೀರಿ. ಕೌಟಿಲ್ಯನು ಆಕರ್ಷಕವಾದ ವೇಷಭೂಷಣವನ್ನು ಧರಿಸಿ ಹತ್ತಿರದ ಹಳ್ಳಿಗೆ ಬಂದನು. ಹಳ್ಳಿಯ ಒಂದು ಸ್ಥಳದಲ್ಲಿ ಹತ್ತರಿಂದ ಹನ್ನೆರಡು ಮಕ್ಕಳು ಆಟವಾಡುತ್ತಿದ್ದರು. ಕೌಟಿಲ್ಯ ಅವರನ್ನು ದೂರದಿಂದಲೇ ನೋಡಿದ. ಅವನು ತನ್ನ ಜೇಬಿನಲ್ಲಿ ಭಾವಿಸಿದನು, ಎಷ್ಟು ಸಮಯದ ಹಿಂದೆ ಅವನ ಜೇಬಿನಲ್ಲಿ ಸ್ವಲ್ಪ ಹಣ ಬಿದ್ದಿದೆ ಎಂದು ನನಗೆ ತಿಳಿದಿಲ್ಲ. ಅವನು ಸ್ವಲ್ಪ ದೂರ ಹೋಗಿ ಅಂಗಡಿಯೊಂದರಿಂದ ಆ ನಾಣ್ಯಗಳನ್ನು ಖರೀದಿಸಿದನು. ಮತ್ತೆ ಓಡಿ ಗಂಗಾತೀರದ ಧುನಿಗೆ ಹೋದ. ಧುನಿಯ ಗಾತ್ರಕ್ಕೆ ಸಮನಾದ ಕಲ್ಲಿದ್ದಲನ್ನು ತೆಗೆದ ನಂತರ ಧುನಿಯ ಬೆಂಕಿಯನ್ನು ಸಂಪೂರ್ಣವಾಗಿ ನಂದಿಸಿ, ಹೊಗೆಯಂತಹ ಸ್ವಲ್ಪ ಮರದ ತುಂಡನ್ನು ಒಂದೆಡೆ ಬಿಟ್ಟು, ಕಡ್ಡಿಗಳನ್ನು ತೆಗೆದು ಕಲ್ಲಿದ್ದಲಿನ ಕೆಳಗೆ ಎಲೆಯಮೇಲೆ ಇರಿಸಿದರು. ಬಟಾಶವನ್ನು

ಕಲ್ಲಿದ್ದಲಿನ ಕೆಳಗೆ ಇರಿಸಿ, ಕೌಟಿಲ್ಯನು ಮಕ್ಕಳ ಕಡೆಗೆ ಓಡಿ ಬಟಾಶವನ್ನು ಕೊಟ್ಟನು. ಜಗಿಯುತ್ತಿರುವಾಗ ಅವರು

ಹೇಳಿದರು - 'ದೇವರು ಬಂದಿದ್ದಾನೆ, ದೇವರೇ! ಅವರು ಕಲ್ಲಿದ್ದಲಿನಿಂದ ಸಿಹಿತಿಂಡಿಗಳನ್ನು ತಯಾರಿಸುತ್ತಾರೆ ಮತ್ತು ಅವುಗಳನ್ನು ತಿನ್ನುತ್ತಾರೆ. ಇದನ್ನು ಕೇಳಿದ ಮಕ್ಕಳು ಮೇಲಕ್ಕೆ

ಹಾರಿದರು - ಬನ್ನಿ, ನಾವೂ ನೋಡುತ್ತೇವೆ.

ಕೌಟಿಲ್ಯ - ಬಾ! ಬಾಲಕ ಕೌಟಿಲ್ಯನೊಡನೆ ಓಡಿ ಗಂಗಾತೀರದ ಭಗವಂತನ ಧುನಿಯ ಬಳಿಗೆ ಬಂದರು. ಕುತೂಹಲದಿಂದ ಮಕ್ಕಳ ಕಣ್ಣುಗಳು ಧುನಿಯ ಬಳಿ ಕುಳಿತಿದ್ದ ಸನ್ಯಾಸಿಯನ್ನು ನೋಡತೊಡಗಿದವು. ಸಾಧು ಮಹಾರಾಜರು ಕಣ್ಣು ಮುಚ್ಚಿ ಮೌನವಾಗಿದ್ದರು. ಕೌಟಿಲ್ಯನು ಕಣ್ಣುಮುಚ್ಚಿ ಕೈಮುಗಿದು ಸ್ವಲ್ಪ ಹೊತ್ತು ನಿಂತನು ಮತ್ತು ವಿಚಿತ್ರವಾದ ಕೂಗಿನಲ್ಲಿ

ಹೇಳಿದನು - 'ಮಹಾರಾಜರೇ! ಕಣ್ಣು ತೆರೆಯಿರಿ, ಹಳ್ಳಿಯಿಂದ ಬಂದ ಮಕ್ಕಳು ಬಹಳ ಹೊತ್ತು ನಿಂತು ಹೊಗಳುತ್ತಿದ್ದಾರೆ. ಬೇಗ ನಮಗೆಲ್ಲರಿಗೂ ಪ್ರಸಾದ ಕೊಡು. ನಗುತ್ತಾ ಸಾಧು ಮಹಾರಾಜರು ಕಣ್ಣು ತೆರೆದರು. ಒಂದು ಕೈಯನ್ನು ಮೇಲೆತ್ತಿ ಆಶೀರ್ವಾದ ಮಾಡಿ ಇನ್ನೊಂದು ಕೈಯನ್ನು ಧುನಿಯಲ್ಲಿಟ್ಟು ಕಡ್ಡಿಗಳನ್ನು ತೆಗೆದು ಮಕ್ಕಳಿಗೆ ಕೊಡತೊಡಗಿದರು. ಮಕ್ಕಳು ಸಂತಸದಿಂದ ಬಾತಾಶವನ್ನು ತಿಂದು ಆದಷ್ಟು ಬೇಗ ಊರಿಗೆ ತಲುಪಿ ಈ ಶುಭ ಸುದ್ದಿಯನ್ನು ಪ್ರತಿ ಮನೆಗೂ ತಲುಪಿಸಬೇಕೆಂಬ ಹಂಬಲದಿಂದ ಕುಣಿಯುತ್ತಾ ಊರಿಗೆ ಮರಳಿದರು. ಎರಡನೆ ದಿನ ಹಳ್ಳಿಯಲ್ಲಿದ್ದವರೆಲ್ಲರ ಬಾಯಲ್ಲಿ ಒಂದೇ ವಾಕ್ಯವಿತ್ತು, 'ದೇವರು ಬಂದಿದ್ದಾನೆ!' ಒಬ್ಬ ಮಹಿಳೆ ಮತ್ತೊಬ್ಬ ಮಹಿಳೆಗೆ ಇದೇ ಮಾತು ಹೇಳುತ್ತಿರುವುದು ಕೇಳಿಬಂದಿದೆ.

ಒಬ್ಬ ವ್ಯಕ್ತಿ ಇನ್ನೊಬ್ಬ ವ್ಯಕ್ತಿಯೊಂದಿಗೆ ಈ ಬಗ್ಗೆ ಚರ್ಚಿಸುತ್ತಿರುವುದು ಕಂಡುಬಂದಿತು. ಆದರೆ ಏನೇ ಆಗಲಿ ದೇವರಿಗೆ ಕೊರತೆ ಇಲ್ಲ. ಸಂದರ್ಶಕರ ಗುಂಪು ಸೇರಲು ಪ್ರಾರಂಭಿಸಿತು. ಆಹಾರಕ್ಕಾಗಿ ಕಾಣಿಕೆಗಳು ಬರಲಾರಂಭಿಸಿದವು. ಕ್ರಮೇಣ ಭಗವಂತನ ಆಗಮನದ ಸುದ್ದಿ ಹಳ್ಳಿಯಿಂದ ನಗರಕ್ಕೆ ಮತ್ತು ಒಂದು ನಗರದಿಂದ ಇನ್ನೊಂದು ನಗರಕ್ಕೆ ಹರಡಲು ಪ್ರಾರಂಭಿಸಿತು. ಒಂದು ದಿನ ಈ ಸುದ್ದಿ ದೂರವನ್ನು ದಾಟಿ ಮಗಧ ರಾಜ್ಯದ ಕಿವಿಗೂ ಬಿತ್ತು. ಪತ್ತೇದಾರಿ ವಿರಾಧನು ಅಮಾತ್ಯ ರಾಕ್ಷಸನ ನಿವಾಸವನ್ನು ತಲುಪಿದಾಗ ಸಂಜೆ ಸುಮಾರು ಏಳು ಗಂಟೆಯಾಗಿರಬಹುದು. ತೋಟದಲ್ಲಿ ರಾಕ್ಷಸರು ಅಡ್ಡಾಡುತ್ತಿದ್ದರು. ವಿರಾಧನನ್ನು ನೋಡಿದ ಅವನು ನಡೆಯುವುದನ್ನು ನಿಲ್ಲಿಸಿದನು, ಅವನನ್ನು ಕರೆದುಕೊಂಡು ಅರಮನೆಯ ರಹಸ್ಯ ಕೋಣೆಗೆ ಬಂದನು. ಮನೋಹರವಾದ ಭಂಗಿಯ ಮೇಲೆ ಕುಳಿತ ನಂತರ ವಿರಾಧನು ಉತ್ಸಾಹದಿಂದ

ಹೇಳಿದನು - 'ಚಂಪಾ ಬಳಿಯ ಗಂಗಾನದಿಯ ದಡದಲ್ಲಿ ಸಾಧುಯೊಬ್ಬರು ಕೂಡಿ ಬಂದಿದ್ದಾರೆ ಎಂದು ವಿಶ್ವಾಸಾರ್ಹ ಮೂಲದಿಂದ ತಿಳಿದುಬಂದಿದೆ. ನನಗನ್ನಿಸುತ್ತದೆ, ಅದು ನಿಜವೋ ಇಲ್ಲವೋ, ಇದು ಸಾಧುವಿನ ವೇಷದಲ್ಲಿರುವಚಾಣಕ್.

'**ರಾಕ್ಷಸ**- ನೀವು ಇದನ್ನು ಹೇಗೆ ನಂಬಿದ್ದೀರಿ?

ವಿರಾಧ್ - ಶೈಲಿ ಮತ್ತು ನೋಟದೊಂದಿಗೆ.

ರಾಕ್ಷಸ- ಇದು ನಿಜವಾಗಿದ್ದರೆ ಆ ಸಂತನನ್ನು ಹೇಗಾದರೂ ಜೈಲಿಗೆ ಹಾಕಬೇಕು. ಆದರೆ ಆತನನ್ನು ಬಂಧಿಯನ್ನಾಗಿ ಮಾಡುವ ಮೊದಲು ಬ್ರಾಹ್ಮಣ ಚಾಣಕ್ ಎಂದು ಖಚಿತಪಡಿಸಿಕೊಳ್ಳಬೇಕು.

ವಿರಾಧ್- ಈ ವಾರದೊಳಗೆ ನಾನು ಆ ಬ್ರಾಹ್ಮಣನನ್ನು ಬಂಧಿಸಿ ನಿಮ್ಮ ಸೇವೆಗೆ ಹಾಜರುಪಡಿಸುತ್ತೇನೆ ಎಂದು ನಾನು ಭಾವಿಸುತ್ತೇನೆ.

ರಾಕ್ಷಸ- ಆದರೆ ಬಹಳ ಜಾಗರೂಕರಾಗಿರಿ, ಆ ಮುದುಕ ಬ್ರಾಹ್ಮಣನು ಬಹಳ ಬುದ್ಧಿವಂತ.

ವಿರಾಧ - ಖಂಡಿತವಾಗಿಯೂ ಆ ಬ್ರಾಹ್ಮಣನು ಬಹಳ ಕುತಂತ್ರಿ. ಅಲ್ಲಿ ಅವನು ಬಂಧಿಸಲ್ಪಟ್ಟಿದ್ದಾನೆ ಸುತ್ತಮುತ್ತಲಿನ ಹಳ್ಳಿಗಳಲ್ಲಿ ಅವನಿಗೆ ಮಂತ್ರವಿದೆ. ಜನರು ಅದರ ಚಿಟಿಕೆಯನ್ನು ಹಾರೈಕೆಯ ಮರವೆಂದು ಪರಿಗಣಿಸುತ್ತಾರೆ. ಆತನ ಪೂಜೆಗೆ ಜನಜಂಗುಳಿ ಇರುತ್ತದೆ. ಹಳ್ಳಿಗರು ಅವನನ್ನು ದೇವರೆಂದು ಭಾವಿಸುತ್ತಾರೆ.

ರಾಕ್ಷಸ - ಆದ್ದರಿಂದ ಅವನೊಂದಿಗೆ ಬಹಳ ಜಾಗರೂಕರಾಗಿರಿ. ನೋಡಿದ ತಕ್ಷಣ ಕಣ್ಣಿಗೆ ಮಣ್ಣು ಹಾಕಬಾರದುಕಣ್ಣಲ್ಲಿ ಧೂಳು ಬಿದ್ದರೆ ಏನು ಪ್ರಯೋಜನ! ನಾನು ಅವನನ್ನು ಹೇಗೆ ಇಷ್ಟಪಡುತ್ತೇನೆ ಎಂದು ನೀವು ನೋಡುತ್ತೀರಿ ನಾನು ಆಟವನ್ನು ಘೋಷಿಸುತ್ತೇನೆ. ವಿರಥ ಅಮಾತ್ಯನ ಅನುಮತಿ ಪಡೆದು ಚಾಣಕನನ್ನು ಸೆರೆಯಾಳಾಗಿಸಲು ಗಾಗಿ ನಡೆದರು ಅಮಾತ್ಯನಿಂದ ಬೇರ್ಪಟ್ಟ ನಂತರ, ವಿರಾಧನು ಚಾಣಕ್‌ನ ನೆರೆಯ ದರುವರ್ಮನನ್ನು ತಲುಪಿದನು, ಆಗ ದರುವರ್ಮ ತನ್ನ ಚಿಕ್ಕಪ್ಪನೊಂದಿಗೆ ಜಗಳವಾಡುತ್ತಿದ್ದನು. ವಿರಾಧ ನಮಸ್ಕಾರ ಮಾಡಿದ ತಕ್ಷಣ ಎದ್ದು ನಿಂತ. ವಿರಾಧನನ್ನು ಕಂಡ ಕೂಡಲೇ ದಾರುವರ್ಮನು ಯುದ್ಧವನ್ನು ನಿಲ್ಲಿಸಿ

ಹೇಳಿದನು - 'ನಾನು ಕನಸು ಕಾಣುತ್ತಿದ್ದೇನೆಯೇ? ನನ್ನ ಮನೆ, ಮತ್ತು ನೀನು!' ವಿರಾಧ- ಒಮ್ಮೆ ರಾವಣನಂತಹ ಶಕ್ತಿಶಾಲಿಯೂ ಮರೀಚಿಯ ಬಾಗಿಲಿಗೆ ಹೋಗಬೇಕಾಯಿತು. ಬೇಕಾದರೆ ಕತ್ತೆಗೂ ತಂದೆಯಾಗಬೇಕು. ಆದರೆ ನೀವು ಅದೇ ವರ್ಗಕ್ಕೆ ಸೇರಿದವರು ಎಂದು ನನ್ನ ಅರ್ಥವಲ್ಲ. ಕತ್ತಿಯು ಕಲ್ಲಿಗೆ ಬಂದಿದೆ, ಇದರಿಂದ ಅದು ತೀಕ್ಷ್ಣವಾಗುತ್ತದೆ ಮತ್ತು ದುಷ್ಟ ಕ್ರಿಯೆಗಳನ್ನು ಕತ್ತರಿಸಬಹುದು

ದಾರುವರ್ಮ- ಖಡ್ಗವು ಹರಿತವಾಗಿರುತ್ತದೆ ಆದರೆ ಕಲ್ಲು ಸವೆಯುತ್ತದೆ.

ವಿರಾಧ್- ಹಿಂದಿನದನ್ನು ಮರೆತುಬಿಡು, ನಾನು ನಿನ್ನನ್ನು ದೊಡ್ಡವನನ್ನಾಗಿ ಮಾಡಲು ಬಂದಿದ್ದೇನೆ.

ದಾರುವರ್ಮ- ಹಿರಿಯರು ಕಾರಣವಿಲ್ಲದೆ ಕಿರಿಯರನ್ನು ದೊಡ್ಡವರನ್ನಾಗಿ ಮಾಡುವುದಿಲ್ಲ. ಹೇಳು, ನಾನು ನಿಮಗಾಗಿ ಯಾವ ಸೇವೆಯನ್ನು ಮಾಡಬೇಕು?

ವಿರಾಧ್- ಗಂಗಾನದಿಯ ದಡದಲ್ಲಿರುವ ಚಂಪಾ ಗ್ರಾಮದ ಬಳಿ ತಲುಪಿದ ಸನ್ಯಾಸಿಯೊಬ್ಬರು ಧುನಿ ಸವಿಯುತ್ತಿದ್ದಾರೆ. ಅವರು ನಿಮ್ಮ ನೆರೆಯ ಬಂಡಾಯ ಬ್ರಾಹ್ಮಣ ಚಾಣಕ್ ಎಂದು ನಾವು ಭಾವಿಸುತ್ತೇವೆ. ಈ ಅನುಮಾನವನ್ನು ನಂಬಿಕೆಯಾಗಿ ಪರಿವರ್ತಿಸಲು ನಿಮ್ಮ ಸಹಾಯವನ್ನು ನಾವು ಬಯಸುತ್ತೇವೆ. ಚಾನಕ್‌ನನ್ನು ಹಿಡಿಯಲು ನೀವು ನಮಗೆ ಸಹಾಯ ಮಾಡಬೇಕೆಂದು ನಾವು ಬಯಸುತ್ತೇವೆ. ಬಹುಮಾನವಾಗಿ ಐನೂರು ಚಿನ್ನದ ನಾಣ್ಯಗಳು ಸಿಗುತ್ತವೆ ಮತ್ತು ರಾಜ್ಯದ ಗುಪ್ತಚರ ಇಲಾಖೆಯಲ್ಲಿ ಶಾಶ್ವತವಾಗಿ ಉತ್ತಮ ಸ್ಥಾನವನ್ನು ನೀಡಲಾಗುವುದುದಾರುವರ್ಮ ಚೀಲವನ್ನು ಎತ್ತಿಕೊಂಡು, ಎದ್ದು ನಿಂತು ನಂತರ ಹೆಮ್ಮೆಯಿಂದ

ಹೇಳಿದರು- 'ನನ್ನನ್ನು ನಂಬಿರಿ, ನಾನು ನಿಮಗೆ ಸಂಪೂರ್ಣ ಸಹಾಯ ಮಾಡುತ್ತೇನೆ. "ಅಗತ್ಯ ಆದೇಶಗಳನ್ನು ನೀಡಿದ ನಂತರ, ವಿರಾಧ್ ತನ್ನ ಕಚೇರಿಯ ಕಡೆಗೆ ಹೊರಟನು. ದಾರುವರ್ಮನು ಚಂಪಾನ ಮಾರ್ಗವನ್ನು ಅನುಸರಿಸಿದನು. ಪಾಪವನ್ನು ಹೃದಯದಲ್ಲಿ ಬಚ್ಚಿಟ್ಟುಕೊಂಡು ಮರುದಿನವೇ ಗಂಗಾನದಿಯ ದಡದಲ್ಲಿರುವ ಋಷಿಯ ರೂಪದಲ್ಲಿ ಚಾಣಕನ ಧುನಿಯನ್ನು ತಲುಪಿದನು. ಆ ವೇಳೆ ಧುನಿಯಲ್ಲಿ ಭಕ್ತರ ದಂಡೇ ಇತ್ತು. ಬಾಬಾ ಜೀ ಕಣ್ಣು ಮುಚ್ಚಿದರು ಸಿಂಹಾಸನಾರೋಹಣ ಮಾಡಲಾಯಿತು. ದಾರುವರ್ಮನು ಸಾಧುವನ್ನು ತೀಕ್ಷ್ಣ ದೃಷ್ಟಿಯಿಂದ ನೋಡಿದನು. ಮತ್ತು ಅದೇ ಸಮಯದಲ್ಲಿ, ಕೌಟಿಲ್ಯನು ಗುಂಪಿನಲ್ಲಿ ಮಕ್ಕಳ ಒಂದು ಬದಿಯಲ್ಲಿ ಕುಳಿತನು, ಕೌಟಿಲ್ಯನಿಗೆ ಚೇಳು ಕಚ್ಚಿದ ತಕ್ಷಣ ತನ್ನ ನೆರೆಯ ಚಿಕ್ಕಪ್ಪ ದಾರುವರ್ಮ ವೇಷವನ್ನು ತೀಕ್ಷ್ಣವಾದ ಕಣ್ಣುಗಳಿಂದ ನೋಡಿದನು. ಆದರೆ ಅವನು ಸ್ವಲ್ಪವೂ ನಡುಗಲಿಲ್ಲ ಮತ್ತು ಮೌನವಾಗಿ ಕುಳಿತನು. ಸಂಜೆಯಾಗತೊಡಗಿ ಕ್ರಮೇಣ ಭಕ್ತರು ತಮ್ಮ ಮನೆಗಳಿಗೆ ತೆರಳತೊಡಗಿದರು. ಭಕ್ತರ ಜೊತೆಗೆ ದರುವರ್ಮನೂ ಎದ್ದು ಹೊರಟುಹೋದ. ಕೌಟಿಲ್ಯ ಕೂಡ ದಾರುವರ್ಮನ ಕಣ್ಣು ತಪ್ಪಿಸಿ ಗುಂಪಿನಲ್ಲಿ ಎಲ್ಲೋ ಕಳೆದು ಹೋಗುತ್ತಾನೆದೂರವಾಯಿತು ಅವನು ದೂರ ಹೋಗಿ ದಿಬ್ಬದ ಹಿಂದೆ ಅಡಗಿ ಕುಳಿತನು.

ಮತ್ತು ಇ ದರುವರ್ಮನು ಗಂಗಾನದಿಯ ದಡದಲ್ಲಿ ಬಹಳ ಕಾಲ ಅಲೆದಾಡಿದನು ಮತ್ತು ಅವನು ಎಲ್ಲಿ ಅಡಗಿದ್ದಾನೆಂದು ತಿಳಿದಿರಲಿಲ್ಲ. ದಿಬ್ಬದ ಹಿಂದೆ ಅಡಗಿದ್ದ ಕೌಟಿಲ್ಯ ಯೋಚಿಸತೊಡಗಿದ, "ನಾನೇನು ಮಾಡಬೇಕು? ತಂದೆ ಕಣ್ಣು ಮುಚ್ಚಿ ಕುಳಿತಿದ್ದರು. ದುಷ್ಟ ದರುವರ್ಮ ಇಲ್ಲಿಗೂ ಬಂದಿರುವುದು ಅವರಿಗೆ

ಗೊತ್ತಿಲ್ಲ. ಮತ್ತು ನಾನು ಅವರಿಗೆ ಈ ಸುದ್ದಿಯನ್ನು ಹೇಳಿದರೆ, ಬಹುಶಃ ಆ ದುಷ್ಟ ವ್ಯಕ್ತಿಯು ಇಲ್ಲಿ ಎಲ್ಲೋ ಅಡಗಿಕೊಂಡಿದ್ದಾನೆ ಮತ್ತು ನನ್ನನ್ನು ಗುರುತಿಸುತ್ತಾನೆ. ಆದರೆ ಇದು ಹೇಗಾದರೂ ತಂದೆಗೆ ತಿಳಿದಿರಬೇಕು. ತಪ್ಪಾಯಿತು, ಇಲ್ಲದಿದ್ದರೆ ಈ ಹಳ್ಳಿಯಲ್ಲಿ ರೂಪುಗೊಂಡ ನನ್ನ ಹೊಸ ಸ್ನೇಹಿತ ಜೀವಧರ್ಮ ಮೂಲಕ ನನ್ನ ತಂದೆಯನ್ನು ಎಚ್ಚರಿಸಬಹುದಿತ್ತು. ಆದರೆ ಈಗ ಹೇಗಿದ್ದೀಯಾ?" ಕೌಟಿಲ್ಯನ ಮನದಲ್ಲಿ ಯೋಚನಾಲಹರಿ ಅಲೆಯತೊಡಗಿತು.

ಯೋಚಿಸುತ್ತಾ ಯೋಚಿಸುತ್ತಾ ದಿಬ್ಬದ ಹಿಂದಿನಿಂದ ಮರೆಯಾಗಿ ಓಡುತ್ತಾ ಹೊರಬಂದು ಜೀವಧರ್ಮವನ್ನು ತಲುಪಿದನು. ಸಮಯ ಸರಿಯಿತು, ಕೌಟಿಲ್ಯನು ಜೀವಧರ್ಮನೊಂದಿಗೆ ಹಳ್ಳಿಯ ಪಕ್ಕದ ಹೊಲಕ್ಕೆ ಬಂದನು. ಜೀವಧರ್ಮನ ಭುಜದ ಮೇಲೆ ಕೈಯಿಟ್ಟು, "ಈ ಬಿರುಗಾಳಿ ಜಗತ್ತಿನಲ್ಲಿ ನೀನೊಬ್ಬನೇ ನನ್ನ ಗೆಳೆಯ. ನನ್ನ ಮೇಲೆ ನನಗಿರುವಷ್ಟು ನಂಬಿಕೆ ನನಗಿದೆ. ನನ್ನ ನಂಬಿಕೆ ಎಂದಿಗೂ ಮುರಿಯುವುದಿಲ್ಲ ಎಂದು ನೀವು ನನಗೆ ಭರವಸೆ ನೀಡಬಹುದೇ?" ಜೀವಧರ್ಮ- ಎಂತಹ ಮಾತುಗಳನ್ನು ಹೇಳುತ್ತಿರುವೆ ಕೌಟಿಲ್ಯ! ನಾನು ನಿನ್ನನ್ನು ಸ್ನೇಹಿತ ಎಂದು ಪರಿಗಣಿಸುವುದಿಲ್ಲ, ನಾನು ನಿನ್ನನ್ನು ನನ್ನ ನಾಯಕ ಎಂದು ಪರಿಗಣಿಸುತ್ತೇನೆ. ನಿನ್ನ ಆಜ್ಞೆಯ ಮೇರೆಗೆ ನನ್ನ ತಲೆಯನ್ನು ನನ್ನ ಕೈಯಿಂದಲೇ ಕತ್ತರಿಸಿ ನಿನ್ನ ಪಾದಕ್ಕೆ ಬೀಳಬಹುದು.

ಕೌಟಿಲ್ಯ - ನನಗೂ ಅದೇ ಭರವಸೆ ಇತ್ತು, ಅದಕ್ಕೇ ನಿನ್ನ ಬಳಿ ಬಂದೆ. ನೋಡಿ, ಗಂಗಾನದಿಯ ದಡದಲ್ಲಿ ಧುನಿ ಹೊಗೆಯಾಡುವ ಈ ಸನ್ಯಾಸಿಗೆ ವಿಶೇಷ ಅಪಾಯವಿದೆ. ರಾಜ್ ಪೊಲೀಸರು ಈ ಮಹಾತ್ಮನನ್ನು ಉಗ್ರ ದರೋಡೆಕೋರನ ಅನುಮಾನದ ಮೇಲೆ ಹಿಡಿಯಲು ಬಯಸುತ್ತಾರೆ. ಸನ್ಯಾಸಿಗೆ ಇದರ ಅರಿವಿಲ್ಲ. ನೀವು ತಕ್ಷಣ ಅವರನ್ನು ಎಚ್ಚರಿಸುತ್ತೀರಿ. ಎಚ್ಚರಿಕೆಯ ಅನುಮಾನದ ಮೇಲೆ ನಿಮ್ಮನ್ನು ಜೈಲಿಗೆ ಹಾಕಬೇಕಾಗಬಹುದು.

ಜೀವಧರ್ಮ - ಆದರೆ ನೀನೇಕೆ ಅವನಿಗೆ ಹೇಳಲಿಲ್ಲ? ಕೌಟಿಲ್ಯ: ಋಷಿಯ ಸಹಾಯದಿಂದ ನಾನು ಅವರಲ್ಲಿ ನಂಬಿಕೆಯನ್ನು ಬೆಳೆಸಿಕೊಂಡೆ, ಅವರನ್ನು ನನ್ನ ಗುರುವೆಂದು ಪರಿಗಣಿಸಲು ಪ್ರಾರಂಭಿಸಿದೆ. ಋಷಿಯ ಜೊತೆಗೆ ನಾನೂ ಕೂಡ ಬಂಧಿಯಾಗಬಹುದೆಂಬ ಭಯದಿಂದ ನಾನು ಹೋಗುವುದಿಲ್ಲ. ಏಕೆಂದರೆ ನಾನು ಖೈದಿಯಾಗಲು ಬಯಸುವುದಿಲ್ಲ. ಸಾಧು ಸಿಕ್ಕಿಬಿದ್ದರೆ, ನಾನು ಅವನನ್ನು ರಕ್ಷಿಸಲು ಪ್ರಯತ್ನಿಸಬಹುದು, ಆದರೆ ನಾನು ಸಹ ಸಿಕ್ಕಿಬಿದ್ದರೆ, ಬಡ ಸಾಧುವಿಗೆ ಸಹಾಯ ಮಾಡುವವರು ಯಾರೂ ಇರುವುದಿಲ್ಲ. ತನ್ನ ದುರಾಸೆಗಳಿಗೆ ರಾಷ್ಟ್ರದ ರಕ್ತವನ್ನು ಬಲಿಕೊಡಲು ತೊಡಗಿರುವ ಮಹಾನಂದನಿಗೆ ಈ ರಾಜ್ಯ ಸೇರಿದ್ದು ಗೊತ್ತೇ ಇಲ್ಲ. ಅದರ ವಿರುದ್ಧ ಬೆರಳು ಚಲಿಸುವವನು ಕೊಕ್ಕೆ ಮೇಲೆ ಹಾಕುತ್ತಾನೆ. ಅವನ ಕೋಪಕ್ಕೆ ಈ ಸಂತನೂ ಬಲಿಯಾಗಬಹುದು. ಜೀವಧರ್ಮಹಾಗಾದರೆ ನಾನು ತಕ್ಷಣ ಹೋಗುತ್ತೇನೆ.

ಕೌಟಿಲ್ಯ- ನಾನು ಕೌಟಿಲ್ಯನನ್ನು ಭೇಟಿಯಾದ ಇನ್ನೊಂದು ವಿಷಯ ಹೇಳುತ್ತೇನೆ. ಮುಂದೊಂದು ದಿನ ನಿಮ್ಮ ಪ್ರತಿಯೊಂದು ಆಸೆಯೂ ಸಫಲವಾಗಬೇಕು ಎಂಬ ಆಸೆಯಿಂದ ನಾನು ನಿಮಗೆ ತಿಳಿಸಲು ಬಂದಿಲ್ಲ ಎಂದು ಹೇಳಿದ್ದಾರೆ. ನಿಮ್ಮ ಅಪಾರವಾದ ಆಶೀರ್ವಾದಗಳು ಕೌಟಿಲ್ಯನಿಗೆ ಇರಲಿ. ಕಠೋರ ಶಿಕ್ಷೆಯಿಂದ ನಿನ್ನ ಪ್ರಾಣ ತೆಗೆಯಲು ಕೊಲೆಗಾರ ನಿಶ್ಚಯಿಸಿದರೆ ನೀನು ಕೌಟಿಲ್ಯನ ಚಿಂತೆಯನ್ನು ಬಿಟ್ಟು ಸುಖವಾಗಿ ಈ ಮರ್ತ್ಯ ದೇಹವನ್ನು ತೊರೆಯಬೇಕು. ಕೌಟಿಲ್ಯ ಸತ್ತನೆಂದು ನೀವು ಅರ್ಥಮಾಡಿಕೊಳ್ಳಬೇಕು ಮತ್ತು ಎಲ್ಲರಿಗೂ ಒಂದೇ ರೀತಿ ಹೇಳಬೇಕು.

ಜೀವಧರ್ಮ - ಈ ಸ್ನೇಹಿತ ನಿಮ್ಮ ಇಚ್ಛೆಯಂತೆ ಮಾತ್ರ ಕೆಲಸ ಮಾಡುತ್ತಾನೆ. ಜೀವನ ಧರ್ಮ ಪ್ರಾರಂಭವಾಯಿತು. ಕೃಷ್ಣ ಪಕ್ಷದ ಕತ್ತಲೆಯಿಂದಾಗಿ ಕೈಗೆ ಕೈ ಕಾಣಿಸಲಿಲ್ಲ, ಇದರ ಮೇಲೆ ಮೋಡಗಳು ಇನ್ನಷ್ಟು ಕತ್ತಲೆಯಾಗಿಸಿದವು. ಅಡಗಿದ್ದ ಜೀವಿಯು ಸಾಧುವಿನ ಧುನಿಯನ್ನು ತಲುಪಿತು. ಜೀವಧರ್ಮನು ಕೌಟಿಲ್ಯನ ಸಂಪೂರ್ಣ ಸಂದೇಶವನ್ನು ಸನ್ಯಾಸಿಗೆ ಹೇಳಿದನು. ಇದನ್ನು ಕೇಳಿ ಋಷಿ ಎಚ್ಚರಗೊಂಡರು. ಅವನು

ಹೇಳಿದನು- "ಕೌಟಿಲ್ಯನಿಗೆ ನಾನು ಹಿಂದೆ ಮುಂದೆ ಹೋಗುತ್ತಿದ್ದೇನೆ ಎಂದು ಹೇಳು. ನಾನು ಈ ರಾಜ್ಯದ ಮಿತಿಯ ಹೊರಗಿನ ಪರ್ವತದ ಮೇಲೆ ಬಿಡಾರ ಹೂಡುತ್ತೇನೆ. ಜೀವಧರ್ಮಾ, ನೀನೂ ಕೂಡ ಕೂಡಲೇ

ಹೊರಡಬೇಕು!" ಕೇಳಿದ ಕೂಡಲೇ ಜೀವಧರ್ಮ ಹಿಂತಿರುಗಿದನು. ಆದರೆ ಈಗ ಅವನು ಕಷ್ಟಪಟ್ಟು ನೂರು ಹೆಜ್ಜೆ ಇಟ್ಟಿರಬೇಕು, ಅವನು ಉರಿಯುತ್ತಿರುವ ಟಾರ್ಚ್‌ಗಳನ್ನು ನೋಡಲಾರಂಭಿಸಿದನು. ಅವನು ತಕ್ಷಣ ಭೂಮಿಯ ಮೇಲೆ ಮಲಗಿದನು. ಆದರೆ ಮಲಗಿರುವಾಗಲೇ ಸಿಕ್ಕಿಬಿದ್ದರೆ ಅನುಮಾನ ಖಾತ್ರಿಯಾಗುತ್ತದೆ ಎಂದುಕೊಂಡು ಮಲಗಿದ ಕೂಡಲೇ ಎದ್ದು ಮತ್ತೆ ನಡೆಯತೊಡಗಿದ. ಅವನು ಹಿಂತಿರುಗಿಯೂ ನೋಡಲಿಲ್ಲ. ರಾಜ್ ಪೋಲೀಸರು ಒಂದು ಕಡೆ ಸಾಧು ಮತ್ತು ಇನ್ನೊಂದು ಕಡೆ ಜೀವಧರ್ಮನನ್ನು ಹಿಡಿದಾಗ ಅವರು ಸ್ವಲ್ಪ ಮುಂದೆ ಹೋಗಿದ್ದರು. ಪೊಲೀಸರು ಜೀವಧರ್ಮನನ್ನು ಹಿಡಿದ ತಕ್ಷಣ ಜೋರಾಗಿ ಅಳಲು ತೋಡಿಕೊಂಡರು. ಪೊಲೀಸರು ಅಳುತ್ತಿದ್ದ ಮಗುವನ್ನು ಹಿಡಿದು ದಡದಲ್ಲಿ ಸಾಧುವಿನ ಕೈಕೋಳ ಹಾಕುತ್ತಿದ್ದ ಸ್ಥಳಕ್ಕೆ ಕರೆತಂದರುಮಗುವನ್ನು ನೋಡಿ ಋಷಿ

ಹೇಳಿದರು – "ದರುವರ್ಮ! ನಿಮ್ಮ ಕಣ್ಣುಗಳು ನಿಮ್ಮನ್ನು ಮೋಸಗೊಳಿಸುತ್ತಿವೆ. ಈ ಮಗು ನಿನ್ನ ಕಣ್ಣಿಗೆ ಮುಳ್ಳಿನಂತೆ ಚುಚ್ಚಿದವನಲ್ಲ. ಸ್ನಾನ ಮಾಡುತ್ತಿದ್ದಾಗ ಗಂಗಾ ನದಿಯಲ್ಲಿ ಮುಳುಗಿ ಇಂದು ಆರನೇ ದಿನ. ಈ ಮಗು ಗ್ರಾಮದ ಬ್ರಾಹ್ಮಣರದ್ದು. ನನಗಾಗಿ ಆಹಾರ ತಂದರು. ನೀವು ನನ್ನನ್ನು ಹಿಡಿದಿರುವುದು ಒಳ್ಳೆಯದು. ಈಗ ನನಗೆ ಬದುಕುವ ಆಸೆ ಉಳಿದಿಲ್ಲ. ನಾನು ನನ್ನ ಜೀವನವನ್ನು ತಪಸ್ಸಿನಲ್ಲಿ ಕಳೆಯಬೇಕೆಂದು ಯೋಚಿಸುತ್ತಿದ್ದೆ, ಆದರೆ ಕೌಟಿಲ್ಯ ಇಲ್ಲದೆ ಅವಳೂ ಅತೃಪ್ತಳಾಗಿದ್ದಳು. ನನಗೂ ಗಂಗಾನದಿಯಲ್ಲಿ ಮುಳುಗಿ ಆತ್ಮಹತ್ಯೆ ಮಾಡಿಕೊಳ್ಳುವ ಯೋಚನೆ ಬಂದಿತ್ತು, ಆದರೆ ಬದುಕಿನ ಬಾಂಧವ್ಯ ಇದ್ಯಾವುದನ್ನೂ ಮಾಡಲು ಬಿಡಲಿಲ್ಲ. ನಿನ್ನ ಶಾಂತಿಗಾಗಿ ಮತ್ತು ಮಹಾನಂದನ ಶಿಕ್ಷೆಗಾಗಿ ನಾನು ಬದುಕಿದ್ದೇನೆ. ನಾನು ನಿಮ್ಮ ಶತ್ರು, ಈ ಮಗುವಿನಲ್ಲ. ನನ್ನ ದೃಷ್ಟಿಯಲ್ಲಿ ಈ ಬಡವನನ್ನು ಏಕೆ ತೊಂದರೆಗೊಳಿಸುತ್ತೀಯಾ? " ದಾರುವರ್ಮ ಮಗುವನ್ನು ಎಚ್ಚರಿಕೆಯಿಂದ ನೋಡಿ ನಂತರ ಕೋಪದ ಕಣ್ಣುಗಳಿಂದ ಚಾಣಕ್‌ನತ್ತ ನೋಡಿದನು. ಹುವಾ ಪೋಲೀಸರಿಗೆ

ಹೇಳಿದಳು – "ಈ ಮಗುವನ್ನು ಬಿಟ್ಟುಬಿಡು! ಬಿಡುಗಡೆಯಾದ ನಂತರ, ಮಗು ಹಳ್ಳಿಯ ಕಡೆಗೆ ಓಡಲು ಪ್ರಾರಂಭಿಸಿತು. ಪೊಲೀಸರು ಚಾಣಕ್‌ನನ್ನು ಕೈಕೋಳದಲ್ಲಿ ಕಟ್ಟುನಿಟ್ಟಾದ ಕಾವಲಿನಲ್ಲಿ ಮಗಧ ಕಡೆಗೆ ಕರೆದೊಯ್ದರು. ಕತ್ತಿಗಳ ನೆರಳಿನಲ್ಲಿ, ಪಂಜುಗಳ ಬೆಳಕಿನಲ್ಲಿ, ಕೈಕೋಳ ಮತ್ತು ಸಂಕೋಲೆಗಳ ಮಿನುಗುವ ಧ್ವನಿಯೊಂದಿಗೆ, ಬಂಧಿತ ಚಾಣಕ್ ಬೆಳಗಿನ ಮುಂಜಾನೆಯ ಹಾಡುಗಳಂತೆ ನೃತ್ಯ ಮಾಡುತ್ತಿದ್ದನು. ಸಂಕೋಲೆಗಳು ಕೈದಿಯ ಪಾದಗಳಿಗೆ ಮುತ್ತಿಟ್ಟು ಹೇಳಿದವು - "ಆರ್ಯನೇ, ಈ ಕಬ್ಬಿಣದಲ್ಲಿ ಸ್ವಾತಂತ್ರ್ಯದ ರಹಸ್ಯ ಅಡಗಿದೆ! ಯಾವಾಗ ಸಹಿಷ್ಣುತೆ ದೌರ್ಜನ್ಯವನ್ನು ಸಹಿಸುತ್ತಾ ಬೆಂಕಿಯನ್ನು ಉಗುಳಲು ಪ್ರಾರಂಭಿಸುತ್ತದೆ, ಆಗ ಆ ಬೆಂಕಿ ಮಾತ್ರ ಹೊರಬರುತ್ತದೆ, ಅದನ್ನು ಮಹಾಕ್ರಾಂತಿ ಎಂದು ಕರೆಯಲಾಗುತ್ತದೆ. ನೀರು ಬೆಂಕಿಯನ್ನು ಹಿಡಿದಿದೆ. ಹೌದು, ದಿಕ್ಕುಗಳು ರಕ್ತವರ್ಣವಾಗುತ್ತಿವೆ, ನಿಮ್ಮ ತಪಸ್ಸಿನಿಂದ ದಿವ್ಯ ಬೆಳಕಿನಂತಹ ಶಕ್ತಿಯು ಅವತರಿಸುವುದಿಲ್ಲವೇ?

4

ಮುದುಕ ಬ್ರಾಹ್ಮಣ ಚಾಣಕ್‌ನನ್ನು ಕಟ್ಟುನಿಟ್ಟಿನ ಕಾವಲುಗಾರರ ಅಡಿಯಲ್ಲಿ ಬಂಧಿಸಲಾಯಿತು. ಯಾರೋ ಸೂಜಿಯಿಂದ ಚುಚ್ಚಿ ಕೊಲ್ಲುವ ರೀತಿಯಲ್ಲಿಯೇ ಚಿತ್ರಹಿಂಸೆ ನೀಡಲಾರಂಭಿಸಿದರು. ತಿನ್ನಲು ಮೂರು ರಾಗಿ ರೊಟ್ಟಿ ಮತ್ತು ಉಸಿರಾಡಲು ಗಾಳಿಯಿಲ್ಲದ ಒಂಟಿತನ. ಆಹ್! ಕ್ರಾಂತಿಯ ನಾಯಕ ಎಷ್ಟು ಕಷ್ಟಗಳನ್ನು ಸಹಿಸಿಕೊಳ್ಳಬೇಕು? ಒಂದು ದಿನ ಚಾಣಕ್‌ಗೆ ರೊಟ್ಟಿ ಕೊಟ್ಟು ಬಾಗಿಲು ಮುಚ್ಚುತ್ತಿದ್ದಾಗ ಜೈಲರ್ ಮತ್ತು ಇತರ ಸರ್ಕಾರಿ ನೌಕರರೊಂದಿಗೆ ದೆವ್ವಗಳು ಅಲ್ಲಿಗೆ ಬಂದವು. ಅವರನ್ನು ಕಂಡ ಕೂಡಲೇ ಕಬ್ಬಿಣದ ಬಾಗಿಲು ಮುಚ್ಚದಂತೆ ತಡೆದರು. ರಾಕ್ಷಸನು ಎಲ್ಲಾ ಅಧಿಕಾರಿಗಳನ್ನು ದೊಡ್ಡ ದ್ವಾರದ ಹೊರಗೆ ಕಳುಹಿಸಿದನು, ಜೊತೆಗೆ ಎರಡು-ಮೂರು ಪ್ರಮುಖ ರಾಜ ಅಧಿಕಾರಿಗಳೊಂದಿಗೆ ಅವನು ಗರ್ಭಗುಡಿಯನ್ನು ಪ್ರವೇಶಿಸಿದನು. ಚಾಣಕ್ ಗರ್ಭಗುಡಿಯ ಕಲ್ಲಿನ ದಿಬ್ಬದ ಮೇಲೆ ತಲೆ ತಗ್ಗಿಸಿ ಏನೋ ಯೋಚಿಸುತ್ತ ಕುಳಿತಿದ್ದ. ಭೂತ ಬಂದ ಸದ್ದಿನಿಂದ ಒಮ್ಮೆ ಮುಖ ಮೇಲೆತ್ತಿ ಕೆಳಗಿಳಿಸಿದ. ಒಂದು ಕ್ಷಣ ಮೌನವಾಗಿ ನಿಂತ ನಂತರ, ಅಮಾತ್ಯ ರಾಕ್ಷಸನು

ಹೇಳಿದನು - 'ಯಾಕೆ ಚಾಣಕ್! ಇದರಲ್ಲಿ ಚಿಂತೆ ನೀವು ತಲೆ ತಗ್ಗಿಸಿ ಭೂಮಿಯನ್ನುನೋಡುತ್ತಿದ್ದೀರಾ?

ಚಾಣಕ್- ಭೂಮಿಯ ಮೇಲೆ ನ್ಯಾಯದ ಕಿರಣವು ಉಳಿದಿದೆಯೇ ಅಥವಾ ಇಲ್ಲವೇ ಎಂದು ನಾನು ನೋಡುತ್ತಿದ್ದೇನೆ. ಮಹಾನಂದನ ಕ್ರೌರ್ಯದಿಂದ ಬೇಸತ್ತು ಭೂಮಿ ಏಕೆ ಸಿಡಿಯಲು ತಡವಾಗುತ್ತಿದೆ ಎಂದು ಯೋಚಿಸುತ್ತಿದ್ದೇನೆ! ಸಾರ್ವಜನಿಕರ, ದೇವಿಯರ ಯೌವನದ ರಕ್ತದೊಂದಿಗೆ ಆಟವಾಡಿದ ಮಹಾನಂದನ ತಲೆಯನ್ನು ಇನ್ನೂ ಏಕೆ ಕತ್ತರಿಸಿಲ್ಲ ಎಂದು ಯೋಚಿಸುತ್ತಿದ್ದೆ! ಪರಾಕ್ರಮಿಯೂ ಬುದ್ಧಿವಂತನೂ ಆದ ರಾಕ್ಷಸನಂಥ ಜೀವಿಯು ಬೆಳ್ಳಿಯ ತುಂಡುಗಳ ದುರಾಸೆಯ ರಾಜನ ಇಚ್ಛೆಗೆ ಏಕೆ ಬಲಿಯಾಗುತ್ತಿದ್ದಾನೆ ಎಂದು ಚಿಂತೆ!

ರಾಕ್ಷಸ - ಏಕೆಂದರೆ ರಾಜಮನೆತನದ ಹಣೆಯ ಮೇಲೆ ಕಳಂಕದ ಶಾಯಿಯನ್ನು ಅನ್ವಯಿಸಬಾರದು.

ಚಾಣಕ್- ಈ ಕಾರಣದಿಂದಾಗಿ ಅಲ್ಲ, ಆದರೆ ಮಹಾಮಾತ್ಯನ ಉನ್ನತ ಸ್ಥಾನವನ್ನು ತಲುಪಲು ಅವನ ಬಯಕೆ. ಮೇಲೆ ಕುಳಿತುಕೊಳ್ಳಬೇಕು.

ರಾಕ್ಷಸ - ಸದ್ಗುಣಗಳನ್ನು ಹೊಂದಿರುವವನು, ಸಿಂಹಾಸನವೇ ಅವನ ಪಾದಗಳನ್ನು ಚುಂಬಿಸಲು ಬರುತ್ತದೆ. ಚಾಣಕ್- ಕುತಂತ್ರಿ ಎಷ್ಟೇ ಬುದ್ಧಿವಂತನಾಗಿದ್ದರೂ ಹಾವಿನಂತೆ ಇರುತ್ತಾನೆ. ರತ್ನದ ಹಾವು ರತ್ನದ ಕಾರಣದಿಂದ ವಿಷವನ್ನು ಉಗುಳುವುದನ್ನು ನಿಲ್ಲಿಸುವುದಿಲ್ಲ.

ಮಾನ್ಸ್ಟರ್ - ಹಗ್ಗ ಸುಟ್ಟುಹೋಯಿತು, ಆದರೆ ಬಲವು ಇನ್ನೂ ಹೋಗಿಲ್ಲ.

ಚಾಣಕ್ - ಅಮಾಯಕನನ್ನು ಸುಟ್ಟಾಗ, ಉರಿಯುತ್ತಿರುವ ಅಮಾಯಕನ ಜ್ವಾಲೆಯು ಬೆಂಕಿಯಾಗುತ್ತದೆ. ಇದಕ್ಕೆ ಇನ್ನೊಂದು ಹೆಸರು ಕ್ರಾಂತಿ. ಅರಣ್ಯ

ಮಾನ್ಸ್ಟರ್ - ಬಂಡಾಯ ಮತ್ತು ಮುಗ್ಧ!

ಚಾಣಕ್ - ವಿಸ್ಮಯವೆಂದರೆ ಜನರ ಬಂಡಾಯವು ಅನ್ಯಾಯದ ಕೊನೆಯ ಹನಿಗಳನ್ನು ಇಲ್ಲಿಯವರೆಗೆ ಏಕೆ

ಅಗಿಯಲಿಲ್ಲರಾಕ್ಷಸ - ಲೋ, ಸಾರ್ವಜನಿಕರಲ್ಲಿ ಬಂಡಾಯವಿಲ್ಲ, ಬಂಡಾಯವಿಲ್ಲ ಎಂಬುದು ನಿಮ್ಮ ಬಾಯಿಂದ ಸಾಬೀತಾಗಿದೆ ಇದು ಕೇವಲ ವೃದ್ಧ ಬ್ರಾಹ್ಮಣನ ವಿಷಪೂರಿತ ಪಿತೂರಿ. ಚಾಣಕ್- ರಾಜಪ್ರಭುತ್ವದ ವಿಜಯವು ಸಾರ್ವಜನಿಕರನ್ನು ಅಧಿಕಾರ ಮತ್ತು ವಂಚನೆಯಿಂದ ಕುರುಡರನ್ನಾಗಿ ಮಾಡುವುದರಲ್ಲಿ ಅಡಗಿದೆ. ಆದರೆ ಜನ ಎಚ್ಚೆತ್ತುಕೊಂಡು ದರೋಡೆಕೋರರ ಲೂಟಿಯನ್ನು ಗುರುತಿಸಿದಾಗ, ಅವರು ಕೊಲೆಗಾರ ಡಕಾಯಿತರಿಗೆ ನೀಡುವ ಶಿಕ್ಷೆಯನ್ನೇ ದರೋಡೆಕೋರರಿಗೂ

ನೀಡುತ್ತಾರೆರಾಕ್ಷಸರು - ದೇಶದ್ರೋಹದ ಡಕಾಯಿತರು ಶೀಘ್ರದಲ್ಲೇ ಈ ಶಿಕ್ಷೆಯನ್ನು ಸ್ವೀಕರಿಸುತ್ತಾರೆ. ಆದರೆ ನೀವು ನಿಮ್ಮ ಕಾರ್ಯಗಳ ಬಗ್ಗೆ ಪಶ್ಚಾತ್ತಾಪಪಟ್ಟು ಮಹಾರಾಜನಂದರ ಮುಂದೆ ಬೇಡಿಕೊಂಡರೆ ಮತ್ತು ನಿಮ್ಮ ಅಪರಾಧಕ್ಕಾಗಿ ಕ್ಷಮೆ ಕೇಳಿದರೆ, ನೀವು ವಯಸ್ಸಾದ ಬ್ರಾಹ್ಮಣ ಎಂದು ಭಾವಿಸಿ ನಿಮ್ಮ ಪ್ರಾಣಕ್ಕಾಗಿ ಬೇಡಿಕೊಳ್ಳಬಹುದು.

ಚಾಣಕ್- ಕ್ಷಮೆ ಕೇಳಲು ಮಹಾನಂದ್ ನನ್ನ ಮುಂದೆ ಸಾವಿರ ಬಾರಿ ಬಂದರೂ ನಾನು ಒಮ್ಮೆ ಕೂಡ ಕ್ಷಮಿಸುವುದಿಲ್ಲ. ಇಂತಹ ಕುರುಡು ಮತ್ತು ಪಾಪದ ವ್ಯಕ್ತಿಯಿಂದ ಕ್ಷಮೆ ಕೇಳಲು ಯಾವ ಬುದ್ಧಿವಂತ ಮಂತ್ರಿಯೂ ಕನಸು ಕಾಣುವುದಿಲ್ಲ, ಮೂರ್ಖ ಕೊಲೆಗಾರನನ್ನು ಬಿಟ್ಟು.

ರಾಕ್ಷಸ - ಕ್ಷಮೆಯಾಚಿಸುವ ಮೂಲಕ ನೀವು ರಾಜಮನೆತನದಲ್ಲಿ ಉನ್ನತ ಸ್ಥಾನವನ್ನು ಪಡೆಯಬಹುದು.

ಚಾಣಕ್- ಅಂತಹ ರಾಜಮನೆತನದಲ್ಲಿ ಎತ್ತರದ ಆಸನದಲ್ಲಿ ಕುಳಿತುಕೊಳ್ಳಲು ರಸ್ತೆಯಲ್ಲಿ ಅನೇಕ ನಾಯಿಗಳು.

ಅಲೆಯಂತೆರಾಕ್ಷಸ - ವೃದ್ಧಾಪ್ಯದಲ್ಲಿ ಬ್ರಾಹ್ಮಣನ ಬುದ್ಧಿಯು ಕಳೆದುಹೋಗಿದೆ ಎಂದು ತೋರುತ್ತದೆ.

ಚಾಣಕ್- ಬ್ರಾಹ್ಮಣ ಚಾಣಕ್‌ನ ಬುದ್ಧಿವಂತಿಕೆಯು ನಾಶವಾಗಲಿಲ್ಲ, ಆದರೆ ಸ್ಥಾನದ ದುರಾಸೆಯಲ್ಲಿ ಅಮಾತ್ಯ ರಾಕ್ಷಸನ ಬುದ್ಧಿವಂತಿಕೆಯು ನಾಶವಾಗಿದೆ. ರಾಕ್ಷಸನು ಮಹಾನಂದರನ್ನು ಪೂಜಿಸುವಷ್ಟು ದೇಶಭಕ್ತ ಮಹಾಮಾತ್ಯ ಶಕ್ತರನ್ನು ಪೂಜಿಸಿದ್ದರೆ ಎಷ್ಟು ಚೆನ್ನಾಗಿರುತ್ತಿತ್ತು.

ರಾಕ್ಷಸ - ಮಹಾಮಾತ್ಯ ಶಕ್ತರ ಭಕ್ತಿ! ದೇಶದ್ರೋಹದ ಅಪರಾಧಿ ಕೈದಿಯ ಪೂಜೆ! ದೇಶದ್ರೋಹದ ಗಂಭೀರ ಅಪರಾಧಕ್ಕಾಗಿ ಬ್ರಾಹ್ಮಣ ಮತ್ತು ಶಕ್ತರಿಗೆ ಈಗಾಗಲೇ ಜೀವಾವಧಿ ಶಿಕ್ಷೆ ವಿಧಿಸಲಾಗಿದೆ. ನೀಡಲಾಗಿದೆ. ಅಷ್ಟೇ ಅಲ್ಲ ಅವರ ಆಸ್ತಿಯನ್ನೆಲ್ಲ ರಾಜ್ಯ ಮುಟ್ಟುಗೋಲು ಹಾಕಿಕೊಂಡಿದೆ. ಅವನ ಪಾಪಗಳ ಇದರ ದುಷ್ಪರಿಣಾಮಗಳನ್ನು ಅವರು ಒಬ್ಬರೇ ಅನುಭವಿಸುವುದು ಮಾತ್ರವಲ್ಲ, ಅವರ ಜೊತೆಗೆ ಅವರ ಮಕ್ಕಳು ಕೂಡ ಜೈಲಿನಲ್ಲಿ ನರಳುತ್ತಿದ್ದಾರೆ.

ಚಾನಕ್ - ಮಹಾಮಾತ್ಯ ಶಕ್ತರನ್ನು ಬಂಧಿಸಲಾಗಿದೆಯೇ ಮತ್ತು ಸಾರ್ವಜನಿಕರು ಇನ್ನೂ ಇದ್ದಾರೆ ಇದು ಶಾಂತವಾಗಿದೆ.

ರಾಕ್ಷಸ - ಏಕೆಂದರೆ ರಾಕ್ಷಸನ ಬುದ್ಧಿವಂತಿಕೆ ಮತ್ತು ಶಸ್ತ್ರಾಸ್ತ್ರಗಳ ಶಕ್ತಿಯು ರಾಜ್ಯದಲ್ಲಿದೆ.

ಚಾಣಕ್- ನೀನು ಚೆನ್ನಾಗಿ ಮಾಡಲಿಲ್ಲ ರಾಕ್ಷಸ! ಶಕ್ತರಂತಹ ಶಾಂತ ಮತ್ತು ನೀತಿವಂತ ಮಹಾಮಾತ್ಯರನ್ನು ಹೊಂದಿದ್ದರಿಂದ ಈ ರಾಜ್ಯವು ಸುರಕ್ಷಿತವಾಗಿತ್ತು. ಈಗ ನಿಗ್ರಹಿಸಿದ ಕಿಡಿ ಉರಿಯುತ್ತದೆ, ವಿದೇಶಿ ಆಕ್ರಮಣಕಾರರಿಗೆ ಅವಕಾಶ ಸಿಗುತ್ತದೆರಾಕ್ಷಸ-ಕಿಡಿಯನ್ನು ಹತ್ತಿಕ್ಕಲು ಮತ್ತು ಅದನ್ನು ಬೂದಿ ಮಾಡಲು ಮಾತ್ರ ಇದನ್ನು ಮಾಡಲಾಗಿದೆ. ಆಂತರಿಕ ದಂಗೆಯಿಂದಾಗಿ ಸ್ಫೋಟದ ಸಾಧ್ಯತೆ ಇತ್ತು. ಈಗ ಯಾವ ದುಷ್ಟ ರಾಜನು ಮಹಾನಂದನನ್ನು ವಕ್ರದೃಷ್ಟಿಯಿಂದ ನೋಡುತ್ತಾನೆ ಎಂದು ನೋಡೋಣ. ಮಹಾನಂದರನ್ನು ರಕ್ಷಿಸಲು ಮುದುಕ ಬ್ರಾಹ್ಮಣನ ರಕ್ತದಿಂದ ನನ್ನ ಕೈಗಳಿಗೆ ಮಸಿ ಬಳಿಯಬೇಕಾದರೆ, ನಾನು ಹಾಗೆ ಮಾಡಲು ಹಿಂಜರಿಯುವುದಿಲ್ಲ. ನಿಮ್ಮನ್ನು ಮನವೊಲಿಸುವ ಎಲ್ಲಾ ಪ್ರಯತ್ನಗಳು ವಿಫಲವಾದಂತೆ ತೋರುತ್ತಿದೆ. ಜೈಲಿನ ರೊಟ್ಟಿ ತಿಂದು ಇನ್ನೂ ಎರಡು-ನಾಲ್ಕು ದಿನ ಉಸಿರೆಳೆದುಕೊಳ್ಳಿ, ಅಷ್ಟರಲ್ಲಿ ನೀನು ಬದಲಾದರೆ ಒಳ್ಳೆಯದು, ಇಲ್ಲವಾದರೆ ಮಹಾನಂದನ ಕೋಪ ಮುದುಕ ಬ್ರಾಹ್ಮಣನ ರಕ್ತ ಕುಡಿಯುತ್ತದೆ.

ಚಾಣಕ್- ಈ ಮರ್ತ್ಯ ದೇಹವನ್ನು ಶಿಕ್ಷೆಯಾಗಿ ಪರಿಗಣಿಸದವನು ಸಾವಿಗೆ ಹೆದರುತ್ತಾನೆ. ಚಾಣಕ್ ಜಾಗೃತ, ಸಂಯಮದಿಂದ ತನ್ನೆಲ್ಲ ಆಸೆಗಳನ್ನು ತಣಿಸಿಕೊಂಡಿದ್ದಾನೆ. ಒಣ ರೊಟ್ಟಿಯಲ್ಲೂ ಅಮೃತದ ರುಚಿ ನೋಡುತ್ತಾನೆ, ಮೂರು ರಾಗಿ ರೊಟ್ಟಿ ಕೊಡುವುದನ್ನು ನಿಲ್ಲಿಸಿದರೂ ಮಹಾನಂದನ ಮುಂದೆ

ತಲೆಬಾಗುವುದಿಲ್ಲ. ಈ ಮುದುಕ ಬ್ರಾಹ್ಮಣನು ರಾಗಿ ರೊಟ್ಟಿಗಳನ್ನು ತಿಂದು ಇನ್ನೂ ಜೀವಂತವಾಗಿದ್ದಾನೆ, ಇದರಿಂದ ಅವನು ಮಹಾನಂದನನ್ನು ಸಿಂಹಾಸನದಿಂದ ಕೆಳಗಿಳಿಸುತ್ತಾನೆ

ರಾಕ್ಷಸ - ಮರಣದಂಡನೆಯ ಕತ್ತಿಯ ಹೊರತಾಗಿ ನಿನಗೆ ಬೇರೆ ಉಪಾಯವಿಲ್ಲ, ಅದಕ್ಕಾಗಿ ಕಾಯುತ್ತಾ ಬದುಕಬೇಕು. ನಮ್ಮ ಕರುಣೆಯಿಂದ ದಾನ ಮಾಡಿದ ಜೀವನದ ಕ್ಷಣಗಳಲ್ಲಿ ಕ್ಷಮೆ ಕೇಳುವ ಬುದ್ಧಿವಂತಿಕೆ ನಿಮಗೆ ಸಿಕ್ಕರೆ, ಕೊನೆಯವರೆಗೂ ನಾನು ಮಹಾರಾಜರಿಂದ ಕ್ಷಮೆಯನ್ನು ಪಡೆಯಲು ಪ್ರಯತ್ನಿಸುತ್ತೇನೆ.

ಚಾಣಕ್ - ನನಗೆ ಜೀವದಾನ ಬೇಡ. ನೀನು ವೃದ್ಧ ಬ್ರಾಹ್ಮಣನಿಗೆ ದಾನ ಮಾಡಬೇಕೆಂದಿದ್ದರೆ ನನಗೆ ದಾನದಲ್ಲಿ ಪ್ರಜೆಗಳ ರಾಜ್ಯವನ್ನು ಕೊಡು, ದೇಶಕ್ಕೆ ಜನರ ಆಶಯದ ರಾಜನನ್ನು ಕೊಡು, ಮಹಾನಂದ ಭಯೋತ್ಪಾದನೆಯಿಂದ ಭಾರತದ ಭೂಮಿಯನ್ನು ಮುಕ್ತಗೊಳಿಸಿ!

ರಾಕ್ಷಸ - ರಾಕ್ಷಸ ರಾಜಭಕ್ತ, ಅವನು ಸಾಯುವವರೆಗೂ ಮಹಾನಂದ ವಿರುದ್ಧ ಬಂಡಾಯವೆದ್ದನು. ಸರಿ, ಈಗ ನಾವು ಹೋಗುತ್ತೇವೆ. ಹೊರಡುವಾಗ ರಜಪೂತನ ರಾಜರು ಮಗಧ ರಾಜ್ಯದ ಅಧೀನವನ್ನು ಸ್ವೀಕರಿಸಿದ ಈ ಸಂತೋಷದ ಸುದ್ದಿಯನ್ನು ಹೇಳುತ್ತೇನೆ. ರಾಕ್ಷಸರು ಸೆರೆಮನೆಯಿಂದ ಹೊರಬಂದರು. ಕಾರ್ ಅಧಿಕಾರಿಯೊಂದಿಗೆ ಕೆಲವು ರಹಸ್ಯ ಮಾತುಕತೆಗಳ ನಂತರ ಅವರು ನೇರವಾಗಿ ಮಹಾರಾಜ್ ಮಹಾನಂದರ ರಾಜಭವನದ ಕಡೆಗೆ ಹೋದರು. ದಾರಿಯುದ್ದಕ್ಕೂ ಸ್ವಲ್ಪ ದೂರದಲ್ಲಿ ನುರಿತ ಸೈನಿಕರ ಕಟ್ಟುನಿಟ್ಟಿನ ಕಾವಲು ಇತ್ತು. ಎಲ್ಲಾ ರಸ್ತೆಗಳನ್ನು ನಿರ್ಬಂಧಿಸಲಾಗಿದೆ. ಅಮಾತ್ಯ ರಾಕ್ಷಸರು ಆ ಮಾರ್ಗದಲ್ಲಿ ಹಾದು ಹೋಗುವವರೆಗೂ ಯಾರೂ ಆ ದಾರಿಯಲ್ಲಿ ಬಂದು ಹೋಗಲಾರರು. ಅಮಾತ್ಯರ ಭದ್ರತೆಯ ವ್ಯವಸ್ಥೆಗಳನ್ನು ರಾಜ್ಯದ ಚುನಾಯಿತ ಸೇನಾ ಅಧಿಕಾರಿಗಳಿಗೆ ಬಿಡಲಾಯಿತು. ಅಮರ ರಾಕ್ಷಸನ ಕೂದಲಾದರೂ ಉಳಿಸಬಹುದೆಂಬ ಧೈರ್ಯ.

ರಾಕ್ಷಸರು ರಾಜಭವನ ತಲುಪಿದರು. ಅವರ ಆಗಮನದ ಸುದ್ದಿ ತಿಳಿದ ಕೂಡಲೇ ಮಹಾನಂದರು ಬಾಗಿಲಿಗೆ ಬಂದರು. ಹೇಗೆ ಬಲಹೀನ ವ್ಯಕ್ತಿ ಬಲವಾದ ಬೆಂಬಲವನ್ನು ಪಡೆದ ನಂತರ ವಿಚಿತ್ರವಾದ ಗೌರವವನ್ನು ತೋರಿಸುತ್ತಾನೆ, ಅದೇ ರೀತಿಯಲ್ಲಿ, ಹತ್ತಿರ ಬಂದು, ಮಹಾನಂದ್ ರಾಕ್ಷಸನನ್ನು ಬೃಹತ್ ಕೋಣೆಗೆ ಕರೆತಂದನು. ರಾಜ ಮತ್ತು ರಾಕ್ಷಸರು ಕಾಮ್ದಾರ್ ವೆಲ್ವೆಟ್ ಕಾರ್ಪೆಟ್‌ಗಳ ಮೇಲೆ ಒಟ್ಟಿಗೆ ಕುಳಿತರು. ಅವರು ಕುಳಿತ ಕೂಡಲೇ ಮಹಾನಂದರು ಹೇಳಿದರು, 'ನಿಮ್ಮ ಬುದ್ಧಿವಂತಿಕೆ ಮತ್ತು ತೋಳುಗಳ ಸಹಾಯದಿಂದ ನಾವು ಸಂತೋಷದಿಂದ ನಿದ್ರಿಸುತ್ತೇವೆ. 'ರಾಕ್ಷಸ - ಆದರೆ ನಮ್ಮ ರಾಜನು ನಿರೀಕ್ಷಿತಕ್ಕಿಂತ ಹೆಚ್ಚಿನ ಸಂಪತ್ತನ್ನು ಪಡೆದ ನಂತರ ಹೇಗೆ ಕಳೆದುಹೋಗುತ್ತಾನೆಯೋ ಅದೇ ರೀತಿಯಲ್ಲಿ ನಮ್ಮ ರಾಜನು ಸಂತೋಷದ ನಿದ್ರೆಯಲ್ಲಿ ಕಳೆದುಹೋಗಿರುವುದು ದುಃಖಕರವಾಗಿದೆ. ನಂದ್- ಹಳೆಯ ಬ್ರಾಹ್ಮಣನ ಉಡುಗೊರೆ ನಿಮ್ಮ ಮೇಲೂ ಸ್ವಲ್ಪ ಪ್ರಭಾವ ಬೀರಿದೆ ಎಂದು ತೋರುತ್ತದೆ. ಆದ್ದರಿಂದ ನೀವು ಸಹ ನಮ್ಮನ್ನು ಗೌರವದಿಂದ ನೋಡಲು ಬಯಸುವುದಿಲ್ಲವೇ? ರಾಕ್ಷಸ - ನಾವು ರಾಜಭಕ್ತರು, ಮಹಾರಾಜರೇ! ನಿಮ್ಮ ಇದಕ್ಕಾಗಿ ತನ್ನ ರಕ್ತದ ಕೊನೆಯ ಹನಿಯವರೆಗೂ ಚೆಲ್ಲುತ್ತದೆ.

ನಂದ್- ಆಗ ಮಾತ್ರ ನಮಗೆ ಭರವಸೆ

ಇದೆರಾಕ್ಷಸ - ರಾಕ್ಷಸನ ಉಪಸ್ಥಿತಿಯಲ್ಲಿ ಯಾರೂ ನಿಮ್ಮ ವಿರುದ್ಧ ಯಾವುದೇ ಆಕ್ಷೇಪಣೆಯನ್ನು ವ್ಯಕ್ತಪಡಿಸಲು ಸಾಧ್ಯವಾಗುವುದಿಲ್ಲ, ಆದರೆ ಒಳಗಿನಿಂದ ಯಾರೋ ಕರೆದು ಮದಿರಾ, ಕಾಂಚನ್ ಮತ್ತು ಕಾಮಿನಿ ಒಟ್ಟಿಗೆ ಬಂದಾಗ ಬೀಳುವ ಕಾಲುಗಳನ್ನು ತಡೆಯಲಾಗುವುದಿಲ್ಲ ಎಂದು ಹೇಳುತ್ತಾರೆ. ರಾಜನು ಎಲ್ಲರಿಗೂ ರಕ್ಷಕ, ಮಹಾರಾಜ! ಆಸೆಗಳ ಹಸಿವಿನಲ್ಲಿ ಭಕ್ಷಕನಾದರೆ ಭೂಕಂಪ, ಹತ್ಯಾಕಾಂಡ ಸಂಭವಿಸುತ್ತದೆ. ಮುರನನ್ನು ಅರಮನೆಗೆ ಕರೆತರುವುದು ಸರ್ಪವನ್ನು ಕೊರಳಿಗೆ ಸುತ್ತಿಕೊಂಡಂತೆ ಎಂಬುದು ನನ್ನ ಅಭಿಪ್ರಾಯ. ಆ ರೂಪದ ರತ್ನದಲ್ಲಿ ವಿಷದ ಹುಡ್ ಹುದುಗಿದೆಯಂತೆ.

ನಂದ - ಮುರದಲ್ಲಿ ಅಮೃತವಿದೆ ಅಮಾತ್ಯ!

ರಾಕ್ಷಸ- ಆ ಬಟ್ಟಲು ಅಮೃತ ಆದರೆ ಅದರಲ್ಲಿ ವಿಷ ತುಂಬಿದೆ ನಂದ- ಆ ಬಟ್ಟಲಿನಲ್ಲಿ ವಿಷವಿದ್ದರೆ ಶಂಕರನಂತೆ ಬಾಯಿ ಮುಕ್ಕಳಿಸುವುದೂ ಗೊತ್ತು.

ರಾಕ್ಷಸ- ಶಿವನು ಶಕ್ತಿಯಿಂದ ತುಂಬಿದ್ದನು, ಅವನು ವಿಷ ಕುಡಿದರೂ ಅಮರ. ಆದರೆ ಒಬ್ಬ ಸಾಮಾನ್ಯ ವ್ಯಕ್ತಿ ವಿಷ ಕುಡಿದು ಸಾಯುತ್ತಾನೆ. ಭಾವುಕತೆಯಲ್ಲಿ ಕವಿಗಳ ಭಾಷೆ ಬೇರೆ, ನಡವಳಿಕೆಯ ಭಾಷೆ ಬೇರೆ. ಋಷಿಯ ಶಾಪಕ್ಕೆ ತಲೆ ಕೆಡಿಸಿಕೊಳ್ಳದೆ ಕಾಮಾತ್ಮನಾದ ಪಾಂಡು ಮಾದ್ರಿಯ ಕಂಠಕ್ಕೆ ಬಾಹುಗಳ ಸಮೇತ ತನ್ನ ಪ್ರಾಣವನ್ನು ತ್ಯಜಿಸಿದಂತೆಯೇ ಮುರನೂ ಒಂದು ದಿನ ಭೀಕರ ಕಿಡಿಯಾಗಿ ಕಾಣಿಸಿಕೊಳ್ಳುತ್ತಾನೆ. ಶಾಪ, ಅದು ಆಗಲಿ.

ನಂದ್-ಮುರ ಕಥೆ ನನಗೆ ಬಿಡಿ, ನಾನೇ ಪರಿಹರಿಸುತ್ತೇನೆ. ಈ ವಿಷಯಗಳಲ್ಲಿ ಮುಳುಗಿ ನಿಮ್ಮ ಸಮಯವನ್ನು ವ್ಯರ್ಥ ಮಾಡಬೇಡಿ. ಹೌದು, ಶಕ್ತರಿಗೆ ಜೈಲಿನಲ್ಲಿ ಅತ್ಯಂತ ಕಠಿಣ ಶಿಕ್ಷೆಯನ್ನು ನೀಡಲಾಗುತ್ತಿದೆ, ಅಲ್ಲವೇ?

ರಾಕ್ಷಸ - ನಿನ್ನ ಆಜ್ಞೆಯಂತೆ ಶಕ್ತರನ್ನು ಕತ್ತಲಕೋಣೆಯಲ್ಲಿ ಇರಿಸಲಾಗಿದೆ. ಅವನನ್ನು ತಿನ್ನಲು ನಿತ್ಯ ಎರಡೂವರೆ ಪಾವ್ ಒಣ ಸಟ್ಟು ಮಾತ್ರ ನೀಡಲಾಗುತ್ತದೆ. ಯಾವುದೇ ಸಂದರ್ಭದಲ್ಲಿ, ಒಂದು ಹಕ್ಕಿ ಕೂಡ ಇದೆ ಆದರೆ ಕೊಲ್ಲಲು ಸಾಧ್ಯವಿಲ್ಲನಂದ್- ಶಕ್ತರನ್ನು ಯಾರೂ ಭೇಟಿಯಾಗದಂತೆ ನೋಡಿಕೊಳ್ಳಿ. ಗಾಳಿಯ ಚಲನೆಯು ರಾಕ್ಷಸ-ಮಹಾರಾಜರ ನೋಟದ ಸಂಕೇತದಲ್ಲಿ ನಿಲ್ಲುತ್ತದೆ. ಶಕ್ತರನ್ನು ಬಂಧಿಸಿರುವ ಕತ್ತಲಕೋಣೆಯನ್ನು ಸೂರ್ಯನ ಬೆಳಕು ಅಥವಾ ಚಂದ್ರನು ತಲುಪಲು ಸಾಧ್ಯವಿಲ್ಲ. ಮೂನ್ಲೈಟ್. ಅಲ್ಲಿ ಕತ್ತಲೆ ಮಾತ್ರ ಶಕ್ತರನ್ನು ಕೇಳುತ್ತದೆ.

ನಂದ್- ಮತ್ತು ಸುವಾಸಿನಿ ಮತ್ತು ಶಕ್ತರ ಕುಟುಂಬದ ಉಳಿದವರ ಸ್ಥಿತಿ ಏನು?

ರಾಕ್ಷಸರು- ಅವರನ್ನೂ ಸಾಮ್ರಾಜ್ಯದ ಅರಮನೆಯಲ್ಲಿ ಬಂಧಿಸಲಾಗಿದೆ, ಆದರೆ ಅವರಿಗೆ ಯಾವುದೇ ತೊಂದರೆ ನೀಡಲಾಗುತ್ತಿಲ್ಲ. ಸುವಾಸಿನಿಗೆ ಓದಲು ಮತ್ತು ಬರೆಯಲು ಸಂಪೂರ್ಣ ಸೌಲಭ್ಯ ನೀಡಲಾಗುತ್ತಿದೆ. ನಂದ್ - ಬಂಡಾಯ ಈಗ ಶಾಂತವಾಗಿದೆ ಅಲ್ಲವೇ? ರಾಕ್ಷಸ-ದಂಡದ ಭಯದಿಂದ ಎಲ್ಲರೂ ರಾಜಭಕ್ತರಾದರು. ಎಲ್ಲೆಡೆಯಿಂದ ಜೈ ಮಹಾರಾಜ್ ನಂದ ಶಬ್ದ ಕೇಳಿಸುತ್ತದೆ.

ನಂದ್- ಮತ್ತು ಆ ಹಳೆಯ ಬ್ರಾಹ್ಮಣ ಚಾಣಕ್? ಅವನ ಶಕ್ತಿ ಇನ್ನೂ ಸುಟ್ಟುಹೋಗಿದೆಯೋ ಇಲ್ಲವೋ.

ರಾಕ್ಷಸ - ಅವನು ಸ್ವಲ್ಪವೂ ಚಲಿಸುವುದಿಲ್ಲ. ಯಾವುದೇ ದುರಾಶೆ ಮತ್ತು ಯಾವುದೇ ಭಯದಿಂದ ಅವನು ತಲೆಬಾಗಲು ಸಿದ್ಧರಿಲ್ಲ.

ನಂದ್ - ನಂತರಅವನ ತಲೆಯನ್ನು ಕತ್ತರಿಸಿ! ಅವನ ತಲೆಯನ್ನು ಕತ್ತರಿಸಿ ಅಡ್ಡಹಾದಿಯಲ್ಲಿ ನೇತುಹಾಕಿ ಇದರಿಂದ ಭವಿಷ್ಯದಲ್ಲಿ ದಂಗೆ ಏಳಲು ಯಾರೂ ಮುಂದಾಗುವುದಿಲ್ಲ.

ರಾಕ್ಷಸ - ಬೇರೆ ಪರಿಹಾರ ಇರಬಹುದಲ್ಲ ಮಹಾರಾಜ! ನಂದಾ- ಪರಿಹಾರಗಳ ಆಲೋಚನೆಯಲ್ಲಿ ವ್ಯರ್ಥವಾದ ಸಮಯವೆಲ್ಲವೂ ನಮ್ಮ ಬಯಕೆಯಾಗಿದೆ. ಈಗ ನಾವು ಬೇರೆ ಏನನ್ನೂ ಕೇಳಲು ಬಯಸುವುದಿಲ್ಲ. ಚಾಣಕ್ನ ತಲೆಯನ್ನು ಕತ್ತರಿಸುವ ಮೂಲಕ ಅಡ್ಡದಾರಿ ಆದರೆ ಅದನ್ನು ನೇಣು ಹಾಕಬೇಕು, ಇದು ರಾಜಮನೆತನದ ಆದೇಶ. ರಾಕ್ಷಸನ ಆಜ್ಞೆಯನ್ನು ಪಾಲಿಸಲಾಗುವುದು, ಮಹಾರಾಜ! ಆದರೆ ಶಿಲುಬೆಗೇರಿಸುವ ಆರು ಗಂಟೆಗಳ ಮೊದಲು ಮಾತ್ರ ರಾಜಾಜ್ಞೆಯನ್ನು ಸಾರ್ವಜನಿಕರಿಗೆ ಘೋಷಿಸಬೇಕು. ಅದಕ್ಕೂ ಮೊದಲು ಬ್ರಾಹ್ಮಣ ಚಾಣಕ್ ಕೊಲ್ಲಲ್ಪಡುತ್ತಾನೆ ಎಂಬ ಸುದ್ದಿಯನ್ನು ಯಾರೂ ಕೇಳಬಾರದು. ಒಂದು ವೇಳೆ ಮಹಾರಾಜರು ನನ್ನ ಮಾತನ್ನು ಒಪ್ಪುವುದಾದರೆ, ಚಾಣಕನನ್ನು ಸೆರೆಮನೆಯಲ್ಲಿಯೇ ವಿಷ ಹಾಕಿ ಕೊಲ್ಲಬೇಕು ಮತ್ತು ಬ್ರಾಹ್ಮಣ ಚಾಣಕ್ ಹೃದಯಾಘಾತದಿಂದ ಸತ್ತನೆಂದು ಘೋಷಿಸಬೇಕು ಎಂಬುದು ನನ್ನ ಬಯಕೆ.

ನಂದ್ - ಆದರೆ ನಾವು ಬ್ರಾಹ್ಮಣನ ತಲೆಯನ್ನು ಕಾಲುಗಳಿಂದ ಪುಡಿಮಾಡಿ ಅಡ್ಡದಾರಿಯಲ್ಲಿ ನೇತಾಡುವುದನ್ನು ನೋಡಲು ಬಯಸುತ್ತೇವೆ.

ರಾಕ್ಷಸ - ರಾಜಕೀಯದಲ್ಲಿ ಇಚ್ಛೆಯನ್ನು ತ್ಯಾಗ ಮಾಡಬೇಕು ಮಹಾರಾಜರೇ! ಚಾಣಕ್ ಸಾವಿನಿಂದ ನಿನ್ನ ಈ ಆಸೆ ಈಡೇರುತ್ತದೆ. ಬಸ್ಸು!

ನಂದ್- ಆದ್ದರಿಂದ ನೀವು ವ್ಯರ್ಥವಾಗಿ ನಮ್ಮ ಶಕ್ತಿಯ ಬಗ್ಗೆ ಹೆಮ್ಮೆಪಡುತ್ತೀರಿ! ನಮ್ಮ ಇಚ್ಛೆಯಂತೆ ದಂಗೆಕೋರ ಬ್ರಾಹ್ಮಣನನ್ನು ಶಿಕ್ಷಿಸಲೂ ಸಾಧ್ಯವಾಗದ ನಾವು ರಾಜರು ನಿಷ್ಪ್ರಯೋಜಕರಾಗಿದ್ದೇವೆ. ಇಂದಿನಿಂದ ಮೂರನೇ ದಿನ ಚಾಣಕ್‌ನ ತಲೆಯನ್ನು ಕತ್ತರಿಸಿ ನಮ್ಮ ಮುಂದೆ ಹಾಜರುಪಡಿಸಬೇಕೆಂದು ನಾವು ಆದೇಶಿಸುತ್ತೇವೆ. ರಾಕ್ಷಸರು ದಿಗ್ಭ್ರಮೆಗೊಂಡರು. ಗಾಳಿಯ ಜೊತೆಗೆ ಸುಗ್ರೀವಾಜ್ಞೆಯ ಘೋಷಣೆ ಎಲ್ಲೆಡೆ ಹರಡಿತು. ರಾಕ್ಷಸನ ಪ್ರಯತ್ನದ ನಂತರವೂ ಈ ವಿಷಯವನ್ನು ಮರೆಮಾಡಲು ಸಾಧ್ಯವಾಗಲಿಲ್ಲ. ಚಿಂತೆಯಲ್ಲಿ ಮುಳುಗಿದ್ದ ರಾಕ್ಷಸರು ತಮ್ಮ ನಿವಾಸಕ್ಕೆ ಬಂದರು. ಅವನು ತನ್ನ ಆಲೋಚನೆಗಳಲ್ಲಿ ಮುಳುಗಿ ಮಲಗಿದನು. ಅವನು ಮಲಗಲು ಬಯಸಿದನು ಆದರೆ ಮಲಗಲು ಸಾಧ್ಯವಾಗಲಿಲ್ಲ. ಹೇಗೋ ರಾಕ್ಷಸನು ರಾತ್ರಿಯನ್ನು ಕಳೆದನು. ಬೆಳಿಗ್ಗೆ, ಹಾಸಿಗೆಯ ಮೇಲೆ ಮಲಗಿದ್ದಾಗ, ಅವನು ಯೋಚಿಸುತ್ತಿದ್ದನು, ಸೇವಕನು ಅವನನ್ನು ಸ್ವಾಗತಿಸಿದ ನಂತರ

ಹೇಳಿದನು - 'ಶಕ್ತರ ಮಗಳು ಈ ಅಗತ್ಯ ಪತ್ರಿಕೆಯನ್ನು ಕಳುಹಿಸಿದ್ದಾಳೆಅಮಾತ್ಯ ರಾಕ್ಷಸರು ಪತ್ರಿಕೆಯನ್ನು ತೆಗೆದುಕೊಂಡು ಓದತೊಡಗಿದರು. ಅದರಲ್ಲಿ 'ಚಿನ್ನದ ಸಂಕೋಲೆಯಲ್ಲಿ ಬಂಧಿಯಾಗಿದ್ದ ಮಗಧದ ಮಾಜಿ ಮಹಾಮಾತ್ಯ ಶಕ್ತರ ಮಗಳು ನಿನ್ನನ್ನು ಭೇಟಿಯಾಗಲು ಬಯಸುತ್ತಾಳೆ. ಪತ್ರವನ್ನು ಓದಿದ ತಕ್ಷಣ, ರಾಕ್ಷಸರು ಎದ್ದು ನೇರವಾಗಿ ಜೈಲು ಕೋಣೆಗೆ ಹೋದರು, ಅದರಲ್ಲಿ ಶಕ್ತರ ಕುಟುಂಬವನ್ನು ಬಂಧಿಸಲಾಯಿತು. ರಾಕ್ಷಸನನ್ನು ಭೇಟಿಯಾಗಲು ಸುವಾಸಿನಿಗಾಗಿ ಕೋಣೆಯ ಬಾಗಿಲು ತೆರೆಯಲಾಯಿತು. ಶಕ್ತರು ಸೂತನ ಮುಂದೆ ಬಂದ ಕೂಡಲೇ ರಾಕ್ಷಸನು ಹೇಳಿದನು - 'ಹೇಳು, ನೀನು ನಮ್ಮನ್ನು ಏಕೆ ನೆನಪಿಸಿಕೊಂಡೆ?

ಸುವಾಸಿನಿ - ದೇವರಂತಹ ಬಾಬಾ ಚಾಣಕ್ ಕೊಲ್ಲುತ್ತಾರೆ ಎಂದು ನಾನು ಕೇಳಿದೆ!

ರಾಕ್ಷಸ - ಹೌದು, ರಾಜನ ಅಪ್ಪಣೆ ಹೀಗಿದೆ.

ಸುವಾಸಿನಿ - ಇದು ರಾಜಾಜ್ಞೆಯಲ್ಲ, ಕೊಲೆ. ಕೊಲೆಗಾರನಾದ ರಾಜನನ್ನು ಪಾಲಿಸುವುದು ಅಧರ್ಮರಾಕ್ಷಸ- ರಾಜನ ಅಪ್ಪಣೆ ಸರಿಯೋ ತಪ್ಪೋ ಬೇರೆ ವಿಷಯ. ಆದರೆ ತೀರ್ಪು ಅದನ್ನು ಪಾಲಿಸುವುದು ನಮ್ಮ ಧರ್ಮ.

ಸುವಾಸಿನಿ - ಹಾಗಾದರೆ ನಿನ್ನ ಸಲಹೆಯಿಂದಲೇ ಈ ಕೊಲೆ ನಡೆಯುತ್ತಿದೆ ಎಂದರ್ಥ.

ರಾಕ್ಷಸ- ನನ್ನ ಸಲಹೆ ಏನು, ಅದು ಮಂತ್ರಾಲಯದ ಗೋಡೆಗಳಲ್ಲಿ ಅಡಕವಾಗಿದೆ, ಅದರ ಧ್ವನಿಯು ದಂಗಾಗಿ ಅಲ್ಲ. ಆದರೆ ನಮ್ಮ ಅಭಿಪ್ರಾಯದಲ್ಲಿ, ರಾಜನ ಆದೇಶವನ್ನು ಉಲ್ಲಂಘಿಸುವವನು ಅಪರಾಧಿ.

ಸುವಾಸಿನಿ - ಬಾಬಾ ಚಾಣಕ್ ಹೇಗಾದರೂ ಈ ಅಮಾನವೀಯ ಹತ್ಯೆಯಿಂದ ಪಾರಾಗಲಿಲ್ಲವೇ? ಹೋಗಬಹುದು?

ರಾಕ್ಷಸರು - ತಮ್ಮ ಹಲ್ಲುಗಳಲ್ಲಿ ಒಣಹುಲ್ಲಿನ ಒತ್ತಿ ಮಹಾರಾಜ್ ಮಹಾನಂದರ ಕ್ಷಮೆ ಕೇಳಿದರೆ, ಮಹಾರಾಜರು ಅವರನ್ನು ಕ್ಷಮಿಸುವ ಸಾಧ್ಯತೆಯಿದೆ.

ಸುವಾಸಿನಿ - ಮತ್ತು ಕೆಲವು ಸಾರ್ವಜನಿಕ ಪ್ರತಿನಿಧಿಗಳು ಚಾಣಕ್ ನಿರಪರಾಧಿ ಎಂದು ಮಹಾರಾಜರಿಗೆ ಅರ್ಜಿಯನ್ನು ಕಳುಹಿಸಿದರೆ, ಅವರನ್ನು ಬೇಷರತ್ತಾಗಿ ಬಿಡುಗಡೆ ಮಾಡಬೇಕೇ?

ರಾಕ್ಷಸ - ಅಂತಹ ಅಪ್ಲಿಕೇಶನ್ ಪಿತೂರಿಗಾರರ ಬಲೆಯೂ ಆಗಿರಬಹುದು.

ಸುವಾಸಿನಿ - ಹಾಗಾದರೆ ಬಾಬಾ ಚಾನಕ್ ತನ್ನ ಪ್ರಾಣವನ್ನು ತ್ಯಜಿಸುತ್ತಾನೆ ಆದರೆ ಕ್ಷಮೆ ಕೇಳುವುದಿಲ್ಲ ಎಂದು ನೀವೂ ಅರ್ಥಮಾಡಿಕೊಳ್ಳುತ್ತೀರಿ. ಅವು ಗಾಜಿನಿಂದ ಮಾಡಲ್ಪಟ್ಟಿವೆ, ಅದು ಒಡೆದು ಹೋಗಬಹುದು ಆದರೆ ಒಡೆಯಲು ಸಾಧ್ಯವಿಲ್ಲ. ಇಂದು ನೀವು ಅವರ ರಕ್ತದಿಂದ ನಿಮ್ಮ ಕೈಗಳನ್ನು ಕಲೆ ಹಾಕುವ ಮೂಲಕ ನಿಮ್ಮ ಸಿಂಹಾಸನವನ್ನು ಅಲಂಕರಿಸಬಹುದು, ಆದರೆ ನಾಳೆ ಅವರ ರಕ್ತದ ಸ್ಪ್ಲಾಶ್‌ನಿಂದ ಭೂಮಿಯು ಸಿಡಿಯಬಹುದು. ತ್ಯಾಗ ಎಂದಿಗೂ ವ್ಯರ್ಥವಾಗುವುದಿಲ್ಲ, ಮಹಾಮಾತ್ಯಾ! ಆ ರಾಕ್ಷಸ ಉತ್ತರ ಕೊಡದೆ ತಲೆ ತಗ್ಗಿಸಿ ಸೆರೆಮನೆಯಿಂದ ಹೊರಟು ಹೋದ. ಒಂದು ಕಿಡಿ ಎಲ್ಲೆಡೆ ಹರಡಿತು. ಮಹಾನಂದರ ಆಳ್ವಿಕೆಯಲ್ಲಿ ಬ್ರಾಹ್ಮಣರ ಹತ್ಯೆ! ಎಂದು ಶಿಕ್ಷಕ ಧರ್ಮ, ಸಾಹಿತ್ಯ ಮತ್ತು ರಾಜಕೀಯದ ಶ್ರೇಷ್ಠ ಪಂಡಿತನಾದ ಬ್ರಾಹ್ಮಣ! ಆದರೆ ಯಾರಿಗೆ ಅಧಿಕಾರವಿದೆ ಮಹಾನಂದರ ಈ ಕಠೋರ ಆದೇಶದ ವಿರುದ್ಧ ಯಾರು ಬಾಯಿ ತೆರೆಯಲು ಸಾಧ್ಯ. ಮರಣದಂಡನೆ ಆದೇಶದ ಮೊದಲ ದಿನ ಕಳೆದಿದೆ.

ಮರುದಿನ ಬೆಳಿಗ್ಗೆ, ಮಹಾತ್ಮ ಚಾನಕ್ ಸಿಕಂಚಸ್ನ ವಾಯು ವಾಹನದಿಂದ ಸೂರ್ಯನ ಕಿರಣವನ್ನು ನೋಡಿದನು. ಕೈಮುಗಿದು ರಶ್ಮಿಯ ಸಹಾಯದಿಂದ ಸೂರ್ಯ ನಾರಾಯಣನಿಗೆ ನಮಸ್ಕರಿಸಿ ಕಣ್ಣುಗಳಿಂದ ಅರ್ಘ್ಯವನ್ನು ಅರ್ಪಿಸಿದನುತದನಂತರ ಅವನು ತನ್ನ ದಿಬ್ಬದ ಮೇಲೆ ಸಂಘರ್ಷವಿಲ್ಲದ ಮುದುಕ ಸಿಂಹದಂತೆ ಬಂದು ಕುಳಿತನು. ಅವರು ಸುಮ್ಮನೆ ಕುಳಿತರು 'ಅಪ್ಪಾ!' ಎಂಬ ಪ್ರತಿಧ್ವನಿ ಕಿವಿಯಲ್ಲಿ ಬಂದು ಒಂದು ಕ್ಷಣವೂ ಕಳೆದಿರಲಿಲ್ಲ. ಚಾಣಕ್ ಆಘಾತಗೊಂಡರು, ಅವರು ಎದ್ದು ಸುತ್ತಲೂ ನೋಡತೊಡಗಿದ. ಅವನು ನೋಡಿದಾಗ ಏನೂ ಕಾಣಿಸಲಿಲ್ಲ. ಕಿವಿಯ ಭ್ರಮೆಯನ್ನು ಅರ್ಥಮಾಡಿಕೊಂಡು ಮತ್ತೆ ಕೈಯ ರೊಟ್ಟಿ ಕಿತ್ತುಕೊಳ್ಳುವ ರೀತಿಯಲ್ಲಿಯೇ ಕುಳಿತರು. ಆದರೆ ಯಾರಾದರೂ ಅನೇಕ ದಿನಗಳವರೆಗೆ ಹಸಿವಿನಿಂದ ಇರುತ್ತಾರೆ. ಚಾಣಕ್ ಕುಳಿತರೂ ಕೌಟಿಲ್ಯನ ನೆನಪು ಅವನನ್ನು ಪ್ರತಿ ರಂಧ್ರದಲ್ಲೂ ವಿದ್ಯುನ್ಮಾನಗೊಳಿಸಿತು. ಅವನು ಸಂಕಟದಲ್ಲಿದ್ದನು, ಅವನ ಕಣ್ಣುಗಳಿಂದ ನೀರು ಹೊರಬಂದಿತು. ಜೀವನದಲ್ಲಿ ಎಂದೂ ಅಳದ ಬ್ರಾಹ್ಮಣನಿಗೆ ಇಂದು ಒಂಟಿಯಾಗಿರುವಾಗ ಕಣ್ಣೀರನ್ನು ನಿಯಂತ್ರಿಸಲಾಗಲಿಲ್ಲ.

"ಕೌಟಿಲ್ಯ ಎಲ್ಲಿದ್ದ, ಏನು ತಿನ್ನುತ್ತಿದ್ದ? ಅವನೂ ಈ ಕೊಲೆಗಾರರ ಕೈಗೆ ಸಿಕ್ಕಿ ಬಿದ್ದಿದ್ದಾನಾ? ಕೌಟಿಲ್ಯ ಎಷ್ಟು ಸಂಕಟಪಟ್ಟಿದ್ದಾನೆ! ಇವನಿಗೆ ಬಾಲ್ಯದಲ್ಲಿ ತಾಯಿಯ ಮಡಿಲು ಸಿಗಲಿಲ್ಲ, ಬಾಲ್ಯದಲ್ಲಿ ನಾಲ್ಕು ಗಂಟೆಗಳ ಕಾಲ ಹಾಯಾಗಿ ಮಲಗಲಿಲ್ಲ. ಮತ್ತು ಈಗ ಅವನು ಅನಾಥನ ಕಷ್ಟವನ್ನು ಎದುರಿಸುತ್ತಿದ್ದಾನೆ, ಅವನು ಎಲ್ಲಿ ತಿರುಗಾಡುತ್ತಿದ್ದಾನೆಂದು ನನಗೆ ತಿಳಿದಿಲ್ಲ, ನಿಜವಾಗಿ, ನಾನು ತುಂಬಾ ಕಠೋರ ವ್ಯಕ್ತಿ, ರಾಷ್ಟ್ರದ ದೊಡ್ಡ ಕನಸುಗಳಲ್ಲಿ, ನಾನು ನನ್ನ ಮಗನ ಕಡೆಗೆ ನನ್ನ ಕರ್ತವ್ಯವನ್ನು ಮರೆತಿದ್ದೇನೆ. ಕೌಟಿಲ್ಯ, ಅಮಾತ್ಯ ರಾಕ್ಷಸನ ಮಾತನ್ನು ನಾನು ಒಪ್ಪಿಕೊಳ್ಳಲೇ ಬೇಕಿತ್ತುಮಗನ ಮೇಲಿನ ಈ ಪ್ರೀತಿಯ ಭಾವನೆಯು ಅವನ ಹೃದಯದ ಒಂದು ತುದಿಯಿಂದ ಹುಟ್ಟಿಕೊಂಡಿತು ಮತ್ತು ಇನ್ನೊಂದು ತುದಿಯಿಂದ ವಿಚಿತ್ರವಾದ ನಗು ಹುಟ್ಟಿತು. ಸಂದೇಹವಿಲ್ಲ, ಮಗ ಬಾಂಧವ್ಯದಿಂದ ಕುರುಡನಾಗುತ್ತಿದ್ದಾನೆ! ಸಾವಿನ ಭಯವು ನಿಮ್ಮ ಮಗನ ಮೇಲಿನ ಪ್ರೀತಿಯಿಂದ ನಿಮ್ಮನ್ನು ಸುತ್ತುವರೆದಿದೆ!

ಈ ಕೀಳು ಆಲೋಚನೆಗಳನ್ನು ಬಿಡಿ! ವಿಜಯದ ಸಮಯದಲ್ಲಿ ಅಂತಹ ದುರ್ಬಲ ಆಲೋಚನೆಗಳು ಮನುಷ್ಯನನ್ನು ಸುತ್ತುವರೆದಿರುತ್ತವೆ. ಈ ಜಗತ್ತಿನಲ್ಲಿ ಯಾರೂ ಯಾರಿಗೂ ಸೇರಿದವರಲ್ಲ. ಮನುಷ್ಯನ ಸಂತೋಷವು ಅವನ ಶಕ್ತಿ ಮತ್ತು ಕಾರ್ಯಗಳಲ್ಲಿ ಮಾತ್ರ ನೆಲೆಸಿದೆ. ನೀನು ಶರಣ ಬ್ರಾಹ್ಮಣ ಚಾಣಕ್! ರಾಜರ ಕಿರೀಟದ ಮುಂದೆಯೂ ತಲೆ ಬಾಗಲಿಲ್ಲ, ಹಾಗಾದರೆ ಜೀವನದ ಕೊನೆಯ ಕ್ಷಣಗಳಲ್ಲಿ ಅದರ ಮುಂದೆ ಏಕೆ ತಲೆಬಾಗುತ್ತೀರಿ. ಮಗನ ಮೇಲಿನ ಪ್ರೀತಿ ಆದರೆ ಚಾಣಕ್ ಏನಾಯಿತೋ ಯಾರಿಗೆ ಗೊತ್ತು! ತಾನೊಬ್ಬನೇ ಸಾಕಷ್ಟು ವಿವರಿಸಿದರೂ ಅವನ ಕಣ್ಣಲ್ಲಿ ನೀರು ನಿಲ್ಲಲಿಲ್ಲ. ಅವರು ಅಳಲು ಪ್ರಾರಂಭಿಸಿದರು ಮತ್ತು

5

ಹೇಳಿದರು - ಜೈಲಿನ ಗಟ್ಟಿಯಾದ ಗೋಡೆಗಳು! ಇಂದು ಮಾತ್ರ ನಾನು ನಿನ್ನ ಅತಿಥಿ, ನಾಳಿನ ಸೂರ್ಯ ಚಾಣಕ್ ನೋಡುವುದಿಲ್ಲ. ಗೋವುಗಳು ಮತ್ತು ಬ್ರಾಹ್ಮಣರನ್ನು ರಕ್ಷಿಸುವ ದೇಶನಾಳೆ ಆಚಾರ್ಯ ಚಾಣಕ್ ಕವಲುದಾರಿಯಲ್ಲಿ ಕೊಲ್ಲಲ್ಪಡುತ್ತಾರೆ ಎಂದು ಆಗಾಗ ನಡೆಯುತ್ತಿತ್ತು. ಅಷ್ಟೇ ಅಲ್ಲ, ಬ್ರಾಹ್ಮಣ ಚಾಣಕನ ತಲೆಯನ್ನು ಮಹಾನಂದನು ತನ್ನ ಪಾದಗಳಿಂದ ಪುಡಿಮಾಡುತ್ತಾನೆ. ಉಳಿಯುತ್ತದೆ. ನನ್ನ ಈಡೇರದ ಆಸೆಯಿಂದ ನಾನು ಇಹಲೋಕ ತ್ಯಜಿಸುತ್ತೇನೆ." "ಆದರೆ ಈ ಚಿಂತೆಯಲ್ಲಿ ನನ್ನ ಅಮೂಲ್ಯ ಕ್ಷಣಗಳನ್ನು ವ್ಯರ್ಥ ಮಾಡಬಾರದು. ಮಹಾನಂದನ ವಿನಾಶದ ಅಡಿಪಾಯವನ್ನು ಅಗೆಯುವ ನನ್ನ ಪ್ರಯತ್ನಗಳು ಜೀವನದ ಈ ಕೊನೆಯ ಕ್ಷಣಗಳಲ್ಲಿ ಏಕೆ ನಿಲ್ಲಬೇಕು? "ಆಲೋಚಿಸುತ್ತಾ, ಚಾಣಕ್ ಸ್ವಲ್ಪ ಸಮಯದವರೆಗೆ ಮೌನವಾಗಿದ್ದನು ಮತ್ತು ನಂತರ ಪ್ರಕಾಶಮಾನವಾಗಿ ಮುಂದೆ ಹೆಜ್ಜೆ ಹಾಕಿದನು. ಅಮಾತ್ಯ ಎಂಬ ರಾಕ್ಷಸನು ಶಸ್ತ್ರಸಜ್ಜಿತ ಸೈನಿಕರೊಂದಿಗೆ ಬಾಗಿಲು ತೆರೆದು ಸೆರೆಮನೆಯನ್ನು ಪ್ರವೇಶಿಸಿದಾಗ ಅವನು ಬಾಗಿಲನ್ನು ತಲುಪಿದನು. ನಾನು ಒಳಬಂದೆರಾಕ್ಷಸನನ್ನು ನೋಡಿದ ತಕ್ಷಣ ಚಾಣಕ್ ಮುಗುಳ್ನಕ್ಕ. ವ್ಯಂಗ್ಯ ಭಾಷೆಯಲ್ಲಿ

ಹೇಳಿದರು - 'ಹೇಳು, ನೀನು ಮತ್ತು ನಿಮ್ಮ ಮಹಾರಾಜ ಮಹಾನಂದರು ಸುರಕ್ಷಿತವಾಗಿದ್ದಾರೆಯೇ?

ರಾಕ್ಷಸರು- ಮತ್ತು ಎಲ್ಲರೂ ನುರಿತವರು, ಕೌಶಲ್ಯವಿಲ್ಲದ ಏಕೈಕ ವಿಷಯವೆಂದರೆ ಆಚಾರ್ಯ ಚಾಣಕ್ ಅವರ ಮಾತನ್ನು ಕೇಳುವುದಿಲ್ಲ.

ಚಾಣಕ್ - ಮತ್ತು ಇದು ಕೆಲವೇ ಗಂಟೆಗಳಲ್ಲಿ, ಮಹಾರಾಜ್ ಮಹಾನಂದರ ಕಣ್ಣುಗಳಿಗೆ ಚುಚ್ಚಿದ ತೀಕ್ಷ್ಣವಾದ ಮುಳ್ಳು ಕಣ್ಮರೆಯಾಗುತ್ತದೆ. ಆಗ ನಿಮ್ಮ ಸಂತೋಷಕ್ಕೆ ಯಾವುದೇ ಅಡ್ಡಿ ಇರುವುದಿಲ್ಲ.

ರಾಕ್ಷಸ- ಆಚಾರ್ಯ ಚಾಣಕರ ಮರಣದಿಂದ ನಾನು ಸಂತೋಷವಾಗುವುದಿಲ್ಲ, ಆದರೆ ದುಃಖಿತನಾಗುವುದಿಲ್ಲ. ಅಂತಹ ಬುದ್ಧಿವಂತಿಕೆಯ ನೆರವೇರಿಕೆ ಮಗಧದಲ್ಲಿ ಎಷ್ಟು ಸಮಯದ ನಂತರ ಆಗುತ್ತೋ ಗೊತ್ತಿಲ್ಲ.

ಚಾನಕ್ - ನಿಮ್ಮ ಭಾವನೆಗೆ ಧನ್ಯವಾದಗಳು! ಚಿಂತಿಸಬೇಡಿ, ಚಾಣಕ್‌ನ ಬೂದಿಯಿಂದ ಅನೇಕ ಚಾಣಕರು ಶೀಘ್ರದಲ್ಲೇ ಹುಟ್ಟುತ್ತಾರೆ. ರಾಕ್ಷಸ- ಇನ್ನೂ ನನ್ನ ಮಾತು ಕೇಳು ಬ್ರಾಹ್ಮಣ! ಬ್ರಾಹ್ಮಣನನ್ನು ಕೊಂದ ಕಳಂಕ ಮಗಧದ ತಲೆಯ ಮೇಲಿರುವುದು ನನಗೆ ಇಷ್ಟವಿಲ್ಲ. ಚಾಣಕ್ಮತ್ತು ನಾನು ಮಹಾನಂದನನ್ನು ಮಗಧದ ಚಕ್ರವರ್ತಿಯಾಗಲು ಬಯಸುವುದಿಲ್ಲ.

ರಾಕ್ಷಸ - ಹಾಗಾದರೆ ನಾಳೆ ಬೆಳಿಗ್ಗೆ ನೀವು ಮರಣದಂಡನೆಯನ್ನು ಎದುರಿಸಬೇಕಾಗುತ್ತದೆ. ಅದಕ್ಕೂ ಮೊದಲು, ನಿಮಗೆ ಏನಾದರೂ ಆಸೆ ಇದ್ದರೆ ಮತ್ತು ನಾವು ಮಹಾರಾಜ್ ನಂದನ ರಾಜ್ಯವನ್ನು ಕಳೆದುಕೊಳ್ಳುವುದನ್ನು ನೋಡದಿದ್ದರೆ, ಆಗ ಆಸೆ ಈಡೇರಿಸಿಕೊಳ್ಳಬಹುದು. ಚಾಣಕ್: ಈಡೇರಿಸಲಾಗದ ಆಸೆಯನ್ನು ವ್ಯಕ್ತಪಡಿಸಿ ಏನು ಪ್ರಯೋಜನ? ರಾಕ್ಷಸ ರಾಜನ ಸಾಮ್ರಾಜ್ಯದ ನಾಶದ ಹೊರತಾಗಿ, ನಿಮ್ಮ ಪ್ರತಿಯೊಂದು ಆಸೆಯನ್ನು ಪೂರೈಸುವ ಭರವಸೆಯನ್ನು ನಾವು ನೀಡುತ್ತೇವೆ.

ಚಾಣಕ್- ಶಕ್ತರ ಜೊತೆ ನಮಗೆ ಹಳೆಯ ಸ್ನೇಹವಿದೆ, ಅವರ ಮಗಳು ಸುವಾಸಿನಿಯನ್ನು ನಾವು ನಮ್ಮ ಸ್ವಂತ ಮಗಳಂತೆ ಪ್ರೀತಿಸುತ್ತೇವೆ. ನಾವು ಸಾಯುವ ಮೊದಲು ಶಕ್ತರ್ ಮತ್ತು ಸುವಾಸಿನಿಯನ್ನು ಭೇಟಿಯಾಗಲು ಬಯಸುತ್ತೇವೆ., ಇದನ್ನು ಕೇಳಿದ ರಾಕ್ಷಸರು ಹಠಾತ್ತನೆ ಆಲೋಚಿಸಿದರು, ಆದರೆ ನಂತರ

ಹೇಳಿದರು - "ಸಭೆಯು ನಡೆಯುತ್ತದೆ ಆದರೆ ನಮ್ಮ ಮುಂದೆ

"ಚಾಣಕ್- ಬಹುಶಃ ಈ ನೆಪದಲ್ಲಿ ನಾನು ಕೆಲವು ಪಿತೂರಿ ಮಾಡಲು ಬಯಸುತ್ತೇನೆ ಎಂದು ನೀವು ಭಾವಿಸಬಹುದು, ಆದರೆ ಇದು ನಿಮ್ಮ ಭ್ರಮೆ. ನನ್ನ ಹೃದಯದಲ್ಲಿ ಯಾವುದೇ ದುರುದ್ದೇಶವಿಲ್ಲ, ಆದರೂ ನಿಮ್ಮ ಮುಂದೆ ಸಭೆ ನಡೆಯಬೇಕೆಂದು ನೀವು ಬಯಸಿದರೆ, ನಾನು ಅದನ್ನು ಸಹ ಸ್ವೀಕರಿಸುತ್ತೇನೆ.

ರಾಕ್ಷಸ - ಹಾಗಾದರೆ ಈ ಸಂಜೆ ನಿಮ್ಮ ಆಸೆ ಈಡೇರುತ್ತದೆ. ಸಂಭಾಷಣೆಯ ನಂತರ, ರಾಕ್ಷಸರು ಹೊರಟುಹೋದರು ಮತ್ತು ಚಾಣಕ್ ಮತ್ತೆ ಚಿಂತಿತನಾದನು. ಸಂಜೆಯ ಹೊತ್ತಿಗೆ ಕತ್ತಲಕೋಣೆಯ ಬಾಗಿಲು ತೆರೆಯಿತು. ಶಸ್ತ್ರಸಜ್ಜಿತ ಸೈನಿಕರ ಕಾವಲುಗಾರನನ್ನು ಚಾಣಕ್ ನೋಡಿದನು ನನ್ನ ಮುಂದೆ ಬಂಡಿ ಶಕ್ತರು ಮತ್ತು ಸುವಾಸಿನಿ ರಾಕ್ಷಸನೊಂದಿಗೆ ನಿಂತಿದ್ದಾರೆ. ರಾಕ್ಷಸನು ಗಂಭೀರ ಭಂಗಿಯಲ್ಲಿ

ಹೇಳಿದನು - 'ಆಚಾರ್ಯ ಚಾಣಕ್! ನಿನ್ನ ಇಚ್ಛೆಯಂತೆ ಇಲ್ಲಿ ಶಕ್ತರು ಮತ್ತು ಸುವಾಸಿನಿ ಇದ್ದಾರೆ. ನೀವು ಅವನನ್ನು ಭೇಟಿಯಾಗುತ್ತೀರಿ. , ಚಾಣಕ್ ಯಾವುದೇ ಉತ್ತರವನ್ನು ನೀಡದೆ ಶಕ್ತರನ್ನೂ ಸುವಾಸಿನಿಯನ್ನೂ ದಿಟ್ಟಿಸತೊಡಗಿದ. ಶಕ್ತರ್ ಮತ್ತು ಸುವಾಸಿನಿ ಕೂಡ ಆಚಾರ್ಯ ಚಾಣಕ್ ಅವರನ್ನು ನೋಡುತ್ತಲೇ ಇದ್ದರು. ಕೆಲವು ಕ್ಷಣಗಳವರೆಗೆ ಈ ವಿಗ್ರಹಾಭಿಮಾನಿ ಬಂಧಿಗಳು ಒಬ್ಬರನ್ನೊಬ್ಬರು ನೋಡಿಕೊಂಡರು ಮತ್ತು ನಂತರ ಶಕ್ತರ ಮತ್ತು ಸುವಾಸಿನಿಯರ ಕಣ್ಣುಗಳಿಂದ ಕಣ್ಣೀರು ನಿರಂತರವಾಗಿ ಹರಿಯಿತು. 'ಅಪ್ಪಾ!' ಇದನ್ನು ಹೇಳುತ್ತಾ ಸುವಾಸಿನಿ ಓಡಿ ಹೋಗಿ ಚಾಣಕನ ಕಾಲಿಗೆ ಬಿದ್ದಳು. ಅವಳು ತನ್ನ ಕಣ್ಣೀರಿನ ನೀರಿನಿಂದ ಬಾಬಾರ ಪಾದಗಳನ್ನು ನೆನೆಸಿದಳು. ಸಾಂತ್ವನ ಹೇಳಿದ ಚಾಣಕ್ ಸುವಾಸಿನಿಯನ್ನು ಎತ್ತಿಕೊಂಡು ಅವಳ ಎದೆಯ ಮೇಲೆ ಕಲ್ಲೆಸೆಯಲು

ಪ್ರಾರಂಭಿಸಿದನು - 'ಜಗತ್ತಿನಲ್ಲಿ ಚಿರಞಣಿ ಯಾರೂ ಇಲ್ಲ ಮಗಳೇ! ಎಲ್ಲರೂ ಒಂದಲ್ಲ ಒಂದು ದಿನ ಇಹಲೋಕ ತ್ಯಜಿಸಲೇಬೇಕು. ಮತ್ತು ನಾನು ವೃದ್ಧಾಪ್ಯದ ಕೊನೆಯ ಉಸಿರನ್ನು ತೆಗೆದುಕೊಳ್ಳುತ್ತಿದ್ದೆ, ನನ್ನ ಸಾವಿನ ತುಂಬಾ ದುಃಖಿಸಬೇಡ ನೀನು ಅಳಿದರೆ ನಾನು ಸುಖವಾಗಿ ಸಾಯಲಾರೆ. ಚಾಣಕ್ ದಬ್ಬಾಳಿಕೆಗೆ ಬಲಿಯಾಗುವ ಬದಲು ಸಾವನ್ನು ಒಪ್ಪಿಕೊಂಡಿದ್ದಕ್ಕೆ ನೀವು ಸಂತೋಷಪಡಬೇಕು.

ಶಕ್ತರ್- ವಿವರಿಸುವುದು ಅಷ್ಟುಸುಲಭ, ಅರ್ಥಮಾಡಿಕೊಳ್ಳುವುದು ಅಷ್ಟು ಸುಲಭವಲ್ಲ. ಮನುಷ್ಯನು ಎಷ್ಟೇ ಕಷ್ಟಪಟ್ಟರೂ, ಹತ್ತಿರದವರ ವಿದಾಯ ಅವನನ್ನು ಅಳುವಂತೆ ಮಾಡುತ್ತದೆ. ಒಬ್ಬರ ಸಾವಿಗಿಂತ ಹತ್ತಿರದವರ ಸಾವು ನೋವು ತಂದಿದೆ. ನೀನು ಯಾವಾಗ ಇಹಲೋಕ ತ್ಯಜಿಸುತ್ತೀಯೋ, ಆಗ ನಾನು ಕೂಡ ಇಹಲೋಕ ತ್ಯಜಿಸುತ್ತಿದ್ದೇನೆ. ಈ ಪ್ರಪಂಚದಲ್ಲಿ ಬದುಕಿ ನಾನೇನು ಮಾಡಲಿ?

ಚಾಣಕ್- ನೀವು ಮಾಡಲು ಬಹಳಷ್ಟು ಇದೆ. ನಿನ್ನ ಅವಶ್ಯಕತೆಯಿರುವ ಈ ದೊಡ್ಡ ಕುಟುಂಬ ನೀನಿಲ್ಲದೆ ನಿರ್ಜನವಾಗುತ್ತದೆ. ನಿಮ್ಮ ಜೀವನವು ಸ್ವಲ್ಪಮಟ್ಟಿಗೆ ಉರಿಯುತ್ತಿದ್ದರೂ ಸಹ, ಭರವಸೆ ಕಳೆದುಕೊಳ್ಳಬೇಡಿ! ಈಗ ನೀವು ಹೋಗಬಹುದು. ನಿನಗೆ ಹೇಳಲು ನನ್ನ ಬಳಿ ಬೇರೇನೂ ಇಲ್ಲ. ಕೊನೆಯ ಬಾರಿಗೆ ನಿನ್ನನ್ನು ನೋಡುವ ಆಸೆಯಿತ್ತು, ಅದು ಕೂಡ ರಾಕ್ಷಸನ ಕೃಪೆಯಿಂದ ನೆರವೇರಿತು. ಮತ್ತು ಜಗತ್ತಿನಲ್ಲಿ ನನ್ನವರು ಯಾರು? ಕಾಡಿನಲ್ಲಿ ಹೂವಿನಂತೆ, ಬಿರುಗಾಳಿಯಲ್ಲಿ ಜೀವನವು ಏಕಾಂಗಿಯಾಗಿ ಅಲೆದಾಡುತ್ತದೆ. ಜಗತ್ತು ಎಂತಹ ವಿಸ್ಮಯ!

ಶಕ್ತರ್- ಅಂತಹ ಸಮಯದಲ್ಲಿ ಪ್ರತಿಯೊಬ್ಬ ವ್ಯಕ್ತಿಯು ತತ್ವಜ್ಞಾನಿಯಾಗುತ್ತಾನೆ.

ಚಾಣಕ್ - ದರ್ಶನ್ ವ್ಯರ್ಥವಾಗಿಲ್ಲ, ಅದು ಜೀವನದ ರಹಸ್ಯವನ್ನು ಪರಿಹರಿಸುತ್ತದೆ, ಸ್ನೇಹಿತರೇ! ಸರಿ, ಈಗ ವಿದಾಯ! ಸಭೆ ಮುಗಿದಿದೆ. ಶಕ್ತರನ್ನು ಸೆರೆಮನೆಗೆ ಕಳುಹಿಸಲಾಯಿತು. ಸುವಾಸಿನಿ ನಂತರ ಮಲಗುವ ಪಂಜರಕ್ಕೆ ಮರಳಿದಳು. ಬಾಬಾ ಚಾನಕ್‌ನೊಂದಿಗಿನ ಸಭೆಯಲ್ಲಿ ನಡೆದ ವಿಷಯಗಳನ್ನು ಅವಳು ಮರೆಯಲಿಲ್ಲ, ಅವಳು ಅದರೊಳಗೆ ಧುಮುಕುವುದನ್ನು ಮುಂದುವರೆಸಿದಳು. ಬಾಬಾ ಒಬ್ಬ ಮಹಾನ್ ಗುರು, ಅವರು ಹೇಳುವ ಎಲ್ಲದರಲ್ಲೂ ಒಂದಷ್ಟು ಅರ್ಥವಿದೆ. 'ಕಾಡಿನ ಹೂವಿನಂತೆ, ಚಂಡಮಾರುತದಲ್ಲಿ ಜೀವನವು ಏಕಾಂಗಿಯಾಗಿ ಅಲೆದಾಡುತ್ತದೆ.'

ನೀವು ಹೂವು ಎಂದರೆ ಏನು? ಹೂವುಗಳು ಕವಿಗಳ ಹೊಗಳಿಕೆ, ಕವಿಗಳು ಹೂವುಗಳಿಗೆ ಅನೇಕ ಪ್ರಶಂಸೆಗಳನ್ನು ನೀಡುತ್ತಾರೆ. ಖಂಡಿತವಾಗಿಯೂ ಬಾಬಾರವರು ಈ ವಾಕ್ಯದ ಮೂಲಕ ಏನನ್ನಾದರೂ ಹೇಳಲು ಬಯಸುತ್ತಾರೆಯೇ? ಆದರೆ ಅವರು ಏನು ಹೇಳಲು ಬಯಸುತ್ತಾರೆ? ಬಹುಶಃ ನಾನು ಗೊಂದಲಕ್ಕೊಳಗಾಗಿದ್ದೇನೆಬಾಬಾ ಭಾವುಕರಾಗಿ ಇದನ್ನೆಲ್ಲ ಹೇಳಿರಬೇಕು. ಕೌಟಿಲ್ಯನ ಮರಣದ ನಂತರ

ಅವನು ದುಃಖದಿಂದ ವಿಚಲಿತನಾಗಿ ಅಂತಹ ಮಾತುಗಳನ್ನು ಹೇಳುತ್ತಿದ್ದನಂತೆ. , ಹೀಗೆ ಯೋಚಿಸುತ್ತಿರುವಾಗಲೇ ಸುವಾಸಿನಿ ನಿದ್ರೆಗೆ ಜಾರಿದಳು. ಅವಳು ರಾತ್ರಿಯಿಡೀ ಭಯಾನಕ ಕನಸುಗಳನ್ನು ನೋಡುತ್ತಿದ್ದಳು. ಮುಂಜಾನೆ ಹೊರಬಂದಾಗ, ಕೆಂಪು-ಕೆಂಪು ಸೂರ್ಯನ ಕಿರಣಗಳು ಸುವಾಸಿನಿಯ ಮುಖದ ಮೇಲೆ ಬಿದ್ದವು, ಮತ್ತೊಂದೆಡೆ, ರಾಜ ಸೈನಿಕರ ಕಟ್ಟುನಿಟ್ಟಿನ ಕಾವಲುಗಳ ಅಡಿಯಲ್ಲಿ ಬ್ರಾಹ್ಮಣ ಚಾಣಕ್ನ ದುರ್ಗದ ಬಾಗಿಲು ತೆರೆಯಿತು. ಚಾಣಕ್ ಶಾಂತವಾಗಿ ಸೆರೆಮನೆಯನ್ನು ತೊರೆದು ರಾಜ ಸೈನಿಕರೊಂದಿಗೆ ಕೊಲ್ಲಲು ಹೋದನು. ಉದಯಿಸುವ ಸೂರ್ಯನ ಪ್ರಖರ ಬೆಳಕಿನಲ್ಲಿ ಅವನು ಯುದ್ಧದಲ್ಲಿ ಗೆದ್ದು ತನ್ನ ನವ ವಧುವಿನ ಬಳಿಗೆ ಹೋಗುವ ವೀರನಂತೆ ನಡೆಯುತ್ತಿದ್ದನು. ನೇತಾಡುವ ಮನೆ! ಅದರ ಉಚ್ಚಾರಣೆಯೂ ಎಷ್ಟು ಭಯಾನಕವಾಗಿದೆ!

ಚಾಣಕ್‌ನ ಕಾಲದ ಈ ಘೋರ ಮರಣದಂಡನೆಯ ಮನೆಗೆ ಅವರನ್ನು ಕರೆತಂದು ನಿಲ್ಲಿಸಲಾಯಿತು. ಮಹಾನಂದ್ ಅವನು ಆಗಲೇ ಅಲ್ಲಿ ತನ್ನ ದೈತ್ಯಾಕಾರದ ರೂಪದಲ್ಲಿ ಇದ್ದನು. ಮಹಾಮಾತ್ಯ ರಾಕ್ಷಸ ಮತ್ತು ಇತರ ಅಮಾತ್ಯರು ಮತ್ತು ಉನ್ನತ ರಾಜ್ಯದ ಅಧಿಕಾರಿಗಳು ಮಹಾನಂದರ ಸುತ್ತಲೂ ನಿಂತರು, ಪ್ರಜ್ಞಾಪೂರ್ವಕವಾಗಿ ಸಾವಿನ ಶಿಸ್ತಿನ ಅಡಿಯಲ್ಲಿ ಜಡವಾಗುತ್ತಾರೆಚಾಣಕ್‌ನನ್ನು ನೋಡಿದ ಮಹಾನಂದನು ಕೋಪದಿಂದ ಹಲ್ಲು ಕಡಿಯುತ್ತಾನೆ ಮತ್ತು ನಂತರ ಘೋರವಾಗಿ ನಗುತ್ತಾ

ಹೇಳಿದನು - 'ಮಹಾನಂದನ ಪ್ರತಿಭಟನೆಯ ಫಲಿತಾಂಶವನ್ನು ನೋಡೋಣ! ಒಬ್ಬ ಒಣಹುಲ್ಲಿನ ಬ್ರಾಹ್ಮಣನು ಮಹಾನಂದನ ಸಾಮ್ರಾಜ್ಯವನ್ನು ಉರುಳಿಸಲಿದ್ದನು! ,

ಚಾಣಕ್- ಒಣಹುಲ್ಲಿನ ಗಾತ್ರದ ಬ್ರಾಹ್ಮಣ ರಾಜ್ಯವನ್ನು ಉರುಳಿಸಲು ಹೊರಟಿದ್ದ! ಆದರೆ ನೀವು ಈ ಪ್ಯಾಲೆಟ್‌ನಲ್ಲಿದ್ದೀರಿ ಅವನ ಕೈಯಿಂದ ಅವನು ಒಂದು ಪಂದ್ಯವನ್ನು ಹೊಡೆಯುತ್ತಿದ್ದಾನೆ, ಅದು ನಿಮಗೆ ಸಹಾಯ ಮಾಡದೆ ಬೀಸುತ್ತದೆ.

ನಂದ್ - ಸಾವಿನ ಮುಂದೆಯೂ ನಿನ್ನ ಗರ್ವ ಛಿದ್ರವಾಗಲಿಲ್ಲ! ನಿಮ್ಮ ಹೆಮ್ಮೆಯನ್ನು ಹತ್ತಿಕ್ಕಲು ನಿನ್ನ ಮಗು ಇಂದು ಬದುಕಿದ್ದರೆ ನಿನ್ನ ಕಣ್ಣೆದುರೇ ಅವನ ತಲೆಗೆ ಹಿಂಸೆ ಕೊಡುತ್ತಿದ್ದೆ. ಅವನು ನಿನ್ನನ್ನು ಕತ್ತರಿಸಿ ನಂತರ ತುಂಡುಗಳಾಗಿ ಕತ್ತರಿಸಿ ನಾಯಿಗಳಿಗೆ ತಿನ್ನಿಸುತ್ತಿದ್ದನು.

ಇದು ಚೆನ್ನಾಗಿರುತ್ತಿತ್ತು, ಆಗ ನಿನ್ನ ಪಾಪದ ಮಡಕೆ ಬೇಗ ತುಂಬುತ್ತಿತ್ತು. ನಂದನ ಉತ್ಸಾಹ ಎಲ್ಲಿಲ್ಲ, ಅವನು ಕೋಪದಿಂದ ಕುದಿಯುತ್ತಿದ್ದನು, ಅವನ ಕಣ್ಣುಗಳು ಕೆಂಪಾಗಿದ್ದವು. ಕೋಪೋದ್ರಿಕ್ತನಾಗಿ ಅವನು

ಹೇಳಿದನು - 'ಎಕ್ಸಿಕ್ಯೂಶನರ್, ಏನಾಗುತ್ತದೆ ಎಂದು ನೋಡೋಣ! ಈ ಹೆಮ್ಮೆಯ ಬ್ರಾಹ್ಮಣನ ತಲೆಯನ್ನು ಕತ್ತರಿಸಿ! ಆದರೆ ಇಲ್ಲ, ನೀವು ಇರಿ! ಕಾತ್ಯಾಯನ, ಅವನ ತಲೆಯನ್ನು ನಾವೇ ಕಡಿಯುತ್ತೇವೆ. ನಮ್ಮ ಕತ್ತಿಯನ್ನು ತನ್ನಿ! ನಡುಗುತ್ತಾ ಕಾತ್ಯಾಯನನು

ಹೇಳಿದನು - ಮಹಾರಾಜ! ನೀನು ಬ್ರಾಹ್ಮಣನ ರಕ್ತದಿಂದ ಕೈ ತೊಳೆಯುವುದಿಲ್ಲ. ಅದನ್ನು ಬಣ್ಣ ಮಾಡಿ. ರಾಜನು ಮರಣದಂಡನೆಕಾರನಂತೆ ವರ್ತಿಸಬಾರದು.

'ನಂದಾ- ನಾವು ಧರ್ಮೋಪದೇಶಗಳನ್ನು ಕೇಳಲು ಬಯಸುವುದಿಲ್ಲ. ನೀವು ದುರಾಚಾರ ಮಾಡಿದ್ದೀರಿ, ಈ ಅಪರಾಧಕ್ಕಾಗಿ ನಾವು ನಿಮ್ಮನ್ನು ಶಿಕ್ಷಿಸುತ್ತೇವೆ. ನೀಡಲಿದೆಹೀಗೆ ಹೇಳುತ್ತಾ ಮಹಾನಂದರು ಕೋಪದಿಂದ ಭಾರವಾದ ಕತ್ತಿಯನ್ನು ಎತ್ತಿದರು. ಆ ಸಮಯದಲ್ಲಿ ಭೂಮಿಯು ಅವನ ಘೋರ ರೂಪವನ್ನು ನೋಡಿ ತ್ರಾಹಿ-ತ್ರಾಹಿ ಎಂದು ಕೂಗಿತು. ಆಕಾಶವೇ ಕಳಚಿ ಬಿದ್ದಂತೆ ಕಾಣುತ್ತಿತ್ತು ಬಯಸಿದೆ ಕೋಪದಿಂದ ಘರ್ಜಿಸುತ್ತಾ, ಮಹಾನಂದನು ಹುಚ್ಚನಾಗಿ ಕತ್ತಿಯಿಂದ ಮುದುಕ ಬ್ರಾಹ್ಮಣನ ಕಡೆಗೆ ಧಾವಿಸಿದನು. ಅಪಹಾಸ್ಯದಿಂದ ನಗುತ್ತಾ ಆ ಕ್ರೂರಿಯು ಮುದುಕ ಬ್ರಾಹ್ಮಣನ ಕತ್ತಿಯ ಮೇಲೆ ತನ್ನ ಪೂರ್ಣ ಕತ್ತಿಯಿಂದ ಹೊಡೆದನು. ಮುಗುಳ್ನಗುತ್ತಿದ್ದ ತಲೆಯು ದೇಹದಿಂದ ಜಿಗಿದು ಕಾತ್ಯಾಯನನ ಮಡಿಲಿಗೆ ಬಿದ್ದಿತುಚಾಣಕ್‌ನ ಕತ್ತರಿಸಿದ ತಲೆಯನ್ನು ರಾಜಧಾನಿಯ ಪ್ರಮುಖ ಚೌಕದಲ್ಲಿ ಎತ್ತರದ ಬಿದಿರಿನ ಮೇಲೆ ನೇತುಹಾಕಲಾಯಿತು ಮತ್ತು ಆ

ಬಿದಿರಿನ ಮೇಲೆ "ಮಹಾರಾಜ್ ಮಹಾನಂದರ ವಿರುದ್ಧ ಬಂಡಾಯವೆದ್ದವನು ಅದೇ ಶಿಕ್ಷೆಯನ್ನು ಅನುಭವಿಸಬೇಕಾಗುತ್ತದೆ" ಎಂದು ದಪ್ಪ ಅಕ್ಷರಗಳಲ್ಲಿ ಬರೆಯಲಾಗಿದೆ.

ಬ್ರಾಹ್ಮಣನ ಹತ್ಯೆ ಮತ್ತು ಮಹಾನಂದೆಯ ಭಯದಿಂದ ಮಗಧ ದೇಶವು ನಡುಗಿತು, ಆಕಾಶವು ರಕ್ತಮಯವಾಯಿತು. ನೋಡಲು ಪ್ರಾರಂಭಿಸಿತು, ಮಗಧ ರಾಜ್ಯವು ಶೋಕದಿಂದ ಆವೃತವಾಗಿತ್ತು, ಜನರ ಹೃದಯವು ದ್ವೇಷದಿಂದ ತುಂಬಿತ್ತು ಮತ್ತು ಭಯದಿಂದ ದಿಗ್ಭ್ರಮೆಗೊಂಡ. ಭಡೋನ್‌ನ ಈ ಕರಾಳ ರಾತ್ರಿಯಲ್ಲಿ, ಸುತ್ತಲೂ ಮೌನವಿರುವಾಗ, ಅಂಗಡಿಯ ಹಲಗೆಯ ಕೆಳಗೆ ಅಡಗಿರುವ ಈ ಮಗು ಯಾರು? ಇದು ಕತ್ತಲ ರಾತ್ರಿ ಮಾತ್ರವಲ್ಲ, ಮಳೆಯೂ ಇದೆ. ಇದು ಗುಡುಗು ಮತ್ತು ಮಿಂಚುಗಳಿಗೆ ಹೆದರುವುದಿಲ್ಲ. ಬಹುಶಃ ಬಡವನಿಗೆ ಮನೆ ಇಲ್ಲದಿರಬಹುದು, ಅವನು ಅನಾಥನಂತೆ ಕಾಣುತ್ತಾನೆ. ಸ್ವಲ್ಪ ಸಮಯದ ನಂತರ ಜೋರಾಗಿ ಮಳೆ ಸುರಿಯಲಾರಂಭಿಸಿತು, ರಸ್ತೆಗಳು ಧಾರಾಕಾರ ನೀರಿನಿಂದ ತುಂಬಿದವು. ಏರಿದ ನೀರು ಅಂಗಡಿಯ ಹಲಗೆಯನ್ನೂ ತಲುಪಿತು.

ಈಗ ಮಗು ಸುತ್ತಲೂ ನೋಡಿದೆ, ತನ್ನ ಎರಡೂ ಕೈಗಳನ್ನು ನೆಲದ ಮೇಲೆ ಇರಿಸಿ ನಾಯಿಯಂತೆ ತೆವಳಿತು. ನಿರ್ಭೀತ ಆದರೆ ಎಚ್ಚರಿಕೆಯ ಬೇಟೆಯ ನಾಯಿಯಂತೆ ಅವನು ಮುಂದೆ ಸಾಗಿದನು. ಅವನು ಆ ಬಿದಿರಿನ ಮೂಲಕ ವೇಗವಾಗಿ ನಡೆದನು. ಅದರ ಪಕ್ಕದಲ್ಲಿ ಆಚಾರ್ಯ ಚಾಣಕ್ ಅವರ ತಲೆ ನೇತಾಡುತ್ತಿತ್ತುಹುಡುಗ ಮೌನವಾಗಿ ತನ್ನ ಬಟ್ಟೆಯಲ್ಲಿ ಬಚ್ಚಿಟ್ಟಿದ್ದ ಗರಗಸವನ್ನು ಹೊರತೆಗೆದನು ಮತ್ತು ಬಿದಿರನ್ನು ನಿಧಾನವಾಗಿ ಮತ್ತು ಯಾವುದೇ ಶಬ್ದವಿಲ್ಲದೆ ಕತ್ತರಿಸಲು ಪ್ರಾರಂಭಿಸಿದನು. ಬಿದಿರು ಪೂರ್ತಿಯಾಗಿ ಕಡಿಯಲು ಹೊರಟಾಗ ನಿಧಾನವಾಗಿ ಆಸರೆಯಾಗಿ ನೆಲದಲ್ಲಿ ಮಲಗಿಸಿ ಕೊನೆಗೆ ನೇತಾಡುತ್ತಿದ್ದ ತಲೆಯನ್ನು ತೆಗೆದು ಹೃದಯಕ್ಕೆ ಅಪ್ಪಿಕೊಂಡು ಅದೇ ವೇಗದಲ್ಲಿ ಇನ್ನೊಂದು ದಿಕ್ಕಿಗೆ ಹಿಂತಿರುಗಿದ.

ಮಗು ಭಯದ ದಾರಿಯಿಂದ ಹೊರಬಂದಾಗ, ಅವನು ನೇರವಾಗಿ ನಿಂತು ವೇಗವಾಗಿ ಓಡಿದನು. ನಾಲ್ಕೈದು ಮೈಲಿ ಓಡುತ್ತಲೇ ವೇಗವಾಗಿ ನಡೆಯುತ್ತಾ ಈ ಮಳೆಗಾಲದ ರಾತ್ರಿಯಲ್ಲಿ ಗಂಗಾನದಿ ವೇಗವಾಗಿ ಹರಿಯುತ್ತಿದ್ದ ಜಾಗವನ್ನು ತಲುಪಿದ. ಇಲ್ಲಿಗೆ ಬರುವಾಗ ಮರವೊಂದರ ಕೆಳಗೆ ನಿಂತಿದ್ದ ಮಗು ಸದ್ದು ಮಾಡದೆ ಬಿಕ್ಕಿ ಬಿಕ್ಕಿ ಅಳತೊಡಗಿತು. ಹಣೆಯ ಮತ್ತು ಹೃದಯದ ಹತ್ತಿರ ತಲೆಯನ್ನು ಹಿಡಿದುಕೊಳ್ಳುತ್ತಾ ಅವನು

ಹೇಳಲಾರಂಭಿಸಿದನು - 'ತಂದೆ! ಈ ಭಯಾನಕ ಜಗತ್ತಿನಲ್ಲಿ ನೀವು ನನ್ನನ್ನು ಒಂಟಿಯಾಗಿ ಬಿಡಬೇಕಾಗಿತ್ತು! ಇಂದು ನಾನು ಬಿರುಗಾಳಿಯಲ್ಲಿ ಹಾರುವ ಒಣಹುಲ್ಲಿನಂತೆ ನಿರ್ಗತಿಕನಾಗಿದ್ದೇನೆ. ಚಂಡಮಾರುತ ಎಲ್ಲಿ ನನ್ನನ್ನು ಅಪ್ಪಳಿಸುತ್ತದೋ ಗೊತ್ತಿಲ್ಲ! ನಾನು ಶೂನ್ಯದಲ್ಲಿ ಕುಸಿಯದಂತೆ ನನ್ನನ್ನು ಆಶೀರ್ವದಿಸಿನಿನ್ನ ಶವಸಂಸ್ಕಾರಕ್ಕೆ ನಿನ್ನ ಸಂಪೂರ್ಣ ದೇಹವನ್ನು ಪಡೆಯಲು ನನಗೆ ಸಾಧ್ಯವಾಗಲಿಲ್ಲ, ಆದರೆ ನಿನ್ನ ತಲೆಯನ್ನು ಕೊಲೆಗಾರರಿಗೆ ನೀಡಲಾಯಿತು. ನಾನು ಅದನ್ನು ಕೈಯಿಂದ ಹೊರತೆಗೆದಿದ್ದೇನೆ. ನಿಮ್ಮ ಮಗ ದಹನಕ್ಕೆ ಅರ್ಹನೆಂದು ಸಾಬೀತಾಯಿತು. ಈ ಇಷ್ಟು ದಿನ ಕೇಳಿ ತಲೆ ಕೆಡಿಸಿಕೊಳ್ಳುವಷ್ಟು ಶ್ರೀಗಂಧವನ್ನೂ ಸಂಗ್ರಹಿಸಿದ್ದೇನೆ. ಅಳುತ್ತಿದ್ದ ಬಾಲಕ ಕೌಟಿಲ್ಯನು ಗಂಗಾನದಿಯ ದಡದಲ್ಲಿ ಚಿತಾಗಾರವನ್ನು ಮುಚ್ಚಿ, ಅದರಲ್ಲಿ ತನ್ನ ತಂದೆ ಚಾಣಕ್‌ನ ತಲೆಯನ್ನು ಇಟ್ಟು ಮಂತ್ರಗಳನ್ನು ಪಠಿಸುತ್ತಾ ಬೆಂಕಿಯನ್ನು ಹೊತ್ತಿಸಿದನು. ಭಯಂಕರ ರಾತ್ರಿಯ ಕ್ಷೀಣಿಸುತ್ತಿರುವ ಮೌನದಲ್ಲಿ ಪೈರ್ ಉರಿಯಿತು. ತಲೆ ಸುಟ್ಟಾಗ ಕೌಟಿಲ್ಯ ತಂದೆಯ ತಲೆ ಬುರುಡೆ ಒಡೆಯುವ ಕೃತ್ಯ ಎಸಗಿದ್ದಾನೆ.

ತಲೆ ಸುಟ್ಟು ಬೂದಿಯಾಯಿತು. ಕೌಟಿಲ್ಯನು ಪೈರನ್ನು ಗಂಗಾನದಿಯ ನೀರಿನಿಂದ ತಣ್ಣಗಾಗಿಸಿದನು, ಆದರೆ ಅವನು ಬೂದಿಯನ್ನು ಗಂಗೆಯಲ್ಲಿ ಎಸೆಯಲಿಲ್ಲಬೂದಿಯನ್ನು ಸಂಗ್ರಹಿಸಿದ ನಂತರ, ಕೌಟಿಲ್ಯ ಅದನ್ನು ಹಂಡಿಯಾದಲ್ಲಿ ತುಂಬಿಸಿ, ಹಂಡಿಯಾವನ್ನು ಬಾಯಿ ಮುಚ್ಚಿಕೊಂಡು ಕಟ್ಟಿ ನಂತರ ಮರದ ಕೆಳಗೆ ಸಣ್ಣ ಹೊಂಡವನ್ನು ಅಗೆದು ತಂದೆಯ ಹೂವಿನ ಕುಂಡವನ್ನು ಹೂಳಿದನು. ಬೂದಿಯ ಮಡಕೆಯನ್ನು

ಒತ್ತಿದ ನಂತರ ಕೌಟಿಲ್ಯ ಕಣ್ಣೀರು ಒರೆಸುತ್ತಾ ಎದ್ದ. ಅವನು ಒಮ್ಮೆ ಆಕಾಶವನ್ನು ನೋಡಿದನು ಮತ್ತು ನಂತರ ಭೂಮಿಯ ಮಣ್ಣನ್ನು ಎತ್ತಿಕೊಂಡು, ಅವನೇ ಗುನುಗಲು

ಪ್ರಾರಂಭಿಸಿದನು - ಭೂಮಿ ತಾಯಿ! ಈಗ ನೀನು ನನ್ನ ತಾಯಿ. ಶಕ್ತಿ ಕೇಂದ್ರ ಆಕಾಶ! ಈಗ ನಿನ್ನ ಕೈ ನನ್ನ ತಲೆಯ ಮೇಲಿದೆ. ಡೈನಾಮಿಕ್ ಗಂಗಾ! ಈ ಹಂತಕ ನಂದನಿಂದ ನನ್ನ ತಂದೆಯ ಹತ್ಯೆಗೆ ಸೇಡು ತೀರಿಸಿಕೊಳ್ಳುವವರೆಗೂ ಬೆಂಕಿಯಲ್ಲಿ ಬೇಯಿಸಿದ ಯಾವುದನ್ನೂ ನಾನು ತಿನ್ನುವುದಿಲ್ಲ ಎಂದು ನಿಮ್ಮ ನೀರನ್ನು ಮುಟ್ಟುವ ಮೂಲಕ ಭರವಸೆ ನೀಡುತ್ತೇನೆ. ಮಹಾನಂದನ ಕೂದಲಿಗೆ ನನ್ನ ಕೂದಲಿಗೆ ಬಣ್ಣ ಹಚ್ಚದ ಹೊರತು, ಬ್ರೇಡ್ ತೆರೆದಿರುತ್ತದೆ. ಕೊಲೆಗಾರ ನಂದನ ರಕ್ತವು ತಂದೆಯ ಚಿತಾಭಸ್ಮದ ಮೇಲೆ ಬಿದ್ದಾಗ ಮಾತ್ರ ತಂದೆಗೆ ನೈವೇದ್ಯವು ಪೂರ್ಣಗೊಳ್ಳುತ್ತದೆಇಂದು ನನ್ನ ಒಂದು ಕೈಯಲ್ಲಿ ಚಿತೆಯ ಅಗ್ನಿ ಮತ್ತು ಇನ್ನೊಂದು ಕೈಯಲ್ಲಿ ಗಂಗಾ ಮತ್ತು ಆಕಾಶದ ಪವಿತ್ರ ಜಲವನ್ನು ಹೊಂದಿರುವಂತೆ, ನಾನು ಬೆಂಕಿ ಮತ್ತು ನೀರಿನಿಂದ ತುಂಬಿಕೊಳ್ಳುತ್ತೇನೆ. ನನ್ನ ತಂದೆಯ ಆಶಯದಂತೆ ಮಗಧದಲ್ಲಿ ಮಹಾನಂದನನ್ನು ಕೊಂದು ಸಾರ್ವಜನಿಕ ಹಿತಾಸಕ್ತಿಯ ರಾಜ್ಯವನ್ನು ಸ್ಥಾಪಿಸುವವರೆಗೂ ನನ್ನ ಬೆಂಕಿಯು ಆರುವುದಿಲ್ಲ. ನಂದ ವಂಶ ನಾಶವಾಗುವವರೆಗೂ ಕಣ್ಣಲ್ಲಿ ನೀರು ಬತ್ತುವುದಿಲ್ಲ.

'ಪ್ರಕೃತಿಯ ಮೂಕ ಶಕ್ತಿಗಳು! ನೀನು ನನಗೆ ಶಕ್ತಿ ಕೊಡು, ನನ್ನ ವಚನಗಳು ಮಗುವಿನ ಆಟದಂತೆ ಕಳೆದುಹೋಗಿವೆ ಹೋಗದಿರಲಿ, ಸೇಡಿನ ಬೆಂಕಿ ತಣ್ಣಗಾಗದಿರಲಿ, ಕಣ್ಣಲ್ಲಿ ನೀರು ಬರದಿರಲಿ. 'ಯಮರಾಜ! ನಿಮ್ಮ ಖಾತೆಗಳಿಂದ ನೀವು ಮಹಾನಂದ್ ಅವರ ಹೆಸರನ್ನು ಅಳಿಸುತ್ತೀರಿ. ಅವರ ಸಾವಿನ ವೃತ್ತಾಂತವನ್ನು ನನ್ನ ಮನಸ್ಸಿನಲ್ಲಿ ಬರೆಯುತ್ತೇನೆ. ಅವನು ನಿನ್ನಿಂದ ಸಾಯುವುದಿಲ್ಲ, ಆದರೆ ನನ್ನಿಂದ. ನೀವು ಏನು ಹೇಳಿದ್ದೀರಿ! ಈ ಸರಳ ಅನಾಥ ಮಹಾನಂದನನ್ನು ನಾಶಮಾಡಲು ಸಾಧ್ಯವೇ? ರಾಮನು ರಾವಣನನ್ನು ಕೊಂದಂತೆಯೇ, ಕೃಷ್ಣನು ಬಲಿಷ್ಠರಾದ ಕಂಸ ಮತ್ತು ಕೌರವರನ್ನು ನಾಶಪಡಿಸಿದನು. ಈ ಸಮರ್ಪಣೆಯೊಂದಿಗೆ ನಾನು ಜೀವಂತವಾಗಿ ಉಳಿಯುತ್ತೇನೆ. ನಂದನನ್ನು ನಾಶಮಾಡಲು ವಿದ್ಯೆ, ಆಯುಧ, ಶಕ್ತಿ ಮತ್ತು ಧನವನ್ನು ಹುಡುಕಿ ಪಡೆಯುತ್ತೇನೆ. , ವಾಗ್ದಾನದ ನಂತರ ಭ್ರಮನಿರಸನಗೊಂಡಾಗ, ಕೌಟಿಲ್ಯನು ತನ್ನನ್ನು ತಾನೇ

ಕೇಳಿಕೊಂಡನು - 'ಸಾಧ್ಯವಾಗುವ ಮೊದಲು ನೀವು ಹೇಗೆ ಮರೆಯಾಗುತ್ತೀರಿ? ಕೌಟಿಲ್ಯನು ಬದುಕಿದ್ದಾನೆ ಮತ್ತು ಅವನು ತನ್ನ ತಂದೆಯ ತಲೆಯನ್ನು ಅಡ್ಡದಾರಿಯಿಂದ ತೆಗೆದಿದ್ದಾನೆ ಎಂದು ಯಾರಿಗಾದರೂ ತಿಳಿದರೆ, ಈ ದುರುಳನು ಕೆಳಗೆ ಬೆಂಕಿಯನ್ನು ಹೊತ್ತಿಸಿ ನಿಮ್ಮನ್ನು ಶಿಲುಬೆಯಲ್ಲಿ ಸುಟ್ಟುಹಾಕುತ್ತಾನೆ

ಹಾಗಾದರೆ?

'ನೀನೇ ಬದಲಾಗಬೇಕು!

'ಹೇಗೆ?

''ಮೊದಲು ನಿನ್ನ ನೋಟವನ್ನು ಬದಲಿಸು! ,

'ತದನಂತರ?

''ನಿಮ್ಮ ಹೆಸರನ್ನು ಬದಲಾಯಿಸಿ!

'' 'ಅದರ ನಂತರ? ,

ರಾಜಕೀಯ ಮತ್ತು ಯುದ್ಧವನ್ನು ಕಲಿಯಿರಿ! ನಿಮಗೆ ಸಾಧ್ಯವಾದರೆ, ವಿದೇಶಿ ಭಾಷೆಗಳು, ಪ್ರಾದೇಶಿಕ ಭಾಷೆಗಳು ಮತ್ತು ಇತರ ಭಾಷೆಗಳನ್ನು ಸಹ ಅಧ್ಯಯನ ಮಾಡಿ! ಎಷ್ಟು ಸಾಧ್ಯವೋ ಅಷ್ಟು ಓದಿ. ಅದರ ನಂತರ, ನಿಮ್ಮ ಭರವಸೆಯನ್ನು ಪೂರೈಸುವ ಮಾರ್ಗವನ್ನು ಕಂಡುಹಿಡಿಯಲಾಗುತ್ತದೆ. ಆದರೆ ರಸ್ತೆಯಲ್ಲಿನ ಮುಳ್ಳುಗಳನ್ನು ಬಿಡಬೇಡಿ. ಬೆಂಕಿ ಮತ್ತು ನೀರು ಕೂಡ ನಿಮ್ಮನ್ನು ತಡೆಯಬಾರದು. , ಎಂದು ತನಗೆ ತಾನೇ ಹೇಳಿಕೊಳ್ಳುವಾಗ ಕೌಟಿಲ್ಯನು ತನ್ನ ತಂದೆಯ ತಲೆಯ ಚಿತೆಗೆ ಬೆಂಕಿ ಹಚ್ಚಿದ ಜಾಗದಲ್ಲಿಯೇ ಒಂದಿಷ್ಟು

ಜೊಂಡುಗಳನ್ನು ಸಂಗ್ರಹಿಸಿ ಬೆಂಕಿಯನ್ನು ಹೊತ್ತಿಸಿದನು. ಬೆಂಕಿಯಿಂದ ಜ್ವಾಲೆಗಳು ಏರಲು ಪ್ರಾರಂಭಿಸಿದಾಗ, ಕೌಟಿಲ್ಯನು ತನ್ನ ತಂದೆ ನೀಡಿದ ಪುಡಿಯನ್ನು ತೆರೆದು ತನ್ನ ದೇಹದಾದ್ಯಂತ ಬೆಂಕಿಯನ್ನು ಅಪ್ಪಿಕೊಂಡನು. ಬೆಂಕಿ ಮತ್ತು ಔಷಧದಿಂದಾಗಿ ಕೌಟಿಲ್ಯನ ದೇಹವು ಸುಟ್ಟುಹೋಯಿತು. ಆ ಸುಂದರ ಮೃದುವಾದ ಮುಖವು ಸಂಪೂರ್ಣವಾಗಿ ಕಪ್ಪು ಮತ್ತು ದೈತ್ಯಾಕಾರದಂತೆ ಕಾಣಲಾರಂಭಿಸಿತು.

ಅಷ್ಟೇ ಅಲ್ಲ, ಅವರ ಭರವಸೆ ಅವರನ್ನು ಇನ್ನಷ್ಟು ಹುರಿದುಂಬಿಸಿತು. ಪಕ್ಕದಲ್ಲಿ ಬಿದ್ದಿದ್ದ ಕಲ್ಲನ್ನು ಎತ್ತಿ ತನ್ನ ಎರಡು ಮುಂದಿನ ಹಲ್ಲುಗಳಿಗೆ ಬಲವಾಗಿ ಹೊಡೆದು ಮುರಿದುಕೊಂಡ. ಬೆಂಕಿಯಿಂದ ಸುಟ್ಟು ಕರಕಲಾದ ಕಪ್ಪಗಿನ ರೂಪ, ಮುರಿದ ಹಲ್ಲುಗಳಿಂದ ಹರಿಯುವ ರಕ್ತ, ತುಟಿ ಮತ್ತು ಕೆನ್ನೆಯ ಮೂಳೆಗಳವರೆಗೆ ಹರಿಯಿತು, ಈ ಭಯಾನಕ ರಾತ್ರಿಯಲ್ಲಿ ಕೌಟಿಲ್ಯ ರಕ್ತ ಕುಡಿದನೋ ಅಥವಾ ರಕ್ತ ಕುಡಿದನೋ ಅನಿಸಿತು.ಚಂಡಿ ಶೂನ್ಯದಲ್ಲಿ ಶಾಂತವಾಗಲು ಬಯಸುತ್ತಾಳೆ. ಅಥವಾ ಅವಳು ಇನ್ನೂ ಬಾಯಾರಿಕೆಯಾಗಿದ್ದಾಳೆ ಮತ್ತು ಏನೂ ಇಲ್ಲದಿರುವಾಗ ನಾನು ಯಾರ ರಕ್ತವನ್ನು ಕುಡಿಯಬೇಕು ಎಂದು ಯೋಚಿಸುತ್ತಿದ್ದಾಳೆ! ಈ ಕ್ರೂರ ಘಟನೆಯ ನಂತರ, ಕೌಟಿಲ್ಯನು ನಿಧಾನವಾಗಿ ಆದರೆ ಉಗ್ರವಾಗಿ ನಕ್ಕನು. ಅವನು ನಗುವುದನ್ನು ನೋಡಿ ರಾತ್ರಿಯ ಕತ್ತಲು ನಡುಗಿತು, ಗಂಗೆಯ ನೀರು ಮೌನವಾಗಿ ಚಲಿಸತೊಡಗಿತು. ಕೌಟಿಲ್ಯನು ನಾಲ್ಕೂ ದಿಕ್ಕಿಗೆ ತಿರುಗಿ ನಂತರ ಹೆಮ್ಮೆಯಿಂದ ತನ್ನೊಳಗೆ

ಹೇಳಿಕೊಳ್ಳತೊಡಗಿದನು - 'ಪ್ರಕೃತಿಯ ಅಮರ ರಕ್ಷಕರು!

ಚಾಣಕ್ - ಕೌಟಿಲ್ಯನ ಮಗ ಎಂದು ಗುರುತಿಸಿ ಹೇಳಬಹುದೇ? ಇಲ್ಲ, ಇಲ್ಲ, ಹೇಳಲಾರೆ. ಈಗ ನೀವು ನನಗೆ ಭಯಪಡಬೇಕು! ಈ ಸಮಯದಲ್ಲಿ ನೀವು ನನ್ನನ್ನು ಕ್ರೂರ ಸಮಯವಾಗಿ ನೋಡುತ್ತಿದ್ದೀರಿ. ಹೇಳು, ನಿನಗೆ ನನ್ನ ಆ ಮೃದುವಾದ ನೋಟ ಇಷ್ಟವಾಯಿತೇ ಅಥವಾ ಈ ಉಗ್ರರೂಪವೇ? ಇಂದು ಪ್ರಕೃತಿ ನನ್ನನ್ನು ಕಪ್ಪು ಹಾಳೆಯಿಂದ ಮುಚ್ಚಿದೆ, ಅದಕ್ಕಾಗಿಯೇ ನಾನು ನನ್ನ ಬಿಳಿ ಚರ್ಮವನ್ನು ತೆಗೆದು ಕಪ್ಪು ಚರ್ಮವನ್ನು ಹಾಕಿದ್ದೇನೆ. , ಮತ್ತು ನೋಡಿ, ನಾನು ನನ್ನ ಚರ್ಮದ ಜೊತೆಗೆ ನನ್ನ ಹೆಸರನ್ನು ಬದಲಾಯಿಸಿದ್ದೇನೆ.

ಈಗ ನಾನು ಕೌಟಿಲ್ಯ ಅಲ್ಲ, ನನ್ನ ಹೆಸರು ವಿಷ್ಣುಗುಪ್ತ. ಇಲ್ಲಿಯವರೆಗೆ ಕೇವಲ ಬ್ರಾಹ್ಮಣನಾಗಿದ್ದ ನಾನು ಈಗ ಹೆಸರಿನೊಂದಿಗೆ ಕ್ಷಾತ್ರಧರ್ಮದ ಪ್ರಮಾಣವನ್ನೂ ಮಾಡಿದ್ದೇನೆ. ನನ್ನ ಮುಂದೆ ನನ್ನ ಪ್ರತಿಜ್ಞೆ ಮತ್ತು ನಾನು. ಹೇಳಿ, ನೀವು ನನ್ನನ್ನು ಬೆಂಬಲಿಸುತ್ತೀರಾ? ಪ್ರಳಯದಲ್ಲಿ ಜಗತ್ತನ್ನು ನಾಶಮಾಡಲು ನೀನು ಹೇಗೆ ಬೆಂಕಿ ಮತ್ತು ನೀರಿನಿಂದ ಹೋರಾಡುತ್ತೀಯೋ, ಅದೇ ರೀತಿಯಲ್ಲಿ ನಂದನ ನಾಶಕ್ಕಾಗಿ ಹೋರಾಡುವೆ, ಅಲ್ಲವೇ? ಏನು ಹೇಳಿದಿರಿ!

'ಮಗುವಿನ ಹುಚ್ಚುತನಕ್ಕೆ ನಾವು ಕರುಣೆ ತೋರಿಸುತ್ತೇವೆ.' ಆದುದರಿಂದ ನೀವೂ ರಾಜ್ಯದ ಶಿಲಾಮೂರ್ತಿಗಳಂತೆ ಸುಮ್ಮನಿರಿ! ನನಗೆ ನಿನ್ನ ಅಗತ್ಯವಿಲ್ಲ ಮತ್ತು ನನ್ನ ಹುಚ್ಚುತನಕ್ಕೆ ಕೋಪಗೊಂಡರೆ ನೀನೂ ಹೋಗಿ ನಂದನನ್ನು ಭೇಟಿಯಾಗಿ ಬೆಂಕಿ ಮತ್ತು ನೀರಿನಂತೆ ನನ್ನ ಮೇಲೆ ದಾಳಿ ಮಾಡು! ನಾನು ಅಜೇಯ, ನಾನು ಗುಟುಕು ಗುಟುಕು ಬೆಂಕಿ ಮತ್ತು ನೀರು ಕುಡಿಯುತ್ತೇನೆ. ಭ್ರಮೆಯಲ್ಲಿದ್ದಾಗ, ವಿಷ್ಣುಗುಪ್ತನು ಆ ಭಯಾನಕ ರಾತ್ರಿಯಲ್ಲಿಯೇ ನಡೆಯಲು ಪ್ರಾರಂಭಿಸಿದನು. ರಾತ್ರಿ ಮುಗಿಯಲು ಇನ್ನು ಅರ್ಧ ಗಂಟೆಯಷ್ಟೇ ಬಾಕಿಯಿದ್ದರೂ ಭೀಕರ ಮಳೆಯಿಂದಾಗಿ ಕತ್ತಲು ಆವರಿಸಿತ್ತು ಇನ್ನೂ ಸಾಕಷ್ಟು ರಾತ್ರಿ ಉಳಿದಿದೆಯಂತೆ.

ವಿಷ್ಣುಗುಪ್ತನು ಕತ್ತಲಲ್ಲಿ ಹತ್ತು ಮೈಲಿ ನಡೆಯುತ್ತಲೇ ಇದ್ದ. ಹಲ್ಲು ಮುರಿದು ಸುಟ್ಟುಹೋದ ನೋವು ಮತ್ತು ಸುಸ್ತು ಅವನನ್ನು ತುಂಬಾ ಬಲವಂತಪಡಿಸಿದಾಗ ಅವನು ಸೋಲಿನಿಂದ ಕೆಳಗೆ ಬಿದ್ದನು.

ವಿಷ್ಣುಗುಪ್ತನು ಕಲ್ಲಿನ ಮೇಲೆ ತಲೆಯಿಟ್ಟು ಬಿದ್ದನು. ಹುಣ್ಣುಗಳಿಂದಾಗಿ ಅವನು ಮಲಗಲು ಸಾಧ್ಯವಿಲ್ಲ ಆಗಾಗ ಬರುತ್ತಿತ್ತು ಮತ್ತು ಸುಸ್ತು ಅವಳನ್ನು ನಿದ್ದೆಗೆಡಿಸಲು ಬಯಸುತ್ತಿತ್ತು. ಆಯಾಸವು ಅವನನ್ನು ಮೀರಿಸಿತು, ಹುಡುಗ ನಿದ್ರಿಸಿದನು. ಮಗು ಮಲಗುತ್ತಲೇ ಇತ್ತು. ಮಳೆ ಕೊನೆಗೊಂಡಿತು, ಸೂರ್ಯನು ನಿನ್ನನ್ನು ಹರಿದು ಹಾಕಿದನು. ಅವನ ಪ್ರಖರವಾದ ಬೆಳಕು ವಿಷ್ಣುಗುಪ್ತನ ಮೇಲೆ ಹರಡಿತು, ಆದರೆ ಅವನ ಕಣ್ಣುಗಳು ತೆರೆಯಲಿಲ್ಲ. ಸೂರ್ಯ ಅವನನ್ನು ಎಬ್ಬಿಸಿದರೂ ವಿಷ್ಣುಗುಪ್ತನ ಕಣ್ಣುಗಳು ತೆರೆಯದಿದ್ದಾಗ, ಅವನು ತನ್ನ ಗೋಚರ ರೂಪವನ್ನು

ತೆಗೆದುಕೊಂಡನು. ಭೂಮಿಗೆ ಬರಬೇಕಿತ್ತು. ಸೂರ್ಯನ ಆರಾಧಕನು ಗಂಗಾ ಸ್ನಾನವನ್ನು ಮಾಡಿ ಸೂರ್ಯನಿಗೆ ನೀರನ್ನು ಅರ್ಪಿಸಿದ ನಂತರ ಮನೆಗೆ ಹಿಂದಿರುಗುತ್ತಾನೆ. ಹೋಗಿದ್ದೆ. ವಿಷ್ಣುಗುಪ್ತನ ಬಳಿ ತನ್ನ ಪಾದವಿದೆ ಎಂದು ಸ್ತೋತ್ರಗಳನ್ನು ಗುನುಗುತ್ತಾ ಹೋಗುತ್ತಿದ್ದನು. ದೇಹವನ್ನು ಹೊಡೆಯಿರಿಭಕ್ತನು ನಿಲ್ಲಿಸಿ, ಈ ವಿರೂಪ ಸ್ಥಿತಿಯಲ್ಲಿ ಮಲಗಿದ್ದ ಮಗುವನ್ನು ನೋಡಿ, ಅವನ ಬಾಯಿಂದ, 'ನಾರಾಯಣ-ನಾರಾಯಣ! ಈ ಸುಟ್ಟ ವ್ಯಕ್ತಿ ಯಾರು? " ಎಂದು ಕುಳಿತುಕೊಂಡು ಮಗುವನ್ನು ಪ್ರಜ್ಞೆಗೆ ತರಲು ಪ್ರಯತ್ನಿಸಿದನು. ಸ್ವಲ್ಪ ಸಮಯದ ನಂತರ ಭಕ್ತನು ಪ್ರಯತ್ನಿಸಿದನು. ಅದು ಯಶಸ್ವಿಯಾಯಿತು, ವಿಷ್ಣುಗುಪ್ತನ ಕಣ್ಣು ತೆರೆಸಿತು. ಅವನು ಸಂಕಟದಿಂದ 'ನೀರು!' ಎಂದು ಕೂಗಿದನು. ಭಕ್ತ ಮಗುವಿಗೆ ನೀರು ಕೊಟ್ಟನು. ನೀರು ಕುಡಿದು ಮಗುವಿನಲ್ಲಿ ಒಂದಿಷ್ಟು ಜೀವ ಬಂದಿತ್ತು ಭಕ್ತ

ಹೇಳಿದ - ಮಗು! ನೀವು ಯಾರು? ಈ ಸ್ಥಿತಿಯಲ್ಲಿ ನೀವು ಹೇಗೆ ಮಲಗಿದ್ದೀರಿ?

ಮಗು - ನನ್ನ ಹೆಸರು ವಿಷ್ಣುಗುಪ್ತ. ನನಗೆ ತಂದೆ-ತಾಯಿ ಇಲ್ಲ, ಮನೆ ಇಲ್ಲ, ನನ್ನ ಹತ್ತಿರ ಯಾರೂ ಇಲ್ಲ. ಕಟ್ಟಿಗೆ ಕೂಡಿಸಿಕೊಂಡು ಹೊಟ್ಟೆ ತುಂಬಿಸಿಕೊಳ್ಳುತ್ತಿದ್ದ ಆತ ಎಲ್ಲೋ ಬೀಳುತ್ತಿದ್ದ.ಆದರೆ ಇದ್ಯಾವುದನ್ನೂ ದೇವರಿಗೆ ಸಹಿಸಲಾಗಲಿಲ್ಲ. ಇಂದು ಕಾಡಿನಿಂದ ಕಟ್ಟಿಗೆ ಸಂಗ್ರಹಿಸಿ ರೊಟ್ಟಿ ಮಾಡಲು ಬೆಂಕಿ ಹಚ್ಚುತ್ತಿದ್ದಾಗ ಬಟ್ಟೆಗೆ ಬೆಂಕಿ ಹೊತ್ತಿಕೊಂಡಿದೆ. ಆ ಸಮಯದಲ್ಲಿ ನಾನು ಗಂಗಾನದಿಯ ದಡದಲ್ಲಿದ್ದೆ. ಬೆಂಕಿ ಹೊತ್ತಿಕೊಂಡ ತಕ್ಷಣ ಗಂಗೆಗೆ ಹಾರಿದ. ಬದುಕುಳಿದರು ಆದರೆ ಸತ್ತವರಿಗಿಂತ ಕೆಟ್ಟವರಾದರು. ಹಳ್ಳಿಯಲ್ಲಿ ಎಲ್ಲಿಯಾದರೂ ಆಶ್ರಯ ಸಿಗುತ್ತದೆ ಎಂದು ಭಾವಿಸಿ ಗಾಯಗೊಂಡ ಸ್ಥಿತಿಯಲ್ಲಿ ನಡೆಯಲು ಪ್ರಾರಂಭಿಸಿದರು, ಆದರೆ ಅವನು ಚಲಿಸಲು ಸಾಧ್ಯವಾಗದೆ ಕೆಳಗೆ ಬಿದ್ದನು. ತಲೆಸುತ್ತು ಬಂದಿದ್ದರಿಂದ ಮುಂಭಾಗದ ಹಲ್ಲುಗಳೂ ಮುರಿದಿವೆ. ಕರುಣಾಮಯಿ ದೇವರು ನಿನ್ನನ್ನು ನನ್ನ ಬಳಿಗೆ

ತಂದಿದ್ದಾನೆಭಕ್ತ - ನಿನಗೆ ಯಾರೂ ಇಲ್ಲವೇ?

ವಿಷ್ಣುಗುಪ್ತ್ - ಯಾರೂ ಇಲ್ಲದಿದ್ದರೆ ನೀವು ಎಲ್ಲಿಂದ ಬರುತ್ತೀರಿ! ದೇವರು ಈಗ ಖಂಡಿತವಾಗಿಯೂ ನನ್ನವನು. ಅದೇ ನಿನ್ನ ಕೃಪೆಯಿಂದ ನೀನು ನನ್ನ ಮೇಲೆ ಕರುಣೆ ತೋರಿರುವೆ.

ಭಕ್ತ - ಹಾಗಾದರೆ ನೀನು ನನ್ನೊಂದಿಗೆ ಹಳ್ಳಿಗೆ ಹೋಗು! ನಾನು ಹಳ್ಳಿಯ ಶಾಲೆಯೊಂದರಲ್ಲಿ ಶಿಕ್ಷಕಿ. ದೇವರ ದಯೆಯಿಂದ, ನಾನು ಒಬ್ಬಂಟಿಯಾಗಿದ್ದೇನೆ, ದೇವರ ಸ್ತೋತ್ರಗಳನ್ನು ಕಲಿಸುತ್ತೇನೆ ಮತ್ತು ಸಂತೋಷದಿಂದ ಹಾಡುತ್ತೇನೆ. ನೀವು ಚೆನ್ನಾಗಿದ್ದಾಗ, ನೀವು ಎಲ್ಲಿ ಬೇಕಾದರೂ ಹೋಗಿ. ಭಕ್ತ ಪಂಡಿತ್ ಮೋಹನಸ್ವಾಮಿ ವಿಷ್ಣುಗುಪ್ತನನ್ನು ಕರೆದುಕೊಂಡು ಗ್ರಾಮಕ್ಕೆ ಬಂದರು. ಅಲ್ಲಿ ಅವರು ಶಾಲೆಗೆ ಸೇರಿದರು ವಿಷ್ಣುಗುಪ್ತನನ್ನು ಅವನ ಸ್ವಂತ ಕೋಣೆಯಲ್ಲಿ ವಿಶ್ರಾಂತಿ ಮಾಡಲಾಯಿತು. ಹುಡುಗ ಹಳ್ಳಿಯ ವೈದ್ಯರನ್ನು ಕರೆದ ಚಿಕಿತ್ಸೆಯನ್ನೂ ಮಾಡಿಸಿದ್ದಾರೆ. ಮೋಹನಸ್ವಾಮಿಯ ಆರೈಕೆ ಮತ್ತು ಚಿಕಿತ್ಸೆಯೊಂದಿಗೆ ವಿಷ್ಣುಗುಪ್ತ

ಐದು-ಏಳು ಒಂದೇ ದಿನದಲ್ಲಿ ಸಂಪೂರ್ಣ ಆರೋಗ್ಯವಾಯಿತುಒಂದು ಮುಂಜಾನೆ ಮೋಹನಸ್ವಾಮಿ ವಿಷ್ಣುಗುಪ್ತನಿಗೆ ಹಾಲು ತಂದಾಗ ವಿಷ್ಣುಗುಪ್ತನ ಕಣ್ಣೀರು ಬಂತು. ಅವರು ಸಿಡಿಮಿಡಿಗೊಂಡು

ಹೇಳಿದರು - 'ನಿಮ್ಮಂತೆಯೇ ನನ್ನ ತಂದೆಯೂ ನನ್ನನ್ನು ಅಪಾರ ಪ್ರೀತಿಯಿಂದ ಬೆಳೆಸುತ್ತಿದ್ದರು. ನಿನ್ನನ್ನು ಕಂಡು ನಾನು ನನ್ನ ತಂದೆಯನ್ನು ಕಂಡುಕೊಂಡೆ. ನಿನ್ನ ಋಣದಿಂದ ನಾನು ಋಣಿಯಾಗಲಾರೆ. ನೀವು ನನಗೆ ಹೊಸ ಜೀವನವನ್ನು ನೀಡಿದ್ದೀರಿ.

'ಮೋಹನಸ್ವಾಮಿ- ಯಾರೂ ಯಾರಿಗೂ ಜೀವ ಕೊಡುವುದಿಲ್ಲ, ಯಾರಿಗೆ ಜೀವ ಕೊಡಬೇಕೆಂಬುದು ದೇವರ ಚಿತ್ತ ಅವನು ಜೀವನವನ್ನು ಪಡೆಯುತ್ತಾನೆ, ಅವನು ಬಯಸಿದ ವಿಧಾನವನ್ನು ಅವನು ಮಾಡಬಹುದು.

ವಿಷ್ಣುಗುಪ್ತ- ನಾನು ಅಧ್ಯಯನ ಮಾಡಲು ಬಯಸುತ್ತೇನೆ, ದಯವಿಟ್ಟು ನನಗೆ ಶಿಕ್ಷಣ ಕೊಡುವಿರಾ? ಮೋಹನಸ್ವಾಮಿ- ಬೋಧನೆ ನಮ್ಮ ಧರ್ಮ ವಿಷ್ಣುಗುಪ್ತ! ಜಗತ್ತಿನಲ್ಲಿ ಇದಕ್ಕಿಂತ ದೊಡ್ಡ ಪುಣ್ಯ ಕಾರ್ಯ ಇನ್ನೊಂದಿಲ್ಲ. ನನ್ನ ಸಾಮರ್ಥ್ಯದ ಪ್ರಕಾರ ನಾನು ಖಂಡಿತವಾಗಿಯೂ ನಿಮಗೆ ಕಲಿಸುತ್ತೇನೆ. ವಿಷ್ಣುಗುಪ್ತ

ಮೋಹನಸ್ವಾಮಿಯವರ ಶಾಲೆಯಲ್ಲಿ ಓದಲು ಪ್ರಾರಂಭಿಸಿದರು. ಅವಳು ತನ್ನ ಸೇವೆ ಮತ್ತು ಪ್ರೀತಿಯಿಂದ ಪಂಡಿತ್ ಮೋಹನಸ್ವಾಮಿ ಮತ್ತು ಅವಳ ಸಹಪಾಠಿಗಳನ್ನು ಮೋಡಿ ಮಾಡಿದಳು. ಎಲ್ಲರೂ ವಿಷ್ಣುಗುಪ್ತನನ್ನು ಹೊಗಳತೊಡಗಿದರು. ಯಾವುದೇ ವಿದ್ಯಾರ್ಥಿಗೆ ನೆನಪಿಲ್ಲದಿದ್ದರೂ, ಅವರು ಬಾಯಿಯಿಂದ ಮಾತನಾಡುತ್ತಿದ್ದರು. ಪ್ರತಿಯೊಬ್ಬ ವಿದ್ಯಾರ್ಥಿಯೂ ಎಲ್ಲೆಲ್ಲಿ ಮರೆತರೂ ವಿಷ್ಣುಗುಪ್ತರನ್ನು ಕೇಳಿದರು. ಪಂಡಿತ್ ಮೋಹನಸ್ವಾಮಿ ಅವರು ಪಾಠ ಮಾಡುವಾಗ ವಿಷ್ಣುಗುಪ್ತರ ಉದಾಹರಣೆಯನ್ನು ತಮ್ಮ ವಿದ್ಯಾರ್ಥಿಗಳ ಮುಂದೆ ಮಂಡಿಸುತ್ತಿದ್ದರುಸ್ವಲ್ಪ ಸಮಯದೊಳಗೆ, ಕುತೂಹಲದಿಂದ ವಿಷ್ಣುಗುಪ್ತನು ಗುರುಗಳಿಂದ ಅಗತ್ಯ ಶಿಕ್ಷಣವನ್ನು ಪಡೆದನು. ಒಂದು ರಾತ್ರಿ ವಿಷ್ಣುಗುಪ್ತನು ತನ್ನ ಗುರುಗಳ ಪಾದಗಳನ್ನು ಒತ್ತುತ್ತಿದ್ದಾಗ, ಅವನು ಸಂತೋಷಗೊಂಡು

ಹೇಳಿದನು - 'ವಿಷ್ಣುಗುಪ್ತ! ನಿಜವಾಗಿಯೂ ನಾವು ನಿಮ್ಮ ಮೇಲೆ ಪುತ್ರ ಪ್ರೇಮವನ್ನು ಬೆಳೆಸಿಕೊಂಡಿದ್ದೇವೆ. ನಿಮ್ಮ ಸೇವೆ ಮತ್ತು ಸಾಮರ್ಥ್ಯದಿಂದ ನೀವು ನಮ್ಮನ್ನು ಗೆದ್ದಿದ್ದೀರಿ. ನಮ್ಮ ಶಾಲೆಯಲ್ಲಿ ನಿನ್ನನ್ನು ಅಣ್ಣನಂತೆ ಪೂಜ್ಯ ಎಂದು ಪರಿಗಣಿಸದ ವಿದ್ಯಾರ್ಥಿ ಇಲ್ಲ. ನಿಮಗೆ ಕಲಿಸುವ ಮೂಲಕ ನಮ್ಮ ಬೋಧನೆ ಯಶಸ್ವಿಯಾಗಿದೆ.

ವಿಷ್ಣುಗುಪ್ತ- ಮತ್ತು ನಿಮ್ಮಿಂದ ಓದಿದ ನಂತರ, ನನ್ನ ಜೀವನ ಯಶಸ್ವಿಯಾಗಿದೆ, ಗುರುದೇವ!

ಮೋಹನಸ್ವಾಮಿ - ದೇವರು ನಿಮ್ಮ ಎಲ್ಲಾ ಇಷ್ಟಾರ್ಥಗಳನ್ನು ಪೂರೈಸಲಿ!

ವಿಷ್ಣುಗುಪ್ತ- ಗುರುವಿನ ಶಕ್ತಿ ದೇವರಿಗಿಂತ ದೊಡ್ಡದು. ಈ ವರವನ್ನು ಪಡೆದರೆ ಆ ಗುರುಗಳು ನಿಮ್ಮೆಲ್ಲರ ಇಷ್ಟಾರ್ಥಗಳನ್ನು ಪೂರೈಸುತ್ತಾರೆ, ನಾನು ಸಂತೋಷಪಡುತ್ತೇನೆ!

ಮೋಹನಸ್ವಾಮಿ- ಎಲ್ಲ ಆಸೆಗಳನ್ನು ಈಡೇರಿಸುವ ಶಕ್ತಿ ಗುರುವಿಗೆ ಇದೆ ವಿಷ್ಣುಗುಪ್ತ!

ವಿಷ್ಣುಗುಪ್ತ- ಬೇರೆ ಯಾರಾದರೂ ನನ್ನ ಗುರುವಿಗೆ ಈ ರೀತಿ ಅವಮಾನ ಮಾಡಿದ್ದರೆ ಭೂಮಿಯೇ ನಡುಗುತ್ತಿತ್ತು. ಶಿಷ್ಯನಿಗೆ ಗುರುವಿನಲ್ಲಿ ಪ್ರತಿಯೊಂದು ಶಕ್ತಿಯೂ ಇರುತ್ತದೆ.

ಮೋಹನಸ್ವಾಮಿ - ನಿನ್ನ ಭಕ್ತಿ ಅಚಲವಾಗಿದೆ. ನಿನಗೆ ಏನು ಬೇಕು ಹೇಳು?

ವಿಷ್ಣುಗುಪ್ತ- ನೀನು ಇನ್ನು ಮುಂದೆ ಈ ವೃದ್ಧಾಪ್ಯದಲ್ಲಿ ದುಡಿಮೆ ಮಾಡಬಾರದು ಎಂದು ನಾನು ಬಯಸುತ್ತೇನೆ. ಈಗ ನಾನು ಶಾಲೆಗೆ ಬರುವ ವಿದ್ಯಾರ್ಥಿಗಳಿಗೆ ಕಲಿಸುವುದನ್ನು ಮುಂದುವರಿಸುತ್ತೇನೆ ಮತ್ತು ನೀವು ವಿಶ್ರಾಂತಿ ಪಡೆಯುತ್ತೀರಿ. ಈ ಸೇವಕನು ನಿಮಗೆ ಸೇವೆ ಮಾಡಲು ಎಲ್ಲಾ ಸಮಯದಲ್ಲೂ ಎಚ್ಚರವಾಗಿರುತ್ತಾನೆ.

ಮೋಹನಸ್ವಾಮಿ - ನೀನು ಶಾಲೆಗೆ ಬಂದಾಗಿನಿಂದ ನಾನು ವಿಶ್ರಾಂತಿ ಪಡೆಯುತ್ತಿದ್ದೆ. ನಾನೇನು ಮಾಡಬೇಕು! ನನ್ನ ಜಾಗದಲ್ಲಿ ನೀನು ಕಲಿಸುವ ಕೆಲಸವನ್ನೂ ಮಾಡಿದ್ದೆ. ನೀವು ಪ್ರತಿ ಭಾಷಣದಲ್ಲಿ ವ್ಯಾಕರಣ, ಗಣಿತ, ಇತಿಹಾಸವನ್ನು ಓದುತ್ತೀರಿ. ನಿಮ್ಮ ಹಿಂದಿನ ಜನ್ಮದಲ್ಲಿ ಕೆಲವು ಶ್ರೇಷ್ಠ ಗುಣಗಳನ್ನು ಹೊಂದಿರುವಂತೆ ತೋರುತ್ತಿದೆ. ಅಂದು ಆ ಶ್ಲೋಕದ ಅರ್ಥ ನಮಗೆ ಅರ್ಥವಾಗದೇ ಇದ್ದಾಗ ನಮ್ಮ ತಲೆಯನ್ನು ಒತ್ತಿ ಅರ್ಥ ಮಾಡಿಸಿದ್ದೀರಿ. ನಿಮ್ಮ ಈ ತೀವ್ರವಾದ ಬುದ್ಧಿವಂತಿಕೆಯಿಂದ ನಾವು ತುಂಬಾ ಸಂತೋಷಪಟ್ಟಿದ್ದೇವೆ. ಆದರೆ ನಮಗೆ ಸಮಸ್ಯೆ ಇದೆಇದು ನಮ್ಮ ಹೃದಯವನ್ನು ಸದಾ ಚುಚ್ಚುವ ಮುಳ್ಳಿನಂತಿದೆ. ಒಮ್ಮೆ ನಾವು ಓದಿದ ಶಾಲೆಯಲ್ಲಿ ಆಚಾರ್ಯ ಪರಮಾನಂದ ಎಂಬ ಅಹಂಕಾರಿ ಶಿಕ್ಷಕನಿದ್ದ. ಆಗಾಗ ಬುದ್ಧಿವಂತ ವಿದ್ಯಾರ್ಥಿಗಳನ್ನು ಚುಡಾಯಿಸುತ್ತಿದ್ದ. ಈ ಕವಿತೆಯ ಅರ್ಥವೇನು ಎಂದು ವಿದ್ಯಾರ್ಥಿಯೊಬ್ಬ ಕೇಳಿದಾಗ, ನಾನು ಅವನಿಗೆ ನಿಜವಾದ ಅರ್ಥವನ್ನು ಹೇಳಿದೆ. ಆ ಕವನವನ್ನು ಅಮ್ಮನಿಂದ ಆಗಾಗ ಹೇಳುತ್ತಿದ್ದೆ. ಆ ವಿದ್ಯಾರ್ಥಿಯು ಆ ಕವಿತೆಯ ಇನ್ನೊಂದು ಅರ್ಥವನ್ನು ಸಂತೋಷದಿಂದ ಓದಿದ್ದನು. ವಿದ್ಯಾರ್ಥಿಯು ಆಚಾರ್ಯ ಪರಮಾನಂದರಿಗೆ ಈ ಕವಿತೆಯ ಈ ಅರ್ಥವನ್ನು ವಿವರಿಸುತ್ತಿದ್ದೀರಿ ಎಂದು ಹೇಳಿದರು ಆದರೆ ಮೋಹನಸ್ವಾಮಿ ಈ ಅರ್ಥವನ್ನು ವಿವರಿಸಿದರು. ಆಗ ಏನಾಗಿತ್ತು, ಅವನು ನನಗೆ ಶತ್ರುವಾದನು. ಅವರು ನನ್ನ ವಿದ್ಯಾರ್ಥಿವೇತನವನ್ನು ನಿಲ್ಲಿಸಿದರು. ನಾನು ಯಾವಾಗಲೂ ಮೊದಲು

ಉತ್ತೀರ್ಣನಾಗಿದ್ದೆ, ಆದರೆ ಅವನು ನನ್ನ ಅಂಕಗಳನ್ನು ತಂತ್ರಗಳ ಮೂಲಕ ಕಡಿತಗೊಳಿಸಿದನು. ವಿಷಯ ಇಲ್ಲಿಗೆ ಮುಗಿಯಲಿಲ್ಲ. ವಿದ್ಯಾಭ್ಯಾಸ ಮುಗಿಸಿ ಆ ಶಾಲೆಯಲ್ಲಿ ಪಾಠ ಮಾಡಬೇಕೆಂದುಕೊಂಡಾಗ ನನ್ನನ್ನು ಚಾರಿತ್ರ್ಯಹೀನ ಎಂದು ಘೋಷಿಸಿ ಅಲ್ಲಿ ಪಾಠ ಮಾಡಲು ಬಿಡಲಿಲ್ಲ. ಸೋತು, ನನ್ನ ವೃದ್ಧಾಪ್ಯದ ಕೊನೆಯ ದಿನಗಳನ್ನು ಇಲ್ಲಿಯೇ ಈ ಹಳ್ಳಿಯ ಒಂದು ಚಿಕ್ಕ ಶಾಲೆಯಲ್ಲಿ ಕಳೆಯುತ್ತಿದ್ದೇನೆ ಮತ್ತು ಅವರು ತಮ್ಮ ಚಾಕಚಕ್ಯತೆಯಿಂದ ತಕ್ಷಶಿಲಾ ವಿಶ್ವವಿದ್ಯಾನಿಲಯದಲ್ಲಿ ರಾಜಕೀಯದ ಮೊದಲ ವಿಭಾಗದ ಪ್ರಾಧ್ಯಾಪಕರಾಗಿ ಏರುತ್ತಿದ್ದಾರೆ. ನಮ್ಮ ಹಳೆಯ ಗೆಳೆಯರೊಬ್ಬರು ಅದೇ ಶಾಲೆಯಲ್ಲಿ ಪುಂಡರೀಕಾಕ್ಷ ದರ್ಶನ ವಿಭಾಗದ ಅಧ್ಯಕ್ಷರು. ದರ್ಶನ ಪಡೆದು ಆಚಾರ್ಯ ಪರೀಕ್ಷೆಯಲ್ಲಿ ತೇರ್ಗಡೆಯಾದರೆ ತಕ್ಷಶಿಲಾ ವಿಶ್ವವಿದ್ಯಾನಿಲಯದಲ್ಲಿ ಶಿಕ್ಷಕರ ಹುದ್ದೆ ಸಿಗುತ್ತದೆ ಎಂದು ಮೂರು ವರ್ಷಗಳ ಹಿಂದೆಯಷ್ಟೇ ಅವರು ನಮಗೆ ಪತ್ರ ಬರೆದಿದ್ದರು. ಆದರೆ ಈಗ ವೃದ್ಧಾಪ್ಯ ನನ್ನ ಧೈರ್ಯವನ್ನು ಮುರಿದಿದೆ. ನಾನು ನನ್ನ ಜೀವನದುದ್ದಕ್ಕೂ ಹಳ್ಳಿಯ ಬಗ್ಗೆ ಯೋಚಿಸಿದೆ ನಾನು ಈ ಚಿಕ್ಕ ಶಾಲೆಯಲ್ಲಿ ಮಾತ್ರ ನನ್ನ ಸಮಯವನ್ನು ಕಳೆದರೆ, ನಾನು ಹೋರಾಟ ಮತ್ತು ತಲೆನೋವಿನೊಂದಿಗೆ ಏನು ಮಾಡುತ್ತೇನೆ? ಆದರೆ ಹೃದಯದ ಬೆಂಕಿ ಇನ್ನೂ ಕಡಿಮೆಯಾಗಿಲ್ಲ, ಕಣ್ಣಲ್ಲಿ ನೀರು ಇನ್ನೂ ಆರಿಲ್ಲ.

ವಿಷ್ಣುಗುಪ್ತ - ಪ್ರತಿಯೊಬ್ಬ ಮನುಷ್ಯನು ಬೆಂಕಿ ಮತ್ತು ನೀರಿನಿಂದ ಅಭಿವೃದ್ಧಿ ಹೊಂದುತ್ತಾನೆ. ಯಾರೋ ಸ್ವತಃ ಬೆಂಕಿ ಮತ್ತು ನೀರಿನಲ್ಲಿ ಉರಿಯುತ್ತಾರೆ ಮತ್ತು ಸಾಯುತ್ತಾರೆ ಮತ್ತು ಯಾರಾದರೂ ಅನ್ಯಾಯದ ವ್ಯಕ್ತಿಯನ್ನು ತನ್ನ ಬೆಂಕಿ ಮತ್ತು ನೀರಿನಿಂದ ನಾಶಪಡಿಸುತ್ತಾರೆದುಷ್ಕೃತ್ಯಗಳನ್ನು ಮಾಡುವುದು ಪಾಪ, ಆದರೆ ದೌರ್ಜನ್ಯವನ್ನು ಸಹಿಸಿಕೊಳ್ಳುವುದು ಇನ್ನೂ ದೊಡ್ಡ ಪಾಪ. ಜೀವನದ ಕೊನೆಯ ಉಸಿರಿನಲ್ಲೂ ಅವನಿಂದ ಸೇಡು ತೀರಿಸಿಕೊಳ್ಳುವ ಅವಕಾಶ ಸಿಕ್ಕರೂ ಖಂಡಿತಾ ತೆಗೆದುಕೊಳ್ಳಲೇಬೇಕು. ನೀವು ಉರಿಯುತ್ತಲೇ ಇದ್ದೀರಿ ಮತ್ತು ನಿಮ್ಮ ಬೆಂಕಿಯಿಂದ ಶತ್ರುವನ್ನು ಸುಡಲಿಲ್ಲ! ಸರಿ, ಹೋದ ಸಮಯ ಹೋಗಿದೆ. ಈಗ ಹೇಳು ನಿನ್ನ ಶಿಷ್ಯ ನಿನ್ನ ಶತ್ರುವಿಗೆ ಮಾಡಿದ ಅವಮಾನವನ್ನು ಹೇಗೆ ತೀರಿಸಬೇಕು.

ಮೋಹನಸ್ವಾಮಿ- ಮುಂಗುಸಿಯು ಹಾವನ್ನು ಹೇಗೆ ಕೊಲ್ಲುತ್ತದೆಯೋ, ಅದೇ ರೀತಿಯಲ್ಲಿ ನೀವು ನಿಮ್ಮ ಅದ್ಭುತ ಬುದ್ಧಿವಂತಿಕೆ ಮತ್ತು ಶ್ರೇಷ್ಠ ಶಿಕ್ಷಣದಿಂದ ಕುತಂತ್ರವನ್ನು ಸೋಲಿಸುತ್ತೀರಿ! ಆ ದುರಹಂಕಾರಿಯನ್ನು ನೀನು ಸೋಲಿಸಿದ ದಿನ ನಮಗೆ

ಗುರು-ದಕ್ಷಿಣೆ ಸಿಗುತ್ತದೆ.

ವಿಷ್ಣುಗುಪ್ತ- ನಿನಗೆ ಯಾವ ಗುರು-ದಕ್ಷಿಣೆ ಬೇಕೋ ಅದನ್ನು ಖಂಡಿತ ಕೊಡುತ್ತೇನೆ.

ಮೋಹನಸ್ವಾಮಿ- ಹಾಗಾದರೆ ನೀವು ತಕ್ಷಶಿಲಾ ವಿಶ್ವವಿದ್ಯಾಲಯದಲ್ಲಿ ಪ್ರವೇಶ ಪಡೆಯುತ್ತೀರಿ! ದಣಿವರಿಯದ ಅಧ್ಯಯನದ ಮೂಲಕ ಪ್ರತಿ ವಿಷಯದಲ್ಲೂ ಪರಿಣಿತರಾಗಿ ಮತ್ತು ನಂತರ ನೀವು ಏನು ಮಾಡಬೇಕೆಂದು ಬಯಸುತ್ತೀರೋ ಅದನ್ನು ಮಾಡಿ!

ವಿಷ್ಣುಗುಪ್ತ- ಹಾಗಾದರೆ ನನಗೆ ಅನುಮತಿ ಕೊಡು, ನಾನು ಇಂದೇ ತಕ್ಷಶಿಲೆಗೆ ಹೊರಡುತ್ತೇನೆ. ಮೋಹನಸ್ವಾಮಿ- ಇವತ್ತಲ್ಲ ನಾಳೆ ಶುಭದಿನ. ಶುಭ ಮುಹೂರ್ತ ಬೆಳಗ್ಗೆ ಆರು. ನಾನು ಸ್ವಲ್ಪ ಜ್ಯೋತಿಷ್ಯವನ್ನೂ ಓದಿದ್ದೇನೆ. ಇಂದು ನಾನು ನಿಮಗೆ ಶಿಕ್ಷಣದ ಅಧ್ಯಾಯವನ್ನು ಕಲಿಸುತ್ತೇನೆ. ಬಾ, ನಾನು ನಿನ್ನ ಕೈಯನ್ನು ನೋಡುತ್ತೇನೆವಿಷ್ಣುಗುಪ್ತನು ತನ್ನ ಕೈಯನ್ನು ಗುರುದೇವರ ಮುಂದೆ ಚಾಚಿದನು. ಮೋಹನಸ್ವಾಮಿ ಕೈ ರೇಖೆಯನ್ನು ನೋಡಿ ಜಿಗಿಯುತ್ತಾ

ಹೇಳಿದರು - 'ಓಹ್! ನಿಮ್ಮ ಕೈಯಲ್ಲಿ ದಿಗ್ವಿಜಯ್ ಅವರ ಸಾಲುಗಳಿವೆ. ಯಾವ ಶತ್ರುವೂ ನಿಮ್ಮ ಮೇಲೆ ಜಯಗಳಿಸಲು ಸಾಧ್ಯವಿಲ್ಲ. ಜಗತ್ತು ನಿಮ್ಮ ಸೂಚನೆಗಳನ್ನು ಅನುಸರಿಸುವ ಮತ್ತು ನಿಮ್ಮನ್ನು ಎಲ್ಲರೂ ಪೂಜಿಸುವ ದಿನ ಬರುತ್ತದೆ ಎಂದು ನಿಮ್ಮ ಕೈಯಲ್ಲಿರುವ ಸಾಲುಗಳು ಹೇಳುತ್ತವೆ. ಆದರೆ ಒಂದು ದುಃಖವೂ ಇದೆ...' ವಿಷ್ಣುಗುಪ್ತನು ಅಡ್ಡಿಪಡಿಸಿ

ಹೇಳಿದನು- 'ಒಂದು ದುಃಖ ಇರಬಾರದು, ಸಾವಿರಾರು ಇರಬೇಕು, ನಾನು ಚಿಂತಿಸುವುದಿಲ್ಲ ಅಥವಾ ಆ ದುಃಖ ಏನೆಂದು ತಿಳಿಯಲು ನಾನು ಬಯಸುವುದಿಲ್ಲ. ನನ್ನ ಕಿವಿಯನ್ನು ಗೆಲುವನ್ನು ಕೇಳಲು ಅಭ್ಯಾಸ ಮಾಡುತ್ತಿದ್ದೇನೆ, ಸೋಲಿನ ಒಂದು ಅಕ್ಷರವೂ ಅವರನ್ನು ತಲುಪಲು ನಾನು ಬಯಸುವುದಿಲ್ಲ. ಗುರುದೇವ, ನನಗೆ ಜ್ಯೋತಿಷ್ಯ ತಿಳಿಯಬೇಕಿಲ್ಲ! ದುರದೃಷ್ಟದ ಪುಟಗಳನ್ನು ಹರಿದು ಹೊಸ ಅದೃಷ್ಟದ ಪುಟಗಳನ್ನು ಬರೆಯಲು ಕೈಯಲ್ಲಿರುವ ಗೆರೆಗಳನ್ನು ಬದಲಾಯಿಸುವ ಜ್ಞಾನವನ್ನು ನಾನು ಬಯಸುತ್ತೇನೆ.'

ಮೋಹನಸ್ವಾಮಿ- ನಾವು ಜ್ಯೋತಿಷ್ಯವನ್ನು ನಂಬುತ್ತೇವೆ, ಆದರೂ ನಿಮ್ಮ ಉತ್ತರದಿಂದ ನಮಗೆ ತುಂಬಾ ಸಂತೋಷವಾಯಿತು. ನಾಳೆ ಬೆಳಿಗ್ಗೆ ನೀವು ಉನ್ನತ ಶಿಕ್ಷಣಕ್ಕಾಗಿ ಹೊರಡುತ್ತೀರಿ. ಶಾಲೆಯ ಎಲ್ಲಾ ವಿದ್ಯಾರ್ಥಿಗಳು ನಿನ್ನನ್ನು ತುಂಬಾ ಪ್ರೀತಿಸುತ್ತಾರೆ. ದೇವದತ್ ಗೆ ಕರೆ ಮಾಡಿ! ವಿಷ್ಣುಗುಪ್ತನು ಆದೇಶವನ್ನು ಕೇಳಿದ ಕೂಡಲೇ ದೇವದತ್ತ ವಿದ್ಯಾರ್ಥಿಯನ್ನು ಕರೆದನು. ಗುರುದೇವರ ಮುಂದೆ ದೇವದತ್ ನಮಸ್ಕಾರ ಮಾಡಿದ ನಂತರ ಎದ್ದುನಿಂತರು. ಪ್ರತ್ಯುತ್ತರವಾಗಿ ಆಶೀರ್ವಾದ ಮಾಡಿದ ಗುರುದೇವರು

ಹೇಳಿದರು- ನಾಳೆ ಬೆಳಿಗ್ಗೆ ವಿಷ್ಣುಗುಪ್ತನು ಉನ್ನತ ಶಿಕ್ಷಣಕ್ಕಾಗಿ ತಕ್ಷಶಿಲಾ ವಿಶ್ವವಿದ್ಯಾಲಯಕ್ಕೆ ಪ್ರವೇಶಕ್ಕಾಗಿ ಹೊರಡುತ್ತಾನೆ. ಎಲ್ಲಾ ಸಹಪಾಠಿಗಳಿಗೆ ಒಳ್ಳೆಯ ಸುದ್ದಿ ನನಗೆ ಹೇಳು. ವಿಷ್ಣುಗುಪ್ತ ತಕ್ಷಶಿಲೆಗೆ ಭೇಟಿ ನೀಡಿದ ಸುದ್ದಿ ಪ್ರತಿಯೊಬ್ಬ ವಿದ್ಯಾರ್ಥಿಗೂ ತಲುಪಿತು. ಹೋದೆ. ಇದನ್ನು ಕೇಳಿದ ವಿದ್ಯಾರ್ಥಿಗಳೆಲ್ಲರೂ ಒಂದೆಡೆ ಸೇರಿ ತಮ್ಮ ತಮ್ಮತಮ್ಮಲ್ಲೇ ಸಮಾಲೋಚನೆ ನಡೆಸಿದರು. ಅವರು ಮಾತನಾಡಿ, 'ನಮ್ಮ ಶಾಲೆಯ ಅತ್ಯಂತ ಅರ್ಹ ವಿದ್ಯಾರ್ಥಿ ಉನ್ನತ ಶಿಕ್ಷಣಕ್ಕೆ ತೆರಳುತ್ತಿದ್ದಾನೆ. ಮಾಡುತ್ತಿದ್ದೇನೆ. ಅವರ ಗೌರವಾರ್ಥವಾಗಿ ಸುಂದರ ಅನ್ನಸಂತರ್ಪಣೆ ಏರ್ಪಡಿಸಬೇಕು. ಎಲ್ಲಾ ವಿದ್ಯಾರ್ಥಿಗಳು ಒಂದೇ ಸಮಯದಲ್ಲಿ

ಹೇಳಿದರು - ಖಂಡಿತ! ಇಂದು ಸಂಜೆ 6 ಗಂಟೆಗೆ ಉಪಹಾರ ಮತ್ತು ಬೀಳ್ಕೊಡುಗೆ ಸಮಾರಂಭವು ಬೆಳಿಗ್ಗೆ ಭವ್ಯವಾಗಿರಬೇಕು. ದೇವದತ್- ಹಾಗಾದರೆ ಬನ್ನಿ, ತಕ್ಷಣ ಗುರೂಜಿಯವರ ಅನುಮತಿಯನ್ನು ತೆಗೆದುಕೊಳ್ಳಿ. ಕುಣಿತ ಮತ್ತು ಜಿಗಿಯುತ್ತಾ ವಿದ್ಯಾರ್ಥಿಗಳು ಗುರುದೇವನನ್ನು ತಲುಪಿದರು. ವಿದ್ಯಾರ್ಥಿಗಳ ಇಚ್ಛೆಯನ್ನು ಕೇಳಿದ ಗುರುದೇವರು ಸಂತೋಷದಿಂದ ಒಪ್ಪಿಗೆ ನೀಡಿದರು. ಗುರುದೇವರ ಒಪ್ಪಿಗೆ ಏನು ಸಿಕ್ಕಿತು, ವಿದ್ಯಾರ್ಥಿಗಳು ಯಶಸ್ಸನ್ನು ಪಡೆದರು. ತಕ್ಷಣ ಎಲ್ಲರೂ ತಯಾರಿ ಆರಂಭಿಸಿದರು. ಹಳ್ಳಿಯ ದೊಡ್ಡ ಮದುವೆಯ ಹಬ್ಬಕ್ಕೆ ಬಳಸಬಹುದಾದ ಎಲ್ಲಾ ವಸ್ತುಗಳನ್ನು ಅವರು ಒಟ್ಟಿಗೆ ಸಂಗ್ರಹಿಸಿದರು. ಸರಿಯಾಗಿ ಆರು ಗಂಟೆಗೆ ಗ್ರಾಮದ ಎಲ್ಲ ಗಣ್ಯರ ಸಮ್ಮುಖದಲ್ಲಿ ಸ್ವಾಗತ ಸಮಾರಂಭ ಆರಂಭವಾಯಿತು. ಮೊದಲಿಗೆ ಗುರುದೇವ ಮೋಹನಸ್ವಾಮಿಯವರು ತಮ್ಮ ಭಾಷಣವನ್ನು ಆರಂಭಿಸಿದರು.

ಅವರು ಹೇಳಿದರು- "ಸಜ್ಜನರು ಮತ್ತು ಆತ್ಮೀಯ ವಿದ್ಯಾರ್ಥಿಗಳೇ! ಈ ದಿನ ಈ ಶಾಲೆಯ ಇತಿಹಾಸದಲ್ಲಿ ಅತ್ಯಂತ ಹೆಮ್ಮೆಯ ದಿನವಾಗಿದೆ. ಇಂದು ವಿಶ್ವದ ಶ್ರೇಷ್ಠ ಶಾಲೆಯಲ್ಲಿ ಒಬ್ಬ ಭರವಸೆಯ ವಿದ್ಯಾರ್ಥಿ ಉನ್ನತ ಶಿಕ್ಷಣಕ್ಕಾಗಿ ಹೊರಡುತ್ತಿರುವುದು ನಮಗೆ ಸಂತೋಷವಾಗಿದೆ. ದೇವರ ಆಶೀರ್ವಾದ ಮತ್ತು ಭಾರತಿಯ ಆರಾಧನೆಯಿಂದ, ಇಂತಹ ದಿನಗಳು ಈ ಶಾಲೆಗೆ ಹೆಚ್ಚಾಗಿ ಬರಲಿ ಎಂದು ನಾವು ಹಾರೈಸುತ್ತೇವೆ ಮತ್ತು ಮುಂದೊಂದು ದಿನ ನಮ್ಮ ಭರವಸೆಯ ವಿದ್ಯಾರ್ಥಿಗಳ ಸಹಾಯದಿಂದ ಈ ಸಣ್ಣ ಶಾಲೆಯು ಕಾಲೇಜಿನ ಸ್ಥಾನವನ್ನು ಪಡೆಯುತ್ತದೆವಿಷ್ಣುಗುಪ್ತನು ನಮ್ಮ ಭರವಸೆಯ ಬೆಳಕನ್ನು ಬೆಳಗಿಸುತ್ತಾನೆ ಎಂದು ನನಗೆ ಖಾತ್ರಿಯಿದೆ. ನಿಮ್ಮೆಲ್ಲರ ಶುಭ ಹಾರೈಕೆಗಳು ಮತ್ತು ಪ್ರೀತಿಯಿಂದ ಅವರು ಶ್ರೇಷ್ಠ ವ್ಯಕ್ತಿಯಾಗಿ ಹೊರಹೊಮ್ಮುತ್ತಾರೆ. ಕರ್ತಾಲ್ ಸದ್ದಿನ ನಡುವೆ, ಗುರುದೇವರು ತಮ್ಮ ಆಶೀರ್ವಾದದ ಹೇಳಿಕೆಯನ್ನು ಮುಗಿಸಿದ ನಂತರ ಕುಳಿತುಕೊಂಡರು ಮತ್ತು ದೇವದತ್ ಎದ್ದು, ಹೂವಿನ ಮಾಲೆಯನ್ನು ಧರಿಸಿ ಉತ್ಸಾಹದಿಂದ ವಿಷ್ಣುಗುಪ್ತರಿಗೆ ಪ್ರಮಾಣಪತ್ರವನ್ನು ನೀಡಿದರು.

ನಂತರ ಎಲ್ಲರೂ ಸಂತೋಷ ಮತ್ತು ಪ್ರೀತಿಯ ಸಂತೋಷಕರ ವಾತಾವರಣದಲ್ಲಿ ಉಪಹಾರ ಸೇವಿಸಿದರು. ಉಪಾಹಾರದ ಸಮಯದಲ್ಲಿ ಎಲ್ಲರ ದನಿಯಲ್ಲಿ ವಿಷ್ಣುಗುಪ್ತನ ಬಗ್ಗೆ ಮೆಚ್ಚುಗೆಯ ಮಹಾಪೂರವೇ ಹರಿದಿತ್ತು. ವಿಷ್ಣುಗುಪ್ತನು ನಮ್ಮೊಂದಿಗೆ ಕುಳಿತುಕೊಳ್ಳಬೇಕೆಂದು ಎಲ್ಲರೂ ಬಯಸಿದ್ದರು

ಮತ್ತು ವಿಷ್ಣುಗುಪ್ತ ಕೂಡ ಅವರು ಎಲ್ಲರ ಬಳಿ ಕುಳಿತುಕೊಳ್ಳಬೇಕೆಂದು ಬಯಸಿದ್ದರು. ವಿಷ್ಣುಗುಪ್ತನ ಚಾಕಚಕ್ಯತೆಯಿಂದ ಉಭಯ ಪಕ್ಷಗಳ ಈ ಆಶಯವೂ ಸಫಲವಾಯಿತು. ಗುರುಗಳ ಮುಂದೆ ಸದಾ ಗಂಭೀರವಾಗಿರುತ್ತಿದ್ದರೂ ಇಂದು ಉತ್ಸಾಹ, ಪ್ರೀತಿ ತುಂಬಿ ತುಳುಕುತ್ತಿತ್ತು. ನಾಗರೀಕತೆಯ ಕೃತಕ ಸರಪಳಿಗಳಿಂದ ಬಂಧಿಸಲ್ಪಟ್ಟ ಯಾವುದೇ ಒಂದು ಸ್ಥಳದಲ್ಲಿ ಅವರು ಉಪಹಾರಗಳನ್ನು ಕುಡಿಯಲಿಲ್ಲ. ಅವನು ಎದ್ದನು, ದೇವದತ್ತನ ಬಳಿ ಕೆಲವು ಕ್ಷಣ ನಿಲ್ಲಿಸಿದನು. ಬಾಯಿಗೆ ಸಿಹಿ ಮಾಡಿ, ನಂತರ ಭಗದತ್ತನ ಬಳಿ ತಲುಪಿ ಬಾಯಿ ಖಾರ ಮಾಡಿತು. ಈ ರೀತಿಯಾಗಿ ವಿಚಾರಸಂಕಿರಣ ಬಹಳ ಸಂತೋಷದಿಂದ ಮುಕ್ತಾಯವಾಯಿತು. ಸೆಮಿನಾರ್ ಮುಗಿದ ನಂತರವೂ ವಿದ್ಯಾರ್ಥಿಗಳು ವಿಷ್ಣುಗುಪ್ತರನ್ನು ಸುತ್ತುವರೆದರು. ಬಹಳ ರಾತ್ರಿಯ ನಂತರ ಎಲ್ಲರೂ ಮಲಗಲು ಸಾಧ್ಯವಾಯಿತು ಮತ್ತು ನಂತರ ಬೆಳಿಗ್ಗೆ ಎಚ್ಚರವಾಯಿತು. ವಿಷ್ಣುಗುಪ್ತನು ಗುರುದೇವನ ಪಾದಗಳನ್ನು ಮುಟ್ಟಿ ಅವನ ಹಣೆಯನ್ನು ಶ್ರೀಗಂಧದಂತೆ ಉಜ್ಜಿದಾಗ ಸೂರ್ಯ ಎಚ್ಚರಗೊಳ್ಳಲು ತನ್ನ ಕಣ್ಣುಗಳನ್ನು ಉಜ್ಜುತ್ತಿದ್ದನು. ಗುರುದೇವನು ವಿಷ್ಣುಗುಪ್ತನ ತಲೆಯ ಮೇಲೆ ತನ್ನ ಅಪಾರವಾದ ಆಶೀರ್ವಾದಗಳ ವರವನ್ನು ಇರಿಸಿ ನಂತರ ವಿಷ್ಣುಗುಪ್ತನಿಗೆ ಪತ್ರವನ್ನು ನೀಡಿದನು. ಅವರು

ಹೇಳಿದರು- 'ನಾನು ಈ ಪತ್ರವನ್ನು ನನ್ನ ಸ್ನೇಹಿತ ಪುಂಡರೀಕಾಕ್ಷನಿಗೆ ಬರೆದಿದ್ದೇನೆ. ನೀವು ಟ್ಯಾಕ್ಸಿಲಾವನ್ನು ತಲುಪುತ್ತೀರಿ ಅವರ ಸ್ಥಳದಲ್ಲಿ ಅವರನ್ನು ಭೇಟಿ ಮಾಡಲು. ಅವರು ದೇವರಂತೆ ಮತ್ತು ಅದೇ ರೀತಿಯಲ್ಲಿ ನಿಮಗೆ ಸಹಾಯ ಮಾಡುತ್ತಾರೆ. ತಂದೆಯು ತನ್ನ ಮಗನ ಒಳಿತನ್ನು ಬಯಸುವ ರೀತಿಯಲ್ಲಿ. ವಿ

ಷ್ಣುಗುಪ್ತ-ಗುರುದೇವರ ಆದೇಶದಂತೆ ನಾನು ಮೊದಲು ಆಚಾರ್ಯ ಪುಂಡರೀಕಾಕ್ಷನನ್ನು ಮಾತ್ರ ಭೇಟಿ ಮಾಡಿದೆ. ಮಾಡುತ್ತೇನೆ. ಹೀಗೆ ಹೇಳುತ್ತಾ ವಿಷ್ಣುಗುಪ್ತನು ತನ್ನ ದಾರಿಯ ಕಡೆಗೆ ಸಾಗಿದನು. ಎಲ್ಲರೂ ತುಂಬಿದ ಕಣ್ಣುಗಳೊಂದಿಗೆ ಅವನೊಂದಿಗೆ ಸ್ವಲ್ಪ ದೂರ ನಡೆದರು. ನಿಲ್ಲಿಸಿದ ನಂತರ ವಿಷ್ಣುಗುಪ್ತನು ಕೈಜೋಡಿಸಿ ಎಲ್ಲರೂ ಹಳ್ಳಿಯ ಕಡೆಗೆ ಹೋದರು ಮತ್ತು ವಿಷ್ಣುಗುಪ್ತ ತಕ್ಷಶಿಲೆಯ ದಾರಿಯಲ್ಲಿ ಹೊರಟರುವಿಷ್ಣುಗುಪ್ತ ಮುಂದೆ ಹೆಜ್ಜೆ ಹಾಕಿದನು. ಅವನ ಪಾದಗಳಲ್ಲಿ ಚಲನೆ ಇತ್ತು, ಭರವಸೆ ಅವನನ್ನು ಮುಂದಕ್ಕೆ ಕೊಂಡೊಯ್ಯುತ್ತಿತ್ತು. ಮುಂದೆ ಮಾರ್ಗವಲ್ಲ, ಆದರೆ ಗುರಿ. ಅವನು ನಡಿಗೆಯನ್ನು ಮುಂದುವರೆಸಿದನು. ಅದರ ಎರಡೂ ಬದಿಯಲ್ಲಿ ಮರಗಳ ಸಾಲುಗಳು ಮುಂದೆ ಸಾಗುತ್ತಿದ್ದವು. ಆಕಾಶವು ಅವನೊಂದಿಗೆ ಇತ್ತು, ಭೂಮಿಯ ಕೆಳಗೆ ಅವನನ್ನು ಬೆಂಬಲಿಸುತ್ತದೆ. 'ಭರವಸೆಯಲ್ಲಿ ಎಷ್ಟು ನಂಬಿಕೆ ಇದೆ!' ವಿಷ್ಣುಗುಪ್ತನು ತೃಪ್ತಿಯ ನಿಟ್ಟುಸಿರು ತೆಗೆದುಕೊಂಡು ತನ್ನಷ್ಟಕ್ಕೆ ತಾನೇ ಹೇಳಿಕೊಂಡನು ಮತ್ತು ಆಕಾಶದ ಕಡೆಗೆ ನೋಡುತ್ತಾ

ಯೋಚಿಸತೊಡಗಿದನು - 'ಸೂರ್ಯದೇವನ ಭವಿಷ್ಯವು ಕೊನೆಗೊಂಡಿತೇ? ದಿನವಿಡೀ ನಡೆದು ಸುಸ್ತಾಗಿ ವಿಶ್ರಾಂತಿ ಕೊಠಡಿ ತಲುಪಿದೆವು. ನಿಮ್ಮ ದಾರಿ ಇಲ್ಲಿ ಮಾತ್ರ ಇದೆ! ಇಡೀ ದಿನ ದಾರ ಕಟ್ಟಿಕೊಂಡು ತಿರುಗುತ್ತಿದ್ದರಂತೆ! ಅಥವಾ ಮನುಷ್ಯನು ನನ್ನ ಮುಂದೆ ಹೋಗಬಾರದು ಎಂದು ನೀವು ಬಯಸುತ್ತೀರಾ, ಅದಕ್ಕಾಗಿಯೇ ನೀವು ರಾತ್ರಿಯ ಕಪ್ಪು ಹೊದಿಕೆಯನ್ನು ಹರಡಿದ್ದೀರಿ! ಇಲ್ಲ-ಇಲ್ಲ, ಅದು ಬೇರೆ ವಿಷಯ. ಪ್ರಯಾಣಿಕನು ತಡೆರಹಿತವಾಗಿ ನಡೆಯುವುದನ್ನು ನೋಡಿ, ನೀವು ಅವನಿಗೆ ವಿಶ್ರಾಂತಿ ನೀಡಲು ಬಯಸುತ್ತೀರಿ. ತಮ್ಮ ಕರುಣೆಗೆ ಧನ್ಯವಾದಗಳು! ಆದರೆ ನಾನು ವಿಶ್ರಮಿಸುವುದಿಲ್ಲ ಭಾಸ್ಕರ್! ನನ್ನ ಪಾದಗಳು ಗುರಿಯ ಮೊದಲು ನಿಲ್ಲಲು ಒಗ್ಗಿಕೊಂಡರೆ, ಭೂಮಿ ಮತ್ತು ಸ್ವರ್ಗದ ನಡುವಿನ ನನ್ನ ಅಲೆದಾಟವು ನಿಲ್ಲುತ್ತದೆ. ತಂದೆಯ ಆತ್ಮವು ನನ್ನನ್ನು ಶಪಿಸುತ್ತದೆ. ಸೇಡು!

ಇಲ್ಲ-ಇಲ್ಲ, ದಬ್ಬಾಳಿಕೆಯ ನಾಶ, ಹಾಗಾಗಿ ನಾನು ನಡೆಯುತ್ತಲೇ ಇರುತ್ತೇನೆ. ಈ ಕತ್ತಲು ಉಗುಳುವ ರಾತ್ರಿ, ಪೊದೆಗಳಿಂದ ತುಂಬಿದ ಈ ಮುಳ್ಳಿನ ಹಾದಿ, ಉಗ್ರತೆಯು ನನ್ನನ್ನು ಓಡಿಸಲು ಬಯಸುತ್ತದೆ! , 'ಓಹ್!' ವಿಷ್ಣುಗುಪ್ತನು ಆಘಾತದಿಂದ ಹಿಂದೆ ಸರಿದನು. ಕರಿ ಹಾವು ತನ್ನ ಮುಂದೆ ಬರುತ್ತಿರುವುದನ್ನು ಕಂಡನು, ವಿಷ್ಣುಗುಪ್ತನು ಹಸಿದ ಮುಂಗುಸಿಯಂತೆ ಹಿಮ್ಮೆಟ್ಟಿದನು ಮತ್ತು ಹಾವಿನ ಹಿಂಭಾಗದ ಕಡೆಗೆ ಜಿಗಿದನು ಮತ್ತು

ಮಿಂಚಿನಂತಹ ಮಿಂಚಿನಿಂದ ಆ ಉದ್ದನೆಯ ಭಾರವಾದ ಹಾವನ್ನು ಅವನು ಮಿಟುಕಿಸುವುದರ ಮೂಲಕ ಬಾಲದಿಂದ ಎತ್ತಿಕೊಂಡನು.

ಕಣ್ಣು ಹಾಯಿಸಿ ಅವನನ್ನು ಹತ್ತಿರಕ್ಕೆ ಕರೆತಂದನು.ಅದನ್ನು ಮಲಗಿದ್ದ ಕಲ್ಲಿನ ಮೇಲೆ ಎಸೆದನು.ಮರು ಕ್ಷಣದಲ್ಲಿ ಅವನು ಹಾವಿನ ಬಾಯಿಯ ಮೇಲೆ ತನ್ನ ವೇದಿಕೆಯ ಪಾದವನ್ನು ಇಟ್ಟು ಅದನ್ನು ಪುಡಿಮಾಡಿದನು.ನಂತರ ಅವನು ಒಂದು ಭಾರವಾದ ಕಲ್ಲನ್ನು ಹೊಡೆದು ಹಾವನ್ನು ಮೂರು ತುಂಡು ಮಾಡಿದನುಹಾವನ್ನು ತಕ್ಷಣ ಕೊಂದ ವಿಷ್ಣುಗುಪ್ತ ತನ್ನ ಹಣೆಯ ಬೆವರನ್ನು ಒರೆಸಿಕೊಂಡ. ಅವನ ತಲೆ ಸ್ವಲ್ಪ ಹೊತ್ತು ತಿರುಗುತ್ತಲೇ ಇತ್ತು. ಅವನು ಆಳವಾದ ಉಸಿರನ್ನು ತೆಗೆದುಕೊಳ್ಳುತ್ತಾ ಕುಳಿತನು. ವಿಶ್ರಮಿಸಿದ ನಂತರ ಇದು ನನ್ನ ಅಧ್ಯಯನದ ಪಾಠವೂ ಆಗಿದೆ ಎಂದು ಎದ್ದರು. ಶತ್ರುವು ಸಾವಿನ ರೂಪದಲ್ಲಿ ಬಂದರೂ ಅವನನ್ನು ತುಳಿದ ನಂತರವೇ ನಾನು ಉಸಿರಾಡುತ್ತೇನೆ. ವಿಷ್ಣುಗುಪ್ತನು ಸತ್ತ ಹಾವನ್ನು ಎತ್ತಿಕೊಂಡು ದಂಡೆಯ ಮೇಲೆ ಎಸೆದನು. ವಿಷ್ಣುಗುಪ್ತ ಎಂದ ಕೂಡಲೇ ಅವನ ಕೈಯನ್ನು ಹಾವಿನಿಂದ ಬಿಡಿಸಿದಾಗ, ಅವನ ಕೈಯಲ್ಲಿ ಜುಮ್ಮೆನಿಸುವಿಕೆ ಸಂವೇದನೆಯನ್ನು ಅನುಭವಿಸಲು ಪ್ರಾರಂಭಿಸಿತು. ಆದರೆ ಚಿರ್ಮಿರಾತವನ್ನು ಸಹಿಸಿಕೊಂಡು ಮುಂದೆ ಹೋದನು. ಅವನು ಚಂದ್ರನಿಂದ ಸ್ವಲ್ಪ ದೂರ ನಡೆದಾಗ ಚೆಲ್ಲಾಪಿಲ್ಲಿಯಾಗಿ ಅಮೃತ ತುಂಬಿದ ಬೆಳದಿಂಗಳಲ್ಲಿ ಬಂದಾಗ ಹಾವಿನ ಕಾಳಗದಿಂದಾಗಿ ತನ್ನ ಎರಡೂ ಕೈಗಳು ಇನ್ನಷ್ಟು ಕಪ್ಪಾಗಿವೆ. ವಿಷ್ಣುಗುಪ್ತನು ನಡೆಯುತ್ತಿದ್ದಂತೆ, "ಅದು ತುಂಬಾ ವಿಷಕಾರಿ ಹಾವು!" ಎಂದು ಯೋಚಿಸಲು ಪ್ರಾರಂಭಿಸಿದನು. ಕಚ್ಚದೆ ಎಷ್ಟೊಂದು ವಿಷ! ಆದರೆ ಮೃತ್ಯುಂಜಯ್ ಯಾವುದೇ ಘರ್ಜನೆಯಿಂದ ಸಾಯುವುದಿಲ್ಲ. ಕೃಷ್ಣನು ಕಪ್ಪಾದರೂ ಕಾಲದೇವನ ವಿಷದಿಂದ ನಾಶವಾದನೋ? ಶಿವನೂ ವಿಷ ಕುಡಿದ. ಆದರೆ ಇದನ್ನು ಯೋಚಿಸಿದರೆ ಯಶಸ್ಸು ಸಿಗುವುದಿಲ್ಲ.

6

ಈ ಸಮಯದಲ್ಲಿ ಗಾರುಡಿ ಮೂಲಿಕೆ ಎಲ್ಲಿ ಸಿಗುತ್ತದೆ? ಮಾನವನ ರೂಪವು ಮೈಲುಗಳವರೆಗೆ ಗೋಚರಿಸುವುದಿಲ್ಲ. ನಂತರ ಅಮೃತ ಹರಿಯುವ ಗಂಗಾಮಾತೆಯನ್ನು ಆಶ್ರಯಿಸಲು ಅಲ್ಲಿಗೆ ಹೋಗೋಣ. ರಲ್ಲಿ ನಾನು ಸ್ವಲ್ಪ ಸಮಯ ಗರುಡ ಮಂತ್ರವನ್ನು ಜಪಿಸುತ್ತೇನೆ ಮತ್ತು ಗಂಗಾಜಲದಿಂದ ವಿಷವನ್ನು ಶಾಂತಗೊಳಿಸುತ್ತೇನೆ. ವಿಷ್ಣುಗುಪ್ತನು ಜಲಕ್ರೀಡೆಯ ಮೂಲಕ ಗಂಗಾಜಲದಲ್ಲಿ ಹಾವಿನ ವಿಷವನ್ನು ಬಿಡುಗಡೆ ಮಾಡಿದನು. ದೇಹದ ಜ್ವಾಲೆಯು ಶಾಂತವಾದಾಗ, ವಿಷ್ಣುಗುಪ್ತನು ಮುಂದೆ ಸಾಗಿದನುದಾರಿಯಲ್ಲಿ ಅನೇಕ ಚಿತ್ರಗಳನ್ನು ಮಾಡುತ್ತಾ, ಭವಿಷ್ಯದ ಮೇಲೆ ದೃಢವಾದ ಕಣ್ಣಿಟ್ಟಿರುವ ಈ ಪ್ರಯಾಣಿಕನು ಕತ್ತಲೆಯಲ್ಲಿ, ಕಲ್ಲುಗಳ ನಡುವೆ ಮತ್ತು ಸೂರ್ಯನ ಬೆಳಕಿನಲ್ಲಿ ನಡೆಯುವುದನ್ನು ಮುಂದುವರೆಸಿದನು. ಮುಳ್ಳುಗಳು ಅವನ ದಾರಿಯನ್ನು ತಡೆಯಲು ಪ್ರಯತ್ನಿಸಿದವು, ಆದರೆ ಅವನು ನಿಲ್ಲಲಿಲ್ಲ. ದಣಿವು ಅವನಿಗೆ ವಿಶ್ರಾಂತಿ ತೆಗೆದುಕೊಳ್ಳುವಂತೆ ಹೇಳಿತು, ಆದರೆ ಅವನು ಕುಳಿತುಕೊಳ್ಳಲಿಲ್ಲ. ನಿದ್ರೆ ಅವನನ್ನು ನಿಗ್ರಹಿಸಲು ಪ್ರಯತ್ನಿಸಿತು, ಆದರೆ ಅವನು ನಿದ್ರಿಸಲಿಲ್ಲ.

ಹರಿಯುವ ನೀರಿನಂತೆ ಚಲಿಸುತ್ತಲೇ ಇದ್ದನು. ಗಮ್ಯಸ್ಥಾನವನ್ನು ನಿರ್ಧರಿಸುವಾಗ, ವಿಷ್ಣುಗುಪ್ತನು ಮುಂಜಾನೆ ತಕ್ಷಶಿಲೆಯನ್ನು ತಲುಪಿದನು. ತಕ್ಷಶಿಲೆಯು ಅರುಣೋದಯದ ಬೆಳಕಿನಲ್ಲಿ ಬೆಳಗುತ್ತಿತ್ತು, ಈ ನಗರದಲ್ಲಿ ಒಬ್ಬ ಕಲಾವಿದ ಹೊಸ ಬಣ್ಣಗಳನ್ನು ಚಿತ್ರಿಸಿದನಂತೆ. ಶಾಂತಿಯುತ ವಾತಾವರಣದಲ್ಲಿ ಪ್ರಯಾಣಿಸುತ್ತಿದ್ದಾಗ, ನಾಗರಿಕರು ಮತ್ತು ವಿದ್ಯಾರ್ಥಿಗಳ ಗುಂಪು ವಾಸ್ತವದಲ್ಲಿ ಕಾಣುತ್ತದೆ. ಕೆಲವು ಅರ್ಹ ಶಿಕ್ಷಕರು ಜಗತ್ತಿಗೆ ಕಲಿಸುತ್ತಿರುವಂತೆ ಅವರು ಹೆಮ್ಮೆಯಿಂದ ಶಾಲೆಗಳು ಮತ್ತು ವಿಶ್ವವಿದ್ಯಾನಿಲಯಗಳ ಮುಂದುವರಿದ ಶಿಖರಕ್ಕೆ ಏರಿದರು.

ಜ್ಯೋತಿ-ಶಿಖೆಯನ್ನು ನೋಡಿದ ವಿಷ್ಣುಗುಪ್ತನು ಗೌರವದಿಂದ ನಮಸ್ಕರಿಸಿದನು. ಬೇರೆ ಬೇರೆ ದೇಶಗಳ ವಿದ್ವಾಂಸರೂ ಶಿಕ್ಷಣ ಪಡೆಯಲು ಬರುವ ಶಾಲೆ, ಪ್ರತಿಯೊಬ್ಬ ರಾಜನ ತಲೆ ಬಾಗುವ ಶಾಲೆಯೇ ಮಸಿ ಎಂದು ಮನಸಿನಲ್ಲಿ ಸಂತಸದಿಂದ ಹೇಳಿದರು. ಜಗತ್ತಿನ ಅಮೂಲ್ಯ ರತ್ನಗಳು ಈ ಶಾಲೆಯಲ್ಲಿ ತುಂಬಿವೆ. ರಾಜಕೀಯ, ಅರ್ಥಶಾಸ್ತ್ರ, ತತ್ವಶಾಸ್ತ್ರ, ಇತಿಹಾಸ, ಜ್ಞಾನ, ವಿಜ್ಞಾನ ಎಲ್ಲವೂ ಈ ಶಾಲೆಯ ಶಿಕ್ಷಕರ ಮಾತಿನ ಮೇಲೆ ಕುಳಿತಿವೆ. ಈ ನಗರವು ಧನ್ಯವಾಗಿದೆ!

ಈ ಶಿಕ್ಷಣ ಕೇಂದ್ರದಲ್ಲಿ ಅನೇಕ ರಾಜಮನೆತನಗಳನ್ನು ತ್ಯಾಗ ಮಾಡಬಹುದು. , ದರ್ಶನದಿಂದ ಆನಂದವನ್ನು ಅನುಭವಿಸಿದ ವಿಷ್ಣುಗುಪ್ತನು ವಿಶ್ವವಿದ್ಯಾಲಯದ ದ್ವಾರವನ್ನು ತಲುಪಿದನು. ಒಳಹೋಗುವ ಮೊದಲು, ಅವನು ನಿಲ್ಲಿಸಿ ಯೋಚಿಸಲು ಪ್ರಾರಂಭಿಸಿದನು, "ಶ್ರೀ ಗಣೇಶನು ಶಿವನೇ ಆಗಿರಬೇಕು. ಆರಂಭವು ಮಂಗಳಕರವಾಗಿಲ್ಲದಿದ್ದರೆ, ಅಂತ್ಯವು ಅಪೂರ್ಣವಾಗಿ ಉಳಿಯುತ್ತದೆಜ್ಜೆ ವಾಣಿ!' ಹೀಗೆ ಹೇಳುತ್ತಾ ವಿಷ್ಣುಗುಪ್ತನು ತನ್ನ ಕಣ್ಣುಗಳನ್ನು ಮತ್ತು ಕಮಲವನ್ನು ದ್ವಾರಕ್ಕೆ ಅರ್ಪಿಸಿ ನಂತರ ವಿಶ್ವವಿದ್ಯಾನಿಲಯದ ಆಚಾರ್ಯರ ನಿವಾಸದ ಕಡೆಗೆ ಹೋದನು. ಸ್ವಲ್ಪ ಮುಂದೆ ಹೋದ ಕೂಡಲೇ ಮುದುಕನು ಪಾತ್ರೆಯಲ್ಲಿ ಹಾಲನ್ನು ಹೊತ್ತು ಎದುರಿನಿಂದ ಬರುತ್ತಿರುವುದು ಕಂಡಿತು. ವಿಷ್ಣುಗುಪ್ತನು ಅವನನ್ನು ನೋಡಿದ ತಕ್ಷಣ ಸಾಷ್ಟಾಂಗ ನಮಸ್ಕಾರ ಮಾಡಿದನು. ಆಚಾರ್ಯರು ಆಶೀರ್ವಾದ ನೀಡುವಾಗ ನಿಲ್ಲಿಸಿದರು. ವಿಷ್ಣುಗುಪ್ತನು ವಿನಮ್ರನಾಗಿ ವಿನಂತಿಸಿಕೊಂಡನು- "ನನಗೆ ಪರಮ ವಿದ್ವಾಂಸರಾದ ಪುಂಡರೀಕಾಕ್ಷ ದರ್ಶನಾಚಾರ್ಯರನ್ನು ಕಾಣಬೇಕು. ದಯವಿಟ್ಟು ಅವರ ನಿವಾಸವನ್ನು ನನಗೆ ತಿಳಿಸಿ! , ಆಚಾರ್ಯರು ಮುಗುಳ್ನಗುತ್ತಾ, "ಬಾ, ನಾನು ನಿನ್ನನ್ನು ಅಲ್ಲಿಗೆ ಕರೆದುಕೊಂಡು ಹೋಗುತ್ತೇನೆ" ಎಂದರು. ಪ್ರತ್ಯುತ್ತರವಾಗಿ ವಿಷ್ಣುಗುಪ್ತನು ತಕ್ಷಣವೇ ತನ್ನ ಪಾದದ ಧೂಳನ್ನು ಅವನ ತಲೆಯ ಮೇಲೆ ಲೇಪಿಸಿ

ಹೇಳಿದನು - "ಇದನ್ನು ತನ್ನಿ ನಾನು ಹಾಲಿನ ಬಾಟಲಿಯನ್ನು ಒಯ್ಯುತ್ತೇನೆ.

ಆಚಾರ್ಯ - ದೇಹವು ದುಡಿಮೆಗೆ ಬಳಸದಿದ್ದಾಗ, ಮನುಷ್ಯ ಜೀವಂತವಾಗಿ ಮತ್ತು ಸತ್ತ

ವಿಷ್ಣುಗುಪ್ತ್ - ನಾನು ಈ ಗುರು-ಮಂತ್ರವನ್ನು ನನ್ನ ಜೀವನದಂತೆಯೇ ಬಾಂಧವ್ಯದಿಂದ ಸುರಕ್ಷಿತವಾಗಿರಿಸಿಕೊಳ್ಳುತ್ತೇನೆ. ಇದೆ. ಮಾತನಾಡುತ್ತಾ ವಿಷ್ಣುಗುಪ್ತರು ಆರ್ಷ ಆಚಾರ್ಯರೊಂದಿಗೆ ಅವರ ನಿವಾಸಕ್ಕೆ ಬಂದರು. ರಮ್ಯಾ "ಪರ್ಣಕುಟಿಯನ್ನು ಪ್ರವೇಶಿಸಿ ಆಚಾರ್ಯರು

ಹೇಳಿದರು - 'ಇದು ಪುಂಡರೀಕಾಕ್ಷನ ನಿವಾಸವಾಗಿದೆ ಮತ್ತು ನಾನು ಆಚಾರ್ಯ ಪುಂಡರೀಕಾಕ್ಷನೆಂಬ ಹೆಸರಿನಿಂದ ಕರೆಯಲ್ಪಡುತ್ತೇನೆ. ಹೇಳಿ, ಅತಿಥಿ ಏನು ಆಸೆ ತಂದಿದ್ದಾನೆ?

ವಿಷ್ಣುಗುಪ್ತ - ಈ ಅನಾಥನು ನಿನ್ನ ಪಾದಗಳನ್ನು ಆಶ್ರಯಿಸಲು ಬಂದಿದ್ದಾನೆ. ತಕ್ಷಶಿಲಾ ವಿಶ್ವವಿದ್ಯಾನಿಲಯದಲ್ಲಿ ಉನ್ನತ ಶಿಕ್ಷಣವನ್ನು ನೀಡಬೇಕೆಂದು ನಾನು ಬಯಸುತ್ತೇನೆ. ನಾನು ನಿನ್ನ ಆಶ್ರಯಕ್ಕಾಗಿ ಮತ್ತು ತಕ್ಷಶಿಲಾ ವಿಶ್ವವಿದ್ಯಾನಿಲಯವನ್ನು ಪ್ರವೇಶಿಸುವ ಬಯಕೆಯಿಂದ ಬಂದಿದ್ದೇನೆ. ಇದು ಗೌರವಾನ್ವಿತ ಗುರುದೇವ ಮೋಹನಸ್ವಾಮಿ ಅವರು ನಿಮಗೆ ನೀಡಿದ ಪತ್ರ. ಪುಂಡರೀಕಾಕ್ಷನು ಪತ್ರವನ್ನು ಓದಿ ಗಂಭೀರವಾಗಿ ಹೇಳಿದನು - ದೇವರು ನಿಮ್ಮ ಆಗಮನವನ್ನು ಆಶೀರ್ವದಿಸಲಿ. ಒಳ್ಳೆಯದಾಗಲಿ! ವಿಶ್ವವಿದ್ಯಾನಿಲಯದಲ್ಲಿ ನಿಮ್ಮ ಪ್ರವೇಶಕ್ಕಾಗಿ ನಾನು ನನ್ನ ಕೈಲಾದಷ್ಟು ಮಾಡುತ್ತೇನೆ, ಆದರೆ ಫಲಿತಾಂಶ ಏನಾಗುತ್ತದೋ ಗೊತ್ತಿಲ್ಲ. ಏಕೆಂದರೆ ಪ್ರವೇಶಕ್ಕಾಗಿ ಭಾರತ ಮತ್ತು ವಿದೇಶಗಳಿಂದ ಅನೇಕ ರಾಜಕುಮಾರರಿಂದ ಅರ್ಜಿಗಳು ಬಂದಿವೆ. ರಾಜಕುಮಾರರಲ್ಲಿ ಇನ್ನೂ ಸೀಟುಗಳು ಉಳಿದಿದ್ದರೆ, ಹೆಚ್ಚಿನ ವಿದ್ಯಾರ್ಥಿಗಳನ್ನು ನೇಮಿಸಿಕೊಳ್ಳಲಾಗುತ್ತದೆ. ಆದರೆ ತೊಂದರೆ ಏನೆಂದರೆ ಅನೇಕ ರಾಜಕುಮಾರರೂ ಪ್ರವೇಶ ಪಡೆಯದೇ ಹೊರಗುಳಿದಿದ್ದಾರೆ.

ವಿಷ್ಣುಗುಪ್ತ- ಆದರೆ ರಾಜಕುಮಾರನಲ್ಲದ ಹೊರತು ತಕ್ಷಶಿಲಾ ವಿಶ್ವವಿದ್ಯಾನಿಲಯದಲ್ಲಿ ಪ್ರವೇಶ ಪಡೆಯಲು ಕಡ್ಡಾಯವಾಗಿರುವ ಎಲ್ಲ ಅರ್ಹತೆಗಳೂ

ನನಗಿವೆಪುಂಡರೀಕಾಕ್ಷ - ಆದರೆ ವ್ಯವಸ್ಥಾಪನಾ ಸಮಿತಿಯು ರಾಜಕುಮಾರರಿಗೆ ಆದ್ಯತೆ ನೀಡಬೇಕೆಂದು ಆದೇಶಿಸಿದೆ.

ವಿಷ್ಣುಗುಪ್ತ - ಹಾಗಾದರೆ ಆದರ್ಶ ಶಾಲೆಯಲ್ಲಿಯೂ ಗುಣಗಳನ್ನು ತಿರಸ್ಕರಿಸಲಾಗುತ್ತದೆಯೇ?

ಪುಂಡರೀಕಾಕ್ಷ - ಗುಣಗಳನ್ನು ಗೌರವಿಸುತ್ತಾನೆ. ಅರ್ಹರಿಗೆ ಮೊದಲ ಸ್ಥಾನ ನೀಡಬೇಕು ಎಂದು ಅವರು ಬಯಸುತ್ತಾರೆ, ಆದರೆ ಅವರು ರಾಜಕೀಯ ನಿಯಮಗಳಿಗೆ ಬದ್ಧರಾಗಿದ್ದಾರೆ. ಈ ಶಾಲೆಯು ರಾಜ್ಯದಿಂದ ಹೆಚ್ಚಿನ ನೆರವಿನೊಂದಿಗೆ ನಡೆಯುತ್ತಿದೆ, ಆದ್ದರಿಂದ ಅವರು ತೊಂದರೆಗಳನ್ನು ಎದುರಿಸುತ್ತಾರೆ. ಆದರೂ ನನ್ನ ಕೈಲಾದ ಪ್ರಯತ್ನ ಮಾಡುತ್ತೇನೆ. ಮೋಹನಸ್ವಾಮಿ ಅವರ ಮಾತುಗಳು ನನಗೆ ಆದೇಶಗಳಾಗಿವೆ. ಇಂದು ವಿಶ್ವವಿದ್ಯಾಲಯದ ಉಪಕುಲಪತಿ ಆಚಾರ್ಯ ಶಾಂತಾನಂದರನ್ನು ಭೇಟಿ ಮಾಡಲು ನಾನು ನಿಮಗೆ ವ್ಯವಸ್ಥೆ ಮಾಡುತ್ತೇನೆ. ಅವರು ಪ್ರಭಾವಿತರಾದರೆ ಪ್ರವೇಶ ಪಡೆಯುವ ಭರವಸೆ ಇರಬಹುದು.

ವಿಷ್ಣುಗುಪ್ತ- ಉಪಕುಲಪತಿಗಳು ಯಾವ ದಿಕ್ಕಿನಲ್ಲಿ ಹೆಚ್ಚು ಆಸಕ್ತಿ ಹೊಂದಿದ್ದಾರೆಂದು ದಯವಿಟ್ಟು ಹೇಳಿ.

ಪುಂಡರೀಕಾಕ್ಷ - ಅವರು ತುಂಬಾ ಶಾಂತ ಮತ್ತು ತುಂಬಾ ಆಳವಾದವರು. ಇಷ್ಟು ದಿನ ಅವರ ಸಂಪರ್ಕದಲ್ಲಿದ್ದರೂ ಅವರ ಆಸಕ್ತಿ ಏನು ಅಂತ ನಿರ್ಧರಿಸಲು ಸಾಧ್ಯವಾಗಲಿಲ್ಲ. ಆದರೆ ಅವರು ಸದ್ಗುಣಿಗಳನ್ನು ಗೌರವಿಸುತ್ತಾರೆ.

ವಿಷ್ಣುಗುಪ್ತ - ಶ್ರಮಿಸುವುದು ಮನುಷ್ಯನ ಕರ್ತವ್ಯ ಮತ್ತು ಪ್ರಯತ್ನಗಳು ವಿಫಲವಾಗುತ್ತವೆ ಎಂದು ನಾನು ನಂಬುತ್ತೇನೆ. ಆಗುವುದಿಲ್ಲ.

ಪುಂಡರೀಕಾಕ್ಷ - ಖಂಡಿತ ಪ್ರಯತ್ನಿಸುತ್ತೇನೆ. ಸರಿ, ಹಾಗಾದರೆ ಸ್ವಲ್ಪ ವಿಶ್ರಾಂತಿ ತೆಗೆದುಕೊಳ್ಳಿ, ದೀರ್ಘ ಪ್ರಯಾಣದಿಂದ ನೀವು ಸುಸ್ತಾಗಿರಬೇಕು. ಹೀಗೆ ಹೇಳುತ್ತಾ ಪುಂಡರೀಕಾಕ್ಷನು ಸತ್ಕಾರದಲ್ಲಿ ತೊಡಗಿದನು. ವಿಪರೀತ ಶಿಷ್ಟಾಚಾರದಿಂದ ನಿರ್ಬಂಧಿತನಾದ ವಿಷ್ಣುಗುಪ್ತನು ಆಚಾರ್ಯ ಪುಂಡರೀಕಾಕ್ಷನಿಗೆ

ಹೇಳಿದನು - "ನನಗಾಗಿ ಹೆಚ್ಚು ಚಿಂತಿಸಬೇಡ. ವಿದ್ಯಾರ್ಥಿ ಜೀವನದಲ್ಲಿ ಅತ್ಯಂತ ಸರಳ ಜೀವನ ನಡೆಸುತ್ತೇನೆ ಎಂದು ಪ್ರತಿಜ್ಞೆ ಮಾಡಿದ್ದೇನೆ. ಒಂದು ಲೋಟ ಹಸಿ ಮತ್ತು ತೆಳು ಹಾಲು ಕುಡಿದ ನಂತರ ನಾನು ಭೂಮಿಯ ಮೇಲೆ ಮಲಗಲು ಬಯಸುತ್ತೇನೆ, ನಾನು ಹಾಸಿಗೆಯ ಮೇಲೆ ವಿಶ್ರಾಂತಿ ಪಡೆಯುವುದಿಲ್ಲ. ವಿಷ್ಣುಗುಪ್ತನ ಅಪೇಕ್ಷೆಯಂತೆ ಪುಂಡರೀಕಾಕ್ಷನು ಎಲ್ಲ ವ್ಯವಸ್ಥೆಗಳನ್ನು ಮಾಡಿದನು. ಆಯಾಸದಿಂದ ವಿಷ್ಣುಗುಪ್ತನು ಮಲಗಿದನು ಆದರೆ ಅವನ ಕಣ್ಣುಗಳಲ್ಲಿ ನಿದ್ರೆ ಇರಲಿಲ್ಲ. ಕೆಲವೊಮ್ಮೆ ಕೆಲವರು ನಿದ್ರೆಗೆ ಜಾರುತ್ತಿದ್ದರು ಮತ್ತು ಕೆಲವೊಮ್ಮೆ ಕಣ್ಣು ತೆರೆದು ಯೋಚಿಸಲು ಪ್ರಾರಂಭಿಸಿದರು. ಮೂರು ಗಂಟೆಯ ಸುಮಾರಿಗೆ ಆಚಾರ್ಯ ಪುಂಡರೀಕಾಕ್ಷರು ಒಳಗೆ ಪ್ರವೇಶಿಸಿ

ಹೇಳಿದರು - "ವಿಷ್ಣು ಗುಪ್ತರು ಮಲಗಿದ್ದಾರೆ! ಉಪಕುಲಪತಿಯೂ ಎದ್ದಿರಬೇಕು. ಬನ್ನಿ, ಈ ಸಮಯದಲ್ಲಿ ಅವರ ದರ್ಶನವನ್ನು ನೀಡೋಣಆಚಾರ್ಯ ಪುಂಡರೀಕಾಕ್ಷನನ್ನು ಕಂಡ ಕೂಡಲೇ ವಿಷ್ಣುಗುಪ್ತ ಎದ್ದು ನಿಂತ. ಪುಂಡರೀಕಾಕ್ಷನು ಅವರನ್ನು ಕರೆದುಕೊಂಡು ಉಪಕುಲಪತಿಗಳ ನಿವಾಸದ ಕಡೆಗೆ ಹೊರಟನು. ಮಾತನಾಡುತ್ತಲೇ ಇಬ್ಬರೂ ವೈಸ್ ಚಾನ್ಸಲರ್ ಭವನ ತಲುಪಿದರು. ಉಪಕುಲಪತಿ ಆಚಾರ್ಯ ಶಾಂತಾನಂದರು ಆಗಷ್ಟೇ ನಿದ್ದೆಯಿಂದ ಎದ್ದಿದ್ದರು. ಅವನು ಮಲಗಿದ ನಂತರ ಬರುವ ಶಾಂತಿಯನ್ನು ಅನುಭವಿಸುತ್ತಾ ಹಾಸಿಗೆಯ ಮೇಲೆ ಇದ್ದಾಗ, ಪುಂಡರೀಕಾಕ್ಷನು ಅವನನ್ನು ಗೌರವದಿಂದ ಸ್ವಾಗತಿಸಿದನು ಮತ್ತು ವಿಷ್ಣುಗುಪ್ತನು ತಕ್ಷಣವೇ ಸಾಷ್ಟಾಂಗ ನಮಸ್ಕಾರ ಮಾಡಿದನು. ಆಚಾರ್ಯ ಪುಂಡರೀಕಾಕ್ಷನಿಗೂ ಹೊಸದಾಗಿ ಬಂದ ಅತಿಥಿಗೂ ಆಸನವನ್ನು ಕೊಡುತ್ತಾ ಕುಲಪತಿಗಳು "ಹೇಳು ಪುಂಡರೀಕಾಕ್ಷ! ನೀವು ಸಂತೋಷವಾಗಿದ್ದೀರಾ? ಪುಂಡರೀಕಾಕ್ಷ: ನಿನ್ನ ಆಶೀರ್ವಾದದಿಂದ ಯಾರು ಸಂತೋಷಪಡುವುದಿಲ್ಲ! ವಿಸಿ: ಇದು ಯಾರು? ಪುಂಡರೀಕಾಕ್ಷರು ಏನನ್ನೂ ಉತ್ತರಿಸುವ ಮುನ್ನವೇ ಸಂದರ್ಶಕ ವಿಷ್ಣುಗುಪ್ತ

ಮಾತನಾಡಿ - ನಾನು ಯಾರು ಎಂಬ ಕುತೂಹಲದಿಂದಲೇ ಆಚಾರ್ಯ ಪುಂಡರೀಕಾಕ್ಷರ ಕೃಪೆಯಿಂದ ಕುಲಪತಿಯನ್ನು ಆಶ್ರಯಿಸಿ ಬಂದಿದ್ದೇನೆ. ವೈಸ್

ಚಾನ್ಸೆಲರ್ - ಯುವಕ ಬುದ್ಧಿವಂತನಂತೆ ಕಾಣುತ್ತಾನೆ.

ಪುಂಡರೀಕಾಕ್ಷ- ಈ ಕುಶಾಗ್ರನನ್ನು ಹೊಗಳಿ ನನ್ನ ಸಹಪಾಠಿಯೊಬ್ಬರೂ ನನಗೆ ಪತ್ರ ಬರೆದರು. ಸಂಭವಿಸಿದೆ. ಅವರು ಬರೆದಿದ್ದಾರೆ "ವಿಷ್ಣು ಗುಪ್ತರು ಕಡಿಮೆ ಸಮಯದಲ್ಲಿ ವ್ಯಾಕರಣ ಮತ್ತು ಗಣಿತಶಾಸ್ತ್ರದಲ್ಲಿ ಪಾಂಡಿತ್ಯವನ್ನು ಗಳಿಸಿದ್ದಾರೆ. ಈಗ ಅವರು ಉನ್ನತ ಶಿಕ್ಷಣಕ್ಕಾಗಿ ತಕ್ಷಶಿಲಾ ವಿಶ್ವವಿದ್ಯಾಲಯದಲ್ಲಿ ಓದಲು ಬಯಸಿದ್ದಾರೆ. ದಯವಿಟ್ಟು ಅವನಿಗೆ ಪ್ರವೇಶವನ್ನು ಅನುಮತಿಸಿ. "ತದನಂತರ ಪುಂಡರೀಕಾಕ್ಷನು ಬಹಳ ಮೃದುವಾಗಿ ಹೇಳಿದನು, "ಉಪಕುಲಪತಿಗಳು ಸಂತೋಷಪಟ್ಟರೆ, ಆದ್ದರಿಂದ ಈ ಅದ್ಭುತ ಪ್ರತಿಭಾವಂತ ವಿದ್ಯಾರ್ಥಿಯು ನಮ್ಮ ಶಾಲೆಯಲ್ಲಿ ಶಿಕ್ಷಣವನ್ನು ಪಡೆಯಲು ಸಾಧ್ಯವಾಗುತ್ತದೆ ಎಂದು ನಾನು ನಂಬುತ್ತೇನೆ. ಉಪಕುಲಪತಿ:

ನಿಮ್ಮ ಅಭಿಪ್ರಾಯ ಮತ್ತು ಜಾಣ ಕುತೂಹಲ, ಹಾಗಾದರೆ ವಿಷ್ಣುಗುಪ್ತ ವಿಶ್ವವಿದ್ಯಾಲಯದಲ್ಲಿ ಪ್ರವೇಶ ಪಡೆಯಬಾರದು ಎಂದು ನಾನು ಹೇಗೆ ಬಯಸುತ್ತೇನೆ. ಆದರೆ ಭಾರತದಲ್ಲಿ ಮಾತ್ರವಲ್ಲದೆ ಸಾಗರದಾಚೆಯಿಂದಲೂ ಶಿಕ್ಷಣ ಬಯಸುವ ರಾಜಕುಮಾರರಿಂದ ಪ್ರವೇಶಕ್ಕಾಗಿ ಅರ್ಜಿಗಳು ಬಂದಿವೆ. ನಾನೇನು ಮಾಡಬೇಕೆಂದು ನೀನು ಹೇಳು? ಪುಂಡರೀಕಾಕ್ಷನು ಉತ್ತರಿಸುವ ಮೊದಲೇ ವಿಷ್ಣುಗುಪ್ತನು ಮತ್ತೆ

ಹೇಳಿದನು - 'ಸತ್ಯಭಕ್ತನಾದ ಬಡ ತಂದೆ ತನ್ನ ಮಗನಿಗೆ ಮಾಡುವ ಅದೇ ಕೆಲಸ. ಜಗತ್ತಿನಲ್ಲಿ ನನಗೆ ಯಾರೂ ಇಲ್ಲ. ನಿನ್ನನ್ನು ನನ್ನ ತಾಯಿಯೆಂದೂ, ನಿನ್ನನ್ನು ತಂದೆಯೆಂದೂ ಭಾವಿಸಿ ನಿನ್ನನ್ನು ಆಶ್ರಯಿಸಲು ಬಂದಿದ್ದೇನೆ. ರಾಜಪುತ್ರರ ಪಕ್ಕದಲ್ಲಿ ಓದಲು ನೀವು ನನಗೆ ಅವಕಾಶ ನೀಡದಿದ್ದರೂ, ನೀವು ನನ್ನನ್ನು ಅಧ್ಯಯನ ಕೊಠಡಿಯ ಹೊರಗೆ ಗೇಟ್‌ಕೀಪರ್ ಕುಳಿತುಕೊಳ್ಳುವ ಸ್ಥಳದಲ್ಲಿ ಕುಳಿತುಕೊಳ್ಳುವಂತೆ ಮಾಡಬಹುದು, ಆದರೆ ನೀವು ನನಗೆ ಓದಲು ಅವಕಾಶ ನೀಡಬೇಕು. ನನ್ನ ಶಿಕ್ಷಕರ ಮಾತುಗಳಿಂದ ಬರುವ ಮಾತುಗಳನ್ನು ನನ್ನ ಕಿವಿಗಳು ಕೇಳುವಂತೆ ಇದನ್ನು ಮಾಡಿ. ,

ಉಪಕುಲಪತಿಗಳು - ನಿಮ್ಮ ಧ್ವನಿಯಿಂದ ನನ್ನ ಹೃದಯವು ಕಣ್ಣೀರಿನಿಂದ ತುಂಬಿತ್ತು. ನೋವು ಹೇಳಿಕೆಯಲ್ಲಿ ಮಾತನಾಡುತ್ತಾನೆ. ಸರಿ, ನಿಮ್ಮ ಆಸೆ ಖಂಡಿತವಾಗಿಯೂ ಈಡೇರುತ್ತದೆ. ನಾವು ನಿನ್ನನ್ನು ನಮ್ಮ ಮಗನಾಗಿ ಸ್ವೀಕರಿಸುತ್ತೇವೆ ಮತ್ತು ಈ ವಿಶ್ವವಿದ್ಯಾಲಯದಲ್ಲಿ ಅಧ್ಯಯನ ಮಾಡಲು ಅನುಮತಿ ನೀಡುತ್ತೇವೆವಿಷ್ಣುಗುಪ್ತನು ಸಂತೋಷದಿಂದ

ಹೇಳಿದನು - 'ಪೂಜ್ಯ ತಂದೆಯಂತಹ ಉಪಕುಲಪತಿ ಆಚಾರ್ಯ ಶಾಂತಾನಂದರಿಗೆ ಜಯ! ನನ್ನ ಜೀವನದ ಪ್ರತಿ ಉಸಿರು ನಿನ್ನನ್ನು ಆರಾಧಿಸುತ್ತದೆ. , ಉಪಕುಲಪತಿಗಳು - ಅರೆರೆ, ಇದು ನಮ್ಮ ಆಚಾರ್ಯರ ಧರ್ಮ. ಉಪಕುಲಪತಿಗಳ ಒಪ್ಪಿಗೆ ಪಡೆದು ನಮಸ್ಕರಿಸಿ ವಿಷ್ಣುಗುಪ್ತ ಆಚಾರ್ಯರು ಪುಂಡರೀಕಾಕ್ಷರ ಸಮೇತ ತಮ್ಮ ನಿವಾಸಕ್ಕೆ ಮರಳಿದರು. ಕಂಬದ ಮೇಲೆ ಕುಳಿತು ಪುಂಡರೀಕಾಕ್ಷನು ಸಂತೋಷದಿಂದ

ಹೇಳಿದನು - ನಿಮ್ಮ ಪ್ರವೇಶವನ್ನು ಖಚಿತಪಡಿಸಲಾಗುತ್ತದೆ. ವೈಸ್ ಚಾನ್ಸೆಲರ್ ಅವರು ಭರವಸೆ ನೀಡುವ ವ್ಯಕ್ತಿಯನ್ನು ಎಂದಿಗೂ ನಿರಾಶೆಗೊಳಿಸುವುದಿಲ್ಲ. ನೀನು ಇಲ್ಲಿ ಆರಾಮವಾಗಿ ಇರು. ಸಮಯ ಕಳೆಯಲು ವಿಶ್ವವಿದ್ಯಾಲಯದ ಗ್ರಂಥಾಲಯಕ್ಕೆ ಹೋಗಿ.

ವಿಷ್ಣುಗುಪ್ತ- ನಿನ್ನ ದಯೆಯಿಂದ ಒಬ್ಬ ಅಕಿಂಚನಿಗೆ ಕುಬೇರನ ನಿಧಿ ಸಿಕ್ಕಿತು.

ಪುಂಡರೀಕಾಕ್ಷ - ಸರಿ, ಈಗ ನೀನು ವಿಶ್ರಮಿಸಿಕೊಳ್ಳು ಅಥವಾ ಎಲ್ಲಾದರೂ ಪ್ರವಾಸಕ್ಕೆ ಹೋಗು. ನಾನು ತಜ್ಞರ ಸಭೆಗೆ ಹಾಜರಾಗಬೇಕು. ವಿಷ್ಣುಗುಪ್ತ, ನನ್ನ ಬಗ್ಗೆ ಸ್ವಲ್ಪವೂ ಚಿಂತಿಸಬೇಡ. ಇವತ್ತಿನ ಇಡೀ ದಿನ ನಿನ್ನ ಮತ್ತು ನನ್ನ ಚಿಂತೆಯಲ್ಲೇ ಕಳೆಯಿತು. ನೀನು ಎಲ್ಲಿಗೆ ಹೋಗಬೇಕೆಂದಿದ್ದರೂ ನಿನ್ನ ನಿವಾಸದಲ್ಲಿ ಸೇವಕನಾಗಿ ಇರುತ್ತೇನೆ. ನಾನು ಎಚ್ಚರಿಕೆಯಿಂದ ಇರುತ್ತೇನೆ.

ಪುಂಡರೀಕಾಕ್ಷ- ಇಲ್ಲ-ಇಲ್ಲ, ಇದೆಲ್ಲ ಆಗುವುದಿಲ್ಲ. ನಾವು ನಿಮಗೆ ನಮ್ಮ ಸೇವೆಯನ್ನು ಒದಗಿಸುತ್ತೇವೆ. ನೀನು ನಮ್ಮ ಅತಿಥಿ. ಅತಿಥಿಗೆ ಬಡಿಸಲಾಗುತ್ತದೆ, ಅವನಿಂದ ತೆಗೆದುಕೊಳ್ಳಲಾಗುವುದಿಲ್ಲ.

ವಿಷ್ಣುಗುಪ್ತ- ಈಗ ನಾನು ಅತಿಥಿಯಾಗಿ ಎಲ್ಲಿದ್ದೇನೆ? ಈಗ ನಾನು ನಿಮ್ಮ ಕುಟುಂಬದ ಸದಸ್ಯನಾಗಿದ್ದೇನೆ ನಾನು ಇಲ್ಲಿದ್ದೇನೆ ಮತ್ತು ನಿಮ್ಮ ನೆರಳಿನಲ್ಲಿ ವಾಸಿಸುವ ಮೂಲಕ ನಾನು ನಿಮ್ಮನ್ನು ಹಿಂಸಿಸಲು ಬಯಸುತ್ತೇನೆ.

ಪುಂಡರೀಕಾಕ್ಷ - ತೊಂದರೆ ಏನು, ತನ್ನ ಮಗುವಿನಿಂದ ಯಾರಾದರೂ ಬಳಲುತ್ತಿದ್ದಾರೆಯೇ? ವಿಷ್ಣುಗುಪ್ತನನ್ನು ಮಗನಂತೆ ಪ್ರೀತಿಸುತ್ತೇನೆ ಎಂದು ಮೋಹನಸ್ವಾಮಿ ಪತ್ರದಲ್ಲಿ ಬರೆದಿದ್ದಾರೆ.

ವಿಷ್ಣುಗುಪ್ತ - ನಿಜವಾಗಿಯೂ ಗುರುದೇವ ಮೋಹನಸ್ವಾಮಿ ಮತ್ತು ನೀವು ಮಾನವ ರೂಪದಲ್ಲಿರುವ ದೇವರು.

ಪುಂಡರೀಕಾಕ್ಷ - ಸರಿ, ಈಗ ನಾವು ಹೋಗುತ್ತೇವೆ. ಆಚಾರ್ಯರು ಪುಂಡರೀಕಾಕ್ಷನ ಬಳಿಗೆ ಹೋಗಿ ವಿಷ್ಣುಗುಪ್ತ ವಿಶ್ವವಿದ್ಯಾಲಯಕ್ಕೆ ಭೇಟಿ ನೀಡಲು ಪ್ರಾರಂಭಿಸಿದರು. ಪ್ರಥಮ ಭೇಟಿಯ ಸಮಯದಲ್ಲಿ ವಿಷ್ಣುಗುಪ್ತ್ ವಿಶ್ವವಿದ್ಯಾನಿಲಯದ ಕಟ್ಟಡದ ಬಗ್ಗೆ ಪರಿಚಿತರಾದರು. ದರ್ಶನದ ನಂತರ ವಿಷ್ಣುಗುಪ್ತರು ಗ್ರಂಥಾಲಯಕ್ಕೆ ಬಂದು ಗ್ರಂಥಪಾಲಕರನ್ನು 'ವಿದುರ ನೀತಿ'ಯನ್ನು ಕೇಳಿ ಓದತೊಡಗಿದರು. ಓದುತ್ತಿರುವಾಗ ರಾತ್ರಿ ಹತ್ತು ಗಂಟೆಯಾದಾಗ ವಿಷ್ಣುಗುಪ್ತ ಪುಸ್ತಕದ ಪುಟದಿಂದ ಕಣ್ಣು ಬಿಟ್ಟು ಲೈಬ್ರರಿಯನ್ ಕಡೆ ನೋಡಿ

ಹೇಳಿದರು - ಲೈಬ್ರರಿ ಎಷ್ಟು ಗಂಟೆಗೆ ಮುಚ್ಚಿದೆ? ಇದೆ? ಹಗಲು ರಾತ್ರಿ ತೆರೆದಿರುತ್ತದೆ. ಕೇಳಿ

ಗ್ರಂಥಪಾಲಕ - ಈ ಗ್ರಂಥಾಲಯ ವಿಷ್ಣುಗುಪ್ತರು ಮತ್ತೆ ಅಧ್ಯಯನ ಆರಂಭಿಸಿದರು. ಓದುತ್ತಿರುವಾಗ ಕತ್ತಲ ರಾತ್ರಿ ಶುರುವಾದಾಗ ವಿಷ್ಣುಗುಪ್ತ 'ಈಗಲೇ ಹೋಗಬೇಕು, ಇಲ್ಲದಿದ್ದರೆ ಆಚಾರ್ಯ ಪುಂಡರೀಕಾಕ್ಷರು ಚಿಂತಿತರಾಗುತ್ತಾರೆ' ಎಂದು ಯೋಚಿಸಿದೆ. ವಿಷ್ಣುಗುಪ್ತ ಗ್ರಂಥಾಲಯದಿಂದ ಎದ್ದು ನಡೆಯತೊಡಗಿದ. ಅವರು ಬಾಗಿಲನ್ನು ತಲುಪಿದಾಗ, ಪುಂಡರೀಕಾಕ್ಷನು ಬಾಗಿಲಿನ ಮೇಲೆ ತನ್ನ ಕಣ್ಣುಗಳನ್ನು ಇಟ್ಟುಕೊಂಡು ಕುಳಿತಿರುವುದನ್ನು ನೋಡಿದರು. ವಿಷ್ಣುಗುಪ್ತನನ್ನು ನೋಡಿದ ಅವರು

ಹೇಳಿದರು- "ಇಷ್ಟು ಹೊತ್ತು ಎಲ್ಲಿಗೆ ಹೋಗಿದ್ದೆ?"

ವಿಷ್ಣುಗುಪ್ತ - ಆಚಾರ್ಯರು ಸ್ವಲ್ಪ ಹೊತ್ತು ಲೈಬ್ರರಿಗೆ ಹೋಗಿದ್ದರು! 'ವಿದುರ ನೀತಿ' ಓದತೊಡಗಿದೆ. ಓದುವ ಅಭಿರುಚಿ ನನಗೆ ಸಿಕ್ಕಿತು, ನಾನು ಬರಲು ಚಿಂತಿಸಲಿಲ್ಲ. ನನ್ನನು ಕ್ಷಮಿಸು!

ಪುಂಡರೀಕಾಕ್ಷ- ನೀನು ಕ್ಷಮೆ ಕೇಳುವ ಯಾವ ಪಾಪವನ್ನೂ ಮಾಡಿಲ್ಲ. ಲೈಬ್ರರಿಯಲ್ಲಿ ಪುಸ್ತಕ ಓದುತ್ತಿದ್ದೆವು, ಇದರಲ್ಲಿ ಕ್ಷಮೆಯ ಅರ್ಥವೇನು! ಆದರೆ ಒಂದು ವಿಷಯ ಖಚಿತ, ಅಧ್ಯಯನ ಮಾಡುವಾಗ, ಆರೋಗ್ಯದ ಬಗ್ಗೆ ಕಾಳಜಿ ವಹಿಸುವುದು ಸಹ ಅತ್ಯಗತ್ಯ. ಈಗ ಮಲಗುವಿಷ್ಣುಗುಪ್ತನು ಮಲಗಿದನು. ಆದರೆ ಅವನ ಕಣ್ಣುಗಳಲ್ಲಿ ನಿದ್ರೆ ಇರಲಿಲ್ಲ. ಅವನು ಖಂಡಿತವಾಗಿಯೂ ತನ್ನ ಕಣ್ಣುಗಳನ್ನು ಮುಚ್ಚಿದನು, ಆದರೆ ಅವನು ಚಿತ್ರವನ್ನು ನೋಡುತ್ತಿದ್ದನು. 'ವಿದುರ ನೀತಿ'ಯ ಓದಿದ ಪುಟಗಳು ಅವರ ಮುಂದೆ ಚಿತ್ರಗಳಂತೆ ಕುಣಿಯತೊಡಗಿದವು. ಅವನು ಛಾಯಾಚಿತ್ರಗಳಂತಹ ಚಿತ್ರಗಳನ್ನು

ನೋಡಿದನು - "ರಾಜ ಮತ್ತು ಶತ್ರು, ಸೈನ್ಯ ಮತ್ತು ಅಜೇಯ ವೀರನು ಅದನ್ನು ಒಡೆಯುತ್ತಾನೆ, ಚಕ್ರವರ್ತಿ ಒಳಸಂಚು ಮತ್ತು ಮಂತ್ರಿಗಳ ಜಾಲದಲ್ಲಿ ಸಿಕ್ಕಿಬಿದ್ದನು. "ಭವಿಷ್ಯದ ಕನಸುಗಳು ವಿಷ್ಣುಗುಪ್ತನನ್ನು ಎಚ್ಚರವಾಗಿರಿಸುತ್ತಿತ್ತು ಮತ್ತು ಅವನು ಎಚ್ಚರವಾಗಿಯೇ ಮಲಗಿದ್ದನು, ಇದು ನಿದ್ರೆಗೆ ಒಂದು ಕ್ಷಮಿಸಿ ಅಥವಾ ನಿದ್ರೆಯಿಂದ ಯುದ್ಧವೇ ಅಥವಾ ಗುರಿಯತ್ತ ಹೆಜ್ಜೆ! ಇಲ್ಲಿ ವಿಷ್ಣುಗುಪ್ತನು ಪುಸ್ತಕಗಳ ಪುಟಗಳನ್ನು ತಿರುಗಿಸುತ್ತಿದ್ದನು ಮತ್ತು ಇನ್ನೊಂದು ಬದಿಯಲ್ಲಿ ಮಗಧಧಿಪತಿ ಮಹಾರಾಜ ಮಹಾನಂದರು ಸಂತೋಷದಿಂದ ನಗುತ್ತಿದ್ದರು. ಇಲ್ಲಿ ವಿಷ್ಣುಗುಪ್ತನು ಭೂಮಿಯ ಅಕ್ಷರಗಳನ್ನು ಓದುತ್ತಿದ್ದನು ಮತ್ತು ಇನ್ನೊಂದು ಬದಿಯಲ್ಲಿ ಅವನು ಮಧ್ಯದಲ್ಲಿ ಜೀವನದ ರುಚಿಯನ್ನು ಆನಂದಿಸುತ್ತಿದ್ದನು. ಇಲ್ಲಿ ಕಣ್ಣುಗಳಲ್ಲಿ ಅರಿವು ಇತ್ತು ಮತ್ತು ಇನ್ನೊಂದು ಕಡೆ ಕಣ್ಣುಗಳಲ್ಲಿ ಒಂದು ಮನಸ್ಥಿತಿ ಇತ್ತು. ಅರಮನೆಯ ರಸದಿಂದ ತುಂಬಿದ ಉದ್ಯಾನದಲ್ಲಿ, ಮುರನು ಒಂದು ಉಲ್ಲಾಸದ ಮಡಕೆಯನ್ನು ತೆಗೆದುಕೊಂಡನು ಮತ್ತು ಮಹಾನಂದನು ಆ ಮಡಕೆಯ ರಸವನ್ನು ದ್ರಾಕ್ಷಾರಸದಂತೆ ಕುಡಿದನು.

ಗುಲಾಬಿಗಿಂತ ಮುಳ್ಳು ಮತ್ತು ಸುಂದರ, ಸುಕುಮಾರಿ ಮುರ ಅವರ ಕುಣಿತವನ್ನು ನಿಯಂತ್ರಿಸಲಾಗಲಿಲ್ಲ. ಅವನು ಮಹಾನಂದನ ಕಣ್ಣುಗಳಲ್ಲಿ ತನ್ನ ಕಣ್ಣುಗಳನ್ನು ಹಾಕಿದನು. ರೋಮಾಂಚನವು ಪರಾಗದಂತೆ ಅರಳಿತು, ಗುಲಾಬಿ ಕೆನ್ನೆಗಳಿಂದ ಮಕರಂದವು ಹರಿಯಲಾರಂಭಿಸಿತು, ಹೂವುಗಳು ಮಿಡಿಯುವ ಎದೆಯ ಮುಂದೆ ತಮ್ಮ ಕಣ್ಣುಗಳನ್ನು ಬಾಗಿಸಿವೆ. ತನ್ನ ಹಾವಿನಂತಿರುವ ಮಣಿಕಟ್ಟನ್ನು ಮಹಾನಂದಾಳ ಗಂಟಲಲ್ಲಿ ಇಟ್ಟು, ಮುರ ತೋಟದಲ್ಲಿ ವಿಶ್ರಮಿಸುವ ಕಲ್ಲಿನ ಮೇಲೆ ಬೀಸುವ ಅಲೆಯಂತೆ ಮದ್ಯವನ್ನು ತಿನ್ನತೊಡಗಿದಳು. ಪ್ರಜ್ವಲಿಸುವ ಸ್ಮೈಲ್ ಮತ್ತು ಸೌಮ್ಯವಾದ ಕಂಪನಗಳು ಮಹಾನಂದವನ್ನು ಆವರಿಸಿದವು. ರೂಪನ ವೈನ್ ಬಡಿಸುವಾಗ ಮುರಾ ಹೇಳಿದ, "ನಿಮ್ಮ ಮೆಜೆಸ್ಟಿ ನಮ್ಮನ್ನು ಎಷ್ಟು ಪ್ರೀತಿಸುತ್ತಾರೆ?

ಮಹಾನಂದ್ - ಅವರು ತಮ್ಮ ಪ್ರಾಣವನ್ನು ಸಹ ತ್ಯಾಗ ಮಾಡುವುದಿಲ್ಲವಂತೆ.

ಮುರಾ - ಪ್ರತಿಯೊಬ್ಬ ಪುರುಷನು ಪ್ರತಿ ಹೊಸ ಹೆಂಗಸನ್ನು ಮೆಚ್ಚಿಸುವಾಗ ಯಾಕೆ ಹೀಗೆ ಹೇಳುತ್ತಾನೆಂದು ತಿಳಿದಿಲ್ಲ! ಗುಲಾಬಿ ಹೂವಿನ ರಸವನ್ನು ಹೀರಿ ಇನ್ನೊಂದು ಹೂವಿನ ಮೇಲೆ ಕುಳಿತುಕೊಂಡಂತೆ, ಪ್ರತಿಯೊಂದನ್ನೂ ಮಾಡುತ್ತದೆ ಮನುಷ್ಯನಿಗೆ ಬಾಯಾರಿಕೆ ಇಲ್ಲ! ಮಹಾನಂದ್- ಎಂತಹ ಹುಚ್ಚು ಮಾತುಗಳನ್ನಾಡುತ್ತೀಯಾ ಮುರಾ! ನನಗೆ ನೀವು, ನೀವು ಮಾತ್ರ, ನಾನು ಮತ್ತು ಯಾರಿಗೂ ಬೇಡ.

ಮುರ - ಇಷ್ಟು ಬೇಗ ಸುನಂದಾ ಮತ್ತು ಮಾಧವಿಯನ್ನು ಮರೆತುಬಿಟ್ಟೆಯಾ ಮಹಾರಾಜ! ಈ ಅರಮನೆಯಲ್ಲಿ ಕಾಶ್ಮೀರಿ ಹುಡುಗಿಯೊಬ್ಬಳು ನವ ವಧು ಆಗಲಿದ್ದಾಳೆ ಎಂದು ಕೇಳಿದ್ದೆ. ಮಹಾನಂದ್ - ಇದರಿಂದ ಏನಾಗುತ್ತದೆ! ಅವರೆಲ್ಲ ನಿಮ್ಮ ದಾಸಿಯಾಗಲು ಬರುತ್ತಿದ್ದಾರೆ. ನೀನು ಮಹಾನಂದನ ಅರಮನೆಯಲ್ಲಿ ರಾಣಿಯಾಗಿ ವಾಸಿಸುವೆ ಮತ್ತು ಎಲ್ಲರೂ ದಾಸಿಯರಾಗಿ ನಿನ್ನ ಸೇವೆ ಮಾಡುವರು.

ಮುರಾ - ಮತ್ತು ಒಂದು ಹಂತದಲ್ಲಿ ಮಹಾರಾಜರು ನನ್ನನ್ನು ತಿರಸ್ಕರಿಸಿದರೆ?

ಮಹಾನಂದ್ - ಇದು ಎಂದಿಗೂ ಸಂಭವಿಸುವುದಿಲ್ಲ. ನಿನ್ನ ಸಲಹೆಯ ಮೇರೆಗೆ ನಾನು ಇಡೀ ಮಗಧ ರಾಜ್ಯವನ್ನು ತ್ಯಾಗ ಮಾಡಬಲ್ಲೆನೀವು! ಮಹಾರಾಜರು ತಮ್ಮ ದೇಹ ಮತ್ತು ಮನಸ್ಸನ್ನು ನಿಮಗಾಗಿ ತ್ಯಾಗ ಮಾಡುತ್ತಾರೆ ಅಲ್ಲವೇ? ಎಲ್ಲೋ ಹುಚ್ಚಿ, ಈ ಮೋಸದ ರೂಪವನ್ನೇ ನಂಬಿ ಕುಳಿತಿದ್ದಳು! ನಿನ್ನೆಯವರೆಗೂ ಮಹಾರಾಜರನ್ನು ಕುಣಿಕೆಯಲ್ಲಿ ಕಟ್ಟಿಹಾಕುತ್ತಿದ್ದ ನಿನ್ನ ರೂಪ ಮತ್ತು ಅಲಂಕಾರ ಇಂದು ನಿನ್ನನ್ನು ಶಪಿಸುತ್ತಿದ್ದಾನೆ. ಪುರುಷ! ನೀವು ಮಹಿಳೆಯರನ್ನು ಕೇವಲ ಆಟಿಕೆ ಎಂದು ಪರಿಗಣಿಸುತ್ತೀರಿ! ಮಾಧವಿ ಸುನಂದಾ ಅವರ ಈ ಕರುಣಾಜನಕ ಚಿತ್ರವನ್ನು ನೋಡಿದಳು, ಆದರೆ ಅವಳು ತನ್ನ ಪಾದಗಳನ್ನು ಹೆಚ್ಚು ಕಾಲ ಭೂಮಿಯ ಮೇಲೆ ಇಡಲು ಸಾಧ್ಯವಾಗಲಿಲ್ಲ. ಬಿರುಗಾಳಿಯಂತೆ ಓಡಿ ಸುನಂದಾಗೆ ಅಂಟಿಕೊಂಡಳು. ಅವಳು ಅತ್ತಳು ಅವರು

ಹೇಳಿದರು- ಸಹೋದರಿ! ಚಂದ್ರನ ಬೆಳಕು ಕತ್ತಲೆಗೆ ತಿರುಗಿತು! ಈಗ ಬದುಕುತ್ತಿರುವಾಗ ನೀವು ಏನು ಮಾಡುತ್ತೀರಿ?

ಸುನಂದಾ- ಏನಾಯ್ತು ಮಾಧವಿ! ನಿನಗೇಕೆ ಇಷ್ಟೊಂದು ಆತಂಕ? ಇದು ಏನು? ನಿಮ್ಮ ಕಣ್ಣುಗಳಿಂದ ಕಣ್ಣೀರು ಬರುತ್ತಿದೆ! ಏನಾಯಿತು ನಿನಗೆ? ನಗುವಿನ ಮುತ್ತುಗಳು ಬೀಳುತ್ತಿದ್ದ ಕಣ್ಣುಗಳಿಂದ ಕಣ್ಣೀರು.

ಮಾಧವಿ- ಮುಗುಳ್ನಗೆ ಆ ಮುರ ಹಾವು ನಿನಗೆ ಕಚ್ಚಿದೆ ತಂಗಿ! ನನ್ನ ಕಿವಿಗಳನ್ನು ಇನ್ನೂ ನಂಬಲಾಗುತ್ತಿಲ್ಲ ಇದು ಆಗುತ್ತಿತ್ತು, ಈಗ ನಾನು ಎಲ್ಲವನ್ನೂ ನನ್ನ ಕಣ್ಣುಗಳಿಂದ ನೋಡಿದೆ. ಸುನಂದಾ - ನೀನು ಏನನ್ನೂ ನೋಡಿಲ್ಲ. ನಾನು ಈ ಅರಮನೆಯ ಮೈದಾನಕ್ಕೆ ಕಾಲಿಟ್ಟ ದಿನದಿಂದಲೂ ಈ ಆಟವನ್ನು

ನೋಡುತ್ತಿದ್ದೇನೆಮಾಧವಿ - ಆದರೆ ನನಗೆ ಸಹಿಸಲಾಗುತ್ತಿಲ್ಲ. ನನ್ನ ಕೋಪದ ಬೆಂಕಿ ಉರಿಯಲಿ ನಾನು ಈ ಮಾಟಗಾತಿಯನ್ನು ಕತ್ತು ಹಿಸುಕಲು ಬಯಸುತ್ತೇನೆ.

ಸುನಂದಾ- ಮಹಾರಾಜರು ನನ್ನನ್ನು ಬಿಟ್ಟು ಹೋದ ದಿನ ನಾನು ನಿನ್ನನ್ನು ಕತ್ತು ಹಿಸುಕಿ ಸಾಯಿಸಿದ್ದೇನಾ? ಪ್ರೀತಿಸಲು ಪ್ರಾರಂಭಿಸಿದೆಯೇ?

ಮಾಧವಿ - ನೀನು ದೇವತೆ, ಸಹೋದರಿ! ಸುನಂದಾ- ನಾನು ದೇವತೆಯಲ್ಲ, ದುಃಖವನ್ನು ಶರಬತ್ತಿನ ಗುಟುಕು ಎಂದು ಭಾವಿಸಿ ಕುಡಿಯುತ್ತೇನೆ. ನನಗೂ ಅಳು ಬರುತ್ತದೆ, ಆದರೆ ನಗುವುದನ್ನು ಅಭ್ಯಾಸ ಮಾಡಿದೆ. ಈ ದೇಶದ ಮಹಿಳೆಯರು ಕರಗಿ ಹೋಗಬಹುದು ಹೌದು, ಆದರೆ ತನ್ನ ಗಂಡನ ಮೇಲಿನ ಭಕ್ತಿಯನ್ನು ಬಿಡಲು ಸಾಧ್ಯವಿಲ್ಲ.

ಮಾಧವಿ - ನನ್ನನ್ನು ಕ್ಷಮಿಸು ಸಹೋದರಿ! ಹೆಣ್ಣಿನ ಹೃದಯದ ನೋವನ್ನು ಗುರುತಿಸಲಾಗಲಿಲ್ಲ. ಅದು ತನಗೆ ಸಂಭವಿಸಿದಾಗ ಮಾತ್ರ, ಇತರರ ದುಃಖವನ್ನು ಅನುಭವಿಸುತ್ತಾನೆ. ಆದರೆ ಈಗ ಏನು ಮಾಡಬೇಕು? ನಾನು ನನ್ನನ್ನು ನಿಯಂತ್ರಿಸಲು ಸಾಧ್ಯವಿಲ್ಲ. ಪ್ರತೀಕಾರದ ಜ್ವಾಲೆಯು ಉರಿಯುತ್ತಲೇ ಇದೆ. ನಾನು ನನ್ನ ಈ ಅರಮನೆಯಲ್ಲಿ ನನ್ನ ಕಣ್ಣೆದುರಿಗೆ ಮುರನನ್ನು ಕಾಣಲಾರೆ.

ಸುನಂದಾ - ಪ್ರಪಂಚದಲ್ಲಿ ಎಲ್ಲವನ್ನೂ ನೋಡಬೇಕು. ನೀವು ಈಗ ತಾನೇ ಏನು ನೋಡಿದ್ದೀರಿ!

ಮಾಧವಿ - ನಾನು ಈಗ ಏನು ನೋಡಿದೆ! ಆದರೆ ಮಹಿಳೆ ತನ್ನ ಪ್ರೀತಿಯನ್ನು ಕಸಿದುಕೊಂಡಾಗ ಏನು ಮಾಡುತ್ತಾಳೆ ಎಂಬುದನ್ನು ನಾನು ತೋರಿಸುತ್ತೇನೆಸುನಂದಾ ನಗುತ್ತಾ

ಹೇಳಿದಳು - ನೀನು ಅಳುವುದು ಮತ್ತು ಹೊಡೆಯುವುದನ್ನು ಬಿಟ್ಟು ಬೇರೇನೂ ಮಾಡುವುದಿಲ್ಲ. ಸಾಧ್ಯವಾಗುತ್ತದೆ ಮಾಧವಿ- ನಾನು ಕಿಡಿಯಾಗಿ ಈ ಹಚ್ಚಹಸಿರಿನ ತೋಟಕ್ಕೆ ಬೆಂಕಿ ಹಚ್ಚುತ್ತೇನೆ. ಈ ಸಂಭಾಷಣೆ ನಡೆಯುತ್ತಿರುವಾಗ ಪ್ರತೀಹಾರಿ ಬಂದು

ಹೇಳಿದಳು - ರಾಣಿಗೆ ನಮಸ್ಕಾರ! ಸೇನಾಪತಿ ಮೌರ್ಯ ಮಹಾರಾಜರು ಮಹಾನಂದರನ್ನು ಭೇಟಿಯಾಗಲು ಬಂದಿದ್ದಾರೆ.

ಮಾಧವಿ - ಅವರನ್ನು ಗೌರವದಿಂದ ತನ್ನಿ. ಪ್ರತೀಹಾರಿ ಸೇನಾಪತಿ ಮೌರ್ಯನನ್ನು ಗೌರವದಿಂದ ಕರೆತಂದಳು. ಬಲವಾದ ಸುಂದರ ಯುವ ಕಮಾಂಡರ್ ಮಾಧವಿ ಮೌರ್ಯನನ್ನು ನೋಡಿ ಮುಗುಳ್ನಕ್ಕಳು. ಸಂಕೇತಿಯೊಂದಿಗೆ ಪ್ರತೀಹಾರಿಯನ್ನು ಕಳುಹಿಸಿದಳು ಮತ್ತು ನಂತರ ಕಮಾಂಡರ್ ಅನ್ನು

ನೋಡಿದಳು - "ನೀವು ಮಹಾರಾಜರನ್ನು ಭೇಟಿಯಾಗಲು ಬಂದಿದ್ದೀರಾ? ಅವರು ಉದ್ಯಾನದಲ್ಲಿ ತಿರುಗುತ್ತಿದ್ದಾರೆ, ನೀವು ಈ ಕೋಣೆಯಲ್ಲಿ ಕುಳಿತುಕೊಳ್ಳಿ, ನಾನು ಮಾಹಿತಿಯನ್ನು ಕಳುಹಿಸುತ್ತೇನೆ." ಕಮಾಂಡರ್ ಮಾಧವಿಯ ಕೋಣೆಯಲ್ಲಿ ಕುಳಿತುಕೊಂಡಳು.ಕೆಲವು ಕ್ಷಣಗಳ ಕಾಲ ಹೊರಗೆ ಇದ್ದ ಮಾಧವಿಯು ದಳಪತಿಯ ಬಳಿಗೆ ಬಂದು

ಹೇಳಿದಳು – "ನೀನು ತೋಟಕ್ಕೆ ಹೋಗಬೇಕೆಂದು ನನಗನಿಸುತ್ತದೆ. ಅಲ್ಲಿ ಮಹಾರಾಜರೊಂದಿಗೆ ಮಾತನಾಡಿ. , 'ಒಳ್ಳೆಯದು! ಹೀಗೆ ಹೇಳುತ್ತಾ ದಳಪತಿಯು ಎದ್ದು ತೋಟದ ಕಡೆಗೆ ನಡೆದನು. ದೂರದ ನಗುತ್ತಿರುವ ಮಾಧವಿಯೂ ಗುಪ್ತವಾಗಿ ಸೇರಿಕೊಂಡಳು. ತನ್ನ ಅಹಂಕಾರದಲ್ಲಿ ತೂಗಾಡುತ್ತಾ, ಕಮಾಂಡರ್ ಇದ್ದಕ್ಕಿದ್ದಂತೆ ಮಹಾರಾಜ ಮತ್ತು ಮುರ ಪ್ರೀತಿಯಲ್ಲಿ ಕಳೆದುಹೋದ ಸ್ಥಳಕ್ಕೆ ತಲುಪಿದನು. ತಕ್ಷಣವೇ ಮಹಾರಾಜ ಮತ್ತು ಮುರ ದಂಡನಾಯಕನನ್ನು ಕೊಂದರು ಮತ್ತು ದಳಪತಿಯು ಮಹಾರಾಜನನ್ನು ಕೊಂದರು. ಕಂಡಿತು. ಕಮಾಂಡರ್ ತನ್ನ ಕಣ್ಣುಗಳನ್ನು ಬಾಗಿಸಿ ನಿಂತನು ಮತ್ತು ಮಹಾರಾಜನ ಕಣ್ಣುಗಳು ಕೆಂಪಾಗಿದ್ದವು. ಆದರೆ ನಾನು ಅವಮಾನದಿಂದ ಸತ್ತೆ. ಮುರನು ತನ್ನಅವ್ಯವಸ್ಥೆಯನ್ನು ನಿಯಂತ್ರಿಸಿದನು ಮತ್ತು ಮಹಾರಾಜನು ಚದುರಿದ ಧ್ವನಿಯಲ್ಲಿ

ಹೇಳಿದನು - ಇಲ್ಲಿ ಯಾಕೆ ಬಂದೆ? ಮಹಾರಾಜರು ಇಲ್ಲಿದ್ದಾರೆ ಎಂದು ನಿಮಗೆ ಯಾರು ಹೇಳಿದರು?

ಕಮಾಂಡರ್ - ಕ್ಷಮಿಸಿ, ಮಹಾರಾಜ್! ನಾನು ಕೆಲವು ಪ್ರಮುಖ ಕೆಲಸಕ್ಕಾಗಿ ನಿಮ್ಮನ್ನು ಭೇಟಿ ಮಾಡಲು ಬಂದಿದ್ದೇನೆ. ಅರಮನೆಯಲ್ಲಿ ನಿನ್ನನ್ನು ಕಾಣಲಿಲ್ಲ, ತೋಟದಲ್ಲಿ ನಿನ್ನನ್ನು ಹುಡುಕಲು ಯೋಚಿಸಿದೆ.

ಮಹಾನಂದ್ - ಆದರೆ ನಮ್ಮ ಅನುಮತಿಯನ್ನು ತೆಗೆದುಕೊಳ್ಳದೆ ಈ ರೀತಿ ನೇರವಾಗಿ ಬರುವುದು ಶಿಷ್ಟಾಚಾರಕ್ಕೆ ವಿರುದ್ಧವಾಗಿದೆ. ಮೌರ್ಯ- ಮಗಧದ ದಂಡನಾಯಕನಿಗೂ ಈ ದಾಸ್ಯವಾಯಿತು ಮಹಾರಾಜ!

ಮಹಾನಂದ್- ದಳಪತಿಯಾಗಲಿ, ಮಗನಾಗಲಿ ಯಾರೂ ಬಂದು ನಮ್ಮ ಸಂತೋಷಕ್ಕೆ ಭಂಗ ತರುವುದು ನಮಗೆ ಇಷ್ಟವಿಲ್ಲ.

ಮೌರಾ- ಬಾಗಿಲಿಗೆ ಬೆಂಕಿ ಬಿದ್ದರೆ?

ಮಹಾನಂದ್- ಒಬ್ಬ ಸಮರ್ಥ ಕಮಾಂಡರ್ ಬೆಂಕಿಯನ್ನು ಅನುಮತಿಸಬಾರದು.

ಮೌರ್ಯ - ಬೆಂಕಿ ಪ್ರಾರಂಭವಾದಾಗ, ಅದನ್ನು ನಂದಿಸಲು ಪ್ರಯತ್ನಗಳನ್ನು ಮಾಡಬಹುದು, ಆದರೆ ಅದು ಸಂಭವಿಸುವುದನ್ನು ನೀರಿನಿಂದ ತಡೆಯಲು ಸಾಧ್ಯವಿಲ್ಲ. ಬೆಂಕಿ, ನೀರು ಮತ್ತು ಗಾಳಿಯಲ್ಲಿ ಮನುಷ್ಯನ ಆಡಳಿತವು ಕೆಲಸ ಮಾಡುವುದಿಲ್ಲ,

ಮಹಾರಾಜಮಹಾನಂದ್- ಒಗಟನ್ನು ಬಿಟ್ಟು ನೇರವಾಗಿ ಹೇಳು ಈ ಸಮಯದಲ್ಲಿ ನಮಗೆ ಯಾಕೆ ತೊಂದರೆ ಕೊಟ್ಟಿದ್ದೀಯ?

ಮೌರ್ಯ- ವಿರೋಧಿ ಶಕ್ತಿಗಳು ದೇಶದಲ್ಲಿ ತಲೆ ಎತ್ತುತ್ತಿವೆ. ಸಣ್ಣ ರಾಜ್ಯಗಳು ತಮ್ಮ ಸ್ವತಂತ್ರ ಅಧಿಕಾರವನ್ನು ಮರುಸ್ಥಾಪಿಸಲು ಪ್ರಾರಂಭಿಸಿವೆ. ಪಂಚಾನಂದ್ ಮತ್ತು ಮಾಳವ್ ತಮ್ಮ ಶಕ್ತಿಯನ್ನು ಹೆಚ್ಚಿಸುತ್ತಿದ್ದಾರೆ. ವಿಜಯಕ್ಕಾಗಿ ರಜಪೂತನ ಕಡೆಗೆ ಹೋದ ನಮ್ಮ ಸೈನ್ಯವು ಯುದ್ಧದಲ್ಲಿ ನಾಶವಾಯಿತು.

ಮಹಾನಂದ್ - ಮತ್ತು ನೀನು ಸೋಲಿನ ಬಾವುಟವನ್ನು ಹಾರಿಸುತ್ತಾ ನನ್ನ ಮುಂದೆ ಕೆಟ್ಟ ಹೆಸರು ಹಾಡುತ್ತಿದ್ದೀಯ!

ಮೌರ್ಯ - ಇಲ್ಲ ಮಹಾರಾಜ! ನಾನೇ ರಜಪೂತನ ಕಡೆಗೆ ಹೋಗಲು ಅನುಮತಿಯನ್ನು ತೆಗೆದುಕೊಳ್ಳಲು ಬಂದಿದ್ದೇನೆ.

ಮಹಾನಂದ್ - ಇದರಲ್ಲಿ ಅಪ್ಪಣೆಯ ಅಗತ್ಯವೇನಿತ್ತು! ಮಹಾಮಾತ್ಯ ರಾಕ್ಷಸ ಏನು ಬೇಕಾದರೂ ಮಾಡಬಹುದು. ಅವನಿಗೆ ಅನುಮತಿ ಇದ್ದರೆ, ಹೋಗಿ ರಾಜಪುತನ ಇಟ್ಟಿಗೆಯಿಂದ ಇಟ್ಟಿಗೆಯಿಂದ ಹೋರಾಡಿಮೌರ್ಯ ಮಹಾಮಾತ್ಯರ ಅಪ್ಪಣೆಯ ಮೇರೆಗೆ ಇಲ್ಲಿಗೆ ಬಂದಿದ್ದೇನೆ. ಅವರು ನನಗೆ ರಜಪೂತನ ಕಡೆಗೆ ಹೋಗಲು ಅನುಮತಿ ನೀಡಿದ್ದಾರೆ. ಆದರೆ ಎಲ್ಲದರ ಹೊರತಾಗಿಯೂ, ಅವರು ಸ್ವತಃ ಮಹಾರಾಜರ ಆದೇಶವನ್ನು ಅತ್ಯಗತ್ಯವೆಂದು ಪರಿಗಣಿಸುತ್ತಾರೆ, ಅದಕ್ಕಾಗಿಯೇ ನಾನು ಕಾಣಿಸಿಕೊಂಡಿದ್ದೇನೆ.

ಮಹಾನಂದ - ಮಹಾಮತ್ಯ ರಾಕ್ಷಸ, ನೀನು ಅಂತಹ ರಾಜಭಕ್ತ! ಕಮಾಂಡರ್ ಮೌರ್ಯ, ಹೋಗಿ ವಿಜಯ ಪತಾಕೆಯನ್ನು ಹಾರಿಸಿ ಹಿಂತಿರುಗಿ! ಅವರಿಗೆ ನಮಸ್ಕರಿಸಿ ಸೇನಾಪತಿ ಮೌರ್ಯ ವನರಾಜನಂತೆ ನಡೆಯತೊಡಗಿದ. ನಡೆಯುತ್ತಿದ್ದಾಗ ಮುರ ದಳಪತಿಯನ್ನು ಆಕರ್ಷಣೆಯಿಂದ ನೋಡಿದನು. ದಳಪತಿಯು ದೀರ್ಘವಾದ ಹೆಜ್ಜೆಗಳೊಂದಿಗೆ ಅರಮನೆಯಿಂದ ಹೊರಡುತ್ತಿರುವಾಗ, ಮಾಧವಿಯು ದಾರಿಯಲ್ಲಿ ವ್ಯಂಗ್ಯವಾಗಿ

ಹೇಳಿದಳು - ಹೇಳು, ನೀವು ಮಹಾರಾಜ ಮಹಾನಂದರನ್ನು ಭೇಟಿ ಮಾಡಿದ್ದೀರಾ? ಕಮಾಂಡರ್ ವ್ಯಂಗ್ಯವಾಗಿ ಪ್ರತಿಕ್ರಿಯಿಸಿದರು ಮತ್ತು

ಹೇಳಿದರು - ಕಾಮನ ಕಾಮದ ಬಲೆಯಲ್ಲಿ ಸೆರೆಯಾಳುಗಳೊಂದಿಗಿನ ಭೇಟಿಯನ್ನು ಸ್ವೀಕರಿಸುವುದು ಎಷ್ಟು ಸುಲಭ! ನಿನ್ನ ಕೃಪೆಯಿಂದಲೇ ನನಗೆ ಮಹಾರಾಜರ ದರ್ಶನವಾಯಿತು.

ಮಾಧವಿ- ಕೃಪೆ ಇಲ್ಲ, ಮಗಧದ ದಳಪತಿಯ ಕಣ್ಣು ತೆರೆಯಬೇಕೆಂದಿದ್ದೆ. ಕಾಳ್ಗಿಚ್ಚಿನಂತೆ ಧಗಧಗನೆ ಉರಿಯುತ್ತಿರುವ ಬೆಂಕಿ ಮನೆಯೊಳಗೆ ನುಗ್ಗಿ ರಾಜ ಮೋಜು ಮಸ್ತಿ ಮಾಡುತ್ತಿದೆ. ಇನ್ನೂ ನಿಮ್ಮ ಕಣ್ಣುಗಳು ಏಕೆ ತೆರೆಯುವುದಿಲ್ಲ? ಮುರ ರಾಜನಿಗೆ ಹುಚ್ಚು ಹಿಡಿದಿದೆ. ಮೌರ್ಯ-ಮಹಾರಾಜರು ಆಗಲೇ ಮಾಯಾಜಾಲಕ್ಕೆ ಗುರಿಯಾಗಿದ್ದರು. ಇದರಲ್ಲಿ ಮುರನ ತಪ್ಪೇನು? ನೀವು ಇಂದು ಕಣ್ಣು ತೆರೆದಿದ್ದೀರಿ, ಬಹುಶಃ ನಾಳೆ ಮಹಾರಾಜರ ಕಣ್ಣುಗಳು ಸಹ ತೆರೆದುಕೊಳ್ಳುತ್ತವೆ. ಸರಿ, ನಾವು ಹೋಗುತ್ತೇವೆ. ಮಾಧವಿ- ದಯವಿಟ್ಟು ರಜೆಯಲ್ಲಿ ಮತ್ತೆ ಬನ್ನಿ, ನಂತರ ನಾನು ಹೇಳುತ್ತೇನೆ ರಾಜಮನೆತನದಲ್ಲಿ ಮಗಧ ನಾಶಕ್ಕೆ ಎಂತಹ ಮದ್ದುಗುಂಡುಗಳು ರಾರಾಜಿಸುತ್ತಿವೆ

ಮೌರ್ಯ- ನನಗೆ ಅವಕಾಶ ಮತ್ತು ಅಗತ್ಯವಿದ್ದರೆ, ನಾನು ಖಂಡಿತವಾಗಿಯೂ ಬರುತ್ತೇನೆ. ಕಮಾಂಡರ್ ಹೊರಟುಹೋದಳು ಮತ್ತು ಮಾಧವಿ ವಿಚಿತ್ರ ಸ್ಥಿತಿಯಲ್ಲಿ ಅಲ್ಲಿ ಇಲ್ಲಿ ಅಲೆದಾಡಲು ಪ್ರಾರಂಭಿಸಿದಳು. ಒಮ್ಮೊಮ್ಮೆ ಸುನಂದೆಯ ಬಳಿ ನಿಂತರೆ ಕೆಲವೊಮ್ಮೆ ಬಂದು ಮಲಗುತ್ತಿದ್ದಳು. ಮಲಗಿರುವಾಗ, ಒಂದು ಕ್ಷಣದಲ್ಲಿ ಅವಳ ಮನಸ್ಸಿನಲ್ಲಿ ಬಿರುಗಾಳಿ ಎದ್ದಿತು ಮತ್ತು ಅವಳು ಎದ್ದು ವಾತಾಯನದಿಂದ ತೋಟವನ್ನು ನೋಡುತ್ತಾಳೆ. ಮಹಾರಾಜನು ಮುರನ ಕಂಠದಲ್ಲಿ ಕೈಯಿಟ್ಟು ಅರಮನೆಯತ್ತ ನಡೆಯುತ್ತಿದ್ದುದನ್ನು ಅವನು ನೋಡಿದನು. ಮಹಾರಾಜನು ಅರಮನೆಗೆ ಬಂದು ರಾಣಿ ಮುರನ ಕೋಣೆಗೆ ಹೋಗಲಾರಂಭಿಸಿದಾಗ ಮಾಧವಿಯು ಕರೆದು

ಹೇಳಿದಳು - 'ಸುನಂದಾ ತಂಗಿಯ ಆರೋಗ್ಯವು ತುಂಬಾ ಕೆಟ್ಟದಾಗಿದೆ, ಇಲ್ಲಿಗೆ ಬಾ ಮಹಾರಾಜ!' ಮುಗುಳು ನಗುತ್ತಾ ಅವಳ ನಿವಾಸಕ್ಕೆ ಹೋಗಿ ಕಣ್ಣು ಬದಲಿಸಿದ ಮಹಾರಾಜ ಮಾಧವಿ ಕಡೆಗೆ ಬಂದರು. ಸಿಟ್ಟಿಗೆದ್ದ ಮಹಾರಾಜರು ಮತ್ತು ಅಸೂಯೆ ಪಟ್ಟ ಮಾಧವಿ ಆ ಕೋಣೆಯನ್ನು ಪ್ರವೇಶಿಸಿದರು. ಅದರಲ್ಲಿ ಸುನಂದಾ ಕುಳಿತುಕೊಂಡು ಗೀತಾಳ ಪುಟಗಳನ್ನು ತಿರುವುತ್ತಿದ್ದಳು. ಸುನಂದಾ ಮಹಾರಾಜರನ್ನು ನೋಡಿದ ಕೂಡಲೇ ಎದ್ದು ಬಂದು ನಮಸ್ಕರಿಸಿ ಮಾಧವಿ ತನ್ನ ಹುಬ್ಬುಗಳನ್ನು ಕಮಾನು ಮಾಡಿ

ಹೇಳಿದಳು - 'ಇದೋ ಸಹೋದರಿ! ಮಹಾರಾಜರು ಬಂದರು, ಆದರೆ ಅವರೇ ಬರಲಿಲ್ಲ, ಅವರನ್ನು ಬಲವಂತವಾಗಿ ಕರೆದಿದ್ದೇನೆ.

ಸುನಂದಾ - ಯಾರನ್ನಾದರೂ ಬಲವಂತವಾಗಿ ಕರೆಯುವುದು ಅನ್ಯಾಯ ಮಾಧವಿ! ಬಲವಂತದಿಂದ ಯಾರನ್ನಾದರೂ ನಿಮ್ಮದಾಗಿಸಿಕೊಳ್ಳಬಹುದೇ?

ಮಾಧವಿ - ನನ್ನನ್ನಾಗಿಸಲು ನಾನು ಮಹಾರಾಜರನ್ನು ಬಲವಂತವಾಗಿ ಕರೆದಿಲ್ಲ, ಅವರು ಮಣ್ಣಿನ ಆಟಿಕೆ ಒಡೆಯುವ ಹಾಗೆ ನಮ್ಮ ಹೃದಯವನ್ನು ಏಕೆ ಮುರಿದರು ಎಂದು ನಾನು ಮಹಾರಾಜರನ್ನು ಕೇಳಲು ಬಯಸುತ್ತೇನೆ.

ಮಹಾನಂದ್- ನಮ್ಮ ಆಸೆಗೆ ನಾವೇ ರಾಜ, ನಾವು ಏನು ಬೇಕಾದರೂ ಮಾಡಬಹುದು. ಮಹಾನಂದರಿಗೆ ಅವಿಧೇಯರಾಗುವ ಶಕ್ತಿ ಈ ಭೂಮಿಯ ಮೇಲೆ ಯಾರಿಗಿದೆ!

ಮಾಧವಿ- ಅಷ್ಟೇ ಮಹಾರಾಜ! ನಿನ್ನ ಪ್ರೀತಿಯ ಗಮ್ಯ ಇಷ್ಟು ದೂರವಿತ್ತು, ಮಾಧವಿಯನ್ನು ಜೇನು ರಾಣಿ ಎಂದು ಕರೆಯುತ್ತಿದ್ದ ಆ ವಾಕ್ಯಗಳು ಎಲ್ಲಿವೆ? ಪಾಪ ಎಂಬಂತೆ ನಿನ್ನ ಬಾಯಿಂದ ಪ್ರೀತಿಯ ಮಾತು ಹೊರಡುತ್ತದೆ. ಐಷಾರಾಮಿ ನಿಮ್ಮ ಕಣ್ಣುಗಳನ್ನು ಮುಚ್ಚಿದೆ. ಮಗಧಧಿಪತಿಯ ರಾಣಿಯಾಗುವ ಬದಲು ಕೂಲಿಕಾರನ ಹೆಂಡತಿಯಾಗಿದ್ದರೆ ಎಷ್ಟು ಚೆನ್ನಾಗಿರುತ್ತಿತ್ತು ಎಂದು ಇಂದು ಯೋಚಿಸುತ್ತೇನೆ. ಕೂಲಿಕಾರರ ಕಾಲಿನ ಧೂಳಿಗಿಂತ ರಾಣಿಯ ಬದುಕು ಇಂದು ನಗಣ್ಯ ಎನಿಸುತ್ತಿದೆ.

ಮಹಾನಂದ್ - ಒಬ್ಬ ಸಾಮಾನ್ಯ ಮಹಿಳೆ ನಮಗೆ ಉಪದೇಶ ಮಾಡುತ್ತಿದ್ದಾರೆ! ಕತ್ತರಿಯಂತೆ ಚಲಿಸುವ ನಿನ್ನ ಈ ನಾಲಿಗೆಯನ್ನು

ಕತ್ತರಿಸಬೇಕೆಂದಿದ್ದೇನೆಮಾಧವಿ - ನಾಲಿಗೆ ಏನು, ಸುಮ್ಮನೆ ಕತ್ತು ಕೊಯ್ಯಬಾರದೆ? ಮಾಧವಿಯ ತೀಕ್ಷ್ಣವಾದ ಉತ್ತರಗಳು ಮಹಾನಂದನ ಕೋಪವನ್ನು ಕೆರಳಿಸಿತು. ಅವನು ಕೋಪಗೊಂಡನು ವಿ ಕತ್ತು ಹಿಸುಕುವಾಗ, ಅವನು

ಹೇಳಿದನು - ಆದ್ದರಿಂದ ತೆಗೆದುಕೊಳ್ಳಿ, ನಾನು ನಿನ್ನನ್ನು ಕತ್ತು ಹಿಸುಕುತ್ತೇನೆ. ಇಲ್ಲಿಯವರೆಗೆ ಮೌನವಾಗಿ ನಿಂತಿದ್ದ ಸುನಂದಾಗೆ ಇನ್ನು ಸಹಿಸಲಾಗಲಿಲ್ಲ. ಮಾಧವಿಯನ್ನು ಬಿಡಿಸಲು ಪ್ರಯತ್ನಿಸುತ್ತಿರುವಾಗ ಅವನು

ಹೇಳಿದನು - 'ಮಹಾರಾಜ! ಕೋಪವು ಬೆಂಕಿಯಾಗಲು ಬಿಡಬೇಡಿ, ಅದು ಸ್ವತಃ ಸುಟ್ಟು ಬೂದಿಯಾಗುತ್ತದೆ. ನಾವು ಕೈಬಿಟ್ಟವರಂತೆ ಬದುಕುತ್ತಿದ್ದೇವೆ, ಆಗಲೂ ನಿಮಗೆ ತೃಪ್ತಿಯಿಲ್ಲ! ಮಾಧವಿ ಇನ್ನೂ ಅರಳಿದ ಹೂವಿನ ಕೊಂಬೆಯಂತೆ ಕೋಮಲ. ಅವಳು ನಿನ್ನನ್ನು ತನ್ನ ಪ್ರಾಣದಿಂದ ಪೂಜಿಸುತ್ತಾಳೆ, ನಾನು ನೋಡದೆ ಮೌನವಾಗಿರುವುದನ್ನು ಅವಳು ನೋಡಿಲ್ಲ. ಮೃದುವಾದ ರೂಪವು ಕತ್ತಿಯ ಅಂಚಿಗೆ ಅಲ್ಲ, ಅದು ಪ್ರೀತಿಯ ಮುದ್ದಾದ ಬೆರಳುಗಳ ಸ್ಪರ್ಶವನ್ನು ಪಡೆದ ತಕ್ಷಣ ನಾದ ಮಾಡುವ ವೀಣೆಯಾಗಿದೆಸುನಂದೆಯ ಮಾತಿನಿಂದಾಗಿ ಮಹಾರಾಜರು ಮಾಧವಿಯನ್ನು ತೊರೆದರು. ಅವನು ಸ್ವಲ್ಪ ಸಮಯ ಅಪರಾಧಿಯಂತೆ ಮೌನವಾಗಿ ನಿಂತನು ಮತ್ತು ನಂತರ ಹತ್ತಿರದಲ್ಲಿ ಮಲಗಿದ್ದ ಹಾಸಿಗೆಯ ಮೇಲೆ ಬಿದ್ದನು. ಹಾಸಿಗೆಯ ಮೇಲೆ ದುಃಖಿಸುತ್ತಿರುವ ಮಹಾರಾಜನನ್ನು ನೋಡಿ, ಸುನಂದಾ ಅವನ ಪಕ್ಕದಲ್ಲಿ ಕುಳಿತು ತನ್ನ ಪ್ರೀತಿಯನ್ನು ವ್ಯಕ್ತಪಡಿಸಿದಳು ಮತ್ತು

ಹೇಳಿದಳು - ಮಹಾರಾಜನೇ ಏಕೆ ಚಿಂತಿಸುತ್ತಿರುವೆ?

ಮಹಾನಂದ್- ಕೆಲವೊಮ್ಮೆ ಕಠಿಣವಾದುದನ್ನು ತಿನ್ನುವುದರಿಂದ ಕಲ್ಲು ಕೂಡ ಸಿಡಿಯುತ್ತದೆ. ಕೇಳಲು ನೋವಾಗುತ್ತದೆ! ಗಾಯದ ನಂತರ ಗಾಯವನ್ನು

ಕೇಳುವುದು - ಅದಕ್ಕಾಗಿಯೇ ಗಂಗೆ ಭೂಮಿಯಲ್ಲಿ ಕಾಣಿಸಿಕೊಂಡಳು, ಮಹಾರಾಜ! ದುಃಖವು ಜೀವನದ ಶ್ರೇಷ್ಠವಾಗಿದೆ ರಸವಿದೆ. ಜೀವನದಲ್ಲಿ ದುಃಖವನ್ನು ಪಡೆಯದವನಿಗೆ, ಅವನಿಗೆ ಸಂತೋಷದ ಭಾವನೆ ಏನಾಗಬಹುದು! ದುಃಖವನ್ನು ಅನುಭವಿಸುವವನು ಮಾತ್ರ ಇತರರ ದುಃಖವನ್ನು ಗುರುತಿಸಬಲ್ಲನು. ಆದರೆ ಈ ವಿಷಯಗಳನ್ನು ಬಿಟ್ಟುಬಿಡಿ ಕೋ, ದೇವರು ಕವಿಗಳಿಗೆ ಈ ವಿಷಯವನ್ನು ಸೃಷ್ಟಿಸಿದ್ದಾನೆ.

ಮಹಾನಂದ್ - ಪ್ರತಿಯೊಬ್ಬ ವ್ಯಕ್ತಿಯ ಹೃದಯವು ಕವಿಯಂತೆ ತೋರುತ್ತದೆ. ಹತ್ತಿರದಲ್ಲಿ ಎಲ್ಲೋ ಕಣ್ಣೀರಿಗೆ ಸ್ಥಳವಿದೆ. ಕ್ರೂರ

ಕ್ರೂರಸುನಂದಾ - ಕಣ್ಣೀರು ಜಗತ್ತಿನ ಅತ್ಯಮೂಲ್ಯವಾದ ಮುತ್ತುಗಳು. ಅದನ್ನು ಸುರಕ್ಷಿತವಾಗಿಡಲು ಸ್ಥಳವಿಲ್ಲದವನು ಶ್ರೀಮಂತನಾಗಲು ಸಾಧ್ಯವಿಲ್ಲ. ಸರಿ ಈಗ ಈ ಚರ್ಚೆ ಬಿಡಿ ಸರ್ ಒಂದು ದೊಡ್ಡ ಸಂತೋಷ ಇರುತ್ತದೆ.

ಮಹಾನಂದ್ - ಅವನು ಏನು ಕೇಳುತ್ತಿದ್ದಾನೆ! ಮಗ

ಸುನಂದಾ - ನಿಮ್ಮ ಹೊಸ ರಾಣಿ ತಾಯಿಯಾಗಲಿದ್ದೀರಿ ಮತ್ತು ನೀವು ತಂದೆಯಾಗಲಿದ್ದೀರಿ.

ಮಹಾನಂದ್ - ಯಾರಾದರೂ ತನ್ನ ವೃದ್ಧಾಪ್ಯದಲ್ಲಿ ತನ್ನ ಮುದುಕ ತಂದೆಗೆ ಅಂಟಿಕೊಳ್ಳುವ ದಿನದಂದು ಮಾತ್ರ ಈ ಸಂತೋಷವು ಸಂತೋಷವಾಗುತ್ತದೆ. ರಾಜಕುಮಾರ ಕೇತೂನಂದರು ನಮ್ಮನ್ನು ಆಶೀರ್ವದಿಸುತ್ತಿರುವುದನ್ನು ನೀವು ನೋಡುತ್ತಿಲ್ಲ! ಈಗ ಅವನು ಮಗು, ಆದರೆ ತಂದೆ ಸತ್ತರೆ ನಾನು ರಾಜನಾಗಬಹುದು ಎಂದು ಅವನು ಬಯಸುತ್ತಾನೆ. ಇದರಿಂದ ನಮಗೆ ನಮ್ಮ ಮಗಳು ಕಲ್ಯಾಣಿಗಿಂತಲೂ ಹೆಚ್ಚು ತೃಪ್ತಿ ಸಿಗುತ್ತದೆ. ಅವರನ್ನು ತಂದೆ ಎಂದು ಕರೆಯುವುದರಲ್ಲಿ ಎಷ್ಟು ಗೌರವವಿದೆಯೋ, ಕೇತುವು ಅವರನ್ನು 'ಮಹಾರಾಜ' ಎಂದು ಕರೆಯುವುದರಲ್ಲಿಯೂ ಅಷ್ಟೇ

ಒರಟುಸುನಂದಾ- ಕಲ್ಯಾಣಿಯು ನಿನ್ನ ವಿವಾಹಿತ ಪತ್ನಿ ಮಹಾರಾಜರೇ! ಮತ್ತು ನಿಮಗೆ ಉಡುಗೊರೆಯಾಗಿ ನೀಡಿದ ಕೋಹ್ನ ವೇಶ್ಯೆಯ ಗರ್ಭದಿಂದ ಕೇತುವನ್ನು ಸ್ವೀಕರಿಸಲಾಗಿದೆ. ಸುಗಂಧವನ್ನು ಹೊಂದಿರದ ಅಂತಹ ಹೂವುಗಳು ಜಗತ್ತಿನಲ್ಲಿವೆ. ಕೋಹ್ ಸುಂದರಿ ಕೂಡ ಅಂತಹ ಹೂವುಗಳ ಶಾಖೆಯಾಗಿತ್ತು. ಆದರೆ ಮಹಾರಾಜ್! ನೀವೇನು ಮಾಡುವಿರಿ? ಈ ಪುಟಾಣಿಗಳ ಬದುಕಿನೊಂದಿಗೆ ಆಟವಾಡುವುದು ನಿಮ್ಮ ಹೆಮ್ಮೆಯಲ್ಲಿಯೇ? ಅತ್ಯಂತ ಸುಂದರಿಯಾದ ಅಪ್ಸರಾ ಕೂಡ ನಾಲ್ಕು ದಿನಗಳ ನಂತರ ನಿನಗೆ ಸುಂದರವಾಗಿ ಉಳಿಯುವುದಿಲ್ಲ ಮತ್ತು ನಂತರ ಅವಳು ತನ್ನ ಜೀವನವನ್ನು ಸಂಕಟದಿಂದ ಕಳೆಯುತ್ತಾಳೆ. ಅದೆಷ್ಟು ಮೊಗ್ಗುಗಳನ್ನು ಬಿಸಾಡಿ, ಅದೆಷ್ಟು ಹೂಗಳ ರಸ ಹೀರಿ, ಹೊರಟು ಹೋದೆ! ಮೊಗ್ಗು ಮತ್ತು ಹೂವಿನ ಹೃದಯವೂ ಹಂಬಲಿಸುತ್ತದೆ ಎಂದು ನೀವು ಎಂದಾದರೂ ಯೋಚಿಸಿದ್ದೀರಾ?

ಮಹಾನಂದ್ - ನನಗನ್ನಿಸುತ್ತದೆ, ಸುನಂದಾ! ಆದರೆ ಐಷಾರಾಮಿ ಮಾತ್ರ ನಿನ್ನ ಮಾತಿನಿಂದ ಊನವಾದ ನಂತರ ಪ್ರಾಣಿಯು ನನ್ನನ್ನುಶಪಿಸುತ್ತದೆ

ಸುನಂದಾ - ಕಿತ್ತು ಬಂದ ಕೊಂಬೆಗಳ ಮೇಲೆ ವಸಂತವನ್ನು ತರುವ ಚಿಂತೆ ಬಿಡಿ ಮಹಾರಾಜ! ಆದರೆ ಮಾಧವಿಯ ಮನಸ್ಸು ಇನ್ನೂ ಮಗುವಿನಂತಿದೆ, ಮುರ ಇನ್ನೂ ಯೌವನಕ್ಕೆ ಕಾಲಿಡುತ್ತಿದ್ದಾನೆ. ಈ ಇಬ್ಬರ ಪ್ರೀತಿಯನ್ನು ಇನ್ನೂ ಕತ್ತು ಹಿಸುಕಬೇಡಿ. ಹೆಣ್ಣಿಗೆ ಪ್ರೀತಿಯ ಮಕರಂದ ಸಿಗದಿದ್ದಾಗ ಅವಳು ಸುಡುವ ಜ್ವಾಲೆಯಾಗುತ್ತಾಳೆ ಮತ್ತು ಮೃದುವಾದ ಭಾವನೆಗಳನ್ನು ಸುಡುವ ಕೆಂಡವನ್ನೂ ಅವಳಲ್ಲಿ ಸುಡುತ್ತಾಳೆ ಎಂಬುದು ಬಹುಶಃ ನಿಮಗೆ ತಿಳಿದಿಲ್ಲ.

ಮಹಾನಂದ್ - ನಾನು ಎಲ್ಲದರ ಬಗ್ಗೆ ಕೆಲವು ಕ್ಷಣ ಯೋಚಿಸುತ್ತೇನೆ. ಸಂತೃಪ್ತಿಯ ಕೊನೆಯಲ್ಲಿ, ಅಂತ್ಯಕ್ರಿಯೆಯ ಚಿತಾಭಸ್ಮ ಹತ್ತಿರ ಮತ್ತು ಶಾಂತ ಸ್ಥಿತಿಯಲ್ಲಿ, ಮನುಷ್ಯನ ವ್ಯತ್ಯಾಸದ ಸತ್ಯವು ಮಾತನಾಡುತ್ತದೆ, ಅದೇ ರೀತಿಯಲ್ಲಿ ಕೆಲವೊಮ್ಮೆ ನನ್ನ ಹೃದಯದ ಮನುಷ್ಯನು ಸಹ ಎಚ್ಚರಗೊಳ್ಳುತ್ತಾನೆ.

ಸುನಂದಾ - ಎಚ್ಚರಗೊಂಡಿರುವ ಮನುಷ್ಯನನ್ನು ಗಟ್ಟಿಯಾಗಿ ಹಿಡಿದುಕೊಂಡು ಪ್ರಾಣಿಯ ಕೂಗಿನಿಂದ ನಿದ್ರಿಸುವುದೇಕೆ? ಒಮ್ಮೆ ಸತ್ಯವನ್ನು ತೆಗೆದುಕೊಂಡರೆ, ಅಸತ್ಯವು ಅದನ್ನು ಅಲುಗಾಡಿಸಲು ಸಾಧ್ಯವಿಲ್ಲ.

ಗೆಮಹಾನಂದ್ - ಕಾಮ, ಕ್ರೋಧ ಮತ್ತು ಗರ್ವಗಳ ಮೇಲೆ ನನಗೆ ಹಿಡಿತವಿಲ್ಲ, ಸುನಂದಾ! ನನಗೆ ಬಾಂಧವ್ಯವಿದ್ದರೆ ನನ್ನ ಆಸೆಗಳೊಂದಿಗೆ ಮಾತ್ರ. ಪ್ರವಚನಗಳನ್ನು ಕೇಳಿ ಸುಸ್ತಾಗುತ್ತಿದ್ದೇವೆ. ನಾವು ಮಲಗುವ ಸಮಯ. ಮಾಧವಿಯನ್ನು

ನೋಡುತ್ತಾ - ಜೇನು ರಾಣಿ, ಪಾತ್ರೆ ಮತ್ತು ಜಗ್ ಅನ್ನು ಎತ್ತಿಕೊಳ್ಳಿ! ನಮ್ಮ ಬಳಿಗೆ ಬನ್ನಿ, ನಿಮ್ಮ ಹೂವುಗಳಿಂದ ಮಕರಂದವನ್ನು ನಮ್ಮ ತುಟಿಗಳಿಗೆ ಹಚ್ಚಿ ನಂತರ ನಿಮ್ಮ ರೂಪದ ದ್ರಾಕ್ಷಾರಸವನ್ನು

ಕುಡಿಯಿರಿಸುನಂದಾ - ಮಾತನಾಡುವಾಗ ಸತ್ಯವು ಕರ್ಪೂರದಂತೆ ಮಹಾರಾಜರಿಂದ ಹಾರಿಹೋಗಿದೆಯೇ?

ಮಹಾನಂದ್- ನಿನಗೆ ಹುಚ್ಚು ಸುನಂದಾ! ನಿಮ್ಮ ಬೋಧನೆಗಳು ಕೆಲವೊಮ್ಮೆ ನನ್ನ ಮನಸ್ಸನ್ನು ತಿರುಗಿಸುತ್ತವೆ. ನೀವು ನಿಮ್ಮ ಪದ್ಯಗಳನ್ನು ಹೇಳಿದಾಗ, ನಾನು ಅವುಗಳಲ್ಲಿ ಸಿಕ್ಕಿಹಾಕಿಕೊಳ್ಳುತ್ತೇನೆ. ಇಲ್ಲ-ಇಲ್ಲ, ನೀನು ಹೇಳುವುದು ಪಾಪ, ಜೀವವನ್ನು ಕೊಲ್ಲುವ ಕನಸಿನ ವಿಷ. ಪ್ರಪಂಚದ ಗೋಚರ ರೂಪಗಳಲ್ಲಿ ಅಮೃತವು ಇರುತ್ತದೆ. ಈ ಸೌಂದರ್ಯ, ಈ ಮಧು, ಈ ಅಮಲು, ಈ ಶಕ್ತಿ, ಇದೇ ಎಲ್ಲವೂ. ಅವನ ವಿರುದ್ಧ ಮಾತನಾಡುವವರ ಬಾಯಿ ಮುಚ್ಚಿ ಆನಂದಿಸಿ. ನೀವು ಅದನ್ನು ಅಪರಾಧ ಎಂದು ಕರೆಯುತ್ತೀರಿ! ಅಪರಾಧ ಏನು ಗೊತ್ತಾ? ಅಪರಾಧ ಮಾಡುವುದು ಅಪರಾಧವಲ್ಲ, ಅಪರಾಧ ಎಂದು ಯಾರೋ ಹೇಳುತ್ತಾರೆ. ಅಧಿಕಾರ ಮತ್ತು ಷಡ್ಯಂತ್ರಗಳ ನೆಪದಲ್ಲಿ ಅನುಭವಿಸಿದ ಆನಂದ ಎಂಥಾ

ಪಾಪಸುನಂದಾ - ರಾವಣನೂ ಕೊನೆಯವರೆಗೂ ಮಂಡೋದರಿಯ ಮುಂದೆ ಹೀಗೆ ಹೇಳುತ್ತಲೇ ಇದ್ದ.

ಮಹಾನಂದ - ಹೆಚ್ಚು ಹೇಳಬೇಡ ಸುನಂದಾ! ಇಲ್ಲದಿದ್ದರೆ ನಮಗೆ ಕೋಪ ಬರುತ್ತದೆ. ನಮ್ಮ ಕೋಪದಿಂದ ಫಲಿತಾಂಶವು ಭೀಕರವಾಗಿದೆ.

ಸುನಂದಾ - ಭಯಂಕರವಾಗುತ್ತಿದೆ ಮಹಾರಾಜ! ಸರಿ, ನಿನಗೆ ಕೋಪ ಬಂದರೆ ನಾನು ಮಾತನಾಡುವುದಿಲ್ಲ. ಮಾಧವಿಯು ಜಗ್‌ನಿಂದ ಮದ್ಯವನ್ನು ಕುಡಿಯುವವನಿಗೆ ಸುರಿದು ಮಹಾರಾಜನ ತುಟಿಗಳ ಮೇಲೆ ಇಟ್ಟಳು. ಮಹಾರಾಜರು ಕೇವಲ ಎರಡು-ಮೂರು ಗುಟುಕುಗಳನ್ನು ತೆಗೆದುಕೊಂಡರು - ಓಡಿ ಹಿಡಿಯಿರಿ! ರಾಣಿ ಮುರನ ಅರಮನೆಗೆ ಕಳ್ಳ ಬಂದ! ಎಲ್ಲರೂ ಮುರನ ಅರಮನೆಯ ಕಡೆಗೆ ಹೊರಟರು. ಮಹಾರಾಜರೂ ತೂಗಾಡುತ್ತಾ ಅಲ್ಲಿಗೆ ತಲುಪಿದರು. ಮುರನ ಹಣೆಯ ಮೇಲೆ ಬೆವರು ಇತ್ತು, ಅವಳು ಉಸಿರುಗಟ್ಟುತ್ತಿದ್ದಳು. ಮಹಾರಾಜರು ಅವರ ಬಳಿ ಕುಳಿತರು. ಅರಮನೆಯ ಕಾವಲುಗಾರರ ಅವನ ಕಡೆಗೆ ನೋಡುತ್ತಾ ಅವನು

ಹೇಳಿದನು - 'ಅವನನ್ನು ಹಿಡಿಯುವುದೇ?' ಕಾವಲುಗಾರ: ಇಲ್ಲ ಸಾರ್! ಅವನು ತನ್ನ ಕತ್ತಿಯನ್ನು ಹಿಡಿದು ಓಡಿಹೋದನು. ನಮ್ಮ ಕೆಲವು ಸೈನಿಕರು ಗಾಯಗೊಂಡಿದ್ದಾರೆ ಸಹ ಸಂಭವಿಸಿತುಮಹಾನಂದ್ - ಯಾರಾದರೂ ಮಹಾನಂದನ ಅರಮನೆಯನ್ನು ಹೀಗೆ ಪ್ರವೇಶಿಸಿ ಸುರಕ್ಷಿತವಾಗಿ ಹೊರಬರಬಹುದು! ಅದಕ್ಕೆ ಪ್ರತಿಯಾಗಿ ಈಗಲೇ ನಿನ್ನ ಕೊಲೆಯಾಗುವುದು ಸೂಕ್ತ. ಆದರೆ ಮಹಾಮಾತ್ಯ ಕೆಲವೆಡೆ ಭೂತವೂ ನಮ್ಮನ್ನು ಕಟ್ಟಿಹಾಕಿದೆ. ಮಹಾಮತ್ಯ ರಾಕ್ಷಸರು ನಿಮ್ಮ ಅಪರಾಧಗಳಿಗೆ ಶಿಕ್ಷೆಯನ್ನು ಅನುಭವಿಸುವಿರಿ ಮುಂದೆ ನೀಡಲಾಗುವುದು ಓಡಿಹೋಗುವ ರೂಪವನ್ನು ನೀವು ನೋಡಿದ್ದೀರಾ, ನೀವು ಏನನ್ನಾದರೂ ಗುರುತಿಸಬಹುದೇ? ಕಾವಲುಗಾರ: ಇಲ್ಲ ಸಾರ್! ಅವನ ಮುಖವನ್ನು ಮುಖವಾಡದಿಂದ ಮುಚ್ಚಲಾಗಿತ್ತು, ಅವನ ಉಡುಪು ಕೂಡ ಸ್ವಲ್ಪ ಬದಲಾಗಿದೆ. ಪಟ್ಲೀಪುತ್ರದಲ್ಲಿ ಇಲ್ಲಿಯವರೆಗೆ ಯಾರೂ ನೋಡದ ವಿಚಿತ್ರವಾದ ಉಡುಗೆಯನ್ನು ಹೊಂದಿದ್ದರಿಂದ ಅದು ಸಂಭವಿಸಿದೆ ಎಂದು ತೋರುತ್ತದೆ.

ಮಹಾನಂದ್- ನಮ್ಮ ಕಣ್ಣುಗಳಿಂದ ದೂರ ಹೋಗು! ಎಲ್ಲಾ ಮುರಾ ಅರಮನೆಯಿಂದ ದೂರ ಹೋದರು, ಮಹಾರಾಜರು ಮಾತ್ರ ಅಲ್ಲಿಯೇ ಉಳಿದರು. ಅವನು ಮಿನುಗುವ ಕಣ್ಣುಗಳಿಂದ ಮುರನನ್ನು ನೋಡಿದನು.

ಹೇಳಿದರು - ಏನಾಯಿತು, ರಾಣಿ!

ಮುರ- ಏನಿಲ್ಲ ಮಹಾರಾಜ! ನಾನು ಮಲಗಿದ್ದೆ, ಇದ್ದಕ್ಕಿದ್ದಂತೆ ನನ್ನ ಕೋಣೆಯ ಬಾಗಿಲು ತೆರೆಯಿತು. ಮಹಾರಾಜರಿರಬೇಕು ಎಂದುಕೊಂಡೆ, ಕಣ್ಣು ಮುಚ್ಚಿ ಕುಳಿತೆ. ಆದರೆ ಅವನು ಜೋರಾಗಿ ಕತ್ತು ಹಿಸುಕಿ, 'ಹೇಳು

ಮಹಾರಾಜರು ಎಲ್ಲಿದ್ದಾರೆ?' ಎಂದಾಗ. ಹಾಗಾಗಿ ಗಾಬರಿಗೊಂಡು ಜೋರಾಗಿ ಕಿರುಚಿದೆ. ನನ್ನ ಕಿರುಚಾಟ ಕೇಳಿ ಕಾವಲುಗಾರರು ಇತ್ಯಾದಿ ಎಲ್ಲರೂ ಬಂದರು.

ಮಹಾನಂದ್ - ನೀವು ಅವನನ್ನು ಗುರುತಿಸಬಹುದೇ?

ಮುರ - ಇಲ್ಲ ಮಹಾರಾಜ! ಅವಳಿಗೆ ತಿಳಿದಿರುವ ಏಕೈಕ ವಿಷಯವೆಂದರೆ ಅವನ ವಯಸ್ಸು ಬಹುಶಃ ಹದಿನೈದು ವರ್ಷಕ್ಕಿಂತ ಹೆಚ್ಚಿರಬಾರದು. ಅವನ ಕೈಯಲ್ಲಿ ತೀಕ್ಷ್ಣವಾದ ಹೊಳೆಯುವ ಕಠಾರಿ ಇತ್ತು, ಅದರೊಂದಿಗೆ ಅವನು ನನ್ನ ಮೇಲೆ ಆಕ್ರಮಣ ಮಾಡಲು ಬಯಸಿದನು. ಆದರೆ ನನ್ನ ತಂದೆ ನನಗೆ ಬಾಲ್ಯದಲ್ಲಿ ಶಸ್ತ್ರಾಸ್ತ್ರ ತರಬೇತಿ ನೀಡಿದ್ದರಿಂದ, ನಾನು ನನ್ನ ಪಂಜದಿಂದ ಅವರ ಮುಷ್ಟಿಯನ್ನು ಒತ್ತಿ ದಾಳಿಯನ್ನು ಬಿಡುಗಡೆ ಮಾಡಿದ್ದೇನೆ. ನನ್ನ ಕತ್ತಿ ನನ್ನಿಂದ ದೂರವಿತ್ತು, ನಾನು ಅದನ್ನು ತೆಗೆದುಕೊಳ್ಳಲು ಸಾಧ್ಯವಾಗಲಿಲ್ಲ, ಇಲ್ಲದಿದ್ದರೆ ನಾನು ಅದನ್ನು ಅಲ್ಲಿಯೇ ತುಂಡುಗಳಾಗಿ ಕತ್ತರಿಸುತ್ತೇನೆ. ಸಿಕ್ಕ ಅವಕಾಶವನ್ನು ಸದುಪಯೋಗ ಪಡಿಸಿಕೊಂಡು ಓಡಿಬಂದು ರಾತ್ರಿಯ ಕತ್ತಲಲ್ಲಿ ಬೇಗನೆ ಓಡಿಹೋದನು.

ಮಹಾನಂದ್ - ಹಾಗಾದರೆ ಅವನು ನಿನ್ನ ಪ್ರಾಣ ತೆಗೆಯಲು ಬಂದನೇ?

ಮುರ್ರಾ- ಇಲ್ಲ ಸಾರ್! ಅವನು ತನ್ನ ರಕ್ಷಣೆಗಾಗಿ ಇದನ್ನು ಮಾಡಲು ಬಯಸಿದನು. ಅವನು ನಿನ್ನ ಪ್ರಾಣ ತೆಗೆಯಲು ಬಂದನೆಂದು ನಾನು ಭಾವಿಸುತ್ತೇನೆ. ಮುರನ ಅರಮನೆಯಲ್ಲಿ ಮಹಾರಾಜರು ಮಲಗಿರಬೇಕೆಂದು ಅವರು ಅಂದುಕೊಂಡಿರಬೇಕು.

ಮಹಾನಂದ- ಕಾವಲುಗಾರರ ಕಣ್ಣಿಗೆ ಮಣ್ಣೆರೆದು ಅರಮನೆಯ ಈ ಕೋಣೆಯನ್ನು ತಲುಪಿದ ಆ ಶತ್ರು ಯಾರು? ಈ ಹಠಾತ್ ಘಟನೆಯಿಂದಾಗಿ, ಮಹಾರಾಜರು ಸುಳಿಯ ಆಳಕ್ಕೆ ಧುಮುಕಲು ಪ್ರಾರಂಭಿಸಿದರು. ಅವರು ಈಗಾಗಲೇ ಮದ್ಯದ ಗುಟುಕುಗಳಿಂದ ನಶೆಯಲ್ಲಿದ್ದರು. ಕಣ್ಣುಗಳು ಮತ್ತು ತುಟಿಗಳು ಭಯ ಮತ್ತು ಕೋಪದಿಂದ ಉಗ್ರವಾದವು. ತಡಕಾಡುವ ಭಾಷೆಯಲ್ಲಿ ಅವರು

ಹೇಳಿದರು - 'ಮಹಾರಾಜರು ಭೇಟಿ ನೀಡಲು ಬಯಸುತ್ತಾರೆ ಎಂದು ಮಹಾಮಾತ್ಯ ರಾಕ್ಷಸರಿಗೆ ತಿಳಿಸಿ. ಅರಮನೆಯಲ್ಲಿ ಒಂದಷ್ಟು ಕಿಡಿ ಹೊತ್ತಿಕೊಂಡಿದೆ. ಕಾಂಚನ್ ಮತ್ತು ಕಾಮಿನಿಯ ನಾಟಕವು ತುಂಬಾ ಕೋಮಲ ಮತ್ತು ಕಠಿಣವಾಗಿದೆ! ದೌರ್ಬಲ್ಯವೋ ಬಲವಂತವೋ ಹೇಳುವುದು ಕಷ್ಟವಾದರೂ ಹೆಣ್ಣೆಂದರೆ ಸೌಂದರ್ಯದ ಜೊತೆಗೆ ರತ್ನವೂ ಹಾಗೆಯೇ ರೂಪದ ಸುಗಂಧವೂ ಬುದ್ಧಿಗೆ ಮುಳ್ಳು ಹೊಡೆಯುವುದೂ ಸತ್ಯ. ಸ್ವಯಂ ನಿಯಂತ್ರಿತ ಮತ್ತು ಬುದ್ಧಿವಂತ ರೂಪದ ಜಾಲಗಳಲ್ಲಿ ಹೇಗೆ ಸಿಕ್ಕಿಹಾಕಿಕೊಂಡವೋ ಗೊತ್ತಿಲ್ಲ, ಅವರು ಕಣ್ಮರೆಯಾದರು. ರೂಪದ ಕತ್ತಿಗಳನ್ನು ತಪ್ಪಿಸಿ ದೇಶ, ಜಾತಿಯನ್ನು ರಕ್ಷಿಸುವ ಅಪರೂಪದ ವ್ಯಕ್ತಿ ಮಾತ್ರ ಇದ್ದಾರೆ. ಮಹಿಳಾ ರಾಜತಾಂತ್ರಿಕತೆಯಿಂದ ಸುರಕ್ಷಿತವಾಗಿರುವವನು ರಾಜತಾಂತ್ರಿಕ. ರಾಜಕುಮಾರನ ಜೀವನವೂ ಅಪಾಯಗಳಿಂದ ಕೂಡಿದೆ. ನಂಬುವುದು ಎಷ್ಟು ಭಯಾನಕ ಮತ್ತು ನಂಬದಿರುವುದು ಎಷ್ಟು ಕಷ್ಟ. ಅಧಿಕಾರದ ಆಕಾಂಕ್ಷೆಯು ಬೆಂಕಿಯ ಜ್ವಾಲೆಯಲ್ಲಿ ವೈಯಕ್ತಿಕ ಜೀವನದ ತ್ಯಾಗಗಳನ್ನು ನೀಡುತ್ತದೆ.

7

ಅಧಿಕಾರದ ಅಹಂಕಾರವು ವಿರೋಧ ಮತ್ತು ಬೆಂಬಲದ ಜಟಿಲತೆಗಳೊಂದಿಗೆ ಆಡುತ್ತದೆ. ಕೆಲವೊಮ್ಮೆ ಇದು ಹರಿವಿನೊಂದಿಗೆ ತೇಲುತ್ತದೆ ಮತ್ತು ಕೆಲವೊಮ್ಮೆ ಅಲೆಗಳ ವಿರುದ್ಧ ಬಲವನ್ನು ಅನ್ವಯಿಸುವ ಮೂಲಕ ಬೆಳೆಯುತ್ತದೆ. ದಡದ ಮರವನ್ನು ನೋಡಿ ಕ್ಷಣಮಾತ್ರದಲ್ಲಿ ಮುಳುಗಿ ನದಿ ದೂರ ಹೋದರೆ ವಿಜಯ ಪತಾಕೆಯಂತೆ ಹಾರಾಡುತ್ತಲೇ ಇರಬಹುದೆನ್ನಿಸುತ್ತದೆ. ಅಪಾಯದ ಪ್ರವಾಹವನ್ನು ಅವನಿಂದ ದೂರ ಇಡುವುದರಲ್ಲಿ ರಾಜಕಾರಣಿಯ ಯಶಸ್ಸು ಅಡಗಿದೆ. ಬೆಂಕಿ ಎಂದು ಭಾವಿಸಿ ನೀರನ್ನು ಮುಟ್ಟಿದ ರಾಜಕುಮಾರನು ಬಲ ಮತ್ತು ಸಂತೋಷವನ್ನು ಅನುಭವಿಸುತ್ತಾನೆ. ಅಜಾಗರೂಕತೆ ಮತ್ತು ದೂರದೃಷ್ಟಿಯಿಂದಾಗಿ, ಪುಣ್ಯವೂ ಪಾಪವಾಗಿ ಬದಲಾಗುತ್ತದೆ.

ರಾಜ್ಯವನ್ನು ರಕ್ಷಿಸಲು ರಾಜನು ತೆರೆದ ಕಣ್ಣುಗಳೊಂದಿಗೆ ಮಲಗಬೇಕು ಮತ್ತು ಮುಚ್ಚಿದ ಕಣ್ಣುಗಳೊಂದಿಗೆ ಎಚ್ಚರಗೊಳ್ಳಬೇಕುಮಗಧದ ರಾಜಧಾನಿ ಪಾಟಲಿಪುತ್ರದ ಬಲವಾದ ಕೋಟೆಯಲ್ಲಿ ಮಹಾನಂದ ಮತ್ತು ರಾಕ್ಷಸ ಒಟ್ಟಿಗೆ. ಪ್ರವೇಶಿಸಿದೆ. ಮಹಾರಾಜರು ಮತ್ತು ಮಹಾಮಾತ್ಯರು ಪ್ರವೇಶಿಸಿದ ತಕ್ಷಣ, ಕಾವಲುಗಾರರು ಅವರನ್ನು ರಾಜ್ಯ ಗೌರವಗಳೊಂದಿಗೆ ಸ್ವಾಗತಿಸಿದರು.

ಸ್ವಾಗತಿಸಿದರು. ಕಟ್ಟುನಿಟ್ಟಿನ ಶಿಸ್ತಿನ ಕಾರಣ ಮೌನವಾಗಿತ್ತು. ಶಬ್ದ ಕೇಳಿದರೆ ಮಹಾರಾಜರ ಮತ್ತು ಮಹಾಮಾತೆಯರ ಪಾದಗಳು ಮಾತ್ರ. ಎಲೆಯ ಚಲನವಲನವೂ ನಿಶ್ಯಬ್ದವಾಗುವಂತೆ ಅವರ ನಡಿಗೆಯು ಸದ್ದು ಮಾಡುತ್ತಿತ್ತು. ಕತ್ತಿಗಳ ನೆರಳಿನಲ್ಲಿ ಇಬ್ಬರೂ ಕೋಟೆಯ ಒಳಭಾಗವನ್ನು ಪ್ರವೇಶಿಸಿದರು. ಇಲ್ಲಿ ಅದೃಶ್ಯ ಕೋಣೆಯಲ್ಲಿ, ನೆಲದ ಮೇಲೆ ಹರಡಿದ ವೆಲ್ವೆಟ್ ರಗ್ಗುಗಳ ಮೇಲೆ ಕುಳಿತು, ಮಹಾಮಾತ್ಯ ಅಂಗರಕ್ಷಕರ ಕಡೆಗೆ ಸಾಂಕೇತಿಕ ಸನ್ನೆ ಮಾಡಿದರು. ದೃಷ್ಟಿಗೋಚರವಾಗಿ ನೋಡಲಾಗಿದೆಸಿಗ್ನಲ್ ಸಿಕ್ಕಿದ ತಕ್ಷಣ ಅಂಗರಕ್ಷಕರು ಅಲ್ಲಿಂದ ತೆರಳಿದರು. ಅಂಗರಕ್ಷಕರು ಹೋದ ನಂತರ, ಮಹಾಮಾತ್ಯರು ಸ್ವಲ್ಪ ಕಾಲ ಇದ್ದರು. ಅವನು ಸದ್ದಿಲ್ಲದೆ ಕುಳಿತು ಯಾರಾದರೂ ಇದ್ದಾರಾ ಎಂದು ನೋಡಲು ಬಾಗಿಲಿಗೆ ಹೋದನು. ನಂಬಿಕೆಯನ್ನು ಬಲಪಡಿಸಿದ ನಂತರ, ಮಹಾರಾಜನ ಪಕ್ಕದಲ್ಲಿ ಕುಳಿತು, ಮಹಾಮಾತ್ಯ

ಹೇಳಿದರು - 'ರಾಕ್ಷಸನು ಜೀವಂತವಾಗಿರುವುದು ಮಗಧ ಅಧಿಪತಿ ಮಹಾರಾಜ ಮಹಾನಂದನ ವಿಜಯಕ್ಕಾಗಿ ಮಾತ್ರ. ಮಗಧ ಸಾಮ್ರಾಜ್ಯದ ರಕ್ಷಣೆಗಾಗಿ ನಮ್ಮ ಎದೆಯು ಖಡ್ಗಗಳ ಮುಂದೆ ನೇರವಾಗಿರುತ್ತದೆ. ಈ ಸ್ಥಿತಿಯಲ್ಲಿ ಒಂದು ಚಿಟಿಕೆ ಧೂಳು ಕಡಿಮೆಯಾದರೆ, ನಮ್ಮ ಜೀವನದ ಉಸಿರು ಕಡಿಮೆಯಾಗುತ್ತದೆ. ನಮ್ಮ ರಕ್ತದ ಕೊನೆಯ ಹನಿಯೂ ಮಹಾರಾಜರಿಗೆ ಉಪಯೋಗವಾದರೆ ಅದನ್ನು ಸ್ವರ್ಗ ಸುಖ ಪ್ರಾಪ್ತಿ ಎಂದು ಪರಿಗಣಿಸುತ್ತೇವೆ. ಪ್ರಭು ಮತ್ತು ಈ ರಾಜ್ಯವನ್ನು ರಕ್ಷಿಸಲು ಮಾತ್ರ ರಕ್ತವು ರಾಕ್ಷಸನ ಬಣ್ಣಗಳಲ್ಲಿ ಹರಿಯುತ್ತದೆ. ,ನೋಡು ಮಹಾರಾಜ! ಅಂತಹ ಕಷ್ಟದ ಸಮಯದಲ್ಲಿ ನಾವು ಬದುಕುತ್ತಿದ್ದೇವೆ. ರಜಪೂತಾನದಲ್ಲಿ ಯುದ್ಧವು ಗಂಭೀರ ಸ್ವರೂಪವನ್ನು ಪಡೆದುಕೊಂಡಿದೆ. ನಾವು ಮಹಾಬಲಧಿಕೃತ ಮೌರ್ಯನನ್ನು ಅಲ್ಲಿಗೆ ಕಳುಹಿಸಬೇಕಾಗಿತ್ತು. ದೇಶದಲ್ಲಿ ಸಣ್ಣ ರಾಜರು ಹೆಚ್ಚಾಗುತ್ತಿದ್ದಾರೆ.

ಅಯೋಧ್ಯೆಯು ತನ್ನ ಪ್ರತ್ಯೇಕ ಅಸ್ತಿತ್ವವನ್ನು ಉಳಿಸಿಕೊಳ್ಳುತ್ತಲೇ ಇದೆ. ಅವಂತಿಯಲ್ಲಿ ವಿಭಿನ್ನ ಕೊಳಲು ನುಡಿಸುತ್ತಿದೆ. ಸ್ವರ್ಣಗಿರಿ, ತೋಷ್ಲಿ ಮತ್ತು ತಕ್ಷಶಿಲೆಗಳು ಪ್ರತಿದಿನ ಸಣ್ಣ ಯುದ್ಧಗಳಲ್ಲಿ ಸಿಕ್ಕಿಹಾಕಿಕೊಳ್ಳುತ್ತವೆ. ತಕ್ಷಶಿಲಾಧೀಶನು ಮಗಧವನ್ನು ತನ್ನ ಬಾಣಗಳಿಗೆ ಗುರಿಯಾಗಿಸಲು ಹಾತೊರೆಯುತ್ತಾನೆ ಎಂದು ತೋರುತ್ತದೆ. 'ಇದಷ್ಟೇ ಅಲ್ಲ, ಮಾಳ್ವ, ಪಾರಸ್, ಸಿಂಧೂ ತೀರದಲ್ಲಿ ದಿನದಿಂದ ದಿನಕ್ಕೆ ಶಕ್ತಿ ಹೆಚ್ಚುತ್ತಿದೆ. ಮಲೆನಾಡಿನ ಪ್ರದೇಶಗಳೂ ಮಗಧದ ಎದೆಯ ಮೇಲೆ ಮುರಿಯುವ ಅವಕಾಶಕ್ಕಾಗಿ ರಣಹದ್ದು ಕಾಯುತ್ತಿವೆ. ಕಿಡಿಗಳು ಎಲ್ಲಾ ಕಡೆಯಿಂದ ಬಿಡುಗಡೆ ಬಯಸುತ್ತವೆ. ಮಗಧದ ಎದೆಯ ಮೇಲೆ ಯಾವಾಗ ಎಂದು ತಿಳಿಯದು ಜ್ವಾಲಾಮುಖಿ ಸ್ಫೋಟಿಸಿತು.'ಮತ್ತೊಂದೆಡೆ ವಿದೇಶಿ ಆಕ್ರಮಣಕಾರರು ಸಹ ಭಾರತದತ್ತ ಸಾಗಲು ಉತ್ಸುಕರಾಗಿದ್ದಾರೆ. ಅಂತಹ ಭಯಾನಕ ಸಮಯಗಳು ಮನೆಯಲ್ಲಿ ಶಾಂತಿ

ನೆಲೆಸುವುದು ಬಹಳ ಮುಖ್ಯ ಮಹಾರಾಜ! ರಾವಣ ಕುಟುಂಬದ ಶತ್ರುವಾದಾಗ ಮಹಾಬಲಿಯಂತೆ ಸೋಲು ಮತ್ತು ಸಾವು ಅನುಭವಿಸಬೇಕಾಗುತ್ತದೆ. ಮನೆಯಲ್ಲಿ ಶಾಂತಿ ಇಲ್ಲದಿದ್ದರೆ, ಕೋಟೆಯ ಗೋಡೆಗಳು ನಮ್ಮನ್ನು ರಕ್ಷಿಸಲು ಸಾಧ್ಯವಾಗುವುದಿಲ್ಲ. ಗಂಗಾ ಮತ್ತು ಶೋಣಾ ನದಿಗಳ ಚಲಿಸುವ ನೀರು ಕೂಡ ದೇಶೀಯ ವೈಷಮ್ಯದಿಂದ ಉರಿಯುವ ಬೆಂಕಿಯನ್ನು ನಂದಿಸಲು ಸಾಧ್ಯವಾಗುವುದಿಲ್ಲ. 'ಮಹಾನಂದ್ - ಹಾಗಾದರೆ ಮಗಧದ ಮಹಾಮಾತ್ಯನಿಗೆ ತನ್ನ ಬುದ್ಧಿವಂತಿಕೆ ಮತ್ತು ತೋಳುಗಳ ಮೇಲೆ ನಂಬಿಕೆ ಇಲ್ಲವೇ? ಹೇಡಿತನದಿಂದ ಧೈರ್ಯ ಮುರಿಯುತ್ತಿದೆಯೇ?

ರಾಕ್ಷಸ - ರಾಕ್ಷಸನ ಧೈರ್ಯವು ಮುರಿದುಹೋಗಿಲ್ಲ ಅಥವಾ ಅವನ ಬುದ್ಧಿವಂತಿಕೆಯನ್ನು ಬಿಡಲಿಲ್ಲ. ಆದರೆ ಅವನು ತನ್ನ ತೋಳಿನ ಹಾವಿಗೆ ಹೆದರುತ್ತಾನೆ. ಕೋಟೆಯ ಗೋಡೆಯೊಳಗೆ ಒಂದು ಕಿಡಿ ಹೊತ್ತಿಕೊಂಡರೆ, ಎಲ್ಲಾ ಏಳುಅದನ್ನು ನಂದಿಸಲು ಸಾಗರಗಳ ನೀರು ಕೂಡ ಸಾಕಾಗುವುದಿಲ್ಲ. ಒಬ್ಬ ಡಕಾಯಿತನು ಈ ರೀತಿಯಲ್ಲಿ ಮಹಾರಾಜನ ಅರಮನೆಗೆ ಪ್ರವೇಶಿಸುವುದು ಮತ್ತು ಅವನು ತಪ್ಪಿಸಿಕೊಳ್ಳುವುದು ಕೋಟೆಯ ದ್ವಾರವಿದೆ ಎಂದು ಸೂಚಿಸುತ್ತದೆ, ಅದು ಮಗಧ ದೊರೆಗಳ ಆದೇಶಕ್ಕೆ ಒಳಪಟ್ಟಿಲ್ಲ, ಆದರೆ ಕೆಲವು ಶತ್ರುಗಳ ಆದೇಶದಲ್ಲಿದೆ.

ಮಹಾನಂದ- ಈ ಹಠಾತ್ ಅಪಘಾತದಿಂದ ನನಗೂ ಭಯವಾಯಿತು. ರಾಕ್ಷಸ - ನಮ್ಮ ಕಣ್ಣುಗಳ ಮುಂದೆ ಮತ್ತು ನಾವು ಶತ್ರುವನ್ನು ಹೊಂದಿದ್ದೇವೆ ಎಂದು ತೋರುತ್ತದೆ ಅವನನ್ನು ನಿಮ್ಮ ಸ್ನೇಹಿತ ಎಂದು ಪರಿಗಣಿಸಿ. ಅಂತಹ ಸಮಯದಲ್ಲಿ, ಮಹಿಳೆಯರ ಸಹವಾಸವು ವಿಷವಾಗಿ ಕಾರ್ಯನಿರ್ವಹಿಸುತ್ತದೆ. ನಿಮ್ಮ ಪ್ರತಿ ಕ್ಷಣ ಏರುತ್ತಿರುವ ಆಸೆಗಳು ಜ್ವಾಲೆಯಂತೆ ಕೆಲಸ ಮಾಡುತ್ತಿವೆ, ಭೋಗದ ಭೀಕರತೆಯಿಂದ ಹೊಗೆ ಏರುತ್ತಿದೆ, ಅದರ ಹಿಂದೆ ಉಗ್ರ ಬೆಂಕಿ ಹರಡುತ್ತಿದೆ. ಇಲ್ಲಿ ನೀವು ನಿಮ್ಮನ್ನು ಮರೆತಿದ್ದೀರಿ ಮತ್ತು ಮತ್ತೊಂದೆಡೆ ಜನರು ನಿಮ್ಮನ್ನು ಮರೆಯುತ್ತಿದ್ದಾರೆ. ಇತರ ರಾಜ್ಯಗಳು ಇದೇ ಅವಕಾಶಗಳನ್ನು ಬಳಸಿಕೊಳ್ಳುತ್ತವೆ. ಸುತ್ತಲೂ ಬಿರುಗಾಳಿ ಎದ್ದಂತೆ, ಮಹಾರಾಜರೇ! ಸಣ್ಣ ಜಾತಿಗಳು ಜಾಗೃತವಾಗುತ್ತಿವೆ. ಪ್ರತಿಯೊಬ್ಬ ವ್ಯಕ್ತಿಯು ಹೊಸ ಪಂಥವನ್ನು ರಚಿಸುವಲ್ಲಿ ನಿರತನಾಗಿರುತ್ತಾನೆ. ಎಷ್ಟು ಜಾತಿಗಳಿವೆಯೋ ಅಷ್ಟು ಧರ್ಮಗಳು ಮತ್ತು ರಾಜ್ಯಗಳು ಸ್ಥಾಪನೆಯಾಗುತ್ತಿವೆ. ವತ್ಸ್, ಕುರು, ಪಾಂಚಾಲ್, ಮತ್ಸ್ಯ, ಶೂರ್ಸೇನ್, ಕಾಂಬೋಜ್, ಮಲ್ಲ, ವಜ್ಜಿ, ಕಾಶಿ ಎಷ್ಟು ದೂರ ಹೇಳಲಿ ಮಹಾರಾಜ! ಎಷ್ಟೋ ಬಾವುಟಗಳನ್ನು

ಹಾರಿಸಲಾಗಿದೆಮಹಾನಂದ - ಹಾಗಾದರೆ ಏನಾಗುತ್ತದೆ? ಏನು ಮಾಡಬೇಕು? ರಾಕ್ಷಸನಿದ್ದರೆ, ನಾವು ಏನು ಮಾಡುತ್ತೇವೆ ಮತ್ತು ಈ ದೇಶವು ಸುರಕ್ಷಿತವಾಗಿರಲು ಏನು ಮಾಡಬೇಕು. ಆದರೆ ದೇಶವನ್ನು ರಕ್ಷಿಸಲು, ರಾಜನ ಮೇಲೆ ಜನರ ನಂಬಿಕೆಯನ್ನು ಉಳಿಸಿಕೊಳ್ಳುವುದು ಅವಶ್ಯಕ. ಅದರ ಆದ್ದರಿಂದ ದಯವಿಟ್ಟು ನನ್ನ ಮಾತು ಕೇಳು, ಮಹಾರಾಜ್!

ಮಹಾನಂದ್ - ನಾವು ಮಹಾಮತ್ಯ ರಾಕ್ಷಸರನ್ನು ಬಿಟ್ಟು ಬೇರೆ ಯಾರ ಮಾತನ್ನೂ ಕೇಳುವುದಿಲ್ಲ. ಹೇಳು, ಮಹಾನಂದ ಅವರಿಂದ ನಿಮಗೆ ಏನು ಬೇಕು?

ರಾಕ್ಷಸ - ಕ್ರೌರ್ಯವನ್ನು ಬಿಟ್ಟುಬಿಡಿ! ಕಾಂಚನ್, ಕಾಮಿನಿ ಮತ್ತು ಮದಿರೆಯ ಗುಲಾಮಗಿರಿಯಿಂದ ದೂರವಿರಿ.

ಮಹಾನಂದ್ - ನಿನಗೆ ಗೊತ್ತಾ ದೈತ್ಯ! ನೀವು ಹೇಳದೆ ನಾವು ಎಷ್ಟು ಬಾರಿ ಯೋಚಿಸಿದ್ದೇವೆ, ಆದರೆ ಮೃತದೇಹದ ಜೊತೆಯಲ್ಲಿ ಬರುವವನ ಶಾಂತವಾದ ಮನೆಯಂತೆ ಅದೆಲ್ಲವೂ ನಾಶವಾಯಿತು. ಹಿಂತಿರುಗಿದ ನಂತರ ಅವಧಿ ಮುಗಿಯುತ್ತದೆ. ಇನ್ನೂ ಒಂದು ವಿಷಯ, ರಾಕ್ಷಸ! ನಮಗೆ ಕೋಪ ಬರುತ್ತದೆ. ನಾವೇ ರಾಜ, ಅಹಂಕಾರವು ನಮ್ಮ ಸಂಬಂಧಿಕರನ್ನೂ ಆಳಲು ಪ್ರೇರೇಪಿಸುತ್ತದೆ. ಅಹಂಕಾರ, ಕ್ರೋಧ, ಐಷಾರಾಮದ ಮದಲಗಳಲ್ಲಿ ನಾವು ನಿಮ್ಮ ಮೇಲೆ ಯಾವುದೇ ಸಮಯದಲ್ಲಿ ಕೋಪಗೊಂಡರೆ, ನೀವು ನಮ್ಮ ಮೇಲೆ ಕೋಪಗೊಳ್ಳಬಾರದು. ಹೀಗೆ ಹೇಳುವಾಗ ಮಹಾನಂದನ ಗಂಟಲು ಭಾರವಾಯಿತು. ಮನುಷ್ಯ ಕೆಲವೊಮ್ಮೆ ಎಷ್ಟು ದುರ್ಬಲನಾಗುತ್ತಾನೆ! ಮಹಾನಂದನ ಹೊಳೆಯುವ ಕಣ್ಣುಗಳನ್ನು ನೋಡಿ ರಾಕ್ಷಸನು

ಹೇಳಿದನು - ವರೇಂದ್ರ, ನೀನು ಯಾವ ರೀತಿಯ ವಿಷಯಗಳನ್ನು ಮಾತನಾಡುತ್ತೀಯಾ! ರಾಕ್ಷಸನು ನಿಜವಾದ ಭಕ್ತ. ಇವನಿಗೆ ರಾಜ ಭಕ್ತಿಗಿಂತ ನಂದನ ಮೇಲಿನ ಭಕ್ತಿ. ಮಹಾನಂದ್- ನೀನು ನಿನ್ನನ್ನು ಮಹಾನಂದ ಎಂದು ಪರಿಗಣಿಸಿ, ನಿನ್ನ ಆಳ್ವಿಕೆಯಲ್ಲಿ ನಾನು ಸುಖವಾಗಿ ನಿದ್ರಿಸುತ್ತೇನೆ.

ರಾಕ್ಷಸ - ಅತ್ಯಲ್ಪ ಸೇವಕನಿಗೆ ಇಷ್ಟು ಗೌರವ ಕೊಡಬೇಡ ಮಗಧಧಿಪತಿ! ನೀವು ನನ್ನ ವಿನಂತಿಯನ್ನು

ಸ್ವೀಕರಿಸುತ್ತೀರಾಮಹಾನಂದ್- ಖಂಡಿತಾ ಪ್ರಯತ್ನಿಸುತ್ತೇನೆ. ಭೂತ-ಲೋಕದಲ್ಲಿ ಅಪರಾಧವು ಪಾಪವಲ್ಲ, ಅಪರಾಧದ ನೋಟವು ಪಾಪವಾಗಿದೆ. ಕೆಟ್ಟದ್ದು ಕೆಟ್ಟದ್ದಲ್ಲ, ಕೆಟ್ಟದ್ದು ಗೊತ್ತಾಗುತ್ತದೆ. ಅತಿ ದೊಡ್ಡ ಪಾಪಗಳನ್ನು ಸಹ ಮರೆಮಾಡಲು ಸಾಧ್ಯವಾದರೆ, ನಂತರ ಮಾನವರನ್ನು ಪೂಜಿಸಬಹುದುಮಹಾನಂದ್ - ನಂತರ ಮತ್ತೊಮ್ಮೆ!

ರಾಕ್ಷಸ-ಮಹಾರಾಜರು ಭೋಗಭೋಗಗಳನ್ನು ತ್ಯಜಿಸಿ ಸನ್ಯಾಸಿ ಜೀವನ ನಡೆಸುತ್ತಿರುವುದನ್ನು ಪ್ರಕಟಿಸಬೇಕು.

ಮಹಾನಂದ್ - ಆದರೆ ಇದು ಹೇಗೆ ಸಂಭವಿಸುತ್ತದೆ?

ರಾಕ್ಷಸ - ಬುದ್ಧಿವಂತಿಕೆಯಿಂದ ಎಲ್ಲವೂ ಸಾಧ್ಯ. ನಾಳೆಯಿಂದಲೇ ಗಂಗಾ ದಡದಲ್ಲಿ ಬೃಹತ್ ಪೂಜಾ ಮಂದಿರ ನಿರ್ಮಾಣಕ್ಕೆ ಚಾಲನೆ ನೀಡಬೇಕು. ಮಹಾರಾಜರು ಪೂಜೆಗಾಗಿ ಈ ಅರಮನೆಯಲ್ಲಿ ತಂಗುತ್ತಾರೆ ಎಂಬ ಘೋಷಣೆ ರಾಜ್ಯದಿಂದ ಆಗಬೇಕು. ಕೋಟೆಯ ಒಳಭಾಗದಿಂದ ಆ ಅರಮನೆಯನ್ನು ತಲುಪಲು ದಾರಿಯಿರಬೇಕು. ಈ ಅರಮನೆಯಲ್ಲಿ ಯಾರೂ ನಿಮ್ಮನ್ನು ಭೇಟಿ ಮಾಡಲು ಸಾಧ್ಯವಾಗಬಾರದು. ವಿಶ್ವಾಸಾರ್ಹ ಸೈನಿಕರಿಂದ ಸುತ್ತಲೂ ಕಾವಲುಗಾರರಿರಬೇಕು ಆದರೆ ಪರಿಸ್ಥಿತಿಯ ಪರಿಚಯವಿಲ್ಲ. ಪ್ರೀತಿಯಿಂದ ಪೂಜಿಸುತ್ತಾ ಇರಿ, ನಾನು ರಾಜ್ಯವನ್ನು ನೋಡಿಕೊಳ್ಳುತ್ತೇನೆ. ಅಗತ್ಯವಿದ್ದರೆ, ನೀವು ನನ್ನನ್ನು ಭೇಟಿಯಾಗಲು ಸಾಧ್ಯವಾಗುತ್ತದೆ ಮತ್ತು ರಹಸ್ಯ ಸಂಕೇತದ ಮೂಲಕ ನಾನು ನಿಮ್ಮನ್ನು ಭೇಟಿ ಮಾಡಲು ಸಾಧ್ಯವಾಗುತ್ತದೆ.

ಮಹಾನಂದ್- ನಾವು ಇದನ್ನು ಘೋಷಿಸುತ್ತೇವೆ, ಆದರೆ ಈ ರಹಸ್ಯವನ್ನು ರಾಣಿಗಳಿಂದ ಮರೆಮಾಡಲಾಗುವುದಿಲ್ಲ.

ರಾಕ್ಷಸ - ಬುದ್ಧಿವಂತಿಕೆಯಿಂದ ಎಲ್ಲವನ್ನೂ ಮರೆಮಾಡಬಹುದು, ಮಹಾರಾಜ! ಸ್ತ್ರೀಯೊಂದಿಗೆ ಕುತಂತ್ರದಿಂದ ವರ್ತಿಸಬೇಕು ಎಂದು ಶಾಸ್ತ್ರಕಾರರು ಅಭಿಪ್ರಾಯಪಟ್ಟಿದ್ದಾರೆ. ಒಬ್ಬ ರಾಣಿ ಇನ್ನೊಂದು ರಾಣಿಯನ್ನು ದ್ವೇಷಿಸಲು ಪ್ರಾರಂಭಿಸುವಂಥ ಪರಿಸ್ಥಿತಿಯನ್ನು ಸೃಷ್ಟಿಸಿ. ಮಾಧವಿಯೂ ಮುರನನ್ನು ನೋಡಲಾಗಲಿಲ್ಲ ಅಥವಾ ಮಾತನಾಡಲಿಲ್ಲ, ಅಥವಾ ಮುರನು ಮಾಧವಿಯನ್ನು ನೋಡಲು ಬಯಸಲಿಲ್ಲ, ಮತ್ತು ಪ್ರತಿ ರಾಣಿಯು ಮಹಾರಾಜನ ಸಂಪೂರ್ಣ ಪ್ರೀತಿಯು ತನಗೆ ಅರ್ಪಿತವಾಗಿದೆ ಎಂದು ಯೋಚಿಸುತ್ತಲೇ ಇದ್ದಳು. ಮಹಾರಾಜರ ಈ ಉಪಾಸನೆ ಕೃತಕವಾದುದು ಎಂದು ರಾಣಿಯರಿಗೂ ಈ ರಹಸ್ಯ ಬಯಲಾಗಬಾರದು. ರಾಣಿಯರು ತಮ್ಮ ತಮ್ಮ ಕ್ರಮದಲ್ಲಿ ಪೂಜೆಯಲ್ಲಿ ಭಾಗವಹಿಸುವುದು ಸಹ ಅಗತ್ಯವಾಗಿದೆ. ನೀನು ಪೂಜೆಯ ನೆಪದಲ್ಲಿ ನಿನ್ನ ಕಾಮವನ್ನು ಮರೆಮಾಚುವೆ ಮತ್ತು ಇಲ್ಲಿ ನಾನು ಈ ದೇಶವನ್ನು ಸುರಕ್ಷಿತಗೊಳಿಸಿ ರಾಜ್ಯವನ್ನು ಬಲಪಡಿಸುತ್ತೇನೆ, ಈ ರಾಜ್ಯದಲ್ಲಿ ಯಾರ ಕಣ್ಣಲ್ಲೂ ಕಣ್ಣೀರು ಕಾಣುವುದಿಲ್ಲ ಅಥವಾ ಅದರ ಶತ್ರುಗಳು ಯಾರೂ ಉಳಿಯುವುದಿಲ್ಲ. ಇದು ಯುಗಯುಗಗಳವರೆಗೆ ಭದ್ರತೆಯ ಬಲವಾದ ಕವಚವಾಗಿ

ಪರಿಣಮಿಸುತ್ತದೆಮಹಾನಂದ್ - ನೀನು ಎಷ್ಟು ಬುದ್ಧಿವಂತೆ, ರಾಕ್ಷಸ! ನಿಮ್ಮ ಶಕ್ತಿಯನ್ನು ಅವಲಂಬಿಸಿ ನಾವು ನಿರಾಳರಾಗಿದ್ದೇವೆ. ನಿಮ್ಮ ಇಚ್ಛೆಯಂತೆ ನಾಳೆಯಿಂದ ತಪಸ್ವಿ ಜೀವನವನ್ನು ಘೋಷಿಸುತ್ತೇವೆ ಮತ್ತು ಬಂಬಲ್ಬೀಯನ್ನು ಹಂಸವನ್ನಾಗಿ ಪರಿವರ್ತಿಸಲು ಪ್ರಯತ್ನಿಸುತ್ತೇವೆ.

ರಾಕ್ಷಸ- ಸರಿ, ಈಗ ನೀನು ವಿಶ್ರಮಿಸು. ಇನ್ನೊಂದು ಕೋಣೆಯಲ್ಲಿ ಅಮಾತ್ಯ ಕಾತ್ಯಾಯನನ ಜೊತೆ ಮಾತನಾಡಬೇಕು.

ಮಹಾನಂದ- ನಾವು ಕಾತ್ಯಾಯನನನ್ನು ವಜಾಗೊಳಿಸಿದ್ದೆವು. ಅವನು ಶಕ್ತರ ಸ್ನೇಹಿತನಾಗಿದ್ದನು ಅಲ್ಲವೇ? ನಮ್ಮ ವಿರುದ್ಧ ಗುಟ್ಟಾಗಿ ಬೆಂಕಿ ಹಚ್ಚಲು ಯತ್ನಿಸಿದ್ದರು. ನಾವು ನಮ್ಮ ಕಿವಿಯಿಂದ ಕೇಳಿದ್ದೇವೆ, ಅವರು ನಮ್ಮ ಹಿರಿಯ ರಾಣಿಗೆ ಹೇಳುತ್ತಿದ್ದರು, 'ಮಹಾರಾಜರು ಕಾಂಚನ್, ಕಾಮಿನಿ ಮತ್ತು ಮದ್ಯಕ್ಕಾಗಿ ಖಜಾನೆಯನ್ನು ವ್ಯರ್ಥ ಮಾಡುತ್ತಾರೆ. ಮಹಾರಾಜರು ಕಾಶ್ಮೀರದ ಮತ್ತೊಬ್ಬ ಸುಂದರಿಯನ್ನು ಶೀಘ್ರದಲ್ಲೇ ಮದುವೆಯಾಗಲಿದ್ದಾರೆ ಎಂಬ ವದಂತಿ ಕೋಟೆಯೊಳಗೆ ಹರಡಿದೆರಾಕ್ಷಸ- ಇದು ಪ್ರತಿಭಟನೆಯಲ್ಲ ಮಹಾರಾಜ! ಇದು ಪ್ರಯೋಜನಕಾರಿಯಾಗಿತ್ತು. ಕೆಲವೊಮ್ಮೆ ಒಬ್ಬ ವ್ಯಕ್ತಿಯು ತನ್ನ ಕೋಪದಿಂದ ತನ್ನ ಸಂಬಂಧಿಕರನ್ನು ಅನಗತ್ಯವಾಗಿ ಶತ್ರುಗಳಾಗಿ ಪರಿವರ್ತಿಸುತ್ತಾನೆ. ಇಂತಹ ಸಂದಿಗ್ಧ ಕಾಲದಲ್ಲಿ ಕಾತ್ಯಾಯನನಂಥ ಸಂವೇದನಾಶೀಲ ಅಮಾತ್ಯನನ್ನು ವಜಾಗೊಳಿಸುವುದು ಹಾವು ತೊಡಕಿದಂತೆ ಆಗುತ್ತದೆ, ಅದಕ್ಕಾಗಿಯೇ ನಾನು ನಿನ್ನ ಆದೇಶ ಪತ್ರವನ್ನು ಕಾತ್ಯಾಯನನಿಗೆ ಕೊಡಲಿಲ್ಲ. ಕಾತ್ಯಾಯನನನ್ನು ನಮ್ಮವನೆಂದು ಇಟ್ಟುಕೊಳ್ಳುವುದು ಪ್ರಯೋಜನಕಾರಿ.

ಮಹಾನಂದ – ಕಾತ್ಯಾಯನನಿಂದ ನನಗೆ ಯಾವುದೇ ಕಲ್ಯಾಣದ ಭರವಸೆ ಇಲ್ಲ, ಅವನು ಸ್ವಾರ್ಥಿ ಮತ್ತು ಕುತಂತ್ರ, ಅವನು ಹೊರಗೆ ಸಿಹಿಯಾಗಿರುತ್ತಾನೆ ಆದರೆ ಒಳಗೆ ತುಂಬಾ ಕತ್ತಲೆಯಾಗಿದ್ದಾನೆ. ಆ ದುರಾಸೆಯ ವ್ಯಕ್ತಿಗೆ ನಮ್ಮ ಅಭಿಪ್ರಾಯದಲ್ಲಿ ಕಠಿಣ ಶಿಕ್ಷೆಯಾಗಬೇಕು.

ರಾಕ್ಷಸ - ಶಿಕ್ಷೆ ಬೇಕಾದಾಗ ಶಿಕ್ಷಿಸುವನು, ಈಗ ಅವನನ್ನು ಪ್ರೀತಿಸಬೇಕು. ಇಂದು, ನಂದನ ಸಾಮ್ರಾಜ್ಯದ ರಕ್ಷಣೆಗಾಗಿ, ಮಹಾನಂದನು ತನ್ನ ಹೃದಯದಲ್ಲಿ ನಿನ್ನ ಮೇಲೆ ದ್ವೇಷವನ್ನು ಹೊಂದಿದ್ದಾನೆ ಎಂದು ಯಾವ ಶತ್ರುವೂ ತಿಳಿಯಬಾರದು.

ಮಹಾನಂದ್ - ನೀವು ಹಾಗೆ ಭಾವಿಸಿದರೆ ನಾನು ಸಹ ಅದನ್ನು ಸ್ವೀಕರಿಸುತ್ತೇನೆ. ನೀವು ನನಗೆ ಯಾವಾಗ ನೀವು ಉರಿಯುತ್ತಿರುವ ಜ್ವಾಲೆಯಲ್ಲಿ ನಿಮ್ಮ ಕೈಯನ್ನು ಹಾಕಬಹುದಾದರೆ, ಆ ಆದೇಶ ಪತ್ರವನ್ನು ಹರಿದು ಹಾಕಲು ನಾನು ಹೇಗೆ ಹಿಂಜರಿಯುತ್ತೇನೆ? ನಾನು

ಮಾಡಬಲ್ಲೆರಾಕ್ಷಸ - ಸಾಮೂಹಿಕ ಹಿತಾಸಕ್ತಿಗಾಗಿ ವೈಯಕ್ತಿಕ ದ್ವೇಷವನ್ನು ಮರೆತುಬಿಡಬೇಕು. ಕಾತ್ಯಾಯನನು ನಿಮ್ಮ ಇಚ್ಛೆಗೆ ವಿರುದ್ಧವಾಗಿ ಚಲಿಸುವ ಸಾಧ್ಯತೆಯಿದೆ, ಆದರೆ ಈಗ ಅವನು ನಿಮ್ಮ ರಾಜ್ಯಕ್ಕೆ ವಿರುದ್ಧವಾಗಿಲ್ಲ ಮತ್ತು ನಿಮ್ಮ ರಾಜ್ಯಕ್ಕೆ ವಿರುದ್ಧವಾಗಿರದಿರುವುದು ನಿಮ್ಮ ಆಸಕ್ತಿಯಾಗಿದೆ. ಮಹಾನಂದ- ನಮ್ಮ ನಿಜವಾದ ಹಿತೈಷಿಗಳು ಜಗತ್ತಿನಲ್ಲಿ ಯಾರಾದರೂ ಇದ್ದರೆ, ಅವರು ಮಹಾಮತ್ಯ ರಕ್ಷಾ, ಇವರ ರಕ್ಷಣೆಯಲ್ಲಿ ಮಗಧಾಧಿಪತಿ ಸುಖವಾಗಿ ನಿದ್ರಿಸುತ್ತಾನೆ. ಮಾನ್ಸ್ವರ್ - ನಂತರ ನೀವು ಹೋಗಿ ಸಂತೋಷದಿಂದ ವಿಶ್ರಾಂತಿ! ಮಹಾರಾಜರು ವಿಶ್ರಾಂತಿಗಾಗಿ ಹೋದರು, ರಾಕ್ಷಸರು ಅವರ ಕಚೇರಿಗೆ ಬಂದರು. ಕಛೇರಿಯಲ್ಲಿ, ಮಹಾಮಾತ್ಯರು ಕೆಲವು ಅಗತ್ಯ ಕಾಗದಗಳಿಗೆ ಸಹಿ ಹಾಕಿದರು, ವಿಶೇಷ ಅಧಿಕಾರಿಗಳಿಗೆ ಬರೆದು ಆದೇಶಗಳನ್ನು ಪಡೆದರು ಮತ್ತು ನಂತರ ದ್ವಾರಪಾಲಕನನ್ನು ಕರೆದು

ಹೇಳಿದರು - 'ಹೋಗು, ಅಮಾತ್ಯ ಕಾತ್ಯಾಯನನಿಗೆ ಮಹಾಮಾತ್ಯನು ನಿನ್ನನ್ನು ನೆನಪಿಸಿಕೊಂಡಿದ್ದಾನೆಂದು ಹೇಳು. , ಅನುಮತಿಯನ್ನು ಪಡೆದ ನಂತರ, ದ್ವಾರಪಾಲಕನು ಹೊರಟುಹೋದನು ಮತ್ತು ರಾಕ್ಷಸರು ಮಗಧ ರಾಜ್ಯದ ಚಿತ್ರವನ್ನು ನೋಡಲಾರಂಭಿಸಿದರು. ಚಿತ್ರವನ್ನು ನೋಡುತ್ತಾ ಅವರೇ

ಹೇಳಿದರು - 'ರಾಕ್ಷಸನಾಗಿದ್ದು, ಮಗಧ ರಾಜ್ಯದಿಂದ ಒಂದು ಅಡಿ ಭೂಮಿಯನ್ನು ತೆಗೆದುಕೊಳ್ಳುವ ಶಕ್ತಿ ಯಾರಿಗಿದೆ? ಕಾತ್ಯಾಯನನನ್ನು ಸ್ವಾಗತಿಸಲು ಬಂದಾಗ ಮಹಾಮಾತ್ಯ ಹೀಗೆ ಯೋಚಿಸುತ್ತಿದ್ದನು. ಅವರನ್ನು ನೋಡಿದ ಕೂಡಲೇ ಮಹಾಮಾತೆಯರು ಗೌರವದಿಂದ ಎದ್ದು ಪ್ರೀತಿಯಿಂದ ಆಸನವನ್ನು ಕೊಟ್ಟರು. ಇಬ್ಬರೂ ಕುಳಿತಾಗ ರಾಕ್ಷಸನು

ಹೇಳಿದನು – ಕಾತ್ಯಾಯನ! ವಿಶೇಷವಾದ ಸಂತೋಷದ ಸುದ್ದಿಯನ್ನು ಹೇಳಲು ನಾವು ಈ ಸಮಯದಲ್ಲಿ ನಿಮಗೆ ಕರೆ ಮಾಡಿದ್ದೇವೆ. ಕಾತ್ಯಾಯನ- ಬೇಗ ಹೇಳು ಮಹಾಮಾತ್ಯಾ! ರಾಕ್ಷಸ-ಮಹಾರಾಜರು ಐಷಾರಾಮಿಗಳನ್ನು ತ್ಯಜಿಸಿ ಸಂತ ಜೀವನವನ್ನು ನಡೆಸಲು ನಿರ್ಧರಿಸಿದರು. ಘೋಷಿಸಿದರು. ಗಂಗಾ ತೀರದ

ಮುಂದೆ ಅವರಿಗೆ ಪೂಜೆ-ಪ್ರಸಾದವನ್ನು ನಿರ್ಮಿಸಲಾಗುವುದು, ಅಲ್ಲಿ ಮಹಾರಾಜರು ದೇವರನ್ನು ಪೂಜಿಸುತ್ತಾರೆ. ಎಲ್ಲ ಚಟಗಳನ್ನೂ ಬಿಟ್ಟಿದ್ದಾನೆ.

ಕಾತ್ಯಾಯನ - ಇದು ಬಹಳ ಸಂತೋಷದ ಸುದ್ದಿ, ಮಹಾಮಾತ್ಯ! ಈ ಮಾಹಿತಿಯೊಂದಿಗೆ, ವಸಂತವು ಶರತ್ಕಾಲದಲ್ಲಿ ಬಂದಿದೆ, ವರೇಣ್ಯ! ರಾಕ್ಷಸ: ರಾತ್ರಿಯ ನಂತರ ಹಗಲು ಬರುತ್ತದೆ. ಶರತ್ಕಾಲದ ನಂತರ ವಸಂತವೂ ಬರುತ್ತದೆ. ಹಾಗೆಯೇ ನಮ್ಮ ರಾಜನೂ ಬದಲಾಗುತ್ತಿದ್ದಾನೆ. ಕಾತ್ಯಾಯನ- ನಾವು ಬದಲಾದರೆ ಈ ಕತ್ತಲ ಸಾಮ್ರಾಜ್ಯದಲ್ಲಿ ಬೆಳಕು ಇರುತ್ತದೆ. ರಾಜ ಬದಲಾದರೆ ಭಾರತದ ದಿನಗಳು ಬದಲಾಗುತ್ತವೆರಾಕ್ಷಸ: ನಿಮ್ಮಂತಹ ಸಮರ್ಥ ಅಮಾತ್ಯರ ಉಪಸ್ಥಿತಿಯಿಂದ ಭಾರತದ ದಿನಗಳು ಏಕೆ ಬದಲಾಗುವುದಿಲ್ಲ? ಮಗಧದ ಸೂರ್ಯನ ಬೆಳಕನ್ನು ತಡೆಯುವವರಾರು! ಕಾತ್ಯಾಯನ, ನೀನು ನಮ್ಮ ಬಲಗೈ.

ಕಾತ್ಯಾಯನ - ಇದು ಮಹಾಮಾತೆಯ ಕೃಪೆ. ರಾಕ್ಷಸನ ದಯೆ ಮಹಾಮಾತೆಯದ್ದಲ್ಲ, ನಿನ್ನ ಅಮೂಲ್ಯ ಗುಣಗಳಿಂದ. ನಿಮ್ಮಂತಹ ವ್ಯಕ್ತಿ ನಮ್ಮ ಹೆಮ್ಮೆ ಇದೆ! ಸರಿ ಕಾತ್ಯಾಯನ! ಈಗ ಹೇಳು ಮಗಧ ರಾಜ್ಯವನ್ನು ಶತ್ರುಗಳಿಂದ ಹೇಗೆ ರಕ್ಷಿಸಲಾಯಿತು. ಶಾಂತಿಯನ್ನು ಹೇಗೆ ಸ್ಥಾಪಿಸುವುದು ಮತ್ತು ರಾಜ್ಯವನ್ನು ಹೇಗೆ ವಿಸ್ತರಿಸುವುದು?

ಕಾತ್ಯಾಯನ- ಹೊರಗಿನ ಶತ್ರುಗಳ ಮುಂದೆ ಮನೆಯ ಬೆಂಕಿಯನ್ನು ನಂದಿಸುವುದು ಅಗತ್ಯ, ಮಹಾಮಾತ್ಯ! ನಮ್ಮ ಮನೆಯಲ್ಲಿ ಅನೇಕ ಶತ್ರುಗಳು ಹುಟ್ಟಿಕೊಂಡಿದ್ದಾರೆ.

ಮಾನ್ಸ್ಟರ್ - ಕಾರಣ? ರಾಕ್ಷಸ: ನಿಮ್ಮಂತಹ ಸಮರ್ಥ ಅಮಾತ್ಯರ ಉಪಸ್ಥಿತಿಯಿಂದ ಭಾರತದ ದಿನಗಳು ಏಕೆ ಬದಲಾಗುವುದಿಲ್ಲ? ಮಗಧದ ಸೂರ್ಯನ ಬೆಳಕನ್ನು ತಡೆಯುವವರಾರು! ಕಾತ್ಯಾಯನ, ನೀನು ನಮ್ಮ ಬಲಗೈ.

ಕಾತ್ಯಾಯನ - ಇದು ಮಹಾಮಾತೆಯ ಕೃಪೆ. ರಾಕ್ಷಸನ ದಯೆ ಮಹಾಮಾತೆಯದ್ದಲ್ಲ, ನಿನ್ನ ಅಮೂಲ್ಯ ಗುಣಗಳಿಂದ. ನಿಮ್ಮಂತಹ ವ್ಯಕ್ತಿ ನಮ್ಮ ಹೆಮ್ಮೆ ಇದೆ! ಸರಿ ಕಾತ್ಯಾಯನ! ಈಗ ಹೇಳು ಮಗಧ ರಾಜ್ಯವನ್ನು ಶತ್ರುಗಳಿಂದ ಹೇಗೆ ರಕ್ಷಿಸಲಾಯಿತು. ಶಾಂತಿಯನ್ನು ಹೇಗೆ ಸ್ಥಾಪಿಸುವುದು ಮತ್ತು ರಾಜ್ಯವನ್ನು ಹೇಗೆ ವಿಸ್ತರಿಸುವುದು?

ಕಾತ್ಯಾಯನ- ಹೊರಗಿನ ಶತ್ರುಗಳ ಮುಂದೆ ಮನೆಯ ಬೆಂಕಿಯನ್ನು ನಂದಿಸುವುದು ಅಗತ್ಯ, ಮಹಾಮಾತ್ಯ! ನಮ್ಮ ಮನೆಯಲ್ಲಿ ಅನೇಕ ಶತ್ರುಗಳು ಹುಟ್ಟಿಕೊಂಡಿದ್ದಾರೆ.

ಮಾನ್ಸ್ಟರ್ - ಕಾರಣ?

ಕಾತ್ಯಾಯನ- ರಾಜನ ಕ್ರೌರ್ಯ ಮತ್ತು ಅವನ ಕುಡಿತದಿಂದ ಸರ್ಕಾರಿ ನೌಕರರು ಕೋಪಗೊಳ್ಳುತ್ತಾರೆ. ಸ್ವಲ್ಪವೂ ಯೋಚಿಸದೆ ರಾಜನು ತನಗೆ ಬೇಕಾದ ಶಿಕ್ಷೆಯನ್ನು ನೀಡುತ್ತಾನೆ.

ರಾಕ್ಷಸ- ಆದರೆ ಅವನ ಹೃದಯವು ತುಂಬಾ ಮೃದುವಾಗಿರುತ್ತದೆ. ಅವರ ಕಣ್ಣುಗಳಲ್ಲಿ ದುಃಖಕ್ಕಾಗಿ ನಾನು ಕಣ್ಣೀರನ್ನು ನೋಡಿದೆ ಇವೆ. ಯಾರನ್ನಾದರೂ ನೋಯಿಸಿದ ನಂತರ ಅವರು ಪಶ್ಚಾತ್ತಾಪ ಪಡುತ್ತಾರೆ. ಭವಿಷ್ಯದಲ್ಲಿ ಅವರು ತಪ್ಪಾಗಿಯೂ ಕೋಪಗೊಳ್ಳಬಾರದು ಎಂದು ಆಶಿಸುತ್ತೇವೆ. ಗೌರವಯುತವಾಗಿ ನೋಡಿ! ಮಹಾರಾಜರು ಪಶ್ಚಾತ್ತಾಪಪಟ್ಟರು, ಅದಕ್ಕಾಗಿಯೇ ಅವರು ಸಂತ ಜೀವನವನ್ನು ನಡೆಸಲು ನಿರ್ಧರಿಸಿದರು. ಮಗಧಧಿಪತಿಯೂ ಭಾವುಕರೇ! ಅವುಗಳಲ್ಲಿ ಸಮುದ್ರದ ಅಲೆ ಇದೆ ಮತ್ತು ಅದರ ಘನತೆಯೂ ಇದೆ. ಕಾತ್ಯಾಯನ- ಈಗ ನೋಡಿ, ಬ್ರಾಹ್ಮಣ ಚಾಣಕ್ ವಿರುದ್ಧ ಎಷ್ಟು ಜನರನ್ನು ಕೊಂದಿದ್ದಾನೆ? ಮಾಡಿದ್ದೇನೆ! ಅಂಗರಕ್ಷಕ ಅವಂತ್‌ಗೆ ಯಾವುದೇ ಕಾರಣವಿಲ್ಲದೆ ಜೀವಾವಧಿ ಶಿಕ್ಷೆ ವಿಧಿಸಲಾಯಿತು ಮತ್ತು ಅವರ ಎಲ್ಲಾ ಆಸ್ತಿಯನ್ನು ಮುಟ್ಟುಗೋಲು

ಹಾಕಿಕೊಂಡರುರಾಕ್ಷಸ - ನಿಜವಾಗಿಯೂ ಮಹಾರಾಜನು ಕೋಪದಲ್ಲಿ ಯಾವುದರ ಬಗ್ಗೆಯೂ ಯೋಚಿಸುವುದಿಲ್ಲ. ಅವಂತ್ ಅವರಂತಹ ಸದುದ್ದೇಶದ ಅಂಗರಕ್ಷಕನನ್ನು ಶಿಕ್ಷಿಸುವ ಮೂಲಕ ಅವರು

ಸರಿಯಾದ ಕೆಲಸವನ್ನು ಮಾಡಲಿಲ್ಲ. ನಾನಂತೂ ಮಹಾರಾಜರಲ್ಲಿ ಅವಂತ್ ನನ್ನು ಕ್ಷಮಿಸು ಎಂದು ಪ್ರಾರ್ಥಿಸಿದೆ ಆದರೆ ನಮ್ಮ ರಾಣಿ ಮಾಧವಿಯ ಮೇಲೆ ಕೆಟ್ಟ ದೃಷ್ಟಿ ಬೀರಿ ಅವಳನ್ನು ಒಲಿಸಿಕೊಂಡು ರಾಣಿಯನ್ನಾಗಿ ಮಾಡಿಕೊಳ್ಳುವ ವ್ಯಕ್ತಿಯನ್ನು ಕ್ಷಮಿಸಲು ಸಾಧ್ಯವಿಲ್ಲ ಎಂದನು. ಅವರು ಮರಣದಂಡನೆಯನ್ನು ನೀಡಲು ಬಯಸಿದ್ದರು, ಆದರೆ ನನ್ನ ಬಲವಾದ ಕೋರಿಕೆಯ ಮೇರೆಗೆ ಅವರು ಶಿಕ್ಷೆಯನ್ನು ಜೈಲಿಗೆ

ಸೀಮಿತಗೊಳಿಸಿದರು. - ಇದು ನಿಜವೇ ಮಹಾಮಾತ್ಯ! ಅವಂತ್ ಮಹಾನ್ ಚಾರಿತ್ರ್ಯದ ಸೇವಕನಾಗಿದ್ದನು.

ಕಾತ್ಯಾಯನ- ರಾಕ್ಷಸ- ನಿನಗೆ ಗೊತ್ತು ಕಾತ್ಯಾಯನ! ಆ ಸುಂದರಿಯನ್ನು ನೋಡಿ ವಿಶ್ವಾಮಿತ್ರನ ಉದ್ದೇಶವೂ ಹಾಳಾಗಿತ್ತು. ಮಹಿಳೆ ಪುರುಷನ ದೊಡ್ಡ ದೌರ್ಬಲ್ಯ. ಯಾವುದೋ ಒಂದು ಹೊತ್ತಿನಲ್ಲಿ ಅವಂತ್ ಮನಸಿಗೆ ಬಂದು ಹೋನಿ ಈ ಕಟುವಾದ ಏಟು ಕೊಟ್ಟಿರುವ ಸಾಧ್ಯತೆ ಇದೆ! ಮಹಾನಂದ್ ಕೋಪಗೊಂಡಿದ್ದಾನೆ ಮತ್ತು ಸಂಶಯ ವ್ಯಕ್ತಪಡಿಸಿದನು, ಅವನು ಕೋಪಗೊಂಡು ಅವಂತ್ಗೆ ಶಿಕ್ಷೆ ನೀಡಿದನು. ಸರಿ, ಅವಕಾಶ ಸಿಕ್ಕ ನಂತರ, ನಾವು ಮಹಾರಾಜ್ ಅವಂತ್ ಅವರನ್ನು ಮುಕ್ತಗೊಳಿಸಲು ಪ್ರಯತ್ನಿಸುತ್ತೇವೆ.

ಕಾತ್ಯಾಯನ - ಆದರೆ ಶಕ್ತರಂತಹ ದೇಶಭಕ್ತನಿಗೆ ಜೈಲು ಶಿಕ್ಷೆಯ ಕಠಿಣ ಶಿಕ್ಷೆಯನ್ನು ನೀಡಿ, ಮಹಾರಾಜರು ಮಗಧ ರಾಜ್ಯದ ಜನರ ಹೃದಯವನ್ನು ಪುಡಿಮಾಡಲಿಲ್ಲವೇ? ಶಕ್ತರ ಸಮರ್ಥ ನಾಯಕತ್ವದಲ್ಲಿ ನಾವೆಲ್ಲರೂ ಸುರಕ್ಷಿತವಾಗಿದ್ದೆವು. ನಿನ್ನೆ ಮೊನ್ನೆ ಮೊನ್ನೆ ಮೊನ್ನೆ ಮೊನ್ನೆ ಮೊನ್ನೆಯವರೆಗೂ ಕಾಲಿನ ಧೂಳನ್ನು ತಲೆಯ ಮೇಲೆ ಎರಚುತ್ತಿದ್ದ ದೊಡ್ಡ ದೊಡ್ಡ ರಾಜರುಗಳು ಇಂದು ಅವರವರಿಂದಲೇ ಜೈಲು ಪಾಲಾಗುತ್ತಿದ್ದಾರೆಮಹಾಮಾತ್ಯ ಶಕ್ತರ ಎಂಬ ರಾಕ್ಷಸನ ಸೆರೆಯಾಳು ಎಂಬುದಕ್ಕೆ ನನಗೂ ವಿಷಾದವಿದೆ, ಆದರೆ ಏನು ಮಾಡುವುದು! ಮಹಾರಾಜರು ತಮ್ಮ ಹಠಮಾರಿತನದಲ್ಲಿ ದೃಢವಾಗಿದ್ದಾರೆ. ಅವನ ಕಠೋರವಾದ ನಡೆಗಳಿಂದಾಗಿ ಮಗಧ ರಾಜ್ಯದ ಬೇರುಗಳು ಅಲುಗಾಡಿದವು. ಏನಾಯಿತು ಎಂಬುದನ್ನು ನಿಭಾಯಿಸಲು ಪ್ರಯತ್ನಿಸಿ! ಈ ರಾಜ್ಯವನ್ನು ವಿನಾಶದ ತಡೆಯಲಾಗದ ಜ್ವಾಲೆಯಿಂದ ರಕ್ಷಿಸುವುದು ಈಗ ನಿಮ್ಮ ಕೈಯಲ್ಲಿದೆ. ಕಾತ್ಯಾಯನ- ತುಂಬಾ ಚಿಂತಿಸಬೇಡ. ಮಗಧ ರಾಜ್ಯವನ್ನೂ ನಾಶಮಾಡುವ ಶಕ್ತಿ ಯಾರಿಗಿದೆ? ಇದು ನನ್ನ ಪ್ರಾರ್ಥನೆ, ಮಹಾಮಾತ್ಯಾ! ಶಕ್ತರನ್ನು ಹೇಗಾದರೂ ಮುಕ್ತಗೊಳಿಸಿ ಮತ್ತೆ ರಾಜಮನೆತನದಲ್ಲಿ ಸ್ಥಾನ ನೀಡಿದರೆ ನಮ್ಮ ಕೈಗಳು ಗಟ್ಟಿಯಾಗುತ್ತವೆ. ನಿಸ್ಸಂದೇಹವಾಗಿ, ಪರಮಗುಣಿ ಶಕ್ತರ ಪ್ರಭಾವ ಇಡೀ ರಾಜ್ಯದಲ್ಲಿದೆ.

ರಾಕ್ಷಸ- ಅವಕಾಶ ಬರಲಿ, ಇದನ್ನೂ ಮಾಡುತ್ತೇನೆ. ಅಂದಹಾಗೆ, ಶಕ್ತರಿಗೆ ಜೈಲಿನಲ್ಲಿ ಎಲ್ಲಾ ರೀತಿಯ ಸೌಲಭ್ಯಗಳಿವೆ. ಶಕ್ತರು ಪ್ರಧಾನ ಕಾರ್ಯದರ್ಶಿಯಾಗಿದ್ದಾಗ ಇದ್ದ ಸಂತೋಷವನ್ನು ಅವರ ಕುಟುಂಬ ಇಂದಿಗೂ ಅನುಭವಿಸುತ್ತಿದೆ. ಕಾತ್ಯಾಯನ- ಇದು ಹೇಗೆ ಸಂಭವಿಸುತ್ತದೆ ಮಹಾಮಾತ್ಯಾ! ಮಲಗುವ ಪಂಜರವೂ ಪಂಜರವೇ.

ರಾಕ್ಷಸರು- ಸೂರ್ಯ ಮತ್ತು ಚಂದ್ರರು ಕೂಡ ಕೆಲವೊಮ್ಮೆ ಗ್ರಹಣಕ್ಕೆ ಒಳಗಾಗುತ್ತಾರೆ. ದಿನವು ಆಶೀರ್ವದಿಸಲ್ಪಡುತ್ತದೆ ಶಕ್ತರು ಮಹಾನಂದೆಯ ಕಠಿಣ ಸೆರೆಮನೆಯಿಂದ

ಮುಕ್ತರಾಗುತ್ತಾರೆಕಾತ್ಯಾಯನ – ನಿಮ್ಮ ಇಚ್ಛೆಯಿದ್ದಲ್ಲಿ ಶಕ್ತರು ಶೀಘ್ರದಲ್ಲಿಯೇ ಮತ್ತೆ ಮಂತ್ರಿ ಮಂಡಲಕ್ಕೆ ಬರುವುದು ಖಂಡಿತ.

ರಾಕ್ಷಸ-ಕಾತ್ಯಾಯನ! ಮಹಾರಾಜರ ಅರಮನೆಯಲ್ಲಿ ಭದ್ರತೆಯ ಅಗತ್ಯತೆ ಹೆಚ್ಚಿದೆ. ಕಾವಲುಗಾರರಿದ್ದರೂಅರಮನೆಯನ್ನುಪ್ರವೇಶಿಸಿ ಕಣ್ಮರೆಯಾಗಿರುವುದು ಆಶ್ಚರ್ಯಕರವಾಗಿದೆ.

ಕಾತ್ಯಾಯನ- ಈ ಶತ್ರು ಬಹಳ ಹತ್ತಿರದವನಂತೆ ಕಾಣುತ್ತಾನೆ. ಮಹಾರಾಜನ ಇತರ ನಂದ ಸಹೋದರರು ರಹಸ್ಯ ಸಂಚು ರೂಪಿಸಿ ಮಹಾರಾಜನನ್ನು ಕೊಂದು ಸಾಮ್ರಾಜ್ಯದ ಉತ್ತರಾಧಿಕಾರಿಯಾಗುವ ಉದ್ದೇಶದಿಂದ ಕೊಲೆಗಡುಕನನ್ನು ಕಳುಹಿಸಿದ್ದರು ಎಂದು ನಾನು ಭಾವಿಸುತ್ತೇನೆ.

ರಾಕ್ಷಸ - ವಾಸ್ತವವಾಗಿ, ಇದು ಮತ್ತೆ ಮತ್ತೆ ನನ್ನ ಮನಸ್ಸನ್ನು ಹೊಡೆಯುತ್ತದೆ. ಏನು ಮಾಡಬೇಕು? ಕಾವಲುಗಾರರ ನಡುವೆ

ಕಾತ್ಯಾಯನ - ಅರಮನೆಯಲ್ಲಿ ಕಟ್ಟುನಿಟ್ಟಾದ ಕಾವಲುಗಾರರನ್ನು ಹಾಕಬೇಕು ಮತ್ತು ಆ ಗೂಢಚಾರರನ್ನು ಬಿಡಬೇಕು.

ರಾಕ್ಷಸ - ಸರಿ, ಅರಮನೆಯ ಭದ್ರತೆಯ ಭಾರವನ್ನು ನಿನ್ನ ಮೇಲೆ ಬಿಡೋಣ.

ಕಾತ್ಯಾಯನ - ನನಗಿಷ್ಟವಿಲ್ಲ, ಆದರೆ ಅಪಘಾತ ಸಂಭವಿಸಿದರೆ, ನಾನು ನಿರಪರಾಧಿಯಾಗಿದ್ದರೂ, ನನ್ನನ್ನು ಅಪರಾಧಿ ಎಂದು ಪರಿಗಣಿಸಬಾರದು ಮತ್ತು ಕಠಿಣ ಶಿಕ್ಷೆಗೆ ಗುರಿಯಾಗಬಾರದು!

ರಾಕ್ಷಸ - ನಿಮಗೆ ಮಹಾನಂದನಲ್ಲಿ ನಂಬಿಕೆ ಇಲ್ಲದಿದ್ದರೆ ರಾಕ್ಷಸನಲ್ಲೂ ನಂಬಿಕೆ ಇಲ್ಲವೇ?

ಕಾತ್ಯಾಯನ - ನಿನ್ನ ಪ್ರೀತಿಯು ದಂಗೆಯ ಬಿರುಗಾಳಿಯನ್ನು ಬಂಧಿಸಿದೆ ಮಹಾಮಾತ್ಯ! ನಾನು ತನ್ನ ಮೇಲೆ ಅಪನಂಬಿಕೆ ಇರಬಹುದು, ಆದರೆ ಮಗಧದ ಅದ್ಭುತ ಮಹಾಮಾತೆಯ ಮೇಲೆ ಅಲ್ಲ.

ರಾಕ್ಷಸ - ಹಾಗಾದರೆ ನಿಮ್ಮನ್ನು ಮಗಧ ರಾಜ್ಯಕ್ಕೆ ಅಪರಿಚಿತರೆಂದು ಪರಿಗಣಿಸಬೇಡಿ, ಏರುತ್ತಿರುವ ಬಿರುಗಾಳಿಯ ಮುಖವನ್ನು ಅದು ಏರುತ್ತಿರುವ ದಿಕ್ಕಿನ ಕಡೆಗೆ ತಿರುಗಿಸಿ.

ಕಾತ್ಯಾಯನ - ನಿನ್ನ ಕೃಪೆಯಿಂದ ಪ್ರತಿಯೊಬ್ಬ ಭಯೋತ್ಪಾದಕನು ಮಗಧದ ಹೆಸರಿನಲ್ಲಿ ನಡುಗುತ್ತಾನೆ.

ರಾಕ್ಷಸ - ಹೊರಗಿನ ಶತ್ರುಗಳಿಂದ ರಕ್ಷಿಸಲು, ಮನೆಯ ಬಲವಾದ ಗೋಡೆಗಳನ್ನು ಹೊಂದಿರುವುದು ಅವಶ್ಯಕ. ಇದೆ. ಚದುರಿದ ರಾಜ್ಯಗಳು ಒಂದೇ ಧ್ವಜದ ಅಡಿಯಲ್ಲಿ ಬರಬೇಕು. ಸಿಂಧುಪತಿ ನಮ್ಮ ಪತ್ರಕ್ಕೆ ಉತ್ತರಿಸಿದ್ದೇನು? **ಕಾತ್ಯಾಯನ** - ಅವರು ನಮ್ಮೊಂದಿಗೆ ವಿದೇಶಾಂಗ ವ್ಯವಹಾರಗಳಲ್ಲಿ ಒಪ್ಪಂದ ಮಾಡಿಕೊಳ್ಳಲು ಸಿದ್ಧರಾಗಿದ್ದಾರೆ. ಯಾವುದೇ ವಿದೇಶಿಗರು ಈ ದೇಶದ ಮೇಲೆ ದಾಳಿ ಮಾಡಿದರೆ, ಅವರು ಶಾಂತಿ ಮತ್ತು ಸಂತೋಷದಿಂದ ಕುಳಿತಿದ್ದರೆ ಎಂದು ಅವರು ಉತ್ತರದಲ್ಲಿ ಬರೆದಿದ್ದಾರೆರಾಜ್ಯಾಭಿಲಾಷೆಯಿಂದ ಪಾಳುಬಿದ್ದ ರಾಷ್ಟ್ರದ ಮೇಲೆ ಯಾವುದೇ ದುರುಳರು ಕಾಲಿಟ್ಟರೆ, ನಮ್ಮ ಶಕ್ತಿಯು ಮಗಧದ ಧ್ವಜದೊಂದಿಗೆ ಮಾತ್ರ ಭೂಮಿಯನ್ನು ರಕ್ಷಿಸುತ್ತದೆ. ರಾಕ್ಷಸ ಮತ್ತು ಕುಲುತಾಧಿಪತಿಯ ಉತ್ತರವೇನು?

ಕಾತ್ಯಾಯನ- ಅವರ ಉತ್ತರವೆಂದರೆ 'ಮಾತುಕತೆಗಳ ನಂತರ ನಮ್ಮ ಮತ್ತು ನಿಮ್ಮ ಷರತ್ತುಗಳನ್ನು ನಿಗದಿಪಡಿಸಿದರೆ, ನಾವು ನಿಮಗೆ ಬೆಂಬಲ ನೀಡುತ್ತೇವೆ. ಇದಕ್ಕಾಗಿ ಮಹಾಮಾತ್ಯ ರಾಕ್ಷಸನು ನಮ್ಮನ್ನು ಭೇಟಿ ಮಾಡಲು ಬರಬಹುದು.

'ರಕ್ಷಾ' - ಅಂದರೆ ಅವನು ತನ್ನ ಶಕ್ತಿಯ ಬಗ್ಗೆ ತುಂಬಾ ಹೆಮ್ಮೆಪಡುತ್ತಾನೆ. ಕಾತ್ಯಾಯನ! ನೀವು ಕೂಡಲೇ ಕುಲುಟಾಧಿಪತಿಗೆ ಪತ್ರ ಬರೆಯಿರಿ. ಪತ್ರದ ಭಾಷೆ ತುಂಬಾ ಸಭ್ಯವಾಗಿರಬೇಕು. ಅನಾರೋಗ್ಯದಿಂದ ಮಹಾಮಾತ್ಯ ರಾಕ್ಷಸನು ನಿಮ್ಮ ಅದ್ಭುತ ರಾಜ್ಯಕ್ಕೆ ಬರಲು ಸಾಧ್ಯವಿಲ್ಲ ಎಂದು ದಯವಿಟ್ಟು ಅವನನ್ನು ಪ್ರಾರ್ಥಿಸಿ. ಆದ್ದರಿಂದ ದಯವಿಟ್ಟು ಬನ್ನಿ! ನಿಮ್ಮ ಮೇಲೆ ನಮಗೆ ಅಪಾರ ವಿಶ್ವಾಸವಿದೆ ಮತ್ತು ನೀವು ಹೇಳುವ ಎಲ್ಲವನ್ನೂ ನಾವು ಪಾಲಿಸಲು ಸಿದ್ಧರಿದ್ದೇವೆ.

ಕಾತ್ಯಾಯನ - ಮತ್ತು ಪಂಚನಾದ್ ಪ್ರದೇಶದ ರಾಜನು ಸಹ ನಮ್ಮೊಂದಿಗೆ ಸೇರಲು ಬಯಸುವುದಿಲ್ಲ, ಅವನು ತನ್ನ ಶಕ್ತಿಯ ಪ್ರಭಾವವನ್ನು ಇಡೀ ದೇಶದ ಮೇಲೆ ಬೀರಲು ಬಯಸುತ್ತಾನೆ. ಮಾಳವ ಮತ್ತು ತಕ್ಷಶಿಲೆಯನ್ನು ಸಂಧಿಸಿ ಪೂರ್ವದ ಕಡೆಗೆ ಸಾಗಲು ಉತ್ಸುಕನಾಗಿದ್ದಾನೆ. ಅವನು ತನ್ನ ಶೌರ್ಯ ಮತ್ತು ಶಕ್ತಿಯ ಬಗ್ಗೆ ಬಹಳ ಹೆಮ್ಮೆಪಡುತ್ತಾನೆ.

ರಾಕ್ಷಸ - ಇದು ವಿಷಕಾರಿ ಮುಳ್ಳು. ಅದನ್ನು ತೆಗೆದುಹಾಕಲು, ಶಸ್ತ್ರಾಸ್ತ್ರಗಳು ಅಥವಾ ತಂತ್ರದ ಅಗತ್ಯವಿದೆ.

ಕಾತ್ಯಾಯನ - ಅವನು ಬುದ್ಧಿವಂತ ಮತ್ತು ಧೈರ್ಯಶಾಲಿ, ಅವನನ್ನು ಗೆಲ್ಲುವುದು ಸುಲಭವಲ್ಲ. ರಾಕ್ಷಸ: ನಾವು ಕಬ್ಬಿಣದ ಬೇಳೆಯನ್ನು ಜಗಿಯಲು ಒಗ್ಗಿಕೊಂಡಿರುವ ಬುದ್ಧಿವಂತರು. ನಮ್ಮನ್ನು ಸೇವಿಸಲು ಬೆಂಕಿಯನ್ನು ನಂದಿಸಲು ಬೆಂಕಿಯ ಜೊತೆಗೆ ನೀರು ಕೂಡ ಇದೆ. ಸರಿ, ನಾವು ಈ ಬಗ್ಗೆ ಯೋಚಿಸುತ್ತೇವೆ. ಈಗ ನೀನು ಹೋಗಿ ಮಗಧದ ಹಿರಿಮೆಯನ್ನು ಹಾಗೇ ಉಳಿಸಿಕೊಳ್ಳುವುದರಲ್ಲಿ ನಿರತನಾಗಿರುಕಾತ್ಯಾಯನ - ಎದ್ದ ಚಂಡಮಾರುತದಲ್ಲಿ ಹಾರಿ ಎಷ್ಟು ಹುಲ್ಲುಗಳು ನಾಶವಾಗುತ್ತವೆಯೋ, ಅದೇ ರೀತಿ ಮಗಧದ ಮಹಾಶಕ್ತಿಯ ಮುಂದೆ ತಲೆ ಎತ್ತುವ ಶಕ್ತಿ ಯಾರಿಗಿದೆ! ನಮ್ಮ ಸೈನ್ಯವು ಅಜೇಯವಾಗಿದೆ, ನಮ್ಮ ಸಂಘಟನೆಯು ಅಜೇಯವಾಗಿದೆ, ನಮ್ಮ ನೀತಿಯು ವಿಶ್ವ ಅಭಿವೃದ್ಧಿಯ ನೀತಿಯಾಗಿದೆ.

ರಾಕ್ಷಸ - ಇದು ದೃಢವಾದ ನಂಬಿಕೆಯಾಗಿದ್ದರೆ, ನಮ್ಮ ವಿಜಯವೂ ಅವಿನಾಶಿ. ಸಂಭಾಷಣೆಯ ಎಳೆ ಹರಡುತ್ತಲೇ ಇತ್ತು. ಕಾತ್ಯಾಯನ ತನ್ನ ಕೋಣೆಗೆ ಮತ್ತು ಮಹಾಮಾತ್ಯ ತನ್ನ ಅರಮನೆಗೆ ಹೋದರು. ದೈತ್ಯಾಕಾರದ ರಾತ್ರಿ ಮತ್ತು ಹಗಲು, ಮಲಗುವಾಗ, ಏಳುವಾಗ, ಊಟಮಾಡುತ್ತಾ, ಕುಡಿಯುತ್ತಾ ಮಹಾನಂದಾ ಮತ್ತು ಮಗಧದ ಕಲ್ಯಾಣದ ಚಿಂತೆಯಲ್ಲಿ ನಿರತನಾದ. ಒಬ್ಬ ವ್ಯಕ್ತಿಯು ಸಾಮೂಹಿಕ ಕೆಲಸದಲ್ಲಿ ಎಷ್ಟೇ ನಿರತನಾಗಿದ್ದರೂ, ಅವನ ವೈಯಕ್ತಿಕ ಭಾವನೆಗಳು ಸಹ ಕಾಲಕಾಲಕ್ಕೆ ಉದ್ಭವಿಸುತ್ತವೆ. ನಡೆಯುವಾಗ ದೈತ್ಯನ ಹೃದಯದಲ್ಲಿ ಭರವಸೆ ತುಂಬಿ ನಡೆಯತೊಡಗಿತು. ಶರದ್ ಪೂರ್ಣಿಮೆಯ ಯಾಮಿನಿಯಲ್ಲಿ ಚಂದ್ರನು ಬೆಳಗುತ್ತಿದ್ದಾಗ, ರಾಕ್ಷಸರು ಬಂಡಿ ಶಕ್ತರ ಕುಟುಂಬ ವಾಸಿಸುತ್ತಿದ್ದ ಅರಮನೆಯನ್ನು ತಲುಪಿದರು. ದೂರದಿಂದ ಸಿಹಿ ಮಹಿಳೆ ಭೂತ ಬರುವುದನ್ನು ಕಂಡು ಮುಖ ತಿರುಗಿಸಿ ಕುಳಿತಳು. ಪ್ರೀತಿಯ ಬಾಯಾರಿಕೆಯಲ್ಲಿ, ಮನುಷ್ಯ ಗೌರವ ಮತ್ತು ಅವಮಾನವನ್ನು ಮರೆತುಬಿಡುತ್ತಾನೆ. ಭಾವೋದ್ವೇಗಕ್ಕೆ ಒಳಗಾದ ರಾಕ್ಷಸರು ಸುವಾಸಿನಿಯ ಬಳಿ ಬಂದು ನಿಂತರು. ಒಂದು ಕ್ಷಣ ಕಾದ ನಂತರ ಅವನು

ಕೇಳಿದನು - ನಿಮ್ಮ ತಾಯಿ ಸುವಾಸಿನಿ ಎಲ್ಲಿ? ಎರಡು ದಿನಗಳಿಂದ ಸುವಾಸಿನಿ ಅನಾರೋಗ್ಯದಿಂದ ಬಳಲುತ್ತಿದ್ದರು.

ರಾಕ್ಷಸ - ನೀವು ತಕ್ಷಣ ನಮಗೆ ಏಕೆ ತಿಳಿಸಲಿಲ್ಲ? ಸುವಾಸಿನಿ ಅವರು ನಿನ್ನ ಮುಖವನ್ನು ದ್ವೇಷಿಸುತ್ತಾರೆ

ರಾಕ್ಷಸ - ನೀನು ನನ್ನನ್ನೂ ದ್ವೇಷಿಸುತ್ತೀಯಾ?

ಸುವಾಸಿನಿ - ಬ್ರಾಹ್ಮಣನನ್ನು ಕೊಂದವನನ್ನು ಯಾರು ದ್ವೇಷಿಸುವುದಿಲ್ಲ! ಮಗಧದ ಮಹಾಮಾತ್ಯನ ಹುದ್ದೆಗಾಗಿ, ನೀವು ನಮ್ಮ ಪೂಜ್ಯ ತಂದೆ, ಈ ದೇಶದ ಆತ್ಮ ಮತ್ತು ನಮ್ಮ ದೇವತೆಯನ್ನು ಬಂಧಿಸಿದ್ದೀರಿ. ಹಾಕಿದೆ ಮತ್ತು ನೀವು ನನ್ನನ್ನು ದ್ವೇಷಿಸುತ್ತೀರಾ ಎಂದು ಇನ್ನೂ ಕೇಳಿದೆ!

ರಾಕ್ಷಸ- ಅರಿವಿಲ್ಲದೆ ಅಯೋಧ್ಯೆಯ ಜನರು ಒಮ್ಮೆ ಸೀತೆಯನ್ನು ದ್ವೇಷಿಸಿದ್ದರು. ನಾನು ಮಗಧ ರಾಜ್ಯವನ್ನು ರಕ್ಷಿಸಿದ ಹೊರತು ಬೇರಾವ ಅಪರಾಧವನ್ನೂ ಮಾಡಿಲ್ಲ. ಶಕ್ತರು ನನ್ನ ಆರಾಧಕ, ಸಮಯ ಬಂದಾಗ ನೀವು ಇದನ್ನು ಅರ್ಥಮಾಡಿಕೊಳ್ಳಲು ಪ್ರಾರಂಭಿಸುತ್ತೀರಿ.

ಸುವಾಸಿನಿ- ನಿನ್ನ ಮಾತಿನಲ್ಲಿ ಎಷ್ಟು ಮಾಧುರ್ಯವಿದೆಯೋ, ಹೃದಯದಲ್ಲಿಯೂ ಅಷ್ಟೇ ವಿಷವಿದೆ.

ರಾಕ್ಷಸ - ನನ್ನ ಹೃದಯದಲ್ಲಿ ನೋವು ಇದ್ದರೆ, ದೇವತೆಗಳನ್ನು ರಕ್ಷಿಸಲು ಶಿವನ ಕಂಠದಲ್ಲಿ ಇರುವ ಅದೇ ನೋವು.

ಸುವಾಸಿನಿ - ಮಗಧದ ಮಹಾಮಾತ್ಯನಿಗೆ ಸ್ವಲ್ಪ ಭಾಷೆ ಮತ್ತು ಕೆಲವು ಭಾವನೆಗಳಿದ್ದರೆ, ಅವನ ಸ್ಥಾನವು ಸನ್ಯಾಸಿಗಳ ನಡುವೆ ಇರಬಹುದಾಗಿತ್ತುರಾಕ್ಷಸ- ನಾನು ಸನ್ಯಾಸಿಯಾಗಲು ಬಯಸುವುದಿಲ್ಲ, ನಾನು ಮನುಷ್ಯ ಮತ್ತು ಮನುಷ್ಯನಾಗಿ ಉಳಿಯಲು ಬಯಸುತ್ತೇನೆ. ನಾನು ಸ್ವರ್ಗಕ್ಕೆ ಹೋಗಲು ಬಯಸುವುದಿಲ್ಲ, ದೇವರುಗಳು ಸಹ ಪ್ರಲೋಭನೆಗೆ ಒಳಗಾಗಲು ಪ್ರಾರಂಭಿಸುವ ಎಲ್ಲಾ ಸಂತೋಷಗಳನ್ನು ಭೂಮಿಯ ಮೇಲೆ ಹೊಂದಬೇಕೆಂದು ನಾನು ಬಯಸುತ್ತೇನೆ. ರಾಕ್ಷಸನ ಬಾಯಿಂದ ಕೊನೆಯ ವಾಕ್ಯ ಹೊರಬಿದ್ದ ಕೂಡಲೇ ಮಹಾನಂದನ ಅರಮನೆಯ ಸುತ್ತ ಜನ ಜಮಾಯಿಸಿದರು. ತಟ್ಟನೆ ತಟ್ಟೆಗಳ ಸದ್ದು ಕೇಳಿಸಿತು ಮತ್ತು

ಕ್ಷಣಮಾತ್ರದಲ್ಲಿ ಮಹಾಮಾತೆಯರ ಕಿವಿಗೆ ಶುಭ ಸುದ್ದಿ ಮುಟ್ಟಿತು. ಮಹಾರಾಜನ ಕಿರಿಯ ರಾಣಿ ಮುರಾ ಒಬ್ಬ ಮಗನಿಗೆ ಜನ್ಮ ನೀಡಿದಳು. ಹುಣ್ಣಿಮೆಯ ಪ್ರಖರ ಬೆಳದಿಂಗಳ ಬೆಳದಿಂಗಳಲ್ಲಿ ಈ ಸುದ್ದಿ ಕೇಳಿದ ಸುವಾಸಿನಿ ನೋವಿನ ದ್ಯೋತಕ. ಸಹ ಅರಳಿತು. ಅವಳು ಸಂತೋಷದಿಂದ ಜಿಗಿಯುತ್ತಾ ತನ್ನ ತಾಯಿ ಅನಾರೋಗ್ಯದ ಹಾಸಿಗೆಯ ಮೇಲೆ ಮಲಗಿದ್ದ ಸ್ಥಳಕ್ಕೆ ಬಂದಳು. ಸುವಾಸಿನಿ ಭಾವುಕರಾಗಿ ತಾಯಿಗೆ ಈ ಮಾಹಿತಿ ತಿಳಿಸಿದರು. ಇದನ್ನು ಕೇಳಿದ ತಾಯಿ ತೊದಲುವ ದನಿಯಲ್ಲಿ

ಹೇಳಿದರು – "ಒಳ್ಳೆಯದು ಅಮ್ಮನ ದನಿಯಲ್ಲಿನ ನಡುಕ ಮತ್ತು ಅವಳ ಮುಖದ ಕಳೆಗುಂದಿಯನ್ನು ಕಂಡು ಸುವಾಸಿನಿಯು ಚಡಪಡಿಸಿದಳು. ಅವರು ಕೂಗಿದರು, 'ಮಹಾಮಾತ್ಯಾಕಿರುಚಾಟವನ್ನು ಕೇಳಿ ಮಹಾಮಾತ್ಯ ಅಲ್ಲಿಗೆ ಬಂದರು. ಅವರು ಸುವಾಸಿನಿಯ ತಾಯಿ ಮತ್ತು ಸುವಾಸಿನಿಯನ್ನು ಸ್ವಲ್ಪ ಸಮಯದ ಹಿಂದೆ ನೋಡಿದರು. ರಾಕ್ಷಸನನ್ನು ನೋಡಿ ನಿರಾಶೆಯಾಯಿತು. ಸುವಾಸಿನಿ ತುಂಬಾ ಚಡಪಡಿಸಿದಳು. ಆ 'ಅಮ್ಮಾ!' ಹೀಗೆ ಹೇಳುತ್ತಾ ಅಮ್ಮನ ಹಾಸಿಗೆಯ ಬಳಿ ಕುಳಿತುಕೊಂಡಳು

ಸೋತಮಾತು - ಮಹಾಮಾತ್ಯ! ಈ ತಾಯಿಗೆ ಏನಾಗುತ್ತಿದೆ? ರಾಕ್ಷಸನು ತನ್ನ ಕಣ್ಣಿನೊಳಗಿನ ನೀರನ್ನು ಬೆರಳಿನಿಂದ ಒಣಗಿಸಿ

ಹೇಳಿದನು - 'ಜಗತ್ತಿನಲ್ಲಿ ಎಲ್ಲರಿಗೂ ಒಂದೇ ದಿನ ಸಂಭವಿಸುತ್ತದೆ. , ಸುವಾಸಿನಿ ಅಳತೊಡಗಿದಳು. ತಾಯಿ, ತನ್ನ ಬದಿಯಲ್ಲಿ ಹೆಚ್ಚು ಉಸಿರಾಡುತ್ತಾ, ಕಣ್ಣೀರಿನ ಕಣ್ಣುಗಳಿಂದ ಅವನನ್ನು ನೋಡಿದಳು. ನಡುಗುವ ಕೈಯನ್ನು ಮೇಲೆತ್ತಿ ಮಗಳನ್ನು ತಬ್ಬಿಕೊಳ್ಳಬೇಕೆಂದುಕೊಂಡನು, ಸ್ವಲ್ಪ ಮೇಲೇರಿದ ಮೇಲೆ ಕೈ ಕೆಳಗೆ ಬಿದ್ದಿತು. ಪ್ರತಿ ಕ್ಷಣವೂ ಅವನ ಬಾಯಿಯ ಸ್ಥಿತಿ ಹದಗೆಡಲು ಪ್ರಾರಂಭಿಸಿತು. ಶಾಖದ ತೀವ್ರತೆಯಲ್ಲಿ, ಅವಳು ಗೊಣಗಲು ಪ್ರಾರಂಭಿಸಿದಳು, ಏನೆಂದು

ತಿಳಿಯದೆ - 'ನೀವು ಎಲ್ಲಿದ್ದೀರಿ? ನಾನು ಎಲ್ಲಿ ಇದ್ದೇನೆ? ನಿರೀಕ್ಷಿಸಿ, ನಾನು ನಿನ್ನ ಬಳಿ ಬರುತ್ತೇನೆ. ನನ್ನ ಮಾಲೀಕ! ನನ್ನ ಮಕ್ಕಳು! ಈ ರಾಜ್ಯ ನಿನ್ನನ್ನು ತಿಂದಿದೆ. ಇದು ರಾಜ್ಯವಲ್ಲ, ರಕ್ತಪಿಶಾಚಿಗಳ ವಸಾಹತು. ಮಾಲೀಕ! ನೀವು ಸೆರೆಮನೆಯಲ್ಲಿದ್ದೀರಿ ಮತ್ತು ಈಗ ನಾನು ಯಾರೂ ಹಿಂತಿರುಗದ ಸ್ಥಳಕ್ಕೆ ಹೋಗುತ್ತಿದ್ದೇನೆ. ಹಾಗಾದರೆ ನನ್ನ ಪ್ರಿಯನಿಗೆ ಏನಾಗುತ್ತದೆ? ಪ್ರತಿ ಅನಾಥ ಮಗುವಿಗೆ ಆಗುವ ಅದೇ ವಿಷಯ. ಅವಳು ಬಹಳಷ್ಟು ಅಧ್ಯಯನ ಮಾಡಲು ಬಯಸುತ್ತಾಳೆ. ಉನ್ನತ ಶಿಕ್ಷಣ ಪಡೆಯಬೇಕೆಂಬುದು ಅವರ ಆಸೆ. ಅವನಿಗೆ ಯಾರು ಕಲಿಸುತ್ತಾರೆ? ಯಾರ ತಲೆಯಿಂದ ತಂದೆ ತಾಯಿಯ ನೆರಳು ಮೂಡುತ್ತದೆಯೋ ಅವರಿಗೆ ಬೇರೆ ಯಾರು ನೆರಳು ಕೊಡುತ್ತಾರೆ? , ನರಳುತ್ತಿದ್ದ ಸುವಾಸಿನಿ ಅಮ್ಮನ ಬಾಯಿ ಮೇಲೆ ಕೈ ಹಾಕುವ ರೀತಿಯಲ್ಲಿ ಅಮ್ಮ ಗೋಳಾಡುತ್ತಿದ್ದಳು.

ಸಾವಿನ ಸಮಯವೂ ಎಷ್ಟು ಕರುಣಾಮಯವಾಗಿದೆ! ಕಲ್ಲಿನಿಂದ ಕಲ್ಲು ಕೂಡ ಸ್ಫೋಟಗೊಳ್ಳುತ್ತದೆ. ರಾಕ್ಷಸನ ಕಣ್ಣುಗಳಿಂದ ಕಣ್ಣೀರು ಹರಿಯಿತುಆದರೆ ಸಾವು ಕಣ್ಣೀರಿನಿಂದ ಏನು ಸ್ವೀಕರಿಸುತ್ತದೆ! ಅಲ್ಲಿ ಭೂಕಂಪದಂತಹ ಕಂಪನ ಸಂಭವಿಸಿದೆ ಮತ್ತು ದೀಪಿಕಾ ಆರಿದರು. ಹೋದೆ. ಬೆಳದಿಂಗಳ ರಾತ್ರಿಯಲ್ಲಿ, ಸಾವಿನ ದುಃಖವು ಕತ್ತಲೆಯನ್ನು ಹರಡಿತು. ಸುವಾಸಿನಿ ದುಃಖ ಮತ್ತು ದ್ವೇಷದಿಂದ ರಾಕ್ಷಸನನ್ನು ನೋಡಿದಳು. ಅವಳಿಗೆ ಏನನ್ನೋ ಹೇಳಬೇಕೆನಿಸಿತು, ಆದರೆ ಅವನ ಮುಖ ಕಣ್ಣೀರಿನಿಂದ ಒದ್ದೆಯಾಗಿದ್ದನ್ನು ನೋಡಿ ಅವಳ ಬಾಯಿಂದ ಮಾತು ಹೊರಡಲಿಲ್ಲ. ಆದರೆ ಆಟ ಮುಗಿದಿದೆ. ಆಕಾಶದಿಂದ ಶೂಟಿಂಗ್ ನಕ್ಷತ್ರವನ್ನು ನೋಡುತ್ತಿರುವಾಗ ಸೆರೆಮನೆಯಲ್ಲಿ ಶಕ್ತರ ಕಣ್ಣುಗಳು ಈ ಹೃದಯ ವಿದ್ರಾವಕ ಸುದ್ದಿಯನ್ನು ಕಿವಿಗಳೂ ಕೇಳಿದವು. ಕಲ್ಲನ್ನೂ ಒಡೆಯುವಷ್ಟು ಭಾರವಾದ ನಿಟ್ಟುಸಿರಿನೊಂದಿಗೆ ಕುಳಿತರು. ಕೆಲವು ಕ್ಷಣಗಳು ಜಡವಾದವು. ಆದರೆ ಇದ್ದಕ್ಕಿದ್ದಂತೆ ಎದ್ದುನಿಂತು, 'ಕಣ್ಣೀರುಗಳನ್ನು ಕಲ್ಲುಗಳ ಮೇಲೆ ಒಡೆದು ನಾಶಪಡಿಸುವುದು ವ್ಯರ್ಥ.

ಅತ್ಯಂತ ಮಹಿಮಾನ್ವಿತ ಬ್ರಾಹ್ಮಣ ಚಾಣಕನ ಬ್ರಹ್ಮತ್ವವನ್ನು ಕಿತ್ತು ಕೊಂದ, ನನ್ನ ಮಕ್ಕಳನ್ನು ಕಚ್ಚಿ ಕೊಂದ, ವೈಜಯಂತಿಯನ್ನು ಕೊಂದ ಆ ನಿರಂಕುಶ ರಾಜ ಈ ಕಣ್ಣೀರಿನ ಸಿಂಧೂನಲ್ಲಿ ಮುಳುಗಲು ನಾನು

ಜೀವಂತವಾಗಿ ಉಳಿಯುತ್ತೇನೆ. ಬ್ರಾಹ್ಮಣರು ಮತ್ತು ಮಹಿಳೆಯರ ಕೊಲೆಗಾರರು! ಬೆಳಗುತ್ತಿರುವ ಮತ್ತು ಕ್ಷೀಣಿಸುತ್ತಿರುವ ಚಂದ್ರ ಮತ್ತು ಸೂರ್ಯನ ಈ ಜಗತ್ತಿನಲ್ಲಿ, ನಿಮ್ಮ ಪಾಪಗಳ ಪರಿಣಾಮಗಳನ್ನು ನೀವು ಅನುಭವಿಸಬೇಕಾದ ದಿನ ಬರುತ್ತದೆ. "ಎಲ್ಲರೂ ಸತ್ತರೂ ನಾನು ಬದುಕುತ್ತೇನೆ. ನಂದನನ್ನು ನಾಶಮಾಡದೆ ನಾನು ಸಾಯುವುದಿಲ್ಲ. ನಂದನ ನಾಶವಾಗದ ತನಕ ನಾನು ಸತ್ತು ತಿಂದು ಬದುಕುತ್ತೇನೆ' ಎಂದರು. ಜೈಲಿನ ಬಾಗಿಲು ತೆರೆದಾಗ ಶಕ್ತರು ಜೀವನ ಮತ್ತು ಸಾವಿನ ಚಿತ್ರವನ್ನು ನೋಡುತ್ತಿದ್ದರು. ಆ ರಾಕ್ಷಸನು ತನ್ನ ಮುಂದೆ ಬಾಗಿದ ಕಣ್ಣುಗಳೊಂದಿಗೆ ನಿಂತಿರುವುದನ್ನು ಸೆರೆಯಾಳು ನೋಡಿದನು. ಅವರ ಕಣ್ಣೀರು ಹರಿದು ಭೂಮಿಯ ಮೇಲೆ ಬೀಳುತ್ತಿರುವುದನ್ನು ಅವರು ನೋಡಿದರು, ಅವರ ಅಳುವಿನಲ್ಲಿ ಹೃದಯದ ಸತ್ಯವಿದೆ, ಅವರ ನೋವಿನಲ್ಲಿ ಆತ್ಮೀಯತೆ ಇದೆ, ಪ್ರದರ್ಶನವಲ್ಲರಾಕ್ಷಸನು ಅಳುತ್ತಿರುವುದನ್ನು ಕಂಡು ಹೃದಯವಿದ್ರಾವಕನಾದ ಶಕ್ತನು

ಹೇಳಿದನು – ಇದು ಎಂತಹ ರಾಕ್ಷಸ! ನಿಮ್ಮ ಕಣ್ಣುಗಳಲ್ಲಿ ಕಣ್ಣೀರು! ಜ್ವಾಲಾಮುಖಿಯಿಂದ ನೀರು ಹೊರಬರುತ್ತಿದೆ! ಅಳಬೇಡ ದೈತ್ಯ! ನಮಗೆ ಇನ್ನೂ ಸ್ವಲ್ಪ ವಿಷವನ್ನು ಪಡೆಯಿರಿ!

ರಾಕ್ಷಸ - ನಾಚಿಕೆಪಡಬೇಡ! ನೀವು ಅದನ್ನು ನಂಬಲು ಸಾಧ್ಯವಿಲ್ಲ, ಆದರೆ ಮೋಡಗಳು ಸೂರ್ಯನನ್ನು ಆವರಿಸಿದಾಗ ಅದು ಕತ್ತಲೆಯಾಗಿ ಕಾಣಿಸಿಕೊಳ್ಳಲು ಪ್ರಾರಂಭಿಸುತ್ತದೆ. ಸರಿ, ಇದು ಅಂತಹ ವಿಷಯಗಳಿಗೆ ಸಮಯವಲ್ಲ. ನಿನ್ನ ಹೆಂಡತಿಯ ಸಂಸ್ಕಾರಕ್ಕೆ ನಿನ್ನನ್ನು ಕರೆದುಕೊಂಡು ಹೋಗಲು ಬಂದಿದ್ದೇನೆ. ಮೊದಮೊದಲು ಶಕ್ತರು ಮೌನ ವಹಿಸಿದರೂ ತಕ್ಷಣ

ಹೇಳಿದರು - 'ನೀನು ಬದುಕಿರುವವರನ್ನು ಬೇರ್ಪಡಿಸಿದ್ದೀ, ಸತ್ತವರನ್ನು ಭೇಟಿಯಾಗಲು ಬಂದಿರುವೆ! ಹೋಗೋಣಶಕ್ತರು ರಾಕ್ಷಸನೊಂದಿಗೆ ಹೋದರು. ಬೆಳಿಗ್ಗೆ, ಸೂರ್ಯ ಸೃಷ್ಟಿಯ ದೇಹದಿಂದ ಬೆಡ್ ಶೀಟ್ ತೆಗೆಯುತ್ತಿದ್ದಾಗ, ಶಕ್ತನು ತನ್ನ ಹೆಂಡತಿಯ ಮೃತ ದೇಹವನ್ನು ಶೋಣಾ ತೀರದಲ್ಲಿರುವ ಚಿತೆಯ ಬಳಿ ಇರಿಸಿ ಮತ್ತು ಅವಳ ಮುಖದ ಮೇಲಿನ ಹೆಣವನ್ನು ತೆಗೆದು ಜೀವನದ ಕಥೆಯನ್ನು ನೋಡಿದನು. 'ಇವತ್ತು ಕೊನೆಯ ದರ್ಶನ, ಮತ್ತೆ ನೀನು ಕಾಣಲೇ ಇಲ್ಲ. ಒಳ್ಳೆಯದು ದೇವಿ! ಮಹಾರಾಜ್ ಮಹಾನಂದರ ಮಹಿಮೆ ಮತ್ತು ಸಂತೋಷಕ್ಕಿಂತ ಮರಣವು ಉತ್ತಮವಾಗಿದೆ. ಹಾವಿನ ಬಾಯಲ್ಲಿ ಎಷ್ಟು ದಿನ ಬದುಕಬೇಕೋ ಗೊತ್ತಿಲ್ಲ. ಜನ್ಮ, ಜೀವನ, ಸಾವು, ದುಃಖ ಮತ್ತು ಸಂತೋಷದ ಅದ್ಭುತ ಕಥೆ! ಎಷ್ಟು ಪ್ರತಿಭಟನೆ, ಉಸಿರಿನಲ್ಲಿ ಎಷ್ಟು ಕರುಣೆ! ಪ್ರತಿಯೊಬ್ಬರ ಅಸ್ತಿತ್ವವು ಕಲ್ಲಿದ್ದಲಿನ ಮೇಲೆ ಹೊಳೆಯುತ್ತದೆ. ಸಾವು ಬದುಕಿನ ಹೋರಾಟ ಯಾವಾಗಿನಿಂದ ನಡೆಯುತ್ತಿದೆಯೋ ಗೊತ್ತಿಲ್ಲ. ಚಿತೆಯ ಮೇಲೆ ಅಹಂಕಾರವನ್ನು ಸುಡದವನು ಯಾರು. ಯಾರನ್ನು ಈ ಜಗತ್ತು ಮರೆಯುವುದಿಲ್ಲ! ಬಹುಶಃ ಕನಸು ಮತ್ತು ವಾಸ್ತವದ ನಡುವೆ ಯಾವುದೇ ವ್ಯತ್ಯಾಸವಿಲ್ಲ. ಕಣ್ಣುಗಳಲ್ಲಿ ಕಣ್ಣೀರು, ಮುಷ್ಟಿಯಲ್ಲಿ ಬೂದಿ ಮತ್ತು ಮನಸ್ಸಿನಲ್ಲಿ ದರ್ಶನದೊಂದಿಗೆ ಶಕ್ತರ್ ಮತ್ತೆ ಸೆರೆಮನೆಯಲ್ಲಿ, ಆಗೇ.

8

ಅಧಿಕಾರಿಯು ತನ್ನ ವಿಶ್ರಾಂತಿಯ ಕ್ಷಣಗಳಲ್ಲಿಯೂ ನಿರತನಾಗಿರುತ್ತಾನೆ. ಆಲೋಚನೆಗಳು ನಿಯಂತ್ರಕನನ್ನು ನಿದ್ರೆಯಲ್ಲಿಯೂ ಎಚ್ಚರಗೊಳಿಸುತ್ತವೆ. ಸುವ್ಯವಸ್ಥೆಯನ್ನು ಕಾಪಾಡುವವನಿಗೆ ಮಾತ್ರ ಕಾರ್ಯನಿರತತೆಯ ಅವ್ಯವಸ್ಥೆ ತಿಳಿದಿದೆ. ಜೀವನವು ಹೆಚ್ಚು ಶಕ್ತಿಯುತವಾಗಿರುತ್ತದೆ, ಒಬ್ಬ ವ್ಯಕ್ತಿಯು ಹೆಚ್ಚು ಭಾರವನ್ನು ಹೊರುತ್ತಾನೆ. ದಿನದ ರಾಜಕಾರ್ಯಗಳಿಂದ ಬೇಸತ್ತ ಮಹಾಮಾತ್ಯ ರಾಕ್ಷಸರು ಆಗ ತಾನೇ ಹಾಸಿಗೆಯ ಮೇಲೆ ಮಲಗಿದ್ದರು. ದ್ವಾರಪಾಲಕನು ಬಂದು

ಹೇಳಿದನು - ಅಮಾತ್ಯ ಕಾತ್ಯಾಯನನು ಬರುತ್ತಿದ್ದಾನೆ. ರಾಕ್ಷಸನು ಹಾಸಿಗೆಯಿಂದ ಎದ್ದು ಕಾತ್ಯಾಯನನನ್ನು ಕರೆದುಕೊಂಡು ಹೋಗಲು ಬಾಗಿಲಿನ ಕಡೆಗೆ ಹೋದನು. ಕಾತ್ಯಾಯನ ಮುಂದೆ ಬಂದ ಎರಡರಿಂದ ನಾಲ್ಕು ಹೆಜ್ಜೆ ನಡೆದಿರಬೇಕು. ಅವನ ಬಾಯಿಂದ ಸಂತೋಷದ ಸುರಿಮಳೆಗಳು ಹಾರುತ್ತಿದ್ದವು. ರಾಕ್ಷಸರು ಕಾತ್ಯಾಯನನನ್ನು ಪ್ರೀತಿಯಿಂದ ಅತಿಥಿ ಕೋಣೆಗೆ ಕರೆತಂದರು. ಕುಳಿತುಕೊಳ್ಳುವ ಮುಂಚೆಯೇ ಮಹಾಮಾತ್ಯ

ಹೇಳಿದರು - ಇದು ತುಂಬಾ ಸಂತೋಷವಾಗಿದೆ ಎಂದು ತೋರುತ್ತದೆಕುಳಿತ ಕಾತ್ಯಾಯನನು

ಹೇಳಿದನು - ಹೌದು ಮಹಾಮಾತ್ಯ! ನಮಗೆ ರಜಪೂತಾನದಲ್ಲಿ ಜಯ ಸಿಕ್ಕಿತು. ಮೌರ್ಯ ಸೇನಾಪತಿಯ ಶೌರ್ಯದ ಮುಂದೆ ಆ ಹೆಮ್ಮೆಯ ಜನರು ಸೋತರು. ರಾಕ್ಷಸ- ಈ ಸಂತೋಷದಲ್ಲಿ ರಾಜ್ಯೋತ್ಸವದ ಮಹೋತ್ಸವ ನಡೆಯಬೇಕು ಮತ್ತು ಕಮಾಂಡರ್ ಮೌರ್ಯನಿಗೆ 'ಸುಭತ ಶಿರೋಮಣಿ' ಗೌರವವನ್ನು ನೀಡಿ ಗೌರವಿಸಬೇಕು.

ಕಾತ್ಯಾಯನ - ಒಂದು ಒಳ್ಳೆಯ ಸುದ್ದಿ ಮತ್ತು ಮಹಾಮಾತ್ಯ! ಕುಲಪತಿಗಳು ನಿಮ್ಮನ್ನು ನೋಡಲು ಬರುತ್ತಿದ್ದಾರೆ

ರಾಕ್ಷಸ - ಇದು ಕಾತ್ಯಾಯನನ ಎರಡನೇ ಗೆಲುವು! ಕುಲುಟಾಧಿಪತಿ ಆಗಮನವಾದ ಮೇಲೆ ಅವರ ಉತ್ತಮ ಸ್ವಾಗತವನ್ನು

ಹೊಂದಿರಿ - ಮೌರ್ಯ ಸೇನಾಪತಿಯ ವಂದನೆ ಮತ್ತು ಕುಲುಟಾಧಿಪತಿಯ ಸ್ವಾಗತವನ್ನು ಏಕಕಾಲದಲ್ಲಿ ಮಾಡಿದರೆ ಹೇಗಿರುತ್ತಿತ್ತು

ಕಾತ್ಯಾಯನ - ಹೇಗಿರುತ್ತಿತ್ತು?

ರಾಕ್ಷಸ - ನಾನೂ ಕೂಡ ನಿನಗೆ ಹೇಳಲು ಹೊರಟಿದ್ದೆ. ಮತ್ತು ಕುಲುತಾಧಿಪತಿಯೊಂದಿಗೆ ನಡೆಯುವ ಮಾತುಕತೆಯು ಸ್ವಾಗತ ಸಮಾರಂಭದ ನಂತರ ರಹಸ್ಯ ಮಂತ್ರಾಲಯದಲ್ಲಿ ನಡೆಯುತ್ತದೆ ನೋಡಿ, ಬಹಳ

ಕಾತ್ಯಾಯನ - ನಾನು ಈ ಬಗ್ಗೆ ಎಚ್ಚರದಿಂದಿದ್ದೇನೆ, ಮಹಾಮಾತ್ಯ! ಎಚ್ಚರಿಕೆಯಿಂದರಾಕ್ಷಸ - ಶೀಘ್ರದಲ್ಲೇ ಭಾರತದ ಎಲ್ಲಾ ರಾಜ್ಯಗಳು ಮಗಧದ ಧ್ವಜದ ಅಡಿಯಲ್ಲಿ ಬರುತ್ತವೆ ಎಂದು ನಂಬಲಾಗಿದೆ.

ಕಾತ್ಯಾಯನ - ಆದರೆ ಮನೆಗೆ ಬೆಂಕಿ ಭಯಂಕರ ಮಹಾಮಾತ್ಯ! ಮಹಾರಾಜರ ಸೋದರಸಂಬಂಧಿ ಸರ್ವಾರ್ಥಸಿದ್ಧಿಗೆ ಒಳ್ಳೆಯ ಭಾವನೆಗಳಿಲ್ಲ. ಅವನ ಎಂಟು ಪುತ್ರರು ಬಹಳ ಕ್ರೂರರು, ಮೋಸಗಾರರು ಮತ್ತು ಐಷಾರಾಮಿಗಳಾಗಿದ್ದಾರೆ. ಈ ಕೋಟೆಯ ರಾಜ್ಯವು ಮನೆಯ ಬೆಂಕಿಯಿಂದ ಅಪಾಯದಲ್ಲಿದೆ. ರಾಕ್ಷಸ- ಸರ್ವಾರ್ಥಸಿದ್ಧಿಯೇ ತನ್ನ ಪುತ್ರರಂತೆ ಭಯಂಕರನಲ್ಲ. ಇನ್ನೂ, ಅವನನ್ನು ನಮ್ಮವನಾಗಿರಿಸಲು, ನಾವು ಅವನನ್ನು ವಶಪಡಿಸಿಕೊಂಡ ಉತ್ತರ ಪ್ರದೇಶಗಳ ಪ್ರತಿನಿಧಿ ರಾಜನನ್ನಾಗಿ ಮಾಡಿದ್ದೇವೆ.

ಕಾತ್ಯಾಯನ - ಆ ಕಡೆಯಿಂದ ಕಣ್ಣು ಮುಚ್ಚಬಾರದು. ಅವಕಾಶ ಸಿಕ್ಕ ನಂತರ ಬಂಧುಗಳೇ ಶತ್ರುಗಳಾಗುವ ಸಾಧ್ಯತೆ ಇದೆ.

ರಾಕ್ಷಸ - ನಿನ್ನ ಕಬ್ಬಿಣದ ಮುಂದೆ ಕಣ್ಣು ಎತ್ತುವ ಧೈರ್ಯ ಯಾರಿಗಿದೆ! ಕುಲುತಪಾಧಿ ಪತಿ ಯಾವ ದಿನ ಆಗಮಿಸುತ್ತಿದ್ದಾನೆ? ಹುಣ್ಣಿಮೆಯ ದಿನದಂದು ಕಾತ್ಯಾಯನ-ಕಾರ್ತಿಕ್ ಶುಕ್ಲ.

ಮಾನ್ಸ್ಟರ್ - ತುಂಬಾ ಒಳ್ಳೆಯದು! ಅಂದು ರಾತ್ರಿ ಜ್ಯೋತ್ಸ್ನಾಳ ಬೆಳ್ಳಿಯನ್ನು ಉರಿಸುವುದರಿಂದ ಮತ್ತು ಹಬ್ಬದ ದೀಪಗಳನ್ನು ಉರಿಯುವುದರಿಂದ ಈ ಮನೆಯ ಕತ್ತಲು ಖಂಡಿತವಾಗಿಯೂ ದೂರವಾಗುತ್ತದೆ.

ಕಾತ್ಯಾಯನ- ಸರಿ, ನಾನು ಹೋಗುತ್ತೇನೆ ಮಹಾಮಾತ್ಯಾ! ಮೌರ್ಯ ಸೇನಾಪತಿಯು ಹೊಡೆದಾಡುವಾಗ ಬಲ ಎದೆಯ ಕೆಳಭಾಗದಲ್ಲಿ ಗಾಯವಾಗಿದೆ, ನಾನು ಅವನನ್ನು ನೋಡಲು ಹೋಗುತ್ತೇನೆ.

ರಾಕ್ಷಸ- ನೀನು ಯಾವ ಸಮಯದಲ್ಲಾದರೂ ನನ್ನಿಂದ ದೂರವಿರಬೇಕೆಂದು ನಾನು ಬಯಸುವುದಿಲ್ಲ, ಆದರೆ ನಿನ್ನ ಕಾರ್ಯನಿರತತೆ ನನ್ನನ್ನು ಒತ್ತಾಯಿಸುತ್ತದೆಹೋಗು! ಕಾತ್ಯಾಯನನು ಹೊರಟುಹೋದನು ಮತ್ತು ರಾಕ್ಷಸನು ಮತ್ತೆ ಹಾಸಿಗೆಯ ಮೇಲೆ ಮಲಗಿದನು. ಅಲ್ಲೇ ಮಲಗಿ

ಯೋಚಿಸತೊಡಗಿದ- 'ರಾಜಕೀಯದಲ್ಲಿ ಮನುಷ್ಯ ನಿದ್ದೆ ಮಾಡುತ್ತಾನೆ, ಆದರೆ ಮೆದುಳಿಗೆ ನಿದ್ದೆ ಬರುವುದಿಲ್ಲ. ಎಷ್ಟು ದಿನಗಳು ಕಳೆದಿವೆ, ಎಷ್ಟು ರಾತ್ರಿಗಳು ಕಳೆದಿವೆ, ಆದರೆ ನಾನು ಹೇಗೆ ವಿಶ್ರಾಂತಿ ಪಡೆಯಲಿ? ವೈಭವದಿಂದ ತುಂಬಿರುವ ಈ ವಿಶಾಲ ಸಾಮ್ರಾಜ್ಯದ ಮಹಾನ್ ತಾಯಿ ನಾನು, ಆದರೆ ಈ ಶ್ರೇಷ್ಠತೆಯು ಎಷ್ಟು ಕರುಣಾಜನಕವಾಗಿದೆ! ವಿಧುರನ ನೋವಿಗಿಂತ ಹೆಚ್ಚು. ಆಹ್! ಮಗಧ ಸಾಮ್ರಾಜ್ಯದ ಕಾರ್ಡ್ ಯಾರ ದಿಕ್ಕಿನಲ್ಲಿ ಅಲುಗಾಡುತ್ತದೆಯೋ ಅವನನ್ನು ಸುವಾಸಿನಿ ದ್ವೇಷಿಸುತ್ತಾಳೆ. ನಿಮ್ಮ ಈ ಸೋಲು ಪ್ರತಿ ಗೆಲುವಿಗಿಂತಲೂ ದೊಡ್ಡದು ಎಂದು ಹೃದಯ ಹೇಳುತ್ತದೆ. ಸುವಾಸಿನಿ ನಮ್ಮನ್ನು ಕೊಲೆಗಾರರೆಂದು ಪರಿಗಣಿಸುತ್ತಾಳೆ! ಈ ಜಗತ್ತಿನಲ್ಲಿ, ಕೆಲವೊಮ್ಮೆ ನಿರಪರಾಧಿಗಳನ್ನು ಸಹ ತಪ್ಪಿತಸ್ಥರೆಂದು ಪರಿಗಣಿಸಲಾಗುತ್ತದೆ. ಸುವಾಸಿನಿಯೆಡೆಗೆ ನನ್ನನ್ನು ಯಾಕೆ ಸೆಳೆಯುತ್ತಿದ್ದಾರೋ ಗೊತ್ತಿಲ್ಲ! ನಾನು ಅವಳೆಡೆಗೆ ಹೋದಷ್ಟೂ ಅವಳು ನನ್ನಿಂದ ದೂರವಾಗುತ್ತಾಳೆ. , ಯೋಚಿಸುತ್ತಿರುವಾಗಲೇ ರಾಕ್ಷಸರು ನಿದ್ರಿಸಿದರು.

ಅವನು ನಿದ್ರೆಯ ವೇಗದಲ್ಲಿ ನಿದ್ರಿಸುವುದನ್ನು ಮುಂದುವರೆಸಿದನು, ಆದರೆ ಬೆಳಗಾಗುವ ಮೊದಲು ಅವನ ನಿದ್ರೆಯು ಭಯಾನಕ ಕನಸಿನ ಆಘಾತದಿಂದ ಗಾಬರಿಗೊಂಡವನಂತೆ ಮುರಿದುಹೋಯಿತು. ಮಾನವ ರಾಕ್ಷಸರು ತಮ್ಮನ್ನು ಅಲುಗಾಡಿಸುತ್ತಾ ಎದ್ದು ನಿಂತರು. ಅವನಿಗೆ ವಿರೋಧಿಸಲು ಸಾಧ್ಯವಾಗಲಿಲ್ಲ. ಅವರು ಸುವಾಸಿನಿಯ ಕೋಣೆಯನ್ನು ತಲುಪಿದರು. ಸುವಾಸಿನಿ ಅಳುತ್ತಿರುವುದನ್ನು ಕಂಡು ಆ ರಾಕ್ಷಸನು ಸಹಾನುಭೂತಿಯ ಮಾತುಗಳಲ್ಲಿ

ಹೇಳಿದನು - ಸುವಾಸಿನಿ ಏಕೆ ಅಳುತ್ತಿರುವೆ? ಸುವಾಸಿನಿ - ಯಾರ ಸಹೋದರರು ಸತ್ತರು, ಅವರ ತಾಯಿ ತನ್ನ ಪತಿ ಇರುವಾಗ ತನ್ನ ಪ್ರಾಣವನ್ನು ತ್ಯಾಗ ಮಾಡಿದ್ದಾಳೆ ಮತ್ತು ಮಗಧದ ಮಹಾನ್ ಹುತಾತ್ಮನಾದ ತಂದೆ ಜೈಲಿನಲ್ಲಿ ವೃದ್ಧಾಪ್ಯದ ನಿಟ್ಟುಸಿರುಗಳನ್ನು ಉಸಿರಾಡುತ್ತಿದ್ದರೆ, ಇನ್ನೇನು ಅಳಲು ಉಳಿದಿದೆ?

ರಾಕ್ಷಸ - ಪ್ರಪಂಚದ ಪ್ರತಿಯೊಬ್ಬ ಮನುಷ್ಯನು ಅಳುತ್ತಾನೆ, ಆದರೆ ಕೆಲವರು ಮೇಲಿನ ಕಣ್ಣುಗಳಿಂದ ಅಳುತ್ತಾರೆ ಮತ್ತು ಕೆಲವರು ಮೇಲಿನಿಂದ ಅಳುತ್ತಾರೆ. ಅಂತರಾಳದ ಕಣ್ಣಲ್ಲಿ ನೀರು ಇಡುತ್ತದೆ. ಮರೆತುಬಿಡು ಸುವಾಸಿನಿ! ಹಿಂದಿನ ಮರೆತು ಹೋಗು.

ಸುವಾಸಿನಿ - ಹೇಳುವುದು ಎಷ್ಟು ಸುಲಭವೋ, ಮರೆಯುವುದೂ ಅಷ್ಟೇ ಸುಲಭವೇ? ನಿಮ್ಮ ಪದಗಳು ಮುಲಾಮು!

ಇಲ್ಲ-ಇಲ್ಲ, ನಿಮ್ಮ ಮುಲಾಮುದಲ್ಲಿ ನಾನು ವಿಷದ ವಾಸನೆಯನ್ನು ಅನುಭವಿಸುತ್ತೇನೆ. ನನ್ನ ಕಣ್ಣುಗಳಿಂದ ದೂರವಿರಿ, ಇಲ್ಲದಿದ್ದರೆ ನಾನು ನನ್ನ ತಲೆಯನ್ನು ಗೋಡೆಗಳಿಗೆ ಹೊಡೆದು ಸಾಯುತ್ತೇನೆ. ಸುವಾಸಿನಿ ಹೇಳಿದ ಮಾತನ್ನು ತೆಗೆದುಕೊಂಡು, ರಾಕ್ಷಸನು ಭಾರವಾದ ಹೃದಯದಿಂದ

ಹೇಳಿದನು - ನಿಮ್ಮ ಬಳಿ ಏನಾದರೂ ಇದೆಯೇ ಹೇಗಾದರೂ ನನ್ನನ್ನು ನಂಬಲಾಗುತ್ತಿಲ್ಲವೇ? ಸುವಾಸಿನಿನಾನು ಈಗಾಗಲೇ ಹೇಳಿದ್ದೇನೆ, ನಾನು ನಿನ್ನನ್ನು ದ್ವೇಷಿಸುತ್ತೇನೆ.

ಮಾನ್ಸ್ಟರ್ - ಆದರೆ ನಾನು ನಿನ್ನನ್ನು ಪ್ರೀತಿಸುತ್ತೇನೆ.

ಸುವಾಸಿನಿ - ಪಾಪಿಗಳು ಎಲ್ಲಿ! ನಿನ್ನ ಹೃದಯದಿಂದಲೇ ನನ್ನನ್ನು ಈ ಸ್ಥಿತಿಗೆ ತಂದಿದ್ದೀಯಾ ಇಚ್ಛೆಯನ್ನು ಮಾಡುವುದರಿಂದ ಏನು ಪಾಪ?

ರಾಕ್ಷಸ- ಪ್ರೀತಿಯನ್ನು ಪಾಪ ಎನ್ನಬೇಡ ಸುವಾಸಿನಿ!

ಸುವಾಸಿನಿ- ನಾನು ಹೇಳಿದ್ದು ಬಹಳ ಕಡಿಮೆ. ನನ್ನ ಕೈಯಲ್ಲಿ ಖಡ್ಗವಿದ್ದರೆ ಶಕ್ತರ ಪುಣ್ಯ ಮಗಳು ನಿನ್ನಂಥ ಪಾಪಿಗಳ ತಲೆಯನ್ನು ಕಡಿಯುತ್ತಿದ್ದಳು. 'ನಿನ್ನ ಬಳಿ ಖಡ್ಗವಿಲ್ಲದಿದ್ದರೆ ನನ್ನ ಬಳಿ ಕಠಾರಿ ಇದೆ. ಈ ಕಠಾರಿ ತೆಗೆದುಕೊಂಡು ಕತ್ತರಿಸಿ ನಿಮ್ಮ ಕೈಗಳು ಕೊಲ್ಲಲು ಪ್ರಯತ್ನಿಸುತ್ತಿರುವ ಆ ಪಾಪಿಯ ತಲೆ. ದೈತ್ಯಾಕಾರದ ಕಟ್ ಕಠಾರಿ ತೆಗೆದು ಸುವಾಸಿನಿಯೆಡೆಗೆ ಎಸೆಯುತ್ತಾ ಹೇಳಿದರು. ಉರಿಯುವ ಹೃದಯ ಮತ್ತು ನಡುಗುವ ಕೈಗಳಿಂದ ಸುವಾಸಿನಿ ಕಠಾರಿ ಎತ್ತಿಕೊಂಡು ಗುಡುಗುತ್ತಾ

ಹೇಳಿದಳು - ಇಲ್ಲಿಂದ ಹೋಗು, ಇಲ್ಲದಿದ್ದರೆ ನಾನು ನನ್ನ ಪ್ರಾಣವನ್ನು ತೆಗೆದುಕೊಳ್ಳುತ್ತೇನೆ.

ರಾಕ್ಷಸ- ನಿಮ್ಮ ಪ್ರಾಣವನ್ನು ತೆಗೆದುಕೊಳ್ಳಿ, ಆದರೆ ನಿಮ್ಮ ಪ್ರೀತಿಯನ್ನು ನೀಡಿ! ನಾನು ನಿನ್ನನ್ನು ಮದುವೆಯಾಗಲು ಆಶಿಸುತ್ತೇನೆ. ಸುವಾಸಿನಿಯ ಕೋಪ ಇನ್ನಷ್ಟು ಕುದಿಯಿತು. ಸಿಂಹಿಣಿಯಂತೆ ಗರ್ಜಿಸಿದಳು. ಅವನು ಕಠಾರಿಯನ್ನು ಅದರ ಪೊರೆಯಿಂದ ಹೊರತೆಗೆದನು ಮತ್ತು ಕಠಾರಿಯೊಂದಿಗೆ ತನ್ನ ಕೈಯನ್ನು ತನ್ನ ಎದೆಯ ಕಡೆಗೆ ತ್ವರಿತವಾಗಿ ಎತ್ತಿದನು. ಕಠಾರಿ ಹಿಡಿದ ಕೈ ತನ್ನನ್ನು ಮೇಲಕ್ಕೆತ್ತಿದಷ್ಟೇ ವೇಗವಾಗಿ ಮುಂದಕ್ಕೆ ಸಾಗುತ್ತಿದ್ದಂತೆ ಅದರ ವೇಗ ಕಡಿಮೆಯಾಯಿತು. ಚಂಡಮಾರುತದಿಂದ ಮುರಿದ ಹೂವು ಭೂಮಿಯ ಮೇಲೆ ನಿಲ್ಲುವಂತೆ ಕಠಾರಿಯ ತುದಿ ರಾಕ್ಷಸನ ಎದೆಯ ಮೇಲೆ ನಿಂತಿತು. ಕಠಾರಿ ಬಿಟ್ಟು ಕೈ ಹಿಂದೆ ಸರಿಯಿತು. ಕಠಾರಿಯು ಎದೆಯಿಂದ ರಾಕ್ಷಸನ ಪಂಜದ ಮೇಲೆ ಬಿದ್ದಿತು ಮತ್ತು ಅವನ ಕಾಲಿಗೆ ಸ್ವಲ್ಪ ಗಾಯವಾಯಿತು. ರಾಕ್ಷಸನು ತನ್ನ ಉಗುರಿನಲ್ಲಿ ಸಿಲುಕಿಕೊಂಡಿದ್ದ ಸರಳವಾದ ಕಠಾರಿಯನ್ನು ಹೊರತೆಗೆದು ಅದನ್ನು ಆತ್ಮಹತ್ಯೆಯ ಕಡೆಗೆ ತೋರಿಸಿ

ಹೇಳಿದನು - 'ಕಾಮಿನಿಯ ಮೃದುವಾದ ಕೈಗಳು ಕೊಲೆಗಾರರಾಗುವುದನ್ನು ದೇವರು ಬಯಸುವುದಿಲ್ಲ ಮತ್ತು ನಿನ್ನನ್ನು ಪ್ರಾಣಕ್ಕಿಂತ ಹೆಚ್ಚಾಗಿ ಪ್ರೀತಿಸುವ ಆ ರಾಕ್ಷಸನ ಪ್ರಾಣವೂ ಬೇಡ. ಒಡನಾಡಿ. ಹಾಗಾದರೆ ನಾವು ಈಗ ನಮ್ಮ ಜೀವನವನ್ನು ಏನು ಮಾಡುತ್ತೇವೆ? ನಮಗೆ ಈ ಜಗತ್ತಿನಲ್ಲಿ ರಾಜಭಕ್ತಿ ಮತ್ತು ಸುವಾಸಿನಿಯ ವಿವಾಹ ಎಂಬ ಎರಡು ಆಸೆಗಳಿದ್ದವು. ಆದರೆ ಸಂಗಾತಿಯ ಕೊರತೆಯಿಂದ ನಾವು ರಾಜನಿಗೆ ಭಕ್ತಿ ಮಾಡಲು ಸಾಧ್ಯವಿಲ್ಲ. ಆದ್ದರಿಂದ ಜೀವನವು ನಿಷ್ಪ್ರಯೋಜಕವಾಗಿದೆ! ರಾಕ್ಷಸನ ಕಠಾರಿ ಕೈಯಲ್ಲಿ ಕೋಪವಿತ್ತು. ಅವನು ಎದೆಗೆ ಪ್ರವೇಶಿಸಲು ಎದ್ದನು ಆದರೆ ಸುವಾಸಿನಿಯ ಕಿರುಚಾಟ ಅವನ ಕೈಯನ್ನು ನಿಲ್ಲಿಸಿತು. ದ್ವೇಷ ಮತ್ತು ಕರುಣೆಯ ಸಂಗಮದಲ್ಲಿ ವಿಹರಿಸುತ್ತಾ ಸುವಾಸಿನಿ ಅಳುತ್ತಾ

ಹೇಳಿದಳು - ರಾಕ್ಷಸನನ್ನು ಕುರಿತು ಜಗತ್ತು ಏನು ಹೇಳುತ್ತದೆ! ತಂದೆಯನ್ನು ಬಂಧಿಯಾಗಿಟ್ಟಿದ್ದ ತನ್ನ ತಾಯಿ ಮತ್ತು ಸಹೋದರರ ಕೊಲೆಗಾರನಾದ ಅವನನ್ನು ಮದುವೆಯಾದ ಕಾಳಂಕಿಣಿಯೂ ಇದ್ದಾಳೆ ಎಂದು. ನನ್ನ ಪ್ರಾಣದೊಂದಿಗೆ ಈ ಕ್ರೂರ ಆಟವನ್ನು ಆಡಬೇಡ!' ರಾಕ್ಷಸ- ಇದು ಆಟವಲ್ಲ ಸುವಾಸಿನಿ! ಇದು ಜೀವನದ ಸತ್ಯ.

ಸುವಾಸಿನಿ - ಯಾರೊಬ್ಬರ ಇಚ್ಛೆಗೆ ವಿರುದ್ಧವಾಗಿಯೂ ಯಾರನ್ನಾದರೂ ಪ್ರೀತಿಸಬಹುದೇ? ರಾಕ್ಷಸ: ನೀನು ಮಾಡದಿರಬಹುದು, ಆದರೆ ನನ್ನ ಕೊನೆಯ ಉಸಿರು ಇರುವವರೆಗೂ ನಾನು ಬಯಸುತ್ತಲೇ ಇರುತ್ತೇನೆ.

ಸುವಾಸಿನಿ - ಹಾಗಾದರೆ ಮಗಧದ ಮಹಾಮಾತ್ಯನು ಅಧಿಕಾರದಿಂದ ಅಮಾಯಕನನ್ನು ಹಿಂಸಿಸಲು ಬಯಸುತ್ತಾನೆ ಎಂದು ನಾನು ಅರ್ಥಮಾಡಿಕೊಳ್ಳಬೇಕು.

ರಾಕ್ಷಸ- ಈ ಸಮಯದಲ್ಲಿ ನಾವು ಮಗಧದ ಮಹಾಮಾತ್ಯರಲ್ಲ ಆದರೆ ರೂಪ ಮತ್ತು ಗುಣಗಳ ದೇವಿಯ ಮುಂದೆ ಭಾವೋದ್ರಿಕ್ತ

ಅಭ್ಯರ್ಥಿಗಳುಸುವಾಸಿನಿ- ಹಾಗಾದರೆ ಅಭ್ಯರ್ಥಿಯು ಸುವಾಸಿನಿಯನ್ನು ಪಡೆಯಲು ತಪಸ್ಸು ಮಾಡಲು ಸಾಧ್ಯವಾಗುತ್ತದೆಯೇ?

ರಾಕ್ಷಸ- ಹೌದು.

ಸುವಾಸಿನಿ - ಹಾಗಾದರೆ ಇದು ತಪಸ್ಸಿನ ಮೊದಲ ಹಂತ.

ರಾಕ್ಷಸ- ಅವನು ಪಾರ್ವತಿಗಿಂತ ತಪಸ್ಸು ಮಾಡಲು ಹೆಚ್ಚು ಒಲವು ತೋರುತ್ತಾನೆ.

ಸುವಾಸಿನಿ - ಆ ದಿನ ನನ್ನ ಆತ್ಮವು ರಾಕ್ಷಸ ನಿರಪರಾಧಿ ಎಂದು ನಂಬುತ್ತದೆ, ಆ ದಿನ ನನ್ನ ಹೃದಯದಲ್ಲಿ ಭಾವನೆ ಮೂಡಬಹುದು. ಇನ್ನೊಂದು ವಿಷಯ, ಹುಚ್ಚು ಪ್ರೀತಿಯಲ್ಲಿ ಬೀಳುವವರು ಪ್ರೀತಿಯ ಮೌಲ್ಯವನ್ನು ಕಡಿಮೆ ಮಾಡುತ್ತಾರೆ. ಮಗಧ ಸಾಮ್ರಾಜ್ಯದ ಶಕ್ತಿಯು ಪ್ರೀತಿಯಲ್ಲಿ ಕಳೆದುಹೋಗದಿರಲಿ. ನಿಮಗೆ ಸಾಧ್ಯವಾದರೆ, ಪ್ರತಿ ಕಣದಲ್ಲೂ ಹೂವುಗಳು ಅರಳುವ ಈ ಸುಂದರವಾದ ದೇಶದ ತೋಟಗಾರರಾಗಿ.

ರಾಕ್ಷಸ- ಬಹಳ ಸಹಿಸಿಕೊಂಡೆವು ಸುವಾಸಿನಿ! ಈಗ ನಾವು ಸುವಾಸಿನಿಯನ್ನು ಮದುವೆಯಾದರೆ ನಾವು ಜೀವನಪೂರ್ತಿ ಅವಿವಾಹಿತರಾಗಿರುತ್ತೇವೆ ಎಂದು ಪ್ರತಿಜ್ಞೆ ಮಾಡುತ್ತೇವೆ.

ಸುವಾಸಿನಿ - ಸುಟ್ಟು ಬೂದಿಯಾದವನಿಂದ ಬೆಳಕಿನ ಭರವಸೆ ನಿರರ್ಥಕ. ಸುವಾಸಿನಿ ಆರಿದ ಬೂದಿ, ಅದರಲ್ಲಿ ಹೂತಿರುವ ಕಿಡಿ ಇರಬಹುದು, ಚಿನ್ನದ ಕಿರಣವಲ್ಲ.

ರಾಕ್ಷಸ - ಏನೇ ಆಗಲಿ, ನಮ್ಮ ಪ್ರತಿಜ್ಞೆ ದೃಢವಾಗಿರುತ್ತದೆ.

ಸುವಾಸಿನಿ - ಹಾಗಾದರೆ, ನಿಮ್ಮ ಮಾತನ್ನು ಪೂರೈಸಲು, ನೀವು ನನ್ನನ್ನು ದಾಸಿಯಂತೆ ನಡೆಸುತ್ತೀರಾ? ನೀವು ಅದನ್ನು ಇಟ್ಟುಕೊಳ್ಳುತ್ತೀರಾ

ಸುವಾಸಿನಿ- ಹಾಗಾದರೆ ಅಭ್ಯರ್ಥಿಯು ಸುವಾಸಿನಿಯನ್ನು ಪಡೆಯಲು ತಪಸ್ಸು ಮಾಡಲು ಸಾಧ್ಯವಾಗುತ್ತದೆಯೇ?

ರಾಕ್ಷಸ- ಹೌದು.

ಸುವಾಸಿನಿ - ಹಾಗಾದರೆ ಇದು ತಪಸ್ಸಿನ ಮೊದಲ ಹಂತ.

ರಾಕ್ಷಸ- ಅವನು ಪಾರ್ವತಿಗಿಂತ ತಪಸ್ಸು ಮಾಡಲು ಹೆಚ್ಚು ಒಲವು ತೋರುತ್ತಾನೆ.

ಸುವಾಸಿನಿ - ಆ ದಿನ ನನ್ನ ಆತ್ಮವು ರಾಕ್ಷಸ ನಿರಪರಾಧಿ ಎಂದು ನಂಬುತ್ತದೆ, ಆ ದಿನ ನನ್ನ ಹೃದಯದಲ್ಲಿ ಭಾವನೆ ಮೂಡಬಹುದು. ಇನ್ನೊಂದು ವಿಷಯ, ಹುಚ್ಚು ಪ್ರೀತಿಯಲ್ಲಿ ಬೀಳುವವರು ಪ್ರೀತಿಯ ಮೌಲ್ಯವನ್ನು ಕಡಿಮೆ ಮಾಡುತ್ತಾರೆ. ಮಗಧ ಸಾಮ್ರಾಜ್ಯದ ಶಕ್ತಿಯು ಪ್ರೀತಿಯಲ್ಲಿ ಕಳೆದುಹೋಗದಿರಲಿ. ನಿಮಗೆ ಸಾಧ್ಯವಾದರೆ, ಪ್ರತಿ ಕಣದಲ್ಲೂ ಹೂವುಗಳು ಅರಳುವ ಈ ಸುಂದರವಾದ ದೇಶದ ತೋಟಗಾರರಾಗಿ.

ರಾಕ್ಷಸ- ಬಹಳ ಸಹಿಸಿಕೊಂಡೆವು ಸುವಾಸಿನಿ! ಈಗ ನಾವು ಸುವಾಸಿನಿಯನ್ನು ಮದುವೆಯಾದರೆ ನಾವು ಜೀವನಪೂರ್ತಿ ಅವಿವಾಹಿತರಾಗಿರುತ್ತೇವೆ ಎಂದು ಪ್ರತಿಜ್ಞೆ ಮಾಡುತ್ತೇವೆ.

ಸುವಾಸಿನಿ - ಸುಟ್ಟು ಬೂದಿಯಾದವನಿಂದ ಬೆಳಕಿನ ಭರವಸೆ ನಿರರ್ಥಕ. ಸುವಾಸಿನಿ ಆರಿದ ಬೂದಿ, ಅದರಲ್ಲಿ ಹೂತಿರುವ ಕಿಡಿ ಇರಬಹುದು, ಚಿನ್ನದ ಕಿರಣವಲ್ಲ.

ರಾಕ್ಷಸ - ಏನೇ ಆಗಲಿ, ನಮ್ಮ ಪ್ರತಿಜ್ಞೆ ದೃಢವಾಗಿರುತ್ತದೆ.

ಸುವಾಸಿನಿ - ಹಾಗಾದರೆ, ನಿಮ್ಮ ಮಾತನ್ನು ಪೂರೈಸಲು, ನೀವು ನನ್ನನ್ನು ದಾಸಿಯಂತೆ ನಡೆಸುತ್ತೀರಾ? ನೀವು ಅದನ್ನು ಇಟ್ಟುಕೊಳ್ಳುತ್ತೀರಾ

ಸುವಾಸಿನಿ - ನಾನೊಬ್ಬನೇ, ಎಲ್ಲಿ ಉಳಿಯಲಿ?

ರಾಕ್ಷಸ- ಸಂಕಲ್ಪ ಎಲ್ಲಿದೆ. ನಿಮಗೆ ಬೇಕಾದ ಯಾವುದೇ ವ್ಯವಸ್ಥೆಯನ್ನು ನಿಮಗಾಗಿ ಮಾಡಬಹುದು.

ಸುವಾಸಿನಿ - ನಾನು ಓದಲು ಬಯಸುತ್ತೇನೆ.

ಮಾನ್ಸ್ಟರ್ - ಅದಕ್ಕಾಗಿ ನೀವು ಯಾವ ಅವಶ್ಯಕತೆಗಳನ್ನು ಪೂರೈಸಬೇಕು?

ಸುವಾಸಿನಿ - ಖಾಸಗಿ ಬೃಹತ್ ಗ್ರಂಥಾಲಯ.

ಮಾನ್ಸ್ಟರ್ - ನನ್ನ ವೈಯಕ್ತಿಕ ಗ್ರಂಥಾಲಯವು ರಾಜಧಾನಿಯಲ್ಲಿ ದೊಡ್ಡದಾಗಿದೆ. ನೀವು ಬಯಸಿದರೆ ಅವನ ಉಪಯೋಗಿಸಬಹುದು.

ಸುವಾಸಿನಿ- ಆದರೆ ನಾನು ನಿನ್ನ ಅರಮನೆಯಲ್ಲಿ ಮತ್ತು ನಿನ್ನ ಹತ್ತಿರ ವಾಸಿಸಲು ಬಯಸುವುದಿಲ್ಲ. ರಾಕ್ಷಸ- ನಾನು ಸೆರೆಮನೆಗೆ ಹೋಗುವ ಮೊದಲು ಶಕ್ತನು ವಾಸವಾಗಿದ್ದ ಅರಮನೆಗೆ ಹೋಗುತ್ತೇನೆ. ನೀವು ನನ್ನ ನಿವಾಸದಲ್ಲಿ ಮುಕ್ತವಾಗಿ ಮತ್ತು ಎಲ್ಲಾ ಸೌಲಭ್ಯಗಳೊಂದಿಗೆ ವಾಸಿಸಬಹುದು.

ಸುವಾಸಿನಿ - ನಾನು ನಿನ್ನನ್ನು ನಂಬುವುದಿಲ್ಲ.

ರಾಕ್ಷಸ- ರಾಕ್ಷಸ ರಾವಣನೂ ಹಸಿರು ಸೀತೆಯನ್ನು ದಾರದಿಂದ ಕಟ್ಟಿ ಪರಿಶುದ್ಧತೆಯಿಂದ ಕಾಪಾಡಿದ್ದನೆಂಬುದು ನಿನಗೆ ತಿಳಿದಿಲ್ಲವೇ? ರಾಕ್ಷಸನು ಪಾತ್ರಹೀನನಲ್ಲ, ಅವನು ಹುಡುಗಿಗೆ ದ್ರೋಹ ಮಾಡುವುದಿಲ್ಲ. ಮತ್ತು ನಿಮ್ಮ ನಂಬಿಕೆಗಾಗಿ ನಾವು ನಿಮಗೆ ಬೇಡವಾದಾಗ ನಿಮ್ಮ ಮುಂದೆ ಬರುವುದಿಲ್ಲ ಎಂದು ಭರವಸೆ ನೀಡುತ್ತೇವೆ.

ಸುವಾಸಿನಿ - ಒಂಟಿಹುಡುಗಿಯೊಂದಿಗೆ ಮಾತನಾಡುವುದು ಪಾಪವಲ್ಲ, ತಂದೆಯೂ ತನ್ನ ಚಿಕ್ಕ ಮಗಳನ್ನು ಪ್ರೀತಿಸುತ್ತಾನೆ. ಮಾತನಾಡುತ್ತಾರೆ. ರಾಜಮಂತ್ರಿಯೂ ಸಾರ್ವಜನಿಕರಿಗೆ ತಂದೆ. ನನ್ನ ತಂದೆ ನನ್ನೊಂದಿಗೆ ಇರುವವರೆಗೂ ಅಲ್ಲಿಯವರೆಗೆ ನೀನು ನನ್ನನ್ನು ಭೀಷ್ಮ ಪಿತಾಮಹನಂತೆ ಕಾಪಾಡು.

ರಾಕ್ಷಸ - ನಾವು ರಾಜಕೀಯದಲ್ಲಿ ಕೃಷ್ಣನ ಅನುಯಾಯಿಗಳಾಗಿದ್ದರೆ, ಧರ್ಮವನ್ನು ಅನುಸರಿಸುವಲ್ಲಿ ನಾವು ಆರಾಧಕರು. ಅವನು ತನ್ನ ಅಜ್ಜನನ್ನು ಮಾತ್ರ ಅನುಸರಿಸುತ್ತಾನೆ. ನಮ್ಮ ಮಾತು ಮಕ್ಕಳ ಆಟಿಕೆಗಳಲ್ಲಸುವಾಸಿನಿಯು ರಾಕ್ಷಸನ ರಕ್ಷಣೆಯಲ್ಲಿರಲು ಒಪ್ಪಿಕೊಂಡಳು ಮತ್ತು ರಾಕ್ಷಸನು ಗಂಭೀರ ಭಂಗಿಗೆ ಹೋದನು. ರಾಕ್ಷಸನ ನಿರ್ಗಮನದ ನಂತರ, ಸುವಾಸಿನಿಯು ವಿವಿಧ ಆಲೋಚನೆಗಳಲ್ಲಿ ಮುಳುಗಿದ್ದಳು. ಗತಕಾಲದ ಎಷ್ಟೋ ನೆನಪುಗಳು ಎಚ್ಚೆತ್ತು ಅವನನ್ನು

ಅಲುಗಾಡಿಸತೊಡಗಿದವು – "ಜೀವನ ಎಷ್ಟೊಂದು ಸ್ವಪ್ನಮಯ! ನಿನ್ನೆ ಇದ್ದಿದ್ದೇ ಇಲ್ಲ ಎಂಬಂತೆ ಇಂದು ಕೂಡ ನಾಳೆ ಇಲ್ಲ ಎಂಬಂತೆ. ಮಣ್ಣು ಮನುಷ್ಯನ ಕೊನೆಯ ಸ್ಥಿತಿ. ಕೆಲವೊಮ್ಮೆ ಜೀವನವು ತುಂಬಾ ನಿರಾಶಾದಾಯಕವಾಗಿರುತ್ತದೆ. ಗಾಳಿಯು ಸಸ್ಯವನ್ನು ಹೂಬಿಡುವ ಮೊದಲು ಕಿತ್ತುಹಾಕುತ್ತದೆ. ನಾನು ಯಾರ ಮೇಲೂ ಪ್ರೀತಿ ಕಂಡಿಲ್ಲ. ರಾಕ್ಷಸನು ಅಂಗೈಯಲ್ಲಿ ಸಾಸಿವೆ ಬೆಳೆಯಲು ಬಯಸುತ್ತಾನೆ. ಗರ್ವಪಡಬೇಡ ಸುವಾಸಿನಿ! ನೀವೂ ಯಾರಿಗೋಸ್ಕರ ತುಂಬಾ ಚಡಪಡಿಸುತ್ತಿದ್ದಿರಿ. ಕೌಟಿಲ್ಯನನ್ನು ಮದುವೆಯಾಗಲು ಬಾಲ್ಯದಲ್ಲಿ ನಿನಗೆ ಮನಸ್ಸಿರಲಿಲ್ಲವೇ? ಗೊಂಬೆಗಳೊಂದಿಗೆ ಆಡುವ ಹಾಗೆ ಇರಲಿ ಆಸೆ ಮಾತ್ರ ಇತ್ತು.

ಆದರೆ ಆ ಆಸೆ ಎಷ್ಟು ಬಲವಾಗಿತ್ತು! ಆ ಕನಸಿನಲ್ಲಿ ಎಷ್ಟು ಉಜ್ವಲ ಭವಿಷ್ಯಗಳು ನೆಲೆಸಿದ್ದವು! ಬಾಲ್ಯದ ಆ ಭರವಸೆ ಬೂದಿಯಾಗಿ ಉಳಿಯಿತು. ಕೌಟಿಲ್ಯನನ್ನು ಏಕೆ ನೆನಪಿಸಿಕೊಳ್ಳುತ್ತಿದ್ದೇನೆ ಎಂದು ಇನ್ನೂ ತಿಳಿದಿಲ್ಲ! ಆ ಚೆಲುವಾದ ನಯವಾದ ಮುಖ, ಆ ಅಸಾಧಾರಣ ಪ್ರತಿಭೆ, ಚೇಷ್ಟೆಯ ಸ್ವಭಾವ, ಹಿಮಾಲಯದಂತಹ ಸ್ವಾಭಿಮಾನ ಮತ್ತು ಬೆಂಕಿಯಂತಹ ಕೋಪ, ಆದರೆ ನೀರಿನಂತಹ ದಯೆ ಮತ್ತು ಸತ್ಯದಂತಹ ಶುದ್ಧತೆ ಮನಸ್ಸಿನಿಂದ ಏಕೆ ಇಳಿಯುವುದಿಲ್ಲ ಎಂದು ತಿಳಿದಿಲ್ಲ! ಕೌಟಿಲ್ಯನ ಬಳಿ ಸಿಕ್ಕಷ್ಟು ಶಾಂತಿ ಎಲ್ಲಿಯೂ ಸಿಗಲಿಲ್ಲ"ಎಷ್ಟು ದೊಡ್ಡ ಸೇತುವೆಗಳನ್ನು ಕಟ್ಟುತ್ತಿದ್ದನು!

ಆ ಚಿಕ್ಕ ಬಾಯಿಂದ ದೊಡ್ಡ ದೊಡ್ಡ ಸಂಗತಿಗಳನ್ನು ಕೇಳಿ ನಗುತ್ತಿದ್ದೆ, ಆಗ ಅವನು "ಮಂಗನಿಗೆ ಶುಂಠಿ ಕೊಟ್ಟರೆ ಉಗುಳುತ್ತಾಳೆ" ಎಂದು ಹೇಳುತ್ತಿದ್ದನು. ನಾನು ನಿಮಗೆ ಹೇಳುವ ಈ ವಿಷಯಗಳು ನಿಮ್ಮ ಮನಸ್ಸಿಗೆ ಬರುವುದಿಲ್ಲ." ಮತ್ತು ನಾನು ಅವನನ್ನು ಮತ್ತಷ್ಟು ಚುಡಾಯಿಸಿದಾಗ, ಅವನು ಅಸಮಾಧಾನಗೊಂಡು ದೂರ ಹೋಗಲು ಪ್ರಾರಂಭಿಸಿದನು. ಆಗ ಅವರು ಮನವೊಲಿಸಲು ಎಷ್ಟು ಕಷ್ಟಪಟ್ಟರು! ಅಷ್ಟೇ, ಹೆಚ್ಚು ಯೋಚಿಸಬೇಡ ಸುವಾಸಿನಿ! ಅದನ್ನು ತಡೆಯಲು ಪ್ರಯತ್ನಿಸುವುದರಿಂದ ಕಣ್ಣೀರು ನಿಲ್ಲುವುದಿಲ್ಲ ಮತ್ತು ಕಣ್ಣೀರು ಹೊರಬಂದರೆ ಮುತ್ತುಗಳ ಮೌಲ್ಯವು ಕುಸಿಯುತ್ತದೆ. ಪ್ರೇಮದ ಕಣ್ಣೀರಿನ ಸ್ಥಳವು ರೆಪ್ಪೆಗಳ

ಹೊದಿಕೆಯಲ್ಲಿದೆ. , ಯೋಚಿಸುತ್ತಾ ಬೆರಳಿನಿಂದ ಕಣ್ಣೀರು ಒರೆಸಿಕೊಂಡು ಸುವಾಸಿನಿ ನಿದ್ದೆಗೆ ಜಾರಿದಳು. ನಿದ್ರೆಯ ಪರ್ಯಾಯ ಸಮಯದಲ್ಲಿ, ದುಃಖ ಮತ್ತು ಸಂತೋಷದ ಕನಸುಗಳು ಏಳುವ ಮತ್ತು ಮಲಗುವ ಸಮಯದಲ್ಲಿ ಹಲವಾರು ಹಾಡುಗಳನ್ನು ಹಾಡುತ್ತಲೇ ಇರುತ್ತವೆ. ಒಂದು ದಿನ ರಾಜಧಾನಿಯನ್ನು ಅಲಂಕರಿಸುತ್ತಿರುವುದನ್ನು ಸುವಾಸಿನಿ ನೋಡಿದಳು. ರಸ್ತೆಗಳಲ್ಲಿ ದೊಡ್ಡ ಗೇಟ್‌ಗಳನ್ನು ನಿರ್ಮಿಸಲಾಗುತ್ತಿದೆ. ನಕ್ಷತ್ರ-ಕಸೂತಿಯ ಮೇಲಾವರಣಗಳನ್ನು ಹೆದ್ದಾರಿಗೆ ಅಡ್ಡಲಾಗಿ ಕಟ್ಟಲಾಗಿದೆಸುವಾಸಿನಿ ಕೇವಲ ಅಲಂಕಾರವನ್ನು ನೋಡುತ್ತಿದ್ದಳು, ಅವಳು ಕಹಳೆಯನ್ನು ಕೇಳಿದಳು- 'ಕುಲುತ್‌ನ ಅತ್ಯಂತ ಮಹಿಮಾನ್ವಿತ ರಾಜ ಚಿತ್ರವರ್ಮ ರಾಜಧಾನಿಗೆ ಬರುತ್ತಿದ್ದಾನೆ ಮತ್ತು ವೀರ ಸೇನಾಧಿಪತಿ ಮೌರ್ಯನು ರಜಪೂತನನ್ನು ಗೆದ್ದು ಹಿಂದಿರುಗಿದ್ದಾನೆಂದು ನಿಮಗೆ ತಿಳಿದಿದೆ. ಈ ಸಂಭ್ರಮದ ಸಂದರ್ಭದಲ್ಲಿ ಇಂದು ಅದ್ದೂರಿ ಹಬ್ಬವನ್ನು ಆಚರಿಸಲಾಗುತ್ತಿದೆ.

ಈ ನಗರವು ಕುಸುಂಪು ಎಂದು ಪ್ರಾರಂಭವಾಗುವ ರೀತಿಯಲ್ಲಿ ಜನರು ಪಾಟಲೀಪುತ್ರವನ್ನು ಹೂವಿನಿಂದ ಅಲಂಕರಿಸಬೇಕು, ಕುಲುಟದ ರಾಜನು ತನ್ನ ರಾಜ್ಯಕ್ಕೆ ಹೋಗಿ ನಿನ್ನನ್ನು ಅಪಾರವಾಗಿ ಸ್ತುತಿಸಬೇಕು. ಅತಿಥಿಯನ್ನು ಸ್ವಾಗತಿಸಲು ರಾತ್ರಿ ದೀಪದಂತೆ ಬೆಳಗಲಿ! , ಡೊಳ್ಳು ಬಾರಿಸುವ ಘೋಷಣೆಗಳು ನಡೆಯುತ್ತಿದ್ದು ರಾಜಧಾನಿಯಲ್ಲಿ ಉತ್ಸಾಹದ ಅಲೆ ಎದ್ದಿತ್ತು. ಸುತ್ತಲಿನ ಗದ್ದಲದಿಂದ ಅದ್ಭುತವಾದ ಸಂತೋಷವನ್ನು ಉಂಟುಮಾಡುವ ಧ್ವನಿ ಕೇಳಿಸಿತು. ದಿನ ಸುಮ್ಮನೆ ಕಳೆಯಿತು. ಕಾಯುವ ಕ್ಷಣಗಳು ಪ್ರಯಾಸದಿಂದ ಕಳೆದರೂ, ಆ ಕಾಲವನ್ನು ಅಲಂಕರಿಸಲು ಮತ್ತು ನಗರದ ಅಲಂಕಾರಗಳನ್ನು ನೋಡಲು ಹೆಚ್ಚು ಸಮಯ ತೆಗೆದುಕೊಳ್ಳಲಿಲ್ಲ. ಇದ್ದಕ್ಕಿದ್ದಂತೆ ಉತ್ಸಾಹದ

ಪ್ರಚೋದನೆಹುವಾ - 'ಎಚ್ಚರಿಕೆಯಿಂದಿರಿ! ಅತ್ಯಂತ ಪುಣ್ಯವಂತ, ಕರುಣಾಮಯಿ, ತೇಜಸ್ವಿ, ಪರಾಕ್ರಮಿ, ಮಗಧಧಿಪತಿ, ಮಹಾರಾಜ ಮಹಾನಂದ್ ಬರುತ್ತಿದ್ದಾರೆ. ಸಿಂಹದ ಹಠಾತ್ ಆಗಮನದಿಂದ ಹೇಗೆ ಭಯವು ಹರಡುತ್ತದೆಯೋ, ಅದೇ ರೀತಿ ಮಹಾರಾಜ ಮಹಾನಂದರ ಆಗಮನದಿಂದ, ಸಂತೋಷವು ಶಿಸ್ತುಗೆ ಬದಲಾಯಿತು. ಎಲ್ಲಾ ಶುಭಾಶಯಗಳಲ್ಲಿ ಅವರ ತಲೆಗಳನ್ನು ಬಾಗಿಸಿ ನಂದಾ ಮಹಾನಂದ ಸ್ಥಾನಮಾನದಿಂದ ಹೊಳೆಯುತ್ತಿರುವ ಎತ್ತರದ ಸಿಂಹಾಸನದ ಮೇಲೆ ಕುಳಿತನು. ಕೆಂಪಾದ ಕಣ್ಣುಗಳು, ಬಿಗಿಯಾದ ಬಾಯಿ, ವಿಶಾಲವಾದ ಎದೆ, ಝಗಮಗಿಸುವ ಭಾವಗಳು,

ರಾಜವೇಷಗಳು - ಇಂದ್ರನು ರಾಜಮನೆತನದಲ್ಲಿ ಕುಳಿತಿದ್ದನಂತೆ! ಸನ್ಮಾನ ಸಮಾರಂಭ ಆರಂಭವಾಯಿತು. ಮಹಾಮಾತ್ಯ ರಾಕ್ಷಸನು ತನ್ನ ಎತ್ತರದ ಆಸನದಿಂದ ಗಂಭೀರವಾಗಿ ಎದ್ದು

ಹೇಳಿದನು - 'ಅತ್ಯಂತ ಸದ್ಗುಣಿಯಾದ ಮಗಧಧಿಪತಿ ಮಹಾರಾಜ ನಂದನಿಗೆ, ಎಲ್ಲರೂ

ಕೂಗಿದರು - 'ಜೈ!

-''ದೇಶಕ್ಕಾಗಿ ಪ್ರಾಣ ತ್ಯಾಗ ಮಾಡಿದ ವೀರಯೋಧರಿಗೆ...

-'ವಿಜಯ!'

-'ನಮ್ಮ ಅತಿಥಿ ರಾಜನ...'

- 'ವಿಜಯ'!

- 'ಸೇನಾಪತಿ ಮೌರ್ಯ......'

-'ನೀನು ಅಮರನಾಗಲಿ!'

ಅತ್ಯಂತ ಗೌರವಾನ್ವಿತ ಮಗ್ದಾಧೀಶ! ಅಮಾತ್ಯ ಗಣ! ಅತಿಥಿ ಗುಂಪು! ಹೆಂಗಸರು ಮತ್ತು ದೇವರುಗಳು! ಇಂದು ನಮಗೆ ಸಂತೋಷದ ದಿನ. ಇಂದಿನ ಸಂತೋಷಕ್ಕೆ ಹಲವು ಮಂಗಳಕರ ಕಾರಣಗಳಿವೆ. ನಮ್ಮ ಕಮಾಂಡರ್ ಮೌರ್ಯ ರಜಪೂತಾನವನ್ನು ಗೆದ್ದು ಮಗಧ ರಾಜ್ಯದಲ್ಲಿ ವಿಲೀನಗೊಳಿಸಿದರು. ನಮ್ಮ ಆಹ್ವಾನದ ಮೇರೆಗೆ ಕುಲುಟಾಧಿಪತಿ ಚಿತ್ರವರ್ಮ ಬಂದಿದ್ದು, ಇಂದು ಮಹಾರಾಜರ ಕಿರಿಯ ರಾಣಿಗೆ ಜನಿಸಿದ

ಮಗನ ನಾಮಕರಣ ಕಾರ್ಯಕ್ರಮ ನಡೆಯುತ್ತಿದೆ. "ನಮ್ಮ ಮಹಿಮಾನ್ವಿತ ಮಹಾರಾಜ ಮಹಾನಂದರು ಈ ದಿನಗಳಲ್ಲಿ ಪೂಜೆ ಮಾಡುತ್ತಿಲ್ಲ ಎಂಬುದು ನಿಮಗೆ ತಿಳಿದಿದೆ. ಬೇರೆ ಯಾವುದೇ ಉತ್ಸವದಲ್ಲಿ ಪಾಲ್ಗೊಳ್ಳಲು ಆಸಕ್ತಿ ಇಲ್ಲ. ನಮ್ಮ ವಿಶೇಷ ವಿನಂತಿ ಮತ್ತು ನಿಮ್ಮ ಪ್ರೀತಿಯಿಂದಾಗಿ ಅವರು ಈ ಸಮಾರಂಭದಲ್ಲಿ ಭಾಗವಹಿಸಲು ಸಂತೋಷಪಟ್ಟಿದ್ದಾರೆ. "ಈಗ ಮೊದಲು ಕರ್ನಾಟಕದ ನರ್ತಕಿಯಿಂದ ನೃತ್ಯ ನಡೆಯಲಿದೆ, ನೀವು ಅವರ ಅಭಿವ್ಯಕ್ತಿಗಳು ಮತ್ತು ನೃತ್ಯವನ್ನು ನೋಡುತ್ತೀರಿ. ಮಂತ್ರಮುಗ್ಧರಾಗುತ್ತಾರೆ.

ಅವರು ಬಟಾಶಗಳ ಮೇಲೆ ನೃತ್ಯ ಮಾಡುತ್ತಾರೆ ಮತ್ತು ಅವರಿಂದ ಒಂದೇ ಒಂದು ಬಟಾಶಾ ಕೂಡ ಸಿಡಿಯುವುದಿಲ್ಲ ಎಂದು ನೀವುನೋಡುತ್ತೀರಿ. "ನೃತ್ಯ ಪ್ರಾರಂಭವಾಯಿತು, ಪ್ರೇಕ್ಷಕರು ನೃತ್ಯ ಮಾಡಲು ಪ್ರಾರಂಭಿಸಿದರು, ನರ್ತಕಿ ಎಲ್ಲರನ್ನು ಮದ್ಯಪಾನ ಮಾಡಿದಂತೆ. ಕುಲುಟಾಧಿಪತಿಯನ್ನು ಸ್ವಾಗತಿಸಲು ನೃತ್ಯ ಮತ್ತು ಸಂಗೀತದ ಪ್ರದರ್ಶನವು ಕುಲುಟಾಧಿಪತಿಯನ್ನು ಆಕರ್ಷಿಸಿತು. ಆ ರಾಗ-ರಾಗಣಿ (ಮಧುರ) ಗೀತೆಗಳು ಪ್ರಕೃತಿಯನ್ನೂ ನಡುಗಿಸಿದವು. ತರುವಾಯ, ಪಾಟಲೀಪುತ್ರದ ವರ್ಣಚಿತ್ರಕಾರ ಚತುರ್ಭುಜನು ಕುಲುಟಾಧಿಪತಿಯ ಚಿತ್ರ ಮತ್ತು ಕಮಾಂಡರ್ ಮೌರ್ಯನ ದಿವ್ಯ ಚಿತ್ರವನ್ನು ಪ್ರದರ್ಶಿಸಿದನು. ಚಿತ್ರವನ್ನು ನೋಡಿದ ನಂತರ ಎಲ್ಲರೂ ಬೆರಗಾದರು.

ಅಸಲು ಮತ್ತು ನಕಲಿ ನಡುವೆ ವ್ಯತ್ಯಾಸವನ್ನು ಕಂಡುಹಿಡಿಯುವುದು ಕಷ್ಟಕರವಾಗಿತ್ತು. ವರ್ಣಚಿತ್ರಕಾರ ಕುಲುತಾಧಿಪತಿ ಮತ್ತು ಸೇನಾಪತಿ ಮೌರ್ಯರ ಚಿತ್ರಗಳನ್ನು ಗೌರವಪೂರ್ವಕವಾಗಿ ಪ್ರಸ್ತುತಪಡಿಸಿದರು. ಸಮಾರಂಭದಲ್ಲಿ ಇನ್ನೂ ಅನೇಕ ಅಮೂಲ್ಯ ರತ್ನಗಳನ್ನು ಪ್ರಸ್ತುತಪಡಿಸಲಾಯಿತು. ಸಭೆಯನ್ನು ಪೂರ್ಣಗೊಳಿಸಿದ ನಂತರ, ಮಹಾಮಾತ್ಯನು ಸಿಂಹಾಸನದಿಂದ ಎದ್ದು ಹೆಮ್ಮೆಯಿಂದ

ಹೇಳಿದನು - "ನಾನು ಅದನ್ನು ಘೋಷಿಸಲು ಸಂತೋಷಪಡುತ್ತೇನೆಪಂಡಿತರು ಮತ್ತು ಜ್ಯೋತಿಷಿಗಳ ಅಭಿಪ್ರಾಯದಂತೆ ನೂತನ ರಾಜಕುಮಾರನಿಗೆ 'ಚಂದ್ರ' ಎಂದು ನಾಮಕರಣ ಮಾಡಲಾಗಿದೆ. ರಾಜಕುಮಾರ ಚಂದ್ರ! ಅಲ್ಲಿ ಗದ್ದಲ ಉಂಟಾಯಿತು ಮತ್ತು ಮಹಾಮಾತ್ಯನು ಹೇಳಲು

ಪ್ರಾರಂಭಿಸಿದನು - ಈ ಅಪಾರ ಸಂತೋಷದಲ್ಲಿ, ನಮ್ಮ ಅಮಾತ್ಯ ಕಾತ್ಯಾಯನನು ನಿಮ್ಮ ಮುಂದೆ ಸ್ವಲ್ಪ ರಸವರ್ಷವನ್ನು ಸುರಿಸುತ್ತಾನೆ. ಕಾತ್ಯಾಯನನು ಎದ್ದು ನಸುನಗುತ್ತಾ ಮೆಲ್ಲನೆಯ ದನಿಯಲ್ಲಿ

ಹೇಳಿದನು - "ನನಗೂ ಈ ಸಂತೋಷದ ಅಮಲು. ಇದನ್ನು ಮಾಡಲಾಯಿತು ಮತ್ತು ರಾತ್ರಿಯಲ್ಲಿ ಮಲಗಿರುವಾಗ ನಾನು ಶೃಂಗಾರ್ ರಾಸ್ನ ಕೆಲವು ಹೂವುಗಳನ್ನು ಸರಸ್ವತಿಯಿಂದ ಪ್ರೇರೇಪಿಸಿದ್ದೇನೆ. ನನಗೆ ಆಹಾರ ಕೊಡಿ. ನಾನು ಸುಮ್ಮನೆ ಕನಸು ಕಂಡೆಕಲ್ಪನೆಯು ಎಲ್ಲಿಂದಲೋ

ಹುಟ್ಟಿತು - ಚಂದ್ರನಿಂದ ಚಂದ್ರನ ಬೆಳಕು, ಆದರೆ ಚಂದ್ರನು ಮುರನಿಂದ

ಹುಟ್ಟಿದನು - ಜ್ಯೋತ್ಸ್ನಾ, ಸೌಂದರ್ಯದ ದೇವತೆ. ಕಣ್ಣುಗಳಲ್ಲಿ ಅಮೃತ, ತುಟಿಗಳಲ್ಲಿ ಉಷಾ, ಎದೆಯ ಮೇಲೆ ರವಿಶಶಿ ಮತ್ತು ಹೊಳೆಯುವ ಕಪ್ಪು ಮಚ್ಚೆ, ಮಹಾರಾಜರ ಶಿಷ್ಯರು ರೂಪದಲ್ಲಿ ನೆಲೆಸಿದ್ದಾರೆ ಎಂದು ತೋರುತ್ತದೆ. ಈ ಖುಷಿಯಲ್ಲಿ ಒಂದು ಸುಂದರ ಕವನ ಬರೆದೆ. ಆಲಿಸಿ, ನೀವು ರೋಮಾಂಚನಗೊಳ್ಳುವಿರಿ." ಕಾತ್ಯಾಯನನ ಪಾದಗಳನ್ನು ಉಚ್ಚರಿಸುತ್ತಿರುವಾಗ ಮಹಾರಾಜ ನಂದನು ಕೋಪದಿಂದ ಸಿಂಹಾಸನದಿಂದ ಎದ್ದು ಕಾತ್ಯಾಯನನನ್ನು ತಡೆದು

ಹೇಳಿದನು - ಕಪ್ಪು ಮಚ್ಚೆ! ನಿನಗೆ ಹೇಗೆ ಗೊತ್ತು?" ಕಾತ್ಯಾಯನ ಮುಗುಳ್ನಕ್ಕು

ಹೇಳಿದ- "ನಾನು ಕುಡಿದು ಗುನುಗಲು ಪ್ರಾರಂಭಿಸಿದಾಗ, ಸತ್ಯವು ಮುನ್ನೆಲೆಗೆ ಬರುತ್ತದೆ." ಮಹಾರಾಜನ ಮುಖದ ಮೇಲೆ ಜಾಣ ರಾಕ್ಷಸ ಕೈ ಹಾಕಿತು ಎಂದು ಮಹಾರಾಜರು ಪ್ರತ್ಯುತ್ತರವಾಗಿ ಏನಾದರೂ ಹೇಳಬೇಕು. ಅದನ್ನು ಇಟ್ಟುಕೊಂಡು ಆತಂಕದಿಂದ

ಹೇಳಿದರು - 'ಇದ್ದಕ್ಕಿದ್ದಂತೆ ಮಹಾರಾಜರ ಹೃದಯವು ಉದ್ವೇಗಗೊಂಡಿತು, ಅದಕ್ಕಾಗಿಯೇ ಕಾರ್ಯವನ್ನು ಕೊನೆಗೊಳಿಸಲಾಗಿದೆ. , ಸಮಾರಂಭವು ವಿಚಿತ್ರ ವಾತಾವರಣದಲ್ಲಿ ಕೊನೆಗೊಂಡಿತು ಮತ್ತು

ಎಲ್ಲರೂ ತಮ್ಮ ಸ್ಥಳಗಳಿಗೆ ಮರಳಿದರು. ಮಹಾಮಾತ್ಯ ರಾಕ್ಷಸರು ಮಹಾರಾಜರನ್ನು ಕರೆದುಕೊಂಡು ಅವರ ಅರಮನೆಗೆ ಬಂದರು. ಮಹಾರಾಜರ ಉಷ್ಣತೆ ಇನ್ನೂ ಹೆಚ್ಚಿತ್ತು. ರಾಕ್ಷಸನು ಏನನ್ನೂ ಹೇಳುವ ಮೊದಲೇ ಅವನು

ಹೇಳಿದನು - 'ಕಾತ್ಯಾಯನನನ್ನು ನಮ್ಮ ಆಸ್ಥಾನದಲ್ಲಿ ಇರಿಸಿಕೊಳ್ಳಲು ನಾವು ಬಯಸುವುದಿಲ್ಲ. ನಾನು ಕಾತ್ಯಾಯನನ ಅರಮನೆಗೆ ಭೇಟಿ ನೀಡುವುದನ್ನು ಬಿಟ್ಟು ಅವನ ಮುಖವನ್ನು ನೋಡಲು ಬಯಸುವುದಿಲ್ಲ. ಅವನನ್ನು ಜೈಲಿಗೆ ಹಾಕಬೇಕು, ಅವನು ಅಪರಾಧಿ. ಖಂಡಿತಾ ಇದು ಆ ದಿನ ಮುರನ ಅರಮನೆಗೆ ಬಂದಿರಬೇಕು. ಮಗಧದ ರಾಜನಾಗಬೇಕೆಂಬುದು ಅವನ ಆಸೆ. ಮತ್ತು ಒಂದೋ ಎರಡೋ ಬಾರಿ ಮುರನ ಅರಮನೆಯಲ್ಲಿ ಆರೈಕೆಯ ನೆಪದಲ್ಲಿ ನೋಡಿದೆ.'

ರಾಕ್ಷಸ - ಒಂದು ಕೈ ಚಪ್ಪಾಳೆ ತಟ್ಟುವುದಿಲ್ಲ ಮಹಾರಾಜ! ಮೊದಲನೆಯದಾಗಿ ಕಾತ್ಯಾಯನ ತಪ್ಪಿತಸ್ಥನಲ್ಲ ಮತ್ತು ನೀವು ಅವನ ತಪ್ಪನ್ನು ನೋಡಿದರೆ, ಮುರಾ ಕಾತ್ಯಾಯನನಿಗಿಂತ ಹೆಚ್ಚು ತಪ್ಪಿತಸ್ಥನಾಗಿದ್ದಾನೆ.

ಮಹಾನಂದ್ - ಹೌದು, ನಾವು ಮುರಾನನ್ನು ಅಪರಾಧಿ ಎಂದು ಪರಿಗಣಿಸುತ್ತೇವೆ ಮತ್ತು ಅವನನ್ನು ನಮ್ಮ ಸ್ಥಳದಿಂದ ಹೊರಹಾಕಬೇಕೆಂದು ಆದೇಶಿಸುತ್ತೇವೆ. ನಾವು ಅವನನ್ನು ನಮ್ಮೊಂದಿಗೆ ಇಟ್ಟುಕೊಳ್ಳುವುದಿಲ್ಲ. ಕಪ್ಪು ಮೋಲ್! ಮುರ ಮತ್ತು ಕಾತ್ಯಾಯನನಿಗೂ ಅನುಚಿತ ಸಂಬಂಧವಿದ್ದಿರಬೇ

ಕುರಾಕ್ಷಸ ಕಾತ್ಯಾಯನನಂತಹ ಸಂವೇದನಾಶೀಲ ಅಮಾತ್ಯನನ್ನು ಹಾಳು ಮಾಡುವುದು ಶಾಪವಾಗಬಹುದು, ಮಹಾರಾಜ!

ಮಹಾನಂದ್ - ನಾವು ಅವನ ಬಗ್ಗೆ ಏನನ್ನೂ ಕೇಳಲು ಬಯಸುವುದಿಲ್ಲ. ರಾಜನು ಅವನನ್ನು ಸೆರೆಹಿಡಿಯಬೇಕು ಮತ್ತು ಮುರನನ್ನು ಹೊರಹಾಕಬೇಕು ಎಂದು ಆದೇಶಿಸುತ್ತಾನೆ.

ರಾಕ್ಷಸರು - ಸಮಾಧಿಯಾದ ಉರಿಗಳು ಮತ್ತೆ ಉರಿಯುತ್ತವೆ, ಮಹಾರಾಜ! ಕಲಾವಿದ ಭಾವಿಸಿದ ಮತ್ತು ಕಲ್ಪಿಸಿಕೊಂಡದ್ದನ್ನು ಚಿತ್ರಿಸುತ್ತಾನೆ, ಅದು ನೋಡುವುದು ಮಾತ್ರವಲ್ಲ, ಅದು ನಿಜವಾಗುತ್ತದೆ.

ಮಹಾನಂದ್ - ಕಾತ್ಯಾಯನ ನಮ್ಮ ದೃಷ್ಟಿಯಲ್ಲಿ ನಮ್ಮ ಶತ್ರು. ಆ ಐಷಾರಾಮಿ ಮತ್ತು ಕುಡುಕನನ್ನು ನಾವು ಇನ್ನು ಮುಂದೆ ಕ್ಷಮಿಸುವುದಿಲ್ಲ. ಮೌನವಾದ ರಾಕ್ಷಸನು ತನ್ನೊಳಗೆ ಯೋಚಿಸಿದನು, "ತಪ್ಪು ನಿಜವಾಗಿಯೂ ತಪ್ಪಾಗಿದೆ, ಆದರೆ ಮನುಷ್ಯನ ವಿಚಿತ್ರ ನಾಟಕ! ಅವನು ತನ್ನನ್ನು ನಿರಪರಾಧಿ ಮತ್ತು ಇತರರನ್ನು ಅಪರಾಧಿ ಎಂದು ಪರಿಗಣಿಸುತ್ತಾನೆ. ಮಹಾರಾಜರ ಜೀವನ ವೈನ್ ಮತ್ತು ಮಹಿಳೆಯರು, ಆದರೆ ಅವರು ಇತರರ ಜೀವನದಲ್ಲಿ ಈ ವಿಷಯಗಳನ್ನು ನೋಡಲು ಸಾಧ್ಯವಿಲ್ಲ. ಇದು ಲೋಕದ ಗೋಚರ ಪಾಪ. ಚೆನ್ನಾಗಿದೆ ಸರ್! ನಾನು ನಿಮ್ಮ ಆದೇಶಗಳನ್ನು ಅನುಸರಿಸಲು ಪ್ರಯತ್ನಿಸುತ್ತೇನೆ. ಆದರೆ ಭಯ "ಎಲ್ಲೋ ಬೂದಿ ಮುಚ್ಚಿದ ಕೆಂಡಗಳು ಮತ್ತೆ ಉರಿಯಬಹುದು. ಉಪಕುಲಪತಿಯವರಿಗೊಂದು ವಿನಮ್ರ ವಿನಂತಿ ಅವನು ಇಲ್ಲಿರುವವರೆಗೂ ರಾಜನ ಆಜ್ಞೆಯನ್ನು ಪಾಲಿಸುವುದಿಲ್ಲ.

ಮಹಾನಂದ್ - ಆಗುವುದಿಲ್ಲ, ಏಕೆಂದರೆ ನಾನು ನನ್ನ ಶಕ್ತಿಯನ್ನು ನಿಮ್ಮ ಕೈಯಲ್ಲಿ ಒಪ್ಪಿಸಿದ್ದೇನೆ.

ರಾಕ್ಷಸ - ಏಕೆಂದರೆ ಅಲ್ಲ, ಆದರೆ ನಂದ ರಾಜ್ಯವು ಸುರಕ್ಷಿತವಾಗಿದೆ ಮತ್ತು ಅದರ ಶಕ್ತಿ ಹೆಚ್ಚಾಗುತ್ತದೆ.

ಮಹಾನಂದ್ - ನಿಮ್ಮ ಶಕ್ತಿ ಹೆಚ್ಚಾಗಲಿ! ಇಲ್ಲ, ನೀನು ಕಾತ್ಯಾಯನನಿಗೆ ಹೆದರುತ್ತೀಯ. ಈ ಹಾವಿನ ಕೊರಳಿನವರೆಗೆ ನೀವು ಸಾಯುವವರೆಗೂ ಅದು ಬೀಸುವುದನ್ನು ನಿಲ್ಲಿಸುವುದಿಲ್ಲ. ಮಹಾರಾಜನು ಗೊಂದಲವನ್ನು ನಿವಾರಿಸಲು ಬಯಸಿದನು ಮತ್ತು ರಾಕ್ಷಸನು ಅದನ್ನು ಪರಿಹರಿಸಲು ಬಯಸಿದನು. ಈ ವಾದದಲ್ಲಿ ಮಲಗು ಸೋತರು ಕೂಡಎರಡನೆ ದಿನ ರಾಕ್ಷಸನು ಕಾತ್ಯಾಯನನೊಡನೆ ಕುಲುಟಾಧಿಪತಿಯೊಂದಿಗೆ ಮಾತನಾಡಬೇಕಾದ ರಹಸ್ಯ ಮಂತ್ರಾಲಯಕ್ಕೆ ಬಂದು ತಮ್ಮತಮ್ಮಲ್ಲೇ ಸ್ವಲ್ಪ ಮಾತಾಡಿದ ನಂತರ ರಾಕ್ಷಸನು ಕಾತ್ಯಾಯನಿಗೆ

ಹೇಳಿದನು - ನೀನೂ ಹೋಗಿ ಕುಲುಟಾಧಿಪತಿಯನ್ನು ಗೌರವದಿಂದ ಕರೆತಂದು ಮೌರ್ಯ ಸೇನಾಪತಿಗೆ ಹೇಳು ಸೈನಿಕರೇ ಎಚ್ಚರವಾಗಿರಲಿ. . ದಾರಿಯಲ್ಲಿ ಸೇನಾಪತಿ ಮೌರ್ಯನೂ ಕುಲುತಾದಿ ಗಂಡನ ಮೇಲೆ ತನ್ನ ಬಲದ ಪ್ರಭಾವವನ್ನು ಬೀರುತ್ತಲೇ ಇರಬೇಕು.

ಕಾತ್ಯಾಯನ- ಇಷ್ಟೆಲ್ಲ ಏರ್ಪಾಡು ಮಾಡಿದೆ ಮಹಾಮಾತ್ಯಾ! ನಾನು ಕುಲುತಾಧಿಪತಿಯನ್ನು ಕರೆದುಕೊಂಡು ಹೋಗುತ್ತೇನೆ. ಕಾತ್ಯಾಯನನು ಹೊರಟುಹೋದನು ಮತ್ತು ರಾಕ್ಷಸರು ಯೋಚಿಸುತ್ತಲೇ ಇದ್ದರು. ಕುಲುಟಾಧಿಪತಿ ಕಾತ್ಯಾಯನನ ಜೊತೆ ಬಂದಿದ್ದಕ್ಕೆ ಸೂರ್ಯ ಬಹುತೇಕ ಒಂದು ಕೈ ಹಿಂದೆ ಸರಿದಿರಬೇಕು. ರಾಕ್ಷಸರು ಅವನನ್ನು ಪ್ರೀತಿಯಿಂದ ಅಪ್ಪಿಕೊಂಡರು ಮತ್ತು ನಂತರ ಎರಡು ರಾಜ್ಯಗಳ ನಡುವಿನ ಮಾತುಕತೆಗಾಗಿ ವಿಶೇಷವಾಗಿ ನಿರ್ಮಿಸಲಾದ ಮುಚ್ಚಿದ ಕೋಣೆಯಲ್ಲಿ ಕುಳಿತರು. ಸ್ವಲ್ಪ ಸಮಯದವರೆಗೆ ರಾಜಕೀಯದ ಬಗ್ಗೆ ಮಾತನಾಡಿದ ನಂತರ, ರಾಕ್ಷಸನು ತನ್ನ ಜೇಬಿನಿಂದ ಪತ್ರವನ್ನು ಹೊರತೆಗೆದು ಹೇಳಿದನು- 'ದಯವಿಟ್ಟು ಇದನ್ನು ನೋಡಿ ಮತ್ತು ಸ್ವೀಕರಿಸಿ ಇದರಿಂದ ನಮ್ಮ ಶಕ್ತಿ ಮತ್ತು ನಿಮ್ಮ ಶಕ್ತಿಯು ಒಂದಾಗುತ್ತದೆ ಮತ್ತು ನಂತರ ಯಾರೂ ನಮ್ಮನ್ನು ನೋಡುವ ಧೈರ್ಯವಿಲ್ಲ. ಕುಲುತಾಧಿಪತಿ ಸಂಧಿಯ ದಸ್ತಾವೇಜನ್ನು ಬಹಳ ಎಚ್ಚರಿಕೆಯಿಂದ ಓದಿದರು. ಓದುತ್ತಾ ಹೋದಂತೆ ಒತ್ತಡ ಅನುಭವಿಸುತ್ತಿದ್ದರು. ಹೋಗಿದ್ದೆ ಓದಿದ ನಂತರ ಅವರು

ಹೇಳಿದರು - ಇದು ನಾವು ಎಂದು ಧ್ವನಿಸುತ್ತದೆ ನಾವು ಅಧೀನರಾಗಿದ್ದೇವೆ ಮತ್ತು ನಿಮ್ಮ ಶಕ್ತಿಯ ಬಲದಿಂದ ಮಾತ್ರ ನಾವು ಸುರಕ್ಷಿತವಾಗಿರುತ್ತೇವೆ. ರಾಕ್ಷಸ, ಇದು ನಿನ್ನ ಭ್ರಮೆ, ಇದರ ಅರ್ಥ ನೀನು ಸ್ವತಂತ್ರ ರಾಜ ಮತ್ತು ನಿನ್ನ ಜೊತೆಗೆ ಮಗಧ ರಾಜ್ಯದ ಮಹಾನ್ ಶಕ್ತಿ.

ಕುಲುಟಾಧಿಪತಿ - ಚಿಂತಾಕ್ರಾಂತನಾದ. ಆಲೋಚಿಸುತ್ತಾ, ಸರಿ, ಹಾಗಾದರೆ ಈ ಪತ್ರವನ್ನು ಓದಿ ಎಂದರು. ನಾನು ಪ್ರತಿಯನ್ನು ನನ್ನೊಂದಿಗೆ ತೆಗೆದುಕೊಂಡು ನನ್ನ ಸದಸ್ಯರನ್ನು ಸಂಪರ್ಕಿಸುತ್ತೇನೆ. ಎಲ್ಲರೂ ಅದನ್ನು ಸ್ವೀಕರಿಸುತ್ತಾರೆ ಎಂದು ಭಾವಿಸುತ್ತೇವೆ.

ರಾಕ್ಷಸ - ಸಮಾಲೋಚನೆಯ ಅಗತ್ಯವಿಲ್ಲ ಎಂದು ತೋರುತ್ತದೆ, ರಾಜನು ತನ್ನ ಸ್ವಂತ ಇಚ್ಛೆಯ ಯಜಮಾನನು. ತೆಗೆದುಕೊಳ್ಳುತ್ತದೆ

ರಾಕ್ಷಸ - ನಿಮ್ಮ ಅದ್ಭುತ ಶಕ್ತಿಯಿಂದಾಗಿ, ಅನೇಕ ಶಕ್ತಿಶಾಲಿ ರಾಜರು ಹೊಡೆಯುತ್ತಾರೆ. ನಿಮಗೆ ಅವಿಧೇಯರಾಗುವ ಧೈರ್ಯ ಯಾರಿಗಿದೆ! ಆದಾಗ್ಯೂ, ಒಂದು ನಿರ್ದಿಷ್ಟ ವೇಳೆ ನೀವು ಅಮಾತ್ಯ ಅಥವಾ ಇತರರನ್ನು ಸಂಪರ್ಕಿಸಲು ಬಯಸಿದರೆ, ನಂತರ ಅವರನ್ನು ಕರೆ ಮಾಡಿ.

ಕುಲುಟಾಧಿಪತಿ - ಇಲ್ಲ ನಾನೇ ಹೋಗುತ್ತೇನೆ. ರಾಕ್ಷಸ - ಒಪ್ಪಂದಕ್ಕೆ ಸಹಿ ಮಾಡಿ ಮತ್ತು ಹೋಗು ಇದರಿಂದ ನೀವು ನಿಮ್ಮ ದೇಶಕ್ಕೆ ಒಪ್ಪಂದದ ಒಳ್ಳೆಯ ಸುದ್ದಿಯನ್ನು ಕೊಂಡೊಯ್ಯಬಹುದುಕುಲುತಾಧಿಪತಿ ತಲೆ ಅಲ್ಲಾಡಿಸಿದ. ಅವನು

ಯೋಚಿಸಿದನು - 'ಒಪ್ಪಂದವನ್ನು ಮಾಡದೆ ಇಲ್ಲಿಂದ ಹೋಗುವುದು ಸಾಧ್ಯವೇ ಇಲ್ಲ. ರಾಜಕೀಯದಲ್ಲಿ ಬೇರೆಯವರ ಮನೆಗೆ ಹೋಗಿ ಅಪಾಯಕ್ಕೆ ಸಿಲುಕಿಕೊಳ್ಳಬೇಡಿ. ಅವರ ಮನೆಗೆ ಬಂದಿದ್ದೇ ದೊಡ್ಡ ತಪ್ಪು ಮಾಡಿದೆ. ಒಪ್ಪಂದದ ಮಾತುಕತೆಗಳು ತಟಸ್ಥ ಮತ್ತು

ಅಹಂ-ಮುಕ್ತ ಸ್ಥಳದಲ್ಲಿ ನಡೆಯಬೇಕಿತ್ತು. ಆದರೆ ಈಗ ಪಶ್ಚಾತ್ತಾಪದಿಂದ ಏನಾಗುತ್ತದೆ! ಬಲೆಯಲ್ಲಿ ಹಕ್ಕಿ ಸಿಕ್ಕಿಬಿದ್ದಿದೆ. , ಯೋಚಿಸುತ್ತಿರುವಾಗ ಅವನು

ಹೇಳಿದನು - ಹಾಗಾದರೆ ಮಗಧಾಧಿಪತಿಯು ಒಪ್ಪಂದಕ್ಕೆ ಸಹಿ ಹಾಕುವಂತೆ ಒತ್ತಾಯಿಸಲು ಬಯಸುತ್ತಾನೆಯೇ?

ರಾಕ್ಷಸ - ಯಾರೊಬ್ಬರ ಅನುಕೂಲಕ್ಕಾಗಿ ಯಾವುದೇ ಕೆಲಸವನ್ನು ಮಾಡಿದ್ದರೆ ಅಥವಾ ಬಲವಂತಪಡಿಸಿದರೆ ಹಾಗಾಗಿ ಕೃತಜ್ಞತೆ ಮಾತ್ರ ಇರುತ್ತದೆ. ಕುಲುಟಾಧಿಪತಿ - ಅತಿಥಿಯನ್ನು ನಿಮ್ಮ ಮನೆಗೆ ಆಹ್ವಾನಿಸಿ ದರೋಡೆ ಮಾಡಲು ನೀವು ಬಯಸುತ್ತೀರಿ.

ರಾಕ್ಷಸರು - ಲೂಟಿ ಮಾಡಲು ಬಯಸುವುದಿಲ್ಲ, ದರೋಡೆಕೋರರಿಂದ ರಕ್ಷಿಸಲು ಬಯಸುತ್ತಾರೆ. ಈಗ ಹೆಚ್ಚು ಯೋಚಿಸಬೇಡ, ಓ ಮಹಾನುಭಾವ! ಬನ್ನಿ, ಒಪ್ಪಂದಕ್ಕೆ ಸಹಿ ಮಾಡಿ.

ಕುಲುತಾಧಿಪತಿ - ದ್ರೋಹ ಆಗುವುದಿಲ್ಲವೇ?

ರಾಕ್ಷಸ - ನಂಬಿಕೆ ಇಡಿ, ನಿನಗಾಗಿ ಕೊನೆಯ ಹನಿ ರಕ್ತವನ್ನೂ ಕೊಡುತ್ತೇವೆ. ನಿಮ್ಮ ಆಕ್ಷೇಪಣೆ ನಮ್ಮ ಆಕ್ಷೇಪವಾಗಿರುತ್ತದೆ. ನಾವು ಯಾರೊಂದಿಗೆ ಸ್ನೇಹಿತರನ್ನು ಮಾಡುತ್ತೇವೆಯೋ ಅವರೊಂದಿಗೆ ನಾವು ಬದುಕುತ್ತೇವೆ. ಕುಲುಟಾಧಿಪತಿಯ ಮನಸ್ಸಿನಲ್ಲಿ ಬಿರುಗಾಳಿ ಎದ್ದಿತು, ಸನ್ನಿವೇಶಗಳು ಅವನ ಹೃದಯವನ್ನು ನಡುಗಿಸಿದವು. ನಡುಗುವ ಕೈಯಿಂದ ಪೆನ್ನು ಎತ್ತಿ ಸಂಧಿಗೆ ಸಹಿ ಹಾಕಿದರು.

72

9

ಅರಮನೆಯ ಮೇಲ್ಛಾವಣಿಯ ಮೇಲೆ ನಿಂತ ಕಾತ್ಯಾಯನನು ಕೋಟೆಯ ಮೇಲೆ ಹಾರಾಡುತ್ತಿರುವ ಧ್ವಜವನ್ನು ನೋಡಿ ಸಂತೋಷದಿಂದ

ಹೇಳಿದನು - "ಈಗ ಈ ಧ್ವಜದ ಕಡೆಗೆ ಕಣ್ಣು ಎತ್ತುವ ಶಕ್ತಿ ಯಾರಿಗಿದೆ! ಮಹಾಮಾತ್ಯ ರಾಕ್ಷಸನ ಬುದ್ಧಿವಂತಿಕೆಯು ಧನ್ಯವಾಗಿದೆ, ಅವರ ಮುಂದೆ ದೊಡ್ಡವರು ಬೆಂಕಿ ಮತ್ತು ನೀರನ್ನುಬಿದ್ದೆ ಇಂದ್ರಪ್ರಸ್ಥದ ದುಷ್ಟ ರಾಜ ಕೌರವ್ಯನ ಪ್ರಭಾವದಿಂದ ಸಂಧಿ ಮಾಡಿಕೊಳ್ಳಬೇಕಾಯಿತು. ಕುಲುಟಾಧಿಪತಿ ಮುಷ್ಟಿಯಲ್ಲಿದ್ದಾನೆ. ರಜಪೂತಾನರು ತಮ್ಮ ಅಧಿಕಾರದ ಮೊದಲು ಸೋಲನ್ನು ಒಪ್ಪಿಕೊಂಡರು, ಅನೇಕ ಇತರ ಸೊಕ್ಕಿನ ರಾಜರು ಸಹ ವಿಧೇಯರಾದರು. ಆದರೆ ಇಷ್ಟೆಲ್ಲ ಆದರೂ ಗಡಿಗಳು ಇನ್ನೂ ಸುರಕ್ಷಿತವಾಗಿಲ್ಲ. ಎಲ್ಲಾ ಆರ್ಯಾವರ್ತಗಳು ಇಂದಿಗೂ ಒಂದೇ ಧ್ವಜದ ಅಡಿಯಲ್ಲಿಲ್ಲ. ವಿದೇಶಿ ಆಕ್ರಮಣದ ಭಯ ಇಲ್ಲದಿದ್ದರೂ, ಈ ದೇಶದ ಚದುರಿದ ಶಕ್ತಿಯಿಂದಾಗಿ ಆತಂಕವಿದೆ.

ಕೆಲವು ರಾಜ್ಯಗಳು ಇನ್ನೂ ತಮ್ಮನ್ನು ದೊಡ್ಡದಾಗಿ ಪರಿಗಣಿಸುತ್ತವೆ. ಮಾಳವ, ಪಂಚನಾಡು ಮತ್ತು ಕೌಶಾಂಬಿಯ ಧ್ವನಿ ಇಂದಿಗೂ ವಿಭಿನ್ನವಾಗಿದೆ. ಈ ರಾಜ್ಯಗಳು ಧೈರ್ಯಶಾಲಿಗಳು, ಅವರ ಜನರು ಅವರೊಂದಿಗೆ ಇದ್ದಾರೆ. "ಇಡೀ ದೇಶದಲ್ಲಿ ಕೇಂದ್ರೀಯ ಪ್ರಾಧಿಕಾರವನ್ನು ಸ್ಥಾಪಿಸಿದರೆ ಎಷ್ಟು ಒಳ್ಳೆಯದು. ಮತ್ತೆ ಹೇಗೆ? ನಮ್ಮದೇ ಜನರು ಕೂಡ ನಮ್ಮ ಮಹಾರಾಜರ ಮೇಲೆ ಕೋಪಗೊಳ್ಳುತ್ತಾರೆ. ಅವರು ತಮ್ಮ ಇಚ್ಛೆಯ ರಾಜ್ಯವನ್ನು ಮಾತ್ರ ಬಯಸುತ್ತಾರೆ.

ಅವರ ಹೃದಯದಲ್ಲಿ ಏನು ಬರುತ್ತದೋ ಅದನ್ನು ಮಾಡುತ್ತಾರೆ. ಅವರಿಗೆ ಸರಿ ತಪ್ಪುಗಳ ಅರಿವಿಲ್ಲ. ಯಾರಿಗೆ ಬೇಕಾದರೂ ಜೀವಾವಧಿ ಶಿಕ್ಷೆ ಕೊಡುತ್ತಾರೆ. ಅಮಾತ್ಯ ರಾಕ್ಷಸನಿಗೆ ಅವನ ಮೇಲೆ ಇಷ್ಟೊಂದು ಭಕ್ತಿ ಏಕೆ ಎಂದು ತಿಳಿಯಬೇಡ! ನಾನು ಅವರನ್ನು ಪ್ರಶ್ನೆಗಳನ್ನು ಕೇಳಿದಾಗ, ನಾವು ಮಹಾನಂದಾಗೆ ಭಕ್ತಿಯ ಪ್ರತಿಜ್ಞೆ ಮಾಡಿದ್ದೇವೆ ಎಂದು ಅವರು ಹೇಳುತ್ತಾರೆ." ರಾಜಪ್ರಭುತ್ವವನ್ನು ತೊಡೆದುಹಾಕಿ ಮತ್ತು ಪ್ರಜಾಪ್ರಭುತ್ವವನ್ನು ಸ್ಥಾಪಿಸಿ ಎಂದು ನಾವು ಹೇಳಿದಾಗ ಅವರು "ರಾಜಪ್ರಭುತ್ವವಾಗಲಿ ಅಥವಾ ಪ್ರಜಾಪ್ರಭುತ್ವವಾಗಲಿ, ರಾಜ್ಯ ಮತ್ತು ಜನರ ಭದ್ರತೆ" ಎಂದು ಹೇಳುತ್ತಾರೆಅಕಸ್ಮಾತ್ ಸೇನಾಧಿಪತಿ ಮೌರ್ಯ ಬಂದು ತನ್ನ ಸೈನಿಕರೊಂದಿಗೆ ಅಚ್ಚರಿ ಮೂಡಿಸಿದಾಗ ಕಾತ್ಯಾಯನನಿಗೆ ಏನನ್ನಿಸಿತೋ ಗೊತ್ತಿಲ್ಲ. ಕಾತ್ಯಾಯನನ ಮುಂದೆ ಬಂದು ಸೇನಾಪತಿ ತಲೆಬಾಗಿ ನಿಂತ. ತಲೆಬಾಗಿ ದುಃಖಿತನಾಗಿ ನಿಂತಿದ್ದ ದಳಪತಿಯನ್ನು ನೋಡಿ ಕಾತ್ಯಾಯನನು

ಹೇಳಿದನು – 'ಏನಾಯ್ತು ದಳಪತಿ! ಯಾಕೆ ಹೀಗೆ ದುಃಖದಿಂದ ನಿಂತಿದ್ದೀಯ? ಏನು ವಿಷಯ ಹೇಳು?, ಮೌರ್ಯನ ಬಾಯಿಂದ ಯಾವ ಮಾತೂ ಹೊರಡಲಿಲ್ಲ. ಅವನ ಕಣ್ಣಿನಿಂದ ಎರಡು ಕಣ್ಣೀರು ಅಮಾತ್ಯ ಕಾತ್ಯಾಯನನ ಪಾದಗಳಿಗೆ ಬಿದ್ದಿತು. ಕಾತ್ಯಾಯನನು ಮತ್ತೊಮ್ಮೆ ಆಶ್ಚರ್ಯದಿಂದ

ಹೇಳಿದನು – ಹೇಳು ಮೌರ್ಯ! ನಿಮಗೆ ಏನಾದರೂ ಅನ್ಯಾಯವಾಗಿದೆಯೇ?

ಮೌರ್ಯ - ಇಲ್ಲ ಅಮಾತ್ಯ! ಕಾತ್ಯಾಯನ- ಹಾಗಾದರೆ ಏನು ವಿಷಯ? ಮೌರ್ಯ ಕಮಾಂಡರ್ ಏನನ್ನೂ ಉತ್ತರಿಸದೆ ಮೌನವಾಗಿ ಕಾತ್ಯಾಯನನ ಕಡೆಗೆ ಕೈ ಚಾಚಿದನು.

ಹೇಳಿದರು - ಇದು ರಾಜನ ಆದೇಶ, ಅಮಾತ್ಯ! ಕಾತ್ಯಾಯನನು ಮೌರ್ಯನ ಕೈಯಿಂದ ಪತ್ರವನ್ನು ತೆಗೆದುಕೊಂಡು ಅದನ್ನು ಓದಿ ನಗುತ್ತಾ

ಹೇಳಿದನು - 'ಹಾವು ವಿಷವನ್ನು ಉಗುಳುವುದನ್ನು ಬಿಟ್ಟು ಬೇರೆ ಏನು ಮಾಡಬಲ್ಲದು! ಮಹಾರಾಜ ಮಹಾನಂದರು ಸಲ್ಲಿಸಿದ ಸೇವೆಗೆ ಇದು ಪ್ರತಿಫಲವಾಗಬೇಕಿತ್ತು. ಹಾಗಾದರೆ ನೀವು ಏನು ಯೋಚಿಸುತ್ತಿದ್ದೀರಿ, ನನ್ನನ್ನು ಸೆರೆಯಾಳು ಮಾಡಿ! ಕೈ ಚಾಚಿ

ಹೇಳಿದ - ಇಗೋ, ಅವನ ಮೇಲೆ ಕೈಕೋಳ ಹಾಕಿ!

ಮೌರ್ಯ - ನಾನು ಇದನ್ನು ಮಾಡಲಾರೆ, ಅಮಾತ್ಯ! ನನಗೆ ದಳಪತಿಯ ನೇಮಕಾತಿ ಪತ್ರ ನೀಡಿದ ಕೈಗಳು ಆ ಕೈಗಳಿಗೆ ಕೈಕೋಳ ಹಾಕುವುದು ಹೇಗೆ! ನನ್ನ ಗೆಲುವಿನಿಂದ ಮಂತ್ರಮುಗ್ಧರಾದ ಕೈಗಳು ನನಗೆ ಹೂವುಗಳನ್ನು ಕೊಟ್ಟವುಹಾರಗಳನ್ನು ಧರಿಸಿರುವ ಕೈಗಳನ್ನು ನಾನು ಹೇಗೆ ಕಟ್ಟಲಿ?

ಇಲ್ಲ-ಇಲ್ಲ, ನಾನು ಈ ಪಾಪವನ್ನು ಮಾಡುವುದಿಲ್ಲ. ಮಹಾನಂದಾ ನನ್ನನ್ನು ಶಿಲುಬೆಗೇರಿಸಿದರೂ. ಕಾತ್ಯಾಯನನು ಕೆಲವು ಕ್ಷಣ ಮೌನವಾದನು ಮತ್ತು ನಂತರ "ನೀವು ಸ್ವಲ್ಪ ಮಾತನಾಡಬಹುದೇ?" ಎಂದು ಯೋಚಿಸಿದನು. ರಲ್ಲಿ ನೀನು ನನಗೆ ಆಜ್ಞಾಪಿಸಬಹುದು ಎಂದು ಹೇಳುತ್ತಾ ಮೌರ್ಯನು ಕಾತ್ಯಾಯನನೊಂದಿಗೆ ಕೋಣೆಗೆ ತೆರಳುತ್ತಾನೆ ಬನ್ನಿ. ಏಕಾಂತದಲ್ಲಿ ಕಾತ್ಯಾಯನನು ಮೌರ್ಯನನ್ನು ವಿಚಿತ್ರ ದೃಷ್ಟಿಯಿಂದ ನೋಡಿ ಅವನ ಭುಜದ ಮೇಲೆ ಕೈಯಿಟ್ಟು

ಹೇಳಿದನು - ಮೌರ್ಯ! ನೀವು ಬಯಸಿದರೆ, ನೀವು ಈ ದೇಶದ ಭವಿಷ್ಯವನ್ನು ಬದಲಾಯಿಸಬಹುದು. ಮಗಧದ ಸಂಪೂರ್ಣ ಅಧಿಕಾರ ನಿಮ್ಮ ಕೈಯಲ್ಲಿದೆ.

ಮೌರ್ಯ - ಆದರೆ ಮಹಾಮಾತ್ಯ ರಾಕ್ಷಸನು ಬೇಡದ್ದನ್ನು ನಾನು ಬಯಸಲಾರೆ. ಅವರೇ ಈ ಆದೇಶ ಹೊರಡಿಸಿದ್ದಾರೆ ತುಂಬಾ ನೋವಾಯಿತು. ಮಾತನಾಡುತ್ತಿರುವಾಗ ಕಾತ್ಯಾಯನನು ಬಹಳ ಉದ್ವೇಗದಿಂದ

ಹೇಳಿದನು - ಹೌದು ಮೌರ್ಯ! ಪುಟ್ಟ ರಾಣಿ ಮುರನ ಸ್ಥಿತಿ ಏನಾಗಿದೆ ಹೇಳಿ?

ಮೌರ್ಯ - ಏನನ್ನೂ ಕೇಳಬೇಡ ಅಮಾತ್ಯ! ಸರಳವಾದ ಧೋತಿಯನ್ನು ಮಾತ್ರ ಧರಿಸಿದ್ದ ಮಗು ಚಂದ್ರನೊಂದಿಗೆ ಮಹಾರಾಜರು ಅವನನ್ನು ಅರಮನೆಯಿಂದ ಹೊರಹಾಕಿದ್ದಾರೆ. ಇದನ್ನು ಕೇಳಿದ ಕಾತ್ಯಾಯನನಿಗೆ ಕೋಪ ಬಂದು, ಹೆಣ್ಣಿನ ಇಂಥ ದುಸ್ಥಿತಿಯನ್ನು ನೋಡಿಯೂ ಹೇಳಿದನು ನಿಮ್ಮ ತೋಳುಗಳು ಬೀಸಲಿಲ್ಲವೇ? ಆ ಕ್ಷಣವೇ ನೀನು ನಂದನ ತಲೆಯನ್ನು ಏಕೆ ಕತ್ತರಿಸಲಿಲ್ಲ? ಅಧಿಕಾರದ ದುರಾಸೆಯೇ ನಿನ್ನನ್ನು ಹೇಡಿಯನ್ನಾಗಿ ಮಾಡಿದೆ ಅನ್ನಿಸುತ್ತದೆ. ಮೌರ್ಯ - ಹೇಡಿಯಲ್ಲ, ರಾಜ ಆದೇಶಗಳನ್ನು ಪಾಲಿಸುವುದು ನಮ್ಮ ಕರ್ತವ್ಯ.

ಕಾತ್ಯಾಯನ - ಮತ್ತು ದುರ್ಬಲ ವ್ಯಕ್ತಿಯನ್ನು ದುಃಖದಿಂದ ರಕ್ಷಿಸುವುದು ಧರ್ಮವಲ್ಲವೇ? ಮೌರ್ಯ - ಎರಡೂ ಧರ್ಮಗಳನ್ನು ಅನುಸರಿಸಬಹುದಾದ ಅಂತಹ ಪರಿಹಾರವನ್ನು ನನಗೆ ತಿಳಿಸಿ.

ಕಾತ್ಯಾಯನ - ಎರಡು ಖಡ್ಗಗಳು ಒಂದು ಕವಚದಲ್ಲಿ ಹೊಂದಿಕೊಳ್ಳುವುದಿಲ್ಲ. ಧರ್ಮ ಮತ್ತು ಅಧರ್ಮದ ಮಿಶ್ರಣ ಇರಬಾರದು. ರಾಜಕೀಯವು ಹೃದಯದ ವಿಷಯವಲ್ಲ, ಆದರೆ ಬುದ್ಧಿಯ ವಿಷಯವಾಗಿದೆ. ಆದರ್ಶ ಮತ್ತು ವಾಸ್ತವದ ನಡುವೆ ವ್ಯತ್ಯಾಸವಿದೆ. ಸತ್ಯವನ್ನು ರಕ್ಷಿಸಲು ಕೆಲವೊಮ್ಮೆ ವಿಷದ ಅಗತ್ಯವಿದೆ

ಮೌರ್ಯ - ಒಬ್ಬ ವಿದ್ವಾಂಸರು ಒಗಟುಗಳನ್ನು ಪರಿಹರಿಸುವುದನ್ನು ಅಭ್ಯಾಸ ಮಾಡಬಹುದು. ಯಾವತ್ತೂ ಕತ್ತಿಯ ಹಿಡಿತದಲ್ಲಿ ಕೈ ಹಿಡಿದಿರುವ, ಚಿಟಿಕೆ ದಾರವನ್ನು ಎಳೆದಿರುವವನಿಗೆ ರಾಜಕೀಯದ ಸಮಸ್ಯೆಗಳನ್ನು ಪರಿಹರಿಸುವ ಪರಿಪಾಠವಿಲ್ಲ. ಸ್ಪಷ್ಟವಾಗಿ ಹೇಳಿ, ನಾನು ಏನು ಮಾಡಬೇಕು?

ಕಾತ್ಯಾಯನ- ನಿಮ್ಮ ಶಕ್ತಿಯನ್ನು ದುರ್ಬಲರ ಕಲ್ಯಾಣಕ್ಕಾಗಿ ಬಳಸಿ! ಭೂಮಿಯನ್ನು ದಬ್ಬಾಳಿಕೆಯಿಂದ ಮುಕ್ತಗೊಳಿಸಿ ಅದನ್ನು ಮಾಡು! ಕಣ್ಣೀರಿನ ಧ್ವನಿಯನ್ನು ಆಲಿಸಿ! ಹೇಗಾದರೂ, ಮುರ ಮತ್ತು ಚಂದ್ರನನ್ನು ಸುರಕ್ಷಿತ ಸ್ಥಳಕ್ಕೆ ಕರೆದೊಯ್ಯಿರಿ. ಆದರೆ ನಿಮ್ಮ ಬಗ್ಗೆ ಕಾಳಜಿ ವಹಿಸಿ! ನೀವು ಧೈರ್ಯವಂತರಾಗಿದ್ದರೆ, ನೀವು ರಾಜಕುಮಾರನಿಗೆ ನೀಡುವ ಅದೇ ಜೀವನವನ್ನು ಚಂದ್ರನಿಗೆ ನೀಡಿ. ಭೇಟಿಯಾಗಬೇಕು

ಮೌರ್ಯ- ಆದರೆ ದಳಪತಿಯು ರಾಜ್ಯದಿಂದ ಹೊರಹಾಕಲ್ಪಟ್ಟವನಿಗೆ ಹೇಗೆ ಆಶ್ರಯ ನೀಡುತ್ತಾನೆ? ಮಹಾರಾಜರು ಮತ್ತು ಮಹಾಮಾತ್ಯರು ಇದನ್ನು ಹೇಗೆ ಸಹಿಸಿಕೊಳ್ಳುತ್ತಾರೆ? ಮಹಾನಂದರು ಈ ಅಪರಾಧಕ್ಕೆ

ಪ್ರತಿಯಾಗಿ ಬ್ರಾಹ್ಮಣ ಚಾಣಕನಿಗೆ ಮಾಡಿದಂತೆಯೇ ಸೇನಾಪತಿ ಮೌರ್ಯನನ್ನು ನಡೆಸಿಕೊಳ್ಳುವುದಿಲ್ಲವೇ? ಕಾತ್ಯಾಯನ- ಅಧಿಕಾರದ ಮೃಗವು ವೀರ ಸೇನಾಪತಿ ಮೌರ್ಯನನ್ನು ಹೇಡಿಯಾಗಿ ಪರಿವರ್ತಿಸಿದೆ. ಅವನು ತನ್ನ ಹಕ್ಕುಗಳನ್ನು ಕಸಿದುಕೊಳ್ಳುವ ಭಯದಲ್ಲಿದ್ದರೆ, ಅವನು ವ್ಯರ್ಥವಾಗಿ ಕಣ್ಣೀರು ಸುರಿಸುತ್ತಾನೆ. ತಡಮಾಡಬೇಡ ಮತ್ತು ಕಾತ್ಯಾಯನನನ್ನು ತಕ್ಷಣವೇ ಬಂಧಿಸಿ! ರಾಜನ ಆಜ್ಞೆಯನ್ನು ಪಾಲಿಸುವುದು ಸೇನಾಧಿಪತಿಯ ಕರ್ತವ್ಯ.

ಮೌರ್ಯ - ಒಬ್ಬ ವ್ಯಕ್ತಿಯು ಎಷ್ಟೇ ಸತ್ಯವಂತನಾಗಿದ್ದರೂ, ಸಂದರ್ಭಗಳು ಅವನನ್ನೂ ನಂಬುವುದಿಲ್ಲ.

ಕಾತ್ಯಾಯನ - ಸತ್ಯದ ದೀಪವು ನಿಜವಾಗಿಯೂ ನಿಮ್ಮ ಹೃದಯದಲ್ಲಿ ಉರಿಯುತ್ತಿದ್ದರೆ, ಅದನ್ನು ತ್ಯಾಗ ಮಾಡಿ!

ಮೌರ್ಯ - ಈಗಲ್ಲ, ಕಾತ್ಯಾಯನ ಮೌರ್ಯನನ್ನು ಗುರುತಿಸುವ ಸಮಯ ಬರುತ್ತದೆ.

ಕಾತ್ಯಾಯನ - ಹಾಗಾದರೆ ಇನ್ನು ಕಾಯಬೇಡ, ನನ್ನನ್ನು ನಿನ್ನ ಸೆರೆಯಾಳು! ಮೌರ್ಯನು ಕಾತ್ಯಾಯನನ್ನು ವಶಪಡಿಸಿಕೊಂಡನು. ಕಮಾಂಡರ್ ಅವರನ್ನು ಸೆರೆಮನೆಯಲ್ಲಿ ಬಂಧಿಸಿದರು. ರಹಸ್ಯ ಸೆರೆಮನೆಯಲ್ಲಿ, ಕಾತ್ಯಾಯನನು ಕೆಲವೊಮ್ಮೆ ಆಕಾಶವನ್ನು ಮತ್ತು ಕೆಲವೊಮ್ಮೆ ಭೂಮಿಯತ್ತ ನೋಡುತ್ತಲೇ ಇದ್ದನು ಮತ್ತು ಮೌರ್ಯನು ಯೋಚಿಸುತ್ತಾ ಹೊರಟುಹೋದನುಜೀವನದಲ್ಲಿ ಕಷ್ಟಪಟ್ಟು ಕೆಲಸ ಮಾಡುವಾಗ ಒಬ್ಬ ವ್ಯಕ್ತಿಯು ದಣಿದಿದ್ದಾನೆ. ಯುದ್ಧಭೂಮಿಗಳ ರೂಪರೇಖೆ ಒಂದು ದಿನ ಹುಡುಕುತ್ತಿರುವಾಗ ಕಮಾಂಡರ್ ಮೌರ್ಯನಿಗೂ ಸುಸ್ತಾಯಿತು. ತಿರ್ಹುತ್ ವಿಜಯದ ನಂತರ ಅವರು ಮಹಾರಾಜರಿಂದ ರಜೆ ಕೋರಿದರು. ಮಹಾರಾಜರು ಸಂತೋಷಪಟ್ಟರು ಮತ್ತು ಪ್ರಾರ್ಥನೆಯನ್ನು ಸ್ವೀಕರಿಸಿದರು, ಆದರೆ ಮಹಾಮಾತ್ಯ ರಾಕ್ಷಸ

ಹೇಳಿದರು - ಬೇಕಾದರೆ ನಾವು ನಿಮಗೆ ಯಾವಾಗ ಬೇಕಾದರೂ ಕರೆ ಮಾಡಬಹುದು.

ಮೌರ್ಯ - ಮೌರ್ಯ ಪಿಪ್ಪಲಿಕಾನನ ಮಕ್ಕಳು ಮಹಾಮಾತ್ಯರ

ಸ್ಮರಣೆಯಲ್ಲಿ - ಮಗುವಿನೊಂದಿಗೆ ಜೀವನ ಕೊನೆಯ ಉಸಿರು ಇರುವವರೆಗೂ ಬರಲು ಸಿದ್ಧ.

ರಾಕ್ಷಸ- ನಿಮ್ಮ ಸೇವೆಗಳಿಂದ ನಾವು ಆಶೀರ್ವದಿಸಲ್ಪಟ್ಟಿದ್ದೇವೆ. ಹೋಗಿ, ನಿಮ್ಮ ಸ್ಥಳೀಯ ಭೂಮಿಯಲ್ಲಿ ಸಂತೋಷದಿಂದ ಏಳಿಗೆ! ವೀರಪುಂಗವ್ ಮೌರ್ಯ! ನಾವು ನಿಮಗೆ ರಜೆ ನೀಡುವುದಿಲ್ಲ, ಏಕೆಂದರೆ ಮಗಧ ರಾಜ್ಯವು ನಿಮ್ಮಂತಹ ರತ್ನವಿಲ್ಲದೆ ಹೊಳೆಯುವ ಅಜೇಯ ಹೋರಾಟಗಾರರಿಂದ ರಹಿತವಾಗಿರುತ್ತದೆ. ಆದರೆ ಏನು ಮಾಡುವುದು, ನಾವು ಅಸಹಾಯಕರಾಗಿದ್ದೇವೆ. ಪುನರಾವರ್ತಿತ ಯುದ್ಧಗಳು ನಿಮ್ಮ ದೇಹದ ಪ್ರತಿಯೊಂದು ರಂಧ್ರವನ್ನು ಹಾನಿಗೊಳಿಸಿವೆ. ನಿನ್ನ ಎಡಗೈ ಯುದ್ಧಕ್ಕೆ ಹೋಗುತ್ತಲೇ ಇತ್ತು, ನಿನ್ನ ಕಾಲಿನ ಗಾಯ ವರ್ಷಗಳೇ ಕಳೆದರೂ ಆರಿರಲಿಲ್ಲ, ಆದರೂ ನೀನು ಸೈನ್ಯದ ನಾಯಕತ್ವವನ್ನು ಬಿಡಲಿಲ್ಲ. ಆದರೆ ಈಗ ರಕ್ತದ ವೇಗವು ತುಂಬಾ ನಿಧಾನವಾಗಿದೆ, ನಿಮ್ಮ ಮೆದುಳಿನೊಂದಿಗೆ ಯೋಚಿಸುವುದು ಸಾವಿಗೆ ಆಹ್ವಾನವಾಗಿದೆ

ಮೌರ್ಯ - ನನ್ನ ರಕ್ತದ ಕೊನೆಯ ಹನಿಯು ಮಗಧ ರಾಜ್ಯವಾಗಿದೆ ಎಂಬ ದುಃಖವು ಜೀವನದುದ್ದಕ್ಕೂ ಉಳಿಯುತ್ತದೆ ಗಾಗಿ ಹರಿಯಲು ಸಾಧ್ಯವಾಗಲಿಲ್ಲ ಮಗಧದ ಬಾವುಟಕ್ಕೆ ನನ್ನ ಪ್ರಾಣ ಇದ್ದಿದ್ದರೆ ಚೆನ್ನಾಗಿತ್ತು. ಧೂಳಾಗಿ ಮಾರ್ಪಡುತ್ತಿತ್ತು. ಕಮಾಂಡರ್ ಮೌರ್ಯ ಸ್ವಾಗತಿಸಿದರು, ಪ್ರತ್ಯುತ್ತರವಾಗಿ ಮಹಾರಾಜರು ಮತ್ತು ಮಹಾಮಾತ್ಯರು ತಮ್ಮ ಕೃತಜ್ಞತೆಯನ್ನು ವ್ಯಕ್ತಪಡಿಸಿ ಹೃತ್ಪೂರ್ವಕ ಅಭಿನಂದನೆಗಳನ್ನು ಸಲ್ಲಿಸಿದರು. ಸ್ವಾಗತ ಮತ್ತು ಹರ್ಷೋದ್ಗಾರಗಳ ನಡುವೆ, ಕಮಾಂಡರ್ ಮೌರ್ಯನನ್ನು ಮಗಧದ ಸೈನ್ಯಕ್ಕೆ ಬೀಳ್ಕೊಡಲಾಯಿತು.

ಎಲ್ಲರೂ ನೋಡುತ್ತಿದ್ದರು ಮತ್ತು ಮೌರ್ಯನ ರಥವು ಕಣ್ಮರೆಯಾಯಿತು. ಗಮ್ಯಸ್ಥಾನವನ್ನು ಹೊಂದಿಸುವಾಗ, ಮಹಾನ್ ಸಾರಥಿಯ ರಥವು ಅರಮನೆಗಳ ನಡುವೆ ಹೂವುಗಳು ಮತ್ತು ಎಲೆಗಳಿಂದ

ಸುತ್ತುವರಿದ ಸುಂದರವಾದ ಉದ್ಯಾನವನದ ಮುಂದೆ ನಿಂತಿತು. ಇಲ್ಲಿ ಹುಡುಗನೊಬ್ಬ ಎರಡು ಮರಗಳಿಗೆ ಕಬ್ಬಿಣದ ಸರಪಳಿ ಕಟ್ಟಿ ಕತ್ತಿಯಿಂದ ಚೈನ್ ಕತ್ತರಿಸುವುದನ್ನು ಅಭ್ಯಾಸ ಮಾಡುತ್ತಿದ್ದರಥ ಹತ್ತಿರ ತಲುಪಿತು. ಮೌರ್ಯ ಹುಡುಗನ ಈ ಆಟವನ್ನು ನೋಡುತ್ತಲೇ ಇದ್ದ. ಆದರೆ ಮಗು ಅವರನ್ನು ನೋಡಲಿಲ್ಲ. ಪ್ರತಿ ಏಟಿಗೂ ಕಬ್ಬಿಣದ ಸರಪಳಿ ಹೊಡೆಯುತ್ತಿದ್ದ, ಹಣೆಯಿಂದ ಹಿಮ್ಮಡಿಯವರೆಗೂ ಬೆವರು ಹನಿಯುತ್ತಿತ್ತು, ಆದರೆ ಸರವನ್ನು ಕತ್ತರಿಸಲು ನಿರ್ಧರಿಸಿದ್ದ. ಕೊನೆಗೆ ಅವನು ತನ್ನೆಲ್ಲ ಶಕ್ತಿಯಿಂದ ಕತ್ತಿಯನ್ನು ಬೀಸಿದನು ಕೈ ತುಂಬ ನೂಲಿನಿಂದ ಚೈನ್ ಹೊಡೆದು ಚೈನ್ ಸದ್ದು ಮಾಡಿತು. ಮೌರ್ಯನ ಬಾಯಿಂದ

ಹೊರಬಂದ - ವರ್ಧಯಸ್ವ, ವರ್ಧಯಸ್ವ! ಋಷಿ, ಋಷಿ! ಕೃತಜ್ಞತೆಯ ಮಾತುಗಳನ್ನು ಕೇಳಿದ ಕೂಡಲೇ ಮಗು ಮುಖ ತಿರುಗಿಸಿ ಮೌರ್ಯನ ಮುಂದೆ ಓಡಿ ಬಂದು

ಹೇಳಿತು - ನೀನು ಯಾರು ಮತ್ತು ಯಾಕೆ ಇಲ್ಲಿಗೆ ಬಂದೆ?

ಮೌರ್ಯ - ಇದು ನಮ್ಮ ಜನ್ಮಭೂಮಿ, ನಾವು ಈಗ ನಮ್ಮ ಸೇವೆಯನ್ನು ಮುಗಿಸಿ ವಿಶ್ರಾಂತಿ ಪಡೆಯುತ್ತಿದ್ದೇವೆ. ಅವರು ತಮ್ಮ ಮನೆಗೆ ಬಂದಿದ್ದಾರೆಹುಡುಗ: ನಿನ್ನ ವೇಷಭೂಷಣದಿಂದ ನೀನು ರಾಜನಂತೆ, ಯೋಧನಂತೆ ಕಾಣುತ್ತೀಯ.

ಮೌರ್ಯ - ನಿಮ್ಮ ಪ್ರಶ್ನೆಗಳು ಭರವಸೆಯ ಹುಡುಗನ ಪ್ರಶ್ನೆಗಳು! ನಮಗೆ ತುಂಬಾ ಸಂತೋಷವಾಯಿತು. ನಾವು ಧೈರ್ಯಕ್ಕಿಂತ ಹೆಚ್ಚೇನೂ ಪ್ರೀತಿಸುವುದಿಲ್ಲ. ನಾವು ಅನೇಕ ಘೋರ ಯುದ್ಧಗಳನ್ನು ಮಾಡಿದ್ದೇವೆ ಮತ್ತು ಹೋರಾಡುತ್ತಲೇ ಇದ್ದೇವೆ ನಮ್ಮ ಎಡಗೈಯನ್ನು ಮಾತ್ರ ಕತ್ತರಿಸಲಾಗಿದೆ.

ಮಗು- ಹಾಗಾದರೆ ನಾನು ನಿಮಗೆ ನಮಸ್ಕರಿಸುತ್ತೇನೆ ಮತ್ತು ಅಸಹಾಯಕ ದಲಿತರಾದ ನಮಗೆ ಶಸ್ತ್ರಾಸ್ತ್ರ ತರಬೇತಿಯನ್ನು ನೀಡುವಂತೆ ವಿನಂತಿಸುತ್ತೇನೆ, ಇದರಿಂದ ನಾವು ಸ್ವತಂತ್ರವಾಗಿ ಬದುಕಬಹುದು.

ಮೌರ್ಯ - ದೇವರು ಖಂಡಿತವಾಗಿಯೂ ನಿಮ್ಮ ಆಸೆಯನ್ನು ಪೂರೈಸುತ್ತಾನೆ. ನಿನ್ನ ಹೆತ್ತವರು ಎಲ್ಲಿದ್ದಾರೆ? ಮಗು: ನನ್ನ ಮುಂದೆ ನನ್ನ ತಂದೆಯ ಹೆಸರು ಹೇಳಬೇಡ, ಅವನು ನನ್ನ ತಾಯಿಯನ್ನು ಹೊರಹಾಕಿದನು. ನನ್ನ ತಾಯಿ ಪಿಪ್ಲಿಕಾನನ್‌ನಲ್ಲಿ ಗುಡಿಸಲಿನಲ್ಲಿ ವಾಸಿಸುತ್ತಾರೆ ಮತ್ತು ಕಾಡಿನಿಂದ ಖರ್ಜೂರ ಮತ್ತು ತಾಳೆ ಎಲೆಗಳನ್ನು ಕಿತ್ತುಕೊಳ್ಳುತ್ತಾರೆ. ಅವಳು ತನ್ನನ್ನು ಮತ್ತು ನನಗೆ ಆಹಾರವನ್ನು ನೀಡುವಂತೆ ಅವಳು ಅಭಿಮಾನಿಗಳನ್ನು ತಯಾರಿಸುತ್ತಾಳೆ

ಮೌರ್ಯ- ಹುಡುಗ, ನೀನು ನಮ್ಮೊಂದಿಗೆ ರಥದಲ್ಲಿ ಕುಳಿತುಕೊಂಡು ನಿನ್ನ ತಾಯಿಯ ಬಳಿಗೆ ಕರೆದುಕೊಂಡು ಹೋಗು! ನಿಮ್ಮ ತಾಯಿಯ ಕಷ್ಟವನ್ನು ನಾವು ನಿವಾರಿಸುತ್ತೇವೆ. ಮಗು ರಥದಲ್ಲಿ ಕುಳಿತು ಮೌರ್ಯನನ್ನು ತನ್ನ ಗುಡಿಸಲಿಗೆ ಕರೆತಂದಿತು. ಮೌರ್ಯ ಗುಡಿಯ ಮುಂದೆ ಬಂದ ಕೂಡಲೇ ಫ್ಯಾನ್ ತಯಾರಿಸುವ ಮಹಿಳೆಯನ್ನು ನೋಡಿದಾಗ ಹಾವು ಮೂಗು ಮುಚ್ಚಿಕೊಂಡಂತೆ ಚಿತ್ರ ಬಿಡಿಸಿದಂತಿತ್ತು. ಮೌರ್ಯನನ್ನು ನೋಡಿದ ಕೂಡಲೆ ಅವಳೂ ಬೀಸುವುದನ್ನು ನಿಲ್ಲಿಸಿ ಎದ್ದು ನಿಂತು ನೋಯುತ್ತಿರುವ ಹಾವಿನಂತೆ

ಹೇಳಿದಳು - ನನ್ನನ್ನು ಬಂಧಿಸಲು ಬಂದಿದ್ದೀಯಾ?

ಮೌರ್ಯ - ಇಲ್ಲ ದೇವಿ! ನಾನು ದೇವರ ಕಾಲಕ್ಷೇಪಗಳನ್ನು ನೋಡಲು ಬಂದಿದ್ದೇನೆ. ಅದರ ಮೇಲೆ ಮಗಧ ರಾಜ್ಯದ ಪ್ರತಿಯೊಂದು ಎಲೆಯೂ ಕುಣಿಯುತ್ತಿದ್ದಳು, ಇಂದು ಎಲೆಯಲ್ಲಿ ಹಕ್ಕಿ ಮಾಡಿ ಜೀವನ ನಡೆಸುತ್ತಿದ್ದಾಳೆ. ಮಗಧದ ರಾಜನು ನರ್ತಿಸುತ್ತಿದ್ದ ಮುರನ ರೂಪವನ್ನು ಧುರಿ ಅಪಹಾಸ್ಯ ಮಾಡುತ್ತಿದ್ದಾನೆ.

ಮುರಾ - ಜೀವನದ ಗತಿ ಬಹಳ ವಿಚಿತ್ರವಾಗಿದೆ. ಸೀತೆಯೂ ವನವಾಸ ಅನುಭವಿಸಬೇಕಾಯಿತು.

ಮೌರ್ಯ - ಲುವ್-ಕುಶನಂತೆ, ಈ ಮಗುವೂ ದೇವಿಗೆ ಭರವಸೆ ನೀಡುತ್ತಿದೆ!

ಮುರ - ಎಷ್ಟು ಬೆಲೆಬಾಳುವ ಮುತ್ತುಗಳು ಧೂಳಿನಲ್ಲಿ ಬೆರೆತು ಹೋಗುತ್ತವೆಯೋ ಗೊತ್ತಿಲ್ಲ. ಅದೇ ರೀತಿ ಸಂಪನ್ಮೂಲಗಳಿಲ್ಲದಿದ್ದರೆ, ನನ್ನ ಚಂದ್ರನು ಧೂಳಾಗಿ ಬದಲಾಗುತ್ತಾನೆ.

ಮೌರ್ಯ - ನಿಮ್ಮ ಚಂದ್ರನಿಗೆ ನಾವು ಸಂಪನ್ಮೂಲಗಳನ್ನು ಸಂಗ್ರಹಿಸುತ್ತೇವೆ.

ಮುರಾ - ನಾನು ಪುರುಷರನ್ನು ನಂಬುವುದಿಲ್ಲ.

ಮೌರ್ಯ - ಎಲ್ಲಾ ಐದು ಬೆರಳುಗಳು ಒಂದೇ ಅಲ್ಲ. ಈ ಭೂಮಿಯಲ್ಲಿ ರಾಮ ಮತ್ತು ರಾವಣ ಇದ್ದಾನೆ. ನನ್ನನ್ನು ನಂಬಿರಿ, ನಾವು ಎಂದಿಗೂ ನಮ್ಮ ಮಾತನ್ನು ಬದಲಾಯಿಸುವುದಿಲ್ಲ. ಮುರಾ- ಇನ್ನೆಷ್ಟು ದಿನ ನಿನ್ನ ಮೇಲೆ ನನಗೆ ನಂಬಿಕೆ ಬಂದಿತೋ ಗೊತ್ತಿಲ್ಲ. ಇಂದು ನಾನು ಮತ್ತೆ ನಂಬುತ್ತೇನೆ. ನಾನು ನಿನ್ನ ರಕ್ಷಣೆಯನ್ನು ಸ್ವೀಕರಿಸಬಲ್ಲೆ ಆದರೆ ನಾನು ಬಯಸದ ಹೊರತು ಮುರ ಮತ್ತು ಚಂದ್ರನು ಮಹಾನಂದನ ಹೆಂಡತಿ ಮತ್ತು ಮಗ ಎಂದು ಯಾರೂ ಅರ್ಥಮಾಡಿಕೊಳ್ಳಬಾರದು ಎಂದು ನಾನು ಪ್ರತಿಜ್ಞೆ ಮಾಡಬೇಕಾಗಿದೆ.

ಮೌರ್ಯ - ಚಂದ್ರ ಮತ್ತು ನೀವು ಆ ಕ್ರೂರ ಕಣ್ಣುಗಳಿಂದ ಶಾಶ್ವತವಾಗಿ ಮರೆಯಾಗಿರುತ್ತೀರಿ ಎಂದು ನಾವು ಭರವಸೆ ನೀಡುತ್ತೇವೆ.

ಮುರಾ- ಈ ಮಗು ಈಗ ನಿಮ್ಮ ಮಗು.

ಮೌರ್ಯ - ನಾನು ಚಂದ್ರನನ್ನು ಧರ್ಮದ ಮಗನೆಂದು ಸ್ವೀಕರಿಸುತ್ತೇನೆ. ಮೌರ್ಯನ ರಕ್ಷಣೆಯಲ್ಲಿ, ಮುರ ಮತ್ತು ಚಂದ್ರರು ತಮ್ಮ ಕಣ್ಣೀರನ್ನು ಒರೆಸಲು ಪ್ರಾರಂಭಿಸಿದರು. ಸ್ವಲ್ಪ ಸಮಯದಲ್ಲೇ ಚಂದ್ರನು ಪಿಪ್ಪಲಿಯ ಮಕ್ಕಳಲ್ಲಿ ಪ್ರಸಿದ್ಧನಾದನು. ಎಲ್ಲರೂ ಅವನನ್ನು ಪ್ರೀತಿಸುತ್ತಿದ್ದರು ಮತ್ತು ಅವನೊಂದಿಗೆ ಆಟವಾಡುವುದನ್ನು ಆನಂದಿಸಿದರು. ಚಂದ್ರು ಕೂಡ ವಿವಿಧ ರೀತಿಯ ಹೊಸ ಆಟಗಳನ್ನು ಸೃಷ್ಟಿಸಿ ಮಕ್ಕಳಿಗೆ ಉಣಬಡಿಸುತ್ತಿದ್ದರು.

ಹೇಳಿದರು- 'ನಾಳೆ ದೀಪೋತ್ಸವ ದಿನದಿಂದ ದಿನಕ್ಕೆ ಹೀಗೆ ಸಾಗುತ್ತಿತ್ತು. ಒಂದು ದಿನ ಮೌರ್ಯ ಹೌದು, ನಾವು ಪಾಟಲೀಪುತ್ರಕ್ಕೆ ಹೋಗುತ್ತಿದ್ದೇವೆ. ಈ ಹಬ್ಬವನ್ನು ದೊಡ್ಡ ಸಮಾರಂಭದೊಂದಿಗೆ ಆಚರಿಸಲಾಗುತ್ತಿದೆ. ಸುತ್ತಮುತ್ತಲೂ ರಾಜನು ಅದರಲ್ಲಿ ಬರುವನು. ಈ ಹಬ್ಬಕ್ಕೆ ಚಂದ್ರನನ್ನೂ ಕರೆದುಕೊಂಡು ಹೋಗುವ ಆಸೆ ಇದೆ.,

ಮುರ- ಇಲ್ಲ, ನಂದನು ಬಹಳ ಕ್ರೂರಿ ರಾಜ ಮತ್ತು ಚಂದ್ರನು ಬಹಳ ಚೇಷ್ಟೆಯುಳ್ಳವನು. ಎಲ್ಲೋ ಒಂದು ಭಯಾನಕ ಘಟನೆ ಅದು ಸಂಭವಿಸಿದರೆ ಏನು? ಮತ್ತು ನಂದಾ ಚಂದ್ರನನ್ನು ಗುರುತಿಸಿದರೆ ನಿನಗೂ ತೊಂದರೆಯಾಗುತ್ತಿತ್ತು.

ಹೊಗೋಣಮೌರ್ಯ - ಭಯಪಡಬೇಡ ಮುರಾ! ನನ್ನ ಉಪಸ್ಥಿತಿಯಲ್ಲಿ ಚಂದ್ರನ ಬಗ್ಗೆ ಯಾವುದೇ ಆಕ್ಷೇಪಣೆ ಇರುವಂತಿಲ್ಲ.

ಮುರಾ - ನನಗೆ ನಿನ್ನ ಮೇಲೆ ಸಂಪೂರ್ಣ ನಂಬಿಕೆಯಿದೆ. ನನ್ನ ಮತ್ತು ಚಂದ್ರನ ಪ್ರತಿಯೊಂದು ರಂಧ್ರವೂ ನಿಮಗೆ ಋಣಿಯಾಗಿದೆ. ನೀವು ಬಯಸಿದರೆ, ನಿಮ್ಮೊಂದಿಗೆ ಚಂದ್ರನನ್ನು ತೆಗೆದುಕೊಳ್ಳಿ. ಎರಡನೇ ದಿನ ಮೌರ್ಯ ಚಂದ್ರನೊಂದಿಗೆ ರಾಜಧಾನಿ ತಲುಪಿದ. ಇಡೀ ರಾಜಧಾನಿ ಅಲಂಕಾರಗಳಿಂದ ಹೊಳೆಯುತ್ತಿತ್ತು ಆಗಿತ್ತು. ಇಂದು ರಾತ್ರಿ ಕೋಟೆಯಲ್ಲಿ ದೀಪೋತ್ಸವ ನಡೆಯಲಿದೆ. ರಾತ್ರಿಯಾಗಿದೆ. ಸಮಾರಂಭದ ರಾಜ ವಾದ್ಯಗಳು ಮೊಳಗಿದವು. ಬಣ್ಣಬಣ್ಣದ ದೀಪಗಳಿಂದ ಸುತ್ತುವರಿದಿದೆ ರಾಜ ದರ್ಬಾರು ನಡೆಯಿತು. ಸಾಮ್ರಾಜ್ಯದ ಆಭರಣಗಳು ಬಹಳ ಆಡಂಬರ ಮತ್ತು ಪ್ರದರ್ಶನದೊಂದಿಗೆ ತಮ್ಮ ತಮ್ಮ ಸ್ಥಳಗಳನ್ನು ತಲುಪಿದವು. ಇನ್ನೊಂದು ಕಡೆ ರಸ್ತೆಯಲ್ಲಿ ನಾಗರಿಕರ ದಂಡೇ ನೆರೆದಿತ್ತು. ರಾಜ್ಯದಿಂದ ಇಂದು ಪ್ರಸಾದ ವಿತರಣೆ ನಡೆಯಲಿದೆ. ದೊಡ್ಡವರು, ಚಿಕ್ಕವರು ಎನ್ನದೆ ಎಲ್ಲರೂ ಖುಷಿಯಿಂದ ಕುಣಿದು ಕುಪ್ಪಳಿಸಿ ಪ್ರಸಾದಕ್ಕಾಗಿ ಕಾಯುತ್ತಿದ್ದರು. ಚೀರ್ಸ್ ಪ್ರತಿಧ್ವನಿಸಿತು. ಇಡೀ ಪ್ರಕೃತಿ ಸಂತೋಷದಿಂದ ತುಂಬಿತ್ತು. ನೃತ್ಯ,

ಸಂಗೀತ ಇತ್ಯಾದಿ. ದೇವಾನುದೇವತೆಗಳೂ ಸಹ ಕಲಾತ್ಮಕ ದೃಶ್ಯಗಳಿಗೆ ಮನಸೋತರು. ಕಲಾಪ್ರದರ್ಶನದ ನಂತರ, ಮಹಾನಂದರು ಎದ್ದು ಪಂಜರದಲ್ಲಿ ಬೀಗ ಹಾಕಿದ ಸಿಂಹವನ್ನು ತೋರಿಸುತ್ತಾ

ಹೇಳಿದರು - 'ಮಾಗಧದ ಬುದ್ಧಿವಂತ ವೀರರೇ! ನೀವು ನೋಡುತ್ತಿರುವ ಈ ಪಂಜರವು ನಿಮ್ಮ ಪರೀಕ್ಷೆಗಾಗಿ. ರಾಜ ಕೌರವ್ಯ ಈ ಪಂಜರದಲ್ಲಿ ನಿನಗಾಗಿ ಲೋಹದ ಸಿಂಹವನ್ನು ಕಳುಹಿಸಿದ್ದಾನೆ. ಇದರಲ್ಲಿ ಕಾಣುವ ಸಿಂಹವನ್ನು ಪಂಜರವನ್ನು ಮುರಿದು ತೆರೆಯದೆ ಹೊರತೆಗೆಯಬೇಕು. ಈ ಸಿಂಹವು ಏನನ್ನು ತರುತ್ತದೆ ಎಂಬುದರ ಬಗ್ಗೆ ನಾವು ಹೆಮ್ಮೆಪಡುತ್ತೇವೆಒಂದರ ಹಿಂದೆ ಒಂದು ಮತ್ತು ಎರಡನೆಯ ನಂತರ ಮೂರನೆಯದು ಪಂಜರದ ಬಳಿ ಹೋಗಿ ಮತ್ತೆ ಅದರ ಸ್ಥಳದಲ್ಲಿ ಕುಳಿತಿತು, ಆದರೆ ಸಿಂಹವು ಎಲ್ಲಿಂದ ಹೊರಬರಲಿಲ್ಲ. ಅಂತಿಮವಾಗಿ ಮಹಾರಾಜ ಮಹಾನಂದರು ಕೋಪದಿಂದ ಎದ್ದು ಶಾಪದಿಂದ

ಹೇಳಿದರು - 'ಈ ಭೂಮಿ ವೀರರು ಮತ್ತು ಬುದ್ಧಿವಂತ ಜನರಿಂದ ಖಾಲಿಯಾಗಿದೆ ಎಂದು ತೋರುತ್ತದೆ. 'ಮೌರ್ಯನ ಬಳಿ ಸಂಕಟದಿಂದ ಕುಳಿತಿದ್ದ ಚಂದ್ರನು ಕೋಪದಿಂದ ಎಚ್ಚರಗೊಂಡು

ಕೂಗಿದನು - 'ಭೂಮಿಯು ಎಂದಿಗೂ ವೀರರಿಂದ ಖಾಲಿಯಾಗುವುದಿಲ್ಲ. ನಾನು ಈ ಸಿಂಹವನ್ನು ಹೊರಗೆ ತೆಗೆಯಬಲ್ಲೆ' ಎಂದು ಹೇಳಿದನು. ಮಗುವಿನ ಘರ್ಜನೆ ಎಲ್ಲರ ಗಮನ ಸೆಳೆಯಿತು. ಮಹಾನಂದರು ಹೆಮ್ಮೆಯಿಂದ ನಕ್ಕರು ಮತ್ತು ಕೆಂಪು ಕಣ್ಣುಗಳಿಂದ

ಹೇಳಿದರು - ಸಿಂಹವನ್ನು ಹೊರತೆಗೆಯಲು ನಿಮಗೆ ಅನುಮತಿ ಇದೆ. ಆದರೆ ಈ ಸಿಂಹವು ನಿಮ್ಮಿಂದ ಹೊರಬರದಿದ್ದರೆ, ಈ ಸಿಂಹದ ಜೊತೆಗೆ ನೀವು ಕೂಡ ಅದೇ ಪಂಜರದಲ್ಲಿ ಬಂಧಿಯಾಗುತ್ತೀರಿ. ಮಗು: ನಾನೂ ಒಪ್ಪುತ್ತೇನೆ ಮತ್ತು ಸಿಂಹವನ್ನು ಓಡಿಸಿದರೆ ಮಹಾರಾಜನು ಮೆಚ್ಚಿ ನನಗೆ ಸಂಪೂರ್ಣ ಮಗಧ ರಾಜ್ಯವನ್ನು ಕೊಡುವನೇಹುಡುಗನ ಹೆಮ್ಮೆಯ ಹೇಳಿಕೆಯಿಂದ ಇಡೀ ರಾಜಸಭೆಯು ಸಂತೋಷದಿಂದ ತುಂಬಿತ್ತು. ಹುಡುಗ ಜಿಂಕೆಯಂತೆ ಜಿಗಿಯುತ್ತಾ ಪಂಜರವನ್ನು ತಲುಪಿದನು. ಮಕ್ಕಳ ನಡುವೆ ಪಂಜರದಲ್ಲಿಟ್ಟ ಸಿಂಹವನ್ನು ಎಚ್ಚರಿಕೆಯಿಂದ ನೋಡಿದರು. ಸ್ವಲ್ಪ ಸಮಯ ನೋಡಿದ ನಂತರ ಹುಡುಗ ಕಬ್ಬಿಣದ ಅಂಗಳ ಮತ್ತು ಬೆಂಕಿಯ ಒಲೆ ಕೇಳಿದನು. ಹುಡುಗನಿಗೆ ಅಂಗಳ ಮತ್ತು ಅಗ್ನಿಸ್ಟಿಕೆ ನೀಡಲಾಯಿತು. ಹುಡುಗ ಅಂಗಳವನ್ನು ಎತ್ತಿಕೊಂಡು ಒಲೆಯ ಮೇಲೆ ಕಾಯಿಸಿದನು. ಅವನು ಹೀಗೆ ಮಾಡಿ ಪಂಜರದೊಳಗೆ ಪ್ರವೇಶಿಸಿದ ಸಿಂಹವನ್ನು ಕರಗಿಸಿ ಹೊರತೆಗೆಯಲು ಪ್ರಾರಂಭಿಸಿದನು. ಸ್ವಲ್ಪ ಪ್ರಯತ್ನದ ನಂತರ ಸಿಂಹ ಕರಗಿ ಹೊರಬಂದು ಪಂಜರ ಖಾಲಿಯಾಯಿತು. ಎಲ್ಲರೂ ಸಂತೋಷದಿಂದ ಮಗುವನ್ನು ಹೊಗಳಲು ಪ್ರಾರಂಭಿಸಿದರು ಮತ್ತು ಮಗುವು ವಿಜಯ್ಗೆ ಹೆಮ್ಮೆಯಿಂದ ನಮಸ್ಕರಿಸಿ

ಹೇಳಿದರು - 'ಸಿಂಹವನ್ನು ಮೇಣದಿಂದ ಹೊರತೆಗೆದದ್ದು ಎಷ್ಟು ದೊಡ್ಡ ವಿಷಯ! ನನ್ನ ಮುಂದೆ ಕಾಡಿನ ರಾಜನಿದ್ದರೆ ಅವನಿಂದ ನನಗೆ ಎರಡು ಕೈಗಳಿದ್ದರೆ, ನನಗೆ ಇನ್ನೂ ಹೆಚ್ಚು ಸಂತೋಷವಾಗುತ್ತಿತ್ತು. , ಮಗುವಿನ ದಿಟ್ಟತನ ಮತ್ತು ಧೈರ್ಯವನ್ನು ಕಂಡು ನ್ಯಾಯಾಲಯವು ಬೆರಗಾಯಿತು. ನಂದನು ಸಂತೋಷದಿಂದ

ಹೇಳಿದನು - 'ಮಗು! ನೀನು ಧನ್ಯ. ಪರಮ ವೀರ ಮೌರ್ಯ! ಮಗು ಏನು ಬಯಸುತ್ತದೆ, ನಮ್ಮಿಂದ ಕೇಳಿ., ಮೌರ್ಯ ಏನನ್ನೂ ಹೇಳುವ ಮುನ್ನ ಮಗು

ಹೇಳಿತು - 'ಭಿಕ್ಷುಕರು ಬೇಡುತ್ತಾರೆ, ಧೈರ್ಯಶಾಲಿಗಳು ಬಯಸಿದ್ದನ್ನು ಪಡೆಯುತ್ತಾರೆ. 'ನಂದ್- ನಾವುನಿಮ್ಮಿಂದ ಇನ್ನಷ್ಟು ಸಂತುಷ್ಟರಾಗಿದ್ದೇವೆ. ಅತ್ಯಂತ ವೀರ ಮೌರ್ಯ! ನೀವು ಮಗುವಿಗೆ ಹೇಳಿ ನಾವು ಯಾವ ಬಹುಮಾನವನ್ನು ನೀಡಬೇಕು? ಮೌರ್ಯನು ಏನನ್ನೂ ಉತ್ತರಿಸುವ ಮೊದಲು, ಚಂದ್ರನು **ಹೇಳಿದನು** - ಮಗಧದ ರಾಜನು ಮಗುವಿನೊಂದಿಗೆ ಸಂತೋಷವಾಗಿದ್ದರೆ, ಶಿಕ್ಷಣವನ್ನು ಪಡೆಯಲು ಎಲ್ಲರಿಗೂ ಸಮಾನ ಅವಕಾಶ ಸಿಗಬೇಕು ಎಂಬುದು ಅವನ ಆಶಯ. ನಾವು ಹಿಂದುಳಿದವರಿಗೆ ಉನ್ನತ ಶಿಕ್ಷಣದ ಸಾಧನಗಳಲ್ಲ. ನನಗೆ ಉನ್ನತ ಶಿಕ್ಷಣಕ್ಕೆ ದಾರಿ ಸಿಗಬೇಕು ಮತ್ತು ನನ್ನಂತಹ ಎಲ್ಲರಿಗೂ ಈ ಸೌಲಭ್ಯ ಸಿಗಲಿ ಎಂದು ಹಾರೈಸುತ್ತೇನೆ.

ನಂದ್- ನಿಮ್ಮ ಆಸೆ ಈಡೇರುತ್ತದೆ. ತಕ್ಷಶಿಲಾ ವಿಶ್ವವಿದ್ಯಾಲಯದಲ್ಲಿ ಅಧ್ಯಯನ ಮಾಡಲು ನಾವು ನಿಮಗೆ ಶಿಫಾರಸು ಮಾಡುತ್ತೇವೆ. ಅದನ್ನು ಕಳುಹಿಸುತ್ತೇವೆ. ಭರವಸೆಯ ಹುಡುಗ! ನಿಮ್ಮ ತಂದೆ ತಾಯಿ ಯಾರು? **ಮಗು-** ನನಗೆ ನನ್ನ ತಾಯಿ ಗೊತ್ತು. ಅಮ್ಮನನ್ನು ಮರೆತು ಅಪ್ಪ ಎಲ್ಲಿಗೆ ಹೋದರೋ ಗೊತ್ತಿಲ್ಲ. ನಂದ್- ನಿನ್ನ ತಂದೆ ತುಂಬಾ ಕ್ರೂರಿ! ಅಂತಹ ತಂದೆಗೆ ಕಠಿಣ ಶಿಕ್ಷೆ ನೀಡಬೇಕು. ಮೌರ್ಯ! ನೀವು ಆ ಕ್ರೂರನನ್ನು ಕಂಡುಕೊಂಡಿದ್ದೀರಾ?

ಮೌರ್ಯ - ಏನೂ ತಿಳಿಯಲಿಲ್ಲ ಮಹಾರಾಜ!

ನಂದ್ - ಹುಡುಕಿದರೂ ಹುಡುಕಿದರೂ ಸಿಗದು!

ಮೌರ್ಯ - ಹೌದು, ಮಹಾರಾಜ! ಪಡೆದುಕೊಳ್ಳಬಹುದು. ಆದರೆ ಕೆಲವೊಮ್ಮೆ ಕಳ್ಳ ನಮ್ಮ ಕಣ್ಣ ಮುಂದೆಯೇ ಇರುತ್ತಾನೆ ಮತ್ತು ನಮಗೆ ಅವನನ್ನು ನೋಡಲಾಗುವುದಿಲ್ಲ. ದೀಪದ ಕೆಳಗೆ ಕತ್ತಲು ಎಂಬ ಮಾತು ಪ್ರಸಿದ್ಧವಾಗಿದೆ ಅಲ್ಲವೇ?

ನಂದ್ - ಜಗತ್ತಿನಲ್ಲಿ ಎಲ್ಲವೂ ಸಾಧ್ಯ. ಈಗ ನೋಡಿ ಆ ದಿನ ಅರಮನೆಗೆ ಬಂದ ಕಳ್ಳ ಇನ್ನೂ ಪತ್ತೆಯಾಗಿಲ್ಲ. ಸರಿ ನೋಡಿ, ಈ ಮಗುವಿನ

ಜೀವನ-ನಿರ್ಮಾಣದಲ್ಲಿ ನಿಮಗೆ ಬೇಕಾದುದನ್ನು ಮಾಡಿ. ಒಬ್ಬ ರಾಜನು ತನ್ನ ಪ್ರೀತಿಯ ಮಗನಿಗಾಗಿ ಇದನ್ನು ಮಾಡಬಹುದು. ಪ್ರಶಸ್ತಿಗಳನ್ನು ವಿತರಿಸಲಾಯಿತು, ಪ್ರೇಕ್ಷಕರು ಮತ್ತು ಕೇಳುಗರು ನೃತ್ಯ ಮತ್ತು ಸಂಗೀತದ ಮೇಲೆ ಬಂಬಲ್ಬೀಗಳಂತೆ ಕುಣಿಯುತ್ತಿದ್ದರು. ಹೃದಯದಲ್ಲಿ ಉತ್ಸಾಹ, ಕಣ್ಣುಗಳಲ್ಲಿ ದುಃಖ. ಎಲ್ಲರೂ ಕುಣಿಯುತ್ತಿದ್ದರು ಮತ್ತು ಪಕ್ಕದ ದೀಪಗಳ ಮೇಲೆ ಪತಂಗಗಳು ಸುಳಿದಾಡುತ್ತಿದ್ದವು. ದೀಪೋತ್ಸವದ ಈ ಸಂಭ್ರಮದ ಆಚರಣೆ ನಡೆಯುತ್ತಿರುವಾಗ ಪ್ರತಿಹಾರಿಯು ಗಡಿ ಕಾವಲುಗಾರನು ಘೋಷಿಸಿದ ಪತ್ರವನ್ನು ಮಹಾಮಾತ್ಯನಿಗೆ ನೀಡಿದಳುಮಹಾಮಾತ್ಯ ಪತ್ರವನ್ನು ಓದಿದರು. ಓದುತ್ತಿದ್ದಂತೆ ಮುಖದ ಬಣ್ಣ ಬದಲಾಗತೊಡಗಿತು. ಮುಖದಲ್ಲಿ ಚಿಂತೆ ಸಾಲುಗಳನ್ನು ನೋಡಿದ ಮಹಾನಂದರು ಗರ್ಜಿಸುತ್ತಾ

ಹೇಳಿದರು – ಏನಾಗಿದೆ ಮಹಾಮಾತ್ಯಾ! ಹಣೆಯ ಮೇಲೆ ಚಿಂತೆಯ ಗೆರೆಗಳು ನೀವು ಹೋಗಿದ್ದೀರಾ? ಅದು ಯಾರ ಪತ್ರ? ದೀಪೋತ್ಸವದಂದು ನಿಮಗೆ ಇದ್ದಕ್ಕಿದ್ದಂತೆ ಯಾವ ಸುದ್ದಿ ಬಂದಿದೆ? ಮಹಾಮಾತ್ಯ- ಹಿಂದೂಕುಶ್ ಪರ್ವತದ ಕಣಿವೆಯಿಂದ ಗ್ರೀಕರು ಈ ದೇಶವನ್ನು ವಶಪಡಿಸಿಕೊಂಡಿದ್ದಾರೆ ಎಂಬ ಸುದ್ದಿ ಬಂದಿದೆ. ಮಿತಿಯನ್ನು ಪ್ರವೇಶಿಸಿದೆ. ಗ್ರೀಸ್ ಚಕ್ರವರ್ತಿ ಅಲೆಕ್ಸಾಂಡರ್ ಜಗತ್ತನ್ನು ಗೆಲ್ಲಲು ಬಯಸಿದನು. ದಾಳಿ ಮಾಡಿದ್ದಾರೆ.

ಮಹಾನಂದ್ - ಚೆನ್ನಾಗಿದೆ! ರಾಜರೆಲ್ಲರೂ ಒಂದಾಗಬೇಕು ಎಂದು ನಾವು ಹೇಳಿದಾಗ ಯಾರೂ ಕೇಳಲಿಲ್ಲ. ಅವರು ತಮ್ಮ ರಾಜ್ಯವನ್ನು ಹೇಗೆ ಸುರಕ್ಷಿತವಾಗಿಡಲು ಸಾಧ್ಯವಾಗುತ್ತದೆ ಎಂಬುದನ್ನು ಈಗ ನಾವು ನೋಡುತ್ತೇವೆ. ಗ್ರೀಕರ ಘೋರ ಸೇನೆಯ ವಿರುದ್ಧ ಮಗಧದ ವೀರ ಸೈನಿಕರ ಹೊರತು ಬೇರೆ ಯಾರು ನಿಲ್ಲಬಲ್ಲರು? ಮಹಾಮಾತ್ಯಾ! ಸೀಮೆ ತಕ್ಷಶಿಲೆ, ಪಂಚನಾಡು ಇತ್ಯಾದಿ ರಾಜರುಗಳು ಸಹಾಯ ಬೇಕಾದರೆ ಒಬ್ಬ ಸೈನಿಕನನ್ನೂ ಸಹಾಯಕ್ಕೆ ಕಳುಹಿಸಬಾರದು. ಮಗಧದ ಗಡಿಯಲ್ಲಿ ನಿನ್ನ ಸೈನ್ಯವನ್ನು ನಿಯೋಜಿಸಿ ಮತ್ತು ಅದರ ಕೆಳಗಿರುವ ಎಲ್ಲಾ ರಾಜರಿಗೆ ಯಾವುದೇ ಹಾನಿಯಾಗದಂತೆ ನೋಡಿಕೊಳ್ಳಿ.

ಅಲೆಕ್ಸಾಂಡರ್ ಮಗಧದ ಕಡೆಗೆ ನೋಡಿದರೆ, ಅವನ ಕಣ್ಣುಗಳನ್ನು ತೆಗೆಯಬೇಕು. ನರಿಗಳು ಮತ್ತು ಸಿಂಹಗಳೊಂದಿಗೆ ಹೋರಾಡುವುದರ ನಡುವಿನ ವ್ಯತ್ಯಾಸವೇನು ಎಂದು ಅವನಿಗೆ ತಿಳಿಸಿ. ಭಾರತದ ಯಾವುದೇ ಭಾಗದಲ್ಲಿ ರಾಕ್ಷಸ ದಾಳಿ ನಡೆದರೆ ಅದು ನಿಮ್ಮ ಮೇಲೆ ಮಾತ್ರ ಎಂದು ಭಾವಿಸಬೇಕು ಮಹಾರಾಜರೇ! ಯಾವುದೇ ವಿದೇಶಿಯರ ಮುಂದೆ ನಾವು ದೇಶೀಯ ವಿವಾದಗಳನ್ನು ತರಬಾರದು. ಯಾರಾದರೂ ಎಷ್ಟೇ ಬಲಶಾಲಿಯಾಗಿದ್ದರೂ, ಮನೆಯೊಳಗಿನ ದುರ್ಬಲ ಶತ್ರು ಕೂಡ ಅವನನ್ನು ಸೋಲಿಸಬಹುದು. ನಾವು ಮನೆಯಲ್ಲಿ ಧ್ವನಿಯನ್ನು ರಚಿಸಲು ಸಾಧ್ಯವಾಗದಿದ್ದರೆ, ಮಗಧದ ಸಂಪೂರ್ಣ

ಶಕ್ತಿಯುತ ಸೈನ್ಯವೂ ನಾಶವಾಗುವ ಸಾಧ್ಯತೆಯಿದೆ. ನಂದ್- ಬೆಂಕಿ ಇನ್ನೂ ದೂರದಲ್ಲಿದೆ, ನೀರು ಇನ್ನೂ ಮಳೆಯನ್ನು ಪ್ರಾರಂಭಿಸಿಲ್ಲ ಮತ್ತು ನೀವು ನಡುಗಿದ್ದೀರಿ!

ರಾಕ್ಷಸರು - ಬೆಂಕಿ ಮತ್ತು ನೀರು ಬೆಳೆಯಲು ಹೆಚ್ಚು ಸಮಯ ತೆಗೆದುಕೊಳ್ಳುವುದಿಲ್ಲ. ರಾಕ್ಷಸರಾಜನು ನಡುಗುತ್ತಿಲ್ಲ, ಯೋಚಿಸುತ್ತಿದ್ದಾನೆ. ದೀಪಗಳ ಹಬ್ಬಕ್ಕೆ ಶಂಖ ಊದಲಾಯಿತು. ಮಾತನಾಡುತ್ತಾ ನಾಗರಿಕರು ತಮ್ಮ ತಮ್ಮ ಮನೆಗಳಿಗೆ ಹೋದರು. ಮೌರ್ಯನೂ ಚಂದ್ರನನ್ನು ಕರೆದುಕೊಂಡು ಹೋಗಲು ಎದ್ದನು, ಆದರೆ ಮಹಾಮಾತ್ಯ ಅವನನ್ನು ತಡೆದು

ಹೇಳಿದರು - ಈಗ ನಿಮಗೆ ಯುದ್ಧ ಮಾಡುವ ಸಾಮರ್ಥ್ಯವಿಲ್ಲ, ಆದರೆ ನಿಮ್ಮ ಅನುಭವಗಳಿಂದ ನಮಗೆ ಇನ್ನೂ ಭರವಸೆ ಇದೆ. ನೀವು ದಯವಿಟ್ಟು ಮಂತ್ರಾನ್ನಕ್ಕಾಗಿ ರಾಜಧಾನಿಯಲ್ಲಿ ಉಳಿಯುತ್ತೀರಾ? ಮೌರ್ಯ - ನಾನು ಬಾಣ ಮತ್ತು ಕತ್ತಿಗಳನ್ನು ಹೊಡೆಯುವ ಅಭ್ಯಾಸವನ್ನು ಹೊಂದಿದ್ದೇನೆ, ಆದರೆ ನನ್ನ ಅಂಗವೈಕಲ್ಯದಿಂದಾಗಿ, ನಾನು ಈಗ ಈ ಕೌಶಲ್ಯದಲ್ಲಿಯೂ ನಿಷ್ಪ್ರಯೋಜಕನಾಗಿದ್ದೇನೆ. ನನ್ನ ಸಲಹೆಯ ಬಗ್ಗೆ ಏನು? ನಿಮಗೆ ಸಲಹೆ ಬೇಕಾದರೆ ಶಕ್ತರ್ ಮತ್ತು ಕಾತ್ಯಾಯನರಂತಹ ಬುದ್ಧಿವಂತ ತಂತ್ರಜ್ಞರಿಂದ ತೆಗೆದುಕೊಳ್ಳಿ. ಈಗ ನಾನು ನಿರರ್ಥಕನಾದೆ, ನಿನ್ನ ಸೇವೆ ಮಾಡಲಾಗದೆ. ರಾಕ್ಷಸ: ನಾನು ನಿಮಗೆ ಯಾವಾಗ ತೊಂದರೆ ಕೊಡಬೇಕು? ಆದರೆ ಸಂದರ್ಭಗಳು ಹೀಗೆ ಬಂದವು ಏಕಾಂಗಿಯಾಗಿ ಪರಿಹರಿಸಲಾಗದ ಸಮಸ್ಯೆಗಳಿವೆಯೇ. ಸಹಜವಾಗಿ ಈ ಕಷ್ಟ ಕಾಲದಲ್ಲಿ ಶಕ್ತರ್ ಮತ್ತು ಕಾತ್ಯಾಯನ ಅತ್ಯಂತ ಅವಶ್ಯಕ. ರಾಜನು ಒಪ್ಪಿದರೆ.

ಮೌರ್ಯ - ಹಾಗಾದರೆ ನನಗೆ ಹೊರಡಲು ಅನುಮತಿ ಇದೆ, ಸರಿ? ರಾಕ್ಷಸ: ನನ್ನ ಹೃದಯವು ಅದನ್ನು ಬಯಸುವುದಿಲ್ಲ, ಆದರೆ ನಿನ್ನ ಸ್ಥಿತಿಯನ್ನು ನೋಡಿ ನಾನು ನಿನ್ನ ಇಚ್ಛೆಯಂತೆಯೇ ಹೇಳಬೇಕು! ಚಂದ್ರನನ್ನು ಕರೆದುಕೊಂಡು ಮೌರ್ಯನು ಪಿಪ್ಪಲಿಕಾನನ ಬಳಿಗೆ ಹೋದನು ಮತ್ತು ರಾಕ್ಷಸರು ಯೋಚಿಸುತ್ತಲೇ ಇದ್ದರು. ರಾಕ್ಷಸನಿಂದ ಏನೋ ಹೆಚ್ಚು ಮಾತನಾಡಿದ ನಂತರ, ಮಹಾನಂದ್ ಸಹ ಹೊರಟುಹೋದನು, ಆದರೆ ರಾಕ್ಷಸನು ಅವನ ಅಂಗೈಯಲ್ಲಿ ಕುಳಿತುಕೊಂಡನು. ಯೋಚಿಸತೊಡಗಿದ. ಆಲೋಚಿಸುತ್ತಿರುವಾಗ ಒಬ್ಬ ದಾಸಿಯನ್ನು ಕರೆದು ಹಿರಿಯ ರಾಣಿ ಎಂದು ಹೇಳಿದನು ಸುನಂದೆಯ ಬಳಿಗೆ ಹೋಗಿ ಮಹಾಮಾತ್ಯ ಇನ್ನೂ ನಿನ್ನನ್ನು ಕಾಣಲು ಬಯಸುತ್ತಿದ್ದಾನೆ ಎಂದು ಹೇಳಿದನು. ದಾಸಿಯು ಹೋಗಿ ಹಿರಿಯ ರಾಣಿಯಿಂದ ಒಪ್ಪಿಗೆ ಪಡೆದು ಹಿಂದಿರುಗಿದಳು. ಉತ್ತರ ಬಂದ ಕೂಡಲೇ ರಾಕ್ಷಸರು ಎದ್ದರು ಸುನಂದಾ ಅವರ ಕೋಣೆ ತಲುಪಿದೆ. ಕುಳಿತ ನಂತರ ವಿನಯಪೂರ್ವಕವಾಗಿ

ವಿನಂತಿಸಿದರು – ರಾಜರಾಣಿ! ದೇಶದ ಮೇಲೆ ತೊಂದರೆ ಬಂದಿದೆ, ಈ ಸೇವಕನು ಸಹಾಯ ಮತ್ತು ಸಲಹೆಗಾಗಿ ನಿಮ್ಮ ಬಳಿಗೆ ಬಂದಿದ್ದಾನೆ.

ಸುನಂದಾ - ನೀನು ಬಹಳ ಚಿಂತಿತನಾಗಿದ್ದೀಯೆ, ಮಹಾಮಾತ್ಯಾ! ಹೇಳಿ, ಸಹಾಯ ಮಾಡಲು ನಾನು ಏನು ಮಾಡಬಹುದು? ರಾಕ್ಷಸ- ನನಗೆ ಕಾತ್ಯಾಯನ ಮತ್ತು ಶಕ್ತರ ಸ್ವಾತಂತ್ರ್ಯವನ್ನು ಕೊಡು! ನಾನು ಲಕ್ಷ ಎಂದು ಹೇಳಿದ ಮೇಲೂ ಅವರನ್ನು ಬಿಡಿಸಲು ಮಹಾರಾಜರಿಗೆ ಮನಸ್ಸಿಲ್ಲ. ದೇಶಕ್ಕೆ ಅವರ ಅವಶ್ಯಕತೆ ತುಂಬಾ ಇದೆ, ಇಲ್ಲದಿದ್ದರೆ ರಾಜ್ಯವು ಪರಕೀಯರ ಕಾಲಿನಿಂದ ನಲುಗುತ್ತದೆ, ಮಗಧ ಪುತ್ರರ ಎದೆಯ ಮೇಲೆ ವಿದೇಶಿ ಮೃಗಗಳು ಓಡುತ್ತವೆ. ಸುನಂದಾ - ನಿನಗೆ ಗೊತ್ತು ಮಹಾಮಾತ್ಯ! ಯಾರೇ ಹೇಳಿದರೂ ಮಹಾರಾಜರ ಮೇಲೆ ಯಾವುದೇ ಪರಿಣಾಮ ಬೀರುವುದಿಲ್ಲ. ನಾನು ಹೇಳಿದರೂ ಅವರು ನಂಬುವುದಿಲ್ಲ. ಮೊಂಡುತನದಿಂದ ಮಾತನಾಡುವುದು ಮರಳಿನ ಮೇಲೆ ಎಣ್ಣೆ ಸುರಿದಂತೆ. ಹೌದು, ನಾನು ಪರಿಹಾರವನ್ನು ಯೋಚಿಸುತ್ತೇನೆರಾಕ್ಷಸ: ಬೇಗ ಹೇಳು ರಾಣಿ!

ಸುನಂದಾ- ಹೇಳಲು ಬಾರದಿದ್ದನ್ನು ಹೇಳಬೇಕು. ಅದಕ್ಕಾಗಿಯೇ ನಾನು ವಿಷವನ್ನು ಕುಡಿಯಬಹುದು, ಆದರೆ ನಂಬಿಕೆಯನ್ನು ಕೊಲ್ಲಲು ಸಾಧ್ಯವಿಲ್ಲ ಎಂದು ಹೇಳುತ್ತಿದ್ದೇನೆ. ಸಂಕಟದ ನಡುವೆಯೂ ಈ ಮನೆಯ

ಗೌರವ ನನಗೆ ಪ್ರಾಣಕ್ಕಿಂತ ಹೆಚ್ಚು ಪ್ರಿಯ. ಆದರೆ ಕೆಲವೊಮ್ಮೆ ಕೆಟ್ಟ ವಿಷಯದಿಂದಲೂ ಕೆಲವು ಪ್ರಯೋಜನಗಳು ಹೊರಬರುತ್ತವೆ. ಹೀಗೆ ಹೇಳುತ್ತಿರುವಾಗ ಸುನಂದಾ ತನ್ನ ಧ್ವನಿಯನ್ನು ಮತ್ತಷ್ಟು ತಗ್ಗಿಸಿ

ಹೇಳಿದಳು - ಮಹಾಮಾತ್ಯ! ಮಹಾರಾಜರು ಪ್ರಸ್ತುತ ಸೇವಕಿಯ ಮೇಲ್ವಿಚಾರಣೆಯಲ್ಲಿದ್ದಾರೆ ಎಂದು ಬಹುಶಃ ನಿಮಗೆ ತಿಳಿದಿದೆ. ಮುರಾ ನಂತರ ಅವರುಅವನ ಮುಖ ಪ್ರಿಯಾ. ಇಂದು ಯಾರಾದರೂ ಮಹಾರಾಜರನ್ನು ಆಳಿದರೆ ಅದು ಅವಳೇ. ವಿಕ್ಷಣಾ ಬಹಳ ಬುದ್ಧಿವಂತ ದಾಸಿ. ಇಲ್ಲ-ಇಲ್ಲ, ನಾನು ಮರೆತಿದ್ದೇನೆ, ಅವಳು ಸೇವಕಿ ಅಲ್ಲ, ಈಗ ಅವಳು ರಾಣಿ. ಅವರು ಬಯಸಿದರೆ, ಅವರು ಮಹಾರಾಜರನ್ನು ಸ್ವೀಕರಿಸಬಹುದು.

ರಾಕ್ಷಸ - ವಿಚಕ್ಷಣ ನಿನ್ನಲ್ಲಿ ನಂಬಿಕೆಯಿದೆಯೇ?

ಸುನಂದಾ - ವಿಶ್ವಾಸ ಮತ್ತು ವಾತ್ಸಲ್ಯ ಎರಡೂ ಇದೆ, ಏಕೆಂದರೆ ನಾನು ನನ್ನ ಮಡಿಲಲ್ಲಿರುವ ಸರ್ಪಕ್ಕೂ ಆಹಾರವನ್ನು ನೀಡುವುದನ್ನು ಅಭ್ಯಾಸ ಮಾಡಿದ್ದೇನೆ.

ರಾಕ್ಷಸ- ಹಾಗಾದರೆ ನೀನು ಈಗ ವಿಚಕ್ಷಣನನ್ನು ಕರೆದು ಅವಳೊಂದಿಗೆ ಮಾತನಾಡು. ನಾನು ಇನ್ನೊಂದು ಕೋಣೆಯಲ್ಲಿ ಕುಳಿತಿದ್ದೇನೆ. ಅವನನ್ನು ಯಾವುದೋ ಮಹಾಮಾತೆಯ ಬಲೆ ಬೀಸುತ್ತಿದೆ ಎಂದು ತಿಳಿಯಬಾರದು.

ಸುನಂದಾ - ಚಿಂತಿಸಬೇಡ ಮಹಾಮಾತ್ಯಾ! ಸುನಂದಾ ಮೂರ್ಖಳಲ್ಲ. ಸುನಂದಾ ವಿಕ್ಷಣನನ್ನು ಕರೆದಳು. ಸುನಂದೆಯ ಸಂದೇಶ ಕೇಳಿದೊಡನೆಯೇ ವಿಕ್ಷಣನು ಬಂದನು. ಸುನಂದೆಯ ಬಳಿ ಪೂಜ್ಯಭಾವದಿಂದ ಕುಳಿತು

ಹೇಳಿದಳು – ಈ ಸಮಯದಲ್ಲಿ ನೀನು ನನ್ನನ್ನು ಹೇಗೆ ನೆನಪಿಸಿಕೊಂಡೆ ಮಹಾರಾಣಿ?

ಸುನಂದಾ- ನಾನಲ್ಲ, ಆರ್ಯಾವರ್ತನು ಈ ಸಮಯದಲ್ಲಿ ನಿನ್ನನ್ನುಕರೆದಿದ್ದಾನೆ.

ವಿಚಕ್ಷಣ- ನೀನು ಏನು ಹೇಳುತ್ತಿರುವೆ? ಯಾರಿಗಾದರೂ ಒಣಹುಲ್ಲಿನ ನೆನಪಿದೆಯೇ?

ಸುನಂದಾ - ಮುಳುಗುತ್ತಿರುವವನಿಗೆ ಒಂದು ಹುಲ್ಲು ಆಸರೆ ಸಾಕು. ಇಂದು ಮುಳುಗುತ್ತಿರುವ ಮಗಧ ರಾಜ್ಯ ನಿಮ್ಮ ಸಹಾಯದಿಂದ ಮಾತ್ರ ಅವನು ಬದುಕಬಲ್ಲನು.

ವಿಚಕ್ಷಣ- ಮಗಧ ರಾಜ್ಯಕ್ಕೆ ನನ್ನ ಪ್ರಾಣ ಬೇಕಾದರೆ ಸಂತೋಷದಿಂದ ಕೊಡಬಲ್ಲೆ ರಾಣಿ! ಪರ್ವತಕ್ಕೆ ಧೂಳು ಏನು ಸೇವೆ ಮಾಡಬಲ್ಲದು ಹೇಳಿ? ಸುನಂದಾ- ಮಹಾರಾಜರು ಈ ದಿನಗಳಲ್ಲಿ ನಿಮ್ಮ ಮೇಲೆ ಗರಿಷ್ಠ ಪ್ರೀತಿ ಹೊಂದಿದ್ದಾರೆ. ಕೆಲವು ರೀತಿಯ ಕ್ಯಾರೆಟ್ ಮತ್ತು ಕಾತ್ಯಾಯನನನ್ನು ಸೆರೆಮನೆಯಿಂದ ಬಿಡುಗಡೆ ಮಾಡಿ!

ವಿಚಕ್ಷಣ- ನಂಬಿಕೆಯಿಡು ರಾಣಿ! ಅದಕ್ಕಾಗಿ ನನ್ನ ಪ್ರಾಣವನ್ನೇ ತ್ಯಾಗ ಮಾಡಬೇಕಾದರೂ ನನ್ನ ಕೈಲಾದ ಪ್ರಯತ್ನ ಮಾಡುತ್ತೇನೆ. ಒಬ್ಬ ವ್ಯಕ್ತಿ ಸಮಾಜಕ್ಕಾಗಿ ಮಾಡಬೇಕಾದ್ದು ಬಹಳ ಕಡಿಮೆ.

ಸುನಂದಾ - ಆದರೆ ಈ ಕೆಲಸ ಬಹುಬೇಗ ಆಗಬೇಕು.

ವಿಚಕ್ಷಣ - ನನ್ನ ಪ್ರತಿ ಉಸಿರು ಈ ಪ್ರಯತ್ನದಲ್ಲಿ ತೊಡಗಿರುತ್ತದೆ.ಹೀಗೆ ಹೇಳುತ್ತಾ ವಿಕ್ಷನನು ಮಹಾರಾಜ ಮಹಾನಂದರು ಮಲಗಿದ್ದ ಸ್ಥಳಕ್ಕೆ ಬಂದನು. ಅವನ ಬಳಿ ಮೆಲ್ಲನೆ ಹಾಡತೊಡಗಿದಳು. ಮಹಾರಾಜರ ಕಣ್ಣುಗಳು ಧ್ವನಿಯ ಅಲೆಯೊಂದಿಗೆ ತೆರೆದವು. ಹತ್ತಿರದಲ್ಲಿದ್ದ ವಿಚಕ್ಷಣನನ್ನು ನೋಡಿ, ಅವಳ ಗಂಟಲಿನ ಮೇಲೆ ಕೈಯಿಟ್ಟು

ಕೇಳಿದ - ಕನಸುಗಳು ಕೆಲವೊಮ್ಮೆ ನನಸಾಗುತ್ತವೆಯೇ? ಈಗ ತಾನೇ ಕನಸಿನಲ್ಲಿ ಏನನ್ನೋ ನೋಡುತ್ತಿದ್ದೆ, ನೇರವಾಗಿ ನೋಡುತ್ತಿದ್ದೇನೆ.,

ವಿಚಕ್ಷಣ- ನೀನು ನನ್ನನ್ನು ಇಂದ್ರಜನ ಬಲೆಯಲ್ಲಿ ಹೇಗೆ ಸಿಲುಕಿಸಿದನೋ ಗೊತ್ತಿಲ್ಲ! ಹಗಲಿನಲ್ಲಿ ನಿನ್ನನ್ನು ಮರೆಯಲಾರೆ, ನೀನಿಲ್ಲದೆ ರಾತ್ರಿ ನನ್ನ ಮಡಿಲಲ್ಲಿ ಮಲಗಿಸಲಾರೆ. ನೀವು ಹಗಲಿನ ಪ್ರಪಂಚವನ್ನು ಮತ್ತು ರಾತ್ರಿಯ ನಿದ್ರೆಯನ್ನು ಕಿತ್ತುಕೊಂಡಿದ್ದೀರಿ.

ನಂದ್- ಮತ್ತು ನೀವು ನಮ್ಮನ್ನು ಕಿತ್ತುಕೊಂಡಿಲ್ಲವೇ?

ವಿಚಕ್ಷಣ- ಮಹಿಳೆಯು ಪುರುಷನನ್ನು ಯಾವಾಗ ಕಸಿದುಕೊಳ್ಳಬಹುದು? ಪುರುಷನಿಗೆ ಹೆಣ್ಣು ಹೂವಿನಂತೆ ಅದು ಸಂಭವಿಸುತ್ತದೆ. ಸ್ನಿಫ್ ಮಾಡಿ, ಹಿಸುಕಿ ಎಸೆದರು.

ನಂದ- ವಿಕ್ಷಣಾ! ನಮ್ಮ ಉಸಿರಿನಲ್ಲಿ ನೀನೂ ಸೇರಿರುವೆ.

ವಿಚಕ್ಷಣ - ಪ್ರತಿಯೊಬ್ಬ ಪುರುಷನು ಮಹಿಳೆಯನ್ನು ಆಮಿಷವೊಡ್ಡುವಾಗ ಹೀಗೆ ಮಾತನಾಡುತ್ತಾನೆ.

ನಂದ್- ಮತ್ತು ಪ್ರತಿಯೊಬ್ಬ ಮಹಿಳೆ ಪುರುಷನ ಪ್ರೀತಿಯನ್ನು ಕೇವಲ ಹುಚ್ಚುತನವೆಂದು ಪರಿಗಣಿಸುವ ಮೂಲಕ ದೊಡ್ಡ ತಪ್ಪನ್ನು ಮಾಡುತ್ತಾಳೆ. ಪುರುಷನ ದೃಢತೆ ಕುಸಿದರೆ, ಅದು ಹೆಣ್ಣಿನ ತಿರಸ್ಕಾರದ ಕತ್ತಿಯಿಂದ ಕತ್ತರಿಸಿದ ನಂತರ ಬೀಳುತ್ತದೆ.

ವಿಚಕ್ಷಣ- ನಿನ್ನ ಈ ಮಾತುಗಳು ನನ್ನನ್ನು ಕಳೆದುಕೊಂಡಿವೆ. ನಿಜ ಹೇಳಿ ಸರ್! ನಿಮ್ಮ ಹೃದಯದಿಂದ ನೀವು ನನ್ನನ್ನು ಎಂದಿಗೂ ತೆಗೆದುಹಾಕುವುದಿಲ್ಲ.

ನಂದ್- ಯಾರೂ ಯಾರನ್ನೂ ಹೃದಯದಿಂದ ತೆಗೆದುಹಾಕುವುದಿಲ್ಲ, ಇನ್ನೊಬ್ಬರು ಅವನನ್ನು ಹೃದಯದಿಂದ ತೆಗೆದುಹಾಕುವುದಿಲ್ಲ. ಪ್ರತಿಯೊಬ್ಬರೂ ಅರ್ಥಮಾಡಿಕೊಳ್ಳುತ್ತಾರೆ ಮತ್ತು ನಂದ್ ಮಹಿಳೆಯೊಂದಿಗೆ ಆಟಿಕೆ ಇದ್ದಂತೆ ಎಂದು ನೀವು ಸಹ ಒಪ್ಪಿಕೊಳ್ಳಬೇಕು. ಅವನು ಅದನ್ನು ಆಡುವ ಮೂಲಕ ಮುರಿಯುತ್ತಾನೆ, ಅದರಲ್ಲಿ ಸತ್ಯವಿರಬಹುದು, ಆದರೆ ಹೆಚ್ಚು ಅಸತ್ಯವಿಲ್ಲ. ನಾನು, ನಾನು ಅತೃಪ್ತನಾಗಿದ್ದೇನೆ, ಆದರೆ ನನ್ನ ಬಾಯಾರಿಕೆಯನ್ನು ನೀಗಿಸಲು ನಾನು ಬೆಂಕಿಯನ್ನು ಆರಿಸಿದ್ದೇನೆ. ಕಟರ್

ವಿಚಾಷನ - ನಾನು ನಿನ್ನನ್ನು ಏಕೆ ತುಂಬಾ ಇಷ್ಟಪಡುತ್ತೇನೆ ಎಂದು ತಿಳಿಯಲಿಲ್ಲ! ನೀನು ನನ್ನನ್ನು ಹೆಚ್ಚು ಪ್ರೀತಿಸುತ್ತಿರುವುದು ನಿಜವೇ? ಇನ್ನೂ ಬೇಕು?

ನಂದ್- ನನಗೆ ಬೇಕು, ಆದರೆ ನಾನು ಎಷ್ಟು ದಿನ ಬಯಸುತ್ತೇನೋ ಗೊತ್ತಿಲ್ಲ. ವಿಚಕ್ಷಣ: ನಾನು ನಿನ್ನಿಂದ ಏನಾದರೂ ಬಯಸಿದರೆ? ನಂದಾ: ಈ ಸುವರ್ಣ ರಾತ್ರಿಯಲ್ಲಿ ನೀನು ಏನು ಬೇಕಾದರೂ ಕೇಳಬಹುದು.

ವಿಚಕ್ಷಣ - ವಚನ ಸೆ ಫಿರ್ ತೊ ನಾ ಜಾಯೇಂಗೆ ಮಹಾರಾಜ್! ನಂದ್- ಧನಾನಂದರು ಧನ್ಯರು ಏಕೆಂದರೆ ಅವರು ತಮ್ಮ ಮಾತಿನಿಂದ ಹಿಂದೆ ಸರಿಯುವುದಿಲ್ಲ, ಅವರು ಹಠಮಾರಿ. ಹಿಮಾಲಯ ಆಗಿದೆ. ನಾವು ನಿಮಗೆ ಭರವಸೆ ನೀಡಿದ್ದೇವೆ, ನಿಮಗೆ ಬೇಕಾದುದನ್ನು ಕೇಳಿ! ವಿಚಕ್ಷಣ- ಯೋಚಿಸಿ ಮಹಾರಾಜರೇ! ದಾಸಿಯೂ ಮಗಧ ರಾಜ್ಯವನ್ನು ಕೇಳಬಹುದು.

ನಂದ್- ನನ್ನ ಪ್ರಾಣಕ್ಕಿಂತ ಹೆಚ್ಚಿಗೆ ಏನನ್ನೂ ಕೇಳಲಾರೆ.

ವಿಚಕ್ಷಣ- ಹಾಗೆ ಹೇಳಬೇಡ ಮಹಾರಾಜ! ನಿಮ್ಮ ಜೀವನ ನನ್ನ ಜೀವನ. ನಂದಾ: ಹಿಂಜರಿಯಬೇಡ, ಬುದ್ಧಿವಂತ! ಕೇಳು, ನಾನು ನಿನಗೆ ಏನು ಕೊಡಲಿ? ವಿಚಕ್ಷಣ: ಆದುದರಿಂದ ನಾನು ಶಕ್ತರನ್ನು ಬಿಡುಗಡೆ ಮಾಡಿ ಪುನಃ ಮಂತ್ರಿಯನ್ನಾಗಿ ಮಾಡುತ್ತೇನೆ ನಾನು ಬೇಡುತ್ತೇನೆ

ನಂದ್- ನಮ್ಮ ಸೋಲಿಗಿಂತ ದೊಡ್ಡದನ್ನು ನೀವು ಕೇಳಿದ್ದೀರಿ. ನಿನಗೆ ಧ್ಯಾನ ಗೊತ್ತಿಲ್ಲ! ಹೂತಿಟ್ಟ ಹಾವನ್ನು ಬಿಟ್ಟರೆ ಏನು ಫಲ?

ವಿಚಕ್ಷಣ- ಅದು ಹಾವಲ್ಲ ಮಹಾರಾಜ! ಸತ್ತವರಿಗೆ ಜೀವನವಿದೆ. ನಿನ್ನ ನಗುವಿನಲ್ಲಿ ನಾನೂ ನಕ್ಕಿದ್ದ ದಿನ ನಿನ್ನ ನಗುವಿನಲ್ಲಿ ನಕ್ಕಿದ್ದು ನಿನಗೆ ಗೊತ್ತಿಲ್ಲ, ನಾನು ನಿನ್ನನ್ನು ಮೂರ್ಖನೆಂದು ಪರಿಗಣಿಸಿ ನಗುತ್ತಿದ್ದೆ ಎಂದುಕೊಂಡೆ. ನೀವು ಸಿಟ್ಟಿಗೆದ್ದಿದ್ದೀರಿ ಮತ್ತು ನಾನು 'ನೀವು ನಕ್ಕಿದ್ದರಿಂದ ನಾನು ನಕ್ಕಿದ್ದೇನೆ' ಎಂದು ನಾನು ಹೇಳಿದಾಗ ನೀವು

ಹೇಳಿದಿರಿ - ಹೇಳಿ, ನಾನು ಯಾಕೆ ನಕ್ಕಿದ್ದೇನೆ? ರಜೆ ಹಾಕಿದ ಮೇಲೆ ನಿನ್ನ ನಗುವಿಗೆ ಪತಬೀಜನ ನೆನಪಾಗಲು ಕಾರಣ ಹೇಳಿದ್ದೆ. ಆ ಕಾರಣವನ್ನು ಹೇಳುವ ಬುದ್ಧಿವಂತಿಕೆ ನನಗಲ್ಲ, ಶಕ್ತರದ್ದು. ಶಕ್ತರು ನನ್ನ ಪ್ರಾಣವನ್ನು ಉಳಿಸಿದ ಮಹಾರಾಜ! ಅವರ ಸಂತೋಷದ ಜೀವನ ಮತ್ತು ಮೋಕ್ಷಕ್ಕಾಗಿ ನಾನು ಬೇಡಿಕೊಳ್ಳುತ್ತೇನೆ.

ನಂದ್- ನಾವು ನಿಮಗೆ ವರವನ್ನು ಕೊಟ್ಟಿದ್ದೇವೆ, ನೀವು ಭಿಕ್ಷೆ ಬೇಡುತ್ತಿದ್ದೀರಿ ಎಂದು ಹೇಳಿ ನಮ್ಮನ್ನು ಮುಜುಗರಕ್ಕೀಡು ಮಾಡಬೇಡಿ. ಏನೇನು ಭರವಸೆ ಕೊಟ್ಟರೂ ಕೊಟ್ಟರು. ಶಕ್ತರನ್ನು ಬೆಳಗ್ಗೆ ಬಿಡುಗಡೆ ಮಾಡಿ ಸಚಿವ ಸ್ಥಾನಕ್ಕೆ ಮರಳಲಿದ್ದಾರೆ.

ಕುಳಿತುಕೊಂಡಂತೆ ಕಾಣಿಸುತ್ತದೆಅದಕ್ಕೆ ಪ್ರತ್ಯುತ್ತರವಾಗಿ ವಿಚಕ್ಷಣಾ ಮಹಾರಾಜನ ಪಾದಕ್ಕೆ ತಲೆಯಿಟ್ಟಳು. ಮಹಾರಾಜನು ತನ್ನ ಅಂಜಲಿಯೊಂದಿಗೆ ವಿಕ್ಷನನ ತಲೆಯನ್ನು ಎತ್ತಿದನು, ಅದೇ ಸಮಯದಲ್ಲಿ ಚಂದ್ರನು ಅಂಬರದಿಂದ ಕೋಣೆಯೊಳಗೆ ಇಣುಕಿದನು. ಮಹಾರಾಜರು ಎದ್ದು ಬಾಗಿಲಿಗೆ ಕಟ್ಟಿದ್ದ ರೇಷ್ಮೆ ಪರದೆಯ ಬಳ್ಳಿಯನ್ನು ಎಳೆದರು, ಚಂದದ ವೀಕ್ಷಕ ಚಂದ್ರನು ಪರದೆಯ ಹಿಂದೆ ಅಡಗಿಕೊಂಡನು. ಒಬ್ಬರು ಇನ್ನೊಬ್ಬರ ಕಣ್ಣುಗಳನ್ನು ನೋಡಿದರು. ಶಿವನಿಗೆ, ಸೌಂದರ್ಯದಿಂದ ಮಕರಂದದ ಕಾರಂಜಿಗಳು ಒಡೆದವು. ವಾಸ್ತವದ ಅಪ್ಪುಗೆಯಲ್ಲಿ ಗೀಳು ಶುರುವಾಯಿತು. ಆದರ್ಶಗಳು ಸತ್ಯವನ್ನು ಕ್ರೂರ ಕಣ್ಣಿನಿಂದ ನೋಡಿದವು, ಆದರೆ ಪ್ರಕೃತಿಯ ಅಂಗಳದಲ್ಲಿ ಭ್ರಮೆಯು ಹೂವುಗಳ ಮೇಲೆ ಗುನುಗುತ್ತಲೇ ಇತ್ತು. ರೂಪದ ಹೂವುಗಳು ತುಂಬಾ ಶಕ್ತಿಯುತವಾಗಿವೆ! ದೇವತೆಗಳೂ ಕೂಡ ಕದಲುತ್ತಾರೆ

10

ಆಕರ್ಷಣೆ ಇರುವುದು ಸೌಂದರ್ಯದಲ್ಲಿ ಅಲ್ಲ ಹೊಸತನದಲ್ಲಿ. ಬಾಯಾರಿದ ಅಲೆದಾಡುವವನು ಹೊಸ ಮೊಗ್ಗುಗಾಗಿ ಅತೃಪ್ತನಾಗಿ ಅಲೆದಾಡುತ್ತಾನೆ. ಕಡುಬಯಕೆಯ ಕ್ರೋಧವು ಒಂದು ಜೀವವನ್ನು ನಾಶಮಾಡುತ್ತದೆ ಮತ್ತು ಇನ್ನೊಂದು ಜೀವವನ್ನು ನಾಶಮಾಡಲು ಪ್ರಯತ್ನಿಸುತ್ತದೆ. ಪ್ರೀತಿಯ ಸ್ಥಿರತೆ ಮತ್ತು ಬಾಯಾರಿಕೆಯ ಸ್ಥಿರತೆಯು ನವೀನತೆಯ ಚಂಚಲ ಅಲೆಗಳಲ್ಲಿ ಮುಳುಗಿದೆ. ಜೀವನವು ಹಂಬಲವಲ್ಲದೆ ಬೇರೇನೂ ಅಲ್ಲ. ಅರಮನೆಯಲ್ಲಿ ಹೊಸ ಬಣ್ಣಗಳಿದ್ದವು ಮತ್ತು ಇನ್ನೊಂದು ಬದಿಯಲ್ಲಿ ಪರ್ಣಕುಟಿ ಮುರ ಒಂಟಿ ಜೀವನದ ಉಸಿರನ್ನು ತೆಗೆದುಕೊಳ್ಳುತ್ತಿತ್ತು.

ಅವಳು ಯೋಚಿಸುತ್ತಿದ್ದಳು, 'ಈ ಜಗತ್ತಿನಲ್ಲಿ ಎಷ್ಟು ಸತ್ಯವಿದೆ ಮತ್ತು ಕನಸು ಎಷ್ಟು! ಮನುಷ್ಯ ವ್ಯರ್ಥವಾಗಿ ವಿಜಯವನ್ನು ನೋಡಿ ನಗುತ್ತಾನೆ! ಬಿರುಗಾಳಿಯ ಅಬ್ಬರವು ಗೆಲುವನ್ನು ಸೋಲಾಗಿ ಪರಿವರ್ತಿಸುತ್ತದೆ. ಮುರಾವನ್ನು ಕಳೆದುಕೊಳ್ಳಿ! ನಿಮ್ಮ ಭರವಸೆ ಎಷ್ಟು ಕ್ರೂರವಾಗಿದೆ! ನೀವು ಮತ್ತೆ ವಿಜಯದ ಕನಸು ಕಾಣುತ್ತಿದ್ದೀರಿ! ಜೀವನವು ಕೇವಲ ಧೂಳಿನ ಆಕಾರ ಎಂದು ತಿಳಿಯಬೇಡಿ. ಒಣಗಿದ ಮರದಲ್ಲಿ ಹೇಗೆ ಬೆಂಕಿ ಉಳಿಯುತ್ತದೆಯೋ, ಅದೇ ರೀತಿ ಚಿಂತೆಯ ಕಿಡಿಗಳು ಜೀವನದಲ್ಲಿ ಉರಿಯುತ್ತಲೇ ಇರುತ್ತವೆ. ನೀವು ಇನ್ನೂ ಭರವಸೆಯಿಂದ ಬದುಕುತ್ತಿರುವಿರಿ, ನಿಮ್ಮ ಚಂದ್ರನು ನಿಮಗೆ ಶಾಂತಿಯನ್ನು ನೀಡುತ್ತಾನೆ. ಕನಸು ಎಷ್ಟು ಸುಂದರವಾಗಿದೆಚಂದ್ರನು ತ್ರಿಪುಂಡರಿಯೊಂದಿಗೆ ಅಪರಿಚಿತನೊಂದಿಗೆ ಗುಡಿಸಲನ್ನು ಪ್ರವೇಶಿಸಿದನು ಎಂದು ಮುರ ಯೋಚಿಸುತ್ತಿದ್ದನು. ಬಂದವರನ್ನು ನೋಡಿ ಮುರ ಎದ್ದು ನಿಂತ.

ಅಮ್ಮ ಕೆಲವು ಪ್ರಶ್ನೆಗಳನ್ನು ಕೇಳುವ ಮೊದಲೇ ಚಂದ್ರು ಹೇಳಿದ- "ಅವನು ಅತಿಥಿ. ನಾನು ನನ್ನ ಸ್ನೇಹಿತರ ಜೊತೆ ಆಟವಾಡುತ್ತಿದ್ದಾಗ, ಅವನು ಹತ್ತಿರದ ಮರದ ಕೆಳಗೆ ಕುಳಿತು ಗಾಳಿಗೆ ಮುರಿದು ಮರದಿಂದ ಬಿದ್ದ ಹಸಿ ಮಾವಿನಕಾಯಿಗಳನ್ನು ಕೊಯ್ದು ತಿನ್ನುತ್ತಿದ್ದನು. ನಾನು ಅವನ ಬಳಿಗೆ ಹೋಗಿ, ನೀವು ಹಸಿ ಮಾವಿನ ಹಣ್ಣುಗಳನ್ನು ತಿನ್ನಲು ಹೋಗುತ್ತಿದ್ದೀರಿ, ಹಸಿ ಮಾವಿನ ಹಣ್ಣನ್ನು ಇಷ್ಟು ಕೆಟ್ಟದಾಗಿ ತಿಂದ ನಂತರ ನೀವು ಅನಾರೋಗ್ಯಕ್ಕೆ ಒಳಗಾಗುತ್ತೀರಿ ಎಂದು ಹೇಳಿದೆ.

ಈ ಕುರಿತು ಅವರು ಹೇಳಿದರು- 'ಮನುಷ್ಯನಿಗೆ ಹಸಿವಿನಲ್ಲಿ ಏನೇ ಬಂದರೂ ಅವನು ಪ್ರಾಣಿಯಂತೆ ತಿನ್ನಲು ಪ್ರಾರಂಭಿಸುತ್ತಾನೆ. ನಡೆದು ಸುಸ್ತಾಗಿ ದೂರ ಹೋಗಬೇಕು, ದಾರಿಯಲ್ಲಿ ನನ್ನ ಸಾಮಾನುಗಳನ್ನು ಡಕಾಯಿತರು ಕಿತ್ತುಕೊಂಡರು. ಅದಕ್ಕೇ ಸ್ವಲ್ಪ ಹೊತ್ತು ಇಲ್ಲೇ ರೆಸ್ಟ್ ಮಾಡೋಣ ಅಂದುಕೊಂಡೆ, ಆಮೇಲೆ ಹೊರಡುತ್ತೇನೆ' ಎಂದ. "ತಾಯಿ! ನಾವು ವಾಸಿಸುವ ಸ್ಥಳದಲ್ಲಿ ಯಾರಾದರೂ ಹಸಿವಿನಿಂದ ಉಳಿದು ಮರದ ಕೆಳಗೆ ವಿಶ್ರಾಂತಿ ಪಡೆಯುವುದು ಹೇಗೆ. ಲಾ ಮಾ! ಅವರಿಗೆ ಆಹಾರವನ್ನು ತಂದುಕೊಡಿ, ಆಹಾರದಿಂದ ನಿವೃತ್ತರಾಗುವಂತೆ ಮಾಡಿ. ಯಾವ ಡಕಾಯಿತರು ಅವನ ಬಟ್ಟೆಗಳನ್ನು ಕಸಿದುಕೊಂಡಿದ್ದಾರೆಂದು ನಾನು ನೋಡುತ್ತೇನೆ. ನನ್ನ ಸಹಚರರೊಂದಿಗೆ ಹೋದ ನಂತರ ನಾನು ಅವನ ಹೆಸರನ್ನು ಅಳಿಸುತ್ತೇನೆಮಗುವನ್ನು ಕೇಳಿದ ನಂತರ ಮುರಾ ಸ್ವಲ್ಪ ಮುಗುಳ್ನಕ್ಕು ನಂತರ ಅತಿಥಿಯನ್ನು ನೋಡಿ

ಹೇಳಿದರು - 'ನೀವು ವಿಶ್ರಾಂತಿ, ನಾನು ಈಗ ಆಹಾರವನ್ನು ತಯಾರಿಸುತ್ತಿದ್ದೇನೆ. ಕುಳಿತಲ್ಲೇ ಸಂದರ್ಶಕ

ಹೇಳಿದ- 'ದೇವಿ! ನಿಮ್ಮ ಮಗ ತುಂಬಾ ಭರವಸೆ ನೀಡಿದ್ದಾನೆ. ಅದನ್ನು ಆಡುವುದನ್ನು ನೋಡುತ್ತಿದ್ದೇನೆ ನಾನು ಕೃತಜ್ಞತೆಯಿಂದ ನಿಲ್ಲಿಸಿದೆ. ಅವನು ರಾಜನಾದನು ಮತ್ತು ಧಾರ್ಮಿಕವಾಗಿ ರಾಜ ಆದೇಶಗಳನ್ನು ನೀಡುತ್ತಿದ್ದನು. ಕುತೂಹಲದಿಂದ ಪರೀಕ್ಷೆಯ ಉತ್ಸಾಹದಲ್ಲಿ ಅವರು ಹೇಳಿದ್ದನ್ನು ಮಾಡಿದ್ದೇನೆ. ವಾಸ್ತವವಾಗಿ ನಾನು ತಕ್ಷಶಿಲಾ ವಿಶ್ವವಿದ್ಯಾಲಯದ ಪ್ರಾಧ್ಯಾಪಕ. ಉಪಕುಲಪತಿಗಳ ಆದೇಶದಂತೆ ವಿದ್ಯಾರ್ಥಿಗಳೊಂದಿಗೆ ದೇಶಕ್ಕೆ ಹೊರಟಿದ್ದೇನೆ. ನಮ್ಮ ಶಿಬಿರವು ಇಲ್ಲಿಂದ ಐದು-ಆರು ಕೋಸ್ ದೂರದಲ್ಲಿದೆ. ನಾಳೆ ನಾವು ಡಾರ್ಜಿಲಿಂಗ್‌ಗೆ ಪ್ರಯಾಣಿಸುತ್ತೇವೆ ಮತ್ತು ಮುಂದಿನ ಜ್ಯೇಷ್ಠ ಮಾಸದ ಅಂತ್ಯದ ವೇಳೆಗೆ

ವಿಶ್ವವಿದ್ಯಾಲಯಕ್ಕೆ ಹಿಂತಿರುಗುತ್ತೇವೆ. ನೀನು ಈ ಹುಡುಗನನ್ನು ತಕ್ಷಶಿಲಾ ವಿಶ್ವವಿದ್ಯಾಲಯಕ್ಕೆ ಕಳುಹಿಸಿ ಎಂದು ನಾನು ಬಯಸುತ್ತೇನೆ.

ಮುರಾ: ಈಗಾಗಲೇ ವಿಶ್ವವಿದ್ಯಾಲಯಕ್ಕೆ ಕಳುಹಿಸುವ ನಿರ್ಧಾರ ಕೈಗೊಳ್ಳಲಾಗಿದೆ. ರಜೆ ಮುಗಿದ ತಕ್ಷಣ ಚಂದ್ರು ಅಲ್ಲಿ ಓದಲು ಆರಂಭಿಸುತ್ತಾನೆ. ದಯವಿಟ್ಟು ನಿಮ್ಮ ಒಳ್ಳೆಯ ಹೆಸರನ್ನು ನನಗೆ ತಿಳಿಸುವಿರಾ? 'ನನ್ನ ಹೆಸರು ಆಚಾರ್ಯ ವಿಷ್ಣುಗುಪ್ತ. ವಿಶ್ವವಿದ್ಯಾನಿಲಯದಲ್ಲಿ, ಈ ಮಗುವನ್ನು ಆಲ್ ರೌಂಡರ್ ಮಾಡಲು ನಾನು ನನ್ನ ಕೈಲಾದಷ್ಟು ಪ್ರಯತ್ನಿಸುತ್ತೇನೆ. ಸರಿ, ನಾನು ಈಗ ಹೋಗುತ್ತೇನೆ. ದೇವಿ! ವಟುಕುವೃಂದಗಳು ಕಾಯುತ್ತಿರಬೇಕು.' ನಡೆಯಲು ಪ್ರಯತ್ನಿಸುತ್ತಿರುವಾಗ ವಿಷ್ಣು ಗುಪ್ತ ಹೇಳಿದರುಮುರಾ- ನಿಮ್ಮ ಆಶೀರ್ವಾದದ ಮಾತುಗಳು ನನಗೆ ವರದಾನವಾಗಿದೆ.

ನನ್ನ ಆಶಯದಂತೆ ಚಂದ್ರು ಈ ನಾಡಿನ ಮಿನುಗುವ ದಿನಕ್ಕಾಗಿ ಕಾಯುತ್ತೇನೆ. 'ಹಾಗೇ ಆಗಲಿ.' ಹೀಗೆ ಹೇಳುತ್ತಾ ವಿಷ್ಣುಗುಪ್ತನು ಹೊರಟುಹೋದನು ಮತ್ತು ಚಂದ್ರನು ಅವನನ್ನು ಬಿಟ್ಟು ಬಹಳ ದೂರದವರೆಗೆ ಅವನನ್ನು ಹಿಂಬಾಲಿಸಿದನು. ಬಂದೆ. ಮಗು ಮತ್ತಷ್ಟು ನಡೆಯುತ್ತಲೇ ಇತ್ತು, ಆದರೆ ವಿಷ್ಣುಗುಪ್ತ ಅವನನ್ನು ಕಳುಹಿಸಿದ. ಚಂದ್ರನು ತನ್ನ ಗುಡಿಸಲಿಗೆ ಮತ್ತು ಶಿಬಿರಕ್ಕೆ ಹಿಂತಿರುಗಿ ಹುಡುಗ ವಿಷ್ಣುಗುಪ್ತನನ್ನು ಕುರಿತು ಯೋಚಿಸುತ್ತಾನೆ ಕಡೆಗೆ ಸರಿಸಿ.

ಆಚಾರ್ಯರು ವಿಷಯದ ಬಗ್ಗೆ ಮಾತನಾಡುವಾಗ ಬಹಳ ಹೆಜ್ಜೆ ಹಾಕುತ್ತಾ ವಿದ್ಯಾರ್ಥಿಗಳ ಮಧ್ಯದಲ್ಲಿ ಬಂದರು. ಆಚಾರ್ಯರನ್ನು ಕಂಡ ಕೂಡಲೇ ವಿದ್ಯಾರ್ಥಿಗಳು ಆನಂದದಿಂದ ಕುಣಿದಾಡಿದರು. ವಾತ್ಸಲ್ಯ ಮತ್ತು ಭಕ್ತಿಯಿಂದ ಸಂತೋಷಪಡುತ್ತಾ ಹೇಳಿದರು- 'ಆಚಾರ್ಯರೇ, ಇಂದು ನಿಮ್ಮ ಭೇಟಿಯಲ್ಲಿ ನೀವು ಎಲ್ಲಿ ಸಮಯ ತೆಗೆದುಕೊಂಡಿದ್ದೀರಿ? ಭಾಗುರಾಯನು ಮೊದಲಾದವರು ನಿನ್ನನ್ನು ನೋಡಲು ಹೋಗಿದ್ದಾರೆ. ನಾವು ಚಿಂತಿತರಾದೆವು. ಇಲ್ಲಿ ಸುತ್ತಲಿನ ಸ್ಥಳವು ಭಯಾನಕವಾಗಿದೆ. ಇಲ್ಲಿ ಅನೇಕ ನರಭಕ್ಷಕ ಕಾಡು ಪ್ರಾಣಿಗಳಿವೆವಿಷ್ಣು

ಗುಪ್ತ- ಮನುಷ್ಯನಿಗಿಂತ ದೊಡ್ಡ ಭಕ್ಷಕ ಜಗತ್ತಿನಲ್ಲಿ ಯಾರೂ ಇಲ್ಲ. ನನಗೆ ಪ್ರಾಣಿಗಳೆಂದರೆ ತುಂಬಾ ಭಯ ಮನುಷ್ಯನಷ್ಟು ಅಲ್ಲ. ಶಾರ್ಂಗರಾವ್! ಆಚಾರ್ಯ ಉಪಾಸನೆ ಎಂದು ಭಗುರಾಯನ ತಿಳುವಳಿಕೆ ದೇವಸ್ಥಾನಕ್ಕೆ ಹೋಗಿರಬೇಕು, ಅಲ್ಲಿಗೆ ಹೋಗಿರಬೇಕು. ಅಲ್ಲಿ ನಮಗೆ ಸಿಗದಿದ್ದರೆ ಬೇರೆ ಕಡೆ ಹುಡುಕುತ್ತಾನೆ. ಅವನು ಹೋಗದಿದ್ದರೆ, ನೀವು ಅವನನ್ನು ಕರೆ ಮಾಡಿ. ಶಾರ್ಂಗರಾವ್- ಗುರುದೇವ, ನಾನು ನಿಮಗೆ ಈಗಿನಿಂದಲೇ ಕರೆ ಮಾಡುತ್ತೇನೆ! ತಜ್ಞರು ಆಹಾರವನ್ನು ಸಿದ್ಧಪಡಿಸಿದ್ದಾರೆ; ನೀವು ಇಷ್ಟು ಆಹಾರವನ್ನು ತಿನ್ನುತ್ತೀರಿ.

ವಿಷ್ಣುಗುಪ್ತ- ನೀನು ಮತ್ತೆ ಮರೆತ ಶರ್ಂಗಾರವ! ನಾವು ಬೆಂಕಿಯಲ್ಲಿ ತಯಾರಿಸಿದ ಆಹಾರವನ್ನು ತಿನ್ನುವುದಿಲ್ಲ. ನೀವು ನಂಬಿಕೆಯ ಪ್ರಭಾವಕ್ಕೆ ಒಳಗಾಗಿದ್ದೀರಿ ಎಂದು ತೋರುತ್ತಿದೆ ಮತ್ತು ತಿಳಿದ ನಂತರ ನೀವು ಮರೆತುಬಿಡುತ್ತೀರಿ. ಆದರೆ ನಿಮ್ಮ ಶಿಕ್ಷಕರು ತಮ್ಮ ತತ್ವಗಳನ್ನು ಎಂದಿಗೂ ಮರೆಯುವುದಿಲ್ಲ ಎಂಬುದನ್ನು ಮರೆಯಬೇಡಿ. ಯಾರಾದರೂ ಶಿಷ್ಯರು ಹಣ್ಣುಗಳನ್ನು ಕಿತ್ತು ನಮಗಾಗಿ ತಂದಿದ್ದಾರೆಯೇ? ಅನೇಕ ವಿದ್ಯಾರ್ಥಿಗಳು ಏಕಕಾಲದಲ್ಲಿ

ಹೇಳಿದರು - ಹಣ್ಣುಗಳು ಬಂದಿವೆ, ಆಚಾರ್ಯ!

ವಿಷ್ಣುಗುಪ್ತ - ನಂತರ ಶಾರ್ಂಗ್ರವ ಭಾಗುರಾಯನನ್ನು ಕರೆಯಿರಿ, ನಂತರ ನಾವೆಲ್ಲರೂ ಒಟ್ಟಿಗೆ ಊಟ ಮಾಡುತ್ತೇವೆ. ಶಾರ್ಂಗ್ರವ! ಹೋಗು ಭಗುರಾಯನನ್ನು ಬೇಗ ಕರೆದುಕೊಂಡು ಬಾ! ಶಾರ್ಂಗರಾವ್ ನಡೆಯತೊಡಗಿದರು, ಆದರೆ ಸೇವಕ ಭಾಸುರಕ್ ಸ್ವಲ್ಪ ಮುಖ ಮಾಡಿ ಹೇಳಿದರು - 'ಶಾರ್ಂಗರಾವ್ ಬೇಗ ಬನ್ನಿ! ನಾನು ಹಸಿವಿನಿಂದ ಸಾಯುತ್ತಿದ್ದೇನೆ. ಮಧ್ಯಾಹ್ನ ಹದಿನಾರು ಚಪಾತಿ ತಿಂದಿದ್ದ ನಾನು ಅಂದಿನಿಂದ ಇಲ್ಲಿಯವರೆಗೆ ಚಪಾತಿಗಾಗಿ ಕಾಯುತ್ತಿದ್ದೇನೆ. ಇಂದು ಮತ್ತೆ ಖೀರ್, ಬತ್ತಿ ಮತ್ತು ಚುರ್ಮಾ ಲಡ್ಡುಗಳನ್ನು ತಯಾರಿಸಲಾಗುತ್ತದೆ. ನಾನು ದೇವರ ಮೇಲೆ ಪ್ರಮಾಣ ಮಾಡುತ್ತೇನೆ, ನನ್ನ ಬಾಯಲ್ಲಿ ಎಷ್ಟು ಬಾರಿ

ನೀರೂರಿದೆ. ಈ ಗುರುದೇವನ ಪ್ರಯೋಜನವೇನು, ಅವನು ಸ್ವತಃ ಹಸಿವಿನಿಂದ ಉಳಿದು ಎಲ್ಲರನ್ನೂ ಹಸಿವಿನಿಂದ ಇರುತ್ತಾನೆ. ಶ್ರೀ ಆಚಾರ್ಯ! ನಿನ್ನ ಮಾತುಗಳೆಲ್ಲ ನನಗೆ ಇಷ್ಟ, ಆದರೆ ನನ್ನ ಮೇಲೆ ಕರುಣಿಸು ಮತ್ತು ಅನ್ನಪಾನದ ವಿಷಯದಲ್ಲಿ ನಿನ್ನ ಕ್ರೌರ್ಯವನ್ನು ಬಿಟ್ಟುಬಿಡು, ಆಗ ಬ್ರಾಹ್ಮಣರ ಈ ಬ್ರಾಹ್ಮಣನಿಗೆ ಲಾಭವಾಗುತ್ತದೆ. ಶಾರ್ಂಗರಾವ್ ಹೀಗೆ ಹೇಳುತ್ತಾ

ಹೋದರು - 'ಆಚಾರ್ಯ! ನಾವು ಹಿಂತಿರುಗುವವರೆಗೂ ಅವನನ್ನು ನಿಮ್ಮೊಂದಿಗೆ ಕುಳಿತುಕೊಳ್ಳಿ, ಇಲ್ಲದಿದ್ದರೆ ಈ ಹೊಟ್ಟೆಬಾಕ ನಮ್ಮ ಅದೃಷ್ಟದ ಒಂದು ಕಣವನ್ನೂ ಬಿಡುವುದಿಲ್ಲ. ದೇವರು ನಮ್ಮನ್ನು ಈ ಹೊಟ್ಟೆಬಾಕತನದಿಂದ ಕಾಪಾಡಲಿ! ಭಗುರಾಯನಿಗೆ ಈ ಸಾವಿನ ಬಾವಿ ಎಲ್ಲಿಂದ ಸಿಕ್ಕಿತೋ ಗೊತ್ತಿಲ್ಲ. ಶಾರ್ಂಗಾರವ ಹೊರಟು ಹೋದ, ಆಚಾರ್ಯರು ನಗುತ್ತಾ ಭಾಸುರಕನ ಕಡೆಗೆ ಹೇಳಿದರು - 'ಏಯ್, ಥಳಿಸುವುದು ಬಿಟ್ಟು ಬೇರೇನಾದರೂ ಗೊತ್ತಾ?'

ಭಾಸುರಕ್- 'ಪರಮ ಗುರು ಜೀ! ನನಗೆ ಬಹಳ ತಿಳಿದಿತ್ತು, ಆದರೆ ಏನೂ ಬರಲಿಲ್ಲ ಮತ್ತು ಇದಕ್ಕೆ ಕಾರಣ, ನನ್ನ ತಾಯಿ ನನ್ನ ತಂದೆಯ ಶ್ರಾದ್ಧವನ್ನು ಮಾಡಿದಾಗ ಮತ್ತು ಆಹ್ವಾನಿತ ಬ್ರಾಹ್ಮಣರು ಬಂದಾಗ, ಅವರಿಗೆ ಖೀರ್ ಬಟ್ಟಲುಗಳನ್ನು ನೀಡುತ್ತಿರುವುದನ್ನು ನಾನು ನೋಡಿದೆ ಮತ್ತು ನನ್ನ ತಾಯಿಯೂ ಸಂತೋಷದಿಂದ ತಿನ್ನುತ್ತಿದ್ದಾರೆ. ಆ ದೇವತೆಗಳಿಗೆ ಅವರ ಮುಂದೆ ಕೈಮುಗಿದ ಖೀರ್. ಗುರು ಜೀ! ನನಗೆ ತುಂಬಾ ಕೋಪ ಬಂತು. ಶ್ರದ್ಧೆಯು ನನ್ನ ತಂದೆಯೆಂದು ನಾನು ಭಾವಿಸಿದೆ, ಆದ್ದರಿಂದ ನನ್ನ ತಂದೆಯ ಸಂಪತ್ತೆಲ್ಲ ಈ ದೇವತೆಗಳ ಹೊಟ್ಟೆಗೆ ಹೋಗುತ್ತದೆ! ಇದೇನು ಏನಿಲ್ಲ ಅನ್ನಿಸಿತು, ಸಂಪತ್ತು ಹೊಟ್ಟೆಗೆ ಬಿದ್ದರೂ ಬೀಳಬಹುದು, ಆದರೆ ಈ ಒಳ್ಳೆಯ ಬ್ರಾಹ್ಮಣರು ಇನ್ನೂ ಭಾಸುರಕ್ ತಿಂದಿಲ್ಲ ಎಂದು ಯೋಚಿಸಬೇಕು.

ಅವನು ನನ್ನ ಪೋರ್ಷನ್‌ನಲ್ಲಿರುವ ಖೀರ್‌ನೆಲ್ಲಾ ಕ್ಲೀನ್ ಮಾಡುತ್ತಾನೆ ಎಂದು ನಾನು ಭಯಪಡಲು ಪ್ರಾರಂಭಿಸಿದೆ ಮತ್ತು ಅದು ಏನಾಯಿತು. ನನಗೆ ಖೀರ್ಉಳಿದಿಲ್ಲ. ಅಮ್ಮನ ಮೇಲೆ ತುಂಬಾ ಕೋಪ ಬಂದು ಅಮ್ಮನ ಜೊತೆ ಜಗಳವಾಡಿ ಮನೆ ಬಿಟ್ಟೆ. ಸ್ವಲ್ಪ ಸಮಯದ ನಂತರ, ನನಗೆ ಹಸಿವಾದಾಗ, ನಾನು ಅದನ್ನು ಚಮಚದಿಂದ ಚಿಟಿಕೆ ಮಾಡಿ ಮತ್ತು ನನ್ನ ಹಣೆಗೆ ಶ್ರೀಗಂಧದ ಪೇಸ್ಟ್ ಅನ್ನು ಲೇಪಿಸಿ ಮತ್ತು ಕೇವಲ ಆಮಂತ್ರಣವನ್ನು ತಿನ್ನಲು ಕಲಿಯಲು ನಿರ್ಧರಿಸಿದೆ. ಶ್ರಾದ್ಧದ ದಿನಗಳಲ್ಲಿ ಈ ವ್ಯಾಪಾರ ಬಹಳ ವೇಗವಾಗಿ ನಡೆಯುತ್ತದೆ. ನಾನು ಸಹ ಹತ್ತು ಸ್ಥಳಗಳಲ್ಲಿ ವಾಸಿಸುತ್ತಿದ್ದೆ ಮತ್ತು ನಾನು ತುಂಬಾ ಧರ್ಮನಿಷ್ಠ ಬ್ರಾಹ್ಮಣ ಎಂದು ಎಲ್ಲೆಡೆ ಬಹಿರಂಗಪಡಿಸುತ್ತಿದ್ದೆ.

ಆದರೆ ಗುರುದೇವ! ಶ್ರಾದ್ಧಗಳ ನಂತರ ಆಮಂತ್ರಣಗಳು ನಿಂತುಹೋದವು. ಸೋತ ನಂತರ ಸೇವೆಯನ್ನು ಕೈಗೆತ್ತಿಕೊಂಡರೂ ಹೊಟ್ಟೆ ತುಂಬಿಸಿಕೊಳ್ಳಲಾಗಲಿಲ್ಲ. ನಿಮ್ಮಲ್ಲಿ ನನ್ನದೊಂದು ವಿನಂತಿ, ನೀವು ತಿನ್ನಬೇಡಿ, ನಿಮ್ಮ ಪಾಲು ನನಗೆ ಕೊಡಿ. ನೀವು ಆಹಾರವನ್ನು ಸೇವಿಸಬಾರದು ಎಂಬುದು ನಿಮ್ಮ ಏಕೈಕ ನಿಯಮವಾಗಿದೆ. ಇದು ತುಂಬಾ ಒಳ್ಳೆಯದು, ನಿಮ್ಮೊಂದಿಗೆ ಇನ್ನೂ ಎರಡು ನಾಲ್ಕು ಮಂದಿ ಶಿಷ್ಯರನ್ನು ಮಾಡಿ. ಆದರೆ ಅದನ್ನು ಮಾಡಿ ಪುಣ್ಯ ಗಳಿಸುವ ಆಸೆ ಇದ್ದಾಗ ಮಾತ್. ಭಾಸುರಕನ ಮಾತನ್ನು ಕೇಳಿದ ಆಚಾರ್ಯರಿಗೆ ಹೊಟ್ಟೆಯಲ್ಲಿ ಕಸಿವಿಸಿಯಾಗತೊಡಗಿತು. ಅವರು ನಗುತ್ತಾ

ಹೇಳಿದರು – ಸಾಕು ಭಾಸುರಕ್! ನಿಮ್ಮ ಹಸಿವಿನ ಮಾತು ನಮ್ಮ ಹೊಟ್ಟೆಯಲ್ಲಿರುವ ಹಸಿವನ್ನು ಎಬ್ಬಿಸುವುದಿಲ್ಲವಂತೆ.

ಭಾಸುರಕ್- ಇದು ತುಂಬಾ ಒಳ್ಳೆಯದು ಗುರು ಜೀ! ಯಾರ ಹಸಿವು ಸಾಯುತ್ತಾನೋ ಅವನ ರಾಮ-ರಾಮ ಶೀಘ್ರದಲ್ಲೇ ನಿಜವಾಗುತ್ತದೆ ಎಂದು ವೈದ್ಯರು ಹೇಳುತ್ತಾರೆ. ಬರುತ್ತಿದ್ದ ಭಾಗುರಾಯನೂ ಶಾರ್ಂಗರನೂ ಭಾಸುರಕನ ಮಾತುಗಳನ್ನು ಕೇಳಿ ಅವನ ತಲೆಬುರುಡೆಗೆ ಹೊಡೆದು

ಹೇಳಿದರು - ಮೂರ್ಖ! ತಲೆಬುರುಡೆ ಸುರಕ್ಷಿತವಾಗಿದೆಯೇ ಅಥವಾ ಹಾನಿಯಾಗಿದೆಯೇ? ಭಾಸುರಕ್ ತನ್ನ ತಲೆಬುರುಡೆಯನ್ನು ಮುದ್ದಿಸುತ್ತಾ

ಹೇಳಿದನು - ಅದು ಹೊಡೆದಾಗ ಅದು ಹಾಳಾಗುತ್ತದೆ. ನಿಂದ ಚೇತರಿಸಿಕೊಂಡಿದೆ ಉತ್ತರವನ್ನು ಕೇಳಿದ ಭಾಗುರಾಯನೂ ಶಾರ್ಂಗ್ರವನೂ ನಕ್ಕರು, ನಂತರ ಊಟಕ್ಕೆ ಕುಳಿತರು. ಮುಗಿದಿದೆ. ಭಾಸುರಕ್ ಕೂಡ ಕೈತೊಳೆದುಕೊಂಡು ಊಟ ಮಾಡತೊಡಗಿದ. ಭಾಸುರಕನು ಬೇಗ ಊಟಮಾಡುತ್ತಿರುವುದನ್ನು ನೋಡಿ ಭಗುರಾಯನು

ಹೇಳಿದನು – ಸದ್ದಿಲ್ಲದೆ ತಿನ್ನು. ಭಾಸುರಕ್! ಆಹಾರ ಎಲ್ಲಿಯೂ ಹೋಗುತ್ತಿಲ್ಲ.

ಭಾಸುರಕ್ - ಆಹಾರವು ಓಡಿಹೋಗುವುದಿಲ್ಲ, ಆದರೆ ನೀವು ತಿಂದು ಮುಗಿಸಿದ ತಕ್ಷಣ ಓಡಿಹೋಗುತ್ತೀರಿ. ನಿನ್ನೊಂದಿಗೆ ಈ ಉಪವಾಸ ತಿಂದರೂ ನನ್ನ ಹೊಟ್ಟೆಯ ಎಂಟನೇ ಒಂದು ಭಾಗವೂ ತುಂಬುವುದಿಲ್ಲ.

ಶಾರ್ಂಗರಾವ್- ಚಿಂತಿಸಬೇಡ ಭಾಸುರಕ್! ಯಥೇಚ್ಛ ಆಹಾರವಿದೆ, ಖಾಲಿ ತುಪ್ಪ ಕುಡಿದರೂ ಇಂದಿನ ಜಗತ್ತಿನಲ್ಲಿ ಆಹಾರಕ್ಕೆ ಕೊರತೆ ಇಲ್ಲ.

ಭಾಸುರಕ್ - ಆಲಿಕಲ್ಲು, ಆಲಿಕಲ್ಲು, ಆಲಿಕಲ್ಲು! ತುಪ್ಪಕ್ಕೆ ಸ್ವಲ್ಪ ಹೆಚ್ಚು ಬೂರಾ ಸೇರಿಸಿ. ಹಾಸ್ಯಮಯ ವಾತಾವರಣದಲ್ಲಿ ಪ್ರವಾಸಿ ವಿದ್ಯಾರ್ಥಿಗಳೆಲ್ಲ ರುಚಿಕರವಾಗಿ ಊಟ ಸವಿದರು. ಭಾಸುರಕ್ ಹೆಚ್ಚು ತಿನ್ನುತ್ತಿದ್ದರೂ ಇಂದು ಇತರರು ಕೂಡ ಭಾಸುರಕ್‌ಗಿಂತ ಹಿಂದೆ ಬೀಳಬಾರದು. ಭೋಜನದ ನಂತರ ವಿಷ್ಣುಗುಪ್ತರು

ಹೇಳಿದರು- 'ಪ್ರವಾಸವು ಕೇವಲ ಆನಂದಕ್ಕಾಗಿ ಅಲ್ಲ, ಪ್ರಪಂಚವನ್ನು ನೋಡುವುದು ತಿರುಗಾಡುವುದು ಮತ್ತು ಜಗತ್ತಿನಲ್ಲಿ ವಾಸಿಸುವುದು ಕಲಿತು ಕಲಿಸಲಾಗುತ್ತದೆ. ಹೇಳು ಭಾಗುರಾಯ! ಪ್ರವಾಸದಲ್ಲಿ ನೀವು ಏನು ನೋಡಿದ್ದೀರಿ?

ಭಾಗುರಾಯನು- ಮೊದಲು ಈ ಹಸಿರು ನಾಡನ್ನು ಕಂಡೆ, ಆಮೇಲೆ ಈ ದೇಶದ ಚದುರಿದ ಸ್ಥಿತಿ, ಬೇರೆ ಬೇರೆ ಧರ್ಮ, ಬೇರೆ ಬೇರೆ ಜಾತಿ, ಬೇರೆ ಬೇರೆ ರಾಜ್ಯಗಳನ್ನು ಕಂಡೆ! ಈ ಮಾರಕ ವ್ಯವಸ್ಥೆ ಮತ್ತು ಈ ಸುಂದರ ದೇಶ! ಗುರೂಜಿ, ಈ ಏರಿಳಿತದ ಸಂಗಮ ನನಗೆ ಇಷ್ಟವಾಗಲಿಲ್ಲ!

ವಿಷ್ಣುಗುಪ್ತ - ನಿನ್ನ ಉತ್ತರದಿಂದ ನಮಗೆ ಬಹಳ ಸಂತೋಷವಾಯಿತು ಭಾಗುರಾಯ! ದೇವರು ನಿಮಗೆ ತೀಕ್ಷ್ಣವಾದ ಮನಸ್ಸನ್ನು ಕೊಟ್ಟನು ಮತ್ತು ರಣಹದ್ದು ದೃಷ್ಟಿ ನೀಡಿದೆ. ಸರಿ ನೋಡಿ, ಈ ತಿಂಗಳ ಅಂತ್ಯದೊಳಗೆ ನಾವು ತಕ್ಷಶಿಲೆಯನ್ನು ಖಂಡಿತ ತಲುಪಬೇಕು. ಆದ್ದರಿಂದ, ನಾವು ಬೇಗನೆ ಹೊರಡಬೇಕು. ಕುದುರೆಗಳು ಸಾಕಷ್ಟು ವಿಶ್ರಾಂತಿ

ಪಡೆದಿವೆಭಾಗುರಾಯನ್ - ನಾವು ಬೆಳಿಗ್ಗೆ ಈ ನಿಲ್ದಾಣವನ್ನು ಬಿಟ್ಟು ಆರಾಮವಾಗಿ ಪ್ರಯಾಣಿಸುತ್ತೇವೆ, ನಾವು ತಿಂಗಳ ಅಂತ್ಯದ ವೇಳೆಗೆ ತಕ್ಷಶಿಲೆಯನ್ನು ತಲುಪುತ್ತೇವೆ.

ವಿಷ್ಣುಗುಪ್ತ - ನನ್ನ ಶಿಷ್ಯರ ಬಗ್ಗೆ ನನಗೆ ತುಂಬಾ ಹೆಮ್ಮೆ ಇದೆ. ಶಾರ್ಂಗಾರವ ಮೊದಲಾದ ಶಿಷ್ಯರೆಲ್ಲರೂ ಒಂದೇ ದನಿಯಲ್ಲಿ

ಹೇಳಿದರು – ನಾವು ಏನಿದ್ದರೂ ನಿಮ್ಮ ಪಾದಧೂಳಿಯಿಂದ ನಾವು ಪೂಜಿಸಲ್ಪಡುತ್ತೇವೆ! ಗುರುದೇವ, ನಿನ್ನಲ್ಲಿ ತಂದೆ ತಾಯಿಯ ಪ್ರೀತಿಯ ಸಂಗಮವಿದೆ! ನಿನ್ನಿಂದ ವಿದ್ಯೆ ಸಿಗದೇ ಇದ್ದಿದ್ದರೆ ಮನುಷ್ಯರಾಗಿದ್ದರೂ ರಾಕ್ಷಸರಾಗಿಯೇ ಉಳಿಯುತ್ತಿದ್ದೆವು.

ವಿಷ್ಣುಗುಪ್ತ - ನಾನು ನಿಮ್ಮೆಲ್ಲರಲ್ಲಿ ಅಮೃತವನ್ನು ಕಾಣುತ್ತೇನೆ.

ಶಾರ್ಂಗ್ರವ- ನೀನು ನಮ್ಮೆಲ್ಲರ ವಿಷವನ್ನು ಕುಡಿದಿದ್ದರಿಂದ ಆಚಾರ್ಯ! ಎಲ್ಲೋ ಆಚಾರ್ಯ ಪರಮಾನಂದ ನೀವು ನಮಗೆ ಕಲಿಸುವುದನ್ನು ಮುಂದುವರಿಸಿದ್ದರೆ, ನಾವು ಖಂಡಿತವಾಗಿಯೂ ವಿಷಕ್ಕೆ ಬಲಿಯಾಗುತ್ತಿದ್ದೆವು.

ವಿಷ್ಣುಗುಪ್ತದುಷ್ಟರುಎಷ್ಟೇಸದ್ಗುಣವಂತರಾಗಿದ್ದರೂಅವರುಇನ್ನೂನಿಷ್ಪ್ರಯೋಜಕರಾಗಿದ್ದಾರೆ.ಪರ ಮಾನಂದರು ಖಂಡಿತವಾಗಿಯೂ ಸದ್ಗುಣಶೀಲರಾಗಿದ್ದರು ಆದರೆ ಅವರು ಹೆಚ್ಚು ಕುತಂತ್ರರಾಗಿದ್ದರು,

ಅದಕ್ಕಾಗಿಯೇ ಅವರು ತಮ್ಮ ಕಾರ್ಯಗಳ ಪರಿಣಾಮಗಳನ್ನು ಅನುಭವಿಸಿದರು. ಇಂದು ಎಲ್ಲರ ದೃಷ್ಟಿಯಲ್ಲಿ ದ್ವೇಷದ ವಸ್ತುವಾಗಿದ್ದಾನೆ. ಎಂತಹ ವಿಚಿತ್ರ ಪ್ರಪಂಚವಿದು! ಸಾಗರದಲ್ಲಿ ಅಮೃತ ಮತ್ತು ವಿಷ ಇವೆರಡೂ ಇರುವಂತೆಯೇ ನಮಗೆ ಅಮೃತದ ರೂಪದಲ್ಲಿ ಆಚಾರ್ಯ ಪುಂಡರೀಕಾಕ್ಷರನ್ನೂ ವಿಷದ ರೂಪದಲ್ಲಿ ಪರಮಾನಂದವನ್ನೂ ಪಡೆದೆವು.

ಭಾಗುರಾಯನು - ಆಚಾರ್ಯನು ಶಿವನಿಗೆ ವಿಷ ಮತ್ತು ಅಮೃತವಿದ್ದಂತೆ! ನೀನು ಶಿವನಂತೆ ಹಾವುಗಳ ನಡುವೆ ವಾಸಿಸಿ, ಆದರೆ ಹಾವುಗಳು ನಿಮ್ಮ ಮುಂದೆ ವಿಷವನ್ನು ಉಗುಳಲು ಸಾಧ್ಯವಾಗುವುದಿಲ್ಲವಿಷ್ಣು

ಗುಪ್ತ ಈ ಪ್ರಪಂಚದಲ್ಲಿ ಹಾವುಗಳೊಂದಿಗೆ ಆಟವಾಡಬೇಕು. ಅವರ ಬಲಗಳ ಬಗ್ಗೆ ಜಾಗರೂಕರಾಗಿರುವವರು ಮಾತ್ರ ಬದುಕಲು ಸಾಧ್ಯವಾಗುತ್ತದೆ. ಹಾವುಗಳೊಂದಿಗೆ ಆಟವಾಡಿ ಮತ್ತು ಅವುಗಳ ಪ್ರಭಾವದಿಂದ ಸುರಕ್ಷಿತವಾಗಿರಿ. ಇನ್ನು ಸ್ವಲ್ಪ ಹೊತ್ತು ಆಚಾರ್ಯರ ಜೊತೆ ಮಾತಾಡಿದ ಮೇಲೆ ಕೆಲವರು ನಿದ್ದೆಗೆ ಜಾರಿದರೆ ಮತ್ತೆ ಕೆಲವರು ಎಚ್ಚರವಾಗಿಯೇ ಇದ್ದರು. ಬೆಳಿಗ್ಗೆ ಎಲ್ಲರೂ ನಿವೃತ್ತರಾಗಿ ತಮ್ಮ ತಮ್ಮ ಕುದುರೆಗಳನ್ನು ಹತ್ತಿದರು. ಗಾಳಿಯೊಂದಿಗೆ ಮಾತನಾಡುತ್ತಾ ಓಡುವ ಕುದುರೆಗಳು ಅಲ್ಲೊಂದು ಇಲ್ಲೊಂದು ಕಾಣುತ್ತಿದ್ದವು. ಪ್ರವಾಸವನ್ನು ಆನಂದಿಸುತ್ತಾ, ಪ್ರವಾಸಿಗರು ಸರಿಯಾದ ಸಮಯಕ್ಕೆ ತಕ್ಷಿಲಾವನ್ನು ತಲುಪಿದರು. ವಿಶ್ವವಿದ್ಯಾನಿಲಯವನ್ನು ತಲುಪಿದ ನಂತರ ವಿದ್ಯಾರ್ಥಿಗಳು ತಮ್ಮ ತಮ್ಮ ನಿವಾಸಗಳಿಗೆ ಹೋದರು ಮತ್ತು ವಿಷ್ಣುಗುಪ್ತ ಪುಂಡರೀಕಾಕ್ಷನ ಗುಡಿಗೆ ಬಂದ. ವಿಷ್ಣುಗುಪ್ತನನ್ನು ಕಂಡ ಕೂಡಲೇ ವೃದ್ಧ ಆಚಾರ್ಯರು ಪುಂಡರೀಕಾಕ್ಷನು ತನ್ನ ಆಸನದಿಂದ ಎದ್ದು ನಿಂತನು ಮತ್ತು ವಿಷ್ಣುಗುಪ್ತನು ತನ್ನ ಪಾದಗಳ ಚಂದನವನ್ನು ಅವನ ಹಣೆಯ ಮೇಲೆ ಲೇಪಿಸಿದನು. ಅವರು ಗೌರವದಿಂದ

ಹೇಳಿದರು - ನಾನು ನಿಮ್ಮ ಅತ್ಯಲ್ಪ ಶಿಷ್ಯ, ಆಚಾರ್ಯ!

ಪುಂಡರೀಕಾಕ್ಷ - ಇದು ವಿಶ್ವವಿದ್ಯಾನಿಲಯದಲ್ಲಿ ದೊಡ್ಡವರೂ ಚಿಕ್ಕವರೆಲ್ಲರಿಂದಲೂ ಹೊಗಳಲ್ಪಡುವ ನಿನ್ನ ಹಿರಿಮೆ. ನೀವು ವಯಸ್ಸಿನಲ್ಲಿ ನಮಗಿಂತ ಚಿಕ್ಕವರು, ಆದರೆ ನಮಗಿಂತ ಹೆಚ್ಚು ಶಿಕ್ಷಣ ಪಡೆದಿದ್ದೀರಿ. ಗುರುಗಳು ಬೆಲ್ಲವಾಗಿ ಉಳಿದರು ಮತ್ತು ಶಿಷ್ಯರು ಸಕ್ಕರೆಯಾದರು. ನೀವು ಅರಳಲಿ ಮತ್ತು ಅರಳಲಿ, ಇದು ನಮ್ಮ ಹೆಮ್ಮೆ. ನಾವೇ ನಿಮ್ಮನ್ನು ಗೌರವಿಸದಿದ್ದರೆ ಮತ್ತು ಪ್ರೋತ್ಸಾಹಿಸದಿದ್ದರೆ, ಅಪರಿಚಿತರು ನಿಮ್ಮನ್ನು ಏಕೆ ಗೌರವಿಸುತ್ತಾರೆ?

ವಿಷ್ಣುಗುಪ್ತ- ನನ್ನ ಜೀವಿಯ ಪ್ರತಿಯೊಂದು ನಾರು ನಿನಗೆ ಋಣಿಯಾಗಿದೆ ಆಚಾರ್ಯ! ನಿಮ್ಮ ಆಶೀರ್ವಾದ ನನ್ನ ತಲೆಯ ಮೇಲಿದ್ದರೆ ಆದರೆ ವಿಷ್ಣುಗುಪ್ತ ಇಲ್ಲದಿದ್ದರೆ ಇಂದು ಆಚಾರ್ಯ ವಿಷ್ಣುಗುಪ್ತ ಇರುತ್ತಿರಲಿಲ್ಲ.

ಪುಂಡರೀಕಾಕ್ಷ- ಗುರುವೂ ಪ್ರತಿಭಾವಂತ ಶಿಷ್ಯನನ್ನು ಪಡೆದು ಧನ್ಯನಾಗುತ್ತಾನೆ. ದೇವರು ನಿಮ್ಮ ಕೀರ್ತಿಯನ್ನು ಶಾಶ್ವತವಾಗಿ ಇಡಲಿ! ಈಗ ನಮ್ಮ ವಿಶ್ರಾಂತಿಯ ಸಮಯ, ನಿಮ್ಮ ಜ್ಞಾನದಿಂದ ಎಲ್ಲಾ ಜೀವಿಗಳು ಪ್ರಯೋಜನ ಪಡೆಯಲಿ! ಮತ್ತು ಹೌದು, ವಿಷ್ಣುಗುಪ್ತ! ನಿಮ್ಮ ಪ್ರವಾಸದ ಸಮಯದಲ್ಲಿ ನಿಮ್ಮ ತಂದೆ ಗುರು ಮೋಹನ್ ಸ್ವಾಮಿಯವರು ನಿಧನರಾದರು ಎಂದು ನಾನು ಕೇಳಲು ಹೃದಯ ವಿದ್ರಾವಕ ದುಃಖವಾಗಿದೆ. ನಮ್ಮ ಆತ್ಮೀಯ ಸ್ನೇಹಿತ ಮತ್ತು ನಿಮ್ಮ ತಂದೆಯ ಗುರುಗಳು ಇಹಲೋಕದಿಂದ ಅಗಲಿದ್ದಾರೆ. ಯಾರೇ ಹುಟ್ಟುತ್ತಾರೋ ಅವರ ಸಾವು ನಿಶ್ಚಿತ.

ಆದರೆ ಮನುಷ್ಯ ಮನುಷ್ಯ, ಸಾವಿನ ನೋವನ್ನು ಎದೆಯ ಮೇಲೆ ಕಲ್ಲು ಹಾಕಿಕೊಂಡು ಹೊರಬೇಕು. ಪುಂಡರೀಕಾಕ್ಷನು ಇದನ್ನೆಲ್ಲ ಒಂದೇ ಉಸಿರಿನಲ್ಲಿ ಹೇಳಿದನು ಮತ್ತು ವಿಷ್ಣುಗುಪ್ತ ಮೋಹನಸ್ವಾಮಿಯ ಮರಣದ ಸುದ್ದಿಯನ್ನು ಕೇಳಿ ಅವನು ಕಲ್ಲಿನ ಪ್ರತಿಮೆಯಂತೆ ನಿಂತನು, ಅವನು ಕತ್ತಿಯಿಂದ ಹೊಡೆದಂತೆ ಹೌದು. ಸ್ವಲ್ಪ ಸಮಯದ ನಂತರ ಅದು ಅವನ ಧ್ವನಿಯಿಂದ

ಹೊರಬಂದಿತು - 'ಸಾವು ಎಷ್ಟು ಕಠಿಣವಾಗಿದೆ! ದೇವತೆಗಳೂ ಸಹ ಅದರ ಹಸಿವಿನಿಂದ ಪಾರಾಗುವುದಿಲ್ಲ. ಗುರುದೇವ ಎಷ್ಟು ಶ್ರೇಷ್ಠ! ಹೀಗೆ ಹೇಳುತ್ತಾ ವಿಷ್ಣುಗುಪ್ತನು ತನ್ನ ಬೆರಳುಗಳಿಂದ

ಕಣ್ಣೀರನ್ನು ಒರೆಸಿಕೊಂಡನು ನಿಯಮಗಳಿಗೆ ಸಿಕ್ಕಿತು. ತಿಂಗಳುಗಟ್ಟಲೆ ಅವನ ಕಣ್ಣಿಂದ ನೀರು ಆರಲಿಲ್ಲ. ಯಾರಾದರೂ ಎಷ್ಟೇ ದೊಡ್ಡವರಾಗಿದ್ದರೂ ಪರವಾಗಿಲ್ಲ ಇದು ದುಃಖವಾಗಬಹುದು, ಆದರೆ ಸಮಯ ಮತ್ತು ಪ್ರಪಂಚವು ಅದನ್ನು ಮರೆತುಬಿಡುತ್ತದೆ.

ವಿಷ್ಣುಗುಪ್ತರು ಅಧ್ಯಯನ ಮತ್ತು ಬೋಧನೆಯಲ್ಲಿ ಸಿಕ್ಕಿಹಾಕಿಕೊಂಡರು. ವಿಶ್ವವಿದ್ಯಾನಿಲಯದ ಪ್ರತಿಯೊಬ್ಬ ವಿದ್ಯಾರ್ಥಿ ಮತ್ತು ಪ್ರತಿಯೊಬ್ಬ ವಿದ್ವಾಂಸರ ಧ್ವನಿಯಿಂದಲೂ ವಿಷ್ಣುಗುಪ್ತರ ಹೊಗಳಿಕೆ ಕೇಳಲು ಪ್ರಾರಂಭಿಸಿತು. ದೂರದೂರಿನಿಂದ ಬಂದಿದ್ದ ರಾಜಪುತ್ರರು ಆತನ ಪಾದದ ಧೂಳನ್ನು ತಲೆಯ ಮೇಲೆ ಇಟ್ಟು ಹಣೆಗಳನ್ನು ಎತ್ತುತ್ತಿದ್ದರು. ಅವರು ರಚಿಸಿದ 'ಅರ್ಥಶಾಸ್ತ್ರ'ದ ಸೂತ್ರಗಳು ಆಚಾರ್ಯರ ಧ್ವನಿಯಿಂದ ಕೇಳಿಬಂದವು. ಉಪಕುಲಪತಿಗಳು ಅವರಿಗೆ 'ರಾಜನೀತಿ ವಿಶಾರದ' ಬಿರುದು ನೀಡಿ ಗೌರವಿಸಿದರು. ಭರವಸೆಯ ವಿದ್ಯಾರ್ಥಿಗಳು ಆಚಾರ್ಯ ವಿಷ್ಣುಗುಪ್ತರ ಮಹಾನ್ ಭಕ್ತರಾದರು. ದಿನಗಳು ಗಾಳಿಯಂತೆ ಕಳೆದವು. ರಾಜಕುಮಾರ ಶಿಕ್ಷಣ ಪಡೆದ ನಂತರ ಸಮರ್ಥನಾದ.

ತಕ್ಷಶಿಲಾ ಕುಮಾರ್ ಅಂಭಿ, ಮಾಳವ್ ಕುಮಾರ್ ಸಿಂಘಾಕ್ಷ ಮತ್ತು ಚಂದ್ರಗುಪ್ತರಂತಹ ಭರವಸೆಯ ವಿದ್ಯಾರ್ಥಿಗಳು ವಿಶ್ವವಿದ್ಯಾಲಯದ ಬೆಳಕಿನಂತೆ ಬೆಳಗಿದರು. ಒಂದು ದಿನ ಆಚಾರ್ಯರು ಈ ಮೂವರು ರಾಜಕುಮಾರರ ಆಯುಧ ಕೌಶಲ್ಯವನ್ನು ಗಮನಿಸುತ್ತಿದ್ದಾಗ, ಆಂಭಿ ಅವರ ಸೋಲಿನಿಂದ ಬೇಸರಗೊಂಡಿದ್ದಾರೆ. ಕತ್ತಿ ಹಿರಿದು ನೇರ ಹೋರಾಟಕ್ಕೆ ಸಿದ್ಧನಾದ. ಸಿಂಹಾಕ್ಷನು ತನ್ನ ಖಡ್ಗವನ್ನು ತನ್ನ ಕತ್ತಿಯ ಮೇಲೆ ನಿಲ್ಲಿಸಿದನು ಎಂದು ಅವನು ಚಂದ್ರಗುಪ್ತನನ್ನು ಆಕ್ರಮಣ ಮಾಡಲು ಬಯಸಿದನು. ವಿಷ್ಣುಗುಪ್ತನುಮುಗುಳ್ನಕ್ಕು

ಹೇಳಿದನು - ನಾಯಕನು ಮೂರ್ಖನಾಗಿದ್ದರೆ, ಅವನು ತನ್ನ ತಲೆಯನ್ನು ತಾನೇ ಕತ್ತರಿಸಿಕೊಳ್ಳುತ್ತಾನೆ. ಅಂಬಿ! ನೀವು ಯುದ್ಧದಲ್ಲಿ ಪರಿಣತರಾಗಿದ್ದೀರಿ, ಆದರೆ ದಾಳಿ ಮಾಡುವಾಗ, ನೀವು ಕತ್ತಿಯ ಅಂಚನ್ನು ಮರೆತುಬಿಡುತ್ತೀರಿ ಯಾರ ಕೊರಳಿಗೆ ಬೀಳುತ್ತಿದೆ? ಅಂಬಿ - ಕ್ಷಮಿಸಿ ಗುರುದೇವ!

ವಿಷ್ಣುಗುಪ್ತ- ನೀನು ಎಷ್ಟು ಗಟ್ಟಿಯಾಗಿದ್ದೀಯೋ ಅಷ್ಟೇ ಮೃದು. ನೀವು ಮೂವರೂ ನುರಿತವರು ಮತ್ತು ಇಂದು ರಾಷ್ಟ್ರಕ್ಕೆ ಅದರ ಅಗತ್ಯವಿದೆ. ಈ ದೇಶದ ಗಡಿಯಲ್ಲಿ ಪರಕೀಯರ ಕತ್ತಿಗಳು ಯಾವ ಹೊತ್ತಿನಲ್ಲಿ ಬೆಳಗುತ್ತವೋ ಗೊತ್ತಿಲ್ಲ. 'ಹೊಳೆಯಬೇಡ, ನೀನು ಹೊಳೆದಿದ್ದೀಯ ಆಚಾರ್ಯ!' ಹಠಾತ್ ಗಾಬರಿಯಿಂದ ಭಾಗುರಾಯನು ಪ್ರವೇಶಿಸಿ

ಹೇಳಿದನು - 'ಗ್ರೀಕ್ ದಾಳಿಕೋರ ಅಲೆಕ್ಸಾಂಡರ್ ಹತ್ಯೆಯನ್ನು ಮಾಡುತ್ತಾ ಮುಂದೆ ಸಾಗುತ್ತಿದ್ದಾನೆ. ಅವನು ಸಿಂಧೂ ನದಿಯನ್ನು ದಾಟಿದ್ದಾನೆ, ಅವನ ಭಯದಿಂದ ಹಳ್ಳಿಗಳು ನಡುಗುತ್ತಿವೆ, ನಾಗರಿಕರು ತಮ್ಮ ಮನೆಗಳನ್ನು ಬಿಟ್ಟು ಓಡಿಹೋಗುತ್ತಿದ್ದಾರೆ. ಈಗ ಏನಾಗುತ್ತದೆ? ವಿಷ್ಣುಗುಪ್ತನು ಹಣೆಯ ಮೇಲೆ ಕೈಯಿಟ್ಟು ಒಂದು ಕ್ಷಣ ಯೋಚಿಸಿ

ಹೇಳಿದನು- 'ಈಗ ಭಾರತದ ತೋಳುಗಳಲ್ಲಿ ಬಲವಿದೆ. ಆದರೆ ಮನಸ್ಸು ಅದರಿಂದ ದೂರ ಸರಿದಿದೆ. ಏನಾಗಲಿದೆ ಎಂಬುದನ್ನು ನಿಲ್ಲಿಸಿ ಏನಾಗುತ್ತದೆಯೋ ಅದನ್ನು ಬದಲಾಯಿಸಲು ಪ್ರಯತ್ನಿಸುತ್ತೇನೆ. , ಆಚಾರ್ಯರು ಹೀಗೆ ಹೇಳುತ್ತಿದ್ದಾಗ ಶರ್ಂಗಾರವ ಪ್ರಳಯದಂತೆ

ಬಂದು – “ಆಚಾರ್ಯರು ನಾಶವಾದರು! ಸಿಕಂದರ್ ಹಸಿದ ತೋಳದಂತೆ ಚಲಿಸುತ್ತಿದ್ದಾನೆ. ಅವರು ತಕ್ಷಶಿಲಾ ಸುತ್ತ ಅಧಿಕಾರವನ್ನು ಪಡೆದರು. ತಕ್ಷಶಿಲಾ ಇಟ್ಟಿಗೆಯಿಂದ ಇಟ್ಟಿಗೆಯಾಗುವುದು ಮತ್ತು ವಿಶ್ವವಿದ್ಯಾನಿಲಯದ ಮೇಲಿರುವ ಈ ಧ್ವಜಾರೋಹಣವು ಧೂಳಿನಲ್ಲಿ ತುಳಿದಿರುವುದು ಕಂಡುಬರುತ್ತದೆ. ಆಚಾರ್ಯವರ್ತನ ಸಂಸ್ಕೃತಿಯ ಮೇಲೆ ಬಿರುಗಾಳಿಗಳು ಬರುತ್ತಿವೆ!'ಸಿಂಹಾಕ್ಷ ಮತ್ತು ಅಂಬಿ ತಮ್ಮ ಖಡ್ಗಗಳನ್ನು ಎಳೆದುಕೊಂಡು ಕೆಂಪು ಕಣ್ಣುಗಳಿಂದ

ಹೇಳಿದರು - 'ಓ ಗುರುದೇವ! ಭಾರತದ ಕಬ್ಬಿಣವು ತಣ್ಣಗಾಗಲಿಲ್ಲ ಎಂದು ಅಲೆಕ್ಸಾಂಡರ್‌ಗೆ ಹೇಳೋಣ.

ವಿಷ್ಣುಗುಪ್ತ - ಈ ಸಮಯದಲ್ಲಿ ಇದನ್ನು ಮಾಡುವುದು ಸಾವನ್ನು ಎದುರಿಸುವುದು. ತಕ್ಷಣ ನೀವು ವೇಷ ಹಾಕಿ ಅಲೆಕ್ಸಾಂಡರ್ನ ಶಿಬಿರಗಳ ಸುತ್ತಲೂ ಅಂಟಿಕೊಳ್ಳಿ ಮತ್ತು ಅವನ ಸೈನ್ಯದ ಚಲನೆಯನ್ನು ಅನುಸರಿಸಿ! ಸೈನ್ಯದ ಅಂಕಿಅಂಶಗಳನ್ನು ಪಡೆಯಿರಿ ಮತ್ತು ಸುರಕ್ಷಿತವಾಗಿರಿ! ಶತ್ರುವನ್ನು ಸೋಲಿಸಲು, ಶತ್ರುಗಳ ಮಿಲಿಟರಿ ಶಿಕ್ಷಣವನ್ನು ಪರಿಗಣಿಸಿ! ಕಾಲದ ಮೊದಲು ಸಂಭವಿಸುವ ಕ್ರಾಂತಿ ತನ್ನ ವಿನಾಶಕ್ಕೆ ಕಾರಣವಾಗುತ್ತದೆ. ಬೇಗ ಹೋಗಿ ನಿನ್ನ ಕೆಲಸ ಮಾಡು, ನೀನೇ ಜಾಣ, ನಾನೇನು ಹೇಳಲಿ! ಜೀವನದ ಈ ಬದಿಗೆ ಅಥವಾ ಇನ್ನೊಂದು ಕಡೆಗೆ ಹೋಗುವುದು ಜೀವನದ ಸಾಕ್ಷಿಯಾಗಿದೆ. "ನೋಡಿ, ಅಲೆಕ್ಸಾಂಡರನ ಕುದುರೆಗಳ ಗೊರಸು ಕೇಳಿಸುತ್ತದೆ. ದೂರ ಸರಿಯಿರಿ ಮತ್ತು ಹೇಗಾದರೂ ತಪ್ಪಿಸಿಕೊಳ್ಳಿ ಕಾಪಾಡಿಕೋ!'ಆಚಾರ್ಯರ ಉಪದೇಶವನ್ನು ಸ್ವೀಕರಿಸಿದ ತಕ್ಷಣ, ಶಿಷ್ಯರು ಒಂಬತ್ತು ಅಥವಾ ಹನ್ನೊಂದಾಯಿತು ಮತ್ತು ಅಲೆಕ್ಸಾಂಡರ್ನ ಸೈನ್ಯವು ವಿಶ್ವವಿದ್ಯಾಲಯದ ದ್ವಾರವನ್ನು ತಲುಪಿತು. ಮುಂದೆ ಅಲೆಕ್ಸಾಂಡರ್ ಮತ್ತು ಹಿಂದೆ ಅವನ ಸೈನ್ಯ! ಅಲೆಕ್ಸಾಂಡರ್ ಘರ್ಜಿಸುತ್ತಾ, 'ಇದೊಂದು ದೊಡ್ಡ ಕೇಂದ್ರವೆಂದು ತೋರುತ್ತದೆ, ಅದನ್ನು ನಿಯಂತ್ರಿಸಿ! ಆದರೆ ಬಾಗಿಲಲ್ಲಿ ನಿಂತ ಬ್ರಾಹ್ಮಣ ಅವಳ ದಾರಿಯನ್ನು ತಡೆದು ಹೇಳಿದನು - ಗ್ರೀಕ್ ಪತಿ ಪ್ರಪಂಚದ ಸೌಂದರ್ಯವನ್ನು ನಾಶಮಾಡಲು ಬಂದಿದ್ದಾನೆಂದು ತೋರುತ್ತದೆ. ಅಲೆಕ್ಸಾಂಡರ್ ವಿಜಯಶಾಲಿ ಎಂದು ನಾವು ಕೇಳಿದ್ದೇವೆ, ಆದರೆ ಅವನು ಕೊಲೆಗಾರನೆಂದು ನಾವು ನೋಡುತ್ತೇವೆ. ಸಿಕಂದರನು ತೀಕ್ಷ್ಣ ಕಣ್ಣುಗಳಿಂದ ಬ್ರಾಹ್ಮಣನನ್ನು ನೋಡಿ

ಹೇಳಿದನು - ನೀನು ವೀರನಂತೆ ತೋರುತ್ತೀಯ. ಆದರೆ ನಿಮಗೆ ಗುರುತಿಸುವ ಕಣ್ಣುಗಳಿಲ್ಲ. ಬ್ರಾಹ್ಮಣ - ಕಿವಿಗೆ ಕೇಳಿಸುವುದರಲ್ಲಿ ಗೊಂದಲವಿರಬಹುದು, ಆದರೆ ಕಣ್ಣಿಗೆ ಕಂಡದ್ದು ತಪ್ಪಾಗಲಾರದು. ಅಲೆಕ್ಸಾಂಡರ್ ವಿಶ್ವದ ಶ್ರೇಷ್ಠ ಶಿಕ್ಷಣ ಕೇಂದ್ರವನ್ನು ನಾಶಮಾಡಲು ಬಯಸುತ್ತಾನೆ. ನಿಮ್ಮಿಂದ ಭಯದಿಂದ ನಡುಗುತ್ತಿರುವ ಈ ಶಾಲೆಯಲ್ಲಿ ಎಷ್ಟು ಮಕ್ಕಳು, ಮಹಿಳೆಯರು ಆಶ್ರಯ ಪಡೆಯುತ್ತಿದ್ದಾರೆ ಗೊತ್ತಾ? ನಿಮಗೆ ಹೃದಯ ಇದ್ದರೆ, ಅವರ ಮೇಲೆ ಕರುಣೆ ತೋರಿ ಮತ್ತು ನಿಮ್ಮ ಕುದುರೆಗಳನ್ನು ಕೋಟೆಗಳ ಕಡೆಗೆ ತಿರುಗಿಸಿ. ಪಟ್ಟು! ಕಲಾ ಕೇಂದ್ರಗಳನ್ನು ಹಾಳು ಮಾಡಬೇಡಿ! ಅವು ಇಂದು ನಾಶವಾಗಬಹುದು, ಆದರೆ ಸಾವಿರಾರು ವರ್ಷಗಳಾದರೂ ಅವುಗಳನ್ನು ಪುನರ್ನಿರ್ಮಿಸಲಾಗುವುದಿಲ್ಲ.

ಸಿಕಂದರನು ತನ್ನ ಕಣ್ಣುಗಳನ್ನು ಬಾಗಿಸಿ ತನ್ನ ಸೈನ್ಯವನ್ನು ತಿರುಗಿಸಿದನು ಮತ್ತು ಬ್ರಾಹ್ಮಣ ವಿಷ್ಣುಗುಪ್ತನು ತನ್ನ ಗುಡಿಸಲಿಗೆ ಬಂದನು. ವಿಶ್ವವಿದ್ಯಾನಿಲಯದಲ್ಲಿ ಮಗುವಾಗಲೀ ಮಹಿಳೆಯಾಗಲೀ ಇರಲಿಲ್ಲ; ಆದರೆ ಎಷ್ಟು ಈ ಅಸತ್ಯದಲ್ಲಿ ಸತ್ಯವಿತ್ತು. ಸಿಕಂದರನು ಹೆಚ್ಚುತ್ತಿದ್ದನು ಮತ್ತು ವಿಷ್ಣುಗುಪ್ತನು ಯೋಚಿಸುತ್ತಿದ್ದನು. ಬೆಂಕಿ ಹೊತ್ತಿಕೊಂಡಿತು. ಬಿರುಗಾಳಿಯಿಂದಾಗಿ ಜ್ವಾಲೆಯ ವೇಗ ಹೆಚ್ಚಾಗಲು ಪ್ರಾರಂಭಿಸಿತು, ಆದರೆ ಕಣ್ಣುಗಳಲ್ಲಿ ನೀರು

ಹೇಳಿತು - 'ಈಗ ಕಣ್ಣೀರು ತಮ್ಮ ರೂಪವನ್ನು ಬದಲಾಯಿಸಿದೆ. ನೋವಿನ ಬುಗ್ಗೆಗಳು ಶೋನಿಟ್ನ ಮೋಡಗಳಂತೆ ಮಳೆಯಾಗುತ್ತವೆ. ಅಲೆಕ್ಸಾಂಡರನ ಸೈನ್ಯವು ಝೀಲಂ ದಂಡೆಯ ಮೇಲೆ ಬಿದ್ದಿತ್ತು ಮತ್ತು ಅದರಿಂದ ದೂರದಲ್ಲಿ ಮರಗಳ ಹೊದಿಕೆಯಡಿಯಲ್ಲಿ ಅಡಗಿರುವ ಯುವಕನು ತಾಳೆ ಎಲೆಯ ಮೇಲೆ ಏನನ್ನಾದರೂ ಬರೆಯುತ್ತಿದ್ದನು. ಅವನ ಕಣ್ಣುಗಳು ಅಲೆಕ್ಸಾಂಡರನ ಶಿಬಿರದ ಮೇಲಿದ್ದವುಮತ್ತು ಪೆನ್ನು ತಾಳೆ ಎಲೆಯ ಮೇಲೆ ಓಡುತ್ತಿತ್ತು. ಅವರು

ಬರೆದಿದ್ದಾರೆ - 'ಏಳು ದಳಗಳು, ಇದರಲ್ಲಿ ರಥಗಳು ಮತ್ತು ಆನೆಗಳಿಲ್ಲ, ಐದು ಪ್ರುತ್ನಗಳು, ನಾಲ್ಕು ಚಮುಕ್ಗಳು, ಎರಡು ಅನಿಕಿನಿಗಳು. ಹೀಗಾಗಿ ಅಲೆಕ್ಸಾಂಡರ್ ಬಳಿ ಬಹುತೇಕ ಅಕ್ಷೌಹಿಣಿ ಸೈನ್ಯವಿದೆ. ಸೈನ್ಯದಲ್ಲಿರುವ ಹೆಚ್ಚಿನ ಸೈನಿಕರು ಬಲ್ಲಂಧಾರಿಗಳು. ಮುಖ್ಯ ಕಮಾಂಡರ್ ಸೆಲ್ಯೂಕಸ್ ಮತ್ತು ಇತರ ಕಮಾಂಡರ್‌ಗಳು ತುಂಬಾ ಬಲಶಾಲಿ ಮತ್ತು ಜಾಗರೂಕರಾಗಿದ್ದಾರೆ. ಅಲೆಕ್ಸಾಂಡರ್ ಜೊತೆಗೆ ಗುಪ್ತಚರ ಇಲಾಖೆಯೂ ಇದೆ. ಎಲ್ಲಾ ಸೈನಿಕರು ಅಂಗೈಯಲ್ಲಿ ತಲೆಯಿಟ್ಟು ಬಂದಿದ್ದಾರೆ. ಅವರು ಬೆಂಕಿ, ನೀರು ಅಥವಾ ಚಂಡಮಾರುತಕ್ಕೆ ಹೆದರುವುದಿಲ್ಲ.

ಬಿರುಗಾಳಿಯ ಮಳೆಯ ಸಮಯದಲ್ಲಿ, ಅವರು ಶಿಬಿರಗಳ ಗೂಟಗಳನ್ನು ಸ್ವತಃ ಹಿಡಿದುಕೊಳ್ಳುತ್ತಾರೆ ಮತ್ತು ಶಿಬಿರವನ್ನು ಬೀಳಲು ಬಿಡುವುದಿಲ್ಲ. ಬರೆಯುವಾಗ, ಯುವಕನು ನಿರ್ದಿಷ್ಟ ಶಬ್ದವನ್ನು ಮಾಡಿದ ತಕ್ಷಣ, ಅಲೆಕ್ಸಾಂಡರ್ನ ಸೈನ್ಯವು ಅವರ ಶಿಬಿರಗಳನ್ನು ಕಿತ್ತುಹಾಕಿತು ಮತ್ತು ಸ್ವಲ್ಪ ಸಮಯದ ನಂತರ, ಅಲೆಕ್ಸಾಂಡರ್ ಮುಂದೆ ಕಾಣಿಸಿಕೊಂಡನು ಮತ್ತು ಅವನ ಹಿಂದೆ ಅವನ ಸೈನ್ಯವು ನದಿಯನ್ನು ದಾಟಲು ಪ್ರಾರಂಭಿಸಿತು. ಇದು ಏನು? ಕತ್ತಲ ರಾತ್ರಿ ಮತ್ತು ವೇಗ ಅಲೆಕ್ಸಾಂಡರ್ ಭಾರತದ ಮೂಲಕ ಹರಿಯುವ ಈ ಬಿರುಗಾಳಿಯ ನದಿಯನ್ನು ದಾಟುತ್ತಿದ್ದಾನೆ, ಹಗಲಿನಲ್ಲಿ ಮಹಾನ್ ಯೋಧರು ಸಹ ನಡುಗುವ ನದಿ. ಯುವಕ ಹೀಗೆಯೋಚಿಸುತ್ತಿದ್ದಾಗ ಹಿಂದಿನಿಂದ ಬಂದ ಒಬ್ಬ ಯುವಕ ಅವನಿಗೆ ಸವಾಲು

ಹಾಕಿ - 'ಯಾರು ನೀನು?' 'ಯುವಕನು ಇದ್ದಕ್ಕಿದ್ದಂತೆ ಎಚ್ಚರಗೊಂಡು ಕತ್ತಿಯ ಹಿಡಿತದ ಮೇಲೆ ತನ್ನ ಕೈಯನ್ನು ಇಟ್ಟು ಕೋಪದಿಂದ

ಉತ್ತರಿಸಿದನು - "ನೀವು ಯಾಕೆ ಕೇಳಲು ಬಯಸುತ್ತೀರಿ?

ಯುವಕ - ನೀವೂ ಈಗ ತಿಳಿಯುವಿರಿ. ನನ್ನೊಂದಿಗೆ ಶಾಂತವಾಗಿ ನಡೆಯಿರಿ

ಯುವಕ - ಎಲ್ಲಿ?

ಯುವಕ - ಅಲೆಕ್ಸಾಂಡರ್ ಮುಂದೆ ಖೈದಿಯಾಗಿ. ಆದ್ದರಿಂದ ನೀವು ಅಲೆಕ್ಸಾಂಡರ್ನ ಸೈನಿಕ ಎಂದು ತೋರುತ್ತದೆ. ಚಿಕ್ಕ

ಹುಡುಗ- ಯುವಕ: ಅಲೆಕ್ಸಾಂಡರನ ಸೈನ್ಯದ ಸುತ್ತ ಹತ್ತು ಮೈಲಿ ದೂರದ ಹಕ್ಕಿಯೂ ಇಲ್ಲ. ಕೊಲ್ಲಬಹುದು, ಆದ್ದರಿಂದ ಜಾಗರೂಕರಾಗಿರಿ. ಆ ಯುವಕ ಮನಸ್ಸಿನಲ್ಲೇ ಅಂದುಕೊಂಡ, 'ಈ ಸೈನಿಕ ಮಹಾ ಮೂರ್ಖ! ಅಲೆಕ್ಸಾಂಡರ್ ಎಷ್ಟು ಜಾಗರೂಕ ಎಂದು ನಮಗೆ ಹೇಳದೆಯೇ ತಿಳಿಯಿತು. ತದನಂತರ ಗುಡುಗುತ್ತಾ

ಹೇಳಿದರು - ಬಹುಶಃ ಝೀಲಂನ ಇನ್ನೊಂದು ಬದಿಯಲ್ಲಿರುವ ಪಂಚನಾಡಿನ ರಾಜನು ಪುರು ಸಿಕಂದರನಿಗಿಂತ ಹೆಚ್ಚು ಎಚ್ಚರವಾಗಿರುತ್ತಾನೆ ಎಂದು ನಿಮಗೆ ತಿಳಿದಿಲ್ಲ. ಅವರ ಗೂಢಚಾರರು ದೂರದವರೆಗೆ ಹರಡಿದ್ದಾರೆ. ಇತ್ತೀಚೆಗೆ ತಾನೇ ಪುರುವಿನ ಗೂಢಚಾರ ಎಂದು ಹೇಳಿಕೊಳ್ಳುತ್ತಿದ್ದ ನನ್ನ ಬಳಿಗೆ ಬೇರೆಯವರು ಬಂದರು. ನಾನು ಅಲೆಕ್ಸಾಂಡರ್‌ನ ಸಹಾಯಕನಲ್ಲ ಎಂದು ಅವನಿಗೆ ಮನವರಿಕೆಯಾದಾಗ, ಅವನು ಇನ್ನೊಂದು ಕಡೆಗೆ ಹೋದನು. ಅವನು ಹೋಗಿ ಬಹಳ ದಿನಗಳೇ ಆಗಿಲ್ಲ. ಯುವಕ: ಮಾತನಾಡಬೇಡ, ಕೈದಿಯಂತೆ ಸದ್ದಿಲ್ಲದೆ ನಡೆಯು, ಇಲ್ಲದಿದ್ದರೆ ನಿಮ್ಮ ತಲೆಬುರುಡೆ ನೆಲದ ಮೇಲೆ ಬೀಳುತ್ತದೆ. ಉರುಳುವುದನ್ನು ಕಾಣಬಹುದು. ಯುವಕನಿಗೆ ಕೋಪ ಬಂದಿತು, ಆದರೆ ಅವನ ಸಮತೋಲನವನ್ನು ಕಾಯ್ದುಕೊಂಡು ಅವನು

ಹೇಳಿದನು - ಅಲೆಕ್ಸಾಂಡರ್ನ ಸೈನ್ಯದಲ್ಲಿ ಈ ತಲೆಬುರುಡೆಯನ್ನು ಮುಟ್ಟುವ ಅಂತಹ ಯೋಧರು ಇದ್ದಾರೆಯೇ? ನಮ್ಮ ಬಳಿಯೂ ಖಡ್ಗವಿದೆ, ಯುವಕ! ಮುಂದೆ ಏನನ್ನೂ ಹೇಳುವ ಮೊದಲು, ಯುವಕನು ತನ್ನ ಕತ್ತಿಯನ್ನು ಅದರ ಪೊರೆಯಿಂದ ಹೊರತೆಗೆದು ಎಚ್ಚರಿಕೆಯಿಂದ ಹೇಳಿದನು - ನಿಮ್ಮ ಕತ್ತಿಯನ್ನು ಪರೀಕ್ಷಿಸಿ! ಯುವಕನು ಕೆಂಪಗೆ ಕೆಂಪಗೆ ತಿರುಗಿದ. ಅವರು ಯುವಕನ ಮೇಲೆ ಕತ್ತಿಯ ಪೂರ್ಣ ಹೊಡೆತವನ್ನು ನೀಡಿದರು. ಯುವಕ ಆಗಲೇ ಜಾಗರೂಕನಾಗಿದ್ದ. ಕತ್ತಿಯ ಏಟಿಗೆ ಎದುರಿಗಿದ್ದ ಗಾಳಿಯಂತೆ ಜಿಗಿದು ಇನ್ನೊಂದು ಬದಿಗೆ ಬಂದು ಮರಕ್ಕೆ ಬಡಿದು ಕತ್ತಿ ಮುರಿದು ಹೋಯಿತುಕತ್ತಿ ಮುರಿದ ತಕ್ಷಣ ಯುವಕ ಓಡಿಹೋದನು ಮತ್ತು ಚಂದ್ರಗುಪ್ತ ಅವನನ್ನು ಬೆನ್ನಟ್ಟಿದನು.

ಸ್ವಲ್ಪ ದೂರ ಮುಂದೆ ಸಾಗಿದ ನಂತರ ಅಲೆಕ್ಸಾಂಡರನ ಸೈನಿಕರು ಬಹಳ ದೂರದಲ್ಲಿಲ್ಲದ್ದನ್ನು ಕಂಡು ಹಿಂದಕ್ಕೆ ತಿರುಗಿ ತನ್ನ ಕುದುರೆಯನ್ನು ಮರಕ್ಕೆ ಕಟ್ಟಿ ಸವಾರಿ ಮಾಡಿದನು. ಗಾಳಿಯೊಂದಿಗೆ ಮಾತನಾಡುತ್ತಿರುವಾಗ ಯುವಕ ಚಂದ್ರಗುಪ್ತ ಆಚಾರ್ಯ ವಿಷ್ಣುಗುಪ್ತರ ಗುಡಿಯ ಬಳಿ ನಿಲ್ಲಿಸಿದನು.

ವಿಷ್ಣುಗುಪ್ತ ಆ ಸಮಯದಲ್ಲಿ ಭಾರತದ ಚಿತ್ರವನ್ನು ನೋಡುತ್ತಿದ್ದನು. ಚಂದ್ರಗುಪ್ತನನ್ನು ನೋಡಿ, ಚಿತ್ರವನ್ನು ನೋಡುತ್ತಾ ಗಂಭೀರವಾಗಿ

ಹೇಳಿದರು – ಬಾ ಚಂದ್ರಾ! ಏನು ಸುದ್ದಿ ಹೇಳಿ? ಆಚಾರ್ಯರ ಪಾದಗಳನ್ನು ಮುಟ್ಟಿ ಚಂದ್ರನು ಹೇಳಿದನು - ಸುದ್ದಿ ಚೆನ್ನಾಗಿಲ್ಲ ಗುರುದೇವ! ಅಲೆಕ್ಸಾಂಡರನ ಮುಂದೆ ತಕ್ಷಿಲಾಧೀಶನು ಶರಣಾದನು. ಅಲೆಕ್ಸಾಂಡರ್ ಇವನಿಗೆ ಸಾಕಷ್ಟು ಆಮಿಷ ಒಡ್ಡಿ ತನ್ನ ಸಹಾಯಕನನ್ನಾಗಿ ಮಾಡಿಕೊಂಡಿದ್ದಾನೆ.ತಕ್ಷಿಲಾಧೀಶನ ಸಹಾಯದಿಂದ ಅಲೆಕ್ಸಾಂಡರ್ ಝೀಲಂ ನದಿಯನ್ನು ದಾಟಿದ್ದಾನೆ.ಅಲೆಕ್ಸಾಂಡರ್ ಕಬ್ಬಿಣದ ಅದ್ಭುತ ಮನುಷ್ಯನಂತೆ ತೋರುತ್ತಾನೆ.

ರಾತ್ರಿಯೇ ನದಿ ದಾಟಲು ನೀರಿಗೆ ಹಾರಿದ. ಅಲೆಕ್ಸಾಂಡರ್ ದೊಡ್ಡ ಸೈನ್ಯವನ್ನು ಹೊಂದಿದ್ದಾನೆ ಮತ್ತು ಅವನಿಗೆ ಇಲ್ಲಿನ ಇತರ ರಾಜರಿಂದ ಸಹಾಯ ಸಿಕ್ಕಿದೆ. ಅಲೆಕ್ಸಾಂಡರ್ ಸೈನ್ಯಕ್ಕಿಂತ ಹೆಚ್ಚಿನ ಬೌದ್ಧಿಕ ಶಕ್ತಿಯನ್ನು ಹೊಂದಿದ್ದಾನೆ. ಅವರು ಜಾಗೃತ ಗುಪ್ತಚರ ವಿಭಾಗವನ್ನೂ ಹೊಂದಿದ್ದಾರೆ.

ವಿಷ್ಣುಗುಪ್ತ - ಅಲೆಕ್ಸಾಂಡರನಿಗೆ ಹೆದರಿ ತಕ್ಷಿಲಾಧೀಶನು ಶರಣಾದನೆಂಬುದು ನಿನ್ನ ಅಧ್ಯಯನವೇ? ತಕ್ಷಶಿಲಾಧೀಶನಂಥ ವಿಜಯಶಾಲಿ ವೀರನು ಭಯದಿಂದ ಸೋಲನ್ನು ಒಪ್ಪಿಕೊಳ್ಳುತ್ತಾನೆ ಎಂಬುದು ನಂಬಲಸಾಧ್ಯಚಂದ್ರು: ನಿಗೂಢದಲ್ಲಿ ಇನ್ನೇನೋ ಇರುವಂತಿದೆ ಗುರುದೇವ! ತಕ್ಷಶಿಲಾಧೀಶನೆಂದು ತಿಳಿಯುತ್ತದೆ ನಾನು ಅಲೆಕ್ಸಾಂಡರ್ ಅವರನ್ನು ಉದ್ದೇಶಪೂರ್ವಕವಾಗಿ ಭೇಟಿಯಾದೆ. ಮಹಾರಾಜ ಪುರುವಿನೊಂದಿಗಿನ ದ್ವೇಷದ ಬೆಂಕಿಯನ್ನು ನಂದಿಸಲು ಅವರ ಪ್ರಯತ್ನ ಇದು ಸರಳ ಪರಿಹಾರವಾಗಿರಬಹುದು.

ವಿಷ್ಣುಗುಪ್ತ - ಇಲ್ಲದಿರಬಹುದು, ಈ ದೇಶವು ಮನೆಯ ಬೆಂಕಿಗೆ ಹೆದರುವಷ್ಟು ಹೊರಗಿನ ಬಿರುಗಾಳಿಗೆ ಹೆದರುವುದಿಲ್ಲ. ಮತ್ತು ಆಂಬಿ ಎಲ್ಲಿದ್ದಾನೆ?

ಚಂದ್ರ- ಸಾಕಷ್ಟು ಮನವೊಲಿಸಿದ ನಂತರವೂ ತಕ್ಷಶಿಲಾಧೀಶನು ಅಲೆಕ್ಸಾಂಡರನೊಡನೆ ಯುದ್ಧಕ್ಕೆ ಸಿದ್ಧನಾಗದಿದ್ದಾಗ ಈ ವೇಳೆ ಅಂಬಿ ಸಿಟ್ಟಿಗೆದ್ದು ನಿಮ್ಮ ಆದೇಶ ಪಾಲಿಸುತ್ತಿದ್ದಾರೆ.

ವಿಷ್ಣುಗುಪ್ತ - ನೀನು ಆದಷ್ಟು ಬೇಗ ಪಂಚನಾಡಿಗೆ ಹೋಗಬೇಕು. ತಕ್ಷಿಲಾಧೀಶನು ವಿದೇಶಿಯರ ಸಹಾಯಕನಾಗಿರಬಹುದು, ಆದರೆ ಮಹಾರಾಜ ಪುರು ಎಂದಿಗೂ ವಿದೇಶಿಯರ ಮುಂದೆ ತಲೆಬಾಗುವುದಿಲ್ಲ. ಆದರೆ ಇಷ್ಟು ದೊಡ್ಡ ಸೈನ್ಯದ ವಿರುದ್ಧ ಈ ಬಡವ ಎಷ್ಟರ ಮಟ್ಟಿಗೆ ಹೋರಾಡುತ್ತಾನೆ? ಹೌದು ಚಂದ್ರಾ! ಅಲೆಕ್ಸಾಂಡರ್‌ನ ಸೈನ್ಯ ಮತ್ತು ನೀತಿಯನ್ನು ಅಲೆಕ್ಸಾಂಡರ್ ಸಹ ಅಧ್ಯಯನ ಮಾಡದಿರುವಷ್ಟು ಅಧ್ಯಯನ ಮಾಡಬೇಕು. ಸಾಧ್ಯವಾದರೆ, ಅಲೆಕ್ಸಾಂಡರ್ನ ವಿಶ್ವಾಸಿಯಾಗಿ, ಆದರೆ ಎಚ್ಚರಿಕೆಯಿಂದ.

ಚಂದ್ರ- ಆದರೆ ಅಲೆಕ್ಸಾಂಡರನ ಸೈನಿಕನೊಬ್ಬ ನನ್ನನ್ನು ಗುರುತಿಸಿದ್ದಾನೆ ಗುರುದೇವ! ನನಗೂ ಅವನ ಮೇಲೆ ಎರಡು ಕೈಗಳಿದ್ದವು

ವಿಷ್ಣುಗುಪ್ತ - ನೀನು ಈ ತಪ್ಪು ಮಾಡಿದೆ ಚಂದ್ರಾ! ಆದರೆ ಇನ್ನೂ ನೀವು ಅಲೆಕ್ಸಾಂಡರ್ನ ಚಲನವಲನಗಳನ್ನು ಸೂಕ್ಷ್ಮವಾಗಿ ಗಮನಿಸಬೇಕು. ನೀವು ಅಲ್ಲಿಗೆ ಹೋಗುತ್ತೀರಿ ಮತ್ತು ನೀವು ತುಂಬಾ ಶಾಂತವಾಗಿ ಕೆಲಸ ಮಾಡಬೇಕು ಎಂದು ಮನಸ್ಸಿನಲ್ಲಿಟ್ಟುಕೊಳ್ಳಿ. ಕತ್ತಿ ಹಿಡಿಯುವ ಪರಿಸ್ಥಿತಿ ಬರಬಾರದು. ಆದಷ್ಟು ಆ ಸೈನಿಕನ ಕಣ್ಣುಗಳ ಬಗ್ಗೆ ಜಾಗರೂಕರಾಗಿರಿ.

ನಾನು ಕೂಡ ತಕ್ಷಶಿಲೆಯನ್ನು ಬಿಟ್ಟು ಹೋಗಬೇಕಾಗಬಹುದು. ಆದ್ದರಿಂದ, ಸಮಯದ ಮೊದಲು ವ್ಯತ್ಯಾಸವನ್ನು ಬಹಿರಂಗಪಡಿಸಬಾರದುಆಚಾರ್ಯರ ಅಪ್ಪಣೆಯನ್ನು ಗಂಟುಮೂಟೆ ಕಟ್ಟಿಕೊಂಡು, ಚಂದ್ರ ಹೇಗೋ ರಾತ್ರಿಯನ್ನು ಕಳೆದು ಅರುಣೋದಯಕ್ಕೆ ಮುಂಚೆ ವೇಗವಾಗಿ ಹರಿಯುವ ಝೀಲಂ ನದಿಯ ದಡವನ್ನು ತಲುಪಿದ. ನದಿಯ ವೇಗಕ್ಕೆ ಸವಾಲೆಸೆದ ಚಂದ್ರ ಅವಳ ಎದೆಯ ಮೇಲೆ ಹಾರಿ ಈಜಿದನು ಇನ್ನೊಂದು ದಡ ತಲುಪಿತು. ಅಲೆಕ್ಸಾಂಡರನ ಬಿರುಗಾಳಿ ಸೈನ್ಯವು ಗಡಿಯಲ್ಲಿ ಬೀಡುಬಿಟ್ಟಿತ್ತು. ಗ್ರೀಸ್‌ನ ಶ್ವೇತ

ಧ್ವಜವು ಗಾಳಿಗೆ ಹಾರುತ್ತಿತ್ತು ಮತ್ತು ಇನ್ನೊಂದು ಕಡೆ ಪುರು ಕೋಟೆಯ ಮೇಲೆ ಕೇಸರಿ ಧ್ವಜವು ಧಿಕ್ಕಾರವಾಗಿ ಬೀಸುತ್ತಿತ್ತು.

ಚಂದ್ರಗುಪ್ತನು ಜಾಣ್ಮೆಯಿಂದ ದಡದಲ್ಲಿದ್ದ ಒಂದು ಗುಡಿಸಲಿಗೆ ಹೊರಟನು. ಆ ಗುಡಿ ಶ್ರೀಗಂಧವನ್ನು ನೆಡುತ್ತಿದ್ದ ವೃದ್ಧ ಬ್ರಾಹ್ಮಣನಿಗೆ ಸೇರಿತ್ತು.

ಚಂದ್ರಗುಪ್ತನು ಅಲ್ಲಿಯೇ ಉಳಿದು ಅಲೆಕ್ಸಾಂಡರ್ ಮತ್ತು ಪುರುವಿನ ಭೀಕರ ಯುದ್ಧದ ದೃಶ್ಯಗಳನ್ನು ವೀಕ್ಷಿಸಲು ಪ್ರಾರಂಭಿಸಿದನು. ಅವರು ಪುರುವಿನ ವಿಜಯದಲ್ಲಿ ಸಂತೋಷಪಡುತ್ತಾರೆ ಮತ್ತು ಅಲೆಕ್ಸಾಂಡರ್ನ ವಿಜಯದಲ್ಲಿ ಕಣ್ಣೀರು ಸುರಿಸುತ್ತಿದ್ದರು. ಒಂದು ದಿನ ಗುಡಿಸಲಿನಲ್ಲಿ ಅವನು ಮುದುಕ ಬ್ರಾಹ್ಮಣ ಮಹಿಳೆಗೆ ಹೇಳಿದನು - ತಾಯಿ! ಈ ಯುದ್ಧದಲ್ಲಿ ಯಾರು ಗೆಲ್ಲುತ್ತಾರೆ?

ಮುದುಕಿ - ಮಹಾರಾಜ ಪುರುವಿಗೆ ಜಯ. ಧೈರ್ಯಶಾಲಿಗಳು ಮತ್ತು ದಾನಿಗಳು ಎಂದಾದರೂ ಸೋಲನ್ನು ಎದುರಿಸುತ್ತಾರೆಯೇ? ಸೋತ ನಂತರವೂ ಧೈರ್ಯಶಾಲಿಗಳು

ಗೆಲ್ಲುತ್ತಾರೆಚಂದ್ರ- ಅಲೆಕ್ಸಾಂಡರನ ಭಯದಿಂದ ಪುರು ತನ್ನ ಆಯುಧವನ್ನು ತ್ಯಜಿಸುತ್ತಾನೆಯೇ?

ಮುದುಕಿ - ನಿಮ್ಮ ಮಗ ಯಾವ ರೀತಿಯ ವಿಷಯಗಳ ಬಗ್ಗೆ ಮಾತನಾಡುತ್ತಾನೆ? ಧೈರ್ಯಶಾಲಿಗಳು ದಾನ ಮಾಡುವ ಜೀವನದಿಂದ ಬದುಕುತ್ತಾರೆಯೇ, ಮಹಾರಾಜ ಪುರು ತನ್ನ ಪ್ರಾಣವನ್ನು ಕೊಡುತ್ತಾರೆ, ಆದರೆ ಹೇಡಿಯಂತೆ ಬದುಕಲು ಎಂದಿಗೂ ಒಪ್ಪಿಕೊಳ್ಳುವುದಿಲ್ಲ. ಮತ್ತು ಅದೇ ಸಂಭವಿಸಿತು. ಎರಡನೆಯ ದಿನ ಅಲೆಕ್ಸಾಂಡರನ ಅಜೇಯ ಸೇನೆಯ ಮುಂದೆ ಪುರುವಿನ ಶಂಖನಾದ ಕೇಳಿಸಿತು. ನೀಡಲು ಆರಂಭಿಸಿದೆ ಎರಡೂ ಕಡೆಯ ಶಸ್ತ್ರಸಜ್ಜಿತ ಯೋಧರು ಯುದ್ಧಭೂಮಿಯಲ್ಲಿ ಕೊಲ್ಲಲು ಪ್ರಾರಂಭಿಸಿದರು. ಭೀಕರ ಯುದ್ಧ ಸಂಭವಿಸಿದ. ಪುರುವಿನ ಸೈನ್ಯವು ಅಲೆಕ್ಸಾಂಡರನ ಆರರನ್ನು ಮುಕ್ತಗೊಳಿಸಿತು. ಈ ಯುದ್ಧದಲ್ಲಿ ಅಲೆಕ್ಸಾಂಡರ್ನ ದೊಡ್ಡ ಸೈನ್ಯವು ಕೊಲ್ಲಲ್ಪಟ್ಟಿತು.

11

ಅವನ ಪ್ರಸಿದ್ಧ ಕುದುರೆ ಬುಚೆಫೆಲಿಸ್ ಯುದ್ಧಭೂಮಿಯಲ್ಲಿ ಪುರುವಿನ ಬಾಣದಿಂದ ಸತ್ತಿತು. ಪುರು ಮತ್ತು ಸಿಕಂದರ ನಡುವೆ ಹಲವು ದಿನಗಳ ಕಾಲ ಘೋರ ಕದನ ನಡೆಯಿತು, ಆದರೆ ಅಸಹಕಾರ ಮತ್ತು ಸ್ವಂತ ಜನರ ದ್ರೋಹ ಮತ್ತು ಸಿಕಂದರನ ಅಪಾರ ಸೈನ್ಯದ ದ್ರೋಹದಿಂದಾಗಿ, ಪುರು ಯುದ್ಧ ಮಾಡುವಾಗ ಬಂಧಿಯಾದರು. ಅಲೆಕ್ಸಾಂಡರ್ ಪಂಚನಾಡಿನ ಮೇಲೆ ಹಿಡಿತ ಸಾಧಿಸಿದನು. ಬಂಧಿತರನ್ನು ಪುರು ಸಿಕಂದರ್ ಶಿಬಿರದಲ್ಲಿ ಪ್ರಸ್ತುತಪಡಿಸಲಾಯಿತು. ಪುರುವನ್ನು ಹೆಮ್ಮೆಯಿಂದ ನೋಡುತ್ತಾ ಅಲೆಕ್ಸಾಂಡರ್ ಹೇಳಿದನು - ಏಕೆ ಮಹಾರಾಜ ಪುರು! ನೀವು ಹೇಗಿದ್ದೀರಿ?

ಪುರು - ಸಿಕಂದರನ ಸೋಲಿನಿಂದ ನಾನು ಸಂತೋಷಪಡುತ್ತೇನೆ

ಸಿಕಂದರ್ - ಹಾಗಾದರೆ ನಿನ್ನ ಹೆಮ್ಮೆ ಇನ್ನೂ ಛಿದ್ರವಾಗಿಲ್ಲ.

ಪುರು- ಇದು ಹೆಮ್ಮೆಯಲ್ಲ, ಸ್ವಾಭಿಮಾನ. ನೀವು ಗೆಲುವನ್ನು ನಿಮ್ಮ ದೊಡ್ಡ ಸೋಲು ಎಂದು ಪರಿಗಣಿಸುತ್ತೀರಿ. ಯಾಕೆ ಗೆದ್ದೆ ಗೊತ್ತಾ? ಇಷ್ಟು ದೊಡ್ಡ ಸೈನ್ಯವಿದ್ದರೂ ನೀನು ಮೋಸ, ವಂಚನೆಯನ್ನು ನಿನ್ನ ಅಸ್ತ್ರವನ್ನಾಗಿ ಮಾಡಿಕೊಂಡು ನಾವು ಬದ್ಧರಾಗಿದ್ದೆವು, ಆದ್ದರಿಂದ ನಿನ್ನ ಪ್ರಾಣವನ್ನು ತೆಗೆದುಕೊಳ್ಳಲಿಲ್ಲ, ಇಲ್ಲದಿದ್ದರೆ ನೀನು ಕುದುರೆಯಿಂದ ಬಿದ್ದಾಗ ನಿನ್ನನ್ನು ಕೊಲ್ಲಬಹುದಿತ್ತಲ್ಲ! ತದನಂತರ ನಮ್ಮ ಅವರು ನಮ್ಮ ದೇಶಕ್ಕೆ ಸೇರಿದವರಲ್ಲ, ಸ್ವಾರ್ಥದ ದಾಸರಾದರು.

ಅಲೆಕ್ಸಾಂಡರ್ - ನಾವು ನಿಮ್ಮ ಶೌರ್ಯವನ್ನು ಮೆಚ್ಚುತ್ತೇವೆ. ಹೇಳಿ, ನಿಮಗೆ ಹೇಗೆ ಚಿಕಿತ್ಸೆ ನೀಡಲಾಯಿತು? ಹೋಗು?

ಪುರು- ರಾಜರು ರಾಜರಿಗೆ ಮಾಡುವಂತೆಅಲೆಕ್ಸಾಂಡರ್ ಮುಗುಳ್ನಕ್ಕು ತನ್ನ ಕಮಾಂಡರ್ ಸೆಲ್ಯೂಕಸ್ ಅನ್ನು ನೋಡಿ ಸಂತೋಷದಿಂದ ಹೇಳಿದನು- 'ಜಗತ್ತಿನಲ್ಲಿ ಕ್ಷೇತ್ರವನ್ನು ಕಳೆದುಕೊಂಡರೂ ಧೈರ್ಯವನ್ನು ಕಳೆದುಕೊಳ್ಳದ ಅಂತಹ ವೀರರು ಇದ್ದಾರೆ. ಮಹಾರಾಜ ಪುರು! ನಿಮ್ಮ ಧೈರ್ಯದಿಂದ ನಮಗೆ ಸಂತೋಷವಾಗಿದೆ. ನಾವು ನಿಮ್ಮನ್ನು ನಮ್ಮ ಸ್ನೇಹಿತರನ್ನಾಗಿ ಮಾಡುತ್ತೇವೆ. ನಿಮ್ಮ ವಶಪಡಿಸಿಕೊಂಡ ರಾಜ್ಯವನ್ನು ನಿಮಗೆ ಹಿಂತಿರುಗಿಸಲಾಗಿದೆ. ಈಗ ನಾವು ಮುಂದೆ ಸಾಗುತ್ತೇವೆ. ಹೇಳು, ನೀನು ನಿನ್ನ ಗೆಳೆಯನಿಗೆ ಸಹಾಯ ಮಾಡುತ್ತೀಯಾ?' ಪುರು ಮನಸ್ಸಿನಲ್ಲೇ ಅಂದುಕೊಂಡ. ಪಾಪದ ಸಹವಾಸದಿಂದಾಗಿ ಪಾಪವು ಅವನ ಹೃದಯವನ್ನೂ ಪ್ರವೇಶಿಸಿತು. ಅವರು ಚಿನ್ನದ ಕನಸುಗಳನ್ನು

ಕಾಣಲಾರಂಭಿಸಿದರು - 'ಮಗಧದ ಸಿಂಹಾಸನದ ಮೇಲೆ ಕುಳಿತಿರುವ ಮಹಾನಂದರು, ಇಂದ್ರಪ್ರಸ್ಥದ ಸಿಂಹಾಸನದ ಮೇಲೆ ಕುಳಿತಿರುವ ಕೌರವ್ಯ, ನನ್ನ ರಾಜ್ಯವು ದಾಳಿಗೊಳಗಾದಾಗ, ಅವರು ತುಪ್ಪದ ದೀಪಗಳನ್ನು ಹಚ್ಚುತ್ತಲೇ ಇದ್ದರು. ಹಾಗಾದರೆ ನಾನು ಅಲೆಕ್ಸಾಂಡರ್‌ನೊಂದಿಗೆ ಈ ಉರಿಯುತ್ತಿರುವ ದೀಪಗಳನ್ನು ಏಕೆ ನಂದಿಸಬಾರದು ಮತ್ತು ನನ್ನ ಬೆಂಕಿಯನ್ನು ತಂಪಾಗಿಸಬಾರದು!' ಆಲೋಚಿಸುತ್ತಲೇ

ಹೇಳಿದ - 'ನಮ್ಮ ಗೆಳೆಯನಿಗೆ ನಮ್ಮ ಕೈಲಾದಷ್ಟು ಸಹಾಯ ಮಾಡುತ್ತೇವೆ, ಆದರೆ ನೇರವಾಗಿ ಅಲ್ಲ ಮತ್ತು ದೇಶದ ಹಿತಾಸಕ್ತಿಯೂ ಅಲ್ಲಉತ್ತರವನ್ನು ಕೇಳಿದ ಸಿಕಂದರ್ ಸಂತೋಷದಿಂದ ಜಿಗಿದ. ಪುರು ರಾಜನನ್ನು ಮುಕ್ತಗೊಳಿಸಿದ ನಂತರ, ಅವನು ಸೆಲ್ಯೂಕಸ್‌ನೊಂದಿಗೆ ಸಮಾಲೋಚಿಸಿದ ನಂತರ ಝೀಲಂನ ದಡಕ್ಕೆ ಹೋದನು. ನದಿಯಲ್ಲಿ ಸ್ನಾನ ಮುಗಿಸಿ ಎದುರಿನಿಂದ ಒಬ್ಬ ಋಷಿ ಬರುತ್ತಿದ್ದ. ಋಷಿಯನ್ನು ನೋಡಿ ಅಲೆಕ್ಸಾಂಡರ್ ಸೆಲ್ಯೂಕಸ್‌ಗೆ

ಹೇಳಿದನು - 'ದಯವಿಟ್ಟು ಈ ಋಷಿಯನ್ನೂ ನೋಡಿ!' ಹೀಗೆ ಹೇಳುತ್ತಾ ಅಲೆಕ್ಸಾಂಡರ್ ಮತ್ತು ಸೆಲ್ಯೂಕಸ್ ಋಷಿಯ ಮುಂದೆ ನಿಂತರು. ಸೆಲ್ಯೂಕಸ್ ರಾಜ್ಮದ್ ನಾನು ಗರ್ಜಿಸುತ್ತಾ

ಹೇಳಿದೆ - 'ಸಾಧು! ಇದು ಅಲೆಕ್ಸಾಂಡರ್ ದಿ ವಿಕ್ಟೋರಿಯಸ್, ಅವರ ಬೆಳಕು ಇಂದು ಸುತ್ತಲೂ ಹೊಳೆಯಿತು ದೊಡ್ಡ ರಾಜರು ಯಾವ ಭಯದಿಂದ ತಮ್ಮ ಶಸ್ತ್ರಾಸ್ತ್ರಗಳನ್ನು ತ್ಯಜಿಸುತ್ತಾರೆ., ಋಷಿ ಕಣ್ಣುಗಳ ಮೇಲೆ ಕೈಯಿಟ್ಟು

ಹೇಳಿದನು - 'ದಾರಿಯಿಂದ ಹೊರಡು ಸೂರ್ಯ. ಬೆಳಕು ಬರಲಿ!, ಋಷಿಯ ಮಾತಿನಲ್ಲಿ ಏನೋ ಇತ್ತು, ಅದನ್ನು ಕೇಳಿದ ಕೂಡಲೇ ಅಲೆಕ್ಸಾಂಡರ್ ಮತ್ತು ಸೆಲ್ಯೂಕಸ್ ದೂರ ಹೋದರು, ಋಷಿ ಏನು ಹೇಳದೆ ಮುಂದೆ ಹೋದರು. ಅಲೆಕ್ಸಾಂಡರ್ ಸೆಲ್ಯೂಕಸ್ ಮತ್ತು ಸೆಲ್ಯೂಕಸ್ ಅಲೆಕ್ಸಾಂಡರ್ ಅನ್ನು ನೋಡುತ್ತಲೇ ಇದ್ದರು. ಆಗಲೇ ಎದುರಿನಿಂದ ಶ್ರೀಗಂಧ ಧರಿಸಿದ ಯುವಕ ಬರುತ್ತಿರುವುದು ಕಾಣಿಸಿತು. ಅಲೆಕ್ಸಾಂಡರ್ ಅವನನ್ನು ನೋಡಿದ ತಕ್ಷಣ, ಅವನು

ಕೇಳಿದನು - ಅವನು ಯಾರೆಂದು ನಿಮಗೆ ತಿಳಿದಿದೆಯೇ? ಯುವಕ- ಅವರನ್ನು ತಿಳಿಯದವನಿಗೆ ಏನೂ ಗೊತ್ತಿಲ್ಲ. ಇದು ಮಹರ್ಷಿ ದಂಡ್ಯಾಯನ, ಅವರ ತಪಸ್ಸಿನಿಂದ ಸೂರ್ಯನು ಭೂಮಿಗೆ ಬೆಳಕನ್ನು ನೀಡುತ್ತಾನೆ. ಹೀಗೆಹೇಳುತ್ತಾ ಯುವಕ ಗುಡಿಸಲಿನ ಕಡೆಗೆ ಹೋದನು ಮತ್ತು ಸಿಕಂದರ್ ತನ್ನ ಕೈಬೆರಳುಗಳನ್ನು ಕಚ್ಚುತ್ತಾ ತನ್ನ ಶಿಬಿರಕ್ಕೆ ಬಂದನು. ಗುಡಿಸಲಿನಲ್ಲಿ ಸ್ವಲ್ಪ ಹೊತ್ತು ಪೂಜೆ ಮಾಡಿ ಆ ಯುವಕ ಹೊರಬಂದು ಅಲೆಕ್ಸಾಂಡರನ ಸೇನೆಯ ಶಿಬಿರಗಳ ಬಳಿ ಅಡಗಿ ಕುಳಿತ. ಏಕಾಏಕಿ ಸೈನಿಕನೊಬ್ಬ ಕತ್ತಿಯ ತುದಿಯನ್ನು ಎದೆಯ ಮೇಲೆ

ಇಟ್ಟುಕೊಂಡು - 'ಎದ್ದೇಳಲು ಧೈರ್ಯ ಮಾಡಬೇಡ, ಇಲ್ಲದಿದ್ದರೆ ಕತ್ತಿ ನಿಮ್ಮ ಎದೆಯನ್ನು ದಾಟುತ್ತದೆ' ಎಂದು ಹೇಳಿದಾಗ ಅವನು ರಹಸ್ಯವಾಗಿ ಏನು ಬರೆಯುತ್ತಿದ್ದನೆಂದು ತಿಳಿದಿಲ್ಲ. ಯುವಕ ಚಂದ್ರು ಗಾಬರಿಗೊಂಡು ಸ್ಥಳದಲ್ಲಿ ನಿಲ್ಲಿಸಿದ. ಆದರೆ ಮರುಕ್ಷಣವೇ ಅವರು

ಹೇಳಿದರು - ನಾನು ನಿಮ್ಮ ಶತ್ರು ಅಲ್ಲ, ನಾನು ನಿಮ್ಮ ಸ್ನೇಹಿತ.

ಯುವಕ - ಸ್ನೇಹಿತ ಮತ್ತು ಶತ್ರು ಸಹ ತಿಳಿಯಬಹುದು. ಈ ಸಮಯದಲ್ಲಿ ನೀವು ಖೈದಿಯಾಗಿದ್ದೀರಿ, ನಾವು ನಿಮ್ಮನ್ನು ಗ್ರೀಕ್ ವಿಜಯಶಾಲಿ ಅಲೆಕ್ಸಾಂಡರ್ ಮುಂದೆ ಕರೆದೊಯ್ಯುತ್ತೇವೆಚಂದ್ರಗುಪ್ತನನ್ನು ಕೈದಿಯನ್ನಾಗಿ ಮಾಡಿದ ನಂತರ, ಯುವಕ ಅಲೆಕ್ಸಾಂಡರ್ನ ಮುಂದೆ ಅವನನ್ನು ಕರೆತಂದನು. ಇದನ್ನು ನೋಡಿದ ಅಲೆಕ್ಸಾಂಡರ್

ಹೇಳಿದ- 'ಯಾರು ಈ ಗೋನಾಸ್!' ತರುಣ ಗೋಣರು ಹೆಮ್ಮೆಯಿಂದ ಮತ್ತು ವಿಧೇಯತೆಯಿಂದ ಹೇಳಿದರು - 'ಅವನು ಗೂಢಚಾರನಂತೆ ತೋರುತ್ತಾನೆ. ನಮ್ಮ ಸೈನ್ಯದ ಬಳಿ ದಟ್ಟವಾದ ಮರಗಳ ಹೊದಿಕೆಯಡಿಯಲ್ಲಿ ಅಡಗಿಕೊಂಡು, ನಮ್ಮ ಶಿಬಿರವನ್ನು ಬಹಳ ಎಚ್ಚರಿಕೆಯಿಂದ ಗಮನಿಸುತ್ತಿದ್ದನು ಮತ್ತು ತನ್ನದೇ ಆದ ಭಾಷೆಯಲ್ಲಿ ಏನನ್ನಾದರೂ ಬರೆಯುತ್ತಿದ್ದನು. ಅಲೆಕ್ಸಾಂಡರ್ ಯುವಕನನ್ನು ಎಚ್ಚರಿಕೆಯಿಂದ ನೋಡಿ

ಹೇಳಿದನು - ನೀನು ಯಾರು? ಯುವಕರು ಏನು ಬರೆಯುತ್ತಿದ್ದರು?

ಚಂದ್ರಗುಪ್ತ- ಅಲೆಕ್ಸಾಂಡರನಿಗೆ ಯಾವ ಗುಣಗಳು ಇದ್ದವು ಎಂದು ಅವನು ಹೆಚ್ಚು ಹೆಚ್ಚು ವಿಜಯಶಾಲಿಯಾಗುತ್ತಿದ್ದನು. ಗ್ರೀಕ್ ಚಕ್ರವರ್ತಿಯ ಸೇನೆಯ ಚಿತ್ರ ಬಿಡಿಸುತ್ತಿದ್ದ. ನಾನು ವಿಷಯ ಏನೆಂದು ತಿಳಿಯಲು ಬಯಸುತ್ತೇನೆ ಇದು ಅಲೆಕ್ಸಾಂಡರ್ ಅನ್ನು ಸಹ ಸೋಲಿಸುವುದಿಲ್ಲ. ನಾನು ನಿಮ್ಮ ತಂತ್ರವನ್ನು ಅಧ್ಯಯನ ಮಾಡುತ್ತಿದ್ದೆ.

ಸಿಕಂದರ್ - ಯಾವುದಕ್ಕಾಗಿ? ಚಂದ್ರು- ದೊಡ್ಡ ಗಣರಾಜ್ಯವನ್ನು ಸ್ಥಾಪಿಸಲು, ತನ್ನ ದೇಶದಿಂದ ದುಷ್ಕೃತ್ಯಗಳನ್ನು ಕೊನೆಗೊಳಿಸಲು, ಒಬ್ಬ ಮಹಾನ್ ಚಕ್ರವರ್ತಿಯಿಂದ ತನ್ನ ತಾಯಿಯ ಅವಮಾನಕ್ಕೆ ಸೇಡು ತೀರಿಸಿಕೊಳ್ಳಲು.

ಸಿಕಂದರ್ - ನಿನ್ನ ಶೌರ್ಯದಿಂದ ನಮಗೆ ಸಂತೋಷವಾಯಿತು. ನಿಮ್ಮ ಭಾವನೆಗಳು ನಮ್ಮ ಮೇಲೆ ಪ್ರಭಾವ ಬೀರುತ್ತವೆ. ಚಿಕ್ಕ ಹುಡುಗ! ನಿಮ್ಮ ಶತ್ರು ಯಾರು? ಹೇಳು

ಚಂದ್ರ- ಮಗಧಧಿಪತಿ ಮಹಾರಾಜ ನಂದ. ಇದನ್ನು ಕೇಳಿದ ಕೂಡಲೇ ಸಿಕಂದರನ ಮುಖದಲ್ಲಿ ನಗುವಿನ ಕಿರಣಗಳು ಹರಡಿದವು. ಆತನಿಗೆ ಅತೀವ ಆನಂದವಾಯಿತು

ಹೇಳಿದರು - ಚಿಂತಿಸಬೇಡ ಯುವಕ! ಈ ಇಡೀ ಗ್ರೀಕ್ ಸೈನ್ಯವು ನಿಮ್ಮ ಶತ್ರುವನ್ನು ಸೋಲಿಸಲು ಬಿರುಗಾಳಿಯಂತೆ ಸಿದ್ಧವಾಗಿದೆ.

ಚಂದ್ರ- ಕ್ಷಮಿಸಿ ವಿಜೇತ! ಯಾವುದೇ ವಿದೇಶಿಯರ ಸಹಾಯದಿಂದ ನನ್ನ ಶತ್ರುಗಳಿಗೆ ಹಾನಿ ಮಾಡಲು ನಾನು ಬಯಸುವುದಿಲ್ಲ.

ಅಲೆಕ್ಸಾಂಡರ್- ನಾವು ನಿಮ್ಮನ್ನುನಮ್ಮ ಸೈನ್ಯದ ಒಂದು ಭಾಗದ ಕಮಾಂಡರ್ ಆಗಿ ಮಾಡುತ್ತೇವೆ ಮತ್ತು ವಿಜಯವನ್ನು ಸಾಧಿಸಲಾಗುತ್ತದೆ. ಮಗಧದಲ್ಲಿ ನಿನ್ನನ್ನು ನಮ್ಮ ಪ್ರತಿನಿಧಿಯಾಗಿ ನೇಮಿಸುವೆನು.

ಚಂದ್ರ- ಯೋಚಿಸಲು ಅವಕಾಶ ಕೊಡು!

ಸಿಕಂದರ್ - ನೀವು ಬಿಡುಗಡೆ ಹೊಂದಿದ್ದೀರಿ ಮತ್ತು ಸಿಕಂದರ್ ನಿಮ್ಮ ದೊಡ್ಡ ಸಹಾಯಕ ಎಂದು ಅರ್ಥಮಾಡಿಕೊಳ್ಳಿ. ನಿಮ್ಮ ಧೈರ್ಯದಿಂದ ನಮಗೆ ತುಂಬಾ ಸಂತೋಷವಾಗಿದೆ. ನಮ್ಮ ನ್ಯಾಯಾಲಯವು ನಿಮಗೆ ಸದಾ ತೆರೆದಿರುತ್ತದೆ.

ಮಾತನಾಡಿ- ಚಂದ್ರಗುಪ್ತನು ಮುಕ್ತವಾಗಿ ಹೋದನು ಮತ್ತು ಅಲೆಕ್ಸಾಂಡರ್ ತನ್ನ ಆಸ್ಥಾನದ ಕಡೆಗೆ ನೋಡಿದನು. ಸಂಭವಿಸಿದ ಅಲೆಕ್ಸಾಂಡರನ ಅಜೇಯ ಸೈನ್ಯ ಮಾತ್ರ ಈ ರೀತಿಯ ವೀರರ ದೇಶವನ್ನು ವಶಪಡಿಸಿಕೊಳ್ಳಬಲ್ಲದು. ಮತ್ತು ಅದು ಕೂಡ ಏಕೆಂದರೆ ಈ ದೇಶದಲ್ಲಿ ವಿಭಜನೆಯು ಪ್ರತಿ ಮನೆಯಲ್ಲೂ ವ್ಯಾಪಕವಾಗಿದೆ.

ಸೆಲ್ಯೂಕಸ್ - ಬಹುಶಃ ಈ ಯುವಕನನ್ನು ಬಿಡುಗಡೆ ಮಾಡುವ ಮೂಲಕ ನಾವು ತಪ್ಪು ಮಾಡಿದ್ದೇವೆ.

ಸಿಕಂದರ್- ಇದು ತಪ್ಪಲ್ಲ, ಅವನ ಮೇಲೆ ನಂಬಿಕೆ ಇಡಬೇಕು. ಅವನು ನಮ್ಮ ಅನುಯಾಯಿಯಾಗುತ್ತಾನೆ ಮತ್ತು

ಮಗಧ-ವಿಜಯದಲ್ಲಿ ನಮಗೆ ಸಹಾಯ ಮಾಡುತ್ತಾನೆ.

ಸೆಲ್ಯೂಕಸ್ - ಲಾರ್ಡ್ ಹಾಗೆ ಮಾಡು! ಆದರೆ ನಮ್ಮ ಸೇನೆ ಮುಂದುವರಿಯಲು ನಿರಾಕರಿಸುತ್ತಿದೆಅಲೆಕ್ಸಾಂಡರ್ ಕೋಪದಿಂದ

ಹೇಳಿದರು - ಸೆಲ್ಯೂಕಸ್, ನಾವು ಏನು ಕೇಳುತ್ತಿದ್ದೇವೆ! ನಮ್ಮ ಕಿವಿಗಳು ಕೇಳಲು ನಿರಾಕರಿಸುತ್ತವೆ ಅಭ್ಯಾಸ ಮಾಡುವವರಲ್ಲ. ಅಲೆಕ್ಸಾಂಡರ್ ಸೈನ್ಯವು ಮುಂದುವರಿಯಲು ನಿರಾಕರಿಸಿತು ಎಂದು ನೀವು ಏನು ಹೇಳುತ್ತೀರಿ? ಸೆಲ್ಯೂಕಸ್- ಹೌದು ಮಾಸ್ಟರ್! ಮಹಾರಾಜ ಪುರುವಿನೊಡನೆ ಯುದ್ಧ ಮಾಡುವಾಗ ನಮ್ಮ ಸೇನೆಯು ಸೋತಿದೆ. ಇನ್ನೊಂದು ಕಡೆ ಮಹಾರಾಜ್ ನಂದನ ಮಹಾಮಂತ್ರಿ ರಾಕ್ಷಸ ಯುದ್ಧಕ್ಕೆ ಭೀಕರ ಸಿದ್ಧತೆ ನಡೆಸಿದ್ದಾನೆಂದು ಕೇಳಿಬರುತ್ತಿದೆ. ಹಲವು ರಾಜ್ಯಗಳ ಸಂಘಟನೆಯನ್ನೂ ರಚಿಸಿದ್ದಾರೆ. ಮೊದಲ ದಾಳಿಯಲ್ಲಿಯೇ ನಮ್ಮ ಸಮಾಧಿಗಳು ಸೃಷ್ಟಿಯಾಗುತ್ತವೆ ಎಂದು ನಮ್ಮ ಸೈನಿಕರು ಭಾವಿಸುತ್ತಾರೆ.

ಅಲೆಕ್ಸಾಂಡರ್ - ಇದು ಆಶ್ಚರ್ಯಕರವಾಗಿದೆ! ಮಹಾರಾಜ ಪುರುವಿನ ಶಕ್ತಿ ನಮ್ಮೊಂದಿಗಿರುವಾಗ, ಗಂಧರ್-ರಾಜರು ನಮ್ಮನ್ನು ಭೇಟಿಯಾದರು ಮತ್ತು ಈ ಚಂದ್ರನಂತೆ, ಎಷ್ಟು ಆತ್ಮೀಯರ ಕಂಠಗಳು ನಮ್ಮೊಂದಿಗೆ ಇವೆ ನೀವು ಕಚ್ಚಲು ಸಿದ್ಧರಾಗಿದ್ದರೆ, ಭಯಪಡಲು ಏನು?

ಸೆಲ್ಯೂಕಸ್ - ಮಗಧದ ಹೆಸರಿಗೆ ನಮ್ಮ ಸೈನ್ಯವು ಏಕೆ ನಡುಗುತ್ತದೆ ಎಂದು ತಿಳಿದಿಲ್ಲ! ಬೆಂಕಿ ಮತ್ತು ನೀರಿನ ಬಗ್ಗೆ ತಲೆಕೆಡಿಸಿಕೊಳ್ಳದೆ ಪರ್ವತಗಳನ್ನು ಒಡೆಯುತ್ತಲೇ ಇದ್ದ ಆ ಚಂಡಮಾರುತದ ಸೈನ್ಯ ಇಂದು ಮುಂದುವರಿಯಲು ನಿರಾಕರಿಸುತ್ತಿದೆ.

ಅಲೆಕ್ಸಾಂಡರ್ - ಸೆಲ್ಯೂಕಸ್! ನಾವು ಎರಡು ಪದಗಳನ್ನು ಕೇಳಲು ಬಯಸುತ್ತೇವೆ, ಸಾವು ಅಥವಾ ಗೆಲುವು ಮತ್ತು ಬೇರೇನೂ ಇಲ್ಲ. ಮುಂದೆ ಮುಂದೆ ಹೋಗು, ಸತ್ತರೂ ಗೆಲ್ಲು

ಸೆಲ್ಯೂಕಸ್ - ಯುದ್ಧದ ಮೇಲೆ ಯುದ್ಧವನ್ನು ನಡೆಸುವುದು, ನಾವು ಮುಂದುವರಿಯಲು ಒಮ್ಮೆಗೆ ಸಿದ್ಧವಾಗಿಲ್ಲ ಹೋಗು, ಸ್ವಲ್ಪ ಸಮಯ ಬೇಕು. ಅಲೆಕ್ಸಾಂಡರ್: ಶತ್ರುವೇ ನಮ್ಮ ಮೇಲೆ ದಾಳಿ ಮಾಡುವಷ್ಟು ಸಮಯ ಇರಬಾರದು. ಆಕ್ರಮಣಕಾರನಿಗೆ ಯಾವಾಗಲೂ ಮೇಲುಗೈ ಇರುತ್ತದೆ.

ಸೆಲ್ಯೂಕಸ್ - ಚಂಡಮಾರುತವು ನಿಮ್ಮ ಗೆಸ್ಚರ್ನಲ್ಲಿ ತನ್ನ ದಿಕ್ಕನ್ನು ಬದಲಾಯಿಸುತ್ತದೆ. ದಿನ ದೂರವಿಲ್ಲ ಆರ್ಯಾವರ್ತದಲ್ಲೆಲ್ಲ ನಿನ್ನ ವಿಜಯ ಪತಾಕೆ ರಾರಾಜಿಸಲಿದೆ.

ಸಿಕಂದರ್ - ನಿಮ್ಮ ಧೈರ್ಯವನ್ನು ನಾವು ಪ್ರಶಂಸಿಸುತ್ತೇವೆ. ನಿಮ್ಮ ಕಬ್ಬಿಣದ ಬಲದ ಮೇಲೆ ನಾವು ತಲೆ ಎತ್ತಿ ಹಿಡಿದಿದ್ದೇವೆ, ಸೆಲ್ಯೂಕಸ್ಗೆ ಹೇಳುತ್ತಾ ಅಲೆಕ್ಸಾಂಡರ್ ಸೆಲ್ಯೂಕಸ್ನ ಭುಜದ ಮೇಲೆ ಕೈಯಿಟ್ಟು ಅವನನ್ನು ತನ್ನ ಗುಡಾರದೊಳಗೆ ಕರೆತಂದನು. ಶಿಬಿರದಲ್ಲಿ ತನ್ನ ರಾಜಮನೆತನದ ಹಾಸಿಗೆಯ ಮೇಲೆ ಕುಳಿತು ಅಲೆಕ್ಸಾಂಡರ್

ಹೇಳಿದರು- 'ತಕ್ವೀರ್ ತದ್ಬೀರ್ನ ದಾಸಿಮಯ್ಯ. ಕಾಲುಗಳು ಮುಂದಕ್ಕೆ ಚಲಿಸಲು ಸಾಧ್ಯವಾಗದ ವ್ಯಕ್ತಿಯನ್ನು ನಾವು ಸತ್ತವರೆಂದು ಪರಿಗಣಿಸುತ್ತೇವೆ. ಚಲಿಸುವ ವ್ಯಕ್ತಿಯ ಜೊತೆಗೆ, ಗಾಳಿ ಕೂಡ ಅದೇ ದಿಕ್ಕಿನಲ್ಲಿ ಚಲಿಸುತ್ತದೆ. ಇಂದು ಗಾಳಿ ನಮ್ಮೊಂದಿಗಿದೆ. ಭಾರತದ ಜನತೆ ನಮ್ಮನ್ನು ಸ್ವಾಗತಿಸಲು ಕೈಮುಗಿದು ನಿಂತಿದ್ದಾರೆ. ಗ್ರೀಸ್ ಈ ಸಮೃದ್ಧ ದೇಶವನ್ನು ಆಳಿದ ತಕ್ಷಣ, ಅಲೆಕ್ಸಾಂಡರ್ ಇಡೀ ಜಗತ್ತನ್ನು ವಶಪಡಿಸಿಕೊಳ್ಳಲು ಹೆಚ್ಚು ಸಮಯ ತೆಗೆದುಕೊಳ್ಳುವುದಿಲ್ಲ. ಈ ದೇಶದಲ್ಲಿ ಏನು ಇಲ್ಲ. ಅದರ ನೆಲದಿಂದ ಕುಂಕುಮದ ಪರಿಮಳ ಸೂಸುತ್ತದೆ. ಜ್ಞಾನ, ವಿಜ್ಞಾನ, ಚಿನ್ನ ಎಲ್ಲವೂ ಈ ದೇಶದಲ್ಲಿದೆ. ಈ ದೇಶಕ್ಕೆ ಮಾತ್ರ ಏಕತೆ ಇಲ್ಲ, ಇಲ್ಲದಿದ್ದರೆ ಇಂದು ಈ ದೇಶ ವಿಶ್ವ ವಿಜಯಿಯಾಗುತ್ತಿತ್ತು, ಅಲೆಕ್ಸಾಂಡರ್ ಕನಸು ಕೇವಲ ಕನಸಾಗಿ ಉಳಿಯುತ್ತದೆ. ಮತ್ತು ನಾವು ಈ ದೇಶದಲ್ಲಿ ವಿಭಜನೆಯ ವಿಷವನ್ನು ಹರಡುತ್ತಲೇ ಇರಬೇಕು. ಗಾಂಧಾರ ರಾಜನ ಕೈ ತಪ್ಪಿದೆ ಪುರುವಿನ ಆಲೋಚನೆಗಳು ಬದಲಾಗದಿರಬಹುದು ಮತ್ತು ಅವನು ಇಂದ್ರಪ್ರಸ್ಥದ ರಾಜ ಮಹಾನಂದನನ್ನು ಭೇಟಿಯಾಗದಿರಬಹುದು.

ಸೆಲ್ಯೂಕಸ್ - ನಾವು ಜಾಗರೂಕರಾಗಿದ್ದೇವೆ.

ಅಲೆಕ್ಸಾಂಡರ್ - ನೀವು ಈಗ ವಿಶ್ರಾಂತಿ ಪಡೆಯಬಹುದುಸೆಲ್ಯೂಕಸ್ - ಯುದ್ಧಭೂಮಿಯಲ್ಲಿ ಮತ್ತು ರಸ್ತೆಯಲ್ಲಿ ಮಲಗುವವನು ತನ್ನ ಕೈಗಳಿಂದ ತನ್ನನ್ನು ತಾನೇ ಕತ್ತು ಹಿಸುಕಿಕೊಳ್ಳುತ್ತಾನೆ. ಎಂತಹ ವಿಶ್ರಾಂತಿ ನಮ್ಮ ರಾಜ! ಸ್ವಲ್ಪ ಸಮಯದ ನಂತರ ನಾನು ಕಮಾಂಡರ್ಗಳೊಂದಿಗೆ ಮಾತನಾಡಬೇಕು. ಕಾಲ ಬಯಸಿದ್ದು ಇದನ್ನೇ.

ಸಿಕಂದರ್ - ಹಾಗಾದರೆ ನೀನು ಹೋಗು. ಅಲೆಕ್ಸಾಂಡರ್ ಭಾರತದ ಚಿತ್ರವನ್ನು ನೋಡಲು ಪ್ರಾರಂಭಿಸಿದನು ಮತ್ತು ಸೆಲ್ಯೂಕಸ್ ಸೇನಾಧಿಕಾರಿಗಳ ಶಿಬಿರಕ್ಕೆ ಬಂದನು. ಸೇನಾಧಿಪತಿಯು ಎಲ್ಲರನ್ನೂ ನೋಡುತ್ತಾ

ಹೇಳಿದನು - ನಿಮ್ಮೆಲ್ಲರ ಶೌರ್ಯದಿಂದ ನಾವು ಪ್ರತಿ ಹಂತದಲ್ಲೂ ಗೆದ್ದಿದ್ದೇವೆ, ಆದರೆ ನಾವು ಜಯಿಸಬೇಕಾದ ಮುಂಭಾಗವು ತುಂಬಾ ಕಷ್ಟಕರವಾಗಿದೆ. ನಮ್ಮ ಮುಂದಿನ ಮುಂಭಾಗವು ಗಂಗಾ ಮತ್ತು ಯಮುನಾ ದಡದ ರಾಜರೊಂದಿಗೆ ಅವರ ಎದೆಯ ಮೇಲೆ ಈಟಿಗಳನ್ನು ಒಡೆಯುತ್ತದೆ. ಜನರಲ್ ಫಿಲಿಪ್ ಕೂಗುತ್ತಾ

ಹೇಳಿದರು - ನಾವು ಸಾವಿನೊಂದಿಗೆ ಹೋರಾಡಬಹುದು, ಕಮಾಂಡರ್!

ಸೆಲ್ಯೂಕಸ್ - ನಾನು ನಿಮ್ಮಿಂದ ನಿರೀಕ್ಷಿಸುವುದು ಅದನ್ನೇ. ಆದರೆ ನಾವು ರಹಸ್ಯ ಸಲಹೆ ನೀಡುತ್ತಿದ್ದೇವೆ ಏಕೆಂದರೆ ಅಪರಿಚಿತರು ಎಷ್ಟೇ ನಮ್ಮವರಾಗುತ್ತಾರೆ, ಅವರು ಅಪರಿಚಿತರಾಗಿ ಉಳಿಯುತ್ತಾರೆ. ನಮ್ಮ ಸೈನ್ಯದ ಯಾವುದೇ ರಹಸ್ಯವನ್ನು ಬಹಿರಂಗಪಡಿಸಬಾರದು ಮತ್ತು ಮಹಾರಾಜ ಪುರು ಅಥವಾ ಗಂಧರ್ ರಾಜ ಅಲೆಕ್ಸಾಂಡರ್ ನಮ್ಮಿಂದ ಏನನ್ನಾದರೂ ಮರೆಮಾಡುತ್ತಿದ್ದಾರೆ ಎಂದು ಅರ್ಥಮಾಡಿಕೊಳ್ಳಲು ಸಾಧ್ಯವಾಗುವುದಿಲ್ಲ.

ಫಿಲಿಪ್ - ನನ್ನನ್ನು ನಂಬಿರಿ, ಅದು ಸಂಭವಿಸುತ್ತದೆ.

ಸೆಲ್ಯೂಕಸ್ - ಮತ್ತು ನೋಡಿ, ಮಹಾರಾಜ ಪುರು ಮತ್ತು ಇತರ ಮಿತ್ರ ರಾಜರನ್ನು ಕ್ರಮೇಣ ವಶಪಡಿಸಿಕೊಳ್ಳಿ, ಅವರು ನಾಮಮಾತ್ರದ ರಾಜರಾಗಿ ಉಳಿಯುತ್ತಾರೆ. ಅವರಿಗೆ ಅವರ ಬಟ್ಟೆಯ ಮೇಲೆ ಯಾವುದೇ ಹಕ್ಕಿರಬಾರದು, ಅವರು ತಿಂದರೆ ನಾವು ಕೊಡುವುದನ್ನು ತಿನ್ನಬೇಕು, ಅವರು ಬದುಕಿದರೆ ನಮ್ಮ ಕರುಣೆಯಿಂದ ಬದುಕಬೇಕು. ಅವರ ಚಲನವಲನ, ಚಲನವಲನ, ವಾಸ ಇತ್ಯಾದಿಗಳ ಮೇಲೆ ನಮಗೆ ಹಕ್ಕು ಇರಬೇಕು. ಇದು ಎಲ್ಲಾ ದಳಪತಿಗಳ ಬಾಯಿಯಿಂದ ಹೊರಬಂದಿತು - ಇದು ಭಗವಂತನ ಕೃಪೆಯಿಂದ ಸಂಭವಿಸುತ್ತದೆ.

ಸೆಲ್ಯೂಕಸ್ - ಮುಂಬರುವ ಶುಕ್ರವಾರದಂದು, ನಾವು ನಮ್ಮ ಇತರರೊಂದಿಗೆ ಮಹಾರಾಜ್ ಪುರು ಅವರ ಸ್ನೇಹವನ್ನು ಆಚರಿಸಿದ್ದೇವೆ ಸಹೋದ್ಯೋಗಿಗಳನ್ನು ಆಹ್ವಾನಿಸಿದ್ದಾರೆ. ಈ ಅದ್ಭುತ ಹಬ್ಬದಲ್ಲಿ ಯಾವುದೇ ಕೊರತೆ ಇರಬಾರದು. ನಮ್ಮ ಸ್ವಾಗತದ ಹೊರೆಯಿಂದ ಅವರ ಕಣ್ಣುಗಳು ಯಾವಾಗಲೂ ಬಾಗುವ ರೀತಿಯಲ್ಲಿ ಅತಿಥಿಗಳನ್ನು ಸ್ವಾಗತಿಸಬೇಕು. ಈಗ ನಾವು ಹೋಗುತ್ತೇವೆ ಸೆಲ್ಯೂಕಸ್ ಹೊರಬಂದರು. ತರುಣ ಸನ್ಯಾಸಿಯೊಬ್ಬರು ತಮ್ಮ ಮುಂದೆ ವೇಗವಾಗಿ ನಡೆಯುವುದನ್ನು ಕಂಡಾಗ ಅವರು ಸ್ವಲ್ಪ ಮುಂದೆ ಹೋಗಿರಬೇಕು. ಸೆಲ್ಯೂಕಸ್ ಸೈನಿಕನನ್ನು ತೋರಿಸುತ್ತಾ ಈ ಸನ್ಯಾಸಿಯನ್ನು ನಿಲ್ಲಿಸಿ ಎಂದು ಹೇಳಿದನು. ತಡೆಹಿಡಿದು ಉತ್ಪಾದಿಸಲಾಗಿದೆ. ಸೆಲ್ಯೂಕಸ್ ಸನ್ಯಾಸಿಯನ್ನು ಎಚ್ಚರಿಕೆಯಿಂದ ನೋಡಿದನು. ಸಾಧುವಿಗೆ ಹಾವು ವಾಸನೆ ಬಂದಂತೆ ಗಾಬರಿಯಾಯಿತು. ಸೆಲ್ಯೂಕಸ್ ಕಠೋರವಾಗಿ

ಹೇಳಿದರು - ನೀವು ಯಾರು ಮತ್ತು ಏಕೆ ಇಲ್ಲಿ ತಿರುಗುತ್ತಿರುವಿರಿ? ಬಾಬಾ, ನಾನೊಬ್ಬ ಸಂತ! ನನಗೆ ತುಂಬಾ ಸುಂದರವಾದ ಹೆಂಡತಿ ಇದ್ದಳು. ಅವಳು ಬದುಕಿಲ್ಲ. ಅವರ ಅಗಲಿಕೆಯಲ್ಲಿ ನಾನು ಪುಣ್ಯಾತ್ಮನಾದೆ. ವಿಷಯದಲ್ಲಿ ಸಂತ ಸೆಲ್ಯೂಕಸ್: ಇಲ್ಲಿ ಎಲ್ಲಿ ನೋಡಿದರೂ ಋಷಿಗಳೇ ಕಾಣುತ್ತಾರೆ. ಈ ದೇಶದಲ್ಲಿ ಅನೇಕ ಫಕೀರರು ಇದ್ದಾರೆಯೇ?

ಸಾಧು- ಇದು ಧಾರ್ಮಿಕ ದೇಶ. ಈ ದೇಶದ ನಿವಾಸಿಗಳು ಆಧ್ಯಾತ್ಮಿಕರು. ನಮ್ಮ ದೇಶದಲ್ಲಿ, ದಯೆಯು ಧರ್ಮದ ಮೂಲವಾಗಿದೆ, ನಾವು ಎಲ್ಲಾ ಜೀವಿಗಳನ್ನು ಸಮಾನವಾಗಿ ಪರಿಗಣಿಸುತ್ತೇವೆ. ಜೈ ಬಾಬಾ! ಈಗ ಹೋಗೋಣ, ಗಂಗೆಯಲ್ಲಿ ಸ್ನಾನ ಮಾಡೋಣ. ಇದು ಭಜನೆಯ ಪೂಜೆಯ

ಸಮಯಸೆಲ್ಯೂಕಸ್ - ನಡೆಯುವಾಗ ಭಿಕ್ಷುಕನಾಗುವುದು ಅಪರಾಧ, ಸನ್ಯಾಸಿ!

ಸಾಧು - ಬಾಬಾ, ನಾವು ವಾದ ಮಾಡುವುದಿಲ್ಲ! ನಾವು ಹೋಗೋಣ ಏನನ್ನೋ ಯೋಚಿಸಿದ ನಂತರ ಸೆಲ್ಯೂಕಸ್

ಹೇಳಿದನು - ಹೋಗು, ಆದರೆ ಇನ್ನು ಮುಂದೆ ಈ ಕಡೆ ಬರಬೇಡ, ಇಲ್ಲದಿದ್ದರೆ ನಿನ್ನನ್ನು ಕೊಲೆ ಮಾಡಲಾಗುವುದು. ಇದನ್ನು ಕೇಳಿದ ತಕ್ಷಣ ಸನ್ಯಾಸಿ 'ಬಾಬಾ ಕಿ ಜೈ' ಎಂದು ಹೇಳಿ ಹೊರಟು ಹೋದರು. ಬಹಳ ದೂರ ಹೋದ ಮೇಲೆ ಸಾಧು ಒಂದು ಸ್ಥಳದಲ್ಲಿ ಕುಳಿತು ಸ್ವಲ್ಪ ನೀರು ಕುಡಿದು ಅಲ್ಲಿಂದ ಹೊರಟು ಹೋದರು. ಅವರು ಸುಮಾರು ನಾಲ್ಕು ಮೈಲುಗಳನ್ನು ತಲುಪಿದಾಗ, ಅವರು ಧುನಿ ರಾಮಯೆ ಎಂಬ ಹಳೆಯ ಗಡ್ಡಧಾರಿ ಸನ್ಯಾಸಿಯನ್ನು ನೋಡಿದರು. ಹೇಗೋ ಈ ಯುವ ಸಾಧು ಅವನನ್ನು ತಲುಪಿ ತನ್ನ ಅಂಗೈಯನ್ನು ಗಡ್ಡದ ಸಾಧುವಿನ ಮೇಲೆ ಎಸೆದು

ಹೇಳಿದ - 'ಸಾಕು, ಈ ಕೆಲಸ ಇನ್ನು ನನ್ನ ಹಿಡಿತದಲ್ಲಿಲ್ಲ. ನಾಲ್ಕು ಹೊತ್ತು ಊಟ ಮಾಡಿ ಎರಡು ದಿನದಿಂದ ಹಸಿವಿನಿಂದ ಬಳಲುತ್ತಿದ್ದೇನೆ. ಅಂತಹ ಸೇವೆಯು ನರಕಕ್ಕೆ ಹೋಗುತ್ತದೆ. ಇದು ದೇವರ ಕರುಣೆ, ಇಲ್ಲದಿದ್ದರೆ ಗ್ರೀಕರು ಈ ಮೃದುವಾದ ಹೊಟ್ಟೆಯನ್ನು ಈಟಿಯ ತುದಿಯಲ್ಲಿ ನೇತುಹಾಕಲಾಗಿದೆ. ಭಾಸುರಕ್ ಮತ್ತೆ ಅಲ್ಲಿಗೆ ಹೋಗುವುದಿಲ್ಲ. ಗಡ್ಡಧಾರಿ ಬಾಬಾ ಜೀ ತಮ್ಮ ಚೀಲದಿಂದ ನಾಲ್ಕು ದೊಡ್ಡ ಲಡ್ಡುಗಳನ್ನು ತೆಗೆದು ಭಾಸುರಕ್ಕೆ ಕೊಟ್ಟು

ಹೇಳಿದರು - ನೀವು ಎರಡು ದಿನ ಹಸಿವಿನಿಂದ ಬಳಲುತ್ತಿದ್ದರೆ, ಈಗ ದಿನಕ್ಕೆ ಎಂಟು ಬಾರಿ ನಾಲ್ಕು ದಿನಗಳವರೆಗೆ ತಿನ್ನಿರಿ. ಅನುಕ್ರಮವು ಪೂರ್ಣಗೊಳ್ಳುತ್ತದೆ

ಭಾಸುರಕ್- ಏನು ಲಡ್ಡು! ಸ್ವಾಮಿ ಭಾಗುರಾಯನಿಗೆ ನಮಸ್ಕಾರ! ನಾನು ಕೆಲಸ ಬಿಡುವುದಿಲ್ಲ, ಲಡ್ಡೂ ತಿಂದ ತಕ್ಷಣ ನನ್ನಲ್ಲಿ ಹೊಸ ಜೀವ ಬರುತ್ತದೆ.

ಭಾಗುರಾಯನು - ಹಾಗಾದರೆ ಈಗ ಹೇಳು ಎರಡು ದಿನದಲ್ಲಿ ಕಲ್ಲು ಒಡೆಯಬಹುದೇ?

ಭಾಸುರಕ- ಏನನ್ನೂ ಕೇಳಬೇಡ, ಶತ್ರುಗಳ ಬೇರುಗಳ ರಹಸ್ಯವನ್ನು ನಾನು ಕಂಡುಕೊಂಡಿದ್ದೇನೆ. ಆದರೆ ಬೆಂಕಿ ಬಹಳ ಉಗ್ರವಾಗಿ ಉರಿಯುತ್ತಿದೆ. ಶೀಘ್ರದಲ್ಲೇ ಭಾರಿ ಸ್ಫೋಟ ಸಂಭವಿಸಲಿದೆ.

ಭಾಗುರಾಯನು - ನಿಲ್ಲಬೇಡ, ಹೇಳುತ್ತಾ ಹೋಗು! ಭಾಸುರಕ್- ಭಾರತದಾದ್ಯಂತ ಗನ್ ಪೌಡರ್ ಹರಡಲು ಸಿದ್ಧತೆಗಳು ನಡೆಯುತ್ತಿವೆ. ಭೀಕರ ಚಂಡಮಾರುತ ಮೂಡಲಿದೆ. ಎಷ್ಟು ದೇಶವಿರೋಧಿಗಳು ವಿದೇಶಿ ದರೋಡೆಕೋರರೊಂದಿಗೆ ಕೈಜೋಡಿಸಿದ್ದಾರೆ. ಗಾಂಧಾರದ ರಾಜ, ಪಂಚಂಡಾಧಿಪತಿ ಅಲೆಕ್ಸಾಂಡರ್‌ನ ಇಬ್ಬರು ದೊಡ್ಡ ಸಹಾಯಕರಾಗಿದ್ದಾರೆ. ಅಲೆಕ್ಸಾಂಡರ್ ಶೀಘ್ರದಲ್ಲೇ ಮೊದಲ ದಾಳಿಯನ್ನು ಇಂದ್ರಪ್ರಸ್ಥದ ಮೇಲೆ ಮತ್ತು ಎರಡನೆಯದು ಮಗಧದ ಮೇಲೆ ಪ್ರಾರಂಭಿಸುತ್ತಾನೆ.

ಭಗುರಾಯನು - ಹಾಗಾದರೆ ಭಾಸುರಕ ತಡಮಾಡಬೇಡ! ಈ ಮಾಹಿತಿಯು ಆದಷ್ಟು ಬೇಗ ಗುರುದೇವರಿಗೆ ತಲುಪಬೇಕು.

ಭಾಸುರಕ್- ಆದರೆ ಈಗ ಆಗಲೇ ತಡರಾತ್ರಿಯಾಗಿದೆ, ಪಶ್ಚಿಮದಲ್ಲಿ ಆಕಾಶವು ಮಸುಕಾಗುತ್ತಿದೆ, ಚಂಡಮಾರುತವು ಬರಲಿದೆ

ಭಾಗುರಾಯನು - ಗಾಳಿ, ನೀರು ಮತ್ತು ಚಂಡಮಾರುತದಿಂದ ನಿಲ್ಲುವವರಿಗೆ ಬದುಕುವ ಹಕ್ಕಿಲ್ಲ. ಅಲೆಕ್ಸಾಂಡರನ ಧೈರ್ಯ ನೋಡಿ! ಅವನ ಸೈನ್ಯವು ಬಿರುಗಾಳಿಯಲ್ಲೂ ಚಲಿಸುತ್ತದೆ. ಅವನ ಸೈನಿಕರು ಮಳೆಯಿಂದಾಗಿ ನಿಲ್ಲುವುದಿಲ್ಲ. ಮತ್ತು ಇಲ್ಲಿ ನೀವು ಚಂಡಮಾರುತದ ಮೊದಲು ನಡುಗುತ್ತಿರುವಿರಿ. ಸೂರ್ಯನಂತೆ ಉರಿಯುವ ಗುರುದೇವನನ್ನು ನೋಡು.

ಭಾಸುರಕ- ನನ್ನನ್ನು ಕ್ಷಮಿಸು ಸ್ವಾಮಿ! ನಾನು ಸಿದ್ಧ. ಮುಂಭಾಗದಿಂದ ಚಂಡಮಾರುತವು ಬಂದಿತು ಮತ್ತು ಭಾಸುರಕ್ ಮತ್ತು ಭಾಗುರಾಯನು ಇಲ್ಲಿಂದ ಪ್ರಾರಂಭವಾಯಿತು. ಕೈಗೆ ಕೈ ಕಾಣದಷ್ಟು ಕತ್ತಲು ಆವರಿಸಿತು. ಆದರೆ ಪರಸ್ಪರಕ್ಕೆ ಹಿಡಿದುಕೊಂಡು ಇಬ್ಬರೂ ಚಲಿಸತೊಡಗಿದರು. ಸಟ್ಲೆಜ್ ನದಿಯ ದಡಕ್ಕೆ ಬಂದು ಭಾಗುರಾಯನು

ಹೇಳಿದನು- 'ತಲೆಯ ಮೇಲೆ ಬಿರುಗಾಳಿ ಮತ್ತು ಕಾಲುಗಳಲ್ಲಿ ಬಿರುಗಾಳಿಯಂತೆ ಹರಿಯುವ ನದಿ ಇದೆ. ಧೈರ್ಯ ಕಳೆದುಕೊಳ್ಳಬೇಡ ಭಾಸುರಕ! ಚಂಡಮಾರುತವಾಗಿ ಬಿರುಗಾಳಿಯನ್ನು ದಾಟಬೇಕು. ಏನಾಗುತ್ತದೆ ಎಂದು ನೋಡೋಣ, ನದಿಗೆ ಹಾರಿ ದಾಟಲು! ಭಾಗುರಾಯನು ಹೇಳಿದನು ಮತ್ತು ಭಾಸುರಕನು ಹರಡುವ ನದಿಗೆ ಹಾರಿದನು ಮತ್ತು ಒಂದು ಸೆಕೆಂಡಿನಲ್ಲಿ ಭಾಗುರಾಯನು ನದಿಗೆ ಹಾರಿದನು. ಚಂಡಮಾರುತವು ತನ್ನ ವೇಗದಲ್ಲಿ ಹೆಚ್ಚುತ್ತಿದೆ, ಪ್ರವಾಹವು ತನ್ನ ಯೌವನದಲ್ಲಿತ್ತು, ಕತ್ತಲೆಯು ದಿಕ್ಕುಗಳನ್ನು ಬಂಧಿಸಿತ್ತು, ಆದರೆ ಎರಡು ಕಿತ್ತಳೆಗಳು ಈಜುತ್ತಿದ್ದವು.

12

ಒಬ್ಬ ಬ್ರಾಹ್ಮಣನು ಪಟ್ಟುವಿನ ನಿರ್ಜನ ದಡದಲ್ಲಿ ಜಾಗರೂಕತೆಯಿಂದ ನಡೆಯುತ್ತಿದ್ದನು. ಅವನ ಕಣ್ಣುಗಳು ದೂರದವರೆಗೆ ಏನನ್ನು ನೋಡುತ್ತಿದ್ದವೋ ಯಾರಿಗೆ ಗೊತ್ತು! ಬೇರೆ ಯಾರೂ ಕಾಣದಂತೆ ಎಚ್ಚರ ವಹಿಸಿದ್ದರು. ಅವನು ಅಪರಿಚಿತರನ್ನು ಕಂಡಾಗ, ಅವನು ತಕ್ಷಣ ಮರೆಮಾಡುತ್ತಾನೆ. ದಡದಲ್ಲಿದ್ದ ಈ ಕಾಡು ದೂರದವರೆಗೆ ಹರಡಿತ್ತು. ಒಂದೋ ಜಲರಾಶಿಯನ್ನು ನೋಡುಗರಿಗೆ ತೋರಿಸಲಾಯಿತು ನೀಡಲು ಅಥವಾ ದಟ್ಟವಾದ ಮರಗಳನ್ನು ಬಳಸಲಾಗುತ್ತದೆ. ಬ್ರಾಹ್ಮಣನ ಕಣ್ಣುಗಳಿಂದ ಇಣುಕಿ ಕಾಯುವುದು - ಮತ್ತೆ ಮತ್ತೆ ಅಲ್ಲಿ ಇಲ್ಲಿ ಇಣುಕುವುದು ಕೆಲವೊಮ್ಮೆ ಅಲ್ಲಿ ನೋಡಿ. ನೋಡುತ್ತಿರುವಾಗಲೇ ದೂರದಿಂದ ಇಬ್ಬರು ಸಂತರು ಬರುತ್ತಿರುವುದು ಬ್ರಾಹ್ಮಣನಿಗೆ ಕಂಡಿತು. ಅವರನ್ನು ನೋಡಿದ ಮೇಲೆ ಬ್ರಾಹ್ಮಣರು ಅವನು ಮರೆಯಾದನು ಮತ್ತು ಋಷಿಗಳು ಹತ್ತಿರ ಬಂದರು.

ಅಲ್ಲಿ-ಇಲ್ಲಿ ನೋಡಿದ ನಂತರ ಒಬ್ಬ ಸನ್ಯಾಸಿ

ಹೇಳಿದರು - ವಿಳಾಸವು ಈ ಕಾಡಿನದು, ಆದರೆ ಇಲ್ಲಿ ಯಾರೂ ದೂರದವರೆಗೆ ಕಾಣುವುದಿಲ್ಲ. ಎಲ್ಲಿಗೆ ಹೋಗಬೇಕು? ಎರಡನೆಯ ಸನ್ಯಾಸಿ ತಣ್ಣನೆಯ ಉಸಿರನ್ನು ತೆಗೆದುಕೊಂಡು

ಹೇಳಿದರು - ನದಿಯಲ್ಲಿ ಮುಳುಗಿ ಸಾಯಿರಿ, ನೀವು ಬೇರೆಲ್ಲಿಗೆ ಹೋಗುತ್ತೀರಿ! ಇಂತಹ 10-20 ಗುರುದೇವರು ದೇಶದಲ್ಲಿ ಹುಟ್ಟಿದರೆ ಎತ್ತುಗಳ ಬದಲು ಮನುಷ್ಯರು ಉಳುಮೆ ಆರಂಭಿಸುತ್ತಾರೆ. ಕೇವಲ ಭಾಗುರಾಯನ್ ಜೀ! ನಿಮ್ಮ ಬಸ್ ಇನ್ನು ಮುಂದೆ ಓಡುವುದಿಲ್ಲ

ಭಗುರಾಯನು - ಗಾಬರಿಯಾಗಬೇಡ ಭಾಸುರಕ್! ಇಂದು ನೀವು ನಿಮ್ಮ ಹೊಟ್ಟೆಯಲ್ಲಿ ಲಡ್ಡೂಗಳನ್ನು ತಿನ್ನುತ್ತೀರಿ.

ಭಾಸುರಕ್ - ಲಡ್ಡು! ನಿಜವಾಗಿಯೂ ಅದು ಸಾಯುತ್ತಿರುವವರಿಗೆ ಜೀವ ನೀಡುತ್ತದೆ. ನಾನು ಸಾಯಲಿದ್ದೇನೆ ಎಂದು ದೇವರಿಗೆ ತಿಳಿದಿದೆ ಸಾಯುವ ಹಂತದಲ್ಲಿತ್ತು ಆದರೆ ನಿಮ್ಮ ಬಾಯಿಂದ ಲಡ್ಡು ಎಂಬ ಪದ ಬಂದ ಕೂಡಲೇ ನಾನು ಬಚಾವಾದೆ. ಈಗ ನಾನು ಇನ್ನೂ ಹತ್ತು-ಇಪ್ಪತ್ತು ಹೆಜ್ಜೆ ನಡೆಯಬಲ್ಲೆ. ಭಾಸುರಕ್ ಹೀಗೆ ಹೇಳುತ್ತಿದ್ದಾಗ ಇದ್ದಕ್ಕಿದ್ದಂತೆ ಗಟ್ಟಿಯಾದ ಧ್ವನಿ ಕೇಳಿಸಿತು, 'ನೇರವಾಗಿ ಮಲಗು, ಇಲ್ಲದಿದ್ದರೆ ನಾನು ತಿನ್ನುತ್ತೇನೆ. ನೀವು ತುಂಬಾ ಲಡ್ಡುಗಳನ್ನು ತಿಂದಿದ್ದೀರಿ. , ಇದನ್ನು ಕೇಳಿದ ಕೂಡಲೆ ಭಾಸುರಕನು ನಾಲ್ಕು ಕಾಲುಗಳ ಮೇಲೆ ಮಲಗಿ, ಉಸಿರುಕಟ್ಟಿ

ಹೇಳಿದನು - ಭಾಗುರಾಯನ ಜೀ! ಉಳಿಸು, ದೆವ್ವ ಬಂದಂತೆ ತೋರುತ್ತಿದೆ. ಅವನು ನನ್ನನ್ನು ತಿಂದರೆ ಲಡ್ಡುಗಳನ್ನು ಯಾರು ತಿನ್ನುತ್ತಾರೆ?

ಭಾಗುರಾಯನು - ಹಾಗಾದರೆ ಭೂತವಾದರೆ? ಇಷ್ಟು ಲಡ್ಡು ತಿನ್ನುತ್ತೀಯ, ದೆವ್ವ ತಿನ್ನಲು ಸಾಧ್ಯವಿಲ್ಲ! ಎದ್ದೇಳು, ಎದ್ದೇಳು! ತದನಂತರ ಎಚ್ಚರಿಕೆಯಿಂದ ಸುತ್ತಲೂ ನೋಡುತ್ತಾ

ಹೇಳಿದರು - 'ಯಾರು ಇದ್ದಾರೆ?' ಅವನೇಕೆ ಮುಂದೆ ಬರುವುದಿಲ್ಲ? ಹೀಗೆ ಹೇಳುತ್ತಿರುವಾಗ ಭಾಗುರಾಯನು ಬಟ್ಟೆಯೊಳಗಿಂದ ಹೊಳೆಯುವ ಕಠಾರಿಯನ್ನು ಹೊರತೆಗೆದನುದೃಢವಾಗಿ ನಿಂತಿದ್ದ ಭಾಗುರಾಯನನ್ನು ನೋಡಿ ಭಾಸುರಕನೂ ಎದೆಯನ್ನು ಚಾಚಿ ಎದ್ದುನಿಂತು

ಹೇಳಿದ- 'ಇಲ್ಲಿ ಬಾ, ಯಾರಿದ್ದಾರೆ!' 'ನಾನು.' ಹೀಗೆ ಹೇಳುತ್ತಾ, ಗುಪ್ತ ಬ್ರಾಹ್ಮಣನು ಹೊರಬಂದನು ಮತ್ತು ಭಾಗುರಾಯನು ತನ್ನ ಬಟ್ಟೆಯಲ್ಲಿ ಚಾಕುವನ್ನು ಇಟ್ಟುಕೊಂಡು ಹೇಳಿದನು - ಪರ್ವತವನ್ನು ಅಗೆದು ಇಲಿ ಹೊರಬಂದಿತು. ಹೇಳು ಶಾರ್ಂಗಾರವ್! ಗುರುದೇವ ಎಲ್ಲಿದ್ದಾನೆ?

ಶಾರ್ಂಗರಾವ್ - ಇಲ್ಲಿಂದ ಹತ್ತು-ಹನ್ನೆರಡು ಕೋಸ್ನಲ್ಲಿ ರಹಸ್ಯ ಸ್ಥಳವನ್ನು ನಿರ್ಮಿಸಲಾಗಿದೆ.

ಭಾಸುರಕ್- ಗುರುದೇವರನ್ನು ಇಲ್ಲಿಗೆ ಕರೆಯಿರಿ, ನಮ್ಮ ಬಸ್ಸು ಅಲ್ಲಿಗೆ ಹೋಗಲು ಸಾಧ್ಯವಿಲ್ಲ. ಭಾಗುರಾಯನ್ ಜೀ! ಇಲ್ಲಿ ಕುಳಿತುಕೊಳ್ಳಿ.

ಶಾರ್‌ಂಗರಾವ್ - ಗಾಬರಿಯಾಗಬೇಡ ಭಾಸುರಕ್! ಗುರುದೇವ್ ನಿಮಗಾಗಿ ಮೋತಿಚೂರ್ ಲಡ್ಡೂಗಳನ್ನು ತಯಾರಿಸಿದ್ದಾರೆ.

ಭಾಸುರಕ್ - ಇದು ವಿಷಯವಾಗಿದ್ದರೆ ಆಗ ಬನ್ನಿ! ಭಾಸುರಕ್ ಮತ್ತು ಭಾಗುರಾಯನು ಶಾರ್‌ಂಗ್ರವನೊಂದಿಗೆ ತಿರುಗುತ್ತಿರುವಾಗ, ಮಾತನಾಡುತ್ತಾ ಗುರುದೇವನ ಗುಡಿಸಲನ್ನು ತಲುಪಿದರು. ಆ ಗುಡಿಸಲು ಹೊರಗಿಂದ ಚಿಕ್ಕದಾಗಿ ಕಂಡರೂ ಒಳಗೆ ಪ್ರವೇಶಿಸಿದಾಗ ಅದರ ಹಿಂದೆ ವಿಶಾಲವಾದ ಹೊಲವಿತ್ತು. ಕುಟೀರವನ್ನು ಪ್ರವೇಶಿಸಿದ ನಂತರ ಮೂವರೂ ಆಚಾರ್ಯ ವಿಷ್ಣುಗುಪ್ತರು ಕುಳಿತಿದ್ದ ಸ್ಥಳಕ್ಕೆ ಬಂದರು. ಮೂವರೂ ಗುರುದೇವನಿಗೆ ಸಾಷ್ಟಾಂಗ ನಮಸ್ಕಾರ ಮಾಡಿದರು. ಗುರುದೇವಆಶೀರ್ವದಿಸಲು ಕೈ ಎತ್ತಿ

ಹೇಳಿದರು- 'ಇದು ಸಮರ್ಥವಾಗಿದೆಯೇ?'ಭಾಗುರಾಯನು ಏನನ್ನೋ ಉತ್ತರಿಸುವ ಮೊದಲೇ ಭಾಸುರಕನು

ಹೇಳಿದನು - 'ಗುರುದೇವ ಕುಶಾಲನು ಎಲ್ಲಿದ್ದಾನೆ! ಹಸಿವಿನಿಂದ ನನ್ನ ಹೊಟ್ಟೆ ಸೊಂಟದಲ್ಲಿ ಸಿಲುಕಿಕೊಂಡಿತು., ಗುರುದೇವ ಮುಗುಳ್ನಕ್ಕು ಭಗುರಾಯನು

ಹೇಳಿದನು - ಕುಶಾಲ ಗುರುದೇವ ಎಲ್ಲಿ! ಗ್ರೀಕರು ಪಂಚನಾಡಿನವರೆಗೆ ತಮ್ಮ ಹಕ್ಕನ್ನು ಪಡೆದರು. ಅಲೆಕ್ಸಾಂಡರ್ ಗೆಲುವಿನ ವಾದ್ಯಗಳನ್ನು ಬಾರಿಸುತ್ತಿದ್ದಾರೆ, ಈಗ ಅವರು ಇಡೀ ಭಾರತದ ಮೇಲೆ ವಿಜಯದ ಪತಾಕೆಯನ್ನು ಹಾರಿಸುವ ಕನಸು ಕಾಣುತ್ತಿದ್ದಾರೆ. ಇದನ್ನು ಕೇಳಿದ ಕೂಡಲೇ ವಿಷ್ಣುಗುಪ್ತನ ಹಣೆಯಲ್ಲಿ ಶಕ್ತಿ ತುಂಬಿತು. ಹಣೆಯ ಗೆರೆಗಳನ್ನು ಚಾಚಿ

ಹೇಳಿದರು - 'ಅವನ ಈ ಕನಸು ನನಸಾಗುವುದಿಲ್ಲ. ಪಂಚನಾಡಿನವರೆಗೆ ಪ್ರವೇಶಿಸಿದ ಗ್ರೀಕರನ್ನು ತೆಗೆದುಹಾಕಬೇಕಾಗುತ್ತದೆ. ಶತ್ರು ಉಗ್ರ, ಆದರೆ ಆನೆಗೆ ಇರುವೆ ಜಾಸ್ತಿ. ದೊಡ್ಡ ಯುದ್ಧಗಳನ್ನು ಬುದ್ಧಿಯ ಕತ್ತಿಯಿಂದ ಗೆಲ್ಲಬಹುದು. ಚಂದ್ರಗುಪ್ತ ಮತ್ತು ಸಿಂಹಾಕ್ಷನೂ ಇಲ್ಲಿ ಭಾಗುರಾಯನೇ! ಇಲ್ಲಿ ಇಬ್ಬರೂ ಬರುತ್ತಿದ್ದಾರೆ. ಚಂದ್ರಗುಪ್ತ ಮತ್ತು ಸಿಂಹಾಕ್ಷ ಹತ್ತಿರ ಬಂದರು. ಗುರುದೇವರಿಗೆ ನಮಸ್ಕಾರ ಮಾಡಿದ ನಂತರ ಅವರು ಕುಳಿತರು. ಆಚಾರ್ಯ ವಿಷ್ಣುಗುಪ್ತರು ಅವರನ್ನು ಆಶೀರ್ವದಿಸಿ

ಹೇಳಿದರು - 'ನೀನು ಭಾರತದ ಚಕ್ರವರ್ತಿಯಾಗುವ ದಿನ ಬರುತ್ತದೆ.

ಭಾಸುರಕ್- ಹಾಗಾದರೆ ಪಟ್ಟಾಭಿಷೇಕದ ದಿನದಂದು ಲಡ್ಡುಗಳನ್ನು ಖಂಡಿತವಾಗಿ ವಿತರಿಸಲಾಗುವುದು, ಪರಮಗುರು ಜೀ ಮಹಾರಾಜರೇ!

ಚಂದ್ರ- ಪಟು ಭಗುರಾಯನನ್ನು ಎಲ್ಲಿಂದ ಪಡೆದನೋ ಗೊತ್ತಿಲ್ಲ! ಇದು ದೇವರಿಗೆ ಸಿಹಿಯಾಗಿದೆ ಅಂಗಡಿ ಇಲಿ ಮಾಡಬೇಕಿತ್ತು.

ವಿಷ್ಣುಗುಪ್ತ- "ಇದು ಸಮಯ ವ್ಯರ್ಥ ಮಾಡುವ ಸಮಯವಲ್ಲ. ಪ್ರತಿ ಕ್ಷಣವೂ ಮೌಲ್ಯಯುತವಾಗಿದೆ ಮತ್ತು ಇತರ ಪ್ರಿಯ ಶಿಷ್ಯರೇ! ಬಂಧನದಿಂದ ಮುಕ್ತರಾಗಲು ದೇಹ, ಮನಸ್ಸು ಮತ್ತು ಹಣದ ತ್ಯಾಗ ಅಗತ್ಯ. ಉಗ್ರ ಪಿತೂರಿಯಿಲ್ಲದೆ ಬಲೆಯಿಂದ ಹೊರಬರಲು ಸಾಧ್ಯವಿಲ್ಲ. ಚಂದ್ರ! ಸಿಂಹಕ್ಷ್! ನೀವು ಪಂಚನಾಡಿನಲ್ಲಿ ಇರಿ, ಅದು ಗ್ರೀಕರ ಮೇಲೆ. ಚಂದ್ರನಿಮ್ಮ ನಂಬಿಕೆಯನ್ನು ಸಲ್ಲಿಸಿ ಮತ್ತು ಅವುಗಳಲ್ಲಿ ಪ್ರವೇಶ ಪಡೆಯಿರಿ. ಗ್ರೀಕರ ಪ್ರತಿಯೊಂದು ಹೆಜ್ಜೆಯನ್ನೂ ಸೂಕ್ಷ್ಮವಾಗಿ ಗಮನಿಸಿ ಮತ್ತು ಅವಕಾಶ ಸಿಕ್ಕರೆ ಅವರ ಪಾದಗಳನ್ನು ಕತ್ತರಿಸಿ. ಹೇಗಾದರೂ ಗ್ರೀಕರ ನಡುವೆ ಅಪಶ್ರುತಿಯ ಬೀಜಗಳು ಹರಡಿದರೆ, ಯಶಸ್ಸು ಹತ್ತಿರ ಬರುತ್ತದೆ. ಮಹಾರಾಜ ಪುರು ಮತ್ತು ಗಂಧರ್ ರಾಜನ ಮನೆಯನ್ನು ಪ್ರವೇಶಿಸಿ, ಹಾವು ನೆಲವನ್ನು ಪ್ರವೇಶಿಸಿದಂತೆ ಮತ್ತು ಗೋಚರಿಸುವುದಿಲ್ಲ.

ಶತ್ರುವನ್ನು ಮಿತ್ರನನ್ನಾಗಿ ಮಾಡಿಕೊಂಡು ಸೇಡು ತೀರಿಸಿಕೊಳ್ಳಬಹುದು. "ಮತ್ತು ನಾವು ಮಗಧಕ್ಕೆ ಹೋಗುತ್ತೇವೆ, ಪೂರ್ವದ ರಾಜರನ್ನು ಒಂದುಗೂಡಿಸುತ್ತೇವೆ, ಅದು ಅಲ್ಲಿನ ಜನರಲ್ಲಿ ಬೆಂಕಿ. ನಾವು ಎಷ್ಟು

ಜೋರಾಗಿ ಕೂಗುತ್ತೇವೆ ಎಂದರೆ ಎಲ್ಲರೂ, 'ವಿದೇಶಿಗಳೇ ಭಾರತ ಬಿಟ್ಟು ತೊಲಗಿ! , ಆದರೆ ಸಣ್ಣ ರಾಜ್ಯಗಳು ಭಾರತದಿಂದ ಕಣ್ಮರೆಯಾದಾಗ ಮತ್ತು ಇಡೀ ಭಾರತವು ಒಂದು ಒಕ್ಕೂಟವಾಗಿ ಪರಿವರ್ತನೆಯಾದಾಗ ಮಾತ್ರ ಇದು ಸಂಭವಿಸುತ್ತದೆ. ನಾವು ಸಣ್ಣ ರಾಜ್ಯಗಳನ್ನು ತೊಡೆದುಹಾಕುತ್ತೇವೆ. ನಾನು ಮಗಧಕ್ಕೆ ಹೋಗುತ್ತಿದ್ದೇನೆ ಮತ್ತು ನೀವು ಶತ್ರುಗಳ ಮನೆಯಲ್ಲಿ ಇರಿ. "ಭಗುರಾಯನ್, ಭಾಸುರಕ್ ಮತ್ತು ಶಾರ್ಂಗರಾವ್ ನಮ್ಮೊಂದಿಗೆ ಹೋಗುತ್ತಾರೆ. ನಿಮ್ಮಿಂದ ಮತ್ತು ನಿಮ್ಮಿಂದ ನಮ್ಮಿಂದ ಮಾಹಿತಿಯನ್ನು ನಾವು ಪಡೆಯುತ್ತಲೇ ಇರಬೇಕು. ಅವಕಾಶ ಒಲವು ತೋರದಿದ್ದರೆ ಪಂಚನಾಡನ್ನು ಬಿಟ್ಟು ಪಟ್ಲೀಪುತ್ರಕ್ಕೆ ಬಾ ಚಂದ್ರಾ! ಅಲ್ಲಿಂದ ಗುಡ್ಡಗಾಡು ಜನಾಂಗವನ್ನು ಸಂಘಟಿಸಿ ಬಂಡಾಯದ ಬಾವುಟ ಹಾರಿಸುತ್ತೇವೆ" ಎಂದರು. "ಭಾರತವನ್ನು ಒಗ್ಗೂಡಿಸುವುದು ಕಷ್ಟಕರವಾದ ರೀತಿಯಲ್ಲಿ ವಿಭಜನೆಯಾಗಿರುವುದು ದುಃಖಕರವಾಗಿದೆ, ಆದರೆ ಹಿಮಾಲಯವನ್ನು ವಿಭಜಿಸಬೇಕಾದರೂ ನಾನು ಗಂಗೆಯನ್ನು ಹೊರತೆಗೆಯುತ್ತೇನೆ. ಹಿಮಾಲಯದ ದೃಢತೆಯನ್ನು ಮುರಿಯಬಹುದು, ಆದರೆ ಆಚಾರ್ಯ ವಿಷ್ಣುಗುಪ್ತ ವಾತ್ಸ್ಯಾಯನರ ಸಂಕಲ್ಪವನ್ನು ಮುರಿಯಲಾಗುವುದಿಲ್ಲ.

ಇನ್ನೂ ಒಂದು ವಿಷಯ, ನೀವು ರಾಜಕೀಯದ ಆಟವಾಡಲು ಹೊರಟಿದ್ದೀರಿ, ಅತ್ಯಂತ ವಿಶ್ವಾಸಾರ್ಹರನ್ನು ಸಹ ನಂಬಬೇಡಿ! ಎಲ್ಲರನ್ನೂ ಅನುಮಾನದಿಂದ ನೋಡಿ. ಬಹುಶಃ ತೋಳಿನ ಹಾವು ಪ್ರವೇಶಿಸಿರಬಹುದು. ಎರಡನೆಯದು, ಹಾವಿನ ಹುತ್ತವನ್ನು ಕಚ್ಚದೆ ಬಿಡಬೇಡಿ, ಇಲ್ಲದಿದ್ದರೆ ಅದು ಅವಕಾಶ ಸಿಕ್ಕ ನಂತರ ಕುಟುಕುತ್ತದೆ ಎಂಬುದನ್ನು ನೆನಪಿನಲ್ಲಿಡಿ. "ನೀವು ನಿಮ್ಮ ಮುಂಭಾಗಗಳಿಗೆ ಹೋಗುತ್ತೀರಿ ಮತ್ತು ನಾವು ನಮ್ಮದಕ್ಕೆ ಹೋಗುತ್ತೇವೆ." ತಾಜಾ ಗಾಳಿಯಂತೆ ಆಚಾರ್ಯ ವಿಷ್ಣುಗುಪ್ತ ವಾತ್ಸ್ಯಾಯನ ಎಂಬ ಪ್ರಬಲ ಯೋಧನು ಮಗಧದ ಹಾದಿಯಲ್ಲಿ ಕಾಣಿಸಿಕೊಳ್ಳಲು ಪ್ರಾರಂಭಿಸಿದನು. ಅವರ ಪಾದಗಳು ನನ್ನಲ್ಲಿ ವೇಗ ಮತ್ತು ಹೃದಯದಲ್ಲಿ ಹಳೆಯ ಪ್ರತೀಕಾರದ ಜ್ವಾಲೆ ಇತ್ತುನಡೆಯುವಾಗ ವಿಷ್ಣುಗುಪ್ತನು ಹೇಳಿದನು - ಭಾಗುರಾಯನೇ! ರಾಜಕೀಯದೊಂದಿಗೆ ಆಟವಾಡುವುದು ಸೋಪಿನ್‌ನೊಂದಿಗೆ ಆಟವಾಡಿದಂತೆ. ಅದನ್ನು ಸಾಕಿದವನು ಸಣ್ಣದೊಂದು ತಪ್ಪನ್ನು ಮಾಡಿದರೂ ಅದು ಕಚ್ಚುತ್ತದೆ.

ಭಗುರಾಯನ್ - ಬುದ್ಧಿವಂತ ಮದರಿ ಮಾತ್ರ ಈ ಆಟವನ್ನು ಆಡಬಲ್ಲಳು, ಗುರುದೇವ!

ವಿಷ್ಣುಗುಪ್ತ - ಸಾಮೀಪ್ಯ ಮತ್ತು ದೂರ ಎರಡನ್ನೂ ಪರಿಗಣಿಸುವವನು ಚಾಣಾಕ್ಷ ತಂತ್ರಜ್ಞ. ರಾಜಕೀಯದಲ್ಲಿ ಪ್ರತಿ ಹೆಜ್ಜೆಯೂ ಎಚ್ಚರದಿಂದಿರಬೇಕು. ಪಾದಗಳು ಸ್ವಲ್ಪ ಬಿದ್ದ ತಕ್ಷಣ, ಜೌಗು ಪ್ರದೇಶದಲ್ಲಿ ಸಿಲುಕಿಕೊಳ್ಳಬೇಕಾಗುತ್ತದೆ. ಸಂಧಿ, ವಿಗ್ರಹ, ಯಾನ್, ಸಂಶಯ, ದ್ವಂದ್ವಾರ್ಥ ಇತ್ಯಾದಿ ರಾಜಕೀಯದ ಎಲ್ಲ ಕಲೆಗಳಾದ ಸಾಮ, ದಂ, ದಂಡ, ಭೇದ, ಈ ಎಲ್ಲ ಕಲೆಗಳ ದಾಳವನ್ನು ಬಿಸಾಡಬೇಕಾದ ಕಾಲ ಬರುತ್ತದೆ; ಮತ್ತು ಈ ದಾಳವನ್ನು ಸಹ ಈ ಕಲೆಯ ಮೂಲಕ ಕತ್ತರಿಸಲಾಗುತ್ತದೆ. ಯಾರೇ ಚಿಕ್ಕ ತಪ್ಪನ್ನು ಮಾಡಿದರೂ ಬಲೆಗೆ ಸಿಕ್ಕಿ ಸಾವಿಗೆ ಬಲಿಯಾಗುತ್ತಾರೆ. ಶಾರ್ಂಗರಾವ್- ನಿಜ ಗುರುದೇವ!

ಷ್ಣುಗುಪ್ತ- ರಾಜಕೀಯದಲ್ಲಿ ಸತ್ಯವನ್ನು ಅಸತ್ಯವಾಗಿಸಬೇಕು ಮತ್ತು ಅಸತ್ಯವನ್ನು ಸತ್ಯವಾಗಿಸಬೇಕು, ಆದರೆ ವಸ್ತುನಿಷ್ಠ ಸತ್ಯವಾಗಿರಬೇಕುಶಾರಂಗರಾವ್ - ನೀವು ರಾಜಕೀಯದ ಸಾಕಾರ ಮತ್ತು ಆದರ್ಶಗಳ ದೇವರು. ನಿಮ್ಮ ಮಾತಿನಲ್ಲಿ ಎಂತಹ ಆಳವಾದ ಅರ್ಥವಿದೆ ಗುರುದೇವ!

ವಿಷ್ಣುಗುಪ್ತ- ವಿಷಯವು ಹೆಚ್ಚು ನಿಗೂಢವಾಗಿದೆ, ಅದನ್ನು ಮರೆಮಾಡುವುದು ಹೆಚ್ಚು ಅಗತ್ಯವಾಗಿದೆ. ರಾಜಕೀಯದಲ್ಲಿ ಅತ್ಯಂತ ನಂಬಿಕಸ್ಥರನ್ನು ಕೂಡ ನಂಬಬಾರದು.

ಭಾಗುರಾಯನು - ಆದರೆ ನಂಬಿಕೆಯಿಲ್ಲದೆ ಜಗತ್ತಿನಲ್ಲಿ ಯಾವ ಕೆಲಸವೂ ಆಗುವುದಿಲ್ಲ, ಗುರುದೇವ! ವಿಶ್ವವು ನಂಬಿಕೆಯ ಮೇಲೆ ಮಾತ್ರ ನಿಂತಿದೆ.

ವಿಷ್ಣುಗುಪ್ತ - ಹಣ, ಮಹಿಳೆಯರು, ಕುದುರೆಗಳು ಮತ್ತು ರಾಜಕೀಯವು ಇತರರ ನಂಬಿಕೆಯ ವಸ್ತುಗಳಲ್ಲ. ಇತರರನ್ನು ನಂಬಿ ಇವುಗಳನ್ನು ತನ್ನದೆಂದು ಪರಿಗಣಿಸಲು ಪ್ರಯತ್ನಿಸುವವನು ಯಾವುದೇ ತಪ್ಪನ್ನು ಮಾಡುವುದಿಲ್ಲ, ಅವನು ತನ್ನ ಕುತ್ತಿಗೆಯ ಮೇಲೆ ಚಾಕು ಇಟ್ಟುಕೊಂಡಿರುತ್ತಾನೆ.

ಭಾಗುರಾಯನ್- ಆದ್ದರಿಂದ ನೀವು ನಿಮಗಿಂತ ಹೆಚ್ಚಾಗಿ ನಮ್ಮನ್ನು ನಂಬುತ್ತೀರಿ ಗುರುದೇವ! ವಿಷ್ಣುಗುಪ್ತ- ಏಕೆಂದರೆ ವಾತ್ಸ್ಯಾಯನ ಮತ್ತು ಅವನ ಶಿಷ್ಯರು ಬೇರ್ಪಡಿಸಲಾಗದವರು. ಸತ್ಯವು ಸಾಮರಸ್ಯದಿಂದ ಸಂರಕ್ಷಿಸಲ್ಪಡುತ್ತದೆ. ನಾವು ಒಂದೇ ಆತ್ಮ ಮತ್ತು ಸತ್ಯ ಇರುವಲ್ಲಿ ನಂಬಿಕೆ ಇರುತ್ತದೆ. ಆದರೆ ಪರಕೀಯರನ್ನು ನಮ್ಮ ದೇಶದಿಂದ ಹೊರದಬ್ಬಲು ಪಂಚನಾಡದವರೆಗೆ ನುಗ್ಗಿದ ಗ್ರೀಕ್ ಸಾಮ್ರಾಜ್ಯಶಾಹಿಯ ಕನಸುಗಾರ ಅಲೆಕ್ಸಾಂಡರ್ ನನ್ನು ಸೋಲಿಸಿ ಇಡೀ ಭಾರತದಲ್ಲಿ ಒಕ್ಕೂಟ ರಾಜ್ಯ ಸ್ಥಾಪಿಸಬೇಕು. ಇದನ್ನು ಮಾಡಲು ನಮಗೆ ಇರುವ ದೊಡ್ಡ ಶಕ್ತಿ ನಮ್ಮ ಆತ್ಮ. ಮನುಷ್ಯನ ಆತ್ಮ ಮತ್ತು ಬುದ್ಧಿವಂತಿಕೆ ಅವನೊಂದಿಗೆ ಇದ್ದರೆ ಅವನು

ಅಜೇಯಭಾಗುರಾಯನ್ - ನಿಮ್ಮ ಶಿಷ್ಯರಿಗೆ ಕಾಲವನ್ನು ಗೆಲ್ಲುವಷ್ಟು ಶಕ್ತಿಯಿದೆ.

ವಿಷ್ಣುಗುಪ್ತ - ನನಗೆ ಶಕ್ತಿಯ ಮೇಲೆ ನಂಬಿಕೆ ಇದೆ, ಅದಕ್ಕಾಗಿಯೇ ನಾನು ನಡೆಯುತ್ತಿದ್ದೇನೆ.

ಭಾಗುರಾಯನ್ - ವಿಜಯ್ ನಿಮ್ಮ ಎತ್ತಿದ ಪಾದಗಳು ಗುರಿಯ ಧ್ವಜವಿದ್ದಂತೆ. ಗಮ್ಯಸ್ಥಾನದ ನಂತರ ಗಮ್ಯಸ್ಥಾನವನ್ನು ನಿರ್ಧರಿಸುತ್ತಾ, ಪ್ರಯಾಣಿಕರು ಮಗಧದ ಗಡಿಯ ಬಳಿಗೆ ಬಂದರು. ಮಗಧದಿಂದ ಸುಮಾರು ಇಪ್ಪತ್ತು ಮೈಲಿ ದೂರದಲ್ಲಿ ದಾರಿಯಲ್ಲಿ ಹರಳೆಣ್ಣೆಗಳ ಮುಳ್ಳಿನ ಬಳ್ಳಿ ತುಂಬಾ ದೂರದಲ್ಲಿ ಹರಡಿಕೊಂಡಿರುವುದು ಕಾಣಿಸಿತು. ಈ ಮುಳ್ಳಿನ ಪೊದೆಯು ಎಷ್ಟು ಉದ್ದವಾಗಿದೆಯೆಂದರೆ ಯಾವುದೇ ಪ್ರಯಾಣಿಕನು ಅದನ್ನು ಕಷ್ಟಪಟ್ಟು ಸುಲಭವಾಗಿ ದಾಟಲು ಮಗಧವನ್ನು ತಲುಪಲು ಸಾಧ್ಯವಾಗಲಿಲ್ಲ. ಮುಳ್ಳಿನ ಪೊದೆಯನ್ನು ನೋಡಿ, ಭಾಗುರಾಯನ್ ಮತ್ತು ಶಾರಂಗರಾವ್ ನಿಲ್ಲಿಸಿ

ಹೇಳಿದರು - ಗುರುದೇವ್ ಮುಂದೆ ಹೋಗುವುದು ಹೇಗೆ! ಈ ಮುಳ್ಳುಗಳನ್ನು ದಾಟಲು ಸಾಧ್ಯವೇ ಇಲ್ಲ ಎನಿಸುತ್ತದೆ.

ವಿಷ್ಣುಗುಪ್ತ್- 'ಅಸಾಧ್ಯ' ಎಂಬ ಪದವು ಹೇಡಿಗಳದ್ದು, ದಾರಿ ಇಲ್ಲದಿದ್ದರೂ ದಾರಿಯನ್ನು ಹುಡುಕುವವನು ಪ್ರಯಾಣಿಕ. ಏನಾಗುತ್ತೋ ನೋಡೋಣ, ಈ ಹಾಥಾರ್ನ್‌ಗಳನ್ನು ಬೇರುಸಹಿತ ಕಿತ್ತು ಹೆಣ್ಣುಮಕ್ಕಳನ್ನಾಗಿ ಮಾಡಿ! ಪಾದಗಳನ್ನು ಚುಚ್ಚಲು ಒಂದು ಹುಲ್ಲು ಕೂಡ ಉಳಿಯಬಾರದು.

ಅದೇ ಸಮಯದಲ್ಲಿ, ಹಾಥಾರ್ನ್‌ಗಳು ದಾರಿಯನ್ನು ತಡೆಯಲು ಮತ್ತೆ ಬೆಳೆಯದಂತೆ ಅವುಗಳ ಬೇರುಗಳಲ್ಲಿ ಮುಳ್ಳು ಹಾಕುವುದನ್ನು ಮುಂದುವರಿಸಿ. ಗುರುದೇವರ ಆದೇಶದಂತೆ ಶಿಷ್ಯರು ಹಾಥಾರ್ನ್ ಗಳನ್ನು ಕಿತ್ತುಹಾಕಲು ಪ್ರಾರಂಭಿಸಿದರು. ವಿಷ್ಣುಗುಪ್ತ ವಾತ್ಸ್ಯಾಯನನೂ ಬಟಿಯಾ ತಯಾರಿಕೆಯಲ್ಲಿ ನಿರತನಾದ. ದಾರಿಯಲ್ಲಿ ಸಾಗುವಾಗ ಚೂಪಾದ ಮುಳ್ಳೊಂದು ಅವನ ಕಾಲಿಗೆ ಚುಚ್ಚಿತುಕಾಲಿಗೆ ಮುಳ್ಳು ಚುಚ್ಚಿದ ತಕ್ಷಣ ವಿಷ್ಣುಗುಪ್ತ ವಾತ್ಸ್ಯಾಯನನಿಗೆ ಕೋಪ ಬಂತು. ಅವನು ಕೋಪದಿಂದ ಕೆಂಪು ಬಣ್ಣಕ್ಕೆ ತಿರುಗಿದನು. ಅವನು ಮುಳ್ಳನ್ನು ಚಿಟಿಕೆಯಿಂದ ಎಳೆದು

ಗರ್ಜಿಸಿದನು - 'ಈ ಮುಳ್ಳಿನ ಪೊದೆಯನ್ನು ಹಾರಿಸು. ಕೋ, ಈ ಭೂಮಿಗೆ ಅಂತಹ ವಿಷವನ್ನು ಹಾಕಿ, ಯಾವ ಬೀಜವೂ ಮತ್ತೆ ಬೆಳೆಯುವುದಿಲ್ಲ. ಈ ಭೂಮಿಯನ್ನು ಬಂಜರು ಮಾಡಿ! ಹೀಗೆ ಹೇಳುತ್ತಾ ವಿಷ್ಣುಗುಪ್ತನು ಭೂಮಿಯನ್ನು ಫಲವತ್ತಾಗಿಸುವಲ್ಲಿ ನಿರತನಾದನು. ಮುಳ್ಳುಗಳನ್ನು ಕಿತ್ತು ಬೇರುಗಳಿಗೆ ಹಾಲೊಡಕು ಹಾಕುತ್ತಿದ್ದರು. ಮುಳ್ಳುಗಳನ್ನು ಕಿತ್ತು ಹಾಕುವಾಗ ಬೆವರಿನಿಂದ ಒದ್ದೆಯಾದರು. ಆದರೆ ಅವರು ರಾಗದಲ್ಲಿ ದಣಿವರಿಯದೆ ಕೆಲಸ ಮಾಡುತ್ತಿದ್ದರು.

ಅವನ ಕೈಗಳು ಚೂಪಾದ ಸಲಿಕೆಗಳಂತೆ ಹುಲ್ಲನ್ನು ಕಿತ್ತು ಹಾಕುವುದರಲ್ಲಿ ನಿರತವಾಗಿದ್ದವು. ವಾತ್ಸ್ಯಾಯನನ ಈ ತೀವ್ರವಾದ ಶ್ರಮದ ಮುಂದೆ, ಅವನ ಮೂವರು ಶಿಷ್ಯರು ಬಹಳ ಹಿಂದೆ ಉಳಿದರು, ಅವರ ಕಣ್ಣುಗಳು ಅಲ್ಲಿಗೆ ತಲುಪಲು ಸಾಧ್ಯವಾಗಲಿಲ್ಲ. ವಾತ್ಸ್ಯಾಯನನು ಈ ಕಠಿಣ ಕೆಲಸವನ್ನು ಮಾಡುತ್ತಿದ್ದಾಗ, ಅವನನ್ನು ದೂರದಿಂದ ನೋಡಿದ ಒಬ್ಬ ಮುದುಕ ಕುತೂಹಲದಿಂದ ಅಲ್ಲಿಗೆ ಬಂದನು. ಆದರೆ ತನ್ನ ರಾಗದಲ್ಲಿ ಹರಳೆಣ್ಣೆಯನ್ನು ಕಿತ್ತು ಹಾಕುತ್ತಿದ್ದ ವಾತ್ಸ್ಯಾಯನನಿಗೆ ಅವು ಕಾಣಿಸಲಿಲ್ಲ. ಕೊನೆಗೆ, ಕೆಲವು ಕ್ಷಣ ಯೋಚಿಸಿದ ನಂತರ, ಮುದುಕ

ಹೇಳಿದರು - ನೀವು ಯಾಕೆ ಹೀಗೆ ಮಾಡುತ್ತಿದ್ದೀರಿ? ವಾತ್ಸ್ಯಾಯನನು ತನ್ನ ಮುಖವನ್ನು ಮೇಲಕ್ಕೆತ್ತಿ ರಾಗದಲ್ಲಿ

ಹೇಳಿದನು - ದಾರಿಯನ್ನು ತಡೆಯುವ ಮುಳ್ಳುಗಳನ್ನು ನಾಶಮಾಡು. ನಾನುವಾಸಿಸುತ್ತಿದ್ದೇನೆ. ಮುದುಕ: ನೀವು ಅವರನ್ನು ಕಿತ್ತುಹಾಕಲು ತುಂಬಾ ಪ್ರಯತ್ನ ಮಾಡುತ್ತಿದ್ದೀರಿ, ಇಲ್ಲದಿದ್ದರೆ ನೀವು ಬೇರೆ ದಾರಿಯಲ್ಲಿ ಹೋಗುತ್ತೀರಿ.

ವಾತ್ಸ್ಯಾಯನ - ಬೇರೆ ದಾರಿ ದೂರ. ತದನಂತರ ಎಲ್ಲರೂ ಇತರರು ಮಾಡಿದ ಮಾರ್ಗದಲ್ಲಿ ನಡೆಯುತ್ತಾರೆ, ಹೊಸ ಮಾರ್ಗವನ್ನು ಸೃಷ್ಟಿಸಿ ಮತ್ತು ಹಾದಿಯಲ್ಲಿರುವ ಮುಳ್ಳುಗಳನ್ನು ಕಿತ್ತುಹಾಕುವವನೇ ಯಶಸ್ವಿಯಾಗುತ್ತಾನೆ. ಉತ್ತರವನ್ನು ಕೇಳಿದ ಮುದುಕನು ಆಲೋಚನೆಯಲ್ಲಿ ಮುಳುಗಿದನು. ಯೋಚಿಸುತ್ತಿರುವಾಗ ಅವರು .

ಹೇಳಿದರು - ನೀವು ಯಾರು?

ವಾತ್ಸ್ಯಾಯನ - ನೀನು ಯಾಕೆ ತಿಳಿಯಬೇಕು? ಮುದುಕ: ಮಹತ್ವಾಕಾಂಕ್ಷೆಯ ಯಾರೊಬ್ಬರ ಪರಿಚಯವನ್ನು ಪಡೆಯುವುದು ತಪ್ಪಲ್ಲ.

ವಾತ್ಸ್ಯಾಯನ - ನೀವು ಮೊದಲು ಹೇಳು ನೀನು ಯಾರು?

ಹಿರಿಯ - ನಿಮ್ಮ ಬುದ್ಧಿವಂತಿಕೆಯಿಂದ ನಾವು ಬೆರಗಾದೆವು. ನೀವು ನಮ್ಮ ಪರಿಚಯವನ್ನು ತಿಳಿದುಕೊಳ್ಳಲು ಬಯಸಿದರೆ ನಂತರ ಕೇಳಿ! ನಾವು ಮಗಧದ ಅಮಾತ್ಯ ಶಕ್ತ. ಇದನ್ನು ಕೇಳಿ ವಿಷ್ಣುಗುಪ್ತನು ಜಾಗರೂಕನಾದನು. ಏನೂ ಹೇಳದೆ ಅವರ ಕಾಲಿಗೆ ಬಿದ್ದರು ಅವನ ಪಾದಗಳು ಸುಳ್ಳು ಮತ್ತು ಕಣ್ಣೀರಿನಿಂದ ನೆನೆದವು. ಶಕ್ತರಿಗೆ ಆಶ್ಚರ್ಯವಾಯಿತು. ವಾತ್ಸ್ಯಾಯನನನ್ನು ಎತ್ತಿಕೊಂಡು

ಕೇಳಿದ - ಪರಿಚಯವನ್ನು ಕೇಳಿದ ನಿನಗೆ ಏಕೆ ಅಸಹನೆಯಾಯಿತು? ಮತ್ತು ನನ್ನ ಹೃದಯವು ಏಕೆ ಕಂಪಿಸುತ್ತಿದೆ ಎಂದು ನನಗೆ

ತಿಳಿದಿಲ್ಲವಾತ್ಸ್ಯಾಯನ - ಹೃದಯದ ಉತ್ಸಾಹದ ರಹಸ್ಯವನ್ನು ರಹಸ್ಯವಾಗಿಡಲು ಸಾಧ್ಯವಿಲ್ಲ, ನಾನು ನಿಮ್ಮ ಕೌಟಿಲ್ಯ.

ಮುದುಕ - ಯಾರು, ಕೌಟಿಲ್ಯ! ಇಂದು ಮನುಷ್ಯ ಸಾಯುತ್ತಾನೆ ಎಂಬ ನಂಬಿಕೆ ಹೋಗಿದೆ. ನಿನ್ನನ್ನು ನೋಡಿದಾಗ ನನ್ನ ಎಂಟು ಜನ ಮಕ್ಕಳು ಬದುಕಿ ಬಂದಂತೆನನ್ನ ಸ್ನೇಹಿತ ಚಾಣಕ್ ಸಿಕ್ಕಂತೆ ಅನಿಸುತ್ತದೆ. ಕೌಟಿಲ್ಯ, ಇಷ್ಟು ದಿನ ಎಲ್ಲಿದ್ದೆ? ಈ ಗುಟ್ಟನ್ನು ನನಗೂ ಯಾಕೆ ಮುಚ್ಚಿಟ್ಟಿದ್ದೀಯ?

ವಾತ್ಸ್ಯಾಯನ್ - ಸ್ವಲ್ಪ ಉಸಿರು ತೆಗೆದುಕೊಳ್ಳಿ, ಚಿಕ್ಕಪ್ಪ! ಕೌಟಿಲ್ಯ ಜೀವಂತವಾಗಿದ್ದಾನೆ, ಅದನ್ನು ನಿಮ್ಮ ತುಟಿಗಳಿಂದ ತೆಗೆದರೆ ಕೌಟಿಲ್ಯ ಸಾಯುತ್ತಾನೆ. ಮಹಾನಂದನನ್ನು ನೋಡಿ ನಿನ್ನ ಕೂದಲು ಬೆಳ್ಳಗಿದೆ. ನೀನೇ ಅವನ ಕೈದಿಯಾಗಿದ್ದೆ. ಅವನ ಕ್ರೂರ ಕಣ್ಣುಗಳಿಂದ ತಪ್ಪಿಸಿಕೊಳ್ಳಲು ಒಂದೇ ಒಂದು ಮಾರ್ಗವಿದೆ ಪರಿಹಾರವೆಂದರೆ ಸಾವಿನ ಕ್ಷಮಿಸಿ.

ಶಕ್ತರ್ - ನಿಜವಾಗಿಯೂ ನಂದ್ ಎಷ್ಟು ಕ್ರೂರಿ! ರಾಜ್‌ಮದ್‌ನಲ್ಲಿ ಕುರುಡನಾಗಿದ್ದಾನೆ. ಇತರರಅವನು ಜೀವನವನ್ನು ಆಟವೆಂದು ಪರಿಗಣಿಸಿ ನಾಶಪಡಿಸುತ್ತಾನೆ. ಆದರೆ ಅದರಿಂದ ಏನು ಹಾನಿ ಮಾಡಬಹುದು? ಅವನಿಗೆ ಶಕ್ತಿಯಿದೆ.

ವಾತ್ಸ್ಯಾಯನ - ಸಮಯ ಬರುತ್ತದೆ ಮತ್ತು ನಂದನಿಗೆ ನೀರು ಕೊಡಲು ಯಾರೂ ಉಳಿಯುವುದಿಲ್ಲ. ತಂದೆಯು ನಂದನನ್ನು ನಾಶಮಾಡುವ ಬಯಕೆಯಿಂದ ಇಹಲೋಕ ತ್ಯಜಿಸಿದರು, ಆದರೆ ವಾತ್ಸ್ಯಾಯನನು ಅವನ ಆಸೆಯನ್ನು ಪೂರೈಸಲು ಇನ್ನೂ ಜೀವಂತವಾಗಿದ್ದಾನೆ.

ಶಕ್ತರ್ - ಅಮಾತ್ಯನಂದನ ರಕ್ಷಣೆಗಾಗಿ ಮಹಾಮಾತ್ಯ ರಾಕ್ಷಸ ಮತ್ತು ಅವನ ಸಂಗಡಿಗರು ಇರುವವರೆಗೂ ಈ ಕನಸು ನನಸಾಗಲು ಸಾಧ್ಯವಿಲ್ಲ ಎಂದು ತೋರುತ್ತದೆ.

ವಾತ್ಸ್ಯಾಯನ್ - ಕನಸು ನನಸಾಗುತ್ತದೆ ಮತ್ತು ಅದು ಸಂಭವಿಸುತ್ತದೆ, ಆದರೆ ನೀವು ನಿಮ್ಮ ಮುರಿದ ಧೈರ್ಯವನ್ನು ತೆಗೆದುಕೊಳ್ಳಬೇಕು. ಮತ್ತೆ ನಿಭಾಯಿಸಬೇಕಾಗುತ್ತದೆ. ಆಗ ಮಾತ್ರ ರಾತ್ರಿ ಕಳೆದು ಬೆಳಿಗ್ಗೆ ಬರುತ್ತದೆ.

ಶಕ್ತರ್- ನನ್ನ ಪ್ರಾಣವನ್ನು ತೆತ್ತಾದರೂ ನಂದನನ್ನು ನಾಶಮಾಡಲು ಸಾಧ್ಯವಾದರೆ, ನಾನು ಅದಕ್ಕೆ ಸಿದ್ಧನಿದ್ದೇನೆ. ನೀನು ಇದನ್ನು ಮಾಡಬಲ್ಲೆ ಎಂದಾದರೆ ನಾನು ಸುಖವಾಗಿ ಸಾಯಲು ಸಾಧ್ಯವಾಗುತ್ತದೆ ಮತ್ತು ನನ್ನ ಜೀವನದುದ್ದಕ್ಕೂ ದುಃಖದ ಪುಣ್ಯವನ್ನು ಪಡೆಯುತ್ತೇನೆ

ವಾತ್ಸ್ಯಾಯನ್ - ನಾನು ಮಗಧಕ್ಕೆ ಬಂದ ಉದ್ದೇಶವು ನಂದ ನಾಶ ಮತ್ತು ಭಾರತದಾದ್ಯಂತ ಫೆಡರಲ್ ಸರ್ಕಾರವಾಗಿದೆ. ರಾಜ್ಯ ಸ್ಥಾಪನೆಯಾಗಿದೆ. ಸಣ್ಣ ರಾಜ್ಯಗಳನ್ನು ನಿರ್ಮೂಲನೆ ಮಾಡದೆ ಈ ದೇಶದ ಕಲ್ಯಾಣವಿಲ್ಲ. ಎಷ್ಟು ಸ್ವಾರ್ಥಿ ಈ ದೇಶದಲ್ಲಿಯೇ ಪರಕೀಯರು ನೆರೆ ರಾಜ್ಯಕ್ಕೆ ನುಗ್ಗಿ ಕಣ್ಣು ಮುಚ್ಚಿ ಕುಳಿತಿದ್ದಾರೆ. ಮಾಡುತ್ತಿದ್ದೆ! ನಾಳೆ ಅವನ ಮೇಲೆ ದಾಳಿ ಯಾವಾಗ, ಅವನು ಕಣ್ಣು ತೆರೆದರೂ ಸಿಡಿಮಿಡಿಗೊಳ್ಳುತ್ತವೆ. ಬಿತ್ತರಿಸಲಾಗುವುದು

ಶಕ್ತರ-ರಾಕ್ಷಸನ ಬುದ್ಧಿಮತ್ತೆಯಿಂದಾಗಿ ಮಗಧವು ಅಂತಹ ಬಲವಾದ ಶಕ್ತಿಯನ್ನು ಹೊಂದಿದೆ, ಅದರ ಕಡೆಗೆ ತನ್ನ ಕಣ್ಣುಗಳನ್ನು ಎತ್ತುವ ಅಂತಹ ಶಕ್ತಿ ಜಗತ್ತಿನಲ್ಲಿ ಇಲ್ಲ.

ವಾತ್ಸ್ಯಾಯನ - ಭಯೋತ್ಪಾದನೆ ಮತ್ತು ಮೋಸದಿಂದ ಕೂಡಿದ ಶಕ್ತಿಯು ಪ್ರಜ್ಞೆಯ ಉತ್ಸಾಹದಿಂದ ಛಿದ್ರಗೊಳ್ಳುತ್ತದೆ ಮತ್ತು ನಾಶವಾಗುತ್ತದೆ. ಈ ಹುಲ್ಲಿನ ಅರಮನೆಯು ನಿಂತಿರುವಂತೆ ಕಾಣುತ್ತದೆ ಹೌದು, ಅದರ ಕೆಳಗೆ ಧೂಳಿನಿಂದ ಆವೃತವಾದ ಉರಿಗಳೂ ಮಲಗುತ್ತಿವೆ.

ಶಕ್ತರ್- ನಮ್ಮಕಾಲುಗಳು ದಣಿದಿವೆ. ನೀವು ನಂದಾ ಮೇಲೆ ಸೇಡು ತೀರಿಸಿಕೊಳ್ಳುತ್ತೀರಿ ಮತ್ತು ಭಾರತದಲ್ಲಿ ಫೆಡರಲ್ ಸರ್ಕಾರವನ್ನು ರಚಿಸಿ. ರಾಜ್ಯವನ್ನು ಸ್ಥಾಪಿಸು, ಇದಕ್ಕಿಂತ ಹೆಚ್ಚಿನ ಸಂತೋಷವು ನನಗೆ ಏನಿದೆ! ಈಗ ನನ್ನೊಂದಿಗೆ ಬಾ!

ವಾತ್ಸ್ಯಾಯನ್ - ಎಲ್ಲಿ?

ಶಕ್ತರ್ - ನನ್ನ ನಿವಾಸದಲ್ಲಿ.

ವಾತ್ಸ್ಯಾಯನ- ನನ್ನನ್ನು ನಿನ್ನ ಮನೆಗೆ ಕರೆದುಕೊಂಡು ಹೋಗುವುದು ಎಂದರೆ ಮನೆಯಲ್ಲಿ ಅಗ್ನಿಯನ್ನು ಪ್ರವೇಶಿಸುವುದು. ನಿಮಗೆ ಯಾವುದೇ ಆಕ್ಷೇಪಣೆ ಇದ್ದರೆ?

ಶಕ್ತರ್ - ಬಂದ ಆಕ್ಷೇಪಗಳಿಗಿಂತ ಇನ್ನೇನು ಆಕ್ಷೇಪಗಳು ಬರುತ್ತವೆ!

ವಾತ್ಸ್ಯಾಯನ- ನಾನು ನಿನ್ನಿಂದ ಸಹಾಯ ಪಡೆಯಲು ಬಯಸುತ್ತೇನೆ. ನಾನು ನಿಮ್ಮ ನೆರಳನ್ನು ಸುಲಭವಾಗಿ ತಲುಪಲು ಸಾಧ್ಯವಾಗುತ್ತದೆ.

ಶಕ್ತರ್ - ನಿನ್ನ ನಡೆ ನನ್ನ ಕತ್ತಲ ಮನೆಯನ್ನು ಬೆಳಗಿಸುತ್ತದೆ. ಗುರಿಯನ್ನು ಸಾಧಿಸುವುದು ವಾತ್ಸ್ಯಾಯನ್ - ನಾನು ನಡೆಯುತ್ತೇನೆ, ಆದರೆ ನನ್ನೊಂದಿಗೆ ಇನ್ನೂ ಮೂರು ವಿಶ್ವಾಸಾರ್ಹ ಸಹಚರರು ಇದ್ದಾರೆ. ಆಕ್ಷೇಪಣೆ ಬಂದರೂ ಅವರು ಸುರಕ್ಷಿತವಾಗಿರಬಹುದಾದ ಅಂತಹ ರಹಸ್ಯ ಸ್ಥಳದಲ್ಲಿ ಅವರನ್ನು ಇರಿಸಲು ನಾನು ಬಯಸುತ್ತೇನೆ.

ಶಕ್ತರ್ - ಅವರನ್ನು ಸ್ವಲ್ಪ ದೂರದಲ್ಲಿರುವ ಬೆಟ್ಟಗಳ ಹತ್ತಿರದ ಹಳ್ಳಿಗೆ ಕಳುಹಿಸುತ್ತಾನೆ. ನಮ್ಮದೊಂದು ಇದೆದೇವಾಲಯವು ಪಾಳು ಬಿದ್ದಿದೆ. ಅವರು ದೇವಾಲಯದಲ್ಲಿ ಉಳಿಯಬೇಕು. ಈ ರೀತಿಯಾಗಿ ದೇವಾಲಯವು ಉಳಿಸಲ್ಪಡುತ್ತದೆ ಮತ್ತು ಅವರು ಸುರಕ್ಷಿತವಾಗಿರುತ್ತಾರೆ. ವಾತ್ಸ್ಯಾಯನ ಇಗೋ, ಅವರು ಬಂದಿದ್ದಾರೆ. ಭಗುರಾಯನು ಬಂದ ಕೂಡಲೇ

ಹೇಳಿದನು – ಮಡಕೆ ಸಿದ್ಧವಾಗಿದೆ ಗುರುದೇವ! ನಾವು ಸ್ವಲ್ಪ ದಕ್ಷಿಣದ ಕಡೆಗೆ ಚಲಿಸಿ ಹಾಥಾರ್ನ್ ಅನ್ನು ಕಿತ್ತು ಹಾಕುತ್ತಿರುವಾಗ, ನಾವು ಮುಂದೆ ನಿರ್ಮಿಸಿದ ಗುಡಿಸಲು ನೋಡಿದ್ದೇವೆ. ಮಗಧ ರಾಜ್ಯವು

ಭದ್ರತೆಗಾಗಿ ಕೆಲವು ರಹಸ್ಯ ಮಾರ್ಗವನ್ನು ಮಾಡಿದೆ ಎಂದು ತೋರುತ್ತದೆ. ವಾತ್ಸ್ಯಾಯನ- ಮಗಧದ ರಕ್ಷಕರ ಕಣ್ಣುಗಳು ಮುಚ್ಚಿಲ್ಲ ಎಂಬುದು ಸಂತೋಷದ ವಿಷಯ, ಅವರು ವಿದೇಶಿಯರ ದಾಳಿಯ ಬಗ್ಗೆ ಎಚ್ಚರದಿಂದಿರಿ. ಈ ಮುಳ್ಳಿನ ಪೊದೆಯ ಸಹಾಯದಿಂದ ಕೆಲವು ಸೈನಿಕರು ಆ ಕಡೆಯಿಂದ ಬರುವ ದೊಡ್ಡ ಸೈನ್ಯವನ್ನು ಬಾಣಗಳಿಂದ ನಾಶಮಾಡಬಲ್ಲ.

ಶಕ್ತರ್- ಇಲ್ಲಿ ಹೆಚ್ಚು ಕಾಲ ಇರುವುದು ಸೂಕ್ತವಲ್ಲ. ಮಹಾಮಾತ್ಯ ಮಗಧದ ಮೂಲೆ ಮೂಲೆಯಲ್ಲಿ ಗೂಢಚಾರರನ್ನು ಬಿಟ್ಟಿದ್ದಾನೆ. ಪ್ರವಾಸ ಪೂರ್ಣವಾಗಲಿ, ಮಗಧದೆಡೆಗೆ ಸಾಗಿದರೆ ಅಲೆಕ್ಸಾಂಡರನಿಗೆ ಯಾವ ಸ್ಥಳದ ಸಾವು ಎಂದು ನೋಡುವ ಉದ್ದೇಶದಿಂದ ಇಲ್ಲಿಗೆ ಭೇಟಿ ನೀಡಲುಬಂದಿದ್ದೆ.

ವಾತ್ಸ್ಯಾಯನ - ನಾವು ಅಲೆಕ್ಸಾಂಡರನ ಪ್ರಗತಿಯ ಬಗ್ಗೆ ಹೆಚ್ಚು ಚಿಂತಿಸುವುದಿಲ್ಲ ಅದನ್ನು ಬೆಳೆದ ಸ್ಥಳದಿಂದ ಹೊರತರುವುದು ಹೇಗೆ? ಆದರೆ ಈ ಸ್ಥಳವು ಹೆಚ್ಚು ಯೋಚಿಸುವ ಅಗತ್ಯವಿಲ್ಲ, ಒಬ್ಬರು ಚಲಿಸಬೇಕು. ವಾತ್ಸ್ಯಾಯನನು ಶಕ್ತರೊಡನೆ ಅವನ ನಿವಾಸಕ್ಕೆ ಬಂದನು. ಸುವಾಸಿನಿ ಮನೆಗೆ ಬಂದ ತಕ್ಷಣ ಬಂದವನನ್ನು ಎಚ್ಚರಿಕೆಯಿಂದ ನೋಡಿದಳು ಮತ್ತು ನೋಡುವುದನ್ನು ಮುಂದುವರೆಸಿದಳು. ಶಕ್ತರ್ ಅವನನ್ನೇ ದಿಟ್ಟಿಸಿ ನೋಡುತ್ತಿದ್ದ

ಹೇಳಿದರು- ಮಗ ಸುವಸ್! ಶಕ್ತರು ಮುಂದೆ ಏನನ್ನೂ ಹೇಳುವ ಮೊದಲು, ವಾತ್ಸ್ಯಾಯನನು ಅವನ ತುಟಿಗಳ ಮೇಲೆ ಬೆರಳಿಟ್ಟು ಮೌನವಾಗಿರುವಂತೆ ಸೂಚಿಸಿದನು. ಆದರೆ ಅಪ್ಪ ಸುಮ್ಮನಾದ ಕೂಡಲೇ ಸುವಾಸಿನಿ

ಹೇಳಿದಳು - 'ಈಗ ಅನುಮಾನವಿಲ್ಲ, ಎಷ್ಟೇ ವಯಸ್ಸಾದರೂ ಬಾಲ್ಯದ ಅಭ್ಯಾಸಗಳು ಹೋಗುವುದಿಲ್ಲ. ನನ್ನನ್ನು ನಿಶ್ಯಬ್ದಗೊಳಿಸಲು ನಿಮ್ಮ ಸಂಕೇತವು ಟೈಟ್ ಫಾರ್ ಟಾಟ್ ಆಗಿದೆ. ಈಗ ನನ್ನ ಕಣ್ಣುಗಳು ನನ್ನನ್ನು ಮೋಸಗೊಳಿಸುತ್ತಿಲ್ಲ. ಹೇಳು ಕೌಟಿಲ್ಯ! ಇಷ್ಟು ದಿನ ಎಲ್ಲಿದ್ದೀಯ ಈ ದಿನ ನಿನ್ನ ಮುಖ ಪೂರ್ತಿ ಬೆಳ್ಳಗಿದೆ ಶ್ಯಾಮ್ ಹೇಗಾದರು?" ಹೀಗೆ ಹೇಳುತ್ತಾ ಸುವಾಸಿನಿಯ ಕಣ್ಣುಗಳು ತುಂಬಿ ಬಂದವು. ಕೌಟಿಲ್ಯನ ಕಣ್ಣಿನಿಂದಲೂ ನೀರು ಬಂತು. ಒರೆಸಿಕೊಂಡು

ಹೇಳಿದನು - ನಾನು ಸತ್ತಿದ್ದೆ ಸುವಾಸ್! ನಾನು ಮತ್ತೆ ಬದುಕಿದ್ದೇನೆ.

ಸುವಾಸಿನಿ - ಈಗ ನೀನು ಹೋಗುವುದಿಲ್ಲವೇ?

ಕೌಟಿಲ್ಯ- ಈ ಪಾದಗಳಿಗೆ ಉಳಿದದ್ದು ಎಲ್ಲಿದೆ?

ಸುವಾಸಿನಿ - ಮುಳ್ಳು ಕೂಡ ಹೂವಿನ ಸಹಾಯದಿಂದ ಸ್ಥಿರವಾಗುತ್ತದೆ. ಕ್ರೂರ ಮಗ ಕೂಡ ತನ್ನ ತಾಯಿಯ ಸಂಖ್ಯೆಯಲ್ಲಿ ಸಾಂತ್ವನವನ್ನು ಕಂಡುಕೊಳ್ಳುತ್ತಾನೆ. ಪ್ರೀತಿಯ ಸಂಖ್ಯೆಯೂ ನಿಮಗೆ ನಿದ್ರೆಯನ್ನು ನೀಡುವುದಿಲ್ಲವೇ?

ಕೌಟಿಲ್ಯ - ಆದರೆ ಈ ಹೃದಯದಲ್ಲಿ ಪ್ರತೀಕಾರದ ಬೆಂಕಿ ಹೊತ್ತಿ ಉರಿಯುವ ತನಕ, ಈ ದೇಶ ಪ್ರಜಾಪ್ರಭುತ್ವ ರಾಷ್ಟ್ರವಾಗಿ ಪರಿವರ್ತನೆಯಾಗುವವರೆಗೆ, ಪರಕೀಯರು ಈ ದೇಶವನ್ನು ತೊರೆಯುವವರೆಗೆ, ಕೌಟಿಲ್ಯನ ಮುಂದೆ ಒಂದೇ ಒಂದು

ಗುರಿ - ಸಂಘರ್ಷ. ಬೆಂಕಿ ಉರಿಯುವಾಗ, ಅದನ್ನು ಸುಟ್ಟು ಬೂದಿ ಮಾಡುವುದರಿಂದ ಮಾತ್ರ ಅದು ಕಡಿಮೆಯಾಗುತ್ತದೆ.

ಸುವಾಸಿನಿ - ನಿನ್ನ ಗುರಿಯ ತನಕ ನಾನು ನಿನ್ನ ಜೊತೆಯಲ್ಲಿ ಇರುತ್ತೇನೆ. ನೀವು ದಣಿದಿರಬೇಕು, ವಿಶ್ರಾಂತಿ ತೆಗೆದುಕೊಳ್ಳಿ!

ಶಕ್ತರ್ - ಹೌದು ಮಗಳೇ! ವರ್ಷಗಳ ನಂತರ ನಮ್ಮ ಕಣ್ಣುಗಳ ಬೆಳಕು ಮರಳಿದೆ. ಕೌಟಿಲ್ಯ ತುಂಬಾ ದಣಿದಿದ್ದಾನೆ, ಅವನಿಗೆ ತಿನ್ನಿಸಿ ಮಲಗಿಸಿದನು. ಮತ್ತು ಮಗಳನ್ನು ನೋಡಿ! ಕೌಟಿಲ್ಯನ ಭದ್ರತೆ ಈಗ ನಿನ್ನ ಮೇಲಿದೆ. ಚಾಣಕ-ಕೌಟಿಲ್ಯನ ಮಗ ಇಲ್ಲಿ ವಾಸಿಸುತ್ತಾನೆ ಎಂಬ ಈ ರಹಸ್ಯವು ಬಹಿರಂಗವಾಗದಿರಲಿ. ಮತ್ತು ಈಗ ಅವನ ಹೆಸರು ಕೌಟಿಲ್ಯ ಅಲ್ಲ ಎಂದು ನಿಮಗೆ ತಿಳಿದಿದೆ. ಅವರು ದೊಡ್ಡ ವಿದ್ವಾಂಸರಾದರು. ಈಗ ಇದೇ

ಆಚಾರ್ಯ ವಿಷ್ಣುಗುಪ್ತ ವಾತ್ಸ್ಯಾಯನ! ವಾತ್ಸ್ಯಾಯನರು ತಕ್ಷಶಿಲಾ ವಿಶ್ವವಿದ್ಯಾಲಯದಲ್ಲಿ ಅಧ್ಯಯನ ಮತ್ತು ಬೋಧನೆ ಮಾಡುತ್ತಿದ್ದಾರೆ. ಈಗ ನಿಮಗೆ ತಿಳಿದಿದೆ, ಏನೇ ಆಗಲಿ, ವಾತ್ಸ್ಯಾಯನನ ಜೀವನವನ್ನು ಬಾಧಿಸಬೇಡಿ. ಇದರ ಪ್ರತಿಧ್ವನಿ ನಂದನ ಕಿವಿಗೂ ಬಿದ್ದರೆ ನಮ್ಮೂರಲ್ಲಿ ನಮ್ಮ ಗೆಳೆಯ ಚಾಣಕ್ ಇದ್ದ ಸ್ಥಿತಿಯೇ. ವಾತ್ಸ್ಯಾಯನ- ಅಂಕಲ್ ಜೀ, ನಾನು ಇಲ್ಲಿ ಉಳಿದುಕೊಂಡಿರುವುದರಿಂದ ನೀವು ಗಂಭೀರ ತೊಂದರೆಗೆ ಸಿಲುಕಬಹುದು! ನಿಮ್ಮ ಮನೆಗೆ ದೇಶದ್ರೋಹಿಯನ್ನು ಬಿಡುವುದು ನಿಮ್ಮ ಮನೆಗೆ ಬೆಂಕಿಯನ್ನು ಬಿಟ್ಟಂತೆ. ಶಕ್ತರು ಏನನ್ನೂ ಉತ್ತರಿಸುವ ಮೊದಲು, ಸುವಾಸಿನಿ ತನ್ನ ಹಣೆಯಲ್ಲಿ ಬಲವಾಗಿ

ಹೇಳಿದಳು - ಹಗ್ಗ ಸುಟ್ಟುಹೋಗಿದೆ ಆದರೆ ಶಕ್ತಿ ಇನ್ನೂ ಇದೆ. ಸ್ವಾಭಿಮಾನದ ವಾಸನೆ ಈಗಲೂ ಹಾಗೆಯೇ ಇದೆ, ಸೀನು ಬಂದ ತಕ್ಷಣ ಮೂಗಿನ ಮೇಲೆ ನೊಣ ಇಳಿಯುತ್ತದೆ. ಆದರೆ ನೀವು ಈಗ ಈ ಮನೆಯಿಂದ ಹೊರಬರಲು ಸಾಧ್ಯವಿಲ್ಲ ಎಂದು ನಿಮಗೆ ತಿಳಿದಿದೆ. ಹೋಗಬೇಕಾದರೆ ಹೋಗುತ್ತೇವೆ. ಮಹಾಪಂಡಿತ್! ಸಂಭಾಷಣೆಯಲ್ಲಿ ಕೋಪವು ಅಪರಾಧವಾಗಿದೆ.

ವಾತ್ಸ್ಯಾಯನ - ಅಪರಾಧಿ ಪ್ರಸ್ತುತ, ಶಿಕ್ಷೆಯನ್ನು ಘೋಷಿಸಬೇಕು!

ಸುವಾಸಿನಿ - ಆದ್ದರಿಂದ ಕೇಳು, ಎಲ್ಲಿ ಕುಳಿತುಕೊಳ್ಳಲು ಕೇಳಿದರೂ, ಕುಳಿತುಕೊಳ್ಳಿ ಮತ್ತು ಸುವಸ್ಗೆ ಹೇಳದೆ ಯಾವುದೇ ಹೆಜ್ಜೆ ಇಡಬೇಡಿ! ಇದನ್ನು ಕೇಳಿದ ಶಕ್ತರ್ ನಗುತ್ತಾ ನೀವಿಬ್ಬರೂ ದೊಡ್ಡವರಾದರು ಆದರೆ ನಿಮ್ಮ ಬಾಲ್ಯ ಇನ್ನೂ ಹೋಗಿಲ್ಲ ಎಂದು ಹೊರಟು ಹೋದರು. ತಂದೆ ಹೋದಾಗ ಸಿಂಧುವಿನಲ್ಲಿ ಸುವಾಸಿನಿಯ ಮನದಾಳದ ಅಲೆ ಉಕ್ಕಿ ಬಂತು. ಇಂದು ಎಲ್ಲ ನೋವನ್ನೂ ಕಣ್ಣೀರಲ್ಲಿ ತೊಳೆದವಳು ಉಸಿರುಗಟ್ಟದೆ ಒದ್ದಾಡಿದಳುಸುವಸ್ ಅಳುವುದನ್ನು ನೋಡಿ ಕೌಟಿಲ್ಯ ನಗಲು ಪ್ರಾರಂಭಿಸಿದನು ಆದರೆ ಮುಂದಿನ ಕ್ಷಣದಲ್ಲಿ ಅವನು ಅಳಲು ಪ್ರಾರಂಭಿಸಿದನು, ಸಂತೋಷ ಮತ್ತು ದುಃಖ ಒಂದೇ ಸಮಯದಲ್ಲಿ ಸಮನ್ವಯಗೊಂಡಂತೆ. ತದನಂತರ ಸಂತೋಷ ಮತ್ತು ದುಃಖವನ್ನು ನಿಗ್ರಹಿಸುತ್ತಾ

ಹೇಳಿದರು - ಸುವಾಸ್, ನೀವು ಹುಚ್ಚರಾಗಿದ್ದೀರಿ! ಯಾರಾದರೂ ಭಾವನೆಗಳ ಆಧಾರದ ಮೇಲೆ ಈ ಜಗತ್ತಿನಲ್ಲಿ ಬದುಕಲು ಬಯಸಿದರೆ, ಅವರು ಬದುಕಲು ಸಾಧ್ಯವಿಲ್ಲ. ಪ್ರೀತಿ ಮನುಷ್ಯನ ಮನಸ್ಸನ್ನು ದಾರಿ ತಪ್ಪಿಸುತ್ತದೆ. ಮೊದಲು ಸಮಸ್ಯೆಗಳಿಗೆ ಪರಿಹಾರವಿದೆ, ನಂತರ ಸಂತೋಷವಿದೆ. ಭಾವನಾತ್ಮಕತೆಯ ನಂತರ ಮಾತ್ರ ಓಡುವವನು ಬಾಯಾರಿದ ಜಿಂಕೆ ಮರಳನ್ನು ನೀರೆಂದು ತಪ್ಪಾಗಿ ಭಾವಿಸಿ ಸಾಯುತ್ತಾನೆ. ಗುರಿಯ ಮೊದಲು ನನಗೆ ಏನೂ ಅರ್ಥವಾಗುತ್ತಿಲ್ಲ.

ಸುವಾಸಿನಿ- ನಿನ್ನ ಪಾದವೇಗವಾಗಿ ಗುರಿಯ ತನಕ ನಿನ್ನ ಜೊತೆಯಲ್ಲಿ ನಡೆಯುತ್ತೇನೆ.

ಕೌಟಿಲ್ಯ- ಒಬ್ಬ ವ್ಯಕ್ತಿಯು ಸಮಾಜಕ್ಕಾಗಿ ತನ್ನನ್ನು ತ್ಯಾಗ ಮಾಡಬೇಕು. ನಾನು ನನಗಾಗಿ ಏನೂ ಅಲ್ಲ, ನಾನು ಏನಿದ್ದರೂ ವಿಶ್ವಕ್ಕೆ. ನನ್ನ ಮುಂದೆ ಒಂದೇ ಗುರಿಯಿದೆ ಮತ್ತು ಅದು ಎಲ್ಲರ ಕಲ್ಯಾಣವಾಗಿದೆ.

ಸುವಾಸ್ - ಹಾಗಾದರೆ ನಿಮ್ಮ ಗುರಿಯಲ್ಲಿ ನನ್ನನ್ನು ಅಡ್ಡಿ ಎಂದು ಪರಿಗಣಿಸುತ್ತೀರಾ?

ಕೌಟಿಲ್ಯ- ಬೇಡ, ಬೇಕಾದರೆ ಗುರಿ ಬೇಗ ತಲುಪಬಹುದು. ಆದರೆ ನಿಮ್ಮ ಆಸೆಯಲ್ಲಿ ಸ್ವಲ್ಪವೂ ಸ್ವಾರ್ಥ

ಇರಬಾರದುಸುವಾಸ್ - ನಾನು ನನ್ನ ಕೈಲಾದಷ್ಟು ಪ್ರಯತ್ನಿಸುತ್ತೇನೆ.

ಕೌಟಿಲ್ಯ - ನಾವು ಹೇಗಾದರೂ ನಂದನ ಆಸ್ಥಾನವನ್ನು ಪ್ರವೇಶಿಸಲು ಬಯಸುತ್ತೇವೆ. ಬುದ್ಧಿವಂತರೇ, ನೀವು ಏನಾದರೂ ಪರಿಹಾರವನ್ನು ಯೋಚಿಸುತ್ತೀರಾ? ಹೌದು,

ಸುವಾಸಿನಿ - ನೀವು ಇದನ್ನು ಅನುಕೂಲಕರ ಸಂದರ್ಭದಲ್ಲಿ ಹೇಳಿದ್ದೀರಿ. ಮಗಧಧಿಪತಿ ಮಹಾನಂದ ತಂದೆಯ ಶ್ರಾದ್ಧ ಇದೇ ಗುರುವಾರ. ಅದರಲ್ಲಿ ಹೆಚ್ಚು ಕಲಿತ ಪಂಡಿತರನ್ನು ಆಹ್ವಾನಿಸಲಾಗುವುದು. ಆಹ್ವಾನದ ಕಾರ್ಯವನ್ನು ತಂದೆಗೆ ವಹಿಸಲಾಗಿದೆ. ನಿಮಗಿಂತ ಹೆಚ್ಚು ಕಲಿತವರು ಬೇರೆ ಯಾರು? ಅಗ್ರಾಸನಕ್ಕೆ ತಕ್ಕ ಮಹಾನಂದ ನಿನಗಿಂತ ಬೇರೆ ಯಾರು ಸಿಗುತ್ತಾರೆ? ಮತ್ತು ಉಚ್ಛಾಸನೆಯನ್ನು ಅಲಂಕರಿಸುವವನಿಗೆ ರಾಜಸಭೆಯಲ್ಲಿ ವಿದ್ವಾಂಸ ಪಂಡಿತರ ಸ್ಥಾನ ಸಿಗುತ್ತದೆ, ಇದು ನಂದ ಕುಟುಂಬದ ಅಭ್ಯಾಸ.

ಕೌಟಿಲ್ಯ - ಹಾಗಾದರೆ ಪರಿಹಾರವು ಮುಂದಿದೆ. ಈಗ ನಾವು ಸ್ವಲ್ಪ ವಿಶ್ರಾಂತಿ ಪಡೆಯಲು ಬಯಸುತ್ತೇವೆ.

ಸುವಾಸಿನಿ - ಹೇಳಬೇಕೆಂದಿದ್ದೆ ಆದರೆ ನೀನು ಹೇಳುತ್ತಾ ನನ್ನ ಬಾಯಿಂದ ಪದಗಳನ್ನು ಕಿತ್ತುಕೊಂಡೆ. ನೀವು ಮಲಗು, ನಾನು ನಿಮ್ಮ ಅರ್ಥಶಾಸ್ತ್ರವನ್ನು ಅಧ್ಯಯನ ಮಾಡುತ್ತೇನೆ. ವಾತ್ಸ್ಯಾಯನನು ಮಲಗಿ ಕಣ್ಣು ಮುಚ್ಚಿದನು. ಅವನು ಮಲಗಲು ಬಯಸಿದನು, ಆದರೆ ಅವನ ಕಣ್ಣುಗಳಲ್ಲಿ ನಿದ್ರೆ ಇರಲಿಲ್ಲ. ಕೆಲವೊಮ್ಮೆ ಅವನು ತನ್ನ ಕಣ್ಣುಗಳನ್ನು ತೆರೆದು ನಂತರ ಅವುಗಳನ್ನು ಮುಚ್ಚುತ್ತಿದ್ದನು. ಅವನ ಈ ನಾಟಕವನ್ನು ನೋಡಿದ ಸುವಾಸ್

ಹೇಳಿದ - ಯಾಕೆ, ನಿನಗೆ ನಿದ್ದೆ ಬರುತ್ತಿಲ್ಲವೇ? ವಾತ್ಸ್ಯಾಯನ- ಸುಗಂಧವಿಲ್ಲ! ನಾನು ಮಲಗಲು ಬಯಸುತ್ತೇನೆ, ಆದರೆ ಕಣ್ಣು ಮಿಟುಕಿಸುವುದರಲ್ಲಿ ಅಲೆಕ್ಸಾಂಡರ್ ಸೈನ್ಯದ ಕುದುರೆಗಳು ನನ್ನ ಎದೆಯ ಮೇಲೆ ಓಡುತ್ತಿರುವಂತೆ ನನಗೆ ಅನಿಸುತ್ತದೆ. ಸುವಸ್ ಚಿಂತೆ, ತುಂಬಾ ಚಿಂತೆ! ಕೌಟಿಲ್ಯ! ಮಹಾಮಾತ್ಯ ರಾಕ್ಷಸನ ರಕ್ಷಣೆಯಲ್ಲಿ ಮಗಧವು ಸಂಪೂರ್ಣವಾಗಿ ಸುರಕ್ಷಿತವಾಗಿದೆ ಎಂದು ನಿಮಗೆ ತಿಳಿದಿಲ್ಲವೇ.

ಕೌಟಿಲ್ಯ- ಯಾವಾಗ ಇಡೀ ಭಾರತವೇ ಗುಲಾಮರಾಗುತ್ತದೋ ಆಗ ಮಗಧವೂ ಸುರಕ್ಷಿತವಾಗಿರುವುದಿಲ್ಲ. ಆದ್ದರಿಂದಲೇ ಈ ದೇಶದ ಗಡಿಯಿಂದ ಪರಕೀಯರನ್ನು ಹೊರದಬ್ಬದೆ ನನಗೆ ಸಮಾಧಾನವಿಲ್ಲ.

ಸುವಾಸ್ - ಲೋ, ತಂದೆಯೂ ಬಂದಿದ್ದಾರೆ.

ಕೌಟಿಲ್ಯ- ತಂದೆ ಬಂದಿದ್ದಾರೆ, ಆದರೆ ನನಗೆ ನಿಮ್ಮ ಮೇಲೆ ಇರುವಷ್ಟು ನಂಬಿಕೆ ಅವರ ಮೇಲೆ ಇಲ್ಲ.

ಸುವಾಸ್ - ನನ್ನ ನೆನಪಿನಲ್ಲಿ, ಅವನು ಯಾರಿಗೂ ದ್ರೋಹ ಮಾಡಿಲ್ಲ.

ಕೌಟಿಲ್ಯ- ಅವರು ದ್ರೋಹ ಮಾಡುತ್ತಾರೆಂದು ನಾನು ಹೇಳುತ್ತಿಲ್ಲ, ಆದರೆ ಕೆಲವೊಮ್ಮೆ ಅವರು ಯಾರನ್ನೂ ನಂಬುವ ತಪ್ಪು ಮಾಡುತ್ತಾರೆಕೌಟಿಲ್ಯ ಇನ್ನೇನು ಹೇಳುವ ಮೊದಲೇ ಶಕ್ತರು ಅಲ್ಲಿಗೆ ಬಂದರು. ಅವರು ಬಂದ ಕೂಡಲೇ

ಹೇಳಿದರು- 'ಹೇ, ನೀವು ಇನ್ನೂ ಮಾತನಾಡುವುದರಲ್ಲಿ ನಿರತರಾಗಿದ್ದೀರಿ!'

ವಾತ್ಸ್ಯಾಯನ - ನಾವು ಬಹಳ ದಿನಗಳ ನಂತರ ಭೇಟಿಯಾದೆವು, ಆದ್ದರಿಂದಲೇ ಬಹಳಷ್ಟು ಸಂಗತಿಗಳು ಕೂಡಿಬಂದಿವೆ, ಆಗ ನಾವೂ ನಿಮ್ಮ ಬರುವಿಕೆಗಾಗಿ ಕಾಯುತ್ತಿದ್ದೆವು.

ಶಕ್ತರ್ - ನನಗಾಗಿ ಕಾಯುತ್ತಿದೆ! ಯಾಕೆ?

ವಾತ್ಸ್ಯಾಯನ- ಮಹಾನಂದರ ರಾಜಸಭೆಯಲ್ಲಿ ನಿನಗೆ ಸ್ಥಾನ ಸಿಗುವಂತೆ. ಶಕ್ತರ್, ಇದು ಕಷ್ಟಕರವೆಂದು ತೋರುತ್ತದೆ, ಏಕೆಂದರೆ ರಾಕ್ಷಸರು ನನ್ನನ್ನು ಹೃದಯದಿಂದ ಹತ್ತಿಕ್ಕಲಾದ ಹಾವು ಎಂದು ಪರಿಗಣಿಸುತ್ತಾರೆ.

ಸುಗಂಧ - ಪರಿಹಾರವಿದೆ ಅಪ್ಪ! ಮಹಾರಾಜ್ ಮಹಾನಂದರ ತಂದೆಯ ಅಂತ್ಯಕ್ರಿಯೆ ನೆರವೇರಲಿದೆ. ನೀನು ಆಚಾರ್ಯ ವಾತ್ಸ್ಯಾಯನನನ್ನು ಅಗ್ರಾಸನದ ಮೇಲೆ ಕೂರಿಸುವೆ! ನಿಮ್ಮ ಬುದ್ಧಿವಂತಿಕೆ ಮತ್ತು ಕೌಶಲ್ಯದಿಂದ ನೀವು ಇದನ್ನು ಮತ್ತಷ್ಟು ನಿಭಾಯಿಸುತ್ತೀರಿ.

ಶಕ್ತರ್- ಸರಿ, ಇದನ್ನು ಮಾಡಬಹುದು, ಏಕೆಂದರೆ ಬ್ರಾಹ್ಮಣರನ್ನು ಆಹ್ವಾನಿಸುವ ಕೆಲಸ ನನಗೆ ಹಸ್ತಾಂತರಿಸಿದರು. ಆದರೆ ನಂತರ ರಹಸ್ಯ ಬಹಿರಂಗವಾಯಿತು!

ಸುಗಂಧ - ನೀವು ಏನನ್ನಾದರೂ ಅನುಮಾನದಿಂದ ನೋಡಲು ಪ್ರಾರಂಭಿಸಿದಾಗ, ಭಯವು ಹೆಚ್ಚುತ್ತಲೇ ಇರುತ್ತದೆ. ದೋಷಗಳ ದೃಷ್ಟಿಯಿಂದಲೂ ಉತ್ತಮವಾದವುಗಳು ದೋಷಪೂರಿತವಾಗಿ ಕಂಡುಬರುತ್ತವೆ. ಅನಾವಶ್ಯಕ ಅನುಮಾನದಿಂದ ಅಡ್ಡಿ ಉಂಟಾಗಿದೆಶಕ್ತರ್- ಹಾಗಾದರೆ ಆಚಾರ್ಯ ವಾತ್ಸ್ಯಾಯನರು ಮಾತ್ರ ಶ್ರಾದ್ಧದಲ್ಲಿ ಅಗ್ರಾಸನದ ಮೇಲೆ ಕುಳಿತುಕೊಳ್ಳುತ್ತಾರೆ. ಮಾತನಾಡುತ್ತಾ ಸಮಯ ಕಳೆದು ಶ್ರಾದ್ಧದ ದಿನ ಬಂದಿತು. ಬೃಹತ್ ಮಂಟಪದಲ್ಲಿ ಬ್ರಹ್ಮಭೋಜ ಏರ್ಪಡಿಸಲಾಗಿತ್ತು. ಬ್ರಾಹ್ಮಣರು ತಮ್ಮ ತಮ್ಮ ಹುದ್ದೆಯಲ್ಲಿ ಊಟಕ್ಕೆ ಕುಳಿತರು.

ಆಚಾರ್ಯ ವಿಷ್ಣುಗುಪ್ತ ವಾತ್ಸ್ಯಾಯನರು ಅಗ್ರಾಸನದ ಮೇಲೆ ಕುಳಿತರು ಮತ್ತು ಅವರ ಎದುರಿನ ಕಂಬದ ಮೇಲೆ ಸಿರ್ಘುತ ಬ್ರಾಹ್ಮಣ ಭಾಸುರಕ್ ಕುಳಿತುಕೊಂಡರು, ಅವರ ಕಣ್ಣುಗಳು ಆಹಾರಕ್ಕಾಗಿ ಕಾಯುತ್ತಿದ್ದವು ಮತ್ತು ಅಲ್ಲಿ ಏನಿದೆ ಎಂದು ತಿಳಿದಿಲ್ಲ. ಉಳಿದ ಬ್ರಾಹ್ಮಣರೆಲ್ಲರೂ ಅತ್ಯುನ್ನತ ಆಸನದ ಮೇಲೆ ಕುಳಿತಿರುವ ಹೊಸ ಮತ್ತು ಉರಿಯುತ್ತಿರುವ ಬ್ರಾಹ್ಮಣನನ್ನು ನೋಡಿ ಹುಬ್ಬುಗಳನ್ನು ಎತ್ತಿದರು. ಎಲ್ಲರೂ ತಮ್ಮತಮ್ಮಲ್ಲೇ ಪಿಸುಗುಟ್ಟತೊಡಗಿದರು. ಆದರೆ ವಾತ್ಸ್ಯಾಯನನು ಎಲ್ಲರನ್ನು ನೋಡಿದ ನಂತರವೂ ಗಂಭೀರತೆಯನ್ನು ಪಡೆದುಕೊಂಡನು. ಮಹಾನಂದರು ನಿಗದಿತ ಸಮಯದಲ್ಲಿ ನಿರ್ಣಯಕ್ಕೆ ಬಂದರು. ಅವನು ಔತಣ ಕೂಟವನ್ನು ತಲುಪಿದ ಕೂಡಲೇ ಸುತ್ತಲೂ ನೋಡಿದನು ಮತ್ತು ಕಪ್ಪು ತೋಳಿನ ಬ್ರಾಹ್ಮಣನು ಎತ್ತರದ ಆಸನದಲ್ಲಿ ಕುಳಿತಿರುವುದನ್ನು ಕಂಡು ಕೋಪದಿಂದ

ಹೇಳಿದನು - 'ಈ ಶಾಯಿಯ ಪರ್ವತ ನಿಮಗೆ ಎಲ್ಲಿಂದ ಬಂತು? ಅವನ ಹೃದಯದಬೆಂಕಿಯ ಮೇಲೆ ನೀರು ಬೀಳುವುದನ್ನು ನೋಡಿ ಉಳಿದ ಬ್ರಾಹ್ಮಣರೆಲ್ಲರೂ ನಕ್ಕರು. ಎಲ್ಲರಿಗೂ ಅವನು ನಗುವುದನ್ನು ನೋಡಿ ವಾತ್ಸ್ಯಾಯನ ನಗುತ್ತಾ ಎದ್ದ. ಭಾಸುರಕ್ ಆಗಲೇ ನೆಟ್ಟಗೆ ನಿಂತಿದ್ದ, ಆದರೆ ಗುರುಗಳ ಭಯದಿಂದ ಏನನ್ನೂ ಹೇಳಲಿಲ್ಲ. ವಾತ್ಸ್ಯಾಯನನು ಎರಡು ಕ್ಷಣ ಮುಗುಳ್ನಗುತ್ತಾ

ಹೇಳಿದನು - 'ನಿಖರವಾಗಿ ಅದೇ ರೀತಿಯಲ್ಲಿ ಒಮ್ಮೆ ರಾಜ ಜನಕನ ಆಸ್ಥಾನದಲ್ಲಿ ಅಷ್ಟಾವಕ್ರ ಋಷಿಯನ್ನು ನೋಡಿ ರಾಜಸಭೆಯು ನಕ್ಕಿತು. ಅವರು ನಗುವುದನ್ನು ನೋಡಿ ಅವರು ಹೇಳಿದ್ದೇನು ಗೊತ್ತಾ - 'ಇದು ಚಮ್ಮಾರರ ಸಭೆ, ವಿದ್ವಾಂಸರಲ್ಲ. ನಾನೂ ಅದನ್ನೇ ಹೇಳಿದರೆ? , ಇದನ್ನು ಕೇಳಿ ಎಲ್ಲರ ಮುಖದಲ್ಲೂ ಮಂದಹಾಸ ಮೂಡಿತು. ಮಹಾನಂದರೂ ಮೌನವಾದರು. ಕೊನೆಗೆ ಅವನು ನಗುತ್ತಾ

ಹೇಳಿದನು - 'ಹಾಗಾದರೆ ಅಷ್ಟಾವಕ್ರನ ಗುರುವಾದ ನೀನು ಬಂದೆ! ಆದರೆ ಮಹಾನಂದರು ಯಾವುದೇ ಪಿಶಾಚಿಯ ವಿಗ್ರಹವನ್ನು ಅಗ್ರಾಸನದ ಮೇಲೆ ಕುಳಿತುಕೊಳ್ಳಲು ಬಿಡುವುದಿಲ್ಲ ಎಂದು ನಿಮಗೆ ತಿಳಿದಿಲ್ಲವಾತ್ಸ್ಯಾಯನಿಗೆ ಕೋಪ ಬಂತು. ಅವನ ಕಣ್ಣುಗಳು ತುಂಬಿ ಬಂದವು. ಇದನ್ನು ಕಂಡು ಭಾಸುರನಿಗೆ ಭಯವಾಯಿತು. ವಾತ್ಸ್ಯಾಯನನು ಏನನ್ನೂ ಹೇಳುವ ಮೊದಲೇ ಹೇಳಿದನು - 'ಮಹಾರಾಜ ಮಹಾನಂದರಿಗೆ ಜಯವಾಗಲಿ! ಈ ಅಗ್ರಾಸನದಿಂದ ಮಸ್ಕರಾ ಪರ್ವತವನ್ನು ಎತ್ತಿ ನನ್ನನ್ನು ಕುಳಿತುಕೊಳ್ಳುವಂತೆ ಮಾಡು! ನನಗೂ ತುಂಬಾ ಹಸಿವಾಗುತ್ತಿದೆ. ಈ ಹಸಿವು ನಿಮ್ಮ ಪೂರ್ವಜರದ್ದು. ನಿನ್ನೆ ರಾತ್ರಿ ನನ್ನ ಕನಸಿನಲ್ಲಿ ನಿಮ್ಮ ಪೂರ್ವಜರು ನನಗೆ ಕಾಣಿಸಿಕೊಂಡರು.

ಅವರು ಹೇಳಿದರು- 'ಓ ಪರಮ ಬ್ರಾಹ್ಮಣ! ನಾಳೆ ನೀವು ನಮ್ಮ ವಂಶಸ್ಥರಾದ ಮಹಾನಂದರಿಂದ ನಮಗಾಗಿ ವಿವಿಧ ರೀತಿಯ ಆಹಾರವನ್ನು ತಯಾರಿಸಿ. ಅದಕ್ಕೇ ಮುಹೂರ್ತ ಪಾಸಾಗಲಿಲ್ಲ, ನಾನು ಅಗ್ರಾಸನದ ಮೇಲೆ ಕೂರಲು ಸಿದ್ಧ. ಈ ಬ್ರಾಹ್ಮಣನ ಮಾತು ಕೇಳಿ ನಗುವಿನ ಮಹಾಪೂರವೇ ಹರಿದು ಶಾಂತವಾಯಿತು. ಆದರೆ ಮಹಾನಂದನ ಕಣ್ಣುಗಳಲ್ಲಿ ಇನ್ನೂ ಕೆಂಪಾಗಿತ್ತು. ಅವರು ಶಕ್ತರನ್ನು ನೋಡಿ

ಹೇಳಿದರು - ಈ ಬಾರಿ ಕಾಲ್-ಭುಜಂಗ್ ಅನ್ನು ಯಾರು ಆಹ್ವಾನಿಸಿದ್ದಾರೆ?

ಶಕ್ತರ್ - ಹಾಗೆ ಹೇಳಬೇಡ ಮಹಾರಾಜ! ಇದು ಸರ್ವೋಚ್ಚ ವಿದ್ವಾಂಸ ಬ್ರಾಹ್ಮಣ ಆಚಾರ್ಯ ವಿಷ್ಣುಗುಪ್ತ ವಾತ್ಸ್ಯಾಯನ. ನಾನು ಅವನನ್ನು ಶ್ರೇಷ್ಠ ಮತ್ತು ವಿದ್ವಾಂಸ ಬ್ರಾಹ್ಮಣ ಎಂದು ಪರಿಗಣಿಸಿ ಆಹ್ವಾನಿಸಿದ್ದೇನೆ. **ಮಹಾನಂದ್** - ಇಂತಹ ಕೊಳಕು ಆಕಾರದ ಬ್ರಾಹ್ಮಣನಿಗೆ ನಾವು ಎಂದಿಗೂ ಅಗ್ರಸ್ಥಾನವನ್ನು ನೀಡಲು ಸಾಧ್ಯವಿಲ್ಲ. ಅದನ್ನು ಈ ಬ್ರಹ್ಮಭೋಜದಿಂದ ಹೊರತೆಗೆಯಿರಿ. ವಾತ್ಸ್ಯಾಯನನಿಗೆ ಇನ್ನು ಬದುಕಲಾಗಲಿಲ್ಲ. ಅವನ ಕಣ್ಣುಗಳು ಕೆಂಪಾಗಿದ್ದವು. ಅವರು ಗುನುಗುತ್ತಾ

ಹೇಳಿದರು - ಬ್ರಾಹ್ಮಣನ ಅವಮಾನ ಬೆಂಕಿ. ಮಹಾನಂದರಲ್ಲಿ ಎಲ್ಲಿತ್ತು ಅಷ್ಟು ತಾಳ್ಮೆ! ಅವರು ಗರ್ಜಿಸುತ್ತಾ

ಹೇಳಿದರು - ಮಹಾನಂದರ ಮುಂದೆ ಒಬ್ಬರು ಬ್ರಾಹ್ಮಣನ ಧೈರ್ಯ! ಹೀಗೆ ಹೇಳುತ್ತಾ ನಂದನು ಮುಂದೆ ಹೋದನು. ಅವನು ವಿಷ್ಣುಗುಪ್ತನ ಕೂದಲನ್ನು ಎಳೆದು ಹೇಳಿದನು- 'ಬನ್ನಿ, ಇಲ್ಲಿಂದ ಹೊರಡು!

ತುಪ್ಪಕ್ಕೆ ಬೆಂಕಿ ಹತ್ತಿಕೊಂಡಿತು. ಆದರೆ ಉಗ್ರ ಬ್ರಾಹ್ಮಣನು ಅದೇ ಉರಿಯುತ್ತಿರುವ ಜ್ವಾಲೆಯನ್ನು ಕುಡಿದನು ಗುಟುಕು ಕುಡಿಯುತ್ತಾ

ಹೇಳಿದ- 'ಏಕೆ ಇಷ್ಟೊಂದು ಕೋಪ ಬರುತ್ತೆ ಮಹಾರಾಜ! ನಾನೇ ಹೋಗುತ್ತಿದ್ದೇನೆ.' ಅವಳ ಬ್ರೇಡ್ ಅನ್ನು ಅವಳ ಬೆರಳಿಗೆ ಸುತ್ತಿ ಅವಳ ಹೃದಯದಲ್ಲಿ ದೊಡ್ಡ ಸಂತೋಷದ ನಾಶವನ್ನು ಹೇಳುತ್ತಾಳೆ ವಾಗ್ದಾನವನ್ನು ಪುನರಾವರ್ತಿಸುತ್ತಾ, ಅವನು ಅಗ್ರಾಸನದಿಂದ ಇಳಿದನು. ವಾತ್ಸ್ಯಾಯನನು ಅಗ್ರಾಸನದಿಂದ ಇಳಿದ ಕೂಡಲೇ

ರಾಕ್ಷಸ ಮಾತ್ರ ಬ್ಯಾಂಕ್ವೆಟ್ ಹಾಲ್ ಅನ್ನು ಪ್ರವೇಶಿಸಿತು. ಮಂಟಪದಲ್ಲಿನ ಗಂಭೀರ ವಾತಾವರಣವನ್ನು ಕಂಡು ಅವರು ಅವನನ್ನು ಗುರುತಿಸಿ

ಹೇಳಿದರು - ಬ್ರಹ್ಮಭೋಜವು ಮುಗಿದಿದೆಯೇ? ಹೇಗೆ ಹೊರಟೆ ಮಹಾರಾಜ! ಮಹಾನಂದ- ನಾವು ಈ ಕಾಲ-ಭುಜಂಗ್ ಬ್ರಾಹ್ಮಣನನ್ನು ಅಗ್ರಾಸನದಿಂದ ಎತ್ತಿದ್ದೇವೆ.

ರಾಕ್ಷಸ - ಪಾಂಡಿತ್ಯದ ಮೌಲ್ಯವನ್ನು ಆಕಾರದಿಂದ ನಿರ್ಣಯಿಸಲಾಗುವುದಿಲ್ಲ, ಮಹಾರಾಜ! ಅವಮಾನಿತ ಬ್ರಾಹ್ಮಣನನ್ನು

ನೋಡಿ- 'ಯಾರು ಮಹಾರಾಜ! ಶಕ್ತರ್- ಇದು ಅತ್ಯಂತ ಕಲಿತ ಬ್ರಾಹ್ಮಣ ಆಚಾರ್ಯ ವಿಷ್ಣುಗುಪ್ತ ವಾತ್ಸ್ಯಾಯನ್. ರಾಕ್ಷಸ- ಅರ್ಥಶಾಸ್ತ್ರದ ಕರ್ತೃ ವಿಷ್ಣುಗುಪ್ತ ವಾತ್ಸ್ಯಾಯನ! ನಂದನನ್ನು

ನೋಡುತ್ತಾ - ಮಹಾರಾಜ! ಅವನ ಪಾದಗಳು ಇಲ್ಲಿಗೆ ಬಂದ ಈ ರಾಜ್ಯವೇ ಧನ್ಯ! ಮತ್ತು ವಿಷ್ಣುಗುಪ್ತನನ್ನು ನೋಡಿ ಅವನು

ಹೇಳಿದನು - ಕ್ಷಮಿಸಿ ಮಹಾರಾಜ! ಆಕಸ್ಮಿಕವಾಗಿ ತಪ್ಪಿಸಿಕೊಂಡೆ. ಹೆಸರು ಕೇಳಿದ್ದೆ ಇಂದು ದರ್ಶನವೂ ಆಯಿತು. ನಾವು ಆಶೀರ್ವದಿಸಲ್ಪಟ್ಟಿದ್ದೇವೆಉಳಿದ ಬ್ರಾಹ್ಮಣರು ರಾಕ್ಷಸನ ಮಾತಿಗೆ ಬೆಚ್ಚಿಬಿದ್ದರು. ಒಬ್ಬರ ಮುಖ ಒಬ್ಬರು ನೋಡಿಕೊಂಡು ತಮ್ಮ ತಮ್ಮಲ್ಲೇ ಚರ್ಚಿಸತೊಡಗಿದರು. ಎಲ್ಲರ ಬಾಯಿಂದಲೂ ವಾತ್ಸ್ಯಾಯನನ ಪಾತ್ರ

ವರ್ಣಿಸತೊಡಗಿತು - 'ಇವನು ಆ ತಪಸ್ವಿ ಬ್ರಾಹ್ಮಣ ವಿಷ್ಣುಗುಪ್ತ ವಾತ್ಸ್ಯಾಯನ, ಅವನ ಪಾಂಡಿತ್ಯವು ತಕ್ಷಶಿಲಾ ವಿಶ್ವವಿದ್ಯಾಲಯದ ಪ್ರತಿ ಕಣದಲ್ಲೂ ಪ್ರತಿಧ್ವನಿಸುತ್ತಿದೆ. ಅಂತಹ ವಿದ್ವಾಂಸ ಬ್ರಾಹ್ಮಣನನ್ನು ಅವಮಾನಿಸುವ ಮೂಲಕ, ಮಹಾನಂದರು ನಿಜವಾಗಿಯೂ ದೊಡ್ಡ ಚೇಷ್ಟೆಯನ್ನು ಮಾಡಿದ್ದಾರೆ. ಆದರೆ ಮಹಾನಂದನಿಗೆ ಕೋಪ ಬಂದಾಗ ಏಳು ಸಮುದ್ರದ ನೀರು ಕೂಡ ಅವನನ್ನು ತಣ್ಣಗಾಗಿಸಲಿಲ್ಲ. ತನ್ನ ಪರಮ ಹಿತಚಿಂತಕನಾದ ರಾಕ್ಷಸನ ಮಾತಿಗೂ ವಿಶೇಷ ಗಮನ ಕೊಡದೆ ವಿಷ್ಣುಗುಪ್ತನನ್ನು ತಳ್ಳಿ, 'ಬೆಂಕಿ ಜಲದಷ್ಟುಅವನು ಎಷ್ಟು ಬುದ್ಧಿವಂತನಾಗಿದ್ದರೆ, ಅವನು ಇತರರನ್ನು ಹೆಚ್ಚು ಮರುಳುಗೊಳಿಸುತ್ತಾನೆ. ನಾನು ನಡೆದುಕೊಂಡು ಬಂದಿರುವ ಸಂಪ್ರದಾಯವನ್ನು ಮುರಿಯಲು ಬಯಸುವುದಿಲ್ಲ, ಇಲ್ಲದಿದ್ದರೆ ನನ್ನ ರಾಜ್ಯದಿಂದ ಪ್ರತಿಯೊಬ್ಬ ಬ್ರಾಹ್ಮಣನನ್ನು ತೊಡೆದುಹಾಕಲು ನನಗೆ ಅನಿಸುತ್ತದೆ. ಬ್ರಾಹ್ಮಣ ಮತ್ತು ಭಿಕ್ಷುಕನ ನಡುವೆ ಏನಾದರೂ ವ್ಯತ್ಯಾಸವಿದೆಯೇ? ಸ್ಕಾಲರ್ ಶಿಪ್ ಹೆಸರಲ್ಲಿ ಮೋಸ ಮಾಡುವ ಕಲೆಯನ್ನು ಕರೆಯುವ ಬ್ರಾಹ್ಮಣರು ರಾಜ್ಯಕ್ಕೆ ನಾಚಿಕೆಗೇಡು.

ಅವರು ಹೆಮ್ಮೆಯ ರಾಜನ ಮೇಲೆಯೂ ಆಳಲು ಬಯಸುತ್ತಾರೆ. ಹೋಗು! ಅಂತಹ ಬ್ರಾಹ್ಮಣರ ಅವಶ್ಯಕತೆ ನನಗಿಲ್ಲ. ರಾಜನ ಭಯಾನಕ ಮಾತುಗಳನ್ನು ಕೇಳಿ ಬ್ರಾಹ್ಮಣರು ವಾತ್ಸ್ಯಾಯನನ ಜೊತೆಯಲ್ಲಿ ನಡೆಯಲು ಪ್ರಾರಂಭಿಸಿದರು, ಆದರೆ ರಾಕ್ಷಸನು ಅವರನ್ನು ತಡೆದು ಹೀಗೆ

ಹೇಳಿದನು - ಓ ಬ್ರಾಹ್ಮಣರೇ! ಮಗಧಧಿಪತಿ ಮಹಾರಾಜ ಮಹಾನಂದರು ಯಾವುದೋ ಕಾರಣಕ್ಕೆ ಕೋಪಗೊಂಡಿದ್ದಾರೆ. ಅವರ ಕೋಪವನ್ನು ಸತ್ಯವೆಂದು ಪರಿಗಣಿಸಬೇಡಿ. ಬ್ರಾಹ್ಮಣರ ಮಹಾನ್ ಭಕ್ತನಾದ ರಾಜನು ಸ್ವಲ್ಪ ಸಮಯದ ನಂತರ ತನ್ನ ಘೋರ ತಪ್ಪಿಗೆ ಪ್ರಾಯಶ್ಚಿತ್ತ ಮಾಡಿಕೊಳ್ಳುತ್ತಾನೆ. ರಾಕ್ಷಸರು

ಹೇಳುತ್ತಲೇ ಇದ್ದರು ಆದರೆ ವಾತ್ಸ್ಯಾಯನ ನಿಲ್ಲಲಿಲ್ಲ. ಕೆಲವು ಬ್ರಾಹ್ಮಣರು ಅವರೊಂದಿಗೆ ಹೋದರು ಮತ್ತು ಕೆಲವರು ನಿಲ್ಲಿಸಿ ಮುಂದೆ ಹೋದರುಸ್ಮಶಾನದಲ್ಲಿ ಚಿತೆ ಉರಿಯುತ್ತಿರುವಂತೆ ಮಹಾನಂದರು ಆ ಬ್ಯಾಂಕ್ವೆಟ್ ಹಾಲ್‌ನಲ್ಲಿ ನಿಂತಿದ್ದರು. ರಾಕ್ಷಸನು ತನ್ನ ಹಣೆಯ ಮೇಲೆ ಕೈಯಿಟ್ಟು ಮಹಾನಂದನನ್ನು ನೋಡಿ

ಹೇಳಿದನು - 'ರಾಜ್ಯದ ಮತ್ತು ರಾಜನ ಕಲ್ಯಾಣವು ವಿರೋಧವನ್ನು ಸಮಾಧಾನಪಡಿಸುವುದರಲ್ಲಿದೆಯೇ ಹೊರತು ವಿರೋಧವನ್ನು ಹೆಚ್ಚಿಸುವುದರಲ್ಲಿ ಅಲ್ಲ. ವಾತ್ಸ್ಯಾಯನನನ್ನು ಅವಮಾನಿಸುವ ಮೂಲಕ ನಾವು ಬೆಂಕಿಗೆ ಇಂಧನವನ್ನು ಸೇರಿಸಿದ್ದೇವೆ. ಈ ಉರಿಯುತ್ತಿರುವ ಜ್ವಾಲೆಯು ಕಾಡಿನ ಬೆಂಕಿಯಾಗಲಿ!' ನಂದ್- 'ನಮಗೆ ತಲೆನೋವು ಬರುತ್ತಿದೆ, ಓ ರಾಕ್ಷಸ! ಸಾಮ್ರಾಜ್ಯದ ಚಿಂತೆಯಲ್ಲಿ ನಾವು ಅರಮನೆಗೆ ಹೋಗುತ್ತೇವೆ ನೀನು ಮಾಡು!' ಹೀಗೆ ಹೇಳುತ್ತಾ ರಾಜನು ಅರಮನೆಗೆ ಹೋದನು ಮತ್ತು ರಾಕ್ಷಸರು ಯೋಚಿಸುತ್ತಲೇ ಇದ್ದರು. ರಾಜ್‌ಮಾಡ್‌ನಲ್ಲಿ ಯಾರೊಬ್ಬರ ಅಗೌರವವು ಕುತ್ತಿಗೆಯ ಮೇಲೆ ಬೀಳುವ ಕತ್ತಿಗಿಂತ ಕೆಟ್ಟದಾಗಿದೆ. ನಾನು ಯಾರನ್ನಾದರೂ ನಿಂದಿಸಿದಾಗ ನನ್ನ ಅಹಂಕಾರವು ಯಾವಾಗ ಸ್ಫೋಟಗೊಳ್ಳುತ್ತದೆ ಎಂದು ನನಗೆ ತಿಳಿದಿಲ್ಲ. ಚಿಕ್ಕ ಕಿಡಿ ಕೂಡ ಅವನನ್ನು ಕೊಲ್ಲುತ್ತದೆ ಎಂದು ದೊಡ್ಡವನು ಯೋಚಿಸಬೇಕು. ಗುರುತ್ವಾಕರ್ಷಣೆಯ ಅಸ್ತಿತ್ವವು ಸಣ್ಣತನದ ತಳಹದಿಯ ಮೇಲೆ ನಿಂತಿದೆ. ಅಡಿಪಾಯ ಅಲುಗಾಡಿದಾಗ, ಎತ್ತರದ ಗೋಪುರವೂ ಧೂಳಾಗುತ್ತದೆ

13

ರಹಸ್ಯ ಮನೆಯಲ್ಲಿ ರಹಸ್ಯ ಸಭೆ ನಡೆಯುತ್ತಿತ್ತು. ಮಹಾಮಾತ್ಯ ರಾಕ್ಷಸನ ಮುಖದ ಪುಟಗಳು ಪ್ರತಿ ಕ್ಷಣವೂ ಬದಲಾಗುತ್ತಿದ್ದವು. ಆರ್ಥಿಕ ಸಚಿವ ಸನ್ನಧರಾಜ್ ಅವರ ಬಳಿ ಯೋಚಿಸುತ್ತಿದ್ದರು. ಗೃಹಮಂತ್ರಿ ವಕರ್ ಗಂಭೀರ ಮನಸ್ಥಿತಿಯಲ್ಲಿದ್ದವರು ಯಾರಿಗೆ ಗೊತ್ತು. ಗೃಹಮಂತ್ರಿಯವರು ಬಹಳ ಮೃದುವಾಗಿ ಹೇಳಿದ ವಿಷಯಕ್ಕೆ ಉತ್ತರವಾಗಿ, ರಾಕ್ಷಸನು ತಲೆ ಅಲ್ಲಾಡಿಸಿ

ಹೇಳಿದನು - 'ಮನೆಯ ಜಗಳಗಳಷ್ಟೇ ನನಗೆ ಬೇರೆ ವಿಷಯಗಳಿಗೆ ಹೆದರುವುದಿಲ್ಲ. ವಾತ್ಸ್ಯಾಯನನನ್ನು ಅವಮಾನಿಸುವ ಮೂಲಕ ಮಹಾರಾಜರು ಹೊಸ ವಿವಾದ ಸೃಷ್ಟಿಸಿದ್ದಾರೆ. ಇವರೊಂದಿಗೆ ರಾಜ್ಯದ ಬ್ರಾಹ್ಮಣರೂ ಸೇರಿಕೊಂಡಿದ್ದಾರೆ. ಈ ಬೆಂಕಿಯನ್ನು ಹೇಗಾದರೂ ನಂದಿಸಬೇಕು.

ವಕ್ರ -ವಾತ್ಸ್ಯಾಯನನನ್ನು ಹೇಗಾದರೂ ಕೊಲ್ಲಬೇಕು, ಬೆಂಕಿಯು ಸುಲಭವಾಗಿ ಶಾಂತವಾಗುತ್ತದೆಮಾನ್ಸ್ಟರ್ ಇದು ನೀವು ಯೋಚಿಸುತ್ತಿರುವಷ್ಟು ಸರಳವಲ್ಲ. ಇದು ವಾತ್ಸ್ಯಾಯನದಲ್ಲಿದೆ. ಅವರನ್ನು ಸಮೀಪಿಸಿದ ತಕ್ಷಣ ಸಾವು ತನ್ನ ಮನಸ್ಸನ್ನು ಬದಲಾಯಿಸುತ್ತದೆ.

ವಕ್ರಾಕೃತಿಗಳು - ಎರಡನೆಯ ಪರಿಹಾರವೆಂದರೆ ಅವುಗಳನ್ನು ನಿಮ್ಮದಾಗಿಸಿಕೊಳ್ಳಲು ಪ್ರಯತ್ನಿಸುವುದು.

ರಾಕ್ಷಸ - ಇದು ರಾಜ್ಯಕ್ಕೆ ಲಾಭದಾಯಕವಾಗಬಹುದು. ವಾತ್ಸ್ಯಾಯನನನ್ನು ಕರೆದುಕೊಂಡು ನಾವು ಮಗಧ ಸಾಮ್ರಾಜ್ಯದ ಶಕ್ತಿಯನ್ನು ಬಲಪಡಿಸಬಹುದು. ಆಶ್ಚರ್ಯಕರವಾಗಿ ವೇಗವಾಗಿ ರಾಕ್ಷಸ - ಆದರೆ ದುರ್ಬಲವಾಗದಿರುವಷ್ಟು ಬಲವಾಗಿಲ್ಲ. ಈ ಅಂತಃಕಲಹ ಹೀಗೆಯೇ ಹೆಚ್ಚುತ್ತಲೇ ಹೋದರೆ ಖಂಡಿತಾ ಅಲೆಕ್ಸಾಂಡರ್ ಮಗಧವನ್ನೂ ವಶಪಡಿಸಿಕೊಳ್ಳುತ್ತಾನೆ. ಮಗಧದ ಆರ್ಥಿಕ ಸ್ಥಿತಿ ಎಷ್ಟು ದಯನೀಯವಾಗಿದೆ ಎಂದು ನೋಡಬೇಡಿ.

ಸಣ್ಣರಾಜ್ - ಖಜಾನೆ ಕ್ಷಣಕ್ಷಣಕ್ಕೂ ಖಾಲಿಯಾಗುತ್ತಿದೆ. ಬೇರೆ ರಾಜ್ಯಗಳೊಂದಿಗೆ ವ್ಯಾಪಾರ ಸಂಬಂಧ ಮುರಿದು ಬಿದ್ದ ಕಾರಣ ಈ ಎರಡು-ಮೂರು ವರ್ಷಗಳಲ್ಲಿ ಆದಾಯವೇ ಇರಲಿಲ್ಲ. ಅಲೆಕ್ಸಾಂಡರನ ಆಳ್ವಿಕೆಯ ನಂತರ ಪಂಚನಾಡಿನವರೆಗೆ ಆಮದು ಮತ್ತು ರಫ್ತು ಸಂಪೂರ್ಣವಾಗಿ ನಿಂತುಹೋಗಿದೆ ಮತ್ತು ಇಲ್ಲಿ ಉತ್ಪಾದನೆಯ ವೇಗವೂ ನಿಧಾನವಾಗುತ್ತಿದೆ. ಯುದ್ಧ ನಡೆದರೆ ಬೇರೆ ರಾಜ್ಯಗಳಿಂದ ಸಾಲ ಪಡೆಯುವ ಸಾಧ್ಯತೆ ಇದೆ

ರಾಕ್ಷಸ - ಸಾಲ ತೆಗೆದುಕೊಳ್ಳುವುದು

ಎಂದರೆ - ಮಗಧ ರಾಜ್ಯವನ್ನು ಒತ್ತೆಯಾಳಾಗಿ ಇಡುವುದುಆದರೆ ಅದೇನೇ ಇರಲಿ, ನನಗೆ ಮಗಧ ರಾಜ್ಯದ ಸೇಠರಲ್ಲಿ ನಂಬಿಕೆಯಿದೆ. ಮಗಧದಲ್ಲಿ ಚಂದಂದದಂತಹ ಶ್ರೀಮಂತರು ಬದುಕಿರುವವರೆಗೂ ಆರ್ಥಿಕ ಸಮಸ್ಯೆಗಳು ಬೇಕಾದರೆ ಪರಿಹರಿಸಿಕೊಳ್ಳಬಹುದು. ಹೌದು, ಈ ಪ್ರಶ್ನೆಯನ್ನು ಈ ಸಮಯದಲ್ಲಿ ಪರಿಗಣಿಸಲು ಹೆಚ್ಚು ಅಲ್ಲ, ಈ ಸಮಯದಲ್ಲಿ ಪರಿಗಣಿಸಬೇಕಾಗಿದೆ- ದುಷ್ಟರಿಂದ ರಕ್ಷಣೆ. ಅಂತಃಪುರದ ಭದ್ರತೆಯನ್ನು ಬಹಳ ಎಚ್ಚರಿಕೆಯಿಂದ ಮಾಡಬೇಕು ವಕ್ರರಾಜ! ಕೋಟೆಯ ರಕ್ಷಣೆಯ ಜವಾಬ್ದಾರಿಯನ್ನು ಅತ್ಯಂತ ನಂಬಿಕಸ್ಥರಿಗೆ ಒಪ್ಪಿಸಿ!

ವಕ್ರ - ಸೇನಾಜಿತ್ ಜನಾನವನ್ನು ರಕ್ಷಿಸಲು ಎಚ್ಚರವಾಗಿದೆ,

ರಾಕ್ಷಸ - ಏನಾದರೂ ಅಚಾತುರ್ಯವುಂಟಾಗುತ್ತದೆಯೇ? ಮಹಾಮಾತ್ಯಾ!

ಕರ್ವ್ - ನಂಬಿಕೆಯನ್ನು ಹೊಂದಿರಿ. ರಾಕ್ಷಸ- ಉಳಿದ ಮಂತ್ರಿಗಳು ಮತ್ತು ಸೈನ್ಯಾಧಿಕಾರಿಗಳಲ್ಲಿ ನಮ್ಮ ಶತ್ರುಗಳು ಯಾರೂ ಇಲ್ಲದಿದ್ದರೂ, ಪ್ರತಿಯೊಬ್ಬರನ್ನೂ ಸೂಕ್ಷ್ಮವಾಗಿ ಗಮನಿಸುವುದು ಅವಶ್ಯಕ.

ಕರ್ವ್ - ಭಯಪಡಲು ಏನೂ ಇಲ್ಲ.

ರಾಕ್ಷಸ - ಭಯವಿಲ್ಲ, ಆದರೆ ಮನೆಯ ಆಳದಲ್ಲಿ ಸ್ಫೋಟ ಸಂಭವಿಸಿದಾಗಲೆಲ್ಲಾ ನಿಂದ ಮಾತ್ರಸಂಭವಿಸುತ್ತದೆ.

ವಕ್ರರೇಖೆ - ಮಗಧ ರಾಜ್ಯದ ಪ್ರತಿಯೊಂದು ಕಣದಲ್ಲೂ ಖಡ್ಗದ ಅಂಚು ಬಿದ್ದಿದೆ. ಜೀವನದಲ್ಲಿ ಬೇಸರಗೊಂಡವರು ಅವನು ಹಣ ಕೊಟ್ಟಿರಬೇಕು, ಅವನು ಮಾತ್ರ ಇಲ್ಲಿ ಕಣ್ಣು ಎತ್ತಲು ಧೈರ್ಯ ಮಾಡುತ್ತಾನೆ.

ರಾಕ್ಷಸ - ನಿದ್ರೆಯ ನೆಪದಲ್ಲಿ ಎಚ್ಚರವಿದ್ದರೂ ಒಂದು ಕ್ಷಣವೂ ಕಣ್ಣು ಮುಚ್ಚಬಾರದು. ಮತ್ತು ಮಗಧದ ಗಡಿಗಳು ಸಂಪೂರ್ಣವಾಗಿ ಸುರಕ್ಷಿತವಾಗಿದೆ, ಸರಿ? ಅಲೆಕ್ಸಾಂಡರ್ ಯಾವುದೇ ಕ್ಷಣದಲ್ಲಿ ದಾಳಿ ಮಾಡಬಹುದು ಎಂದು ಕೇಳಿಬರುತ್ತಿದೆ. ಮೊದಲ ದಾಳಿಯಲ್ಲಿ ಆ ಬೆಂಕಿಯನ್ನು ನಂದಿಸದಿದ್ದರೆ, ಅದು ಅಗಾಧವಾಗುತ್ತದೆ.

ಕರ್ವ್- ಬೆಂಕಿಯು ತನ್ನ ಮುಖವನ್ನು ತನ್ನ ಕಡೆಗೆ ತಿರುಗಿಸಿದರೆ, ಆಗ ನಮ್ಮ ಗಾಳಿಯು ಗ್ರೀಸ್ ಕಡೆಗೆ ತನ್ನ ದಿಕ್ಕನ್ನು ತಿರುಗಿಸುತ್ತದೆ.

ರಾಕ್ಷಸ- ಸರಿ ಹಾಗಾದರೆ ನೀನು ಕೋಟೆ ಮತ್ತು ಅಂತಃಪುರವನ್ನು ನೋಡು ಮತ್ತು ನಾನು ಆಚಾರ್ಯ ವಾತ್ಸ್ಯಾಯನನನ್ನು ನೋಡಿಕೊಳ್ಳುತ್ತೇನೆ. ಕೋಟೆಯೊಳಗೆ ಕಳ್ಳರು ಪ್ರವೇಶಿಸದಂತೆ ಎಚ್ಚರಿಕೆ ವಹಿಸಿ. ಇನ್ನೂ ಅನೇಕ ರಹಸ್ಯಗಳನ್ನು ಹೇಳಿದ ನಂತರ ರಾಕ್ಷಸರು ತಮ್ಮ ದಾರಿಯಲ್ಲಿ ಸಾಗಿ ವಕ್ರ ಅಂತಃಪುರಕ್ಕೆ ಬಂದರು. ಪ್ರತಿಯೊಂದನ್ನು ಆಳವಾಗಿ ನೋಡುತ್ತಾ, ಸೇನಜಿತ್‌ಗೆ ತಲುಪಿದನು. ವಕ್ರರಾಜನನ್ನು ನೋಡಿದ ಕೂಡಲೆ ಸೇನಜಿತನು ನಮಸ್ಕಾರ ಮಾಡುತ್ತಾ ಹೇಳಿದನು - ಅಮಾತ್ಯನು ಇದ್ದಕ್ಕಿದ್ದಂತೆ ನೋಯಿಸಿದನು?

ವಕ್ರ - ಮಹಾಮಾತ್ಯ ಪ್ರಾಂಗಣದಲ್ಲಿ ಮತ್ತು ಕೋಟೆಯಲ್ಲಿ ಹಗಲು ರಾತ್ರಿ ಹೆಚ್ಚಿನ ಜಾಗರಣೆ ಇರಬೇಕೆಂದು ಆದೇಶಿಸಿದರು. ಗಾಳಿ ಯಾವಾಗ ಬಂತು, ಯಾವಾಗ ಹೊರಟಿತು ಮತ್ತು ಎಲ್ಲಿಂದ ಹೋಯಿತು ಎಂದು ನಮಗೆ ತಿಳಿದಿರಬೇಕು.

ಸೇನಾಜಿತ್ - ಸೇನಜಿತ್‌ನ ಸಮ್ಮುಖದಲ್ಲಿ, ಈ ಗೋಡೆಗಳನ್ನು ಭೇದಿಸುವ ಶಕ್ತಿ ಯಾರಿಗಿದೆ? ಒಂದು ಹಕ್ಕಿ ಕೂಡ ಕೊಲ್ಲಲು ಸಾಧ್ಯವಿಲ್ಲ.

ವಕರ್- ಹಕ್ಕಿಯ ರೆಕ್ಕೆಗಳ ಭಯವಿಲ್ಲ ಸೇನಾಜಿತ್! ರಾಜನಿಗೆ ದೊಡ್ಡ ಭಯವೆಂದರೆ ಅರಮನೆಯ ರಹಸ್ಯ. ಜನಾನಕ್ಕೆ ಬರುವ ಪ್ರತಿಯೊಬ್ಬ ರಾಣಿ ಮತ್ತು ಪ್ರತಿ ವೇಶ್ಯೆಯ ಮೇಲೆ ನೀವು ಹದ್ದಿನ ಕಣ್ಣಿಡಬೇಕು. ಸ್ತ್ರೀತ್ವವೇ ಮನುಷ್ಯನ ದೊಡ್ಡ ದೌರ್ಬಲ್ಯ.

ಸೇನಜಿತ್ - ನಾನು ವಿಷ ಮತ್ತು ಅಮೃತವನ್ನು ಗುರುತಿಸುತ್ತೇನೆ, ಅಮಾತ್ಯ!

ಕರ್ವ್ - ನಾನು ನಿಮ್ಮಿಂದ ಅದೇ ಭರವಸೆ ಹೊಂದಿದ್ದೇನೆ. ಹೀಗೆ ಹೇಳುತ್ತಾ ವಕ್ರನುಹೊರಟುಹೋದನು ಮತ್ತು ಸೇನಾಜಿತ್ ಅಂಗಳದ ಅಂಗಳದಲ್ಲಿ ನಡೆಯಲು ಪ್ರಾರಂಭಿಸಿದನು. ಎದುರಿನಿಂದ ವಿಕ್ಷನನು ಅತ್ಯಂತ ಸುಂದರವಾದ ಷೋಡಶಿಯೊಂದಿಗೆ ಬಂದ ಹತ್ತು-ಇಪ್ಪತ್ತು ಹೆಜ್ಜೆಗಳನ್ನು ಮಾತ್ರ ಅವರು ಪ್ರಯಾಣಿಸಲು ಸಾಧ್ಯವಾಗುತ್ತಿತ್ತು. ಕಂಡ. ಅವಳನ್ನು ನೋಡಿದ ತಕ್ಷಣ ಸೇನಜಿತ್ ನ ತಲೆ ನಡುಗತೊಡಗಿತು. ಸೇನಜಿತ್ ಹುಬ್ಬೇರಿಸಿದ.

ಹೇಳಿದರು- 'ಇವನು ನಿನ್ನೊಂದಿಗೆ ಯಾರು, ರಾಜರಾಣಿ! , ವಿಚಕ್ಷಣ ಇವಳು ಕಾತ್ಯಾಯನನ ಮಗಳು ಸೇನಾಪತಿ! ಕಮಾಂಡರ್: ಅವಳು ಅರಮನೆಗೆ ಏಕೆ ಹೋಗುತ್ತಿದ್ದಾಳೆ? ವಿಚಕ್ಷಣ- ನಾನು ನಿಮಗೆ ಹೇಳಿದ್ದೆಲ್ಲವೂ ಮಹಾರಾಜರ ಆದೇಶಕ್ಕೆ ವಿರುದ್ಧವಾಗಿದೆ. ಇದಕ್ಕಿಂತ ಹೆಚ್ಚಿನದನ್ನು ತಿಳಿದುಕೊಳ್ಳಲು ಪ್ರಯತ್ನಿಸಬೇಡಿ! ಹೀಗೆ

ಹೇಳುತ್ತಾ ವಿಕ್ಷಣನು ಅಂತಃಪುರದ ಕಡೆಗೆ ಹೋದನು ಮತ್ತು ಸೇನಾಜಿತ್ ಉಮಾಳನ್ನು ನೋಡುತ್ತಲೇ ಇದ್ದನು. ಉಮಾ ಕೂಡ ದಳಪತಿಯನ್ನು ಕರುಣಾಭರಿತ ಕಣ್ಣುಗಳಿಂದ ನೋಡಿದಳು ಆದರೆ ಏನೂ ಹೇಳಲಾಗಲಿಲ್ಲ. ಕಮಾಂಡರ್ ವಿವಿಧ ಆಲೋಚನೆಗಳಲ್ಲಿ ಮುಳುಗಲು ಪ್ರಾರಂಭಿಸಿದನು. ಸ್ವಲ್ಪ ಸಮಯದ ನಂತರ ಉಮಾ ವಿಚಕ್ಷಣದೊಂದಿಗೆ ಹಿಂತಿರುಗಿದಳು. ಅವಳು ಮತ್ತೆ ಕಮಾಂಡರ್ ಅನ್ನು ಒದ್ದೆಯಾದ ಕಣ್ಣುಗಳಿಂದ ನೋಡಿದಳು ಮತ್ತು ನೋಡುತ್ತಲೇ ಇದ್ದಳು. ಸೇನಜಿತ್ ಯೋಚನೆಯಲ್ಲಿ ಮುಳುಗಿದ. ಅವರು ಇಡೀ ದಿನವನ್ನು ಕಷ್ಟದಿಂದ ಕಳೆದರು. ಸಂಜೆ ವಿರಾಮ ಪಡೆದು ಕಾತ್ಯಾಯನನ ನಿವಾಸಕ್ಕೆ ಬಂದರು. ದೂರದಿಂದ ನೋಡಿದ ತಕ್ಷಣ ಉಮಾ ಬಾಗಿಲು ತೆರೆದಳು. ಕಮಾಂಡರ್ ಕುಳಿತುಕೊಂಡ ತಕ್ಷಣ ಅವಳು ಅಳಲು ಪ್ರಾರಂಭಿಸಿದಳು. ಅಳುತ್ತಿರುವಾಗ ಅವನು ಹೇಳಿದನು - ನನ್ನನ್ನು ರಕ್ಷಿಸು, ಕಮಾಂಡರ್! ನನ್ನ ತಂದೆ ಜೈಲಿನಲ್ಲಿದ್ದಾರೆ, ಮಹಾರಾಜರು ತಮ್ಮ ಕೆಟ್ಟ ಭಾವನೆಗಳಿಂದ ನನ್ನನ್ನು ಕಚ್ಚಲು ಬಯಸುತ್ತಾರೆ. ಇದನ್ನು ಕೇಳಿದ ಸೇನಜಿತ್ ಮುಳ್ಳು ಮತ್ತು ಹೂವಿನ ನಡುವೆ ಸಿಲುಕಿದನು. ಮಹಾರಾಜರ ಸಂಕಲ್ಪಕ್ಕೆ ಅಡ್ಡಿಯಾಗಬಲ್ಲ ಮಹಾಮಾತ್ಯ ರಾಕ್ಷಸನಲ್ಲದೆ ಬೇರೆ ಯಾರಿದ್ದಾರೆ ಎಂದು ಮನಸ್ಸಿನಲ್ಲೇ ಯೋಚಿಸತೊಡಗಿದರು! ಆದರೆ ನೇರವಾಗಿಯೇ

ಹೇಳಿದರು – 'ಹೆದರಬೇಡ ಉಮಾ! ನನ್ನ ಎಲ್ಲಾ ಶಕ್ತಿಯಿಂದ ನಿನ್ನನ್ನು ರಕ್ಷಿಸುತ್ತೇನೆ. ಈಗ ನಾನು ಇನ್ನು ಮುಂದೆ ಇಲ್ಲಿ ಇರಲಾರೆ. ರಾಜ್ಯದ ನೌಕರನು ಕೈಯಲ್ಲಿ ಹೂವುಗಳೊಂದಿಗೆ ಮೊನಚಾದ ತುದಿಯಲ್ಲಿ ನಡೆಯುತ್ತಾನೆ, ರಾಜನ ಕೋಪದ ಜ್ವಾಲೆಯು ಅವನನ್ನು ಯಾವ ಸಮಯದಲ್ಲಿ ಸುಡುತ್ತದೆ ಎಂದು ತಿಳಿದಿಲ್ಲ. ಸೇನಜಿತ್ ಹೊರಟುಹೋದ. ಅವನ ಕಾಲುಗಳು ಚಲಿಸುತ್ತಿದ್ದವು ಆದರೆ ಹೃದಯವು ಹಿಂದಕ್ಕೆ ಎಳೆಯಲ್ಪಟ್ಟಿತು. ಮೊದಲ ದರ್ಶನದಲ್ಲೇ ಉಮಾಳನ್ನು ಕಳೆದುಕೊಂಡರು. ಆದರೆ ಅವನ ಕರ್ತವ್ಯದ ಮುಂದೆ ಅವನ ಭಾವನೆಗಳು ಹೆಪ್ಪುಗಟ್ಟಿಲ್ಲ. ಅವರು ಮತ್ತೆ ರಕ್ಷಣಾ ಕಾರ್ಯದಲ್ಲಿ ತೊಡಗಿದರು. ಇತ್ತ ಉಮಾ ಸ್ವಲ್ಪ ಹೊತ್ತು ಅಳುತ್ತಲೇ ಇದ್ದಳು, ಕೊನೆಗೆ ಒಂಟಿಯಾಗಿ ಸುಳ್ಳು ಹೇಳಿ ಬೇಜಾರಾಗತೊಡಗಿದಾಗ ಸುವಾಸಿನಿ ಶಕ್ತರ ಮನೆಗೆ ಬಂದಳು. ಅವಳ ಕಣ್ಣು ಕೆಂಪಾಗಿ ನೋಡಿ ಸುವಾಸಿನಿ

ಕೇಳಿದಳು - ಇವತ್ತು ತುಂಬಾ ಅಳುತ್ತಿದ್ದೀಯಾ? ಉಮಾ- ಅಳುವುದನ್ನು ಬಿಟ್ಟರೆ ನನಗೆ ಪ್ರಪಂಚದಲ್ಲಿ ಇನ್ನೇನು! ತಂದೆ ಸೆರೆಮನೆಯಲ್ಲಿದ್ದಾರೆ ಮತ್ತು ಇನ್ನೊಂದು ಬದಿಯಲ್ಲಿ ಮಹಾರಾಜರು ತಮ್ಮ ದುಷ್ಟ ಕಾಮದಿಂದ ನನ್ನನ್ನು ಹತ್ತಿಕ್ಕಲು ಬಯಸುತ್ತಾರೆ.

ಸುವಾಸ್- ಹಾಗಾದರೆ ಮುಂದೆ ಏನಾಯಿತು? ಮಗಧಧಿಪತಿ ಮಹಾರಾಜ ನಂದನು ನಿನ್ನನ್ನು ನನ್ನ ರಾಣಿಯನ್ನಾಗಿ ಮಾಡು. ಹುಡುಗಿಗೆ ಇದಕ್ಕಿಂತ ದೊಡ್ಡ ಸಂತೋಷ ಇನ್ನೊಂದಿಲ್ಲ ಎಂದು ನಾನು ಬಯಸುತ್ತೇನೆ! ರಾಣಿಯಾಗಿ ಅರಮನೆಯ ಆನಂದವನ್ನು ಅನುಭವಿಸಿ!

ಉಮಾ- ಇದು ನಗುವಿನ ಸಮಯವಲ್ಲ ಸುವಾಸ! ಫ್ಲರ್ಟಿಂಗ್ ಎಲ್ಲಾ ಸಮಯದಲ್ಲೂ ಕೆಲಸ ಮಾಡುವುದಿಲ್ಲ. ನನಗೆ ದಾರಿ

ತೋರಿಸುಸುವಸ್ - ತನ್ನ ಶಕ್ತಿಯ ಹೊರತಾಗಿ, ಮನುಷ್ಯ ಜಗತ್ತಿನಲ್ಲಿ ಘನತೆಯಿಂದ ಬದುಕಬೇಕು. ಬೇರೆ ದಾರಿಯಿಲ್ಲ. ಯಾರ ಕಣ್ಣೀರು ಒರೆಸುವವರು! ಅಪ್ಪನ ಕೈದಿಯಾಗಿದ್ದಾಗ ನಾನೂ ಒಬ್ಬಂಟಿಯಾಗಿದ್ದೆ, ಆದರೆ ಬಂಡೆಯಂತೆ. ಹೆಣ್ಣನ್ನು ಬಗ್ಗಿಸುವುದಿಲ್ಲ, ಅವಳು ತಲೆಬಾಗುತ್ತಾಳೆ. ಉಮಾ, ಸಾವಿನ ಅಪ್ಪುಗೆ ಮನುಷ್ಯನನ್ನು ಅವನ ಇಚ್ಛೆಗೆ ವಿರುದ್ಧವಾಗಿ ಅಪ್ಪಿಕೊಳ್ಳುವುದಕ್ಕಿಂತ ಹೆಚ್ಚಿನ ಶಾಂತಿಯನ್ನು ನೀಡುತ್ತದೆ. ನಿನ್ನನ್ನು ನೋಡಿಕೊಂಡು ಹೋಗು, ಅಳುವುದು ಪಾಪ. ಮಹಾನಂದನಿಗೆ ಹೇಳು, ನನ್ನ ತಂದೆಯನ್ನು ಬಿಟ್ಟುಬಿಡಿ, ಆಗ ಮಾತ್ರ ನಾನು ನಿನ್ನ ಆಸೆಯನ್ನು ಪೂರೈಸಲು ಸಾಧ್ಯವಾಗುತ್ತದೆ. ಇದು ಸಮಯ, ಅದರ ಲಾಭವನ್ನು ಪಡೆದುಕೊಳ್ಳಿ! ಹೆಣ್ಣನ್ನು ಹಿಂಬಾಲಿಸುವ ಪುರುಷನನ್ನು ಮೂರ್ಖನನ್ನಾಗಿ ಮಾಡುವುದು ಹೆಣ್ಣಿನ ಆಟ. ಆದರೆ ಮಹಿಳೆ ಸ್ವತಃ ಆಟಿಕೆ ಆಗಿದ್ದರೆ, ನಂತರ ಪುರುಷ ಅದನ್ನು ಒಡೆದು ಎಸೆಯುತ್ತಾರೆ. ಸುವಾಸ್ ನ ಮಾತಿನಿಂದ ಉಮಾಗೆ ಶಕ್ತಿ ಬಂತು. 'ನಾನು ಸ್ವಯಂ ಶಕ್ತಿ, ಯಾರಾದರೂ ನನ್ನನ್ನು ಏನು

ಮಾಡಬಹುದು!' ಹೀಗೆ ಹೇಳುತ್ತಾ ಉಮಾ ಸಿಟ್ಟಿನಿಂದ ಹೊರಟು ಹೋದಳುಉಮಾ ಹೊರಟುಹೋದಳು ಮತ್ತು ಸುವಸ್ ತಾನಾಗಿಯೇ ಹೇಳಲು

ಪ್ರಾರಂಭಿಸಿದಳು - 'ನಂದ್, ಮಹಾಪಾಪಿ! ಎಷ್ಟೋ ಹುಡುಗಿಯರ ಕನ್ಯತ್ವವನ್ನು ನಾಶ ಮಾಡಿದ್ದೀರಿ! ಅದೆಷ್ಟೋ ಮುಗ್ಧ ಸುಂದರಿಯರನ್ನು ನೀನು ಹಿಂಸಿಸಿರುವೆ. ಆದರೆ ನಿನ್ನ ಪಾಪಕ್ಕೆ ಏನು ಶಿಕ್ಷೆ ಕೊಡಬೇಕು ಹೇಳು ಎಂದು ಕೇಳುವವರು ಯಾರೂ ಇಲ್ಲ. ಸುವಾಸ್ ಬೇರೆ ಏನಾದರೂ ಹೇಳುತ್ತಿದ್ದರು ಆದರೆ ಇದ್ದಕ್ಕಿದ್ದಂತೆ ವಾತ್ಸ್ಯಾಯನ ಮತ್ತೊಂದು ಕೋಣೆಯಿಂದ ಹೊರಬಂದು ಕೋಪವನ್ನು ಮುರಿದರು. ನನಗಿಂತ ನಿನಗೇಕೆ ಸುವಾಸ್' ಎಂದು ನಗುತ್ತಾ ಹೇಳಿದ. ಸುವಸ್- ಕಾರಣವಿಲ್ಲದೆ ಏನೂ ನಡೆಯುವುದಿಲ್ಲ, ಆರ್ಯ! ಮಹಾನಂದನ ಹೆಸರಲ್ಲಿ ಗಣ್ಯ ಹುಡುಗಿಯರು ನಡುಗುತ್ತಿದ್ದಾರೆ. ಅಷ್ಟರಲ್ಲಾಗಲೇ ಚಿಕ್ಕಪ್ಪ ಕಾತ್ಯಾಯನನ ಮಗಳು ಉಮಾ ಅಳುತ್ತಾ ಬಂದಳು.

ವಾತ್ಸ್ಯಾಯನ - ನಾನು ಅದನ್ನೆಲ್ಲ ನೋಡಿದ್ದೇನೆ ಮತ್ತು ಕೇಳಿದ್ದೇನೆ. ಸುವಾಸ್‌ನ ಶಕ್ತಿ ಮತ್ತು ಬುದ್ಧಿವಂತಿಕೆಯನ್ನು ನಾವು ನೇರವಾಗಿ ನೋಡಿದ್ದರಿಂದ ನಮಗೆ ದುಃಖಕ್ಕಿಂತ ಹೆಚ್ಚು ಸಂತೋಷವಾಯಿತು. ನೀವು ಏನು ಹೇಳಿದ್ದೀರಿ! 'ನಂದನಿಗೆ ಅಪ್ಪನನ್ನು ಬಿಟ್ಟು ಹೋಗುವಂತೆ ಹೇಳು, ಆ ನಂತರನಿನ್ನ ಆಸೆಯನ್ನು ಈಡೇರಿಸುತ್ತೇನೆ. ತನ್ನ ಜೀವದ ಬೆಲೆಯನ್ನು ತೆರಬೇಕಾದ ನಂತರವೂ, ಕಾಮಪುರುಷನು ಮಹಿಳೆಯನ್ನು ಸಾವಿನಿಂದ ಖರೀದಿಸಲು ಸಿದ್ಧನಾಗುತ್ತಾನೆ. ನೀವು ನಮಗೆ ಹೊಸ ರಸ್ತೆಯನ್ನು ಮಾಡಿದ್ದೀರಿ.

ಸುವಾಸ್ - ನೀವು ನನ್ನನ್ನು ಹೊಡೆಯುತ್ತಿದ್ದೀರಾ? ಅಪಹಾಸ್ಯ ಮತ್ತು ಹೊಗಳಿಕೆಯ ಸಾಮರ್ಥ್ಯವೂ ಇದೆ. ವಾತ್ಸ್ಯಾಯನ- ವಾದದಲ್ಲಿ ನಿನಗೆ ಸೋಲುತ್ತೇನೆ. ಸುವಾಸ್ ಮನಸಿನಲ್ಲೇ ಹೇಳಿಕೊಂಡಳು, 'ಆದರೆ ನಾನು ಸೋತು ಬಹಳ ದಿನವಾಯಿತು'. ತದನಂತರ ನೇರ ನಾನು ಹೇಳಲು ಪ್ರಾರಂಭಿಸಿದೆ- 'ಸೋತ ನಂತರವೂ ಕೆಲವೊಮ್ಮೆ ಮನುಷ್ಯ ಗೆಲ್ಲುತ್ತಾನೆ. ವಾತ್ಸ್ಯಾಯನನು ಪ್ರತ್ಯುತ್ತರವಾಗಿ ಏನನ್ನೋ ಹೇಳಲು ಹೊರಟಿದ್ದಾಗ ಎದುರಿನ ಕೋಣೆಯಲ್ಲಿ ಶಕ್ತರೊಡನೆ ಯಾರೋ ಮಾತನಾಡುತ್ತಿರುವ ಶಬ್ದ ಕೇಳಿಸಿತು. ಅವರ ಕಿವಿಗಳು ಇನ್ನೊಂದು ಬದಿಗೆ ತಿರುಗಿರುವುದನ್ನು ನೋಡಿ, ಸುವಾಸ್

ಹೇಳಿದರು - ನೀವು ಕುಳಿತುಕೊಳ್ಳಿ, ಅಲ್ಲಿ ಯಾರಿದ್ದಾರೆಂದು ನಾನು ನೋಡುತ್ತೇನೆ., ಸುವಾಸರು ಹೋಗಿ ದಾರಿಯಿಂದ ಹಿಮ್ಮುಖವಾಗಿ ಹಿಂತಿರುಗಿ

ಹೇಳಿದರು - ಮಹಾಮತ್ಯ ರಾಕ್ಷಸರು ಬಂದಿದ್ದಾರೆ. ಕೆಲವು ರಹಸ್ಯಗಳನ್ನು ತಿಳಿದುಕೊಳ್ಳಬೇಕು. ಅವರು ಬರುತ್ತಲೇ ಇದ್ದರೂ, ಇಂದು ಅವರು ಹೆಚ್ಚು ಮುಗ್ಧರಾಗಿ ಕಾಣುತ್ತಾರೆ. ನೀನು ಎಲ್ಲೋ ಅಡಗಿಕೋವಾತ್ಸ್ಯಾಯನನು ಒಂದು ಕ್ಷಣ ಯೋಚಿಸಿ

ನಂತರ ಹೇಳಿದನು - ಮರೆಮಾಚುವುದು ಅನುಮಾನಕ್ಕೆ ಕಾರಣವಾಗಬಹುದು. ಇಲ್ಲಿ ನನ್ನ ಇರುವಿಕೆಯ ಬಗ್ಗೆ ರಾಕ್ಷಸನಿಗೆ ತಿಳಿದಿದೆ, ಆದ್ದರಿಂದ ನೀವು ಅಲ್ಲಿಗೆ ಹೋಗಿ ಆ ವಾತ್ಸ್ಯಾಯನನನ್ನು ಬಹಿರಂಗಪಡಿಸಿ ಇಲ್ಲಿದ್ದಾರೆ.

ಸುವಾಸ್ - ಹಾಗಾದರೆ ನೀವು ಹಾಲು ಕುಡಿದು ಲೈಬ್ರರಿಯಲ್ಲಿ ವಿಶ್ರಾಂತಿ ಪಡೆಯಿರಿ! ನಾನು ನೀನು ನಾನು ಹಾಲು ಕೊಡುತ್ತಲೇ ಇರಬೇಕು.

ವಾತ್ಸ್ಯಾಯನ- ನನ್ನ ಹಾಲಿಗೆ ಚಿಂತಿಸಬೇಡ! ನಾನೇ ಹಾಲು ತೆಗೆದುಕೊಂಡು ಕುಡಿಯುತ್ತೇನೆ. ಹೋಗು! "ಹಾಗಾದರೆ ನೀವು ಅದನ್ನು ಕುಡಿಯಬೇಕು!"ಸುವಾಸ್" ಎಂದು ಹೇಳಿ ಹೊರಟು ಶಕ್ತರು ಮತ್ತು ರಾಕ್ಷಸರು ಕುಳಿತಿದ್ದ ಕೋಣೆಗೆ ಬಂದರು. ಶಕ್ತರು ಸುವಾಸನನ್ನು ನೋಡಿದ ಕೂಡಲೆ - 'ಬಾ ಮಗಳೇ!' ಮತ್ತು ರಾಕ್ಷಸ

ಹೇಳಿದರು- 'ಸುವಾಸ್ ಕುಳಿತುಕೊಳ್ಳಿ!' ಸುವಾಸ್ ಕುಳಿತರು. ಎಲ್ಲರೂ ಕೆಲ ಕ್ಷಣ ಮೌನವಾಗಿ ಕುಳಿತರು. ಕೊನೆಗೆ ರಾಕ್ಷಸನು ಮತ್ತೆ

ಹೇಳಿದನು - ಆಚಾರ್ಯ ವಿಷ್ಣುಗುಪ್ತ ವಾತ್ಸ್ಯಾಯನನಿಗೆ ಆದ ಅವಮಾನದಿಂದ ನನಗೆ ತುಂಬಾ ದುಃಖವಾಯಿತು. ನಾನು ಅವನನ್ನು ಭೇಟಿಯಾಗಲು ಬಯಸುತ್ತೇನೆ. ಶಕ್ತರು ಏನನ್ನೂ ಹೇಳುವ ಮೊದಲು, ಸುವಾಸ್

ಹೇಳಿದರು - ಹೌದು-ಹೌದು, ದಯವಿಟ್ಟು ಭೇಟಿ ಮಾಡಿ, ಅವನು ಒಳಗೆ ಇದ್ದಾನೆ. ನಿಮಗೆ ಬೇಕಾದರೆ, ನಾನು ಅದನ್ನು ತರಬೇಕೇ?

ಕರೆರಾಕ್ಷಸ - ಹೌದು, ಮಹಾ ಕೃಪೆಯಾಗುವುದು, ಈ ಆಸೆಯಿಂದ ಬಂದಿದ್ದೇನೆ. ಸುವಾಸರು ಮನೆಗೆ ಹೋಗಿ ಆಚಾರ್ಯ ವಾತ್ಸ್ಯಾಯನರನ್ನು ಕರೆದರು. ವಾತ್ಸ್ಯಾಯನನು ಬಹಳ ಗಾಂಭೀರ್ಯದಿಂದ ಮತ್ತು ಶಾಂತತೆಯಿಂದ ಕಾಯುತ್ತಿದ್ದ ದೊಡ್ಡ ಕೋಣೆಯನ್ನು ಪ್ರವೇಶಿಸಿದ ತಕ್ಷಣ, ರಾಕ್ಷಸನು ಎದ್ದು, ಅವನನ್ನು ಗೌರವದಿಂದ ಸ್ವಾಗತಿಸಿ ಕುಳಿತುಕೊಳ್ಳುವಂತೆ ಮಾಡಿತು ಮತ್ತು ಪಶ್ಚಾತ್ತಾಪದ ಭಾಷೆಯಲ್ಲಿ ಹೇಳಲು

ಪ್ರಾರಂಭಿಸಿತು - 'ನಿನ್ನ ಅವಮಾನದಿಂದ ನಾನು ತುಂಬಾ ನಾಚಿಕೆಪಡುತ್ತೇನೆ. 'ಅಂದಹಾಗೆ

ವಾತ್ಸ್ಯಾಯನ- ನನಗೆ ಸ್ವಲ್ಪವೂ ದುಃಖವಿಲ್ಲ, ನೀವು ವ್ಯರ್ಥವಾಗಿ ಚಿಂತಿಸುತ್ತೀರಿ. ನಿಮ್ಮ ದಯೆಯಿಂದ ನಾನು ಅನುಭವಿಸುವ ಸಂತೋಷದ ಪ್ರಮಾಣವು ವರ್ಣನಾತೀತವಾಗಿದೆ. ಮಹಾನಂದರು ಯಾವುದೇ ಅಪರಾಧ ಮಾಡಿದರೂ, ನಿಮ್ಮ ಬುದ್ಧಿವಂತಿಕೆ, ನಾಗರಿಕತೆ ಮತ್ತು ಸಜ್ಜನಿಕೆ ಅವರ ಬಳಿ ಇರುವವರೆಗೆ, ಅವರ ದೋಷಗಳು ಸಹ ಪುಣ್ಯಗಳಾಗಿವೆ. ಮಹಾನಂದರು ಆಶೀರ್ವದಿಸಲಿ! ನಿನ್ನಂಥ ಹಿರಿಮೆಯನ್ನೂ ಮಿತ್ರನ್ನೂ ಪಡೆದವನು. ರಾಕ್ಷಸ: ಮನುಷ್ಯ ಹೊಗಳಿಕೆಗೆ ಮಾರು ಹೋಗುತ್ತಾನೆ. ನಿಮ್ಮ ಬುದ್ಧಿವಂತಿಕೆಯು ನನ್ನ ಮೇಲೆ ಆಳವಾದ ಪ್ರಭಾವ ಬೀರಿತು.

ದಯವಿಟ್ಟು ನನ್ನ ಒಂದು ವಿನಂತಿಯನ್ನು ಸ್ವೀಕರಿಸಿ. ವಾತ್ಸ್ಯಾಯನ - ಇದು ಅರಸನ ಪ್ರಾರ್ಥನೆಯಲ್ಲ, ಮಹಾಮಾತ್ಯನ ಅಪ್ಪಣೆ! ನೀವು ಅನುಮತಿ ನೀಡಿ ಮಾಡಬಹುದು ರಾಕ್ಷಸ- ಇಲ್ಲಿ ನಾನು ಮಹಾಮಾತ್ಯನ ಸ್ಥಾನದಲ್ಲಿಲ್ಲ, ಆದರೆ ನನ್ನ ಸ್ವಂತ ಅರ್ಥವು ಮಗಧದ ಭವಿಷ್ಯದ ಲಾಭವಾಗಿದೆ. ವಾತ್ಸ್ಯಾಯನ- ಹೇಳು ಮಹಾಮಾತ್ಯ! ನಾನು ನಿಮಗಾಗಿ ಏನು ಮಾಡಬಹುದು?

ರಾಕ್ಷಸ - ನೀನು ಮಗಧದ ಪ್ರಧಾನ ಅರ್ಚಕನ ಆಸನವನ್ನು ತೆಗೆದುಕೊಳ್ಳಬೇಕೆಂದು ನಾನು ಬಯಸುತ್ತೇನೆ! ವಾತ್ಸ್ಯಾಯನ: ನಿಮ್ಮ ಹೃದಯದಲ್ಲಿ ನನ್ನ ಆಸನವಿದ್ದರೆ, ನಾನು ಪ್ರಧಾನ ಆಸನದಲ್ಲಿ ಕುಳಿತುಕೊಳ್ಳುತ್ತೇನೆ ಬೆಳಗ್ಗೆ. ರಾಜ್ಯದ ಆಸನದ ಮೇಲೆ ಕುಳಿತ ಮಾತ್ರಕ್ಕೆ ಒಬ್ಬ ಮಹಾನ್ ವಿದ್ವಾಂಸನಾಗಲು ಸಾಧ್ಯವೇ?

ರಾಕ್ಷಸ- ಯಾರ ಸಾಮರ್ಥ್ಯದ ಸರಿಯಾದ ಮೌಲ್ಯಮಾಪನ ಇಲ್ಲದಿರುವ ಸ್ಥಿತಿಯು ರಾಜ್ಯವಲ್ಲ. ಅರ್ಥಶಾಸ್ತ್ರದ ಲೇಖಕರಾದ ಮಹಾನ್ ವಿದ್ವಾಂಸರಾದ ಆಚಾರ್ಯ ವಿಷ್ಣುಗುಪ್ತ ವಾತ್ಸ್ಯಾಯನರಿಗೆ ರಾಜ್ಯದಲ್ಲಿ ಗೌರವ ಸ್ಥಾನವನ್ನು ನೀಡುವ ಮೂಲಕ ನಾವು ಅವರಿಗೆ ಯಾವುದೇ ಉಪಕಾರವನ್ನು ಮಾಡುತ್ತಿಲ್ಲ, ಬದಲಿಗೆ ನಮ್ಮ ರಾಜ್ಯದ ಗೌರವವನ್ನು ಹೆಚ್ಚಿಸುತ್ತಿದ್ದೇವೆ.

ವಾತ್ಸ್ಯಾಯನ - ಮಹಾಮಾತ್ಯ ಪ್ರತಿಷ್ಠೆಗೆ ವಿರುದ್ಧವಾಗಿದೆ! ಯಾರಾದರೂ ತನಕ ಯಾರಾದರೂ ಅವಳನ್ನು ಬಯಸಿದಾಗ, ಅವಳು ನೆರಳಿನಂತೆ ಅವನನ್ನು ಅನುಸರಿಸುತ್ತಾಳೆ ಮತ್ತು ಯಾರಾದರೂ ಅವಳನ್ನು ಬಯಸಿದಾಗ, ಹಾಗೆ ತೋರುತ್ತದೆಆದ್ದರಿಂದ ಅವಳು ಅವನಿಂದ ಓಡಿಹೋಗುತ್ತಾಳೆ. ತ್ಯಾಗವು ಬ್ರಾಹ್ಮಣನಿಗೆ ಯೋಗ್ಯವಾಗಿದೆ, ಆದರೆ ಅವನು ಸ್ಥಾನದ ದುರಾಶೆಯ ಹೊರೆಯಿಂದ ತೂಗುತ್ತಾನೆ. ರಾಜ್ಯ ನೀಡುವ ಆಸನಕ್ಕಿಂತ ಕಾಡಿನಲ್ಲಿ ಮರದ ಕೆಳಗೆ ಕುಳಿತು ರಾಷ್ಟ್ರಕ್ಕೆ ಹೆಚ್ಚಿನದನ್ನು ನೀಡಬಲ್ಲೆ. ಮರದ ನೆರಳಿನಲ್ಲಿ ಬ್ರಾಹ್ಮಣನಿಗೆ ಅತ್ಯಂತ ದೊಡ್ಡ ಸಂತೋಷ. ರಾಕ್ಷಸ: ಆದರೆ ಇಂದು ರಾಜ್ಯವು ಮರಗಳ ನೆರಳಿನಲ್ಲಿ ಕುಳಿತುಕೊಳ್ಳುವ ಯತಿಗಳನ್ನು ಬಯಸುವುದಿಲ್ಲ. ಎಲ್ಲಾ ಕಡೆಯಿಂದ ರಾಷ್ಟ್ರದ ವಿರುದ್ಧ ಆಕ್ಷೇಪಗಳ ಬಿರುಗಾಳಿ ಎದ್ದಿರುವ ಈ ಸಮಯದಲ್ಲಿ, ರಾಷ್ಟ್ರಕ್ಕೆ ಯಾವುದೇ ರೀತಿಯಲ್ಲಿ ಸೇವೆ ಸಲ್ಲಿಸುವುದು ದೊಡ್ಡ ಧರ್ಮವಾಗಿದೆ. ಇಂದು ರಾಜ್ಯದೊಂದಿಗೆ ಇದ್ದರೆ ರಾಷ್ಟ್ರದ ಸಂಘಟನಾ ಶಕ್ತಿ ಬಲಗೊಳ್ಳುತ್ತದೆ. ನಿಮ್ಮ ಧ್ವನಿಯಲ್ಲಿ ಅಪಾರ ಶಕ್ತಿಯಿದೆ. ನಿಮ್ಮ ಧ್ವನಿ ರಾಜ್ಯದ ಧ್ವನಿಗೆ ತಾಳೆಯಾಗದಿದ್ದರೆ ಸಂಸ್ಥೆ ಶಿಥಿಲವಾಗುವ ಆತಂಕ ಎದುರಾಗಿದೆ. ನಿನ್ನ ಅವಮಾನದಿಂದ ಬ್ರಾಹ್ಮಣರು ಕಂಗಾಲಾಗಿದ್ದಾರೆ. ಮಗಧ ರಾಜ್ಯವು ನಾಶವಾಗುತ್ತದೆ ಎಂದು ಅನೇಕರ ಹೃದಯಗಳು ಈ ಅವಕಾಶಕ್ಕಾಗಿ ಕಾಯುತ್ತಿವೆ. ಇಂತಹ ಸಮಯದಲ್ಲಿ

ನೀವು ಮೌನವಾಗಿರುವುದು ಸೂಕ್ತವಲ್ಲ. ಮಗಧದ ರಕ್ಷಣೆಗಾಗಿ ನಿನ್ನಲ್ಲಿ ದಾನ ಕೇಳುತ್ತೇನೆ. ನನ್ನ ಪ್ರಾರ್ಥನೆಯನ್ನು ಸ್ವೀಕರಿಸುವಾತ್ಸ್ಯಾಯನನು ಆಲೋಚನೆಯಲ್ಲಿ ಮುಳುಗಿದನು. ಸ್ವಲ್ಪ ಹೊತ್ತು ಯೋಚಿಸಿದ ನಂತರ ಅವರು

ಹೇಳಿದರು - 'ನಾವು ರಾಜ್ಯದ ಸ್ಥಾನವನ್ನು ತೆಗೆದುಕೊಳ್ಳುವುದಿಲ್ಲ, ಮಹಾಮಾತ್ಯ! ಆದರೆ ರಾಜ್ಯದ ಅಧಿಕಾರದ ಅಭಿವೃದ್ಧಿಯಲ್ಲಿ ಮಗಧ ಖಂಡಿತವಾಗಿಯೂ ಮಿತ್ರರಾಷ್ಟ್ರವಾಗಿ ಉಳಿಯುತ್ತದೆ. ಪರಕೀಯರನ್ನು ದೂರವಿಡುವಲ್ಲಿ ನಮ್ಮ ಧ್ವನಿ ನಿಮ್ಮೊಂದಿಗಿರುತ್ತದೆ. ರಾಷ್ಟ್ರದ ರಕ್ಷಣೆ ಮತ್ತು ಅಭಿವೃದ್ಧಿಗಾಗಿ ನಮ್ಮ ಉಸಿರು ಸಿದ್ಧವಾಗಿದೆ. ಆದರೆ ರಾಜ್ಯದ ಗದ್ದುಗೆಯಲ್ಲಿ ಕುಳಿತು ತ್ಯಾಗದ ಮಹತ್ವವನ್ನು ಕೊನೆಗಾಣಿಸಲು ನಾವು ಬಿಡುವುದಿಲ್ಲ. ನಾವು ಸಾಮಾನ್ಯ ಬ್ರಾಹ್ಮಣರು. ದೇಹವನ್ನು ಮುಚ್ಚಲು ಎರಡೂವರೆ ಗಜ ಬಟ್ಟೆ ಮತ್ತು ಅದನ್ನು ಮುಚ್ಚಲು ಒಂದು ಹಾಳೆ ಬೇಕು. , ಇದನ್ನು ಕೇಳಿ ರಾಕ್ಷಸನ ಕಣ್ಣುಗಳಲ್ಲಿ ನೀರು ತುಂಬಿತು. ಅವರು ಬಹಳ ಶಾಂತವಾಗಿ

ಹೇಳಿದರು - ಮಹಾನ್ ವ್ಯಕ್ತಿ! ನಿನ್ನ ಹಿರಿಮೆಯ ಸತ್ಯ ಇದರಲ್ಲಿ ಇರಬಹುದು, ಆದರೆ ಮಗಧದ ಮಹಾಮಾತ್ಯ ನಿನ್ನನ್ನು ಬಡಬಟ್ಟೆಯಲ್ಲಿ ಬದುಕಲು ಬಿಡಬಾರದು ಎಂಬ ಸತ್ಯವೂ ಇದರಲ್ಲಿದೆ. **ವಾತ್ಸ್ಯಾಯನ್** - ಒಂದು ರಾಷ್ಟ್ರದಲ್ಲಿ ಮನುಷ್ಯನ ಅತ್ಯಂತ ಚಿಕ್ಕ ಉಡುಗೆ, ಆ ರಾಷ್ಟ್ರದ ದೊಡ್ಡ ವ್ಯಕ್ತಿಗೆ ದೊಡ್ಡ ಘನತೆ ಅದೇ ಉಡುಗೆಯನ್ನು ಅಳವಡಿಸಿಕೊಳ್ಳುವುದು.

ರಾಕ್ಷಸ - ಆದರೆ ಮಗಧದಲ್ಲಿ ಉಡಲು ಪೂರ್ಣ ಬಟ್ಟೆ ಮತ್ತು ತಿನ್ನಲು ಆಹಾರವಿಲ್ಲದವರು ಯಾರೂ ಇಲ್ಲ.

ವಾತ್ಸ್ಯಾಯನ್ - ಇಲ್ಲ, ಆದರೆ ಬ್ರಾಹ್ಮಣ

ಸನ್ಯಾಸಿಯಾಗಿದ್ದರೆ - ಜೀವನವನ್ನು ತ್ಯಜಿಸಿದ ನಂತರ, ರಾಜ ವೈಭವದಲ್ಲಿದ್ದಾರೆ ಬಿಟ್ಟರೆ

ಊಟ-ಉಡುಪುಗಳ ಕ್ಷಾಮ ಬರಬಹುದು. ಮತ್ತು ಯಾವ ರಾಷ್ಟ್ರದಲ್ಲಿ ಆಹಾರ, ಬಟ್ಟೆ ಮತ್ತು ಜೀವನಕ್ಕೆ ಅಗತ್ಯವಾದ ವಸ್ತುಗಳನ್ನು ಪಡೆಯದ ದೇಶವು ನರಕವಾಗುತ್ತದೆ. ನನ್ನನ್ನು ದೇಶಭಕ್ತನಾಗಲು ಬಿಡಿ ಮಹಾಮಾತ್ಯಾ! ರಾಜಮನೆತನದ ವ್ಯಕ್ತಿಯಲ್ಲ.

ರಾಕ್ಷಸ - ನಿನಗಾಗಿ ಅಲ್ಲದಿದ್ದರೆ, ರಾಷ್ಟ್ರ ಮತ್ತು ಇತರ ಶುಭ ಕಾರ್ಯಗಳಿಗಾಗಿ, ಕನಿಷ್ಠ ಹಕ್ಕುಗಳನ್ನು ಸ್ವೀಕರಿಸಿ! ನಿಮಗೆ ಬೇಕಾದಷ್ಟು ಅರ್ಥಕ್ಕಾಗಿ ಭೂತದ ಬೊಕ್ಕಸ ತೆರೆದುಕೊಂಡಿದೆಮನುಷ್ಯ ತನಗೆ ಬೇಕಾದುದನ್ನು ಪಡೆಯಬಹುದು.

ವಾತ್ಸ್ಯಾಯನ- ರಾಕ್ಷಸ - ಹಾಗಾದರೆ ನೀವು ಯಾವುದೇ ವಿರೋಧವನ್ನು ಹುಟ್ಟುಹಾಕಲು ಬಿಡುವುದಿಲ್ಲ ಮತ್ತು ಮಗಧದ ಮಿತ್ರನಾಗಿ ಉಳಿಯುವಿರಿ ಎಂದು ನಾನು ಒಪ್ಪಿಕೊಳ್ಳುತ್ತೇನೆ. ವಾತ್ಸ್ಯಾಯನ- ನಾನು ಹೇಳಿದ್ದನ್ನು ನೆರವೇರಿಸುತ್ತೇನೆ. ಇದಾದ ನಂತರ ರಾಕ್ಷಸರು ನಡೆಯಲು ಎದ್ದರು. ಎದ್ದು ಸುವಾಸಿನಿಯ ಕಡೆ ತಿರುಗಿದ. ಹಾತೊರೆಯುವ ಕಣ್ಣುಗಳಿಂದ ನೋಡಿ ನಂತರ ಹೊರಟುಹೋದರು. ರಾಕ್ಷಸನು ಹೊರಟುಹೋದ ನಂತರ, ವಾತ್ಸ್ಯಾಯನನು

ಹೇಳಿದನು - ಮಗಧದ ಮಹಾಮಾತ್ಯನ ಪಾತ್ರವು ನಿಸ್ಸಂದೇಹವಾಗಿ ಆದರ್ಶವಾಗಿದೆ. ಮಹಾನಂದನು ರಾಕ್ಷಸನಷ್ಟೇ ಅಸಹ್ಯಕರ. ರಾಕ್ಷಸರು ಏಕೆ ಮಹಾನಂದೆಯ ಮಹಾನ್ ಭಕ್ತರೋ ಗೊತ್ತಿಲ್ಲ.

ಸುಗಂಧ - ಕೆಟ್ಟ ವ್ಯಕ್ತಿ ಕೂಡ ಕೆಲವು ಗುಣಗಳನ್ನು ಹೊಂದಿರುತ್ತಾನೆ. ಮಹಾನಂದ್ ಅವರಲ್ಲಿ ಉತ್ತಮ ಗುಣವಿದೆ ಮತ್ತು ಅದು ಶತ್ರು ಮತ್ತು ಸ್ನೇಹಿತನ ನಡುವೆ ವ್ಯತ್ಯಾಸವನ್ನು ಗುರುತಿಸುವ ಸಾಮರ್ಥ್ಯ. ಒಬ್ಬ ವ್ಯಕ್ತಿಯನ್ನು ಗುರುತಿಸುವಲ್ಲಿ ಮಹಾನಂದರ ಕಣ್ಣುಗಳು ಯಾವುದೇ ತಪ್ಪನ್ನು ಮಾಡುವುದಿಲ್ಲ. ರಾಕ್ಷಸನ ಪಕ್ಷವನ್ನು ಬಿಟ್ಟರೆ ಮಗಧ ರಾಜ್ಯ ನಾಶವಾಗುತ್ತದೆ ಎಂದು ಅವನಿಗೆ ತಿಳಿದಿದೆ. ಆದ್ದರಿಂದ, ಅವನು ತನ್ನ ವೈಯಕ್ತಿಕ ಜೀವನದಲ್ಲಿ ಸ್ವತಂತ್ರನಾಗಿ ಉಳಿಯಲು ಸ್ವತಂತ್ರನಾಗಿರುತ್ತಾನೆ ಮತ್ತು ಸಾಮ್ರಾಜ್ಯದ

ಜವಾಬ್ದಾರಿಯನ್ನು ರಾಕ್ಷಸನಿಗೆ ಬಿಡುತ್ತಾನೆ. ಮಹಾನಂದೆಯ ಆಶೀರ್ವಾದದಿಂದ ರಾಕ್ಷಸರೂ ನಿಗ್ರಹಿಸುತ್ತಾರೆ. ಮಹಾನಂದರ ಕೃಪೆಯಿಂದಾಗಿ ಇಂದು ಒಬ್ಬ ಸನಾಥ್ಯ ಮಹಾಮಾತೆಯ ಸ್ಥಾನವನ್ನು ಅಲಂಕರಿಸುತ್ತಿದ್ದಾನೆಶಕ್ತರ್- ಆದರೆ ಯಾರಾದರೂ ಕೆಲವು ಗುಣಗಳನ್ನು ಹೊಂದಿರುವಾಗ ಮಾತ್ರ ದಯೆಯನ್ನು ನೀಡುತ್ತಾರೆ. ನಂದನು ರಾಕ್ಷಸನಿಗೆ ಕರುಣೆಯನ್ನು ನೀಡಲಿಲ್ಲ, ಆದರೆ ತನ್ನ ಶಕ್ತಿ ಮತ್ತು ಬುದ್ಧಿವಂತಿಕೆಯ ಸಹಾಯದಿಂದ ಮಗಧವನ್ನು ಸುರಕ್ಷಿತವಾಗಿರಿಸಿಕೊಂಡು ಮಹಾಮಾತ್ಯನ ಸ್ಥಾನವನ್ನು ತಲುಪಿದನು. ಈ ಪ್ರತಿಕೂಲ ಸಂದರ್ಭಗಳಲ್ಲಿ ರಾಕ್ಷಸನಲ್ಲದೆ ಬೇರೆ ಯಾರಾದರೂ ಇದ್ದಿದ್ದರೆ, ಮಗಧ ಖಂಡಿತವಾಗಿಯೂ ನಾಶವಾಗುತ್ತಿತ್ತು. ಆಂತರಿಕ ಒಳಸಂಚು ಮತ್ತು ಬಾಹ್ಯ ದಾಳಿಗಳಿಂದ ಮಗಧವನ್ನು ರಕ್ಷಿಸುವುದು ಮಹಾಮಾತ್ಯ ರಕ್ಷಾ ಕಾರ್ಯವಾಗಿದೆ. ವಾತ್ಸ್ಯಾಯನ- ಇದೆಲ್ಲದರ ಹೊರತಾಗಿಯೂ, ರಾಷ್ಟ್ರಕ್ಕೆ ದೊಡ್ಡ ಸಂತೋಷವೆಂದರೆ ಒಣಹುಲ್ಲಿನ ಅಡಿಯಲ್ಲಿ ಹುದುಗಿರುವ ಬೆಂಕಿ. ಯಾವುದೇ ಸಮಯದಲ್ಲಿ ಹುಚ್ಚು ಹಿಡಿದರೆ, ಅದು ರಾಕ್ಷಸನಿಗೂ ಹೋಗುತ್ತದೆ. ಹಲ್ಲುಗಳನ್ನು ಪುಡಿಮಾಡಬಹುದು. ಮಹಾನಂದ ಇರುವವರೆಗೆ ಮಗಧ ಬೆಂಕಿಯ ಬಾಯಲ್ಲಿ. ಇಡೀ ರಾಷ್ಟ್ರವನ್ನು ರಕ್ಷಿಸಲು, ಮಹಾನಂದನನ್ನು ನಾಶಪಡಿಸಬೇಕು.

ಶಕ್ತರ-ರಾಕ್ಷಸರ ಕಟ್ಟುನಿಟ್ಟಿನ ಕಾವಲುಗಾರರ ಅಡಿಯಲ್ಲಿ ಮಹಾನಂದನನ್ನು ನಾಶಮಾಡುವುದು ಸುಲಭವಲ್ಲ. ವಾತ್ಸ್ಯಾಯನ- ಪಾಂಡವರು ದುರ್ಯೋಧನನನ್ನು ಮಹಾವೀರರ ಕಾವಲುಗಾರರ ಅಡಿಯಲ್ಲಿ ಆಳುತ್ತಿದ್ದಾಗ ನಾಶಮಾಡುತ್ತಾರೆ, ಇದನ್ನು ಜೈ ಮೊದಲು ಯಾರಾದರೂ ಊಹಿಸಬಹುದೇ? ಕೃಷ್ಣನ ಬುದ್ಧಿವಂತಿಕೆ ಮಾತ್ರ ಅಜೇಯ ಯೋಧರು ಮತ್ತು ಸೈನ್ಯವನ್ನು ಮೀರಿಸಿತು. ಸುವಸ್ - ಜಗತ್ತು ದುರ್ಯೋಧನನನ್ನು ಕೆಟ್ಟವನೆಂದು ಕರೆಯುತ್ತದೆ, ಆದರೆ ಅವನು ನೀತಿಯಲ್ಲಿ ಪ್ರವೀಣನೆಂದು ತರ್ಕವು ಹೇಳುತ್ತದೆ. ಅವನು ಪಾಂಡವರಿಗಿಂತ ಹೆಚ್ಚಿನವನಾಗಿದ್ದನು. ಅವನು ಸೋತನು ಎಂದರೆ ಅವನ ಅನರ್ಹತೆ ಎಂದಲ್ಲ, ಆದರೆ ಕೃಷ್ಣ ಇದು ಮೋಸ ಮತ್ತು ವಿಧಿಯ ತಪ್ಪು. ವಾತ್ಸ್ಯಾಯನ - ಪ್ರತಿಯೊಬ್ಬ ಮನುಷ್ಯನೂ ತಾನು ಸೋತಾಗ ಹೇಳುವುದು ಒಂದೇ ಮಾತು, ನೀನು ಏನು ಹೇಳುತ್ತಿದ್ದೀಯೋ. ವಂಚನೆ ಮಾಡಿದ್ದು ಕೃಷ್ಣನಿಗೆ ಮಾತ್ರವೇ? ದುರ್ಯೋಧನನು ಮೋಸವನ್ನು ಮೋಸದಿಂದ ಏಕೆ ಕೊಲ್ಲಲಿಲ್ಲ? ದುರ್ಯೋಧನನು ಮೋಸದ ಅಸ್ತ್ರವನ್ನು ಬಳಸಲಿಲ್ಲವೆಂದಲ್ಲ, ಅವನು ಖಂಡಿತವಾಗಿಯೂ ಮಾಡಿದನು, ಆದರೆ ಅದು ಅಪೂರ್ಣವಾಗಿತ್ತುಸುವಾಸ್ - ಸೋತವನಲ್ಲಿ ಜಗತ್ತು ಯಾವಾಗಲೂ ತಪ್ಪನ್ನು ಕಂಡುಕೊಳ್ಳುತ್ತದೆ. ಕಳೆದುಕೊಳ್ಳುವುದು ವಿಶ್ವದ ಅತ್ಯಂತ ಕೆಟ್ಟ ವಿಷಯ ಅದೊಂದು ದೊಡ್ಡ ಪಾಪ. ಶಕ್ತರ್- ಇದು ಹೊಸ ಚರ್ಚೆಗೆ ನಾಂದಿ ಹಾಡಿದೆ. ಈ ಸಂಗತಿಗಳನ್ನು ಬಿಟ್ಟುಬಿಡಿ, ನೋಡಿ, ಯಾರೋ ಬಾಗಿಲಿಗೆ ಬಂದಿದ್ದಾರೆಂದು ತೋರುತ್ತದೆ. ವಾತ್ಸ್ಯಾಯನನು ಏನನ್ನೂ ಉತ್ತರಿಸುವ ಮೊದಲೇ, ಕಾವಲುಗಾರನು ಪ್ರವೇಶಿಸಿ

ಹೇಳಿದನು- 'ಬಾಗಿಲಲ್ಲಿ ಇಬ್ಬರು. ಇವೆ. ಅವರು ಆಚಾರ್ಯ ವಾತ್ಸ್ಯಾಯನ್ನರನ್ನು ಭೇಟಿಯಾಗಲು ಬಯಸುತ್ತಾರೆ. ನಾವು ಅವರ ಎಂದು ಹೇಳುತ್ತಾರೆ ಬಂದೆ ಯುವಕ ಸಂಭವಿಸಿದ ವಿದ್ಯಾರ್ಥಿಗಳು ಅಲ್ಲಿಗೆ ಬಂದಿದ್ದಾರೆ, ಅವರ ಬಳಿ ಏನಾದರೂ ಅರ್ಥ ಕೇಳಲು ಬಂದಿದ್ದಾರೆ. ಆಚಾರ್ಯರಿಗೆ ಅರ್ಥವಾಗದಿದ್ದರೆ ಹೇಳಿದರು ಆದ್ದರಿಂದ ಆ ವಿದ್ಯಾರ್ಥಿಗಳು ನಿಮ್ಮ ಪೂಜೆಗೆ ಹೂವುಗಳನ್ನು ತರುತ್ತಿದ್ದರು ಎಂದು ಹೇಳಿ. , **ವಾತ್ಸ್ಯಾಯನ-** ಅಷ್ಟೇ, ನಮಗೆ ಅರ್ಥವಾಯಿತು. ಅವುಗಳನ್ನು ರವಾನಿಸಿ! ಬಾ, ಕಾವಲುಗಾರ ಹೊರಟು ಇಬ್ಬರು ಶಿಷ್ಯರು ಬಂದರು. ಬಂದ ಕೂಡಲೇ ವಾತ್ಸ್ಯಾಯನನ ಪಾದಗಳನ್ನು ಮುಟ್ಟಿದನು. ಆಶೀರ್ವಾದನ ಬೆನ್ನಿನ ಮೇಲೆ ಕೈಯಿಟ್ಟು ವಾತ್ಸ್ಯಾಯನನು ಎದ್ದುನಿಂತು ಹೇಳಿದನು - ನಾವು ಇನ್ನೊಂದು ಕೋಣೆಯಲ್ಲಿ ಕುಳಿತುಕೊಳ್ಳುತ್ತೇವೆಶಿಷ್ಯರು ಆಚಾರ್ಯರೊಂದಿಗೆ ಇನ್ನೊಂದು ಕೋಣೆಗೆ ಬಂದರು. ಕುಳಿತುಕೊಂಡ ನಂತರ ವಾತ್ಸ್ಯಾಯನನು

ಹೇಳಿದನು- 'ಹೇಳು ಭಾಗುರಾಯ! ಏನು ಸಮಾಚಾರ! ಮತ್ತು ಶರಣಂಗರಾವ್! ಪಂಚನಾಡಿಗೆ ಇನ್ನೂ ಬಂದಿದ್ದೀಯಾ ಇಲ್ಲವಾ?' ಶಾರ್ಂಗರಾವ್- ಪಂಚನಾದ್ ಬಂದಿದ್ದಾನೆ ಗುರುದೇವ! ಇವತ್ತು ನಾನು ಅಲ್ಲಿಂದ ಕುಸುಂಪುರಕ್ಕೆ ಬಂದಿದ್ದೇನೆ.

ವಾತ್ಸ್ಯಾಯನ- ಚಂದ್ರಗುಪ್ತ ಮತ್ತು ಸಿಂಹಾಕ್ಷರು ಸುರಕ್ಷಿತವಾಗಿದ್ದಾರೆ ಎಂದು ಹೇಳಿ.

ಶಾರ್ಂಗ್ರವ- ನಿಮ್ಮ ವರವನ್ನು ಯಾರ ತಲೆಯ ಮೇಲೆ ಇರಿಸಲಾಗಿದೆಯೋ ಅವರಿಗೆ ಯಾವುದೇ ದುಷ್ಟವು ಹೇಗೆ ಸಂಭವಿಸುತ್ತದೆ? ಆದರೆ ಅವರು ಬೆಂಕಿಯೊಂದಿಗೆ ಆಟವಾಡುತ್ತಿದ್ದಾರೆ.

ವಾತ್ಸ್ಯಾಯನ - ಬೆಂಕಿಯೊಂದಿಗೆ ಆಟವಾಡುವುದು ಮನುಷ್ಯನ ಕರ್ತವ್ಯ. ದಾರಿಯಲ್ಲಿ ಬರುವ ಅಡೆತಡೆಗಳಿಗೆ ಹೆದರಿ ಮುಂದೆ ಸಾಗದವನಿಗೆ ಈ ಭೂಮಿ ಶಾಪ. ಚಂದ್ರಗುಪ್ತ ಮಗಧಕ್ಕೆ ಬರುತ್ತಾನಾ? ಹೇಳುತ್ತಿದ್ದರು?

ಶಾರ್ಂಗರಾವ್- ಬರಲು ಬಯಸುತ್ತಾರೆ, ಆದರೆ ಈಗ ಬರಲು ಸಾಧ್ಯವಿಲ್ಲ. ಚಂದ್ರಗುಪ್ತನು ಸ್ಥಳದಿಂದ ಹೊರಟುಹೋದ ತಕ್ಷಣ, ಈಗಾಗಲೇ ಸಿದ್ಧಪಡಿಸಿದ ಆಟವು ಹಾಳಾಗುತ್ತದೆವಾತ್ಸ್ಯಾಯನ- ಮತ್ತು ಅಲೆಕ್ಸಾಂಡರ್‌ನ ಮುಂದಿನ ಹೆಜ್ಜೆ ಏನು?

ಶಾರಂಗರಾವ್ - ಮಗಧದ ಕಡೆಗೆ ಹೋಗುವ ಕನಸು ಕಾಣುತ್ತಿದ್ದಾನೆ, ಆದರೆ ಅವನ ಸೈನ್ಯಕ್ಕೆ ಧೈರ್ಯವಿಲ್ಲ. ಮಳೆಯ ನಂತರ ಅವನು ಏರುವ ಸಾಧ್ಯತೆಯಿದೆ. ಆದರೆ ಅಲೆಕ್ಸಾಂಡರ್ ತನ್ನ ಸೈನ್ಯದ ವರ್ತನೆಯಿಂದ ತುಂಬಾ ನಿರಾಶೆಗೊಂಡಂತೆ ತೋರುತ್ತದೆ. ಪಂಚನದ ಮೂಲಕವೇ ಗ್ರೀಸ್‌ಗೆ ಹಿಂದಿರುಗುವ ಸಾಧ್ಯತೆಯೂ ಇದೆ. ಅಂತಹ ಪರಿಸ್ಥಿತಿಯಲ್ಲಿ, ಸೆಲ್ಯೂಕಸ್ ಭಾರತದಲ್ಲಿ ಅವನ ಪ್ರತಿನಿಧಿಯಾಗುತ್ತಾನೆ.

ವಾತ್ಸ್ಯಾಯನ್ - ಸೆಲ್ಯೂಕಸ್ ಅಲೆಕ್ಸಾಂಡರ್ ಗಿಂತ ಹೆಚ್ಚು ಅಪಾಯಕಾರಿ! ಅಲೆಕ್ಸಾಂಡರ್ ವೀರ, ಆದರೆ ಸೆಲ್ಯೂಕಸ್‌ನಷ್ಟು ನಿರಂಕುಶಾಧಿಕಾರಿ ಅಲ್ಲ. ಸೆಲ್ಯೂಕಸ್ ಮುಂದೆ ಹೋದಾಗ, ಅನೇಕ ಹಳ್ಳಿಗಳಲ್ಲಿ ನಮ್ಮ ಓಡುವ ಕುದುರೆಗಳ ಗೊರಸುಗಳಿಂದ ಎಷ್ಟು ಅಮಾಯಕರು ನಜ್ಜುಗುಜ್ಜಾಗುತ್ತಿದ್ದಾರೆ ಎಂದು ಅವನು ಯೋಚಿಸಲಿಲ್ಲ. ಭಯೋತ್ಪಾದನೆ ಮಾಡಲು, ಅವರು ಹಸಿರು ಹೊಲಗಳನ್ನು ಸುಟ್ಟುಹಾಕಿದರು, ಬಡವರ ಮನೆಗಳನ್ನು ಸುಟ್ಟುಹಾಕಿದರು. ಆದರೆ ಈಗ ಈ ಬೆಂಕಿ ಮುಂದೆ ಸಾಗಲು ಸಾಧ್ಯವಾಗುವುದಿಲ್ಲಇದಾದ ನಂತರ, ಭಾಗುರಾಯನನ್ನು ನೋಡಿ, ವಾತ್ಸ್ಯಾಯನನು ಹೇಳಿದನು- 'ಭಾಗುರಾಯನೇ ಹೇಳು! ಮಗಧ್ ನಾಗರಿಕರ ಸುದ್ದಿ ಏನು?

ಭಗುರಾಯನ್ - ಮಹಾಮಾತ್ಯ ರಾಕ್ಷಸನ ರಕ್ಷಣೆಯಲ್ಲಿ ಅವನು ತನ್ನ ಸುರಕ್ಷತೆಯಲ್ಲಿ ಸಂಪೂರ್ಣ ನಂಬಿಕೆಯನ್ನು ಹೊಂದಿದ್ದಾನೆ. ಮಹಾರಾಜ್ ನಂದ್ ಕಡೆಗೆ ಸಹ, ಅವರು ಇನ್ನು ಮುಂದೆ ಯಾವುದೇ ನೇರ ದೊಡ್ಡ ವಿರೋಧವನ್ನು ಹೊಂದಿಲ್ಲ. ರಾಕ್ಷಸನ ಇಂತಹ ದುಷ್ಕೃತ್ಯವು ನಂದನ ರಾಜ್ಯದಲ್ಲಿ ಪ್ರತಿಯೊಬ್ಬರ ಮಹಾಭಕ್ತಿಯು ಗೋಚರಿಸುತ್ತದೆ ಎಂದು ಹರಡಿದೆ.

ವಾತ್ಸ್ಯಾಯನ್ - ಇದು ಹೃದಯದಿಂದ ಬಂದ ಭಕ್ತಿಯೋ ಅಥವಾ ಭಯೋತ್ಪಾದನೆ ಮತ್ತು ನೀತಿಯಿಂದಲೋ?

ಭಗುರಾಯನು - ಭಯೋತ್ಪಾದನೆ ಮತ್ತು ನೀತಿಯಿಂದ, ಇನ್ನೂ ನಂದನ ಸಾಮ್ರಾಜ್ಯದ ಹೊಗಳಿಕೆಯನ್ನು ಕೇಳಿದನು ಅವಳು ಹೋಗುತ್ತಾಳೆ.

ವಾತ್ಸ್ಯಾಯನ - ಈ ಶಾಂತಿ ಆಳ್ವಿಕೆಯ ರಾಜ್ಯದಲ್ಲಿ ಅಗತ್ಯವಿದೆಯೇ ಕ್ರಾಂತಿ ಇದೆಯೇ? ಭಾಗುರಾಯನ್- ಗುರುದೇವ ಮಾತ್ರ ಇದರ ಬಗ್ಗೆ ಯೋಚಿಸಬಹುದು. ನಾವು ಕೇವಲ ವಿಧೇಯ ಸೇವಕರು. ವಾತ್ಸ್ಯಾಯನ- ಹಾಗಾದರೆ ಕೇಳು, ನಾವು ಹೊಸ ಮಾರ್ಗವನ್ನು ಕಂಡುಕೊಳ್ಳುತ್ತಿದ್ದೇವೆ. ರಾಜತಾಂತ್ರಿಕತೆಯ ಬದಲು ನಾವು ಈಗ ಋಷಿ ನೀತಿಯನ್ನು ಅನುಸರಿಸುತ್ತೇವೆ. ಶಾಂತಿ, ಸತ್ಯ, ಪ್ರೀತಿ ಮತ್ತು ಆದರ್ಶಗಳು ಮನುಷ್ಯನ ಶ್ರೇಷ್ಠ ಒಡನಾಡಿಗಳು. ಅವರನ್ನೂ ಜೊತೆಯಲ್ಲಿ ಕರೆದುಕೊಂಡು ಹೋಗಿ ಜನರ ಮಾನ ಹೆಚ್ಚಿಸಿ, ಜನರಲ್ಲಿ ವೀರಾವೇಶ ಮೂಡಿಸಿ, ಜನ ಎಚ್ಚೆತ್ತುಕೊಂಡಾಗ ಶಾಂತಿಯಿಂದ ಅಥವಾ ಶಸ್ತ್ರದಿಂದ ಪರದೇಶಿಗಳನ್ನು ಈ ದೇಶದಿಂದ ದೂರ ಓಡಿಸುತ್ತೇವೆ. ಆದರೆ ಇದಕ್ಕೆಲ್ಲಾ ವಾತ್ಸ್ಯಾಯನನಲ್ಲಿ ಸಾರ್ವಜನಿಕರ ನಂಬಿಕೆ ಅತ್ಯಗತ್ಯ. ಪ್ರತಿಯೊಬ್ಬ ವ್ಯಕ್ತಿಯಲ್ಲೂ ನಮ್ಮ ನಂಬಿಕೆಯನ್ನು ಸ್ಥಾಪಿಸಬೇಕುನಾಳೆ ಬೆಳಿಗ್ಗೆಯಿಂದ ನಮ್ಮ

ಕಾರ್ಯಕ್ರಮ - ಹಳ್ಳಿ ಹಳ್ಳಿ ಪ್ರವಾಸ. ಜಾಗರಣದ ಹಾಡುಗಳನ್ನು ಹಾಡಿ ಮಲಗಿರುವ ದೇಶವನ್ನು ಎಬ್ಬಿಸುತ್ತೇವೆ. ಆಗ ಜನರಿಗೆ ರಾಜ್ಯದ ಕತ್ತಿಗಳಿಗಿಂತ ಅವರ ಕೈಯ ಶಕ್ತಿಯ ಮೇಲೆ ಹೆಚ್ಚು ನಂಬಿಕೆ ಬರುತ್ತದೆ. ನಾಳೆ ಬೆಳಗ್ಗೆ ನಮ್ಮ ಹೊಸ ಪ್ರಯಾಣ ಶುರುವಾಗಲಿದೆ.

ಭಾಗುರಾಯನು - ನಮಗೇನು ಅಪ್ಪಣೆ?

ವಾತ್ಸ್ಯಾಯನ - ಇವತ್ತೇ ಡ್ರಮ್ ತೆಗೆದುಕೊಂಡು ಅದನ್ನು ಬಾರಿಸಿ, ನಾಳೆ ಬೆಳಿಗ್ಗೆಯಿಂದ ಧರ್ಮ ಮತ್ತು ನೀತಿಯ ವಿದ್ವಾಂಸರಾದ ಆಚಾರ್ಯ ವಿಷ್ಣುಗುಪ್ತ ವಾತ್ಸ್ಯಾಯನರು ಜಾಗೃತಿ ಮತ್ತು ಧರ್ಮದ ಸಂದೇಶದೊಂದಿಗೆ ದೇಶದಾದ್ಯಂತ ಸಂಚರಿಸುತ್ತಾರೆ. ಪರಕೀಯರಿಂದ ಮುಕ್ತವಾಗಿ ದೇಶಕ್ಕೆ ಸಂಪೂರ್ಣ ಶಾಂತಿ ಸಿಗುವವರೆಗೆ ಅವರ ಈ ಪಯಣ ದಣಿವಿರುವುದಿಲ್ಲ. ಪ್ರತಿ ಪ್ರಾರ್ಥನಾ ಮಂದಿರ ಮತ್ತು ಕಾಲೋನಿಯಲ್ಲಿ ಆಚಾರ್ಯ ವಾತ್ಸ್ಯಾಯನ್‌ಎಲ್ಲರಿಗೂ ತಮ್ಮ ಅಭಿಪ್ರಾಯಗಳನ್ನು ವ್ಯಕ್ತಪಡಿಸುತ್ತಾರೆ. ಆಶಾದಾಯಕವಾಗಿ, ನೀವು ಮಹಾತ್ಮ ವಾತ್ಸ್ಯಾಯನರ ಧರ್ಮೋಪದೇಶದಿಂದ ಮೋಕ್ಷ ಮತ್ತು ಶಾಂತಿಯನ್ನು ಕಂಡುಕೊಳ್ಳುತ್ತೀರಿ. , ಆಚಾರ್ಯರ ಅನುಮತಿ ಪಡೆದ ಕೂಡಲೆ ಭಾಗುರಾಯನೂ ಶಾರ್ಂಗ್ರವನೂ ಕಹಳೆಯನ್ನು ಬಾರಿಸಲು ಹೋದರು ಮತ್ತು ವಾತ್ಸ್ಯಾಯನನು ಯೋಚಿಸುತ್ತಾ ಎದ್ದು ನಿಂತನು. ಅವರೇ

ಹೇಳತೊಡಗಿದರು - 'ಮನುಷ್ಯನ ಉದ್ದೇಶಗಳು ಮತ್ತು ಆದರ್ಶಗಳು ಶ್ರೇಷ್ಠವಾಗಿರಬೇಕು. ವಿಶ್ವದಲ್ಲಿ ತನ್ನನ್ನು ತಾನು ಕರಗಿಸಿಕೊಳ್ಳುವವನನ್ನು ಜಗತ್ತು ನಂಬುತ್ತದೆ. ನಂಬಿಕೆ ಇರುವವನಿಗೆ ಪ್ರಪಂಚವಿದೆ; ನಂಬಿಕೆ ಇಲ್ಲದವನಿಗೆ ಯಾರೂ ಇಲ್ಲ. ಆದರೆ ತನ್ನ ಮೇಲೆ ನಂಬಿಕೆ ಇರುವ ವ್ಯಕ್ತಿಗೆ ಮಾತ್ರ ನಂಬಿಕೆ ಇರುತ್ತದೆ. ಆದ್ದರಿಂದ, ನಂಬಿಕೆಯೊಂದಿಗೆ ನಂಬಿಕೆಯನ್ನು ಹುಟ್ಟುಹಾಕುವ ಮೂಲಕ ನಿಮ್ಮ ಕೆಲಸವನ್ನು ಮಾಡಿ, ಆಗ ಮಾತ್ರ ನಿಮ್ಮ ನಿರ್ಣಯಗಳು ಈಡೇರುತ್ತವೆ.

ನಂಬಿಕೆಯೊಂದಿಗೆ ಅಸತ್ಯವೂ ಸತ್ಯ ಮತ್ತು ಅಪನಂಬಿಕೆಯೊಂದಿಗೆ ಸತ್ಯವೂ ಸುಳ್ಳು. ವಾತ್ಸ್ಯಾಯನನು ಬೇರೆ ಏನಾದರೂ ಹೇಳುತ್ತಿದ್ದನು ಆದರೆ ಸುವಾಸ್ ಬಂದು ಅವನ ಗಮನವನ್ನು ಬೇರೆಡೆಗೆ ತಿರುಗಿಸಿದನು. ಮಾಡಲಾಗಿದೆ. ವಾತ್ಸ್ಯಾಯನನು ಸುವಾಸನೆಯನ್ನು ನೋಡಿದ ಕೂಡಲೇ

ಹೇಳಿದನು – ಏನ್ ಸುವಸ್! ಒಬ್ಬ ಮನುಷ್ಯ ಒಬ್ಬಂಟಿಯಾಗಿರುವಾಗ ಸತ್ಯವು ಅವನೊಂದಿಗೆ ಉಳಿಯುತ್ತದೆಯೇ ಅಥವಾ ಅವನು ಯಾರೊಂದಿಗಾದರೂ ಅವನು ನಿಜವಾಗಿ ಉಳಿಯುತ್ತಾನೆಯೇ?

ಸುವಾಸ್ - ನಾನು ಬಂದು ನಿಮ್ಮ ಸತ್ಯವನ್ನು ಮುರಿದಿದ್ದೇನೆಯೇ?

ವಾತ್ಸ್ಯಾಯನ- ನಾನು ಹೇಳುವುದು ಸುಗಂಧವಲ್ಲ! ನಾನು ಇದನ್ನು ಹೇಳಲು ಬಯಸುತ್ತೇನೆ ಒಬ್ಬ ಮನುಷ್ಯನು ಇನ್ನೊಬ್ಬರೊಂದಿಗೆ ಮಾತನಾಡುವಾಗ ಅವನ ಹೃದಯದ ಯಾವುದೋ ಮೂಲೆಯಲ್ಲಿ ಒಂದು ಸುಳ್ಳು ಇರುತ್ತದೆ. ಮರೆಯಾಗಿ ಉಳಿದಿದೆ. ಆದರೆ ಅವನು ಏಕಾಂಗಿಯಾಗಿ ಯೋಚಿಸಿದಾಗ, ಸತ್ಯ ಮತ್ತು ಸುಳ್ಳಿನ ಶುದ್ಧ ತೀರ್ಪು ಅದನ್ನು

ಮಾಡುತ್ತದೆಸುವಾಸ್ - ಆಚಾರ್ಯ ವಾತ್ಸ್ಯಾಯನರು ಇಂದು ತಾತ್ವಿಕವಾಗಿ ಯೋಚಿಸುತ್ತಿದ್ದಾರೆಯೇ?

ವಾತ್ಸ್ಯಾಯನ್- ಇಲ್ಲ, ಆದರೆ ನಾವು ಹೊಸ ದಿಕ್ಕನ್ನು ರಚಿಸಿದ್ದೇವೆ. ಒಬ್ಬ ಮನುಷ್ಯನು ಸತ್ಯದ ಸಹಾಯದಿಂದ ಜಗತ್ತಿನಲ್ಲಿ ಉಳಿದುಕೊಂಡರೆ, ಆಗ ಗುರಿಯು ಅವನ ಹತ್ತಿರ ಬರುತ್ತದೆ.

ಸುಗಂಧ - ಸತ್ಯವು ಅಮೃತವಲ್ಲ, ಅದು ವಿಷವೂ ಹೌದು. ಕಾಲಕ್ಕೆ ತಕ್ಕಂತೆ ಸತ್ಯ-ಅಸತ್ಯದ ಬಳಕೆ ಮನುಷ್ಯನ ಧರ್ಮವಾಗಬೇಕು. ರಾಜಕೀಯದಲ್ಲಿ ಸತ್ಯದ ಪುರೋಹಿತರು ಅವಕಾಶ ಸಿಕ್ಕಾಗಲೂ ಅಸತ್ಯವನ್ನು ಮಾತನಾಡದಿದ್ದರೆ, ಅದರ ಪರಿಣಾಮ ರಾಜ್ಯದ ಕೊಲೆ ಮತ್ತು ನಂತರ ಜನರು 'ತ್ರಾಹಿ-ತ್ರಾಹಿ' ಆಗುತ್ತಾರೆ. ಕರೆ ಏರುತ್ತದೆ.

ಆದ್ದರಿಂದಲೇ ರಾಜತಾಂತ್ರಿಕನಾದ ಕೃಷ್ಣನು ಸತ್ಯವಂತನಾದ ಯುಧಿಷ್ಠಿರನನ್ನು ವಂಚನೆಯಿಂದಲೋ ಅಥವಾ ಸತ್ಯದಿಂದಲೋ ಕೊಂದನು. ಸುಳ್ಳು ಎಂದು ಕರೆಯುತ್ತಾರೆ. ವಾತ್ಸ್ಯಾಯನ-

ಆದರ್ಶಕ್ಕೂ ವಾಸ್ತವಕ್ಕೂ ಎಷ್ಟೊಂದು ವ್ಯತ್ಯಾಸ! ಆದರ್ಶವು ಅಸತ್ಯವನ್ನು ಪಾಪವೆಂದು ಹೇಳುತ್ತದೆ ಮತ್ತು ವಾಸ್ತವವು ಅಸತ್ಯವನ್ನು ಸಹ ಸತ್ಯವೆಂದು ಹೇಳುತ್ತದೆ. ಪ್ರಪಂಚದ ವಕ್ರ ಮಾರ್ಗಗಳಲ್ಲಿ, ತನ್ನ ನೀತಿಯಲ್ಲಿ ನಿಪುಣನಲ್ಲದವನು ಬೀಳುತ್ತಾನೆ ಮತ್ತು ಪ್ರಯಾಣಿಕರು ಅವನನ್ನು ತುಳಿಯುತ್ತಾರೆ. ಆದರೆ ಸಾವಿನ ಸತ್ಯ ಹೇಳುತ್ತದೆ, 'ಮನುಷ್ಯನಿಗೆ ಮರಣದ ಸಲುವಾಗಿ ಸತ್ಯವನ್ನು ಹೊರತುಪಡಿಸಿ ಏನು ಸಿಗುತ್ತದೆ? ನಿಮ್ಮ ಅಂತಿಮ ವೇಗವು ಧಾ ಕಣಗಳವರೆಗೆ ಮಾತ್ರ. ಸಾವಿಗೆ ಹೆದರಿ ಲೋಕದಿಂದ ಪಲಾಯನ ಮಾಡುವವರು,

ಪರಿಮಳ - ಅಶಾಶ್ವತತೆ ಮತ್ತು ಅವರು ಸೃಷ್ಟಿಯ ಕೊಲೆಗಾರರು. ಪ್ರಪಂಚವು ಸಾವಿನ ಮೂಲಕ ಸಾಯುವುದಿಲ್ಲ, ಆದ್ದರಿಂದ ತನ್ನ ಕೊನೆಯ ಉಸಿರಿನೊಂದಿಗೆ ಸಾಯುತ್ತಿರುವ ಜಗತ್ತು ಅವುಗಳನ್ನು ಹೂವುಗಳಿಂದ ಅಲಂಕರಿಸಲಾಗಿದೆ, ಅವರು ಅಮರರಾಗಿದ್ದಾರೆವಾತ್ಸ್ಯಾ

ಯನ್ - ನಿಮ್ಮ ವಾದಗಳು ನಿರಾಕರಿಸಲಾಗದ ಸುವಾಸ್ ಆಗಲು ಪ್ರಾರಂಭಿಸುತ್ತಿವೆ! ಆದರೆ ನಮ್ಮ ದಿಕ್ಕು ಬದಲಾಗಿದೆ. ನಾಳೆಯಿಂದ ನಾವು ಸತ್ಯ, ಪ್ರೀತಿ ಮತ್ತು ದೇಶಭಕ್ತಿಯ ಸಂದೇಶದೊಂದಿಗೆ ಹೊರಡುತ್ತೇವೆ.

ಸುವಾಸ್ - ಹಾಗಾದರೆ ನೀವು ಇಲ್ಲಿಂದ ಹೊರಡುತ್ತೀರಾ?

ವಾತ್ಸ್ಯಾಯನ್ - ಯಾರು ಯಾವಾಗಲೂ ಎಲ್ಲಿ ಉಳಿಯುತ್ತಾರೆ!

ಸುಗಂಧ - ಅಲ್ಲಿ ಚಂದ್ರನು ಇದ್ದಾನೆ, ಸೂರ್ಯನು ಅಲ್ಲಿ ವಾಸಿಸುತ್ತಾನೆ. ಧ್ರುವ ನಕ್ಷತ್ರ ತನ್ನ ಸ್ಥಾನವನ್ನು ಬಿಡಲಿಲ್ಲ. ಒಬ್ಬ ಮಹಾನ್ ವಿದ್ವಾಂಸರು ಯಾರು ಯಾವಾಗಲೂ ಎಲ್ಲಿ ಉಳಿಯುತ್ತಾರೆ ಎಂದು ಹೇಳುತ್ತಿರುವುದು ಆಶ್ಚರ್ಯಕರವಾಗಿದೆ!

ವಾತ್ಸ್ಯಾಯನ- ಸೂರ್ಯನು ಎಲ್ಲರಿಗೂ ಬೆಳಕನ್ನು ನೀಡಲು ದಿಕ್ಕನ್ನು ಬದಲಾಯಿಸುತ್ತಾನೆ. ಕಪ್ಪು ಮೋಡಗಳಿಂದ ಆವೃತವಾದಾಗ ಚಂದ್ರನು ಚಲಿಸುವುದನ್ನು ನೀವು ನೋಡಿಲ್ಲವೇ? ಎಲ್ಲೋ ಕಟ್ಟಿಕೊಂಡು ಕುಳಿತರೆ ಹೊಂಡದಲ್ಲಿ ಮಳೆ ನೀರು ತುಂಬಿದಂತಾಗುತ್ತದೆ. ಮನುಷ್ಯನ ಕಲ್ಯಾಣಕ್ಕಾಗಿ ನಾನು ದಣಿವರಿಯಿಲ್ಲದೆ ಪ್ರಯಾಣಿಸಬೇಕಾಗಿದೆ. ನಾಳೆ ಸೂರ್ಯೋದಯದ ಜೊತೆಗೆ ವಾತ್ಸ್ಯಾಯನವೂ ಶುರುವಾಗುತ್ತದೆ. ಸುಗಂಧ - ಆಗ ಸುಗಂಧವೂ ಅವರೊಂದಿಗೆ ಹೋಗುತ್ತದೆ.

ವಾತ್ಸ್ಯಾಯನನ ಧ್ವನಿ - ಇದು ಆಗುವುದಿಲ್ಲ. ಹೆಣ್ಣಿನ ಜೊತೆಗಿರುವಾಗ ಪುರುಷನ ಪಾದಗಳು ಮುಗ್ಗರಿಸುತ್ತವೆ.

ಸುಗಂಧ - ಮಹಿಳೆಯನ್ನು ತನ್ನೊಂದಿಗೆ ತೆಗೆದುಕೊಳ್ಳದೆ, ಪುರುಷನು ತನ್ನ ಸ್ವಂತ ವೇಗವನ್ನು ತ್ಯಜಿಸುತ್ತಾನೆ. ಮಹಿಳೆಯ ಧ್ವನಿಯು ಪುರುಷನ ಧ್ವನಿಯೊಂದಿಗೆ ಸೇರಿಕೊಂಡಾಗ, ಜಾಗೃತಿ ಮತ್ತು ವಿಜಯವನ್ನು ಸಾಧಿಸಲು ಹೆಚ್ಚು ಸಮಯತೆಗೆದುಕೊಳ್ಳುವುದಿಲ್ಲ.

ವಾತ್ಸ್ಯಾಯನ- ಆದರೆ ಕನ್ಯೆಯನ್ನು ಒಟ್ಟಿಗೆ ನೋಡಿದ ನಂತರ ಸಮಾಜ ಏನು ಹೇಳುತ್ತದೆ? ನಿನಗೆ ಈ ಸಮಾಜ ಸುವಾಸ ಗೊತ್ತಿಲ್ಲ! ಇಲ್ಲಿ ಸೀತೆ ಮತ್ತು ಚಂದ್ರಮ್ಮನನ್ನೂ ದೂಷಿಸಲಾಗುತ್ತದೆ. ಯಾವುದೇ

ರಾಷ್ಟ್ರ - ಸೇವಿ ಇಲ್ಲಿ ಊದುವ ಮೂಲಕ ತನ್ನ ಪಾದಗಳನ್ನು ಇಟ್ಟುಕೊಳ್ಳಬೇಕು.

ಸುವಸ್ - ಹಾಗಾದರೆ ಸಮಾಜದ ಭಯದಿಂದ ವೇಗವನ್ನು ನಿಲ್ಲಿಸುವುದು ಹೇಡಿತನದ ಲಕ್ಷಣವಲ್ಲವೇ?

ವಾತ್ಸ್ಯಾಯನ - ಕುರುಡು ಶೌರ್ಯದಿಂದ ವಿನಾಶವನ್ನು ಸಾಧಿಸಬೇಕು. ದೇಶಕ್ಕೆ ವಾತ್ಸ್ಯಾಯನನಲ್ಲಿ ಸಂಪೂರ್ಣ ನಂಬಿಕೆ ಇಲ್ಲದಿರುವವರೆಗೆ, ವಾತ್ಸ್ಯಾಯನ ತನ್ನ ಹಣೆಯ ಮೇಲೆ ಮಸಿಯ ಕಣವನ್ನು ಹಾಕಬಹುದಾದ ಎಲ್ಲವನ್ನೂ ತಪ್ಪಿಸುತ್ತಲೇ ಇರುತ್ತಾನೆ. ಮನುಷ್ಯ ಲೋಕದಲ್ಲಿ ಕಮಲದಂತೆ ಬದುಕಲು ಸಾಧ್ಯವಾಗದಿದ್ದರೆ ಅವನ ಬದುಕು ಹುಳುವಿನಂತಾಗುತ್ತದೆ. ನೀವು ನಮ್ಮ ಮೂಕ ಸಹಾಯಕರಾಗಿರಿ, ದೇವರು ಮತ್ತು ಮಹಾಶಕ್ತಿಯೊಂದಿಗೆ ನಮಗೆ ಯಶಸ್ಸನ್ನು ಬಯಸುತ್ತಾ ಇರಿ. ಬೆಳಿಗ್ಗೆ, ಸುವಸ್ ಮೌನವಾಗಿ ನಮಸ್ಕರಿಸಿದನು ಮತ್ತು ವಾತ್ಸ್ಯಾಯನ ಮನುಷ್ಯನ ಯಶಸ್ಸಿಗೆ ಹೆಜ್ಜೆ ಹಾಕಿದನುಯಾರು ನಂಬಿಕೆಯಿಂದ ಮುನ್ನಡೆಯುತ್ತಾರೋ, ಸಾರ್ವಜನಿಕರು ಅವರನ್ನು ಅನುಸರಿಸುತ್ತಾರೆ. ವಾತ್ಸ್ಯಾಯನ ಮುಂದೆ ಸಾಗಿದ. ಅವನ ಹೆಜ್ಜೆಯೊಂದಿಗೆ ಶಬ್ದವು ದೂರದವರೆಗೆ ಹರಡಲು ಪ್ರಾರಂಭಿಸಿತು. ಅವನು ಏಕಾಂಗಿಯಾಗಿ ನಡೆದನು,

ಆದರೆ ಪ್ರತಿ ಹೊಸ ಹೆಜ್ಜೆಯಲ್ಲಿ ಅನೇಕ ಅಡಿಗಳು ಅವನೊಂದಿಗೆ ಸೇರಿಕೊಂಡವು. ನಡೆಯುವಾಗ ವಾತ್ಸ್ಯಾಯನನು ಒಂದು ದೊಡ್ಡ ವಸಾಹತಿನಲ್ಲಿ ನಿಲ್ಲಿಸಿದನು. ಎಲ್ಲಾ ಕಡೆಯಿಂದ ಜನಸಮೂಹ ಅವರನ್ನು ಸುತ್ತುವರೆದಿತ್ತು. 'ಮಹಾತ್ಮ ವಾತ್ಸ್ಯಾಯನನಿಗೆ ಜಯ! ಋಷಿವರ ವಾತ್ಸ್ಯಾಯನ ಮಹಿಮೆ! ಆಚಾರ್ಯ ವಿಷ್ಣುಗುಪ್ತ ಮಹಿಮೆ! "ಆಕಾಶವು ಸಂತೋಷದ ಘೋಷಣೆಗಳಿಂದ ಪ್ರತಿಧ್ವನಿಸಿತು. ಜೈಗೆ ಪ್ರತ್ಯುತ್ತರವಾಗಿ ಕೈಗಳನ್ನು ಮಡಚಿ, ವಾತ್ಸ್ಯಾಯನನು ಶಾಂತನಾಗಿ ಹೇಳಲು

ಪ್ರಾರಂಭಿಸಿದನು - 'ನಾನು ನಿನ್ನೊಂದಿಗೆ ಸತ್ಯ ಮತ್ತು ಪ್ರೀತಿಯ ಸಂಬಂಧವನ್ನು ಸ್ಥಾಪಿಸಲು ಬಂದಿದ್ದೇನೆ. ಭೂಮಿಯು ಮನುಷ್ಯನಿಂದ ಸತ್ಯ, ಪ್ರೀತಿ ಮತ್ತು ಶೌರ್ಯದ ಅಮೃತವನ್ನು ಬಯಸುತ್ತದೆ'ನೀವು ನೋಡುತ್ತಿರುವಿರಿ ಮತ್ತು ಇತಿಹಾಸವು ಸಾಕ್ಷಿಯಾಗಿದೆ, ಅಲ್ಲಿ ಸತ್ಯ ಮತ್ತು ಪ್ರೀತಿ ಇರುತ್ತದೆ, ಸಂಘಟನೆ ಇರುತ್ತದೆ, ಮತ್ತು ಸಂಘಟನೆ ಇರುವಲ್ಲಿ ಗೆಲುವು ಇರುತ್ತದೆ.

ಪರಸ್ಪರರ ನಡುವೆ ಪ್ರೀತಿಯ ಕೊರತೆಯಿಂದ, ನಂಬಿಕೆ ಕ್ಷೀಣಿಸುತ್ತಿದೆ ಮತ್ತು ನಂಬಿಕೆಯ ಕೊರತೆಯಿಂದ ಈ ದೊಡ್ಡ ದೇಶದ ಶಕ್ತಿಯು ಛಿದ್ರವಾಗಿದೆ. ನಾವು ಸ್ಥೂಲದಿಂದ ದೂರ ಸರಿಯುತ್ತಿದ್ದೇವೆ ಮತ್ತು ವ್ಯಕ್ತಿಗತವಾಗುತ್ತಿದ್ದೇವೆ.

ಮರವನ್ನು ಬೇರು ಬಿಟ್ಟು ಬೇರೆಯಾಗಿ ನಿಲ್ಲಲು ನಾವು ಬಯಸುತ್ತೇವೆ, ಆದರೆ ಮರವನ್ನು ಬೇರುಗಳಿಲ್ಲದೆ ನಿಲ್ಲುವಂತೆ ಮಾಡುವುದು ಅಂಗೈಗೆ ಸಾಸಿವೆ ಹಚ್ಚಿದಂತೆ. ಜನರ ಶಕ್ತಿಯಲ್ಲಿ ದೊಡ್ಡ ಶಕ್ತಿ ಇದೆ. ಸಾರ್ವಜನಿಕರ ಹೃದಯವೇ ಇಲ್ಲದ ರಾಜನ ಕೈಯಲ್ಲಿ ದೇಶ ಅಸುರಕ್ಷಿತ. ನಮ್ಮ ದೇಶ ಅಸುರಕ್ಷಿತವಾಗುತ್ತಿದೆ. ವಿದೇಶಿಯರು ನಮ್ಮ ದೇಶದ ಬಹುಭಾಗವನ್ನು ವಶಪಡಿಸಿಕೊಂಡಿದ್ದಾರೆ. ಅವರ ಕಪಿಮುಷ್ಟಿಯಿಂದ ದೇಶವನ್ನು ಮುಕ್ತಗೊಳಿಸಲು ನಾವೆಲ್ಲರೂ ಒಗ್ಗಟ್ಟಾಗಿ ಮತ್ತು ಧೈರ್ಯದಿಂದ ನಿಲ್ಲಬೇಕಾಗಿದೆ. ಮಗಧವು ಭಾರತದಲ್ಲಿ ಸಂಘಟಿತ ಮತ್ತು ಶಕ್ತಿಯುತ ರಾಜ್ಯವಾಗಿದೆ ಎಂದು ನಮಗೆ ಸಂತೋಷವಾಗಿದೆ ಮತ್ತು ಅದರ ಶಕ್ತಿಯನ್ನು ನೋಡಿ, ವಿದೇಶಿಗರು ಮುಂದುವರಿಯಲು ಧೈರ್ಯ ಮಾಡುತ್ತಿಲ್ಲ. ಆದರೆ ಮತ್ತೊಂದೆಡೆ ಮಗಧದ ನಾಶದ ಕಿಡಿಗಳೂ ಹುದುಗಿವೆ. ನಮ್ಮ ಸಮಯಕ್ಕಾಗಿ ಕಾಯುತ್ತಿದ್ದೇವೆ. ವಿದೇಶಿಯರಿಂದಲೂ ನಮಗೆ ದೊಡ್ಡ ಭಯ ಮನೆಯಿಂದ. ನಾನು ಮನೆಯಲ್ಲಿ ಪ್ರೀತಿಯನ್ನುನೋಡಬೇಕು. ವಾತ್ಸ್ಯಾಯನನು ಉಪದೇಶಿಸುತ್ತಿದ್ದನು ಮತ್ತು ಪ್ರಜೆಗಳ ಗುಂಪು ಶಾಂತವಾಗಿ ಕೇಳುತ್ತಿತ್ತು. ಆದರೆ ಅದೇ ಗುಂಪಿನಲ್ಲಿ ಇಬ್ಬರು ಜನರಿದ್ದರು, ಅವರ ಗಮನವು ಕೇಳಲಿಲ್ಲ, ಆದರೆ ಅವರು ವಾತ್ಸ್ಯಾಯನನ ಚಟುವಟಿಕೆಯನ್ನು ನೋಡುತ್ತಿದ್ದರು. ಒಬ್ಬ ವ್ಯಕ್ತಿ ಮತ್ತೊಬ್ಬನಿಗೆ

ಹೇಳಿದನು - 'ವಾತ್ಸ್ಯಾಯನ ನಿಜವಾಗಿಯೂ ಮಹಾನ್ ಮಹಾತ್ಮನಂತೆ ತೋರುತ್ತಿದೆ.' ಎರಡನೆಯ

ವ್ಯಕ್ತಿ-' ಆದರೆ ನಾವು ಯಾರನ್ನಾದರೂ ಮಹಾತ್ಮ ಎಂದು ತಪ್ಪಾಗಿ ಭಾವಿಸುತ್ತೇವೆ. ಇದು ನಮ್ಮ ಧರ್ಮ ಎಲ್ಲರನ್ನೂ ಅನುಮಾನದಿಂದ ನೋಡುವುದು. ಈ ಗುಂಪಿನಲ್ಲಿ ನೀವು ಬೇರೆ ಯಾವುದನ್ನಾದರೂ ನೋಡಿದ್ದೀರಿ ಯಾರು ಸಿರ್ಘುತ! ಅವರು ನಮ್ಮ ಸಂಭಾಷಣೆಗಳನ್ನು ಬಹಳ ಗಮನದಿಂದ ಕೇಳುತ್ತಿದ್ದರು. ಆಗ ನಾನು ನಿನ್ನನ್ನು ಅಲ್ಲಿಗೆ ಕರೆದುಕೊಂಡು ಬಂದೆ ನಾನು ನಿನ್ನನ್ನು ಇಲ್ಲಿಂದ ಕರೆದೊಯ್ಯು ಇನ್ನೊಂದು ಸ್ಥಳಕ್ಕೆ ಕರೆತಂದಿದ್ದೇನೆ. ಅವರು ಆಳವಾದ ಜ್ಞಾನಿ ಎಂದು ತೋರುತ್ತದೆ. ಈ ಸಂದೇಶವನ್ನು ಮಹಾಮಾತ್ಯರಿಗೆ ತಿಳಿಸೋಣ. ' ಇಬ್ಬರೂ ಎದ್ದು ಹೋದರು. ಸ್ವಲ್ಪ ದೂರ ಹೋದಾಗ ಸಿರ್ಘುಟನೂ ಎದ್ದು ಅವರನ್ನು ಹಿಂಬಾಲಿಸಿದ

14

ಭೂಮಿಯ ತಿರುಗುವಿಕೆ ನಿಲ್ಲುವುದಿಲ್ಲ, ಅಥವಾ ಸೂರ್ಯ ಮತ್ತು ಚಂದ್ರನ ಕ್ರಿಯೆ. ತಮ್ಮ ಜವಾಬ್ದಾರಿಯನ್ನು ಪೂರೈಸುವವರು ಎಂದಾದರೂ ಸುಸ್ತಾಗುತ್ತಾರೆಯೇ? ಎಲ್ಲರ ಬಗ್ಗೆ ಚಿಂತಿಸುವ ಆ ನಿಯಂತ್ರಕರಿಂದ ಆಡಳಿತದ ಹೊರೆಯ ಸುಖವನ್ನು ಕೇಳಿ. ದಣಿದ ಜೀವಿಗಳಿಗೆ ನಿದ್ದೆಯನ್ನು ಕೊಡಲು ಸೂರ್ಯ ಚಂದ್ರನಿಗೆ ಆಡಳಿತ ನೀಡಿ ಕೆಲಸಕ್ಕೆ ಕಾರಂಜಿಗಳನ್ನು ಎಬ್ಬಿಸಲು ಹೋದರೂ ಸೂರ್ಯನ ಜೊತೆ ನಡೆದು ಚಂದ್ರನೊಂದಿಗೆ ಏಳುವ ಅಪರೂಪದವರೂ ಇದ್ದಾರೆ. ಮುಸ್ಸಂಜೆ ಬೀಳುತ್ತಿತ್ತು. ಉದ್ಯೋಗಿಗಳನ್ನು ಬಿಡುಗಡೆ ಮಾಡಲಾಯಿತು ಮತ್ತು ಅವರ ಮನೆಗಳಿಗೆ ಹೋದರು, ಆದರೆ ಮಹಾಮಾತ್ಯ ರಾಕ್ಷಸ ಇನ್ನೂ ತನ್ನ ಕಚೇರಿಯಲ್ಲಿ ನಿರತನಾಗಿದ್ದನು. ಒಮ್ಮೊಮ್ಮೆ ಒಂದಷ್ಟು ಪೇಪರ್ ಓದುತ್ತಿದ್ದ, ಇನ್ನು ಕೆಲವು ಪೇಪರ್ ನಲ್ಲಿ ಏನೇನೋ ಬರೆಯುತ್ತಿದ್ದ. ಅವನ ಕೋಣೆಯಲ್ಲಿ ದೀಪಗಳು ಉರಿಯುತ್ತಿದ್ದವು ಆದರೆ ಇಂದು ಆಕಾಶದಲ್ಲಿ ಒಂದೇ ಒಂದು ನಕ್ಷತ್ರವಿಲ್ಲ. ಕೆಲವೇ ಗಂಟೆಗಳ ಹಿಂದೆ, ಸೂರ್ಯನು ಪ್ರಕಾಶಮಾನವಾಗಿ ಬೆಳಗುತ್ತಿದ್ದನು ಮತ್ತು ಆಗೊಮ್ಮೆ ಈಗೊಮ್ಮೆ ಮೋಡಗಳು ಉರುಳಿದವು. ಅಗತ್ಯಪೇಪರ್‌ಗಳಿಂದ ಕಣ್ಣು ತೆಗೆದು, ಕಿಟಕಿಯಿಂದ ಆಕಾಶದತ್ತ ನೋಡಿದ ಮಹಾಮಾತ್ಯ ಅವರು

ಹೇಳಿದರು - 'ಈಗಾಗಲೇ ತಡವಾಗಿದೆ ಎಂದು ತೋರುತ್ತದೆ, ಆದರೆ ಇನ್ನೂ ಸಾಕಷ್ಟು ಕೆಲಸ ಉಳಿದಿದೆ. ನಾವು ಪತ್ತೇದಾರಿ ವಿರಾಧ್ ಅವರನ್ನು ಕಳೆದುಕೊಂಡಿದ್ದೇವೆ, ಅವರು ಇನ್ನೂ ಬಂದಿಲ್ಲ! ತದನಂತರ ಅವನು ತಕ್ಷಣವೇ ಕಾವಲುಗಾರನನ್ನು ಕರೆಯಲು ಡ್ರಮ್ ಬೀಟ್ ಮಾಡಲಾಯಿತು. ಮಾತು ಕೇಳಿದ ಕೂಡಲೇ ಕಾವಲುಗಾರ ಬಂದ. ಮಹಾಮಾತ್ಯ

ಆದೇಶಿಸಿದರು - ಗೂಢಚಾರಿಕೆ ಮುಖ್ಯಸ್ಥ ವಿರಾಧನಿಗೆ ತಿಳಿಸು ಈ ಸಮಯದಲ್ಲಿ ರಾಕ್ಷಸನು ನಿನ್ನನ್ನು ನೆನಪಿಸಿಕೊಂಡಿದ್ದಾನೆ. ಕಾವಲುಗಾರ ಹೊರಟುಹೋದನು. ಸ್ವಲ್ಪ ಸಮಯದ ನಂತರ ವಿರಾಧ್ ಬಂದ. ಅವನು ನೋಡಿದ ತಕ್ಷಣ, ಮಹಾಮಾತ್ಯ

ಹೇಳಿದರು - ನಾವು ಬಹಳ ಸಮಯದಿಂದ ನಿಮಗಾಗಿ ಕಾಯುತ್ತಿದ್ದೇವೆ.

ವಿರಾಧ್- ಅಪ್ಪಣೆ ಬಂದ ಕೂಡಲೇ ಬರಲು ಶುರು ಮಾಡಿದ, ಇಬ್ಬರು ಗೂಢಚಾರರ ಹಠಾತ್ ಆಗಮನದಿಂದ ನಿಲ್ಲಿಸಿದ. ರಜೆ ಸಿಕ್ಕ ತಕ್ಷಣ ಸೇವೆಗೆ ಲಭ್ಯವಾಗುತ್ತೇನೆ.

ರಾಕ್ಷಸ- ರಾಜನ ಹಿತಾಸಕ್ತಿಯಿಂದ ಅಧಿಕಾರಿಯ ಆದೇಶಗಳನ್ನು ಉಲ್ಲಂಘಿಸಿದರೂ ಸಹ ಅನುಚಿತವಲ್ಲ ಹೇಳಿ, ಏನಿದು ಸುದ್ದಿ?

ವಿರಾಧ್- ಪಂಚನಾದ್‌ನಿಂದ ಗೂಢಚಾರರಿಗೆ ಬಂದಿರುವ ಸುದ್ದಿ ಪ್ರಕಾರ, ಶೀಘ್ರದಲ್ಲೇ ಭಾರೀ ಸ್ಫೋಟ ಸಂಭವಿಸುವ ಸಾಧ್ಯತೆಯಿದೆ. ಗ್ರೀಕ್ ಸೇನೆಗೆ ಹಲವು ಭಾರತೀಯರು ಸೇರ್ಪಡೆಯಾಗಿದ್ದಾರೆ ಎಂಬ ಮಾಹಿತಿ ಸಿಕ್ಕಿದೆ. ತಕ್ಷಶಿಲಾ ಕುಮಾರ್ ಅಂಭಿ ಮತ್ತು ಮಾಳವ್ ಕುಮಾರ್ ಸಿಂಘಾಕ್ಷರನ್ನು ಸೇನೆಯ ಒಂದು ಭಾಗದ ಕಮಾಂಡರ್‌ಗಳಾಗಿ ನೇಮಿಸಲಾಗಿದೆ. ಚಂದ್ರಗುಪ್ತ ಎಂಬ ಯುವಕ ಗ್ರೀಕರ ಮಹಾನ್ ಸಹಾಯಕನೆಂದು ಕೇಳಿದ್ದೇನೆ. ಗ್ರೀಕರು ಅವನ ಮೇಲೆ ಅಪಾರ ನಂಬಿಕೆ ಮತ್ತು ನಂಬಿಕೆಯನ್ನು ಹೊಂದಿದ್ದಾರೆ. ಪಂಚನದ ಆಯ್ದ ಕುದುರೆ ಸೈನ್ಯವು ಅವನ ವಶದಲ್ಲಿದೆ. ಹೀಗೆ ಗ್ರೀಕರೊಡನೆ ತಕ್ಷಿಲ, ಮಾಳವ, ಪಂಚನಾದ್ ಹೀಗೆ ಅನೇಕ ದೇಶದ್ರೋಹಿಗಳು ಮಗಧದ ಮೇಲೆ ದಾಳಿ ಮಾಡಲು ಬಯಸುತ್ತಾರೆ.

ಮಹಾಮಾತ್ಯ- ಜಗತ್ತಿನ ಶಕ್ತಿಗಳೆಲ್ಲ ಸೇರಿ ಮಗಧದ ಮೇಲೆ ದಾಳಿ ಮಾಡಿದರೂ ಮಗಧವನ್ನು ಸೋಲಿಸಲು ಸಾಧ್ಯವಿಲ್ಲ. ಇದೀಗ ರಾಕ್ಷಸನು ತನ್ನ ಬುದ್ಧಿ ಮತ್ತು ತೋಳುಗಳಲ್ಲಿ ಬಲವನ್ನು ಹೊಂದಿದ್ದಾನೆ. ಅಂದು ನಮ್ಮ ಪರಸ್ಪರ ವೈರತ್ವವನ್ನು ಬಿಡದೆ ಪಂಚನದಾಧಿಪ ಮಹಾರಾಜ ಪುರು ಕೇಳದಿದ್ದರೂ ಸಹಾಯ

ಮಾಡಿದ ತಪ್ಪನ್ನು ಮಾಡಿದೆವು. ಇದು ಉಳಿದಿದೆ. ನನಗೆ ಬೇಕಾದುದನ್ನು ಎಲ್ಲರೂ ಬಯಸುವುದಿಲ್ಲ. ಹೌದು, ಮಗಧದ ಆಂತರಿಕ ಸ್ಥಿತಿ ಹೇಗಿದೆ? ಮಗಧದ ಆಂತರಿಕ ಸ್ಥಿತಿ ಜನರು ಮಹಾಮಾತೆಯ ಬದುಕನ್ನು ಹಾರೈಸುತ್ತಲೇ ಇರುತ್ತಾರೆ. ಇಡೀ ಮಗಧವೇ ಒಂದೆಡೆ ಸೇರಿದಂತೆ ಕಾಣುತ್ತಿದ್ದು, ಮಹಾತ್ಮ ವಾತ್ಸಾಯನರ ಸಂದೇಶಗಳಿಂದ ಮಗಧ ರಾಜ್ಯದ ಬೇರುಗಳು ಗಟ್ಟಿಯಾಗುತ್ತಿರುವುದು ಸಂತಸ ತಂದಿದೆ. ಅವರು ಪ್ರತಿ ವ್ಯಕ್ತಿಗೆ ಮಾನವೀಯತೆ ಮತ್ತು ದೇಶಭಕ್ತಿಯ ಸಂದೇಶವನ್ನು ಪ್ರತಿ ಬಾಗಿಲಲ್ಲಿಯೂ ನೀಡುತ್ತಾರೆ. ಮಹಾತ್ಮಾ ವಾತ್ಸಾಯನನು ತನ್ನ ಉಪದೇಶದಲ್ಲಿ ಹೇಳುತ್ತಿದ್ದುದನ್ನು ನಮ್ಮ ಗೂಢಚಾರರು ತಮ್ಮ ಕಿವಿಗಳಿಂದ

ಕೇಳಿದ್ದಾರೆ - 'ಮಹಾಮಾತ್ಯ ರಾಕ್ಷಸನ ಕೈಯಲ್ಲಿ ನಾವು ಸುರಕ್ಷಿತರಾಗಿದ್ದೇವೆ. ಗೊತ್ತಿಲ್ಲ ಮಹಾಮಾತ್ಯಾ! ಮಗಧದ ಪ್ರತಿಯೊಬ್ಬ ವ್ಯಕ್ತಿಯೂ ಅವನ ಭಕ್ತನಾಗುತ್ತಿದ್ದಾನೆ ಎಂಬ ಮಹಾತ್ಮ ವಾತ್ಸಾಯನರ ಮಾತಿನಲ್ಲಿರುವ ಆಕರ್ಷಣೆ ಏನು. ಇದನ್ನು ಕೇಳಿದ ಮಹಾಮಾತ್ಯನು ತನ್ನ ಬೆರಳಿನಿಂದ ತನ್ನ ಹಣೆಯನ್ನು ಗೀಚಿದನು ಮತ್ತು ನಂತರ

ಯೋಚಿಸಿದನು - ಮಹಾತ್ಮ ವಾತ್ಸಾಯನನು ನಿಸ್ಸಂದೇಹವಾಗಿ ಮಾನವರಲ್ಲಿ ಶ್ರೇಷ್ಠನೆಂದು ತೋರುತ್ತದೆ. ಅವನು ಪರಿತ್ಯಾಗ ಮತ್ತು ತಪಸ್ವಿ ಬ್ರಾಹ್ಮಣ. ನನ್ನ ಒತ್ತಾಯದ ನಂತರವೂ ಅವರು ರಾಜ್ಯಸಭಾ ಸ್ಥಾನವನ್ನು ಸ್ವೀಕರಿಸಲಿಲ್ಲ. ಅವರ ಆಕರ್ಷಣೆಯಿಂದ ಹೃದಯ ಸೆಳೆಯುತ್ತಿದೆ, ಆದರೆ ರಾಜಕೀಯದಲ್ಲಿ ಮಹಾತ್ಮರಿಗಿಂತ ಮಹಾತ್ಮರೇ ಮೇಲು ಎಂದು ಬುದ್ಧಿಯು ಕೆಲವೊಮ್ಮೆ ಹೇಳುತ್ತದೆನೀವು ಮತ್ತೆ ಮತ್ತೆ ಪರೀಕ್ಷಿಸಬೇಕು. ವಿರಾಧ್! ವಾತ್ಸಾಯನನ ಪ್ರತಿ ಧರ್ಮೋಪದೇಶ ಸಭೆಯಲ್ಲಿ ನಮ್ಮ ಗೂಢಚಾರರು ಹಾಜರಿರಬೇಕು. ಮಹಾತ್ಮ ವಾತ್ಸಾಯನನ ಮೇಲೆ ಕಟ್ಟುನಿಟ್ಟಿನ ನಿಗಾ ಇಡಬೇಕು. ಆದರೆ ಮಹಾತ್ಮಾ ವಾತ್ಸಾಯನನ ಮೇಲೆ ರಾಜ್ಯದ ಕಡೆಯಿಂದ ಒಂದು ಸಣ್ಣ ಅನುಮಾನವೂ ಇದೆ ಎಂಬುದು ಯಾರಿಗೂ ತಿಳಿಯಬಾರದು.

ವಿರಾಧ್ - ನೀನು ಹೇಳದೆಯೂ ನಾನು ಎಚ್ಚರವಾಗಿದ್ದೇನೆ.

ಮಾನ್ಸ್ಟರ್- ಸರಿ ಹಾಗಾದರೆ ನೀನು ಈಗ ಹೋಗು! ಆಗಲೇ ಸಾಕಷ್ಟು ತಡವಾಗಿದೆ. ನಮಸ್ಕಾರ ಮಾಡಿ ವಿರಾಧ್ ಮಹಾಮಾತ್ಯರ ಕಛೇರಿಯಿಂದ ಹೊರಬಂದರು. ಅವರು ತುಂಬಾ ದಣಿದಿದ್ದರು, ಆದ್ದರಿಂದ ಅವರು ನೇರವಾಗಿ ತಮ್ಮ ನಿವಾಸಕ್ಕೆ ತೆರಳಿದರು. ಸ್ವಲ್ಪ ಹೊತ್ತಿನಲ್ಲಿ ತಮ್ಮ ಮನೆಗೆ ಬಂದರು. ದ್ವಾರಪಾಲಕ ಬಂದು ಹೇಳಿದಾಗ ಅವನು ಮಲಗಲು ತನ್ನ ಬಟ್ಟೆಗಳನ್ನು ತೆಗೆದಿದ್ದನು - ಇಬ್ಬರು ಸೇವಕರು ಅವನ ತಲೆಯನ್ನು ಹಿಡಿದು ಯಾರನ್ನಾದರೂ ಕರೆತಂದಿದ್ದಾರೆ. ಅವರು ಇದೀಗ ನಿಮ್ಮನ್ನು ಭೇಟಿಯಾಗಲು ಬಯಸುತ್ತಾರೆ.

ವಿರಾಧ್ - ಸೇವಕರು ಯಾರು? ಗೇಟ್

ಕೀಪರ್ - ಕಳೆದ ವಾರ ಬೆಳಿಗ್ಗೆ ನಿಮ್ಮೊಂದಿಗೆ ಮಾತನಾಡುತ್ತಿದ್ದ ಅದೇ ವ್ಯಕ್ತಿ, ವಿರಾಧ್ ಮತ್ತಷ್ಟು ಹೇಳಿದರು - ಅವರನ್ನು ನಮ್ಮ ಅತಿಥಿ ಕೋಣೆಯಲ್ಲಿ ಕುಳಿತುಕೊಳ್ಳಿ, ನಾವು ಬರುತ್ತೇವೆ. ಏನೋ ಯೋಚಿಸಿ ದ್ವಾರಪಾಲಕ ಹೊರಟು ಹೋದ. ಅವನು ಸೇವಕರನ್ನು ಮತ್ತು ಮೂರನೆಯ ಅಪರಿಚಿತರನ್ನು ಅತಿಥಿಕೋಣೆಯಲ್ಲಿ ಕುಳಿತುಕೊಳ್ಳುವಂತೆ ಮಾಡಿದನು. ಸ್ವಲ್ಪ ಸಮಯದ ನಂತರ ವಿರಾಧ ಅಲ್ಲಿಗೆ ಬಂದನು. ಬಂದ ಕೂಡಲೆ ಮೂವರನ್ನೂ ಚೂಪಾದ ಕಣ್ಣುಗಳಿಂದ ನೋಡುತ್ತಾ ಅಗಲಿದ ಕಣ್ಣುಗಳಿಂದ

ಹೇಳಿದ- ಏನ್ ವಿನಾಯಕ! ಯಾರಿದು? ಅದಕ್ಕೆ ಪ್ರತ್ಯುತ್ತರವಾಗಿ ವಿನಾಯಕ್

ಹೇಳಿದರು - ಅವನು ಶತ್ರುವಿನ ಕುತಂತ್ರದ ಗೂಢಚಾರ. ಮಹಾತ್ಮ ವಾತ್ಸಾಯನ್ ಅವರು ಪ್ರತಿ ಉಪನ್ಯಾಸ ಸಭೆಯಲ್ಲೂ ಇರುತ್ತಾರೆ. ನಾವು ಅದರ ಬಗ್ಗೆ ಹಲವಾರು ದಿನಗಳವರೆಗೆ ವಿಚಾರಿಸಿದೆವು, ಆದರೆ ಅದು ಉತ್ತರಗಳು ಅನುಮಾನಗಳನ್ನು ಹುಟ್ಟುಹಾಕುತ್ತವೆ. ಕೆಲವೊಮ್ಮೆ ಅದು ಏನನ್ನಾದರೂ ಹೇಳುತ್ತದೆ, ಕೆಲವೊಮ್ಮೆ ಬೇರೆ ಏನಾದರೂ. ವಿನಾಯಕನು ಮುಂದೆ ಏನನ್ನೂ ಹೇಳುವ ಮೊದಲೇ ಖೈದಿ ನೇರ ಮುಖದಿಂದ

ಹೇಳಿದ - "ನಾನು ಕುತಂತ್ರಿಯಲ್ಲ ಮಹಾರಾಜ್ ಜೀ! ಇವರಿಬ್ಬರು ಕುತಂತ್ರಿಗಳು, ನನ್ನ ಹಿಂದೆ ಇರುವ ಅಮಾಯಕರು. ನಾನು ಎಲ್ಲಿಗೆ ಹೋದರೂ, ಅವರು ತಿರುಗಾಡುವುದನ್ನು ನೋಡುತ್ತೇನೆ. ನಾನು ವಿದ್ಯಾವಂತ ಮತ್ತು ನಿಜವಾದ ಬ್ರಾಹ್ಮಣ. ಆದರೆ ನಾನು ಈ ರೂಪದಲ್ಲಿ ಪ್ರಯಾಣಿಸುತ್ತಿದ್ದೇನೆ, ದುರದೃಷ್ಟದಿಂದ ಹೊಡೆದಿದ್ದೇನೆ, ಇಲ್ಲದಿದ್ದರೆ ನನ್ನ ಮುಂದೆ ಈ ಮಹಾತ್ಮ ವಾತ್ಸ್ಯಾಯನ ಏನು! ನಾನು ತತ್ವಶಾಸ್ತ್ರ, ಅರ್ಥಶಾಸ್ತ್ರ, ಜ್ಯೋತಿಷ್ಯಶಾಸ್ತ್ರದಲ್ಲಿ ಚೆನ್ನಾಗಿ ಪಾರಂಗತನಾಗಿದ್ದೇನೆ. ಭೃಗುಸಂಹಿತೆಯ ಪ್ರಕಾರ, ನಾನು ನನ್ನ ಹಿಂದಿನ ಜನ್ಮದ ಸನ್ಯಾಸಿ, ಇಲ್ಲದಿದ್ದರೆ ನಾನು ಈ ಯುಗದ ಶ್ರೇಷ್ಠ ಮಹಾತ್ಮನಾಗುತ್ತಿದ್ದೆ. ಈಗಲೂ ನಾನು ದೊಡ್ಡ ವಿದ್ವಾಂಸರ ಬಳಿ ಅಧ್ಯಯನ ಮಾಡಬಹುದು. ಪ್ರತಿ ದಿನ ವಾತ್ಸ್ಯಾಯನನ ಸಭೆಗೆ ಹೋಗುತ್ತೇನೆ ಎಂದುಕೊಂಡು ಅವರೊಡನೆ ಚರ್ಚೆ ಮಾಡುತ್ತೇನೆ ಎಂದುಕೊಂಡು ಕಾಗೆಯ ಸಭೆಯಲ್ಲಿ ಹಂಸವನ್ನು ಕೇಳುವವರಾರು ಎಂದುಕೊಂಡು ಸುಮ್ಮನಿರುತ್ತೇನೆಇದನ್ನು ಕೇಳಿದ ವಿರಾದ್ ನಕ್ಕ. ಅವರು ನಗುತ್ತಾ

ಹೇಳಿದರು – ಹುಚ್ಚುತನದಿಂದ ಬಳಲುತ್ತಿಲ್ಲವೇ?

ಸಾಧು- ನಂದನ ರಾಜ್ಯದಲ್ಲಿ ವಿದ್ಯಾವಂತ ಹುಚ್ಚರಿದ್ದರೆ ಖಂಡಿತಾ ನನಗೆ ಹುಚ್ಚು.

ವಿರಾಧ್- ಎಲ್ಲಿ ಓದಿದೆ?

ಸಾಧು- ಎಲ್ಲೂ ಇಲ್ಲ, ನಾನೇ ಓದಿದ್ದೇನೆ.

ವಿರಾಧ- ಮೂರ್ಖ! ಅವನು ಅಸಂಬದ್ಧವಾಗಿ ಮಾತನಾಡುತ್ತಾನೆಯೇ? ಸಾಧು: ಆಧಾರವಿಲ್ಲದ ಮಾತು ಬೇಡ. ಏಕಲವ್ಯ ಕೂಡ ಸ್ವಂತವಾಗಿ ಓದಿದ್ದ. ಬೃಹಸ್ಪತಿಯ ಮೂರ್ತಿಯನ್ನು ಮುಂದಿಟ್ಟುಕೊಂಡು ಶಿಕ್ಷಣವನ್ನೂ ಪಡೆದಿದ್ದೇನೆವಿರಾಧನು ಋಷಿಯ ಉತ್ತರಗಳಿಂದ ಗೊಂದಲಕ್ಕೊಳಗಾದನು. ಅವರು ಯೋಚಿಸಲು ಪ್ರಾರಂಭಿಸಿದರು, "ನಾನು ಒಮ್ಮೆ ಯೋಚಿಸಿದರೆ, ಅವನು ಹುಚ್ಚನಂತೆ ಕಾಣಿಸುತ್ತಾನೆ ಮತ್ತು ಎರಡನೇ ಬಾರಿ ಯೋಚಿಸಿದಾಗ ಅವನು ವಿದ್ವಾಂಸನಾಗಿ ಹೊರಹೊಮ್ಮುತ್ತಾನೆ." ಯೋಚಿಸುತ್ತಿರುವಾಗ, ವಿರಾಧ್ ನೇರವಾಗಿ ಹೇಳಿದರು - ನಿಮ್ಮ ಹೆಸರೇನು?

ಸಾಧು- ನನ್ನ ತಾಯಿ ನನಗೆ ಭಾಸ್ಕರ್ ಎಂದು ಹೆಸರಿಟ್ಟರು. ಆದರೆ ತಾಯಿ ತೀರಿಕೊಂಡರು ಮತ್ತು ಬಡತನದಲ್ಲಿ ನಾನು ಸೇವೆ ತೆಗೆದುಕೊಂಡವರು ಅದನ್ನು ಹಾಳು ಮಾಡುತ್ತಲೇ 'ಭಾಸುರಕ' ಮಾಡಿದರು.

ವಿರಾಧ್ - ಆದರೆ ಮಹಾರಾಜ ನಂದನ ರಾಜ್ಯದಲ್ಲಿ ಅನಾವಶ್ಯಕವಾಗಿ ಅಲ್ಲಿ ಇಲ್ಲಿ ಅಲೆದಾಡುವವನು ಶಿಕ್ಷೆಯನ್ನು ಎದುರಿಸಬೇಕಾಗುತ್ತದೆ ಎಂಬುದು ನಿನಗೆ ತಿಳಿದಿಲ್ಲವೇ?

ಭಾಸುರಕ- ದಯವಿಟ್ಟು ನನಗೆ ಸೇವಾ ಕೆಲಸ ಕೊಡಿ, ನಾನು ವ್ಯರ್ಥವಾಗಿ ತಿರುಗಾಡುವುದಿಲ್ಲ. ಹಳ್ಳಿಯಿಂದ ಬಂದಿದ್ದರಿಂದ ಅಂದಿನಿಂದ ನಾನು ಕೆಲಸಕ್ಕಾಗಿ ಹುಡುಕುತ್ತಿದ್ದೇನೆ, ಆದರೆ ನನ್ನ ಎಲ್ಲಾ ಪ್ರಯತ್ನಗಳು ವ್ಯರ್ಥವಾಗುತ್ತವೆ.

ವಿರಾಧ್- ಸರಿ, ನಿನ್ನನ್ನು ನಮ್ಮ ಡಿಪಾರ್ಟ್‌ಮೆಂಟ್‌ನಲ್ಲಿ ಇಟ್ಟುಕೊಳ್ಳುತ್ತೇವೆ, ಆದರೆ ನೀನು ಯಾರದ್ದೋ ಶತ್ರು ಗೂಢಚಾರಿ ಎಂಬ ಸಣ್ಣ ಸುಳಿವು ಸಿಕ್ಕರೆ, ಕೆಳಗೆ ಬೆಂಕಿ ಹಚ್ಚಿ ಮೇಲೆ ನೇತು ಹಾಕುತ್ತೇವೆ ಮತ್ತು ನೀವು ಸಂಕಟದಿಂದ ಸುಟ್ಟುಹೋಗುತ್ತೀರಿ ಎಂಬುದನ್ನು ನೆನಪಿನಲ್ಲಿಡಿ. ಭಾಸುರಕ್- ನಾನು ನಿಮಗೆ ಕೃತಜ್ಞನಾಗಿದ್ದೇನೆ ಮತ್ತು ನಿಮ್ಮ ಸೇವೆಯನ್ನು ಸ್ವೀಕರಿಸುತ್ತೇನೆ. ವಿರಾಧನು ವಿನಾಯಕನಿಗೆ

ಆಜ್ಞಾಪಿಸಿದನು - ಅದನ್ನು ನಿಮ್ಮ ಸ್ಥಳದಲ್ಲಿ ಎಚ್ಚರಿಕೆಯಿಂದ ಇರಿಸಿ! ಆದರೆ ಅದು ಸ್ವಲ್ಪ ಚಲಿಸಿದರೆ, ತಕ್ಷಣ ತಿಳಿಸಿಹೀಗೆ ಹೇಳುತ್ತಾ ಬೇಸತ್ತ ವಿರಾಧ್ ನಿದ್ದೆಗೆ ಜಾರಿದನು ಮತ್ತು ಭಾಸುರಕ್ ವಿನಾಯಕನಿಗೆ ಹೇಳಿದನು ಜೀವಧರ್ಮನನ್ನು ಕೃತಜ್ಞತೆಯಿಂದ ನೋಡುತ್ತಾ

ಹೇಳಿದನು - ನೀನು ನನ್ನನ್ನು ಹಿಡಿಯಲು ಬಹಳ ಕರುಣಾಮಯಿ! ಹೊಟ್ಟೆಯುಬ್ಬರ ಸಮಸ್ಯೆಯಿಂದ ಮುಕ್ತನಾದ ಮನುಷ್ಯ ರಾಜನಿದ್ದಂತೆ. ಕೆಲವೊಮ್ಮೆ ವಿಷವೂ ಅಮೃತವಾಗುತ್ತದೆ ಇದೆ. ನಿಮ್ಮ ದಯೆಗೆ ನಾನು ಯಾವಾಗಲೂ ಕೃತಜ್ಞನಾಗಿರುತ್ತೇನೆ. ಜೀವಧರ್ಮ ಮತ್ತು ವಿನಾಯಕ ಇಬ್ಬರೂ ಅವನನ್ನು ಒಳ್ಳೆಯವರೆಂದು

ಪರಿಗಣಿಸಲು ಪ್ರಾರಂಭಿಸಿದ ಕೆಲವು ಅಶ್ಲೀಲ ವಿಷಯಗಳನ್ನು ಭಾಸುರಕ್ ಹೇಳಿದರು. ಸಾಧು ಭಾಸುರಕ್ ಇಬ್ಬರನ್ನೂ ಹೊಗಳಿದಾಗ ಅವರಿಬ್ಬರೂ ಆತನ ಹಿತೈಷಿಗಳಾಗಬೇಕೆಂದು ಮನದಲ್ಲೇ ಹಾರೈಸತೊಡಗಿದರು. ವಿರೋಧಿಗಳನ್ನು ಹತ್ತಿರ ಇಡಬೇಕು ಎನ್ನುವ ನೀತಿವಂತರು, ಅಭಿಮಾನಿಗಳನ್ನು ದೂರವಿಡಬೇಕು ಎಂದೂ ಹೇಳಬೇಕಿತ್ತು.

ಅವನ ಹೊಗಳಿಕೆಯನ್ನು ಕೇಳಿದಾಗ, ಒಬ್ಬ ಮನುಷ್ಯ ಬಲೂನಿನಂತೆ ಊದಿಕೊಳ್ಳುತ್ತಾನೆ ಮತ್ತು ಆಟವಾಡುವಾಗ ಮಗು ಕೂಡ ಅದನ್ನು ಕಣ್ಣು ಮಿಟುಕಿಸುವಂತೆ ಸಿಡಿಯುತ್ತದೆಕ್ರಮೇಣ ಭಾಸುರಕನ ಪ್ರಭಾವ ಹೆಚ್ಚಾಯಿತು. ದಿನಗಳು ಕಳೆದಂತೆ ಮಗಧ ರಾಜ್ಯದ ಗುಪ್ತಚರ ಇಲಾಖೆಯ ಮೇಲೆ ಪ್ರಭಾವ ಬೀರತೊಡಗಿದ. ಅವರ ನುರಿತ ಬುದ್ಧಿವಂತಿಕೆ ಮತ್ತು ದಣಿವರಿಯದ ಕಠಿಣ ಪರಿಶ್ರಮದಿಂದಾಗಿ, ಅವರು ಮಹಾಮಾತ್ಯರ ಆಯ್ಕೆಯಾದ ಗೂಢಚಾರರಲ್ಲಿ ಎಣಿಸಲ್ಪಟ್ಟರು.

ಸಮಯ ವೇಗವಾಗಿ ಮುಂದೆ ಸಾಗಿತು. ಮೋಡಗಳು ಮಗಧದ ಕಡೆಗೆ ಚಲಿಸತೊಡಗಿದವು. ಮಹಾಮಾತೆಯ ಕಿವಿಗೆ ನಾನಾ ರೀತಿಯ ಸುದ್ದಿಗಳು ಬರತೊಡಗಿದವು. ಹೆಚ್ಚುತ್ತಿರುವ ಭೀಕರತೆಯನ್ನು ನೋಡಿ ರಾಕ್ಷಸನು ಒಂದು ದಿನ ವಿರಾಧನನ್ನು ಬೇಹುಗಾರನಿಗೆ ಖಾಸಗಿಯಾಗಿ

ಹೇಳಿದನು - ಸಮಯವು ಭಯಾನಕವಾಗಿದೆ! ಒಂದು ಕ್ಷಣವೂ ನಿಮ್ಮ ಕಣ್ಣು ಮುಚ್ಚಿದರೆ, ದರೋಡೆಕೋರರು ಹಗಲಿನಲ್ಲಿ ದಾಳಿ ಮಾಡುತ್ತಾರೆ. ಯಾವುದೇ ಅಜಾಗರೂಕತೆ ಇರಬಾರದು. ವಿರಾಧ- ನಮ್ಮ ಕಣ್ಣುಗಳು ತೆರೆದಿವೆ, ಮಹಾಮಾತ್ಯಾ! ರಾಕ್ಷಸ - ಅಲೆಕ್ಸಾಂಡರನ ಸೇನೆಯ ಸುತ್ತ ನಮ್ಮ ಗೂಢಚಾರರು ಇದ್ದಾರೆ, ಅಲ್ಲವೇ? ವಿರಾಧ- ಹೌದು, ಮಹಾಮಾತ್ಯಾ! ಭಾಸುರಕ್ ನೇತೃತ್ವದಲ್ಲಿ, ನಾವು ವೇಷಧಾರಿಗಳನ್ನು ಆಯ್ಕೆ ಮಾಡಿದ ಗೂಢಚಾರರನ್ನು ಹೊಂದಿದ್ದೇವೆ. ಇಂದು ತಾನೇ ಭಾಸುರಕನು ಚಂದ್ರಗುಪ್ತ ಎಂಬ ಯುವಕನು ನಂದನ ಪರಿತ್ಯಕ್ತ ರಾಣಿ ಮುರನ ಮಗ ಎಂಬ ಸುದ್ದಿಯನ್ನು ಕಳುಹಿಸಿದನು.

ರಾಕ್ಷಸ- ಈ ಭಾಸುರಕ ಅತ್ಯಂತ ಬುದ್ಧಿವಂತ ಮತ್ತು ಕುತಂತ್ರದ ಗೂಢಚಾರ. ಅವರು ಇದನ್ನು ದೊಡ್ಡ ರಹಸ್ಯವಾಗಿಟ್ಟರು ಶೋಧಕನಾಗಿದ್ದಾನೆ. ಪ್ರತೀಕಾರದ ಜ್ವಾಲೆಯಿಂದ ಉರಿಯುತ್ತಿರುವ ಮುರನು ತನ್ನ ಮಗನ ಮೂಲಕ ಗ್ರೀಕರ ಸಹಾಯದಿಂದ ಮಗಧ ರಾಜ್ಯವನ್ನು ನಾಶಮಾಡಲು ಬಯಸುತ್ತಿರುವಂತೆ ತೋರುತ್ತದೆ.

ವಿರಾಢ- ಚಂದ್ರುಗುಪ್ತನು ಯುದ್ಧದಲ್ಲಿ ನುರಿತ ಮತ್ತು ಕೆಚ್ಚೆದೆಯ ಕಮಾಂಡರ್ ಎಂಬ ಮಾಹಿತಿಯನ್ನು ಸ್ವೀಕರಿಸಲಾಗಿದೆ. ಅವನ ರಕ್ಷಣೆಯಲ್ಲಿ ಇದು ಬಂಡಾಯ ಭಾರತೀಯರ ಹೋರಾಟದ ಶಕ್ತಿಯಾಗಿದೆ. ರಾಕ್ಷಸ: ನಮ್ಮ ಶಕ್ತಿ ಎಷ್ಟೇ ಅಜೇಯವಾಗಿದ್ದರೂ ಶತ್ರುವನ್ನು ಕಡಿಮೆ ಅಂದಾಜು ಮಾಡುವುದನ್ನು ಮರೆತುಬಿಡಿ. ಇದೆ. ಶತ್ರುಗಳು ತಲೆ ಎತ್ತುತ್ತಿದ್ದಾರೆ. ನಾವು ದಾಳಿಗಾಗಿ ಕಾಯುತ್ತಿದ್ದರೆ ಅವರ ತಲೆಗಳನ್ನು ಪುಡಿಮಾಡಲು ಹಾಗೆ ಮಾಡದೆ ಆಕ್ರಮಣಕಾರಿಯಾದರೆ?

ವಿರಾಧ- ತನ್ನ ಮನೆಯಲ್ಲಿಯೇ ಶತ್ರುಗಳ ಬಲವು ದ್ವಿಗುಣಗೊಂಡಿದೆ, ಮಹಾಮಾತ್ಯ! ಹೀಗಾಗಿ ಅವರಿಗೆ ಇಲ್ಲಿಗೆ ಬರಲು ಅವಕಾಶ ನೀಡಿದರೆ ಸುಲಭವಾಗುತ್ತದೆರಾಕ್ಷಸ - ಹೇಡಿತನದ ಇನ್ನೊಂದು ಹೆಸರು ಸರಳತೆ. ಸರಿ, ನೀವು ಯೋಚಿಸಲು ಇದು ಅಲ್ಲ. ಇದನ್ನು ಸಚಿವರು ಪರಿಗಣಿಸಲಿದ್ದಾರೆ. ರಾಜ್ಯದ ಉನ್ನತ ಅಧಿಕಾರಿಗಳನ್ನು ರಕ್ಷಿಸಲು ನೀವು ಇದನ್ನು ನನಗೆ ಹೇಳುತ್ತೀರಿ ಅವನ ಅಂಗರಕ್ಷಕರಲ್ಲಿ ನಂಬಿಕೆಯಿಲ್ಲದವರಿಲ್ಲವೇ?

ವಿರಾಧ್- ಇಲ್ಲ ಮಹಾಮಾತ್ಯ! ಪರೀಕ್ಷೆಯ ನಂತರ ನಾನೇ ಗೂಢಚಾರರನ್ನು ನೇಮಿಸಿದ್ದೇನೆ. ಇಲ್ಲವೇ? ರಾಕ್ಷಸ ಮಹಾರಾಜನನ್ನು ನೋಡಿಕೊಳ್ಳಲು ಜಾಗೃತ ಗೂಢಚಾರರನ್ನು ಸಹ ನೇಮಿಸಲಾಗಿದೆ.

ವಿರಾಢ- ಮಹಾರಾಜರ ಖಾಸಗಿ ಅರಮನೆಗೂ ಗೂಢಚಾರರನ್ನು ಕಳುಹಿಸಿದ್ದೇನೆ. ದಾದಿಯರಲ್ಲಿ ಎಷ್ಟೋ ನುರಿತ ಗೂಢಚಾರರಿದ್ದಾರೆ.

ಮಹಾಮಾತ್ಯ- ನಮಗಾಗಿ ನಮಗೆ ಅತ್ಯಂತ ವಿಶ್ವಾಸಾರ್ಹ ಗೂಢಚಾರರ ಅಗತ್ಯವಿದೆ. ನೀವು ಉಳಿಯಬೇಕೆಂದು ನಾವು ಬಯಸುತ್ತೇವೆ! ಆದರೆ ಈ ರೀತಿ ಮಾಡುವುದರಿಂದ ಇಡೀ ಗುಪ್ತಚರ ಇಲಾಖೆ

ಸರಿಯಾಗಿ ಕಾರ್ಯನಿರ್ವಹಿಸಲು ಸಾಧ್ಯವಾಗುವುದಿಲ್ಲ. ಬೇರೆ ಯಾರಾದರೂ ತುಂಬಾ ಆತ್ಮವಿಶ್ವಾಸ ಹೊಂದಿದ್ದಾರೆಯೇ?

ವಿರೋಧವಿದೆರಾಕ್ಷಸ - ಅದು ಯಾರು? ಮತ್ತು ಅದರ ಬಗ್ಗೆ ನಿಮಗೆ ಏನು ಗೊತ್ತು?

ವಿರಾಢ- ಅವನು ಭಾಸುರಕನ ಬಾಳ ಸಂಗಾತಿ. ಇವರಿಗೆ ನಮ್ಮ ಇಲಾಖೆಯಲ್ಲಿ ಕರಿಯರ್ ಕೊಟ್ಟವರು ಭಾಸುರಕ್.

ರಾಕ್ಷಸ - ಹೊಸ ವ್ಯಕ್ತಿಯ ಮೇಲೆ ನಿಮಗೆ ತುಂಬಾ ನಂಬಿಕೆ ಇದೆ, ಅವನನ್ನು ನಮ್ಮೊಂದಿಗೆ ಇರಿಸಿಕೊಳ್ಳಲು ನೀವು ಸಿದ್ಧರಾಗಿರುವಿರಿ!

ವಿರಾಧ- ಏಕೆಂದರೆ ಭಾಸುರಕನು ಪಂಚನಾಡಿಗೆ ಹೋದ ನಂತರ, ಅವನು ಭಾಸುರಕನ ಬದಲಿಯಾಗಿದ್ದಾನೆ ಮತ್ತು ಅವನು ಆ ಸ್ಥಳದಲ್ಲಿ ಬಹಳ ಪರಿಣಾಮಕಾರಿಯಾಗಿ ಕೆಲಸ ಮಾಡುತ್ತಾನೆ. ಅವರು ಅನೇಕ ನಿಗೂಢ ವಿಷಯಗಳನ್ನು ಕಂಡುಹಿಡಿದಿದ್ದಾರೆ.

ನಿನ್ನೆಯಷ್ಟೇ, ಯಾವುದೇ ಸಹಾಯವಿಲ್ಲದೆ, ಅವನು ಇಬ್ಬರು ಗೂಢಚಾರರನ್ನು ಹಿಡಿದನು. ಅವನು ಅವರನ್ನು ಮೋಸಗೊಳಿಸಿದ ರೀತಿಯಲ್ಲಿ ಅವರು ಅವರನ್ನು ತನ್ನ ಸೈನಿಕರ ಬಳಿ ಕರೆತಂದು ಬಂಧಿಸಿದರು.

ಆತನ ಜೇಬಿನಿಂದ ಹಲವು ಕೆಲಸದ ಕಾಗದ ಪತ್ರಗಳು ಪತ್ತೆಯಾಗಿವೆ. ಅವರ ಬಳಿ ಮಗಧದ ಪ್ರಮುಖ ಸ್ಥಳಗಳ ಚಿತ್ರಗಳೂ ಇವೆ. ಮಗಂನಲ್ಲಿ ಶರದ್ ಪೂರ್ಣಿಮಾ ಎಂದು ಕಾಗದದ ಮೇಲೆ ಬರೆಯಲಾಗಿದೆಕೌಮುದಿ ಹಬ್ಬದ ಸಂದರ್ಭದಲ್ಲಿ ವಿಜೃಂಭಣೆಯಿಂದ ಆಚರಿಸಲಾಗುತ್ತದೆ. ಆ ಸಮಯದಲ್ಲಿ ಎಲ್ಲಾ ರಾಜನ ಸೈನ್ಯ ಪ್ರಜ್ಞೆಯಿಲ್ಲದ ಕುಡುಕನಂತೆ ಆನಂದದಲ್ಲಿ ಮುಳುಗುತ್ತಾರೆ. ಅವನು ಅಂತಹ ರಾಕ್ಷಸನಾಗಿದ್ದರೆ, ಅವನನ್ನು ನಮಗೆ ಬಿಟ್ಟುಬಿಡಿ, ಆದರೆ ಇನ್ನೂ ನಿಮಗೆ ಸಂಪೂರ್ಣ ನಂಬಿಕೆ ಇರಬೇಕು. ನನಗೆ ಸಣ್ಣದೊಂದು ಸಂದೇಹವಿದ್ದರೂ ಅವನೊಂದಿಗೆ ನೀನೂ ಮರಣದಂಡನೆಯನ್ನು ಅನುಭವಿಸಬೇಕಾಗುತ್ತದೆ.

ವಿರಾಧ- ಮತ್ತು ಶತ್ರುಗಳ ಆ ಇಬ್ಬರು ಗೂಢಚಾರರಿಗೆ ಯಾವ ಶಿಕ್ಷೆಯನ್ನು ನೀಡಬೇಕು? ರಾಕ್ಷಸರು - ಅವರನ್ನು ಸೆರೆಯಲ್ಲಿ ಇಡಬೇಕು. ಭಯದಿಂದ ಮತ್ತು ಎಲ್ಲ ರೀತಿಯಿಂದಲೂ ಅವರನ್ನು ಪ್ರಶ್ನಿಸುತ್ತಲೇ ಇರಿ! ಅವರ ಅವರಲ್ಲಿ ಮರಣವೂ ಇರಬಾರದು ಮತ್ತು ಜೀವವೂ ಇರಬಾರದು ಎಂಬ ವಿರಾಢ್ ರೀತಿಯ ಆಜ್ಞೆ.

ರಾಕ್ಷಸ- ಹೌದು, ಮಹಾತ್ಮ ವಾತ್ಸ್ಯಾಯನನ ಚಟುವಟಿಕೆ ಏನು ಎಂದು ಕೇಳಲು ನಾವು ಮರೆತಿದ್ದೇವೆ?

ವಿರಾಧ - ಅವನ ಚಲನೆಯು ಬಿಸಿಲು ಮತ್ತು ಅಮೃತವನ್ನು ತುಂಬಿದ ಶಶಿಯಂತೆ. ಅವನ ಪಾದಗಳಲ್ಲಿ ಜನರು ಅದನ್ನು ತಮ್ಮ ಹಣೆಗೆ ಹಚ್ಚಿಕೊಳ್ಳಲು ಉತ್ಸುಕರಾಗಿದ್ದಾರೆ. ಮಕ್ಕಳು, ವೃದ್ಧರು, ಯುವಕರು, ಮಹಿಳೆಯರು, ಪುರುಷರು ಎಲ್ಲರೂ ಆತನ ದರ್ಶನದಿಂದ ಜೀವ ಪಡೆಯುತ್ತಾರೆಇದನ್ನು ಕೇಳಿದ ರಾಕ್ಷಸನು ತನ್ನ ಹಣೆಯ ಮೇಲೆ ತನ್ನ ಬೆರಳನ್ನು ಇಟ್ಟು ಯೋಚಿಸಿದನು ಮತ್ತು ನಂತರ

ಹೇಳಿದನು - ಅವರು ಒಬ್ಬರೇ ನಡೆಯುತ್ತಾರೆಯೇ ಅಥವಾ ಅವರೊಂದಿಗೆ ಇತರರು ಇದ್ದಾರೆಯೇ?

ವಿರಾಧ- ಅವನ ಶಿಷ್ಯ ಮಾತ್ರ ಅವನೊಂದಿಗೆ ವಾಸಿಸುತ್ತಾನೆ, ಅವನ ಹೆಸರು ಶಾರ್ಂಗರಾವ್. ಯಾವುದೋ ಶಕ್ತಿ ರಾಕ್ಷಸನ ಹಣೆಯ ಮೇಲೆ ಬಿದ್ದಿತು. ಅವನು ವಿರಾದ್‌ಗೆ

ಹೇಳಿದನು - ನೀನು ಹೋಗು, ಏನನ್ನಾದರೂ ಯೋಚಿಸಲು ಬಯಸುತ್ತೇನೆ. ನಾವು ವಿರಾಧನು ಹೊರಟುಹೋದನು ಮತ್ತು ರಾಕ್ಷಸರು

ಯೋಚಿಸತೊಡಗಿದರು - ಮಹಾತ್ಮ ವಾತ್ಸ್ಯಾಯನ! ಆತನ ಮಹಿಮೆಯು ಸೂರ್ಯನ ಬೆಳಕಿನಂತೆ ಹರಡುತ್ತಿದೆ. ಅವರ ಮಾತಿನಲ್ಲಿ ಶಕ್ತಿಯಿದೆ. ಅವರು ಹೇಳುವುದೆಲ್ಲವೂ ನಿಜವೆಂದು ತೋರುತ್ತದೆ. ಆ ವ್ಯಕ್ತಿಯ ಮೇಲೆ ಎಷ್ಟು ನಂಬಿಕೆ ಇದೆ! ತನ್ನನ್ನು ನಂಬುವವನು ಎಲ್ಲರ ವಿಶ್ವಾಸವನ್ನು ಪಡೆಯುತ್ತಾನೆ. ವಾಸ್ತವವಾಗಿ, ವಾತ್ಸ್ಯಾಯನನ ಪಾತ್ರವು ಅನುಕರಣೀಯವಾಗಿದೆ. ಅವರು ಮಾತು ಮತ್ತು ಕಾರ್ಯಗಳಲ್ಲಿ

ಭಿನ್ನವಾಗಿರುವುದಿಲ್ಲ. ಅವರ ಪ್ರತಿಯೊಂದು ರಂಧ್ರದಲ್ಲೂ ದೇಶ ಭಕ್ತಿ ಇದೆ. ಅವರು ಮಾನವೀಯತೆಗಾಗಿ ಬೇಡಿಕೊಳ್ಳುತ್ತಿದ್ದಾರೆ.

ಅವರ ಪಯಣ ದೇಶ ಮತ್ತು ರಾಜ್ಯದ ಪಾದಗಳನ್ನು ಗಟ್ಟಿಗೊಳಿಸಿದೆಆದರೆ ವಾತ್ಸ್ಯಾಯನನು ಮಹಾತ್ಮನೋ ಅಥವಾ ರಾಜಕಾರಣಿಯೋ ಎಂದು ಯೋಚಿಸಬೇಕು! ಅವರೊಬ್ಬ ಮಹಾತ್ಮರೇ ಹೊರತು ರಾಜಕಾರಣಿಯಲ್ಲ ಎಂಬುದು ನೋಟದಿಂದಲೇ ಸ್ಪಷ್ಟವಾಗುತ್ತದೆ. ಅವರ ರಾಜಕೀಯ ಏನಿದ್ದರೂ ನೇರ ದೇಶಭಕ್ತಿ ಮಾತ್ರ. ಅವರು ಮನುಷ್ಯನ ವಿಜಯವನ್ನು ಬಯಸುತ್ತಾರೆ.

"ಕೆಲವೊಮ್ಮೆ ಮಹಾತ್ಮರ ಬಗ್ಗೆ ಅನುಮಾನವಿದ್ದರೂ ಅವರ ಮುಂದೆ ಹೋದಾಗ ನನ್ನ ಕಣ್ಣುಗಳು ಅವಳು ನಮಸ್ಕರಿಸುತ್ತಾಳೆ. ಮಹಾತ್ಮ ವಾತ್ಸ್ಯಾಯನನಿಗೆ ಎಂತಹ ತೇಜಸ್ಸು ಇದೆಯೋ ಗೊತ್ತಿಲ್ಲ! ಎಂತಹ ತಪಸ್ಸು ಅವನದು! ಕೋರ್ಗಳ ಅವರು ಸತ್ಯ, ಪ್ರೀತಿ ಮತ್ತು ತ್ಯಾಗದ ಬೆಳಕನ್ನು ಹೊಂದಿದ್ದಾರೆ. ಇದು ನಮಗೆ ಹೆಮ್ಮೆ. ಮಗಧದಲ್ಲಿ ಅಂತಹ ಮಹಾತ್ಮರು ಇರುವುದೆಂದರೆ ಕತ್ತಲೆಯಲ್ಲಿ ಬೆಳಕು. ಎಲ್ಲವನ್ನು ಹೊಂದಿ ಒಳ್ಳೆಯದನ್ನು ಮಾಡಿದರೂ ಜಗತ್ತಿನಲ್ಲಿ ಜೀವನ ಎಷ್ಟು ಕಠೋರವಾಗಿದೆ!ರಾಜಕೀಯ ಮತ್ತು ಸಾಮಾಜಿಕ ವ್ಯಕ್ತಿಯ ಜೀವನವು ಬೆಂಕಿ ಮತ್ತು ನೀರಿನ ಆಟವಾಗಿದೆ

.ಒಂದು ಸಣ್ಣ ತಪ್ಪು ನಿರ್ಮಾಣವನ್ನು ವಿನಾಶವಾಗಿ ಪರಿವರ್ತಿಸುತ್ತದೆ, ಆದ್ದರಿಂದ ಸಾರ್ವಕಾಲಿಕ ತಲೆನೋವು.ಜೀವನ ರಾಜಕೀಯತಲೆನೋವು ಇನ್ನೊಂದು ಹೆಸರೇ. ಹಗಲಿರುಳು ಗಾಳಿ ಚಕ್ರದಂತೆ ತಿರುಗಾಡಬೇಕು. ಕೆಲವೊಮ್ಮೆ ನಾವು ದಣಿದಿದ್ದೇವೆ ಮತ್ತು ವಿಶ್ರಾಂತಿ ಪಡೆಯಲು ಬಯಸುತ್ತೇವೆ, ಆದರೆ ಸೃಷ್ಟಿಕರ್ತ ನಮಗೆ ಅಂತಹ ವಿಶ್ರಾಂತಿಯನ್ನು ಸೃಷ್ಟಿಸಿಲ್ಲ. ಎಂತಹ ಕಠಿಣ ಜೀವನ! ಮಗಧದ ಮಹಾಮಾತ್ಯ ಬೇರೊಬ್ಬರ ಪ್ರೀತಿಗಾಗಿ ಹಂಬಲಿಸುತ್ತಾನೆ!

ಪರಿಮಳದ ಪ್ರೀತಿಯ ಸಹಾಯದಿಂದ ಮಾತ್ರ ನಾವು ಮಲಗಬಹುದು. ಆದರೆ ಮಗುವಿನ ಚಂದ್ರನನ್ನು ಸ್ಪರ್ಶಿಸುವ ಪ್ರಯತ್ನ ವಿಫಲವಾದಂತೆ, ಸುಗಂಧವೂ ನಮ್ಮಿಂದ ದೂರವಿದೆ. ಮೊದಲನೆಯದಾಗಿ, ರಾಜಕೀಯದ ಜಂಜಾಟಗಳಿಂದ ಬಿಡುವು ಇಲ್ಲ. ದೊಡ್ಡವನು, ಅವನ ಜವಾಬ್ದಾರಿ ದೊಡ್ಡದು. ಮೋಡಗಳು ಭೂಮಿಯ ಬಾಯಾರಿಕೆಯನ್ನು ನೀಗಿಸುತ್ತದೆ ಆದರೆ ಅವುಗಳು ಆವಿಗಾಗಿ ಬಾಯಾರಿಕೆಯಾಗಿವೆ. "ನನಗೆ ಎಷ್ಟು ಬಾಯಾರಿಕೆಯಾಗಿದೆ! ಪ್ರತಿಯೊಬ್ಬರೂ ಅರ್ಥಮಾಡಿಕೊಳ್ಳುತ್ತಾರೆ ಮತ್ತು ಇಂದು ಸೌಂದರ್ಯ ಮತ್ತು ವೈಭವವು ನನ್ನ ಬೆರಳಿನ ಮೇಲೆ ಆಡಬಹುದು ಎಂಬುದು ಸಹ ನಿಜ. ಆದರೆ ನಕ್ಷತ್ರಗಳು ಚಂದ್ರನನ್ನು ಮುಟ್ಟಲು ಸಾಧ್ಯವಿಲ್ಲ ಎಂದು ಯಾರಿಗೆ ಗೊತ್ತು! ಬಾಲ್ಯದಿಂದ ಇಂದಿನವರೆಗೂ ನಾವು ಕಪಾಳಮೋಕ್ಷಕ್ಕಾಗಿ ಹಾತೊರೆಯುತ್ತೇವೆ. ತಾಯಿಯ ಕಪಾಳಮೋಕ್ಷವಾಗಲೀ ಸುವಾಸಿನಿಯ ಪ್ರೀತಿಯಾಗಲೀ ಸಿಗಲಿಲ್ಲ! ಚದುರಿದ ಬಾಲ್ಯವು ರಕ್ಷಣೆಯಿಲ್ಲದೆ ಅಲೆದಾಡಲಾರಂಭಿಸಿತು. ಅವನು ತನ್ನ ಪಾದಗಳನ್ನು ದೃಢವಾಗಿ ಇಟ್ಟನು ಆದರೆ ಅಶಾಂತಿ ಇನ್ನೂ ಕೊನೆಗೊಂಡಿಲ್ಲ. ಇದು ನನ್ನ ದೌರ್ಬಲ್ಯವೋ ಅಥವಾ ಕರ್ತವ್ಯದ ಕಠಿಣತೆಯೋ? "ಏನೇ ಆಗಲಿ, ಜೀವನ ಸಾಗಲಿ!

ನಿರ್ಗತಿಕ ಗಾಳಿ ಕೂಡ ಆಧಾರರಹಿತವಾಗಿದೆಇದು ಏನು! ಹೃದಯ ಮಿಡಿಯತೊಡಗಿತು. ಸುಗಂಧದ ಬಳಿ ಹೋಗಬೇಕೆಂದು ಮನಸ್ಸು ಬಯಸುತ್ತದೆ, ಆದರೆ ಆತ್ಮಗೌರವ ಹೇಳುತ್ತದೆ ಹೋಗಬೇಡ! ತಿರಸ್ಕಾರದಿಂದ ಸ್ವರ್ಗವನ್ನು ಪಡೆದರೂ ಅದು ಅತ್ಯಲ್ಪ. ಸುವಾಸಿನಿ ನಮ್ಮ ಪ್ರೀತಿಯನ್ನು ಗೇಲಿ ಮಾಡುತ್ತಾಳೆ, ನಮ್ಮ ಮುಂದೆ! ಮನಸ್ಸು ಕೆರಳುತ್ತದೆ, ಆದರೆ ಎರಡು ಕ್ಷಣ ಮಾತ್ರ! ಬನ್ನಿ, ಸುವಾಸ್ ಮನೆಗೆ ಹೋಗೋಣ! ಆದರೆ ಅಲ್ಲಿಗೆ ತಲುಪಿದಾಗ ಮನಸ್ಸು ಎಷ್ಟು ಭಾರವಾಗಿರುತ್ತದೆ! ಏನಾಗುವುದೋ, ಅದು ಸಂಭವಿಸುತ್ತದೆ. , ಹೀಗೆ ಹೇಳುತ್ತಾ ರಾಕ್ಷಸರು ಹೊರಟು ಕೆಲವೇ ನಿಮಿಷಗಳಲ್ಲಿ ಸುವಾಸನ ನಿವಾಸವನ್ನು ತಲುಪಿದರು. ಸುವಸ್ ರಾಕ್ಷಸನನ್ನು ನೋಡಿದ ತಕ್ಷಣ, ಅವಳು ಅವನನ್ನು ನಯವಾಗಿ ಗೌರವಿಸಿದಳು, ಆದರೆ ಹೃದಯದಲ್ಲಿ ಅವಳು ಹಿಂಜರಿದಳು. ಸ್ವಲ್ಪ ಹೊತ್ತು ಮೌನವಾದ ನಂತರ ಸುವಸ್

ಹೇಳಿದರು – ಹೇಳು, ಮಹಾಮಾತ್ಯ ಬರಲು ಹೇಗೆ ತೊಂದರೆ ತೆಗೆದುಕೊಂಡನು? ಭೂತ-ಲೋಕದಲ್ಲಿ ಮುಗ್ಧತೆಯೂ ಒಂದು ದೊಡ್ಡ ಗುಣ. ತಿಳಿದ ನಂತರವೂ ಅಜ್ಞಾನಿಗಳಾಗುವ ಪ್ರಾತ್ಯಕ್ಷಿಕೆ ಎಷ್ಟು ಸರಳ! ಮಾತನಾಡುವ ಮೂಲಕ ಮಾತ್ರ ಹೃದಯದ ಭಾಷೆಯನ್ನು ವಿವರಿಸಬಹುದೇ?

ಸುಗಂಧ - ನಿಮ್ಮ ಹೃದಯಕ್ಕಾಗಿ ನಾನು ವಿಷಾದಿಸುತ್ತೇನೆ. ಇದನ್ನು ಕೇಳಿ ರಾಕ್ಷಸನ ಸ್ವಾಭಿಮಾನ ಜಾಗೃತವಾಯಿತು. ಅವರು ಉಸಿರುಗಟ್ಟಿದ ಧ್ವನಿಯಿಂದ

ಹೇಳಿದರು - ಭಿಕ್ಷುಕನಿಗೆ ಕರುಣೆ ಬರುತ್ತದೆ, ಅವನು ಭಿಕ್ಷೆಗೆ ಬರಲಿಲ್ಲ. ಈ ಬ್ಯುಸಿ ಲೈಫ್ ನಲ್ಲೂ ನಿಮ್ಮ ಪ್ರತಿಮೆ ಎಲ್ಲೆಲ್ಲೂ ಕಣ್ಣಿಗೆ ರಾಚುತ್ತಿರುವುದೇಕೆ ಗೊತ್ತಿಲ್ಲ. ಸೋಲಿಗೆ ಇನ್ನೊಂದು ಹೆಸರೇ ಪ್ರೀತಿ ಎಂದು ನಾನು ಅನೇಕ ಬಾರಿ ಭಾವಿಸುತ್ತೇನೆ, ಆದರೆ ನಂತರ ನನ್ನ ಹೃದಯವು ಕಂಪಿಸಲು ಪ್ರಾರಂಭಿಸುತ್ತದೆ, ಕಣ್ಣೀರು ನಿರಂತರವಾಗಿ ಹರಿಯಲು ಪ್ರಾರಂಭಿಸುತ್ತದೆ. ನೀವು ನನಗೆ ಭಯಪಟ್ಟರೆ ನಾನು ಬರುವುದಿಲ್ಲ.

ಸುವಾಸ್- ಯಾರೊಬ್ಬರ ಬಲವಂತವನ್ನು ಯಾರೂ ಗುರುತಿಸಲು ಸಾಧ್ಯವಿಲ್ಲ. ಪ್ರತಿಯೊಬ್ಬರೂ ಅವನ ಹೃದಯದ ಭಾಷೆಯನ್ನು ಕೇಳುತ್ತಾರೆ. ಪ್ರೀತಿಯಿಂದ ದೂರವಿರಲು ಮನಸು ಯಾಕೆ ಬಯಸುತ್ತಿದೆಯೋ ಗೊತ್ತಿಲ್ಲ. ಜಗತ್ತಿನಲ್ಲಿ ಪ್ರೀತಿಗಿಂತ ನಾನು ದೊಡ್ಡವನುದೇಶಭಕ್ತಿ ಗೋಚರಿಸುತ್ತದೆ. ಮಹಾಮಾತ್ಯಾ! ವಿದೇಶಿಯರನ್ನು ದೇಶದಿಂದ ಸಂಪೂರ್ಣವಾಗಿ ಹೊರಹಾಕುವವರೆಗೂ ನನ್ನ ಮನಸ್ಸು ಈ ವಿಷಯಗಳಲ್ಲಿ ಸಿಕ್ಕಿಹಾಕಿಕೊಳ್ಳಲು ಬಯಸುವುದಿಲ್ಲ.

ರಾಕ್ಷಸ - ಭರವಸೆಯ ನಂತರ ಭರವಸೆ ನೀಡುವುದನ್ನು ಮುಂದುವರಿಸಿ ಅಥವಾ ಕ್ಷಮಿಸಿ ನಂತರ ನೀವು ಕ್ಷಮೆಯನ್ನು ಕಂಡುಕೊಳ್ಳುತ್ತಿದ್ದೀರಿ ಎಂದು ಹೇಳಬೇಕೇ!

ಸುವಾಸ್ - ಮಗಧದ ರಾಜಭಕ್ತನಾದ ಮಹಾಮಾತ್ಯನು ದೇಶಭಕ್ತಿಯನ್ನು ಆಟವೆಂದು ಪರಿಗಣಿಸುತ್ತಿರುವುದು ಆಶ್ಚರ್ಯಕರವಾಗಿದೆ! ನೋಡಬೇಡಿ ಮಹಾಮಾತ್ಯ ವಾತ್ಸ್ಯಾಯನ ದೇಶಕ್ಕಾಗಿ ಮನೆ ಮನೆಗೆ ಕರೆಸುತ್ತಿದ್ದಾರೆ. ದೇಶದ ಮೇಲೆ ಶತ್ರುಗಳ ಧ್ವಜಗಳು ಹಾರಾಡುವ ಸಮಯದಲ್ಲಿ, ಪ್ರೀತಿಯ ಝೇಂಕಾರವನ್ನು ಕೇಳುವ ಕಿವಿಗಳು ಪಾಪದ ಹಾಡುಗಳನ್ನು ಕೇಳುತ್ತವೆ. ಅಂತಹ ಸಮಯದಲ್ಲಿ, ಸುಗಂಧವನ್ನು ನೋಡಬೇಡಿ, ಮಹಾಮಾತ್ಯ! ಮಹಾತ್ಮ ವಾತ್ಸ್ಯಾಯನ ಮತ್ತು ಭಾರತದ ಭವಿಷ್ಯವನ್ನು ನೋಡಿ! ನಿಮ್ಮ ಅನುಪಸ್ಥಿತಿಯನ್ನು ನೀವು ದೊಡ್ಡ ದುಃಖವೆಂದು ಪರಿಗಣಿಸುತ್ತೀರಿ. ಬಾಲ್ಯದಲ್ಲಿ ತಾಯಿಯ ಮಡಿಲನ್ನೂ, ಬಾಲ್ಯದಲ್ಲಿ ತಂದೆಯ ನೆರಳನ್ನೂ ಪಡೆಯದ ಮತ್ತು ಇಂದು ಭೂಮಿಯ ಮೇಲೆ ಮಲಗಿ ಆಕಾಶದ ಹಾಳೆಯನ್ನು ಧರಿಸಿರುವ ವಾತ್ಸ್ಯಾಯನನ ಜೀವನದ ಝಲಕ್ ನೋಡಿದ್ದೀರಾ.

ಯಾಕೆ ಗೊತ್ತಾ? ನೊಂದವರ ಕಣ್ಣೀರು ಒರೆಸಲು, ದೇಶದ ಸ್ವಾತಂತ್ರ್ಯವನ್ನು ಅಖಂಡವಾಗಿಡಲುರಾಕ್ಷಸನು ಸುವಾಸನೆಯನ್ನು ಭಾವುಕವಾಗಿ ಅಲ್ಲ, ಎಚ್ಚರಿಕೆಯಿಂದ ಆಲಿಸಿದನು ಮತ್ತು ಗಂಭೀರವಾಗಿ

ಹೇಳಿದನು - ರಾಕ್ಷಸರು ಕಣ್ಣು ಮುಚ್ಚಿ ಮಗಧ ರಾಜ್ಯವನ್ನು ಆಳುವುದಿಲ್ಲ.

ಅವರು ಮಹಾತ್ಮ ವಾತ್ಸ್ಯಾಯನ ಮತ್ತು ಸಂದರ್ಭಗಳನ್ನು ಗುರುತಿಸುತ್ತಾರೆ. ಸುವಸ್ ಅವರ ಹೃದಯದಲ್ಲಿ ಅವನ ಬಗ್ಗೆ ಆಳವಾದ ಗೌರವವನ್ನು ಹೊಂದಿರುವ ಸಾಧ್ಯತೆಯಿದೆ, ಆದರೆ ರಾಕ್ಷಸರು ಮಹಾತ್ಮ ವಾತ್ಸ್ಯಾಯನರನ್ನು ಗೌರವಿಸುವುದಿಲ್ಲ ಎಂದು ಅರ್ಥವಲ್ಲ. ಉತ್ತಮ ವಾಸನೆ! ಈಗ ನಾವು ಹೋಗುತ್ತೇವೆ. ಇಂದು ನಿಮ್ಮ ಪ್ರೀತಿಯಿಂದ ನಮಗೆ ಹೊಸ ಸ್ಫೂರ್ತಿ ಸಿಕ್ಕಿದೆ. ಪ್ರೀತಿಯು ಪಾದಗಳನ್ನು ಚಲಿಸುವಂತೆ ಮಾಡುತ್ತದೆ ಎಂದು ಇಂದು ತಿಳಿಯಿತು. ನಾವು ಜೈ ಎನ್ನುತ್ತೇವೆ, ಈಗ ದೇಶ ಪರಕೀಯರಿಂದ ಮುಕ್ತವಾಗಲಿದ್ದು, ರಾಜ್ಯಾದ್ಯಂತ ಶಾಂತಿಯ ಕೊಳಲು ಮೊಳಗುವ ಅದೇ ದಿನ ನಾವು ಭೇಟಿಯಾಗುತ್ತೇವೆ. ಮುಂದೆ ಏನನ್ನೂ ಹೇಳದೆ, ಕೋಪದಿಂದ ಮಹಾಮಾತ್ಯನು ತನ್ನ ನಿವಾಸವನ್ನು ತಲುಪಿದನು ಮತ್ತು ತಕ್ಷಣವೇ ವಿರಾಧನನ್ನು ಕರೆದನು. ವಿರಾಧನು ಬಂದ ಕೂಡಲೇ ಮಹಾಮಾತ್ಯನು

ಹೇಳಿದನು - ವಾತ್ಸಯನನು ಎಲ್ಲಿ ಜನಿಸಿದನು, ಅವನ ತಾಯಿ ಯಾರು, ಅವನ ತಂದೆ ಯಾರು ಮತ್ತು ಅವನ ಜೀವನಚರಿತ್ರೆಯು ಶೈಶವಾವಸ್ಥೆಯಿಂದ ಇಲ್ಲಿಯವರೆಗೆ ಏನು ಎಂದು ಯಾವುದೇ ವಿಧಾನದಿಂದ ಕಂಡುಹಿಡಿಯಿರಿ? ಅವರ ಹುಟ್ಟಿನಿಂದ ಇಲ್ಲಿಯವರೆಗಿನ ಇತಿಹಾಸವನ್ನು ನಾವು ತಿಳಿದುಕೊಳ್ಳಲು ಬಯಸುತ್ತೇವೆ.

ವಿರಾದ್- ಈ ನಿಟ್ಟಿನಲ್ಲಿ ಈಗಾಗಲೇ ಪ್ರಯತ್ನಗಳು ನಡೆಯುತ್ತಿವೆ, ಆದರೆ ಏನೂ ಸ್ಪಷ್ಟವಾಗಿ ತಿಳಿದಿಲ್ಲ. ಬಾಲ್ಯದಲ್ಲಿ ಅನಾಥನಂತೆ ಅಲೆದಾಡುತ್ತಿದ್ದ ಆತನನ್ನು ಮೋಹನಸ್ವಾಮಿ ಎಂಬ ಗುರುಗಳು ಸಾಕಿ ಬೆಳೆಸಿ ಕಲಿಸಿದ್ದು ಮಾತ್ರ ಗೊತ್ತೇ ಇದೆ. ಆ ನಂತರ ಅವರು ತಕ್ಷಶಿಲಾ ವಿಶ್ವವಿದ್ಯಾಲಯದಲ್ಲಿ ಓದಲು ಹೋದರು. ಅಲ್ಲಿ ಉನ್ನತ ಶಿಕ್ಷಣ ಪಡೆದು ತಮ್ಮ ತೀಕ್ಷ್ಣ ಬುದ್ಧಿಮತ್ತೆ ಮತ್ತು ಸೇವೆಯಿಂದ ಆಚಾರ್ಯರನ್ನು ನೇಮಿಸಿ ಈಗ ಜನಕಲ್ಯಾಣಕ್ಕೆ ಮಹಾತ್ಮರಾಗಿ ಮುಂದಿದ್ದಾರೆ.

ರಾಕ್ಷಸ - ಇದು ಸಾಕಾಗುವುದಿಲ್ಲ. ನನಗೆ ವಾತ್ಸ್ಯಾಯನನ ಬಾಲ್ಯವನ್ನು ತಿಳಿಯಬೇಕು. ಈ ಮಹಾತ್ಮ ವಾತ್ಸ್ಯಾಯನ ಚಾಣಕನ ಮಗ ಕೌಟಿಲ್ಯನಲ್ಲವೇನೋ ಎಂಬ ಅನುಮಾನ! ಮುಖದಲ್ಲಿ ಅದೇ ಕರುಣೆ, ಮಾತಿನಲ್ಲೂ ಅದೇ ಮೃದುತ್ವ! ವ್ಯತ್ಯಾಸವೆಂದರೆ ಕೌಟಿಲ್ಯ ಸಂಪೂರ್ಣವಾಗಿ ಬಿಳಿ ಮತ್ತು ಮಹಾಮಾತ್ಯ ವಾತ್ಸ್ಯಾಯನ ಸಂಪೂರ್ಣವಾಗಿ ಕಪ್ಪು. ಅವನ ಹಲ್ಲುಗಳನ್ನು ನೋಡಿದರೆ ಅವನು ಕೌಟಿಲ್ಯ ಅಲ್ಲ ಎಂದು ತೋರುತ್ತದೆಏಕೆಂದರೆ ಕೌಟಿಲ್ಯನಿಗೆ ಹಾಲಿನ ಹಲ್ಲುಗಳು ತುಂಬಿದ್ದವು ಮತ್ತು ಮಹಾತ್ಮ ವಾತ್ಸ್ಯಾಯನನಿಗೆ ಮುಂಭಾಗದ ಹಲ್ಲು ಇರಲಿಲ್ಲ.

ವಿರಾಢ- ಕೌಟಿಲ್ಯ ತೀರಿ ಬಹಳ ಹಿಂದೆಯೇ, ಮಹಾಮಾತ್ಯ! ಶೋಧ ನಡೆಸಿದಾಗ ಗಂಗಾ ನದಿಯಲ್ಲಿ ಮುಳುಗಿ ಮೃತಪಟ್ಟಿರುವುದು ಬೆಳಕಿಗೆ ಬಂದಿದೆ.

ರಾಕ್ಷಸ- ಇದು ನಮಗೂ ಗೊತ್ತು, ಆದರೆ ಇಂದು ಎಲ್ಲಿಂದಲೋ ಒಂದು ವಾಸನೆ ಬಂದಿದೆ ಆ ಮಹಾತ್ಮ ವಾತ್ಸ್ಯಾಯನನ ರೂಪದಲ್ಲಿರುವ ಚಾಣಕನು ಕೌಟಿಲ್ಯನ ಮಗ, ಆದ್ದರಿಂದ ನನಗೆ ಸಂಪೂರ್ಣ ತನಿಖೆ ಬೇಕು. ವಿರಾಧ್- ಹುಡುಕಲು ಎಲ್ಲ ಪ್ರಯತ್ನಗಳನ್ನು ಮಾಡಲಾಗುವುದು, ಮಹಾಮಾತ್ಯ! ಮಹಾಮಾತ್ಯನು ಹೊರಟುಹೋದನು ಮತ್ತು ವಿರಾಧನು ಜೀವಧರ್ಮ ಗುಪ್ತಾಚಾರ್‌ನನ್ನು ಕರೆದನು. ಜೀವಧರ್ಮ ಬಂದ ಕೂಡಲೆ ವಿರಾಧನು

ಹೇಳಿದನು - ಮಹಾತ್ಮ ವಾತ್ಸ್ಯಾಯನನ ಪ್ರಾರ್ಥನಾ ಸಭೆಗೆ ಸನ್ಯಾಸಿ ವೇಷ ಧರಿಸಿ ಹೋಗಿ ಏಕಾಂತದಲ್ಲಿ ಬಹಳ ಸಂತೋಷದಿಂದ ನಮಸ್ಕರಿಸಿ, ಹೇ ಕೌಟಿಲ್ಯ! ಇವತ್ತು ಯಾಕೆ ಹೀಗೆ ಬಂದಿದ್ದೀಯ?' ಅವರು ನಿಮ್ಮನ್ನು ಆಶ್ಚರ್ಯದಿಂದ ನೋಡುತ್ತಾರೆ ಮತ್ತು 'ನೀವು ಯಾರು?' ಆದ್ದರಿಂದ ನೀವು 'ನಮ್ಮನ್ನು ಗುರುತಿಸಬೇಡಿ!' ನಾವು ದಾರುವರ್ಮನ ಸೋದರ ಸಂಬಂಧಿಗಳು. ಬಾಲ್ಯದಲ್ಲಿ ಬಂದು ನಿನ್ನ ಜೊತೆ ಕಬಡ್ಡಿ ಆಡುತ್ತಿದ್ದ ಆ ದಿನಗಳು ಮರೆತೇ ಹೋಗಿವೆ! ವಿರಾಧನ ಮಾತು ಕೇಳಿದ ಕೂಡಲೇ ಜೀವಧರ್ಮನ ಮನದಲ್ಲಿ ಬಿರುಗಾಳಿ ಎದ್ದಿತು. ಹನ್ನೆರಡು ಹದಿಮೂರು ವರ್ಷಗಳ ಹಿಂದೆ ಹಳ್ಳಿಯ ಗಂಗಾನದಿಯ ದಡದಲ್ಲಿ ನಡೆದ ಘಟನೆಯೊಂದು ನೆನಪಾಯಿತು. ಆದರೆ ಮನದಾಳದಲ್ಲಿ ಮೂಡುತ್ತಿದ್ದ ಭಾವನೆಗಳನ್ನೆಲ್ಲ ಹತ್ತಿಕ್ಕುತ್ತಾ

ಹೇಳಿದ - 'ಅಂದರೆ ಮಹಾತ್ಮ ವಾತ್ಸ್ಯಾಯನ ಎಂಬುದು ಕೌಟಿಲ್ಯನೆಂಬ ಹುಡುಗನ ವೈವಿಧ್ಯವೋ ಅಥವಾ ಬೇರೆಯವರೋ ಎಂದು ಹುಡುಕಬೇಕು.,

ವಿರಾಧ್- ನೀನು ಬಹಳ ಬುದ್ಧಿವಂತ ಜೀವಿ! ಅದಕ್ಕಾಗಿಯೇ ನಾವು ನಿಮ್ಮನ್ನು ಈ ಕೆಲಸಕ್ಕೆ ಆಯ್ಕೆ ಮಾಡಿದ್ದೇವೆ. ಸಾಗರದ ಆಳದಲ್ಲಿ ವ್ಯತ್ಯಾಸ ಅಡಗಿದ್ದರೂ ಜೀವ-ಗಂಧ ಕಾಣಬೇಕು ಹೌದು, ಜೀವನವು ಕಂಡುಹಿಡಿಯಲು ಸಮಯ ತೆಗೆದುಕೊಳ್ಳುವುದಿಲ್ಲ. ಹೀಗೆ ಹೇಳುತ್ತಾ ಜೀವಧರ್ಮನು ತನ್ನ ಸ್ಥಳಕ್ಕೆ ಬಂದು ಯುವ ಸನ್ಯಾಸಿಯ ನಿಲುವಂಗಿಯನ್ನು ಧರಿಸಿ ನಂತರ ಚಿಮತಾವನ್ನು ನುಡಿಸುತ್ತಾ ಹೊರಟುಹೋದನು. ತಿರುಗಾಡುತ್ತಾ 'ಜೈ ಶಂಭೋ' ಎಂಬ ಶಬ್ದದೊಂದಿಗೆ ಕಿವಿಯ ಪರದೆಯನ್ನು ಹರಿದುಕೊಂಡು ಮುಂದೆ ಸಾಗಿದರು.

ಅವರ ಮಾತಿನಲ್ಲಿ ಋಷಿಗಳ ನಾದವಿತ್ತು ಹೃದಯದಲ್ಲಿ ಸಂಚಲನವಿತ್ತು. ಅವರು ಯೋಚಿಸುತ್ತಿದ್ದರು, 'ರಾಜ್ಯಕ್ಕೆ ಸೇವೆ ತುಂಬಾ ಕಠಿಣವಾಗಿದೆ. ಎಲ್ಲೋ, ವಾಸ್ತವವಾಗಿ, ಮಹಾತ್ಮ ವಾತ್ಸ್ಯಾಯನನ ಕವಚದಲ್ಲಿ ಅದೇ ಹಳ್ಳಿಯಲ್ಲಿ ಆಕಸ್ಮಿಕವಾಗಿ ಸಿಕ್ಕ ಸಹಚರ ಕೌಟಿಲ್ಯ ಇಂದು ಕರ್ತವ್ಯ ಮತ್ತು ಸ್ನೇಹದ ನಡುವೆ ಯುದ್ಧವನ್ನು ಪ್ರಾರಂಭಿಸುತ್ತಾನೆ. ಆದರೆ ಏನು ಮಾಡಬೇಕು? ನಿಮ್ಮ ತಲೆಯನ್ನು ಗಾರೆಯಲ್ಲಿ ಹಾಕಿದಾಗ ಕೀಟಗಳಿಗೆ ಏಕೆ ಭಯಪಡಬೇಕು? 'ಜೈ ಶಂಭೋ! ಜೈ ಭೋಲೆ ಭಂಡಾರಿ! , ತದನಂತರ ಅದೇ ರೀತಿಯಲ್ಲಿ ಜೀವಧರ್ಮ ವಾತ್ಸ್ಯಾಯನನ ಚಲಿಸುವ ಕುಟೀರ ಆದರೆ ಬನ್ನಿ ಸಂಜೆಯಸಮಯವಾಗಿತ್ತು. ದೊಡ್ಡ ಜನಸಮೂಹದ ಮುಂದೆ ಮಹಾತ್ಮ ವಾತ್ಸ್ಯಾಯನ ಉಪದೇಶ ಮಾಡುತ್ತಿದ್ದರು. ಜೀವಧರ್ಮನು ಅವನನ್ನು ಬಹಳ ಎಚ್ಚರಿಕೆಯಿಂದ ನೋಡಿದನು, ಆದರೆ ಅವನ ಮುಖವನ್ನು ನೋಡಿ ಅವನು ತನ್ನ ಮನಸ್ಸಿನಲ್ಲಿ

ಹೇಳಿದನು - 'ಇದು ಕೌಟಿಲ್ಯ ಅಲ್ಲ. ಅವನು ತುಂಬಾ ನ್ಯಾಯೋಚಿತನಾಗಿದ್ದನು ಮತ್ತು ಅವನು ತುಂಬಾ ಕತ್ತಲೆಯಾಗಿದ್ದನು! ಅವನ ಪ್ರತಿಯೊಂದು ಹಲ್ಲುಗಳು ಸುರುಳಿಯಂತಿದ್ದವು ಮತ್ತು ಅವನಿಗೆ ಯಾವುದೇ ಮುಂಭಾಗದ ಹಲ್ಲುಗಳು ಇರಲಿಲ್ಲ. ಆ ಆಕೃತಿಯನ್ನು ಧ್ಯಾನಿಸುವಾಗ ಮತ್ತು ಮುಖವನ್ನು ನೋಡುವ ಮೂಲಕ ಅದು ಒಂದು ನೋಟವನ್ನು ಸೆಳೆಯುತ್ತದೆ, ಆದರೆ ಇದು ಭ್ರಮೆಯಾಗಿರಬಹುದು ಎಂಬುದು ಒಂದು ವಿಷಯ. ನಾವು ಕಾಂಡವನ್ನು ಮನುಷ್ಯ ಎಂದು ಪರಿಗಣಿಸಿ ಭಯದಿಂದ ನೋಡಿದಾಗ ಅದು ಮನುಷ್ಯ ಮಾತ್ರಇದು ಗೋಚರವಾಗುತ್ತದೆ. ಹಾಗಾದರೆ ನಾನು ಏನು ಮಾಡಬೇಕು? ಮಹಾತ್ಮ ವಾತ್ಸ್ಯಾಯನನು ಕೌಟಿಲ್ಯನಲ್ಲವೆಂದು ಗುಪ್ತಚರದೀಪನಿಗೆ ನಾನು ಹೋಗಿ ಹೇಳಬೇಕೆ?' 'ಹಿಂದೆ ಹೋಗುವ ಮುನ್ನ ಪರೀಕ್ಷೆ ಅಗತ್ಯ. ಪತ್ತೇದಾರರು ನನಗೆ ಹೇಳಿದಂತೆ ಮಾಡಿ ಬೇಕು.' ಮಹಾತ್ಮನ ಸಂಪೂರ್ಣ ಪರೀಕ್ಷೆಯನ್ನು ಹೃದಯದಲ್ಲಿ ನಿರ್ಧರಿಸಿ, ಜೀವಧರ್ಮನು ಸಮಯಕ್ಕಾಗಿ ಕಾಯುತ್ತಿದ್ದನು. ಮಹಾತ್ಮರ ಉಪದೇಶ ಮುಗಿಯಿತು, ಧರ್ಮೋಪದೇಶದ ನಂತರ ಅವರು ತಮ್ಮ ಕುಟೀರಕ್ಕೆ ಹೋದರು. ಪ್ರವಚನಕ್ಕೆ ಬಂದಿದ್ದ ಶ್ರೋತೃಗಳೂ ತಮ್ಮ ತಮ್ಮ ಜಾಗಕ್ಕೆ ಹೋದಾಗ ಅವಕಾಶ ಸಿಕ್ಕಿದ ಜೀವಧರ್ಮ ವಿರಕ್ತಮಠದ ಬಾಗಿಲಿಗೆ ತಲುಪಿತು. ಅವನು ಗ್ರೊಟ್ಟೊದೊಳಗೆ ಪ್ರವೇಶಿಸಲು ಬಯಸಿದನು, ಶಾರ್ಂಗರಾವ್ ಗ್ರೊಟ್ಟೋದಿಂದ ಹೊರಬಂದು

ಹೇಳಿದನು - ಹೇಳು? ಜೀವ: ನಾವು ವಾತ್ಸ್ಯಾಯನರೊಂದಿಗೆ ಖಾಸಗಿ ಸಂಭಾಷಣೆಯನ್ನು ನಡೆಸಲು ಬಯಸುತ್ತೇವೆ. ಅವರ ಕೀರ್ತಿಯನ್ನು ಕೇಳಿ ನೇರವಾಗಿ ಕಾಶಿಯಿಂದ ಬರುತ್ತಿದ್ದಾರೆ. ಶಾರ್ಂಗರಾವ್ ಅವರಿಗೆ

ಹೇಳಿ - ನೀವು ಕಾಶಿಯಿಂದ ಬಂದಿದ್ದರೂ ಅಥವಾ ಉತ್ತರಾಖಂಡದಿಂದ ಬಂದಿದ್ದರೂ, ಗುರುದೇವರು ಈಗ ನಿಮ್ಮನ್ನು ಭೇಟಿಯಾಗುವುದಿಲ್ಲ. ಜೀವ್- ನಾಲ್ಕು ದಿನ ಅವರ ಶಿಷ್ಯರಾಗಿ ನಮ್ಮನ್ನು ಅವಮಾನಿಸುತ್ತೀರಿ. ಹೋಗು, ಕಾಶಿಯ ಒಬ್ಬ ಪರಮ ಸನ್ಯಾಸಿ ಮತ್ತು ನಿನ್ನ ಲಂಗೋಟಿಯ ಗೆಳೆಯ ಈ ಸಮಯದಲ್ಲಿ ನಿನ್ನನ್ನು ಭೇಟಿಯಾಗಲು ಬಯಸುತ್ತಾನೆ. ಶಾರಂಗರಾವ್ - ನಾಲ್ಕು ದಿನದ ಶಿಷ್ಯನಿಗೂ ನಾಲ್ಕು ದಿನದ ಸನ್ಯಾಸಿಗೂ ವ್ಯತ್ಯಾಸವಿಲ್ಲ. ಮಹಾರಾಜ್! ನೀವು ನಿಜವಾಗಿಯೂ ಸಂತರಾಗಿದ್ದರೆ, ನೀವು ಸಣ್ಣ ವಿಷಯಕ್ಕೂ ಕೋಪಗೊಳ್ಳುವುದಿಲ್ಲ. ಜೀವಧರ್ಮ ಮನಸ್ಸಿನಲ್ಲಿಯೇ

ಹೇಳಿದನು - 'ಇದು ಸಂಪೂರ್ಣ ಗುರುಘಂಟಲ್ ಎಂದು ತೋರುತ್ತದೆ, ಇದು ಬೇಳೆಯನ್ನು ಸುಲಭವಾಗಿ ಕರಗಲು ಬಿಡುವುದಿಲ್ಲ. ಆದ್ದರಿಂದ ಈಗ ಹೊಸ ನಡೆಯನ್ನು ಮಾಡಬೇಕು! ತದನಂತರ ಅವನು ನೇರವಾಗಿ ಹೇಳಲು

ಪ್ರಾರಂಭಿಸಿದನು - ನನ್ನ ಸ್ವಭಾವವು ಸ್ವಲ್ಪ ನಿಷ್ಠುರವಾಗಿ ಮಾತನಾಡುವುದು, ನಾನು ಕೋಪಗೊಳ್ಳುವುದಿಲ್ಲ. ಕೋಪಗೊಳ್ಳಬೇಡಿ ಮತ್ತು ಗಂಗಾನದಿಯ ದಡದಲ್ಲಿರುವ ನಿಮ್ಮ ಬಾಲ್ಯದ ಒಡನಾಡಿ ಜೀವಧರ್ಮವು ನಿಮ್ಮನ್ನು ನೋಡಲು ಬಯಸುತ್ತದೆ ಎಂದು ನಿಮ್ಮ ಗುರುದೇವರಿಗೆ ಹೋಗಿ ಹೇಳಿ. ಏನೋ ಯೋಚಿಸಿದ ನಂತರ ಶರಣಂಗರಾವ್

ಉತ್ತರಿಸಿದರು - ಸರಿ ನಾನು ಹೋಗಿ ಹೇಳುತ್ತೇನೆ, ಅಲ್ಲಿಯವರೆಗೆ ನೀವು ಮರದ ಕೆಳಗೆ ಕುಳಿತುಕೊಳ್ಳಿ; ಏಕೆಂದರೆ ಗುರೂಜಿಯವರು ಸಂಧ್ಯೋಪಾಸನೆ ಮಾಡುತ್ತಿದ್ದಾರೆ. ನಾನು ಅವನನ್ನು ಸ್ವಲ್ಪ ಎದ್ದೇಳಲು

ವಿನಂತಿಸುತ್ತೇನೆಜೀವಧರ್ಮ ಮರದ ಕೆಳಗೆ ಕುಳಿತನು ಮತ್ತು ಶಾರಂಗರಾವ ಗುಡಿಯನ್ನು ಪ್ರವೇಶಿಸಿದನು. ಅವನು ಹೊರಟುಹೋದ ತಕ್ಷಣ, ಅವನು ಗುರುದೇವನಿಗೆ

ಹೇಳಿದನು - 'ಸನ್ಯಾಸಿಯ ವೇಷವನ್ನು ಧರಿಸಿದ ಯುವಕನು ನಿಮ್ಮನ್ನು ಭೇಟಿಯಾಗಲು ಬಯಸುತ್ತಾನೆ. ಅವನು ತನ್ನ ಹೆಸರನ್ನು ಜೀವಧರ್ಮ ಎಂದು ಹೇಳುತ್ತಿದ್ದಾನೆ. ಅವರು ಹೇಳುತ್ತಾರೆ, ನಿಮ್ಮ ಗುರುಗಳು ಗಂಗಾ ತೀರದ ನಮ್ಮ ಬಾಲ್ಯದ ಗೆಳೆಯರು. ಇದನ್ನು ಕೇಳಿದ ವಾತ್ಸ್ಯಾಯನನು ಗಂಭೀರವಾಗಿ

ಹೇಳಿದನು - ಗಂಗಾ ತೀರದ ನಮ್ಮ ಬಾಲ್ಯದ ಗೆಳೆಯ ಜೀವಧರ್ಮ! ಮತ್ತು ಮನಸ್ಸು ಮನಸ್ಸಿನಲ್ಲಿ ಮೌನವಾಗಿ ಹೇಳಲು

ಪ್ರಾರಂಭಿಸಿತು - 'ಕೌಟಿಲ್ಯನ ಬದುಕುಳಿಯುವಿಕೆಯ ರಹಸ್ಯವನ್ನು ತಿಳಿದಿರುವ ಇದೇ ಜೀವಧರ್ಮ! ಅದೇ ಆಗಿದ್ದರೆ ಅದರಿಂದ ನಮಗೇನೂ ಹಾನಿಯಾಗಲಾರದು ಆದರೆ ಕಾಲ ಕಳೆದಂತೆ ಮನುಷ್ಯನ ಸ್ವಭಾವವೇ ಬದಲಾಗುತ್ತದೆ. ನಿನ್ನೆ ಸ್ನೇಹಿತನಾಗಿದ್ದವನು ಇಂದು ಶತ್ರುವೂ ಆಗಬಹುದು. ಕೌಟಿಲ್ಯ ಮಹಾತ್ಮಾ ವಾತ್ಸ್ಯಾಯನ ಎಂದು ಈಗ ಈ ರಹಸ್ಯವನ್ನು ಬಹಿರಂಗಪಡಿಸಬಾರದು, ಆದ್ದರಿಂದ ಇದ್ದಕ್ಕಿದ್ದಂತೆ ನಂಬುವುದು ನೀತಿಗೆ ವಿರುದ್ಧವಾಗಿದೆ. ಮತ್ತು ನೋಟದಲ್ಲಿ ಅವರು

ಹೇಳಿದರು - ಶಾರ್ಂಗಾರವ್! ಯಾರಿಗೆ ಗೊತ್ತು, ಸಂತನ ವೇಷದಲ್ಲಿ ಶತ್ರು ಇರಬಹುದು. ಮತ್ತು ತುಂಬಾವಿಷಯ ಉಲ್ಬಣಗೊಂಡಾಗ, ಅವರನ್ನು ಭೇಟಿಯಾಗದಿರುವುದು ಅನುಮಾನವನ್ನು ಹುಟ್ಟುಹಾಕುತ್ತದೆ, ಆದ್ದರಿಂದ ಅವರ ಬಳಿಗೆ ಹೋಗಿ, 'ಅವರು ಹೇಳುತ್ತಾರೆ, ಗಂಗಾ ತೀರದಲ್ಲಿ ನಮಗೆ ಯಾವುದೇ ಸ್ನೇಹಪರ ಜೀವಿಗಳಿಲ್ಲ, ಆದ್ದರಿಂದ ಸಭೆಯ ಅಗತ್ಯವಿಲ್ಲ' ಎಂದು.

ಅವನು ಇನ್ನೂ ಹಠ ಮಾಡುತ್ತಿದ್ದರೆ ಅವನನ್ನು ನಮ್ಮ ಬಳಿಗೆ ತನ್ನಿ. ಅನುಮತಿಯನ್ನು ಸ್ವೀಕರಿಸಿದ ನಂತರ, ಶಾರ್ಂಗ್ರವ ಗುಡಿಸಲಿನಿಂದ ಹೊರಬಂದು ಸಾಧು ಮಹಾರಾಜರಿಗೆ

ಹೇಳಿದರು - 'ಗುರುದೇವರು ಹೇಳುತ್ತಾರೆ, ನಮಗೆ ಗಂಗಾ ತೀರದಲ್ಲಿರುವ ಜೀವಿಗಳ ಸ್ನೇಹಿತರಿಲ್ಲ, ಆದ್ದರಿಂದ ಅರ್ಪಣೆಯ ಅಗತ್ಯವಿಲ್ಲ.

'ಜೀವಾ- ಬಹಳ ದಿನಗಳಿಂದ ಅವನು ನಿನ್ನ ಗುರುದೇವನನ್ನು ಸ್ಮರಿಸುವುದಿಲ್ಲ, ಅವನು ನಿನ್ನ ಮುಂದೆ ಇರುವಾಗ ಅವನು ನಿನ್ನನ್ನು ಗುರುತಿಸುತ್ತಾನೆ.

ಶಾರ್ಂಗ್ರವ- ನೀನು ಹಠ ಮಾಡುತ್ತಿದ್ದರೆ ಹೋಗಲಿ! ಜೀವಧರ್ಮನು ಶಾರ್ಂಗ್ರವನೊಂದಿಗೆ ಗುಡಿಸಲನ್ನು ಪ್ರವೇಶಿಸಿದನು. ವಾತ್ಸ್ಯಾಯನನು ಅತಿಥಿಯನ್ನು ನೋಡಿದ ಕೂಡಲೇ ಗೌರವದಿಂದ ಕುಳಿತುಕೊಳ್ಳುವಂತೆ ಸೂಚಿಸಿ ಜೀವಧರ್ಮನು ಕುಳಿತನು. ಸ್ವಲ್ಪ ಸಮಯದವರೆಗೆ ಅವನು ವಾತ್ಸ್ಯಾಯನನ ಮುಖವನ್ನು ಬಹಳ ಗಮನದಿಂದ ನೋಡುತ್ತಿದ್ದನು. ಆದರೆ ಜೀವಧರ್ಮನು ಅವನ ಮುಖವನ್ನು ನೋಡಿದಾಗಲೆಲ್ಲ ಮಹಾತ್ಮ ವಾತ್ಸ್ಯಾಯನನು ತನ್ನ ಮುಖವನ್ನು ವಿಶೇಷ ರೀತಿಯಲ್ಲಿ ಮಾಡಿದನು. ಸ್ವಲ್ಪ ಸಮಯನೋಡಿದ ನಂತರ, ಜೀವಧರ್ಮ

ಹೇಳಿದರು - ನಾನು ನಿಮ್ಮ ಧರ್ಮೋಪದೇಶವನ್ನು ಕೇಳುತ್ತಿರುವಾಗ ಗಮನಿಸಿದೆ ನೀನು ಗಂಗಾ ತೀರದ ನನ್ನ ಸ್ನೇಹಿತ ಕೌಟಿಲ್ಯ, ಅದಕ್ಕಾಗಿಯೇ ನಾನು ದರ್ಶನವನ್ನು ಹೊಂದಲು ಬಯಸುತ್ತೇನೆ. ವಾತ್ಸ್ಯಾಯನ-ನಾನು ಇಲ್ಲಿಗೆ ಬಂದಿದ್ದು ಕೆಲವೇ ದಿನಗಳು. ಬಾಲ್ಯದಿಂದ ಇಲ್ಲಿಯವರೆಗೆ ಉಳಿದ ವಯಸ್ಸು ಗಾಂಧಾರದಲ್ಲಿ ಕಳೆಯುತ್ತದೆ. ಅಂದ್ಮೇಲೆ ನೀನು ಫ್ರೆಂಡ್ ಆಗಿರಲಿಲ್ಲ ಅಂದ್ಕೊಂಡಿದ್ದೀಯಾ ಈಗ ಫ್ರೆಂಡ್ ಆಗಿಬಿಟ್ಟೆ. ಕೇಸರಿ ಬಟ್ಟೆ ತೊಟ್ಟ ಈ ಯೌವನದಲ್ಲಿ ಎಂತಹ ಪರಿತ್ಯಾಗ ಮನಸ್ಸಿಗೆ ಬಂತು ಹೇಳಿ? ಜೀವಜಗತ್ತಿನ ನಶ್ವರತೆಯನ್ನು ಕಂಡು ಪರಮಹಂಸರಾದರು. ವಾತ್ಸ್ಯಾಯನನು ಮುಗುಳ್ನಗುತ್ತಾ

ಹೇಳಿದನು - ದೇಶಕ್ಕೆ ಋಷಿಗಳ ಅಗತ್ಯವಿಲ್ಲ. ಹೌದು, ವೀರರು ಬೇಕು. ರಣರಂಗದಲ್ಲಿ ಶತ್ರುಗಳಿಗೆ ಕಬ್ಬಿಣದ ಕಡಲೆಯೇ ಸವಾಲಾಗುತ್ತಿರುವ ಈ ಹೊತ್ತಿನಲ್ಲಿ ನಾಡಿನ ಯುವಕರು ಸಂತರೆಂದು ಬೀಗುತ್ತಾ

ಸಾಗಿದರೆ ದೇಶಕ್ಕೂ, ಸಂತರಿಗೂ ಉಳಿಗಾಲವಿಲ್ಲ. ನಿನ್ನ ಮೈಮೇಲಿದ್ದ ಕೇಸರಿ ಬಟ್ಟೆ ನೋಡಿ ನನಗೆ ಕೋಪ ಬಂತು. ಅವುಗಳನ್ನು ತೆಗೆದು ನಿಮ್ಮ ಸೊಂಟಕ್ಕೆ ಕತ್ತಿಯನ್ನು ಕಟ್ಟಿಕೊಳ್ಳಿ!

ಇಂದು 'ಜೈ ಶಂಭೋ' ಎಂದು ಕೂಗುವ ಅಗತ್ಯವಿಲ್ಲ, 'ಹರ ಹರ ಮಹಾದೇವ್' ಎಂಬ ಘೋಷಣೆಯಲ್ಲಿ 'ಜೈ ಭಾರತ್' ಎಂದು ಹೇಳಿ! ಈ ನಂಬಿಕೆಯನ್ನು ಬಿಟ್ಟುಬಿಡಿ ಮತ್ತು ರಾಷ್ಟ್ರೀಯ ಸೇನೆಗೆ ಸೇರಿಕೊಳ್ಳಿ! ಇಡೀ ಭಾರತದ ಸಂಪೂರ್ಣ ಸ್ವಾತಂತ್ರ್ಯಕ್ಕಾಗಿ ನಾವು ರಾಷ್ಟ್ರೀಯ ಸೇನೆಯನ್ನು ರಚಿಸಿದ್ದೇವೆ. ನಾವು ಬಯಸುತ್ತೇವೆ ಮತ್ತು ಭಾರತ ಮಾತೆ ಎಲ್ಲಾ ಯುವಕರು ರಾಷ್ಟ್ರೀಯ ಸೇನೆಗೆ ಸೇರಬೇಕೆಂದು ಬಯಸುತ್ತಾರೆ.

ಅಷ್ಟೇ, ನಾವು ನಿಮಗೆ ಹೆಚ್ಚಿಗೆ ಏನೂ ಹೇಳಬೇಕಾಗಿಲ್ಲ, ನೀವು ಹೋಗಬಹುದುಜೀವಧರ್ಮ ದಿಗ್ಭ್ರಮೆಗೊಂಡು ಹೋದನು. ಅವರು ಗೊಂದಲಕ್ಕೊಳಗಾದರು, ಯಾವುದೇ ನಿರ್ಧಾರಕ್ಕೆ ಬರಲು ಸಾಧ್ಯವಾಗಲಿಲ್ಲ. ಅವನು ತನ್ನ ಮತ್ತು ಮಹಾತ್ಮ ವಾತ್ಸ್ಯಾಯನನ ಎಳೆಗಳನ್ನು ಗೋಜಲು ಮತ್ತು ಬಿಡಿಸಿಕೊಳ್ಳುತ್ತಲೇ ಇದ್ದನು ಮತ್ತು ಇಲ್ಲಿ ವಾತ್ಸ್ಯಾಯನನು ಶಾರ್ಂಗರವನಿಗೆ ಹೇಳಿದನು - ವತ್ಸ! ಈ ಋಷಿ ಬರಿಗೈಯಲ್ಲಿ ಬಂದಿಲ್ಲ. ಹೊಸ ಗಾಳಿ ಬೀಸಿದಂತಿದೆ. ರಾಜ್ಯವು ನಮ್ಮನ್ನು ಬಂಡಾಯ ಎಂದು ಘೋಷಿಸುವ ಸಾಧ್ಯತೆಯಿದೆ, ಆದ್ದರಿಂದ ಶೀಘ್ರದಲ್ಲೇ ಕೆಲವು ಕೆಲಸಗಳನ್ನು ಮಾಡಬೇಕಾಗಿದೆ. ಭಗುರಾಯನಿಂದ ಏನಾದರೂ ಸುದ್ದಿ ಸಿಕ್ಕಿದೆಯೇ? ಶಾರ್ಂಗರಾವ್- ಇಲ್ಲ, ಗುರು ಜೀ! ಅವರು ಮಹಾಮಾತ್ಯ ರಾಕ್ಷಸರೊಂದಿಗೆ ತಮ್ಮ ವೈಯಕ್ತಿಕ ಗೂಢಚಾರರಾಗಿ ವಾಸಿಸುತ್ತಿದ್ದಾರೆ ಎಂಬುದಷ್ಟೇ ಮಾಹಿತಿ ಪಡೆದಿದೆವಾತ್ಸ್ಯಾಯನ- ಭಾಗುರಾಯ, ನೀನು ಧನ್ಯ! ನೀನು ಮಹಾಮಾತೆಯ ಸುತ್ತ ಅವನ ತೋಳಿನಲ್ಲಿ ಹಾವಿನಂತೆ ಸುತ್ತಿಕೊಂಡೆ. ಮತ್ತು ಭಾಸುರಕ್? ಶಾರ್ಂಗರಾವ್ - ಅವರು ರಾಜ್ಯದ ಪರವಾಗಿ ಮುಖ್ಯ ಗೂಢಚಾರರಾಗಿ ಪಂಚನಾಡಿಗೆ ಹೋಗಿದ್ದಾರೆ.

ವಾತ್ಸ್ಯಾಯನ- ಪ್ರತಿಯೊಂದು ಬಾಣವೂ ಗುರಿಯನ್ನು ನಿಖರವಾಗಿ ಹೊಡೆಯುತ್ತಿದೆ. ಸರಿ ವತ್ಸಾ! ನಾವು ಇಂದು ರಾತ್ರಿಯೇ ಅಮಾತ್ಯ ಶಕ್ತರನ್ನು ಭೇಟಿಯಾಗಲು ಬಯಸುತ್ತೇವೆ. ಶಾರ್ಂಗರಾವ್: ಹಾಗಾದರೆ ನೀನು ಅವರ ಮನೆಗೆ ಹೋಗ್ತೀಯಾ? ವಾತ್ಸ್ಯಾಯನ- ಹೌದು, ನೀನು ಗುಡಿಸಲಲ್ಲಿಯೇ ಇರುತ್ತೀಯ. ಮಾರುವೇಷದಲ್ಲಿ ಶಕ್ತರಿಗೆ ಹೋಗುತ್ತಿದ್ದೇವೆ. ಅವನ ನೆರೆಯ ಸೇಠ್ ಘನಶ್ಯಾಮದಾಸ್ ಬಟ್ಟೆಗಳನ್ನು ತನ್ನಿ. ಮಸ್ಲಿನ್ ಧೋತಿ, ರೇಷ್ಮೆ ಕುರ್ತಾ, ರೇಷ್ಮೆ ಪೇಟ ಧರಿಸಿದ್ದ ಸೇಠ್ ಘನಶ್ಯಾಮದಾಸ್ ಅಮಾತ್ಯ ಶಕ್ತರ ಬಾಗಿಲನ್ನು ತಲುಪಿದಾಗ ರಾತ್ರಿ ಸುಮಾರು ಹನ್ನೊಂದು ಗಂಟೆಯಾಗುತ್ತಿತ್ತು. ಇದನ್ನು ನೋಡಿದ ದ್ವಾರಪಾಲಕನು ಕೈಮುಗಿದು ನಿಂತು

ಹೇಳಿದನು - ಸೇಠ್ಜಿ ಅಸಮರ್ಪಕ! ಎಲ್ಲಿಂದಲೋ ಸ್ವಲ್ಪ ಸಮಯವಾಯಿತು, ಈಗಷ್ಟೇ ಬಂದಿದ್ದೇನೆ, ಆಗಲೇ ಊಟ ಮಾಡಿದೆ, ನೀನು ಒಳಗೆ ಹೋಗುಆಗಾಗ ಅಮಾತ್ಯರನ್ನು ಭೇಟಿಯಾಗಲು ಬರುತ್ತಿದ್ದ ಹಳೇ ಹುಮ್ಮಸ್ಸಿನಿಂದಲೇ ಸೇಠಜಿ ಮನೆ ಪ್ರವೇಶಿಸಿದರು. ಸೇಠ್ ಜಿಯನ್ನು ನೋಡಿದ ಅಮಾತ್ಯ ಶಕ್ತರು ನಮಸ್ಕಾರಕ್ಕೆ ಉತ್ತರಿಸುತ್ತಾ

ಹೇಳಿದರು- ಹೇಳು ಸೇಠ್ ಜಿ! ದಯವಿಟ್ಟು ಇಂದು ರಾತ್ರಿ ಏಕೆ ತಡವಾಗಿ ಬಂದಿದ್ದೀರಿ? ಸೇಠ್ ಜಿ ತನ್ನ ತಲೆಯಿಂದ ಪೇಟವನ್ನು ತೆಗೆದು

ಹೇಳಿದರು - ಬಹಳ ಮುಖ್ಯವಾದ ಕೆಲಸದಿಂದ ನಾನು ಬಂದಿದ್ದೇನೆ ಪೇಟವನ್ನು ತೆಗೆದ ಕೂಡಲೇ ಶಕ್ತನು

ಹೇಳಿದನು - 'ಹೇ ನೀನು! ಬನ್ನಿ, ರಹಸ್ಯ ಕೋಣೆಯಲ್ಲಿ ಕುಳಿತುಕೊಳ್ಳೋಣಕತ್ತಲೆಯಲ್ಲಿ ದೀಪದಿಂದ ಬೆಳಕು ಇರುತ್ತದೆ

15

ಶಕ್ತರ ರಹಸ್ಯ ಕೋಣೆಯಲ್ಲಿ ಕುಳಿತು ವಾತ್ಸ್ಯಾಯನನು ಹೇಳಿದನು - ರಹಸ್ಯವು ಬಹಿರಂಗವಾದಂತೆ ತೋರುತ್ತದೆ. ಮಹಾಮಾತೆಯರು ನನ್ನ ಮೇಲೆ ಅನುಮಾನ ಪಡತೊಡಗಿದ್ದಾರೆ. ಕೌಟಿಲ್ಯನ ಮಗನಾದ ಚಾಣಕನು ಮಹಾತ್ಮ ವಾತ್ಸ್ಯಾಯನನ ರೂಪದಲ್ಲಿರುತ್ತಾನೆ ಎಂದು ಅವರು ಖಂಡಿತವಾಗಿಯೂ ಯಾರೊಬ್ಬರಿಂದ ತಿಳಿದುಕೊಂಡಿದ್ದಾರೆ. ಅವರ ಗೂಢಚಾರರು ನನ್ನ ಪ್ರತಿ ಹೆಜ್ಜೆಯ ಮೇಲೆ ಕಣ್ಣಿಟ್ಟಿರುತ್ತಾರೆ. ಹೇಗೋ ನಿನ್ನ ಬಾಯಿಂದ ಏನೂ ಮಹಾಮಾತೆಯ ಕಿವಿಗೆ ಬೀಳಲಿಲ್ಲ.

ಶಕ್ತರ್- ಇಲ್ಲ ವತ್ಸ! ಕನಸಿನಲ್ಲಿಯೂ ನನ್ನ ಬಾಯಿಂದ ಏನೂ ಬರಲಿಲ್ಲ.

ವಾತ್ಸ್ಯಾಯನ - ಈ ವ್ಯತ್ಯಾಸ ನನಗೆ, ನೀನು, ಸುವಾಸಿನಿ ಮತ್ತು ಶಾರಂಗರಾವ್ ಬಿಟ್ಟರೆ ಯಾರಿಗೂ ತಿಳಿದಿಲ್ಲ. ಖಂಡಿತ ಯಾರೋ ತಪ್ಪು ಮಾಡಿದ್ದಾರೆ. ಸ್ವಲ್ಪ ಪರಿಮಳವನ್ನು ಕೇಳಿ! 'ಮಗಳು ಸುವಾಸ್!' ಶಕ್ತರ್ ಕರೆ ನೀಡಿದರು. 'ಬನ್ನಿ ಅಪ್ಪ!' ವಾತ್ಸ್ಯಾಯನನು ಸುವಾಸನೆಯನ್ನು ಓದುತ್ತಿದ್ದ ಸುವಾಸನನ್ನು ನೋಡಿದ ಕೂಡಲೇ ತನ್ನ ಪುಸ್ತಕವನ್ನು ಮುಚ್ಚಿ

ಹೇಳಿದಳು - ಹೆಣ್ಣಿಗೆ ರಹಸ್ಯವನ್ನು ಹೇಳಬಾರದು ಎಂದು ನೀತಿವಂತರು ಸತ್ಯವನ್ನು ಹೇಳಿದ್ದಾರೆ, ಅವಳ ಹೊಟ್ಟೆಯಲ್ಲಿ ರಹಸ್ಯವೂ ನಿಲ್ಲುವುದಿಲ್.

ಸುವಸ್ - ಏನು ವಿಷಯ ಮಹಾತ್ಮ?

ವಾತ್ಸ್ಯಾಯನ- ಕೌಟಿಲ್ಯನು ಮಹಾತ್ಮ ವಾತ್ಸ್ಯಾಯನನ ರೂಪದಲ್ಲಿದ್ದನೆಂದು ರಾಕ್ಷಸ ಮಹಾಮಾತ್ಯನಿಗೆ ಹೇಗೆ ತಿಳಿಯಿತು? ಸುವಾಸ್ ಮಾತು ಕೇಳಿ ಗಂಭೀರವಾಯಿತು. ಅವಳು ಯೋಚಿಸಲು ಪ್ರಾರಂಭಿಸಿದಳು, ಯೋಚಿಸುತ್ತಿರುವಾಗ ಅವಳು

ಹೇಳಿದಳು- 'ಕೌಟಿಲ್ಯನು ವಾತ್ಸ್ಯಾಯನನ ರೂಪದಲ್ಲಿರುತ್ತಾನೆ ಎಂದು ನಾನು ಹೇಳಲಿಲ್ಲ, ಆದರೆ ನಾನು ಖಂಡಿತವಾಗಿಯೂ ತಪ್ಪು ಮಾಡಿದ್ದೇನೆ. ಮಹಾತ್ಮ ವಾತ್ಸ್ಯಾಯನರು ಬಾಲ್ಯದಲ್ಲಿ ತಾಯಿಯ ಮಡಿಲನ್ನೂ, ಬಾಲ್ಯದಲ್ಲಿ ತಂದೆಯ ನೆರಳನ್ನೂ ಪಡೆಯದ ವ್ಯಕ್ತಿ ಎಂದು ನಾನು ಹೇಳಿದಾಗ, ಮಹಾಮಾತ್ಯ ಸ್ವಲ್ಪ ಗಂಭೀರವಾದರು. ಅವರು ಯಾಕೆ ಸೀರಿಯಸ್ ಆಗಿದ್ದರು ಎಂಬುದು ಈಗ ನನಗೆ ಅರ್ಥವಾಯಿತು' ಎಂದರು.

ವಾತ್ಸ್ಯಾಯನ- ರಾಜಕೀಯದಲ್ಲಿ ಆದಷ್ಟು ಕಡಿಮೆ ಮಾತನಾಡುವುದು ಕೂಡ ದೊಡ್ಡ ಪುಣ್ಯ. ಆದರೆ ಈಗ ಹಿಂದಿನ ಬಗ್ಗೆ ಏನು ಯೋಚಿಸಬೇಕು! ಮೋಡಗಳು ಒಟ್ಟುಗೂಡುತ್ತಿವೆ, ಸ್ಫೋಟದಲ್ಲಿ ವಿಳಂಬ ಮಾಡಬಾರದು. ರಾಷ್ಟ್ರೀಯ ಸೇನೆಯು ದೇಹ, ಮನಸ್ಸು ಮತ್ತು ಸಂಪತ್ತನ್ನು ತೊಡಗಿಸಿಕೊಂಡಿದೆ. ಆದರೆ ಪಂಚನಾದ್‌ನಿಂದ ಚಂದ್ರಗುಪ್ತನ ಖಚಿತ ಸುದ್ದಿ ಸಿಗಲಿಲ್ಲ. ಚಂದ್ರಗುಪ್ತ ಅಲ್ಲಿಂದ ದಾಳಿ ಮಾಡಿದರೆ ಮತ್ತು ರಾಷ್ಟ್ರೀಯ ಸೇನೆ ಇಲ್ಲಿಂದ ದಂಗೆ ಎದ್ದರೆ, ಬಾಣವು ಸರಿಯಾದ ಗುರಿಯನ್ನು

ಹೊಡೆಯುತ್ತದೆಶಕ್ತರ್- ಮಹಾನಂದನ ಸೆರೆಮನೆಯಿಂದ ಕಾತ್ಯಾಯನನನ್ನು ಬಿಡುಗಡೆ ಮಾಡಲಾಗಿದೆ ಎಂದು ಹೇಳಲು ನಾನು ಮರೆತಿದ್ದೇನೆ, ಆದರೆ ಉಮಾ ಮಹಾನಂದನ ರಾಣಿಯಾಗಬೇಕಾಯಿತು.

ವಾತ್ಸ್ಯಾಯನ- ರಾಜರಿಗೆ ಹಾವುಗಳಿದ್ದರೆ ಅವರ ರಾಣಿಯರು ಮಾತ್ರ. ಹೆಣ್ತನದ ಗುಲಾಮನಾದ ರಾಜನು ಒಂದು ದಿನ ಖಂಡಿತವಾಗಿಯೂ ನಾಶವಾಗುತ್ತಾನೆ. ನುರಿತ ತಂತ್ರಜ್ಞ ಒಬ್ಬನು ತನ್ನ ಸಾಧನೆಗಾಗಿ ಸುಂದರ ಮತ್ತು ಬುದ್ಧಿವಂತ ಹುಡುಗಿಯರನ್ನು ಇಟ್ಟುಕೊಳ್ಳಬೇಕು.

ಶಕ್ತರ್- ನಮ್ಮ ಕಾಲು ಹಾವಿನ ಹೆಡೆಯ ಮೇಲಿದೆ, ಅದು ಅವಕಾಶ ಸಿಕ್ಕ ತಕ್ಷಣ ಚಲಿಸಬಲ್ಲದು. ಹಿರಿಮೆ ದೆವ್ವಗಳು ತೆರೆದ ಕಣ್ಣುಗಳೊಂದಿಗೆ ಮಲಗುತ್ತವೆ. ಅವರ ವ್ಯತ್ಯಾಸವನ್ನು ಗುರುತಿಸುವುದು ನಾರದ ಮುನಿಗೂ ಸುಲಭವಲ್ಲ. ಸಂ ಎಷ್ಟು ರಹಸ್ಯ ಆಯುಧಗಳನ್ನು ಸುರಕ್ಷಿತವಾಗಿ ಇಟ್ಟಿದ್ದಾನೋ ಯಾರಿಗೆ ಗೊತ್ತು.

ವಾತ್ಸ್ಯಾಯನ - ಎದುರಾಳಿಯನ್ನು ಹೊಗಳಿ ನನ್ನ ಕೈಗಳನ್ನು ಸಡಿಲಿಸಲು ಪ್ರಯತ್ನಿಸಬೇಡ ಮಾಮ! ವಾತ್ಸ್ಯಾಯನನು ಬೆಂಕಿಯೊಂದಿಗೆ ಆಟವಾಡುತ್ತಾನೆ ಮತ್ತು ಅವನ ಕೂದಲಿನಲ್ಲಿ ನೀರು ಹಿಡಿಯುತ್ತಾನೆ. ನೀವು ರಾಜ್ಯದೊಳಗೆ ಕಿಡಿಗಳನ್ನು ಬಿತ್ತುತ್ತೀರಿ, ನಾನು ಹೊರಗಿನಿಂದ ಬೆಂಕಿ ಮತ್ತು ನೀರನ್ನು ತರುತ್ತೇನೆ. ಸರಿ ನಮಸ್ಕಾರ! ನಾನು ಇನ್ನು ಮುಂದೆ ಉಳಿಯುವುದಿಲ್ಲ. ಅಗತ್ಯವಿದ್ದರೆ, ನಾನು ಹೇಗಾದರೂ ನಿಮ್ಮನ್ನು ಭೇಟಿಯಾಗುತ್ತೇನೆ. ನೀವು ಯಾವುದೇ ನಿರ್ದಿಷ್ಟ ಮಾಹಿತಿ ಹೊಂದಿದ್ದರೆ, ದಯವಿಟ್ಟು ಅದನ್ನು ಹೇಗಾದರೂ ನನ್ನ ಗುಡಿಸಲಿಗೆ ಕಳುಹಿಸಿ. ಹೀಗೆ ಹೇಳುತ್ತಾ ವಾತ್ಸ್ಯಾಯನನು ಪೇಟವನ್ನು ತಲೆಯ ಮೇಲೆ ಇಟ್ಟುಹೊರಟುಹೋದನು. ಅಲ್ಲಿ ಇಲ್ಲಿ ಅಲೆದಾಡುತ್ತಾ ಜನರ ಚೂಪಾದ ಕಣ್ಣುಗಳನ್ನು ತಪ್ಪಿಸಿ ಕತ್ತಲೆಯಲ್ಲಿ ಅಡಗಿಕೊಂಡು ಮಹಾತ್ಮ ವಾತ್ಸ್ಯಾಯನ ತನ್ನ ಗುಡಿಸಲಿಗೆ ಬಂದನು. ಶಾರ್ಂಗ್ರವ ಗುಡಿಯ ಬಾಗಿಲಲ್ಲಿ ಎಚ್ಚರವಾಗಿ ನಿಂತಿದ್ದ. ಗುರುದೇವನನ್ನು ನೋಡಿದ ಕೂಡಲೇ ಶರ್ಂಗರವ

ಹೇಳಿದನು - 'ನಾಳೆ ಮಹಾಮಾತ್ಯ ಎಂಬ ರಾಕ್ಷಸನು ನಿನ್ನನ್ನು ಭೇಟಿಯಾಗುವ ಅವಕಾಶವನ್ನು ಬಯಸಿದ್ದಾನೆ. ಅವರ ಮೆಸೆಂಜರ್ ಆಗಷ್ಟೇ ಬಂದಿದ್ದರು. ಗುರುದೇವ ದಣಿದಿದ್ದಾನೆ ಮತ್ತು ಮಲಗಿದ್ದಾನೆ ಎಂದು ನಾನು ಹೇಳಿದೆ. ಅವನು ಎಚ್ಚರವಾದಾಗ ನಾನು ನಿಮ್ಮ ವಿನಂತಿಯನ್ನು ಅವನಿಗೆ ತಿಳಿಸುತ್ತೇನೆ.

'**ವಾತ್ಸ್ಯಾಯನ**- ವತ್ಸ್ ಶಾರಂಗರಾವ್! ಮಳೆಯಿಂದಾಗಿ ಗ್ರೊಟ್ಟೊ ಸುತ್ತಲೂ ಹುಲ್ಲು ಬೆಳೆದಿದೆ. ಇದೆ. ಹಾವು ಮತ್ತು ಚೇಳುಗಳ ಭಯ. ಎಚ್ಚರಿಕೆಯಿಂದ ಮಲಗು!

ಶಾರ್ಂಗರಾವ್- ರಾಮನನ್ನು ರಕ್ಷಿಸಲು ಲಕ್ಷ್ಮಣನು ಎಚ್ಚರಗೊಳ್ಳಲು ಸಾಧ್ಯವಾದರೆ, ಗುರುದೇವನಿಗೆ ಶಾರ್ಂಗಾರವ್ ಎಚ್ಚರಗೊಳ್ಳಲು ಸಾಧ್ಯವಿಲ್ಲವೇ? ಅರ್ಜುನನಂತೆ ನನಗೂ ಮಲಗುವ ಹಕ್ಕಿದೆ ಗುರುದೇವ! ಬೆಂಕಿಶಾರ್ಂಗರಾವ್ ಎಚ್ಚರವಾಗಿಯೇ ಇದ್ದನು ಮತ್ತು ಮಹಾತ್ಮ ವಾತ್ಸ್ಯಾಯನನು ನಿದ್ರಿಸಿದನು. ಬೆಳಗಿನ ಜಾವ ಐದು ಗಂಟೆಯ ಸುಮಾರಿಗೆ ಶಾರ್ಂಗರಾವ್ ಗುರುದೇವನನ್ನು ಎಬ್ಬಿಸಿ, "ನೀವು ನನಗೆ ಅಪ್ಪಣೆ ನೀಡಿದರೆ, ನಾನು ನಿಮ್ಮ ಪೂಜೆಗಾಗಿ ಅರಮನೆಯ ಬಳಿಯ ತೋಟದಿಂದ ಹೂವುಗಳನ್ನು ತರುತ್ತೇನೆ!" ಗುರುದೇವರು ತಕ್ಷಣ ಎದ್ದು ಆಕಾಶವನ್ನು ನೋಡುತ್ತಾ

ಹೇಳಿದರು - 'ನೀವು ಸ್ವಲ್ಪ ಸಮಯದ ಹಿಂದೆ ನಮ್ಮನ್ನು ಎಬ್ಬಿಸಬೇಕಿತ್ತು. ಇದು ತಡವಾಗಿದೆ ಎಂದು ತೋರುತ್ತದೆ. ಈಗಲಾದರೂ ಬೇಗ ಹೋಗು, ಇಲ್ಲದಿದ್ದರೆ ಹೂಗಳು ಸಿಗದೇ ಹೋಗಬಹುದು' ಎಂದರು. ಗುರುದೇವ ಹೋಗಿ ತನ್ನ ದಿನಚರಿಯನ್ನು ಪ್ರಾರಂಭಿಸಿದನು ಮತ್ತು ಶಿಷ್ಯನು ಹೂವುಗಳನ್ನು ಸಂಗ್ರಹಿಸಲು ಹೋದನು. ಅವನು ಬಹುತೇಕ ಶಪಿಸಿದನು ಯಾವುದೋ ರಾಜ್ಯದ ಅಧಿಕಾರಿ ಎದುರಿನಿಂದ ಬರುತ್ತಿರುವುದು ಕಂಡು ಬಂದಿತು ಎಂದು ತುಂಬಿರಬೇಕು. ಶಾರ್ಂಗ್ರವ ಅವರಿಂದ ದಾರಿ ಸಿಕ್ಕಿತು ತಪ್ಪಿಸಿಕೊಂಡು ಇನ್ನೊಂದು ಬದಿಗೆ ನಡೆಯಬೇಕೆಂದುಕೊಂಡರೂ ನಿಷ್ಠುರ ಕಣ್ಣುಗಳಿಂದ ನೋಡುತ್ತಾ ನನ್ನ ಮುಂದೆ ಬಂದರು. ಅವರು ಬಂದು ಗದರಿಸುತ್ತಾ

ಹೇಳಿದರು - 'ಓ ಋಷಿ! ಅದು ಯಾರು? ಎಲ್ಲಿಗೆ ಹೋಗುತ್ತದೆ?'

ಶಾರ್ಂಗರವ - ಮಗಧದಲ್ಲಿ ಕಣ್ಣಿರುವವರೂ ಕುರುಡರೇ ಎಂದು ತೋರುತ್ತದೆ. ನೀವೇ 'ಓ ಸಾಧು' ಎಂದು ಹೇಳುತ್ತಿದ್ದೀರಿ ಮತ್ತು ನಂತರ ನೀವು 'ಯಾರು?' ಯಾರವರು? ನಾವು ಮಹಾತ್ಮ ವಾತ್ಸ್ಯಾಯನರ ಶಿಷ್ಯರಾದ ಶರಣಂಗರಾವ್, ಗುರುದೇವನ ಪೂಜೆಗಾಗಿ ಹೂಗಳನ್ನು ಸಂಗ್ರಹಿಸಲು ಹೋಗುತ್ತಿದ್ದೇವೆ. ಅಧಿಕಾರಿ: ಇದು ಹೆದ್ದಾರಿ ಎಂದು ಗೊತ್ತಿಲ್ಲ. ಮಹಾತ್ಮ ವಾತ್ಸ್ಯಾಯನನ ಶಿಷ್ಯನಾಗಿದ್ದರಿಂದ ಅವನು ಬಿಡುತ್ತಾನೆ, ಇಲ್ಲದಿದ್ದರೆ ಅವನು ಈಗ ಅವನನ್ನು ಸೆರೆಹಿಡಿಯುತ್ತಾನೆ. ಈ ಮಾರ್ಗದಲ್ಲಿ ಅಪರಿಚಿತರು ಸಂಚರಿಸಬಾರದು ಎಂಬ ರಾಜಾಜ್ಞೆ ಇದೆ.

ಹೂವುಗಳನ್ನು ಸಂಗ್ರಹಿಸಲು ನೀವು ಇನ್ನೊಂದು ಮಾರ್ಗದ ಮೂಲಕ ಹೋಗುತ್ತೀರಿಶಾರಂಗರಾವ್ - ಗುರುದೇವರ ಅಪ್ಪಣೆಯೆಂದರೆ ರಾಜದಂಡ ಎಂದು ಅಂತಹ ಯಾವುದೇ ಕೆಲಸ ಮಾಡಬೇಡಿ ನರಳಬೇಕು. ನಾವು ವಾಸಿಸುವ ದೇಶದ ಕಾನೂನನ್ನು ನಮ್ಮ ಆಜ್ಞೆಯಂತೆ ಅನುಸರಿಸುವುದು. ನಾನು ನನಗೆ ಗೊತ್ತಿರಲಿಲ್ಲ, ಅದಕ್ಕೇ ಇಲ್ಲಿಂದ ಬಂದೆ, ಈಗ ಮುಂದೆ ಬರುವುದಿಲ್ಲ.

ಅಧಿಕಾರಿ - ನಿಜವಾಗಿಯೂ ಮಹಾತ್ಮ ವಾತ್ಸ್ಯಾಯನರು ಈ ಯುಗದ ಶ್ರೇಷ್ಠ ವ್ಯಕ್ತಿ. ಅವರ ಶಿಷ್ಯನನ್ನು ನೋಡಿ ಧನ್ಯನಾದೆವು. ದುಃಖಿಸಬೇಡ ಮಹಾತ್ಮ! ನಾವು ರಾಜ ಸೇವಕರು, ಕರ್ತವ್ಯ ನಿರ್ವಹಿಸುವುದು ನಮ್ಮ ಧರ್ಮ. "ಒಬ್ಬ ಸಂತನು ಒಳ್ಳೆಯದು ಮತ್ತು ಕೆಟ್ಟದು ಮತ್ತು ಸಂತೋಷ ಮತ್ತು ದುಃಖದಿಂದ ದೂರ ಉಳಿಯುತ್ತಾನೆ." ಹೀಗೆ ಹೇಳುತ್ತಾ ಶಾರ್ಂಗ್ರವ ಮುಂದೆ ಸಾಗಿದ. ತನ್ನ ಪಾದಗಳನ್ನು ವೇಗವಾಗಿ ಚಲಿಸುತ್ತಾ, ಅವನು ತನ್ನ ಗುರಿಯನ್ನು ತಲುಪಿದನು. ಅಲ್ಲಿ ಇಲ್ಲಿ ಹೂವುಗಳನ್ನು ಕಿತ್ತು ತನ್ನ ದಿನನಿತ್ಯದ ಮರದ ಬಳಿ ತಲುಪಿದನು. ಮರದ ಕಾಂಡದ ಟೊಳ್ಳುಗಳಲ್ಲಿ ಬಿದ್ದಿರುವ ಒಣ ಎಲೆಗಳ ಕೆಳಗೆ ತೂರಿಕೊಂಡು, ಅವನು ಸುತ್ತಿದ ಕಾಗದವನ್ನು ತೆಗೆದುಕೊಂಡು ಹೊರಟುಹೋದನುಸಾಕಷ್ಟು ದೂರ ಹೋಗಿ ಯಾರೂ ಕಾಣದ ಸ್ಥಳವನ್ನು ತಲುಪಿದಾಗ, ಅವರು ಕಾಗದವನ್ನು ತೆರೆದು ಓದಲು

ಪ್ರಾರಂಭಿಸಿದರು - "ಪರಿಸ್ಥಿತಿ ಭಯಂಕರವಾಗಿದೆ, ಸೂರ್ಯನು ಹೊರಬಂದನು ಮತ್ತು ದೀಪದ ಕೆಳಗೆ ಕತ್ತಲೆ ಹೊರತುಪಡಿಸಿ ಎಲ್ಲವೂ ಗೋಚರಿಸುತ್ತದೆ." ನಾನು ಈಗ ಯಾವ ಸಮಯದಲ್ಲಾದರೂ ಸೂರ್ಯನಿಂದ ದೂರವಿರಲು ಸಾಧ್ಯವಿಲ್ಲ, ನಾನು ಈಗ ಪತ್ರಗಳನ್ನು ಬರೆಯಲು ಸಾಧ್ಯವಾಗದಿರಬಹುದು, ನೀವೂ ಈ ಉದ್ಯಾನವನಕ್ಕೆ ಬರಬೇಡಿ, ಸಾಧ್ಯವಾದರೆ, ನಾನು ಹೇಗಾದರೂ ತಿಳಿಸುತ್ತೇನೆ, ಪ್ರತಿ ಕಣದಲ್ಲೂ ಸೂರ್ಯನ ಕಿರಣಗಳು ಹರಡಿವೆ. "ಇಲ್ಲಿ ಒಂದು ಭಯಾನಕ ಜೀವಿ ಇದೆ, ಅದು ನಿಮ್ಮನ್ನು ಪ್ರೇತದಂತೆ ಕಾಡುತ್ತದೆ. ಇದುವರೆಗಿನ ನಿಮ್ಮ ಜೀವನಚರಿತ್ರೆ ಇಲ್ಲಿದೆ.

ಯಾವುದೇ ಕ್ಷಣವೂ ಪ್ರಳಯದಂತೆ ಮುರಿಯಬಹುದು. ಕ್ರಾಂತಿಮುಂದೆ ನಾನು ವಿಳಂಬ ಮಾಡುತ್ತೇನೆ, ವೈಫಲ್ಯದ ಸಾಧ್ಯತೆಗಳು ಹತ್ತಿರವಾಗುತ್ತವೆ. ಚಂದ್ರಗುಪ್ತನನ್ನು ಕೊಲ್ಲಲು ಅಥವಾ ಬಂಧಿಯಾಗಲು ಸಂಚು ರೂಪಿಸಲಾಗುತ್ತಿದೆ. ನಮಸ್ಕಾರ! 'ಬಿ. ಆರ್. , ಪತ್ರವನ್ನು ಓದಿದ ನಂತರ ಶಾರಂಗರಾವ್ ಅವರ ಹಣೆಯಲ್ಲಿ ದುಡಿಮೆಯ ಕಾಳು ಕಾಣಿಸಿತು. ಅವನು ತನ್ನ ವೇಗವನ್ನು ಹೆಚ್ಚಿಸಿದನು ಮತ್ತು ಸ್ವಲ್ಪ ಸಮಯದಲ್ಲೇ ಗುರುದೇವನ ಕುಟೀರವನ್ನು ತಲುಪಿದನು. ಚಿಂತಿತನಾದ ಶಿಷ್ಯನನ್ನು ನೋಡಿ ಗುರುದೇವ ಮುಗುಳ್ನಗುತ್ತಾ

ಹೇಳಿದರು - ಏನಾಯ್ತು ವತ್ಸ! ಉದ್ವಿಗ್ನಗೊಂಡ ಶಾರ್ನಾಗರ್ವ್ ಕಥೆಯನ್ನೆಲ್ಲ ಹೇಳಿದರು. ಇದನ್ನು ಕೇಳಿದ ಗುರುದೇವರು ನಗುತ್ತಾ

ಹೇಳಿದರು - ಈಗ ಚಿಂತೆ ಮಾಡಲು ಏನೂ ಇಲ್ಲ. ಬೆಂಕಿಯನ್ನು ನಂದಿಸಬಹುದು, ಆದರೆ ಬೂದಿಯನ್ನು ನಂದಿಸುವ ಮೂಲಕ ಯಾರಾದರೂ ಏನು ಮಾಡುತ್ತಾರೆ. ಸೋಲು ಬಿಟ್ಟು ಹೋಗುವ ಹಂತಕ್ಕೆ ಬಂದಿದ್ದೇವೆ. ಗಾಬರಿಯಾಗಬೇಡಿ, ನಿಮ್ಮ ವೇಳಾಪಟ್ಟಿಯನ್ನು ಹಾಗೆಯೇ ಇರಿಸಿ! ಮತ್ತು ಹೌದು, ಇಂದು ನಾವು ಮಹಾಮಾತ್ಯರೊಂದಿಗೆ ಸಭೆಯನ್ನು ಹೊಂದಿದ್ದೇವೆ! ಪ್ರಾರ್ಥನಾ ಪ್ರವಚನದ ಮೊದಲು ನಾವು ಇಂದು ನಮ್ಮ ಗುಡಿಸಲಿನಲ್ಲಿ ಅವರನ್ನು ಭೇಟಿ ಮಾಡುತ್ತೇವೆ ಎಂದು ಅವರಿಗೆ ಮಾಹಿತಿ ಕಳುಹಿಸಿ. ಮತ್ತು ಇಂದಿನ ಬ್ರೆಡ್ ಮಾಡಲು ಬೆಂಕಿಯನ್ನು ಬೆಳಗಿಸಲು ಈ ಪತ್ರವನ್ನು ತೆಗೆದುಕೊಳ್ಳಿ. ಮಹಾಮಾತೆಯನ್ನು ಭೇಟಿಯಾಗುವ ಸಮಯ ಬಂದಿದೆ. ಗುಡಿಸಲಿನ ಸುತ್ತ ಹಾಗೂ ರಾಜಭವನದಿಂದ ಗುಡಿಸಲಿಗೆ ಹೋಗುವ ದಾರಿಯಲ್ಲಿ ಕಾವಲುಗಾರನನ್ನುಹಾಕಲಾಗಿತ್ತು.

ಒಂದು ನಿರ್ದಿಷ್ಟ ಸಮಯದಲ್ಲಿ ಮಹಾಮಾತ್ಯನು ಮಹಾತ್ಮನ ಕುಟೀರಕ್ಕೆ ಬಂದನು. ಮಹಾತ್ಮರ ಮಹಾಮಾತೆಯರು ಮಾನವೀಯ ಆತಿಥ್ಯ ನೀಡುವಾಗ ದುರಾಡಳಿತಕ್ಕೆ ಭೇಟಿ ನೀಡುವಂತೆ ಕೋರಿದರು. ಆದರೆ ಮಹಮಾತ್ಯರು ನೆಲದ ಮೇಲೆ ಕುಳಿತು

ಹೇಳಿದರು - ಮಹಾತ್ಮರ ಆಸನವು ಮಹಾಮಾತ್ಯರಿಗಿಂತ ಎತ್ತರವಾಗಿರುತ್ತಿತ್ತು ಇದೆ. ನೀನು ಬಾ, ನನಗೆ ಸಿಂಹಾಸನಕ್ಕಿಂತ ನಿನ್ನ ಪಾದಗಳ ಸ್ಥಾನವೇ ಮಾನ್ಯ.

ವಾತ್ಸ್ಯಾಯನ- ದೇವತೆಗಳೂ ಕೂಡ ನಿನ್ನ ಸರಳತೆಗೆ ಮಂತ್ರಮುಗ್ಧರಾಗಬೇಕು. ಹೇಳು, ಇಲ್ಲಿಗೆ ಬರುವ ಕಷ್ಟವನ್ನು ಮಹಾಮಾತ್ಯ ಹೇಗೆ ತೆಗೆದುಕೊಂಡರು? ನಾನು ಮಹಾಮಾತ್ಯ-ಜೈ ಅವರ ಆಶೀರ್ವಾದ ಪಡೆಯಲು ಬಂದಿದ್ದೇನೆ. ವಾತ್ಸ್ಯಾಯನ- ಮಗಧದ ಪ್ರಸಿದ್ಧ ಮಹಾಮಾತ್ಯನನ್ನು ಯಾರು ಸೋಲಿಸಬಲ್ಲರು!

ಮಹಾಮಾತ್ಯ- ಕಿಡಿಗಳ ಜಾಲ ಹರಡುತ್ತಿರುವ ರೀತಿ, ಅದರಿಂದ ಏನು ಮಾಡಲಾಗದು! ಮಾಳವ, ಗಾಂಧಾರ, ಪಂಚನಾದ, ಚಂದ್ರಗುಪ್ತ ಮುಂತಾದ ಅನೇಕ ವೀರ ಯೋಧರು ಅಲೆಕ್ಸಾಂಡರ್‌ನೊಂದಿಗೆ ಮಗಧದ ಮೇಲೆ ದಾಳಿ ಮಾಡಲು ಬರುತ್ತಿದ್ದಾರೆ ಎಂದು ಕೇಳಲಾಗುತ್ತದೆ. ಅವರ ಸಂಚಾರವನ್ನು ತಡೆಯಲು ಗಡಿಯಲ್ಲಿ ಸೇನೆಯನ್ನು ನಿಯೋಜಿಸಲಾಗಿದೆ.

ವಾತ್ಸ್ಯಾಯನ್ - ಭಾರತದ ಕತ್ತಿಗಳು ಇನ್ನೂ ದೇಶದ್ರೋಹಿಗಳಿಗೆ ಸಾಕಷ್ಟು ಹರಿತವಾಗಿವೆ. ಚಿಂತಿಸಬೇಡಿ ಮೇಡಂ! ನಿಮ್ಮ ರಾಜ್ಯದ ಸೈನ್ಯದ ಜೊತೆಗೆ, ಮಗಧದ ಪ್ರತಿಯೊಬ್ಬ ಹಿರಿಯ ಮತ್ತು ಯುವಕ ಮತ್ತು ಹತ್ತಿರದ ಜನರು 'ರಾಷ್ಟ್ರೀಯ ರಕ್ಷಣಾ ಪಡೆ'ಯ ಸೈನಿಕರಾಗಿದ್ದಾರೆ. ಜನರಲ್ಲಿ ದೇಶಭಕ್ತಿಯ ಭಾವನೆಯನ್ನು ಜಾಗೃತಗೊಳಿಸಿದ್ದೇನೆ. ಗ್ರೀಕರು ಮಗಧದ ಕಡೆಗೆ ಹೋದರೆ, ನೀವು ಪಂಚನಾಡಿನ ಕಡೆಗೆ ಹೋಗುತ್ತೀರಿ.

ಮಹಾಮಾತ್ಯ - ನಿನ್ನಂತಹ ಮಹಾತ್ಮ ತನ್ನ ಹೃದಯ ಮತ್ತು ಮನಸ್ಸನ್ನು ಹೊಂದಿರುವ ದೇಶದಲ್ಲಿ 'ಸೋಲು' ಎಂಬ ಪದ ಹುಟ್ಟುವುದಿಲ್ಲ. ಇಂದು ಮಗಧ ರಾಜ್ಯದಲ್ಲಿ ಆಧ್ಯಾತ್ಮಿಕ ಮತ್ತು ದೈಹಿಕ ಶಕ್ತಿಗೆ ಕೊರತೆಯಿಲ್ಲ. ದಾಳಿಕೋರನಿಗೆ ಕಬ್ಬಿಣದ ಕಡಲೆಯನ್ನು ಜಗಿಯುವ ಶಕ್ತಿಗಳು ನಮ್ಮ ರಾಜ್ಯದಲ್ಲಿವೆ. ಗಾಂಧಾರ, ಮಾಳವ, ಪಂಚನದಾಸ, ಚಂದ್ರಗುಪ್ತರಂತಹ ಎಷ್ಟೇ ಗುಂಪುಗಳು ಗ್ರೀಕರ ಪರವಾಗಿ ಬಂದರೂ ಮಗಧದ ಶಕ್ತಿ ಅವರನ್ನು ತುಳಿಯುತ್ತದೆ. ಮಗಧವು ಬಹಳಷ್ಟು ಶಕ್ತಿಯನ್ನು ಹೊಂದಿದ್ದರೂ, ಇನ್ನೂ ಬೆಂಕಿನಾನು ತಮ್ಮ ಕತ್ತಿಗಳನ್ನು ಹರಿತಗೊಳಿಸಲು ಅಧೀನ ರಾಜರಿಗೆ ತಿಳಿಸಿದ್ದೇನೆ ಮತ್ತು ಹೀಗೆ ಹೇಳುತ್ತಿರುವಾಗ ರಾಕ್ಷಸರು ನಿಲ್ಲಿಸಿದರು. ವಾತ್ಸ್ಯಾಯನನು ಹೇಳಿದನು- ಇನ್ನೇನು ಮಹಾಮಾತ್ಯ.

ಮಹಾಮಾತ್ಯ- ಏನಿಲ್ಲ, ಕೌಶಂಬಿಗೆ ಪತ್ರ ಬರೆಯುವ ಯೋಚನೆಯಲ್ಲಿದ್ದೆ, ಆದರೆ ಅದರಿಂದ ಏನೂ ಆಗುವುದಿಲ್ಲ. ಆ ಸಣ್ಣ ರಾಜ್ಯವು ಗ್ರೀಕರಿಗೆ ದಾರಿ ಮಾಡಿಕೊಡುವುದಿಲ್ಲ ಎಂದು ಘೋಷಿಸಿದರೂ, ಅವರು ಬಲವಂತವಾಗಿ ದಾರಿ ಹಿಡಿಯುತ್ತಾರೆ, ಆದ್ದರಿಂದ ಅದು ಮೌನವಾಗಿತ್ತು. ಮಹಾತ್ಮ, ವಿದೇಶಿ ಸೈನ್ಯವನ್ನು ಎಲ್ಲಿ ನಿಲ್ಲಿಸಬೇಕು ಎಂಬ ಸಂದಿಗ್ಧದಲ್ಲಿದ್ದೇನೆ.

ವಾತ್ಸ್ಯಾಯನ- ನನ್ನ ಪ್ರಕಾರ, ನೀನು ನಿನ್ನ ಸೈನ್ಯವನ್ನು ಕೌಶಾಂಬಿಯ ಕಡೆಗೆ ಚಲಿಸಬೇಕು! ಹತ್ತಿರದ ರಾಜರು ನಿಮ್ಮ ಸಹಾಯಕರು. ಪಂಚನಾಡು ಉತ್ತರಪಥವನ್ನು ಸಂಧಿಸುವ ಗಡಿಯಲ್ಲಿ ಮುಂಭಾಗ ಅದನ್ನು ತಯಾರಿಸಿ ಶತ್ರುವನ್ನು ನಿಲ್ಲಿಸಬಹುದಾದರೆ ಅದು ಇನ್ನೂ ಉತ್ತಮವಾಗಿದೆ.

ಕೌಶಾಂಬಿ ಮತ್ತು ಉತ್ತರಪಥವು ಪರಕೀಯರ ಭಯದಿಂದ ಪರದೇಶಿಗಳಿಗೆ ದಾರಿ ಮಾಡಿಕೊಡುವುದು ಅಥವಾ ವಿಲೀನಗೊಳ್ಳುವುದು ಸಂಭವಿಸದಿರಬಹುದು, ಏಕೆಂದರೆ ಶಕ್ತಿಯೊಂದಿಗೆ ಎಲ್ಲವೂ ಮಿಶ್ರಣವಾಗುತ್ತದೆ. ಮತ್ತು ಹೇಗಾದರೂ ಸಾಧ್ಯವಾದರೆ, ದುರಾಶೆ ಅಥವಾ ಭಯದ ಮೂಲಕ ವಿದೇಶಿಯರೊಂದಿಗೆ ಬೆರೆತಿರುವ ಬಂಡುಕೋರರನ್ನು ನಿಮ್ಮ ಕಡೆಗೆ ಆಕರ್ಷಿಸಲು ಪ್ರಯತ್ನಿಸಿ.

ಮಹಾಮಾತ್ಯ - ಮಗಧದ ಮಂತ್ರಿಮಂಡಲವು ನೀತಿಯಲ್ಲಿ ಪರಿಣಿತವಾಗಿದೆ. ಅದರಲ್ಲಿನ ಸಮಸ್ಯೆಗಳನ್ನು ಪರಿಗಣಿಸಲಾಗಿದೆ. ರಾಜ್ಯ ಪರಿಷತ್ತು ನಾಳೆ ಮತ್ತೆ ಸಭೆ ಸೇರಲಿದ್ದು, ಏನೇ ನಿರ್ಧಾರ ಕೈಗೊಳ್ಳಬೇಕೋ ಅದನ್ನು ನಾಳೆಯೇ ತೆಗೆದುಕೊಳ್ಳಲಾಗುವುದು. ಒಳ್ಳೆಯದು, ಈಗ ಆದೇಶ ಮಹಾತ್ಮವಾತ್ಸ್ಯಾಯನ: ಹೋಗಿ ಈ ದೇಶದ ಧ್ವಜವನ್ನು ಯಾವ ರೀತಿಯಲ್ಲಿ ಮೇಲಾದರೂ ಏರಿಸುತ್ತಿರಿ. 'ಇದು ಮಹಾಶಕ್ತಿಯ ಕೃಪೆಯಿಂದ ಆಗುತ್ತದೆ. ಹೀಗೆ ಹೇಳುತ್ತಾ ಮಹಾಮಾತ್ಯ ಹೊರಟುಹೋದರು. ದಾರಿಯಲ್ಲಿ ಅವರು ಯೋಚಿಸತೊಡಗಿದರು, 'ಈ ಮಹಾತ್ಮ ಬಹಳ ನಿಗೂಢ ವ್ಯಕ್ತಿ! ಅವನು ಮಾತನಾಡುವಾಗ, ಅವನ

ಪ್ರತಿಯೊಂದು ರಂಧ್ರದಲ್ಲಿ ದೇಶಭಕ್ತಿ ತುಂಬಿದೆ ಎಂದು ತೋರುತ್ತದೆ. ಈ ವ್ಯಕ್ತಿ ಎಷ್ಟು ಕೆಲಸ ಮಾಡಿದ್ದಾನೆ! ದೇಶಾದ್ಯಂತ ವಿದೇಶಿಯರ ಬಗ್ಗೆ ದ್ವೇಷವನ್ನು ಹರಡಿ.

ರಾಷ್ಟ್ರೀಯ ಸೇನೆಯ ಸಂಘಟನೆ ಭಗೀರಥ ಪ್ರಯತ್ನ. ಆದರೆ ಅವನು ದೇಶದ್ರೋಹಿಯಾದರೆ ಅದರ ಪರಿಣಾಮಗಳೇನು? ರಾಜ ಮತ್ತು ಜನರ ನಡುವೆ ಯುದ್ಧ! ಆದ್ದರಿಂದ ಕಣ್ಣುಗಳು ಮುಚ್ಚಬಾರದು. ಮಹಾತ್ಮ ವಾತ್ಸ್ಯಾಯನ್ ಮತ್ತು ಶಕ್ತರು ರಾಷ್ಟ್ರೀಯ ಸೇನೆಯ ಮೇಲೆ ಅಧಿಕಾರವನ್ನು ಹೊಂದಿದ್ದಾರೆ. ಇವೆರಡೂ ದೇಶದ ಬೆನ್ನೆಲುಬಾಗಿದ್ದರೂ ಬದಲಾವಣೆ ಆಗಲು ಇನ್ನೂ ಸಮಯ ಹಿಡಿಯುತ್ತದೆ. ಒಬ್ಬರ ಹೃದಯದಲ್ಲಿ ಏನಿದೆ ಎಂದು ಯಾರಿಗೆ ಗೊತ್ತು. ಈ ಮಹಾತ್ಮ ಚಾಣಕ್ ಅವನ ಮಗನಾಗಿರಬಹುದು ಮತ್ತು ಅವನ ಹೃದಯದಲ್ಲಿ ಅವನ ತಂದೆಗೆ ಪ್ರತೀಕಾರದ ಆಳವಾದ ಬೆಂಕಿಯಿರಬಹುದು, ಆದರೆ ಮಹಾತ್ಮ ವಾತ್ಸ್ಯಾಯನ ಮತ್ತು ಶಕ್ತರನ್ನು ನೇರ ಪ್ರತಿಸ್ಪರ್ಧಿಯನ್ನಾಗಿ ಮಾಡುವ ಸಮಯ ಇದು ಅಲ್ಲ. ಇಂದು ಅವರ ಧ್ವನಿಯಲ್ಲಿ ಶಕ್ತಿಯಿದೆ. ಈ ಸಮಯದಲ್ಲಿ ನಾವು ಈ ತೊಡಕುಗಳಿಗೆ ಸಿಲುಕಿದರೆ, ವಿದೇಶಿಯರಿಗೆ ಶಕ್ತಿ ಬರುತ್ತದೆ. ಈ ಕಠಿಣ ಕಾಲದಲ್ಲಿ ಅವರನ್ನು ಶತ್ರುಗಳನ್ನಾಗಿ ಮಾಡುವುದು ಸೂಕ್ತವಲ್ಲ.

ರಾಜಪ್ರಭುತ್ವದಲ್ಲಿ, ಜನರ ನಡುವೆ ಕಾಣಿಸಿಕೊಳ್ಳುವವರನ್ನು ನಿಷ್ಠಾವಂತರನ್ನಾಗಿ ಮಾಡುವುದು ಅವಶ್ಯಕಪಶ್ಚಿಮದಿಂದ ಕಪ್ಪು ಮೋಡಗಳು ಏರುತ್ತಿವೆ, ಮಿಂಚಿನ ಮಿಂಚಿನಿಂದ ಹೃದಯಗಳು ಬೆರಗಾಗುತ್ತವೆ. ಭೂಮಿಯು ಬಾಯಾರಿದಂತಿದೆ, ಇಲ್ಲ-ಇಲ್ಲ, ದೇವಿ ಚಂಡಿ ತ್ರಿಶತುರ್ ಅಲೆದಾಡುತ್ತಿದ್ದಾಳೆ. ಹಾಗಾದರೆ ನಿಜವಾಗಿಯೂ ರಕ್ತಸ್ರಾವವಾಗಬಹುದೇ? ಈಗ ಯುದ್ಧವನ್ನು ತಪ್ಪಿಸಲು ಸಾಧ್ಯವಿಲ್ಲ.

ಹಾಗಾದರೆ ಬನ್ನಿ ಮಹಾದುರ್ಗೆ! ನಿಮ್ಮ ಬಾಯಾರಿಕೆಯನ್ನು ನೀಗಿಸಲು, ಕತ್ತಿಗಳು ತಮ್ಮ ಕತ್ತಿಗಳಲ್ಲಿ ಬೀಸುತ್ತಿವೆ., ಯೋಚಿಸುತ್ತಿರುವಾಗಲೇ ಮಹಾಮಾತೆ ರಾಜಭವನಕ್ಕೆ ಬಂದರು. ಉಬ್ಬರವಿಳಿತದ ಸಮಯದಲ್ಲಿ ಸಿಂಧೂನದಿಯ ಅಲೆಗಳು ಹೇಗೆ ಇರುತ್ತವೆಯೋ ಅದೇ ರೀತಿ ಇಂದು ಅವರು ಆತಂಕದಲ್ಲಿದ್ದರು. ರಾತ್ರಿಯಿಡೀ ಯುದ್ಧದ ಚಿತ್ರಗಳನ್ನು ಮಾಡುತ್ತಲೇ ಇದ್ದ.

ಬೆಳಿಗ್ಗೆ ಲಘು ನಿದ್ರೆಯ ನಂತರ, ಭಯಾನಕ ಕನಸು ಕಂಡು ಯಾರೋ ಗಾಬರಿಗೊಂಡಂತೆ ಎಚ್ಚರವಾಯಿತು. ಎದ್ದ ಕೂಡಲೇ ನುರಿತ ಸೈನಿಕನಂತೆ ನಿಂತ. ಹೆಚ್ಚಿನ ವೇಗದಲ್ಲಿ, ಅವರು ಅನೇಕ ರಾಜ್ಯ ಕಾರ್ಯಗಳನ್ನು ಮುಗಿಸಿದರು ಮತ್ತು ನಂತರ ಮಂತ್ರಿಮಂಡಲದ ಸಭೆಗೆ ತೆರಳಿದರು. ಇಲ್ಲಿಂದ ಮಹಾಮಾತ್ಯ ಮತ್ತು ಅಲ್ಲಿಂದ ಮಹಾನಂದರು ಏಕಕಾಲದಲ್ಲಿ ಮಂತ್ರಿಮಂಡಲವನ್ನು ತಲುಪಿದರು. ಅವರನ್ನು ನೋಡಿದ ಅಮಾತ್ಯ ವೃಂದರು ಎದ್ದು ಬಂದು ನಮಸ್ಕಾರ ಮಾಡಿ ತಮ್ಮ ತಮ್ಮ ಸ್ಥಳಗಳಲ್ಲಿ ಕುಳಿತರು. ಕುಳಿತುಕೊಂಡ ಕೂಡಲೇ ಮಹಾಮಾತ್ಯ

ಹೇಳತೊಡಗಿದರು - 'ನಿಮಗೆ ವಿದೇಶಿಯರ ಚಟುವಟಿಕೆಗಳು ಮತ್ತು ನಿಮ್ಮ ಮನೆಯ ಚಲನವಲನಗಳ ಪರಿಚಯವಿದೆ ಎಂಬುದು ಸ್ಪಷ್ಟವಾಗಿದೆ. ಹೆಚ್ಚೆಚ್ಚು ಗ್ರೀಕರು ಪಂಚನಾಡನ್ನು ತಲುಪಿದ್ದಾರೆ. ಅನೇಕ ದೇಶವಾಸಿಗಳು ಅವರನ್ನು ತಲೆಬಾಗಿ ಸ್ವಾಗತಿಸಿದರು ಮತ್ತು ಅವರಿಗೆ ದಾರಿ ಮಾಡಿಕೊಟ್ಟರು. ಗ್ರೀಕರು ಧೈರ್ಯಶಾಲಿಗಳು ಮಾತ್ರವಲ್ಲ, ಬುದ್ಧಿವಂತರು ಕೂಡ. ಪಂಚನಾಡಿನ ರಾಜನಾದ ಪುರುವನ್ನು ಸೋಲಿಸಿದ ನಂತರ, ಅವನು ಅವನನ್ನು ಸ್ವತಂತ್ರ ರಾಜ ಎಂದು ಘೋಷಿಸಿದನು ಮತ್ತು ಅವನನ್ನು ತನ್ನ ಸ್ನೇಹಿತನನ್ನಾಗಿ ಮಾಡಿಕೊಂಡನು. ಈಗ ಅವರು ಸಣ್ಣ ದೇಶದ್ರೋಹಿ ರಾಜರ ಬೆಂಬಲವನ್ನು ಪಡೆದು ಇಡೀ ಭಾರತವನ್ನು ಆಳುವ ಕನಸನ್ನು ನನಸಾಗಿಸಲು ಬಯಸುತ್ತಾರೆ.

ಆತನೊಂದಿಗೆ ಚಂದ್ರಗುಪ್ತ ಎಂಬ ಭಾರತೀಯ ಯುವಕನಿದ್ದು, ಆತನನ್ನು ಬೃಹತ್ ಸೇನೆಯ ಕಮಾಂಡರ್ ಎಂದು ಘೋಷಿಸಲಾಗಿದೆ ಎಂದು ಕೇಳಿಬರುತ್ತಿದೆಈಗ ಯುದ್ಧ ಖಚಿತವಾಗಿದೆ. ಅವರ ದಾಳಿಗೆ ನಾವು ಕಾಯಬಾರದು. ಕಮಾಂಡರ್ ವಕ್ರರಾಜನ ನೇತೃತ್ವದಲ್ಲಿ ಗಡಿಯಲ್ಲಿ ಸೈನ್ಯವನ್ನು ನಿಲ್ಲಿಸಬೇಕು ಮತ್ತು ದರೋಡೆಕೋರರಿಗೆ ಮಾಹಿತಿ ರವಾನಿಸಬೇಕು, ಅವರು ಮುಂದೆ ಹೋಗಲು ಧೈರ್ಯ ಮಾಡಿದರೆ, ಅವರು ಗ್ರೀಸ್ನ ಸ್ವಾತಂತ್ರ್ಯವನ್ನೂ ಕಳೆದುಕೊಳ್ಳುತ್ತಾರೆ. ಸುರಕ್ಷಿತವಾಗಿ ಗ್ರೀಸ್‌ಗೆ ಹಿಂತಿರುಗಲು ಮಾನವೀಯತೆ ಇದೆ.

ನಮ್ಮ ಮನೆಯಲ್ಲಿನ ಭಿನ್ನಾಭಿಪ್ರಾಯಗಳು ನಮ್ಮನ್ನು ಆಳುವ ನಿಮ್ಮ ಕನಸನ್ನು ಎಂದಿಗೂ ಈಡೇರಿಸುವುದಿಲ್ಲ. ನಮ್ಮ ಆಜ್ಞೆಯ ಮೇರೆಗೆ ನೀವು ನಿಮ್ಮ ಮುಖವನ್ನು ಗ್ರೀಸ್ ಕಡೆಗೆ ತಿರುಗಿಸಿದರೆ ತಿರುಗಿ ಹೋಗದಿದ್ದರೆ ಗ್ರೀಸ್‌ನಿಂದಲೂ ಕೈ ತೊಳೆಯಬೇಕು. , ಮಹಾಮಾತ್ಯರು ತಮ್ಮ ಹೇಳಿಕೆಯನ್ನು ನೀಡುತ್ತಾ ಮಂತ್ರಿ ಪರಿಷತ್ತಿನಲ್ಲಿ ಭಯದ ಕಲರವ ಕೇಳಿಸಿತು. ಅವನು ಬಾಗಿಲಿನ ಕಡೆಗೆ ನೋಡಿದ ಮರುಕ್ಷಣವೇ ವಿರಾಧ್ ಆತಂಕಗೊಂಡನು. ಅಲುಗಾಡುವ ಅವನು ತನ್ನ ಧ್ವನಿಯಲ್ಲಿ

ಹೇಳಿದನು - 'ಇದು ಬಹಳ ಭಯಾನಕ ಸುದ್ದಿ, ಮಹಾಮಾತ್ಯ! ಇದೀಗ ಪತ್ತೆದಾರರಿಂದ ಮಾಹಿತಿ ಚಂದ್ರಗುಪ್ತನ ನಾಯಕತ್ವದಲ್ಲಿ ಭಾರತ ಮತ್ತು ವಿದೇಶಿ ಸೇನೆಗಳು ಹೆಚ್ಚಿನ ಸಂಖ್ಯೆಯಲ್ಲಿ ಮಗಧದ ಮೇಲೆ ದಾಳಿ ನಡೆಸಿದ್ದು ಕಂಡು ಬಂದಿದೆ. ಕಡೆಗೆ ಹೊರಡುತ್ತಿದೆ ಮಗಧ ಮತ್ತು ಪಂಚನಾಡಿನ ನಡುವಿನ ರಾಜರು ಅವರಿಗೆ ದಾರಿ ಮಾಡಿಕೊಡಲು ಒಪ್ಪಿಕೊಂಡರು ಎಂದು ಕೇಳಿಬರುತ್ತದೆ. ಮತ್ತು ಚಂದ್ರಗುಪ್ತನು ಮಹಾರಾಜನ ಪರಿತ್ಯಕ್ತ ಹೆಂಡತಿ ಮುರನ ಮಗ ಎಂದು ಸಹ ಬಹಿರಂಗವಾಗಿದೆ. ಮಹಾಮಾತ್ಯ ಏನನ್ನೋಹೇಳಲು ಯೋಚಿಸುತ್ತಿದ್ದಾಗ ಮಹಾರಾಜ ಮಹಾನಂದರು ಹಲ್ಲು ಕಡಿಯುತ್ತಾ

ಹೇಳಿದರು - ಇರುವೆ ಪರ್ವತವನ್ನು ಹತ್ತಲು ಬಯಸುತ್ತದೆ. ದಳಪತಿ ವಕ್ರರಾಜ! ಮಗಧದ ಅಜೇಯ ಸೈನ್ಯವನ್ನು ತೆಗೆದುಕೊಂಡು ಚಂದ್ರಗುಪ್ತನನ್ನು ಜೀವಂತವಾಗಿ ಅಥವಾ ಸತ್ತಂತೆ ಕರೆತನ್ನಿ, ಇದರಿಂದ ಅವನು ಮುರನ ಮುಂದೆ ಅವನ ತಲೆಯನ್ನು ಕತ್ತರಿಸಬಹುದು. ಕತ್ತರಿಸಬಹುದು

ಮಹಾಮಾತ್ಯ - ಭಾವೋದ್ರೇಕದೊಂದಿಗೆ ಬುದ್ಧಿವಂತಿಕೆಯ ಸಹಕಾರ ಅತ್ಯಗತ್ಯ. ವಕ್ರರಾಜ! ಹೋಗಿ ಚಂದ್ರಗುಪ್ತನ ಸಂಚಾರವನ್ನು ಗಡಿಯಲ್ಲಿ ನಿಲ್ಲಿಸಿ. ಸಣ್ಣರಾಜನನ್ನು ಕರೆದುಕೊಂಡು ಹೋಗು. ಆದಷ್ಟು ಚಂದ್ರಗುಪ್ತನನ್ನು ಖೈದಿಯನ್ನಾಗಿ ಮಾಡಲು ಪ್ರಯತ್ನಿಸಿವಕ್ರರಾಜನು ಹೊರಟುಹೋದನು ಮತ್ತು ಮಹಾಮಾತ್ಯನು ವಿರಾಧನಿಗೆ

ಹೇಳಿದನು - ರಾಜ ಸೈನಿಕರೊಂದಿಗೆ ಗೂಢಚಾರನನ್ನು ಪಿಪ್ಪಲಿಕನನ ಬಳಿಗೆ ಕಳುಹಿಸಿ, ಅಲ್ಲಿಂದ ಮುರನನ್ನು ಗೌರವಯುತ ಮಿಲಿಟರಿ ನಿಯಂತ್ರಣದಲ್ಲಿ ರಾಜಮನೆತನಕ್ಕೆ ಕರೆತನ್ನಿ. ಆದರೆ ಯಾವುದೇ ತೊಂದರೆಯಾಗದಂತೆ ಎಚ್ಚರವಹಿಸಿ. ಅನುಮತಿ ಪಡೆದು ವಿರಾದ್ ಹೊರಟು ಹೋದ. ಆ ನಂತರ ಮಹಾಮಾತ್ಯ ಮಹಾನಂದರಿಗೆ ಬೀಳ್ಕೊಟ್ಟರು.

ಹೇಳಿದರು- 'ಮಹಾರಾಜ್! ಎಲ್ಲಾ ಕಡೆಯಿಂದ ಜ್ವಾಲೆಗಳು ಏರುತ್ತಿವೆ. ಬಹುಶಃ ಕುಲುತ್ ಮತ್ತು ಕಾಶ್ಮೀರದಿಂದ ನಾವು ಸಹ ಸಹಾಯ ತೆಗೆದುಕೊಳ್ಳಬೇಕು. ಈಗ ಚಿಂತೆ ಮಾಡಲು ಏನೂ ಇಲ್ಲ. ನೀನು ಚೆನ್ನಾಗಿ ನಿದ್ರೆ ಮಾಡು ಹಿರಿಮೆ ರಾಕ್ಷಸರ ಸಮ್ಮುಖದಲ್ಲಿ ಮಗಧದ ರಾಜನು ಚಿಂತಿಸಬೇಕಾಗಿಲ್ಲ.

'ಮಹಾನಂದ್- ನೀವು ಇರುವಾಗ ನಾವು ಚಿಂತಿಸಬೇಕಾಗಿಲ್ಲ, ಆದರೆ ಕೆಲವೊಮ್ಮೆ ನನ್ನ ಹೃದಯ ಏಕೆ ನಡುಗುತ್ತದೆ ಎಂದು ನನಗೆ ತಿಳಿದಿಲ್ಲ. ಮಹಾಮಾತ್ಯ- ಇದು ಮನುಷ್ಯನ ದೌರ್ಬಲ್ಯ, ನೀನು ಅರಮನೆಗೆ ಹೋಗು. ಮಹಾರಾಜರು ಅರಮನೆಗೆ ಹೋದರು. ಅವನ ದುಃಖವನ್ನು ಕಂಡು ರಾಣಿ ಸುನಂದಾ

ಹೇಳಿದಳು - ಇದು ಏನು, ಮಗಧಾಧಿಪತಿಯ ಹಣೆಯಲ್ಲಿ ಚಿಂತೆಯ ಗೆರೆಗಳು! ಸೂರ್ಯನ ಹಣೆಯಲ್ಲಿ ಕಾರ್ಮಿಕ ಕಣಗಳು! ಏನು ವಿಷಯ ಏನೆಂದರೆ?

ಮಹಾನಂದ್- ಏನಿಲ್ಲ ಮಹಾರಾಣಿ! ಅಂತೂ ನನ್ನ ತಲೆ ಸ್ವಲ್ಪ ಭಾರವಾಯಿತು.

ಸುನಂದಾ- ನೀನು ಮಲಗು, ನಾನು ನಿನ್ನ ತಲೆಯನ್ನು ಒತ್ತುತ್ತೇನೆ, ನಿನ್ನ ಮನಸ್ಸು ಶಾಂತವಾಗುತ್ತದೆ.

ಮಹಾನಂದ್- ಇಲ್ಲ, ಇದು ಒತ್ತುವುದರಿಂದ ವಾಸಿಯಾಗುವ ನೋವಲ್ಲ. ಸುನಂದಾ- ಅಂತಿಮ ವಿಷಯ ಯಾವುದು?

ಮಹಾನಂದ್- ಒಬ್ಬ ರಾಜ ಎಷ್ಟೇ ಘರ್ಷಣೆ ಮುಕ್ತನಾಗಿದ್ದರೂ, ಕೆಲವೊಮ್ಮೆ ಚಿಂತೆ ಅವನನ್ನು ಸುತ್ತುವರೆದಿರುತ್ತದೆ. ಇಂದು ನಾವು ನಮ್ಮ ಗಂಭೀರ ತಪ್ಪಿಗೆ ಪಶ್ಚಾತ್ತಾಪ ಪಡುತ್ತೇವೆ.

ಸುನಂದಾ - ತಪ್ಪುಗಳನ್ನು ಮನುಷ್ಯರು ಮಾಡುತ್ತಾರೆ. ಅದು ನಿಜವಾಗಿ ತಪ್ಪಾಗಿದ್ದರೆ ಪಶ್ಚಾತ್ತಾಪ ಪಡುವುದು ನಿಷ್ಪ್ರಯೋಜಕ. ತಪ್ಪುಗಳನ್ನು ಸರಿಪಡಿಸಬಹುದು, ಆದರೆ ಅನ್ಯಾಯವು ಪ್ರತೀಕಾರವನ್ನು ಉಂಟುಮಾಡಿದಾಗ, ಅನಾಹುತ ಸಂಭವಿಸಬಹುದು. ಕಡ್ಡಾಯವಾಗುತ್ತದೆ. ಅನ್ಯಾಯ ಎಂದು ತಪ್ಪಾಗಿ ಭಾವಿಸುತ್ತಿದ್ದೀರಾ? ಇಂದು

ಮಹಾನಂದಾ- ಮುರನ ಪರಿತ್ಯಾಗದಿಂದ ಉರಿ ಉರಿಯುತ್ತಿದೆ. ಅವನ ಮಗ ಚಂದ್ರಗುಪ್ತ ಸೇನ ಅವರು ನಮ್ಮೊಂದಿಗೆ ಹೋರಾಡಲು ಒಟ್ಟಾಗಿ ಬರುತ್ತಿದ್ದಾರೆ. ಸ್ವಲ್ಪ ಚಿಂತೆಯ ಭಾವದಿಂದ ಸುನಂದಾ

ಹೇಳಿದಳು - ಅನ್ಯಾಯ ಒಂದಲ್ಲ ಒಂದು ದಿನ ತೀರುತ್ತದೆ. ನಿಮಗೆ ಹಲವು ಬಾರಿ ವಿವರಿಸಿದರೂ ನಿಮಗೆ ಅರ್ಥವಾಗಲಿಲ್ಲ. ಸಣ್ಣದೊಂದು ಸಮಸ್ಯೆಗೆ, ಅವನು ಶಕ್ತರ್ ಮತ್ತು ಕಾತ್ಯಾಯನನನ್ನು ಬಂಧಿಸಿದನು, ಮುರನನ್ನು ತ್ಯಜಿಸಿದನು ಮತ್ತು ನಂತರ ಅವರಿಬ್ಬರನ್ನೂ ಬಿಡುಗಡೆ ಮಾಡಿದನು. ಗಾಯಗೊಂಡ ರಾಜ ಮಂತ್ರಿ ಸಮಾಧಿಯಾದ ಹಾವು ಮಹಾರಾಜ! ಅವಕಾಶ ಸಿಕ್ಕ ತಕ್ಷಣ ಕುಟುಕುತ್ತಾರೆ. ಆದರೆ ಈ ವಿಷಯಗಳ ಬಗ್ಗೆ ಈಗಲೇ ಯೋಚಿಸುವುದನ್ನು ನಿಲ್ಲಿಸಿ, ಭವಿಷ್ಯದ ಬಗ್ಗೆ

ಯೋಚಿಸಿಮಹಾನಂದ್ - ಮಹಾನಂದರ ದಾರಿಯಲ್ಲಿ ಬರುವುದು ಬೆಂಕಿಯೊಂದಿಗೆ ಆಟವಾಡಿದಂತೆ. ಇಲ್ಲಿಯವರೆಗೆ ಮುರಾ ನಮ್ಮ ದಯೆಯನ್ನು ನೋಡಿದ್ದಾನೆ, ಕೋಪವಲ್ಲ. ಈಗ ಅವಳ ಕಣ್ಣೆದುರೇ ಚಂದ್ರಗುಪ್ತನ ತಲೆಯನ್ನು ಕತ್ತರಿಸುವುದನ್ನು ಸಹ ನೋಡುತ್ತಾಳೆ. ಈ ಹಂತದಲ್ಲಿ ನಾವು ತುಂಬಾ ದಣಿದಿದ್ದೇವೆ. ಮಹಾಮಾತೆಯ ಸಮ್ಮುಖದಲ್ಲಿ ಆಡಳಿತದ ತೊಡಕಿಗೆ ನಾವೇಕೆ ಸಿಲುಕಬೇಕು?

ಹೋರಾಟ ದೂರವಾಗಿದೆ. ಸುರನನ್ನು ತನ್ನಿ, ವಿಚಕ್ಷಣ ಮತ್ತು ಉಮಾಗೆ ನಾವು ಘಂಟೆಗಳ ನಾದವನ್ನು ಕೇಳಲು ಬಯಸುತ್ತೇವೆ ಎಂದು ಹೇಳಿ. ನೃತ್ಯವಿರಲಿ, ಗಾಯಕರು ಹಾಡಲಿ. ನಾಳೆ ಏನಾಗುತ್ತೋ ಗೊತ್ತಿಲ್ಲ, ಹಾಗಾಗಿ ಇವತ್ತಾದರೂ ಪೂರ್ತಿಯಾಗಿ ನಕ್ಕುಬಿಡಿ.

ದೃಶ್ಯ ಬದಲಾಯಿತು. ಮೃದುವಾದ ಬೆರಳುಗಳ ಸೋಂಪನ್, ಮಗಧದ ಅಪ್ಸರೆಯರ ಅಮಲೇರಿದ ನೃತ್ಯ ಮತ್ತು ಸುಮಧುರ ಕಂಠದ ಹಾಡುಗಳು ಮಹಾರಾಜರನ್ನು ಕುಣಿಯುತ್ತವೆ. ಮದಲಗಳಲ್ಲಿ ತೂಗಾಡುತ್ತಾ ಮಹಾರಾಜರು ತಮ್ಮ ಒಂದು ಕೈಯನ್ನು ವಿಕ್ಷನನ ಕೊರಳಿಗೆ ಇನ್ನೊಂದು ಕೈಯನ್ನು ಉಮಾಳ ಕಂಠದಲ್ಲಿ ಇಟ್ಟು ತೊದಲುವ ದನಿಯಲ್ಲಿ

ಹೇಳಿದರು - ನೀನು ತೃಪ್ತಿ ಮತ್ತು ಬಾಯಾರಿಕೆಗಿಂತ ಸುಂದರಿ. ಪ್ರಪಂಚದ ಎಲ್ಲಾ ಸತ್ಯವು ಸೌಂದರ್ಯ ಮತ್ತು ಸೌಂದರ್ಯದಲ್ಲಿದೆ. ನಡುಗುವ ಪಾದಗಳಿಂದ, ಗುಲಾಬಿ ಸೌಂದರ್ಯದಿಂದ ತುಂಬಿದ ಗುಲಾಬಿ ಕಣ್ಣುಗಳಿಂದ ನೋಡುತ್ತಾ, ಸುಂದರ ಸುಂದರಿ ಒಂದು ಕೈಯಿಂದ ಮದ್ಯದ ಬಟ್ಟಲನ್ನು ನೆಕ್ಕಿ ಮತ್ತೊಂದು ಕೈಯಿಂದ ಬಾಯಾರಿದವನ ಗಂಟಲನ್ನು ಮುಟ್ಟುವ ಸಮಯ, ಆಗ ಯಾರಿಗಾದರೂ ಹೇಳಬೇಕಾದರೆ, 'ನೀನು ಸ್ವರ್ಗದ ರಾಜನಾಗುವೆ, ಈಗ ಬಾ!' ಆದುದರಿಂದ ಅವನು ಹೇಳುತ್ತಿದ್ದನು, 'ಈ ಸಮಯದಲ್ಲಿ ಸ್ವರ್ಗದ ರಾಜ್ಯವು ನನ್ನ ಸಂಖ್ಯೆಯಲ್ಲಿದೆ'. ಏಕೆ ಆಲೋಚಿಸುತ್ತೀರಿ? ವಿಕ್ಷಣ ಮಹಾರಾಜರನ್ನು ನೋಡಿ ನಕ್ಕ. ಮಹಾರಾಜನಿಗೆ ಇನ್ನೊಂದು ಬಟ್ಟಲು ಐಟಂ ಸಿಕ್ಕಿತಂತೆ. ರೂಪ ಮತ್ತು ಯೌವನವನ್ನು ಕಳೆದುಕೊಂಡು, ಅವರು

ಹೇಳಿದರು - ನೃತ್ಯವನ್ನು ನಿಲ್ಲಿಸಿ ಮತ್ತು ಜ್ಯೋತ್ಸ್ನಾ ಪದವಿ ಹಾಲಿನಂತಹ ಫೆನ್ನೆಲ್ ಬಿಳಿ ಹಾಸಿಗೆಯ ಮೇಲೆ ನಡೆಯಲಿ. ನೃತ್ಯದ ಮಿಂಚು ಮೌನವಾಯಿತು. ಬೆಳದಿಂಗಳ ಬೆಳಕಿನಲ್ಲಿ ಮಹಾರಾಜರನ್ನು ಇರುವೆಗಳು ಸುತ್ತುವರಿದಿದ್ದವು. ಆಕರ್ಷಣೆ, ಕಂಪನ ಮತ್ತು ನಂತರ ಸ್ಪರ್ಶಿಸಿ. ಇದರ ನಂತರ, ಕಣ್ಣುಗಳು ಸೋಮಾರಿಯಾದವು ಮತ್ತು ರಾಜನು ನಿದ್ರಿಸಿದನುನಕ್ಷತ್ರಗಳ ರಾತ್ರಿಯಲ್ಲಿ, ಮಹಾರಾಜನು ನಿದ್ರಿಸುತ್ತಿದ್ದನು ಮತ್ತು ಇನ್ನೊಂದು ಬದಿಯಲ್ಲಿ, ಝೀಲಂ ಮತ್ತು ಚೆನಾಬ್ ನದಿಯ ನಡುವಿನ ಕಾಡಿನಲ್ಲಿ, ಚಂದ್ರಗುಪ್ತನು ಅನನ್ಯ ಸೌಂದರ್ಯದೊಂದಿಗೆ ಮಾತನಾಡುತ್ತಿದ್ದನು. ಸುಂದರಿಯ ದಟ್ಟವಾಗಿ ತಿರುಚಿದ ಗುಂಗುರು ಕೂದಲಿನಲ್ಲಿ ಅದ್ಭುತವಾದ ಚಿತ್ರಕಲೆ ಇತ್ತು.

ದೊಡ್ಡ ಕಣ್ಣುಗಳು, ಮೊನಚಾದ ಮೂಗು, ಮುತ್ತುಗಳ ಹಲ್ಲುಗಳು ಮತ್ತು ಗುಲಾಬಿ ಕೆನ್ನೆಗಳು ಕಲ್ಲನ್ನೂ ಕರಗಿಸುತ್ತಿದ್ದವು. ಕಲ್ಲುಗಳನ್ನು ಒಡೆಯುವ ಪ್ರೇಮ ಧಾರೆಗಳು ಸಿಂಧುವಿನೆಡೆಗೆ ಸಾಗುತ್ತಿರುವಂತೆ. ಬೆಳದಿಂಗಳು ಅವಳ ಚೆಂದದ ಮೈಬಣ್ಣಕ್ಕೆ ನಾಚಿದಳು, ಕಿಸಲಯ್ಯ ತೆಳ್ಳಗಿನ ತುಟಿಗಳಿಂದ ಕೆಂಪಾಗುತ್ತಿದ್ದಳು ಮತ್ತು ಸೃಷ್ಟಿಕರ್ತನು ಕಣ್ಣುಗಳ ಅಸಹಾಯಕತೆಯ ಎಲ್ಲಾ ಮೇಕ್‌ಅಪ್ ಅನ್ನು ಎದೆಯ ಮೇಲೆ ಹಾಕಿದ್ದನಂತೆ. ಜ್ಞಾನ ಮತ್ತು ವಿಜ್ಞಾನ ಕೂಡ ಈ ಅದ್ಭುತ ಸೌಂದರ್ಯದ ಮುಂದೆ ಕುರುಡಾಗಿದ್ದಕ್ಕೆ ಹೆಮ್ಮೆ ಪಡಬಹುದು. ಸಮೀರನೊಂದಿಗೆ ಪರಿಮಳವನ್ನು ಊದುತ್ತಿರುವಾಗ, ಈ ದಿವ್ಯ ಹುಡುಗಿ ಚಂದ್ರಗುಪ್ತನನ್ನು ಭರವಸೆಯಿಂದ ನೋಡುತ್ತಾ

ಹೇಳಿದಳು - 'ಯುದ್ಧದಲ್ಲಿ ಏನಾಗುತ್ತದೆ ಎಂದು ಯಾರಿಗೆ ತಿಳಿದಿದೆ? ಸೋಲು ಹಾಗೂ ಗೆಲುವೂ ಇರಬಹುದು. ಒಬ್ಬ ಸೈನಿಕನು ತನ್ನ ತಲೆಯ ಮೇಲೆ ಹೆಣದೊಂದಿಗೆ ಯುದ್ಧಭೂಮಿಗೆ ಹೋಗುತ್ತಾನೆ. ಆತ ಜೀವಂತವಾಗಿ ಮರಳಿ ಬಂದರೆ ಅದೊಂದು ದೊಡ್ಡ ಭಾಗ್ಯ. ಮಗಧದ ಸೈನ್ಯದ ಹೆಸರು ಕೇಳಿದೊಡನೆ ಯುನಾನ್ ಬಹದ್ದೂರರ ಸೇನೆಯ ಆಯುಧಗಳು ಬಿಸಾಡುತ್ತವೆ. ನೀನು ಆ ಬೆಂಕಿಯ ಕಡೆಗೆ ಹೋಗುವ ಆಲೋಚನೆಯನ್ನು ಬಿಟ್ಟು, ನನ್ನೊಂದಿಗೆ ಗ್ರೀಸ್‌ಗೆ ಬಾ, ಅರಮನೆ ಇಲ್ಲದಿದ್ದರೆ, ನಿನಗೆ ಗುಡಿಸಲು ಸಿಗುತ್ತದೆ. ಅಲ್ಲಿ ನೀನು ರಾಜನಾಗಿರುತ್ತೇನೆ ಮತ್ತು ನಾನು ರಾಣಿಯಾಗಿರುತ್ತೇನೆ. ನಾನು ನಿನ್ನನ್ನು ಸಾಯಲು

ಬಿಡುವುದಿಲ್ಲಚಂದ್ರಗುಪ್ತ - ಸೌಂದರ್ಯ ಮತ್ತು ಯೌವನ ಒಬ್ಬನನ್ನು ಕುರುಡನನ್ನಾಗಿ ಮಾಡುತ್ತದೆ. ಪ್ರೀತಿಯನ್ನು ಸಂಕೋಲೆಯಿಂದ ಮಾಡಿ ಪಾದಗಳಲ್ಲಿ ಧರಿಸಿದರೆ, ಪ್ರೀತಿಯ ಶುದ್ಧತೆಗೆ ಮಸಿ ಬರುತ್ತದೆ, ಹೆಲೆನ್! ನಾನು ಯುದ್ಧಕ್ಕೆ ಹೋಗುತ್ತೇನೆ ಮತ್ತು ಖಡ್ಗವನ್ನು ಎಳೆದುಕೊಂಡು ಏಕಾಂಗಿಯಾಗಿ ಚಲಿಸಬೇಕಾದರೂ ಖಂಡಿತವಾಗಿಯೂ ಹೋಗುತ್ತೇನೆ. ಮಗನಾಗಿದ್ದರೂ ತಾಯಿಯ ಕಣ್ಣೀರು ಒರೆಸಲಾಗದ ಯುವಕ ಸಾವನ್ನಪ್ಪಿದ್ದಾನೆ. ನನ್ನ ಕಾಲಿಗೆ ಸರಪಣಿಯಾಗಬೇಡ, ನನ್ನ ಜೀವನದ ವೇಗವಾಗು, ಹೆಲೆನ್! ಒಂದೇ ಉಸಿರಿನಲ್ಲಿ ನಿನ್ನ ಆಸೆಗಳ ಮಾಲೆಯನ್ನು ಹೆಣೆದು ಇನ್ನೊಂದು ಉಸಿರಿನಲ್ಲಿ ನನ್ನ ಅಂತ್ಯಸಂಸ್ಕಾರದ ಚಿತೆಯ ಬೆಂಕಿಯನ್ನು ಹೊತ್ತಿಸುತ್ತಿರಿ. ನಾನು ಗೆದ್ದರೆ ನೀನು ನನ್ನ ಕೊರಳಿಗೆ ಹಾರ ಹಾಕು; ಮತ್ತು ನೀವು ಸತ್ತರೆ, ನಿಮ್ಮ ಕೈಯಿಂದ ನನ್ನ ಚಿತೆಯ ಮೇಲೆ ಎರಡು ಉಬ್ಬುಗಳನ್ನು ಹಾಕಿ. ಬೆಂಕಿಹೆಲೆನ್ ಅವರ ಹೂವಿನಂತಹ ಮುಖವು ಕಣ್ಣೀರಿನಿಂದ ಒದ್ದೆಯಾಯಿತು. ಅವಳು ಸಂಕಟದಿಂದ

ಹೇಳಿದಳು - ನೀನು ರಾಜನಾಗಲು ಬಯಸಿದರೆ ನಾನು ನಿನ್ನನ್ನು ಗ್ರೀಸ್‌ನ ರಾಜನನ್ನಾಗಿ ಮಾಡುತ್ತೇನೆ. ನನ್ನ ತಂತ್ರಗಳಿಂದ ನಾನು ನಿನ್ನನ್ನು ಭಾರತದ ವಶಪಡಿಸಿಕೊಂಡ ಪ್ರದೇಶಗಳ ಅಧಿಪತಿಯನ್ನಾಗಿ ಮಾಡಬಹುದು. ಆದರೆ ಅಲೆಕ್ಸಾಂಡರನಿಗೂ ಆಕ್ರಮಣ ಮಾಡುವ ಧೈರ್ಯವಿಲ್ಲದ ಮಗಧದ ಮೇಲೆ ಆಕ್ರಮಣ ಮಾಡಲು ಧೈರ್ಯ ಮಾಡಬೇಡ. ಅಲೆಕ್ಸಾಂಡರ್ ದಿ ಗ್ರೇಟ್ ಅಬ್ಬಾಜನ್ನನ್ನು ಭಾರತದ ವಶಪಡಿಸಿಕೊಂಡ ಪ್ರದೇಶಗಳ ಪ್ರತಿನಿಧಿಯನ್ನಾಗಿ ಮಾಡಿ ಗ್ರೀಸ್ಗೆ ಹಿಂದಿರುಗಿದನು. ಅವನ ಧೈರ್ಯ ಮುರಿದುಹೋದ ಕಾರಣ ಅವನು ಹೋದನು.

ಚಂದ್ರಗುಪ್ತ - ನಿಮ್ಮ ಪ್ರೀತಿಗಾಗಿ ನೀವು ನಿಮ್ಮ ದೇಶವನ್ನು ಮಾರಬಹುದು, ಆದರೆ ಚಂದ್ರಗುಪ್ತ ಧೈರ್ಯಶಾಲಿ. ಅವನು ನಿಮ್ಮ ದೇಶವನ್ನು ತನ್ನ ಪ್ರೀತಿಯಿಂದ ವ್ಯಾಪಾರ ಮಾಡಲು ಬಯಸುವುದಿಲ್ಲ ಅಥವಾ ಹಾಗೆ ಮಾಡಲು ಅವನು ನಿಮ್ಮನ್ನು ಪ್ರೇರೇಪಿಸಲಾರನುಕತ್ತಿಯನ್ನು ಅದರ ಪೊರೆಯಿಂದ ಸ್ವಲ್ಪ
ಎಳೆದು - ಈ ಭವಾನಿಗೆ ಸ್ವಲ್ಪ ಶಕ್ತಿಯಿದ್ದರೆ ನಾನು ನನ್ನ ಶಕ್ತಿಯಿಂದ ನನ್ನ ದೇಶಕ್ಕೆ ರಾಜನಾಗುತ್ತೇನೆ. ನನಗೆ ನನ್ನ ದೇಶ ಬೇಕು, ಬೇರೆಯವರ ದೇಶವಲ್ಲ. ನೀನು ಚಂದ್ರಗುಪ್ತನ ರಾಣಿಯಾಗಬಹುದು, ಚಂದ್ರಗುಪ್ತನ ದೇಶದ ಅಧಿಪತಿಯಲ್ಲ.

ಹೆಲೆನ್ - ನನಗೆ ಚಂದ್ರಗುಪ್ತ ಮಾತ್ರ ಬೇಕು ಮತ್ತು ಬೇರೇನೂ ಬೇಡ.

ಚಂದ್ರಗುಪ್ತ- ಹಾಗಾದರೆ ನಾನು ಜಯಶಾಲಿಯಾಗಲಿ ಮತ್ತು ನಿನ್ನ ಇಷ್ಟಾರ್ಥವು ಈಡೇರಲಿ ಎಂದು ದೇವರನ್ನು ಪ್ರಾರ್ಥಿಸು.

ಹೆಲೆನ್- ನಾಲಿಗೆಯಿಂದ ಹೇಳುವುದು ಎಷ್ಟು ಸುಲಭವೋ, ಅದನ್ನು ಮನಸ್ಸಿಗೆ ವಿವರಿಸುವುದೂ ಅಷ್ಟೇ ಕಷ್ಟ. ಪುರುಷರು ಕಠಿಣರು. ಸಮಯ ಕಳೆದಂತೆ ನೀವು ನನ್ನನ್ನು ಮರೆತುಬಿಡುತ್ತೀರಿ ಎಂದು ನಿಮಗೆ ತಿಳಿದಿದೆಯೇ?

ಚಂದ್ರಗುಪ್ತ- ಅವನು ಮಾತು ಬದಲಿಸುವವನಲ್ಲ. ಆದರೆ ನಮ್ಮ ಪ್ರತಿಯೊಂದು ಆಸೆಗೆ ಇದಕ್ಕಾಗಿ ಅಂತಿಮ ಅನುಮೋದನೆಯು ನಮ್ಮ ಗುರುದೇವರದ್ದಾಗಿದೆ.

ಹೆಲೆನ್ - ನಿಮ್ಮ ಗುರುಗಳು ಯಾರು ಎಂದು ಹೇಳಿ? ನಾನು ಅವರ ಕೈಜೋಡಿಸಿ, ಅವರ ಕಾಲಿಗೆ ಬಿದ್ದು, 'ಸೆಲ್ಯೂಕಸ್‌ನ ಮಗಳಾದ ಹೆಲೆನ್‌ನನ್ನು ಚಂದ್ರಗುಪ್ತನಿಗೆ ಭಿಕ್ಷೆಯಾಗಿ ಕೊಡು' ಎಂದು ಬೇಡಿಕೊಳ್ಳುತ್ತೇನೆ.

ಚಂದ್ರಗುಪ್ತ- ಭಿಕ್ಷುಕರು ಬೇಡುತ್ತಾರೆ. ಜೀಗೆ ಇನ್ನೊಂದು ಹೆಸರು ಪ್ರೀತಿ, ನಾನು ಹೇಡಿತನವನ್ನು ದ್ವೇಷಿಸುತ್ತೇನೆ. ಈಗ ಬಿಡುವಿಲ್ಲ. ಜೈ ಮೊದಲು, ನಾನು ನನ್ನ ಗುರುಗಳ ವಿಳಾಸವನ್ನು ಹೇಳುವುದಿಲ್ಲ.

ಹೆಲೆನ್ - ದೇವರು ನಿಮ್ಮ ಜೀವನವನ್ನು ಸುರಕ್ಷಿತವಾಗಿರಿಸಲಿಚಂದ್ರಗುಪ್ತ ಎದ್ದು ಹೋದ. ಅವರು ಕಣ್ಮರೆಯಾಗುವವರೆಗೂ ಹೆಲೆನ್ ಅಲ್ಲಿದ್ದರು ನೋಡುತ್ತಲೇ ಇದ್ದು ನಂತರ ಉದ್ಯಾನದಲ್ಲಿದ್ದಾಗ ಅರಮನೆಗೆ ಬಂದರು. ರಾತ್ರಿಯಿಡೀ ಅವಳು ಚಂದ್ರನ ಕನಸು ಕಾಣುತ್ತಿದ್ದಳು. ಬೆಳಿಗ್ಗೆ, ತುಂಬಾ ತಡವಾದಾಗ, ಸೆಲ್ಯೂಕಸ್ ಬಂದು ತನ್ನ ಪ್ರೀತಿಯ ಮಗಳನ್ನು ಎಬ್ಬಿಸಿದನು. ಹೆಲೆನ್ ಇಷ್ಟವಿಲ್ಲದೆ ಎದ್ದಳು. ಸೆಲ್ಯೂಕಸ್ ಅವನನ್ನು ತೀವ್ರವಾಗಿ ನೋಡಿದನು. ಮಗಳ ಹಣೆಯ ಮೇಲಿನ ಚಿಂತೆಯ ಗೆರೆಗಳನ್ನು ನೋಡಿ ಅವರು

ಹೇಳಿದರು - ಈ ದಿನಗಳಲ್ಲಿ ನೀವು ಯಾಕೆ ಅಸಮಾಧಾನಗೊಂಡಿದ್ದೀರಿ, ಹೆಲೆನ್!

ಹೆಲೆನ್- ಏನೂ ಇಲ್ಲ, ತಂದೆ! ನಿನ್ನನ್ನು ರಣರಂಗದಿಂದ ಬಿಡುವ ದಿನ ಯಾವಾಗ ಎಂದು ಆಶ್ಚರ್ಯವಾಗುತ್ತಿದೆ ರಜೆ ಸಿಗಲಿದೆ.

ಸೆಲ್ಯೂಕಸ್ - ಧೈರ್ಯಶಾಲಿಗಳ ಜೀವನವು ಯುದ್ಧದ ಕ್ಷೇತ್ರಗಳಲ್ಲಿದೆ. ಮಾಲೀಕರು ಅಲೆಕ್ಸಾಂಡರ್ ಅನ್ನು ನೋಡಲಿಲ್ಲ, ಅವರು ಚಂಡಮಾರುತ ಮತ್ತು ನೀರಿನಲ್ಲಿ ಕುದುರೆಯ ಬೆನ್ನಿನಿಂದ ಹೊರಬರಲಿಲ್ಲ. ರೋಗವು ಅವನನ್ನು ಸಂಪೂರ್ಣವಾಗಿ ಒತ್ತಾಯಿಸಿದಾಗ, ಅವನು ಮತ್ತೆ ಗ್ರೀಸ್‌ಗೆ ಹೋದನು, ಇಲ್ಲದಿದ್ದರೆ ಅವನು ಬಹುಶಃ ಇಡೀ ಭಾರತವನ್ನು ವಶಪಡಿಸಿಕೊಳ್ಳದೆ ಹೋಗುತ್ತಿರಲಿಲ್ಲಹೆಲೆನ್ - ವಿಶ್ವ ವಿಜಯದ ಕನಸು ಕೂಡ ಎಷ್ಟು ಭಯಾನಕವಾಗಿದೆ! ಆದರೆ ಕನಸುಗಳು ಎಂದಾದರೂ ನನಸಾಗುತ್ತವೆಯೇ? ಕೌಶಲ, ಕೌಶಾಂಬಿ, ಮಗಧ ಈ ಮೂರು ದೊಡ್ಡ ಶಕ್ತಿಗಳ ಸಮ್ಮುಖದಲ್ಲಿ ಭಾರತದ ಗೆಲುವನ್ನು ಯಾರು ನೋಡುತ್ತಾರೋ ಗೊತ್ತಿಲ್ಲ.

ಸೆಲ್ಯೂಕಸ್ - ಹೆಲೆನ್! ಧೈರ್ಯಶಾಲಿ ತಂದೆಗೆ ಹೇಡಿ ಮಗಳೂ ಇದ್ದಾಳೆ ಎಂದು ಇಂದು ನಾವು ತಿಳಿದುಕೊಂಡಿದ್ದೇವೆ. ಮೇಷ್ಟ್ರು ಹೋದ ಮೇಲೆ ನೀವು ನಮ್ಮನ್ನು ಪ್ರೋತ್ಸಾಹಿಸುತ್ತೀರಿ ಎಂಬ ನಿರೀಕ್ಷೆಯಲ್ಲಿದ್ದೆವು. ಆದರೆ ನೀವು ಶರತ್ಕಾಲದ ಎಲೆಯಂತೆ ಅಲೆದಾಡುವುದನ್ನು ನಾವು ನೋಡುತ್ತೇವೆ.

ಹೆಲೆನ್- ಅಬ್ಬಾಜನ್ ಹೇಳುತ್ತಿರುವುದು ತಪ್ಪು! ನಾನು ಹೆದರುವುದಿಲ್ಲ, ಆದರೆ ನಾನು ನನ್ನ ಬಗ್ಗೆ ಯೋಚಿಸುತ್ತೇನೆ ಮಹತ್ವಾಕಾಂಕ್ಷೆಗಾಗಿ ರಕ್ತ ಹರಿಸುವುದು ಎಷ್ಟರ ಮಟ್ಟಿಗೆ ಸಮರ್ಥನೆ? ಸೆಲ್ಯೂಕಸ್- ಮಹತ್ವಾಕಾಂಕ್ಷೆಯು ಮನುಷ್ಯನೊಂದಿಗೆ ಇಲ್ಲದಿದ್ದರೆ, ನಂತರ ಮನುಷ್ಯ ಮತ್ತು ಧೂಳಿನ ನಡುವಿನ ವ್ಯತ್ಯಾಸವೇನು? ಆದರೆ ನೀವು ಇಂದು ಭಾರತದ ಭಾಷೆಯನ್ನು ಏಕೆ ಮಾತನಾಡಲು ಪ್ರಾರಂಭಿಸಿದ್ದೀರಿ?

ಹೆಲೆನ್ - ನಾನು ಭಾರತದ ರಾಣಿಯಾಗಬೇಕೆಂದು ಕನಸು ಕಾಣುತ್ತಿದ್ದೇನೆ, ಆದ್ದರಿಂದ ನಾನು ಇಲ್ಲಿ ಭಾಷೆಯನ್ನು ಕಲಿಯುವುದು ಮುಖ್ಯ. ನಾನು ನಿನ್ನ ಸೇನಾಧಿಪತಿ ಚಂದ್ರಗುಪ್ತನಿಂದ ಸಂಸ್ಕೃತವನ್ನು ಕಲಿತಿದ್ದೇನೆ ಮತ್ತು ಅವನಿಗೆ ಗ್ರೀಕ್ ಭಾಷೆಯನ್ನೂ ಕಲಿಸಿದ್ದೇನೆ.

ಸೆಲ್ಯೂಕಸ್- ಚಂದ್ರಗುಪ್ತ ನಿಜಕ್ಕೂ ಒಬ್ಬ ಧೈರ್ಯಶಾಲಿ ಯುವಕ. ಅವನ ಉದ್ದೇಶಗಳು ನಮ್ಮ ಯಜಮಾನನಿಗಿಂತ ದೊಡ್ಡದಾಗಿದೆ ಇವೆ. ಅವನು ಗ್ರೀಕರಾಗಿದ್ದರೆ, ನಾನು ನಿನ್ನನ್ನು ಈ ಯುವಕನಿಗೆ ಮದುವೆಯಾಗುತ್ತೇನೆ.

ಹೆಲೆನ್ - ಮದುವೆಗೆ ರೂಪ ಮತ್ತು ಗುಣಮಟ್ಟದ ಸಮಾನತೆಯನ್ನು ಹೊಂದಿರುವುದು ಅವಶ್ಯಕ, ಅದು ಅಗತ್ಯವಿಲ್ಲ ಆ ಮದುವೆ ಒಂದು ದೇಶ ಮತ್ತು ಒಂದು ಜಾತಿಯಲ್ಲಿ ಮಾತ್ರ ನಡೆಯಬೇಕು.

ಸೆಲ್ಯೂಕಸ್ - ನಿಮ್ಮ ಹೃದಯದಲ್ಲಿ ಏನಿದೆ ಎಂದು ನಾವು ಈಗಾಗಲೇ ಅರ್ಥಮಾಡಿಕೊಂಡಿದ್ದೇವೆ, ಇಂದು ಅದು ಸ್ಪಷ್ಟವಾಯಿತು. ಆದರೆ ಮಗಳೇ! ರಾಜಕೀಯದ ಕುತಂತ್ರ ನಿಮಗೆ ಗೊತ್ತಿಲ್ಲದಿದ್ದರೆ ನಿಮ್ಮ ನಡೆಗೆ ಹಿನ್ನಡೆಯಾಗಬಹುದು. ನಾಳೆ ಏನಾಗುತ್ತದೆ ಎಂದು ಯಾರಿಗೂ ತಿಳಿದಿಲ್ಲ. ಅಷ್ಟರಲ್ಲಿ ಒಬ್ಬ ಸಫೀರ್ ಆತಂಕದಿಂದ ಬಂದು ಒಂದೇ ಉಸಿರಿನಲ್ಲಿ ಹೇಳುತ್ತಾ ಹೋದ 'ಒಂದು ವಿಚಿತ್ರ ಸಂಭವಿಸಿದೆ, ಮಾಸ್ಟರ್ ಸಿಕಂದರ್ ನಮ್ಮಿಂದ ಶಾಶ್ವತವಾಗಿ ಬೇರ್ಪಟ್ಟಿದ್ದಾರೆ.

ಸೆಲ್ಯೂಕಸ್ - ಇದು ನಾವು ಕೇಳುವುದು! ಈ ಸುದ್ದಿಯ ಮೊದಲು ನಮ್ಮ ಕಿವಿ ಏಕೆ ಕಿವುಡಾಗಲಿಲ್ಲ? ನಮ್ಮ ಯಜಮಾನನಷ್ಟೇ ಅಲ್ಲ, ಜಗತ್ತಿನ ಅತಿ ದೊಡ್ಡ ದೀಪವೂ ಆರಿಹೋಗಿದೆ. ಹೆಲೆನ್! ಇಂದು ನಮ್ಮ ಬೆನ್ನು ಮುರಿದಿದೆಹೆಲೆನ್ ತನ್ನ ತಂದೆಯನ್ನು ಹಿಡಿದುಕೊಂಡು ಅವನನ್ನು ಕುಳಿತುಕೊಳ್ಳುವಂತೆ ಮಾಡಿ ತಾಳ್ಮೆಯನ್ನು ಕೊಟ್ಟು

ಹೇಳಿದಳು - ಯಾರೂ ಸಾವಿನ ಮುಂದೆ ನಡೆಯುವುದಿಲ್ಲ. ಈ ಭೂಮಿಗೆ ಎಷ್ಟು ಅಲೆಕ್ಸಾಂಡರ್‌ಗಳು ಬಂದು ಹೋಗಿದ್ದಾರೆಂದು ಯಾರಿಗೆ ತಿಳಿದಿದೆ. ಅಳುವುದರಿಂದ ಅವರ ಆತ್ಮಕ್ಕೆ ಶಾಂತಿ ಸಿಗುವುದಿಲ್ಲ. ಅವರನ್ನು ತೃಪ್ತಿಪಡಿಸಲು, ಅವರ ಕನಸುಗಳನ್ನು ಗ್ರೀಸ್ ಮಾಡಿ.

ಸೆಲ್ಯೂಕಸ್ - ಈ ಸಮಯದಲ್ಲಿ ಏನೂ ಚೆನ್ನಾಗಿ ಕಾಣುತ್ತಿಲ್ಲ, ಧ್ವಜಗಳನ್ನು ಕೆಳಗಿಳಿಸಿ ಮತ್ತು 'ಯಜಮಾನನ ಸಾವಿನ ಶೋಕದಲ್ಲಿ, ಇನ್ನೊಂದು ಆದೇಶವನ್ನು ಹೊರಡಿಸುವವರೆಗೆ ಎಲ್ಲಾ ಕೆಲಸಗಳನ್ನು ಮುಚ್ಚಲಾಗುವುದು' ಎಂದು ಘೋಷಿಸಿ. ಅಲೆಕ್ಸಾಂಡರ್ ಸಾವಿನ ಸುದ್ದಿ ಗಾಳಿಯಂತೆ ಪ್ರಪಂಚದಾದ್ಯಂತ ಹರಡಿತು. ಹಲವು ರಾಜ್ಯಗಳು ತಮ್ಮ ಧ್ವಜಗಳನ್ನು ಅರ್ಧ ಮಟ್ಟಕ್ಕೆ ಇಳಿಸಿದವು. ಸಿಂಧು, ಗಾಂಧಾರ ಮತ್ತು ಪಂಚನಾದದ ಧ್ವಜಗಳೂ ಅರ್ಧಕ್ಕೆ ಬಾಗಿದವು. ಆದರೆ ಮಗಧ, ಕೌಶಲ ಮತ್ತು ಕೌಶಾಂಬಿಯ ಧ್ವಜಗಳು ಬಾಗಲಿಲ್ಲಈ ಜಗತ್ತು ಎಷ್ಟು ವಿಚಿತ್ರ! ಎಲ್ಲೋ ದುಃಖವಿದೆ ಮತ್ತು ಎಲ್ಲೋ ಸಂತೋಷವಿದೆ. ಎಲ್ಲೋ ಶಾಂತಿ, ಎಲ್ಲೋ ಹೋರಾಟ! ಇಡೀ ಸೃಷ್ಟಿಯನ್ನು ಬಿಡಿ, ಒಂದೇ ಸ್ಥಳದ ಎಲ್ಲಾ ಜನರು ಒಂದೇ ಆಸಕ್ತಿಯಲ್ಲಿ ಒಟ್ಟಿಗೆ ಇರಲು ಸಾಧ್ಯವಿಲ್ಲ. ಸೆಲ್ಯೂಕಸ್ ತನ್ನ ಯಜಮಾನನ ದುಃಖದಿಂದ ಕಣ್ಣೀರು ಸುರಿಸುತ್ತಾ ಮತ್ತೊಂದೆಡೆ ಫಿಲಿಪ್ ಚಂದ್ರಗುಪ್ತನಿಗೆ

ಹೇಳುತ್ತಿದ್ದನು - ಇದು ಸರಿಯಾದ ಅವಕಾಶ, ವಶಪಡಿಸಿಕೊಂಡ ಪ್ರದೇಶಗಳನ್ನು ಸೆಲ್ಯೂಕಸ್ ಕೈಯಿಂದ ಕಸಿದುಕೊಳ್ಳಬಹುದು.

ಚಂದ್ರಗುಪ್ತ - ಯಾರಾದರೂ ನಿದ್ರಿಸುತ್ತಿದ್ದಾಗ, ನಿರಾಯುಧರು ಅಥವಾ ಸಾವಿನ ದುಃಖದಲ್ಲಿ ಅಧಿಕೃತ ಕೆಲಸವನ್ನು ನಿಲ್ಲಿಸಿದಾಗ, ಕತ್ತಿಯನ್ನು ಎತ್ತುವುದು ಭಾರತೀಯ ವೀರರ ಹೆಮ್ಮೆಗೆ ವಿರುದ್ಧವಾಗಿದೆ. ಅಲೆಕ್ಸಾಂಡರ್‌ನ ಸೆಲ್ಯೂಕಸ್ ಈ ಸಮಯದಲ್ಲಿ ತುಂಬಾ ದುಃಖಿತನಾಗಿದ್ದಾನೆ. ಇಂತಹ ಸಮಯದಲ್ಲಿ ಯುದ್ಧ ವಾದ್ಯಗಳನ್ನು ನುಡಿಸುವುದು ಸರಿಯಲ್ಲ. ಸಾವಿನಿಂದ

ಫಿಲಿಪ್ - ಯಾವುದು ನ್ಯಾಯೋಚಿತ ಮತ್ತು ಅನ್ಯಾಯ! ಹೇಗಾದರೂ ಗೆಲ್ಲಲೇಬೇಕು. ಸಿಕಂದರ್ ಸತ್ತರೆ ಏನು ಮಾಡಬೇಕು? ಅವನು ನಮಗೆ ಏನು ಒಳ್ಳೆಯದನ್ನು ಮಾಡಿದ್ದಾನೆ! ನಾವು ಸಹ ಯುದ್ಧಗಳನ್ನು ಮಾಡಿದ್ದೇವೆ, ನಾವು ರಕ್ತವನ್ನು ಸುರಿಸಿದೆವು, ಆದರೆ ಹೊರಡುವಾಗ, ನಾವು ಸೆಲ್ಯೂಕಸ್ನನ್ನು ರಾಜನನ್ನಾಗಿ ಮಾಡಿದೆವು. ಸೆಲ್ಯೂಕಸ್‌ನ ಹಳೆಯ ಕೈಯಲ್ಲಿ ರಾಜ್ಯದ ನಿಯಂತ್ರಣವು ಎಷ್ಟು ಕಾಲ ಉಳಿಯಬಹುದು? ಅವನು ನಮ್ಮ ಹೆಗಲ ಮೇಲೆ ಬಂದೂಕಿನಿಂದ ಗುಂಡು ಹಾರಿಸುತ್ತಾನೆ. ಚಿಂತಿಸಬೇಡ ಚಂದ್ರಗುಪ್ತ! ತಮ್ಮ ಪೊರೆಗಳಿಂದ ಕತ್ತಿಗಳನ್ನು ಎಳೆದ ತಕ್ಷಣ, ಸೆಲ್ಯೂಕಸ್ ಓಡಿಹೋಗುವಿರಿ ಮತ್ತು ನಂತರ ನೀವು ಮತ್ತು ನಾನು ಈ ಸುಂದರವಾದ ದೇಶದ ಉತ್ತರ ಮತ್ತು ಪಶ್ಚಿಮದಲ್ಲಿ ರಾಜರಾಗುವೆವು

ಚಂದ್ರಗುಪ್ತ- ನೀನು ಹೇಳಿದ್ದು ಸರಿ ಫಿಲಿಪ್! ಆದರೆ ಗ್ರೀಕ್ ಸೈನಿಕರು ಸೆಲ್ಯೂಕಸ್ ವಿರುದ್ಧ ಹೋರಾಡಲು ಸಿದ್ಧರಾಗುತ್ತಾರೆ ಎಂದು ನಿಮಗೆ ಖಚಿತವಾಗಿದೆಯೇ?

ಫಿಲಿಪ್ - ಕೆಲವು ಸೈನಿಕರು ಸಿದ್ಧರಾಗದಿದ್ದರೂ ಅದು ನಮಗೆ ಏನು ಹಾನಿ ಮಾಡುತ್ತದೆ?

ಚಂದ್ರಗುಪ್ತ - ಗೊಣಸ್ ನಿಮಗೆ ಸಂಪೂರ್ಣವಾಗಿ ಸಹಾಯಕವಾಗಿದೆ, ಅಲ್ಲವೇ? ಫಿಲಿಪ್: ಅವನ ಹೃದಯದಲ್ಲಿ ಬೆಂಕಿ ಉರಿಯುತ್ತಿದೆ. ನಮ್ಮ ಸಿಗ್ನಲ್‌ಗೆ ತಡವಾಗಿದೆ. ರಾಜ್ಯಾಭಿಮಾನದಿಂದ ದಂಗೆಯೇಳಲು ಸಿದ್ಧನಾಗಿದ್ದಾನೆ ಮಾತ್ರವಲ್ಲದೆ ಸೆಲ್ಯೂಕಸ್‌ನಿಂದ ಪರಿತ್ಯಕ್ತನಾದ ತನ್ನ ತಾಯಿಯ ಬಗ್ಗೆ ಅವನ ಹೃದಯದಲ್ಲಿ ಸೇಡು ತೀರಿಸಿಕೊಳ್ಳುವ ಭಾವನೆ ಇದೆ.

ನೀವು ಮಧ್ಯರಾತ್ರಿಯ ನಂತರ ಅದೇ ರಹಸ್ಯ ಗುಹೆಯಲ್ಲಿ ಭೇಟಿಯಾಗುತ್ತೀರಿ. ಫಿಲಿಪ್: ಸರಿ, ಈಗ ನಾನು ಸಂತಾಪ ಸೂಚಿಸಲು ಸೆಲ್ಯೂಕಸ್‌ಗೆ ಹೋಗುತ್ತಿದ್ದೇನೆ. ಫಿಲಿಪ್ ಹೊರಟುಹೋದನು ಮತ್ತು ಚಂದ್ರಗುಪ್ತನು ವಿಶೇಷ ಸನ್ನೆ ಮಾಡಿದಾಗ, ಅಡಗಿದ ಭಾಸುರಕನುಮುಂದೆ ಬಂದನು. ನೋಡಿದ ಕೂಡಲೇ ಚಂದ್ರಗುಪ್ತನು

ಹೇಳಿದನು – ಇಲ್ಲಿರುವ ಗದ್ದಲವೆಲ್ಲ ನಿನ್ನ ಮುಂದಿದೆ. ಪಂಚನದಿಂದ ಮುಂದೆ ಸಾಗುವ ಸಾಧ್ಯತೆ ಇಲ್ಲ ಎಂದು ನೀವು ತಕ್ಷಣ ಮಗಧಕ್ಕೆ ಸುದ್ದಿ ಕಳುಹಿಸುತ್ತೀರಿ. ಸೆಲ್ಯೂಕಸ್ ಸೈನ್ಯದಲ್ಲಿ ಬಂಡಾಯದ ಬೆಂಕಿ ಉರಿಯಲು ಬಯಸುತ್ತದೆ. ಗುರುದೇವರ ಅನುಮತಿ ಪಡೆಯಲು ತಡವಾಗಿದೆ. ಭಾಸುರಕ್! ನೀವು ಹೇಗಾದರೂ ಹನುಮಂತರಾಗಬಹುದೇ ಮತ್ತು ಈ ಎಲ್ಲಾ ಸುದ್ದಿಗಳನ್ನು ಗುರುದೇವರಿಗೆ ಸಾಧ್ಯವಾದಷ್ಟು ಬೇಗ ತಿಳಿಸಬಹುದೇ?

ಭಾಸುರಕ- ಬೇಗ ಏನು ಮಾಡುವುದು, ವಿಷಯದ ವಿಷಯದಲ್ಲಿ! ನಮ್ಮ ಸಂದೇಶವಾಹಕವು ಪ್ರತಿ ಐದು-ಮೈಲಿ ದೂರದಲ್ಲಿ ತಂತಿಯಂತೆ ಸಂಪೂರ್ಣವಾಗಿದೆ. ಒಂದರಿಂದ ಇನ್ನೊಂದಕ್ಕೆ, ಎರಡನೆಯಿಂದ ಮೂರನೆಯವರೆಗೆ ಗಾಳಿಯಂತೆ ತಲುಪುತ್ತದೆ ಮತ್ತು ಬರುತ್ತದೆ. ಚಂದ್ರ- ಹಾಗಾದರೆ ನೀವು ಇಲ್ಲಿಯ ಸನ್ನಿವೇಶಗಳ ರಹಸ್ಯವನ್ನು ಆದಷ್ಟು ಬೇಗ ಗುರುದೇವನಿಗೆ ಕಳುಹಿಸು. ಇದನ್ನು ಕೇಳಿದ ಭಾಸುರಕನಿಗೆ ಒಂಬತ್ತು ಮತ್ತು ಹನ್ನೊಂದು ವರ್ಷವಾಯಿತು ಮತ್ತು ಚಂದ್ರಗುಪ್ತನು ತನ್ನ ಚಕ್ರದಲ್ಲಿ ತೊಡಗಿದನು. ಅವರು ಹೋಗುತ್ತಾರೆ ಮತ್ತು ನೇರವಾಗಿ ಮಲಯಕ್ಕೆ ಬಂದರುಚಂದ್ರಗುಪ್ತನನ್ನು ನೋಡಿದ ಮಾಲೆ

ಹೇಳಿದ - ನಾನು ನಿನಗಾಗಿ ಬಹಳ ದಿನಗಳಿಂದ ಕಾಯುತ್ತಿದ್ದೆ. ಚಂದ್ರ-ಸಿಕಂದರ ಸಾವಿನೊಂದಿಗೆ ನಮ್ಮ ಚಿತ್ರಣ ಬದಲಾಯಿತು. ಮಲ್ಯ- ಇದು ನಮಗೆ ಮಾರ್ಗವನ್ನು ಸುಲಭಗೊಳಿಸಿದೆ. ರಾಜಕೀಯದಲ್ಲಿ ಸಂದರ್ಭಗಳನ್ನು ಬಳಸಿಕೊಳ್ಳದವನು ಮೂರ್ಖ.

ಚಂದ್ರ- ನಿನ್ನ ಉದ್ದೇಶವನ್ನು ಸ್ಪಷ್ಟವಾಗಿ ಹೇಳು ಕುಮಾರ್.

ಮಲಯ - ಅರ್ಥ ಸ್ಪಷ್ಟವಾಗಿದೆ. ಗ್ರೀಕರನ್ನು ಓಡಿಸಲು ಇದಕ್ಕಿಂತ ಉತ್ತಮ ಅವಕಾಶ ಬೇಕೆ? ಇರುತ್ತದೆ.

ಚಂದ್ರ- ಆದರೆ ಮೊದಲು ಗ್ರೀಕರ ಸಹಾಯದಿಂದ ಮಗಧವನ್ನು ವಶಪಡಿಸಿಕೊಳ್ಳಿ.

ಮಲ್ಯ- ಅಪರಿಚಿತರ ಪಾದಗಳನ್ನು ತುಂಬಾ ವಿಸ್ತರಿಸಬೇಡಿ ಅವರು ನಮ್ಮ ಪಾದಗಳಿಗೆ ಸಂಕೋಲೆಯಾಗುತ್ತಾರೆ. ಪ್ರಥಮ ಈ ಅಪರಿಚಿತರನ್ನು ತೊಡೆದುಹಾಕು, ಆಗ ಒಂದುಗೂಡುವುದು ಮತ್ತು ಮಗಧವನ್ನು ಗೆಲ್ಲುವುದು ಸುಲಭವಾಗುತ್ತದೆ. ಚಂದ್ರ-ಫಿಲಿಪ್ ಮತ್ತು ಗೋನಾಸ್ ಕೂಡ ಈ ಸಮಯದಲ್ಲಿ ಬಂಡಾಯವೆದ್ದರು.

ಮಲ್ಯ- ಹಾಗಾದರೆ ಉಪಾಯ ನಿಷ್ಪ್ರಯೋಜಕ. ಶುಭಸ್ಯ ವೇಗ್ಯಮ್ I ಚಂದ್ರ- ಇಂದು ಮಧ್ಯರಾತ್ರಿಯ ನಂತರ ಅದೇ ರಹಸ್ಯ ಗುಹೆಯಲ್ಲಿ ಫಿಲಿಪ್ ಜೊತೆ ಮಾತುಕತೆ ನಡೆಯಲಿದೆ.

ಮಲ್ಯ- ಆ ಸಮಯದಲ್ಲಿ ಸಿಂಹಾಕ್ಷ ಮತ್ತು ಆಂಭಿ ಕೂಡ ಇರುತ್ತಾರೆಯೇ?

ಚಂದ್ರ - ಏನಾಗಬೇಕು?

ಮಲಯ - ಅವುಗಳನ್ನು ಹೊಂದಿರುವುದು ಅವಶ್ಯಕ.

ತಕ್ಷಿಲಾ - ರಾಜನು ಗ್ರೀಕರನ್ನು ಭಾರತಕ್ಕೆ ಪ್ರವೇಶಿಸಲು ಬಲವಂತ ಮಾಡಿದ ವಿಧಾನ ನಾನು ಅವುಗಳನ್ನು ಸೇರಿಸಿದ್ದೇನೆ, ತಕ್ಷಿಲಾ-ಕುಮಾರ್ ಅವರ ಸಹಾಯದಿಂದ, ಅದೇ ರೀತಿಯಲ್ಲಿ ನಾವು ಅವುಗಳನ್ನು ತೆಗೆದುಹಾಕಬಹುದು. ಸಿಂಘಕ್ಷನನ್ನು ದೂರದವರೆಗೆ ನಮ್ಮೊಂದಿಗೆ ಇಟ್ಟುಕೊಳ್ಳಬೇಕು. ಚಂದ್ರುನ ಮೇಲೆ ತಕ್ಷಣ ಯುದ್ಧವಾದರೆ ಗಿರಿ ಸೇನೆ ನಮ್ಮ ನೆರವಿಗೆ ಬರುವುದು ಹೇಗೆ? ಮಲ್ಯ-ಹಿಂದಿ ಸೈನ್ಯ ಬರದಿದ್ದರೂ ತೊಂದರೆಯಿಲ್ಲ. ಗ್ರೀಕರನ್ನು ಓಡಿಸಲು ಪಂಚನಾಡು, ತಕ್ಷಶಿಲಾ ಮತ್ತು ಸಿಂಧೂ ಪ್ರದೇಶದ ಸೈನ್ಯ ಸಾಕು. ಬಹುಶಃ ನಮಗೆ ಅಷ್ಟೊಂದು ಸೈನಿಕರು ಬೇಕಾಗುವುದಿಲ್ಲ. ಫಿಲಿಪ್ ಮತ್ತು ಗೊನ್ನಸ್ ಹೆಚ್ಚು ಹೋರಾಡಬೇಕಾಗುತ್ತದೆ.

ಚಂದ್ರ - ಆದರೆ ನಮ್ಮ ಅಜಾಗರೂಕತೆಯಿಂದ, ಕತ್ತಿಗಳ ಅಂಚುಗಳ ದಿಕ್ಕು ಬದಲಾಗದೆ ಇರಬಹುದು.

ಮಲಯ- ದುರ್ಗೆಯ ರಕ್ಷಾಕವಚ ನಮ್ಮನ್ನು ರಕ್ಷಿಸುತ್ತದೆ. ನಮ್ಮ ಕೈಯಲ್ಲಿ ಕತ್ತಿಗಳೂ ಸಿದ್ಧವಾಗುತ್ತವೆ.

ಚಂದ್ರ- ಇಂದು ನನ್ನ ಹೃದಯ ಸಂತೋಷವಾಗಿದೆ ಕುಮಾರ್! ಸಾಮ್ರಾಜ್ಯಶಾಹಿ ತೋಳಗಳ ಆಳ್ವಿಕೆ ಭಾರತದ ನೆಲದಲ್ಲಿ ಇನ್ನು ಅಸ್ತಿತ್ವದಲ್ಲಿಲ್ಲ ಎಂದು ನಿಮ್ಮ ಮಾತುಗಳು ನನಗೆ ಮನವರಿಕೆ ಮಾಡಿಕೊಟ್ಟವು. ಸಾಮ್ರಾಜ್ಯಶಾಹಿಯ ಜ್ವಾಲೆಯನ್ನು ನಂದಿಸಲು, ಸಿಂಧೂ ನದಿಯ ಗಂಭೀರ ನೀರು ಏರಿದೆ. ಸರಿ ನಾನು ಹೋಗುತ್ತಿದ್ದೇನೆ. ಕುಮಾರ್ ಅಂಬಿ ಕಾಯಲಿದ್ದಾರೆ. ಚಂದ್ರುಗುಪ್ತನುಹೊರಟುಹೋದನು ಮತ್ತು ಮಲ್ಯ ಉತ್ಸಾಹದಿಂದ

ಹೇಳಲಾರಂಭಿಸಿದನು - 'ಸಾಕು, ಈಗ ಅದು ಮಲ್ಯ ಇಡೀ ಭಾರತಕ್ಕೆ ಚಕ್ರವರ್ತಿಯಾಗುವ ದಿನ ದೂರವಿಲ್ಲ. ಮಲ್ಯರು ಸ್ವಪ್ನದಿಂದ ನೆರಳು ಬಂದಿತೆಂದು ಸಂತೋಷದಿಂದ ಮೆಲುದನಿಯಲ್ಲಿ ಇದನ್ನು ಹೇಳುತ್ತಿದ್ದರು. ವಿಚಲಿತರಾದರು. ಅವಳು ತನ್ನ ಅಜಾಗರೂಕತೆಯಿಂದ

ಹೇಳಿದಳು - ಸಹೋದರ! ನೀನು ಆಗಾಗ ಹಾಡಿ ಹೊಗಳುವ ವೀರ ಚಂದ್ರುಗುಪ್ತನೇ ಇವನೇ?

ಮಲಯ- ಹೌದು, ನೆರಳು! ಇದೇ ಚಂದ್ರುಗುಪ್ತ ಭಾರತದಾದ್ಯಂತ ಛತ್ರಿ ರಾಜ್ಯವನ್ನು ಸ್ಥಾಪಿಸಿದ. ಹಾಗೆ ಮಾಡಲು

ಮುಂದಾಗಿದೆಛಾಯಾ - ನಿಜವಾಗಿಯೂ ಸಹೋದರ! ದೊಡ್ಡ ತಲೆ, ಸುಂದರವಾದ ತೋಳುಗಳು, ಆಕರ್ಷಕ ಕಣ್ಣುಗಳು! ಅಂತಹ ಸುಂದರ ಯುವಕನನ್ನು ನಾನು ಹಿಂದೆಂದೂ ನೋಡಿಲ್ಲ.

ಮಲಯ - ವಾಸ್ತವವಾಗಿ, ದೇವರು ಅವನಿಗೆ ಅವನ ಗುಣಗಳಿಗೆ ಅನುಗುಣವಾಗಿ ಒಂದು ರೂಪವನ್ನು ಕೊಟ್ಟಿದ್ದಾನೆ. ಆದರೆ ರೂಪ ಮತ್ತು ಗುಣಗಳನ್ನು ವಿವರಿಸಲು ಇದು ಸಮಯವಲ್ಲ. ನೆರಳು! ಹೋಗಿ ದೇವರನ್ನು ಪ್ರಾರ್ಥಿಸು ನಿಮ್ಮ ಸಹೋದರ ಭಾರತದ ಭವಿಷ್ಯದ ಚಕ್ರವರ್ತಿಯಾಗಲಿ. ಇದನ್ನು ಕೇಳಿ ಆನಂದತುಂದಿಲಳಾದ ಛಾಯಾ ಬೇಗನೆ ತೋಟದಲ್ಲಿದ್ದ ಗುಲಾಬಿಯ ಕುಂಡದ ಬಳಿ ನಿಂತು ತನ್ನಷ್ಟಕ್ಕೆ ತಾನೇ

ಹೇಳತೊಡಗಿದಳು - 'ಚಂದ್ರುಗುಪ್ತನಿಗೆ ಜಯ! ಅವರ ಖ್ಯಾತಿಯ ಗೀತೆಗಳನ್ನು ಜಗತ್ತಿನಲ್ಲಿ ಹಾಡಬೇಕು. ನೀನು ಎಷ್ಟು ಸುಂದರವಾಗಿದ್ದಿಯಾ! ನೀವೂ ಅಷ್ಟು ಮೃದುವಾಗಿದ್ದೀರಾ? ನಿಮ್ಮದು ಔರಾ ನನ್ನನ್ನು ಖರೀದಿಸಿದ್ದಾರೆ. ನೆರಳು! ಇದು ಒಂದು ಕನಸು. ಯಾರ ಕನಸುಗಳು ನನಸಾಗುತ್ತವೆಯೇ? ಏಕೆ ಆಗುವುದಿಲ್ಲ? ಭಾವೋದ್ರೇಕ ನಿಜವಾಗಿದ್ದರೆ". ನಾನು ನಿಮ್ಮ ಪಾದಗಳಲ್ಲಿ ಸಮರ್ಪಣಾ ಹೂವುಗಳನ್ನು ಅರ್ಪಿಸುತ್ತೇನೆ, ಅದನ್ನು ಸ್ವೀಕರಿಸಿ!' ಹೀಗೆ ಹೇಳುತ್ತಾ ಛಾಯಾ ಗುಲಾಬಿ ಗಿಡದಿಂದ ಹೂವನ್ನು ಕಿತ್ತಳು, ಆದರೆ ಮುಳ್ಳು ಅಂಗೈಗೆ ಚುಚ್ಚಿ ಹೂವನ್ನು ರಕ್ತದಿಂದ ನೆನೆಸಿದಳು. ಕೈ.' ಪ್ರೀತಿ ಕೂಡ ತುಂಬಾ ಅಪೇಕ್ಷಣೀಯವಾಗಿದೆ. ದುಃಖಗಳು ಮಧುರವಾಗಿ ಕಾಣುತ್ತವೆ, ತ್ಯಾಗದಲ್ಲಿ ಆನಂದವಿದೆ, ಎಲ್ಲವನ್ನೂ ಒಪ್ಪಿಸುವ ಬಯಕೆ ಇದೆ. ಸೃಷ್ಟಿಯ ಮೂಲ, ರಾಗಗಳ ಹುಟ್ಟು, ಸೌಂದರ್ಯ ಮತ್ತು ಶಕ್ತಿ ಪ್ರೀತಿಯ ಸುಂದರ ಕ್ಷಣಗಳಿಂದ ಮಾತ್ರ ಮೂಲವನ್ನು ಪಡೆಯಲಾಗುತ್ತದೆ. ಎರಡು ಆತ್ಮಗಳ ಸಂಸ್ಕಾರಗಳು ಪ್ರತಿಧ್ವನಿಸಿದಾಗ, ನಂತರ ಲಲಿತ ಕಲೆಯ ಹೂವುಗಳು ಅರಳುತ್ತವೆ

16

ಚಂದ್ರಗುಪ್ತನು ಶಿಬಿರವನ್ನು ಪ್ರವೇಶಿಸಿದನು, ಸೈನಿಕನು ಹಿಂದಿನಿಂದ ಬಂದು ಅವನನ್ನು ಸ್ವಾಗತಿಸಿ

ಹೇಳಿದನು - ಒಬ್ಬ ಜ್ಯೋತಿಷಿ ಬಂದಿದ್ದಾನೆ. 'ನನಗೆ ಚಂದ್ರಗುಪ್ತನೊಂದಿಗೆ ಹಳೆಯ ಪರಿಚಯವಿದೆ' ಎಂದು ಹೇಳಲಾಗುತ್ತದೆ. ನನ್ನ ಅನುಮತಿ ಇದ್ದರೆ ನಾನು ಒಳಗೆ ಬರಬೇಕೇ? ಯೋಚಿಸುತ್ತಾ ಚಂದ್ರಗುಪ್ತ

ಉತ್ತರಿಸಿದ - ನಿನ್ನ ಹೆಸರೇನು? ಸೈನಿಕ: ಹೆಸರಿನ ಬಗ್ಗೆ ಏನನ್ನೂ ಹೇಳಲಿಲ್ಲ. ಎಂದು ಕೇಳಿದಾಗ ಕುಸುಮಕಾನನ ಜ್ಯೋತಿಷಿ ಬಂದಿದ್ದಾರೆ ಎಂದರು. ಚಂದ್ರ- ಸರಿ, ಕುಸುಮ್ಕಾನನ್ ವಾಲೆ ಜ್ಯೋತಿಷಿ ಜೀ, ಅವನನ್ನು ಗೌರವದಿಂದ ಕರೆತನ್ನಿ.

ಸೈನಿಕನು ಹೋಗಿ ಜ್ಯೋತಿಷಿಯನ್ನು ತನ್ನೊಂದಿಗೆ ಸಪದಿಗೆ ಕರೆದೊಯ್ದನು. ಜ್ಯೋತಿಷಿಯನ್ನು ನೋಡುತ್ತಾ ಸುಸಜ್ಜಿತವಾದ ಸ್ಟೂಲೊಂದರ ಕಡೆಗೆ ಕೈತೋರಿಸಿ, 'ಕುಳಿತುಕೊಳ್ಳಿ, ಮಹಾರಾಜ!' ಹೀ ಚಂದ್ರಗುಪ್ತ ಜ್ಯೋತಿಷಿ ತರಾತುರಿಯಲ್ಲಿ ಬಂದರು. ಚಂದ್ರಗುಪ್ತನು ಅವನನ್ನು ಸೂಕ್ಷ್ಮವಾಗಿ ನೋಡಿ

ಹೇಳಿದನು - ಜ್ಯೋತಿಶಾಚಾರ್ಯ ಜೀ ಮಹಾರಾಜರಿಗೆ ಹೇಳು! ಈ ದಿನಗಳಲ್ಲಿ ಗ್ರಹಗಳು ಏನು ಮಾಡುತ್ತಿವೆ? **ಜ್ಯೋತಿಷಿ -** ಒಂಬತ್ತು ಕೋಟೆಗಳ ರಕ್ಷಾಕವಚವು ನಿಮ್ಮ ಸೊಂಟದಲ್ಲಿದೆ, ಕಮಾಂಡರ್! ಸುತ್ತಲೂ ಮಂಗಳ ಮಾತ್ರ ಇದೆ. ನಿಮ್ಮ ರಾಶಿಚಕ್ರ ಚಿಹ್ನೆಯು ತುಂಬಾ ಅನುಕೂಲಕರವಾಗಿದೆ, ಆದರೆ

"**ಚಂದ್ರ -** ಆದರೆ ಏನು?

ಜ್ಯೋತಿಷಿ - ಆದರೆ ಈ ಚಾಮುಂಡಾದ ಭೈರವಿ ಸಂಗೀತವು ಹರಡುತ್ತದೆ, ಭೀಕರ ಯುದ್ಧದಿಂದ ಭೂಮಿಯು ನಡುಗುತ್ತದೆ, ಆದರೆ ನಿಮ್ಮ ಕೂದಲು

ಹಾಳಾಗುವುದಿಲ್ಲಚಂದ್ರ - ನಿಮ್ಮ ಮಾತು ಯಶಸ್ವಿಯಾಗಲಿ!

ಜ್ಯೋತಿಷಿ- ನಮ್ಮ ಮಾತು ಖಂಡಿತಾ ಸಫಲವಾಗುತ್ತದೆ, ಆದರೆ ನಮ್ಮ ಲಡ್ಡುಗಳಿಗೆ ಎಲ್ಲೋ ಜಯ ಸಿಗುತ್ತದೆ. ಮರೆಯಬೇಡ. 'ಯಾರು, ಭಾಸುರಕ್! ನಿಜವಾಗಿಯೂ, ಇಂದು ನೀವು ಅಂತಹ ರೂಪವನ್ನು ರಚಿಸಿದ್ದೀರಿ, ನನಗೆ ಇನ್ನೂ ಅನುಮಾನವಿತ್ತು. ಹೇಳು, ಏನಾದರೂ ಇತ್ತೀಚಿನ ಸುದ್ದಿ ಇದೆಯೇ?'

ಜ್ಯೋತಿಷಿ- ಅದಕ್ಕೂ ಮೊದಲು ಗುರುದೇವನಿಗೆ ಎಲ್ಲದರ ಸುದ್ದಿ ಸಿಕ್ಕಿದೆ ಎಂಬ ಮಾಹಿತಿಯನ್ನು ಕಳುಹಿಸಬೇಕು ಎಂಬುದು ಸುದ್ದಿ. ಮಹಾಮಾತ್ಯ ರಾಕ್ಷಸ ಸಹ ಚಟುವಟಿಕೆಯ ಬಗ್ಗೆ ತಿಳಿದುಕೊಂಡಿದ್ದಾರೆ.

ಗ್ರೀಕರು ತಮ್ಮಲ್ಲಿನ ದಂಗೆಯಿಂದಾಗಿ ತಕ್ಷಣವೇ ಮಗಧದ ಮೇಲೆ ದಾಳಿ ಮಾಡುವುದಿಲ್ಲ ಎಂದು ಅವರು ವಿಶ್ವಾಸ ಹೊಂದಿದ್ದರೂ, ಮಗಧದ ಸೈನ್ಯವು ಮುಂಭಾಗಗಳಲ್ಲಿ ಎಚ್ಚರಿಕೆಯಿಂದ ತೊಡಗಿಸಿಕೊಂಡಿದೆ. ಸಮಯದ ಸದುಪಯೋಗ ಮಾಡಿಕೊಳ್ಳುವುದು ಜಾಣತನ ಎಂದು ಗುರುದೇವ ಮೌಖಿಕ ಆಜ್ಞೆಯನ್ನೂ ಕಳುಹಿಸಿದ್ದಾರೆ. ಫಿಲಿಪ್ ಮತ್ತು ಗೊನ್ನಸ್ ದುರಾಸೆಯಿಂದ ಸೆಲ್ಯೂಕಸ್‌ನ ಶತ್ರುಗಳಾಗಲು ಸಿದ್ಧರಾಗಿದ್ದರೆ, ನಂತರ ಅವರನ್ನು ಪ್ರಚೋದಿಸಿ ಯುದ್ಧವನ್ನು ಪ್ರಾರಂಭಿಸಿ. ಪಿತೂರಿ ನಿಖರವಾಗಿರಬೇಕು, ಸ್ಫೋಟದ ಮೊದಲು ಸ್ಪಾರ್ಕ್ನ ಹೊಳಪು ಗೋಚರಿಸಬಾರದು.

ಚಂದ್ರ- ಆದರೆ ಈ ಮಾಹಿತಿ ತಂದವರು ನಂಬಿಗಸ್ತರು ಅಲ್ಲವೇ? ಮೊದಲು ಇದು ಗುರುಗಳ ಆದೇಶವಾಗಿತ್ತು ನಡಿಗೆ ಮಗಧದ ಕಡೆಗೆ ಆಗಬೇಕು. ಜ್ಯೋತಿಷಿ: ಆದರೆ ಈಗ ಸಂದರ್ಭಗಳನ್ನು ನೋಡಿ ಯೋಚನೆ ಬದಲಾಯಿತು. ಮಾಹಿತಿ ತಂದವನು ನನಗೆ ಮತ್ತು ಗುರೂಜಿಗೆ ಬಿಟ್ಟರೆ ಯಾರಿಗೂ ಗೊತ್ತಿಲ್ಲ ಎಂಬ ರಹಸ್ಯವನ್ನು ಹೇಳಿದ.

ಚಂದ್ರ - ಆಗ ಜ್ವಾಲೆಯು ಉರಿಯುತ್ತದೆ. ಗುರುದೇವರ ಅಪ್ಪಣೆಗಾಗಿ ಕಾಯಲು ಮಾತ್ರ ನಿನ್ನೆ ಮೊನ್ನೆ ರಹಸ್ಯ ಗುಹೆಯಲ್ಲಿ ಅಂತಿಮ ನಿರ್ಧಾರ ಕೈಗೊಳ್ಳಲು ಬಿಡಲಿಲ್ಲ. ಕನಿಷ್ಠ ರಕ್ತಪಾತದಿಂದ ವಿದೇಶಿಯರನ್ನು ಎಷ್ಟು ಬೇಗನೆ ಆರ್ಯ ಭೂಮಿಯಿಂದ ಹೊರಹಾಕಲಾಯಿತು ಎಂಬುದನ್ನು ಈಗ ಗುರುದೇವ ನೋಡುತ್ತಾನೆ.

ಜ್ಯೋತಿಷಿ - ಜೈ! ಹೆಚ್ಚು ಹೆಚ್ಚು ಕ್ರಮಗಳನ್ನು ಹೊಂದಿರುವುದು, ಕಡಿಮೆ ಅಲ್ಲ, ಇದು ಅವಶ್ಯಕವಾಗಿದೆ, ಆದ್ದರಿಂದ ಜಗತ್ತಿನಲ್ಲಿ ಜನಸಂಖ್ಯೆಯು ಕಡಿಮೆ ಇರುತ್ತದೆ ಮತ್ತು ಅಲ್ಲಿ ವಾಸಿಸುವ ಕೆಲವರು ಸಂತೋಷದಿಂದ ತುಂಬಲು ಆಹಾರವನ್ನು ಪಡೆಯುತ್ತಾರೆ. ನಮಸ್ಕಾರ ಲಡ್ಡು ಮಹಾರಾಜರೇ! ಈಗ ಕಮಾಂಡರ್ ಹೋಗೋಣ.

ಚಂದ್ರು - ಜ್ಯೋತಿಷಿ ಎಲ್ಲಿ ಹೋದ?

ಜ್ಯೋತಿಷಿ - ಜೈ ಕಾಳಿ! ನೀವು ಹೊರಡುವಾಗ ಯಾರೂ ಅಡ್ಡಿಪಡಿಸಬಾರದು. ಜ್ಯೋತಿಷ್ಯದ ಹದಿನೆಂಟನೇ ಅಧ್ಯಾಯದಲ್ಲಿ, ಹದಿನೇಳನೇ ಪುಟದಲ್ಲಿ, ಎರಡನೇ ಪ್ಯಾರಾಗ್ರಾಫ್ನ ಒಂಬತ್ತನೇ ಸಾಲಿನಲ್ಲಿ, ಹೀಗೆ ಬರೆಯಲಾಗಿದೆ: ಚಂದ್ರು: ಬರೆದಿರೋ ಇಲ್ಲವೋ ಆದರೆ ಓದಿದ್ದೀನಿ. ಹೇಳು ಮಹಾರಾಜರೇ ಈಗ ನನ್ನನ್ನು ಯಾವಾಗ ನೋಡುವಿರಿ?

ಜ್ಯೋತಿಷಿ - ದೇವರಂತೆ, ನಾವು ಎಲ್ಲಾ ಸಮಯದಲ್ಲೂ ಪ್ರತಿ ಸ್ಥಳದಲ್ಲಿ ಇರುತ್ತೇವೆ. ಅಗತ್ಯವಿದ್ದಾಗ ಕಾಣಿಸುತ್ತದೆ. ಜೈ ಕಾಳಿ! ಜ್ಯೋತಿಷಿ ಹೊರಟುಹೋದ. ಅವನ ನಿರ್ಗಮನದ ನಂತರ, ಚಂದ್ರಗುಪ್ತನು ಸ್ವಲ್ಪ ಸಮಯ ಯೋಚಿಸಿದನು ಮತ್ತು ನಂತರ ಒಬ್ಬ ವೀರನನ್ನು ಕರೆದು

ಹೇಳಿದನು - 'ನಾವು ಈಗಲೇ ಕುಮಾರ ಮಾಲೆಯನ್ನು ಭೇಟಿಯಾಗಲಿದ್ದೇವೆ. ನೀವು ಇಲ್ಲಿ ಎಚ್ಚರವಾಗಿರಿ, ಯಾರಾದರೂ ಬಂದರೆ, ಕಮಾಂಡರ್ ಎಲ್ಲಿಗೆ ಹೋದರು ಎಂದು ಹೇಳಬೇಡಿ'ಆದೇಶದಂತೆ!' ಹೀಗೆ ಹೇಳುತ್ತಾ ಸೈನಿಕನು ಕಾವಲಿಗೆ ನಿಂತನು ಮತ್ತು ಚಂದ್ರಗುಪ್ತನು ಸಾಮಾನ್ಯ ಉಡುಪಿನಲ್ಲಿ ಮಲೆಯ ಅರಮನೆಯ ಕಡೆಗೆ ಹೋದನು. ನನ್ನ ಬಿಡಾರದಿಂದ ಅರಮನೆಗೆ ಹೋಗುವಾಗ ಮನಸ್ಸಿನಲ್ಲಿ ಎಷ್ಟು ಚಿತ್ರಗಳನ್ನು ಮಾಡಿ ಅಳಿಸಿಬಿಟ್ಟೆನೋ ಗೊತ್ತಿಲ್ಲ. ಮಲ್ಯ ಅರಮನೆಯನ್ನು ತಲುಪಿದ ಕೂಡಲೇ ಅವನ ಮುಂದೆ ನೆರಳು ಕಾಣಿಸಿತು. ಛಾಯಾ ಚಂದ್ರಗುಪ್ತನನ್ನು ದಿಟ್ಟಿಸಿ ನೋಡಿದಳು. ಅದನ್ನು ನೋಡುತ್ತಾ

ಹೇಳಿದರು - ಕಮಾಂಡರ್ ಕುಳಿತುಕೊಳ್ಳಿ! ಸಹೋದರ ಈಗ ಮಲಗಿದ್ದಾನೆ. ನಾನು ಅವರನ್ನು ಎಬ್ಬಿಸಬೇಕೇ? ಚಂದ್ರ: ಸೈನಿಕನಿಗೆ ಕುದುರೆಯ ಬೆನ್ನು ಹಾಸಿಗೆ. ಹೌದು, ಅವರನ್ನು ಎಚ್ಚರಗೊಳಿಸಿ! ಛಾಯಾ ಮುಗುಳ್ನಗುತ್ತಾ

ಹೇಳಿದಳು - ನಾನು ಅಣ್ಣನನ್ನು ಎಬ್ಬಿಸಲು ಹೋಗುತ್ತಿದ್ದೇನೆ ಆದರೆ ನನಗೇ ನಿದ್ದೆ ಬರುತ್ತಿದೆ. ಅಲ್ಲಿಗೆ ತಲುಪುವಷ್ಟರಲ್ಲಿ ನಿದ್ದೆ ಬಂದರೆ ನನ್ನನ್ನು ದೂಷಿಸಬೇಡಿ.

ಚಂದ್ರು- ಎಲ್ಲಿಯವರೆಗೆ ಭವಾನಿಯ ಶಕ್ತಿ ನಮ್ಮ ಕೈಯಲ್ಲಿರುತ್ತದೆಯೋ ಅಲ್ಲಿಯವರೆಗೆ ಸ್ತ್ರೀಯರು ಸುಖವಾಗಿ ಮಲಗುತ್ತಾರೆ. ಯಾರು ನಿಲ್ಲಿಸಬಹುದು! ಹೋಗು ನೀನು ಮಲಗು, ನಾನೇ ಕುಮಾರ್‌ನನ್ನು ಎಬ್ಬಿಸುತ್ತೇನೆ.

ನೆರಳು - ಇಲ್ಲ - ಇಲ್ಲ, ನಾನು ಹಾಗೆ ಹೇಳುತ್ತಿಲ್ಲ.

ಚಂದ್ರು- ಎಂದರೆ ಯೌವನದ ಅಮಲು, ಬೊಂಬೆಯಂತೆ ಕುಣಿಯುವ ಕುಡುಕ. ನೀವು ಏನು ಅರ್ಥಮಾಡಿಕೊಳ್ಳುವಿರಿ? ಮಹಿಳೆ ಒಂದು ವಿಚಿತ್ರ ಒಗಟು. ಛಾಯಾ: ಇದು ಒಂದು ವಿಸ್ಮಯ, ಇಲ್ಲಿಯವರೆಗೆ ಮಹಿಳೆಯನ್ನು ಪುರುಷನು ಆಟಿಕೆ ಎಂದು ಪರಿಗಣಿಸುತ್ತಿದ್ದಳು. ಇಂದು ನೀವು ಅವನಿಗೆ ಒಂದು ಒಗಟು ಹೇಳುತ್ತಿದ್ದೀರಿ. ಚಂದ್ರು- ಮನಃಶಾಸ್ತ್ರವನ್ನು ವಿಶ್ಲೇಷಿಸುವ ಸಮಯ ಇದಲ್ಲ ಛಾಯಾ. ತಡವಾಗುತ್ತಿದೆ, ಕುಮಾರ್ ತಕ್ಷಣ

ಎಚ್ಚೆತ್ತುಕೊಳ್ಳಿಛಾಯಾ - ಹಾಗಾದರೆ ನಾನು ರಜೆಗಾಗಿ ಕಾಯುತ್ತಿರಬೇಕು ಅಲ್ಲವೇ? ಚಂದ್ರ: ಮನುಷ್ಯ ತನ್ನ ಜೀವನದುದ್ದಕ್ಕೂ ಇನ್ನೇನು ಮಾಡುತ್ತಾನೆ? ನಾಳೆ ಸೂರ್ಯನನ್ನು ಯಾರು ನೋಡುತ್ತಾರೆಂದು ಯಾರಿಗೆ ತಿಳಿದಿದೆ. ನೆರಳು: ಇಂತಹ ಮಾತುಗಳನ್ನು ಹೇಳಬೇಡ ದಳಪತಿ! ನೆರಳಿನ ಜೀವನ ದಳಪತಿಯ ಜೀವನ. ಚಂದ್ರು- ನಿಮ್ಮ ಹಾರೈಕೆಗೆ ಧನ್ಯವಾದಗಳು! ನೀನು ಮಲ್ಯ ಎಬ್ಬಿಸುವುದಿಲ್ಲ ಎಂದು ತೋರುತ್ತದೆ, ಹಾಗಾಗಿ ನಾನು

ಹೋಗುತ್ತೇನೆ. 'ಇಲ್ಲ-ಇಲ್ಲ, ನಾನು ಹೋಗುತ್ತಿದ್ದೇನೆ.' ಹೀಗೆ ಹೇಳುತ್ತಾ ಛಾಯಾ ಹೋಗಿ ಕುಮಾರನನ್ನು ಎತ್ತಿಕೊಂಡು

ಹೇಳಿದಳು- 'ಅಣ್ಣ ಅಣ್ಣ! ಚಂದ್ರಗುಪ್ತ ಬಂದಿದ್ದಾನೆ. 'ಇದನ್ನು ಕೇಳಿದ ಮಲ್ಯನು ಎದ್ದು ದೊಡ್ಡ ಕೋಣೆಗೆ ಬಂದು ಚಂದ್ರಗುಪ್ತನೊಂದಿಗೆ ಮಾತನಾಡಲು ಪ್ರಾರಂಭಿಸಿದನು. ಚಂದ್ರು: ನಿಮ್ಮ ದೂರದೃಷ್ಟಿಗೆ ಅಭಿನಂದನೆಗಳು ಕುಮಾರ್! ಸ್ಫೋಟಕ್ಕೆ ಇದು ಅನುಕೂಲಕರ ಸಮಯ. ನಾಳೆ ರಾತ್ರಿ ಫಿಲಿಪ್ ಮತ್ತು ಗೊನ್ನಸ್ ಮುಂದೆ ದಾಳಿ ಮಾಡುವುದು ಸೂಕ್ತವೇ?

ಕುಮಾರ್- ಇಂದು ರಾತ್ರಿ ರಹಸ್ಯ ಕುಳಿಯಲ್ಲಿ ಸ್ಫೋಟದ ಸಂಪೂರ್ಣ ಚಿತ್ರಣವನ್ನು ಖಚಿತಪಡಿಸಬೇಕು.

ಚಂದ್ರ - ಹಾಗಾದರೆ ಈ ರಾತ್ರಿ ರಹಸ್ಯ ಗುಹೆಯಲ್ಲಿ?

ಮಲ್ಯ- ಹೌದು, ಆದರೆ ರಹಸ್ಯವನ್ನು ಬಹಿರಂಗಪಡಿಸಬಾರದು.

ಚಂದ್ರ- ಚಿಂತಿಸಬೇಡ ರಾಜಕುಮಾರಮಲ್ಯ ಮತ್ತು ಚಂದ್ರು ಇನ್ನೂ ಅನೇಕ ರಹಸ್ಯ ವಿಷಯಗಳ ಬಗ್ಗೆ ಮಾತನಾಡುತ್ತಿದ್ದರು. ಸಣ್ಣ ಪುಟ್ಟ ಮಾತಿನಲ್ಲೇ ಸಮಯ ಕಳೆಯುತ್ತದೆ. ರಾತ್ರಿಯ ಸಮಯವಾಗಿತ್ತು. ಕೆಲವು ಸಮಯದ ಹಿಂದೆ ಚಂದ್ರಗುಪ್ತನು ಕುಮಾರ್‌ನೊಂದಿಗೆ ಮಾತನಾಡುತ್ತಿದ್ದನು ಮತ್ತು ಈಗ ಅವನು ರಹಸ್ಯ ಗುಹೆಯಲ್ಲಿ ಫಿಲಿಪ್‌ನೊಂದಿಗೆ ಮಾತನಾಡುವುದನ್ನು ನಾವು ನೋಡುತ್ತೇವೆ. ಫಿಲಿಪ್ ಗುಹೆಯಿಂದ ಹೊರಗೆ ಇಣುಕಿ

ಹೇಳಿದನು - ಎಲ್ಲರೂ ಇನ್ನೂ ಬಂದಿಲ್ಲವೇ?

ಚಂದ್ರ- ಬೇಗ ಬರಬೇಕು. ಇಬ್ಬರಿಗೂ ನನಗಿಂತ ನಿನಗಿಂತ ಡೆಡಿಕೇಶನ್ ಜಾಸ್ತಿ. ಇಲ್ಲಿ ಸಿಂಹಾಕ್ಷ ಮತ್ತು ಆಂಬಿ ಒಟ್ಟಿಗೆ ಬರುತ್ತಿದ್ದಾರೆ. ಮತ್ತು ನೋಡಿ, ಗೋಣಗಳು ಮತ್ತು ಮಲಯರು ಸಹ ಹಿಂದಕ್ಕೆ ಮತ್ತು ಮುಂದಕ್ಕೆ ಬರುತ್ತಿದ್ದಾರೆ. ಸ್ವಲ್ಪ ಸಮಯದ ನಂತರ, ರಹಸ್ಯ ಗುಹೆಯಲ್ಲಿ ಪಿತೂರಿಗಾರರ ಅತ್ಯಂತ ರಹಸ್ಯ ಸಭೆ ಪ್ರಾರಂಭವಾಯಿತು. ಫಿಲಿಪನನ್ನು ನೋಡಿ ಚಂದ್ರಗುಪ್ತನು

ಹೇಳಿದನುನಾಳೆ ಮಧ್ಯರಾತ್ರಿಯಲ್ಲಿ ಶಂಖದ ಮಹಾಧ್ವನಿ ಕೇಳಿದ ಕ್ಷಣದಲ್ಲಿ ದಂಗೆಯನ್ನು ಪ್ರಾರಂಭಿಸಬೇಕು ಮತ್ತು ಫಿಲಿಪ್ ಮತ್ತು ಗೋನಸ್ ಸೈನ್ಯದಿಂದ ದಂಗೆಯು ಪ್ರಾರಂಭವಾಗುವುದುಫಿಲಿಪ್: ದಾಳಿ ಮಾಡಿದ ತಕ್ಷಣ ಎಚ್ಚರಿಕೆಯ ಗಂಟೆಗಳು ಮೊಳಗುತ್ತವೆ ಮತ್ತು ಸೆಲ್ಯೂಕಸ್ನ ಅಜೇಯ ಸೈನ್ಯವು ಸಾವಿನಂತೆ ಕುಸಿಯುತ್ತದೆ. ಆದುದರಿಂದ ಆ ಅಜೇಯ ಸೇನೆಯನ್ನು ಎದುರಿಸಲು ಅತ್ತ ಕಡೆಯಿಂದ ಚಂದ್ರಗುಪ್ತನು ಸಿದ್ಧನಾಗಬೇಕು.

ಚಂದ್ರಗುಪ್ತ - ಚಿಂತಿಸಬೇಡ ಫಿಲಿಪ್! ಸೆಲ್ಯೂಕಸ್ನ ಮುಖ್ಯ ಸೈನ್ಯದ ವಿರುದ್ಧ ನನ್ನ ಸೈನ್ಯದೊಂದಿಗೆ ನಿಮಗೆ ಸಹಾಯ ಮಾಡಲು ನಾನು ಸಿದ್ಧನಿದ್ದೇನೆ. ಸೆಲ್ಯೂಕಸ್‌ನ ಅತ್ಯಂತ ವಿಶ್ವಾಸಾರ್ಹ ಕಮಾಂಡರ್ ಸಿಂಹಾಕ್ಷ ಫಿಟ್ವಾಲ್ಡ್ಡೆಯ ಚಲನೆಯನ್ನು ನಿಲ್ಲಿಸುತ್ತಾನೆ ಮತ್ತು ತಕ್ಷಣದ ಅಗತ್ಯಕ್ಕಾಗಿ ಕುಮಾರ್ ಮಲಯ್ ತನ್ನ ಸೈನ್ಯದೊಂದಿಗೆ ಸಿದ್ಧನಾಗುತ್ತಾನೆ. ಯುದ್ಧದ ಸಮಯದಲ್ಲಿ ಶಂಖವನ್ನು ಮೂರು ಬಾರಿ ಊದಿದರೆ ಅದು ದಿಕ್ಕನ್ನು ಸೂಚಿಸುತ್ತದೆ ಕುಮಾರ್ ಇನ್ನೊಂದು ಕಡೆಯಿಂದ ದಾಳಿ ಮಾಡಿ ವಿಜಯಕ್ಕೆ ಸಹಾಯ ಮಾಡುತ್ತಾನೆ ಮತ್ತು ಆಂಬಿ ಉತ್ತರದ ಕಡೆಗೆ ಬದ್ಧನಾಗಿರುತ್ತಾನೆ.

ಉಳಿಯುತ್ತದೆ ಶತ್ರುಗಳು ಆ ಕಡೆಯಿಂದ ನಮ್ಮನ್ನು ಸುತ್ತುವರಿಯಲು ಪ್ರಯತ್ನಿಸಿದರೆ, ನಾವು ಈ ಮುಂಭಾಗವನ್ನು ತೆಗೆದುಕೊಳ್ಳುತ್ತೇವೆ ಮತ್ತು ಆಗ ಮಾತ್ರ ನಾವು ಮಾಡುತ್ತೇವೆ ಇಲ್ಲಿಂದ ಅದರ ಸಹಾಯ ತಲುಪಲಿದೆ.

ಅಂಬಿ- ಆದರೆ ವಿಜಯದ ನಂತರ ವಶಪಡಿಸಿಕೊಂಡ ಸೀಮೆಗಳ ಹಂಚಿಕೆಯ ಚಿತ್ರಣವನ್ನೂ ಮಾಡಲಾಗಿದೆ.

ತೆಗೆದುಕೊಳ್ಳಬೇಕುಚಂದ್ರು- ಈಗ ಅದರ ಬಗ್ಗೆ ಯೋಚಿಸುವ ಅಗತ್ಯವಿಲ್ಲ; ಮತ್ತು ಒಂದು ರೀತಿಯಲ್ಲಿ ಯೋಚಿಸಲಾಗಿದೆ.

ಸಿಂಧು-ಕಿಂಗ್ ಕುಮಾರ್ ಅಂಬಿ ಆಗಲಿದ್ದಾರೆ ಮತ್ತು ಪಂಚಂದಾಧೀಶ ಪಂಚನಾದ್ ಅವರ ಉತ್ತರಾಧಿಕಾರಿ ಕುಮಾರ್ ಮಲಯ್. ಫಿಲಿಪ್ ಮತ್ತು ಗೋನಸ್ ಉಳಿದ ಪ್ರದೇಶಗಳ ಮಾಲೀಕರಾಗಿ ಉಳಿಯುತ್ತಾರೆ. ಆದರೆ ಮೂಲಕ, ಈ ಎಲ್ಲಾ ರಾಜ್ಯಗಳು ನಾನು ನಮ್ಮೆಲ್ಲರ ಸಾಮೂಹಿಕ ರಾಜ್ಯವನ್ನು ಹೊಂದುತ್ತೇನೆ.

ಫಿಲಿಪ್ - ಸೈನಿಕರು ಮೊದಲು ಗೆಲ್ಲುತ್ತಾರೆ, ನಂತರ ವಿಭಜಿಸುತ್ತಾರೆ. ಇದು ವಿಭಜನೆಯ ಸಮಯವಲ್ಲ. ಮಲಯ-ಗೆಲುವಿನ ಕಿರೀಟ ನಿಮ್ಮ ತಲೆಯ ಮೇಲಿದೆ ಫಿಲಿಪ್! ನಾಳೆ ಸ್ಫೋಟದಲ್ಲಿ ತಪ್ಪು ಮಾಡಬೇಡಿ. ಈಗ ಸಮಯ ವ್ಯರ್ಥ ಮಾಡುವುದು ವ್ಯರ್ಥ, ನಾಳೆ ಮಧ್ಯರಾತ್ರಿ! ಸಂಚುಕೋರರ ಸಭೆ ಮುಗಿಯಿತು. ಎಲ್ಲರೂ ತಮ್ಮ ತಮ್ಮ ಶಿಬಿರಗಳಿಗೆ ಹೋದರು. ಆದರೆ ಸ್ವಲ್ಪ ಸಮಯದ ನಂತರ ಚಂದ್ರಗುಪ್ತ ಮತ್ತು ಕುಮಾರ್ ಮಲ್ಯ ಮತ್ತೆ ಮುಚ್ಚಿದ ಕೋಣೆಯಲ್ಲಿ ಭೇಟಿಯಾದರು. ಚಂದ್ರಗುಪ್ತನು ಬಹಳ ಮೃದುವಾಗಿ ಹೇಳಿದನು - ಅಂಬಿಯನ್ನು ಸಂಪೂರ್ಣವಾಗಿ ನಂಬಲಾಗುವುದಿಲ್ಲ. ಮಲ್ಯ- ರಾಜಕೀಯದಲ್ಲಿ ಯಾರನ್ನೂ ನಂಬಬಾರದು. ಆದರೆ ಚಿಂತೆ ಮಾಡಲು ಏನೂ ಇಲ್ಲ. ಬ್ಯಾರಿಕೇಡ್‌ಗಳು ಅಗತ್ಯವಿದ್ದಲ್ಲಿ ನಾವು ಹೆಚ್ಚು ಸುತ್ತುವರಿದಿದ್ದರೂ ಸಹ ಸುರಕ್ಷಿತವಾಗಿರು

ತ್ರೀವೆಚಂದ್ರಗುಪ್ತ- ಮತ್ತು ಸೆಲ್ಯೂಕಸ್ ಸಮಯಕ್ಕಿಂತ ಮುಂಚಿತವಾಗಿ ತಿಳಿದಿದ್ದರೆ ಏನು?

ಮಲ್ಯ - ಇನ್ನೂ ಯಾವುದೇ ಹಾನಿ ಇಲ್ಲ. ಎಷ್ಟು ಭಯಾನಕ

ಚಂದ್ರ-ಸ್ವಾರ್ಥದ ಭೂತ. ಸೆಲ್ಯೂಕಸ್‌ಗೆ ನಮ್ಮ ಮೇಲೆ ಸಂಪೂರ್ಣ ವಿಶ್ವಾಸವಿದೆ ಮತ್ತು ಫಿಲಿಪ್ ನಮ್ಮನ್ನು ತನ್ನ ಸ್ನೇಹಿತರೆಂದು ಪರಿಗಣಿಸುತ್ತಾನೆ.

ಮಲ್ಯ - ನಮ್ಮಿಬ್ಬರ ಶತ್ರುಗಳು ಪರಸ್ಪರ ಶತ್ರುಗಳಾಗಿರುವುದು ರಾಜಕೀಯದ ಸಾಧನೆ. ನಮ್ಮನ್ನು ನಿಮ್ಮ ಸ್ನೇಹಿತರಂತೆ ಪರಿಗಣಿಸಿ. ಚಂದ್ರಗುಪ್ತ: ಇದೇ ಮೊದಲ ಬಾಣದಿಂದಲೇ ಈ ಅಪರಿಚಿತರನ್ನು ಹೋಗಲಾಡಿಸುವ ವಿಷಯ.

ಮಲಯ- ಈಗ ಫಲಿತಾಂಶಗಳ ಬಗ್ಗೆ ಯೋಚಿಸುವ ಸಮಯವಲ್ಲ, ತೆರೆದ ಕಣ್ಣುಗಳೊಂದಿಗೆ ಕಾರ್ಯನಿರ್ವಹಿಸುವ ಸಮಯ. ಇದೆ. ಈಗ ನೀನು ರಹಸ್ಯ ಬಾಗಿಲಿನ ಮೂಲಕ ಹೋಗು, ಚಂದ್ರಗುಪ್ತ! ನಿನಗೆ ಮಹಿಮೆ! ಚಂದ್ರಗುಪ್ತನು ರಹಸ್ಯ ಬಾಗಿಲಿನಿಂದ ಹೊರಟುಹೋದನು. ಅವರು ತಮ್ಮ ಶಿಬಿರವನ್ನು ತಲುಪುವ ಹೊತ್ತಿಗೆ ಬೆಳಗಾಗಲು ಇನ್ನೂ ಸ್ವಲ್ಪ ಸಮಯವಿತ್ತು.

ಚಂದ್ರಗುಪ್ತ ಏನನ್ನೋ ಯೋಚಿಸುತ್ತಾ ಹಾಸಿಗೆಯ ಮೇಲೆ ಕುಳಿತ. ಅವರೇ ಯೋಚಿಸತೊಡಗಿದರು, 'ಭಾವನೆಗಳು ಮತ್ತು ಕರ್ತವ್ಯಗಳ ನಡುವೆ ಎಂತಹ ಆಳವಾದ ಯುದ್ಧವು ಪ್ರಾರಂಭವಾಗಿದೆ! ಹೆಲೆನ್, ನೀವು ಏನು ಯೋಚಿಸುತ್ತೀರಿ? ಇಷ್ಟೇ ಅಲ್ಲ ಚಂದ್ರಗುಪ್ತ ಎಷ್ಟು ಕೆಟ್ಟವನು! ಆದರೆ ಆರ್ಯಾವರ್ತದ ವಿಜಯ ಮತ್ತು ಚಂದ್ರಗುಪ್ತನ ಹೃದಯದ ಸಾವು ಏನು ಎಂದು ಯಾರಿಗೆ ತಿಳಿದಿದೆ! ಸೈನಿಕನ ಪ್ರೀತಿ ಕಚ್ಚಾ ದಾರದ ಮೇಲೆ ನೇತಾಡುವ ಕತ್ತಿಯಂತೆ. ನೀವು ಮತ್ತು ನಾನು ತಪ್ಪು ಮಾಡಿದ್ದೇವೆ, ಹೆಲೆನ್!

ಅಂತ್ಯದ ಬಗ್ಗೆ ಯೋಚಿಸದೆ ಒಬ್ಬರಿಗೊಬ್ಬರು ಹತ್ತಿರ ಬಂದರು. ಜೀವನದಲ್ಲಿ ತುಂಬಾ ಒತ್ತಾಯವಿದೆಜಗತ್ತು ಎಷ್ಟು ವಿಚಿತ್ರವಾಗಿದೆ! ಆದರೆ ಮನುಷ್ಯನ ವಿಚಿತ್ರತೆ! ಸೆಲ್ಯೂಕಸ್ ಮತ್ತು ಫಿಲಿಪ್ ಏನು ವ್ಯತ್ಯಾಸವಿದೆ! ಆದರೆ ಸೆಲ್ಯೂಕಸ್ ಶ್ರೇಷ್ಠ ಮತ್ತು ಫಿಲಿಪ್ ಸ್ವಾರ್ಥಿ! ಯಾರು ಸ್ವಾರ್ಥಿಗಳು ಯಾರಾದರೂ ನಮ್ಮದೇ ಜನರ ಶತ್ರುವಾಗಬಹುದಾದರೆ, ನಾಳೆ ಅವರು ಏಕೆ ನಮ್ಮ ಶತ್ರುವಾಗಬಾರದು? ಆದರೆ ನಮಗೆ ಇದೆಲ್ಲ ಏನು? ನಾವು ವಿದೇಶಿಯರಿಂದ ಸ್ವಾತಂತ್ರ್ಯವನ್ನು ಬಯಸುತ್ತೇವೆ. ,

ಆಳವಾದ ಚಿಂತನೆಯಲ್ಲಿ, ಚಂದ್ರಗುಪ್ತ ಆಕಾಶದ ಕಡೆಗೆ ನೋಡಿದನು. ಸೂರ್ಯ ಉದಯಿಸಿದ್ದ. ಚಂದ್ರಗುಪ್ತನು ಹೆಚ್ಚು ಯೋಚಿಸುತ್ತಿದ್ದನು ಆದರೆ ಇದ್ದಕ್ಕಿದ್ದಂತೆ ಒಬ್ಬ ಸೈನಿಕನು ಪ್ರವೇಶಿಸಿ

ಹೇಳಿದನು - ಗಾಳಿಯು ದಿಕ್ಕಿಲ್ಲದೆ ಹೋಗುತ್ತಿದೆ, ಚಂಡಮಾರುತವು ಯಾವ ಕಡೆಯಿಂದ ಏರುತ್ತಿದೆ ಎಂದು ನನಗೆ ತಿಳಿದಿಲ್ಲ. ಆದ್ದರಿಂದ, ನೀವು ಇಂದು ಯಾವುದೇ ಸಮಯದಲ್ಲಿ ಏಕಾಂಗಿಯಾಗಿ ಮತ್ತು ಅಸುರಕ್ಷಿತವಾಗಿರುವುದುಸೂಕ್ತವಲ್ಲ.

ಚಂದ್ರ- ಆತನನ್ನು ರಕ್ಷಿಸಲು ಸದಾ ಜಾಗೃತರಾಗಿರುವ ನಿಮ್ಮಂತಹ ಸೈನಿಕರಿಗೆ ಶುಭವಾಗಲಿ. ಶಾಖ ಹೇಗೆ ಬರಬಹುದು? ಹೇಳಿ ತೇಜ್ ಸಿಂಗ್! ನಿಮ್ಮ ಸೈನಿಕರು ಎಲ್ಲೆಲ್ಲೂ ಜಾಗರೂಕರಾಗಿದ್ದಾರೆಯೇ?

ತೇಜ್

ಸಿಂಗ್- ಅವರು ಎಚ್ಚರವಾಗಿರುತ್ತಾರೆ, ಆದರೆ ಮೋದಕವನ್ನು ಪಡೆಯದ ಕಾರಣ, ಅವರು ಕೆಲವೊಮ್ಮೆ ನಿದ್ರಿಸಲು ಪ್ರಾರಂಭಿಸುತ್ತಾರೆ. ಮುಗುಳ್ನಗುತ್ತಾ ಚಂದ್ರಗುಪ್ತನು

ಹೇಳಿದನು – ನಿಮ್ಮ ಮೋದಕಗಳನ್ನು ಅಂಗಡಿಯಲ್ಲಿ ಸಂಗ್ರಹಿಸಲಾಗುತ್ತಿದೆ, ಅವು ಒಟ್ಟಿಗೆ ಸಿಗುತ್ತವೆ. ನಿಜವಾಗಿಯೂ ನೀವು ಹಗಲು ರಾತ್ರಿಯಂತೆ ಎಲ್ಲಾ ಸಮಯದಲ್ಲೂ ಬದುಕುತ್ತೀರಿ. ತೇಜ್ ಸಿಂಗ್- ಸರಿ, ಈಗ ನಾವು ರಾತ್ರಿಯಾಗಿದ್ದೇವೆ, ಅಗತ್ಯವಿದ್ದರೆ ಅದು ಮತ್ತೆ ಹಗಲು ಆಗುತ್ತದೆ. ಮೋಡಗಳು ಬಂದರೆ ಸೂರ್ಯ ಹೇಗೆ ಮಾಯವಾಗುತ್ತಾನೋ, ಅದೇ ರೀತಿ ಭಾಸುರಕ, ಸೈನಿಕನ ವೇಷವನ್ನು ಧರಿಸಿ, ಮಾತನಾಡುತ್ತಾ ಮಾಯವಾದನು. ಆದರೆ ಅವನು ಹೊರಟು ಒಂದು ಗಂಟೆ ಕೂಡ ಕಳೆದಿಲ್ಲ, ಅವನು ಭಯಭೀತರಾಗಿ ಹಿಂತಿರುಗಿದಾಗ ಒಂದೇ ಉಸಿರಿನಲ್ಲಿ

ಹೇಳಿದನು - ದುಷ್ಟ ವೃತ್ತವು ಬಹಿರಂಗವಾಯಿತು! ಸೆಲ್ಯೂಕಸ್‌ನ ಕಣ್ಣುಗಳು ತೆರೆದವು! ಗಮನ! ಬೆಂಕಿಯು ಸಮಯಕ್ಕೆ ಮುಂಚಿತವಾಗಿ ಸುಡಲು ಬಯಸುತ್ತದೆಆಕ್ಷೇಪದ ಶಂಖ ಮೊಳಗಿತು ಎಂದು ಭಾಸುರಕ್ ಮುಂದೆ ಏನನ್ನೋ ಹೇಳಬಯಸಿದನು. ಚಂದ್ರಗುಪ್ತನು ತನ್ನ ಕತ್ತಿಯನ್ನು ಪೊರೆಯಿಂದ ಎಳೆದು

ಹೇಳಿದನು - 'ಯುದ್ಧ ಪ್ರಾರಂಭವಾಯಿತು, ಸೆಲ್ಯೂಕಸ್ ಸೈನ್ಯದ ಕರೆ ಇದೆ. ಸೆಲ್ಯೂಕಸ್ ದಾಳಿ ಮಾಡಿದನೆಂದು ತೋರುತ್ತದೆ. ಫಿಲಿಪ್ ಸೈನ್ಯದ ಘರ್ಜನೆಯೂ ಕೇಳಿಸಿತು. ಯುದ್ಧವು ಮುಂದಿದೆ, ಈಗ ಫಲಿತಾಂಶದ ಬಗ್ಗೆ ಯೋಚಿಸಲು ಸಮಯವಿಲ್ಲ.

ಸಾವು ಅಥವಾ ಗೆಲುವು, ಎರಡರಲ್ಲಿ ಒಂದನ್ನು ಮಾತ್ರ ಹಿಂತಿರುಗಿಸುತ್ತದೆ. ಮಾಡುವುದು ಅಥವಾ ಸಾಯುವುದು ಈಗ ನಿಮ್ಮ ಮುಂದಿದೆ. ಗುಡ್ ಬೈ!' ಕೈಯಲ್ಲಿ ಬರಿಯ ಖಡ್ಗವನ್ನು ಹಿಡಿದುಕೊಂಡು ಚಂದ್ರಗುಪ್ತನು ಶಂಖವನ್ನು ಊದಿದನು ಮತ್ತು ಶಿಬಿರದಿಂದ ಹೊರಬಂದನು. ಹೊರಗೆ ಬಂದೆ. ಅವನು ತಿರುಗಿ ತನ್ನ ಸೈನ್ಯದ ಮಧ್ಯಭಾಗಕ್ಕೆ ಬಂದು ಮುಂಭಾಗದಲ್ಲಿ ಬಂಡೆಯಂತೆ ಹೆಪ್ಪುಗಟ್ಟಿದನ

17

ರಕ್ತ ಮುಳುಗಿದ ಸೈನಿಕನು ಪ್ರವೇಶಿಸಿ ಹೇಳಿದನು - ಕುಮಾರ್ ಮಲಯನನ್ನು ಸೆಲ್ಯೂಕಸ್ ಸೈನ್ಯವು ಸುತ್ತುವರೆದಿದೆ. ಜನರಲ್ ಫಿಲಿಪ್ ಮತ್ತು ಫಿಟ್ಸ್‌ಗೆರಾಲ್ಡ್ ನಡುವೆ ಭೀಕರ ಯುದ್ಧವಿದೆ. ಸಿಂಹಗಳು ದಕ್ಷಿಣದ ಮುಂಭಾಗದಲ್ಲಿ ಮಹಾನ್ ಶೌರ್ಯದಿಂದ ಹೋರಾಡುತ್ತಿವೆ. ಅಕಾಲಿಕ ಸ್ಫೋಟದಿಂದ ನಾವೆಲ್ಲರೂ ಸುತ್ತುವರೆದಿದ್ದೇವೆ. ಬೆಂಕಿಯ ಬಾಯಲ್ಲಿ ನೀನು, ತಕ್ಷಣ ಹಿಂಬಾಗಿಲಿನಿಂದ ಓಡಿಹೋಗು, ಇಲ್ಲದಿದ್ದರೆ ಸಾವು ಖಚಿತ' ಎಂದು ಹೇಳಿದರು. ಚಂದ್ರಗುಪ್ತನು ಗುಡುಗುತ್ತಾ ಹೇಳಿದನು, 'ನೀನು ಹೇಡಿತನದ ಮಾತುಗಳನ್ನು ಆಡುವ ಮೊದಲು ಯುದ್ಧಭೂಮಿಯಲ್ಲಿ ಸಾಯುವುದು ಉತ್ತಮವಾಗಿತ್ತು. ವೀರಗತಿಯನ್ನು ಪಡೆದವರು ಮೃತ್ಯುಂಜಯರು. ಸಾವಿನ ಅಪ್ಪುಗೆಗಾಗಿ ನಮ್ಮನ್ನು ಪ್ರಸ್ತುತಪಡಿಸಲಾಗಿದೆ. ಕಮಾಂಡರ್ ಅನ್ನು

ನೋಡುತ್ತಾ - 'ನೀವು ಕೆಲವು ಸೈನಿಕರೊಂದಿಗೆ ಶಿಬಿರವನ್ನು ರಕ್ಷಿಸುತ್ತೀರಿ! ಕುಮಾರ ಮಲ್ಯರನ್ನು ರಕ್ಷಿಸಲು ಆಯ್ದ ಸೈನಿಕರೊಂದಿಗೆ ಹೊರಡುತ್ತೇನೆ' ಎಂದು ಹೇಳಿದರು. ಸೆಲ್ಯೂಕಸ್ ಕೈಯಲ್ಲಿ ರಕ್ತಸಿಕ್ತ ಬರಿಯ ಕತ್ತಿಯೊಂದಿಗೆ ಘರ್ಜಿಸುತ್ತಾ ಮುಂದೆ ಬಂದು ಹಲ್ಲು ಕಡಿಯುತ್ತಾ ಹೇಳಿದನು ಎಂದು ಚಂದ್ರಗುಪ್ತನು ಶಂಖವನ್ನು ಊದಲು

ಬಯಸಿದನು - 'ಇಂದು ಪ್ರತಿಯೊಬ್ಬ ದೇಶದ್ರೋಹಿಗಳ ಮೃತ ದೇಹವು ಹೊಲದಲ್ಲಿ ಕಾಣಬರುತ್ತದೆ. ನಾಯಿಗಳು. ಹದ್ದುಗಳು ಮತ್ತು ಕಾಗೆಗಳು ಬಯಸಿದ ಆಹಾರವನ್ನು ಪಡೆಯುತ್ತವೆ. ಚಂದ್ರಗುಪ್ತನು ತನ್ನ ತಂತ್ರವನ್ನು ಬದಲಿಸಿ ಮುಂದೆ ಬಂದು

ಉತ್ತರಿಸಿದನು - ನೀವು ಖಂಡಿತವಾಗಿಯೂ ಭೂಮಿಯನ್ನು ಅಮಾಯಕರ ರಕ್ತದಿಂದ ಬಣ್ಣಿಸಿದ್ದೀರಿ, ಆದರೆ ಮಹಾಚಂಡಿಯ ಪಾತ್ರೆ ಇನ್ನೂ ಖಾಲಿಯಾಗಿದೆ. ಶಾಂತಿಯುತವಾಗಿ ಕುಳಿತು ದೇಶದ ಸ್ವಾತಂತ್ರ್ಯದ ಮೇಲೆ ದಾಳಿ ಮಾಡುವ, ತಮ್ಮ ಕ್ರೂರ ಶಕ್ತಿಯಿಂದ ಮಾನವೀಯತೆಯನ್ನು ಹತ್ತಿಕ್ಕಲು ಬಯಸುವ ದರೋಡೆಕೋರರ ರಕ್ತದಿಂದ ಇಂದು ಅದು ತುಂಬಿರುತ್ತದೆ, ಅವರ ರಕ್ತಸಿಕ್ತ ಹೆಜ್ಜೆಗುರುತುಗಳು ಹಿಂದೂಕುಶ ಗುಹಾದಿಂದ ಪಂಚನಾಡಿನವರೆಗೆ ಭೂಮಿಯಲ್ಲಿ ತಾಜಾ ರಕ್ತದಂತಿದೆ. .

ಸೆಲ್ಯೂಕಸ್ - ಭೂಮಿ ಇನ್ನಷ್ಟು ಕೆಂಪಾಗಿರುತ್ತದೆ. ಮಾಲೀಕನ ಸಾವಿನ ದುಃಖ ದೇಶದ್ರೋಹಿಗಳನ್ನು ಏಟಿನಿಂದ ಹತ್ತಿಕ್ಕುವ ಸಮಯ ಬಂದಿದೆ.

ಚಂದ್ರಗುಪ್ತ - ಪ್ರಾಮಾಣಿಕತೆಯನ್ನು ಪ್ರತಿಪಾದಿಸುವವರು ತಮ್ಮ ಮುಖವಾಡಗಳನ್ನು ಎತ್ತಿಕೊಂಡು ನೋಡಬೇಕು. ಮೌನವಾಗಿ ಭಾರತವನ್ನು ಆಕ್ರಮಿಸಿದಾಗ, ರಾತ್ರಿಯಲ್ಲಿ ಜೀಲಂ ನದಿಯನ್ನು ದಾಟಿದಾಗ ಮತ್ತು ದೊಡ್ಡ ಸೈನ್ಯದೊಂದಿಗೆ ಸಣ್ಣ ರಾಜ ಪುರುವನ್ನು ಸುತ್ತುವರೆದಾಗ, ಅವನು ತನ್ನ ಸ್ವಂತ ಜನರೊಂದಿಗೆ ಅಚಲವಾಗಿ ಹೋರಾಡಿದಾಗ ನ್ಯಾಯ ಎಲ್ಲಿತ್ತು?

ಪ್ರತಿಯೊಬ್ಬರೂ ಇತರರಿಗೆ ಉಪದೇಶಿಸಲು ಪ್ರಾಮಾಣಿಕರಾಗುತ್ತಾರೆ. ಇನ್ನೂ ಸಮಯವಿದೆ. ನಿಮ್ಮ ದೇಶ ಗ್ರೀಸ್. ಸಂಭವಿಸಿದ ರಕ್ತಪಾತವು ಸಂಭವಿಸಿದೆ. ಹಿಂದೆ ಹೋಗುಹೋಗು! ಮನುಷ್ಯನು ಸ್ವಲ್ಪ ಕಾಲ ಹುಚ್ಚನಾಗಿದ್ದನು, ಆದರೆ ಕಾಲಾನಂತರದಲ್ಲಿ ಅವನು ಮತ್ತೆ ಮನುಷ್ಯನಾದನು ಎಂದು ಇತಿಹಾಸ ಹೇಳುತ್ತದೆ. ಈ ಮೂಲಕ ಭಾರತ ಮತ್ತು ಗ್ರೀಸ್ ನಡುವೆ ಆಳವಾದ ಸ್ನೇಹ ಇರುತ್ತದೆ.

ಸೆಲ್ಯೂಕಸ್- ಇದು ಕತ್ತಿಯಿಂದ ನಿರ್ಧರಿಸುವ ಸಮಯ, ಧರ್ಮೋಪದೇಶಗಳನ್ನು ಕೇಳಬಾರದು. ಕತ್ತಿ ಭಾರತ ಮತ್ತು ಗ್ರೀಸ್ ನಡುವಿನ ಸಂಬಂಧ ಏನು ಎಂಬುದನ್ನು ಇದು ನಿರ್ಧರಿಸುತ್ತದೆ. ಗಮನ ಹೀಗೆ ಹೇಳುತ್ತಾ ಸೆಲ್ಯೂಕಸ್ ಚಂದ್ರಗುಪ್ತನ ಮೇಲೆ ಖಡ್ಗದಿಂದ ಆಕ್ರಮಣ ಮಾಡಿದನು, ಆದರೆ ಚಂದ್ರಗುಪ್ತನು ತನ್ನ ತಂತ್ರವನ್ನು ಬದಲಾಯಿಸಿದನು ಮತ್ತು ಅವನ ಆಕ್ರಮಣವನ್ನು ಖಾಲಿ ಕಳೆದುಕೊಂಡು

ಕೂಗಿದನು - ನಾವು ನಮ್ಮ ಅತಿಥಿಯನ್ನು ನಿಷ್ಕರುಣೆಯಿಂದ ಆಕ್ರಮಣ ಮಾಡುವುದಿಲ್ಲ. ಸೆಲ್ಯೂಕಸ್ ತನ್ನ ಖಡ್ಗವನ್ನು ಬಳಸುವುದನ್ನು ಚಂದ್ರಗುಪ್ತ ಬಯಸುವುದಿಲ್ಲ. ಆನಂದವಾಗಿರಿ. ಅವನು ಅವನನ್ನು ಗೌರವಿಸುತ್ತಾನೆ. ನೀವು ಗ್ರೀಸ್ ಮತ್ತು ಭಾರತಕ್ಕೆ ಹೋಗುವುದು ಉತ್ತಮ. ಅವನೊಂದಿಗೆ ಎಂದಿಗೂ ಮುರಿಯದ ಸಂಬಂಧವನ್ನು ನಿರ್ಮಿಸಿ.

ಸೆಲ್ಯೂಕಸ್ - ಖಡ್ಗವನ್ನು ಎತ್ತುವ ಶಕ್ತಿಯಿಲ್ಲದಿದ್ದರೆ, ನೀವೇ ಶರಣಾಗು! ನೀವು ಜೈಲಿನಲ್ಲಿ ನೆಮ್ಮದಿಯ ಬ್ರೆಡ್ ಪಡೆಯುತ್ತೀರಿ.

ಚಂದ್ರಗುಪ್ತ- ಇನ್ನೂ ಕಬ್ಬಿಣವನ್ನು ಹೊಡೆಯುವ ಅವಕಾಶ ಸಿಕ್ಕಿಲ್ಲ. ಯುನಾನಧಿಪ್! ನೀವು ಕತ್ತಿಯೊಂದಿಗೆ ಆಟವಾಡುವ ಬಯಕೆಯನ್ನು ಹೊಂದಿದ್ದರೆ, ನಿಮ್ಮ ಆಸೆಯನ್ನು ಮುಕ್ತ ಹೃದಯದಿಂದ ಪೂರೈಸಿಕೊಳ್ಳಿ. ಸೆಲ್ಯೂಕಸ್ ಸಂಕಟದಿಂದ ಅವನ ಮೇಲೆ ಆಕ್ರಮಣ ಮಾಡಲು ಪ್ರಾರಂಭಿಸಿದಾಗ ಚಂದ್ರಗುಪ್ತನು ಮಾತು ಮುಗಿಸಿರಲಿಲ್ಲ.

ಆದರೆ ಚಂದ್ರಗುಪ್ತನ ವೇಗ ಮತ್ತು ಸೇನಾ ಕೌಶಲ್ಯವು ಸೆಲ್ಯೂಕಸ್ನ ಎಲ್ಲಾ ದಾಳಿಗಳನ್ನು ಸೋಲಿಸಿತು. ಈ ಸಮಯದಲ್ಲಿ ಶತ್ರುಗಳೊಂದಿಗೆ ಸ್ನೇಹ ಬೆಳೆಸಿದರೆ, ಭಾರತವು ಶಾಶ್ವತವಾಗಿ ಗುಲಾಮರಾಗುತ್ತದೆ ಮತ್ತು ಚಂದ್ರಗುಪ್ತ ಮತ್ತು ಗುರುದೇವರ ಗೌರವವೂ ನಾಶವಾಗುತ್ತದೆ ಎಂದು ಅವನು ನೋಡಿದಾಗ, ಅವನು ಯುದ್ಧ ಮಾಡಲು ನಿರ್ಧರಿಸಿದನು. ಸ್ವಲ್ಪ ಸಮಯದ ನಂತರ, ಸೆಲ್ಯೂಕಸ್ ಬಲವಾಗಿ ಉಸಿರಾಡಲು ಪ್ರಾರಂಭಿಸಿದನು ಮತ್ತು ಅವನ ಕೈ ಸಡಿಲವಾಯಿತು. ಅವನು ಇನ್ನೊಂದು ಬದಿಯಲ್ಲಿ ನೋಡಿದಾಗ, ಅವನ ಸೈನ್ಯವು ಓಡಿಹೋಗುತ್ತಿರುವುದನ್ನು ಅವನು ನೋಡಿದನು. ಈ ಕ್ಷಣದಲ್ಲಿಯೇ ಚಂದ್ರಗುಪ್ತನ ಖಡ್ಗ ಪುಟಿದೇಳುತ್ತಾ ಸೆಲ್ಯೂಕಸ್‌ನ ಮೊಣಕೈಗೆ ಬಡಿಯಿತು. ಸೆಲ್ಯೂಕಸ್‌ನ ಕೈಯಿಂದ ಖಡ್ಗ ಜಾರಿಬಿದ್ದು ಚಂದ್ರಗುಪ್ತನು ಅವನ ಕೈಯನ್ನು ನಿಲ್ಲಿಸಿದನು. ಸೆಲ್ಯೂಕಸ್ ನಾಚಿಕೆಯಿಂದ ನಿಂತಿದ್ದನು. ತನ್ನ ಎರಡೂ ಕೈಗಳನ್ನು ಚಾಚಿ

ಹೇಳಿದ - ಈಗ ನಾನು ನಿನ್ನ ಸೆರೆಯಾಳು ಅದೇಸಮಯದಲ್ಲಿ ಜೈ ಎಂಬ ಶಂಖಗಳು ಎಲ್ಲಾ ಕಡೆಯಿಂದ ಕೇಳಿ ಬರತೊಡಗಿದವು. ಸೆಲ್ಯೂಕಸ್‌ನನ್ನು ಸೋಲಿಸಲಾಯಿತು ಮತ್ತು ಚಂದ್ರಗುಪ್ತನ ವಿಜಯವಾಯಿತು. ಚಂದ್ರಗುಪ್ತನ ಮುಂದೆ ಸೆಲ್ಯೂಕಸ್ ತಲೆಬಾಗಿ ನಿಂತಿದ್ದ ಜಾಗವನ್ನು ಮಲಯ ಮತ್ತು ಸಿಂಹಾಕ್ಷರೂ ತಲುಪಿದರು. ಕುಮಾರ್ ಸೆಲ್ಯೂಕಸ್ ಅನ್ನು ನೋಡಿ ಹೇಳಿದರು - ಸೆಲ್ಯೂಕಸ್ಗೆ ಹೇಳಿ! ನಿಮಗೆ ಹೇಗೆ ಚಿಕಿತ್ಸೆ ನೀಡಬೇಕು?

ಸೆಲ್ಯೂಕಸ್ - ಧೈರ್ಯಶಾಲಿಗಳು ಧೈರ್ಯಶಾಲಿಗಳೊಂದಿಗೆ ಮಾಡುವಂತೆ.

ಚಂದ್ರಗುಪ್ತ - ಆಸೆಗಳು ಈಡೇರದಿದ್ದರೆ ಮತ್ತೆ ಕತ್ತಿ ಹಿಡಿಯಬಹುದು.

ಸೆಲ್ಯೂಕಸ್ - ಧೈರ್ಯಶಾಲಿಗಳು ಎಂದಿಗೂ ಉಡುಗೊರೆಯಾಗಿ ಕತ್ತಿಯನ್ನು ತೆಗೆದುಕೊಳ್ಳುವುದಿಲ್ಲ. **ಮಲಯ**- ಪ್ರತಿ ಬೆಳಕಿನಲ್ಲಿ ಕತ್ತಲೆಯೂ ಇರುತ್ತದೆ. ನಾವು ಗೆದ್ದಿದ್ದೇವೆ, ಆದರೆ ಫಿಲಿಪ್ ಫಿಟ್ಜ್‌ಗೆರಾಲ್ಡ್ ಅವರೊಂದಿಗೆ ಹೋರಾಡುವಾಗ ವೀರಗತಿಯನ್ನು ಸ್ವೀಕರಿಸಿದ್ದು, ಫಿಟ್ಜ್‌ಗೆರಾಲ್ಡ್ ಗಾಯಗೊಂಡಿರುವುದು ದುಃಖಕರವಾಗಿದೆ. ಇದನ್ನು ಕೇಳಿದ ಸೆಲ್ಯೂಕಸ್ ಆಳವಾದ ಉಸಿರನ್ನು ತೆಗೆದುಕೊಂಡು ನಗುತ್ತಾ

ಹೇಳಿದನು - ನಾನು ಸೋಲಿನಿಂದ ಎಷ್ಟು ದುಃಖಿತನಾಗಿರುವುದಿಲ್ಲ, ದೇಶದ್ರೋಹಿ ಫಿಲಿಪ್ ಸತ್ತನೆಂದು ಕೇಳಲು ನನಗೆ ಸಂತೋಷವಾಗಿದೆ. ಫಿಜ್ಜ್! ಮಾಲೀಕರ ಉಪ್ಪನ್ನು ಹಲಾಲ್ ಮಾಡಿದ್ದೀರಿಚಂದ್ರ ಗುಪ್ತಾ! ಇದು ಕೂಡ ನಿಮಗೆ ದುಃಖದ ಸುದ್ದಿಯಲ್ಲ, ಆದರೆ ಸಂತೋಷದ ಸುದ್ದಿ. ತನ್ನ ಸಹೋದರರಿಗೆ ದ್ರೋಹಿಯಾಗದವನು, ನಿನಗೆ ಏನಾಗುತ್ತಿತ್ತು! ಚಂದ್ರಗುಪ್ತ - ಮತ್ತು ಗೋಣಗಳು ಎಲ್ಲಿವೆ?

ಸಿಂಘಕ್ಷ - ಯುದ್ಧವು ನಡೆಯುವ ಮೊದಲೇ ಅವನು ಭಯದಿಂದ ಓಡಿಹೋದನು. ಚಂದ್ರ ಗುಪ್ತಾ ಈಗ

ನಿಮ್ಮ - ಅತಿಥಿಗೆ ಆಜ್ಞೆ ಏನು?

ಮಲಯ - ನಿರ್ಧರಿಸುವುದು ನಿನಗೆ ಬಿಟ್ಟದ್ದು ಚಂದ್ರಗುಪ್ತ!

ಚಂದ್ರಗುಪ್ತ- ನೀವೆಲ್ಲರೂ ಅದನ್ನು ಸ್ವೀಕರಿಸಲು ಸಿದ್ಧರಿದ್ದರೆ, ನಿಮ್ಮ ಅತಿಥಿ ಸೆಲ್ಯೂಕಸ್‌ನನ್ನು ಮುಕ್ತಗೊಳಿಸಿ ಗ್ರೀಸ್‌ನ ಗಡಿಗೆ ಸುರಕ್ಷಿತವಾಗಿ ಕಳುಹಿಸುವ ವ್ಯವಸ್ಥೆ ಮಾಡುವುದು ನನ್ನ ನಿರ್ಧಾರ. ಇದನ್ನು ಕೇಳಿದ ಸೆಲ್ಯೂಕಸ್ ತನ್ನ ಕಣ್ಣುಗಳನ್ನು ಬಾಗಿಸಿ ಮಲಯನು ನಗುತ್ತಾ

ಹೇಳಿದನು - ಹೇ ಚಂದ್ರಗುಪ್ತ. ನಿಮ್ಮ ಅಥವಾ ಆಶೀರ್ವಾದಚಂದ್ರಗುಪ್ತನು ಸೆಲ್ಯೂಕಸ್‌ನನ್ನು ಖೈದಿಯಿಂದ ಅತಿಥಿಯನ್ನಾಗಿ ಮಾಡಿದನು. ಸೆಲ್ಯೂಕಸ್ ತನ್ನ ಹಲ್ಲುಗಳನ್ನು ಬಿಗಿಗೊಳಿಸುವಂತೆ ಅವನನ್ನು ಗೌರವದಿಂದ ನಡೆಸಿಕೊಳ್ಳಲಾಯಿತು. ಯುದ್ಧದ ಪರಿಸ್ಥಿತಿ ಸ್ವಲ್ಪ ಶಾಂತವಾದ ತಕ್ಷಣ, ಸೆಲ್ಯೂಕಸ್ ಅನ್ನು ಗ್ರೀಸ್ಗೆ ಕಳುಹಿಸಲು ಸಿದ್ಧತೆಗಳನ್ನು ಮಾಡಲಾಯಿತು. ಇಂದು ಸೆಲ್ಯೂಕಸ್ ಭಾರತವನ್ನು ತೊರೆಯುತ್ತಾನೆ, ಆದರೆ ಸೆಲ್ಯೂಕಸ್ನ ಪ್ರೀತಿಯ ಮಗಳು ಹೆಲೆನ್ ಅವನೊಂದಿಗೆ ಉಳಿಯುತ್ತಾಳೆ. ಹೋಗಲು ನಿರ್ಧರಿಸಿ ದಿನದಿಂದಲೂ ಕಣ್ಣೀರಿನ ಹಾರಗಳನ್ನು ಕಟ್ಟುತ್ತಿದ್ದಳು ಗ್ರೀಸ್ ಕೇಳಿದ. ಆಕೆಗೆ ಹೇಗೆ ಅವಕಾಶ ಸಿಕ್ಕಿತು ಮತ್ತು ಚಂದ್ರಗುಪ್ತನನ್ನು ತನ್ನ ಕೊನೆಯ ದರ್ಶನಕ್ಕೆ ಹೇಗೆ ಬಂದಳೋ ಗೊತ್ತಿಲ್ಲ. ಚಂದ್ರಗುಪ್ತನ ಕಣ್ಣುಗಳು ಸಂಧಿಸಿದ ಕೂಡಲೆ, ಬಹಳಷ್ಟು ನಿಲ್ಲಿಸಿದ ನಂತರ ಅವನ ಕಣ್ಣುಗಳಿಂದ ಎರಡು ಕಣ್ಣೀರು ಹೊರಬಂದಿತು. ಹೆಲೆನ್‌ಳ ಕಣ್ಣುಗಳಲ್ಲಿ ಕಣ್ಣೀರನ್ನು ನೋಡಿ ಚಂದ್ರಗುಪ್ತನು

ಹೇಳಿದನು - ಧೈರ್ಯಶಾಲಿ ರಾಜಕುಮಾರಿಯ ಕಣ್ಣುಗಳಿಂದ ಕಣ್ಣೀರಿಲ್ಲ ಹೊರಹೊಮ್ಮುತ್ತಿತ್ತು ನೀವು ಭಾರತದಿಂದ ಗ್ರೀಸ್‌ಗೆ ಹೋಗುತ್ತಿದ್ದೀರಿ, ಆದರೆ ನೀವು ಚಂದ್ರಗುಪ್ತನ ಹೃದಯದಿಂದ ದೂರ ಹೋಗುತ್ತಿಲ್ಲ.

ಹೆಲೆನ್ - ಹೃದಯವನ್ನು ಮೋಹಿಸಲು ಇದು ಉತ್ತಮ ಕ್ಷಮಿಸಿ. ಕನಸುಗಳ ಮಾತುಗಳು ಕೇಳಲು ಸುಂದರವಾಗಿದ್ದರೂ ಅವುಗಳಿಗೆ ವಾಸ್ತವ ಇರುವುದಿಲ್ಲ.

ಚಂದ್ರಗುಪ್ತ - ಅಂತಹ ಕಲ್ಪನೆಗಳಿಂದ ಮನಸ್ಸನ್ನು ವಿವರಿಸದಿದ್ದರೆ ಅದು ಸಾಧ್ಯ ಮಾನವ ಜೀವನಕ್ಕೆ ಯಾವುದೇ ಆಧಾರ

ಇರಬಾರದುಹೆಲೆನ್ - ನೀವು ಕನಸನ್ನು ಏಕೆ ರಿಯಾಲಿಟಿ ಆಗಿ ಪರಿವರ್ತಿಸಬಾರದು? ಚಂದ್ರಗುಪ್ತ ಒಪ್ಪಿಕೊಳ್ಳುತ್ತಾನಾ?

ಹೆಲೆನ್- ನಮ್ಮ ದೇಶದಲ್ಲಿ ಹೆಣ್ಣು ಮಗುವನ್ನು ಒಪ್ಪಿಕೊಳ್ಳುವುದು ಮಾನ್ಯವಾಗಿದೆ.

ಚಂದ್ರಗುಪ್ತ - ಆದರೆ ನಮ್ಮ ದೇಶದ ಆದರ್ಶದಲ್ಲಿ, ಪೋಷಕರ ಅನುಮೋದನೆ ಅಗತ್ಯ. ನಿನ್ನ ತಂದೆಯು ಸಂತೋಷದಿಂದ ಸಿದ್ಧವಾಗುವ ತನಕ ಚಂದ್ರಗುಪ್ತನು ಅಸಹಾಯಕನಾಗಿರುತ್ತಾನೆ. ಹೆಲೆನ್ - ಇನ್ನೊಂದು ಭಾಷೆಯಲ್ಲಿ ನೀವು ನನ್ನನ್ನು ತಿರಸ್ಕರಿಸುತ್ತಿದ್ದೀರಿ.

ಚಂದ್ರಗುಪ್ತ - ಇಲ್ಲ ಹೆಲೆನ್! ಹಾಗಂತ ಯೋಚಿಸಬೇಡ ನೀನಿಲ್ಲದೆ ಚಂದ್ರಗುಪ್ತನೂ ನೆಮ್ಮದಿಯಿಂದ ಇರಲು ಸಾಧ್ಯವಿಲ್ಲ. ಆದರೆ ಬೆಳದಿಂಗಳ ರಾತ್ರಿಗಳು ದೂರ. ಇಂದು ನಾನು ನನ್ನ ಇಚ್ಛೆಯ ಒಡೆಯನಲ್ಲ. ನನ್ನ ಜೀವನವೇ ದೇಶದ ಜೀವ. ಗುರುದೇವನ ಅನುಮತಿಯಿಲ್ಲದೆ ನಾನು ಏನನ್ನೂ ಮಾಡಲು ಸಾಧ್ಯವಿಲ್ಲ. ನನ್ನ ಮೊದಲ ಗುರಿ ಇಡೀ ಭಾರತದಲ್ಲಿ ಫೆಡರಲ್ ರಾಜ್ಯ ಸ್ಥಾಪನೆ. ಆಗ ಮಾತ್ರ ನನಗೆ ಬೆಳದಿಂಗಳ ರಾತ್ರಿಗಳು ಬರಬಹುದು. ಅಲ್ಲಿಯವರೆಗೆ ನೀವು ತಾಳ್ಮೆಯಿಂದಿರಬೇಕು - ಇದು ನಿಮ್ಮ ತಂದೆ

ಹೆಲೆನ್ - ನೀವು ಕನಸನ್ನು ಏಕೆ ರಿಯಾಲಿಟಿ ಆಗಿ ಪರಿವರ್ತಿಸಬಾರದು? ಚಂದ್ರಗುಪ್ತ ಒಪ್ಪಿಕೊಳ್ಳುತ್ತಾನಾ?

ಹೆಲೆನ್- ನಮ್ಮ ದೇಶದಲ್ಲಿ ಹೆಣ್ಣು ಮಗುವನ್ನು ಒಪ್ಪಿಕೊಳ್ಳುವುದು ಮಾನ್ಯವಾಗಿದೆ.

ಚಂದ್ರಗುಪ್ತ - ಆದರೆ ನಮ್ಮ ದೇಶದ ಆದರ್ಶದಲ್ಲಿ, ಪೋಷಕರ ಅನುಮೋದನೆ ಅಗತ್ಯ. ನಿನ್ನ ತಂದೆಯು ಸಂತೋಷದಿಂದ ಸಿದ್ಧವಾಗುವ ತನಕ ಚಂದ್ರಗುಪ್ತನು ಅಸಹಾಯಕನಾಗಿರುತ್ತಾನೆ.

ಹೆಲೆನ್ - ಇನ್ನೊಂದು ಭಾಷೆಯಲ್ಲಿ ನೀವು ನನ್ನನ್ನು ತಿರಸ್ಕರಿಸುತ್ತಿದ್ದೀರಿ.

ಚಂದ್ರಗುಪ್ತ - ಇಲ್ಲ ಹೆಲೆನ್! ಹಾಗಂತ ಯೋಚಿಸಬೇಡ ನೀನಿಲ್ಲದೆ ಚಂದ್ರಗುಪ್ತನೂ ನೆಮ್ಮದಿಯಿಂದ ಇರಲು ಸಾಧ್ಯವಿಲ್ಲ. ಆದರೆ ಬೆಳದಿಂಗಳ ರಾತ್ರಿಗಳು ದೂರ. ಇಂದು ನಾನು ನನ್ನ ಇಚ್ಛೆಯ ಒಡೆಯನಲ್ಲ. ನನ್ನ ಜೀವನವೇ ದೇಶದ ಜೀವ. ಗುರುದೇವನ ಅನುಮತಿಯಿಲ್ಲದೆ ನಾನು ಏನನ್ನೂ ಮಾಡಲು ಸಾಧ್ಯವಿಲ್ಲ. ನನ್ನ ಮೊದಲ ಗುರಿ ಇಡೀ ಭಾರತದಲ್ಲಿ ಫೆಡರಲ್ ರಾಜ್ಯ ಸ್ಥಾಪನೆ. ಆಗ ಮಾತ್ರ ನನಗೆ ಬೆಳದಿಂಗಳ ರಾತ್ರಿಗಳು ಬರಬಹುದು. ಅಲ್ಲಿಯವರೆಗೆ ನೀವು ತಾಳ್ಮೆಯಿಂದಿರಬೇಕು.

ಹೆಲೆನ್ - ಪ್ರೀತಿ ಪ್ರತ್ಯಕ್ಷ ಮತ್ತು ಪರೋಕ್ಷವಾಗಿ ಬದಲಾಗಬಲ್ಲದು. ಸರಿ, ನೀವು ಗೆಲ್ಲಬಹುದು! ಸೆಲ್ಯೂಕಸ್‌ನ ಮಗಳು ಚಂದ್ರಗುಟ್‌ನೊಂದಿಗೆ ಕಟ್ಟಿಕೊಂಡಿದ್ದಾಳೆ ಎಂದು ನೆನಪಿಡಿ. ಮದುವೆಯ ನಂತರ ಎರಡನೇ ಬರುವಿಕೆಗಾಗಿ ಪರಿಶುದ್ಧ ವಧು ಕಾಯುವಂತೆ ಈಗ ಅವಳು ಅವನಿಂದ ದೂರ ಉಳಿಯುತ್ತಾಳೆ. ಹೀಗೆ ಹೇಳುತ್ತಾ ಹೆಲೆನ್ ಹೊರಟುಹೋದಳು ಮತ್ತು ಚಂದ್ರಗುಪ್ತನು ನೋಡುತ್ತಲೇ ಇದ್ದನು.

ಸ್ವಲ್ಪ ಸಮಯದ ನಂತರ, ಸೆಲ್ಯೂಕಸ್ ತನ್ನ ಪ್ರೀತಿಯ ಮಗಳು ಮತ್ತು ಗ್ರೀಕ್ ಸೈನಿಕರೊಂದಿಗೆ ಗ್ರೀಸ್ಗೆ ಹೊರಡಲು ದೋಣಿಗಳನ್ನು ಹತ್ತಿದರು. ಚಂದ್ರಗುಪ್ತನು ತನ್ನ ಸಂಗಡಿಗರೊಂದಿಗೆ ಅವನನ್ನು ಗೌರವದಿಂದ ಕಾಣಲು ಬಂದನು. ಅಲೆಗಳ ಮೇಲೆ ತೇಲುತ್ತಿದ್ದ ದೋಣಿಗಳು ಚಲಿಸತೊಡಗಿದವು. ಚಂದ್ರಗುಪ್ತ ದೋಣಿಗಳನ್ನು ನೋಡುತ್ತಲೇ ಇದ್ದ. ಅಲ್ಲಿ ಹೆಲೆನ್‌ಳ ಹೃದಯದಲ್ಲಿ ಅಲೆ ಏಳುತ್ತಿತ್ತು. ಚಂದ್ರಗುಪ್ತ ಒದ್ದೆಯಾದ ವಿದ್ಯಾರ್ಥಿಗಳೊಂದಿಗೆ ಹೆಲೆನ್ ಅನ್ನು ನೋಡಿದನು. ಮತ್ತು ನೀವೇ ಹೇಳಲು

ಪ್ರಾರಂಭಿಸಿದ್ದೀರಿ - 'ನಾನು ಈ ವಿದಾಯವನ್ನು ಗೆಲುವು ಅಥವಾ ಸೋಲು ಎಂದು ಕರೆಯಬೇಕೇಸೋಲಿನಲ್ಲಿ ಗೆಲುವಿದೆ, ಗೆಲುವಿನಲ್ಲಿ ಸೋಲು ಇದೆ ಎಂದು ಮೈದಾನ ಪ್ರತಿಧ್ವನಿಯಲ್ಲಿ ಹೇಳತೊಡಗಿತು. 'ರಾಹಿಯ ಕೆಲಸ ಮುಂದುವರೆಯುವುದು, ಅದರ ಫಲವಾಗಿ ಮನುಷ್ಯನಿಗೆ ಏನೆಲ್ಲ ಸಿಗುತ್ತದೆಯೋ ಅದನ್ನು ಸಂತೃಪ್ತಿಯಿಂದ ಸ್ವೀಕರಿಸಬೇಕು. ಕೈ ಚಾಚಿದ ಮನುಷ್ಯನನ್ನು ಕಂಡರೆ ಜಗತ್ತು ದ್ವೇಷಿಸುತ್ತದೆ. ದುರ್ಬಲ ಆಲೋಚನೆಗಳಿಗಾಗಿ ಮನುಷ್ಯನನ್ನು ರಚಿಸಲಾಗಿಲ್ಲ. ತದನಂತರ ಮೆಲುದನಿಯಲ್ಲಿ

ಗುನುಗಿದರು - 'ಮನುಷ್ಯನ ಕಲ್ಪನೆಯ ಸತ್ಯವು ಬಲವಂತದ ಪ್ರಕಾರ ಎಷ್ಟು ಬೇಗನೆ ಕುಸಿಯುತ್ತದೆ. ಚಂದ್ರಗುಪ್ತನು ಬೇರೆ ಯಾವುದರ ಬಗ್ಗೆ ಯೋಚಿಸುತ್ತಿದ್ದನು ಆದರೆ ಬಲಶಾಲಿ ಕಮಾಂಡರ್ ಹತ್ತಿರ ಬಂದು

ಹೇಳಿದರು - ಕಮಾಂಡರ್ ದಣಿದಿರಬೇಕು! ವಿಶ್ರಾಂತಿಗೆ ಹೋಗೋಣ. ಗೆಲುವಿಗೂ ವಿಶ್ರಾಂತಿಗೂ ಬಹಳ ವ್ಯತ್ಯಾಸವಿದೆ. ಜೀವನದಲ್ಲಿ ಉಳಿದೆಲ್ಲಿದೆ ತೇಜ್ ಸಿಂಗ್! ನಡಿ ಹೋಗೋಣ.' ಹೀಗೆ ಹೇಳುತ್ತಾ ಚಂದ್ರಗುಪ್ತನು ತನ್ನ ಸಂಗಡಿಗರೊಂದಿಗೆ ಹೊರಟು ದಾರಿ ಸಮೀಪಿಸಿದನು ಎಲ್ಲರೂ ತಮ್ಮ ತಮ್ಮ ದಾರಿಯ ಕಡೆಗೆ ಹೊರಟರು. ನಡೆಯುವಾಗ ಎಷ್ಟು ದಾರಿಗಳು ಹರಿದಿವೆ! ಇಟ್ಟ ಹೆಜ್ಜೆ ಮತ್ತೆ ಅದೇ ಜಾಗಕ್ಕೆ ಬಂದರೂ ಮಧ್ಯೆ ಹಲವು ದಾರಿಗಳಿವೆ. ಹುಟ್ಟಿನಿಂದ ಸಾಯುವವರೆಗೆ ನಡೆಯಲು ಎಷ್ಟು ಅಡಿ ಎತ್ತಬೇಕು. ನಡೆಯುವಾಗ ಚಂದ್ರಗುಪ್ತನು ಸೇನಾಪತಿಯನ್ನು ನೋಡಿ

ಹೇಳಿದನು – ಈಗ ಏನು ಮಾಡಬೇಕು?

ವೀರ - ಇವತ್ತೇ ಮಗಧಕ್ಕೆ ಹೋಗುತ್ತಿದ್ದೇನೆ. ಗುರುದೇವನ ಅಪ್ಪಣೆಯಂತೆ ಅಲ್ಲಿಂದ. ಈ ಮಧ್ಯೆ ಚಂದ್ರನ ಮೇಲೆ?

ವೀರ - ಈ ಮಧ್ಯೆ ಪಂಚನಾಡ, ತಕ್ಷಶಿಲೆ ಮತ್ತು ಸಿಂಧುವನ್ನು ಒಂದೇ ದಾರದಲ್ಲಿ ಕಟ್ಟಲು ಪ್ರಯತ್ನಿಸುತ್ತಿರಿ. ಯಾವುದೇ ಆಕ್ಷೇಪಣೆ ಇದ್ದಲ್ಲಿ ತಕ್ಷಣವೇ ವರ್ಗಾವಣೆಗೊಂಡ ವೇರಿಯೇಬಲ್‌ಗಳ ಮೂಲಕ ಮಾಹಿತಿಯನ್ನು ಕಳುಹಿಸಿ. ಚಂದ್ರಗುಪ್ತನು ಅವನ ಶಿಬಿರಕ್ಕೆ ಬಂದನು ಮತ್ತು ವೀರನು ತನ್ನ ವೇಷವನ್ನು ಬದಲಿಸಿ ಮಗಧದ ಕಡೆಗೆ ಹೊರಟನು. ಪ್ರಯಾಣಿಕನು ಚಲಿಸಲು ಪ್ರಾರಂಭಿಸಿದಾಗ, ಗಮ್ಯಸ್ಥಾನವು ಬಿಟ್ಟುಕೊಡುತ್ತದೆ. ವಾಕರ್ ಗುರಿಗೆ ಬರುತ್ತಾನೆ ಬಂದರು. ಇವತ್ತು ಪಾಟಲೀಪುತ್ರದಲ್ಲಿ ಹೆದ್ದಾರಿಯಲ್ಲಿ ಓಡಾಡುತ್ತಿರುವ ಈ ಹುಚ್ಚು ರಾಜ ಯಾರು? ತಲೆಯಲ್ಲಿ ಕಿರೀಟವಿಲ್ಲದಿದ್ದರೆ ಏನು, ಅರ್ಧ ಗಂಟು ಹಾಕಿದ ಬ್ರೇಡ್ ಕಿರೀಟದಂತೆ ನೇರವಾಗಿ ನಿಂತಿದೆ. ರಾಜ ವಸ್ತ್ರವಲ್ಲದಿದ್ದರೆ, ಸೊಂಟದ ಮೇಲೆ ಹಾಸಿರುವ ಹಾಳೆ, ಅದರ

ಒಂದು ತುದಿ ಭೂಮಿಯನ್ನು ಸ್ಪರ್ಶಿಸುವುದು, ಅದು ರಾಜನ ಹಿಂಬದಿಗಿಂತ ಕಡಿಮೆಯೇ! ಯಾರಾದರೂ ನಂಬಲಿ, ನಂಬದಿರಲಿ, ನೀವು ಈ ಮಾಸ್ತರಮ್

ಹೇಳುತ್ತಿದ್ದೀರಿ - ಶ್ರೀ ಶ್ರೀ ನೂರಾ ಎಂಟು, ಇನ್ನೂರ ಹದಿನಾರುನಾನೂರು ಮೂವತ್ತೆರಡು, ಮೂವತ್ತೆರಡು ನೂರ ಅರವತ್ತನಾಲ್ಕು

ಮಗಧ - ಮಹಾರಾಜ್ ನಂದ್ ಬರುತ್ತಿದ್ದಾರೆ. ಜಾಗರೂಕರಾಗಿರಿ, ರಸ್ತೆ ಬಿಡಿ! ಈ ವಿಚಿತ್ರ ಚಿಕ್‌ನೊಂದಿಗೆ ರಾಜಮಾರ್ಗದಲ್ಲಿ ತಿರುಗುತ್ತಿರುವಾಗ, ಇಬ್ಬರು ರಾಜ ಸೈನಿಕರು ಹುಚ್ಚನನ್ನು ದೂರದಿಂದ ತಡೆದು

ಹೇಳಿದರು - ಇದು ಹೆದ್ದಾರಿ, ನೀವು ಯಾರು ಸ್ವತಂತ್ರವಾಗಿ ನಡೆಯುತ್ತಿದ್ದೀರಿ?

ಹುಚ್ಚ - ನಾವು ಮಗಧದ ಚಕ್ರವರ್ತಿ ಮಹಾರಾಜ್ ನಂದ್. ನಮಗೆ ಶುಭಾಶಯ ಕೋರದೆ ಶಿಸ್ತು ಉಲ್ಲಂಘಿಸಿದ್ದೀರಿ. ನಾವು ನಿಮಗೆ ಮರಣದಂಡನೆ ವಿಧಿಸುತ್ತೇವೆ. ನಾಳೆ ಬೆಳಿಗ್ಗೆ ನಿಮ್ಮನ್ನು ಅಡ್ಡಹಾದಿಯಲ್ಲಿ ಶಿಲುಬೆಗೇರಿಸಲಾಗುವುದು. ಹೀಗೆ ಹೇಳುತ್ತಾ ಮಾಸ್ತರನು ಮುಂದೆ ಹೋದನು, ಆದರೆ ಸೈನಿಕರಿಬ್ಬರೂ ಅವನನ್ನು ಹಿಡಿದು

ಹೇಳಿದರು - ಈಗ ನಿಮಗೆ ಹುಚ್ಚುತನದ ಸಂಪೂರ್ಣ ರುಚಿ ಸಿಗುತ್ತದೆ. ನಿಮ್ಮ ಬರಿ ಸೊಂಟದ ಮೇಲೆ ಚಾವಟಿ ಬೀಳುವುದು ಯಾವಾಗ ಎಂದು ನಿಮಗೆ ತಿಳಿಯುತ್ತದೆ. ಇದನ್ನು ಕೇಳಿದ ಹುಚ್ಚು ಹಲ್ಲು ಕಡಿಯುತ್ತಾ ಘೋರ ಕಣ್ಣುಗಳಿಂದ ಅವನನ್ನು ನೋಡಿದನು. ನಂತರ ತನ್ನ ಒಂದು ಕೈಯನ್ನು ಕುಗ್ಗಿಸುವ ಮೂಲಕ, ಒಬ್ಬ ಸೈನಿಕನನ್ನು ತನ್ನ ಸೊಂಟದ ಮೇಲೆ ಹೊತ್ತುಕೊಂಡು, ಇನ್ನೊಬ್ಬನ ಕೈಯನ್ನು ಹಿಡಿದು ಸುತ್ತಲು ಪ್ರಾರಂಭಿಸಿದನು. ಸುತ್ತಲೂ ಪ್ರದಕ್ಷಿಣೆ ಹಾಕುತ್ತಿದ್ದ ಸೈನಿಕರು ಅವನ ಹರಿದ ಕಣ್ಣುಗಳನ್ನು, ಹಲ್ಲುಗಳನ್ನು ನಯಗೊಳಿಸಿದ ಮತ್ತು ಭಯಂಕರವಾದ ರೂಪವನ್ನು ಕಂಡು ಭಯಪಟ್ಟರು ಮತ್ತು ಸುತ್ತಾಡುತ್ತಿರುವಾಗ ಅವರು

ಹೇಳಿದರು - 'ಮಗಧ, ಮಹಾರಾಜನಿಗೆ ಜಯವಾಗಲಿ! ನಮ್ಮನ್ನುಕ್ಷಮಿಸಿ! ಸೈನಿಕರು ಮನವಿ ಮಾಡುವುದನ್ನು ನೋಡಿ ಹುಚ್ಚನು ಅವರನ್ನು ಬಿಟ್ಟು

ಆಜ್ಞಾಪಿಸಿದನು - 'ಮಗಧದ ಮಹಾರಾಜ ಶಿಸ್ತಿನಿಂದ ಅವರಿಗಿಂತ ಮುಂದೆ ನಡೆಯಬೇಕೆಂದು ನಾನು ನಿನಗೆ ಆಜ್ಞಾಪಿಸುತ್ತೇನೆ!' ಒಬ್ಬ ಸೈನಿಕನು ಇನ್ನೊಬ್ಬ ಸೈನಿಕನಿಗೆ ರಹಸ್ಯವಾಗಿ

ಹೇಳಿದನು - ನನ್ನನ್ನು ಹತ್ತಿರ ಕರೆದುಕೊಂಡು ಹೋಗು ಹೆದ್ದಾರಿಯಲ್ಲಿ ಯಾರೇ ಹೊಸಬರು ಕಂಡರೂ ಆಗಲೇಬೇಕು ಎಂಬುದು ಅವರ ಅಪ್ಪಣೆ ಮುಂದೆ ಪ್ರಸ್ತುತಪಡಿಸಲಾಗುತ್ತದೆ. ಮುಂದೆ ಸೈನಿಕರು ಮತ್ತು ಹಿಂದೆ ಮಾಸ್ತರರು ತೂಗಾಡುತ್ತಿದ್ದರು. ಅರಮನೆಯ ಹತ್ತಿರ ಬಂದಾಗ, ಸೈನಿಕನು

ಹೇಳಿದನು - ಒಳಗೆ ಪ್ರವೇಶಿಸು! ಮಹಾಮಾತ್ಯ ನಿನ್ನನ್ನು ಸ್ಮರಿಸಿದ್ದಾನೆ. ಮಾಸ್ತರಮ್ ನಿರ್ಭಯವಾಗಿ ಒಳಗೆ ಹೋದರು. ಮಹಾಮಾತ್ಯ ಅವರನ್ನು ನೋಡಿ ಸೈನಿಕರಿಗೆ

ಹೇಳಿದರು - ಇಂದು ಅವನು ಯಾವ ದೇಶದ ಪಕ್ಷಿಯನ್ನು ಹಿಡಿದನು?

ಹೇಸೈನಿಕ - ಹುಷಾರಾಗಿರು ಮಹಾಮಾತ್ಯಾ! ಮನುಷ್ಯರನ್ನು ಅಲೆಯುವಂತೆ ಮಾಡುವ ಇಂತಹ ದೇಶದ ಭೂತ ಇದು ಹಾಗೆ ಸುತ್ತುತ್ತದೆ ದೇವರ ದಯೆಯಿಂದ ನಮ್ಮ ಜೀವ ಉಳಿಯಿತು. ಸೈನಿಕನು ಏನನ್ನೋ ಹೇಳುತ್ತಿದ್ದುದನ್ನು ಕೇಳಿ, ಹುಚ್ಚನು ಮತ್ತೆ ಅದೇ ರೂಪದಲ್ಲಿ ತನ್ನ ಕಣ್ಣುಗಳನ್ನು ತೆರೆದನು. ಭಯಂಕರ ರೂಪವನ್ನು ನೋಡಿದ ಕೂಡಲೇ ಸೈನಿಕರು ಅಲ್ಲಿಯೇ ನಿಂತರು, ಆದರೆ ಮಹಾಮಾತ್ಯ ನಗುತ್ತಾ

ಹೇಳಿದರು - ಹೇಳು ಮಹಾರಾಜ! ನಿಮಗೆ ಏನಾದರೂ ಸಮಸ್ಯೆ ಇದೆಯೇ?

ಪಾಗಲ್ - ಮಹಾರಾಜನು ನಿನ್ನಂತಹ ನುರಿತ ಮಹಾಮಾತ್ಯನ ಮೇಲ್ವಿಚಾರಣೆಯಲ್ಲಿ ಏನು ಅನುಭವಿಸಬಹುದು? ಇದೆ. ದೂರದ ಸುಗಂಧವನ್ನು ಹೊತ್ತುಕೊಂಡು ಪವನ್ ಮಹಾರಾಜರೊಂದಿಗೆ ಸದಾ

ಇರುತ್ತಾನೆ. ವಿಚಿತ್ರವಾದ ವಾಕ್ಯವನ್ನು ಕೇಳಿದ ಮಹಾಮಾತ್ಯನು ಏನನ್ನೋ ಯೋಚಿಸಿದ ನಂತರ ಸೈನಿಕರನ್ನು ನೋಡಿ

ಹೇಳಿದನು- 'ಹೋಗಿ ಮಹಾಮಾತೆಯ ಬಳಿಗೆ ಭಯಂಕರ ಹುಚ್ಚನೊಬ್ಬ ಬಂದಿದ್ದಾನೆಂದು ವಿರಾಧನಿಗೆ ಹೇಳುತ್ತಿರು. ಅದನ್ನು ಸರಿಪಡಿಸಲು, ನಿಮ್ಮ ಚಾವಟಿಯನ್ನು ತೆಗೆದುಕೊಂಡು ತಕ್ಷಣ ಬನ್ನಿ.

ಹುಚ್ಚ - ಇಲ್ಲ, ಈಗ ಚಾವಟಿಯ ಅಗತ್ಯವಿಲ್ಲ, ಮಹಾರಾಜರು ಇಬ್ಬರೂ ಸೈನಿಕರನ್ನು ಕ್ಷಮಿಸಿದ್ದಾರೆಹುಚ್ಚನು ಹೀಗೆ ಹೇಳುವುದನ್ನು ಮುಂದುವರಿಸಿದನು ಮತ್ತು ಸೈನಿಕರು ಹೊರಟುಹೋದರು. ಸೈನಿಕರು ಹೊರಟುಹೋದಾಗ, ಹುಚ್ಚನಿಗೆ ಪ್ರಜ್ಞೆ ಬಂದು

ಹೇಳಿದರು - ನಾನು ಭಾಸುರಕ ಮಹಾಮಾತ್ಯ! ನಾನು ನೇರವಾಗಿ ಪಂಚನಾಡಿನಿಂದ ಬರುತ್ತಿದ್ದೇನೆ. ಈಗ ಅಭ್ಯಂತರವಿಲ್ಲ. ತಮ್ಮಲ್ಲಿನ ದಂಗೆಯಿಂದಾಗಿ, ಸೆಲ್ಯೂಕಸ್ ಅಲ್ಲಿನ ಭಾರತೀಯ ರಾಜರೊಂದಿಗೆ ಭೀಕರ ಯುದ್ಧವನ್ನು ಹೊಂದಿದ್ದನು. ಸೆಲ್ಯೂಕಸ್‌ನನ್ನು ಸೋಲಿಸಲಾಯಿತು ಮತ್ತು ಚಂದ್ರಗುಪ್ತನ ಪಿತೂರಿ ಪಕ್ಷವು ಗೆದ್ದಿತು. ಚಂದ್ರಗುಪ್ತನು ಸೋತ ಸೆಲ್ಯೂಕಸ್‌ನೊಂದಿಗೆ ಅನುಚಿತವಾಗಿ ವರ್ತಿಸಲಿಲ್ಲ, ಬದಲಿಗೆ ರಾಜನು ತನ್ನ ಅತಿಥಿಗೆ ಬೀಳ್ಕೊಡುವ ರೀತಿಯಲ್ಲಿ ಸೈನ್ಯದೊಂದಿಗೆ ಸೆಲ್ಯೂಕಸ್‌ಗೆ ಶಾಂತಿಯುತವಾಗಿ ವಿದಾಯ ಹೇಳಿದನು. ಈಗ ಶಾಂತಿ ನೆಲೆಸಿದೆ. ಮಗಧದ ಮೇಲೆ ದಾಳಿ ಮಾಡುವ ಉದ್ದೇಶ ಇದ್ದಂತಿಲ್ಲ.

ಮಹಾಮಾತ್ಯ- ಅಂಬಿ, ಮಲಯ ಮತ್ತು ಸಿಂಹರು ಚಂದ್ರಗುಪ್ತನ ಕಡೆಗೆ ಹೇಗೆ ವರ್ತಿಸುತ್ತಾರೆ? ಭಾಸುರಕ್ - ನಾಲ್ವರೂ ನಿಜವಾದ ಸಹೋದರರು ಎಂಬಂತೆ ಅಂತಹ ನಡವಳಿಕೆಯನ್ನು ಗಮನಿಸಲಾಯಿತು. ಆಂಬಿ, ಅವರಲ್ಲಿ ಮಾತನಾಡುವಾಗ ಗಲಿಬಿಲಿಗೊಳ್ಳುವ ಒಬ್ಬರು ಖಂಡಿತವಾಗಿಯೂ ಇದ್ದಾರೆ. ಅವನು ದುರಾಸೆ ಮತ್ತು ಹೇಡಿ.

ಮಹಾಮಾತ್ಯ - ಹಾಗಾದರೆ ಇವರೆಲ್ಲರೂ ಸೇರಿ ಮಗಧದ ಕಡೆಗೆ ಹೋಗಲು ಪ್ರಯತ್ನಿಸುವುದಿಲ್ಲವೇ?

ಭಾಸುರಕ್ - ಜಗಳದಿಂದ ಎಲ್ಲರೂ ದಣಿದಿದ್ದಾರೆ, ಆದ್ದರಿಂದ ಶೀಘ್ರದಲ್ಲೇ ನೋಡುವ **ಸಾಧ್ಯತೆಯಿಲ್ಲಮಹಾಮಾತ್ಯ** - ಇವತ್ತಲ್ಲದಿದ್ದರೆ ನಾಳೆ ಆಗುವ ಸಂಭವವಿರಬಹುದು.

ಭಾಸುರಕ್ - ನಾಳೆ ಯಾರಿಗೆ ಗೊತ್ತು!

ಮಹಾಮಾತ್ಯ - ರಾಜಕೀಯದಲ್ಲಿ ನೂರು ವರ್ಷ ಮೀರಿ ಯೋಚಿಸಬೇಕು. ನಾಳೆಯ ಬಗ್ಗೆ ಗೊತ್ತಿಲ್ಲದ ವಿಫಲ ರಾಜಕಾರಣಿ. ನೀವು ಏನು ಹೇಳಿದರೂ ಕೇಳಿದ್ದೇವೆ. ನೀವು ಬೇರೆಯವರನ್ನು ಹುಡುಕದ ಹೊರತು ನೀವು ಅನುಮತಿಯನ್ನು ಪಡೆಯದ ಹೊರತು, ನೀವು ಇಲ್ಲಿ ಕೋಣೆಯಲ್ಲಿ ವಿಶ್ರಾಂತಿ ಪಡೆಯುತ್ತೀರಿ. ನಮಸ್ಕಾರ ಮಾಡಿದ ನಂತರ ಭಾಸುರಕನು ಒಂದು ಕೋಣೆಯಲ್ಲಿ ವಿಶ್ರಾಂತಿಗೆ ಹೋದನು ಮತ್ತು ವಿರಾಧನು ಮಹಾಮಾತ್ಯನ ಕೋಣೆಯನ್ನು ಪ್ರವೇಶಿಸಿದನು. ವಿರಾಧನನ್ನು ನೋಡಿದ ಮಹಾಮಾತ್ಯ

ಹೇಳಿದರು - ನೀವು ಪಂಚನಾಡಿನಿಂದ ಬರುವ ಸುದ್ದಿಯನ್ನು ಕೇಳಿದ್ದೀರಾ?

ವಿರಾಧ- ನಾನು ಮಗಧವನ್ನು ಪ್ರವೇಶಿಸಿದ ಕೂಡಲೇ ಗೂಢಚಾರ ಭಾಸುರಕನನ್ನು ಭೇಟಿಯಾಗಿದ್ದೆ. ನೀವು ಅವನ ಕಥೆಯನ್ನೆಲ್ಲ ನನ್ನ ಬಾಯಿಂದಲೇ ಕೇಳು, ಅದಕ್ಕೇ ನಿನಗೆ ಕಳುಹಿಸಿದ್ದೇನೆ. ಮಹಾಮಾತ್ಯ- ಅಲ್ಲಿ ನಡೆದ ಹೊಸ ಘಟನೆಗಳಿಂದ ಯಾವ ತೀರ್ಮಾನಕ್ಕೆ ಬರಲಾಯಿತು?

ವಿರಾಢ - ಗ್ರೀಕರ ವಾಪಸಾತಿಯಿಂದಾಗಿ ಚಂದ್ರಗುಪ್ತನು ಮಗಧದ ಕಡೆಗೆ ಹೋಗಲು ಧೈರ್ಯ ಮಾಡುವುದಿಲ್ಲ ಎಂಬುದು ಸ್ಪಷ್ಟವಾಗಿದೆ.

ಮಹಾಮಾತ್ಯ- ಹೀಗೆ ಯೋಚಿಸುವುದೇ ದೊಡ್ಡ ತಪ್ಪು. ಒಂದು ದೊಡ್ಡ ಬಲೆ ನಿಧಾನವಾಗಿ ಹರಡುತ್ತಿದೆ ಎಂದು ನನಗೆ ಅನಿಸುತ್ತದೆಮಹಾಮಾತ್ಯ ಏನನ್ನೋ ಹೇಳುವುದನ್ನು ಮುಂದುವರೆಸಿದ, ಆದರೆ ಇದ್ದಕ್ಕಿದ್ದಂತೆ ಜೀವಧರ್ಮನು ಪ್ರವೇಶಿಸಿ

ಹೇಳಿದನು - 'ಬಲೆಯು ಹರಡುತ್ತಿಲ್ಲ, ಮಹಾಮತ್ಯ ಈಗಾಗಲೇ ಹರಡಿದೆ. ಒಂದು ರೀತಿಯಲ್ಲಿ ಮಗಧ ರಾಜ್ಯ ನಿಮ್ಮ ಕೈಯಿಂದ ತಪ್ಪಿ ಹೋಗಿದೆ. ಇಡೀ ರಾಜ್ಯವನ್ನು ಆಳುವ ಈ ಮಹಾತ್ಮ ವಿಷ್ಣುಗುಪ್ತನು ಮಗಧವನ್ನು ವಶಪಡಿಸಿಕೊಂಡನು. ಎಲ್ಲರ ಮನದಲ್ಲೂ ಅವರ ಬಗ್ಗೆ ಗೌರವವಿದೆ. ದೊಡ್ಡ ಸಂಘಟಿತ ರಾಷ್ಟ್ರೀಯ ಸೈನ್ಯವು ಅವನ ಇತ್ಯರ್ಥದಲ್ಲಿದೆ. ಶಕ್ತರ್ ಮತ್ತು ಕಾತ್ಯಾಯನರು ಹೊರಗಿನಿಂದ ರಾಜಭಕ್ತರು ಮತ್ತು ಒಳಗಿನಿಂದ ಮಹಾತ್ಮ ವಿಷ್ಣುಗುಪ್ತನ ಸಹಚರರು.

ಈ ಸ್ವತಂತ್ರ ಸೈನ್ಯವು ರಾಜ್ಯದ ರಕ್ಷಣೆಗಾಗಿ ರಚನೆಯಾಗಿಲ್ಲ, ಆದರೆ ರಾಜ್ಯವನ್ನು ಕಬಳಿಸಲು ಸಂಚು ರೂಪಿಸಲಾಗಿದೆ. ದುಷ್ಟ ಚಟುವಟಿಕೆಗಳ ಈ ಸಂಘಟನೆಯು ಭಾರತದಾದ್ಯಂತ ಹರಡಿತುಆಗಲೇ ನಡೆದಿದೆ. ನಿಮ್ಮ ಮನೆಯಲ್ಲಿ ಶತ್ರುಗಳ ಹಿತೈಷಿಗಳಾದ ಅನೇಕ ಗೂಢಚಾರರು ಇರಬಹುದು. ಇಲ್ಲಿರುವ ಪ್ರತಿಯೊಂದು ಮಚ್ಚೆಯು ಮಹಾತ್ಮ ವಿಷ್ಣುಗುಪ್ತನನ್ನು ತಲುಪುತ್ತದೆ. ಚಂದ್ರಗುಪ್ತನು ಮಹಾತ್ಮ ವಾತ್ಸ್ಯಾಯನನ ಶಿಷ್ಯ ಮತ್ತು ಅವನು ಏನು ಮಾಡುತ್ತಿದ್ದರೂ ಅದನ್ನು ತನ್ನ ಗುರುಗಳ ಸೂಚನೆಯ ಮೇರೆಗೆ ಮಾಡುತ್ತಾನೆ.

ಮಹಾಮಾತ್ಯ- ನೀನು ಹೇಳಿದ್ದು ಅಕ್ಷರಶಃ ಸತ್ಯ, ಜೀವಧರ್ಮ! ನಿಸ್ಸಂದೇಹವಾಗಿ ನಾವು ಪ್ರಸ್ತುತ ರಾಜ್ಯದ ನಾಮಮಾತ್ರ ಅಧಿಕಾರಿಗಳಾಗಿದ್ದೇವೆ. ಆದರೆ ಸಮಯ ಇನ್ನೂ ನಮ್ಮ ಕೈಯಲ್ಲಿದೆ. ವಾತ್ಸ್ಯಾಯನ, ಶಕ್ತರ ಮತ್ತು ಕಾತ್ಯಾಯನ ಈ ರಾತ್ರಿ ಸಾಯಬೇಕು. ಮತ್ತು ಸಾವು ಸಂಭವಿಸಿದೆ ಎಂದು ಯಾರಿಗೂ ತಿಳಿಯದ ರೀತಿಯಲ್ಲಿ ಸಾವು ಇರಬೇಕು.

ವಿರಾಧ- ಇದಕ್ಕೊಂದು ಪರಿಹಾರವಿದೆ. ಹೇಗಾದರೂ ಮಾಡಿ ಮೂವರನ್ನೂ ಒಂದೆಡೆ ಸೇರಿಸಿ ಅವರಿರುವ ಮನೆಗೆ ಬೆಂಕಿ ಹಚ್ಚಬೇಕು.

ಮಹಾಮಾತ್ಯ - ಮೂರನ್ನೂ ಒಂದೇ ಸ್ಥಳದಲ್ಲಿ ಸಂಪರ್ಕಿಸಲು ಏನು ಮಾಡಬೇಕು?

ಜೀವ್- ಇದಕ್ಕೆ ನಾನು ಪರಿಹಾರ ಹೇಳಬಲ್ಲೆ.

ಮಹಾಮಾತ್ಯ - ಹಾಗಾದರೆ ನೀವು ಯಾಕೆ ಹಿಂಜರಿಯುತ್ತೀರಿ? ತಕ್ಷಣ ಹೇಳು. ಜೀವ್, ನೀನು ಶಕ್ತರನ್ನು ಕರೆದು 'ಮಹಾತ್ಮ ಇಂದು ರಾತ್ರಿ ನಿನ್ನ ನಿವಾಸದಲ್ಲಿ ವಾತ್ಸ್ಯಾಯನ, ಕಾತ್ಯಾಯನ ಮತ್ತು ನೀವು ಭೇಟಿಯಾಗುತ್ತೀರಿ. ಹೊಸ ರಾಜಕೀಯ ಚಳುವಳಿಗಳಿಂದ ಉಂಟಾಗುವ ಸಂದರ್ಭಗಳು ಪರಿಗಣಿಸಬೇಕಾಗಿದೆ.

ಮಹಾಮಾತ್ಯ - ತದನಂತರ? ಜೀವ- ನಂತರ ನೀವು ಅಲ್ಲಿಗೆ ತಲುಪುವುದಿಲ್ಲ ಮತ್ತು ಶಕ್ತರ ನಿವಾಸವನ್ನು ಎಣ್ಣೆಯಿಂದ ಚಿಮುಕಿಸಲಾಗುತ್ತದೆ, ತ್ವರಿತವಾಗಿ ದಹಿಸುವ ಪದಾರ್ಥಗಳು ಮತ್ತು ಸಮಯಕ್ಕೆ ತಕ್ಷಣವೇ ಬೆಂಕಿಯನ್ನು ಹಾಕಬೇಕು. ಅದರ ನಂತರ, ಈ ಮಹಾತ್ಮರ ನಿಧನದ ಸಂದರ್ಭದಲ್ಲಿ ಎರಡನೇ ದಿನ ಶೋಕವನ್ನು ಆಚರಿಸಬೇಕು. ಕರ್ಪೂರ ಇತ್ಯಾದಿ. ಮಹಾಮಾತ್ಯ ಸ್ವಲ್ಪ ಸಮಯ ಯೋಚಿಸಿ ನಂತರ ಗಂಭೀರವಾಗಿ

ಹೇಳಿದರು - 'ಇದು ಸಂಭವಿಸುತ್ತದೆ. ಈ ಮೂರನ್ನೂ ಇಂದು ರಾತ್ರಿ ಅಗ್ನಿಗೆ ಅರ್ಪಿಸಲಾಗುವುದು. ಈಗ ನೀವು ಬೆಂಕಿಯನ್ನು ಹಾಕಲು ವಸ್ತುಗಳನ್ನು ಸಂಗ್ರಹಿಸುತ್ತೀರಿ ಮತ್ತು ನಾನು ಮೂರನ್ನೂ ಒಂದೇ ಸ್ಥಳದಲ್ಲಿ ಸಂಪರ್ಕಿಸಲು ಪ್ರಯತ್ನಿಸುತ್ತೇನೆ. ಜೀವಧರ್ಮ ಮತ್ತು ವಿರಾಧ ಪ್ರತ್ಯೇಕವಾಗಿ ಹೋದರು ಮತ್ತು ಮಹಾಮಾತ್ಯ ಒಂದು ಕಡೆಗೆ ಹೋದರು ಎಂದು ಯೋಚಿಸಿದರು. ಅವನ ಮನಸ್ಸಿನಲ್ಲಿ ಸಂಚಲನ ಉಂಟಾಯಿತು. ಕರ್ತವ್ಯ ಮತ್ತು ಬಯಕೆಯ ಹೋರಾಟ ಅವನ ಮುಂದೆ ನೃತ್ಯ ಮಾಡಿತು. ಅವರು ಯೋಚಿಸುತ್ತಿದ್ದರು, 'ಬಹಳ ವಿಚಿತ್ರ ಪರಿಸ್ಥಿತಿ ಉದ್ಭವಿಸಿದೆ. ಶಕ್ತರ ಮನೆಯನ್ನು ಸುಡುವಾಗ ಪರಿಮಳವೂ ಇರುತ್ತದೆ. ಈ ರಹಸ್ಯವನ್ನು ಅವನಿಗೆ ಬಹಿರಂಗಪಡಿಸಿದರೆ, ನಂತರ ಪಿತೂರಿ ಯಶಸ್ವಿಯಾಗುವುದಿಲ್ಲ. ಹಾಗಾದರೆ ಅದನ್ನು ಅಲ್ಲಿಂದ ತೆಗೆಯುವುದು ಹೇಗೆ?

ಉಮಾ ಅವರಿಂದ ಸ್ವಲ್ಪ ಕೆಲಸ ಮಾಡಬಹುದಿತ್ತು, ಆದರೆ ಕಾತ್ಯಾಯನನೂ ಅಗ್ನಿ ನೈವೇದ್ಯವನ್ನು ಅರ್ಪಿಸಬೇಕಾಗಿರುವುದರಿಂದ ಅದೂ ಸಹ ಸಹಾಯ ಮಾಡಲಾರದು. ಹಾಗಾದರೆ ಏನು ಮಾಡಬೇಕು?ಇಂದು ಅರಮನೆಯಲ್ಲಿ ಮಹಿಳೆಯರ ಕಾಲ್ಪನಿಕ ಹಬ್ಬವನ್ನು ಆಯೋಜಿಸಬೇಕು ಎಂಬುದು ಪರಿಹಾರವಾಗಿದೆವಿಷಯ

ಮನಸ್ಸಿಗೆ ಬಂದ ಕೂಡಲೇ ಮಹಾಮಾತ್ಯ ಮಹಾನಂದರನ್ನು ತಲುಪಿ ಏಕಾಂತದಲ್ಲಿ ವಿಷವರ್ತುಲದ ಸಂಪೂರ್ಣ ಯೋಜನೆಯನ್ನು ತಿಳಿಸಿದರು. ಇದನ್ನು ಕೇಳಿದ ಮಹಾರಾಜರು ಸಂತೋಷದಿಂದ ಗರ್ಜಿಸುತ್ತಾ

ಹೇಳಿದರು- 'ಈ ಮೂರು ನಮ್ಮ ರಾಜ್ಯಕ್ಕೆ ವಿಷ ಎಂದು ನಾನು ಅನೇಕ ಬಾರಿ ಹೇಳುತ್ತಿದ್ದೇನೆ. ನೀವು ತುಂಬಾ ಸೂಕ್ತ ಮತ್ತು ಸಮಯೋಚಿತ ದೈತ್ಯಾಕಾರದ ಭಾವಿಸಲಾಗಿದೆ! ವಿಕ್ಷಣಾ ಬಹಳ ಬುದ್ಧಿವಂತ ಮಹಿಳೆ, ಅವಳಿಂದ ಯಾವುದೇ ಹಾನಿ ಸಂಭವಿಸುವ ಸಾಧ್ಯತೆಯಿಲ್ಲ. ನಾನು ರಾಕ್ಷಸ-ಆದರೆ ಮಹಿಳೆಯನ್ನು ನಂಬಲು ಹೆದರುತ್ತೇನೆ. ಅವಳು ಜೀವವನ್ನು ನೀಡಬಲ್ಲಳು ಆದರೆ ಅವಳ ಹೊಟ್ಟೆಯಲ್ಲಿರುವ ರಹಸ್ಯಗಳನ್ನು ಅರಗಿಸಿಕೊಳ್ಳಲು ಸಾಧ್ಯವಿಲ್ಲ. ರಹಸ್ಯವನ್ನು ಕೇಳಿದಾಗ, ಮಹಿಳೆಯ ಹೊಟ್ಟೆ ನೋವು ಪ್ರಾರಂಭವಾಗುತ್ತದೆ.

ನಂದ್- ಮಹಿಳೆ ದುರ್ಬಲಳಿಗಿಂತ ಹೆಚ್ಚು ಹಠಮಾರಿ. ಆದರೆ ಇದೆಲ್ಲದರ ಬಗ್ಗೆ ಏನು! ನಾವು ಊಹಾಪೋಹದ ಮೂಲಕ ಪಿತೂರಿಯನ್ನು ವಿವರಿಸಲು ಪ್ರಯತ್ನಿಸುತ್ತಿಲ್ಲ. ಇಂದು 'ಕರ್ವ ಚೌತ್", ಈ ಸಂದರ್ಭದಲ್ಲಿ ವಿಚಕ್ಷಣಾ ಉಪವಾಸವನ್ನು ಆಚರಿಸಿರಬೇಕು. ಚಂದ್ರ ಉತ್ಸವವನ್ನು ಆಚರಣೆಯೊಂದಿಗೆ ಆಚರಿಸಲು ಮತ್ತು ಉಪವಾಸದ ನಂತರ ತನ್ನ ಸ್ನೇಹಿತರಿಗೆ ಮತ್ತು ಗಣ್ಯ ಪುರುಷರಿಗೆ ಮತ್ತು ಮಹಿಳೆಯರಿಗೆ ಔತಣವನ್ನು ನೀಡುವಂತೆ ಕೇಳಿದರೆ, ಅವಳು ಸಂತೋಷದಿಂದ ಒಪ್ಪುತ್ತಾಳೆ. "ಇದು ಕರ್ವಾ ಚೌತ್, ಸಂಜೆ ವಿಚಕ್ಷಣ ಆಯೋಜಿಸುವ ಔತಣಕೂಟವಿದೆ. ನನಗೂ ಆಮಂತ್ರಣ ಬಂದಿದೆ ಅಪ್ಪಾ! ಬಹಳ ಒತ್ತಾಯದಿಂದ ಈ ಮಾತನ್ನು ಹೇಳಿದ್ದಾಳೆ. ನೀನು ಬರದಿದ್ದರೆ ನಾನೇ ನಿನ್ನನ್ನು ಕರೆದುಕೊಂಡು ಹೋಗಲು ಬರುತ್ತೇನೆ ಎಂದು ಹೇಳಿದ್ದಾಳೆ." ಸುವಾಸಿನಿ ತನ್ನ ಮುದುಕ ತಂದೆಯ ಹಣೆಯನ್ನು ಒತ್ತಿ ಹೇಳಿದಳು.

ಶಕ್ತರ್ - ನೀನು ಹೋಗಲು ನಿರಾಕರಿಸಬೇಡ ಮಗಳೇ? ಆದರೆ ಹೋಗದಿದ್ದರೂ ಪರವಾಗಿಲ್ಲ ಇದು ಹಬ್ಬದ ಸಮಯ, ಅದೇ ಸಮಯದಲ್ಲಿ ಮಹಾತ್ಮ ವಾತ್ಸ್ಯಾಯನನು ಬರುತ್ತಾನೆ, ಕಾತ್ಯಾಯನನೂ ಬರುತ್ತಾನೆ. ಮಹಾಮಾತ್ಯ ನಮ್ಮೂರಲ್ಲಿ ಏನಾದರೂ ಮುಖ್ಯವಾದ ವಿಷಯ ಮಾತನಾಡಬೇಕು, ಅವರೂ ಬರುತ್ತಿದ್ದಾರೆ. ಆತಿಥ್ಯ ನೀವು ಇಲ್ಲಿ ಉಳಿಯುವುದು

ಅವಶ್ಯಕಸುವಾಸ್ - ಹಾಗಾದರೆ ಏನಾಯಿತು ತಂದೆ! ನಾನು ಎಲ್ಲ ವ್ಯವಸ್ಥೆ ಮಾಡುತ್ತೇನೆ. ಅವರ ಪೋಸ್ಟ್‌ಗೆ ಅತಿಥಿ ಅಗತ್ಯವಿರುವ ಎಲ್ಲವನ್ನೂ ಹತ್ತಿರದಲ್ಲಿ ಕಾಣಬಹುದು. ಸಾರ್ವಕಾಲಿಕ ಏಕಾಂಗಿಯಾಗಿರುವುದು ನನಗೆ ಬೇಜಾರಾಗುತ್ತಿದೆ, ಇವತ್ತು ಖಂಡಿತ ಹೋಗುತ್ತೇನೆ.

ಶಕ್ತರ್ - ನಿಮಗೆ ಅಂತಹ ಬಲವಾದ ಆಸೆ ಇದ್ದರೆ, ನೀವು ಹೋಗಬೇಕು. ಸಮಯ ಕಳೆದು ದುಷ್ಕರ ಕಾಲ ಸಮೀಪಿಸತೊಡಗಿತು. ಸುವಾಸಿನಿ ವಿಚಕ್ಷಣ ಏರ್ಪಡಿಸಿದ ಉತ್ಸವದಲ್ಲಿ ಪಾಲ್ಗೊಂಡು ಮಹಾತ್ಮ ವಾತ್ಸ್ಯಾಯನ ಶಕ್ತರ ನಿವಾಸಕ್ಕೆ ಬಂದಳು. ವಾತ್ಸ್ಯಾಯನನು ಮನೆಯಲ್ಲಿ ಸುಗಂಧವನ್ನು ಕಂಡುಕೊಳ್ಳಲಾಗದೆ, ಆತಂಕದಿಂದ

ಕೇಳಿದ - ಮೈಮೋಸ ಎಲ್ಲಿದೆ? ಶಕ್ತರನು ನಗುತ್ತಾ

ಹೇಳಿದನು - ಅರಮನೆಯಲ್ಲಿ ರಾಣಿ ವಿಚಕ್ಷಣದಿಂದ ಯಾವುದಾದರೂ ಆಚರಣೆ? ಹೌದು, ಅವಳು ಅಲ್ಲಿಗೆ ಹೋಗಿದ್ದಾಳೆ. ನಾನು ಕೂಡ ನಿರಾಕರಿಸಿದೆ ಆದರೆ ಅವಳ ವಿಪರೀತ ಆಸೆಯನ್ನು ನೋಡಿ ನಾನು ಅವಳನ್ನು ತಡೆಯಲಿಲ್ಲ. ವಾತ್ಸ್ಯಾಯನನು ಸ್ವಲ್ಪ ಯೋಚಿಸಿ

ಹೇಳಿದನು - ಅಂಕಲ್, ರಾಕ್ಷಸನು ಬಹಳ ಬುದ್ಧಿವಂತ. ಇಂದಿನ ದಿಢೀರ್ ಸಭೆಯಲ್ಲಿ ಏನಾದರೂ ರಹಸ್ಯವಿದೆಯೇ?

ಶಕ್ತರ್- ರಾಕ್ಷಸ್ ಒಬ್ಬ ನಿಗೂಢ ವ್ಯಕ್ತಿ ಆದರೆ ಅವನ ಉದ್ದೇಶಗಳು ಕೆಟ್ಟದ್ದಲ್ಲ.

ವಾತ್ಸ್ಯಾಯನ್ - ರಾಕ್ಷಸರು ವೈಯಕ್ತಿಕವಾಗಿ ಪರಿಶುದ್ಧರು ಎಂಬುದು ನಿಜ, ಆದರೆ ಅವರು ಮಹಾನ್ ತಾಯಂದಿರಾದ ಸಾಮ್ರಾಜ್ಯದ ರಕ್ಷಣೆಯಲ್ಲಿ ಎಲ್ಲವನ್ನೂ ಮಾಡಬಹುದುಕಾತ್ಯಾಯನನೂ ಬಂದಿದ್ದನೆಂಬ

ಚರ್ಚೆ ನಡೆಯುತ್ತಿತ್ತು. ಶಕ್ತರು ಕಾತ್ಯಯ್ಯನವರನ್ನು ಸನ್ಮಾನಿಸಿದರು ಆಸನದ ಮೇಲೆ ಕುಳಿತುಕೊಳ್ಳಲು ಸೂಚಿಸಲಾಯಿತು, ಆದರೆ ಕುಳಿತುಕೊಳ್ಳುವ ಮೊದಲು ಕಾತ್ಯಾಯನ

ಹೇಳಿದರು - 'ಬೇಗ ಇಲ್ಲಿಂದ ಓಡಿಹೋಗು! ಸ್ವಲ್ಪ ಸಮಯದ ನಂತರ ಈ ಅರಮನೆಗೆ ಬೆಂಕಿ ಬೀಳುತ್ತದೆ, ಬಹುಶಃ ನೆರೆಹೊರೆಯವರ ಮನೆಗಳು ಸಹ ಬೂದಿಯಾಗುವಷ್ಟು ಭೀಕರವಾದ ಬೆಂಕಿ. ಸುತ್ತಲೂ ಚಾಫ್ ಹರಡಿದೆ. ದೆವ್ವಗಳು ಇಲ್ಲಿಗೆ ಬರುವುದಿಲ್ಲ. ಇದು ನಿಮ್ಮೆಲ್ಲರನ್ನು ಕೊಲ್ಲುವ ಸಂಚು. ಹಲೋ, "ಮೇಘ", ನಾನು ಹೋಗುತ್ತೇನೆ.

ವಾತ್ಸ್ಯಾಯನ್ - ಯಾರು, ಬಿ 0 ಆರ್ 0! ಹಾಗಾದರೆ ಕಾತ್ಯಾಯನ ಎಲ್ಲಿದ್ದಾನೆ?

ಬಿ0ಆರ್0- ಧಾತುರ ಮಾತ್ರೆ ತಿಂದು ನಶೆಯಲ್ಲಿ ರಾಜೋದ್ಯಾನದಲ್ಲಿ ಮಲಗಿದ್ದಾರೆ. ಯದ್ವಾತದ್ವಾ, ಹಿಂದಿನ ಬಾಗಿಲಿನಿಂದ ಹೊರಡಿ. ನಾನಂತೂ ಕಾತ್ಯಾಯನನ ಬಟ್ಟೆಯನ್ನು ಇಲ್ಲಿ ಬಿಸಾಡಿ ಮರೆಯಾಗುತ್ತೇನೆ. ವಾತ್ಸ್ಯಾಯನನು ತಕ್ಷಣವೇ ಎದ್ದು ಶಕ್ತರನ್ನು ಕರೆದುಕೊಂಡು ಹಿಂದಿನ ಬಾಗಿಲಿನಿಂದ ಹೊರಟನು. 'ಬಿ.ಆರ್.', ಕಾತ್ಯಾಯನನ ವೇಷ ಧರಿಸಿ, ಕಾತ್ಯಾಯನನ ಬಟ್ಟೆಗಳನ್ನು ಕಳಚಿ ಸ್ಟೂಲಿನ ಮೇಲೆ ಇಟ್ಟು ಮತ್ತೊಂದು ಬಾಗಿಲಿನಿಂದ ಹೊರಬಂದು, ಆ ಬಟ್ಟೆಯ ಕೆಳಗೆ ಧರಿಸಿದ್ದ ಜೀವಧರ್ಮದ ವೇಷದಲ್ಲಿ ಕಾಣಿಸಿಕೊಂಡನು. ಹೊರಗೆ ಬಂದ ಕೂಡಲೇ ಶಕ್ತರ ಮನೆ ಹೊತ್ತಿ ಉರಿಯತೊಡಗಿತುಅಮಾತ್ಯ ಶಕ್ತರ ಮನೆ ಸುಟ್ಟು ಭಸ್ಮವಾಗಿದೆ. ಮಹಾತ್ಮ ವಾತ್ಸ್ಯಾಯನನೂ ಅಲ್ಲಿದ್ದನು ಮತ್ತು ಭೀಕರ ಅಪಘಾತದಲ್ಲಿ ಮರಣಹೊಂದಿದನು. ಎಲ್ಲರ ಬಾಯಲ್ಲೂ ಇದೇ ಮಾತು. ಶೋಕತಪ್ತ ಜನಸಮೂಹ ಶಕ್ತರ ಮನೆಯತ್ತ ಹರಿದು ಬರುತ್ತಿತ್ತು. ಯಾರೋ

ಹೇಳುತ್ತಿದ್ದರು - 'ಮಹಾಮಾತ್ಯ ಮತ್ತು ಕಾತ್ಯಾಯನ ಕೂಡ ಇದ್ದಾರೆ ಎಂದು ನಾನು ಕೇಳಿದೆ. 'ಎಲ್ಲರೂ ಸುಟ್ಟು ಹೋಗಿರಬೇಕು' ಎಂದು ಯಾರೋ ಹೇಳುತ್ತಿದ್ದರು. ಈ ಜ್ವಾಲೆಯು ಯಾವ ಪಾಪದಿಂದ ಪ್ರಾರಂಭವಾಯಿತು ಎಂದು ತಿಳಿದಿಲ್ಲ, ದೇವರಿಗೆ ನಮ್ಮ ಮೇಲೆ ಏಕೆ ಕೋಪವಿದೆ ಎಂದು ತಿಳಿದಿಲ್ಲ! ಹೀಗಾಗಿ ಜನಸಂದಣಿ ಹೆಚ್ಚುತ್ತಲೇ ಇತ್ತು. ಶಕ್ತರ ಮನೆಯಿಂದ ದೂರದೂರುಗಳಲ್ಲಿ ಜನ ಜಮಾಯಿಸಿದರು. ಜನಸಂಖ್ಯೆ ಇದು ಹೆಚ್ಚುತ್ತಿದೆ ಮತ್ತು ಪ್ರಯತ್ನಗಳಿಂದ ಬೆಂಕಿ ನಿಧಾನವಾಗಿ ಶಾಂತವಾಗುತ್ತಿದೆ. ಬೆಂಕಿ ನಂದಿದಾಗ ಮಹಾಮಾತ್ಯ ಸೈನಿಕರೊಂದಿಗೆ ಅಲ್ಲಿಗೆ ಬಂದರು. ಶಕ್ತರ ಮಗಳು ಸುವಾಸಿನಿ ಕೂಡ ಜೊತೆಗಿದ್ದಳು. ಸುವಗಳ ಸ್ಥಿತಿ ನೋಡಿ ಕಲ್ಲುಗಳೂ ಸಿಡಿಯಲು ಸಿದ್ಧವಾಗಿದ್ದವು. ಅವಳು ಕಿರುಚುತ್ತಾ

ಅಳುತ್ತಿದ್ದಳು - 'ಏನಾಯಿತು ತಂದೆ! ಈಗ ನನ್ನ ಜಗತ್ತಿನಲ್ಲಿ ಯಾರಿದ್ದಾರೆ! ಈ ಉರಿಯುವ ಮನೆಯಲ್ಲಿ ಉರಿದು ನನ್ನ ಪ್ರಾಣವನ್ನೂ ಕೊಡುತ್ತೇನೆ. ಹೊರ ಹೋಗು! ನನ್ನನ್ನು ತಡೆಯಬೇಡಿ ನಾನು ಈಗ ಬದುಕುತ್ತಿದ್ದೇನೆ ಬಯಸುವುದಿಲ್ಲಹೀಗೆ ಹೇಳುತ್ತಾ, ಸುವಾಸ್ ಓಡುತ್ತಾ ತನ್ನನ್ನು ತಾನೇ ಸುಡಲು ಪ್ರಯತ್ನಿಸಿದನು, ಆದರೆ ರಾಕ್ಷಸನು ಅವನನ್ನು ಹಿಡಿದನು.

ಹೇಳಿದರು- ಹುಚ್ಚರಾಗಬೇಡಿ ಸುವಾಸ್! ಬದುಕು ಮತ್ತು ಸಾವು ಯಾರ ಕೈಯಲ್ಲೂ ಇಲ್ಲ. ಮತ್ತು ನೀವು ಈಗ ಏಕೆ ಉದ್ರೇಕಗೊಳ್ಳುತ್ತೀರಿ, ಬೆಂಕಿ ಹೊತ್ತಿಕೊಂಡಾಗ ಅವರು ಇಲ್ಲದೇ ಇರುವ ಸಾಧ್ಯತೆಯಿದೆ. ಸುವಾಸ್- ಇಲ್ಲ-ಇಲ್ಲ, ನಾನು ಅವರನ್ನು ಇಲ್ಲಿ ಬಿಟ್ಟಿದ್ದೆ. ಈ ಮನೆಯ ಜೊತೆಗೆ ಸುಟ್ಟು ಬೂದಿಯಾದವು ಎಂಬುದರಲ್ಲಿ ಎರಡು ಮಾತಿಲ್ಲ.

ಸುವಸ್ - ಹೇಗೆ ತಾಳ್ಮೆಯಿಂದಿರಬೇಕು ಮಹಾಮಾತ್ಯಾ! ಸಹೋದರ ಸತ್ತರು, ತಾಯಿ ಸತ್ತರು ಮತ್ತು ತಂದೆಯೂ ಹೋದರು.

ರಾಕ್ಷಸ - ತಾಳ್ಮೆಯಿಂದಿರಿ, ಸುವಾಸಿನಿ! ದುರದೃಷ್ಟವಶಾತ್ ನಾನು ಮಾತ್ರ ಪ್ರಪಂಚದ ಎಡವಟ್ಟುಗಳನ್ನು ಎದುರಿಸಲು ಉಳಿದಿದ್ದೇನೆ.

ರಾಕ್ಷಸ- ಮನುಷ್ಯನು ಇಡೀ ಜಗತ್ತನ್ನು ತನ್ನ ಕುಟುಂಬವೆಂದು ಪರಿಗಣಿಸಿದರೆ, ಅವನು ಪ್ರತಿಯೊಬ್ಬರಲ್ಲೂ ತಾಯಿ ಮತ್ತು ತಂದೆಯ ಪ್ರತಿಬಿಂಬವನ್ನು ಕಾಣಬಹುದು.

ಸುಗಂಧ - ಇದು ವಿವರಿಸಲು ತುಂಬಾ ಸುಲಭ, ಆದರೆ ಅರ್ಥಮಾಡಿಕೊಳ್ಳಲು ಸುಲಭವಲ್ಲ. ರಾಕ್ಷಸನು ಕೆಲವು ಮಹಿಳೆಯರೊಂದಿಗೆ ಸುವಾಸಿನಿಯನ್ನು ಶಾಂತಿಗಾಗಿ ಬೇರೆ ಸ್ಥಳಕ್ಕೆ ಕಳುಹಿಸಿದನು ಮತ್ತು ನೆರೆದವರನ್ನು ಉದ್ದೇಶಿಸಿ ಹೀಗೆ

ಹೇಳಿದನು- 'ನಮ್ಮ ಹಿರಿಯ ಅಮಾತ್ಯ ಶಕ್ತರು, ನುರಿತ ಮಂತ್ರಿ ಕಾತ್ಯಾಯನ ಮತ್ತು ನಮ್ಮ ರಾಷ್ಟ್ರನಾಯಕ ಮಹಾತ್ಮ ವಾತ್ಸ್ಯಾಯನ ಈ ಹಠಾತ್ ಅಪಘಾತದಲ್ಲಿ ನಿಧನರಾದರು ಎಂದು ನಮಗೆ ತುಂಬಾ ದುಃಖವಾಗಿದೆ. ಶಾಶ್ವತವಾಗಿ ಹೊರಟುಹೋದರು.

ದೇವರ ವೇಗ ಬಹಳ ವಿಚಿತ್ರವಾಗಿದೆ. ಮನುಷ್ಯನು ದುಃಖಿಸುವುದನ್ನು ಬಿಟ್ಟು ಬೇರೆ ಏನು ಮಾಡಬಲ್ಲನು? ಈ ಮಹಾಪುರುಷರ ಸಾವು ದೊಡ್ಡ ಆಘಾತವನ್ನುಂಟು ಮಾಡಿದೆ, ಒಂದು ರೀತಿಯಲ್ಲಿ ನಾವೆಲ್ಲರೂ ಅನಾಥರಾಗಿದ್ದೇವೆ.ಈ ಮಹಾತ್ಮರು ಮಗಧಕ್ಕೆ ಸಲ್ಲಿಸಿದ ಮಹಾನ್ ಸೇವೆಗಳಿಗೆ ನಾವು ಎಂದಿಗೂ ಋಣಿಯಾಗಿರುವುದಿಲ್ಲ. ಮಹಾತ್ಮ ವಾತ್ಸ್ಯಾಯನ್ ರಾಷ್ಟ್ರೀಯ ಸೈನ್ಯ ಕಟ್ಟುವ ಮೂಲಕ ಈ ದೇಶದ ಶಕ್ತಿಯನ್ನು ಅಜೇಯವನ್ನಾಗಿಸಿದರು. ಅವರ ಅನುಪಸ್ಥಿತಿಯಿಂದಾಗಿ, ರಾಷ್ಟ್ರೀಯ ಸೇನೆಯ ಪ್ರತಿಯೊಬ್ಬ ಸೈನಿಕನ ಕಣ್ಣುಗಳು ತೇವವಾಗಿವೆ. ಇದು ಎಂದಿಗೂ ವಾಸಿಯಾಗದ ಗಾಯವಾಗಿದೆ. ಶೋಕ! ಮಹಾ ದುಃಖ! ಈಗ ನಾವು ತಾಳ್ಮೆಯಿಂದಿರಬೇಕು. ನಾವು ಅಳುವ ಮೂಲಕ ಅವರ ಆತ್ಮಕ್ಕೆ ಸಾಂತ್ವನ ಹೇಳಲು ಸಾಧ್ಯವಿಲ್ಲ. ಅವರ ಶಾಂತಿಗಾಗಿ, ನಾವು ಅವರ ಅಪೂರ್ಣ ಕೆಲಸವನ್ನು ಪೂರ್ಣಗೊಳಿಸಬೇಕು. ನಮ್ಮ ರಾಷ್ಟ್ರೀಯ ಸೇನೆಯ ಮೂಲಕ ಭರವಸೆ ಮೀರಿ ರಾಷ್ಟ್ರಕ್ಕೆ ಸೇವೆ ಸಲ್ಲಿಸುವ ಮೂಲಕ ಮಾತ್ರ ನಾವು ಸ್ವರ್ಗದ ದೇವರುಗಳನ್ನು ಮೆಚ್ಚಿಸಬಹುದು. ಅವರ ಸ್ಥಾನವನ್ನು ತುಂಬಲು ಸಾಧ್ಯವಿಲ್ಲ, ಆದರೆ ನಾಳೆಯಿಂದ ರಾಷ್ಟ್ರೀಯ ಸೇನೆಯು ರಾಜ್ಯದ ಪರಾಕ್ರಮಿ ಪರಮವೀರ್ ಮುಖ್ಯ ಕಮಾಂಡರ್ ವಕ್ರರಾಜ್ ಅವರ ನೇತೃತ್ವದಲ್ಲಿದೆ. ಮಹಾತ್ಮಾ ವಾತ್ಸ್ಯಾಯನರು ಬಯಸಿದ ತಂದೆ ಮತ್ತು ಮಗನಂತೆ ಜನರು ಮತ್ತು ರಾಜರ ನಡುವಿನ ಪವಿತ್ರ ಸಂಬಂಧವು ಶಾಶ್ವತವಾಗಿ ಉಳಿಯಬೇಕೆಂದು ರಾಜ್ಯವು ಆಶಿಸುತ್ತದೆ. ಮಹಾಮಾತ್ಯರು ಈ ಘೋಷಣೆಯನ್ನು ಮಾಡುತ್ತಿರುವಾಗ ನೆರೆದವರ ಹಿಂಬದಿಯಿಂದ 'ಮಹಾತ್ಮ ವಾತ್ಸ್ಯಾಯನನಿಗೆ ಜಯವಾಗಲಿ! ತ್ಯಾಗ ಮತ್ತು ತಪಸ್ಸಿನ ಅವತಾರವಾದ ಆಚಾರ್ಯ ವಿಷ್ಣುಗುಪ್ತರಿಗೆ ನಮಸ್ಕಾರ! ಮತ್ತು ಮಂತ್ರಘೋಷಗಳ ನಡುವೆ, ಮಹಾತ್ಮ ವಾತ್ಸ್ಯಾಯನನು ದಿವಾಕರ್ ಕತ್ತಲೆಯನ್ನು ಭೇದಿಸುವಂತೆ. ಮಹಾಮಾತೆಯ ಮುಂದೆ ಬಂದು ನಿಂತರು. ಮಹಾತ್ಮತ್ಯಜಿಸುವ ಸಾಧ್ಯತೆಯಿದೆ.

ವಾತ್ಸ್ಯಾಯನ- ಚಿಂತಿಸಬೇಡ, ಶಕ್ತರು ಬದುಕಿರುವ ಸಂದೇಶವು ಸುವಾಸಿನಿಗೆ ತಲುಪಿದೆ. ಬೆಂಕಿ ಹೊತ್ತಿಕೊಂಡಾಗ ಶಕ್ತರ್ ತನ್ನ ನಿವಾಸದ ಹೊರಗೆ ನನಗಾಗಿ ಕಾಯುತ್ತಿದ್ದ. ಅರಮನೆಗೆ ಬೆಂಕಿ ಬಿದ್ದ ತಕ್ಷಣ ಹೆದರಿ ನನ್ನ ಜೊತೆ ಓಡಿ ಬಂದ. ಓಡುತ್ತಲೇ 'ಕಾತ್ಯಾಯನ ನನ್ನ ಅರಮನೆಯಲ್ಲಿದ್ದ' ಎಂದ. ಸದ್ಯ ಶಕ್ತರ್ ರಾಷ್ಟ್ರೀಯ ಸೇನಾ ಶಿಬಿರದಲ್ಲಿದ್ದಾರೆ.

18

ಅಮಾತ್ಯ ಶಕ್ತರ ಮನೆ ಸುಟ್ಟು ಭಸ್ಮವಾಗಿದೆ. ಮಹಾತ್ಮ ವಾತ್ಸ್ಯಾಯನನೂ ಅಲ್ಲಿದ್ದನು ಮತ್ತು ಭೀಕರ ಅಪಘಾತದಲ್ಲಿ ಮರಣಹೊಂದಿದನು. ಎಲ್ಲರ ಬಾಯಲ್ಲೂ ಇದೇ ಮಾತು. ಶೋಕತಪ್ತ ಜನಸಮೂಹ ಶಕ್ತರ ಮನೆಯತ್ತ ಹರಿದು ಬರುತ್ತಿತ್ತು. ಯಾರೋ

ಹೇಳುತ್ತಿದ್ದರು - 'ಮಹಾಮಾತ್ಯ ಮತ್ತು ಕಾತ್ಯಾಯನ ಕೂಡ ಇದ್ದಾರೆ ಎಂದು ನಾನು ಕೇಳಿದೆ.' 'ಎಲ್ಲರೂ ಸುಟ್ಟು ಹೋಗಿರಬೇಕು' ಎಂದು ಯಾರೋ ಹೇಳುತ್ತಿದ್ದರು. ಯಾವ ಪಾಪದಿಂದ ಈ ಜ್ವಾಲೆ ಶುರುವಾಗಿದೆಯೋ ಗೊತ್ತಿಲ್ಲ, ದೇವರಿಗೆ ನಮ್ಮ ಮೇಲೆ ಯಾಕೆ ಕೋಪ ಬಂದಿದೆಯೋ ಗೊತ್ತಿಲ್ಲ! ಹೀಗಾಗಿ ಜನಸಂದಣಿ ಹೆಚ್ಚುತ್ತಲೇ ಇತ್ತು. ಶಕ್ತರ ಮನೆಯಿಂದ ದೂರದೂರುಗಳಲ್ಲಿ ಜನ ಜಮಾಯಿಸಿದರು. ಜನಸಂಖ್ಯೆ ಇದು ಹೆಚ್ಚುತ್ತಿದೆ ಮತ್ತು ಪ್ರಯತ್ನಗಳಿಂದ ಬೆಂಕಿ ನಿಧಾನವಾಗಿ ಶಾಂತವಾಗುತ್ತಿದೆ. ಬೆಂಕಿಯನ್ನು ನಂದಿಸಿದಾಗ, ಮಹಾಮಾತ್ಯನು ತನ್ನ ಸೈನಿಕರೊಂದಿಗೆ ಅಲ್ಲಿಗೆ ಬಂದನು. ಶಕ್ತರ ಮಗಳು ಸುವಾಸಿನಿ ಕೂಡ ಜೊತೆಗಿದ್ದಳು. ಸುವಗಳ ಸ್ಥಿತಿ ನೋಡಿ ಕಲ್ಲುಗಳೂ ಸಿಡಿಯಲು ಸಿದ್ಧವಾಗಿದ್ದವು. ಅವಳು ಕಿರುಚುತ್ತಾ

ಅಳುತ್ತಿದ್ದಳು - 'ಏನಾಯಿತು ತಂದೆ! ಈಗ ನನ್ನ ಜಗತ್ತಿನಲ್ಲಿ ಯಾರಿದ್ದಾರೆ! ಈ ಉರಿಯುವ ಮನೆಯಲ್ಲಿ ಉರಿದು ನನ್ನ ಪ್ರಾಣವನ್ನೂ ಕೊಡುತ್ತೇನೆ. ಹೊರ ಹೋಗು! ನನ್ನನ್ನು ತಡೆಯಬೇಡಿ ನಾನು ಈಗ ಬದುಕುತ್ತಿದ್ದೇನೆ ಬಯಸುವುದಿಲ್ಲ. ಇದನ್ನು ಹೇಳುತ್ತಾ, ಸುವಾಸ್ ಓಡಿಹೋಗಿ ತನ್ನನ್ನು ತಾನೇ ಸುಡಲು ಪ್ರಯತ್ನಿಸಿದನು, ಆದರೆ ರಾಕ್ಷಸನು ಅವನನ್ನು ಹಿಡಿದನು.

ಹೇಳಿದರು- ಹುಚ್ಚರಾಗಬೇಡಿ ಸುವಾಸ್! ಬದುಕು ಮತ್ತು ಸಾವು ಯಾರ ಕೈಯಲ್ಲೂ ಇಲ್ಲ. ಮತ್ತು ನೀವು ಈಗ ಏಕೆ ಉತ್ಸುಕರಾಗಿದ್ದೀರಿ? ಬೆಂಕಿಯ ಸಮಯದಲ್ಲಿ ಅವನು ಇಲ್ಲದೇ ಇರುವ ಸಾಧ್ಯತೆಯಿದೆ.

ಸುವಾಸ್- ಇಲ್ಲ-ಇಲ್ಲ, ನಾನು ಅವರನ್ನು ಇಲ್ಲಿ ಬಿಟ್ಟಿದ್ದೆ. ಈ ಮನೆಯ ಜೊತೆಗೆ ಸುಟ್ಟು ಬೂದಿಯಾದವು ಎಂಬುದರಲ್ಲಿ ಎರಡು ಮಾತಿಲ್ಲ. ಸುವಸ್ಥೀಗೆ ತಾಳ್ಮೆಯಿಂದಿರಬೇಕು ಮಹಾಮಾತ್ಯಾ! ಸಹೋದರ ಸತ್ತರು, ತಾಯಿ ಸತ್ತರು ಮತ್ತು ತಂದೆಯೂ ಹೋದರು.

ರಾಕ್ಷಸ - ತಾಳ್ಮೆಯಿಂದಿರಿ, ಸುವಾಸಿನಿ! ದುರದೃಷ್ಟವಶಾತ್ ನಾನು ಮಾತ್ರ ಪ್ರಪಂಚದ ಏಡವಟ್ಟುಗಳನ್ನು ಎದುರಿಸಲು ಉಳಿದಿದ್ದೇನೆ.

ರಾಕ್ಷಸ- ಮನುಷ್ಯನು ಇಡೀ ಜಗತ್ತನ್ನು ತನ್ನ ಕುಟುಂಬವೆಂದು ಪರಿಗಣಿಸಿದರೆ, ಅವನು ಪ್ರತಿಯೊಬ್ಬರಲ್ಲೂ ತಾಯಿ ಮತ್ತು ತಂದೆಯ ಪ್ರತಿಬಿಂಬವನ್ನು ಕಾಣಬಹುದು.

ಸುಗಂಧ - ಇದು ವಿವರಿಸಲು ತುಂಬಾ ಸುಲಭ, ಆದರೆ ಅರ್ಥಮಾಡಿಕೊಳ್ಳಲು ಸುಲಭವಲ್ಲ. ರಾಕ್ಷಸನು ಕೆಲವು ಮಹಿಳೆಯರೊಂದಿಗೆ ಸುವಾಸಿನಿಯನ್ನು ಶಾಂತಿಗಾಗಿ ಬೇರೆ ಸ್ಥಳಕ್ಕೆ ಕಳುಹಿಸಿದನು ಮತ್ತು ನೆರೆದವರನ್ನು ಉದ್ದೇಶಿಸಿ ಹೀಗೆ

ಹೇಳಿದನು- 'ನಮ್ಮ ಹಿರಿಯ ಅಮಾತ್ಯ ಶಕ್ತರು, ನುರಿತ ಮಂತ್ರಿ ಕಾತ್ಯಾಯನ ಮತ್ತು ನಮ್ಮ ರಾಷ್ಟ್ರನಾಯಕ ಮಹಾತ್ಮ ವಾತ್ಸ್ಯಾಯನ ಈ ಹಠಾತ್ ಅಪಘಾತದಲ್ಲಿ ನಿಧನರಾದರು ಎಂದು ನಮಗೆ ತುಂಬಾ ದುಃಖವಾಗಿದೆಶಾಶ್ವತವಾಗಿ ಹೊರಟುಹೋದರು. ದೇವರ ವೇಗ ಬಹಳ ವಿಚಿತ್ರವಾಗಿದೆ. ಮನುಷ್ಯನು ದುಃಖಿಸುವುದನ್ನು ಬಿಟ್ಟು ಬೇರೆ ಏನು ಮಾಡಬಲ್ಲನು? ಈ ಮಹಾಪುರುಷರ ಸಾವು ದೊಡ್ಡ ಹೊಡೆತವಾಗಿ ಪರಿಣಮಿಸಿದೆ, ಒಂದು ರೀತಿಯಲ್ಲಿ ನಾವೆಲ್ಲರೂ ಅನಾಥರಾಗಿದ್ದೇವೆ. ಈ ಮಹಾತ್ಮರು ಮಗಧಕ್ಕಾಗಿ ಮಾಡಿದ ಮಹಾನ್ ಸೇವೆಗಳಿಗೆ ನಾವು ಎಂದಿಗೂ ಋಣಿಯಾಗಿರುವುದಿಲ್ಲ. ಮಹಾತ್ಮ ವಾತ್ಸ್ಯಾಯನ್ ರಾಷ್ಟ್ರೀಯ ಸೈನ್ಯ ಕಟ್ಟುವ ಮೂಲಕ ಈ ದೇಶದ ಶಕ್ತಿಯನ್ನು ಅಜೇಯವನ್ನಾಗಿಸಿದರು. ಅವರ ಅನುಪಸ್ಥಿತಿಯಿಂದಾಗಿ, ರಾಷ್ಟ್ರೀಯ ಸೇನೆಯ ಪ್ರತಿಯೊಬ್ಬ ಸೈನಿಕನ ಕಣ್ಣುಗಳು ತೇವವಾಗಿವೆ. ಇದು ಎಂದಿಗೂ ವಾಸಿಯಾಗದ

ಗಾಯವಾಗಿದೆ. ಶೋಕ! ಮಹಾ ದುಃಖ! ಈಗ ನಾವು ತಾಳ್ಮೆಯಿಂದಿರಬೇಕು. ನಾವು ಅಳುವ ಮೂಲಕ ಅವರ ಆತ್ಮಕ್ಕೆ ಸಾಂತ್ವನ ಹೇಳಲು ಸಾಧ್ಯವಿಲ್ಲ. ಅವರ ಶಾಂತಿಗಾಗಿ, ನಾವು ಅವರ ಅಪೂರ್ಣ ಕೆಲಸವನ್ನು ಪೂರ್ಣಗೊಳಿಸಬೇಕು. ನಮ್ಮ ರಾಷ್ಟ್ರೀಯ ಸೇನೆಯ ಮೂಲಕ ಭರವಸೆ ಮೀರಿ ರಾಷ್ಟ್ರಕ್ಕೆ ಸೇವೆ ಸಲ್ಲಿಸುವ ಮೂಲಕ ಮಾತ್ರ ನಾವು ಸ್ವರ್ಗದ ದೇವರುಗಳನ್ನು ಮೆಚ್ಚಿಸಬಹುದು. ಅವರ ಸ್ಥಾನವನ್ನು ತುಂಬಲು ಸಾಧ್ಯವಿಲ್ಲ, ಆದರೆ ನಾಳೆಯಿಂದ ರಾಷ್ಟ್ರೀಯ ಸೇನೆಯು ರಾಜ್ಯದ ಪರಾಕ್ರಮಿ ಪರಮವೀರ್ ಮುಖ್ಯ ಕಮಾಂಡರ್ ವಕ್ರರಾಜ್ ಅವರ ನೇತೃತ್ವದಲ್ಲಿದೆ. ಮಹಾತ್ಮಾ ವಾತ್ಸ್ಯಾಯನರು ಬಯಸಿದ ತಂದೆ ಮತ್ತು ಮಗನಂತೆ ಜನರು ಮತ್ತು ರಾಜರ ನಡುವಿನ ಪವಿತ್ರ ಸಂಬಂಧವು ಶಾಶ್ವತವಾಗಿ ಉಳಿಯಬೇಕೆಂದು ರಾಜ್ಯವು ಆಶಿಸುತ್ತದೆ. ಮಹಾಮಾತ್ಯರು ಈ ಘೋಷಣೆಯನ್ನು ಮಾಡುತ್ತಿರುವಾಗ ನೆರೆದವರ ಹಿಂಬದಿಯಿಂದ 'ಮಹಾತ್ಮ ವಾತ್ಸ್ಯಾಯನನಿಗೆ ಜಯವಾಗಲಿ! ತ್ಯಾಗ ಮತ್ತು ತಪಸ್ಸಿನ ಸಾಕಾರಮೂರ್ತಿಯಾದ ಆಚಾರ್ಯ ವಿಷ್ಣುಗುಪ್ತರಿಗೆ ನಮಸ್ಕಾರ! ಮತ್ತು ಮಂತ್ರಘೋಷಗಳ ನಡುವೆ, ಮಹಾತ್ಮ ವಾತ್ಸ್ಯಾಯನನು ದಿವಾಕರ್ ಕತ್ತಲೆಯನ್ನು ಭೇದಿಸುವಂತೆ. ಮಹಾಮಾತೆಯ ಮುಂದೆ ಬಂದು ನಿಂತರು. ಮಹಾತ್ಮವಾತ್ಸ್ಯಾಯನನನ್ನು ಅಚಾನಕ್ಕಾಗಿ ಕಣ್ಣೆದುರು ನೋಡಿದ ಮಹಾಮಾತೆಯ ಆಶ್ಚರ್ಯಕ್ಕೆ ಮಿತಿಯೇ ಇರಲಿಲ್ಲ. ಆದರೆ ಅವನು ತನ್ನೆಲ್ಲ ಆಶ್ಚರ್ಯವನ್ನು ತನ್ನೊಳಗೆ ಹತ್ತಿಕ್ಕಿಕೊಂಡನು ಮತ್ತು ತಕ್ಷಣವೇ ಮಹಾತ್ಮರನ್ನು ಸ್ವಾಗತಿಸಲು ಓಡಿಹೋದನು ಮತ್ತು

ಹೇಳಿದನು - 'ಇಂದು ನಾವು ಸತ್ತ ನಂತರ ಬದುಕಿದ್ದೇವೆ.,

ವಾತ್ಸ್ಯಾಯನ - ವಿಧಾನದ ವ್ಯಂಗ್ಯವು ಬಹಳ ವಿಚಿತ್ರವಾಗಿದೆ! ಅವನು ಯಾರನ್ನು ಉಳಿಸಲು ಬಯಸುತ್ತಾನೋ, ಅವನು ಅವನನ್ನು ಸಾವಿನ ದವಡೆಯಿಂದಲೂ ರಕ್ಷಿಸುತ್ತಾನೆ. ಒಬ್ಬ ವ್ಯಕ್ತಿಯು ಬೇರೆ ಯಾವುದನ್ನಾದರೂ ಯೋಚಿಸುತ್ತಾನೆ, ಮತ್ತು ದೇವರು ಬೇರೆ ಏನನ್ನಾದರೂ ಬಯಸುತ್ತಾನೆ.

ರಾಕ್ಷಸ- ದೇವರು ಏನು ಮಾಡಿದರೂ ಒಳ್ಳೆಯದನ್ನು ಮಾಡುತ್ತಾನೆ. ಈ ಭೀಕರ ಬೆಂಕಿಯಿಂದಾಗಿ, ನಮ್ಮ ದೇಶದ ಮಹಾನ್ ಮಹಾತ್ಮರು ನಮ್ಮನ್ನು ಅಗಲಿದ್ದಾರೆಂದು ನಾವು ಅರ್ಥಮಾಡಿಕೊಂಡಿದ್ದೇವೆ. ವಾತ್ಸ್ಯಾಯನ: ಪಾಂಡವರೂ ಲಕ್ಷಗೃಹದಿಂದ ತಪ್ಪಿಸಿಕೊಂಡರು. ಹಾಗೆಯೇ ನಿಮ್ಮ ದಯೆ ಇದರಿಂದ ನಾವೂ ಪಾರಾದೆವು. ಈಗ ನೀವು ರಾಷ್ಟ್ರೀಯ ಸೇನಾ ಕಾರ್ಯಾಚರಣೆಗಳ ಬಗ್ಗೆ ಚಿಂತಿಸಬೇಕಾಗಿಲ್ಲ. ರಾಕ್ಷಸ ನೀನು ಇರುವಾಗ ನಾನೇಕೆ ಚಿಂತಿಸಬೇಕು?

ಆದರೆ ಅಮಾತ್ಯ ಶಕ್ತರೆಲ್ಲಿದ್ದಾರೆ ಹೇಳಿ? ಅವನ ಮಗಳು ಸುವಾಸಿನಿ, ಅವನು ಸತ್ತನೆಂದು ಪರಿಗಣಿಸುತ್ತಾಳೆ, ರಾಮನು ಕಾಡಿಗೆ ಹೋದಾಗ ದಶರಥನ ಸ್ಥಿತಿಯಂತೆಯೇ ಇದ್ದಾಳೆ. ಇನ್ನು ಕೆಲಕಾಲ ಅಮಾತ್ಯ ಶಕ್ತರು ಕಾಣದಿದ್ದರೆ ಆದುದರಿಂದ ಸುವಾಸಿನಿಯು ಭಾವೋದ್ರೇಕದಿಂದ ತನ್ನ ಪ್ರಾಣವನ್ನುತ್ಯಜಿಸುವ ಸಾಧ್ಯತೆಯಿದೆ. ವಾತ್ಸ್ಯಾಯನ- ಚಿಂತಿಸಬೇಡ, ಶಕ್ತರು ಬದುಕಿರುವ ಸಂದೇಶವು ಸುವಾಸಿನಿಗೆ ತಲುಪಿದೆ. ಬೆಂಕಿ ಹೊತ್ತಿಕೊಂಡಾಗ ಶಕ್ತರ್ ತನ್ನ ನಿವಾಸದ ಹೊರಗೆ ನನಗಾಗಿ ಕಾಯುತ್ತಿದ್ದ. ಅರಮನೆಗೆ ಬೆಂಕಿ ಬಿದ್ದ ತಕ್ಷಣ ಹೆದರಿ ನನ್ನ ಜೊತೆ ಓಡಿ ಬಂದ.

ಓಡುತ್ತಲೇ 'ಕಾತ್ಯಾಯನ ನನ್ನ ಅರಮನೆಯಲ್ಲಿದ್ದ' ಎಂದ. ಸದ್ಯ ಶಕ್ತರ್ ರಾಷ್ಟ್ರೀಯ ಸೇನಾ ಶಿಬಿರದಲ್ಲಿದ್ದಾರೆ. ನನ್ನನ್ನು ತಕ್ಷಣ ತಂದೆಯ ಬಳಿಗೆ ಕರೆದುಕೊಂಡು ಹೋಗು! ಆತನನ್ನು ಕಣ್ಣಾರೆ ನೋಡುವವರೆಗೂ ಆತ ಬದುಕಿದ್ದಾನೆ ಎಂದು ನಂಬುವುದಿಲ್ಲ' ಎಂದು ಹೇಳಿದರು. ಜಿಂಕೆಯಂತೆ ಸ್ಥಳವನ್ನು ಪ್ರವೇಶಿಸಿ ಸುವಾಸಿನಿ ಹೇಳಿದಳು.

ವಾತ್ಸ್ಯಾಯನ - ನಿನ್ನ ತಂದೆ ಬದುಕಿದ್ದಾರೆ ಸುವಾಸ್! ಸ್ವಲ್ಪ ಸಮಯದ ನಂತರ ನೀವು ಅವರನ್ನು ನಿಮ್ಮ ಸ್ವಂತ ಕಣ್ಣುಗಳಿಂದ ನೋಡುತ್ತೀರಿ. ಬನ್ನಿ, ನಿಮ್ಮನ್ನು ಅವರ ಬಳಿಗೆ ಕರೆದೊಯ್ಯೋಣ. ದೈತ್ಯನನ್ನು

ನೋಡುತ್ತಿರುವುದು - ಈಗ ನೀವು ಚಿಂತಿಸುವುದನ್ನು ನಿಲ್ಲಿಸಿ ಮತ್ತು ವಿಶ್ರಾಂತಿ ಪಡೆಯಿರಿ! ಕೆಟ್ಟ ಸಮಯಗಳು ಕಳೆದಿವೆ.

ರಾಕ್ಷಸ - ಮಹಾತ್ಮರ ಆಶಯದಂತೆ! ಮಹಾಮಾತ್ಯ ರಾಜಭವನಕ್ಕೆ ಹೊರಟರು ಮತ್ತು ರಾಷ್ಟ್ರೀಯ ಜೊತೆಗೆ ಮಹಾತ್ಮ ಸುವಾಸಿನಿಯನ್ನು ಕರೆದೊಯ್ದರು ಶಿಬಿರದ ಕಡೆಗೆ ಹೊರಟೆ. ಮುದುಕ ಶಕ್ತರ್ ಶಿಬಿರದ ಹೊರಗೆ ಕುತೂಹಲದಿಂದ ನಡೆಯುತ್ತಿದ್ದ. ಜನಸಮೂಹದ ಮಧ್ಯೆ ವಾತ್ಸ್ಯಾಯನನೊಂದಿಗೆ ಸುವಾಸಿನಿ ಬರುತ್ತಿರುವುದನ್ನು ಕಂಡು ಅವನ ಕಣ್ಣುಗಳು ಆನಂದದಿಂದ ತುಂಬಿಬಂದವು. ಅಪ್ಪನನ್ನು ಕಂಡ ಕೂಡಲೇ ಸುವಾಸಿನಿ ಓಡಿ ಬಂದು ಅಪ್ಪಿಕೊಂಡಳು. ಅಪ್ಪ-ಮಗಳ ಆ ಮಿಲನ ಎಷ್ಟು ಕರುಣಾಮಯವಾಗಿತ್ತು ಎಂದರೆ ನೋಡುಗರ ಕಣ್ಣಲ್ಲೂ ನೀರು ತುಂಬಿತ್ತು. ಈ ಕರುಣಾಜನಕ ದೃಶ್ಯವನ್ನು ನೋಡಬೇಡಿ ಹಿಂದಿನ ಎಷ್ಟೋ ದೃಶ್ಯಗಳು ಸುವಾಸಿನಿ ಮತ್ತು ಶಕ್ತರ ಕಣ್ಮುಂದೆ ಕುಣಿದಾಡಿದವು. ಕೆಲವೊಮ್ಮೆ ಒಂದೇ ಒಂದು ವಿಷಯವು ಇಡೀ ಜೀವನದ ಚಿತ್ರವನ್ನು ಬಹಿರಂಗಪಡಿಸುತ್ತದೆ. ಶಕ್ತರ ಕಣ್ಣ ಮುಂದೆಯೂ ಇಡೀ ಹಿಂದಿನದು ಹಿಂತಿರುಗಿದೆ. ರಾಜಕೀಯದ ಮರುಕಳಿಸುವಿಕೆಯಲ್ಲಿ ಜೀವನ ಎಷ್ಟು ಸಿಕ್ಕಿಹಾಕಿಕೊಳ್ಳುತ್ತದೆ, ಆದರೆ ಇನ್ನೂ, ಕೆಲವೊಮ್ಮೆ ವ್ಯಕ್ತಿಯ ಯಾವುದೋ ಮೂಲೆಯಲ್ಲಿ ಅಡಗಿರುವ ನೋವು ಎಚ್ಚರಗೊಳ್ಳುತ್ತದೆ. ಭಾವೋದ್ವೇಗಗಳು ಮುಗಿಲುಮುಟ್ಟುತ್ತಿರುವಾಗಲೇ ವಾತ್ಸ್ಯಾಯನನು ಸಿಂಧುವನ್ನು ಘನತೆ ಮತ್ತು ಕರ್ತವ್ಯದ ಸರಪಳಿಯಿಂದ ಕಟ್ಟಿ

ಹೇಳಿದನು - ಇದು ಭಾವುಕತೆಯಿಂದ ಒದ್ದಾಡುವ ಸಂದರ್ಭವಲ್ಲ. ಅಳುವ ಮೂಲಕ ತಮ್ಮ ಹೃದಯದ ಬೆಂಕಿಯನ್ನು ತಣ್ಣಗಾಗಲು ಬಯಸುವ ಹೇಡಿಗಳು. ಜೈ ಎಂಬ ಪ್ರಾರ್ಥನೆಯಿಂದ ಬದುಕಿನ ಬೆಂಕಿ ನಂದಿಸುತ್ತದೆ. ಅಳುವುದು ಅಪಹಾಸ್ಯಕ್ಕೆ ಕಾರಣವಾಗುತ್ತದೆ. ಕಣ್ಣೀರನ್ನು ಗುರುತಿಸುವ ಕೋಮಲ ಹೃದಯಗಳು ಈ ಜಗತ್ತಿನಲ್ಲಿ ಎಲ್ಲಿವೆ? ಆದ್ದರಿಂದ, ಈ ಬೆಲೆಬಾಳುವ ಮುತ್ತುಗಳನ್ನು ಚೆಲ್ಲಾಪಿಲ್ಲಿಯಾಗಿ ಜೀವನದ ಮೌಲ್ಯವನ್ನು ಕಡಿಮೆ ಮಾಡಬೇಡಿ! ನೀವು ಬದುಕಲು ಬಯಸಿದರೆ, ಅವರ ಜೀವನವು ಅವರ ಆಸೆಗಳ ಜೈಲಿನಲ್ಲಿ ನರಳುತ್ತಿರುವ ಕೈಗಳಿಂದ ಜೀವನವನ್ನು ಕಿತ್ತುಕೊಳ್ಳಿ.

ಸುವಾಸಿನಿ- ಈ ರೀತಿಯ ಭಾಷೆ ಕೇಳಲು ತುಂಬಾ ಮಧುರವಾಗಿದೆ, ಆದರೆ ವ್ಯಕ್ತಿಯು ಸೋತ ನಂತರ ಅಳುತ್ತಾನೆ. ಅದು ಇರಲೇಬೇಕುವಾತ್ಸ್ಯಾಯನ- ಸೋತ ನಂತರ ಅಳುವುದು ಎಲ್ಲರಿಗೂ ಗೊತ್ತು, ಆದರೆ ದುಃಖದಲ್ಲಿ ನಗುವುದು ಜೀವನದ ಅತ್ಯುತ್ತಮ ಗುಣ. ಸೋಲಿನ ನಗೆ ಬೀರುವವರು ಒಂದಲ್ಲ ಒಂದು ದಿನ ಮತ್ತೆ ಗೆಲ್ಲುತ್ತಾರೆ. ಈ ಅಳುವ ಹಗರಣವನ್ನು ಬಿಡಿ, ಜೀವನದ ಮುಂದಿನ ಗುರಿ ನಿಮ್ಮ ಪಾದದ ಬಳಿ ಕಾಯುತ್ತಿದೆ. ತದನಂತರ ಸಾರ್ವಜನಿಕರ ಕಡೆಗೆ ನೋಡುತ್ತಾ

ಹೇಳಿದರು - ನೀವು ಮಹಾನಂದ ಸಾಮ್ರಾಜ್ಯದ ಬೆತ್ತಲೆ ಚಿತ್ರವನ್ನು ನೋಡಿದ್ದೀರಾ? ಇದು ಅತ್ಯಂತ ಪೂಜ್ಯ ಅಮಾತ್ಯ ಶಕ್ತ! ಈ ದಬ್ಬಾಳಿಕೆಯ ರಾಜ್ಯದಲ್ಲಿ ಯಾರು ಹರಿದು ನಾಶವಾಗಿದ್ದಾರೆ. ಅವನನ್ನು ಸೆರೆಮನೆಗೆ ಹಾಕಲಾಯಿತು, ಅವನ ಇಡೀ ಕುಟುಂಬವನ್ನು ಹಿಂಸಿಸಲಾಯಿತು ಮತ್ತು ಆಹಾರವಿಲ್ಲದೆ ಕೊಲ್ಲಲಾಯಿತು, ಮತ್ತು ಅವನ ದುಷ್ಟ ಭಾವನೆಗಳನ್ನು ಪೂರೈಸಲು, ಅವನ ಏಕೈಕ ಮಗಳು ಸುವಾಸಿನಿಯನ್ನು ಮೋಸಗೊಳಿಸಲಾಯಿತು ಮತ್ತು ಅವನ ಮನೆಯೊಂದಿಗೆ ಅವನ ತಂದೆಯನ್ನು ಸುಡುವ ಘೋರ ಸಂಚು ರೂಪಿಸಲಾಯಿತು. ಹೇಳು, ನೀವು ಇನ್ನೂ ಮಹಾನಂದರನ್ನು ನಿಮ್ಮ ರಾಜ ಎಂದು ಪರಿಗಣಿಸಲು ಬಯಸುತ್ತೀರಾ? ಸಾರ್ವಜನಿಕರು ಉತ್ಸುಕರಾದರು ಮತ್ತು ಒಂದೇ ಧ್ವನಿಯಲ್ಲಿ

ಹೇಳಿದರು - ಇಲ್ಲ, ಇಲ್ಲ. ನಾವು ಅರಮನೆ ನಾನು ಬೆಂಕಿ ಹಚ್ಚುತ್ತೇನೆ

ವಾತ್ಸ್ಯಾಯನ- ರಾಜಮನೆತನಕ್ಕೆ ಬೆಂಕಿ ಹಚ್ಚುವುದರಿಂದ ಏನು ಪ್ರಯೋಜನ? ರಾಜನನ್ನು ಬದಲಿಸಿ, ರಾಜನು ಜನಪ್ರತಿನಿಧಿಯಾದರೆ ಅನ್ಯಾಯ ಕೊನೆಗೊಳ್ಳುತ್ತದೆ. ಮಗಧದ ಸಮರ್ಥ ಅಧಿಕಾರಿಯಾದ ನಂದನ ಮಗ ನಿನ್ನನ್ನು ಪ್ರತಿನಿಧಿಸಲು ಬರುತ್ತಿದ್ದಾನೆ. ನಿಮ್ಮ ಭವಿಷ್ಯದ ಆಡಳಿತಗಾರನನ್ನು ಸ್ವಾಗತಿಸಲು ಸಿದ್ಧರಾಗಿರಿ. ಸಾರ್ವಜನಿಕರು ಕುತೂಹಲದಿಂದ ಒಂದೇ ಸಮನೆ

ಹೇಳಿದರು - ಅವನು ಯಾರು? ಬೇರೆ ಎಲ್ಲಿಂದ ಬರುತ್ತಿದೆ?

ವಾತ್ಸ್ಯಾಯನ್ - ಅವಳು ಚಂದ್ರಗುಪ್ತ, ಮಹಾರಾಜನ ಪರಿತ್ಯಕ್ತ ರಾಣಿ ಮುರಾ ಅವರ ತಾಯಿ ಮತ್ತು ಮಹಾನಂದ ಅವರ ತಂದೆ, ಅವನು ತನ್ನ ಬುದ್ಧಿವಂತಿಕೆ ಮತ್ತು ಕತ್ತಿಯ ಬಲದಿಂದ ಭಾರತವನ್ನು ಪ್ರವೇಶಿಸಿದ

ಗ್ರೀಕರನ್ನು ಓಡಿಸಿದನು ಮತ್ತು ಈಗ ಬೆಟ್ಟದ ರಾಜರನ್ನು ಒಂದೇ ದಾರದಲ್ಲಿ ಬಂಧಿಸುತ್ತಾನೆ. ರಪ್ತಿ ನದಿಯ ದಡದಲ್ಲಿರುವ ಪಥರ್ವ ಘಾಟ್ ಅನ್ನು ತಲುಪಿದೆ, ಅಲ್ಲಿಂದ ಮಗಧದ ಗಡಿ ದೂರವಿಲ್ಲ. ರಾಪ್ತಿ ನದಿಯನ್ನು ದಾಟಿ ನೌತಾನ್ವಕ್ಕೆ ಬಂದ ಕೂಡಲೇ ಮಗಧದ ಗಡಿಯ ದಡಕ್ಕೆ ಬರುತ್ತಾನೆ. ಹೇಳು, ನೀವೆಲ್ಲರೂ ಚಂದ್ರಗುಪ್ತನ ಜೊತೆ ಹೆಜ್ಜೆ ಹಾಕಲು ಸಿದ್ಧರಿದ್ದೀರಾ? ರೋಮಾಂಚನಗೊಂಡ ಜನಸಮೂಹದಿಂದ ಒಂದೇ ಒಂದು ದನಿ ಕೂಗಿದಂತೆ

ಕೇಳಿಸಿತು - ಮಹಾತ್ಮ ವಾತ್ಸ್ಯಾಯನನಿಗೆ ಜಯವಾಗಲಿ! ನಿಮ್ಮ ಆಜ್ಞೆಯ ಮೇರೆಗೆ ನಮ್ಮ ರಕ್ತವನ್ನು ನೀಡಲು ನಾವು ಸಿದ್ಧರಿದ್ದೇವೆ. ವಾತ್ಸ್ಯಾಯನ- ಹಾಗಾದರೆ ಸಮಯ ಬರುವವರೆಗೆ ನೀವು ಶಾಂತಿಯಿಂದ ಬದುಕುತ್ತೀರಿ. ಈಗ ನೀವು ವಿಶ್ರಾಂತಿ ಪಡೆಯಬಹುದು. 'ಜೈ' ಎಂದು ಘೋಷಣೆ ಕೂಗಿದ ಗುಂಪು ಚದುರಿಹೋಯಿತು ಮತ್ತು ವಾತ್ಸ್ಯಾಯನ ಶಕ್ತರ್ ಮತ್ತು ಸುವಾಸಿನಿಯನ್ನು ಸೇರಿದರು. ನಾವು ಒಟ್ಟಿಗೆ ಶಿಬಿರದಲ್ಲಿ ನಿರ್ಮಿಸಿದ ಗುಡಿಸಲಿಗೆ ಹೋದೆವು. ಗ್ರೋಟ್ಟೋದಲ್ಲಿ ಮಹಾತ್ಮ ವಾತ್ಸ್ಯಾಯನರ ಆಸನದ ಮೇಲೆ ಕುಳಿತ ನಂತರ, ಶಿಷ್ಯ ಶರಣಂಗರಾವ್ ಅವರ ಪಾದಗಳನ್ನು ತೊಳೆದು ಗುರುದೇವನಿಗೆ ಫಲಾದಿ ಎಲೆಯಲ್ಲಿ ತಂದರು. ವಾತ್ಸ್ಯಾಯನನು ಎಲ್ಲರಿಗೂ ಹಣ್ಣುಗಳನ್ನು ಹಂಚಿ ಉಳಿದ ಹಣ್ಣುಗಳನ್ನು ತಿನ್ನಲು ಪ್ರಾರಂಭಿಸಿದನು. ಆದರೆ ಅವರು ಇನ್ನೂ ಹಣ್ಣುಗಳನ್ನು ತಿನ್ನುತ್ತಿರುವಾಗ, ರಾಷ್ಟ್ರೀಯ ಸೈನಿಕನು ಪ್ರವೇಶಿಸಿ

ಹೇಳಿದನು - ಮಹಾಮಾತ್ಯ ರಾಕ್ಷಸನು ರಾಜಸೇನೆಯೊಂದಿಗೆ ಮಗಧವನ್ನು ಸುತ್ತುವರೆದಿದ್ದಾನೆ. ನೀವು ಮತ್ತು ಶಕ್ತರನ್ನು ಬಂಡಾಯಗಾರರ ನಾಯಕರು ಎಂದು ಘೋಷಿಸಲಾಗಿದೆ! ಇದರೊಂದಿಗೆ ಕಾತ್ಯಾಯನನನ್ನು ಸುಟ್ಟುಹಾಕಲಿಲ್ಲ, ಸೆರೆಹಿಡಿದು ಕಟ್ಟುನಿಟ್ಟಿನ ಕಾವಲು ಇರಿಸಲಾಯಿತು ಎಂಬ ಸಂತೋಷ ಮತ್ತು ದುಃಖದ ಸುದ್ದಿಯನ್ನು ಸಹ ಹೇಳಬೇಕಾಗಿದೆ. ರಾಷ್ಟ್ರೀಯ ಸೇನೆಯ ವಿರುದ್ಧ ರಾಜ್ಯದ ಸೇನೆಯೂ ಕಾರ್ಯಾಚರಣೆ ನಡೆಸುವ ಸಾಧ್ಯತೆ ಇದೆ. ಆದ್ದರಿಂದ, ರಾಷ್ಟ್ರೀಯ ಸೇನೆಯು ಜಾಗರೂಕತೆಗೆ ಬ್ಯಾರಿಕೇಡ್ ಅನ್ನು ಸಹ ಸ್ಥಾಪಿಸಿದೆ. ವಾತ್ಸ್ಯಾಯನ- ನಿಮ್ಮ ಸುರಕ್ಷತೆಗಾಗಿ ಜಾಗರೂಕರಾಗಿರಿ! ರಾಜ್ಯದ ಸೈನ್ಯವು ಮುನ್ನಡೆಯದಿದ್ದರೆ, ರಾಷ್ಟ್ರೀಯ ಸೈನ್ಯವು ಆಕ್ರಮಣಕಾರಿ ಆಗುವ ಅಗತ್ಯವಿಲ್ಲ. ನಮಸ್ಕಾರದ ನಂತರ ಸೈನಿಕನು ಹೊರಟುಹೋದನು ಮತ್ತು ವಾತ್ಸ್ಯಾಯನನು ಶಾರ್ಂಗ್ರವನ ಕಡೆಗೆ ರಹಸ್ಯವಾಗಿ ಸನ್ನೆ ಮಾಡಿದನು. ಶಿಷ್ಯನಿಗೆ ಸಿಗ್ನಲ್ ಸಿಕ್ಕಿದ ತಕ್ಷಣ, ಅವನು ಶಕ್ತರ ಮತ್ತು ಸುವಾಸಿನಿಯ ಕಡೆಗೆ ನೋಡಿ

ಹೇಳಿದನು - ನೀವು ತುಂಬಾ ಸುಸ್ತಾಗಿರಬೇಕು, ಈಗ ದೊಡ್ಡ ಟೆಂಟ್‌ನಲ್ಲಿ ವಿಶ್ರಾಂತಿ ತೆಗೆದುಕೊಳ್ಳಿ. ಗುರುದೇವನ ವಿಶ್ರಾಂತಿಗೂ ಸಮಯವಿರಬೇಕು. ಸಾಗಿದೆ. ಸುವಾಸಿನಿ ಮತ್ತು ಶಕ್ತರು ವಿಶ್ರಾಂತಿಗೆ ಹೋದಾಗ, ವಾತ್ಸ್ಯಾಯನನು ಶಾರ್ಂಗರವನನ್ನು ತುಂಬಾ ಹತ್ತಿರ ಕೂರಿಸಿಕೊಂಡು

ಹೇಳಿದನು - ಸುತ್ತಲೂ ಸಂಪೂರ್ಣ ಭದ್ರತೆ ಇದೆ, ಅಲ್ಲವೇ? ಶಾರ್ಂಗ್ರವ- ಈ ಇಡೀ ಕಾಡಿನಲ್ಲಿ ಒಂದು ಪಕ್ಷಿಯನ್ನೂ ಕೊಲ್ಲಲು ಸಾಧ್ಯವಿಲ್ಲ. ರಾಷ್ಟ್ರೀಯ ಸೈನಿಕರ ವೇಷದಲ್ಲಿ ಪ್ರತಿ ಹೆಜ್ಜೆಯಲ್ಲೂ ಗೂಢಚಾರರಿದ್ದಾರೆ.

ವಾತ್ಸ್ಯಾಯನ- ಈಗ ರಾಕ್ಷಸನ ಕಡೆಯಿಂದ ಯಾವುದೇ ಸುದ್ದಿಯನ್ನು ಪಡೆಯುವುದು ಕಷ್ಟಕರವಾಗಿದೆ.

ಶಾರ್ಂಗ್ರವ- ಮಹಾಮಾತ್ಯರು ಮರಿ ಹಕ್ಕಿಯೂ ಅಲ್ಲಿಂದ ಇಲ್ಲಿಗೆ ಬರಲಾರದಷ್ಟು ಕಟ್ಟುನಿಟ್ಟಿನ ಆದೇಶಗಳನ್ನು ವಿಧಿಸಿದ್ದಾರೆ. ಭಾಗುರಾಯನ್ ಮತ್ತು ಭಾಸುರಕ್ ಈಗ ಅಸಹಾಯಕರಾಗುತ್ತಾರೆ.

ವಾತ್ಸ್ಯಾಯನ- ಆಚಾರ್ಯ ವಿಷ್ಣುಗುಪ್ತರ 'ಅರ್ಥಶಾಸ್ತ್ರ'ದಲ್ಲಿ ಅಸಹಾಯಕತೆಗೆ ಸ್ಥಾನವಿಲ್ಲ. ಅಸಹಾಯಕತೆ ಸಾವಿಗೆ ಇನ್ನೊಂದು ಹೆಸರು. ಶತ್ರುವಿನ ನೀತಿ ಮತ್ತು ರಹಸ್ಯಗಳ ಜ್ಞಾನವಿಲ್ಲದೆ ಶತ್ರುವಿನ ಮೇಲೆ ಜಯವಿಲ್ಲ. ರಾಮಚಂದ್ರನು ವಿಭೀಷಣನಿಂದ ಲಂಕೆಯ ರಹಸ್ಯವನ್ನು ಪಡೆಯುವವರೆಗೆ. ಅಲ್ಲಿಯವರೆಗೆ ರಾಮನು ರಾವಣನನ್ನು ಗೆಲ್ಲಲು ಸಾಧ್ಯವೇ?

ಶಾರ್ಂಗ್ರವ- ನೀವು ಬಯಸಿದರೆ, ಭೂಗತ ಜಗತ್ತಿನಲ್ಲಿ ಅಡಗಿರುವ ರಹಸ್ಯವೂ ಬಹಿರಂಗಗೊಳ್ಳುತ್ತದೆ. ಗುರುದೇವನ ಶಕ್ತಿ ಅಪಾರ

ವಾತ್ಸ್ಯಾಯನ- ಪ್ರಿಯ ಶಿಷ್ಯನೇ, ನನ್ನ ಶಕ್ತಿ ಏನಿದ್ದರೂ ಅದು ನಿನ್ನಂತಹ ಪರಿತ್ಯಾಗ ಮತ್ತು ನಿಜವಾದ ಶಿಷ್ಯರ ಬಲದಿಂದ ಮಾತ್ರ. ನಾನು ನನಗಿಂತ ಹೆಚ್ಚು ನನ್ನ ಶಿಷ್ಯರ ಮೇಲೆ ನಂಬಿಕೆ ಇದೆ, ಅವರು ನನ್ನನ್ನು ನಿದ್ರೆಗೆಡಿಸಲು ಸ್ವತಃ ಎಚ್ಚರಗೊಳ್ಳುತ್ತಾರೆ.

ಶಾರಂಗರಾವ್-ನಿಮ್ಮ ಪ್ರತಿಯೊಂದು ಅಕ್ಷರದ ಮೌಲ್ಯವು ನಮ್ಮ ಲಕ್ಷಾಂತರ ಜನ್ಮಗಳಿಗಿಂತ ಕಡಿಮೆಯಾಗಿದೆ. ನೀವು ನೀಡಿದ ಜ್ಞಾನ ಇದರೊಂದಿಗೆ ನಾವು ಪ್ರತಿ ಜನ್ಮದಲ್ಲೂ ಸಂತೋಷದಿಂದ ಮತ್ತು ಯಶಸ್ವಿಯಾಗುತ್ತೇವೆ.

ವಾತ್ಸ್ಯಾಯನ - ಭಗವಂತನ ಕೃಪೆಯಿಂದ ನಿಮ್ಮ ಜ್ಞಾನವು ಜನ್ಮ ಜನ್ಮದಲ್ಲಿ ವಿಜೃಂಭಿಸುತ್ತಲೇ ಇರುತ್ತದೆ. ಶಿಷ್ಯ! ಪಥರ್ವ ಘಾಟ್‌ನ ಅರಣ್ಯಗಳಿಗೆ ಒಬ್ಬ ಆತ್ಮೀಯರನ್ನು ಕಳುಹಿಸಿ ಮತ್ತು ಚಂದ್ರಗುಪ್ತನ ಆಗಮನದ ಬಗ್ಗೆ ನಿಮಗೆ ಮಾಹಿತಿ ಸಿಕ್ಕ ತಕ್ಷಣ ಅವನನ್ನು ಎಚ್ಚರಿಕೆಯಿಂದ ನಮ್ಮ ಬಳಿಗೆ ಕರೆತರಲು ವ್ಯವಸ್ಥೆ ಮಾಡಿ. ಘಾಘ್ರಾ ನದಿಯ ದಡವನ್ನು ಸ್ವಾಗತಿಸಲು ಸೈನಿಕರ ಸಾಲುಗಳನ್ನು ಅಲಂಕರಿಸಿ! ಚಂದ್ರಗುಪ್ತ ಬಂದ ಕೂಡಲೇ ತುಮುಲ್ ಜಯನಾಡಿಂದ ಸ್ವಾಗತಿಸಬೇಕು! ಪ್ರ

ತಿಯೊಬ್ಬ ಸೈನಿಕನೂ ಅವನನ್ನು ಅಭಿನಂದಿಸಬೇಕು. ಚಂದ್ರಗುಪ್ತ ಇಲ್ಲಿಗೆ ಬಂದ ಕೂಡಲೇ ರಾಷ್ಟ್ರೀಯ ಸೇನೆಯ ನಿರ್ವಹಣೆಯನ್ನು ಆತನಿಗೆ ಒಪ್ಪಿಸುತ್ತೇವೆ. ನೋಡಿ! ಶಾರ್ಂಗರಾವ್! ರಾಕ್ಷಸನು ಬಹಳ ದೂರದೃಷ್ಟಿಯುಳ್ಳವನು. ತನ್ನ ನೀತಿಯಿಂದ ಚಂದ್ರಗುಪ್ತನಿಗೆ ಹಾನಿಯುಂಟಾಗದಂತೆ. ಅವನು ಅವನನ್ನು ಯಾವುದೇ ರೀತಿಯಲ್ಲಿ ಕೊಲ್ಲಲು ಬಯಸುತ್ತಾನೆ, ಆದ್ದರಿಂದ ನೀವು ಅವನನ್ನು ರಕ್ಷಿಸುತ್ತೀರಿ. ಚಂದ್ರಗುಪ್ತನ ಪಾಳೆಯ ನಮ್ಮ ಗುಡಿಸಲಿಗೆ ಸಮಾನವಾಗಿರುತ್ತದೆ. ನಾವು ನಮ್ಮ ಕೈಯಿಂದ ತಯಾರಿಸುವ ಆಹಾರವನ್ನು ಮಾತ್ರ ಚಂದ್ರಗುಪ್ತನು ತಿನ್ನುತ್ತಾನೆ. ನಾವು ಅನುಮತಿ ಕೊಡುವ ಹೆಜ್ಜೆಗೂ ಚಂದ್ರಗುಪ್ತನು ಹೋಗುತ್ತಾನೆ. ಶಾರ್ಂಗ್ರವ -ಗುರುದೇವನ ಆದೇಶದಂತೆ ಪ್ರತಿಯೊಂದು ಹೆಜ್ಜೆ ಇಡಲಾಗುವುದು.

ವಾತ್ಸ್ಯಾಯನ- ಮತ್ತು ಕೇಳು! ಚಂದ್ರಗುಪ್ತನ ವೇಷ ಧರಿಸಿದ ನಾಲ್ಕು ಕೃತಕ ಚಂದ್ರಗುಪ್ತರು ಇರುತ್ತಾರೆ. ನಿಜವಾದ ಚಂದ್ರಗುಪ್ತನ ಅಂಗರಕ್ಷಕ ಆ ವಿಶ್ವಾಸಾರ್ಹ ಚಂದ್ರಗುಪ್ತರ ಮೂಲಕ ಮಾತ್ರ. ನಿಜವಾದ ಚಂದ್ರಗುಪ್ತನನ್ನು ಯಾರೂ ತಿಳಿಯಬಾರದು. ನೋಡು ಶಾರ್ಂಗಾರವ್! ಸಣ್ಣದೊಂದು ತಪ್ಪು ಆಗದಿರಲಿ, ನಿಜವಾದ ಚಂದ್ರಗುಪ್ತನೇ ನಿನ್ನ ಕಣ್ಣಿಗೆ ಮರೆಮಾಚಬೇಡ.

ಶಾರ್ಂಗರಾವ್ - ಗುರುದೇವ, ಚಿಂತಿಸಬೇಡ! ಮರುದಿನ, ಘಾಘ್ರಾ ನದಿಯ ಸಮೀಪವಿರುವ ಪ್ರದೇಶವು 'ಚಂದ್ರಗುಪ್ತ್ ಕಿ ಜೈ' ಎಂಬ ಶಬ್ದದೊಂದಿಗೆ ಪ್ರತಿಧ್ವನಿಸಿತು. ರಾಷ್ಟ್ರೀಯ ಸೇನೆಯು ಚಂದ್ರಗುಪ್ತನನ್ನು ಸೇನಾ ಶುಭಾಶಯಗಳೊಂದಿಗೆ ಗೌರವಿಸಿತು. ತದನಂತರ ಅಲ್ಲಿಂದ ಚಂದ್ರಗುಪ್ತ ಗಲಾಟೆಯ ನಡುವೆ ಆಚಾರ್ಯ ವಿಷ್ಣುಗುಪ್ತ ವಾತ್ಸ್ಯಾಯನರ ಆಶ್ರಮಕ್ಕೆ ಬಂದರು. ಗುಡಿಸಲನ್ನು ತಲುಪಿದ ಕೂಡಲೇ 'ಚಂದ್ರಗುಪ್ತ ಕೀ ಜೈ' ಎಂಬ ಕೂಗು 'ಜೈ ಮಹಾತ್ಮ ವಾತ್ಸ್ಯಾಯನ' ಎಂದು ಬದಲಾಯಿತು. 'ಮಹಾತ್ಮ ವಾತ್ಸ್ಯಾಯನನಿಗೆ ಜಯವಾಗಲಿ' ಎಂದು ಘರ್ಜಿಸುತ್ತಿರುವಾಗ ಚಂದ್ರಗುಪ್ತನು ಸಾಷ್ಟಾಂಗ ನಮಸ್ಕಾರ ಮಾಡಿದನು. ಪ್ರೀತಿಯ ಆಶೀರ್ವಾದದಿಂದ, ಶಿಷ್ಯನು ಗುರುದೇವರ ಪಾದಗಳನ್ನು ತೊಳೆದನು. ಗುರುದೇವನ ಹೃದಯವು ಚಂದ್ರಗುಪ್ತನ ಅಪಾರ ಭಕ್ತಿಯಿಂದ ಉಬ್ಬಿತು. ಅವನು ಚಂದ್ರಗುಪ್ತನ ಸೊಂಟದ ಮೇಲೆ ತನ್ನ ಆಶೀರ್ವಾದದ ಹಸ್ತವನ್ನು ಇಟ್ಟು

ಹೇಳಿದನು - 'ಮಾಗಧದ ಭವಿಷ್ಯದ ಚಕ್ರವರ್ತಿ! ನಿಮ್ಮ ಪಟ್ಟಾಭಿಷೇಕವನ್ನು ಇಂದೇ ಮಾಡುತ್ತೇವೆ. ಗುರುದೇವನು ಇದನ್ನು ಹೇಳಿದ ತಕ್ಷಣ, ಅವನು ತನ್ನ ಕಿರುಬೆರಳನ್ನು ಕುಶನ ಬ್ಲೇಡ್‌ನಿಂದ ಹರಿದು ಹಾಕಿದನು ಚಂದ್ರಗುಪ್ತನ ಈಟಿಗೆ

ರಕ್ತ-ತಿಲಕವನ್ನು ಹಾಕಿ,

ಅವನು - ಲಂಕಾ - ವಿಭೀಷಣನನ್ನು ವಶಪಡಿಸಿಕೊಳ್ಳುವ ಮೊದಲೇ ಹೇಳಿದನು. ಹಣೆಗೆ ಪಟ್ಟಾಭಿಷೇಕ ತಿಲಕ ಹಚ್ಚಿದ ರಾಮ! ಬ್ರಾಹ್ಮಣನ ಭರವಸೆಯನ್ನು ಪೂರೈಸುವುದುಅದರ ನಂತರ, ಗುರುದೇವ ಜನಸಮೂಹವನ್ನು ನೋಡಿ

ಹೇಳಿದರು - ಈಗ ನೀವು ವಿಶ್ರಾಂತಿ! ಚಂದ್ರಗುಪ್ತನೂ ನಿರಂತರ ಪ್ರಯಾಣ ಮಾಡಿ ದಣಿದಿರುವುದರಿಂದ ವಿಶ್ರಾಂತಿ ಅವಶ್ಯ. ವಾತ್ಸ್ಯಾಯನನ ಧ್ವನಿಯನ್ನು ಕೇಳಿ ಸೈನಿಕರು ತಮ್ಮ ತಮ್ಮ ಶಿಬಿರಗಳಿಗೆ ಹೋದರು. ಅವನು ಏಕಾಂಗಿಯಾದಾಗ, ಗುರುದೇವ ಚಂದ್ರಗುಪ್ತನಿಗೆ ವಿಶ್ರಾಂತಿ ಪಡೆಯಲು ಕೇಳಿದನು. ಆದರೆ ಚಂದ್ರಗುಪ್ತನು ಪ್ರತ್ಯುತ್ತರವಾಗಿ

ವಿನಂತಿಸಿದನು - ಯುದ್ಧದ ಸಮಯದಲ್ಲಿ ಒಬ್ಬನು ಹೇಗೆ ಮಲಗುತ್ತಾನೆ! ಎಚ್ಚರವಾದಾಗಿನಿಂದ ನಿಮ್ಮ ಕಣ್ಣುಗಳು ಕೆಂಪಾಗಿವೆ. ನಾನು ಕಾವಲು ಕಾಯುತ್ತಿದ್ದೇನೆ, ಸ್ವಲ್ಪ ಹೊತ್ತು ಮಲಗು

ವಾತ್ಸ್ಯಾಯನ - ನಾನು ನಿದ್ರಿಸಿದರೆ ನೀವೆಲ್ಲರೂ ಒಟ್ಟಾಗಿ ರಾಕ್ಷಸನ ತೆರೆದ ಕಣ್ಣುಗಳ ಬಗ್ಗೆ ಎಚ್ಚರದಿಂದಿರಿ. ಉಳಿಯಲು ಸಾಧ್ಯವಾಗುವುದಿಲ್ಲ ನಿಷ್ಪ್ರಯೋಜಕ ಶಿಷ್ಟಾಚಾರದಲ್ಲಿ ಸಮಯ ವ್ಯರ್ಥ ಮಾಡುವುದರಿಂದ ಏನು ಪ್ರಯೋಜನ? ಆ ಪರ್ವತಕ್ಕೆ ಹೇಳು ನೀವು ರಾಜರೊಂದಿಗೆ ಯಾವ ಒಪ್ಪಂದ ಮಾಡಿಕೊಂಡಿದ್ದೀರಿ?

ಚಂದ್ರಗುಪ್ತ - ಅವನು ನಮಗೆ ದಾರಿಯನ್ನು ಕೊಟ್ಟನು ಮತ್ತು ಸಮಯ ಬಂದಾಗ ತನ್ನ ಸೈನ್ಯವನ್ನು ಕೊಡುವುದಾಗಿ ವಾಗ್ದಾನ ಮಾಡಿದ್ದಾನೆ. ಆದರೆ ವಿಜಯದ ನಂತರ, ಅವರು ನಮ್ಮಿಂದ ಘಾಘ್ರಾ ನದಿಯವರೆಗೆ ತಮ್ಮ ಸ್ವತಂತ್ರ ರಾಜ್ಯವನ್ನು ಬಯಸುತ್ತಾರೆ.

ವಾತ್ಸ್ಯಾಯನ - ಮತ್ತು ನೀವು ಪಂಚನಾದಧಿಪತಿಯೊಂದಿಗೆ ಯಾವ ಷರತ್ತುಗಳನ್ನು ಹಾಕಿದ್ದೀರಿ?

ಚಂದ್ರಗುಪ್ತ - ಮಗಧದ ವಿಜಯದ ನಂತರ, ಅವನು ಗೆದ್ದ ಭಾರತದಿಂದ ಅರ್ಧದಷ್ಟು ಸಾಮ್ರಾಜ್ಯವನ್ನು ಪಡೆದನು. ಕೊಡಬೇಕು. ವಾತ್ಸ್ಯಾಯನನು ಕೆನ್ನೆಯ ಮೇಲೆ ಬೆರಳಿಟ್ಟು ಯೋಚಿಸಿ

ಹೇಳಿದನು - ಇದು ವಕ್ರ ಸಮಸ್ಯೆ, ಆದರೆ ಇದು ಕಾಣಿಸುತ್ತದೆ.

ಮತ್ತು ಸೆಲ್ಯೂಕಸ್ ಗ್ರೀಸ್‌ಗೆ ಹಿಂದಿರುಗುವವರೆಗೂ ಹೊಸದೇನೂ ಸಂಭವಿಸಲಿಲ್ಲವೇ?

ಚಂದ್ರಗುಪ್ತ - ಹೊಸದೇನೂ ಇಲ್ಲ, ಗುರುದೇವ! ಆದರೆ

ವಾತ್ಸ್ಯಾಯನ- ಆದರೆ ಏನು?

ಚಂದ್ರಗುಪ್ತ- ಏನಿಲ್ಲ ಗುರುದೇವ! ವಾತ್ಸ್ಯಾಯನ: ವಾತ್ಸ್ಯಾಯನನಿಂದಲೂ ನೀವು ಮರೆಮಾಡಲು ಬಯಸುವ ಏನಾದರೂ ಇದೆ ಎಂದು ತೋರುತ್ತದೆ.

ಚಂದ್ರಗುಪ್ತ - ನಾನು ಮರೆಮಾಡಲು ಬಯಸುವುದಿಲ್ಲ, ನಾನು ಗುರುದೇವನ ಕೋಪಕ್ಕೆ ಹೆದರುತ್ತೇನೆ.

ವಾತ್ಸ್ಯಾಯನ - ಗೊತ್ತಿಲ್ಲ, ಗುರುವಿನಿಂದ ಕದಿಯುವವನಿಗೆ ಅನೇಕ ಜನ್ಮಗಳಲ್ಲಿಯೂ ಶಾಂತಿಯಿಲ್ಲ. ಕಂಡುಕೊಳ್ಳುತ್ತದೆ.

ಚಂದ್ರಗುಪ್ತ- ನಾನು ಹಿಂಜರಿಯುತ್ತಿದ್ದೇನೆ. ನಿನ್ನ ಅನುಮತಿಯಿಲ್ಲದೆ ನಾನು ಅಪರಾಧ ಮಾಡಿದ್ದೇನೆ

ವಾತ್ಸ್ಯಾಯನ - ಈಗ ಇನ್ನೊಂದು ಅಪರಾಧ ಮಾಡಬೇಡ, ಸ್ಪಷ್ಟವಾಗಿ ಹೇಳು!

ಚಂದ್ರಗುಪ್ತ - ಸೆಲ್ಯೂಕಸ್ ಗ್ರೀಸ್‌ಗೆ ಹಿಂದಿರುಗಿದನೆಂದು ನನಗೆ ಎಷ್ಟು ಸಂತೋಷವಾಗಿದೆಯೋ, ಅವನ ಮಗಳು ಹೆಲೆನ್‌ನ ನಿರ್ಗಮನದಿಂದ ನನಗೆ ಹೆಚ್ಚು ದುಃಖವಾಗಿದೆ. ಈಗ ನಾನು ನಡೆಯಲು ಬಯಸುತ್ತೇನೆ, ಆದರೆ ಕೆಲವು ಭಯಾನಕ ಪುಶ್ ನನ್ನನ್ನು ಹಿಂದಕ್ಕೆ ಎಳೆಯುತ್ತದೆ ಎಂದು ತೋರುತ್ತದೆ. ನನ್ನ ಹೃದಯ ಒಡೆಯಲು ಬಯಸುತ್ತದೆ.

ತುಂಬಾ ರಕ್ತಪಾತವು ನಿರರ್ಥಕ ಎಂದು ನಾನು ಭಾವಿಸುತ್ತೇನೆ! ಕತ್ತಿಗಳ ಮಿಂಚು ಸಾರ್ವಕಾಲಿಕ ನಿಷ್ಪ್ರಯೋಜಕ! ಶಾಂತಿ ಇಲ್ಲದ ಆ ರಾಜ್ಯ ಪ್ರಾಪ್ತಿಯೇನು! ಈ ಸಿಂಹಾಸನದಿಂದ ಕಾಡಿನಲ್ಲಿ ಸನ್ಯಾಸಿಯ ದುರಾಡಳಿತವು ಬಹಳ ಮುಖ್ಯವಾಗಿದೆ, ಅಲ್ಲಿ ಒಬ್ಬರು ಶಾಂತಿಯುತವಾಗಿ ಉಸಿರಾಡಬಹುದುಇದನ್ನು ಕೇಳಿ ವಾತ್ಸ್ಯಾಯನನ ಕಣ್ಣುಗಳು ಕೆಂಡವಾದವು. ಬಿರುಗಾಳಿಗೆ ಅಲುಗಾಡಿದ ಮರದಂತೆ ನಡುಗತೊಡಗಿದ,

ಹುಬ್ಬುಗಳು ಮೇಲೆದ್ದು ಹಣೆ ಬಿಗಿಯಾಯಿತು. ಹಲ್ಲಿನ ಸದ್ದಿನಿಂದ ಇಡೀ ಗುಡಿಸಲಿನಲ್ಲಿ ಗಡಗಡ ನಡುಗುತ್ತಿರುವಂತೆ ತೋರುತ್ತಿತ್ತು. ಅವಳನ್ನು ಈ ರೂಪದಲ್ಲಿ ನೋಡಿದ ಚಂದ್ರಗುಪ್ತನ ಪ್ರೀತಿಯು ಹರಳುಗಟ್ಟಿತು. ಅವರು ಕೈ ಜೋಡಿಸಿ

ಹೇಳಿದರು - ಕ್ಷಮಿಸಿ! ಬೆಂಕಿಯ ಮುಖದಲ್ಲಿ ಗುರುದೇವ! ಕ್ಷಮೆ!

ವಾತ್ಸ್ಯಾಯನ- ಹೇಡಿ! ನನ್ನ ಇಡೀ ಜೀವನದ ತಪಸ್ಸನ್ನು ನೀವು ಹಾಳುಮಾಡಿದ್ದೀರಿ! ಪ್ರಪಂಚದಿಂದ ತಪ್ಪಿಸಿಕೊಳ್ಳಲು ಬಯಸುವ ದುರದೃಷ್ಟಕರ ಜನರು! ಮತ್ತೆ ಮತ್ತೆ ಬಿದ್ದ ನಂತರವೂ ಯಾವುದೋ ಒಂದು ಹಂತದಲ್ಲಿ ಗುರಿ ಮುಟ್ಟುವ ನಿಮಗಿಂತ ಆ ಜೇಡ ಉತ್ತಮ.

ಚಂದ್ರಗುಪ್ತ - ನೀನು ಶಾಂತಗೊಳಿಸು ಗುರುದೇವ! ನಿನ್ನ ದೈತ್ಯ ರೂಪವನ್ನು ಕಂಡು ನಡುಗಿದ್ದೆ. ನನ್ನನ್ನು ನಂಬಿರಿ, ನಿಮ್ಮ ಅನುಮತಿಯಿಲ್ಲದೆ ನಾನು ಏನನ್ನೂ ಮಾಡುವುದಿಲ್ಲ.

ವಾತ್ಸ್ಯಾಯನ್ - ಮಹಿಳೆ ಪುರುಷನ ಪಾದಗಳ ಸರಪಳಿ. ಯುದ್ಧಕಾಲದಲ್ಲಿ ಯಾರಾದರೂ ಶೌರ್ಯ ತೋರಿದರೆ ನೀವು ಉಲ್ಲಂಘಿಸಲು ಬಯಸಿದರೆ, ಅಮಲು ತುಂಬಿದ ಕಣ್ಣುಗಳ ಒಂದು ಆಕರ್ಷಣೆ ಸಾಕು. ಈ ವಿಷಕಾರಿ ವಸ್ತು ಬಾಗಿಲಿನಿಂದ ಎಚ್ಚರವಿಲ್ಲದವರು ಜೀವನದಲ್ಲಿ ಸೋಲನ್ನು ನೋಡುತ್ತಾರೆ. ಚಂದ್ರ ಗುಪ್ತಾ! ನಿಮ್ಮ ಜೀವನದಿಂದ ನಾನು ಇನ್ನೂ ಹೆಚ್ಚು ನಿಮ್ಮ ಜೀವನವು ಸುಂದರವಾಗಿರುತ್ತದೆ

ಚಂದ್ರಗುಪ್ತ - ಹಾಗೆ ಹೇಳಬೇಡ ಗುರುದೇವ! ನೀವು ಒಂದು ಸಾವಿರ ಚಂದ್ರಗುಪ್ತರನ್ನು ಮಾಡಲು ಸಾಧ್ಯವಿಲ್ಲ, ಸಾವಿರ ಚಂದ್ರಗುಪ್ತರು ಒಟ್ಟಾಗಿ ಒಬ್ಬ ವಾತ್ಸ್ಯಾಯನನನ್ನು ಮಾಡಲು ಸಾಧ್ಯವಿಲ್ಲ. ಆದರೆ

ವಾತ್ಸ್ಯಾಯನ - ನಿನ್ನ ಅಚಲವಾದ ನಂಬಿಕೆಯಿಂದ ನನ್ನ ಉಗ್ರವಾದ ಕೋಪವೂ ಶಾಂತವಾಗುತ್ತದೆ. ನಿಮ್ಮ ಜೀವನ ಹಾಗೆಂದು ನೀರಿಗೆ ಎಸೆಯಬಹುದಾದ ರೀತಿಯದ್ದಲ್ಲ. ಪ್ರತಿ ಹಂತದಲ್ಲೂ ಅದನ್ನು ರಕ್ಷಿಸುವುದು ಅವಶ್ಯಕ. ನೀನು ಚಕ್ರವರ್ತಿಯ ಸಿಂಹಾಸನದಲ್ಲಿ ಕುಳಿತು ಇಡೀ ದೇಶದಲ್ಲಿ ಶಾಂತಿಯನ್ನು ಸ್ಥಾಪಿಸುವವರೆಗೆ ನಿನಗೆ ಬೇರೆ ದಿಕ್ಕಿಲ್ಲ. ಆಫ್

ಚಂದ್ರಗುಪ್ತ - ಗುರುದೇವ ಹೀಗೇ ಇರುತ್ತಾನೆ! ನಾನು ನೋವಿನಿಂದ ಉಸಿರಾಡುತ್ತಿದ್ದರೂ, ನಾನು ನಿಮ್ಮ ಆದೇಶಗಳನ್ನು ಉಲ್ಲಂಘಿಸುವುದಿಲ್ಲ.

ವಾತ್ಸ್ಯಾಯನ್ - ನಂತರ

ಬೋ - ಬ್ಲೋ ಮತ್ತು ಸ್ಟೆಪ್! ಮಗಧ ಸುತ್ತುವರಿದಿದೆ, ಕೋಟೆಯ ಮೇಲೆ ಹಾರಲು ಚಂದ್ರಗುಪ್ತನ ಧ್ವಜ ಮಾತ್ರ ಉಳಿದಿದೆ. ಆದರೆ ಅಲ್ಲಿಗೆ ತಲುಪುವಾಗ ಒಂದು ಹೆಜ್ಜೆಯೂ ತಡವರಿಸಿದರೆ, ಬೆಟ್ಟದ ತುದಿಯಿಂದ ಜಾರಿದವನು ಬೆಟ್ಟದ ತಪ್ಪಲಿನಲ್ಲಿ ಬೀಳುವ ರೀತಿಯಲ್ಲಿಯೇ ನೀವು ಜಾರಿ ಕೆಳಗೆ ಬೀಳಬಹುದು. ಈಗ ನೀನು ಹೋಗಿ ಮಗಧ ರಾಜ್ಯದ ಈ ಚಿತ್ರವನ್ನು ತೆಗೆದುಕೋ, ಎಚ್ಚರಿಕೆಯಿಂದ ನೋಡಿ! ನಿಮ್ಮ ಹೆಸರಿನಲ್ಲಿರುವ ಶಿಬಿರವು ವಿಭಿನ್ನವಾಗಿದೆ ಮತ್ತು ವಾಸಿಸಲು ನನ್ನ ಹತ್ತಿರ ಶಿಬಿರವಿದೆ. ನಿಮ್ಮ ಡೇರೆಯಲ್ಲಿ ನೀವು ಸ್ವಲ್ಪ ವಿಶ್ರಾಂತಿ ತೆಗೆದುಕೊಳ್ಳಬಹುದು, ಆದರೆನೀವು ಡೇರಾದಲ್ಲಿ ಬೇರೆ ಯಾರನ್ನೂ ಭೇಟಿಯಾಗಲು ಸಾಧ್ಯವಿಲ್ಲ, ಅಥವಾ ಆ ಡೇರಾದಲ್ಲಿ ಚಂದ್ರಗುಪ್ತ ವಾಸಿಸುತ್ತಾನೆ ಎಂದು ಯಾರಿಗೂ ತಿಳಿಯುವುದಿಲ್ಲ. ಪೂಜೆ ಸಲ್ಲಿಸಿದ ನಂತರ, ಚಂದ್ರಗುಪ್ತ ತನ್ನ ಶಿಬಿರಕ್ಕೆ ಹೋದನು. ಚಂದ್ರಗುಪ್ತನು ಹೊರಟುಹೋದ ಕೂಡಲೇ ವಾತ್ಸ್ಯಾಯನನು ಶರಣರನ್ನು ಹತ್ತಿರ ಕೂರಿಸಿಕೊಂಡು

ಹೇಳಿದನು - ಭಾವಕ್ಕೂ ಕರ್ತವ್ಯಕ್ಕೂ ಬಹಳ ವ್ಯತ್ಯಾಸವಿದೆ. ಹೃದಯದ ಸತ್ಯವು ಸಮಾಜದ ಭಾಷೆಗಿಂತ ಭಿನ್ನವಾಗಿದೆ. ಸಮಾಜದಲ್ಲಿ ಗಡಸುತನವಿದೆ, ಹೃದಯದಲ್ಲಿ ಮೃದುತ್ವವಿದೆ. ಸಮಾಜದ ಬಲಿಪೀಠದಲ್ಲಿ ಎಷ್ಟು ಹೃದಯಗಳು ಬಲಿಯಾಗಿವೆಯೋ ಗೊತ್ತಿಲ್ಲ. ಚಂದ್ರಗುಪ್ತನು ಹೆಲೆನ್‌ಳನ್ನು ಪ್ರೀತಿಸಿ ಯಾವ ಪಾಪವನ್ನೂ ಮಾಡಲಿಲ್ಲ. ಇದು ಮನುಷ್ಯನ ಸಹಜ ಪ್ರವೃತ್ತಿ. ಕಾಲಕ್ಕೆ ತಕ್ಕ ಹಾಗೆ ಮಾಡಬೇಕೆನ್ನುವ ಕಾರಣಕ್ಕೆ ನನಗೆ ಚಂದ್ರಗುಪ್ತನ ಮೇಲೆ ಕೋಪ ಬಂತು, ಆದರೆ ಚಂದ್ರಗುಪ್ತನ ಹಂಬಲವನ್ನು ನಾನು ಚೆನ್ನಾಗಿ

ಗುರುತಿಸಿದ್ದೇನೆ, ಅವನ ಹೃದಯ ಒಡೆಯಬಾರದೆಂದು, ಅವನಲ್ಲಿ ಬೇರೇನೂ ಇಲ್ಲ ಎಂದು ಸೈನ್ಯದ ಕೆಲಸದಲ್ಲಿ ನಿರತನಾಗಿರುತ್ತೇನೆ. ವಾಸನೆ ಕೂಡ ಬರಲಾಗಲಿಲ್ಲ. ಹೌದು, ಹೇಳು ನಿನಗೆ ಮಹಾಮತ್ಯ ರಾಕ್ಷಸನ ವಾಸನೆ ಬಂದಿತೇ?

ಶರ್ನಾಗರಾವ್ - ಏನಿಲ್ಲ ಗುರುದೇವ! ಅಷ್ಟರಲ್ಲಿ ಒಬ್ಬ ಸೈನಿಕ ಬಂದು ಹೇಳಿದನು - ಗುರುದೇವ ಅದ್ಭುತವಾಗಿದ್ದಾನೆ! ಚಂದ್ರಗುಪ್ತನ ಶಿಬಿರದಲ್ಲಿ ಆತನ ಅಂಗರಕ್ಷಕ ಶವವಾಗಿ ಪತ್ತೆಯಾಗಿದ್ದಾನೆ. **ವಾತ್ಸ್ಯಾಯನ** - ಆಯುಧದಿಂದ ಕೊಲ್ಲಲ್ಪಟ್ಟನೇ?

ಸೈನಿಕ- ಇಲ್ಲ, ಅಲ್ಲಿ ಒಂದು ಹನಿ ರಕ್ತವೂ ಇಲ್ಲ. ಊಟ ಮಾಡಿ ನೋಡಿದಾಗ ಶವವಾಗಿ ಬಿದ್ದಿದ್ದರು ಎಂದು ತಿಳಿದು ಬಂದಿದೆ.

ವಾತ್ಸ್ಯಾಯನ - ಖಂಡಿತವಾಗಿಯೂ ಅವನಿಗೆ ಆಹಾರದಲ್ಲಿ ವಿಷವನ್ನು ನೀಡಲಾಗಿದೆ, ಹೋಗು, ಅಂಗರಕ್ಷಕನ ಮೃತ ದೇಹವನ್ನು ಪರೀಕ್ಷಿಸಲಿ. ಅವನು ಹೇಗೆ ಮತ್ತು ಯಾರ ಕೈಯಿಂದ ಸತ್ತನು ಎಂದು ಕಂಡುಹಿಡಿಯಲು ಪ್ರಯತ್ನಿಸಿ? ಸೈನಿಕನು ಹೊರಟುಹೋದನು ಮತ್ತು ಗುರುದೇವನು ಶರ್ಂಗರವನನ್ನು ನೋಡಿ

ಹೇಳಿದನು - ಇದು ಯಾವ ರೀತಿಯ ಅಜಾಗರೂಕತೆ

ಶಾರ್ಂಗರಾವ್ - ಅಜಾಗರೂಕತೆಯಲ್ಲ, ಗುರುದೇವ! ಎಚ್ಚರಿಕೆ ಇದೆ. ಈ ಅಂಗರಕ್ಷಕನ ಮೇಲೆ ನನಗೆ ಅನುಮಾನವಿತ್ತು, ಅದಕ್ಕಾಗಿಯೇ ಕೃತಕ ಚಂದ್ರಗುಪ್ತನಿಗೆ ಅಲ್ಲಿಯೇ ಇರಲು ವ್ಯವಸ್ಥೆ ಮಾಡಿದ್ದೆ ಮತ್ತು ಆ ಕೃತಕ ಚಂದ್ರಗುಪ್ತನನ್ನು ಎಚ್ಚರಿಸಿದ್ದೆ. ಆದ್ದರಿಂದ ಈ ಅಂಗರಕ್ಷಕನು ಜಾಣ್ಮೆಯಿಂದ ಚಂದ್ರಗುಪ್ತನಿಗೆ ವಿಷಪೂರಿತ ಆಹಾರವನ್ನು ತಿನ್ನಿಸಲು ಬಯಸಿದನು, ಚಂದ್ರಗುಪ್ತನು ಅಡುಗೆಯವರ ಸಹಾಯದಿಂದ, ಬದಲಿಗೆ ಆ ಅಂಗರಕ್ಷಕನಿಗೆ ಆಹಾರವನ್ನು ತಿನ್ನಿಸಿದನು.

ವಾತ್ಸ್ಯಾಯನ- ವಾಹ್! ಸಾಕಷ್ಟು! ನೀವು ಹಾವನ್ನು ಅದರ ಹೆಡೆಯಿಂದ ಕೊಂದಿದ್ದೀರಿ. ಸ್ವಾರ್ಥ ಮತ್ತು ರಾಜಕೀಯದ ಸರ್ಪ ಯಾರಿಗೆ ಕಚ್ಚುತ್ತದೆ ಎಂದು ಯಾರು ಹೇಳಬಲ್ಲರು? ಪ್ರತಿಭಾ ಚೈತನ್ಯವು ಅನುಕೂಲಕರವಾದಾಗ, ಅದು ಶತ್ರುಗಳನ್ನು ತಮ್ಮದೇ ಆದ ವಿಷದಿಂದ ನಾಶಪಡಿಸುತ್ತದೆ. ಚಂದ್ರಗುಪ್ತನ ಜೀವದ ಹಸಿವು ರಾಜಲೋಲುಪೋ! ಇಂದು ಪ್ರತಿಭಾ ಕೈಯಲ್ಲಿ ಚಾಮುಂಡಾ ಖಡ್ಗ, ತಿಂದವರ ಪ್ರಾಣಕ್ಕೆ ಅಪಾಯ. ನಿಮ್ಮ ಜೀವವನ್ನು ಉಳಿಸಲು ಕ್ರಮಗಳನ್ನು ತೆಗೆದುಕೊಳ್ಳಿ! ಕರಲ್ ಕಾಲ್ ಕೂಡ ಚಂದ್ರಗುಪ್ತನನ್ನು ಕೊಲ್ಲಲು ಸಾಧ್ಯವಿಲ್ಲ.

19

ಬಲೆ ಬೀಸುವುದಕ್ಕಿಂತ ಬಲೆ ಕತ್ತರಿಸುವುದು ಕಷ್ಟ. ಬೆಂಕಿ ಹೊತ್ತಿಸುವವರು ನೀರಿನಲ್ಲಿಯೂ ಬೆಂಕಿ ಇದೆ ಎಂಬುದನ್ನು ಮರೆಯುತ್ತಾರೆ. ಜ್ವಾಲೆಯು ನೀರಿನಿಂದ ಉರಿಯುವಾಗ, ಕಬ್ಬಿಣದ ಗೋಡೆಗಳನ್ನು ಸಹ ಬೂದಿ ಮಾಡಲು ನಿವ್ವಳ ಏನು ಮಾಡಬಹುದು. ವಿಷಕಾರಿ ವಸ್ತುಗಳ ತಯಾರಕರು ಆಶಾವಾದವು ಹತಾಶೆಯಾಗಿ ಬದಲಾಗಬಹುದು ಮತ್ತು ಅವುಗಳನ್ನು ಸುತ್ತುವರೆದಿರುವವರು ಸಹ ಸುತ್ತುವರೆದಿರಬಹುದು ಎಂದು ಅರ್ಥಮಾಡಿಕೊಳ್ಳಬೇಕು. "ನಾವು ಸುತ್ತುವರಿದಿದ್ದೇವೆ, ಸನ್ನಧರಾಜ್! ತಪ್ಪಿಸಿಕೊಳ್ಳಲು ಕೊನೆಯಿಲ್ಲದ ರೀತಿಯಲ್ಲಿ ಎಲ್ಲಾ ಕಡೆಯಿಂದ ಬಲೆ ಬೀಸಲಾಗಿದೆ. "ಮಹಾಮಾತ್ಯ ರಾಕ್ಷಸನು ಚಿಂತಾಕ್ರಾಂತನಾಗಿ ತನ್ನ ಅಂಗೈಯ ಮೇಲೆ ಗಲ್ಲವನ್ನು ಇಟ್ಟುಕೊಂಡು ಹೇಳಿದನು.

ಸನ್ನಧರಾಜ - ಈಗಲಾದರೂ ಚಿಂತಿಸಬೇಕಾಗಿಲ್ಲ ಮಹಾಮಾತ್ಯ! ನಮ್ಮ ವೀರ ಸೇನೆಯು ನಮ್ಮ ಮುಂದೆ ಬಂದ ತಕ್ಷಣ, ಆ ಹೊಸ ಸೈನಿಕರು ಕ್ಷೇತ್ರವನ್ನು ತೊರೆದು ಓಡಿಹೋಗುತ್ತಾರೆ. ನೀವು ಆದೇಶಗಳನ್ನು ನೀಡುತ್ತೀರಿ, ಹಸಿದ ಸಿಂಹಗಳು. ನಮ್ಮ ನಾಯಕರು ಈ ಬಂಡುಕೋರರನ್ನು ನಾಶಮಾಡುತ್ತಾರೆ. ರಾಕ್ಷಸ- ನಿನ್ನ ಮತ್ತು ವಕ್ರರಾಜನ ಶೌರ್ಯದಲ್ಲಿ ನನಗೆ ನಂಬಿಕೆಯಿದೆ,

ಆದರೆ ಸೈನ್ಯದಲ್ಲಿ ನನಗೆ ಪೂರ್ಣ ನಂಬಿಕೆಯಿಲ್ಲ. ಸೈನ್ಯದಲ್ಲಿ ದಂಗೆಯ ಕಿಡಿಗಳು ಬೆಳಗುತ್ತಿರುವುದನ್ನು ನಾನು ನೋಡುತ್ತೇನೆ. ಈಗ ಏನಾಗುತ್ತದೆ? "ಏನಾಗುತ್ತದೆ, ಮಗಧದ ರಾಜಮನೆತನಗಳು ಹೊಗೆಯಿಂದ ಉರಿಯುತ್ತವೆ, ರಕ್ತದ ನದಿಗಳು ಹರಿಯುತ್ತವೆ, ಅವರು ನೃತ್ಯ ಮಾಡುತ್ತಾರೆ! ಇದಕ್ಕಿಂತ ಇನ್ನೇನಿದೆ? ನಿಮ್ಮ ತೋಳಿನಲ್ಲಿ ಹಾವನ್ನು ಮುದ್ದಿಸುತ್ತಾ ಇರಿ ಮತ್ತು ಅದು ಕುಟುಕಿದಾಗ, ಮುಂದೆ ಏನಾಗುತ್ತದೆ ಎಂದು ನೀವು ಆಶ್ಚರ್ಯ ಪಡುತ್ತೀರಿ. ಶತ್ರು ತಲೆಯ ಮೇಲೆ ಬಂದಾಗ, ಕಣ್ಣು ತೆರೆದರೆ ಏನು? ಶಕ್ತರು, ಕಾತ್ಯಾಯನ, ವಾತ್ಸ್ಯಾಯನರು ದೆವ್ವ ದಾಳಿಗೆ ಒಳಗಾದ ದಿನವೇ ಅವರ ಶಿರಚ್ಛೇದ ಮಾಡಿದ್ದರೆ ಈ ಕೆಟ್ಟ ದಿನಗಳು ಇಂದು ಕಾಣಬೇಕಾಗಿರಲಿಲ್ಲ.

ಚಿಕ್ಕ ಶತ್ರುವಿನ ಮೇಲೂ ಕರುಣೆ ತೋರುವುದು ದೊಡ್ಡ ತಪ್ಪು. ರಾಕ್ಷಸನಷ್ಟು ಬುದ್ಧಿವಂತ ಮಹಾಮಾತ್ಯ ಕೂಡ ಬ್ರಾಹ್ಮಣನ ವಿಷವರ್ತುಲದಲ್ಲಿ ಸಿಕ್ಕಿಹಾಕಿಕೊಂಡಿದ್ದು, ದಾರಿ ಕಾಣದಿರುವುದು ಆಶ್ಚರ್ಯಕರವಾಗಿದೆ. ಯಾರಾದರೂ ಇದ್ದರೆ ದಾರಿಯಿಲ್ಲದಿದ್ದರೆ ಖಡ್ಗವನ್ನು ಹಿಡಿದು ನೇರ ಯುದ್ಧವನ್ನು ಘೋಷಿಸಿ ಸಾಯುವ ಮೊದಲು ಮಗಧ ರಾಜ್ಯದ ಎದೆಯ ಮೇಲೆ ಘರ್ಜಿಸುತ್ತಿರುವ ಆ ದಂಗೆಕೋರರ ರಕ್ತದಿಂದ ನಿಮ್ಮ ದಾಹವನ್ನು ತಣಿಸಿಕೊಳ್ಳಿ. ಮಹಾನಂದರು ಹಲ್ಲು ಕಿರಿಯುತ್ತಾ ಹೇಳಿದರು. ದೈತ್ಯನುಪ್ರತ್ಯುತ್ತರವಾಗಿ ಏನನ್ನಾದರೂ ಹೇಳುವ ಮೊದಲು, ಒಬ್ಬ ಸೈನಿಕನು ಬಂದು ಹೇಳಿದನು- 'ಇದೀಗ ಮಾಹಿತಿ ಸಿಕ್ಕಿದೆ ಮಹಾರಾಜರೇ! ಎಂಟು ನಂದಕುಮಾರರನ್ನು ಯಾರೋ ಕೊಂದರು.' ಇದನ್ನು ಕೇಳಿದ ಮಹಾನಂದನಿಗೆ ಆಘಾತವಾಯಿತು, ಅವನ ಮುಖವು ಬೆಳಗಿತು. ಕ್ರೋಧದಿಂದ ನಡುಗುತ್ತಾ

ಹೇಳಿದನು - 'ನೀನು ಕೇಳುತ್ತಿರುವೆ, ರಾಕ್ಷಸ! ಶತ್ರುಗಳ ಹೆಜ್ಜೆಗಳು ಎಷ್ಟು ಹೆಚ್ಚಿವೆ! ದಂಗೆಕೋರರು ಇಲ್ಲದ ಜಾಗವೇ ಉಳಿದಿಲ್ಲ ಅಂತ ಅನಿಸುತ್ತಿದೆ. ರಾಕ್ಷಸ: ದಂಗೆಯು ಬಿರುಗಾಳಿಯಂತೆ ಏರುತ್ತಿದೆ, ತರ್ಕಕ್ಕೆ ಅವಕಾಶವಿಲ್ಲ. ಸಣ್ಣರಾಜ್! ರಾಜನನ್ನು ಅರಮನೆಯ ರಹಸ್ಯ ಬಾಗಿಲಿನ ಮೂಲಕ ಬಿಕ್ಕಟ್ಟಿನ ಅವಧಿಗೆ ಸುರಕ್ಷಿತವಾಗಿ ಇರಿಸಲಾಗಿರುವ ಮತ್ತೊಂದು ಅರಮನೆಗೆ ಕರೆದೊಯ್ಯಿರಿ. ಮತ್ತು ವಕ್ರರಾಜ್! ನೀವು ತಕ್ಷಣ ನಮ್ಮ ಐದು ಸಹ ರಾಜರಿಗೆ ತಮ್ಮ ಸೈನ್ಯದೊಂದಿಗೆ ತಕ್ಷಣ ಬರಲು ಮಾಹಿತಿ ಕಳುಹಿಸಿ. ವಿರಾಧ್! ನಿಮ್ಮ ಇಚ್ಛೆಯಂತೆ ಚಂದ್ರಗುಪ್ತ, ವಾತ್ಸ್ಯಾಯನ ಮತ್ತು ಶಕ್ತರನ್ನು ಕೊಲ್ಲಲು ನಿಮಗೆ ಸಂಪೂರ್ಣ ಸ್ವಾತಂತ್ರ್ಯವಿದೆ.

ವಿರಾಧ್ - ಚಂದ್ರಗುಪ್ತನ ಸಾವಿನ ಸುದ್ದಿ ಇಂದು ಸಿಗುತ್ತಿತ್ತು, ಆದರೆ ದುರದೃಷ್ಟವು ವಿಷ ನೀಡಿದ ನಮ್ಮದೇ ಗೂಢಚಾರನ ಪ್ರಾಣವನ್ನು ತೆಗೆದುಕೊಂಡಿತು.

ರಾಕ್ಷಸ- ಎಲ್ಲಾ ಸುಪ್ತ ಶಕ್ತಿಗಳು ಇವೆ ಈಗ ಅವುಗಳನ್ನು ಬಳಸುವ ಸಮಯ ಬಂದಿದೆ. ಇನ್ನು ಯಾವಾಗ ವಿಷ್ಕನ್ಯಾ ಉಪಯುಕ್ತವಾಗುತ್ತದೆ? ನೀವು ಯಾವಾಗ ಗಾಳಿ ವಿಷವನ್ನು ಬಳಸುತ್ತೀರಿ?

ನೀವು ಹೊಂದಿರುವ ಎಲ್ಲಾ ಮ್ಯಾಜಿಕ್ ಅನ್ನು ನೀವು ಬಿಡಬಹುದು. ಈಗ ನೀವು ಸ್ವತಂತ್ರರು, ನಾವು ಯಾವುದೇ ಇತರ ಆದೇಶಗಳನ್ನು ಪಡೆಯುವವರೆಗೆ, ನಿಮಗೆ ಬೇಕಾದಂತೆ ಮಾಡಿ! ಆದರೆ ಶತ್ರುಗಳು ಮಗಧದ ಕೋಟೆಯನ್ನು ಹಿಡಿದರೂ ಸಹ ನಮ್ಮ ಒಡನಾಡಿಗಳನ್ನು ಹಿಡಿಯಲು ಸಾಧ್ಯವಾಗಬಾರದು ಎಂಬುದನ್ನು ನೆನಪಿನಲ್ಲಿಡಬೇಕು. ಸಂಗಡಿಗರು ಒಂದೆಡೆಯಾದರೆ ಮತ್ತೆ ಕೋಟೆ ಕಿತ್ತುಕೊಳ್ಳಬಹುದು. ನೀನು ಹೋಗಿ ಶತ್ರುಗಳ ಕಣ್ಣುಗಳಿಂದ ದೂರವಿರು. ನೋಡಿ ವಿರಾಧ! ಈ ಬಾರಿ ನನ್ನ ಮೇಲೆ ನಂಬಿಕೆಯೂ ಇಲ್ಲದಂತಾಗಿದೆ. ನೀನೆಲ್ಲಿ, ಜೀವಿ ಎಲ್ಲಿದೆ, ಭಗುರಾಯನೆಲ್ಲಿದ್ದಾನೆ, ಇದೆಲ್ಲವೂ ನಿನಗೆ ಹೊರತು ಯಾರಿಗೂ ತಿಳಿಯಬಾರದು.

ವಿರಾಧ್ - ಮತ್ತು ನೀನು ಎಲ್ಲಿ ಉಳಿಯುವೆ, ಮಹಾಮಾತ್ಯ!

ರಾಕ್ಷಸ - ಅದರ ಬಗ್ಗೆ ಚಿಂತಿಸಬೇಡ! ದೈತ್ಯಾಕಾರದ ಎಲ್ಲೇ ಇದ್ದರೂ, ಅಗತ್ಯವಿದ್ದಾಗ ಅದರ ಬಗ್ಗೆ ಮಾಹಿತಿ ಸಿಗುತ್ತದೆ. ವಿರಾಧನುಹೊರಟುಹೋದನು ಮತ್ತು ಮಹಾಮಾತ್ಯನು ವಕ್ರರಾಜನನ್ನು ನೋಡಿ

ಹೇಳಿದನು - 'ಸೈನ್ಯವು ಕಬ್ಬಿಣದ ಗೋಡೆಯಂತೆ ಮುಂಭಾಗದಲ್ಲಿ ದೃಢವಾಗಿರಲಿ. ನಿಮ್ಮ ಕಬ್ಬಿಣದಲ್ಲಿ ಕಬ್ಬಿಣ ಇರುವವರೆಗೂ ಶತ್ರುಗಳ ವಿರುದ್ಧ ಹೋರಾಡುತ್ತಲೇ ಇರಿ ಮತ್ತು ನೀವು ವೀರಗತಿಯನ್ನು ಪಡೆದರೆ, ಪ್ರತಿ ಸೈನಿಕನಿಗೆ ಕಮಾಂಡರ್ ಆಗಲು ಆದೇಶಿಸಿ. ಹೋಗು. ನೋಡು ಮಗಧ ರಾಜ್ಯದ ಬಾವುಟ ಬಾಗಬಾರದು. , ತನ್ನ ಖಡ್ಗವನ್ನು ಎಳೆಯುತ್ತಾ, ವಕ್ರರಾಜನು ಸೇನಾಪತಿಗಳ ಕಡೆಗೆ ಹೋದನು ಮತ್ತು ಮಹಾಮಾತ್ಯನು ತನ್ನ ಅರಮನೆಗೆ ಹಿಂದಿರುಗಿದನು. ಅವನು ಪ್ರವೇಶಿಸಿದನು, ಏಕೆ ಎಂದು ನನಗೆ ತಿಳಿದಿಲ್ಲ ಮತ್ತು ಕಣ್ಮರೆಯಾಯಿತು. ಮಗಧದಾದ್ಯಂತ ಭಯದ ಕತ್ತಲೆ ಆವರಿಸಿತು. ಯಾವ ಕ್ಷಣದಲ್ಲಿ ಏನಾಗುತ್ತೋ ಗೊತ್ತಿಲ್ಲ! ಆತಂಕದಿಂದಾಗಿ, ಇಡೀ ಪ್ರದೇಶವನ್ನು ರಾಜ್ಯವು ತೊಂದರೆಗೊಳಗಾಗಿದೆ ಎಂದು ಘೋಷಿಸಲಾಯಿತು, ಇದು ನಾಗರಿಕ ಭದ್ರತಾ ವ್ಯವಸ್ಥೆಗಳಲ್ಲಿ ತೊಡಗಿಸಿಕೊಳ್ಳಲು ಪ್ರಾರಂಭಿಸಿತು. ಕ್ರಾಂತಿಯ ಚಂಡಮಾರುತವು ಬಿರುಗಾಳಿಯಂತೆ ಬರುತ್ತದೆ.

ಕ್ರಾಂತಿಯು ಎಚ್ಚರವಾದಾಗ, ಹಸಿರು ಮೋಡಗಳು ನನ್ನಲ್ಲಿಯೂ ಕಿಡಿಗಳು ಮೂಡುತ್ತವೆ. ಬಂಡಾಯದ ಬೆಂಕಿ ಕಾಡ್ಗಿಚ್ಚಿನಂತೆ. ಮೋಡಗಳಂತೆ ಬಂಡಾಯಗಾರರ ಸೇನೆಯು ಮಹಾನಂದನ ಕೈಯಿಂದ ಮಗಧ ರಾಜ್ಯವನ್ನು ಕಿತ್ತುಕೊಳ್ಳಲು ಉತ್ಸುಕವಾಗಿತ್ತು. ಬಂಡಾಯದ ಗದ್ದಲದ ಸದ್ದು, ಬೀಸುವ ಬಂಡಾಯದ ಬಾವುಟ, ಮೊಳಗುವ ಕತ್ತಿಗಳ ನಡುವೆ ಪ್ರತ್ಯಕ್ಷವಾಗಿ ಶೌರ್ಯದ ಕೂಗು ಮೂಡಿದಂತೆ. ಘರ್ಜಿಸುತ್ತಾಚಂದ್ರಗುಪ್ತನು ರಾಜ್ಯದ ಮೇಲೆ ದಾಳಿ ಮಾಡಲು ಗುರುದೇವನ ಅನುಮತಿಯನ್ನು ಕೋರಿದನು. ಗುರುದೇವ ಆಶೀರ್ವಾದದ ಹಸ್ತವನ್ನು ಸೊಂಟದ ಮೇಲೆ ಇಟ್ಟುಕೊಂಡು

ಹೇಳಿದರು - 'ಚಂದ್ರಗುಪ್ತ! ನಿಮ್ಮ ಗೆಲುವು ನಿಶ್ಚಿತ. 'ಸಂಶಯಾಸ್ಪದ ವಿನಾಶ', ಆದ್ದರಿಂದ ಅನುಮಾನಿಸಬೇಡಿ. '' ಅದೇ ಸಮಯದಲ್ಲಿ, ವೀರರ ಉತ್ಸಾಹದಿಂದ ಕುರುಡಾಗಬೇಡಿ ಮತ್ತು ಯಾವುದೇ ದಿಕ್ಕಿನಲ್ಲಿ ಬೀಳಬೇಡಿ. ಶತ್ರುಗಳ ಹಲ್ಲಿನ ಕೆಳಗೆ ನಜ್ಜುಗುಜ್ಜಾಗುವುದಕ್ಕಿಂತ ಒಂದು ಹೆಜ್ಜೆ ಹಿಂದೆ ಸರಿಯುವುದರಲ್ಲಿ ಯಾವುದೇ ಹಾನಿ ಇಲ್ಲ. ನಿಮ್ಮ ವಿಶ್ವಾಸಾರ್ಹ ಸೈನಿಕರಿಂದ ಪ್ರತ್ಯೇಕಿಸಬೇಡಿಮತ್ತು ಇದನ್ನು ತೆಗೆದುಕೊಳ್ಳಿ, ಕೃತ ಕುಂಡಲ್, ಗೋಸುಂಬೆ, ಹಲ್ಲಿ ಮತ್ತು ಎರಡು ಕಾಲಿನ ಹಾವಿನ ಸಾರ. ಬೇಕಿದ್ದರೆ ಬೆಂಕಿ ಹಚ್ಚಿ, ಅದರಿಂದ ವಿಷಕಾರಿ ಹೊಗೆ ಎದ್ದು ಎಲ್ಲರನ್ನೂ ಪ್ರಜ್ಞೆ ತಪ್ಪಿ ಈ ಹುಲ್ಲನ್ನು ಜಗಿಯುವುದರಿಂದ ಸುರಕ್ಷಿತವಾಗಿರುತ್ತೀರಿ. , ಚಂದ್ರಗುಪ್ತ - ಹಾಗಾದರೆ ಇದು ಆದೇಶ, ಗುರುದೇವ!

ವಾತ್ಸ್ಯಾಯನ್ - ನೀವು ರಸ್ತೆಗಳ ಚಿತ್ರವನ್ನು ಚೆನ್ನಾಗಿ ಅರ್ಥಮಾಡಿಕೊಂಡಿದ್ದೀರಿ, ಅಲ್ಲವೇ? ಯುದ್ಧಕ್ಕೆ, ದಿಕ್ಕುಗಳ ಜ್ಞಾನವು ಕತ್ತಿಯನ್ನು ಹಿಡಿಯುವ ಕೌಶಲ್ಯದಷ್ಟೇ ಮುಖ್ಯವಾಗಿದೆ. ಚಂದ್ರಗುಪ್ತ- ನಿಮ್ಮ ಆಶೀರ್ವಾದದಿಂದ ನಾನು ಎಚ್ಚರವಾಗಿದ್ದೇನೆ ಗುರುದೇವ!

ವಾತ್ಸ್ಯಾಯನ - ಹೋಗು. ದುರ್ಗಾ ಮಾತೆ! ನಿಮ್ಮ ಈ ಹುಡುಗನೊಂದಿಗೆ ಇರಿ. ಚಂದ್ರಗುಪ್ತನು ಅವನ ಪಾದಗಳನ್ನು ಮುಟ್ಟಿ ಶಂಖವನ್ನು ಊದಿದನು. ಶಂಖ ನಾದ ಕೇಳಿದ ಕೂಡಲೇ ಇಡೀ ಸೈನ್ಯವು ಘರ್ಜಿಸಿತು ಮತ್ತು ಸ್ವಲ್ಪ ಸಮಯದೊಳಗೆ ಮಗಧ ರಾಜ್ಯದ ಮೇಲೆ ದಾಳಿ ಮಾಡಲು ಬೃಹತ್ ಸೈನ್ಯವು ಹೊರಟಿತು. 'ಜೈ ಚಂದ್ರಗುಪ್ತ', 'ಜೈ ಮಹಾತ್ಮ ವಾತ್ಸ್ಯಾಯನ' ಮತ್ತು 'ಜೈ ಭಾರತ' ಘೋಷಣೆಗಳಿಂದ ಆಕಾಶವು ಪ್ರತಿಧ್ವನಿಸಿತುರಾಷ್ಟ್ರೀಯ ಸೈನ್ಯವು ರಾಜ್ಯದ ಸೈನ್ಯದ ಮುಂದೆ ಕಾಣಿಸಿಕೊಂಡಿತು, ಗಾಳಿಯೊಂದಿಗೆ ಮಾತನಾಡುತ್ತಿದೆ. ಆದರೆ ಯುದ್ಧಕ್ಕೆ ಮುಂಚೆಯೇ ರಾಜ ಸೇನೆಯು ಹಿಮ್ಮೆಟ್ಟುತ್ತಿರುವುದನ್ನು ಕಂಡ ಚಂದ್ರಗುಪ್ತನ ಆಶ್ಚರ್ಯಕ್ಕೆ ಮಿತಿಯೇ ಇರಲಿಲ್ಲ.

ಅಂತಹ ಪರಿಸ್ಥಿತಿಯಲ್ಲಿ ತಮ್ಮ ಸೈನ್ಯಕ್ಕೆ ಯಾವ ಆದೇಶವನ್ನು ನೀಡಬೇಕೆಂದು ಅವರು ನಿರ್ಧರಿಸಲು ಸಾಧ್ಯವಾಗಲಿಲ್ಲ. ಸೇನೆಯ ಹಿಮ್ಮೆಟ್ಟುವಿಕೆಯ ರಹಸ್ಯ ಅವರಿಗೆ ಅರ್ಥವಾಗಲಿಲ್ಲ. ಆದರೆ ಹೆಚ್ಚು ಯೋಚಿಸಲು ಸಮಯವಿರಲಿಲ್ಲ. ಒಬ್ಬ ಚತುರ ಸೇನಾಪತಿಯನ್ನು ನೋಡಿ, 'ಶತ್ರು ಸೇನೆಯು ಭಯದಿಂದ ಹಿಂದೆ ಸರಿಯುತ್ತಿದೆ. ನೀನು ನಿನ್ನ ಸೈನ್ಯದಿಂದ ಅವರ ಮೇಲೆ ದಾಳಿ ಮಾಡು, ನಾನು ಕೋಟೆಯ ಕಡೆಗೆ ಹೋಗುತ್ತೇನೆ. ಚಂದ್ರಗುಪ್ತನ ಆಜ್ಞೆಯನ್ನು ಕೇಳಿ, ಹಸಿದ ತೋಳಗಳಂತೆ, ಹಿಮ್ಮೆಟ್ಟುವ ರಾಜ ಸೇನೆಯ ಮೇಲೆ ಗುಲ್ಮೊ ಮುರಿದು, ಇಲ್ಲಿ ಚಂದ್ರಗುಪ್ತನು ಕೋಟೆಗೆ ಹೊರಟನು. ಚಂದ್ರಗುಪ್ತ ಯುದ್ಧಮಾಡುತ್ತಲೇ ಮುಂದೆ ಸಾಗುತ್ತಿದ್ದ. ಕೋಟೆ ದ್ವಾರದಲ್ಲಿ ಭೀಕರ ಯುದ್ಧ ನಡೆಯಿತು. ಆದರೆ ಚಂದ್ರಗುಪ್ತನ ಹೆಜ್ಜೆ ನಿಲ್ಲಲಿಲ್ಲ. ಹಸಿದ ಸಿಂಹದಂತೆ ಘರ್ಜಿಸುತ್ತಾ ಹೊರಗೆ ಹೋದಲ್ಲೆಲ್ಲಾ ಶವಗಳೇ ಕಾಣುತ್ತಿದ್ದವು.

ಹೀಗೆ ಚಂದ್ರಗುಪ್ತನು ಭೀಕರ ಯುದ್ಧವನ್ನು ಮಾಡುತ್ತಿದ್ದನು ಮತ್ತು ಚಂದ್ರಗುಪ್ತನ ಸೈನ್ಯವು ಕೋಟೆಯನ್ನು ಪ್ರವೇಶಿಸಿತು. ಕೋಟೆಯೊಳಗೆ ರಕ್ತದ ಹೊಂಡಗಳಲ್ಲಿ ಮಳೆ ಸುರಿಯುತ್ತಿರುವಂತೆ ಪ್ರತಿ ಕಣದಲ್ಲೂ ಘೋರ ಯುದ್ಧದಿಂದ ರಕ್ತ ಹರಿಯುತ್ತಿತ್ತುಖಡ್ಗಗಳನ್ನು ಆಡುತ್ತಾ ಚಂದ್ರಗುಪ್ತ ಎಲ್ಲಿ ಕಣ್ಮರೆಯಾದನೋ ಗೊತ್ತಿಲ್ಲ. ಅವರ ಮಧ್ಯದಲ್ಲಿ ಚಂದ್ರಗುಪ್ತನನ್ನು ನೋಡದೆ ಸೈನ್ಯವು ಎದೆಗುಂದತೊಡಗಿತು. ಅಷ್ಟರಲ್ಲಿ 'ಮಹಾರಾಜ್ ಮಹಾನಂದ್ ಕಿ ಜೈ' ಎಂಬ ಕೂಗು ಕೇಳಿಬಂತು, ಮರು ಕ್ಷಣದಲ್ಲಿ ನಂದಾ ಒಂದು ಕೈಯಲ್ಲಿ ರಕ್ತಸಿಕ್ತ ಖಡ್ಗವನ್ನು ಹಿಡಿದುಕೊಂಡು, ರಕ್ತದಿಂದ ತೊಯ್ದ ಕತ್ತಿನಿಂದ ಜಡೆಯನ್ನು ಹಿಡಿದುಕೊಂಡು ಸೈನಿಕರೊಂದಿಗೆ ರಹಸ್ಯ ದ್ವಾರದ ಮೂಲಕ ಪ್ರವೇಶಿಸಿದನು. ಇತರ. ಮಹಾನಂದನನ್ನು ನೋಡಿದ ರಾಜ ಸೇನೆಯು ಚತುರ್ಭುಜ ಬಲದಿಂದ ಘರ್ಜಿಸಿತು. ಅದೇ ಸಮಯದಲ್ಲಿ, ಮಹಾನಂದರು ಗರ್ಜಿಸುತ್ತಾ

ಹೇಳಿದರು - ಇದು ಚಂದ್ರಗುಪ್ತನ ತಲೆ, ನಾನು ಅವನನ್ನು ಕೊಂದಿದ್ದೇನೆ. ಒಬ್ಬನೇ ತಪ್ಪಿಸಿಕೊಳ್ಳದಂತೆ ಎಲ್ಲಾ ಬಂಡುಕೋರರ ಶಿರಚ್ಛೇದ! , ಉತ್ತರದ ಕೋಟೆಯ ಮೇಲಿನಿಂದ ರಾಜ್ಯ ಧ್ವಜವನ್ನು ಕೆಳಗಿಳಿಸುವಾಗ ಚಂದ್ರಗುಪ್ತನು

ಹೇಳಿದನು - 'ಮಹಾತ್ಮ ವಾತ್ಸ್ಯಾಯನನಿಗೆ ಜಯ! ಮಹಾರಾಜರೂ ಇಲ್ಲಿಗೆ ಬಂದಿರುವುದು ಒಳ್ಳೆಯದು, ಇಲ್ಲದಿದ್ದರೆ ನಿಮ್ಮನ್ನು ಸ್ವಾಗತಿಸಲು ನಾನು ಬೇರೆ ಅರಮನೆಗೆ ಹೋಗಬೇಕಾಗಿತ್ತುಚಂದ್ರಗುಪ್ತನನ್ನು ಕಂಡೊಡನೆ ರಾಷ್ಟ್ರೀಯ ಸೇನೆಯು ಉತ್ಸಾಹದಿಂದ ಘರ್ಜಿಸತೊಡಗಿತು. ಆಗ ಎರಡೂ ಕಡೆಯಿಂದ ಕತ್ತಿಗಳ ಝೇಂಕಾರವು ಕಿವಿಗಳ ಪರದೆಗಳನ್ನು ಹರಿದು ಹಾಕಲು ಪ್ರಾರಂಭಿಸಿತು. ಚಂದ್ರಗುಪ್ತನ ಏರು ಪಾದಗಳನ್ನು ನೋಡಿದ ಮಹಾನಂದನು ಓಡಿಹೋಗಲು ಪ್ರಯತ್ನಿಸಿದನು, ಆದರೆ ಚಂದ್ರಗುಪ್ತನು ಬೆತ್ತಲೆ ಖಡ್ಗವನ್ನು ಹಿಡಿದು ಅವನಿಗೆ ಸವಾಲು ಹಾಕಿ

ಹೇಳಿದನು - ಚಂದ್ರಗುಪ್ತನ ತಂದೆ ಹೇಡಿ ಎಂದು ಹೇಳಲು ನಾನು ಜಗತ್ತಿಗೆ ಅವಕಾಶ ನೀಡುವುದಿಲ್ಲ, ಅವನು ಯುದ್ಧಭೂಮಿಯಿಂದ ಓಡಿಹೋದನು. ಕತ್ತಿಯನ್ನು ಎತ್ತಿಕೊಳ್ಳಿ.

ಮಹಾನಂದ - ಆ ಬ್ರಾಹ್ಮಣನ ಪ್ರಭಾವಕ್ಕೆ ಒಳಗಾಗಿ ತನ್ನ ವಂಶವನ್ನು ಮತ್ತು ರಾಜ್ಯವನ್ನು ನಾಶಪಡಿಸುವವನು! ಮಗಧ ರಾಜ್ಯವನ್ನು ನಾಶಪಡಿಸಿ, ನಿನ್ನನ್ನು ನೀನು ನಾಶಮಾಡಿಕೊಳ್ಳುತ್ತೀಯೆ ಎಂದು ನೀನೂ ಯೋಚಿಸಿರಲಿಲ್ಲ.

ಚಂದ್ರಗುಪ್ತ - ತಂದೆಯ ಮುಂದೆ ಖಡ್ಗ ಬಂದ ಕೂಡಲೇ ತಂದೆಯ ಹೃದಯದಲ್ಲಿ ಮಗನ ಪ್ರೀತಿ ಜಾಗೃತವಾಯಿತು! ಚಂದ್ರಗುಪ್ತನು ಮುಂದೆ ಏನನ್ನೋ ಹೇಳಲು ಬಯಸಿದನು, ಆದರೆ ನಂದಾ ಅವನ ಗಮನವನ್ನು ಬೇರೆಡೆಗೆ ತಿರುಗಿಸಿ ಅವಕಾಶವನ್ನು ನೋಡಿದನು. ಪಾ ಚಂದ್ರಗುಪ್ತನನ್ನು ಕಾಲಿನಿಂದ ತಳ್ಳಿ ಕತ್ತಿಯಿಂದ ತಲೆಗೆ ಹೊಡೆದನು. ಚಂದ್ರಗುಪ್ತನ ಗುರಾಣಿಯಿಂದ ಚಿಮ್ಮಿದ ಖಡ್ಗದ ಹೊಡೆತ ಅವನ ಹಣೆಗೆ ಬಡಿಯಿತು. ಮಹಾನಂದನು ಎರಡನೇ ದಾಳಿಯನ್ನು ನೀಡಲು ಬಯಸಿದನು, ಆದರೆ ಚಂದ್ರಗುಪ್ತನು ಪೂರ್ಣ ಬಲದಿಂದ ಎದ್ದು ನಿಂತನು ಮತ್ತು ನಂತರ ತಂದೆ ಮತ್ತು ಮಗನ ಕತ್ತಿಗಳು ಘರ್ಷಣೆಯನ್ನು ಪ್ರಾರಂಭಿಸಿದವು. ನಂದನು ಯುದ್ಧ ಮಾಡುವಾಗ ದಣಿದನು ಮತ್ತು ಚಂದ್ರಗುಪ್ತನ ಖಡ್ಗದಿಂದ ಹೋರಾಡುತ್ತಲೇ ಇದ್ದನು. ಕತ್ತಿ ಮುರಿಯಿತು.

ಅವನ ಸಾವನ್ನು ಹತ್ತಿರದಲ್ಲಿ ನೋಡಿದ ಮಹಾನಂದನು ತನ್ನ ಸೈನ್ಯವನ್ನು ಶರಣಾದನು ತಮ್ಮ ಶಸ್ತ್ರಾಸ್ತ್ರಗಳನ್ನುಕೆಳಗೆ ಹಾಕಿದರು. ಚಂದ್ರಗುಪ್ತನು ಮಹಾನಂದನನ್ನು ಸೆರೆಹಿಡಿದನು ಮತ್ತು ಆಕಾಶವು 'ಚಂದ್ರಗುಪ್ತ ಕಿ ಜೈ' ಎಂದು ಪ್ರತಿಧ್ವನಿಸಿತು. ಚಂದ್ರಗುಪ್ತನ ವಿಜಯದ ಸುದ್ದಿಯು ಗಾಳಿಯ ವೇಗದಿಂದ ಎಲ್ಲಾ ದಿಕ್ಕುಗಳಲ್ಲಿ ಪ್ರತಿಧ್ವನಿಸಿತು. ಮಹಾನಂದಾ ಜೈಲು ಪಾಲಾದ ತೆರಿಗೆ ಚಂದ್ರಗುಪ್ತನನ್ನು ಸುರಕ್ಷಿತ ಅರಮನೆಗೆ ಕಳುಹಿಸಲಾಗಿದೆ. ಸುತ್ತಲೂ ರಾಷ್ಟ್ರೀಯ ಸೇನೆಯ ನಿಷ್ಠಾವಂತ ಸೈನಿಕರು ಸುತ್ತುವರಿದಿತ್ತು. ರಾಷ್ಟ್ರೀಯ ಸೈನ್ಯವನ್ನು ಜಾಗರೂಕರಾಗಿರಲು ಆದೇಶಿಸಿ, ಚಂದ್ರಗುಪ್ತನು ಗುರುದೇವನ ಗುಡಿಸಲಿನ ಕಡೆಗೆ ಹೋದನು. ವಿಜಯಶಾಲಿಯಾದ ಚಂದ್ರಗುಪ್ತನು ಕುದುರೆಯ ಮೇಲೆ ವೇಗವಾಗಿ ಸವಾರಿ ಮಾಡುತ್ತಿದ್ದನು, ಸಂಭಾಷಣೆಯಲ್ಲಿ ಗುರುದೇವನ ಪಾದಗಳನ್ನು ತಲುಪಿದನು. ಅವನ ಪಾದಗಳನ್ನು ಮುಟ್ಟಿ, ಹೆಮ್ಮೆಯ ಆದರೆ ನಮ್ರತೆಯಿಂದ ನಮಸ್ಕರಿಸುತ್ತಾ ಚಂದ್ರಗುಪ್ತನು

ಹೇಳಿದನು - "ನಿಮ್ಮ ಆಶೀರ್ವಾದದಿಂದ ನಾವು ಗೆದ್ದಿದ್ದೇವೆ, ಮಹಾನಂದವನ್ನು ಸೆರೆಹಿಡಿಯಲಾಗಿದೆ.

ವಾತ್ಸ್ಯಾಯನ್ - ಮತ್ತು ಮಹಾಮಾತ್ಯ ರಾಕ್ಷಸ್?

ಚಂದ್ರಗುಪ್ತ - ಅವನ ಬಗ್ಗೆ ಏನೂ ತಿಳಿಯಬೇಡ ಗುರುದೇವ

ವಾತ್ಸ್ಯಾಯನ್ - ಹಾಗಾಗಿ ಜೈ ಇನ್ನೂ ದೂರವಿದೆ. ಗೆದ್ದ ಪಂತವು ದೃಷ್ಟಿ ಕಳೆದುಕೊಂಡ ತಕ್ಷಣ ನಷ್ಟವಾಗಿ ಪರಿಣಮಿಸಬಹುದು. ಮಗಧದ ದಳಪತಿ ವಕ್ರರಾಜ ಮತ್ತು ಸನ್ನದ್ಧರಾಜನಿಗೆ ಏನಾಯಿತು?

ಚಂದ್ರಗುಪ್ತ-ವಕ್ರರಾಜನ ಬಗ್ಗೆ ಏನೂ ತಿಳಿದಿಲ್ಲ. ಸಣ್ಣರಾಜನು ನಮ್ಮ ಸೈನ್ಯದೊಂದಿಗೆ ಘೋರವಾಗಿ ಹೋರಾಡಿದನು. ಎಲ್ಲಾ ಮೂರು ಕೃತಕ ಚಂದ್ರಗುಪ್ತರು ಅವನ ಖಡ್ಗದಿಂದ ಕೊಲ್ಲಲ್ಪಟ್ಟರು. ನಾಲ್ಕನೆಯದಾಗಿ, ಮಹಾರಾಜರು ನಕಲಿ ಚಂದ್ರಗುಪ್ತನ ತಲೆಯನ್ನು ತೆಗೆದರು. ಆದರೆ ಈ ಘೋರ ಯುದ್ಧದಲ್ಲಿ ಸನ್ನಧರಾಜನು ಹುತಾತ್ಮನಾದನು. ಅಂತಹ ಧೀರನ ಸಾವಿನಿಂದ ನಾನು ದುಃಖಿತನಾಗಿದ್ದೇನೆ. ಭಾರತದ ಎಷ್ಟೋ ಧೀರರು ಹೀಗೆ ತಮ್ಮ ಕತ್ತಿಗಳಿಂದ ಕಡಿದು ಅಳಿದು ಹೋಗುತ್ತಿದ್ದಾರೆ.

ವಾತ್ಸ್ಯಾಯನ - ಚಂದ್ರಗುಪ್ತನೇ, ಈ ವಿನಾಶದಿಂದ ದೇಶವನ್ನು ರಕ್ಷಿಸಲು ಮಾತ್ರ ನಾನು ಎಲ್ಲಾ ದುಷ್ಕೃತ್ಯಗಳನ್ನು ಸೃಷ್ಟಿಸುತ್ತಿದ್ದೇನೆ! ಮಹಾನಂದ್‌ನನ್ನು ಖೈದಿಯಾಗಿ ಎಲ್ಲಿ ಇರಿಸಲಾಗಿದೆ?

ಚಂದ್ರಗುಪ್ತ - ರಾಷ್ಟ್ರೀಯ ಸೇನೆಯಿಂದ ಬಿಗಿಯಾಗಿ ಕಾವಲು ಹೊಂದಿರುವ ಅರಮನೆಯಲ್ಲಿ. ವಾತ್ಸ್ಯಾಯನ: ಅಂತಹ ಉಗ್ರ ಶತ್ರುವನ್ನು ಸೆರೆಹಿಡಿಯುವುದು ಒಬ್ಬನ ಮುಷ್ಟಿಯಲ್ಲಿ ಹಾವಿನ ಹೆಡೆಯನ್ನು ಹಿಸುಕಿದಂತೆ. ನಾಳೆ ಬೆಳಿಗ್ಗೆ ಅವನನ್ನು ಈ ಪ್ರಪಂಚದಿಂದ ದೂರ ಕಳುಹಿಸಬೇಕಾಗುತ್ತದೆ, ಅಲ್ಲಿಂದ ಅವನು ಮತ್ತೆ ಹಿಂಸೆಗೆ ಬರಲು ಸಾಧ್ಯವಾಗುವುದಿಲ್ಲ. ಚಂದ್ರಗುಪ್ತ - ಗುರುದೇವ ಎಂದರೆ ಏನು? ನಾಳೆ ಬೆಳಿಗ್ಗೆ ನೀವು ಅವರನ್ನು ಕೊಲ್ಲುತ್ತೀರಾ? ವಾತ್ಸ್ಯಾಯನ- ಹೌದು. ಚಂದ್ರಗುಪ್ತ- ಇಲ್ಲ ಗುರುದೇವ! ಅಷ್ಟು ಆತುರಪಡಬೇಡ. ಅವರನ್ನು ಜೈಲಿನಲ್ಲಿಟ್ಟರೆ ಅವರು ನಮಗೆ ಏನು ಹಾನಿ ಮಾಡಬಹುದು? ವಾತ್ಸ್ಯಾಯನ- ಶತ್ರು ಜೀವಂತವಾಗಿ ಉಳಿಯುವುದರಿಂದ ಬಹಳಷ್ಟು ಹಾನಿ ಮಾಡಬಹುದು. ಮಹಾನಂದನ ದಿನ ಶಕ್ತರ್ ಮತ್ತು

ಕಾತ್ಯಾಯನರನ್ನು ಬಂಧಿಯಾಗಿಸಲಾಯಿತು, ಅದೇ ದಿನ ಅವನು ಅವರ ತಲೆಯನ್ನು ಕತ್ತರಿಸಿದ್ದರೆ ಇಂದು ಮಗಧದ ರಾಜನು ಸೆರೆಹಿಡಿಯಲ್ಪಡುತ್ತಿರಲಿಲ್ಲ.

ಚಂದ್ರಗುಪ್ತ - ಆದ್ದರಿಂದ ಅವನ ದಯೆಗೆ ಪ್ರತಿಕ್ರಿಯೆ ನಾವು ಅವನನ್ನು ಕೊಲ್ಲುತ್ತೇವೆ ಅಲ್ಲ. ಎಲ್ಲಾ ನಂತರ ಅವರು ತಂದೆ. ವಾತ್ಸ್ಯಾಯನನುಅವನ ಹಣೆಯ ಮೇಲೆ ತನ್ನ ಬೆರಳನ್ನು ಇಟ್ಟುಕೊಂಡು ಯೋಚಿಸಿದನು ಮತ್ತು ನಂತರ

ಹೇಳಿದನು - "ಪ್ರೇರಣೆ ಉಕ್ಕಿ ಹರಿಯಿತು. ನಿಮಗೆ ಅಂತಹ ಆಸೆ ಇದ್ದರೆ ನಾನು ಯೋಚಿಸುತ್ತೇನೆ. ನೀನು ಹೋಗು, ನಾನು ಯೋಚಿಸಲಿ!" ಗುರುದೇವನ ಅನುಮತಿಯನ್ನು ಪಡೆದ ನಂತರ, ಚಂದ್ರಗುಪ್ತನು ತನ್ನ ಸೈನ್ಯದ ಕಡೆಗೆ ತೆರಳಿದನು. ಚಂದ್ರಗುಪ್ತನ ನಿರ್ಗಮನದ ನಂತರ ವಾತ್ಸ್ಯಾಯನನು ಶಾರ್ಂಗ್ರವನನ್ನು ಹತ್ತಿರ ಕರೆದು

ಹೇಳಿದನು - "ನೀನು ಈಗ ಹೋಗು ಮತ್ತು ಈ ರಾತ್ರಿಯೇ." ನಿಮ್ಮೊಂದಿಗೆ ತನ್ನಿ! ಆಚಾರ್ಯ ವಾತ್ಸ್ಯಾಯನರು ಸಪದಿಯನ್ನು ಕರೆದಿದ್ದಾರೆ. , ರಲ್ಲಿ ಮುರಾ ಆಚಾರ್ಯರ ಅಪ್ಪಣೆಯನ್ನು ಸ್ವೀಕರಿಸಿದ ಕೂಡಲೇ ಶಾರ್ಂಗಾರವ ಅವರಿಗೆ ನಮಸ್ಕರಿಸಿ ವಾತ್ಸ್ಯಾಯನನ ಕುರಿತು ಯೋಚಿಸಲು ಹೊರಟರು ಅವರು ಹೇಳಿದರು, "ನಿಮ್ಮ ಕೈಯಲ್ಲಿ ಶತ್ರುವನ್ನು ಬಿಡುವುದು ಪಾಪ. ಚಂದ್ರಗುಪ್ತನು ಮಹಾನಂದಾನನ್ನು ಕೊಲ್ಲುವುದನ್ನು ಬಯಸುವುದಿಲ್ಲ ಮಾಡಬೇಕಾಗಿದೆ. ಅವನ ಉಳಿವು ಎಂದರೆ ಚಂದ್ರಗುಪ್ತನ ಸಾವು! ಮತ್ತು ನನ್ನ ಪ್ರತಿಜ್ಞೆ? ಅವನಿಗೂ ಏನಾಗುತ್ತೋ ಗೊತ್ತಿಲ್ಲ! ಇದು ತಪ್ಪಿಸಿಕೊಳ್ಳುವ ಸಮಯವಲ್ಲ, ನಾಳೆ ಸೂರ್ಯೋದಯದಲ್ಲಿ ದೊಡ್ಡ ಸಂತೋಷ ಶಿರಚ್ಛೇದ ಮಾಡಬೇಕಾಗುತ್ತದೆ.

ತನ್ನ ಕೊಲೆಗಾರನ ರಕ್ತದಿಂದ ಮರದ ಕೆಳಗೆ ಹೂತುಹೋದ ತಂದೆಯ ಹೂವುಗಳನ್ನು ಅರ್ಪಿಸಲು ವಿಳಂಬ ಮಾಡಬಾರದು. ಅವನ ಅಲೆದಾಡುವ ಆತ್ಮವು ಬಾಯಾರಿಕೆಯಾಗಿದೆ. ಮಹಾನಂದರ ರಕ್ತವನ್ನು ಕುಡಿಯದೆ ತಂದೆಯ ಆತ್ಮವು ತೃಪ್ತಿಯಾಗುವುದಿಲ್ಲ. ಕೌಟಿಲ್ಯನ ಮಾತು ನಾಳೆ ಈಡೇರುವುದು ನಿಶ್ಚಿತ. ನಾಳೆ ಅಮೃತದ ಕೊಳವೂ ಮಹಾನಂದನನ್ನು ರಕ್ಷಿಸಲು ಬಯಸಿದರೆ, ನನ್ನ ಜ್ವಾಲೆಯು ಅದನ್ನು ಒಣಗಿಸುತ್ತದೆ. ಹೀಗೆವಾತ್ಸ್ಯಾಯನನು ಆಲೋಚಿಸುತ್ತಲೇ ಇದ್ದನು.ಶಾರಂಗರಾವ ಎಂದಾಗ ಅವನ ಸಿದ್ಧಾಂತ ಮುರಿದುಬಿತ್ತು ಸಾಥ್ ಮುರ ಮಧ್ಯರಾತ್ರಿಯ ನಂತರ ಗುಡಿಸಲನ್ನು ಪ್ರವೇಶಿಸಿತು. ಆಚಾರ್ಯ ವಾತ್ಸ್ಯಾಯನನು ಮುರನನ್ನು ನೋಡಿದ ಕೂಡಲೇ

ಹೇಳಿದನು - ದೇವಿಯು ಕುಳಿತುಕೊಳ್ಳಿ!

ಮುರ - ಏನು ಆದೇಶ ಮಹಾತ್ಮ! ಈ ರಾತ್ರಿ ನೀನು ನನ್ನನ್ನು ಏಕೆ ನೆನಪಿಸಿಕೊಂಡೆ?

ವಾತ್ಸ್ಯಾಯನ- ವಿರೋಧದ ಸಮಯದಲ್ಲಿ ಶಕ್ತಿ ಬೇಕು. ನೀನು ಶಕ್ತಿ ಮುರಾ! ನಿಮ್ಮ ರಾಮನ ರಾಜ್ಯವನ್ನು ಸ್ಥಾಪಿಸಲು ಬಯಸಿದೆ, ಆದರೆ ನೀವು ನಿಮ್ಮ ಹೃದಯವನ್ನು ಕಲ್ಲಿನಿಂದ ಮಾಡಬೇಕಾಗಿದೆ.

ಮುರ - ಯಾಕೆ ಒಗಟನ್ನು ಬಿಡಿಸುತ್ತಿರುವೆ ಮಹಾತ್ಮ? ಏಕೆ ಸ್ಪಷ್ಟವಾಗಿ ಹೇಳಬಾರದು?

ವಾತ್ಸ್ಯಾಯನ - ಅದನ್ನು ತೆರವುಗೊಳಿಸಿ ಆ ಮಹಾನಂದನನ್ನು ಜೈಲಿಗೆ ಹಾಕಲಾಗಿದೆ. ಚಂದ್ರಗುಪ್ತನು ಮಗಧವನ್ನು ಗೆದ್ದನು. ನೀವು ನಾಳೆ ಬೆಳಿಗ್ಗೆ ನಿನ್ನ ಅಪ್ಪಣೆಯಿಂದ ಮಹಾನಂದನನ್ನು ಕೊಲ್ಲಬೇಕಾಗುತ್ತದೆ

ಮುರ - ಮಹಾತ್ಮ ಏನು ಹೇಳಿದ! ಪತ್ನಿಯ ಅಪ್ಪಣೆಯಿಂದ ಪತಿ ಹತ್ಯೆ! ಶಾಸ್ತ್ರಗಳಲ್ಲಿ ಹೀಗೆ ಹೇಳಲಾಗಿದೆ, 'ಪತಿ ಏನಾಗಿದ್ದರೂ, ಅವನು ಹೆಂಡತಿಗೆ ಪೂಜಿತನು.

ವಾತ್ಸ್ಯಾಯನ್ - ಈ ಹೆಂಡತಿ ತನ್ನ ಗಂಡನನ್ನು ಕೊಲ್ಲುತ್ತಿಲ್ಲ, ಆದರೆ ತಾಯಿ ರಾಜಕುಮಾರರನ್ನು ರಕ್ಷಿಸುತ್ತಿದ್ದಾಳೆ ನಿರಂಕುಶಾಧಿಕಾರಿಯನ್ನು ಕೊಲ್ಲುತ್ತಾರೆ. ದುರ್ಗಾದೇವಿ ಎಂದಾಗ ಕಥೆ ನೆನಪಿಲ್ಲವೇ ತನ್ನ ಪತಿ ಶಿವನ ಎದೆಯ ಮೇಲೂ ಅಸುರರನ್ನು ನಾಶಮಾಡಲು ಕಾಳಿಯ ರೂಪವನ್ನು ತೆಗೆದುಕೊಂಡಳು ನೀವು ಅದರ ಮೇಲೆ ಹೆಜ್ಜೆ ಹಾಕಿದ್ದೀರಾ? ನಿನ್ನ ಗಂಡ ಎಲ್ಲಿದ್ದಾನೆ! ಅದು ಹೆಣ್ಣಿಗೆ ಪಾಪ.

ಮುರ - ಇಲ್ಲ ಮಹಾತ್ಮ! ಭಾರತೀಯ ಮಹಿಳೆ ವಾತ್ಸ್ಯಾಯನ ಈ ನೀಚ ಕೃತ್ಯವನ್ನು ಮಾಡಲು ಎಂದಿಗೂ

ಸಿದ್ಧವಾಗಿಲ್ಲ - ಅವಳು ಸಿದ್ಧವಾಗಿಲ್ಲದಿದ್ದರೆ, ನಾಳೆ ಅಥವಾ ನಾಳೆಯ ಮರುದಿನ ಅವಳು ತನ್ನ ಮಗ ಚಂದ್ರಗುಪ್ತನಾಗುತ್ತಾಳೆ. ಗೋಹತ್ಯೆ ನೋಡಬೇಕು. ಮಹಾಮಾತ್ಯ ರಾಕ್ಷಸ ಇನ್ನೂ ಜೀವಂತವಾಗಿದ್ದಾನೆ. ಅವರ ಕುತಂತ್ರದಿಂದ ತಪ್ಪಿಸಿಕೊಳ್ಳುವುದು ಸುಲಭವಲ್ಲ. ಕಂಡರೆ ಮಹಾನಂದರನ್ನು ಬದುಕಿಸಿ! ನೀನೇನಾದರೂ ನಮ್ಮ ಮಗನ ಸಾವು

ಮುರ- ಇಲ್ಲ-ಇಲ್ಲ, ನಿಜವಾಗಿಯೂ ಮಹಾರಾಜರು ಬಹಳ ಕೋಪಗೊಂಡಿದ್ದಾರೆ. ಚಂದ್ರಗುಪ್ತ ಅವರ ಕೈಗೆ ಬಂದರೆ, ಅವರು ಅವನನ್ನು ತುಂಡುಗಳಾಗಿ ಕತ್ತರಿಸುತ್ತಾರೆ. ನಾನು ನಿನ್ನನ್ನು ಪಾಲಿಸಲು ಸಿದ್ಧನಿದ್ದೇನೆವಾತ್ಸ್ಯಾಯನ- ಹಾಗಾದರೆ ಸೂರ್ಯೋದಯವಾದ ಕೂಡಲೇ!

ಶಾರ್ಂಗ್ರವ - ಸೂರ್ಯೋದಯಕ್ಕೆ ಕೇವಲ ಒಂದು ಕ್ಷಣ ಮಾತ್ರ ಉಳಿದಿದೆ.

ವಾತ್ಸ್ಯಾಯನ್ - ಹಾಗಾದರೆ ನಾವು ಈ ಸಮಯದಲ್ಲಿ ಹೊರಡಲು ಬಯಸುತ್ತೇವೆ. ಜೈಲಿಗೆ ಹೋಗುವ ದಾರಿಯಲ್ಲಿ ಸೂರ್ಯೋದಯ ಸಂಭವಿಸಲಿದೆ. ಶಾರ್ಂಗಾರವ್! ಮಹಾನಂದನನ್ನು ಕೊಲ್ಲುವವರೆಗೂ ನೀನು ಚಂದ್ರಗುಪ್ತನೊಂದಿಗೆ ಇರು ಅಲ್ಲಿಯವರೆಗೂ ಅಲ್ಲಿಗೆ ಬರಲು ಸಾಧ್ಯವಾಗದೆ ಶಕ್ತರಿಗೆ ಎಲ್ಲವನ್ನೂ ತಿಳಿಸಿ ಅದೇ ಸಮಯಕ್ಕೆ ಗೋಹತ್ಯೆಯ ಸ್ಥಳಕ್ಕೆ ಹೋಗುತ್ತಿದ್ದರು. ಆದರೆ ಹೋಗಲು ಕೇಳುತ್ತಲೇ ಇರುತ್ತಾರೆ. ಮುರನೊಂದಿಗೆ ಅದೇ ಸಮಯದಲ್ಲಿ ಹೊರಟು, ವಾತ್ಸ್ಯಾಯನನು ಸೂರ್ಯೋದಯಕ್ಕೆ ಮುಂಚೆಯೇ ಆ ಸ್ಥಳವನ್ನು ತಲುಪಿದನು ಮಹಾನಂದ ಬಂಧಿತನಾಗಿದ್ದ. ಮಹಾತ್ಮ ವಾತ್ಸ್ಯಾಯನನನ್ನು ನೋಡಿದ ಸೇನಾಪತಿಯು ದೂರದಿಂದಲೇ ಸೈನಿಕರನ್ನು ಸ್ವಾಗತಿಸಿದನು. ಆದರೆ ನಮಸ್ಕಾರದ ಜೊತೆಗೆ ಗಡಗಡ ನಡುಗುವ ಧ್ವನಿಯಲ್ಲಿ

ಹೇಳಿದರು - "ಗುರುದೇವರು ಬರುತ್ತಿರುವುದನ್ನು ನಾನು ನೋಡುತ್ತಿದ್ದರೂ, ದಯವಿಟ್ಟು ಅನುಮಾನವನ್ನು ನಿವಾರಿಸಲು ರಹಸ್ಯ ಸಂಕೇತವನ್ನು ಮಾಡದೆ ಮುಂದೆ ಹೋಗಬೇಡಿ." ವಾತ್ಸ್ಯಾಯನ- "ವನರಾಜ್! ಇದನ್ನು ಕೇಳಿದ ಸೈನಿಕನು ರಸ್ತೆಯನ್ನು ಬಿಟ್ಟು ಗೌರವದಿಂದ ಕೋಣೆಗೆ ಕರೆದೊಯ್ದನು. ಮುಖ್ಯ ದ್ವಾರದಲ್ಲಿ ಇನ್ನೊಬ್ಬ ಸೈನಿಕನನ್ನು ನಿಯೋಜಿಸಿ, ಅವರನ್ನು ದೊಡ್ಡ ಕೋಣೆಗೆ ಕರೆದೊಯ್ದನು. ಸ್ವಲ್ಪ ಸಮಯದ ನಂತರ ಶಕ್ತರೂ ಅಲ್ಲಿಗೆ ಬಂದರು. ಶಕ್ತರ ಆಗಮನದ ನಂತರ, ವಾತ್ಸ್ಯಾಯನನು ತನ್ನ ಅಪೇಕ್ಷೆಯ ಬಗ್ಗೆ ಮಾತನಾಡಲು

ಪ್ರಾರಂಭಿಸಿದನು - ಮಹಾನಂದನನ್ನು ಬೆಳಿಗ್ಗೆ ಕೊಲ್ಲಲಾಗುತ್ತದೆ.

ಶಕ್ತರ್- ಹಠಾತ್ತನೆ ಕೊಲ್ಲುವುದರಿಂದ, ಯಾವುದೇ ಭಯಂಕರ ಆಕ್ಷೇಪಣೆ ಬರುವುದಿಲ್ಲವೇ? ವಾತ್ಸ್ಯಾಯನ: ನಿಮ್ಮ ಮಕ್ಕಳು ಊಟವಿಲ್ಲದೆ ಚಿತ್ರಹಿಂಸೆ ನೀಡಿ ಸಾಯಿಸಿದಾಗ ನೀವು ವಿರೋಧಿಸಿದ್ದೀರಾ? ನೀನು ಜೈಲಿನಲ್ಲಿದ್ದಾಗ ಪರ್ವ ಮುರಿದು ನಿನ್ನ ಹೆಂಡತಿ ಅಗಲಿಕೆಯ ಉಸಿರು ಎಣಿಸಿ ಇಹಲೋಕ ತ್ಯಜಿಸಿದ್ದೀಯಾ? ಅಪ್ಪನ ತಲೆ ಕಡಿದು ಅಡ್ಡದಾರಿಯಲ್ಲಿ ನೇಣು ಹಾಕಿಕೊಂಡ ಆ ದಿನ ಯಾವ ಹತ್ಯಾಕಾಂಡ ನಡೆಯಿತು? ಕಾತ್ಯಾಯನನಮಗಳನ್ನು ಬಲವಂತವಾಗಿ ತನ್ನ ಆಸೆಗಳ ಗುಲಾಮನನ್ನಾಗಿಸಿದಾಗ ಆಕ್ಷೇಪ ಎತ್ತಿದ್ದು ಯಾರು? ಮುರವನ್ನು ಬಿಡುವಾಗ ಭೂಮಿ ನಡುಗಿತೇ? ನಿನ್ನ ಕಾಮನೆಗಳ ಸಂತೃಪ್ತಿಗಾಗಿ ಖಜಾನೆಯನ್ನು ಲೂಟಿ ಮಾಡುವಾಗ ಮಿಂಚು ಮುರಿಯದಿರುವಾಗ, ಇಂದು ಆ ಅನ್ಯಾಯವನ್ನು ಕೊಲ್ಲುವಾಗ ಏಕೆ ವಿಪತ್ತಿನ ಭಯ?

ದೌರ್ಜನ್ಯವನ್ನು ಸಹಿಸಿಕೊಳ್ಳುವ ಮೂಲಕ ನೀವು ಸಹ ದೌರ್ಜನ್ಯವನ್ನು ಸಹಿಸಿಕೊಳ್ಳುವ ಅಭ್ಯಾಸವನ್ನು ಹೊಂದಿದ್ದೀರಿ ಎಂದು ತೋರುತ್ತದೆ. ಈ ಬಾರಿ ಮಹಾನಂದ್‌ಗೆ ಅವಕಾಶ ಸಿಕ್ಕರೆ ನಮ್ಮೆಲ್ಲರ ತಲೆ ಕಡಿದು ಅಡ್ಡದಾರಿಯಲ್ಲಿ ನೇಣಿಗೇರಿಸುವ ದಿನ ದೂರವಿಲ್ಲ. ಶಕ್ತರ್ - ಸಾಕು, ಇನ್ನು ನೆನಪಿಸಬೇಡ! ನನ್ನ ರಕ್ತ ಕುದಿಯಲು ಪ್ರಾರಂಭಿಸುತ್ತಿದೆ. ನಾನು ನನ್ನದು ನಾನು ಅವನ ತಲೆಯನ್ನು ನನ್ನ ಕೈಗಳಿಂದ

ಕತ್ತರಿಸುತ್ತೇನೆವಾತ್ಸ್ಯಾಯನ - ಇಲ್ಲ, ಬ್ರಾಹ್ಮಣನ ಹೃದಯ ಮೃದುವಾಗಿರುತ್ತದೆ. ಎಲ್ಲೋ ನಿಮ್ಮ ಬಾಣಸಿಗ ಮೇಲೆ ಕರುಣೆ ಬಂದರೆ ಇಡೀ ಆಟವೇ ಹಾಳಾಗುತ್ತದೆ. ಈ ಕೆಲಸವನ್ನು ಕಾತ್ಯಾಯನ ಕೈಯಿಂದ ಮಾಡಬೇಕಾಗಿದೆ.

ಶಕ್ತರ್ - ಕಾತ್ಯಾಯನ ಎಲ್ಲಿದ್ದಾನೆ, ಅವನ ಬಗ್ಗೆ ನಿನಗೆ ಏನಾದರೂ ತಿಳಿದಿದೆಯೇ?

ವಾತ್ಸ್ಯಾಯನ - ಅವನು ಬಂದೀಖಾನೆಯಲ್ಲಿ ಸೆರೆಯಾಗಿದ್ದನು, ನಮ್ಮ ಸೈನ್ಯವು ಅವನನ್ನು ಬಿಡುಗಡೆ ಮಾಡಿದೆ. ಸದ್ಯ ಅವರು ಸುರಕ್ಷಿತ ಸ್ಥಳದಲ್ಲಿ ವಿಶ್ರಾಂತಿ ಪಡೆಯುತ್ತಿದ್ದಾರೆ.

ಶಕ್ತರ್ - ಹಾಗಾದರೆ ಅವರನ್ನು ಈಗ ಕರೆಯಬೇಕು.

ವಾತ್ಸ್ಯಾಯನ- ನಿನ್ನ ಆಗಮನದ ಮುಂಚೆಯೇ, ಅವರನ್ನು ಕರೆದುಕೊಂಡು ಹೋಗಲು ದಳಪತಿಯನ್ನು ಕಳುಹಿಸಿದ್ದೇನೆ ಬರಲಿದೆ. ವಿಷಯಗಳು ನಡೆಯುತ್ತಿರುವಾಗಲೇ ಕಾತ್ಯಾಯನನೂ ಬಂದ. ಕಾತ್ಯಾಯನನನ್ನು ಕಂಡ ಮೇಲೆ ಶಕ್ತರು ಮತ್ತು ಆಫ್ ಸಂತೋಷದ ಕಣ್ಣೀರು ಹರಿಯಿತು. ನನ್ನ ಹೃದಯದಿಂದ ತೆಗೆದುಕೊಂಡೆ. ಎರಡೂ ಕಣ್ಣುಗಳೊಂದಿಗೆ ದುಃಖ ಸಂತೋಷ ದುಃಖದ ಸಮಯದಲ್ಲಿ ಹೊರಬರುವ ಕಣ್ಣೀರಿನ ಸಂಖ್ಯೆ, ದುಃಖದ ನಂತರ ಸಂತೋಷವನ್ನು ಪಡೆದಾಗ ಇನ್ನೂ ಹೆಚ್ಚು.

ಇನ್ನಷ್ಟು ಕಣ್ಣೀರು ಬೀಳುತ್ತದೆ. ಆದರೆ ಪರ್ವತವನ್ನು ಹೊಡೆದ ನಂತರ ನದಿ ನೀರಿನ ಹರಿವು ಹೇಗೆ ನಿಲ್ಲುತ್ತದೆಯೋ, ಅದೇ ರೀತಿಯಲ್ಲಿ ವಾತ್ಸ್ಯಾಯನನ ಗರ್ಜನೆಯು ಆ ಪ್ರೀತಿಯ ಕಣ್ಣೀರನ್ನು ನಿಲ್ಲಿಸಿತು. ತೀವ್ರವಾಗಿ ನಗುತ್ತಾ ವಾತ್ಸ್ಯಾಯನನು

ಹೇಳಿದನು – ನೀನು ಅಳುತ್ತಿರುವೆ! ಸೋತ ಜೂಜುಕೋರ ಅಳುತ್ತಾನೆ, ಆದರೆ ಇಂದು ಗೆದ್ದ ಜೂಜುಕೋರ ಅಳುತ್ತಿರುವುದು ಅಚ್ಚರಿ ಮೂಡಿಸಿದೆ! ಪುರುಷರನ್ನು ಅಳಲು ಮಾಡಲಾಗಿಲ್ಲ, ಮಹಿಳೆಯರು ಅಳುತ್ತಾರೆ. ಮನುಷ್ಯನು ಕಲ್ಲಿಗಿಂತ ಬಲಶಾಲಿ. ಜಗತ್ತು ಕಬ್ಬಿಣದ ಮನುಷ್ಯನಿಗಾಗಿದೆ. ಬೆಂಕಿಯ ಸಣ್ಣದೊಂದು ತಾಪಕ್ಕೆ ಸಿಲುಕಿ ಒದ್ದಾಡುವ ಮೇಣದ ಮನುಷ್ಯರಿಂದ ಏನು ಪ್ರಯೋಜನ. ಇದು ಅಳುವ ಸಮಯವಲ್ಲ, ಜೀವನದ ಎಲ್ಲಾ ಸೋಲುಗಳನ್ನು ಗೆಲುವನ್ನಾಗಿ ಪರಿವರ್ತಿಸುವ ಸಮಯ. ಕಾತ್ಯಾಯನ! ನೀವು ನೋಡುತ್ತೀರಿ, ಸೂರ್ಯದೇವನು ಕತ್ತಲೆಯ ಕಾಂಡವನ್ನು ಹರಿದುಕೊಂಡು ಬರುತ್ತಾನೆ. ಈ ವೇಳೆ ಆತನ ನೋಟಕ್ಕೆ ಯಾರೋ ರಕ್ತ ಸ್ನಾನ ಮಾಡಿಸಿದಂತೆ ಆಗಿದೆ. ಕಾತ್ಯಾಯನ- ನೀನು ಸತ್ಯವನ್ನೇ ಹೇಳುತ್ತಿರುವೆ ಮಹಾತ್ಮ!

ವಾತ್ಸ್ಯಾಯನ - ಸತ್ಯವೇನು?

ಕಾತ್ಯಾಯನ - ಅಂದರೆ ಸೂರ್ಯನು ರಕ್ತವರ್ಣ.

ವಾತ್ಸ್ಯಾಯನ- ನಿನಗೆ ಏನೂ ಅರ್ಥವಾಗಿಲ್ಲ. ಕಾತ್ಯಾಯನ, ನಿಮ್ಮ ಅರ್ಥವನ್ನು ಅರ್ಥಮಾಡಿಕೊಳ್ಳುವುದು ತುಂಬಾ ಸುಲಭ, ಮಹಾತ್ಮ! ದಯವಿಟ್ಟು ವಿವರಿಸಿ!

ವಾತ್ಸ್ಯಾಯನ - ನಂದನು ಮಾಡಿದ ಕೊಲೆಗಳಿಂದ ಸೂರ್ಯನು ಕೆಂಪಾಗಿದ್ದಾನೆ, ನನ್ನನ್ನು ಹಿಂಸಿಸಿರುವ ಆ ನಂದನ ಕೊಲೆಗಳಿಂದ ಸೂರ್ಯನು ಕೆಂಪಾಗಿದ್ದಾನೆ, ನೀನು, ಶಕ್ತರ ಮತ್ತು ಈ ಮುರ ದೇವತೆಯಂತಹ ಅನೇಕ ಅಸಹಾಯಕ ಸ್ತ್ರೀಯರುಭಗವಾನ್ ಭಾಸ್ಕರನ ಆರಾಧಕರು ಕಾತ್ಯಾಯನ ಮತ್ತು ಈ ರಕ್ತವನ್ನು ತೊಳೆಯಲು ಪ್ರತಿದಿನ ಅರ್ಘ್ಯವನ್ನು ಅರ್ಪಿಸುವ ಸಾಧ್ಯತೆಯಿದೆ, ಆದರೆ ಪುರೋಹಿತರ ಪೂಜೆ ಇನ್ನೂ ವಿಫಲವಾಗಿದೆ. **ವಾತ್ಸ್ಯಾಯನ**-ಪೂಜಾ ಯಶಸ್ವಿಯಾಗಲು ಬಯಸುತ್ತಾರೆ. ಇಂದು ನೀವು ಸೂರ್ಯನಿಗೆ ನೀರನ್ನು ಅರ್ಪಿಸಬೇಕಾಗಿಲ್ಲ, ಬದಲಿಗೆ ನೀವು ಮಹಾನಂದನ ರಕ್ತವನ್ನು ಸೂರ್ಯ ದೇವರಿಗೆ ಅರ್ಪಿಸಬೇಕು. ಈ ಕತ್ತಿಯನ್ನು ತೆಗೆದುಕೊಳ್ಳಿ! ಇದು ನಿಮಗೆ ನೀಡುತ್ತದೆ ಈಗ ನಂದನ ತಲೆ ಕಡಿಯಬೇಕು. ಖಡ್ಗವನ್ನು ಹಿಡಿದ ಕೂಡಲೇ ಕಾತ್ಯಾಯನನು

ಕೇಳಿದ - ಮಹಾನಂದ ಎಲ್ಲಿದ್ದಾನೆ? ಖಡ್ಗವನ್ನು ಬಳಸಿದ ನಂತರ, ನಾನು ಮೊದಲು ಅವನನ್ನು ನನ್ನ ಉಗುರುಗಳಿಂದ ಗೀಚುತ್ತೇನೆ ಮತ್ತು ಹಸಿದ ಸಿಂಹವು ಆನೆಯ ತಲೆಯನ್ನು ಹರಿದು ತಿನ್ನುವಂತೆ ನನ್ನ ಹಲ್ಲುಗಳಿಂದ ಅವನನ್ನು ಹರಿದು ಹಾಕುತ್ತೇನೆ.

ವಾತ್ಸ್ಯಾಯನ್ - ನಿಮ್ಮ ಕೈಗಳು ನಡುಗುವುದಿಲ್ಲವೇ?

ಕಾತ್ಯಾಯನ - ಹಿಮಾಲಯ ನಡುಗಿದರೂ ಕಾತ್ಯಾಯನನ ಕೈಗಳು ನಡುಗುವುದಿಲ್ಲ.

ವಾತ್ಸ್ಯಾಯನ್ - ಇಲ್ಲಿಯವರೆಗೆ ನೀವು ಯಾರನ್ನೂ ಕೊಂದಿಲ್ಲ.

ಕಾತ್ಯಾಯನ - ಆದರೆ ನಂದನನ್ನು ಕೊಲ್ಲುವುದನ್ನು ನನ್ನ ಕಣ್ಣಾರೆ ನೋಡಿದ್ದೇನೆ.

ವಾತ್ಸ್ಯಾಯನ್ - ಇನ್ನೂ ನೀವು ಈ ಒಂದು ಲೋಟವನ್ನು ಕುಡಿಯುತ್ತೀರಿ! ನಂತರ ನಿಮ್ಮ ಹೃದಯ ಮನುಷ್ಯ ಸಾಯುತ್ತಾನೆ. ಆಗ ಕೊಲ್ಲುವಾಗ ನಿಮ್ಮ ಕೈಗಳು ನಡುಗುವುದಿಲ್ಲ. ಕಾತ್ಯಾಯನನು ವಾತ್ಸ್ಯಾಯನನ ಕೈಯಿಂದ ಲೋಟವನ್ನು ತೆಗೆದುಕೊಂಡು ತಕ್ಷಣವೇ ಅದನ್ನು ಕುಡಿದನು. ಕುಡಿದ ಸ್ವಲ್ಪ ಹೊತ್ತಿನಲ್ಲಿ ಅವನ ಕಣ್ಣುಗಳು ಕೆಂಪಾಗಿದ್ದವು. ಅವನ ಮುಖದಲ್ಲಿ ಭಯದ ಭಾವವು ನರ್ತಿಸುತ್ತಿತ್ತು.

ಕಾತ್ಯಾಯನ ತನ್ನ ಹಿಡಿತದಲ್ಲಿಲ್ಲ ಎಂದು ವಾತ್ಸ್ಯಾಯನನು ನೋಡಿದಾಗ, ಅವನ ಹೃದಯದಲ್ಲಿ ಕರುಣೆ ಸತ್ತುಹೋಯಿತು. ಅದು ಮುಗಿದ ನಂತರ, ಅವರು ಹೇಳಿದರು, "ಈಗ ಹೋಗೋಣ!", ತನ್ನ ಖಡ್ಗವನ್ನು ಬೀಸುತ್ತಾ, ಕಾತ್ಯಾಯನನು ವಾತ್ಸ್ಯಾಯನ, ಶಕ್ತರು ಮತ್ತು ಮುರರೊಂದಿಗೆ ಕಟ್ಟುನಿಟ್ಟಾದ ಕಾವಲಿನಲ್ಲಿ ಮಹಾನಂದನನ್ನು ಬಂಧಿಸಿದ ಸ್ಥಳಕ್ಕೆ ಬಂದನು. ಮಹಾನಂದನನ್ನು ನೋಡಿದ ವಾತ್ಸ್ಯಾಯನನು ನಗುತ್ತಾ

ಹೇಳಿದನು - ಮಗಧದ ರಾಜನಿಗೆ ಇಲ್ಲ ನಿನಗೆ ನೋವಾಗಲಿಲ್ಲವೇ?

ನಂದ್ - ಇಲ್ಲಿಯವರೆಗೆ ಯಾವುದೇ ತೊಂದರೆ ಇರಲಿಲ್ಲ, ಆದರೆ ಈಗ ಮಹಾತ್ಮನ ವೇಷದಲ್ಲಿರುವ ಚಾಂಡಾಲ್ ಇದನ್ನು ಕಂಡಾಗ ಮಹಾತ್ಮನ ವೇಷ ಧರಿಸಿದ ವಂಚಕನನ್ನು ಹಲ್ಲಿನಿಂದ ಹರಿದು ಹಾಕಬೇಕು ಅನ್ನಿಸುತ್ತದೆ. ವಾತ್ಸ್ಯಾಯನ: ಬಲವು ಇನ್ನೂ ಇದೆ, ಸ್ವಲ್ಪ ಸಮಯದ ನಂತರ ಬಲವೂ ನಾಶವಾಗುತ್ತದೆ. ನಿಮ್ಮ ಪಾಪಗಳು ಬಹಳಷ್ಟು ಹೆಚ್ಚಾಗಿದೆ! ಈಗ ನೀವು ಅವರಿಂದ ಸ್ವಾತಂತ್ರ್ಯವನ್ನು ಪಡೆಯಲಿದ್ದೀರಿ. ಸಾವಿನ ಮಡಿಲಲ್ಲಿ ಶಾಂತಿಯುತವಾಗಿ ಮಲಗಲು ನಿಮ್ಮನ್ನು

ಒಪ್ಪಿಸಿನಂದ್- ಏನು! ನೀನು ನನ್ನನ್ನು ಕೊಲ್ಲಲು ಬಂದಿದ್ದೀಯಾ? ಬ್ರಾಹ್ಮಣ ಇಂತಹ ಅನ್ಯಾಯ ಮಾಡಬೇಡಿ. ನ್ಯಾಯಯುತವಾಗಿ ಅವರು ನನ್ನನ್ನು ಮರಣದಂಡನೆಗೆ ಗುರಿಪಡಿಸದೆ ನನ್ನನ್ನು ಕೊಲ್ಲಲು ಬಂದರು!

ವಾತ್ಸ್ಯಾಯನ- ನ್ಯಾಯ! ನ್ಯಾಯ ಎಂಬ ಪದ ನಿಮ್ಮ ಬಾಯಿಗೆ ಬರುವುದಿಲ್ಲ. ಮುಗ್ಧ ಮುದುಕ ಬ್ರಾಹ್ಮಣ ಚಾಣಕನನ್ನು ಕೊಂದು ಶಕ್ತರನ್ನೂ ಕಾತ್ಯಾಯನನನ್ನೂ ಸೆರೆಹಿಡಿದು ಅವರ ಮಕ್ಕಳನ್ನು ಹಿಂಸಿಸಿ ಕೊಂದಾಗ, ಬಲಾತ್ಕಾರದಿಂದ ನಿನ್ನ ಪಾತಿವ್ರತ್ಯವನ್ನು ಹಾಳುಮಾಡಿದಾಗ, ನಿನ್ನ ಕಾಮನೆಯನ್ನು ಪೂರೈಸಲು ಬಯಸಿದಾಗ, ಅವನು ಭಂಡಾರವನ್ನು ಸುಟ್ಟುಹಾಕಿದಾಗ ನಿನ್ನ ನ್ಯಾಯ ಎಲ್ಲಿತ್ತು. ಅವನು ತನ್ನ ತೃಪ್ತಿಗಾಗಿ ಇತರರ ಸಂತೋಷ ಮತ್ತು ಶಾಂತಿಯನ್ನು ನಾಶಪಡಿಸಿದಾಗ, ಮುರನನ್ನು ಭಿಕ್ಷುಕನನ್ನಾಗಿ ಮಾಡಿ ತನ್ನ ಸ್ವಂತ ಮಗನ ಪ್ರಾಣವನ್ನು ತೆಗೆಯುವ ಹುಚ್ಚನಾಗಿದ್ದಾಗ?

ಈಗನ್ಯಾಯ - ನ್ಯಾಯ ಎನ್ನಬೇಕುನೀವು ಕ್ಷಮೆಗೆ ಅರ್ಹರಲ್ಲ. ನಿಮಗೆ ಕರುಣೆ ಎಂದರೆ ಅಮಾಯಕರಿಗೆ ಅನ್ಯಾಯ ಮಾಡುವುದು. ಈಗ ಹೆಚ್ಚಿನ ಅವಕಾಶಗಳಿಲ್ಲ. ಮರಣದ ಮೊದಲು ನೀವು ಯಾವುದೇ ಆಸೆಯನ್ನು ಹೊಂದಿದ್ದರೆ, ನಿಮ್ಮ ಜೀವನದ ಹೊರತಾಗಿ ನೀವು ಅದನ್ನು ಪೂರೈಸಬಹುದು.

ನಂದ್-ನಂದ್ ಭಿಕ್ಷುಕನಾಗಿ ಯಾರಿಂದಲೂ ಏನನ್ನೂ ಕೇಳಲಿಲ್ಲ. ಕೈಯಿಂದಲೇ ಏನು ಬೇಕಾದರೂ ಸಾಧಿಸಿದ್ದಾನೆ. ನೀವು ನನ್ನನ್ನು ಪಾಪಿ ಎಂದು ಕರೆಯಬಹುದು, ಆದರೆ ನಾನು ನಿರಪರಾಧಿ ಎಂದು ಪರಿಗಣಿಸುತ್ತೇನೆ. ಜಗತ್ತಿನಲ್ಲಿ ಮನುಷ್ಯನು ತನ್ನನ್ನು ತಾನೇ ಶಪಿಸಿಕೊಂಡು ಬದುಕಬಾರದು, ಆದರೆ ಬದುಕಲು, ಅವನು ತನ್ನ ಪ್ರತಿಯೊಂದು ತೃಪ್ತಿಯನ್ನು ತನ್ನ ಮುಷ್ಟಿಯಲ್ಲಿ ಇಟ್ಟುಕೊಳ್ಳಬೇಕು, ಆ ನೆನಪುಗಳನ್ನು ಮರೆತು ಜೀವನದಲ್ಲಿ ನಿರಾಸಕ್ತಿಯ ಕಡೆಗೆ ಕರೆದೊಯ್ಯಬೇಕು. ಸಾಯುವ ಮೊದಲು,

ಶತ್ರುವನ್ನು ಜೀವಂತವಾಗಿ ಬಿಡುವವರು ಕೈಯಲ್ಲಿದೆ ಎಂದು ನಾನು ಹೇಳಲು ಬಯಸುತ್ತೇನೆ ಒಂದು ದಿನ ಅವನ ಕೈಯಿಂದ ಅವನ ಸಾವು ಸಂಭವಿಸುತ್ತದೆ.

ವಾತ್ಸ್ಯಾಯನ - ಯಾರಾದರೂ ಅಪರಾಧವನ್ನು ತಪ್ಪಿಸಲು ಮತ್ತೊಂದು ಅಪರಾಧವನ್ನು ಮಾಡಿ ತನ್ನ ಭಯೋತ್ಪಾದನೆಯನ್ನು ಸಂಗ್ರಹಿಸಿದರೂ, ಕ್ರೂರನು ಯಾವುದೇ ರೀತಿಯಲ್ಲಿ ದೌರ್ಜನ್ಯದ ಶಿಕ್ಷೆಯನ್ನು ಪಡೆಯದೆ ಉಳಿಯುವುದಿಲ್ಲ. ರಾಜನಾಗಿದ್ದ ನೀನು ಜನರ ರಕ್ತ ಹೀರಿದ್ದೀಯ.

ನಂದ್ - ರಾಜನನ್ನು ನಿರ್ಮೂಲನೆ ಮಾಡುವ ಮೂಲಕ ಸಾರ್ವಜನಿಕರನ್ನು ರಕ್ಷಿಸುವವರ ರಕ್ತವನ್ನು ಹೀರಲು ಸಾವಿರಾರು ರಾಜರು ಜನ್ಮ ನೀಡಿ ರಾಜನಿಲ್ಲದ ದೇಶ ನಿರಂಕುಶಾಧಿಕಾರ. ಒಂದು ವೇಳೆ ಮಗಧ ಮಹಾನಂದನ ಶಕ್ತಿ ಇಲ್ಲದಿದ್ದರೆ ಇಡೀ ಭಾರತವನ್ನು ವಿದೇಶಿಗರು ಆಕ್ರಮಿಸಿಕೊಳ್ಳುತ್ತಿದ್ದರು.

ವಾತ್ಸ್ಯಾಯನ- ಅನೇಕ ರಾಜರಿರುವ ದೇಶದಲ್ಲಿ ಆ ದೇಶವನ್ನು ನಾಶಮಾಡಲು ಪರಕೀಯರು ಬೇಕಾಗಿಲ್ಲ; ಪರಸ್ಪರ ಕತ್ತಿಗಳು ಸ್ವಂತ ಜನರ ರಕ್ತವನ್ನು ಕುಡಿಯುತ್ತವೆ. ಈಗ ಹೇಳಲು ಅಥವಾ ಕೇಳಲು ಹೆಚ್ಚೇನೂ ಇಲ್ಲ. ಕಾತ್ಯಾಯನ! ನನ್ನ ಮುದುಕ ತಂದೆಯ ತಲೆಯನ್ನು ತನ್ನ ಕೈಯಿಂದಲೇ ಕಡಿದ ಈ ಅನ್ಯಾಯದ ತಲೆಯನ್ನು ಕತ್ತರಿಸಿ. ಮರದ ಕೆಳಗೆ ಹೂತಿರುವ ನನ್ನ ತಂದೆಯ ಅಸ್ಥಿಗಳು ಈ ದಬ್ಬಾಳಿಕೆಯ ರಕ್ತಕ್ಕಾಗಿ ದಾಹವಾಗಿವೆ. ನಂದ್- ಓಹ್, ನೀನು ಚಾಣಕ್ ಮಗ!!

ವಾತ್ಸ್ಯಾಯನ - ಹೌದು, ನಾನೇ

ಚಾಣಕ್ - ಬಾಲ್ಯದಿಂದಲೂ ಕೌಟಿಲ್ಯನೆಂಬ ಹೆಸರಿನಿಂದ ಕರೆಯಲ್ಪಟ್ಟ ಮಗ, ತಂದೆಯನ್ನು ಕೊಂದ ಸೇಡು ತೀರಿಸಿಕೊಳ್ಳಲು ಬಾಲ್ಯದಿಂದಲೂ ತಪಸ್ಸು ಮಾಡಿದವನು. ಕಾತ್ಯಾಯನನೇ, ಈ ದುರುಳನ ತಲೆಯನ್ನು ತೆಗೆಯುಕಾತ್ಯಾಯನನು ತನ್ನ ಖಡ್ಗವನ್ನು ಹಿಡಿದು ಮುಂದೆ ಹೋದನು ಮತ್ತು ಮಹಾನಂದನು ಮುರನನ್ನು ಬಹಳ ಗಂಭೀರವಾಗಿ ನೋಡಿ

ಹೇಳಿದನು - "ದೇವಿ! ನಾನು ಚಾಣಕನನ್ನು ಕೊಂದು ಯಾವ ಅಪರಾಧವನ್ನೂ ಮಾಡಿಲ್ಲ, ಆದರೆ ನಿನ್ನನ್ನು ತ್ಯಜಿಸಿ ನಾನು ಘೋರ ಅಪರಾಧವನ್ನು ಮಾಡಿದ್ದೇನೆ. ಜಗತ್ತಿನಲ್ಲಿ ಅನೇಕ ಮಹಿಳೆಯರೊಂದಿಗೆ ಸಂಬಂಧವನ್ನು ಹೊಂದಿದ್ದಲ್ಲ. ವಿಶೇಷ ಪಾಪ.ಇಲ್ಲ ಪಾಪ ಹಲವರನ್ನು ಸಂತೃಪ್ತಿ ಪಡಿಸಲಾಗದೆ ಒಂದರ ಹಿಂದೊಂದರಂತೆ ಮರೆತು ಬಿಡುತ್ತದೆ.ಕೊಂದರೂ ನನಗೆ ಶಾಂತಿ ಸಿಗುವುದಿಲ್ಲ ಎಂದು ನಿನ್ನನ್ನು ಮರೆತು ದೂಷಿಸಿ ನಾನು ಮಾಡಿದ ಅನ್ಯಾಯಕ್ಕೆ ನನ್ನ ಆತ್ಮ ತುಂಬಾ ದುಃಖವಾಗಿದೆ.

ಪುರುಷನು ಮಹಿಳೆಯ ಮೇಲೆ ಏಕಸ್ವಾಮ್ಯವನ್ನು ಹೊಂದಲು ಬಯಸಿದಾಗ ಮತ್ತು ಅನೇಕರೊಂದಿಗೆ ಸಂಬಂಧವನ್ನು ಹೊಂದಿದ್ದರೂ ಸಹ ತೃಪ್ತಿಯನ್ನು ಕಾಣದಿದ್ದಾಗ ಮಾಡುವ ತಪ್ಪು. ಅದನ್ನು ನಂಬುತ್ತಾರೆ ಮತ್ತು ಅನುಮಾನದ ಭಾವನೆಯಿಂದ ಮಹಿಳೆಯನ್ನು ಪಾಪಿಯೆಂದು ಪರಿಗಣಿಸುವುದನ್ನು ದ್ವೇಷಿಸುತ್ತಾರೆ.

ಒಬ್ಬ ಮಹಿಳೆ ತಪ್ಪು ಮಾಡಿದರೆ ಅವಳಿಗೆ ನಾನು ನಿನಗೆ ಕೊಟ್ಟ ಶಿಕ್ಷೆಯಷ್ಟು ದೊಡ್ಡದಲ್ಲ. ನನ್ನನ್ನು ಕ್ಷಮಿಸಬೇಡ ದೇವಿ! ನಿಮಗೆ ಸಾಧ್ಯವಾದರೆ, ಮುಂದಿನ ಜನ್ಮದಲ್ಲಿ ನಾನು ನಿಮಗೆ ಮಾಡಿದ ಪಾಪಗಳಿಂದ ಮುಕ್ತಿ ಹೊಂದಲು ದೇವರನ್ನು ತುಂಬಾ ಪ್ರಾರ್ಥಿಸಿ., ಹೀಗೆ ಹೇಳುತ್ತಿರುವಾಗ ನಂದನ ದನಿ ಉಸಿರುಗಟ್ಟಿಸತೊಡಗಿತು ಮತ್ತು ಮುರನ ಕಣ್ಣುಗಳು ತುಂಬಿ ಬಂದವು. ವಾತಾವರಣದಲ್ಲಿನ ಬದಲಾವಣೆಯನ್ನು ಕಂಡು ಚಾಣಕ್ಯ ನಕ್ಕು

ಹೇಳಿದನು - "ನಿಮ್ಮ ಈ ಆರ್ದ್ರ ಮಾತುಗಳಿಂದ ಭವಿಷ್ಯವು ನಿಮ್ಮ ಕೈಯಲ್ಲಿ ಆಟವಾಡಲು ಸಾಧ್ಯವಿಲ್ಲ. ಚಂದ್ರಗುಪ್ತನ ಜೀವನವನ್ನು ಈಗ ನಿಮ್ಮ ಮುಷ್ಟಿಯಲ್ಲಿ ಹಿಡಿಯಲು ಸಾಧ್ಯವಿಲ್ಲ." ಹೀಗೆ ಹೇಳುತ್ತಿರುವಾಗ ಚಾಣಕ್ಯನು ಕೋಪದಿಂದ ಕುದಿಯಲು ಪ್ರಾರಂಭಿಸಿದನು ಮತ್ತು ಅವನು

ಗರ್ಜಿಸಿದನು - "ಕಾತ್ಯಾಯನ! ಏನಾಗುತ್ತದೆ ನೋಡಿ, ಈ ಪಾಪಿಯ ತಲೆಯನ್ನು ಕಡಿಯಿರಿ!" ಕಾತ್ಯಾಯನನು ತನ್ನ ಕತ್ತಿಯನ್ನು ಬೀಸಿ ಅದನ್ನು ಬೀಸಿದನು. ಹುವಾ ಕೈ ನಂದನ ಕುತ್ತಿಗೆಗೆ ಬಡಿದು ಅವನ ತಲೆ ಕತ್ತರಿಸಿ ಮುರನ ಮಡಿಲಿಗೆ ಬಿದ್ದಿತು

20

ಮಹಾನಂದನ ಕತ್ತರಿಸಿದ ತಲೆ ಮುರನ ಮಡಿಲಲ್ಲಿತ್ತು ಮತ್ತು ಮುಂಡ ನೆಲದ ಮೇಲೆ ಬಿದ್ದಿತ್ತು. ಮುರ ಕಣ್ಣು ಬಾಗಿ ತಲೆಯ ಕಡೆಗೆ ನೋಡುತ್ತಿದ್ದಳು. ಚಾಣಕ್ಯನು ತನ್ನ ಜಡೆಯನ್ನು ಬೆರಳಿಗೆ ಸುತ್ತಿ

ಹೇಳಿದನು - "ಇಂದು ಭರವಸೆ ಈಡೇರಿದೆ." ಅಷ್ಟರಲ್ಲಿ, ಚಂದ್ರಗುಪ್ತನು ಕೋಪದಿಂದ ಪ್ರವೇಶಿಸಿ

ಹೇಳಿದನು - ನನ್ನ ಅನುಪಸ್ಥಿತಿಯಲ್ಲಿ ತಂದೆಯನ್ನು ಕೊಂದವರು ಯಾರು?

ಕಾತ್ಯಾಯನ - ನಾನು.

ಚಂದ್ರಗುಪ್ತ - ಯಾರ ಆದೇಶದ ಮೇರೆಗೆ? ಕಾತ್ಯಾಯನನು ಏನನ್ನೂ ಹೇಳುವ ಮೊದಲೇ ಚಾಣಕ್ಯನು

ಹೇಳಿದನು – ನನ್ನ ಮತ್ತು ರಾಜಮಾತೆಯ ಅನುಮತಿಯಿಂದ.

ಚಂದ್ರಗುಪ್ತ - ಜಗತ್ತು ಏನು ಹೇಳುತ್ತದೆ, ಮಗ ರಾಜ್ಯಪ್ರೇಮದಿಂದ ತಂದೆಯನ್ನು ಕೊಂದ!

ಚಾಣಕ್ಯ - ಹಿರಣ್ಯಕಶಿಪು ಪ್ರಹ್ಲಾದನಿಂದ ಕೊಲ್ಲಲ್ಪಟ್ಟಿಲ್ಲ, ಆದರೆ ಅವನ ದೌರ್ಜನ್ಯದಿಂದ ಅದನ್ನು ತನ್ನ ಉಗುರುಗಳಿಂದ ಹರಿದ. ಚಂದ್ರಗುಪ್ತನನ್ನು ಕೊಂಡೊಯ್ಯಬೇಡ! ರಾಜಕಾರಣ ಕರುಣೆಯಿಂದ ದೂರ ಉಳಿಯುತ್ತದೆ. ಸಮಯವು ತನ್ನ ದೈತ್ಯಾಕಾರದ ರೂಪದಲ್ಲಿ ಸುತ್ತಲೂ ನಿಂತಿದೆ. ಇದು ವ್ಯರ್ಥ ಮಾಡುವ ಸಮಯವಲ್ಲ. ನಿಮ್ಮ ತಂದೆಯ ಅಂತ್ಯಕ್ರಿಯೆಯ ಮೊದಲು ನಿಮ್ಮ ಪಟ್ಟಾಭಿಷೇಕ ನಡೆಯುತ್ತದೆ. ಇಂದು ನೀವು ಎರಡು ವಿರುದ್ಧವಾದ ಕಾರ್ಯಗಳನ್ನು ಮಾಡಬೇಕಾಗಿದೆ. ಒಂದು ಕೈಯಿಂದ ರಾಜ್ಯಭಾರವನ್ನು ಹಿಡಿದು ಇನ್ನೊಂದು ಕೈಯಿಂದ ತಂದೆಯ ಅಂತಿಮ ಸಂಸ್ಕಾರವನ್ನು ಮಾಡಬೇಕು.

ಚಂದ್ರಗುಪ್ತ- ಗುರುದೇವ ಏನು ಹೇಳುತ್ತಿದ್ದಾನೆ? ಸಮಾಜ ನನ್ನನ್ನು ದ್ವೇಷದಿಂದ ನೋಡುತ್ತದೆ. ಇತಿಹಾಸ ನನ್ನ ಹಣೆಗೆ ಮಸಿ ಬಳಿಯುತ್ತದೆ. ತಂದೆ ಮತ್ತು ಮಗನ ನಡುವಿನ ಪ್ರೀತಿಗೆ ಕಲಾಂಕ್ ಎಂದು ಹೆಸರು ಬರುತ್ತದೆ.

ಚಾಣಕ್ಯ - ಚಾಣಕ್ಯನ ಹಣೆಯ ಮೇಲೆ ಯಾವುದೇ ಕಳಂಕವಿರಲಿ, ಚಂದ್ರಗುಪ್ತ ಅವರ ಬಗ್ಗೆ ಚಿಂತಿಸಬೇಕಾಗಿಲ್ಲಶಕ್ತರ ಕಡೆಗೆ ನೋಡುತ್ತಾ, 'ನೀನು ನಂದನ ಸಂಸ್ಕಾರಕ್ಕೆ ವ್ಯವಸ್ಥೆ ಮಾಡು!' ಮತ್ತು ಕಾತ್ಯಾಯನನ ಕಡೆಗೆ ನೋಡುತ್ತಾ, 'ನೀವು ಚಂದ್ರಗುಪ್ತನನ್ನು ದೊರೆ ಎಂದು ಘೋಷಿಸುತ್ತೀರಿ ಮತ್ತು ಮಹಾನಂದೆಯ ಅಂತ್ಯಕ್ರಿಯೆಯ ನಂತರ ಪಟ್ಟಾಭಿಷೇಕ ಸಮಾರಂಭ ನಡೆಯಲಿದೆ ಎಂದು ಘೋಷಿಸಿ. "ಸೂರ್ಯನು ಶೂನ್ಯಕ್ಕೆ ಆಳವಾಗಿ ಇಳಿಯುತ್ತಿದ್ದನು ಮತ್ತು ಇಲ್ಲಿ ಶೋಣಾ ನದಿಯ ದಡದಲ್ಲಿ, ಮಹಾನಂದಾ ಅವರ ಚಿತೆ ಉರಿಯುತ್ತಿತ್ತು. ಉಳಿಯುತ್ತಿದ್ದರು ಅಸ್ತಮಿಸುವ ಸೂರ್ಯ ಕೆಂಪಾಗಿ ಅಲ್ಲೊಂದು ಇಲ್ಲೊಂದು **ಕೆಂಪು**-ಹಳದಿ ಜ್ವಾಲೆಗಳು ಪೈರಿನ ಮೇಲಿಂದ ಏಳುತ್ತಿದ್ದವು. ಬೆಂಕಿಯು ಬೆಂಕಿಯನ್ನು ಕುಡಿಯುತ್ತಿತ್ತು, ನೀರು ನೀರಿನಲ್ಲಿ ಮುಳುಗುತ್ತಿತ್ತು, ಗಾಳಿಯು ಗಾಳಿಯಲ್ಲಿ ಕರಗುತ್ತಿತ್ತು, ಮಣ್ಣು ಮಣ್ಣಿನಲ್ಲಿ ಹೀರಲ್ಪಡುತ್ತಿತ್ತು ಮತ್ತು ಶೂನ್ಯದಲ್ಲಿ ಗುರುತಿತ್ತು. ಆದರೆ ಚಂದ್ರಗುಪ್ತನ ಕಣ್ಣಲ್ಲಿ ನೀರು ಮತ್ತು ಮುರನ ಎದೆಯ ಮೇಲೆ ಕಲ್ಲುಗಳು ಬಿದ್ದಿದ್ದವು. ಅಲೆಕ್ಸಾಂಡರನ ನಡಿಗೆಯ ಮೆಟ್ಟಿಲುಗಳನ್ನು ಘರ್ಜನೆ ನಿಲ್ಲಿಸಿದ ಮಗಧದ ರಾಜ ಚಂದ್ರಗುಪ್ತ, ಸಿಂಹಗಳ ಘರ್ಜನೆಯನ್ನು ತಡೆಯುತ್ತಿದ್ದ ಕಾಲಲ್ಲಿ ಭೂಕಂಪ, ಕೈಯಲ್ಲಿ ಬಿರುಗಾಳಿ ಎದ್ದಿದ್ದ ಅವನು ಇಂದು ಬೆರಳೆಣಿಕೆಯಷ್ಟು ಧೂಳಾಗಿ ಮಾರ್ಪಡುತ್ತಿದ್ದಾನೆ.

ಸಾವು! ಇದು ಎಷ್ಟು ಕಠಿಣವಾಗಿದೆ! ಇದರಿಂದ ಯಾರೂ ತಪ್ಪಿಸಿಕೊಳ್ಳುವುದಿಲ್ಲ! ಮುರನ ರೂಪವನ್ನು ಕಂಡು ಹುಣ್ಣಿಮೆಯ ಜ್ವಾಲೆ ಇಂದು ಆತನನ್ನು ವಿಧವೆಯಾಗಿ ನೋಡಿ ರೋದಿಸುತ್ತಿದೆ. ತೆರೆದ ಸಮಾಧಿ, ಚದುರಿದ ಕೂದಲು, ಒರೆಸಿದ ಸಿಂಧೂರ, ಬರಿಯ ಕೈಕಾಲು, ಬಿಳಿ ಸರಳ ಧೋತಿ, ಎಂತಹ ಕ್ರೂರ ನಾಟಕ! ಯಾರ ನಿಯಂತ್ರಕನ ಮಾರಣಾಂತಿಕತೆ ಜಗತ್ತನ್ನು ಆಳುತ್ತದೆ ಎಂದು ಯಾರಿಗೆ ತಿಳಿದಿದೆ? ಪ್ರಪಂಚದ

ಒಳ್ಳೆಯದು ಮತ್ತು ಕೆಟ್ಟದು ಸಾವಿನೊಂದಿಗೆ ಹೋಗುತ್ತದೆ. ಬಹುಬೇಗ ಮನುಷ್ಯ ದೊಡ್ಡ ಸಂಗತಿಗಳನ್ನೂ ಮರೆತುಬಿಡುತ್ತಾನೆ.

ಒಬ್ಬ ವ್ಯಕ್ತಿಯು ತೇವದ ಕಣ್ಣುಗಳೊಂದಿಗೆ ಅಂತ್ಯಕ್ರಿಯೆಯ ಚಿತಾಭಸ್ಮದಿಂದ ಹಿಂತಿರುಗುತ್ತಾನೆ ಮತ್ತು ನಂತರ ಕೆಲವು ದಿನಗಳ ನಂತರ ಕಣ್ಣುಗಳು ನಗುವನ್ನು ನೋಡಲು ಪ್ರಾರಂಭಿಸುತ್ತವೆ. ಅವಳ ಒದ್ದೆಯಾದ ಕಣ್ಣುಗಳನ್ನು ತನ್ನ ತೊಡೆಯಿಂದ ಒರೆಸಿಕೊಂಡು, ಮುರಾ ಚಂದ್ರಗುಪ್ತ ಮತ್ತು ಇತರ ರಾಜ್ಯ ಅಧಿಕಾರಿಗಳೊಂದಿಗೆ ಅವಳು ತೊರೆದ ಅರಮನೆಗೆ ಹಿಂದಿರುಗಿದಳು. ಆದರೆ ಈಗ ಬಂದರೂ ಬಂದದ್ದು, ಅದನ್ನು ತಿನ್ನಲು ಅರಮನೆ ಓಡುತ್ತಿತ್ತು.

ಆದರೆ ಚಂದ್ರಗುಪ್ತ ಅವರಿಗೆ ಇನ್ನೂ ಭರವಸೆಯ ದೀಪವಾಗಿದ್ದರು, ಅವರ ಬೆಳಕಿನಲ್ಲಿ ಅವರ ಕಣ್ಣೀರು ಮರೆಮಾಡುತ್ತದೆ. ಮುರನ ಕಣ್ಣಲ್ಲಿ ನೀರಿತ್ತು, ಆದರೆ ಚಾಣಕ್ಯನ ಕಣ್ಣುಗಳು ಚಿಂತೆಯಿಂದ ತುಂಬಿದ್ದವು. ಚಂದ್ರಗುಪ್ತನನ್ನು ರಕ್ಷಿಸುವುದು, ಮಹಾನಂದನ ಸಾವಿನಿಂದ ಉದ್ಭವಿಸಿದ ಬಿರುಗಾಳಿಯನ್ನು ಶಾಂತಗೊಳಿಸುವುದು, ಅಸ್ತವ್ಯಸ್ತವಾಗಿರುವ ಸ್ಥಿತಿಯಲ್ಲಿ ಅಂತಹ ಬೃಹತ್ ಸ್ಥಿತಿಯನ್ನು ನಿಭಾಯಿಸುವುದು, ಚಂದ್ರಗುಪ್ತನ ಮಾನಸಿಕ ಸ್ಥಿತಿಯನ್ನು ತ್ವರಿತವಾಗಿ ಬದಲಾಯಿಸುವುದು; ಮತ್ತೊಂದೆಡೆ, ಪ್ರತಿ ಕಣದಲ್ಲೂ ಅಡಗಿರುವ ರಾಕ್ಷಸನ ದುಷ್ಟತನದ ಬಗ್ಗೆ ಎಚ್ಚರದಿಂದಿರಿ, ಇತ್ಯಾದಿ.

ಆ ಒಬ್ಬ ವ್ಯಕ್ತಿಯ ಮುಂದೆ ಎಷ್ಟು ಪ್ರಶ್ನೆಗಳು ಇದ್ದವೋ ಗೊತ್ತಿಲ್ಲ. ಆದರೆ ಚಾಣಕ್ಯನ ಪ್ರತಿಯೊಂದು ರಂಧ್ರದಲ್ಲೂ ಸಮಸ್ಯೆಗಳು ಮತ್ತು ಅಲೆಗಳು ಮೂಡುತ್ತಿವೆ ಎಂದು ಅವರ ನಗುತ್ತಿರುವ ಮುಖವನ್ನು ನೋಡಿ ಯಾರು ಹೇಳಬಲ್ಲರುಪ್ರತಿ ಕ್ಷಣವೂ ಅವನ ಮುಖವು ಮಿಂಚಿನಂತೆ ಕತ್ತಲೆಯ ಆಳದಲ್ಲಿ ಮರೆಯಾಗುತ್ತಿರುವ ಹಲವಾರು ಭಾವನೆಗಳೊಂದಿಗೆ ಗಂಭೀರವಾಗಿ ಕಾಣಿಸುತ್ತಿತ್ತು. ಚಾಣಕ್ಯ, ಬಿರುಗಾಳಿಗಳನ್ನು ತನ್ನ ಹೃದಯದಲ್ಲಿ ಮರೆಮಾಡಿ ಮತ್ತು ವಿವೇಕನನ್ನು ತನ್ನ ಒಡನಾಡಿಯಾಗಿ ತೆಗೆದುಕೊಂಡನು, ಅಲ್ಲಿ ಮುರನು ಮಹಾನಂದನ ಸಾವಿನ ದುಃಖದಿಂದ ದುಃಖಿತನಾಗಿ ಕುಳಿತಿದ್ದನು ಮತ್ತು ಚಂದ್ರಗುಪ್ತನು ತನ್ನ ಕಣ್ಣೀರನ್ನು ಒರೆಸಿಕೊಂಡು ಅವಳಿಗೆ ವಿವರಿಸುತ್ತಿದ್ದನು. ಹತ್ತಿರದಲ್ಲೇ ಮಲಗಿದ್ದ ಸ್ಟೂಲಿನ ಮೇಲೆ ಗಂಭೀರ ಭಂಗಿಯಲ್ಲಿ ಕೆಲ ಕ್ಷಣ ಮೌನವಾದರು. ತದನಂತರ ತನ್ನ ಹಣೆಯ ಮೇಲೆ ಬಲದಿಂದ ಮುರನನ್ನು ನೋಡುತ್ತಾ

ಹೇಳಿದನು - 'ಕೇವಲ ಕಣ್ಣೀರು ಹರಿಯುತ್ತಲೇ ಇದ್ದರೆಹಾಗಾಗಿ ಚಂದ್ರಗುಪ್ತನ ಸಾವಿನಲ್ಲೂ ಕಣ್ಣೀರು ಹಾಕಬೇಕಾದ ಕಾಲ ದೂರವಿಲ್ಲ. ರಾಜನ ಒಂದು ಹೆಜ್ಜೆ ಸ್ಮಶಾನದಲ್ಲಿ ಮತ್ತು ಇನ್ನೊಂದು ಸಿಂಹಾಸನದಲ್ಲಿದೆ. ರಾಜನಿಗೆ ಅಳಲು ಸಮಯವಿಲ್ಲ, ರಾಜನಿಗೆ ಹೆಚ್ಚು ನಗಲು ಸಮಯವಿಲ್ಲ. ಯಾರಾದರೂ ಹೆಚ್ಚು ಅಳಿದಾಗ ಅಥವಾ ನಗುವಾಗ ಶತ್ರುಗಳಿಗೆ ಆಕ್ರಮಣ ಮಾಡಲು ಅನುಕೂಲಕರ ಅವಕಾಶ ಸಿಗುತ್ತದೆ.'

ಮುರ - ದುಃಖದಲ್ಲಿ ಅಳುವುದು ಮತ್ತು ಸಂತೋಷದಿಂದ ನಗುವುದು ಸಹಜ, ಮಹಾತ್ಮ!

ಚಾಣಕ್ಯ- ಆದರೆ ದುಃಖದಲ್ಲಿ ಅಳುವುದನ್ನು ಮರೆಮಾಡಿ ಮತ್ತು ಸಂತೋಷದಲ್ಲಿ ಹಾಸ್ಯವನ್ನು ಮರೆಮಾಡಬಲ್ಲವನಿಗೆ ಸೋಲು ಬರುವುದಿಲ್ಲ; ಇಲ್ಲದಿದ್ದರೆ ದುಃಖವು ಇತರರಿಗೆ ಅಪಹಾಸ್ಯವಾಗುತ್ತದೆ ಮತ್ತು ಸಂತೋಷವು ತನಗೆ ದುಃಖವಾಗುತ್ತದೆ.

ಮುರ - ಹಾಗಾದರೆ ನನಗೆ ಆದೇಶವೇನು?

ಚಾಣಕ್ಯ - ಚಂದ್ರಗುಪ್ತನ ರಕ್ಷಣೆ ಮತ್ತು ಪ್ರಗತಿಗಾಗಿ ಕಲ್ಲಿಗಿಂತ ಗಟ್ಟಿಯಾಗು.

ಮುರ - ಚಂದ್ರಗುಪ್ತ ಈಗ ನಿನ್ನ ನೆರಳಿನಲ್ಲಿದ್ದಾನೆ. ನೀನೇ ಅವನ ತಂದೆ, ಗುರು, ರಕ್ಷಕ, ಎಲ್ಲವೂ.

ಚಾಣಕ್ಯ- ನಂತರ ನೀವು ನಿಮ್ಮ ಅರಮನೆಗೆ ಹೋಗಿ ಇತರ ರಾಣಿಯರೊಂದಿಗೆ ಅಂತಹ ಸಂಪರ್ಕವನ್ನು ಸ್ಥಾಪಿಸಿ ಅವರ ಹೃದಯದಲ್ಲಿನ ದುಃಖ ಮತ್ತು ವಿರೋಧವು ದೂರವಾಗುತ್ತದೆ. ಅದೇ

ಸಮಯದಲ್ಲಿ, ಅನುಮಾನದಿಂದ ಎಲ್ಲರ ಮೇಲೆ ಕಣ್ಣಿಟ್ಟಿರಿ, ಆದರೆ ಅನುಮಾನವನ್ನು ಹುಟ್ಟುಹಾಕುತ್ತಿದೆ ಎಂದು ಯಾರೂ ಭಾವಿಸದ ರೀತಿಯಲ್ಲಿ.

ನಾನು ಚಂದ್ರಗುಪ್ತನನ್ನು ಕರೆದುಕೊಂಡು ಹೋಗುತ್ತಿದ್ದೇನೆ. ನಾನು ನಿನ್ನನ್ನು ಎಲ್ಲಿಗೆ ಕರೆದುಕೊಂಡು ಹೋಗುತ್ತಿದ್ದೇನೆ, ಏನು ಮಾಡುತ್ತೇನೆ ಎಂದು ನಿಮಗೆ ತಿಳಿಯಬೇಕಾಗಿಲ್ಲ ಆಚಾರ್ಯ ಚಾಣಕ್ಯರ ಆದೇಶದಂತೆ. **ಮುರಾ-** ಮುರನನ್ನು ಅರಮನೆಗೆ ಕಳುಹಿಸಿ, ಚಾಣಕ್ಯನು ಚಂದ್ರಗುಪ್ತನೊಂದಿಗೆ ಬಲವಾದ ಕೋಟೆಗೆ ಬಂದನು, ಅಲ್ಲಿ ವಿಶ್ವಾಸಾರ್ಹ ಕಾವಲುಗಾರರು ಅದನ್ನು ಎಚ್ಚರಿಕೆಯಿಂದ ಕಾಪಾಡುತ್ತಿದ್ದರು. ಇದು ಚಂದ್ರಗುಪ್ತನ ನಿವಾಸವನ್ನು ಏರ್ಪಡಿಸಿದ ಕೋಟೆಯಾಗಿದೆ. ಚಾಣಕ್ಯನು ಕೋಟೆಯನ್ನು ಮುಂದೆ ಪ್ರವೇಶಿಸಿದನು ಮತ್ತು ಚಂದ್ರಗುಪ್ತನು ಹಿಂದೆ ಹಿಂಬಾಲಿಸಿದನು. ಕೋಟೆಯ ಪ್ರತಿಯೊಂದು ಇಟ್ಟಿಗೆ ಮತ್ತು ಪ್ರತಿ ಕಣವನ್ನೂ ಆಳವಾಗಿ ನೋಡುತ್ತಾ ಚಾಣಕ್ಯ ಮುಂದೆ ಹೆಜ್ಜೆ ಹಾಕಿದನು. ಒಂದೊಂದೇ ಕೋಣೆಯನ್ನು ಪ್ರವೇಶಿಸಿ ಚಂದ್ರಗುಪ್ತನ ಮಲಗುವ ವ್ಯವಸ್ಥೆ ಮಾಡಿದ್ದ ಕೋಣೆಗೆ ಬಂದರು.

ಆದರೆ ಕೋಣೆಗೆ ಕಾಲಿಟ್ಟ ಕೂಡಲೇ ಅವನ ಕಣ್ಣುಗಳು ನೆಲದಡಿಯಿಂದ ಬಾಯಿಯಲ್ಲಿ ಅನ್ನದ ಕಾಳು ಹಿಡಿದು ಹೊರಬರುತ್ತಿದ್ದ ಇರುವೆಯ ಮೇಲೆ ಬಿದ್ದವು. ಚಾಣಕ್ಯ ಕೂಡಲೆ ಚಂದ್ರಗುಪ್ತನೊಂದಿಗೆ ಆ ಕೋಣೆಯಿಂದ ಹೊರಬಂದ. ಸೈನಿಕನನ್ನು ಕರೆ ಮಾಡಿ ಇದನ್ನು ಮಾಡುವಾಗ, ಅವರು ಹೇಳಿದರು- 'ನೆಲದ ಕೆಳಗಿರುವ ಇಟ್ಟಿಗೆಯನ್ನು ಕಿತ್ತುಹಾಕು!'ಆದೇಶವನ್ನು ನೀಡಿದ ತಕ್ಷಣ, ಸೈನಿಕನು ಈಟಿಯಿಂದ ಇಟ್ಟಿಗೆಗಳನ್ನು ಅಗೆದನು. ಇಟ್ಟಿಗೆಗಳನ್ನು ತೆಗೆದ ತಕ್ಷಣ, ಕೆಳಗೆ ಮೆಟ್ಟಿಲುಗಳು ಗೋಚರಿಸಿದವು.

ಚಾಣಕ್ಯನು ತಕ್ಷಣವೇ ಚಂದ್ರಗುಪ್ತನೊಂದಿಗೆ ಕೋಟೆಯ ಮೆಟ್ಟಿಲುಗಳನ್ನು ನೋಡಿದ ಮೇಲೆ ಓಡಿಹೋದನು ಮತ್ತು ಚಂದ್ರಗುಪ್ತನ ಮಲಗುವ ಕೋಣೆಯಲ್ಲಿ ಸೀಮೆಎಣ್ಣೆ ಮತ್ತು ಕಹಿ ಎಣ್ಣೆಯನ್ನು ಸಿಂಪಡಿಸಿ ಬೆಂಕಿ ಹಚ್ಚುವಂತೆ ಕಾವಲುಗಾರರಿಗೆ ಆದೇಶಿಸಿದನು. ಇಲ್ಲಿ ಚಾಣಕ್ಯನು ಆಜ್ಞೆಯನ್ನು ನೀಡಿದನು, ಇನ್ನೊಂದು ಬದಿಯಲ್ಲಿ ಮಲಗುವ ಕೋಣೆ ಹೊಗೆಯಿಂದ ಸಿಡಿದು ಬೆಂಕಿಯಲ್ಲಿ ಸುಟ್ಟುಹೋಯಿತು. ಮತ್ತು ಇನ್ನೂ ಅನೇಕ ಬೆಲೆಬಾಳುವ ಕೊಠಡಿಗಳು. ಚಂದ್ರಗುಪ್ತನಿಗೆ ಏನೂ ಅರ್ಥವಾಗಲಿಲ್ಲ. ಅವರು ಆಶ್ಚರ್ಯದಿಂದ

ಕೇಳಿದರು - ಇದರಲ್ಲಿ ರಹಸ್ಯವೇನು ಹೌದು,

ಗುರುದೇವಚಾಣಕ್ಯ - ಇದರಲ್ಲಿ ನಿನ್ನ ಸಾವಿನ ರಹಸ್ಯವಿತ್ತು. ಶತ್ರುಗಳು ನಿಮ್ಮನ್ನು ಕೊಲ್ಲಲು ಭೂಗತ ಮಾರ್ಗವನ್ನು ಹೊಂದಿದ್ದರು. ಈಗ ತಮ್ಮ ದಾರಿಯಿಂದ ದಾರಿ ಮಾಡಿಕೊಳ್ಳುವವರು ಮಾತ್ರ ಸುಟ್ಟು ಹೋಗಿರಬೇಕು.

ಹೇಚಂದ್ರಗುಪ್ತ - ಸುತ್ತಲೂ ಶತ್ರುಗಳ ಬಲೆ ಹರಡಿರುವಂತಿದೆ.

ಚಾಣಕ್ಯ - ಬಲೆಯಲ್ಲಿ ಸಿಕ್ಕಿಹಾಕಿಕೊಳ್ಳುವ ರಾಜನಾಗಲು ಅವನು ಯೋಗ್ಯನಲ್ಲ. ಶತ್ರು ತನಗೆ ದ್ರೋಹ ಮಾಡಿದನೆಂದು ಹೇಳುವ ರಾಜನು ಆಳಲು ಸಾಧ್ಯವಿಲ್ಲ. ಹೀಗೆ ಹೇಳುತ್ತಾ ಗುರುದೇವರು ಚಂದ್ರಗುಪ್ತನನ್ನು ಮತ್ತೊಂದು ಸುರಕ್ಷಿತ ಅರಮನೆಗೆ ಕರೆತಂದರು. ಇಲ್ಲಿಗೆ ಬರುತ್ತಿದೆ ಚಂದ್ರಗುಪ್ತನಿಗೆ ವಿಶ್ರಾಂತಿಯನ್ನು ಕೇಳಲಾಯಿತು ಮತ್ತು ಶರ್‌ಂಗ್ರವನನ್ನು ಕರೆಯಲು ಸೈನಿಕನಿಗೆ ಆದೇಶಿಸಲಾಯಿತು. ಕಾತ್ಯಾಯನ ಮತ್ತು ಶಕ್ತರನ್ನೂ ಕರೆಯಿರಿ. ಸೈನಿಕ ಹೋಗಿದ್ದಾನೆ. ಸ್ವಲ್ಪ ಸಮಯದ ನಂತರ ಶಾರ್‌ಂಗರಾವ್ ಬಂದರು. ಅವನ ಹತ್ತಿರ ಪ್ರೀತಿಯಿಂದ ಕುಳಿತು ಚಾಣಕ್ಯ

ಹೇಳಿದನು - ಚಂದ್ರಗುಪ್ತನ ಬಗ್ಗೆ ಮಗಧದ ಜನರ ವರ್ತನೆ ಏನು? ಶಾರ್‌ಂಗ್ರಾವ- ಸುತ್ತಲೂ ತೀವ್ರ ವಿರೋಧವಿದೆ ಎಂದು ವಿಶ್ವಾಸಾರ್ಹ ಗೂಢಚಾರರು ಹೇಳಿದ್ದಾರೆ. ರಾಜಮನೆತನದಲ್ಲಿ ಯಾವುದೇ ತೀರ್ಮಾನ ಕೈಗೊಳ್ಳದೆ ನಂದನನ್ನು ಕೊಂದಿದ್ದರಿಂದ ದಂಗೆಯು ವೈರತ್ವದ ಸ್ವರೂಪ ಪಡೆಯುತ್ತಿದೆ. ಪ್ರತಿಭಟನೆಯ ಬೆಂಕಿಯನ್ನು ಹೆಚ್ಚಿಸುವ ಕಿಡಿ ಎಲ್ಲಿಂದ ಬಂತು ಎಂಬುದು ಯಾರಿಗೆ ಗೊತ್ತು.

ಚಾಣಕ್ಯ - ನೀವು ವಿರೋಧವನ್ನು ಶಾಂತಗೊಳಿಸಲು ಪ್ರಯತ್ನಿಸಿದ್ದೀರಾ?

ಶಾರಂಗರಾವ್ - ಎಲ್ಲಾ ಪ್ರಯತ್ನಗಳು ವಿಫಲವಾಗುತ್ತಿವೆ. ಚಂದ್ರಗುಪ್ತನ ಕಡೆಯವರು ಬಾಯಿಬಿಟ್ಟ ತಕ್ಷಣ ಊಟಕ್ಕೆ ಓಡುತ್ತಾರೆ ಪ್ರಜೆಗಳು.

ಚಾಣಕ್ಯ- ಅಮಾಯಕ ನಾಗರಿಕರನ್ನು ಪ್ರಚೋದಿಸುವ ಕೆಲವು ಜನರನ್ನು ನೀವು ಪತ್ತೆ ಮಾಡಿದ್ದೀರಾ? ಶಾರ್ಂಗ್ರವ! ಇಡೀ ಸಾರ್ವಜನಿಕರಲ್ಲಿ ಅಸಮಾಧಾನದ ಜ್ವಾಲೆಯನ್ನು ಹೊತ್ತಿಸುವವರು ಕೆಲವರು ಮಾತ್ರ. ಅವರನ್ನು ಹುಡುಕಲು ನಿಮ್ಮ ನುರಿತ ಗೂಢಚಾರರನ್ನು ಕಳುಹಿಸುತ್ತೀರಿ. ನಿಮ್ಮ ಗೂಢಚಾರರು ಅವರಲ್ಲಿ ಸಂಪೂರ್ಣವಾಗಿ ಕಂಡುಬಂದಾಗ ಮಾತ್ರ ಬಂಡುಕೋರರನ್ನು ಪತ್ತೆ ಮಾಡಲಾಗುತ್ತದೆ. ಚಂದ್ರಗುಪ್ತ ಮತ್ತು ಚಾಣಕ್ಯನಿಗೆ ಯಾರಾದರೂ ಒಂದು ಪದವನ್ನು ಹೇಳಿದರೆ, ನೀವು ಎರಡು ಹೇಳಬೇಕು ಎಂದು ಗೂಢಚಾರರಿಗೆ ವಿವರಿಸಿ. ಹೀಗೆ ಕಿಡಿ ಕಾರುತ್ತಿರುವ ಬಂಡುಕೋರರ ವಿಳಾಸ ಪತ್ತೆ ಮಾಡಿ.

ಶಾರಂಗರಾವ್ - ಆಗ ಏನಾಗುತ್ತದೆ ಗುರುದೇವ!

ಚಾಣಕ್ಯ - ಅಂತಿಮ ನಿರ್ಧಾರವನ್ನು ಮೊದಲು ಮಾಡಲಾಗಿಲ್ಲ. ಸಮಯದೊಂದಿಗೆ ಏನಾಗುತ್ತದೆಯೋ ಅದನ್ನು ಮಾಡುತ್ತೇನೆ. ಮತ್ತು ಹೌದು, ಭಾಸುರಕ್ ಮತ್ತು ಭಾಗುರಾಯನ ಬಗ್ಗೆ ನಿಮಗೆ ಏನಾದರೂ ತಿಳಿದಿದೆಯೇ?

ಶಾರ್ಂಗರಾವ್ - ಏನೂ ಗೊತ್ತಿಲ್ಲ, ಗುರುದೇವ! ಇದು ಎಂತಹ ಷಡ್ಯಂತ್ರವೋ ಗೊತ್ತಿಲ್ಲ!

ಚಾಣಕ್ಯ - ಇವೆಲ್ಲವೂ ರಾಕ್ಷಸನ ಕೆಟ್ಟ ತಂತ್ರಗಳು. ಶಾರ್ಂಗರವ ಎಂಬ ರಾಕ್ಷಸನ ಬುದ್ಧಿಮತ್ತೆಗೆ ಕೆಲವೊಮ್ಮೆ ಹೊಟ್ಟೆಕಿಚ್ಚು! ಸರಿ ಈಗ ನೀನು ನಿಮ್ಮ ಕೆಲಸದಲ್ಲಿ ತೊಡಗಿಸಿಕೊಳ್ಳಿ. ರಾತ್ರಿಯ ಕತ್ತಲೆಯಲ್ಲಿಯೂ ನಿಮ್ಮ ಕಣ್ಣುಗಳು ತೆರೆದಿರಬೇಕು.

ಶಾರ್ಂಗರಾವ್ - ಚಿಂತಿಸಬೇಡಿ ಗುರುದೇವ! ಅರ್ಜುನನಂತೆ ಏಳುವ ಸಾಮರ್ಥ್ಯ ಶಾರಂಗರಾವ್ ಗೆ ಇದೆ. ಹೀಗೆ ಹೇಳುತ್ತಾ ಶಾರ್ಂಗ್ರವ ಹೊರಟು ಕಾತ್ಯಾಯನನೂ ಶಕ್ತನೂ ಬಂದರು. ಅವರಿಬ್ಬರನ್ನು ನೋಡುತ್ತಾ ಚಾಣಕ್ಯ ಮಾತ್ರ

ಹೇಳಿದ - ಸೈನ್ಯವನ್ನು ಎಚ್ಚರಿಕೆಯಿಂದ ಸುತ್ತಲೂ ನಿಯೋಜಿಸಲಾಗಿದೆ, ಅಲ್ಲವೇ?

ಕಾತ್ಯಾಯನ - ಪ್ರತಿಯೊಬ್ಬ ಸೈನಿಕನೂ ಎಚ್ಚರವಾಗಿರುತ್ತಾನೆ.

ಚಾಣಕ್ಯ- ಆದರೆ ಶಬ್ದವೇ ಇಲ್ಲದ ರೀತಿಯಲ್ಲಿ ಎಚ್ಚರವಾಗಿದ್ದೀರಾ?

ಕಾತ್ಯಾಯನ-ಜಿ!

ಚಾಣಕ್ಯ - ಎಲ್ಲಿ ಹೆಚ್ಚು ಭಯ?

ಶಕ್ತರ್- ರಾಜಮನೆತನದ ಹಿಂದೆ ಮೈದಾನದ ಆಚೆಗೆ ಬೆಟ್ಟವಿದೆ. ರಾಕ್ಷಸ ತನ್ನ ಆಯ್ಕೆಯ ಸೈನಿಕರನ್ನು ಅಲ್ಲಿ ನಿಯೋಜಿಸಿದ್ದು, ಅವಕಾಶ ಸಿಕ್ಕರೆ ರಾತ್ರಿಯಲ್ಲೂ ದಾಳಿ ನಡೆಸಬಹುದು ಎಂಬ ತೇಲುವ ಮಾಹಿತಿ ಸಿಕ್ಕಿದೆ. ಮತ್ತು ಇಲ್ಲಿ ಅಡಗಿರುವ ನಮ್ಮ ಸೇನೆಯ ಮಾಹಿತಿಯನ್ನು ಚಾಣಕ್ಯ ತಲುಪಲು ಸಾಧ್ಯವಿಲ್ಲ ಎಂದು ರಾಕ್ಷಸ ನಂಬುತ್ತಾನೆ ಎಂಬ ಸುದ್ದಿ ಬಂದಿದೆ. ಅದ್ಭುತವಾದ ಸೈನಿಕರ ದಂಡೇ ಇದೆ ಎಂದು ಕೇಳಿದ್ದೇನೆ. ಚಾಣಕ್ಯ - ಹಾಗಾದರೆ ನೀವು ಏನು ವ್ಯವಸ್ಥೆ ಮಾಡಿದ್ದೀರಿ? ಶಕ್ತರ್: ಕತ್ತಲ ರಾತ್ರಿಯಲ್ಲಿ ನಮ್ಮನ್ನು ಭೇಟಿಯಾದ ನಮ್ಮ ಸೈನಿಕರನ್ನು ಬೆಟ್ಟದ ಈ ಬದಿಯಲ್ಲಿಯೂ ನಿಯೋಜಿಸಲಾಗಿದೆ. ಚಾಣಕ್ಯ- ನಾವು ಈ ಸಮಯದಲ್ಲಿ ಆ ಸ್ಥಳಕ್ಕೆ ಹೋಗಬೇಕೆಂದಿದ್ದೇವೆ ಮತ್ತು ಚಂದ್ರಗುಪ್ತನೂ ನಮ್ಮೊಂದಿಗೆ. ಕೆಲಸ ಮಾಡುತ್ತದೆ. ಅಜಾಗರೂಕತೆಯಿಂದ ಶತ್ರು ರಾತ್ರಿಯಲ್ಲಿ ಭೇದಿಸಿದರೆ, ನಂತರ ಗೆಲುವು ಸೋಲಿಗೆ ತಿರುಗುತ್ತದೆ.

ಶತ್ರುಗಳು ನಮ್ಮ ಮೇಲೆ ದಾಳಿ ಮಾಡಿದರೆ ಮತ್ತು ನಾವು ನಮ್ಮನ್ನು ರಕ್ಷಿಸಿಕೊಳ್ಳಲು ಹೋದರೆ, ಅವನು ನಮ್ಮ ತಲೆಯ ಮೇಲೆ ಬಂದಾಗ, ನಂತರ ಯಾವುದೇ ರಕ್ಷಣೆ ಇಲ್ಲ. ತನ್ನ ರಹಸ್ಯವು ನಮ್ಮನ್ನು ತಲುಪಲು ಸಾಧ್ಯವಿಲ್ಲ ಎಂದು ಶತ್ರುಗಳಿಗೆ ತಿಳಿದಿಲ್ಲದಿದ್ದರೆ, ನಾವು ಅದರ ಲಾಭವನ್ನು ಪಡೆದುಕೊಳ್ಳಬೇಕು. ಅವರು

ನಮ್ಮ ಮೇಲೆ ಮುರಿಯುವ ಮೊದಲು, ನಮ್ಮ ಸೈನ್ಯವು ಅವರ ಮೇಲೆ ದಾಳಿಮಾಡಬೇಕು. ಶಕ್ತರ್- ಆದರೆ ಅವನ ಶಕ್ತಿಯ ಜ್ಞಾನವಿಲ್ಲ. ಎಷ್ಟು ಶಕ್ತಿ ಅಡಗಿದೆಯೋ ಯಾರಿಗೆ ಗೊತ್ತು ಅವನ.

ಚಾಣಕ್ಯ - ಇದನ್ನು ತಿಳಿಯಲು ನಾವು ಅಲ್ಲಿಗೆ ಹೋಗುತ್ತಿದ್ದೇವೆ. ಚಂದ್ರಗುಪ್ತನನ್ನು ಕರೆದುಕೊಂಡು ಶಸ್ತ್ರಸಜ್ಜಿತ ಸೈನಿಕರ ರಕ್ಷಣೆಯಲ್ಲಿ ಚಾಣಕ್ಯ ಸದ್ದಿಲ್ಲದೆ ಮಹಾಭಯವಿದ್ದ ಸ್ಥಳಕ್ಕೆ ಬಂದನು. ಕಪ್ಪು ಬಟ್ಟೆ ಧರಿಸಿ, ಕತ್ತಲ ರಾತ್ರಿಯಲ್ಲಿ ಅನಾದಿಕಾಲದಿಂದಲೂ ಹೀಗೆ ಮೌನವಾಗಿ ಅಲ್ಲಿಗೆ ಬರುತ್ತಿದ್ದ. ಯಾರೂ ನೋಡದ ತನಕ ಕಾಯುತ್ತಿದ್ದರು. ಈ ಕಗ್ಗತ್ತಲಲ್ಲಿ ದೂರದಲ್ಲಿ ಮರದ ಮರೆಯಲ್ಲಿ ಪುಟ್ಟ ದೀಪ ಬೆಳಗುತ್ತಿತ್ತು. ಸೈನಿಕ ಏನೋ ಬರೆಯುತ್ತಿದ್ದ. ಉರಿಯುತ್ತಿರುವ ದೀಪ ಮತ್ತು ಸೈನಿಕನು ದೂರದಿಂದ ಬರೆಯುವುದನ್ನು ನೋಡಿ ಚಾಣಕ್ಯ

ಹೇಳಿದ- ಅದು ಯಾರು? ಯಾರಾದರೂ ಶತ್ರು ಗೂಢಚಾರರೇ?

ಕಮಾಂಡರ್ - ಅವನು ಶತ್ರುಗಳ ಗೂಢಚಾರನಲ್ಲ, ಆದರೆ ಅವನ ಸ್ವಂತ ಸೈನಿಕ.

ಚಾಣಕ್ಯ- ಆದರೆ ಇಲ್ಲಿ ದೀಪ ಹಚ್ಚುವುದು ಎಂದರೆ ನಮ್ಮೆಲ್ಲರ ಸಾವು. ಶತ್ರು ಅಸೂಯೆಪಡುತ್ತಾನೆ ಕಮಾಂಡರ್ ದೀಪಕನನ್ನು ನೋಡಿದ ತಕ್ಷಣ ನಮ್ಮ ಸಂಪೂರ್ಣ ರಹಸ್ಯವನ್ನು

ಅರ್ಥಮಾಡಿಕೊಳ್ಳುತ್ತಾನೆ - ಈ ಅಪರಾಧಕ್ಕೆ ಶಿಕ್ಷೆಯಾಗಿ, ನಾನು ಅವನ ತಲೆಯನ್ನು ಈಗಲೇ ಕತ್ತರಿಸುತ್ತೇನೆ.

ಚಾಣಕ್ಯ - ಅವನು ಮರಣದಂಡನೆಯನ್ನು ಅನುಭವಿಸಬೇಕಾಗುತ್ತದೆ. ಇದು ಸೈನಿಕನ ಅಕ್ಷಮ್ಯ ಅಪರಾಧ. ಆದರೆ ಅವರು ಏನು ಬರೆಯುತ್ತಿದ್ದಾರೆಂದು ಮೊದಲುನೋಡಿ. ಕಮಾಂಡರ್ ಸದ್ದಿಲ್ಲದೆ ಸೈನಿಕನ ಬಳಿಗೆ ಹೋದನು. ಸೈನಿಕನು ಅದನ್ನು ನೋಡಿ ಬೆಚ್ಚಿಬಿದ್ದನು. ಎದುರಿಗಿದ್ದ ದಳಪತಿಯನ್ನು ಕಂಡ ಕೂಡಲೇ ತಲೆ ಬಗ್ಗಿಸಿದ. ಕಮಾಂಡರ್ ದೀಪವನ್ನು ನಂದಿಸಿ ನಿಧಾನಗತಿಯ ಮಾತುಗಳಲ್ಲಿ

ಹೇಳಿದರು - ದೀಪವನ್ನು ಬೆಳಗಿಸಿ ನಮ್ಮ ವಿಜಯದ ಚಿತೆಯನ್ನು ಸುಡಲು ನೀವು ಪ್ರಯತ್ನಿಸಿದ್ದೀರಿ, ಈ ಅಪರಾಧಕ್ಕೆ ನೀವು ತಕ್ಷಣ ಮರಣದಂಡನೆಯನ್ನು ಅನುಭವಿಸಬೇಕಾಗುತ್ತದೆ. ಆದರೆ ಮರಣದಂಡನೆಯನ್ನು ಅನುಭವಿಸುವ ಮೊದಲು, ನೀವು ಏನು ಬರೆಯುತ್ತಿದ್ದೀರಿ ಎಂದು ಹೇಳಿ? ಆದ್ದರಿಂದ ಸೈನಿಕನಿಗೆ ಪ್ರೀತಿಯ, ನಾಯಕನಿದ್ದಾನೆ! ದೀಪ ಹಚ್ಚಿ ತಪ್ಪು ಮಾಡಿದೆ. ಆದರೆ

ಸೈನಿಕ- ಸಾವುನಾನೇನು ಮಾಡಬಲ್ಲೆ! ರಾತ್ರಿಯ ಏಕಾಂಗಿ ಕತ್ತಲೆಯಲ್ಲಿ ಕವಿತೆ ಎಚ್ಚರವಾಯಿತು ಮತ್ತು ನಾನು ಬರೆಯದೆ ಬದುಕಲು ಸಾಧ್ಯವಿಲ್ಲ. ಕಮಾಂಡರ್ ಚಾಣಕ್ಯನನ್ನು ನೋಡಿ ಹೇಳಿದನು - ಸೈನಿಕನ ಹೃದಯ ಮತ್ತು ಕೈಗೆ ಮಾತ್ರ ಕತ್ತಿಯ ಅಂಚನ್ನು ಹರಿತಗೊಳಿಸುವ ಹಕ್ಕಿದೆ. ಸಾಯಲು ಸಿದ್ಧರಾಗಿ!

ಚಾಣಕ್ಯ - ನಿರೀಕ್ಷಿಸಿ ಕಮಾಂಡರ್! ಕವಿ ಅಪರಾಧಿಯಲ್ಲ. ಕವಿಯನ್ನು ಅಪರಾಧಿ ಎಂದು ಪರಿಗಣಿಸುವವರು ಶಿಕ್ಷೆ ಕೊಡುವವರೇ ಅಪರಾಧಿಗಳು. ಈ ಸೈನಿಕನನ್ನು ಮುಕ್ತಗೊಳಿಸಿ ಮತ್ತು ಶಕ್ತಿಯ ಸಂಘಟನೆ ಮತ್ತು ಪ್ರಗತಿಯ ಹಾಡುಗಳನ್ನು ಹಾಡಲು ಹೇಳಿ, ದೇಶದಲ್ಲಿ ನಂಬಿಕೆ ಮತ್ತು ಉತ್ಸಾಹದ ಬೆಂಕಿಯನ್ನು ಬೆಳಗಿಸಲು. ಸೈನಿಕ: ನೀವು ಸಹಾನುಭೂತಿಯ ಮೇಲೆ ಶಾಶ್ವತ ಸತ್ಯದ ಮುದ್ರೆಯನ್ನು ಹಾಕಿದ್ದೀರಿ. ನಾನು ಈ ಸತ್ಯದ ಹಾಡನ್ನು ಆಳವಾದ ಕತ್ತಲೆಯಲ್ಲಿ ಮತ್ತು ಯುದ್ಧದ ಭಯಾನಕತೆಯಲ್ಲಿ ಬರೆಯುತ್ತಿದ್ದೆ. ಜಗತ್ತು ವೇಗವನ್ನು ಬಯಸುತ್ತದೆ, ರಕ್ತವಲ್ಲ. ಯುದ್ಧದ ಜ್ವಾಲೆಯಿಂದ ಪ್ರಕೃತಿ ವಿಧವೆಯಾಗುತ್ತದೆ. ಅವರು

ಬರೆಯುತ್ತಿದ್ದರು - ಮಾನವ ಅಂತ್ಯಕ್ರಿಯೆಯ ಚಿತೆಯ ಮೇಲೆ ಅಳಲು ಸ್ಮಶಾನಗಳು ಮಾತ್ರ ಉಳಿದಿವೆಯೇ ಅಥವಾ ಮಾನವ ದೇಹಗಳನ್ನು ಸುಡಲು ಜಗತ್ತಿನಲ್ಲಿ ಯಾರೂ ಉಳಿಯುವುದಿಲ್ಲನಿಲ್ಲಿಸು, ಮಹಾತ್ಮ! ರುಧೀರಪ್ರಿಯ ತ್ರಿಷಾ ನಿಲ್ಲಿಸಿ!

ಚಾಣಕ್ಯ- ರೋಗದ ಚಿಕಿತ್ಸೆಗೆ ವಿಷವನ್ನು ಬಳಸಬೇಕಾದ ಅಗತ್ಯವಿದ್ದಾಗ, ನಂತರ ಜೇನುತುಪ್ಪವನ್ನು ನೀಡಿ. ಕವಿ ಸಾಯುತ್ತಾನೆ! ಯುದ್ಧದ ಸಮಯದಲ್ಲಿ, ಲೇಖನಿ ಕತ್ತಿಯಾಗಬೇಕು. ಹೀಗೆ ಹೇಳುತ್ತಾ ಚಾಣಕ್ಯನು ಹಠಾತ್ತನೆ ತಿರುಗಿ ಕೋಪದಿಂದ

ಹೇಳಿದನು - ಬೆಟ್ಟದ ಇನ್ನೊಂದು ಬದಿಯನ್ನು ಪೂರ್ಣ ಬಲದಿಂದ ಆಕ್ರಮಣ ಮಾಡಿ, ಕಮಾಂಡರ್! ಆದೇಶವನ್ನು ಸ್ವೀಕರಿಸಿದ ತಕ್ಷಣ, ಕಮಾಂಡರ್ ರಹಸ್ಯ ದಾಳಿಗೆ ಮುಂದಾದರು. ಆದರೆ ಚಾಣಕ್ಯ ಅವನನ್ನು ತಡೆದು

ಹೇಳಿದನು - ಶತಾವರಿ ಯೋಗದಿಂದ ಮಾಡಿದ ಹೊಗೆಯನ್ನು ಬಳಸಿ. ಅಗತ್ಯವಿದ್ದರೆ, ನೀವು ಸುತ್ತುವರೆದಿದ್ದಲ್ಲಿ ಸಿಡಿಲು ಸುಟ್ಟುಹೋದ ಮರದಿಂದ ಸಿದ್ಧಪಡಿಸಿದ ಪರಮಾಣು ಶಕ್ತಿಯನ್ನು ಬಳಸಿ. ಆದರೆ ರಾಕ್ಷಸನು ಯಾವುದೇ ರೀತಿಯಲ್ಲಿ ಸಾಯಬಾರದು. ಅವರನ್ನು ಜೀವಂತವಾಗಿ ಸೆರೆಹಿಡಿಯಬೇಕು, ಆದ್ದರಿಂದ ಮೊದಲು ಆ ಅಮಲೇರಿಸುವ ಹೊಗೆಯ ಮಾತ್ರೆಗಳನ್ನು ಸುಟ್ಟು ಮತ್ತು ಎಚ್ಚರವಾಗಿರುವಾಗ ಅವರು ಮಲಗುವ ಬೆಟ್ಟದ ಬದಿಯಲ್ಲಿ ಎಸೆಯಿರಿ.

ಮುಂದುವರೆಯಿರಿಇದನ್ನು ಕೇಳಿದ ದಂಡನಾಯಕನು ತನ್ನ ಗುಂಪಿನೊಂದಿಗೆ ದಾಳಿ ಮಾಡಲು ಬೆಟ್ಟದ ಕಡೆಗೆ ವೇಗವಾಗಿ ಚಲಿಸಿದನು ಮತ್ತು ಚಾಣಕ್ಯ ಚಂದ್ರಗುಪ್ತ ಮೊದಲಾದವರು ತಮ್ಮ ಸುರಕ್ಷಿತ ಸ್ಥಳಕ್ಕೆ ಮರಳಿದರು. ಚಾಣಕ್ಯನು ತನ್ನ ನಿವಾಸಕ್ಕೆ ಬಂದು ಸ್ವಲ್ಪ ಸಮಯದ ನಂತರ ಕಮಾಂಡರ್ ನಿರಾಶೆಯ ಮನಸ್ಥಿತಿಯಲ್ಲಿ ಅವನ ಮುಂದೆ ಬಂದು

ಹೇಳಿದನು - ಎಲ್ಲವೂ ವ್ಯರ್ಥವಾಯಿತು, ಮಹಾತ್ಮ! ಹೇಗೋ ಶತ್ರುಗಳಿಗೆ ನಮ್ಮ ರಹಸ್ಯ ತಿಳಿಯಿತು. ಬೆಟ್ಟದ ಇನ್ನೊಂದು ಬದಿಯಲ್ಲಿ ಮರಿ ಹಕ್ಕಿಯೂ ಇಲ್ಲ.

ಚಾಣಕ್ಯ - ಏನೋ ಗೊತ್ತಾಯಿತು, ಎಲ್ಲಿಗೆ ಹೋದೆ? ಆರ್ಮಿ

ಹೀರೋ - ಏನೂ ಇಲ್ಲ.

ಚಾಣಕ್ಯ- ಆ ಭಾಗದಲ್ಲಿ ಕೆಲವು ಚಿಹ್ನೆಗಳು ಗೋಚರಿಸುತ್ತಿವೆಯೇ?

ನಾಯಕ್: ಹೆಜ್ಜೆಗುರುತುಗಳಿವೆ, ಆದರೆ ಅವು ಯಾವುದೇ ಒಂದು ದಿಕ್ಕಿನಲ್ಲಿ ಅಲ್ಲ, ನಾಲ್ಕೂ ದಿಕ್ಕಿಗೆ ಗೋಚರಿಸುತ್ತವೆ.

ಚಾಣಕ್ಯ - ನಿನ್ನ ಬುದ್ಧಿವಂತಿಕೆಯು ಧನ್ಯವಾಗಿದೆ, ಓ ರಾಕ್ಷಸ! ಆದರೆ ಚಾಣಕ್ಯ ಭ್ರಮೆಯಲ್ಲಿ ಬೀಳಲು ಸಾಧ್ಯವಿಲ್ಲ. ನೀನು ಕಮಾಂಡರ್ ಹೋಗು! ಪ್ರತಿ ಕಣದ ಮೇಲೆ ನಿಗಾ ಇರಿಸಿ. ಇನ್ನೂ ಆ ಗುಡ್ಡದ ಕಡೆಯಿಂದ ಸೈನ್ಯ ತೆಗೆಯಬೇಡಿ, ಅವಕಾಶ ಸಿಕ್ಕ ಮೇಲೆ ಹೊಸ ಹೂವು ಅರಳಬಹುದು. ನಮಸ್ಕಾರದ ನಂತರ ಕಮಾಂಡರ್ ಹೊರಟುಹೋದನು. ಚಾಣಕ್ಯನು ಚಂದ್ರಗುಪ್ತನನ್ನು ನೋಡಿ

ಹೇಳಿದನು - ನಾಳೆ ಬೆಳಿಗ್ಗೆ ನೀನು ಮಗಧದ ವೈಭವದ ಸಿಂಹಾಸನದಲ್ಲಿ ಕುಳಿತುಕೊಳ್ಳಬೇಕು. ನೀವು ಅವನನ್ನು ರಕ್ಷಿಸಲು ಸಾಧ್ಯವಾಗುತ್ತದೆ? ಹೃದಯ, ಬುದ್ಧಿ ಮತ್ತು ತೋಳುಗಳಲ್ಲಿ ಶಕ್ತಿ ಇದೆಯೇ? ಚಂದ್ರಗುಪ್ತ-ಗುರುದೇವನ ಪಾದದ ಮಹಿಮೆಯಿಂದಾಗಿ, ಈ ಸೇವಕನು ಭೂಮಿಯ ಭಾರವನ್ನು ತನಗೆ ಹಗುರವೆಂದು ಪರಿಗಣಿಸುತ್ತಾನೆ. ರಾಜ ಹಾವುಗಳೊಂದಿಗೆ ಆಟವಾಡಬೇಕು. ರಾಜಧರ್ಮ ಬಹಳ ಕಠಿಣ ಧರ್ಮ. ಅದೇ ರಾಜ

ಚಾಣಕ್ಯ - ಮರಣಾನಂತರ ಜೀವನದಲ್ಲಿ ಸಂತೋಷ ಮತ್ತು ಕೀರ್ತಿಯನ್ನು ಪಡೆಯುತ್ತಾನೆ, ಯಾರು ಖುಷಿಯಾಗಿ ದೇಶ ಸೇವೆ ಮಾಡುತ್ತಾರೆ, ಆದರೆ ರಣಹದ್ದು ದೃಷ್ಟಿ, ಸಿಂಹಗಳ ಧೈರ್ಯ, ಇಂದ್ರಿಯಗಳ ಮೇಲೆ ಶಿಸ್ತು, ರಹಸ್ಯಗಳನ್ನು ಮರೆಮಾಡುವ ಸಾಮರ್ಥ್ಯದಂತಹ ಗುಣಗಳನ್ನು ಹೊಂದಿರಬೇಕು. ರಾಜನು ಹಿರಿಯರ ಸಂಪರ್ಕದಿಂದ ಬುದ್ಧಿವಂತಿಕೆಯನ್ನು ಮತ್ತು ಗೂಢಚಾರರಿಂದ ಕಣ್ಣುಗಳನ್ನು ಹುಡುಕಬೇಕು. ನೀವು ಇಂದು ರಾತ್ರಿ ಮಲಗುವುದಿಲ್ಲ. ಮುಂಜಾನೆ ಸ್ವಲ್ಪ ಸಮಯವಿದೆ, ಅಲ್ಲಿಯವರೆಗೆ, ರಾಜ ಸಿಂಹಾಸನದ ಮೇಲೆ ಕುಳಿತುಕೊಳ್ಳುವ ಮೊದಲು, ನನ್ನ ಅರ್ಥಶಾಸ್ತ್ರದಿಂದ "ರಾಜ್ ವ್ಯಾಪಾರ್ ಅಧ್ಯಾಯ" ಅಧ್ಯಯನ ಮಾಡಿ.

ಚಂದ್ರಗುಪ್ತ - ನಾನು ಗುರುದೇವನನ್ನು ಕಂಠಪಾಠ ಮಾಡಿದ್ದೇನೆ! ಆದರೂ ನಿಮ್ಮ ಆಜ್ಞೆಯಂತೆ ನಾನು ಪುನರಾವರ್ತಿಸುತ್ತೇನೆ ನಾನು ಮಾಡುತ್ತೇನೆಚಾಣಕ್ಯ- ಚಕ್ರವರ್ತಿ ಚಂದ್ರಗುಪ್ತನು ಅಸ್ವಸ್ಥನಾಗಿದ್ದಾನೆ ಎಂದು ಸಾರ್ವಜನಿಕವಾಗಿ ಕಹಳೆ ಊದಲಾಗುತ್ತದೆ, ಆದ್ದರಿಂದ ಪವಿತ್ರ ಸಮಾರಂಭಕ್ಕೆ ಭವಿಷ್ಯದ ದಿನಾಂಕವನ್ನು ನಿಗದಿಪಡಿಸಲಾಗುತ್ತದೆ. ಜ್ಯೋತಿಷ್ಯ ಶಾಸ್ತ್ರದ ಪ್ರಕಾರ ಈ ದಿನಾಂಕವು ಅತ್ಯುತ್ತಮವಾದ ಕಾರಣ ಇಂದು ಸಿಂಹಾಸನವನ್ನು ಅಲಂಕರಿಸಲಾಯಿತು. ಚಕ್ರವರ್ತಿಯ ಪಟ್ಟಾಭಿಷೇಕವನ್ನು ಆಚರಿಸುವ ದಿನದಂದು ರಾಜ್ಯದಿಂದ ಎಲ್ಲರಿಗೂ ಬಟ್ಟೆ, ಹಣ ಇತ್ಯಾದಿಗಳನ್ನು ವಿತರಿಸಲಾಗುತ್ತದೆ. ಶಾರ್ಂಗಾರವ್! ಇದರೊಂದಿಗೆ, ಪ್ರಜೆಗಳು ದುರಾಸೆಯಿಂದ ಪ್ರಭಾವಿತರಾಗದೆ ಶಾಂತವಾಗಿರುತ್ತಾರೆ ಮತ್ತು ಚಂದ್ರಗುಪ್ತನ ವಿಜಯವನ್ನು ಆಚರಿಸಲು ತಮ್ಮನ್ನು ತಾವು ಅದೃಷ್ಟವಂತರು ಎಂದು ಪರಿಗಣಿಸುತ್ತಾರೆ.

ಶಾರ್ಂಗ್ರಾವ - ನಿಮ್ಮ ದೂರದೃಷ್ಟಿಯಿಂದ ಸೂರ್ಯನ ಕಿರಣಗಳು ಸಹ ಬೆಚ್ಚಿಬೀಳುತ್ತವೆ. ಆದರೆ ಆಚಾರ್ಯ! ಪ್ರಜೆಗಳು ಬಂಡಾಯದ ಬಾವುಟವನ್ನು ಹಾರಿಸಲು ಬಯಸುತ್ತಾರೆ ಎಂದು ಗೂಢಚಾರರಿಂದ ತಿಳಿದು ಬಂದಿದೆ ಮತ್ತು ಅನೇಕ ಸಣ್ಣ ರಾಜರು ರಾಕ್ಷಸನ ರಕ್ಷಣೆಯಲ್ಲಿದ್ದಾರೆ ಎಂದು ವರದಿಯಾಗಿದೆ. ಅವಕಾಶ ಸಿಕ್ಕ ಕೂಡಲೇ ದೊಡ್ಡ ಬಿರುಗಾಳಿಯಂತೆ ಸಿಡಿಯುವ ಆಸೆ ಇವರೆಲ್ಲರಿಗೂ ಇದೆ.

ಚಾಣಕ್ಯ - ಚಿಂತಿಸಬೇಡ, ಚಾಣಕ್ಯನ ಕಣ್ಣಿಗೆ ಏನೂ ಮರೆಯಾಗಿಲ್ಲ. ಪ್ರಜೆಗಳ ದಂಗೆಗೆ ರಾಕ್ಷಸನ ಬುದ್ಧಿಯೂ ಕಾರಣ. ಸಾರ್ವಜನಿಕರನ್ನು ಪ್ರಚೋದಿಸುವ ಗೂಢಚಾರರು ಪ್ರಜೆಗಳನ್ನು ಸೇರಿಕೊಂಡಿದ್ದಾರೆ. ಸಣ್ಣ ರಾಜರ ಮಾತುಗಳನ್ನು ರಾಕ್ಷಸನು ಕೆಡಿಸಬಹುದು ಮತ್ತು ರಾಕ್ಷಸನು ಆರಿಸಿದ ಸೇನಾಪತಿಗಳನ್ನು ಕಡಿಮೆ ಸಮಯದಲ್ಲಿ ಕೊಲ್ಲುವ ಮಾರ್ಗವನ್ನು ನಾನು ಯೋಚಿಸಿದೆ

ಶಾರ್ಂಗರಾವ್ - ಎಂತಹ ಗುರುದೇವ!

ಚಾಣಕ್ಯ- ವ್ಯಾಪಾರಿಗಳು, ನಾಗರಿಕರು, ಗೋಪಾಲಕರು ಮತ್ತು ಮದ್ಯ ಮಾರಾಟಗಾರರ ರೂಪದಲ್ಲಿ ಅವನ ಗೂಢಚಾರರು ಎಲ್ಲೆಂದರಲ್ಲಿ ಬಿಡಬೇಕಾಗುತ್ತದೆ. ಸಣ್ಣ ರಾಜ್ಯಗಳಲ್ಲಿಯೂ ನಿಮ್ಮ ಗೂಢಚಾರರನ್ನು ಬಿಡಿ. ಶಾರ್ಂಗರಾವ್: ಇದರಿಂದ ಏನಾಗುತ್ತದೆ ಗುರುದೇವ?

ಚಾಣಕ್ಯ- ಯುದ್ಧವಿಲ್ಲದೆ ವಿಜಯವು ಇರುತ್ತದೆ. ನಮ್ಮ ಕೂದಲನ್ನು ಸಹ ಬಿಡಲಾಗುವುದಿಲ್ಲ ಮತ್ತು ಶತ್ರುಗಳು ಕೊಲ್ಲಲ್ಪಡುತ್ತಾರೆ. ಸಣ್ಣ ರಾಜ್ಯಗಳಲ್ಲಿರುವ ಗೂಢಚಾರರು, ಆ ರಾಜ್ಯಗಳ ವಿಶ್ವಾಸಿಗಳಾಗುವುದರಿಂದ, ರಾಕ್ಷಸನು ಸ್ವಾರ್ಥದಿಂದ ನಿನ್ನನ್ನು ತನ್ನೊಂದಿಗೆ ಕೊಲ್ಲಲು ಬಯಸುತ್ತಾನೆ ಎಂದು ರಾಜರ ಮನಸ್ಸಿನಲ್ಲಿ ಹುಟ್ಟುಹಾಕುತ್ತಾನೆ. ಅವನು ಸೋತರೆ, ನೀವು ಸಾಯುವುದು ಖಚಿತ, ಅವನು ಗೆದ್ದರೆ, ಅವನು ದಂಗೆ ಏಳಬಹುದು ಎಂಬ ಭಯದಿಂದ ಅವನು ನಿಮ್ಮನ್ನು ತನ್ನ ನಿಯಂತ್ರಣಕ್ಕೆ ತೆಗೆದುಕೊಳ್ಳುತ್ತಾನೆ. ಮತ್ತೊಂದೆಡೆ, ಚಾಣಕ್ಯ ಮತ್ತು ಚಂದ್ರಗುಪ್ತರು ತುಂಬಾ ಧರ್ಮನಿಷ್ಠರು ಮತ್ತು ಧೈರ್ಯಶಾಲಿಗಳು, ಅವರೊಂದಿಗಿನ ಭೇಟಿಯು ನಿಮಗೆ ಎಲ್ಲಾ ರೀತಿಯಲ್ಲಿ ಪ್ರಯೋಜನಕಾರಿಯಾಗಿದೆ. ಇದು ಅವರನ್ನು ಹೆದರಿಸುತ್ತದೆ ಮತ್ತು ಅವರು ನಮ್ಮನ್ನು ಭೇಟಿಯಾಗಲು ಉತ್ಸುಕರಾಗುತ್ತಾರೆ

ಶಾರ್ಂಗ್ರಾವ- ವ್ಯಾಪಾರಿಗಳು, ನಾಗರಿಕರು, ಗೋರಕ್ಷಕರು ಮತ್ತು ಮದ್ಯ ಮಾರಾಟಗಾರರು ಏನು ಮಾಡಬೇಕು?

ಚಾಣಕ್ಯ- ವ್ಯಾಪಾರಿಗಳಿಗೆ ಹಣವನ್ನು ಕೊಟ್ಟು ಶತ್ರು ಸೈನ್ಯದ ಸುತ್ತಲೂ ಸುಂದರವಾದ ಯುವ ವೇಶ್ಯೆಯರನ್ನು ಕಳುಹಿಸಿ. ರಾಕ್ಷಸ ದಳಪತಿಗಳೂ ಸಹ ಅವರನ್ನು ಆಕರ್ಷಿಸುವ ರೀತಿಯಲ್ಲಿ ಅವರು ತಮ್ಮ ಸೌಂದರ್ಯದಿಂದ ನೃತ್ಯ ಮಾಡುತ್ತಾರೆ. ಆ ಕಾಮಪ್ರಚೋದಕ ಸ್ತ್ರೀಯರ ಮಾಟವು ರಾಕ್ಷಸನ ಮುಖ್ಯ ಸಹಚರರ ಮೇಲೆ ಕೆಲಸ ಮಾಡಿದಾಗ, ಆ ಯುವತಿಯರು ಹೇಗಾದರೂ, ಪ್ರೀತಿ ಮತ್ತು ಪ್ರೀತಿಯಿಂದ ಅವರಿಗೆ ಸೌಮ್ಯವಾದ ವಿಷವನ್ನು ತಿನ್ನಿಸಿ ಅವರೆಲ್ಲರನ್ನು ಕೊಲ್ಲುತ್ತಾರೆ. ಪೈಪೋಟಿಗಿಂತ ಆಹಾರ ಪದಾರ್ಥಗಳನ್ನು ಅಗ್ಗವಾಗಿಸಲು ವ್ಯಾಪಾರಸ್ಥರು ಪರಸ್ಪರ ಜಗಳವಾಡುತ್ತಾರೆ, ಇದರಿಂದಾಗಿ ಶತ್ರುಗಳ ಸೈನಿಕರು ಸಾಕಷ್ಟು ಆಹಾರ ಪದಾರ್ಥಗಳನ್ನು ಖರೀದಿಸುತ್ತಾರೆ. ಆದರೆ ವಸ್ತುಗಳಲ್ಲಿ ವಿಷವನ್ನು ಬೆರೆಸಿರಬೇಕು, ಇದರಿಂದಾಗಿ ಆ

ಸೈನಿಕರು ಕೊಲ್ಲಲ್ಪಡುತ್ತಾರೆ. ಹಾಗೆಯೇ ಮದ್ಯಪಾನ ಮಾಡುವವರು ದ್ರಾಕ್ಷಾರಸದಲ್ಲಿ ವಿಷ ಬೆರೆಸಿ ಶತ್ರು ಸೇನೆಗೆ ಕೊಡುತ್ತಾರೆ.

ಗೋರಕ್ಷಕರು ಹಾಲಿನಲ್ಲಿ ವಿಷ ಬೆರೆಸಿ ಶತ್ರು ಸೇನೆಗೆ ಉಣಿಸುತ್ತಾರೆ. ಹುಲ್ಲು ತಿನ್ನುವವರುವಿಷ ಬೆರೆಸಿ ಶತ್ರುಗಳ ಕುದುರೆ, ಆನೆಗಳಿಗೆ ಆಹಾರ ನೀಡಿ ಅವೆಲ್ಲವೂ ಸಾಯುತ್ತವೆ ಮತ್ತು ಅದೇ ಸಮಯದಲ್ಲಿ ಈ ರೀತಿ ಶಬ್ದ ಮಾಡುತ್ತವೆ, 'ಸಾಂಕ್ರಾಮಿಕ ಹರಡುತ್ತಿದೆ'. ಸರಿ, ಈಗ ಸಿಂಹಾಸನದ ಸಮಯ. ಆದರೆ ಚಂದ್ರಗುಪ್ತನ ಪಾದುಕೆಗಳನ್ನು ಸಿಂಹಾಸನದ ಮೇಲೆ ಇಟ್ಟು ಚಂದ್ರಗುಪ್ತನಿಗೆ ಅಸ್ವಸ್ಥ ಎಂದು ಹೇಳುತ್ತಾನೆ. ಸಿಂಹಾಸನದ ಬಳಿ ಚಂದ್ರಗುಪ್ತನ ಸಾವಿಗೆ ಸಂಚು ಇರುವ ಸಾಧ್ಯತೆ ಇದೆ. ಇದು ಸಿಂಹಾಸನವೇರುವ ಸಮಯ. ರಾಜಪ್ರಸಾದ್ ಅವರನ್ನು ಸರಳವಾಗಿ ಅಲಂಕರಿಸಲಾಗಿತ್ತು. ಪ್ರಧಾನ ರಾಜ ಅಧಿಕಾರಿಗಳು ತಮ್ಮ ತಮ್ಮ ಸ್ಥಳಗಳಲ್ಲಿ ಜಾಗರೂಕರಾಗಿ ಕುಳಿತರು. ಮುಖ್ಯ ದ್ವಾರದಲ್ಲಿ ಭಾರೀ ಕಾವಲು ಹೋದೆ. ಎಲ್ಲರ ಕಣ್ಣುಗಳು ಚಂದ್ರಗುಪ್ತ ಮತ್ತು ಚಾಣಕ್ಯನ ಆಗಮನಕ್ಕಾಗಿ ಕಾಯುತ್ತಿದ್ದವು. ಗರ್ಭದಲ್ಲಿ, ಚಾಣಕ್ಯ ಮತ್ತು ಚಂದ್ರಗುಪ್ತ ಕೆಲವು ಪ್ರಮುಖ ಅಧಿಕಾರಿಗಳೊಂದಿಗೆ ಕಾರ್ಯನಿರತರಾಗಿದ್ದರು. ಇದ್ದರು.

ಅಧಿಕಾರಿಗಳಿಗೆ ಆದೇಶವನ್ನು ನೀಡುತ್ತಾ, ಚಾಣಕ್ಯನು ಶಾರಂಗಾರಾವ್‌ಗೆ ಹೇಳಿದನು- 'ಆರೋಹಣ ಸಮಯದಲ್ಲಿ ಮೋಡಗಳು ಕಾಣಿಸಿಕೊಂಡರೆ, ತಕ್ಷಣವೇ ಮೃತ್ಯು-ಬೂದಿಯನ್ನು ಬಳಸಿ ಮತ್ತು ನಿಮ್ಮ ಸಹಚರರೆಲ್ಲರೂ ಸುರಕ್ಷಿತವಾಗಿ ಜೀವನ್-ಔಷಧಿಯನ್ನು ಬಳಸಬೇಕು. ಈಗ ನೀನು ಹೋಗುಸಿಂಹಾಸನಾರೋಹಣದ ವಿಧಿಯನ್ನು ಕಾನೂನುಬದ್ಧ ರೀತಿಯಲ್ಲಿ ನಿರ್ವಹಿಸಿ. ಸ್ವಲ್ಪ ಸಮಯದ ನಂತರ ಆಚಾರ್ಯ ಚಾಣಕ್ಯ ಬರುತ್ತಾನೆ, ನನಗೆ ಪಟ್ಟಾಭಿಷೇಕವನ್ನು ಮಾಡಿಸಬೇಕೆಂದು ಅವರು ಆದೇಶಿಸಿದರು. ಆದೇಶವನ್ನು ಪಡೆದ ನಂತರ, ಶರ್ಂಗರಾವ್ ಹೊರಟುಹೋದನು. ರಾಜಪ್ರಸಾದರನ್ನು ತಲುಪಿದ ಕೂಡಲೇ ಸಂತಸದ ದನಿ.

ಚಾಣಕ್ಯ ಮತ್ತು ಚಂದ್ರಗುಪ್ತನ ಕೀರ್ತನೆಗಳೊಂದಿಗೆ ದಿಕ್ಕುಗಳು ಪ್ರತಿಧ್ವನಿಸಿದವು. ಸಿಂಹಾಸನಾರೋಹಣ ವಿಧಿ ಆರಂಭವಾದ ಕೂಡಲೇ ಪಂಡಿತರು ವೇದಮಂತ್ರಗಳನ್ನು ಪಠಿಸಿದರು, ಅಗ್ನಿಯಲ್ಲಿ ಯಜ್ಞಗಳನ್ನು ಹಾಕಲಾಯಿತು. ಈ ಸಂಭ್ರಮ ಮತ್ತು ಪೂಜೆ ನಡೆಯುತ್ತಿದ್ದಾಗ ಯಜ್ಞಕುಂಡಗಳಿಂದ ಎದ್ದ ಹೊಗೆ ಎಲ್ಲೆಡೆ ವ್ಯಾಪಿಸಿತು. ಹರಡುತ್ತಿರುವಾಗ, ಆ ಹೊಗೆ ತುಂಬಾ ಕತ್ತಲೆಯಾಯಿತು, ಕೈಗೆ ಕೈ ಕಾಣಲಿಲ್ಲ. ಶಾರ್ಂಗರಾವ್ ಅವರ ಕಣ್ಣುಗಳಲ್ಲಿ ಈ ಭೀಕರ ವಿನಾಶಕಾರಿ ಡಾರ್ಕ್ ಕಾರ್ ಅನ್ನು ನೋಡಿದ ತಕ್ಷಣ, ವಿಶೇಷ ರೀತಿಯ ಅಂಜನ್ ಮತ್ತು ಪೂಜಾ ಪಾತ್ರೆಯಲ್ಲಿದ್ದ ಒಂದು ಹಿಡಿ ಬೂದಿ ಹಾರಿಹೋಯಿತು. ಚಿತಾಭಸ್ಮವು ಹಾರಿಹೋದ ತಕ್ಷಣ ಕತ್ತಲು ಮುರಿಯಿತು ಮತ್ತು ಶಾರಂಗರಾವ್ ಈ ಪಂಡಿತರನ್ನು ಕೈದಿಗಳನ್ನಾಗಿ ಮಾಡಲು ಕಠೋರವಾಗಿ ಆದೇಶಿಸಿದನು

21

ಅವರು ಸಂತೋಷ, ಸೋಲು ಮತ್ತು ಗೆಲುವಿನ ಅಲೆಗಳ ಮೇಲೆ ತೇಲುತ್ತಾರೆ. ಸಂತ್ರನ್ ಅಲೆಗಳೊಂದಿಗೆ ಆಡುತ್ತಾನೆ. ಎಲ್ಲೋ ಒಂದು ಸುಂಟರಗಾಳಿ ಬರುತ್ತದೆ ಮತ್ತು ಈಜುಗಾರ ಮುಳುಗಲು ಪ್ರಾರಂಭಿಸುತ್ತಾನೆ. ಕೆಲವರಿಗೆ ಜಾಲಿಗಿಡಗಳು ತಳದಲ್ಲಿ ವಿಲೀನವಾದರೆ ಇನ್ನು ಕೆಲವರು ಜಾಲಿಗಿಡಗಳನ್ನು ಹರಿದು ದಡ ಸೇರುತ್ತಾರೆ. ದುಃಖದ ನಂತರ ಸಂತೋಷ, ಸಂತೋಷದ ನಂತರ ದುಃಖಗಳು ಬಂದು ಹೋಗುತ್ತವೆ; ಆದರೆ ಸೋಲಿನಿಂದ ಎದೆಗುಂದದೆ ನಿರ್ಜೀವ. ಯುದ್ಧಗಳು ಆಯುಧಗಳಿಂದ ಮಾತ್ರವಲ್ಲ, ಧರ್ಮಗ್ರಂಥಗಳ ನಾಯಕತ್ವ ಮತ್ತು ಧೈರ್ಯದಿಂದ ಗೆಲ್ಲುತ್ತವೆ. ರಹಸ್ಯ ಗುಹೆಯಲ್ಲಿ, ರಾಕ್ಷಸರು ತಮ್ಮ ಸಹಚರರೊಂದಿಗೆ ಸಂಭಾಷಣೆಯಲ್ಲಿ ಮುಳುಗಿದ್ದರು. ಕೆಲವೊಮ್ಮೆ ಮಾತನಾಡುವಾಗ ಚಿಂತೆಯಿಂದ ತಲೆ ಬಡಿಯುತ್ತಿದ್ದರು ಮತ್ತು ಕೆಲವೊಮ್ಮೆ ಆಲೋಚಿಸುವಾಗ ತುಂಬಾ ಗಂಭೀರವಾಗುತ್ತಿದ್ದರು. ಕೆಲವು ಅತ್ಯಂತ ನಿಗೂಢ ವಿಷಯದ ಮೇಲೆ ವಿಷಯಗಳು ನಡೆಯುತ್ತಿದ್ದವು. ಚರ್ಚೆ ನಡೆಯುತ್ತಿರುವಾಗಲೇ ತಿಲಕಧಾರಿ ಪಂಡಿತರೊಬ್ಬರು ಒಳಹೋದರುನಮಸ್ಕಾರದ ನಂತರ, ಪಂಡಿತರು ವಿನಯದಿಂದ ಹೇಳಿದರು - ವಿಷಕಾರಿ ಹೊಗೆಯಿಂದ ಪಟ್ಟಾಭಿಷೇಕ ಸಮಾರಂಭಕ್ಕೆ ಅಡ್ಡಿಪಡಿಸಿದ ನಮ್ಮ ಹಿತೈಷಿ ಪಂಡಿತ್ ಚಾಣಕ್ಯನ ಅತ್ಯಂತ ನಿಪುಣ ಶಿಷ್ಯ ಶಾರ್ಂಗರಾವ್ ಅವರನ್ನು ಸೆರೆಹಿಡಿದಿದ್ದಾರೆ. ಚಂದ್ರುಗುಪ್ತನನ್ನು ಮಗಧದ ದೊರೆ ಎಂದು ಘೋಷಿಸಲಾಯಿತು. ಇದೆ

ರಾಕ್ಷಸ - ದೇವರು ತಾನೇ ಪ್ರತಿಕೂಲ ಎಂದು ತೋರುತ್ತದೆ, ಅದಕ್ಕಾಗಿಯೇ ಎಲ್ಲಾ ಸಿದ್ಧ ಕಾರ್ಯಗಳು ವಿಫಲಗೊಳ್ಳುತ್ತವೆ. ಆಗಿವೆ ಮತ್ತು ಪ್ರಜೆಗಳ ಸ್ಥಿತಿ ಹೇಗಿದೆ ವಿರಾಧ!

ವಿರಾಧ್ - ಪ್ರಜೆಗಳ ಭಕ್ತಿ ಇನ್ನೂ ನಿಮ್ಮಲ್ಲಿದೆ, ಆದರೆ ಚಾಣಕ್ಯನ ತಂತ್ರಗಳ ಮೂಲಕ, ನೀವು ಏನನ್ನಾದರೂ ಪ್ರಚಾರ ಮಾಡುತ್ತಿದ್ದೀರಿ, ಅದು ಕ್ರಮೇಣ ನಿಮ್ಮ ಕಡೆಗೆ ಪ್ರಜೆಗಳ ಹೃದಯವನ್ನು ಬೆಚ್ಚಗಾಗಿಸುತ್ತದೆ. ದ್ವೇಷದ ಭಾವನೆಗಳನ್ನು ತುಂಬಲಾಗುತ್ತಿದೆ.

ರಾಕ್ಷಸ - ಈ ಪ್ರಚಾರವನ್ನು ಎದುರಿಸಲು ನಿಮ್ಮ ಗೂಢಚಾರರ ವ್ಯವಸ್ಥೆ ಚೆನ್ನಾಗಿದೆ, ಅಲ್ಲವೇ?

ವಿರಾಧ್- ಚಾಣಕ್ಯನು ಮೂಲೆಮೂಲೆಯಲ್ಲಿ ಗೂಢಚಾರರನ್ನು ಬಿಟ್ಟಿದ್ದರೂ ನಮ್ಮ ಗೂಢಚಾರರು ಎಲ್ಲೆಂದರಲ್ಲಿ ಮಾರುವೇಷದಲ್ಲಿ ಕೆಲಸ ಮಾಡುತ್ತಿದ್ದಾರೆರಾಕ್ಷಸನು ಆಳವಾದ ಉಸಿರನ್ನು ತೆಗೆದುಕೊಂಡು ಅವನ ಹಣೆಯ ಮೇಲೆ ತನ್ನ ಬೆರಳನ್ನು ಇರಿಸಿ ನಂತರ ಕೋಪದಿಂದ ಹೇಳಿದನು - ನಾನು ಎಷ್ಟು ಜಾಣತನದಿಂದ ತಪ್ಪಿಸಿದರೂ, ಚಾಣಕ್ಯನನ್ನು ಸುಡದೆ ನನ್ನ ಬೆಂಕಿ ನಿಲ್ಲುವುದಿಲ್ಲ. ನನ್ನ ಯಜಮಾನ ನಂದನ ಹತ್ಯೆಗೆ ನಾನು ಖಂಡಿತವಾಗಿಯೂ ಪ್ರತೀಕಾರ ತೀರಿಸಿಕೊಳ್ಳುತ್ತೇನೆ, ಅವನ ಸಹಚರರಲ್ಲಿ ನಾನು ಅಂತಹ ಭಿನ್ನಾಭಿಪ್ರಾಯವನ್ನು ಬಿತ್ತುತ್ತೇನೆ, ಆ ಬ್ರಾಹ್ಮಣನು ಸ್ವಯಂಚಾಲಿತವಾಗಿ ನನ್ನ ನಿಯಂತ್ರಣಕ್ಕೆ ಬರುತ್ತಾನೆ. ಸ್ನೇಹಿತರೇ! ಕುಲುತಾಧಿಪತಿ, ಚಿತ್ರವರ್ಮ, ಸಿಂಧುರಾಜ್, ಸಿಂಧಸೇನ್ ಮತ್ತು ಕಾಶ್ಮೀರ ರಾಜ ಪುಷ್ಕರ ನಯನ ಕುಸುಂಪುರದ ಮೇಲೆ ದಾಳಿ ಮಾಡಲು ನಮ್ಮೊಂದಿಗೆ ಇದ್ದಾರೆ.

ನಾನು ಅನೇಕ ಇತರ ರಾಜರೊಂದಿಗೆ ಒಪ್ಪಂದಗಳನ್ನು ಮಾಡಿಕೊಂಡಿದ್ದೇನೆ. ಆದರೆ ಆಕ್ರಮಣ ಮಾಡುವ ಮೊದಲು, ನಾವು ಚಾಣಕ್ಯ ಮತ್ತು ಚಂದ್ರಗುಪ್ತ ಮತ್ತು ಅವರ ಸಹಚರರನ್ನು ಪ್ರತ್ಯೇಕಿಸಲು ಬಯಸುತ್ತೇವೆ. ಆದ್ದರಿಂದ, ಚಾಣಕ್ಯನು ಇಡೀ ಜಗತ್ತನ್ನು ಏಕಾಂಗಿಯಾಗಿ ಆಳುವ ಆಕಾಂಕ್ಷೆಯೊಂದಿಗೆ ತನ್ನ ಶಕ್ತಿಯನ್ನು ಹೆಚ್ಚಿಸುತ್ತಿದ್ದಾನೆ ಎಂಬ ಸಂದೇಶವನ್ನು ನಾವು ನಮ್ಮ ಗೂಢಚಾರರ ಮೂಲಕ ಮಹಾರಾಜ ಪುರುಗೆ ಕಳುಹಿಸಲು ಬಯಸುತ್ತೇವೆ. ಅವನಿಗೆ ಅವಕಾಶ ಸಿಕ್ಕರೆ, ವಶಪಡಿಸಿಕೊಂಡ ರಾಜ್ಯಗಳಲ್ಲಿ ನಿಮಗೆ ಪಾಲನ್ನು ನೀಡುವ ಬದಲು, ಅವನು ನಿಮ್ಮ ರಾಜ್ಯವನ್ನು ಸ್ವಾಧೀನಪಡಿಸಿಕೊಳ್ಳುತ್ತಾನೆ ಎಂದು ನಾವು ಬಹಳ ವಿಶ್ವಾಸಾರ್ಹ ಗೂಢಚಾರರಿಂದ ತಿಳಿದುಕೊಂಡಿದ್ದೇವೆ. ಆದ್ದರಿಂದ, ನಮ್ಮೊಂದಿಗೆ ಸೇರಿ ದುರಾಸೆಯ ಚಾಣಕ್ಯ

ಮತ್ತು ಚಂದ್ರಗುಪ್ತರನ್ನು ಆಕ್ರಮಣ ಮಾಡಿ. ಜಯದ ನಂತರ ನಾವು ನಿಮ್ಮ ಮಗ ಮಲಯನನ್ನು ಮಗಧದ ಚಕ್ರವರ್ತಿಯಾಗಿ ಸ್ವೀಕರಿಸುತ್ತೇವೆ.

ಜೀವಧರ್ಮ - ನೀವು ಇದನ್ನು ಉತ್ತಮ ತಂತ್ರವೆಂದು ಭಾವಿಸಿದ್ದೀರಿ. ಹೀಗೆ ದುರಾಸೆಯಿಂದ ಇಡೀ ಪಂಚನಾಡು ನಮ್ಮೊಂದಿಗಿದ್ದು ನಮ್ಮ ಸೋಲು ಗೆಲುವಾಗಿ ಪರಿವರ್ತನೆಯಾಗುತ್ತದೆ. ನಾವು ರಾಕ್ಷಸ-ಪಹಾರಿ ರಾಜರು ಮತ್ತು

ಮಾಳವ-ರಾಜರೊಂದಿಗೆ ಒಪ್ಪಂದವನ್ನು ಮಾಡಿಕೊಳ್ಳಬೇಕು, ಆದ್ದರಿಂದ ವಿಜಯದ ನಂತರ, ಯಾವುದೇ ಪ್ರಬಲ ರಾಜನು ನಮ್ಮೊಂದಿಗೆ ಯುದ್ಧಕ್ಕೆ ಸಿದ್ಧನಾದರೆ ಅಥವಾ ಪಂಚನಾದದ ಉದ್ದೇಶದಲ್ಲಿ ಯಾವುದೇ ಭಾವನೆಗಳು ಉದ್ಭವಿಸಿದರೆ, ಆಗ ನಾವು ಸಂತೋಷಪಡುತ್ತೇವೆ. ಮಾಳವ್ ಮತ್ತು ಪಂಚನಾದ್ ರನ್ನು ಪರಸ್ಪರರ ವಿರುದ್ಧ ಎತ್ತಿಕಟ್ಟುವುದು. ಕೊಳಲು ನುಡಿಸಲು ಸಾಧ್ಯವಾಗುತ್ತದೆ.

ವಿರಾಧ-ಸತ್ಯವು ಹೇಳುತ್ತದೆ, ಸ್ವಾಮಿ!

ರಾಕ್ಷಸ - ಇಂದೇ ಮಹಾರಾಜ ಪುರುವಿನ ವೇಷದಲ್ಲಿ ನಿನ್ನ ದೂತನನ್ನು ಕಳುಹಿಸಿ! ವಿರಾಧನು ಜೀವಧರ್ಮದ ಕಡೆಗೆ ನೋಡಿ

ಹೇಳಿದನು - ಈ ಕೆಲಸವನ್ನು ನಿನಗಿಂತ ಹೆಚ್ಚು ಸಮರ್ಥವಾಗಿ ಯಾರೂ ಮಾಡಲಾರರು. ಇತರರು ಸಾಧ್ಯವಿಲ್ಲ.

ಜೀವಧರ್ಮ - ನಾನು ಈ ಕ್ಷಣವೇ ಹೊರಡಲು ಸಿದ್ಧನಿದ್ದೇನೆಹೀಗೆ ಹೇಳುತ್ತಾ ಜೀವಧರ್ಮನು ಹೆಜ್ಜೆ ಹಾಕಿದನು ಮತ್ತು ರಾಕ್ಷಸನು ಪೂರ್ಣ ಧ್ವನಿಯಿಂದ

ಹೇಳಿದನು - "ದೇವರ ಕಾಲಕ್ಷೇಪಗಳು ಬಹಳ ವಿಚಿತ್ರವಾಗಿವೆ! ಮನುಷ್ಯ ಒಂದನ್ನು ಯೋಚಿಸುತ್ತಾನೆ ಆದರೆ ಫಲಿತಾಂಶ ಬೇರೆಯಾಗಿರುತ್ತದೆ. ಸೃಷ್ಟಿಕರ್ತನಿಗೆ ಎಂತಹ ವ್ಯಂಗ್ಯವಿದೆಯೋ ಯಾರಿಗೆ ಗೊತ್ತು! ದೇವರು ಕಾಪಾಡುವವನನ್ನು ಮರಣವೂ ಕೊಲ್ಲಲಾರದು ನಿಜ. ಆದ್ದರಿಂದಲೇ ಚಂದ್ರಗುಪ್ತನನ್ನು ಕೊಲ್ಲುವ ಎಲ್ಲಾ ಸಂಚುಗಳು ವಿಫಲವಾಗುತ್ತಿವೆ. ಸುರಂಗದ ಮೂಲಕ ಚಂದ್ರಗುಪ್ತನ ಸಾವಿಗೆ ರೂಪಿಸಿದ ಸಂಚಿನಲ್ಲಿ, ಇದಕ್ಕೆ ವಿರುದ್ಧವಾಗಿ, ನಮ್ಮದೇ ಸಹಚರರು ಕೊಲ್ಲಲ್ಪಟ್ಟರು.

ವಿಷಪೂರಿತ ಆಹಾರ ಸೇವನೆಯ ಪರಿಣಾಮಗಳೂ ಪ್ರತಿಕೂಲವಾಗಿವೆ. ಇದಕ್ಕೆ ವಿರುದ್ಧವಾಗಿ, ನಮ್ಮ ಬುದ್ಧಿವಂತ ಅಡುಗೆಯವರು ಕೊಲ್ಲಲ್ಪಟ್ಟರು. ರಾತ್ರಿಯಲ್ಲಿ ದಾಳಿಗಾಗಿ ಮಾಡಿದ ರಹಸ್ಯ ಮಾರ್ಗವನ್ನು ಮರೆಮಾಡಲು ಸಾಧ್ಯವಾಗಲಿಲ್ಲ. ಚಾಣಕ್ಯನಿಗೆ ನಮ್ಮ ಅತ್ಯಂತ ರಹಸ್ಯ ರಹಸ್ಯವೂ ಹೇಗೆ ತಿಳಿಯುತ್ತದೆ ಎಂದು ತಿಳಿದಿಲ್ಲ. ನಮ್ಮ ಅಂತರಂಗದ ವಿಷಯವೂ ಗೊತ್ತಿದೆ ಎಂದು ಆ ಬ್ರಾಹ್ಮಣ ಯಾವ

ಭೂತ-ಜ್ಞಾನದಿಂದ ಸಾಬೀತುಪಡಿಸಿದ್ದಾನೋ ಗೊತ್ತಿಲ್ಲ. "'ಆದರೆ ಚಾಣಕ್ಯ ಎಷ್ಟೇ ಬುದ್ಧಿವಂತನಾಗಿದ್ದರೂ, ಅವನು ನನ್ನ ಗಾಯಗಳಿಂದ ತಪ್ಪಿಸಿಕೊಳ್ಳಲು ಸಾಧ್ಯವಿಲ್ಲ. ನಾನು ಅವನ ಸ್ನೇಹಿತರನ್ನು ತಾರತಮ್ಯದಿಂದ ಅವನ ಶತ್ರುಗಳನ್ನಾಗಿ ಮಾಡುತ್ತೇನೆ. ನಾನು ಯುದ್ಧ ನೀತಿಯನ್ನು ಶತ್ರುಗಳಂತೆ ಸೂಕ್ಷ್ಮವಾಗಿ ಬಳಸುತ್ತೇನೆ. ಧೂಳು ಕೂಡ ಪತ್ತೆಯಾಗುವುದಿಲ್ಲ. ಅದಕ್ಕಿಂತ ಹೆಚ್ಚಾಗಿ ಚಂದ್ರಗುಪ್ತ ಚಾಣಕ್ಯನಲ್ಲೂ ಕಾಳಗವನ್ನು ಹುಟ್ಟು ಹಾಕುತ್ತೇನೆ, ಶತ್ರುವನ್ನು ಯಾವುದೇ ರೀತಿಯಲ್ಲಿ ಸೋಲಿಸದಿದ್ದರೆ ನಾನೇ ನನ್ನ ಆಯುಧವನ್ನು ಎತ್ತಿಕೊಂಡು ಚಂದ್ರಗುಪ್ತನ ಮತ್ತು ಚಾಣಕ್ಯನ ತಲೆಗಳನ್ನು ಕತ್ತರಿಸುತ್ತೇನೆ.

ಉತ್ಸಾಹದಲ್ಲಿನಿಂತ - ಯಾರಾದರೂ ಇದ್ದಾರೆಯೇ? ನಮ್ಮ ವಧೆ ಆಯುಧವನ್ನು ತನ್ನಿ! ಇದನ್ನು ಕೇಳಿದ ಸೇವಕನು ಕಾಣಿಸಿಕೊಂಡು

ಹೇಳಿದನು - ಅವನು ಕುಸುಮಪುರದಲ್ಲಿ ಮಾತ್ರ ಉಳಿದನು.

ರಾಕ್ಷಸ - ಓಹ್! ಒಬ್ಬ ವ್ಯಕ್ತಿಯು ಉತ್ಸಾಹದಿಂದ ಎಷ್ಟು ಬೇಗನೆ ಓಡುತ್ತಾನೆ, ಆದರೆ ಚಂಡಮಾರುತದ ವೇಗದಲ್ಲಿ ದೊಡ್ಡ ಮರವು ಒಂದೇ ಏಟಿಗೆ ಬೀಳುವಂತೆಯೇ ಮನುಷ್ಯನ ಹಾರಾಟವೂ ಆಗುತ್ತದೆ. ಸಹ

ಬೀಳುತ್ತದೆ. ಸೇವಕ! ರಾಕ್ಷಸನು ನಿನ್ನನ್ನು ತಕ್ಷಣವೇ ಕರೆದಿದ್ದಾನೆಂದು ಭಾಗುರಾಯನಿಗೆ ತಿಳಿಸಿ. ಸೇವಕನು ಹೊರಟುಹೋದನು ಮತ್ತು ಭಗುರಾಯನು ಅವನನ್ನು ಸ್ವಾಗತಿಸಲು ಬಂದನು. ರಾಕ್ಷಸನು ಅವನನ್ನು ತನ್ನ ಬಳಿ ಕೂರಿಸಿಕೊಂಡು

ಹೇಳಿದನು - ನೀನು ಸುಂದರ ವಿಷ್ಕನ್ಯಾದೊಂದಿಗೆ ಕುಸುಮಪುರಕ್ಕೆ ಹೋಗಬೇಕು. ಈ ವಿಷ್ಕನ್ಯಾ ಹಾವಭಾವ, ಸಂಗೀತ ಮತ್ತು ನೃತ್ಯದಲ್ಲಿ ವಿಶಿಷ್ಟವಾಗಿದೆ. ಕೌಮುದಿ ಮಹೋತ್ಸವದ ಜೊತೆಗೆ ಮುಂಬರುವ ಹುಣ್ಣಿಮೆಯಂದು ಕುಸುಂಪುರದಲ್ಲಿ ಚಂದ್ರಗುಪ್ತನ ಪಟ್ಟಾಭಿಷೇಕದ ಸಂದರ್ಭದಲ್ಲಿ ಅದ್ದೂರಿ ಆಚರಣೆ ನಡೆಯಲಿದ್ದು, ರಾಜ್ಯ ಮತ್ತು ಸಂಬಂಧಿತರಾಜ ಸಂಸ್ಥಾನಗಳ ಪ್ರಮುಖ ನಾಗರಿಕರ ಪರವಾಗಿ ಚಕ್ರವರ್ತಿ ಚಂದ್ರಗುಪ್ತನಿಗೆ ಉಡುಗೊರೆಗಳನ್ನು ನೀಡಲಾಗುವುದು. ಅದೇ ಸಂದರ್ಭದಲ್ಲಿ, ಶ್ರೀಮಂತ ಪ್ರವಾಸಿಯಾಗಿ, ನೀವು ಅಲ್ಲಿ ಚಂದ್ರಗುಪ್ತನಿಗೆ ಈ ಅತ್ಯಂತ ಸುಂದರವಾದ ವಿಷ್ಕನ್ಯಾವನ್ನು ಅರ್ಪಿಸಬೇಕು. ನೀನು ಇನ್ನು ಮುಂದೆ ಕುಸುಂಪುರಕ್ಕೆ ಹೋಗಿ ನಿನ್ನ ಕೀರ್ತಿಯನ್ನು ಎಲ್ಲೆಲ್ಲಿಯೂ ಪ್ರಸಿದ್ಧನಾಗುವಂತೆ ಪಸರಿಸುತ್ತೀಯ. ಔತಣ ಇತ್ಯಾದಿಗಳನ್ನು ಏರ್ಪಡಿಸಿ ನಗರದ ಪ್ರಮುಖರ ಮೇಲೆ ಪ್ರಭಾವ ಬೀರಿ, ಅನುಕೂಲಕರ ಸಂದರ್ಭದಲ್ಲಿ, ರಾಜಸಭೆಯಲ್ಲಿ ವಿಷ್ಕನ್ಯಾ ಕಲೆಗಳನ್ನು ಗೌರವಯುತವಾಗಿ ಪ್ರದರ್ಶಿಸುವ ಮೂಲಕ ಚಂದ್ರಗುಪ್ತನ ಮರಣವನ್ನು ಚಂದ್ರಗುಪ್ತನಿಗೆ ಪ್ರಸ್ತುತಪಡಿಸಬಹುದು. ಭಾಗುರಾಯನು - ನೀನು ಹೇಳಿದಂತೆಯೇ ಆಗುತ್ತದೆ. ರಾಕ್ಷಸ- ಮತ್ತು ನೋಡು, ನಮ್ಮ ಹಿತೈಷಿ ಗೆಳೆಯ ಚಂದಂದಾಸ್ ಕುಸುಂಪುರದಲ್ಲಿ ವಾಸಿಸುತ್ತಾನೆ. ನೀನು ಮೊದಲು ಹೋಗಿ ಅವನ ಸ್ಥಳದಲ್ಲಿ ವಾಸಮಾಡು. ಅಲ್ಲಿ ನಿಮಗೆ ಬೇಕಾದಷ್ಟು ಹಣ ಸಿಗುತ್ತದೆ.

ಭಾಗುರಾಯನು – ಹಾಗಾದರೆ ಇವತ್ತೇ ಹೋಗಬೇಕೆ?

ರಾಕ್ಷಸ- ಇಂದು ಮಾತ್ರವಲ್ಲಭಾಗುರಾಯನು ಹೊರಡಲು ತನ್ನ ಪಾದಗಳನ್ನು ಮೇಲಕ್ಕೆತ್ತಿ, ವಿಷ್ಕನ್ಯಾವನ್ನು ತನ್ನೊಂದಿಗೆ ತೆಗೆದುಕೊಂಡು, ವಿರಾಧನು ಪ್ರವೇಶಿಸಿ

ಹೇಳಿದನು- "ನೀವು ಎಲ್ಲಿಗೆ ಹೋಗುತ್ತಿದ್ದೀರಿ, ಭಾಗುರಾಯನ್ ಜೀ!"

ಭಾಗುರಾಯನು - ಸ್ವಾಮಿಯ ಅಪ್ಪಣೆಯಂತೆ ಕುಸುಂಪುರಿಗೆ ಹೋಗುತ್ತಿದ್ದೇನೆ.

ವಿರಾಧ್- ಈಗ ನೀವು ಕಷ್ಟಪಡಬೇಕಾಗಿಲ್ಲ. ನಾನು ವಿಷ್ಕನ್ಯಾ ಜೊತೆ ಕುಸುಂಪುರಕ್ಕೆ ಹೋಗುತ್ತಿದ್ದೇನೆ. ಹೌದು, ನೀನು ಇಲ್ಲಿ ಸ್ವಾಮಿಯೊಂದಿಗೆ ಮಾತ್ರ ಇರು. ಪರಮ ಶ್ರದ್ಧಾ ಸ್ವಾಮಿ ರಾಕ್ಷಸನು ನಿನ್ನನ್ನು ಇಲ್ಲಿಯೇ ಇರಲು ಅನುವಾಗುವಂತೆ ತನ್ನ ಆದೇಶವನ್ನು ಬದಲಾಯಿಸಿದನು ಮತ್ತು ನನಗೆ ಕುಸುಂಪುರಕ್ಕೆ ಹೋಗಬೇಕೆಂದು ಆದೇಶಿಸಿದನು.

ಭಾಗುರಾಯನ್- ಇದು ತುಂಬಾ ಚೆನ್ನಾಗಿದೆ. ಬಾಲ ಬ್ರಹ್ಮಚಾರಿಯಾಗಿರುವ ನಾನು ಯುವತಿಯೊಂದಿಗೆ ಹೋಗುವುದು ಪಾಪವೆಂದು ಭಾವಿಸುತ್ತೇನೆ. ನಂತರ ವಿಷಕಾರಿ ಹುಡುಗಿಯೊಂದಿಗೆ ಹೋಗುವುದು ಸಾವಿನೊಂದಿಗೆ ಹೋಗುವುದು. ಈ ಭೀಕರ ಸಾವಿನಿಂದ ನೀನು ನನ್ನನ್ನು ರಕ್ಷಿಸಿದ್ದು ಒಳ್ಳೆಯದುಇದನ್ನು ನೇರವಾಗಿ ಹೇಳುತ್ತಾ ಭಗುರಾಯನು ಮನಸ್ಸಿನಲ್ಲಿಯೇ

ಯೋಚಿಸತೊಡಗಿದನು - "ವಿರಾದ್ ಬಹಳ ಕಷ್ಟದ ವ್ಯಕ್ತಿ. ಅವರು ನನ್ನನ್ನು ಅನುಮಾನಿಸಲು ಪ್ರಾರಂಭಿಸಿದ್ದಾರೆ ಎಂದು ತೋರುತ್ತದೆ. ಈಗ ಬಹಳ ವಿಚಿತ್ರವಾದ ಪರಿಸ್ಥಿತಿ ಉದ್ಭವಿಸಿದೆ. ಚಂದ್ರಗುಪ್ತನ ಮರಣವಾಗಿ ವಿಷ್ಕನ್ಯಾ ಕುಸುಮಪುರಕ್ಕೆ ಹೋಗುತ್ತಾಳೆ. ಅದು ಚಂದ್ರಗುಪ್ತನಿಗೆ ತಗುಲಿದರೆ ಸಾಯುವುದು ಖಂಡಿತ. ನಾನೀಗ ಏನು ಮಾಡಲಿ ಮೂವತ್ತೆರಡು ಹಲ್ಲಿನ ನಾಲಿಗೆಯಂತೆ ಬಂದಿ. ಒಂದು ವೇಳೆ ನಾನು ಈ ಸುದ್ದಿಯನ್ನು ಗುರುದೇವನಿಗೆ ಹೇಗೆ ಕಳುಹಿಸಬೇಕು?" ಭಾಗುರಾಯನು ಆಲೋಚನೆಯಲ್ಲಿ ಮುಳುಗಿದ್ದನು ಮತ್ತು ವಿರಾಧನು ವಿಷ್ಕನ್ಯಾದೊಂದಿಗೆ ಕುಸುಂಪುರಿಗೆ ದಾರಿ ಮಾಡಿದನು.

ದುಬಾರಿ ವೇಷಭೂಷಣಗಳು ಮತ್ತು ವಿಶಿಷ್ಟ ಚಿಕ್, ಕೈಚಳಕ ಮತ್ತು ರೂಪದೊಂದಿಗೆ ಕುಸುಂಪುರ್‌ನಲ್ಲಿ ತಮ್ಮ ಸ್ಥಾನವನ್ನು ಸ್ಥಾಪಿಸಿದ್ದಾರೆ. ಕೆಲವೇ ದಿನಗಳಲ್ಲಿ ವಿರಾದ್ ಸೋಮದೇವ್ ಎಂಬ ಹೆಸರಿನಿಂದ

ಪ್ರಸಿದ್ಧನಾದನು ಮತ್ತು ಅವನ ಭಯವನ್ನು ಸುತ್ತಲೂ ಸಂಗ್ರಹಿಸಿದನು. ಈಗ ಪ್ರತಿ ಹಬ್ಬಕ್ಕೂ ಆಮಂತ್ರಣ ಬರತೊಡಗಿತು. ಅವರನ್ನು ನಗರದ ದೊಡ್ಡ ಸೇಠ್‌ಗಳು ಗೌರವಿಸಲು ಪ್ರಾರಂಭಿಸಿದರು. ಚಂದಂದಾಸ್ ಅವರಂತಹ ನಾಗರ್ ಸೇಠ್ ಅವರೇ ಅವರನ್ನು ಪರಿಚಯಿಸಿ

ಹೊಗಳುತ್ತಿದ್ದರು- 'ನೀವು ನಮ್ಮ ಕಾಶ್ಮೀರದ ಗೆಳೆಯರು. ನೀವು ಇಡೀ ಜಗತ್ತಿಗೆ ಭೇಟಿ ನೀಡಿದ್ದೀರಿ ನೀವು ಕಲೆ ಮತ್ತು ಸೌಂದರ್ಯದ ಕಾನಸರ್. ನೀವು ಅದ್ಭುತ ಉದ್ಯಮಿ. ಒಂದರ ನಂತರ ಒಂದು ವಜ್ರ ನಿಮ್ಮ ಕೈಗೆ ಬರುತ್ತದೆ. ನೀನು ರತ್ನಗಳ ಉಗ್ರಾಣಸೋಮದೇವ್‌ನ ಸ್ತುತಿಗೀತೆಗಳು ಎಲ್ಲೆಡೆ ಮೊಳಗಲಾರಂಭಿಸಿದವು. ಸೋಮದೇವ್ ಎಲ್ಲಿಗಾದರೂ ಹೋಗುವಾಗ ಅಲಂಕೃತವಾದ ಕುದುರೆ ಗಾಡಿಯಲ್ಲಿ ಸವಾರಿ ಮಾಡುತ್ತಿದ್ದರು, ಇಬ್ಬರು ಅಥವಾ ನಾಲ್ಕು ಸವಾರರು ಅವರೊಂದಿಗೆ ಹೋಗುತ್ತಿದ್ದರು.

ಈ ವಿಶಿಷ್ಟ ವೈಭವದಲ್ಲಿ, ಕೊನೆಗೆ ಆಚರಣೆಯ ದಿನವೂ ಬಂದಿತು, ದಿನ ದೂರದೂರುಗಳಿಂದ ಬಂದಿದ್ದ ಪ್ರಜೆಗಳೂ ರಾಜರೂ ಕಾತರದಿಂದ ಕಾಯುತ್ತಿದ್ದರು. ಇದು ಚಂದ್ರಗುಪ್ತನ ಮೆರವಣಿಗೆ ನಡೆಯುವ ದಿನ; ಮತ್ತು ಇಂದು ಕೌಮುದಿ ಮಹೋತ್ಸವ! ಬೆಳದಿಂಗಳ ಬೆಳಕಲ್ಲಿ ಅರಳಿದ ಬಿಳಿ ಮಲ್ಲಿಗೆಯ ಹೂಗಳ ಸುಗಂಧದಿಂದ ಇಡೀ ಕುಸುಂಪು ಕಂಗೊಳಿಸುತ್ತಿದೆ. ಬೆಳದಿಂಗಳ ಬೆಳದಿಂಗಳ ಬೆಳದಿಂಗಳು ಬೆರೆತು ಮರಗಿಡಗಳಲ್ಲಿ ಇಣುಕಿ ನೋಡಿದಾಗ ಬಿಳಿಯ ಕನ್ನಡಿಗಳಿಂದ ಹೊಮ್ಮುವ ಬಿಳಿಯ ಬೆಳಕು ಹಸಿರು ಎಲೆಗಳಲ್ಲಿ ಅಸಂಖ್ಯಾತ ದೀಪಗಳು ಬೆಳಗುತ್ತಿರುವಂತೆ ತೋರುತ್ತಿದೆ. ನಾಗರಿಕರು ಇಂದು ಹೊಸ ಬಟ್ಟೆ ಧರಿಸುತ್ತಿದ್ದಾರೆ.

ಸುಗಂಧವು ಚಿನ್ನದ ಆಭರಣಗಳು ಮತ್ತು ಸುಗಂಧ ದ್ರವ್ಯಗಳಿಂದ ಹೊರಹೊಮ್ಮುತ್ತದೆ. ನಾಗರಿಕರು ಇಂದು ವಿಶಿಷ್ಟವಾದ ಮೇಕ್‌ಅಪ್ ಧರಿಸಿದ್ದಾರೆ. ವಜ್ರಗಳು ಮತ್ತು ಆಭರಣಗಳಲ್ಲಿ ಹೊಳೆಯುವ, ಸಿಹಿ ನಗು ಹೊಂದಿರುವ ಯುವತಿಯರು ಅಸಂಖ್ಯಾತ ಚಂದ್ರರು ಭೂಮಿಯ ಮೇಲೆ ಇಳಿದಂತೆ ಆಕರ್ಷಕವಾಗಿ ಕಾಣುತ್ತಾರೆ. ದೇವರುಗಳು ಇಂದು ಗೊಂದಲದಲ್ಲಿದ್ದಾರೆ.

ಆಕಾಶವು ಆಕಾಶದಲ್ಲಿದೆಯೋ ಅಥವಾ ಭೂಮಿಯ ಮೇಲಿದೆಯೋ, ಚಂದ್ರ ಮತ್ತು ನಕ್ಷತ್ರಗಳು ಆಕಾಶದಲ್ಲಿ ಹೊರಬರುತ್ತವೋ ಅಥವಾ ಭೂಮಿಯ ಮೇಲೆ ವಾಸಿಸುತ್ತವೋ ಎಂದು ಅವರು ಮತ್ತೆ ಮತ್ತೆ ಗೊಂದಲಕ್ಕೊಳಗಾಗುತ್ತಾರೆಈ ಅದ್ಭುತ ಸೌಂದರ್ಯಕ್ಕೆ ಪುಳಕಿತರಾಗಿ ದೂರದೂರುಗಳಿಂದ ಆಗಮಿಸಿದ್ದ ಪ್ರಜೆಗಳು, ಪ್ರೇಕ್ಷಕರು ಇಂದು ಇಂದ್ರನ ಭೇಟಿಗಿಂತಲೂ ಅದ್ವಿತೀಯವಾಗಿರುವ ಉತ್ಸವ ಮಂಟಪದಲ್ಲಿ ಪಾಲ್ಗೊಂಡರು. ನಕ್ಷತ್ರಗಳು ಮತ್ತು ಚಿನ್ನದ ನಕ್ಷತ್ರಗಳಿಂದ ತುಂಬಿದ ದೊಡ್ಡ ಮೇಲಾವರಣಗಳು, ಸುತ್ತಲೂ ಮಿನುಗುವ ದೀಪಸ್ತಂಭಗಳು, ದೂರದ ಕಲಾವಿದರು ಮಾಡಿದ ಬೃಹತ್ ದ್ವಾರಗಳು, ಪ್ರೇಕ್ಷಕರು ಮತ್ತು ಅಧಿಕಾರಿಗಳಿಗೆ ಪ್ರತ್ಯೇಕ ಗೌರವ ಆಸನಗಳು, ದೂರದವರೆಗೆ ಭಾರತ ದೇಶಗಳಿಂದ ತಂದ ರತ್ನಗಂಬಳಿಗಳ ಹೆಮ್ಮೆಯ ಭವ್ಯವಾದ ವೇದಿಕೆ ಮತ್ತು ವರ್ಣನಾತೀತ ವಿಷಯಗಳು ವಿಧ್ಯುಕ್ತ ಮಂಟಪದ ಸೌಂದರ್ಯವನ್ನು ಹೆಚ್ಚಿಸುತ್ತಿದ್ದವು. ಸಭಿಕರು ಮತ್ತು ಎಲ್ಲಾ ಆಹ್ವಾನಿತ ಗಣ್ಯರು ತಮ್ಮ ತಮ್ಮ ಸ್ಥಳಗಳಲ್ಲಿ ಕುಳಿತರು. ಅಧಿವೇಶನ ಶುರುವಾಗಲು ಇನ್ನೂ ಸ್ವಲ್ಪ ಸಮಯವಿದೆ. ಎಲ್ಲರ ಕಣ್ಣುಗಳು ಚಾಣಕ್ಯ ಮತ್ತು ಚಂದ್ರಗುಪ್ತನಿಗಾಗಿ ಕಾಯುತ್ತಿವೆ.

ಹಿಂದಿನ ಬಾಗಿಲಿನ ಕಡೆಗೆ ವಿಶ್ರಾಂತಿ. ಕೆಲವು ಕ್ಷಣಗಳ ನಂತರ, ಹರ್ಷೋದ್ಗಾರಗಳು ಪ್ರತಿಧ್ವನಿಸಿದವು. ಚಂದ್ರಗುಪ್ತನು ಸರಳವಾದ ಬಟ್ಟೆ ಮತ್ತು ಜನೆಯುಧಾರಿ ಆಚಾರ್ಯ ಚಾಣಕ್ಯನೊಂದಿಗೆ ಬಂದನು! ಪುರುಷರು, ಮಹಿಳೆಯರು ಮತ್ತು ಸಂದರ್ಶಕರು ಚಾಣಕ್ಯ ಮತ್ತು ಚಂದ್ರಗುಪ್ತರನ್ನು ಪುಷ್ಪವೃಷ್ಟಿಯೊಂದಿಗೆ ಸ್ವಾಗತಿಸಿದರು. ಚಾಣಕ್ಯನು ಒಮ್ಮೆ ಸೂಕ್ಷ್ಮದೃಷ್ಟಿಯಿಂದ ಸುತ್ತಲೂ ನೋಡಿ ಚಂದ್ರಗುಪ್ತನ ಮಟ್ಟದಲ್ಲಿ ಹರಡಿದ ಕಂಬದ ಮೇಲೆ ಗಂಭೀರವಾಗಿ ಕುಳಿತನುಆಚಾರ್ಯರು ಕುಳಿತ ನಂತರ ಚಂದ್ರಗುಪ್ತರು ಕುಳಿತರು. ಅವನು ಕುಳಿತ ತಕ್ಷಣ, ಮಿಲಿಟರಿ ಸಂಗೀತ ನುಡಿಸುವುದನ್ನು ನಿಲ್ಲಿಸಿತು. ಮತ್ತು ವೀಣೆಯಲ್ಲಿ ಮಂಗಳಗೀತೆ ಪ್ರಾರಂಭವಾಯಿತು. ಹಾಡಿನ ಟ್ಯೂನ್ ಪ್ರಕೃತಿಯ ಜೊತೆಗೆ ಇತ್ತು ಬೇರುಗಳು ಕೂಡ ಅಲುಗಾಡಲಾರಂಭಿಸಿದವು. ಬಳಿಕ ಎಲ್ಲರೂ ಧ್ವಜವಂದನೆ ಸಲ್ಲಿಸಿ ರಾಷ್ಟ್ರಗೀತೆ ಹಾಡಿದರು. ಆಚಾರ್ಯ ಚಾಣಕ್ಯರು ರಾಷ್ಟ್ರಗೀತೆ ಮುಗಿದ ಕೂಡಲೇ ಮಂತ್ರಘೋಷಗಳ ಮಧ್ಯೆ ಎದ್ದು ವಿನಯದಿಂದ

ಹೇಳಿದರು – ಬೇರೆ ರಾಜ್ಯಗಳಿಂದ ಬಂದಿರುವ ಸಂದರ್ಶಕರು, ಸಂದರ್ಶಕರು ಮತ್ತು ಗಣ್ಯರು! ಇಂದಿನ ಮಹತ್ವದ ದಿನವು ಇತಿಹಾಸದಲ್ಲಿ ಎಂದೆಂದಿಗೂ ಅಜರಾಮರವಾಗಿ ಉಳಿಯುತ್ತದೆ, ಏಕೆಂದರೆ ಇಂದು ನೀವು ಅಂತಹ ಭರವಸೆಯ ನಾಯಕನ ಕೈಯಲ್ಲಿ ದೇಶದ ಆಡಳಿತವನ್ನು ಹಸ್ತಾಂತರಿಸಿದ್ದೀರಿ, ಅವರು ಅದ್ಭುತ ದೇಶದ ಹೆಮ್ಮೆಯ ಯುವಕರಾಗಿದ್ದಾರೆ. ಚಂದ್ರಗುಪ್ತ ಭಾರತಕ್ಕೆ ಅನನ್ಯ ಚಕ್ರವರ್ತಿ ಎಂದು ಸಾಬೀತುಪಡಿಸುತ್ತಾನೆ ಎಂದು ನನಗೆ ಖಾತ್ರಿಯಿದೆ. ಅವನ ರಾಜ್ಯದಲ್ಲಿ ಭೌತಿಕ, ದೈವಿಕ ಮತ್ತು ಭೌತಿಕ ಶಾಖ ಇರುವುದಿಲ್ಲ. ನಾವು ಮನುಷ್ಯರು, ಮಾನವೀಯತೆಯೇ ನಮ್ಮ ಧರ್ಮ. ನಾವು ಪ್ರತಿ ದೇಶವನ್ನು ಮಾನವೀಯತೆಯಿಂದ ನಡೆಸಿಕೊಳ್ಳುತ್ತೇವೆ. ಆದರೆ ಯಾವುದೇ ದೇಶವು ನಮ್ಮೊಂದಿಗೆ ಅನುಚಿತವಾಗಿ ವರ್ತಿಸಿದರೆ, ನಮ್ಮ ಪಂಜಗಳು ಸಿಂಹದ ಪಂಜಗಳು. ಈಗನಿಮ್ಮ ಮುಂದೆ ನಮ್ಮ ನೆರೆಯ ರಾಜ ಪರ್ವತಕ್ ದೇಶದ ಹಿತದೃಷ್ಟಿಯಿಂದ ಏನಾದರೂ ಹೇಳುತ್ತಾನೆ. ಚಾಣಕ್ಯನು ಕಾರ್ತಾಳದ ಸದ್ದಿನ ನಡುವೆ ಕುಳಿತು ಪರ್ವತಕನು ಎದ್ದನು. ಎದ್ದ ತಕ್ಷಣ

ಹೇಳಿದ – "ನಮ್ಮೆದುರು ನಿಲ್ಲುವ ಶಕ್ತಿ ಯಾರಿಗಿದೆ! ನಮ್ಮ ತೋಳುಗಳ ಶಕ್ತಿಯು ಮಹಾನಂದನಂತಹ ಪರಾಕ್ರಮಿ ಆದರೆ ಪಾಪಿ ರಾಜನನ್ನು ಸೋಲಿಸಿದೆ. ನಿಸ್ಸಂದೇಹವಾಗಿ, ಆಚಾರ್ಯ ಚಾಣಕ್ಯ ಮತ್ತು ಚಂದ್ರಗುಪ್ತ ಬುದ್ಧಿವಂತ ಮತ್ತು ಧೈರ್ಯಶಾಲಿ. ಅರ್ಧ ರಾಜ್ಯ ಕೊಟ್ಟು ನಮ್ಮೊಂದಿಗೆ ಒಡಂಬಡಿಕೆ ಮಾಡಿಕೊಂಡು ದೊಡ್ಡ ರಾಜ್ಯ ಸ್ಥಾಪಿಸಿದ್ದಾರೆ. ಇಂದು ಎಲ್ಲಾ ಸಣ್ಣ ರಾಜ್ಯಗಳು ಒಂದೇ ಧ್ವಜದ ಅಡಿಯಲ್ಲಿ ಬಂದಿವೆ. ಈಗ ಮಗಧದ ಆಚೆಗಿನ ಪ್ರದೇಶಗಳು ಚಂದ್ರಗುಪ್ತನ ಆಳ್ವಿಕೆಯಲ್ಲಿ ಉಳಿಯುತ್ತವೆ ಮತ್ತು ನಾವು ಮಗಧದ ಆಚೆಗಿನ ಪ್ರದೇಶಗಳನ್ನು ಆಳುತ್ತೇವೆ.

ಈ ರೀತಿಯಾಗಿ ಭಾರತವು ಎರಡು ದೊಡ್ಡ ಭಾಗಗಳಲ್ಲಿ ಉಳಿಯುತ್ತದೆ ಮತ್ತು ನಮ್ಮ ಗೆಲುವು ಶಾಶ್ವತವಾಗಿರುತ್ತದೆ. ಹೆಮ್ಮೆಯಿಂದ ಎದೆಯುಬ್ಬಿಸಿ ಪರ್ವತಕ್ ಹೆಮ್ಮೆಯ ವಾಕ್ಯಗಳ ಸುರಿಮಳೆ ಮಾಡುತ್ತಿದ್ದನು ಮತ್ತು ಚಾಣಕ್ಯನು ತನ್ನ ಮನಸ್ಸಿನಲ್ಲಿ ಆಳವಾಗಿ ಯೋಚಿಸುತ್ತಿದ್ದನು. ರಾಜನು ತನ್ನ ಭಾಷಣವನ್ನು ಮುಗಿಸಿದಾಗ ಹರ್ಷಚಿತ್ತದಿಂದ ಇದಾದ ನಂತರ ಚಂದ್ರಗುಪ್ತನಿಗೆ ಕಾಣಿಕೆಗಳನ್ನು ಅರ್ಪಿಸುವ ಕಾರ್ಯಕ್ರಮ ಆರಂಭವಾಯಿತುಅವರವರ ನಂಬಿಕೆ ಮತ್ತು ಶಕ್ತಿಗೆ ಅನುಗುಣವಾಗಿ ಉಡುಗೊರೆಗಳನ್ನು ನೀಡಲಾಯಿತು. ನೈವೇದ್ಯ ಸ್ಥಳವು ವಜ್ರ, ಮುತ್ತು ಮತ್ತು ರತ್ನದ ಆಭರಣಗಳು, ಆನೆಗಳು, ಕುದುರೆಗಳು, ಹಸುಗಳು ಮುಂತಾದ ವಿವಿಧ ವಸ್ತುಗಳಿಂದ ತುಂಬಿತ್ತು.

ಪ್ರತಿಯೊಬ್ಬರೂ ತಮ್ಮ ಉಡುಗೊರೆಗಳನ್ನು ನೀಡುತ್ತಿದ್ದರು ಮತ್ತು ಉಡುಗೊರೆ ಅಧಿಕಾರಿಗಳು ನೀಡಿದವರ ಹೆಸರನ್ನು ಘೋಷಿಸುವ ಮೂಲಕ ಉಡುಗೊರೆಗಳನ್ನು ಸ್ವೀಕರಿಸುತ್ತಿದ್ದರು.

ಆದರೆ ಉಡುಗೊರೆ ನೀಡಿದ ಸೋಮದೇವ್ ಹೆಸರನ್ನು ಉಚ್ಚರಿಸಿದಾಗ ಮತ್ತು ಅವರ ಉಡುಗೊರೆಯನ್ನು ಬಹಿರಂಗಪಡಿಸಿದಾಗ, ಇಡೀ ಸಭೆ ದಂಗಾಯಿತು. ವಿಶ್ವಮೋಹಿನಿ ರೂಪದ ವಿಷ್ಕನ್ಯಾವನ್ನು ಕಂಡೊಡನೆಯೇ ಎಲ್ಲರ ಕಣ್ಣುಗಳು ಚಲನರಹಿತವಾದವು.

ವೆಲ್ವೆಟ್ ಡೋಲಿಯಿಂದ ಮಿನುಗುವ ಚಪ್ಪಲ ಹೊರಬಂದ ತಕ್ಷಣ ಎಲ್ಲರೂ ಅವಳತ್ತ ನೋಡತೊಡಗಿದರು. ಸಮಾರಂಭದಲ್ಲಿ, ಸುಂದರ ಮಹಿಳೆ ಮೋಡಗಳಲ್ಲಿ ಮಿಂಚು ಮಿಂಚುತ್ತಿರುವಂತೆ ತೋರುತ್ತಿದ್ದರುಇಡೀ ಉಪಸ್ಥಿತಿಯು ಬೆರಗುಗೊಂಡಿತು, ಅವಳ ಸೌಂದರ್ಯದ ಪವಾಡವು ಎಲ್ಲರಿಗೂ ಮಂತ್ರವನ್ನು ಉಂಟುಮಾಡಿದೆ ಎಂದು ತೋರುತ್ತದೆ. ಆದರೆ ಚಾಣಕ್ಯನು ಬೆರಗಾಗಲಿಲ್ಲ. ಆ ಅದ್ಭುತವಾದ ನೆರಳಿನ ಪವಾಡದಲ್ಲಿ ನಸುನಗುತ್ತಾ ಕುಳಿತಲ್ಲಿಂದ ಎದ್ದು ತಕ್ಷಣ ಗಂಭೀರವಾಗಿ

ಹೇಳಿದನು - "ನಮಗೆ ಉಡುಗೊರೆ ಕೊಡುವವನು ಮುಂದೆ ಬೇಕು." ಸೋಮದೇವ್ ಉತ್ತರಿಸಿದರು. ಚಾಣಕ್ಯ ಅವನನ್ನು ನೋಡಿದ ತಕ್ಷಣ, ಅವನು ಸ್ವಲ್ಪ ಮುಗುಳ್ನಕ್ಕು ನಗುತ್ತಾನೆ. ಹೇಳಿದರು- ಮೇನಕಾ ಮತ್ತು ರತಿಗಿಂತ ಸುಂದರಿ ಯಾರು?

ಸೋಮದೇವ್ - ಇದು ಸಿಂಧೂದಾದ್ಯಂತ ನೃತ್ಯ ಮಾಡುವ ಹುಡುಗಿ. ಅದರ ನೃತ್ಯದ ಮೇಲೆ ಎಲೆ ತೂಗಾಡುತ್ತದೆ ಎದ್ದೇಳುತ್ತಿದೆ. ಅದು ಹಾಡಿದಾಗ, ಪ್ರತಿಕೂಲ ಹವಾಮಾನದಲ್ಲೂ ಹೂವುಗಳು ಅರಳುತ್ತವೆ,

ಅದು ನಗುವಾಗ ಆದ್ದರಿಂದ ಚಂದ್ರನ ಬೆಳಕು ದೂರದವರೆಗೆ ಹರಡುತ್ತದೆ, ಅದು ಸಾಗುವ ಮಾರ್ಗವು ರೇಷ್ಮೆಯಾಗಿರುತ್ತದೆ. ಇದನ್ನು ಕೇಳುತ್ತಾ ಚಾಣಕ್ಯನು ಜೋರಾಗಿ ನಕ್ಕನು ಮತ್ತು ನಗುತ್ತಾ

ಹೇಳಿದನು - ಕವಿಗಳ ಭಾಷೆಯನ್ನೂ ಮೀರಿಸುವ ನಿನ್ನ ವಾಕ್ಚಾತುರ್ಯ ನನ್ನನ್ನು ಆಕರ್ಷಿಸಿತು. ಈಗ ಹೇಳು ನೀವು ಅದನ್ನು ಹೇಗೆ ಪಡೆದುಕೊಂಡಿದ್ದೀರಿಸೋಮದೇವ್ ಸ್ವಲ್ಪ ಮುಜುಗರಕ್ಕೊಳಗಾದರು ಆದರೆ ತಕ್ಷಣ ತನ್ನ ಸ್ಮಿಮಿತವನ್ನು ಮರಳಿ ಪಡೆದರು ಮತ್ತು

ಹೇಳಿದರು - ಹೌದು, ನಾನು ಅಸಂಖ್ಯಾತ ರತ್ನಗಳಿಗೆ ಬದಲಾಗಿ ಅದರ ತಾಯಿಯಿಂದ ಖರೀದಿಸಿದೆ. ಚಕ್ರವರ್ತಿ ಚಂದ್ರಗುಪ್ತನಿಗೆ ಲಕ್ಷಾಂತರ ರತ್ನಗಳಿಗಿಂತ ಈ ಉಡುಗೊರೆಯನ್ನು ನಾನು ಹೆಚ್ಚು ಅಮೂಲ್ಯವೆಂದು ಪರಿಗಣಿಸಿದೆ.

ಚಾಣಕ್ಯ- ನಿಮ್ಮ ಭೇಟಿಯಿಂದ ನಮಗೆ ಸಂತಸವಾಯಿತು. ಆದರೆ ನೀವು ಖರೀದಿಸುವಾಗ ಅದರ ನ್ಯೂನತೆಗಳ ಬಗ್ಗೆ ಅದರ ತಾಯಿಯನ್ನು ಕೇಳಿದ್ದೀರಾ?

ಸೋಮದೇವ್- ಅಂತಹ ಆಕರ್ಷಕ ನಿಧಿಯಲ್ಲಿ ಎಂತಹ ನ್ಯೂನತೆಗಳನ್ನು ಊಹಿಸಬಹುದು, ಆಚಾರ್ಯ!

ಚಾಣಕ್ಯ - ಒಬ್ಬ ಬುದ್ಧಿವಂತ ಖರೀದಿದಾರನು ಇದನ್ನು ನಿಜವೆಂದು ಏಕೆ ಊಹಿಸಲಿಲ್ಲ ಎಂದು ಆಶ್ಚರ್ಯ ಪಡುತ್ತಾನೆ! ರತ್ನ ಸರ್ಪದಲ್ಲಿ ವಿಷವೂ ಇದೆ. ಮಹಿಳೆ ಎಷ್ಟೇ ಸುಂದರವಾಗಿದ್ದರೂ, ಅವಳ ಕೆಲವು ಅಥವಾ ಇತರ ಭಾಗಗಳಲ್ಲಿ, ಗಂಟಲು ಕೂಡ ಕರಗುತ್ತದೆಚಾಣಕ್ಯನ ಭಾಷೆಯನ್ನು ಕೇಳುತ್ತಿರುವಾಗ ಸೋಮದೇವ್‌ನ ಮುಖದ ಗೆರೆಗಳು ಬದಲಾಗತೊಡಗಿದವು ಆದರೆ ಚಾಣಕ್ಯನ ಮುಖದ ಒಂದು ಗೆರೆಯೂ ಬದಲಾಗಲಿಲ್ಲ; ಬದಲಿಗೆ, ಅವರು ತಮ್ಮ ಮುಖದ ಗೆರೆಗಳನ್ನು ಬದಲಾಯಿಸಿದರು ಮತ್ತು

ಹೇಳಿದರು - "ವಾಸ್ತವವಾಗಿ, ನಿಮ್ಮ ಈ ಉಡುಗೊರೆ ಇಂದು ಪಡೆದ ಎಲ್ಲಾ ಉಡುಗೊರೆಗಳಿಗಿಂತ ಹೆಚ್ಚು ಸುಂದರವಾಗಿದೆ. ನಾವು ಅದನ್ನು ಸಂತೋಷದಿಂದ ಸ್ವೀಕರಿಸುತ್ತೇವೆ. , "ಅಲ್ಲದೆ, ಬಂದ ಉಡುಗೊರೆಗಳಲ್ಲಿ, ಅವನು ತನ್ನ ಮಿತ್ರ ರಾಜ ಪರ್ವತಕನಿಗೆ ಅಮೂಲ್ಯ ಉಡುಗೊರೆಗಳನ್ನು ಅರ್ಪಿಸಿದನು. ನಮ್ಮ ಸ್ನೇಹಿತ ರಾಜ ಪರ್ವತಕ! ಸಿಂಧೂ ನದಿಯಾದ್ಯಂತ ಇರುವ ಈ ಅದ್ಭುತ ಸೌಂದರ್ಯವನ್ನು ನಾವು ನಿಮಗೆ ಉಡುಗೊರೆಯಾಗಿ ನೀಡುತ್ತೇವೆ. ಚಾಣಕ್ಯನ ಬಾಯಿಂದ ಕೊನೆಯ ವಾಕ್ಯವನ್ನು ಕೇಳಿದ ಕೂಡಲೇ ಚಂದ್ರಗುಪ್ತನ ಮುಖದಲ್ಲಿ ದುಃಖ ತುಂಬಿತ್ತು. ಆದರೆ ಚಾಣಕ್ಯನ ಬೃಹತ್ ಕಣ್ಣುಗಳನ್ನು ನೋಡಿದ ತಕ್ಷಣ, ಅವನು ಹದ್ದನ್ನು ನೋಡಿದ ಲಾರ್ಕ್ ಮರೆಮಾಚುವಂತೆ ಕುಗ್ಗಿದನು. ಇನ್ನೊಂದೆಡೆ, ಪರ್ವತಕ ರಾಜನು ಹೆಮ್ಮೆಯಿಂದ ಎದೆಯನ್ನು ಮೇಲಕ್ಕೆತ್ತಿ ಸಂತೋಷದಿಂದ

ಹೇಳಿದನು - ವಾಸ್ತವವಾಗಿ, ನಮ್ಮ ಅರಮನೆಯಲ್ಲಿ ಅಂತಹ ಸುಂದರ ನರ್ತಕಿಯ ಕೊರತೆ ಇತ್ತು. ಆಚಾರ್ಯ ಚಾಣಕ್ಯರಿಂದ ಈ ಉಡುಗೊರೆಯನ್ನು ಸ್ವೀಕರಿಸಲು ನಮಗೆ ತುಂಬಾ ಸಂತೋಷವಾಗಿದೆ.

ಚಾಣಕ್ಯ- ನೀನು ಯಾವಾಗಲೂ ಪ್ರವರ್ಧಮಾನಕ್ಕೆ ಬರಬೇಕೆಂದು ನಾವು ಬಯಸುತ್ತೇವೆ. ಅಧಿಕಾರಿಗಳನ್ನು ನೋಡಿದರೆ, ವ್ಯಾಪಾರಿ ಸೋಮದೇವ್ ಅವರ ಈ ವಿಶಿಷ್ಟ ಚಿತ್ರವನ್ನು ಉಡುಗೊರೆಯಾಗಿ ನೀಡಿದರು ವಿದೇಶಿ ವಸ್ತುಗಳಿಗೆ ಸಂಬಂಧಿಸಿದಂತೆ ಕೆಲವು ವಿಷಯಗಳನ್ನು ಹೇಳಬೇಕು, ಆದ್ದರಿಂದ ಅವರು ಎರಡು ದಿನಗಳವರೆಗೆ ನಮ್ಮ ಅತಿಥಿಗಳು. ಉಳಿಯುತ್ತದೆ. ಅವುಗಳನ್ನು ಅರಮನೆಯಲ್ಲಿ ಇಡಬೇಕು.

ಸೋಮದೇವ್ - ನಿಮ್ಮ ಗೌರವಕ್ಕೆ ನಾನು ಕೃತಜ್ಞನಾಗಿದ್ದೇನೆ, ಆದರೆ ನಾನು ನಿಮಗೆ ತುಂಬಾ ತೊಂದರೆ ನೀಡುವುದು ಅಸಭ್ಯವಾಗಿದೆ. ನಿಮ್ಮ ಅನುಮತಿಯ ಸಮಯದಲ್ಲಿ. ನಾನು ಬರ್ತೀನಿ. ಚಾಣಕ್ಯ- ನಿನ್ನಂತಹ ಭೂವೀಕ್ಷಕನನ್ನು ಅತಿಥಿಯಾಗಿ ಇಟ್ಟುಕೊಂಡು ನಾವು ಧನ್ಯರಾಗುತ್ತೇವೆ. ನಾಳೆಯವರೆಗೆ ನೀವು ನಮ್ಮ ಅತಿಥಿಯಾಗಿರುತ್ತೀರಿಹೀಗೆ ಹೇಳುತ್ತಾ ಸಭೆಯನ್ನು ಮುಳುಗಿಸಿದ ನಂತರ ಚಾಣಕ್ಯನು ಚಂದ್ರಗುಪ್ತನನ್ನು ಕರೆದುಕೊಂಡು ಅಧಿಕಾರಿಗಳ ಬಳಿಗೆ ಹೋದನು. ಸೋಮದೇವ್ ರ ರಕ್ಷಣೆಯಲ್ಲಿ ಅರಮನೆಯಲ್ಲಿ ಇರಿಸಲಾಗಿತ್ತು. ಇತ್ತ, ಸೋಮದೇವ ಚಿಂತಾಕ್ರಾಂತನಾಗಿ, ಚಂದ್ರಗುಪ್ತನು ಪಶ್ಚಾತ್ತಾಪ ಪಡುತ್ತಿದ್ದನು ಮತ್ತು ಇನ್ನೊಂದು ಕಡೆ ಪರ್ವತಕನ ಅರಮನೆಯಲ್ಲಿ ಬಣ್ಣಗಳು ಬರುತ್ತಿದ್ದವು. ವಿಶ್ವಮೋಹಿನಿಯ ನೃತ್ಯದ ಪ್ರತಿ

ಹೆಜ್ಜೆಯಲ್ಲೂ ರಾಜನ ತಂತಿಗಳು ಜುಮ್ಮೆನಿಸಿದವು. ಅದೇ ರೀತಿಯಲ್ಲಿ, ನೃತ್ಯ ಮಾಡುವಾಗ, ರಾತ್ರಿಯು ಆಳವಾಗಿ ಇಳಿಯಲು ಪ್ರಾರಂಭಿಸಿತು. ಕತ್ತಲೆಯ ನಿಶ್ಯಬ್ದ ಪರಿಸರದಲ್ಲಿ ಎಲ್ಲವೂ ನಿಶ್ಯಬ್ದವಾದಾಗ ಮನುಷ್ಯನ ಅಂತರಂಗದ ದನಿಗಳು ಉದ್ರೇಕಗೊಳ್ಳುತ್ತವೆ. ಎಲ್ಲರೂ ನಿದ್ರೆಗೆ ಜಾರಿದರು, ಆದರೆ ಪರ್ವತಾರೋಹಿಯ ಹೃದಯವು ನಿದ್ರಿಸಲಿಲ್ಲ. ಆಸೆಯ ಹಾರಾಟದ ಜೊತೆಗೆ ಅವರೊಳಗೆ ಬಿರುಗಾಳಿ ಎದ್ದಿತು. ಹೃದಯದ ವೇಗ ಹೆಚ್ಚಾದಾಗ, ಅದನ್ನು ನಿಲ್ಲಿಸುವುದರಿಂದ ಅದು ನಿಲ್ಲುವುದಿಲ್ಲ. ಪರ್ವತವು ಪ್ರಬಲವಾದ ಬಿರುಗಾಳಿಯಂತೆ ಏರಿತು ಮತ್ತು ಆ ಅನನ್ಯ ಸೌಂದರ್ಯದ ಹಾಸಿಗೆಯನ್ನು ತಲುಪಿತು. ನಡುಗುವ ಕೈಯಿಂದ ಸುಂದರಿಯನ್ನು ಮುಟ್ಟಿದನು. ಇದ್ದಕ್ಕಿದ್ದಂತೆ ಮಿಂಚು ಬಂತು. ರಾಜನು ಲೈಂಗಿಕ ಬಯಕೆಗಳಿಂದ ಹುಚ್ಚನಾದ ನಂತರ ತನ್ನನ್ನು ತಾನೇ ಮರೆತನುಹೊಸ ಮುಂಜಾನೆ ಬಂದಾಗ ಅದು ದುಃಖದ ಹಾಡನ್ನು ತಂದಿತು. ಸುಂದರಿಯ ಹಾಸಿಗೆಯ ಮೇಲೆ ರಾಜ ಪರ್ವತಕನು ಸತ್ತು ಬಿದ್ದಿದ್ದನು. ರಾಜಾ ಸಾಹೇಬರ ಸಾವಿನ ಸುದ್ದಿ ಗಾಳಿಯಂತೆ ಎಲ್ಲೆಡೆ ತಲುಪಿತು. ಮಾಹಿತಿ ತಿಳಿದ ಕೂಡಲೇ ಚಾಣಕ್ಯ ಸ್ಥಳಕ್ಕೆ ಆಗಮಿಸಿದರು. ಅವನು ಸತ್ತವನನ್ನು ತಲುಪಿದ ತಕ್ಷಣ, ಚಾಣಕ್ಯ ಉರಿಯುತ್ತಿರುವ ಕಣ್ಣುಗಳಿಂದ ಹೇಳಿದನು. ಆ ಅನನ್ಯ ಸೌಂದರ್ಯವನ್ನು ನೋಡಿದ ತಕ್ಷಣ ಅವನು

ಹೇಳಿದನು - ಅವಳು ಹೇಗೆ ಸತ್ತಳು?

ಸುಂದರಿ- ಗೊತ್ತಿಲ್ಲ.

ಚಾಣಕ್ಯ- ಮೃತ ದೇಹವು ನೀಲಿ ಬಣ್ಣಕ್ಕೆ ತಿರುಗಿದೆ, ನೀವು ಖಂಡಿತವಾಗಿಯೂ ವಿಷವನ್ನು ಹಾಕಿದ್ದೀರಿ. ಸುಂದರ ಮಹಿಳೆ ಅಮೃತವನ್ನು ನೀಡುತ್ತದೆ, ವಿಷವಲ್ಲ.

ಚಾಣಕ್ಯ- ಹಾಗಾದರೆ ನೀವು ಅವನಿಗೆ ಅಮೃತವನ್ನು ನೀಡಿದ್ದೀರಾ?

ಸುಂದರ - ಮಹಿಳೆ ಏನನ್ನೂ ಕೊಡುವುದಿಲ್ಲ, ಮನುಷ್ಯ ತನಗೆ ಬೇಕಾದುದನ್ನು ತೆಗೆದುಕೊಳ್ಳುತ್ತಾನೆ.

ಚಾಣಕ್ಯ- ನಿನ್ನ ಮಾತು ಒಗಟಿನಂತಿದೆ. ಕಾವಲುಗಾರರು! ಈ ಸುಂದರ ಮಹಿಳೆಯನ್ನು ಸೆರೆಹಿಡಿಯಬೇಕು. ವಿಶ್ವಮೋಹಿನಿ ವಿಷ್ಕನ್ಯಾ ಬಂಧಿಯಾದಳು ಮತ್ತು ಚಾಣಕ್ಯನು ತನ್ನ ಮನೆಯನ್ನು ತಲುಪಿದನು, ವಿಶಾಲವಾದ ಕಣ್ಣುಗಳಿಂದ ಸುತ್ತಲೂ ನೋಡಿದನು. ಚಾಣಕ್ಯ ಇಲ್ಲಿಂದ ತನ್ನ ಮನೆಗೆ ತಲುಪಿದನು, ಚಂದ್ರಗುಪ್ತ ಅಲ್ಲಿಂದ ಬಂದನು. ಬಂದ ಕೂಡಲೆ ಉದ್ವಿಗ್ನಗೊಂಡು

ಹೇಳಿದ- ಪರಮಪೂಜ್ಯ ಶಕ್ತರು ಹಠಾತ್ತನೆ ಮೂರ್ಛೆ ಹೋಗಿದ್ದಾರೆ ಎಂಬ ಮಾಹಿತಿ ಬಂದಿದೆ. ನೀನು ತಕ್ಷಣ ಹೊರಡು. ಚಾಣಕ್ಯ ಯಾವ ಉತ್ತರವನ್ನೂ ಕೊಡದೆ ಚಂದ್ರಗುಪ್ತನೊಂದಿಗೆ ಹೋಗಿ ಮಾತುಕತೆಯ ನಡುವೆ ಅರೆಪ್ರಜ್ಞಾವಸ್ಥೆಯಲ್ಲಿ ಅರೆಬರೆ ಕಣ್ಣುಗಳೊಂದಿಗೆ ಶಕ್ತನು ಮಲಗಿದ್ದ ಜಾಗಕ್ಕೆ ಬಂದನು. ಸುವಾಸಿನಿಯು ತನ್ನ ತಂದೆಯ ಹಣೆಗೆ ಔಷಧಿಯನ್ನು ಹಚ್ಚುತ್ತಿದ್ದಳು ಮತ್ತು ಕಾತ್ಯಾಯನನು ಪೂಜ್ಯ ಶಕ್ತರ ಬಾಯಿಗೆ ನೀರು ಸುರಿಯುತ್ತಿದ್ದಳುಚಾಣಕ್ಯನು ಸ್ವಲ್ಪ ಚಿಂತೆಯಿಂದ ಶಕ್ತರ ಹಾಸಿಗೆಯ ಬಳಿ ಕುಳಿತನು. ಅವನು ತನ್ನ ಬೆರಳುಗಳಿಂದ ಶಕ್ತರ ರೆಪ್ಪೆಗಳನ್ನು ನಿಧಾನವಾಗಿ ತೆರೆದನು. ಕಣ್ಣು ತೆರೆದ ಕೂಡಲೆ ಶಕ್ತನು ಎದೆಗುಂದದ ಶಿಷ್ಯರೊಂದಿಗೆ ಚಾಣಕ್ಯನನ್ನು ನೋಡಿ ನಡುಗುವ ಕೈಯನ್ನು ಮೇಲೆತ್ತಿ ಅವನ ತಲೆಯ ಮೇಲೆ ಇಟ್ಟು

ಹೇಳಿದನು - ಮಗ ಕೌಟಿಲ್ಯ, ಈಗ ನನ್ನ ಕೊನೆಯ ಸಮಯ. ನಾನು ಈ ಭೂಮಿಗೆ ಅತಿಥಿಯಾಗಿ ಬಂದದ್ದು ಈಗ ಬಹಳ ಕಡಿಮೆ ಸಮಯ.

ಆದರೆ ನನ್ನ ಹೃದಯದಲ್ಲಿ ಅಸಂಖ್ಯಾತ ಗಾಯಗಳಿದ್ದರೂ, ನಾನು ಈ ಬಾರಿ ಸಂತೋಷದಿಂದ ಸಾಯುತ್ತಿದ್ದೇನೆ. ನನ್ನ ಜೀವನದಲ್ಲಿ ಒಂದೇ ಒಂದು ಆಸೆ ಇತ್ತು ಮತ್ತು ಮಗಧದ ಶಾಶ್ವತ ವೈಭವಕ್ಕೆ ಯಾರೂ ಹಾನಿ ಮಾಡಬಾರದು. ಮಗಧದ ಸ್ವಾತಂತ್ರ್ಯಕ್ಕೆ ಶಾಪವಾಗತೊಡಗಿದ್ದರಿಂದ ನಾನೂ ನಂದನ ವೈರಿಯಾದೆ. ನಾನು ಮಗಧಕ್ಕಾಗಿ ನನ್ನ ಕುಟುಂಬವನ್ನು ತ್ಯಾಗ ಮಾಡಿದ್ದೇನೆ, ಆದರೆ ಮಗಧಕ್ಕಾಗಿ ಎಂದಿಗೂ ಪಾಪವಾಗುವುದಿಲ್ಲ. ನಾನು ಯಾವಾಗಲೂ ಭಾರತದ ಹಿತೈಷಿಯಾಗಿದ್ದೇನೆ ಮತ್ತು ಅದಕ್ಕಾಗಿ ಪ್ರತಿ ಮೋಲ್ ಅನ್ನು ಸುಡುತ್ತಿದ್ದೇನೆ. ಈಗ ನಾನು ಶಾಂತಿಯುತವಾಗಿ ಹೊರಡಲು ಬಯಸುತ್ತೇನೆ, ಆದರೆ ನಾನು ಸಾಯುವ

ಮೊದಲು, ನಾನು ಸಂಪೂರ್ಣವಾಗಿ ಮುಕ್ತನಾಗಿರಲು ಬಯಸುತ್ತೇನೆ. ಅದಕ್ಕಾಗಿಯೇ ನೀವು ನನ್ನ ಆದೇಶ ಮತ್ತು ಎರಡನೇ ಪ್ರಾರ್ಥನೆಯನ್ನು ಸ್ವೀಕರಿಸುತ್ತೀರಿ ಎಂದು ನನಗೆ ಭರವಸೆ ನೀಡುತ್ತೀರಿಚಾಣಕ್ಯ- ನೀವು ಯಾವ ರೀತಿಯ ವಿಷಯಗಳ ಬಗ್ಗೆ ಮಾತನಾಡುತ್ತಿದ್ದೀರಿ? ಚಾಣಕ್ಯ ತನ್ನ ಪ್ರತಿ ಔನ್ಸ್ ನಿಮಗೆ ಋಣಿಯಾಗಿದ್ದಾನೆ. ಅವನು ತನ್ನ ಆತ್ಮದ ಧ್ವನಿಯನ್ನು ಕೇಳಬಹುದು ಅಥವಾ ಕೇಳದಿರಬಹುದು, ಆದರೆ ನಿಮ್ಮ ಅನುಮತಿಯೊಂದಿಗೆ ಅವನ ಕಿವಿಗಳು ಮುಚ್ಚಲ್ಪಡುವುದಿಲ್ಲ. ನಾನು ನಿಮ್ಮ ಆದೇಶಗಳನ್ನು ಅನುಸರಿಸುತ್ತೇನೆ ಎಂದು ನಾನು ಭರವಸೆ ನೀಡುತ್ತೇನೆ.

ಶಕ್ತರ್- ನನಗೆ ನಿನ್ನ ಮೇಲೆ ಅಷ್ಟೊಂದು ನಂಬಿಕೆ ಇತ್ತು. ಹಾಗಾಗಿ ನನ್ನ ಅಪ್ಪಣೆ ನನ್ನ ಮಗಧ ನೀನು ಮಹಾಮಾತೆಯ ಆಸನವನ್ನು ಸುಂದರಗೊಳಿಸು!

ಚಾಣಕ್ಯ - ಆದರೆ ನನ್ನ ಜೀವನದ ಅಂತಿಮ ಗುರಿ ರಾಜಧರ್ಮವಲ್ಲ. ನನಗೂ ಪಾರಮಾರ್ಥಿಕ ಸತ್ಯವನ್ನು ನೇರವಾಗಿ ನೋಡಬೇಕು. ಆದ್ದರಿಂದ, ಭಾರತವು ಬಲವಾದ ಮತ್ತು ಸುರಕ್ಷಿತ ರಾಜ್ಯವಾದ ತಕ್ಷಣ, ನಾನು ಈ ಭೌತಿಕ ಪ್ರಪಂಚದಿಂದ ಬೇರ್ಪಟ್ಟು ಧ್ಯಾನ ಮಾಡಲು ಆಧ್ಯಾತ್ಮಿಕ ಅರಣ್ಯಕ್ಕೆ ಹೋಗುತ್ತೇನೆ.

ಶಕ್ತರ್- ಈ ಸಮಯದಲ್ಲಿ ನೀನು ತಪಸ್ವಿಗಿಂತ ಕಡಿಮೆಯಾ? ವಯಸ್ಸಿನಲ್ಲಿ ನಿನಗಿಂತ ನಾವು ಎಷ್ಟೇ ದೊಡ್ಡವರಾದರೂ ನೂರು ಜನ್ಮಗಳಲ್ಲಿಯೂ ತಪಸ್ಸಿನಲ್ಲಿ ನಿನಗೆ ಸರಿಸಾಟಿಯಾಗಲು ಸಾಧ್ಯವಿಲ್ಲ. ಕೆಲವೊಮ್ಮೆ, ನಿಮ್ಮ ಪ್ರಕಾಶವನ್ನು ನೋಡುವಾಗ, ಒಂದು ದೈವಿಕ

ಬೆಳಕು – ಸರ್ವ

ಶಕ್ತಶಕ್ತಿ - ಅವತರಿಸಿದಂತೆ ತೋರುತ್ತದೆ.

ಚಾಣಕ್ಯ- ಆದರೆ ನನಗೆ ತೃಪ್ತಿ ಇಲ್ಲ. ಮನುಷ್ಯ ಎಲ್ಲಿ ತೃಪ್ತನಾಗುತ್ತಾನೋ ಅಲ್ಲಿಯೇ ಸಾಯುತ್ತಾನೆ. ಹಾಗೆ ಆಗುತ್ತದೆ.

ಶಕ್ತರ್ - ಆದುದರಿಂದ ಭಾರತದಲ್ಲಿ ಒಂದೇ ಒಂದು ಸುಖ ಮತ್ತು ಶಾಂತಿಯ ರಾಜ್ಯವನ್ನು ಸ್ಥಾಪಿಸುವವರೆಗೆ ನೀವು ಸನ್ಯಾಸವನ್ನು ತೆಗೆದುಕೊಳ್ಳಬಾರದು ಎಂಬ ನಿಮ್ಮ ಆಶಯಕ್ಕಾಗಿ ನಾನು ಇಷ್ಟು ಮಾಡಬಲ್ಲೆ. ಮತ್ತು ನನ್ನ ಎರಡನೆಯ ವಿನಂತಿಯು ನೀವು ಸುವಾಸಿನಿಯನ್ನು ಸ್ವೀಕರಿಸುತ್ತೀರಿ!

ಚಾಣಕ್ಯ- ಆದೇಶವು ಕಡ್ಡಾಯವಾಗಿದೆ, ಆದರೆ ನಾನು ಪ್ರಾರ್ಥನೆಯ ಬಗ್ಗೆ ಯೋಚಿಸಲು ಅವಕಾಶವನ್ನು ಬಯಸುತ್ತೇನೆ. ಪ್ರತ್ಯುತ್ತರವಾಗಿ, ಶಕ್ತರು ತೊದಲುತ್ತಾ

ಹೇಳಿದರು - ನೀವು ಯೋಚಿಸುತ್ತಿರಿ ಆದರೆ ನಾನು ಈಗ ಹೋಗುತ್ತಿದ್ದೇನೆ. ಬಿಕ್ಕಳಿಕೆ ಬಂದು ಹಂಸ ಹಾರಿಹೋಯಿತು. ಸುವಾಸಿನಿಯ ಮೇಲೆ ಸಿಡಿಲು ಬಿದ್ದಿತು. ಅವನ ಕಣ್ಣುಗಳು ನಿರಂತರವಾಗಿ ಬೀಳುವ ಜಲಪಾತಗಳಂತೆ ಮಳೆಯಾಗತೊಡಗಿದವು. ಅವಳು ಅಳುತ್ತಾ

ಹೇಳಿದಳು - "ಯಾರಾದರೂ ಇದಕ್ಕಿಂತ ಹೆಚ್ಚಿನ ದುಃಖವನ್ನು ಅನುಭವಿಸಿದ್ದಾರೆಯೇ, ನನ್ನ ಹೆತ್ತವರು ಮತ್ತು ಸಹೋದರರು ನನ್ನ ಕಣ್ಣುಗಳ ಮುಂದೆ ಸತ್ತರು, ಆದರೆ ನಾನು ಇನ್ನೂ ಸತ್ತಿಲ್ಲ. ಓ ದೇವರೇ! ಈಗ ನನಗೂ ಈ ಜಗತ್ತಿನಲ್ಲಿ ಬದುಕಲು ಇಷ್ಟವಿಲ್ಲ." ನನ್ನ ನನ್ನ ತಂದೆಯ ಜೊತೆಗೆ ಅಂತ್ಯಕ್ರಿಯೆಯ ಚಿತಾಗಾರವೂ ಸುಡುತ್ತದೆಹೀಗೆ ಹೇಳುತ್ತಿರುವಾಗ ಸುವಾಸಿನಿ ಅಳುತ್ತಲೇ ಕೂದಲು ಹರಿದುಕೊಂಡಳು. ಸತ್ತವರ ಉಸಿರು ನಿಂತಂತೆ ಅಳುತ್ತಲೇ ಉಸಿರಾಟ ನಿಲ್ಲಿಸಿದರು. ಅವಳು ಇಂದು ತನ್ನ ಜಗತ್ತನ್ನು ನೋಡುತ್ತಿದ್ದಳು. ಚಾಣಕ್ಯನು ತಾಳ್ಮೆಯಿಂದ

ಹೇಳಿದನು - "ಸುವಾಸ್ ಅನ್ನು ಶಾಂತಗೊಳಿಸು! ಇಲ್ಲಿ ಯಾರೂ ನಿಯಂತ್ರಣದಲ್ಲಿಲ್ಲ." ಹೀಗೆ ಹೇಳುತ್ತಾ ಕಣ್ಣೀರು ತುಂಬಿದ ಕಣ್ಣುಗಳಿಂದ ಮಗಧದ ಹೆಮ್ಮೆಯ ಮಹಾಮಾತ್ಯ ಶಕ್ತರನ್ನು ನೋಡಿದನು. ಮತ್ತೆ ಮನುಷ್ಯನ ಬಾಯಿಂದ ತೆಗೆಯದ ಆ ಬಟ್ಟೆಯನ್ನು ಮುಚ್ಚಿದೆ. ಇದು ಜೀವನ ಮತ್ತು ಅದು ಸಾವಿನ ಸಂಗಮ. ಮರಣವು ಯಾರು ದೊಡ್ಡವರು ಮತ್ತು ಯಾರು ಚಿಕ್ಕವರು ಎಂದು ನೋಡುವುದಿಲ್ಲ. ಅವಳು ಯಾರಿಗೂ

ಕರುಣೆ ತೋರಿಸುವುದಿಲ್ಲ. ಪ್ರತಿಯೊಬ್ಬರಿಗೂ ಒಂದಲ್ಲ ಒಂದು ದಿನ ಅಂತ್ಯವಿದೆ. ಇತಿಹಾಸದ ಪುಟಗಳಲ್ಲಿ ಯಾರ ಕಥೆ ಉಳಿದಿದೆ, ಅವರ ಹೆಸರೇ ತಿಳಿಯದ ರೀತಿಯಲ್ಲಿ ಇನ್ನೂ ಎಷ್ಟು ಮಂದಿ ಸತ್ತಿದ್ದಾರೆಂದು ತಿಳಿದಿಲ್ಲ. ಸಾವು ಎಷ್ಟು ಸತ್ಯ! ಇಂದಿಗೂ ಅದಕ್ಕೆ ಬದುಕನ್ನು ಸೋಲಿಸಲು ಸಾಧ್ಯವಾಗಲಿಲ್ಲ. ಸಾವು ಕಚ್ಚುವುದನ್ನು ನಿಲ್ಲಿಸುವುದಿಲ್ಲ ಮತ್ತು ಪ್ರಪಂಚದ ಸೃಷ್ಟಿ ಮುಂದುವರಿಯುತ್ತದೆ. ಚಾಣಕ್ಯ ಒಂದು ಬೆರಳಿನಿಂದ ಕಣ್ಣೀರು ಒರೆಸಿಕೊಂಡು ಇನ್ನೊಂದು ಕೈಯಿಂದ ಶಕ್ತರ ಬಿಯರ್ ಅನ್ನು ಎತ್ತಿದಮನುಷ್ಯನ ಒಂದು ಕಾಲು ಸ್ಮಶಾನದಲ್ಲಿ ಉಳಿಯುತ್ತದೆ ಮತ್ತು ಇನ್ನೊಂದು ಪ್ರಪಂಚದಲ್ಲಿ ನಡೆಯುವಾಗ ಜೀವಿಸುತ್ತದೆ ಅದು ಹತ್ತಿರ ಬರಲಿ ಅಥವಾ ಸಾಯಲಿ, ಏನನ್ನೂ ಹೇಳಲಾಗುವುದಿಲ್ಲ. ಸಾವಿನ ಭಯಾನಕತೆ, ವಿಭೀಷಿಕ, ಆಧ್ಯಾತ್ಮಿಕ ಕನಸುಗಳನ್ನು ತೋರಿಸಿ ಮನುಷ್ಯನನ್ನು ಮೋಸಗೊಳಿಸಲು ಬಯಸುತ್ತಾನೆ. ದುರ್ಬಲರು ಸಾವಿನ ಜಾಲದಲ್ಲಿ ಸಿಕ್ಕಿಹಾಕಿಕೊಳ್ಳುತ್ತಾರೆ, ಆದರೆ ಜೀವನದಲ್ಲಿ ನಂಬಿಕೆಯುಳ್ಳವರು ಪ್ರಪಂಚದ ಸೌಂದರ್ಯವನ್ನು ಹುಡುಕುತ್ತಾ ತಮ್ಮ ಜೀವನವನ್ನು ಪ್ರಪಂಚದ ಸೌಂದರ್ಯಕ್ಕೆ ಅರ್ಪಿಸುತ್ತಾರೆ. , "ಕಠಿಣ ದುಃಖದಲ್ಲೂ ಕಣ್ಣೀರು ಸುರಿಸದವನು ಮಹಾಪುರುಷ. ಕಾಲದ ಸತ್ಯದಿಂದ ಏರುತ್ತಿರುವ ಹೃದಯವನ್ನು ನಿಲ್ಲಿಸಿದವನು ಅಜೇಯ.

ಚಾಣಕ್ಯ! ಜೀವನವು ದೀಪೋತ್ಸವವಾಗಿದೆ, ಅದರಲ್ಲಿ ಅದು ಸೂರ್ಯನಿಗಿಂತ ಹೆಚ್ಚು ಉರಿಯುತ್ತದೆ. ಹತಾಶೆಯ ಹಾಡುಗಳನ್ನು ಹಾಡುತ್ತಾ ಅಳುವವರು ಜೀವನದ ಪಂತವನ್ನು ಕಳೆದುಕೊಳ್ಳುತ್ತಾರೆ. ಈ ಭೂಮಿಯಲ್ಲಿರುವ ಒಂದೇ ಒಂದು ಸೇಬು ಇತಿಹಾಸದಲ್ಲಿ ಲಕ್ಷಾಂತರ ಸೇಬುಗಳ ಧೂಳಿನಂತೆ ಅಮರವಾಗಿದೆತನ್ನ ಮನಸ್ಸಿನಲ್ಲಿ ಜೀವನದ ಗ್ರಂಥಗಳನ್ನು ಓದುತ್ತಾ, ಚಾಣಕ್ಯನು ತನ್ನ ಪ್ರಯಾಣವನ್ನು ಸ್ಮಶಾನಕ್ಕೆ ಮುಗಿಸಿದನು. ಜೀವನದ ಹಾದಿಯಲ್ಲಿ ಹೆಜ್ಜೆ ಹಾಕಿ. ಶಕ್ತರ ಸಾವಿನ ಕುರಿತು ರಾಜ್ಯ ಅಧಿಕಾರಿಗಳ ನಡುವೆ ಮಾತನಾಡುತ್ತಾ, ಚಾಣಕ್ಯ

ಹೇಳಿದರು- "ಪೂಜ್ಯ ಶಕ್ತರಂತಹ ದೇಶಭಕ್ತ ಮತ್ತು ಬುದ್ಧಿವಂತ ಮಹಾಮಾತ್ಯರು ಇತಿಹಾಸದಲ್ಲಿ ಇಳಿದಿದ್ದಾರೆ. ಭಾರತಕ್ಕಾಗಿ, ಅವರು ತಮ್ಮ ಇಡೀ ಜೀವನವನ್ನು ಮಾತ್ರವಲ್ಲದೆ ತಮ್ಮ ಕುಟುಂಬದ ಜೀವನವನ್ನು ಸಹ ಮುಡಿಪಾಗಿಟ್ಟರು. ಅವರ ನೆನಪು ದೇಶಭಕ್ತಿಯಾಗಿ ನಮ್ಮ ಹೃದಯದಲ್ಲಿ ಸದಾ ಜಾಗೃತವಾಗಿರುತ್ತದೆ. ಅವರ ಸ್ಮಾರಕವು ಇಟ್ಟಿಗೆ ಮತ್ತು ಗಾರೆ ಸ್ಮಾರಕಗಳನ್ನು ಮೀರಿದ ಸ್ಮಾರಕವಾಗಿದೆ. ನಾವು ಅವರ ಸ್ಮರಣೆಯನ್ನು ಇಟ್ಟಿಗೆ ಮತ್ತು ಕಲ್ಲುಗಳಲ್ಲಿ ಜೀವಂತವಾಗಿಡುವ ಬದಲು ಜಾಗೃತ ಮಾನವರಲ್ಲಿ ಜೀವಂತವಾಗಿಡಲು ಬಯಸುತ್ತೇವೆ. ಅವರು ನಮ್ಮೊಂದಿಗೆ ಸಂತೋಷವಾಗಿರಲಿ ಅಥವಾ ಕೋಪಗೊಂಡಿರಲಿ ಭಾರತದ ಪರ ಇರುವವರು, ಆದರೆ ನಾವು ಅವರನ್ನು ಗೌರವಿಸುತ್ತೇವೆ ಮತ್ತು ಅವರನ್ನು ನಮ್ಮೊಂದಿಗೆ ಸಂಯೋಜಿಸಲು ಬಯಸುತ್ತೇವೆ. ಮಗಧದ ಹಿಂದಿನ ಅಮಾತ್ಯರು ಮತ್ತು ನಮ್ಮ ಶತ್ರುಗಳಾಗಿರುವ ಇಂದಿನ ಗೌರವಾನ್ವಿತ ರಾಕ್ಷಸರೂ ನಮ್ಮೊಂದಿಗೆ ಸೇರಬೇಕೆಂದು ನಾವು ಬಯಸುತ್ತೇವೆ.

ಈ ರೀತಿಯಾಗಿ, ಭಾರತೀಯರಾದ ನಾವೆಲ್ಲರೂ ನಮ್ಮ ಭಿನ್ನಾಭಿಪ್ರಾಯಗಳನ್ನು ಕೊನೆಗೊಳಿಸಿ ಒಂದಾದಾಗ, ಇಡೀ ಜಗತ್ತು ಮಾನವೀಯತೆಯ ಪರಿಮಳದಿಂದ ತುಂಬಿರುತ್ತದೆಪ್ರಿಯ ಚಂದ್ರಗುಪ್ತ! ಈಗ ನಾವು ವಿಶ್ರಾಂತಿ ತೆಗೆದುಕೊಳ್ಳುತ್ತೇವೆ" ಎಂದು ಹೇಳುತ್ತಾ ಚಾಣಕ್ಯನು ತನ್ನ ಕೋಣೆಗೆ ಬಂದನು, ಚಂದ್ರಗುಪ್ತನ ಭುಜದ ಮೇಲೆ ತನ್ನ ಕೈಯನ್ನು ಹಾಕಿದನು. ಶಾರ್ಂಗಾರವ ಆಗಲೇ ಅಲ್ಲಿದ್ದನು. ಚಾಣಕ್ಯನನ್ನು ನೋಡಿ ಅವನು ಪೂಜೆಯಲ್ಲಿ ಎದ್ದು ನಿಂತನು ಮತ್ತು ಗುರು ಗೋವಿಂದನು ಕುಳಿತಾಗ ಅವನ ಪಾದಗಳನ್ನು ಮುಟ್ಟಿದನು. ಹತ್ತಿರದಲ್ಲಿ ಚಂದ್ರಗುಪ್ತ ಮತ್ತು ಶರಣರವರೂ ಕುಳಿತರು. ಚಾಣಕ್ಯನು ಕುಳಿತ ಕೂಡಲೇ

ಹೇಳಿದನು - ಆತ್ಮೀಯ ಶರಣಂಗರಾವ್! ದೇಶಪ್ರೇಮಿಗಳಲ್ಲಿ ಅತ್ಯುತ್ತಮವಾದದ್ದು ಅವರ ತಂದೆ ಶಕ್ತರದ್ದು. ಸುವಾಸಿನಿ ಸಾವಿನಿಂದ ತೀವ್ರ ದುಃಖಿತರಾಗಿದ್ದಾರೆ. ಮತ್ತೊಂದೆಡೆ, ರಾಜ್ಯ ಕಾರ್ಯಗಳ ಮಿತಿಮೀರಿದ ಕಾರಣ, ನಾವು ಅವನನ್ನು ಹೆಚ್ಚು ನೋಡುವುದಿಲ್ಲ. ಕನ್ಸೋಲ್ ಮಾಡಲು ಸಹ ಸಾಧ್ಯವಿಲ್ಲ. ಒಂದು ಕ್ಷಣ ಅವನನ್ನು ಇಲ್ಲಿಗೆ ಕರೆ ಮಾಡಿ! ಶರ್ನಾಗರಾವ್ ಪ್ರತೀಹಾರಿಗೆ ಆಜ್ಞಾಪಿಸಿ ಸ್ವಲ್ಪ ಹೊತ್ತಿನಲ್ಲಿ

ಸುವಾಸಿನಿ ಅಲ್ಲಿಗೆ ಬಂದಳು. ಚಾಣಕ್ಯ ಬಾಗಿಲಿನಿಂದಲೇ ಸುವಾಸಿನಿಯ ಮುಖವನ್ನು ಗಂಭೀರವಾಗಿ ನೋಡತೊಡಗಿದ. ಸುವಾಸಿನಿ ದುಃಖದ ನಗುವಿನೊಂದಿಗೆ ನನ್ನನ್ನು ಸ್ವಾಗತಿಸಿ

ಹೇಳಿದಳು - ಹೇಳು, ಯಾವ ಆಜ್ಞೆಯಿಂದ ಕೆಲಸ ಮಾಡಲು ನೀವು ನನ್ನನ್ನು ನೆನಪಿಸಿಕೊಂಡಿದ್ದೀರಿ?'

ಚಾಣಕ್ಯ- ಏನಿಲ್ಲಸುವಾಸಿನಿ! ನಿಮ್ಮ ಕೋಣೆಯಲ್ಲಿ ನೀವು ಹಿಂದಿನ ಸತ್ಯಗಳನ್ನು ಆಲೋಚಿಸುತ್ತಿರುವಿರಿ ಎಂದು ಭಾವಿಸಿದೆ ಅದನ್ನು ನೆನೆದು ಅಳುತ್ತಿರಬೇಕು. ನನಗೆ ಬಿಡುವಿಲ್ಲದ ಕಾರಣ, ನಾನು ನಿಮ್ಮನ್ನು ಇಲ್ಲಿಗೆ ಕರೆದಿದ್ದೇನೆ. ಸುವಾಸಿನಿ ಶ್ರಮವಿಲ್ಲದೆ ನಗುತ್ತಿದ್ದಳು ಎಂಬಂತೆ ಬಹಳ ಪ್ರಯಾಸದಿಂದ ನಕ್ಕಳು. ಅವರು ನಗುತ್ತಾ ಹೇಳಿದರು, 'ಜೀವನದ ಅಡೆತಡೆಗಳನ್ನು ಕುರಿತು ಅಳುವುದರಿಂದ ಏನು ಪ್ರಯೋಜನ? ವಿಪತ್ತುಗಳು ಮನುಷ್ಯನಿಗೆ ದಾರಿ ತೋರಿಸಲು ಬರುತ್ತವೆ.

ನನಗೆ ಹುಟ್ಟಿನಿಂದಲೇ ದುಃಖ ಭರಿಸುವ ಅಭ್ಯಾಸವಿದೆ. ಪ್ರತಿ ಹೆಜ್ಜೆಯಲ್ಲೂ ದುಃಖಗಳು ಇದ್ದವು, ಆದರೆ ನಾನು ಎಂದಿಗೂ ನಿರಾಶೆಗೊಳ್ಳಲಿಲ್ಲ. ಹೌದು, ನನ್ನ ಸಹೋದರರೆಲ್ಲ ಏಕಕಾಲಕ್ಕೆ ಸಾವನ್ನಪ್ಪಿದ ಸುದ್ದಿ ಕೇಳಿ ನನ್ನ ಕಣ್ಣಲ್ಲಿ ನೀರು ತುಂಬಿತ್ತು. ಯಾವಾಗ ನನ್ನ ಮನಸ್ಸು ಪೂರ್ಣವಾಗುತ್ತದೋ ಆಗ ಮಾತ್ರ ಅದನ್ನು ವಿವೇಚನೆಯಿಂದ ನಿಲ್ಲಿಸುತ್ತೇನೆ.' ಹೀಗೆ ಹೇಳುತ್ತಿರುವಾಗ ಸುವಾಸಿನಿ ಚಾಣಕ್ಯನ ಕಣ್ಣುಗಳನ್ನು ನೋಡಿದಾಗ ಅಳತೊಡಗಿದವು. ತನ್ನ ದುಃಖದಿಂದ ಅಳದವನ ದುಃಖದಿಂದ ಜಗತ್ತು ಅಳಲು ಪ್ರಾರಂಭಿಸುತ್ತದೆ ಎಂಬುದು ನಿಜ. ಚಾಣಕ್ಯನ ಕಣ್ಣಲ್ಲಿ ನೀರು ಬರುವುದನ್ನು ನೋಡಿ ಸುವಾಸಿನಿಯ ಕಣ್ಣುಗಳೂ ತೇವಗೊಳ್ಳತೊಡಗಿದವು. ಆದರೆ ಅಷ್ಟರಲ್ಲಿ ಒಬ್ಬ ಕಾವಲುಗಾರನು ಪ್ರವೇಶಿಸಿ

ಹೇಳಿದನು - "ಸೇಲ್ಯೂಕಸ್ ಸಿಂಧ್ ನದಿಯನ್ನು ದಾಟಿ ದೊಡ್ಡ ಸೈನ್ಯದೊಂದಿಗೆ ಬಂದಿದ್ದಾನೆ ಎಂದು ಕಮಾಂಡರ್ ಇನ್ ಚೀಫ್ ಮಾಹಿತಿ ಕಳುಹಿಸಿದ್ದಾರೆ. ಬಂದು ತಲುಪಿದೆ! ಈ ಬಾರಿ ಇರಾನ್ ಮತ್ತು ಅರೇಬಿಯಾದ ರಾಜರು ಜೊತೆಯಾಗಿದ್ದಾರೆ. ಟ್ಯಾಕ್ಸಿಲಾದಲ್ಲಿ ಇದೆ ಎಂದು ಕೇಳಿದೆ ರಾಜನೂ ಸಹ ನಮ್ಮ ಅಧೀನದಲ್ಲಿ ತನ್ನ ಅಧೀನವನ್ನು ಒಪ್ಪಿಕೊಂಡಿದ್ದಾನೆ. "ಇದನ್ನು ಕೇಳಿದ ಚಾಣಕ್ಯನ ಕಣ್ಣೀರಿನ ಕಣ್ಣುಗಳು ಕುದಿಯಲು ಪ್ರಾರಂಭಿಸಿದವು. ಅವನ ಕಣ್ಣುಗಳು ಮಗುವಿನಂತೆ ಕೆಂಪಾಗಿದ್ದವು. ಕೋಪದಿಂದ ಎದ್ದುನಿಂತು, ಅವನು

ಹೇಳಿದನು-"ದೊಡ್ಡ ಸೈನ್ಯವನ್ನು ತೆಗೆದುಕೊಂಡು ಅವನನ್ನು ಝೀಲಂನ ಆಚೆಗೆ ನಿಲ್ಲಿಸಿ! ಸಂಬಂಧಪಟ್ಟವರಿಗೆಲ್ಲ ಆಜ್ಞೆಯನ್ನು ಕಳುಹಿಸಿ. ದಾರಿಯಲ್ಲಿ ರಾಜರು ನಮ್ಮೊಂದಿಗೆ ಯುದ್ಧಕ್ಕೆ ಹೋಗಲು ಸೈನ್ಯವನ್ನು ತೆಗೆದುಕೊಂಡು ಕುದುರೆಗಳ ಮೇಲೆ ಸವಾರಿ ಮಾಡಿ. ಸುವಾಸಿನಿ! ನೀನು ಅರಮನೆಗೆ ಹೋಗು. ಇದು ದುಃಖದ ಸಮಯವಲ್ಲ, ಆದರೆ ವಿಪತ್ತಿನ ಪರ್ವತಗಳನ್ನು ನಿಲ್ಲಿಸುವ ಸಮಯ. ಅರಮನೆಯಲ್ಲಿ ರಾಜಮಾತೆಯರನ್ನು ಜಾಣತನದಿಂದ ನೋಡಿಕೊಳ್ಳುತ್ತಿರಿ.

ಅವರು ಯಾವುದೇ ನೋವನ್ನು ಅನುಭವಿಸಬಾರದು ಮತ್ತು ಅವರು ಯಾವುದೇ ಆಕ್ಷೇಪಣೆಯನ್ನು ವ್ಯಕ್ತಪಡಿಸಬಾರದು. ಆದೇಶವನ್ನು ಕೇಳಿದ ಚಂದ್ರಗುಪ್ತನು ಅವನ ದಿಕ್ಕಿನಲ್ಲಿ ಹೋದನು ಮತ್ತು ಸುವಾಸಿನಿ ಅವಳ ಮಾರ್ಗವನ್ನು ಅನುಸರಿಸಿದನು. ಅವನ ನಿರ್ಗಮನದ ನಂತರ, ಚಾಣಕ್ಯ ನಗುತ್ತಾ

ಹೇಳಿದನು – "ಆಕಾಶದಿಂದ ಎಷ್ಟೇ ನೀರು ಸುರಿದರೂ ಭೂಮಿ ಅದನ್ನು ಕುಡಿಯುತ್ತದೆ. ಎಷ್ಟೇ ಬಿರುಗಾಳಿ ಎದ್ದರೂ, ಆದರೆ ಚಾಣಕ್ಯನ ಪಾದಗಳನ್ನು ಹರಿದು ಹಾಕಲು ಸಾಧ್ಯವಿಲ್ಲ. "ಭಾರತದ ಶುದ್ಧ ಗಾಳಿಯನ್ನು ಕಲುಷಿತಗೊಳಿಸಲು ಆ ಗ್ರೀಕ್ ವರ್ಮ್ ಮತ್ತೆ ತೆವಳುತ್ತಿದೆ. ವಿನಾಶದ ಸಮಯದಲ್ಲಿ ಮನುಷ್ಯ ಹುಚ್ಚನಾಗುತ್ತಾನೆ. ಚಿನ್ನದ ಹಸಿದ ದೆವ್ವದ ಸೆಲ್ಯೂಕಸ್! ನಿಮ್ಮನ್ನು ಸ್ವಾಗತಿಸಲು ನಾವು ಸಿದ್ಧರಿದ್ದೇವೆ. , ಹೀಗೆ ಹೇಳುತ್ತಿರುವಾಗ ಚಾಣಕ್ಯ ನಾಲ್ಕು ದಿಕ್ಕಿನತ್ತ ನೋಡುತ್ತಾ ಜೋರಾಗಿ ನಕ್ಕ. ಅವನ ಭೀಭತ್ಸ ನಗೆಯಿಂದಾಗಿ ಅವನ ಮುಖವು ದುಃಶಾಸನನನ್ನು ಕೊಂದು ಭೀಮನು ರಕ್ತವನ್ನು ಕುಡಿದಂತೆ ಭಯಂಕರವಾಗಿ ಕಾಣಿಸಿತು. ರಕ್ತಸಿಕ್ತ ಕಣ್ಣುಗಳಿಂದ ಅವನೇ

ಹೇಳತೊಡಗಿದ - "ಮಗಧದ ಕ್ರೂರ ರಾಜ ಮಹಾನಂದನನ್ನು ನಾನು ತುಳಿದಿದ್ದೇನೆ! ಯಾರೇ ಈ ದೇಶದ ಮೇಲೆ ಕೆಟ್ಟ ದೃಷ್ಟಿ ಬೀರುತ್ತಾರೋ ಅವರ ಕಣ್ಣುಗಳು ಚಾಣಕ್ಯನ ಕಣ್ಣಿಗೆ ಬೀಳುವ ಮೊದಲೇ ಬೂದಿಯಾದವು. ರಾಕ್ಷಸ! ಸೆಲ್ಯೂಕಸ್! ನೀವು ಚಾಣಕ್ಯನನ್ನು ಸೋಲಿಸಲು ಬಯಸುತ್ತೀರಿ. ಆದರೆ ಚಾಣಕ್ಯ ಸೋಲಲು ಹುಟ್ಟಿಲ್ಲ! ತನಗಾಗಿ ಬದುಕದೆ ಇತರರಿಗಾಗಿ ಬದುಕುವವನನ್ನು ಯಾರು ಸುಡಬಲ್ಲರು?

ಚಾಣಕ್ಯನ ಮಾತಿನಲ್ಲಿ ಸರಸ್ವತಿ, ಅವನ ಬುದ್ಧಿಯಲ್ಲಿ ಗುರು, ಅವನ ಹೃದಯದಲ್ಲಿ ವಿಷ್ಣು, ಅವನ ಕಣ್ಣುಗಳಲ್ಲಿ ಅಗ್ನಿ, ಅವನ ತೋಳುಗಳಲ್ಲಿ ದುರ್ಗ ಮತ್ತು ಪ್ರತಿಯೊಂದು ರಂಧ್ರದಲ್ಲೂ ನೀರು ನೆಲೆಸಿದೆ. ದಿಕ್ಕುಗಳು ಅವನ ಪಾದಗಳಲ್ಲಿ ಅಡಕವಾಗಿವೆ, ತ್ಯಜಿಸುವುದು ಅವನ ತಪಸ್ಸು, ಮನುಷ್ಯನ ಬೆಳಕು ಅವನ ಮಹಿಮೆಯಲ್ಲಿದೆ. ಯಾವುದೇ ಅನೈತಿಕ ವ್ಯಕ್ತಿ ಅವನಿಗೆ ಸವಾಲು ಹಾಕಿದಾಗ, ಚಾಣಕ್ಯ ಬೆಂಕಿ ಮತ್ತು ನೀರು ಆಗಿ ಬದಲಾಗುತ್ತಾನೆ. ಚಾಣಕ್ಯನು ಕೋಪದಿಂದ ಮತ್ತೇನನ್ನೋ ಹೇಳುತ್ತಿದ್ದನು, ಆದರೆ ಚಂದ್ರಗುಪ್ತನು ಮಿಲಿಟರಿ ವೇಷವನ್ನು ಧರಿಸಿ ಪ್ರವೇಶಿಸಿ ಅವನನ್ನು ಆಕರ್ಷಿಸಿದನು. ಚಂದ್ರಗುಪ್ತನು ಚಾಣಕ್ಯನನ್ನು ಗೌರವ ಮತ್ತು ನಂಬಿಕೆಯಿಂದ ಸ್ವಾಗತಿಸಿದನು. ಚಾಣಕ್ಯನು ತನ್ನ ತಲೆಯ ಮೇಲೆ ಕೈಯಿಟ್ಟು

ಹೇಳಿದನು - ಪ್ರಚಾರದ ಸಮಯದಲ್ಲಿ, ನಾನು ನಿನಗಾಗಿ ನನ್ನನ್ನೇ ತ್ಯಾಗ ಮಾಡಬೇಕೆಂದು ಅನಿಸುತ್ತದೆ, ಚಂದ್ರಗುಪ್ತ!

ಚಂದ್ರಗುಪ್ತ - ಎಲ್ಲವೂ ಗುರುದೇವನ ರೂಪ, ಗೌರವ!

ಚಾಣಕ್ಯ- ಹೋಗು, ನೀನು ಜಯಶಾಲಿಯಾಗುವೆ. ಚಂದ್ರಗುಪ್ತನು ಗುರುದೇವನ ಪಾದಗಳನ್ನು ಮುಟ್ಟಿ ನಮಸ್ಕರಿಸಲು ಸಿದ್ಧವಾಗಿ ನಿಂತಿದ್ದ ಸೇನೆಯ ಮಧ್ಯದಲ್ಲಿ ನಡೆದನು. ಚಂದ್ರಗುಪ್ತನು ಸೈನ್ಯವನ್ನು ತಲುಪಿದ ಕೂಡಲೇ ನಿರ್ಗಮನ ಶಂಖವನ್ನು ಊದಿದನು. ಧೂಳು ಬೀಸುವ ವಾರ್ಬಂಕುರೆಸೈನಿಕರ ಕುದುರೆಗಳು ಓಡತೊಡಗಿದವು. ಗ್ರೀಸ್ ನಿಂದ ಬರುತ್ತಿದ್ದ ಭೀಕರ ಚಂಡಮಾರುತಕ್ಕೆ ಪ್ರವಾಹ ಹೆಚ್ಚಿದಂತಿತ್ತು. ರಾಕ್ಷಸನು ಈ ಓಡುತ್ತಿರುವ ಚಂಡಮಾರುತವನ್ನು ಛಾವಣಿಯಿಂದ ನೋಡಿದನು ಮತ್ತು ಆಶ್ಚರ್ಯಚಕಿತನಾದನು ಮತ್ತು ಬೇಗನೆ

ಕೆಳಗಿಳಿದನು - "ಕಾಲವು ಹೊಸ ತಿರುವು ತೆಗೆದುಕೊಂಡಿದೆ ಎಂದು ತೋರುತ್ತದೆ."

22

ಬೆಟ್ಟಗಳ ಅಂತರದಲ್ಲಿ ಗುಹೆಗಳಂತಹ ಮನೆಗಳು, ದೂರದವರೆಗೆ ಹರಡಿರುವ ಕಮರಿಗಳು, ಎಲ್ಲೋ ಒಣ ಮರಗಳು ಸಾವಿರಾರು ವರ್ಷಗಳ ಕಥೆಗಳನ್ನು ಹೇಳುತ್ತವೆ, ಮೇಲೆ ನೀಲಿ ಆಕಾಶ ಮತ್ತು ಕೆಳಗೆ ಏರಿಳಿತಗಳ ಅಪಾಯಕಾರಿ ಹಾದಿಗಳು. ಇಲ್ಲಿ ಕಠೋರ ಬದುಕಿನಲ್ಲೂ ಸುಖದ ಸಂಗೀತವಿದೆ. ಇತ್ತೀಚಿನ ದಿನಗಳಲ್ಲಿ, ಒಂದು ದೊಡ್ಡ ನಗರವು ಇಲ್ಲಿ ನೆಲೆಸಿದೆ, ಆದರೆ ಬಹಳ ಹಿಂದೆ ಕೇವಲ ಕಡಿದಾದ ಬೆಟ್ಟಗಳಿದ್ದವು.ಕೆಲ ಬಡವರು ಅಲ್ಲೊಂದು ಇಲ್ಲೊಂದು ತಂಗುವ ಪಾಳುಬಿದ್ದ ಸ್ಥಳಗಳನ್ನು ಮಾಡಿಕೊಳ್ಳುತ್ತಿದ್ದರು. ಶ್ರೀಮಂತ ವ್ಯಕ್ತಿ ಆ ಬಡ ಕೊಳೆಗೇರಿಗಳಿಗೆ ಹೋಗುವ ಧೈರ್ಯವನ್ನು ಕೂಡ ಮಾಡಲಾಗಲಿಲ್ಲ. ಈ ಸ್ಥಳವೂ ಭಯಾನಕವಾಗಿತ್ತು. ಇಲ್ಲಿಗೆ ಕಾಡು ಪ್ರಾಣಿಗಳು ಹೆಚ್ಚಾಗಿ ಬರುತ್ತಿದ್ದವು. ಬಡ ಬಡ ಪಹಾರಿ ಕೆಲವು ಆಲೂಗಡ್ಡೆಗಳನ್ನು ಬೆಳೆಯುವ ಮೂಲಕ ತನ್ನನ್ನು ತಾನೇ ಪೋಷಿಸಬಹುದು. ತುಂಬಲು ಬಳಸಲಾಗುತ್ತದೆ.

ಈ ಪ್ರದೇಶಗಳಲ್ಲಿ, ಭೋಲೆ ಪಹಾರಿ ಶೌರ್ಯ ಮತ್ತು ಗಟ್ಟಿತನದ ಕಬ್ಬಿಣದ ಜೀವನವನ್ನು ನಡೆಸಿದರು. ಅವನು ಎಷ್ಟು ಧೈರ್ಯಶಾಲಿಯಾಗಿದ್ದನೆಂದರೆ ಕರಡಿ, ಸಿಂಹದಂತಹ ಅಪಾಯಕಾರಿ ಪ್ರಾಣಿಗಳನ್ನೂ ಕುಡುಗೋಲಿನ ಸಹಾಯದಿಂದ ಕೊಲ್ಲುತ್ತಿದ್ದನು. ಅಂತಹ ಒರಟಾದ ಮತ್ತು ಭಯದ ಸ್ಥಳದಲ್ಲಿ, ಬೆಟ್ಟದ ಹೊದಿಕೆಯ ಅಡಿಯಲ್ಲಿ, ರಾಕ್ಷಸ ಪಂಚನಾದಪತಿಯು ಪುರುವಿನೊಂದಿಗೆ ಕೆಲವು ನಿಗೂಢ ಚರ್ಚೆಯಲ್ಲಿ ಮುಳುಗಿದ್ದನು. ರಾಕ್ಷಸನು ತನ್ನ ತೋರು ಬೆರಳಿನಿಂದ ಅವನ ಹಣೆಗೆ ಹೊಡೆಯುತ್ತಾ

ಹೇಳಿದನು - ನಾವು ಪದಗಳಲ್ಲಿ ಶ್ರೀಮಂತರು. ಒಮ್ಮೆ ನಾವು ಯಾರನ್ನಾದರೂ ನಮ್ಮವರು ಎಂದು ಕರೆದರೆ, ನಾವು ನಮ್ಮ ಜೀವನದುದ್ದಕ್ಕೂ ಆ ವ್ಯಕ್ತಿಯೊಂದಿಗೆ ಬದುಕುತ್ತೇವೆ. ನಮ್ಮನ್ನು ನಂಬಿ, ಕುಮಾರ ಮಲಕೇತು ಮಗಧದ ಅಧಿಪತಿಯಾಗುವ ದಿನ ನಮಗಾಗಿ ಕಾಯುತ್ತಿದೆ. ಸೃಷ್ಟಿಕರ್ತನು ಸಹಕರಿಸಿದರೆ, ಶೀಘ್ರದಲ್ಲೇ ಕುಮಾರ ಮಲೆಯು ಅಖಿಲ ಭಾರತಕ್ಕೆ ಚಕ್ರವರ್ತಿಯಾಗುತ್ತಾನೆ ಮತ್ತು ಅವನ ಧ್ವಜವು ದೇಶ ಮತ್ತು ವಿದೇಶಗಳಲ್ಲಿ ಹಾರುತ್ತದೆ.

ಪುರು- ನಿನ್ನ ಮಾತುಗಳಲ್ಲಿ ನನಗೆ ಸಂದೇಹವಿಲ್ಲ, ಆದರೆ ಚಾಣಕ್ಯನ ಚಾಣಾಕ್ಷತನಕ್ಕೆ ನಾನು ಹೆದರುತ್ತೇನೆ. ಬ್ರಾಹ್ಮಣನು ಯಾವ ರೀತಿಯ ಮಣ್ಣಿನಿಂದ ಮಾಡಲ್ಪಟ್ಟಿದ್ದಾನೆಂದು ಯಾರಿಗೆ ತಿಳಿದಿದೆ, ಬೆಂಕಿಯು ಅವನನ್ನು ಸುಡುವುದಿಲ್ಲ ಮತ್ತು ಅವನನ್ನು ತೊಳೆಯಲು ಪ್ರಯತ್ನಿಸುವ ನೀರು ಅದರಲ್ಲಿ ಮುಳುಗುತ್ತದೆ. ದೃಷ್ಟಿಗೋಚರವಾಗಿ ಅವನು ದೇವತೆಯಾಗಿ ಕಾಣಿಸುತ್ತಾನೆ, ಆದರೆ ವಾಸ್ತವದಲ್ಲಿ ಅವನು ಶನಿ ದೇವನ ಅವತಾರವಾಗಿ ಕಾಣಿಸಿಕೊಳ್ಳುತ್ತಾನೆ. ವಿನಾಶವು ತಲೆಮಾರುಗಳಿಂದ ಅವನ ಮನೆಯಲ್ಲಿ ನೆಲೆಸಿದೆ ಎಂದು ಅವನ ಕಠಿಣ ನೋಟವು ಬಿದ್ದಿತು. ನಮ್ಮೊಂದಿಗೆ ನಿಮ್ಮ ಒಪ್ಪಂದದ ರಹಸ್ಯವು ಬಹಿರಂಗವಾದರೆ ನಾವು ನಮ್ಮ ಯೋಗಕ್ಷೇಮವನ್ನು ನೋಡುವುದಿಲ್ಲ.

ರಾಕ್ಷಸ: ಮನುಷ್ಯನ ಕಲ್ಯಾಣವು ಅವನ ಕೈಯಲ್ಲಿದೆ. ಚಂಡಮಾರುತದ ಭೀತಿಯಿಂದ ದೋಣಿಯನ್ನು ಸಾಗರದಲ್ಲಿ ಬಿಡಲು ಹೆದರುವವರು ದಡದಲ್ಲಿ ನಿಂತರೂ ಬದುಕಲು ಸಾಧ್ಯವಿಲ್ಲ. ಮನುಷ್ಯನಿಗೆ ಶಕ್ತಿಯ ಕೊರತೆಯಿಲ್ಲ, ಅವನ ಕೊರತೆಯು ಅವನ ಆತ್ಮವಾಗಿದೆ. ಸೋತ ನಂತರ ಮೌನವಾಗಿರುವವನಿಗೆ ಗೆಲುವು ನಗುತ್ತದೆ. ಈ ಸುವರ್ಣಾವಕಾಶವನ್ನು ನೀವು ಸ್ವೀಕರಿಸಬೇಕೇ ಅಥವಾ ಲಕ್ಷ್ಮಿಯನ್ನು ನಿಮ್ಮ ಮನೆಯಿಂದ ಹೊರಹಾಕಬೇಕೇ ಎಂದು ಇಡೀ ಪ್ರಪಂಚದ ಹೆಮ್ಮೆಯು ನಿಮ್ಮ ಪಾದಗಳಿಗೆ ನಮಸ್ಕರಿಸಲು

ಸಿದ್ಧವಾಗಿದೆಪುರು- ಇಲ್ಲ, ಇಲ್ಲ, ಮನೆಗೆ ಬಂದ ಲಕ್ಷ್ಮಿಯನ್ನು ನಾನು ಒದೆಯುವುದಿಲ್ಲ. ನಾನು ನಿಮ್ಮ ಪ್ರಸ್ತಾಪವನ್ನು ಸ್ವೀಕರಿಸುತ್ತೇನೆ. ನಾನು ನಿಮಗೆ ಮಲ್ಯವನ್ನು ಪ್ರಸ್ತುತಪಡಿಸಿದ್ದೇನೆ. ಏಕೆಂದರೆ ಈಗ ಅವರು ಪಂಚನಾಡಿನ ಅಧಿಕಾರಿಯಾಗಿರುವುದರಿಂದ ಪಂಚನಾಡೂ ನಿಮ್ಮ ಸೂಚನೆಯ ಮೇರೆಗೆ ನಡೆಯುತ್ತದೆ. ಇಂದಿನಿಂದ ನಿನ್ನನ್ನು ಪಂಚನಾಡಿನ ಮಂತ್ರಿಯನ್ನಾಗಿ ಸ್ವೀಕರಿಸುತ್ತೇನೆ.

ಮಾನ್ಸ್ಟರ್ - ನಿಮ್ಮ ದಯೆಗೆ ಧನ್ಯವಾದಗಳು! ನಿಮ್ಮ ಸೇವೆ ಮಾಡಲು ನಾನು ಪೂರ್ಣ ಹೃದಯದಿಂದ ಇದ್ದೇನೆ, ಆದರೆ ಅದೇ ದಿನ ಮಲ್ಯ ಭಾರತದಲ್ಲಿ ನಾನು ಕುಮಾರ್ ಅವರ ಸಚಿವ ಸ್ಥಾನವನ್ನು ಸ್ವೀಕರಿಸುತ್ತೇನೆ ಕೆ ಏಕೈಕ ಚಕ್ರವರ್ತಿಯಾಗಲಿದ್ದಾರೆ. ಪುರು- ನೋಡು, ಆ ಕುಮಾರ ಮಲೆಯೂ ಬಂದಿದ್ದಾನೆ. ಆದರೆ ವಿಷಯ ಏನು, ನೀವು ಸ್ವಲ್ಪ ಉದ್ವೇಗ ತೋರುತ್ತೀರಿ. ಅಷ್ಟರಲ್ಲಿ ಕುಮಾರ್ ಮಾಲೆ ಬಳಿ ಬಂದ. ಬಂದ ಕೂಡಲೇ ಹಣೆಯಲ್ಲಿದ್ದ ದುಡಿಮೆಯ ಕಣಗಳನ್ನು ಒರೆಸಿಕೊಳ್ಳುತ್ತಾ

ಹೇಳಿದರು – ಪರಿಸ್ಥಿತಿ ಜಟಿಲವಾಗುತ್ತಿದೆ. ಚಂದ್ರಗುಪ್ತನು ಗ್ರೀಕರೊಡನೆ ಹೋರಾಡುತ್ತಾ ಬಹಳ ಮುಂದೆ ಸಾಗಿದನು. ಕೆಲವು ಸಣ್ಣ ಸಹ ರಾಜರೊಂದಿಗೆ ಅವರು ಆ ದೊಡ್ಡ ಸೈನ್ಯದ ವಿರುದ್ಧ ಎಷ್ಟು ದಿನ ಹೋರಾಡುತ್ತಾರೆ! ಸರಿಯಾದ ಸಮಯಕ್ಕೆ ಕುಮುಕ್ ತಲುಪದಿದ್ದರೆ, ಅವನ ಜೀವಕ್ಕೆ ಅಪಾಯವಿದೆ.

ಪುರು - ಇದು ತುಂಬಾ ಒಳ್ಳೆಯದು, ಹಾವು ಸಹ ಸಾಯುತ್ತದೆ ಮತ್ತು ಕೋಲು ಮುರಿಯುವುದಿಲ್ಲ.

ರಾಕ್ಷಸ- ಇಲ್ಲ, ಹಾವು ಸಹ ಸಾಯುವುದಿಲ್ಲ ಮತ್ತು ಕೋಲು ಕೂಡ ಮುರಿಯುತ್ತದೆ ಎಂಬ ಫಲಿತಾಂಶ ಬರುತ್ತದೆ.

ಪುರು - ಅರ್ಥವೇನು?

ರಾಕ್ಷಸ- ವಿದೇಶಿ ಮಿತ್ರನಿಗಿಂತ ಸ್ವದೇಶಿ ಶತ್ರು ಉತ್ತಮ ಎಂದು ಅರ್ಥ. ಎಲ್ಲೋ ಚಂದ್ರಗುಪ್ತ ಅವನ ಮರಣದ ನಂತರ, ಸೆಲ್ಯೂಕಸ್ ಇಡೀ ಭಾರತದಲ್ಲಿ ಪ್ರಾಬಲ್ಯ ಸಾಧಿಸಬಾರದು.

ಪುರು- ಆದರೆ ನಾವು ಚಂದ್ರಗುಪ್ತನಿಗೆ ಸಹಾಯ ಮಾಡಲು ಸೈನ್ಯವನ್ನು ಕಳುಹಿಸಿದರೆ, ನಾವು ಏನು ನೀವು ಬಯಸಿದರೆ, ಅದು ಸಾಧ್ಯವಿಲ್ಲ. ಚಂದ್ರಗುಪ್ತನನ್ನು ಅಲ್ಲಿ ಸೇವಿಸಲು ಬಿಡುವುದು ಉತ್ತಮ. ನಂತರ ನಾವು ಗ್ರೀಕರನ್ನು ಸುಲಭವಾಗಿ ಓಡಿಸುತ್ತೇವೆ. ಅದರ ನಂತರ ನೀವು ಏನು ಬಯಸುತ್ತೀರೋ ಅದು ಸ್ವಯಂಚಾಲಿತವಾಗಿ ನಡೆಯುತ್ತದೆ ಹೊಗೋಣ.

ರಾಕ್ಷಸ- ಗ್ರೀಕರೊಡನೆ ಯುದ್ಧ ಮಾಡುವಾಗ ಚಂದ್ರಗುಪ್ತ ಸಾಯುವ ಸಾಧ್ಯತೆಯಿದೆ, ಆದರೆ ಚಾಣಕ್ಯ ಇದರಿಂದ ಸೋಲುವುದಿಲ್ಲ. ಯಾರ ತಲೆಯ ಮೇಲೆ ಕೈ ಹಾಕುತ್ತಾನೋ ಚಂದ್ರಗುಪ್ತನಂತೆ ಘರ್ಜಿಸುತ್ತಾನೆ. ಚಂದ್ರಗುಪ್ತನ ಸಾವಿನಲ್ಲಿ ನಮ್ಮ ಗೆಲುವು ಅಡಗಿಲ್ಲ. ಚಾಣಕ್ಯ ಸಾಯುವವರೆಗೂ ನಮ್ಮ ಗೆಲುವಿನಲ್ಲಿ ಸೋಲು ಇರುವವರೆಗೆ.

ಮಲ್ಯ- ದೇಶೀಯ ವ್ಯಾಜ್ಯಗಳನ್ನು ಆಮೇಲೆ ಇತ್ಯರ್ಥ ಪಡಿಸಿಕೊಳ್ಳುತ್ತೇವೆ, ಮೊದಲು ವಿದೇಶೀ ಶತ್ರುವನ್ನು ಒಟ್ಟಾಗಿ ಹೋಗಲಾಡಿಸೋಣ. ರಕ್ತ ತೋಯ್ದ ಸೇನಾನಾಯಕ ಒಳಪ್ರವೇಶಿಸಿ ಹೇಳಿದಾಗ ಪುರು ಏನನ್ನೋ ಹೇಳಲು ಬಾಯಿ

ತೆರೆಯಬೇಕೆನಿಸಿತು - ಒಂದೇ ಬಿರುಗಾಳಿಗೆ ದೇಹ ತಲೆಕೆಳಗಾಗಿತ್ತು. ಚಂದ್ರಗುಪ್ತನು ಸೆಲ್ಯೂಕಸ್‌ನನ್ನು ಕೈದಿಯನ್ನಾಗಿ ಮಾಡಿದನು. ಈ ಯುದ್ಧದಲ್ಲಿ ಚಂದ್ರಗುಪ್ತನು ಯಾವ ಶಕ್ತಿಗಳನ್ನು ಬಳಸಿದನು ಎಂಬುದು ತಿಳಿದಿಲ್ಲ ಗೆಲ್ಲುವಾಗ ಗ್ರೀಕರುಸೋಲಿಸಲ್ಪಟ್ಟರು ಎಂದು ಹೇಳಿದರು.

ನಾಯಕ್- ಮತ್ತು ಚಾಣಕ್ಯನ ಆದೇಶದಂತೆ, ಅವನು ಒಪ್ಪಂದದ ನಿಯಮಗಳನ್ನು ಮುರಿದು, ಸೆಲ್ಯೂಕಸ್‌ನನ್ನು ಭೇಟಿಯಾದ ಅಡ್ಡರಸ್ತೆಯಲ್ಲಿ ರಾಜ ಅಂಬಿ ಮತ್ತು ಅವನ ಮಗನನ್ನು ಗಲ್ಲಿಗೇರಿಸಿದನು. ಇದನ್ನು ಕೇಳಿದ ಪುರು ಕೋಪದಿಂದ ನಡುಗುತ್ತಾ ಎದ್ದು

ಹೇಳಿದರು - ನೀವು ಅವರಿಬ್ಬರನ್ನೂ ನಿರ್ದಯವಾಗಿ

ಕೊಂದಿದ್ದೀರಾನಾಯಕ- ಹೌದು. ಇಷ್ಟೇ ಅಲ್ಲ ಮಹಾರಾಜರೇ! ತಕ್ಷಣವೇ ಪಂಚನಾಡನ್ನೂ ವಶಪಡಿಸಿಕೊಳ್ಳುವುದಾಗಿ ಗೂಢಚಾರರಿಂದ ಮಾಹಿತಿ ಲಭಿಸಿದೆ.

ಪುರು- ನಿಜವಾಗಿಯೂ ಏನು? ಚಾಣಕ್ಯನಿಗೆ ನಮ್ಮ ಸ್ಕೀಂಗಳ ಬಗ್ಗೆ ತಿಳಿದುಕೊಂಡಂತೆ ತೋರುತ್ತದೆ.

ನಾಯಕ್ - ಏಕಾಏಕಿ ಚಂದ್ರಗುಪ್ತನ ಪರ ಜನ ನಮ್ಮ ಮೇಲೆ ಏಕೆ ಅಪನಂಬಿಕೆ ಹಾಕಿದರು ಗೊತ್ತಿಲ್ಲ. ಚಂದ್ರಗುಪ್ತನು ಗ್ರೀಕರೊಡನೆ ಘೋರ ಯುದ್ಧವನ್ನು ಮಾಡುತ್ತಿದ್ದ ಸಮಯದಲ್ಲಿ, ಆ ಸಮಯದಲ್ಲಿ ನಾವು ಸಮಯಕ್ಕೆ ಸಹಾಯ ಮಾಡಲು ಸಿದ್ಧರಿದ್ದೇವೆ. ಕುಮುಕ್ ತನ್ನ

ಕಮಾಂಡರ್-ಇನ್-ಚೀಫ್ನ ಆದೇಶಕ್ಕಾಗಿ ಕಾಯುತ್ತಿದ್ದನು, ಆದರೆ ಸಾಕಷ್ಟು ಹುಡುಕಿದರೂ, ಕಮಾಂಡರ್-ಇನ್-ಚೀಫ್ ಸಿಗಲಿಲ್ಲ, ನಾವು ಏನು ಮಾಡೋಣ! ಹೋರಾಡುತ್ತಿರುವಾಗ ಚಂದ್ರಗುಪ್ತನ ಸೈನ್ಯವು ಸಹಾಯಕ್ಕಾಗಿ ಸಂಕೇತವನ್ನು ನೀಡಿತು, ಆದರೆ ನಾವು ತಲುಪದಿದ್ದಾಗ, ತಕ್ಷಣವೇ ಮತ್ತೊಂದು ಶಬ್ದವಾಯಿತು ಮತ್ತು ಚಂದ್ರಗುಪ್ತನ ಕೆಲವು ಗುಪ್ತ ವ್ಯಕ್ತಿಗಳು ವಿಶೇಷ ರೀತಿಯ ಹೊಗೆಯನ್ನು ಬೀಸುವುದನ್ನು ನಾವು ನೋಡಿದ್ದೇವೆ. ಚಂದ್ರಗುಪ್ತನ ಮಹಿಮೆಯ ಶಂಖ ಮೊಳಗಿತು ಮತ್ತು ಮುಂದಿನ ಕ್ಷಣದಲ್ಲಿ ಚಂದ್ರಗುಪ್ತನ ಸೈನ್ಯವು ನಮ್ಮ ಮೇಲೆ ದಾಳಿ ಮಾಡಿತು ಎಂದು ನಾವು ಇನ್ನೂ ಅರ್ಥಮಾಡಿಕೊಳ್ಳಲು ಪ್ರಯತ್ನಿಸುತ್ತಿದ್ದೇವೆ. ಈ ಹಠಾತ್ ಯುದ್ಧದಲ್ಲಿ ನಮ್ಮ ಅನೇಕ ವೀರ ಸೈನಿಕರು ಉಪಯುಕ್ತರಾಗಿದ್ದರು. ಸ್ವಲ್ಪ ಕಷ್ಟದಿಂದ ನಾವು ನಮ್ಮ ಜೀವವನ್ನು ಉಳಿಸಬಹುದು ಮತ್ತು ನಿಮ್ಮನ್ನು ತಲುಪಬಹುದು.

ಪುರು - ನೀನು ಕಮಾಂಡರ್ ಹೋಗು, ನಿನ್ನ ಗಾಯಗಳಿಗೆ ಬ್ಯಾಂಡೇಜ್ ಹಾಕು!

ಮಾನ್ಸ್ಟರ್ - ಮತ್ತು ನೀವು ಮಲಯಕ್ಕೆ ಹೋಗುತ್ತೀರಿ! ರಾಜಧಾನಿ ಮತ್ತು ರಾಜ್ಯದಲ್ಲಿ ಭದ್ರತೆಗೆ ಕಬ್ಬಿಣದ ಸೈನಿಕರನ್ನು ಹಾಕಿ, ನಾವೂ ಕೂಡ ಬೇಗ ಬರುತ್ತೇವೆ. ಆಜ್ಞೆಯನ್ನು ಕೇಳಿ ದಳಪತಿಯೂ ಮಲಯಕೇತುವೂ ಹೊರಟುಹೋದರು. ಪುರು ರಾಕ್ಷಸನನ್ನು ಕಾಳಜಿಯಿಂದ ನೋಡಿದನು. ಅದನ್ನು ನೋಡುತ್ತಾ

ಹೇಳಿದರು - ಈಗ ಏನಾಗುತ್ತದೆ?

ಮಾನ್ಸ್ಟರ್ - ಏನಾಗುತ್ತದೆ, ನಾವು ವಿಜಯಶಾಲಿಯಾಗುತ್ತೇವೆ.

ಪುರು - ಎಷ್ಟು ಶ್ರೇಷ್ಠ!

ರಾಕ್ಷಸ - ಚಾಣಕ್ಯನು ಪಂಚನಾಡಿನತ್ತ ಹೆಜ್ಜೆ ಹಾಕಲು ಧೈರ್ಯ ಮಾಡಿದರೆ, ಆಗ ಇಟ್ಟಿಗೆ ಇಟ್ಟಿಗೆಯೊಂದಿಗೆ ಘರ್ಷಣೆಯಾಗುತ್ತದೆ. ಮಹಾರಾಜ ಪುರು! ಕುಲುತ್ನ ರಾಜ ಚಿತ್ರವರ್ಮ, ಮಲಯಾಧಿಪತಿ ಸಿಂಹನಾದ್, ಕಾಶ್ಮೀರದ ರಾಜ ಪುಷ್ಕರನಯನ, ಸಿಂಧುಪತಿ ಸಿಂಧುಸೇನ್ ಮತ್ತು ಪರಸ್ನ ಪರಾಕ್ರಮಿ ನೃಪ್ತಿ ಮೇಘಾಕ್ಷರನ್ನು ತಮ್ಮ ಸೈನ್ಯದೊಂದಿಗೆ ಬರುವಂತೆ ತಕ್ಷಣವೇ ಆಮಂತ್ರಣಗಳನ್ನು ಕಳುಹಿಸಿ.

ನಾವು ನೇರ ಯುದ್ಧ ಘೋಷಿಸುತ್ತೇವೆ. ಚಾಣಕ್ಯ! ಈಗ ಜಾಗರೂಕರಾಗಿರಿ, ಸಮುದ್ರವು ದುರಂತ ರೂಪದಲ್ಲಿ ನಿಮ್ಮ ಬೆಂಕಿಯ ಕಡೆಗೆ ಬರುತ್ತಿದೆ. ಹೂತಿಟ್ಟ ಕಲ್ಲಿದ್ದಲು ಈಗ ವಿದ್ಯುತ್ ಆಗಿ ಸಿಡಿಯುತ್ತದೆ. ನೀವು ಯುದ್ಧದ ಧರ್ಮದ ವಿರುದ್ಧ ವೈಜ್ಞಾನಿಕ ಶಕ್ತಿಯನ್ನು ಬಳಸಿದರೆ, ಆ ಕಡೆಯಿಂದ ರಾಕ್ಷಸನ ಕಣ್ಣುಗಳು ಮುಚ್ಚಲ್ಪಟ್ಟಿವೆ ಎಂಬುದನ್ನು ಮರೆಯಬೇಡಿ. ವಿಷದೊಂದಿಗೆ ವಿಷವನ್ನು ಹೇಗೆ ತೆಗೆದುಹಾಕಬೇಕೆಂದು ಅವನಿಗೆ

ತಿಳಿದಿದೆಪುರು- ನಿನ್ನ ಧೈರ್ಯವನ್ನು ನೋಡಿದಾಗ ನಿನ್ನಯ ರಾಜಕಾರಣಿ ಉಗ್ರವಾದ ಜ್ವಾಲೆಯ ಮುಂದೆ ಒಣಹುಲ್ಲಿನಂತೆ ನಿನ್ನ ಮುಂದೆ ಹುಳುವಿನಂತಿರುವ ಬ್ರಾಹ್ಮಣನೆಂದು ತೋರುತ್ತದೆ. ಆದರೆ ಚಾಣಕ್ಯನ ಅಲ್ಪ ಜೀವನ ಮತ್ತು ಅದರಲ್ಲಿ ಸಾಧಿಸಿದ ಯಶಸ್ಸನ್ನು ನೋಡಿದಾಗ ನನ್ನ ಮನಸ್ಸು ಬದಲಾಗುತ್ತದೆ.

ರಾಕ್ಷಸ - ಇದರರ್ಥ ಯಾರದೋ ಸೋಲಲ್ಲ ಮಹಾರಾಜ! ಅವನು ಕಡಿಮೆ ಬುದ್ಧಿವಂತ ಮತ್ತು ಹೇಡಿ ಎಂದು. ಸೃಷ್ಟಿಕರ್ತ ವಿರುದ್ಧವಾಗಿದ್ದಾಗ, ಶಕ್ತಿಯುತವಾದ ಸತ್ಯವೂ ಅಸತ್ಯದಿಂದ ಸೋಲಿಸಲ್ಪಡುತ್ತದೆ. ಜಗತ್ತು ವಿಜಯದ ಕುರುಡು ಕಣ್ಣುಗಳ ಮೂಲಕ ನೋಡುತ್ತದೆ.

ಅವನು ಗೆದ್ದವರನ್ನು ಮತ್ತು ಸೋತವರನ್ನು ಆರಾಧಿಸುತ್ತಾನೆಅವನು ವ್ಯಕ್ತಿಯನ್ನು ಪಾಪಿ ಎಂದು ಕರೆಯುತ್ತಾನೆ. ಆದರೆ ಗೆಲುವಿನ ಕತ್ತಲೆಯಲ್ಲಿ ಅಡಗಿರುವ ಸೋಲಿನ ಸತ್ಯ ಸಾಹಿತಿಯೊಬ್ಬನ ಲೇಖನಿಯ

ಮೂಲಕ ಗೋಚರವಾದಾಗ ಲೋಕದ ಕಣ್ಣುಗಳು ತೆರೆದುಕೊಳ್ಳುತ್ತವೆ. ಪ್ರತಿ ಬಾರಿ ನಾವು ಏನನ್ನಾದರೂ ಯೋಚಿಸುತ್ತೇವೆ ಮತ್ತು ಏನಾದರೂ ಸಂಭವಿಸುತ್ತದೆ ಎಂದು ತಿಳಿದಿಲ್ಲ. ಏನೋ ಸಂಭವಿಸುತ್ತದೆ ಮತ್ತು ಏನಾದರೂ ಹೊರಬರುತ್ತದೆ. ನಾನು ಶತ್ರುವಿಗಾಗಿ ವಿಷವನ್ನು ಬಿತ್ತುತ್ತೇನೆ ಆದರೆ ಇದಕ್ಕೆ ವಿರುದ್ಧವಾಗಿ, ಸಾವು ನನ್ನದಾಗುತ್ತದೆ. ಆದರೆ ಈ ಬಾರಿ ಚಾಣಕ್ಯ ಹೇಗೆ ನನ್ನ ಕೈಯಿಂದ ಪಾರಾಗುತ್ತಾನೆ ಎಂದು ನೋಡೋಣ. ನಾನು ಅವನನ್ನು ನಾಶಮಾಡುವೆನು. ಪುರು- ನಾವು ಪೂರ್ಣ ಶಕ್ತಿಯಿಂದ ನಿಮ್ಮೊಂದಿಗಿದ್ದೇವೆ.

ರಾಕ್ಷಸ - ಆಗ ಸೃಷ್ಟಿಕರ್ತನ ಕೃಪೆಯಿಂದ ಖಂಡಿತ ಜಯವಾಗುತ್ತದೆ. ಈಗ ನೀವು ವಿಶ್ರಾಂತಿ! ನನ್ನ ಅತ್ಯಂತ ವಿಶ್ವಾಸಾರ್ಹ ಮೂಲಗಳೊಂದಿಗೆ ನಾನು ಈ ಬೆಟ್ಟಗಳ ನೆರಳಿನಲ್ಲಿ ಮುಂಬರುವ ರೂಪರೇಖೆಯನ್ನು ಸಿದ್ಧಪಡಿಸುತ್ತೇನೆ. ಈ ವಿಷಯದಲ್ಲಿ ನೀವು ವಿಶೇಷವಾಗಿ ಜಾಗರೂಕರಾಗಿರಬೇಕು, ನಮ್ಮ ಈ ರಹಸ್ಯ ಸ್ಥಳಕ್ಕೆ ಯಾವುದೇ ಅವಿಶ್ವಾಸಿ ವ್ಯಕ್ತಿ ಬರಲು ಅವಕಾಶ ನೀಡಬಾರದುಪುರು ರಾಜಧಾನಿಯ ಕಡೆಗೆ ತೆರಳಿದರು ಮತ್ತು ರಾಕ್ಷಸನು ರಹಸ್ಯ ಗುಹೆಯ ಕಡೆಗೆ ಪ್ರವೇಶಿಸಿದನು. ಚೌಕಾಕಾರದ ಕಲ್ಲಿನ ಮೇಲೆ ಕುಳಿತುಕೊಂಡ ನಂತರ, ಅವನು ಹತ್ತಿರದಲ್ಲಿ ನಿಂತಿದ್ದ ತನ್ನ ನಿಗೂಢ ಪತ್ತೇದಾರಿಯ ಕಡೆಗೆ ನೋಡಿ

ಹೇಳಿದನು - ನಿಮ್ಮ ಯಶಸ್ಸಿಗೆ ನಾವು ನಿಮ್ಮನ್ನು ಅಭಿನಂದಿಸುತ್ತೇವೆ. ನೀವು ನಮ್ಮ ಗಾಯದ ಮೇಲೆ ಮುಲಾಮು ಹಚ್ಚಿದ್ದೀರಿ ಅದು ರಕ್ತಸ್ರಾವವನ್ನು ಸಂಪೂರ್ಣವಾಗಿ ನಿಲ್ಲಿಸಿದೆ ಮತ್ತು ಅದು ಗುಣವಾಗಲು ಹೆಚ್ಚು ಸಮಯ ತೆಗೆದುಕೊಳ್ಳುವುದಿಲ್ಲ ಎಂದು ಭಾವಿಸುತ್ತೇವೆ.

ಜೀವಧರ್ಮ- ಇದೆಲ್ಲವೂ ನಿನ್ನ ಕೃಪೆಯ ಅರ್ಪಣೆ ಸ್ವಾಮಿ! ಈ ಗುಲಾಮನು ತನ್ನನ್ನು ತಾನೇ ಪರಿಗಣಿಸುತ್ತಾನೆ ನಿಮ್ಮ ಕಳೆದುಹೋದ ರಾಜಲಕ್ಷ್ಮಿ ನಿಮ್ಮ ಪಾದಗಳಿಗೆ ಬೀಳುವ ದಿನವನ್ನು ಆಶೀರ್ವದಿಸಲಾಗುವುದು.

ರಾಕ್ಷಸ-ರಾಜ್-ರಾಮ, ಈ ಜೀವಿಗಳು ಬಹಳ ಚಂಚಲವಾಗಿವೆ! ಇದು ಯೋಗ್ಯತೆ ಮತ್ತು ದೋಷಗಳನ್ನು ನೋಡುವುದಿಲ್ಲ. ಮೂರ್ಖರ ಕೈಗೆ ಸಿಕ್ಕಿ ಎಷ್ಟು ಬಾರಿ ವಿದ್ವಾಂಸರನ್ನು ಅಗೌರವಗೊಳಿಸಿದೆಯೋ ಯಾರಿಗೆ ಗೊತ್ತು. ಎಷ್ಟು ಅದರ ಹೊಳಪಿನಲ್ಲಿ ಬೆರಗುಗೊಳಿಸುತ್ತದೆಜೀವಧರ್ಮ - ಚಿಂತಿಸಬೇಡ ಸ್ವಾಮಿ! ಸತ್ಯದ ಮೇಲೆ ಸುಳ್ಳು ಬಹುಕಾಲ ಜಯಶಾಲಿಯಾಗುವುದಿಲ್ಲ. ನೀವು ನಿಮ್ಮ ಯಜಮಾನ ಮತ್ತು ದೇಶಕ್ಕೆ ಸತ್ಯವಾಗಿ ಸೇವೆ ಸಲ್ಲಿಸಿದ್ದೀರಿ. ನಿಮ್ಮ ಇಚ್ಛೆಗೆ ವಿರುದ್ಧವಾಗಿ ಶತ್ರುಗಳ ಯಶಸ್ಸು ಹೆಚ್ಚು ಕಾಲ ಉಳಿಯುವುದಿಲ್ಲ.

ರಾಕ್ಷಸ- ನಾವು ನಿಮ್ಮೊಂದಿಗೆ ತುಂಬಾ ಸಂತೋಷವಾಗಿದ್ದೇವೆ. ಆದರೆ ಏನು ಮಾಡುವುದು! ಅತಿಯಾದ ಶ್ರಮ ಮತ್ತು ವೈಫಲ್ಯಗಳಿಂದಾಗಿ ನಮ್ಮ ತಲೆ ನೋಯಿಸಲು ಪ್ರಾರಂಭಿಸುತ್ತದೆ. ಏನು ಮಾಡಬೇಕೆಂದು ನನಗೆ ಅರ್ಥವಾಗುತ್ತಿಲ್ಲ, ಆ ವಕ್ರ ಬ್ರಾಹ್ಮಣ ಚಾಣಕ್ಯನನ್ನು ಹೇಗೆ ಸಮಾಧಾನಪಡಿಸುವುದು?

ಜೀವಧರ್ಮ - ಶತ್ರುಗಳಿಗೆ

ರಾಕ್ಷಸ - ಅದು ಹೇಗೆ? ಶತ್ರುವಿನ ವಿಷದಿಂದಲೇ ಒಬ್ಬನನ್ನು ಕೊಲ್ಲಬಹುದು.

ಜೀವಧರ್ಮ - ವಂಚಕ ಶತ್ರುವಿನ ವಿರುದ್ಧ ವಿಷಕಾರಿ ಕ್ರಮಗಳನ್ನು ಬಳಸದ ಹೊರತು, ಶತ್ರು ನಿಯಂತ್ರಣದಲ್ಲಿ ಉಳಿಯುತ್ತಾನೆ. ಈಗ ನಾವು ಚಾಣಕ್ಯನಿಗೆ ಚಾಣಕ್ಯನ ಆಹಾರವನ್ನು ಮಾತ್ರ ನೀಡಬೇಕಾಗಿದೆ.

ರಾಕ್ಷಸ - ಆದರೆ ಅವನು ಅಂತಹ ಶಿವನಾಗಿದ್ದಾನೆ, ಪ್ರತಿ ವಿಷವೂ ಜೀರ್ಣವಾಗುತ್ತದೆ.

ಜೀವಧರ್ಮ - ಬಲಿಷ್ಠ ಶತ್ರುವನ್ನು ಅಜೇಯನೆಂದು ಪರಿಗಣಿಸಿ, ಮಂತ್ರಿಗಳಲ್ಲಿ ನಮ್ಮ ಉತ್ಸಾಹ, ಶಿರೋಮಣಿಯನ್ನು ಕಳೆದುಕೊಂಡೆವು!

ರಾಕ್ಷಸರೇ - ಹಾಗಾದರೆ ನೀವು ನನಗೆ ಜೀವಿಗಳು ಎಂದು ಹೇಳುತ್ತೀರಿ! ಚಾಣಕ್ಯನನ್ನು ಗೆಲ್ಲುವುದು ಹೇಗೆ?

ಜೀವಧರ್ಮ- ರಾಜಕೀಯಕ್ಕೆ ಸಂಬಂಧಿಸಿದಂತೆ ಚಾಣಕ್ಯ ಬರೆದ "ಕೌಟಿಲ್ಯ ಅರ್ಥಶಾಸ್ತ್ರ," ಪೂರ್ತಿ ಓದಿದ್ದೇನೆ. ಕೊನೆಯಲ್ಲಿ, ಶತ್ರುಗಳನ್ನು ನಾಶಮಾಡಲು ವಿಷಕಾರಿ ಔಷಧಿಗಳ ಬಳಕೆಯನ್ನು

ಉಲ್ಲೇಖಿಸಲಾಗಿದೆ. ಆ ಔಷಧೀಯ ಪ್ರಯೋಗಗಳ ಮೂಲಕವೇ ನಾವು ಶತ್ರುವನ್ನು ನಾಶಪಡಿಸುತ್ತೇವೆ. ನೆರಳಿನಂತೆ, ನಮ್ಮ ಗೂಢಚಾರರು ಅದೃಶ್ಯರಾಗಬೇಕು ಮತ್ತು ವಿರೋಧದ ಪ್ರತಿ ಇಂಚಿನನ್ನೂ ಆವರಿಸಬೇಕು.

ಇಲ್ಲಿ ನಾವು ವಂಚನೆಯ ಮೂಲಕ ಶತ್ರುಗಳ ಮೇಲೆ ಪ್ರಾಬಲ್ಯ ಸಾಧಿಸುತ್ತೇವೆ, ಮತ್ತೊಂದೆಡೆ ನೀವು ಸಾಮೂಹಿಕ ದಾಳಿಯ ಮೂಲಕ ಕಳೆದುಹೋದ ರಾಜ್ಯಗಳನ್ನು ಸ್ವಾಧೀನಪಡಿಸಿಕೊಳ್ಳುತ್ತೀರಿ. ನಾನು ಅದನ್ನು ಪ್ರಯತ್ನಿಸುತ್ತೇನೆ ಶತ್ರುಗಳ ಸೇನಾಪತಿಗಳು ಔಷಧಿಗಳ ಬಳಕೆಯಿಂದ ಪರಸ್ಪರ ಹೋರಾಡಿ ನಾಶಪಡಿಸಬೇಕು. ರಾಜ್ಯದ ಅಧಿಕಾರಿಗಳು ಮತ್ತು ಸಚಿವರಲ್ಲಿ ಸ್ವಾರ್ಥದ ಬೀಜ ಬಿತ್ತಿ ವಿಭಜನೆ ಮಾಡಲಾಗುವುದು.

ಮಾನ್ಸ್ಟರ್ - ಜೀವಿ! ನಿಜವಾಗಿಯೂ ನೀವು ನಿಜವಾದ ಭಕ್ತ. ನಾವು ಇಂದು ಮಗಧದ ಮಹಾಮಾತ್ಯರಾಗಿದ್ದರೆ, ನಿಮ್ಮ ಈ ತಿಳುವಳಿಕೆಯಲ್ಲಿ ನಾವು ನಿಮ್ಮನ್ನು ಸಂತೋಷಪಡಿಸುತ್ತಿದ್ದೆವು.

ಜೀವಧರ್ಮ- ನನ್ನ ಮೇಲಲ್ಲದ ವರವೇನು ಸ್ವಾಮಿ? ದುರಾಸೆಯ ಸೇವಕನು ತನ್ನ ಯಜಮಾನನಿಗೆ ನಿಜವಾದ ಒಳ್ಳೆಯದನ್ನು ಮಾಡಲಾರನು. ಸಮಯ ಬಂದಾಗ, ಸ್ವಾರ್ಥಿ ಸೇವಕನು ಶತ್ರುವನ್ನು ಭೇಟಿಯಾಗುತ್ತಾನೆ. ನಿನ್ನ ಪಾದದ ಧೂಳು ನನಗೆ ಸರ್ವಸ್ವಹೀಗೆ ಹೇಳುತ್ತಿರುವಾಗ, ಜೀವಿಯು ಆಶ್ಚರ್ಯಚಕಿತನಾದನು, ಎಚ್ಚರಿಕೆಯಿಂದ ಆಲಿಸುತ್ತಾ ಅವನು

ಹೇಳಿದನು - "ಯಾರೋ ಸಿಗ್ನಲ್-ಸೌಂಡ್ ಮಾಡುತ್ತಿದ್ದಾರೆ, ಏನೋ ಮುಖ್ಯವಾದ ವಿಷಯವಿದೆ ಎಂದು ತೋರುತ್ತದೆ."

ರಾಕ್ಷಸ - ಬಹುಶಃ ಶತ್ರುಗಳ ಕಡೆಯಿಂದ ಯಾರಾದರೂ ನಮ್ಮ ರಹಸ್ಯವನ್ನು ನೋಡಲು ಪ್ರಯತ್ನಿಸುತ್ತಿದ್ದಾರೆ. ಇದಕ್ಕಾಗಿ ಸಂಚು ರೂಪಿಸಲಾಗಿದೆ.

ಜೀವಧರ್ಮ - ನೀವು ಚಿಂತೆಗಳಿಂದ ಮುಕ್ತರಾಗಿ ಸ್ವಲ್ಪ ಹಾಲು ಕುಡಿಯಬೇಕು! ನಾನು ನೋಡುತ್ತೇನೆ, ಏನು ವಿಷಯ.

ರಾಕ್ಷಸ - ಸ್ವಾಮಿಯ ಹತ್ಯೆಗೆ ಸೇಡು ತೀರಿಸಿಕೊಳ್ಳುವಾಗ ಮಾತ್ರ ಹಾಲು ಕುಡಿಯುತ್ತೇನೆ. ಇಂದಿನ ದಿನಗಳಲ್ಲಿ ದುಃಖದಲ್ಲಿ ನಾನು ನನ್ನ ಸ್ವಂತ ಎಲ್ಲವನ್ನೂ ಮರೆತುಬಿಟ್ಟೆ. ರಾಕ್ಷಸನು ಮೌನವಾದನು ಮತ್ತು ಮನಸ್ಸಿನಲ್ಲಿ ಯೋಚಿಸಲು ಪ್ರಾರಂಭಿಸಿದನು: "ರಾತ್ರಿಯ ಕತ್ತಲೆಯ ಮತ್ತು ಒಂಟಿತನದ ಸಮಯದಲ್ಲಿ ಸುಂದರ ಮಹಿಳೆಯ ಪರಿಮಳದಿಂದ ವಿಚಲಿತನಾಗಿದ್ದವನು, ಇಂದು ಒಂದೇ ಒಂದು ಉದ್ದೇಶವನ್ನು ನೆನಪಿಸಿಕೊಳ್ಳುತ್ತಾನೆ ಮತ್ತು ಅದು ಕ್ರೌರ್ಯವನ್ನು ನಾಶಮಾಡುತ್ತದೆ. ಅತ್ಯಂತ ವೈಭವಯುತ, ಅತ್ಯಂತ ಶಕ್ತಿಶಾಲಿ, ರಾಕ್ಷಸ

ಹೃದಯ - ಸ್ವಾಮಿ ಮಹಾನಂದ." ಕೊಲೆಗೆ ಪ್ರತೀಕಾರ!" ದೆವ್ವಗಳು ಇನ್ನೇನು ಮನಸ್ಸಿನಲ್ಲಿ ಯೋಚಿಸುತ್ತಿದ್ದವೋ ಗೊತ್ತಿಲ್ಲ, ಆದರೆ ಏನನ್ನೂ ಯೋಚಿಸದೆ ಜೀವಿಗಳು ರಹಸ್ಯವಾದ ಹಾದಿಯಲ್ಲಿ ಸಾಗಿದವು. ಸ್ವಲ್ಪ ಹೊತ್ತಿನ ನಂತರ ಒಬ್ಬ ಮುದುಕ ತಲೆಯ ಮೇಲೆ ಒಣ ಕೊಚ್ಚಿದ ಕಟ್ಟಿಗೆಯ ಹೊರೆಯನ್ನು ಹೊತ್ತು ತೆರೆದ ಗುಡ್ಡಗಾಡು ಪ್ರದೇಶಕ್ಕೆ ಬಂದದ್ದು ಕಾಣಿಸಿತು. ಇಲ್ಲಿ ಮತ್ತೊಬ್ಬ ಪಹಾರಿ ಮೊಣಕೈ ಮೇಲೆ ತಲೆಯಿಟ್ಟು ಮಲಗಿದ್ದ. ಮರದ ಮನುಷ್ಯ ವಿಶೇಷ ಭಾಷೆಯಲ್ಲಿ ಏನೋ ಹೇಳಿದ. ಉತ್ತರ ದಿಕ್ಕಿಗೆ ಬಿದ್ದಿದ್ದ ಗುಡ್ಡ ತಕ್ಷಣ ಮೇಲೆದ್ದು ಅದೇ ಭಾಷೆಯಲ್ಲಿ ಹೇಳಿದ್ದು ಗೊತ್ತಾಗಲಿಲ್ಲಎರಡೂ ಕಡೆಯವರ ಮಾತುಗಳು ಒಬ್ಬರ ಕಿವಿಗೆ ಬಿದ್ದಾಗ ಮರವೇರಿದ ಅತಿ ಚತುರ ವಿರಾಢನು

ಹೇಳಿದನು - ಹೇಳು ಸರ್ವಾರ್ಥ್, ಏನು ಮಾಹಿತಿ?

ಸರ್ವಾರ್ಥ- ಮಾಹಿತಿ ತುಂಬಾ ಕೆಟ್ಟದಾಗಿದೆ, ಜೀವಧರ್ಮ ಜೀ! ನಮ್ಮ ಗುಪ್ತಚರ ಅಧಿಕಾರಿ ಪರಮ ಚತುರ್ ವಿರಾದ್ ಚಾಣಕ್ಯ ಅವರನ್ನು ಸೆರೆಯಾಳಾಗಿ ಮಾಡಿದರು.

ಧರ್ಮ - ಭಿನ್ನಾಭಿಪ್ರಾಯಗಳು ಸೆರೆಯಾಗಿವೆಯೇ? ಬೇಗ ಮಂತ್ರಿಗಳಲ್ಲಿ ರಾಕ್ಷಸ, ಶಿರೋಮಣಿ ಸ್ವಾಮಿಯ ಬಳಿ ಹೋಗೋಣ, ಅಲ್ಲಿ ಎಲ್ಲರೂ ಕೇಳಿ, ಯೋಚಿಸಿ ಹೊಸ ಹೆಜ್ಜೆ ಇಡುತ್ತಾರೆಬೆಟ್ಟಗಳನ್ನು

ಸುತ್ತುತ್ತಾ ಜೀವಧರ್ಮನು ಸರ್ವಾರ್ಥಸಿದ್ಧನೊಡನೆ ರಾಕ್ಷಸನನ್ನು ತಲುಪಿದನು. ಸಮೀಪಕ್ಕೆ ಬಂದ ಕೂಡಲೇ ಸರ್ವಾರ್ಥನು ರಾಕ್ಷಸನ ಪಾದಗಳನ್ನು ಮುಟ್ಟಿ

ಹೇಳಿದನು - ಅತ್ಯಂತ ಬುದ್ಧಿವಂತ ವಿರಾಧನು ಸೆರೆಹಿಡಿಯಲ್ಪಟ್ಟನು. ಚಂದ್ರಗುಪ್ತನನ್ನು ಕೊಲ್ಲಲು ಕಳುಹಿಸಿದ ವಿಷದ ಹುಡುಗಿಯನ್ನು ಚಾಣಕ್ಯನು ಚಾಣಕ್ಯ ರಾಜ ಪರ್ವತಕನ ಬಳಿಗೆ ಕಳುಹಿಸಿದನು. ಬೆಟ್ಟದ ರಾಜನು ಅವಳ ಸಹವಾಸದಲ್ಲಿ ಮೊದಲ ದಿನವೇ ಮರಣಹೊಂದಿದನು ಮತ್ತು ಚಾಣಕ್ಯನು ರಾಕ್ಷಸನು ಈ ದುಷ್ಕೃತ್ಯವನ್ನು ಮಾಡಿದನೆಂದು ಘೋಷಿಸಿದನು. ರಾಕ್ಷಸನು ತಣ್ಣನೆಯ ನಿಟ್ಟುಸಿರು ಬಿಟ್ಟನು. ನಿರಾಸೆಯ ನಿಟ್ಟುಸಿರು ಬಿಡುತ್ತಾ

ಹೇಳತೊಡಗಿದ - ನೀನು ಜೀವಧರ್ಮವನ್ನು ಕೇಳುತ್ತೀಯಾ? ನಮಗೆ ಅದೃಷ್ಟ ಎಷ್ಟು ಕೆಟ್ಟದಾಗಿದೆ. ಶತ್ರುವನ್ನು ಕೊಲ್ಲಲು ನಾವು ಕಳುಹಿಸಿದ ವಿಷವು ನಮಗೆ ಮರಣವಾಗಿ ಮತ್ತು ಶತ್ರುಗಳಿಗೆ ಜೀವನವಾಗಿ ಮಾರ್ಪಟ್ಟಿತು. ಅರ್ಧ ಸಾಮ್ರಾಜ್ಯದ ಅಧಿಪತಿಯಾದ ಪರ್ವತಕನನ್ನು ಚಾಣಕ್ಯ ಎಷ್ಟು ಜಾಣ್ಮೆಯಿಂದ ಕೊಂದನು? ಓ ದೇವರೇ! ನೀನು ರಾಕ್ಷಸನಿಗೆ ಏಕೆ ಇಷ್ಟೊಂದು ದ್ವೇಷ ಸಾಧಿಸುತ್ತಿರುವೆ? ಜೀವ್- ದಯವಿಟ್ಟು ತಾಳ್ಮೆಯಿಂದಿರಿ ಸ್ವಾಮಿ! ನಾನು ಕುಸುಂಪುರಕ್ಕೆ ಹೋಗುತ್ತೇನೆ ಮತ್ತು ಹೇಗಾದರೂ ಮಾಡಿ ಅವನನ್ನು ರಕ್ಷಿಸುತ್ತೇನೆ. ನಾನು ಎಲ್ಲರನ್ನು ನೋಡಬಹುದು ಮತ್ತು ಯಾರೂ ನನ್ನನ್ನು ನೋಡಬಾರದು ಎಂಬಂತಹ ಪ್ರಯೋಗವನ್ನು ನಾನು ಸಿದ್ಧಪಡಿಸಿದ್ದೇನೆ.

ಅಮಾವಾಸ್ಯೆಯ ರಾತ್ರಿಯ ಕತ್ತಲೆಯಲ್ಲಿ, ನಾನು ಸಾಬೀತಾದ ಮಂತ್ರಗಳ ಸಹಾಯದಿಂದ ಜೈಲಿನ ಕಾವಲುಗಾರರಿಂದ ಸುಲ ವಿರಾಧನನ್ನು ಮುಕ್ತಗೊಳಿಸುತ್ತೇನೆ. "ಕೋಪ ಹೋಗಲಿ ಮಹಾಮಾತ್ಯಾ!"ಹಠಾತ್ತನೆ ಕಣಿವೆಯ ದ್ವಾರಪಾಲಕನು ಪ್ರವೇಶಿಸಿ ಹೇಳಿದನು ಮರುಕ್ಷಣವೇ ತೆಳ್ಳಗಿನ ಯುವಕನೊಂದಿಗೆ ವಿರಾಧ್ ಎದುರಿಗೆ ಕಾಣಿಸಿಕೊಂಡರು. ರಾಕ್ಷಸ ಅವನನ್ನು ನೋಡಿದ ತಕ್ಷಣ, ಅವನು ತುಂಬಿದ ಹೃದಯದಿಂದ ಎದ್ದು ಅವಳನ್ನು ತಬ್ಬಿಕೊಂಡನು. ಅವನ ಕಣ್ಣೀರಿನಿಂದ ವಿರಾಧನ ಹೃದಯ ಒದ್ದೆಯಾಯಿತು. ವಿರಾಧನು ತನ್ನ ನಿರಂತರ ಕಣ್ಣೀರಿನಿಂದ ರಾಕ್ಷಸನ ಪಾದಗಳನ್ನು ಬಿಳುಪುಗೊಳಿಸಿದನು.

ರಾಕ್ಷಸ ಮತ್ತು ವಿರಾಧನ ಈ ಸಮ್ಮಿಲನವನ್ನು ನೋಡಿ, ಬಂಡೆಗಿಂತಲೂ ಗಟ್ಟಿಯಾದ ಜೀವಿಯೂ ಅಳುವುದನ್ನು ನಿಲ್ಲಿಸಲಿಲ್ಲ. ರಾಕ್ಷಸನು ಉಸಿರುಗಟ್ಟಿದ ಧ್ವನಿಯಿಂದ

ಹೇಳಿದನು - "ಶತ್ರುಗಳು ಸುಟ್ಟುಹೋಗುವಂತೆ ನಾವು ಬೆಂಕಿಯನ್ನು ಹಚ್ಚುತ್ತೇವೆ, ಆದರೆ ನಮ್ಮ ಮನೆ ಸುಟ್ಟುಹೋಗುತ್ತದೆ, ದೇವರು ನಮ್ಮ ವಿರುದ್ಧ ಏಕೆ ಹೋಗುತ್ತಿದ್ದಾನೆಂದು ತಿಳಿಯಬೇಡಿ!" ವಿರಾಧ- ಇದು ಕಾಲದ ಸರದಿ ಸ್ವಾಮಿ!ದಿನಗಳು ತಲೆಕೆಳಗಾದಾಗ ರಾಜ ಭಿಕ್ಷುಕನಾಗುತ್ತಾನೆ. ಹೋಗುತ್ತದೆ. ಅವತಾರ ರೂಪದಲ್ಲಿ ಪೂಜಿಸಲ್ಪಡುತ್ತಿದ್ದ ರಾಮನು ರಾಜನಾಗುತ್ತಲೇ ಫಕೀರನಾಗಿದ್ದನು. ಆದರೆ ನಿರಾಶೆಯಾಯಿತು ಇರುವುದು ಮನುಷ್ಯನ ಕರ್ತವ್ಯವಲ್ಲ. ನಾಳಿನ ಭವಿಷ್ಯವು ಪ್ರತಿಯೊಬ್ಬ ಸೋತವನ ಕೈಯಲ್ಲಿದೆ. ಇಂದು ಸೋಲಿದ್ದರೆ ನಾಳೆಯೂ ಗೆಲುವುರಾಕ್ಷಸ ಸರಿ, ಆ ಕ್ರೂರ ಚಾಣಕ್ಯನ ಸೆರೆಮನೆಯಿಂದ ನೀನು ಹೇಗೆ ಮುಕ್ತಿ ಪಡೆದೆ ಹೇಳು?

ವಿರಾಧ - ಈ ಯುವಕನ ಕೃಪೆಯಿಂದ, ತನ್ನ ಪ್ರಾಣವನ್ನು ಪಣಕ್ಕಿಟ್ಟು ನನ್ನನ್ನು ಸೆರೆಯಿಂದ ಮುಕ್ತಗೊಳಿಸಿದ.

ರಾಕ್ಷಸ - ಈ ಯುವಕ ಕೇಳಿದ ಬಹುಮಾನವನ್ನು ಕೊಡುತ್ತೇವೆ. ಯಾರು ಈ ಯುವಕ ವಿರಾಧ್! ವಿರಾಧ್ - ಅವನು ಕುಸುಂಪುರದ ಬ್ರಾಹ್ಮಣ, ಅವನು ನಿನ್ನಂತೆ ನಂದ ರಾಜವಂಶದ ಭಕ್ತ. ಈ ಯುವಕನ ಪೂರ್ವಜರು ನಂದ ರಾಜವಂಶದಿಂದ ಅಪಾರ ದೇಣಿಗೆ ಪಡೆದಿದ್ದಾರೆ. ಈಗ ಅವರ ಕುಟುಂಬದ ಏಕೈಕ ಯುವಕ. ಅವನ ತಂದೆ ಸಾಯುತ್ತಿರುವಾಗ, ಈ ಯುವಕನಿಗೆ ಮಹಾರಾಜ್ ನಂದ ಕಲ್ಯಾಣಕ್ಕಾಗಿ ತನ್ನ ಪ್ರಾಣವನ್ನು ತ್ಯಾಗ ಮಾಡುವಂತೆ ಹೇಳಿದ್ದರು. ಅದೂ ಅಲ್ಲದೆ ಈ ಮನೆತನ ಮತ್ತು ಚಾಣಕ್ಯನ ಪೂರ್ವಜರ ನಡುವಿನ ಹಳೆ

ವೈಷಮ್ಯ ಇನ್ನೂ ಮುಂದುವರೆದಿದೆ. ಚಾಣಕ್ಯನ ಬಾಬಾ ಒಮ್ಮೆ ರಾಜತಾಂತ್ರಿಕತೆಯ ಮೂಲಕ ತರ್ಕದಲ್ಲಿ ಈ ಯುವಕನ ಬಾಬಾನನ್ನು ಸೋಲಿಸಿದ್ದ.

ಅಂದಿನಿಂದ ಈ ಕುಟುಂಬದಲ್ಲಿ ಭೀಕರ ಬೆಂಕಿ ಹೊತ್ತಿಕೊಂಡಿದೆ. ಇದೆ. ಚಾಣಕ್ಯನನ್ನು ತುಂಡರಿಸುವುದಿಲ್ಲ ಎಂದು ಈ ಯುವಕ ಪಣ ತೊಟ್ಟಿದ್ದಾನೆ. ಅಲ್ಲಿಯವರೆಗೆ ನಾನು ಶಾಂತಿಯಿಂದ ವಿಶ್ರಾಂತಿ ಪಡೆಯುವುದಿಲ್ಲ.

ರಾಕ್ಷಸ- ಇಂತಹ ಯುವಕನಿಗಾಗಿ ನಾವು ಕಾತರದಿಂದ ಕಾಯುತ್ತಿದ್ದೆವು. ಯುವಕ! ನಾವು ನಿಮ್ಮನ್ನು ಸ್ವಾಗತಿಸುತ್ತೇವೆ ನಾವು ಮಾಡುತ್ತೇವೆ. ನಿನ್ನ ಹೆಸರೇನು? ಒಬ್ಬ ಯುವ ಸೇವಕನನ್ನು ಪರಿಣಿತ ಎಂದು ಕರೆಯಲಾಗುತ್ತದೆ, ಸಾರ್! ರಾಕ್ಷಸ- ನೀನು ನಿಜವಾಗಿಯೂ ನುರಿತ. ಇಂತಹ ಕಠೋರ ಕಾವಲುಗಾರನಿಂದ ವಿರಾಧನನ್ನು ಬಿಡಿಸಿಕೊಂಡು ನಮ್ಮನ್ನು ಸಾವಿನಿಂದ ಪಾರು ಮಾಡಿದಿ. ನುರಿತ - ಈ ಕಠಿಣ ಕಾವಲುಗಾರನೆಂದರೆ, ನಾನು ಕಣ್ಣು ಮಿಟುಕಿಸುವುದರೊಂದಿಗೆ ಅತಿದೊಡ್ಡ ಕಬ್ಬಿಣದ ಬಾಗಿಲನ್ನು ತೆರೆಯಬಲ್ಲೆನು, ನಾನು ಎತ್ತುಗಳ ಬಂಡಿಯನ್ನು ಗಾಳಿಯಲ್ಲಿ ಊದಬಲ್ಲೆ ಎಂಬಂತಹ ಕೌಶಲ್ಯಗಳನ್ನು ನಾನು ತಿಳಿದಿದ್ದೇನೆ. ಬೆಳಗ್ಗೆ. ನಾನು ಎಲ್ಲಿ ಬೇಕಾದರೂ ಗೋಚರಿಸಬಹುದು ಮತ್ತು ಅದೃಶ್ಯನಾಗಬಹುದು.

ರಾಕ್ಷಸ - ಓಹ್, ಹಾಗಾದರೆ ನೀವು ತುಂಬಾ ಉಪಯುಕ್ತರು!

ನಿಪುನಕ್- ಆದರೆ ನಿನಗೆ ಸೇವೆ ಮಾಡುವ ಮೊದಲು ನನಗೆ ಒಂದು ಭರವಸೆ ಬೇಕು.

ಮಾನ್ಸ್ಟರ್ - ಹೇಳು, ನಿನಗೆ ಏನು ಬೇಕು?

ನಿಪುಣಕ್ - ನಾನು ನನ್ನ ಕೈಯಿಂದ ಚಾಣಕ್ಯನ ತಲೆಯನ್ನು, ಅವನ ರಕ್ತವನ್ನು ನನ್ನ ಬಾಯಾರಿದ ಪೂರ್ವಜರಿಗೆ ತ್ಯಾಗಮಾಡಲು ಬಯಸುತ್ತೇನೆ ಮತ್ತು ನಂತರ ಅವನ ಮೃತದೇಹವನ್ನು ಅಡ್ಡರಸ್ತೆಯಲ್ಲಿ ಹಾಕಲು ಬಯಸುತ್ತೇನೆ, ಅಲ್ಲಿ ಕಾಗೆಗಳು, ರಣಹದ್ದುಗಳು ಮತ್ತು ನಾಯಿಗಳು ಗೀಚುತ್ತವೆ ಮತ್ತು ಬ್ರಾಹ್ಮಣನಿಗೆ ಏನು ಹೇಳುತ್ತವೆ? ಅಧರ್ಮವನ್ನು ಸೋಲಿಸಲು? ಆಗ ಮಾತ್ರ ನನ್ನ ಉರಿಯುವ ಎದೆಯು ತಣ್ಣಗಾಗುತ್ತದೆ. ರಾಕ್ಷಸ: ನಾವು ಗೆದ್ದರೆ ನಿಮ್ಮ ಆಸೆ ಖಂಡಿತವಾಗಿಯೂ ಈಡೇರುತ್ತದೆ.

ನಿಪುನಕ್- ನಾನು ಸೇವೆ ಮಾಡಲು ಸಿದ್ಧನಿದ್ದೇನೆ. ದಯವಿಟ್ಟು ಆದೇಶಿಸಿ! ರಾಕ್ಷಸ- ನೀನು ಸ್ವಲ್ಪ ವಿಶ್ರಮಿಸಿ ಆಮೇಲೆ ಕುಸುಂಪುರಕ್ಕೆ ಹೋಗು! ಅಲ್ಲಿ ಚಾಣಕ್ಯನ ಚಟುವಟಿಕೆಗಳು ನಿಗವಿಡು. ಅವಕಾಶ ಸಿಕ್ಕಾಗ ಅಲ್ಲಿ ಚಾಣಕ್ಯನ ಮೇಲೆ ದ್ವೇಷ ಹರಡಿ ಚಾಣಕ್ಯನ ಶಕ್ತಿ ಕೇಂದ್ರಗಳಿಗೆ ಸಾಧ್ಯವಿರುವ ರೀತಿಯಲ್ಲಿ ಬೆಂಕಿ ಹಚ್ಚಿ. ನೀನು ನಮ್ಮ ಸೇವಕನಾದ ಕರ್ಭಕನನ್ನು ನಿನ್ನ ಜೊತೆಯಲ್ಲಿ ಕರೆದುಕೊಂಡು ಹೋಗು. ಜೀವನದ ಕಡೆಗೆ

ನೋಡುತ್ತಾ –"ಜೀವಾ! ಕುಮಾರನಿಂದ ತಜ್ಞನಿಗೆ ಬೇಕಾದಷ್ಟು ಹಣವನ್ನು ಕೊಡುನಿಪುನಕನನ್ನು ಕರೆದುಕೊಂಡು, ಜೀವ ರಾಜಧಾನಿಯಲ್ಲಿರುವ ಕುಮಾರ್ ಮಲೆಗೆ ಬಂದು ನಿಪುನಕನನ್ನು ಅವನಿಗೆ ಪರಿಚಯಿಸಿ ರಾಕ್ಷಸನ ಸಂದೇಶವನ್ನು ಹೇಳಿದನು. ಕುಮಾರ್ ಖಜಾಂಚಿಯನ್ನು ಕರೆದು

ಹೇಳಿದರು - "ನಿಪುಣನಿಗೆ ಎಷ್ಟು ಹಣ ಬೇಕೋ ಅಷ್ಟು ಕೊಡು!" ಸಾಮಾನುಗಳನ್ನು ನೋಡಿದ ನಿಪುಣಕ್‌ನ ಬಾಯಲ್ಲಿ ನೀರೂರಿತು, ಆದರೆ ಒಬ್ಬ ವ್ಯಕ್ತಿಯು ತನ್ನ ಕೈಯಲ್ಲಿ ಹಿಡಿಯುವಷ್ಟು ಮಾತ್ರ ಸಂಗ್ರಹಿಸಬಹುದು. ಅವನು ತನ್ನ ಕೊರಳಿಗೆ ವಜ್ರ ಮತ್ತು ಮುತ್ತಿನ ಹಾರವನ್ನು ಹಾಕಿದನು ಮತ್ತು ನಂತರ ಜೀವಧರ್ಮನ ಕಡೆಗೆ ನೋಡುತ್ತಾ

ಹೇಳಿದನು - ನೀವು ವಿಶ್ರಾಂತಿ ತೆಗೆದುಕೊಳ್ಳಿ, ನಾನು ಕುಸುಮಪುರಕ್ಕೆ ಹೋಗುತ್ತೇನೆ. ಬೇಕಾದರೆ ಕರ್ಭಕ್ಕನನ್ನು ಕರೆಯುತ್ತೇನೆ" ಎಂದನು. ಜೀವಿಗಳು ತಮ್ಮದೇ ಆದ ಮಾರ್ಗವನ್ನು ಅನುಸರಿಸುತ್ತವೆ ಮತ್ತು ಪ್ರವೀಣರು ತನ್ನದೇ ಆದ ಮಾರ್ಗವನ್ನು ಅನುಸರಿಸುತ್ತಾರೆ. ಸ್ವಲ್ಪ ದೂರ ಕೇಳಿದ ನಂತರ ಪ್ರವೀಣ ಏನಾದ್ರೂ ತಿಂದು ದೇಹಕ್ಕೆ ಏನು ಉಜ್ಜಿದನೋ ಗೊತ್ತಿಲ್ಲ ಬಾಯಿ, ಮೈ ಪೂರ್ತಿ ಕೆಂಪಾಯಿತು. ಕೆ ಹುಟ್ಟಿನಿಂದಲೇ ಕಪ್ಪಗಿದ್ದವನಂತೆ ಕಪ್ಪಗಿದ್ದತನ್ನ ರೂಪವನ್ನು ಬದಲಾಯಿಸಿದ ನಂತರ, ನಿಪುಣಕ್ ಕೈಯಲ್ಲಿ ಯಂಪಟ್ಟೊಂದಿಗೆ ಎಲ್ಲೆಡೆ ತಿರುಗಾಡಲು ಪ್ರಾರಂಭಿಸಿದನು. ಸ್ವಲ್ಪ ಸಮಯದ ನಂತರ, ಒಬ್ಬ ಯುವಕ ತನ್ನ ಬೆರಳುಗಳನ್ನು ಹಿಸುಕಿಕೊಂಡು ಹೋಗುತ್ತಿರುವುದನ್ನು ಅವನು ನೋಡಿದನು. ನಿಪುಣಕನು ಓಡಿಹೋಗಿ ಯಂಪತ್ತಿನ ಮುಂದೆ ಬಂದು

ಹೇಳಿದನು - ನನಗೆ ದಾನ ಮಾಡು, ಯಮರಾಜನು ನಿನಗೆ ಜೀವವನ್ನು ಕೊಡುತ್ತಾನೆ.

ಸಿರ್ಘುತ- ನಾವೇ ಯಮರಾಜರು, ಯಮರಾಜನು ನಮಗೆ ಯಾವ ಜೀವನವನ್ನು ಕೊಡುತ್ತಾನೆ? ಹೋಗೋಣ ಜೀವನ ಬೇಡ. ತಿನ್ನಲು ಲಡ್ಡುಗಳಿಲ್ಲದ ಜೀವನದಿಂದ ಏನು ಪ್ರಯೋಜನ? ನಿಪುನಕ್- ಅಜಿ, ಲಡ್ಡುಗಳ ಬಗ್ಗೆ ಏಕೆ ಚಿಂತೆ ಮಾಡುತ್ತಿದ್ದೀರಿ, ನಾನು ಈಗಾಗಲೇ ನಿಮಗಾಗಿ ಮೋತಿಚೂರ್ ಲಡ್ಡುಗಳನ್ನು ಪ್ಯಾಕ್ ಮಾಡಿದ್ದೇನೆ, ಭಾಸುರಕ್ ಜೀ!

ಭಾಸುರಕ್- ಹೇ, ನಿನಗೆ ನನ್ನ ಹೆಸರೂ ಗೊತ್ತು! ನಿಜವಾಗಿಯೂ ನೀವು ಜ್ಯೋತಿಷಿಗಳು.

ನುರಿತ - ಹೌದು! ನಾನು ಜ್ಯೋತಿಷಿಗಳ ಚಿಕ್ಕಪ್ಪ ಮತ್ತು ನಿಮ್ಮ ಸೋದರಳಿಯ ಶ್ರೀ ಬ್ರಹ್ಮಚಾರಿ ನಿಪುಣಕ, ಆಚಾರ್ಯ ಚಾಣಕ್ಯನು ಕಸದಿಂದ ಎತ್ತಿ ಅವನಿಗೆ ವಿದ್ಯಾದಾನ ನೀಡಲು ಅರ್ಹನಾಗಿದ್ದೇನೆ. ತಪ್ಪು ಹೋಗಿದೆ, ನಾನು ನಿಮ್ಮ ಆಹಾರದ ತಟ್ಟೆಗಳನ್ನು ಕೇಳುತ್ತಿದ್ದೆ.

ಭಾಸುರಕ್ - ಓಹ್ ನೀನು ಕುಶಲ! ಮತ್ತು ನೀವು ಕಪ್ಪು ಪ್ರೇತ ಹೇಗೆ ಆಯಿತು?

ನಿಪುಣಕ್- ಇವೆಲ್ಲಾ ಮಹಾತ್ಮ ಚಾಣಕ್ಯನ ಪವಾಡಗಳು, ಚಿಕ್ಕಪ್ಪ!

ಭಾಸುರಕ್ ನಿಜವಾಗಿಯೂ ಸೋದರಳಿಯ! ಗುರುದೇವನು ನಿನ್ನನ್ನು ನಮ್ಮ ಚಿಕ್ಕಪ್ಪನನ್ನಾಗಿಮಾಡಿದ್ದಾನೆ. **ನಿಪುನಕ್-** ಸರಿ ಮಾಮ, ಈ ಚಿಕ್ಕಪ್ಪ ಮತ್ತು ಸೋದರಳಿಯ ಮತ್ತೆ ಜಗಳವಾಡುತ್ತಾರೆ. ಈಗ ತಕ್ಷಣ ಗುರುದೇವರ ಸಂದೇಶವನ್ನು ಆಲಿಸಿ ಮತ್ತು ಇಲ್ಲಿನ ಸ್ಥಿತಿಯ ಬಗ್ಗೆ ನನಗೆ ತಿಳಿಸಿ.

ಭಾಸುರಕ- ಸಿದ್ಧರ ಸಿದ್ಧರಾದ ಮಹಾತ್ಮ ಚಾಣಕ್ಯನ ಆದೇಶವನ್ನು ತಕ್ಷಣವೇ ವಿನಂತಿಸಿ!

ನಿಪುಣಕ - ಮೊದಲನೆಯದಾಗಿ, ಚಂದ್ರಗುಪ್ತನ ಶೌರ್ಯದ ಭಯವನ್ನು ಪಂಚನಾಡಿನ ನಿವಾಸಿಗಳು ಭಯಭೀತರಾಗುವಂತೆ ಮತ್ತು ರಾಕ್ಷಸರು ಮತ್ತು ಮಲಕೇತುಗಳು ನಮ್ಮ ಗೂಢಚಾರರು ಇಲ್ಲದ ಕ್ಷಣವೂ ಇರಬಾರದು ಎಂದು ಹೇಳಿದರು. ಅವರ ಯಾವ ರಹಸ್ಯವೂ ನಮ್ಮಿಂದ ಮರೆಯಾಗಬಾರದು.

ಭಾಸುರಕ- ಗುರುದೇವನಿಗೆ ನಮಸ್ಕಾರಗಳನ್ನು ಹೇಳಿ ಮತ್ತು ಭಾಸುರಕನು ಲಡ್ಡೂಗಳನ್ನು ತಿನ್ನದೆ ಹಸಿವಿನಿಂದ ಹಗಲಿರುಳು ನಿನ್ನನ್ನು ಪಾಲಿಸುವುದರಲ್ಲಿ ನಿರತನಾಗಿದ್ದಾನೆ ಎಂದು ಹೇಳಿ. ಆದರೆ ಪ್ರತಿ ಹೆಜ್ಜೆಯಲ್ಲೂ ಅಂತಹ ಗೋಡೆಗಳಿವೆ, ಯಾವುದೇ ಕ್ಷಣದಲ್ಲಿ ಭಗುರಾಯನ ಮತ್ತು ಭಾಸುರಕ ರಾಕ್ಷಸನ ಕೈಯಲ್ಲಿ ಶಿಲುಬೆಗೇರಿಸಲ್ಪಡಬಹುದು. ಮರೆಯಾಗಿ ಉಳಿಯುವುದು ಕಷ್ಟವಾಯಿತು. ಅನೇಕ ಬಾರಿ, ನಾವು ಅನುಮಾನಾಸ್ಪದ ದೃಷ್ಟಿಕೋನದಿಂದ ಸಂಕುಚಿತವಾಗಿ ತಪ್ಪಿಸಿಕೊಳ್ಳುತ್ತೇವೆ ಮತ್ತು ರಹಸ್ಯವನ್ನು ನಾವು ತಿಳಿದಿದ್ದರೂ ಸಹ, ಅದನ್ನು ಗುರುದೇವನಿಗೆ ತಿಳಿಸಲು ಅಸಾಧ್ಯವಾಗಿದೆ.

ನುರಿತ - ನಿಮ್ಮ ತಲೆಬುರುಡೆಯಲ್ಲಿ ವ್ಯತ್ಯಾಸಗಳನ್ನು ನೀವು ಸಂಗ್ರಹಿಸುತ್ತಿರಿ, ಅವುಗಳನ್ನು ತಲುಪಿಸುವುದು ನನ್ನ ಕೆಲಸ. ಈ ಕಷ್ಟದಿಂದಾಗಿ, ಗುರುದೇವರು ಹೊಸ ವಿಷವರ್ತುಲವನ್ನು ಸೃಷ್ಟಿಸಿ ನನ್ನನ್ನು ರಾಕ್ಷಸನ ಆಪ್ತನನ್ನಾಗಿ ಮಾಡಿದರು. ನೀಡಿದ್ದೇವೆ. ಈಗ ನಾನು ರಾಕ್ಷಸನ ಅತ್ಯಂತ ಸ್ನೇಹಪರ ಗೂಢಚಾರನಾಗಿ ಪಾಟಲೀಪುತ್ರಕ್ಕೆಹೋಗುತ್ತಿದ್ದೇನೆ.

ಭಾಸುರಕ- ರಾಕ್ಷಸನ ಪರಮ ಹಿತೈಷಿಯಾಗುವ ಮೂಲಕ! ವಾವ್ ಸೋದರಳಿಯ! ನೀವು ಚಿಕ್ಕಪ್ಪನನ್ನೂ ಮೋಸ ಮಾಡಿದ್ದೀರಿ. ಈಗ ದೆವ್ವಗಳು ಎಲ್ಲಿವೆ, ಏನು ಮಾಡುತ್ತವೆ ಎಂಬುದೂ ನಮಗೆ ತಿಳಿದಿಲ್ಲ, ನೀವು ಹಿತೈಷಿಗಳಾಗಿದ್ದೀರಿ! ಅವರ

ನಿಪುನಕ್- ಹೌದು, ಇದೆಲ್ಲವೂ ಗುರುದೇವನ ಬುದ್ಧಿವಂತಿಕೆಯ ಕೊಡುಗೆ. ಅವನು ತನ್ನ ಆಸನದ ಮೇಲೆ ಕುಳಿತು ಅಂತಹ ಬುದ್ಧಿವಂತಿಕೆಯನ್ನು ತಿರುಗಿಸುತ್ತಾನೆ, ರಾಕ್ಷಸನ ಸಂಪೂರ್ಣ ಬುದ್ಧಿವಂತಿಕೆಯು ಕಳೆದುಹೋಗುತ್ತದೆ.

ಭಾಸುರಕ - ಹಾಗಾದರೆ ರಾಕ್ಷಸ ಎಲ್ಲಿದೆ ಎಂದು ನಿಮಗೆ ತಿಳಿದಿದೆಯೇ?

ನಿಪುನಕ್- ಖಂಡಿತ ತಿಳಿದಿದೆ, ಆದರೆ ತಲುಪಲು ಸಾಧ್ಯವಿಲ್ಲ. ಅಂತಹ ಕೆಲವು ತಲೆತಿರುಗುವ ಬೆಟ್ಟಗಳಲ್ಲಿ ಅದು ನೆಲೆಸಿದೆ, ಓ ದೇವರೇ! ನಡೆಯುವಾಗ ಮೊಣಕಾಲು ಮುರಿದಿದೆ.

ಭಾಸುರಕ್- ಗುರುದೇವ ಚಾಣಕ್ಯ ಸಿದ್ಧರ ಸಿದ್ಧ, ಆದರೆ ರಾಕ್ಷಸರು ಕೂಡ ದೇವರಿಂದ ಮಾಡಲ್ಪಟ್ಟಿದ್ದಾರೆ ಯಾವ ನೀತಿಗಳು ಮತ್ತು ಅದನ್ನು ಪರಿಹರಿಸಲಾಗುವುದಿಲ್ಲ. ನೀವು ಹೆಚ್ಚು

ಪರಿಹರಿಸುತ್ತೀರಿ, ನೀವು ಹೆಚ್ಚು ಗೊಂದಲಕ್ಕೊಳಗಾಗುತ್ತೀರಿ. ಇದೊಂದು ವಿಚಿತ್ರ ಜಾದೂ! ನಿಪುನಕ್- ತೊಂದರೆ ಇಲ್ಲ ಅಂಕಲ್! ನೀನು ಮತ್ತು ನಾನು ಈ ಎರಡು ಆನೆಗಳ ನಡುವೆ ನಲುಗಬೇಕು.

ಭಾಸುರಕ್- ಸರ್, ಅವನು ಅದನ್ನು ತನ್ನ ಅಂಗೈಯಲ್ಲಿ ಒಯ್ಯುತ್ತಾನೆ, ಸಹೋದರ! ಕೆಲವೊಮ್ಮೆ ಲಡ್ಡು ನನ್ನ ಬಾಯಲ್ಲಿ ತುಂಡಾಗಿ ತುಂಡಾಗುತ್ತಿತ್ತೋ ಅದೇ ರೀತಿ ಒಂದು ದಿನ ನಾವು ಸಾವಿನ ಬಾಯಿಗೆ ಸಿಕ್ಕಿ ಹಾಕಿಕೊಂಡರೆ ಭೂತ ನಮ್ಮ ತಲೆಬುರುಡೆಯನ್ನು ಜಗಿಯುತ್ತದೆನಿಪುನಕ್ - ಏನ್ ಚಿಂತಿ ಮಾಮ! ಕೆಲವೊಮ್ಮೆ ಸಾಯುವುದರಲ್ಲಿಯೂ ಮೋಜು ಇರುತ್ತದೆ. ಇದನ್ನು ಕೇಳಿದ ಭಾಸುರಕ- ಸರಿ, ಹೆಚ್ಚು ಹೊತ್ತು ಮಾತನಾಡಬೇಡ, ಇಲ್ಲದಿದ್ದರೆ ನೀನು ಸಾಯಲು ಸಿದ್ಧನಾಗುವೆ. ಯಾರಾದರೂ ನೋಡಿದರೆ ಇಲ್ಲಿಗೆ ಕಾಲ- ದೇವತಾ ಬರುತ್ತಾರೆ. ಈಗ ನೀವು ಏನು ಕೇಳುತ್ತೀರಿ, ಒಂಬತ್ತು, ಎರಡು, ಹನ್ನೊಂದು ಆಗಿ. ನೀವು ನಿಮ್ಮ ಮಾರ್ಗವನ್ನು ಅನುಸರಿಸಿ ಮತ್ತು ನಾನು ನನ್ನ ಮಾರ್ಗವನ್ನು ಅನುಸರಿಸುತ್ತೇನೆ. ನೋಡು, ಮುಂದೆ ಹಾಡುತ್ತಾ ಬರುವ ಈ ಭಿಕ್ಷುಕ ರಾಕ್ಷಸನ ಕತ್ತು ಹಿಸುಕಿದ ಗೂಢಚಾರ ಎಂದು ಹಣ ಕೇಳತೊಡಗಿದ. ಅವನು ಇಲ್ಲಿಗೆ ಬಂದರೆ ತುಂಬಾ ಕಟ್ಟದಾಗಿದೆ. ಇದೆ. ನೀನೂ ಸಹ ಯಾಮಾತ್

ನಿಪುನಕ್ - ಯಮರಾಜನ ಹೆಸರಿನಲ್ಲಿ, ನನಗೆ 1.25 ಕೆಜಿ ತುಪ್ಪ, 1.25 ಕೆಜಿ ಹಿಟ್ಟು ಮತ್ತು 1.25 ಕೆಜಿ ಸಕ್ಕರೆ ನೀಡಿ. ಎರಡು, ಯಮರಾಜನು ನಿನಗೆ ಜೀವ ಕೊಡುತ್ತಾನೆ.

ಭಾಸುರಕ-ಮಲಕೇತುವಿನ ರಾಜ್ಯದಲ್ಲಿ ದೇವತೆಗಳ ಕೊರತೆಯಿಲ್ಲ. ಸೇಠ್ ಸಂಪತ್ರಾಯರ ಜಾಗಕ್ಕೆ ಹೋಗಿ, ಏನು ಕೇಳಿದರೂ ಸಿಗುತ್ತದೆ.

ನಿಧಾನವಾಗಿ - ಭಾಗುರಾಯನ್ ಕುಮಾರ್ ಮಲ್ಯ ಸೇವೆಯಲ್ಲಿದ್ದಾರೆ. ಪಂಚನಾಡಿನ ರಾಜನು ಇತರ ಐದು ರಾಜರೊಂದಿಗೆ ಶೀಘ್ರದಲ್ಲೇ ಮಗಧದ ಮೇಲೆ ಆಕ್ರಮಣ ಮಾಡಲಿದ್ದಾನೆ. ಎಚ್ಚರವಾಗಿರಿ! ದೈತ್ಯ ಈಗ ನಮ್ಮ ದೃಷ್ಟಿಯಲ್ಲಿಲ್ಲ ನಿಂದ ಸಂಪೂರ್ಣವಾಗಿ ಕಣ್ಮರೆಯಾಯಿತು

ಹೊರಡುವಾಗ - ಈಗ ನೀನು ಭಿಕ್ಷುಕನ ಕಣ್ಣಿಗೆ ಧೂಳು ಎಸೆದು ರಾಜಧಾನಿಯಿಂದ ಹೊರಡು, ನಾನು ಹೊರಡುತ್ತಿದ್ದೇನೆನಿಪುಣಕ್- ನನ್ನ ಬಗ್ಗೆ ಚಿಂತಿಸಬೇಡ, ಚಿಕ್ಕಪ್ಪ! ನಾನು ಬಹಳ ಎಚ್ಚರಿಕೆಯಿಂದ ಇರುತ್ತೇನೆ. ನಡೆಯುತ್ತಲೇ ಹೇಳುತ್ತಾ ಯಂಪೂಜಕ್ ನಿಪುಣಕ್ ದಿಕ್ಕು ಬದಲಿಸಿದ. ತಿರುಗುತ್ತಿರುವಾಗ, ನಿಪುಣಕ್ ಒಂದು ಕಡಿದಾದ ಕಾಡನ್ನು ತಲುಪಿದನು, ಅಲ್ಲಿ ಅವನು ಕರೆದ ತಕ್ಷಣ, ಒಂದು ಎತ್ತಿನ ಗಾಡಿ ಕಾಣಿಸಿಕೊಂಡಿತು, ಅದರ ಮೇಲೆ ಸವಾರನು ಗಾಳಿಯೊಂದಿಗೆ ಮಾತನಾಡುತ್ತಾ ಕುಸುಂಪುರ್ ತಲುಪಿದನು. ಯಾಂಪತ್ ಹೊತ್ತ ಭಿಕ್ಷುಕನ ವೇಷದಲ್ಲಿ ಪ್ರವೀಣ ಮಹಾಮಾತ್ಯ ಚಾಣಕ್ಯನ ಕಾವಲುಗಾರರಿಂದ ಸುರಕ್ಷಿತ. ಗುಡಿಸಲಿಗೆ ಬಾ. ದ್ವಾರಪಾಲಕನು ಅವರನ್ನು ದೂರದಿಂದಲೇ ತಡೆದು

ಹೇಳಿದನು - 'ಮುಂದೆ ಹೋಗಬೇಡ! ಮಹಾಮಾತೆಯ ಗುಡಿಯನ್ನು ಯಾರೂ ತಲುಪುವಂತಿಲ್ಲ. ನಮ್ಮನ್ನು ಭೇಟಿಯಾಗಲು ಯಾರೂ ಬರಬಾರದು ಎಂಬುದು ಅವರ ಆದೇಶ.

ನಿಪುಣಕ- ಯಮರಾಜನ ಭಕ್ತನು ಐದು ನದಿಗಳ ನೀರಿನಲ್ಲಿ ಸ್ನಾನ ಮಾಡಿ ಬಂದಿದ್ದಾನೆಂದು ಮಹಾಮಾತ್ಯ ಚಾಣಕ್ಯನಿಗೆ ಹೇಳಿ. ಸಾಯುತ್ತಿರುವ ಹೂವುಗಳನ್ನು ಪುನರುಜ್ಜೀವನಗೊಳಿಸುವ ಮಕರಂದವನ್ನು ಅವರು ಹೊಂದಿದ್ದಾರೆ. ಭೇಟಿ ಮಾಡಲು ದಯವಿಟ್ಟು ದಯವಿಟ್ಟುಒಬ್ಬ ಕಾವಲುಗಾರ ಇನ್ನೊಬ್ಬನ ಮೂಲಕ ಚಾಣಕ್ಯನಿಗೆ ಈ ಸಂದೇಶವನ್ನು ಕಳುಹಿಸಿದನು ಮತ್ತು ಎರಡನೆಯವನು ಮೂರನೆಯವನ ಮೂಲಕ ಸೆಂಟಿನೆಲ್‌ನಿಂದ ಕಾವಲುಗಾರನಿಗೆ ರವಾನಿಸಿದನು. ಚಾಣಕ್ಯನು ಸಂದೇಶವನ್ನು ಕೇಳಿದ ತಕ್ಷಣ, ಅವನು ಯಮನ ಭಕ್ತನನ್ನು ಕಳುಹಿಸಲು ಆಜ್ಞೆಯನ್ನು ಕಳುಹಿಸಿದನು. ಅನುಮತಿ ಪಡೆದ ಕೂಡಲೇ ನಿಪುಣಕ್ ಚಾಣಕ್ಯನ ಮುಂದೆ ಹೋದ. ಕುಳಿತುಕೊಳ್ಳುವ ಮೊದಲು ಅವರು

ಹೇಳಿದರು- ಶೀಘ್ರದಲ್ಲೇ, ರಾಕ್ಷಸನ ರಕ್ಷಣೆಯಲ್ಲಿ, ಕುಮಾರ್ ಮಲಯ ಮತ್ತು ಇತರ ಐದು ರಾಜರು ಕುಸುಂಪುರ್ ಮೇಲೆ ದಾಳಿ ಮಾಡಿದರು. ಮಾಡಲು ಹೊರಟಿದ್ದಾರೆ. ಚಾಣಕ್ಯ ತನ್ನ ಮುಖವನ್ನು ಮೇಲಕ್ಕೆತ್ತಿ, ನಿಪುಣಕನನ್ನು ಮೇಲಿನಿಂದ ಕೆಳಕ್ಕೆ ನೋಡಿ, ಗಂಭೀರವಾಗಿ ಹೇಳಿ ಹೊರಟುಹೋದನು, "ಕೂಡಲೇ ತಿರುಗಿ ಪಂಚನಾಡಿಗೆ ಹೋಗಿ ಸಾವಿನ ಬಾಯಿಯನ್ನು ಪ್ರವೇಶಿಸಿದ ನಂತರವೂ ನಿಮಗೆ ಸಿಗುವ ರಹಸ್ಯವನ್ನು ನಮಗೆ ಕಳುಹಿಸಿ!

23

ಮಹಾಮಾತ್ಯ ಚಾಣಕ್ಯ ಪ್ರವೇಶಿಸಿದ ಕೂಡಲೇ ರಾಜಸಭೆಯಲ್ಲಿ ಮೌನ ಆವರಿಸಿತು. ಚೂಪಾದ ಕಣ್ಣುಗಳಿಂದ ಎಲ್ಲಿ ನೋಡಿದರೂ ಆ ಕಡೆಯ ಸದ್ದು ನಿಶ್ಚೇಷ್ಟಿತವಾಗುತ್ತಿತ್ತು. ಸೂಕ್ಷ್ಮ ಕಣ್ಣಿನಿಂದ ಸುತ್ತಲೂ ನೋಡುತ್ತಾ ಮಹಾಮಾತ್ಯ ತನ್ನ ಆಸನವನ್ನು ತಲುಪಿದನು. ಅವನು ಶಾಂತಿ ಮತ್ತು ಶಕ್ತಿಯ ಅವತಾರದಿಂದ ಅವನ ಸ್ಥಾನದಲ್ಲಿ ಕುಳಿತಾಗ, ಚಂದ್ರಗುಪ್ತನು ಕ್ರಮವಾಗಿ ಸಿಂಹಾಸನಕ್ಕೆ ಬಂದನು ಮತ್ತು ನಂತರ ಇತರ ಅಧಿಕಾರಿಗಳು. ಮತ್ತು ರಾಜರು ಸಹ ತಮ್ಮ ಆಸನಗಳಲ್ಲಿ ಕುಳಿತರು. ಎಲ್ಲರೂ ಕುಳಿತ ನಂತರ ಚಂದ್ರಗುಪ್ತ ಮತ್ತೆ ಎದ್ದು ಚಾಣಕ್ಯನತ್ತ ವಿನಯದಿಂದ ನೋಡಿದ. ಹೀಗೆ ಹೇಳಲಾಗಿದೆ - ಗುರುದೇವ ಮತ್ತು ಮಗಧದ ಮಹಾಮಾತ್ಯ ಮಹಾತ್ಮ ಚಾಣಕ್ಯರಿಂದ ಅನುಮತಿ ಇದ್ದರೆ, ಸೆರೆಯಲ್ಲಿರುವ ಸೆಲ್ಯೂಕಸ್ ಅನ್ನು ಪ್ರಸ್ತುತಪಡಿಸಬೇಕು. ಚಾಣಕ್ಯ- ನಾವು ಗ್ರೀಸ್‌ನ ವಿಜಯಶಾಲಿಯಾದ ಸೆಲ್ಯೂಕಸ್‌ನನ್ನು ಭೇಟಿಯಾಗಲು ಬಂದಿದ್ದೇವೆ. ಚಕ್ರವರ್ತಿ! ಅವರನ್ನು ಗೌರವದಿಂದ ಪ್ರಸ್ತುತಪಡಿಸಬೇಕು. ಮುಖ್ಯ ಕಮಾಂಡರ್‌ಗಳನ್ನು ನೋಡುತ್ತಾ ಚಂದ್ರಗುಪ್ತನು

ಆಜ್ಞಾಪಿಸಿದನು - ಸೆಲ್ಯೂಕಸ್ ಅನ್ನು ಗೌರವದಿಂದ ಮತ್ತು ಸುರಕ್ಷಿತವಾಗಿ ತನ್ನಿಸ್ವಲ್ಪ ಹೊತ್ತಿನಲ್ಲಿ ಕತ್ತು ಬಾಗಿಸಿ ಸೆಲ್ಯೂಕಸ್ ನಿಧಾನವಾಗಿ ರಾಜಸಭೆಗೆ ಬಂದನು. ಬಂದ ಕೂಡಲೇ ಕುತೂಹಲ ಕೆರಳಿತು. ಆದರೆ ಚಾಣಕ್ಯನ ಮೊದಲ ತೀಕ್ಷ್ಣ ದೃಷ್ಟಿ ಬಂದ ಕೂಡಲೇ ಕುತೂಹಲ ಗಂಭೀರತೆಗೆ ತಿರುಗಿತು. ಮಹಾಮಾತ್ಯ ಮಗಧದ ಖೈದಿಯನ್ನು ಮೇಲಿನಿಂದ ಕೆಳಕ್ಕೆ ನೋಡಿದನು. ಸೆಲ್ಯೂಕಸ್ ಕೂಡ ಚಾಣಕ್ಯನನ್ನು ಕೆಳಗಿರುವ ಕಣ್ಣುಗಳಿಂದ ನೋಡಿದನು. ಯಶಸ್ವಿ ಚಾಣಕ್ಯನನ್ನು ನೋಡಿದ ಮೇಲೆ ಅವನ ಹೊಳಪು ಮಾಯವಾಗುತ್ತಿತ್ತು. ಸೆಲ್ಯೂಕಸ್‌ನ ಮನಸ್ಸಿನ ಭಾವನೆಗಳನ್ನು ಓದುತ್ತಾ ಚಾಣಕ್ಯನು ಅತ್ಯಂತ ಆತ್ಮೀಯತೆಯ ಮಾತುಗಳಲ್ಲಿ ಹೇಳಿದನು - ಗ್ರೀಸ್‌ನ ಚಕ್ರವರ್ತಿ ಮತ್ತು ನಮ್ಮ ಅತಿಥಿ! ನಾವು ನಿಮ್ಮನ್ನು ಹೃದಯ ಮತ್ತು ಪ್ರೀತಿಯಿಂದ ಸ್ವಾಗತಿಸುತ್ತೇವೆ.

ಸೆಲ್ಯೂಕಸ್ - ಮಹಾಮಾತ್ಯ ನನ್ನನ್ನು ವ್ಯಂಗ್ಯದಿಂದ ಮುಜುಗರಕ್ಕೀಡು ಮಾಡುತ್ತಿದ್ದಾನೆ? ಚಾಣಕ್ಯ- ತನ್ನ ಅತಿಥಿಯನ್ನು ಮುಜುಗರಕ್ಕೀಡು ಮಾಡುವವನನ್ನು ಇಲ್ಲಿ ಪಾಪಿ ಎಂದು ಕರೆಯುತ್ತಾರೆ. ಸೆಲ್ಯೂಕಸ್: ಆದರೆ ನಾನು ನಿಮ್ಮ ಸೆರೆಯಾಳು.

ಚಾಣಕ್ಯ - ನೀನು ನಮ್ಮ ಕೈದಿ, ಆದರೆ ಕಬ್ಬಿಣದ ಸರಪಳಿಯಿಂದಲ್ಲ, ಆದರೆ ಹೃದಯ ಸರಪಳಿಗಳಿಂದ. ನಾವುಗ್ರೀಸ್ ಮತ್ತು ಭಾರತವು ಶಾಶ್ವತವಾಗಿ ಒಂದಾಗುವ ಅಂತಹ ಬಂಧದಲ್ಲಿ ನಿಮ್ಮನ್ನು ಬಂಧಿಸಲು ನಾವು ಬಯಸುತ್ತೇವೆ.

ಸೆಲ್ಯೂಕಸ್ - ನಿಮ್ಮ ದಯೆಗೆ ಧನ್ಯವಾದಗಳು! ಆದರೆ ನಾನು ಈಗಾಗಲೇ ದ್ರೋಹ ಮಾಡಿದ್ದೇನೆ.

ಚಾಣಕ್ಯ- ಚಿನ್ನದ ಕನಸುಗಳು ವ್ಯಕ್ತಿಯನ್ನು ಅನೇಕ ಅಪರಾಧಗಳನ್ನು ಮಾಡುವಂತೆ ಮಾಡುತ್ತದೆ, ಆದರೆ ವಾಸ್ತವದಲ್ಲಿ ವ್ಯಕ್ತಿಯ ಹೃದಯವು ಅಶುದ್ಧವಾಗಿರುವುದಿಲ್ಲ. ಸಾಮ್ರಾಜ್ಯವನ್ನು ಬೆಳೆಸಲು ಸೋತ ನಂತರವೂ ನೀವು ಧೈರ್ಯಶಾಲಿ.

ಆದರೆ ನಾವು ಭಾರತೀಯರು ಸ್ನೇಹದ ಉಗ್ರಾಣ, ಶತ್ರು ಎಂಬ ಪದವನ್ನು ನಮ್ಮ ನಿಘಂಟಿನಲ್ಲಿ ಇಡಲು ನಾವು ಬಯಸುವುದಿಲ್ಲ. ನಾವು ದೊಡ್ಡ ಹೃದಯವಂತರು ಮತ್ತು ನಮ್ಮ ಹೃದಯದಲ್ಲಿ ಎಲ್ಲರಿಗೂ ಜಾಗವನ್ನು ನೀಡುತ್ತೇವೆ. ಹಿಂದಿನದನ್ನು ಮರೆತುಬಿಡಿ, ಸೆಲ್ಯೂಕಸ್! ಯಾವ ಕತ್ತಿಯಿಂದಲೂ ಕತ್ತರಿಸಲಾಗದ ಸಂಬಂಧವನ್ನು ಭಾರತದೊಂದಿಗೆ ಕಟ್ಟಿಕೊಳ್ಳಿ. ಸೆಲ್ಯೂಕಸ್: ಸೋತ ನಂತರ ಪ್ರಾಣ ಭಿಕ್ಷೆ ಬೇಡುವುದಕ್ಕೂ ಜೀವ ಭಿಕ್ಷೆ ಬೇಡುವುದಕ್ಕೂ ವ್ಯತ್ಯಾಸವಿಲ್ಲ. ಮಹಾಮಾತ್ಯಾ! ಈ ಜಗತ್ತಿನಲ್ಲಿ ಸೋತವನನ್ನು ದ್ವೇಷಿಸುತ್ತಾನೆ, ಗೆದ್ದವನು ಪೂಜಿಸಲ್ಪಡುತ್ತಾನೆ. ಅದುಸಂಭವಿಸುತ್ತದೆ.

ಚಾಣಕ್ಯ- ಸೋಲು ಗೆಲುವುಗಳು ಜೀವನದಲ್ಲಿ ನಡೆಯುತ್ತಲೇ ಇರುತ್ತವೆ. ಒಳ್ಳೆಯ ಉದ್ದೇಶಗಳಿಗಾಗಿ ತನ್ನ ಜೀವನವನ್ನೆಲ್ಲಾ ಕಳೆದುಕೊಂಡು ಸಾಯುವವನು ಧನ್ಯನು; ಮತ್ತು ಜೀವಂತವಾಗಿರುವವನು ಸತ್ತನು ಮತ್ತು ಜೀವನದ ಪಾಲನ್ನು ಕಳೆದುಕೊಳ್ಳುತ್ತಾನೆ. ಮರಣದಲ್ಲಿಯೂ ತನ್ನ ಗುರಿಗಳನ್ನು ಜಯಿಸುವವನು ಧೈರ್ಯಶಾಲಿ. ಆದರೆ ಗ್ರೀಕ್ ಆಡಳಿತಗಾರ! ತನಗಿಂತ ಚಿಕ್ಕವರನ್ನು ತುಳಿದು ತನ್ನ ದುಷ್ಟ ಮಹತ್ವಾಕಾಂಕ್ಷೆಗಳನ್ನು ಈಡೇರಿಸಿಕೊಳ್ಳುವ ಆ ಶಕ್ತಿಯಿಂದ ಏನು ಪ್ರಯೋಜನ? ಸಾಮ್ರಾಜ್ಯಶಾಹಿ ಮನೋಭಾವವು ಒಂದು ದೈತ್ಯ ಆಕಾಂಕ್ಷೆಯಾಗಿದೆ.

ಸಾಮ್ರಾಜ್ಯ-ಬೆಳವಣಿಗೆಯ ಬಯಕೆಯೇ ಅಮಾಯಕ ಮನುಷ್ಯರ ಮೃತ ದೇಹಗಳ ಮೇಲೆ ದಾಳಿ ಮಾಡುವಂತೆ ಮಾಡುತ್ತದೆ. ಇಷ್ಟು ಹತ್ಯಾಕಾಂಡ ಮಾಡಿ ನಗರಗಳನ್ನು ಹಾಳು ಮಾಡಿ ನಿನಗೇನು ಸಿಕ್ಕಿತು ಹೇಳಿ? ಜೀವನವಿಡೀ ಧೂಳನ್ನು ಸಂಗ್ರಹಿಸುತ್ತಿದ್ದ ಅಲೆಕ್ಸಾಂಡರ್ ಕೂಡ ತನ್ನ ಜೀವನದ ಭರವಸೆಯ ಚಿತ್ರವನ್ನು ಪೂರ್ಣಗೊಳಿಸಲು ಸಾಧ್ಯವಾಗಲಿಲ್ಲ. ಎಲ್ಲಿಯಾದರೂ ತೃಪ್ತಿ ಮತ್ತು ಶಾಂತಿ ಇದ್ದರೆ ಅದು ಭಾರತದ ಆಧ್ಯಾತ್ಮಿಕತೆಯಲ್ಲಿ ಮಾತ್ರ. ಬದುಕು ಮತ್ತು ಬದುಕಲು ಬಿಡು! ನಮಗೂ ನಿನಗೂ ಜೀವವೆಂಬ ಸ್ನೇಹದ ಹುರುಳಿನಿಂದ ಮಂತ್ರಮುಗ್ಧನಾಗಲಿ ಶತ್ರುತ್ವವೆಂಬ ಹಿಸುಕಿನ ಹಾವು! ಹೆಣ್ಣು ಮಕರಂದ ಮಾಡುವುದೇ ಮಾನವ ಧರ್ಮ.

ಸೆಲ್ಯೂಕಸ್ - ದ್ವೇಷ ಮತ್ತು ಸ್ನೇಹ ಸ್ವಾರ್ಥದ ಎರಡು ಹೆಸರುಗಳು. ಪ್ರತಿಯೊಬ್ಬರೂ ವಿಜೇತರೊಂದಿಗೆ ಸ್ನೇಹ ಹೊಂದಲು ಬಯಸುತ್ತಾರೆ, ಆದರೆ ಎಲ್ಲರೂ ಸೋತವರನ್ನು ಹಗೆತನದಿಂದ ನೋಡುತ್ತಾರೆ. ನಾನು ಸೋತಿದ್ದೇನೆ, ಮಹಾಮಾತ್ಯ ಚಾಣಕ್ಯನ ಕೈದಿ! ಚಾಣಕ್ಯನ ಜಗತ್ತಿನಲ್ಲಿ ಕ್ಷಮೆಗೆ ಸ್ಥಾನವಿಲ್ಲ ಎಂದು ನಾನು ಕೇಳಿದ್ದೇನೆ ಮತ್ತು ನಾನು ಕ್ಷಮೆಯನ್ನು ಬಯಸುವುದಿಲ್ಲ. ಕೆಚ್ಚೆದೆಯ ಸೆಲ್ಯೂಕಸ್ ಅವರು ರಾಜನಾಗಿದ್ದರೆ ಮಾತ್ರ ಭಾರತದ ಅದ್ಭುತ ಮಹಾಮಾತ್ಯರೊಂದಿಗೆ ಸ್ನೇಹ ಬೆಳೆಸಬಹುದಿತ್ತು. ಈ ಕಾಲದ ಸ್ನೇಹವನ್ನು ಇತಿಹಾಸದಲ್ಲಿ ಕರುಣೆಯ ಭಿಕ್ಷೆ ಎಂದು

ಕರೆಯಲಾಗುತ್ತದೆಚಾಣಕ್ಯ - ಜಗತ್ತು ಇಂದು ಚಾಣಕ್ಯನನ್ನು ಅರ್ಥಮಾಡಿಕೊಂಡಿಲ್ಲ ಮತ್ತು ಎಂದಿಗೂ ಅರ್ಥಮಾಡಿಕೊಳ್ಳುವುದಿಲ್ಲ. ಕಲ್ಲಿನ ಚಾಣಕ್ಯನಿಗೆ ಹೂವಿನ ಹೃದಯವಿದೆ ಎಂದು ಯಾರಿಗೆ ತಿಳಿದಿದೆ. ದುಷ್ಕೃತ್ಯಗಳನ್ನು ಮಾಡಿ ದಣಿಯದವನೇ ಅವನಿಗೆ ಶತ್ರು. ಚಾಣಕ್ಯನು ಬದಲಾಯಿಸಬಹುದಾದುದನ್ನು ಬದಲಾಯಿಸಲು ಬಯಸುತ್ತಾನೆ. ಹಿಂದಿನದನ್ನು ಮರೆತುಬಿಡಿ, ಸೆಲ್ಯೂಕಸ್! ಜೀವನದ ಹೊಸ ತಿರುವಿನಲ್ಲಿ ಹೊಸ ಹೆಜ್ಜೆ ಇಡುವ ಸಮಯ.

ಸೆಲ್ಯೂಕಸ್ - ನನಗೆ ಯೋಚಿಸಲು ಸಮಯ ಬೇಕು.

ಚಾಣಕ್ಯ- ನೀವು ಸ್ವಂತವಾಗಿ ಯೋಚಿಸುತ್ತೀರಾ ಅಥವಾ ಯಾರನ್ನಾದರೂ ಸಂಪರ್ಕಿಸಲು ಬಯಸುವಿರಾ?

ಸೆಲ್ಯೂಕಸ್ - ಹೌದು ವಜಿರೇಜಮ್! ನನ್ನ ಮುದ್ದಾದ ಮಗಳು ಕಾರ್ನೆಲಿಯಾ ಹೆಲೆನ್ ಅವರನ್ನು ಭೇಟಿಯಾಗಲು ನಾನು

ಬಯಸುತ್ತೇನೆಚಾಣಕ್ಯ - ನಮ್ಮ ಪ್ರೀತಿಯ ಮಗಳನ್ನು ಸಂಪರ್ಕಿಸಲು ನಾವು ನಿಮಗೆ ಸಂಪೂರ್ಣ ಅನುಮೋದನೆ ನೀಡುತ್ತೇವೆ. ನಿನ್ನನ್ನು ಸೆರೆಹಿಡಿದ ನಂತರ, ನಿನ್ನ ಪ್ರೀತಿಯ ಮಗಳು ಹೆಲೆನ್ ನಮ್ಮ ರಕ್ಷಣೆಯಲ್ಲಿ ಸುರಕ್ಷಿತವಾಗಿರುತ್ತಾಳೆ. ಅತಿಥಿ- ಕೋಟೆಯಲ್ಲಿರುವ ನಮ್ಮ ಅತಿಥಿ ತನ್ನ ಮಗಳನ್ನು ಭೇಟಿ ಮಾಡಬಹುದು.

ಒಬ್ಬ ಕಮಾಂಡರ್ ಅನ್ನು ನೋಡುತ್ತಾ, "ದಯವಿಟ್ಟು ಗ್ರೀಕ್ ಕಮಾಂಡರ್ ಸೆಲ್ಯೂಕಸ್ ಅನ್ನು ಅವನ ಮಗಳು ಹೆಲೆನ್ ಬಳಿಗೆ ಕಳುಹಿಸಿ!" ಹೀಗೆ ಹೇಳುತ್ತಾ, ರಾಜಮನೆತನವನ್ನು ಮುಗಿಸಿದ ನಂತರ, ಚಾಣಕ್ಯ ಪಕ್ಕಕ್ಕೆ ಹೋದನು ಮತ್ತು ಸೆಲ್ಯೂಕಸ್ ತನ್ನ ಮಗಳನ್ನು ತಲುಪಿದನು. ತಂದೆಯನ್ನು ನೋಡಿದ ಮಗಳು 'ಅಬ್ಬಜಾನ್!'

ಹೀಗೆ ಹೇಳುತ್ತಾ ಅವನ ಕತ್ತನ್ನು ತಬ್ಬಿಕೊಂಡಳು. ಸೆಲ್ಯೂಕಸ್ ಅಳುತ್ತಿದ್ದ ಮಗಳ ಹಣೆಗೆ ಮುತ್ತಿಟ್ಟು ಅವಳ ತಲೆಯನ್ನು ಮುದ್ದಿಸುತ್ತಾ

ಹೇಳಿದನು - ಭೀಕರ ರಕ್ತಪಾತದ ನಂತರವೂ ಸೆಲ್ಯೂಕಸ್‌ನ ಮುಷ್ಟಿಗಳು ಖಾಲಿಯಾಗಿವೆ. ನಾವು ನಮ್ಮ ಕೈಯಲ್ಲಿದ್ದ ಎಲ್ಲವನ್ನೂ ಕಳೆದುಕೊಂಡಿದ್ದೇವೆ. ಇದು ಯುದ್ಧದ ಫಲಿತಾಂಶ!

ಹೆಲೆನ್ - ನಾನು ನಿಮಗೆ ಬಹಳಷ್ಟು ಹೇಳಿದೆ, ಆದರೆ ಅಧಿಕಾರದ ಲಾಲಸೆಯಿಂದ ನೀನು ಕೇಳಲಿಲ್ಲ ಮತ್ತು ವಿಷಯ ಇಲ್ಲಿದೆ ಯಾವುದೇ ರೀತಿಯಲ್ಲಿ ಮರುನಿರ್ಮಾಣ ಮಾಡಲಾಗದಷ್ಟು ಹಾಳಾಗಿದೆ.

ಸೆಲ್ಯೂಕಸ್ - ಒಂದು ವಿಷಯವು ತಪ್ಪಾದಾಗ, ಅದು ಉತ್ತಮವಾಗಬಹುದು.

ಹೆಲೆನ್ - ಅದು ಹೇಗೆ?

ಸೆಲ್ಯೂಕಸ್ - ಭಾರತದ ಅದ್ಭುತ ಉದಾರವಾದಿ ಆಚಾರ್ಯ ಮಹಾಮಾತ್ಯ ಚಾಣಕ್ಯ ನಮಗೆ ಸ್ನೇಹದ ಬಗ್ಗೆ ಕಲಿಸಿದರು. ಆಹ್ವಾನ ನೀಡಲಾಗಿದೆ. ನಾವು ಈ ಸಂಬಂಧವನ್ನು ಒಪ್ಪಿಕೊಳ್ಳೋಣವೇ?

ಹೆಲೆನ್ - ಚಾಣಕ್ಯ ಈ ಯುಗದ ಅತ್ಯಂತ ಬುದ್ಧಿವಂತ ರಾಜತಾಂತ್ರಿಕ. ದೇಶೀಯ ವಿವಾದಗಳಿರಬಹುದು ಅವನು ನಮ್ಮೊಡನೆ ಸಂಧಿಯ ಪ್ರಸ್ತಾಪ ಮಾಡಿರುವುದನ್ನು ನೋಡಿದರೆ ನಾಳೆ ಮಹಾನಂದನಂತೆಯೇ ಆಗುತ್ತದೆ ಇದೆ ಜೊತೆ ಸಂಭವಿಸಿತು. ಚಾಣಕ್ಯ ಯಾರನ್ನೂ ಕ್ಷಮಿಸುವುದಿಲ್ಲ ಎಂದು ಕೇಳಿದ್ದೇನೆ. ಆದ್ದರಿಂದ ನೀವು ಸಂಬಂಧವನ್ನು ಸ್ಥಾಪಿಸಲು ಬಯಸಿದರೆ, ಹೀಗೆ ಹೇಳುತ್ತಿರುವಾಗ ಹೆಲೆನ್ ನಿಲ್ಲಿಸಿದಳು. ತನ್ನ ಮಗಳ ಭಂಗಿಯನ್ನು ನೋಡಿದ ಸೆಲ್ಯೂಕಸ್ ಗಂಭೀರವಾಗಿ

ಹೇಳಿದನು- ನಿನ್ನ ನಾಲಿಗೆಗೆ ಬಂದ ಮಾತು ಯಾಕೆ ನಿಂತಿತು ಮಗಳೇ? ನೀವು ಏನು ಹೇಳಬೇಕೆಂದರೂ ಸಂಕೋಚ ಮತ್ತು ಭಯವಿಲ್ಲದೆ ಹೇಳಿ!

ಹೆಲೆನ್ - ಭಾರತೀಯರು ಧರ್ಮದ ದೊಡ್ಡ ಮತಾಂಧರು ಎಂದು ನಾನು ಕೇಳಿದ್ದೇನೆ. ಜಾತಿ ಪೂರ್ವಾಗ್ರಹ ಅವರನ್ನು ಬಿಗಿಯಾಗಿ ಹಿಡಿದಿಟ್ಟಿದೆ. ಚಾಣಕ್ಯನು ನಮ್ಮೊಂದಿಗೆ ಸಂಬಂಧವನ್ನು ಸ್ಥಾಪಿಸಲು ಬಯಸಿದರೆ, ಪ್ರಪಂಚದ ಇತಿಹಾಸದಲ್ಲಿ ಅಮರವಾಗಿರುವ ಮತ್ತು ಮುರಿಯಲಾಗದ ಅಂತಹ ಸಂಬಂಧವನ್ನು ಏಕೆ ಸ್ಥಾಪಿಸಬಾರದು, ಗ್ರೀಸ್ ಮತ್ತು ಭಾರತ. ಒಂದೇ ಸಂಸ್ಕೃತಿ ಇರಲಿ. ಸೆಲ್ಯೂಕಸ್: ಇದು ಖಂಡಿತವಾಗಿಯೂ ಸಂಭವಿಸುತ್ತದೆ.

ಹೆಲೆನ್ - ತಂದೆ ಇಲ್ಲ! ಇದು ಯಾವಾಗ ಸಂಭವಿಸುತ್ತದೆ"

ಸೆಲ್ಯೂಕಸ್ - ಹೀಗೆ ಹೇಳುವಾಗ ಯಾಕೆ ನಿಲ್ಲಿಸಿದೆ ಮಗಳೇ?

ಹೆಲೆನ್ - ಮಗಳು ತನ್ನ ಮದುವೆಯ ಬಗ್ಗೆ ಎಂದಿಗೂ ಸ್ಪಷ್ಟವಾಗಿ ಮಾತನಾಡುವುದಿಲ್ಲ

ಸೆಲ್ಯೂಕಸ್ - ಏನು! ನನ್ನ ಮಗಳನ್ನು ಮಾರಿ ಚಾಣಕ್ಯನೊಡನೆ ಸಂಧಿ ಮಾಡಿಕೊಳ್ಳಬೇಕೇ? ಗ್ರೀಸ್‌ನ ಹಣೆಯಿಂದ ಎಂದಿಗೂ ತೊಳೆಯಲಾಗದ ಆ ಶಾಯಿಯ ಗುರುತನ್ನು ನಮ್ಮ ಮಗಳು ನಮ್ಮ ಮುಖದ ಮೇಲೆ ಹಾಕಲು ಬಯಸುತ್ತಾಳೆಯೇ?

ಹೆಲೆನ್ - ಇದು ಶಾಯಿಯ ಲಸಿಕೆ ಅಲ್ಲ, ತಂದೆ! ಬದಲಿಗೆ, ಇದು ಮಾನವೀಯತೆಯ ಲಸಿಕೆಯಾಗಿದ್ದು, ಅದರ ಕೆಂಪು ಬಣ್ಣವು ಎಂದಿಗೂ ಮಸುಕಾಗುವುದಿಲ್ಲ. ಇಡೀ ಪ್ರಪಂಚದಿಂದ ಜಾತಿ ಭೇದಗಳನ್ನು ತೊಲಗಿಸಿ ಒಂದೇ ಒಂದು ಮನುಕುಲವನ್ನು ಸ್ಥಾಪಿಸಿದರೆ ಯುದ್ಧದ ಭಯೋತ್ಪಾದನೆಯನ್ನು ಶಾಶ್ವತವಾಗಿ ಶಾಂತಗೊಳಿಸಬಹುದು. ಜಗತ್ತಿನ ಅತಿ ದೊಡ್ಡ ಸಂಬಂಧವೆಂದರೆ ಮಾನವೀಯತೆ. ಮಾನವೀಯತೆಯ ಹೆಸರಿನಲ್ಲಿ ಮದುವೆಯಾಗುವುದು ಪಾಪವಲ್ಲ. ನಿಮ್ಮ ಮಗಳು ಭಾರತದ ರಾಣಿಯಾದರೆ ಏನು ಹಾನಿ? ಸೆಲ್ಯೂಕಸ್ ಸ್ವಲ್ಪ ಯೋಚಿಸಿ ನಂತರ ಬಹಳ ಗಂಭೀರವಾಗಿ

ಹೇಳಿದರು - ನಾವು ಇದನ್ನು ಒಪ್ಪಿಕೊಂಡರೂ, ಈ ಧರ್ಮದ ಮತಾಂಧ ಪುರೋಹಿತರು ಅದನ್ನು ಎಂದಿಗೂ ಸ್ವೀಕರಿಸುವುದಿಲ್ಲ. ಚಾಣಕ್ಯ ಒಬ್ಬ ಬ್ರಾಹ್ಮಣ, ಆ ಕಟ್ಟುನಿಟ್ಟಿನ ಬ್ರಾಹ್ಮಣ ಈ ಮದುವೆಯನ್ನು

ಧರ್ಮಕ್ಕೆ ವಿರುದ್ಧವೆಂದು ತಿರಸ್ಕರಿಸುತ್ತಾನೆ. ಹೆಲೆನ್: ಅವರು ನಿಮ್ಮ ಪ್ರಸ್ತಾಪವನ್ನು ತಿರಸ್ಕರಿಸಿದರೆ ಅವರು ನೀಡಿದ ಶಿಕ್ಷೆಯನ್ನು ನಾವು ಭರಿಸುತ್ತೇವೆ. ಅವರನ್ನು ಭೇಟಿಯಾಗುತ್ತೇನೆ, ಆದರೆ ಅವರೊಂದಿಗೆ ಕೈಕುಲುಕುವ ಸಂಬಂಧವನ್ನು ಎಂದಿಗೂ ಮಾಡುವುದಿಲ್ಲ.

ಸೆಲ್ಯೂಕಸ್ - ನಂತರ ಸೆಲ್ಯೂಕಸ್ ಅಂತಿಮವಾಗಿ ತನ್ನ ಮಗಳ ಈ ಪ್ರಸ್ತಾಪವನ್ನು ಮಗಧದ ಮಹಾಮಾತ್ಯನಿಗೆ ಮುಂದಿಡುತ್ತಾನೆ.

ಹೆಲೆನ್ - ಯಜಮಾನನನ್ನು ಅವಲಂಬಿಸಿ, ಸ್ವತಂತ್ರ ಚಕ್ರವರ್ತಿಯಂತೆ ಚಾಣಕ್ಯನಿಗೆ ನಿನ್ನ ಮಾತುಗಳನ್ನು ಹೇಳು! ಚಿಂತಿತನಾದ ಸೆಲ್ಯೂಕಸ್ ಹೊಸ ಕನಸನ್ನು ನೋಡಿ ಗೇಟಿನ ಬಳಿಗೆ ಬಂದನು, ಅಲ್ಲಿಂದ ಕಾವಲುಗಾರರೊಡನೆ ಮಹಾಮಾತ್ಯ ಚಾಣಕ್ಯನ ನಿವಾಸದ ಕಡೆಗೆ ಹೋದನು. ಮಧ್ಯಕ್ಕೆ ಹೋಗುವ ದಾರಿಯಲ್ಲಿ ಅವನು ಭಾರತೀಯ ಶಿಲ್ಪವನ್ನು ಬಹಳ ಗಮನದಿಂದ ನೋಡುತ್ತಿದ್ದನು. ಅನೇಕ ಸ್ಥಳಗಳಲ್ಲಿ ಕಲ್ಲಿನ ಶಿಲ್ಪಗಳು ಮತ್ತು ಅಲ್ಲಿ ಇಲ್ಲಿ ವರ್ಣರಂಜಿತ ವರ್ಣಚಿತ್ರಗಳು ಗ್ರೀಸ್ನ ಕೆಚ್ಚೆದೆಯ ಜನರ ಕಣ್ಣುಗಳನ್ನು ತೆರೆಯಿತು. ಸೆಲ್ಯೂಕಸ್ ತನ್ನ ಮನಸ್ಸಿನಲ್ಲಿ ಹೇಳಲು

ಪ್ರಾರಂಭಿಸಿದನು - "ಎಂತಹ ಅದ್ಭುತವಾದ ಕೆಲಸಗಾರಿಕೆ! ಕುಸುಂಪುರದ ಈ ಕೋಟೆಗಳನ್ನು ವಾಸ್ತುಶಿಲ್ಪದ ಆದರ್ಶಗಳು ಎಂದು ಕರೆಯಬಹುದು. ಕಲಾವಿದರು ಯಾವ ಶ್ರಮದಿಂದ ಶಿಲ್ಪಕಲೆ ಮತ್ತು ಚಿತ್ರಕಲೆಯ ಈ ಅದ್ಭುತಗಳನ್ನು ರಚಿಸಿರಬೇಕು! ಮತ್ತು ಯುದ್ಧದ ಮಾಟಗಾತಿ ಎಷ್ಟು ಉಗ್ರ, ತನ್ನ ರಕ್ತಸಿಕ್ತ ದಂತಗಳನ್ನು ಬಳಸಿ, ಈ ಸೌಂದರ್ಯದ ಮಾದರಿಗಳನ್ನು ಒಂದೇ ದಾಳಿಯಿಂದ ನಾಶಪಡಿಸುತ್ತಾಳೆ! ಇವು ಎಷ್ಟು ಅದ್ಭುತವಾಗಿವೆ! " ಸೆಲ್ಯೂಕಸ್ ಈ ಸುಂದರವಾದ ಕಲಾ ಪ್ರಕಾರಗಳನ್ನು ನೋಡುತ್ತಾ ಎಷ್ಟು ದೂರ ಹೋಗುತ್ತಿದ್ದನೋ ಗೊತ್ತಿಲ್ಲ, ಆದರೆ ಕಾವಲುಗಾರರು ಮಹಾಮಾತ್ಯನ ಬಾಗಿಲಿಗೆ ಬಂದ ತಕ್ಷಣ, ಅವರು ತಮ್ಮ ಪ್ರವೇಶದ ಬಗ್ಗೆ ತಿಳಿಸಿ ಗಮನವನ್ನು ಬೇರೆಡೆ ಸೆಳೆದರು. ಅವರು ಸಂಯಮದ ಧ್ವನಿಯಲ್ಲಿ

ಹೇಳಿದರು - 'ಓ ಅತ್ಯಂತ ಧಾರ್ಮಿಕ ಮಹಾನ್ ಬುದ್ಧಿವಂತ, ನೈತಿಕವಾದಿಗಳಲ್ಲಿ ನುರಿತ ರಾಜಕಾರಣಿ, ಆಚಾರ್ಯ ಮಹಾತ್ಮ ಮಹಾಮತ್ಯ ಚಾಣಕ್ಯ!' ಗ್ರೀಸಿನ ರಾಜ ಮತ್ತು ಮಗಧದ ಅತಿಥಿಯಾದ ಸೆಲ್ಯೂಕಸ್ ನಿನ್ನನ್ನು ನೋಡಲು ಬರುತ್ತಿದ್ದಾನೆ. , ಚಾಣಕ್ಯ ತನ್ನ ಕಣ್ಣುಗಳನ್ನು ಮೇಲಕ್ಕೆತ್ತಿ ಸಂಕೇತದೊಂದಿಗೆ ಬರಲು ಅನುಮತಿ ನೀಡಿದ. ಅವನು ಸೆಲ್ಯೂಕಸ್ ಬಳಿ ಬಂದ ತಕ್ಷಣ, ಚಾಣಕ್ಯ ಎದ್ದೇಳಲು ಸನ್ನೆ ಮಾಡಿದನು, ಅವನು ಅವನನ್ನು ಸ್ವಾಗತಿಸಿದನಂತೆ, ನಂತರ ಅವನ ಬಳಿ ಕುಳಿತು ಮೌನವಾದನು. ಕೆಲಕಾಲ ಮೌನ ಆವರಿಸಿತು. ಚಾಣಕ್ಯ ಏನನ್ನೂ ಹೇಳದಿದ್ದಾಗ, ಸೆಲ್ಯೂಕಸ್ ತನ್ನ ಬಾಯಿಗೆ ಬಂದದ್ದನ್ನು ಪದೇ ಪದೇ ಹೊರಹಾಕಿದನು. ಮತ್ತೆ ಮತ್ತೆ ಪ್ರಯತ್ನಿಸುತ್ತಾ ಸೆಲ್ಯೂಕಸ್

ಹೇಳಿದರು - "ನಾವು ನಿಮ್ಮೊಂದಿಗೆ ಸಂಬಂಧವನ್ನು ಸ್ಥಾಪಿಸಬಹುದು, ಆದರೆ ನೀವು ಮತ್ತು ನಾನು ದೇಹ ಮತ್ತು ಮನಸ್ಸಿನಲ್ಲಿ ಒಂದಾದಾಗ ಮಾತ್ರ. ಚಾಣಕ್ಯ- ನಾವು ಈಗಾಗಲೇ

ದೇಹ-ಮನಸ್ಸಿನೊಂದಿಗೆ ಒಂದಾಗಿದ್ದೇವೆ, ನಿಮ್ಮ ತೃಪ್ತಿಗಾಗಿ ನೀವು ಬಯಸಿದಂತೆ ನೀವು ಪರೀಕ್ಷಿಸಬಹುದು!

ಸೆಲ್ಯುಕಸ್ - ಪರೀಕ್ಷೆಯಲ್ಲ, ಆದರೆ ಪ್ರಸ್ತಾಪ. ನನ್ನ ಪ್ರೀತಿಯ ಮಗಳು ಕಾರ್ನೆಲಿಯಾ ಹೆಲೆನ್ ಚಂದ್ರಗುಪ್ತನನ್ನು ಮದುವೆಯಾಗಬೇಕೆಂದು ನಾನು ಬಯಸುತ್ತೇನೆ. ಇದನ್ನು ಕೇಳಿ ಚಾಣಕ್ಯ ಚಿಂತಿತನಾದ. ಬಹಳ ಹೊತ್ತಿನ ನಂತರವೂ ಸೆಲ್ಯೂಕಸ್ ಉತ್ತರ ಸಿಗದಿದ್ದಾಗ ಆವೇಶದ ಭರದಲ್ಲಿ

ಹೇಳಿದರು – ಯುಗದ ಮಹಾಪುರುಷನಿಗೆ ಉತ್ತರವಿಲ್ಲವೇ? ಮುಗಿದಿದೆಯೇ?

ಚಾಣಕ್ಯ - ಮನುಷ್ಯರಷ್ಟೇ ಅಲ್ಲ, ದೇವರ ಜೀವಂತ ಅವತಾರವೂ ಉತ್ತರಗಳ ಬಗ್ಗೆ ಯೋಚಿಸಬೇಕಾದಾಗ ಜಗತ್ತಿನಲ್ಲಿ ಇಂತಹ ಅನೇಕ ಪ್ರಶ್ನೆಗಳು ಉದ್ಭವಿಸುತ್ತವೆ. ಯೋಚಿಸಲು ನನಗೆ ಅವಕಾಶ ಬೇಕು. ಇಂದು ನಾನು ಈ ಪ್ರಶ್ನೆಗೆ ಉತ್ತರಿಸಲು ಸಾಧ್ಯವಿಲ್ಲ.

ಸೆಲ್ಯೂಕಸ್ - ಯೋಚಿಸಿ, ಚೆನ್ನಾಗಿ ಯೋಚಿಸಿ. ಸೆಲ್ಯೂಕಸ್ ಭಾರತವನ್ನು ವಶಪಡಿಸಿಕೊಂಡರು ಆ ಸುಡುವ ಸಂಬಂಧವನ್ನು ನಿಮ್ಮ ಮುಂದೆ ಪ್ರಸ್ತುತಪಡಿಸಲಾಗಿದೆ ಅದನ್ನು ಕಾಲದ ಪ್ರವಾಹದಿಂದ ಕತ್ತರಿಸಲಾಗುವುದಿಲ್ಲ.

ಚಾಣಕ್ಯ - ನೀವು ವಿಶ್ರಾಂತಿ ತೆಗೆದುಕೊಳ್ಳಿ. ಸೆಲ್ಯೂಕಸ್ ಕಾವಲುಗಾರರೊಂದಿಗೆ ತನ್ನ ಸೆರೆಮನೆಗೆ ಹೋದನು ಮತ್ತು ಚಾಣಕ್ಯ ಚಂದ್ರಗುಪ್ತನನ್ನು ಕರೆದನು. ಚಂದ್ರಗುಪ್ತ ಬಂದಾಗ, ಚಾಣಕ್ಯ ಒಂದು ಸಂಕೇತವನ್ನು ನೀಡಿ ಆ ಕೋಣೆಯಿಂದ ಎಲ್ಲರನ್ನು ಬೇರ್ಪಡಿಸಿದನು. ಎಲ್ಲರೂ ಹೋದ ನಂತರ ಚಾಣಕ್ಯನು ಪ್ರೀತಿಯಿಂದ ಚಂದ್ರಗುಪ್ತನನ್ನು ತನ್ನ ಪಕ್ಕದಲ್ಲಿ ಕೂರಿಸಿಕೊಂಡು ಹೇಳಿದನು – ವತ್ಸ! ಪರಿಸ್ಥಿತಿಯ ಕಠೋರತೆಯಲ್ಲಿ, ಜೀವನದಲ್ಲಿ ನಿಮ್ಮ ದೊಡ್ಡ ಆಸೆ ಏನು ಎಂದು ನಾವು ಎಂದಿಗೂ ಕೇಳಲಿಲ್ಲ. ಸಾಮೂಹಿಕ ಜೀವನದಿಂದ ಪ್ರತ್ಯೇಕವಾದ ಚಂದ್ರಗುಪ್ತನ ವೈಯಕ್ತಿಕ ಆಕಾಂಕ್ಷೆ ಏನೆಂದು ತಿಳಿಯಲು ನಾವು ಬಯಸುತ್ತೇವೆ?

ಚಂದ್ರಗುಪ್ತ - ರಾಜನು ತನ್ನ ವೈಯಕ್ತಿಕ ಆಸೆಗಳನ್ನು ತ್ಯಜಿಸಬೇಕು. ಚಂದ್ರಗುಪ್ತನೂ ವಿಶ್ವದಲ್ಲಿ ತನ್ನನ್ನು ತಾನು ಕರಗಿಸಿಕೊಂಡಿದ್ದಾನೆ. ಆದರೆ ಜಿಪುಣನ ಸಂಪತ್ತಂತೆ ನನ್ನೊಳಗೆ ಅಡಗಿರುವ ಆಸೆಯೊಂದು ಹಗಲು ರಾತ್ರಿ ನನ್ನನ್ನು ಕಾಡುತ್ತಲೇ ಇರುತ್ತದೆ. ನಿನಗೆ ಎಷ್ಟು ಸಲ ಹೇಳಬೇಕೆಂದುಕೊಂಡರೂ ಗುರುದೇವನಿಗೆ ಕೋಪ ಬಂದು ಚಂದ್ರಗುಪ್ತನಿಂದ ದೂರ ಹೋಗಲಿ ಎಂದು ಕಣ್ಣಲ್ಲಿ ನೀರು ತುಂಬಿಕೊಂಡೆ.

ಚಾಣಕ್ಯ- ಈ ಬ್ರಾಹ್ಮಣ ನಿನ್ನ ಶೌರ್ಯ ಮತ್ತು ಭಕ್ತಿಯಿಂದ ಸಂತೋಷಗೊಂಡಿದ್ದಾನೆ. ನಾವು ನಿಮಗೆ ಆಶ್ರಯ ನೀಡುತ್ತೇವೆ ಕೊಡು, ಏನು ಬೇಕಾದರೂ ಹೇಳಬಹುದು. ಚಂದ್ರಗುಪ್ತನು ತನ್ನ ಕುತ್ತಿಗೆಯನ್ನು ಬಾಗಿಸಿ ಭೂಮಿಯ ಕಡೆಗೆ ನೋಡುತ್ತಾ

ಹೇಳಿದನು - ಚಂದ್ರಗುಪ್ತನು ಗ್ರೀಸ್‌ನ ನವನೀತಕ್ಕಿಂತ ಸೌಮ್ಯವಾದ ಮತ್ತು ಹೂವುಗಳ ಪರಿಮಳಕ್ಕಿಂತ ಶುದ್ಧವಾದ ಕಾರ್ನೆಲಿಯಾ ಹೆಲೆನ್‌ಳನ್ನು ಮದುವೆಯಾಗಲು ಬಯಸುತ್ತಾನೆಚಾಣಕ್ಯನು ತನ್ನ ತುಟಿಗಳಿಂದ ಮುಗುಳ್ನಕ್ಕು ಮೃದುವಾಗಿ

ಹೇಳಿದನು - ಜೀವನದಲ್ಲಿ ಪ್ರೀತಿಯ ದಾಹದಿಂದ ಜರ್ಜರಿತವಾಗದ ಯಾವುದೇ ಜೀವಿ ಇಲ್ಲ. ಪ್ರೀತಿಗೆ ಧರ್ಮ ಮತ್ತು ಜಾತಿ ನೋಡುವುದಿಲ್ಲ. ಪ್ರೀತಿಯುಸಂಭವಿಸಿದಾಗ ಯಾವುದೇ ರೀತಿಯಲ್ಲಿ ಪ್ರತ್ಯೇಕತೆ ಇರುವುದಿಲ್ಲ, ಆದರೆ ಯಾವುದೇ ಸಂದರ್ಭದಲ್ಲೂ ತನ್ನ ಕರ್ತವ್ಯವನ್ನು ನಿರ್ಲಕ್ಷಿಸದವನು ಮನುಷ್ಯ. ಕರ್ತವ್ಯನಿಷ್ಠೆಯನ್ನು ಮೆಚ್ಚಿಸುವ ಮೂಲಕ, ಅವನು ಬಯಸಿದ ಗುರಿಯನ್ನು ಸಾಧಿಸುತ್ತಾನೆ. ವತ್ಸದಿಂದ ನಮಗೆ ತುಂಬಾ ಸಂತೋಷವಾಗಿದೆ. ನಿಮ್ಮ ಶೌರ್ಯ ಮತ್ತು ಕರ್ತವ್ಯ ನಿಷ್ಠೆಯಿಂದ, ನೀವು ನಮ್ಮ ಹೃದಯದಲ್ಲಿ ಪ್ರೀತಿಯ ಜ್ವಾಲೆಯನ್ನು ಹೊತ್ತಿಸಿದಿರಿ.

ಚಾಣಕ್ಯನು ಖಂಡಿತವಾಗಿಯೂ ಚಂದ್ರಗುಪ್ತನ ಆಸೆಯನ್ನು ಪೂರೈಸುತ್ತಾನೆ; ಗ್ರೀಸ್ ರಾಜಕುಮಾರಿ ಭಾರತದ ಸಾಮ್ರಾಜ್ಞಿಯಾಗುತ್ತಾಳೆ. ಹೆಲೆನ್ ಚಂದ್ರಗುಪ್ತನನ್ನು ಮದುವೆಯಾಗುತ್ತಾಳೆ., ಇದು ಪಾಪವಲ್ಲವೇ? ಚಂದ್ರಗುಪ್ತ ಹೆಲೆನ್ ಜೊತೆ ಮದುವೆಯಾಗುತ್ತಾನೆ! ಚಕ್ರವರ್ತಿ ಚಂದ್ರಗುಪ್ತ ವಿದೇಶಿ ಮತ್ತು ವಿದೇಶಿ ಹುಡುಗಿಯರನ್ನು ಮದುವೆಯಾಗುತ್ತಾನೆ! ಕಳಂಕ, ಘೋರ ಪಾಪ! ಧರ್ಮ ನಾಶವಾಗುತ್ತಿದೆ." ಈ ಚರ್ಚೆ ಗಾಳಿಯಂತೆ ಎಲ್ಲೆಡೆ ಕೇಳಿಬರತೊಡಗಿತು.ಇದನ್ನು ಒಬ್ಬರು ಮತ್ತೊಬ್ಬರು ಮತ್ತೊಬ್ಬರಿಗೆ ಹೇಳಿ ಗಲಾಟೆ ಸೃಷ್ಟಿಸಿದರು.ಧರ್ಮ ಮೂಲಭೂತವಾದಿ ಬ್ರಾಹ್ಮಣರು ಅಸಮಾಧಾನಗೊಂಡರು.

ಪ್ರತಿಭಟನೆ ದೊಡ್ಡ ಚಳವಳಿಯ ರೂಪ ಪಡೆಯಿತು. ತಲುಪುವಷ್ಟರಲ್ಲಿ ಪ್ರತಿಭಟನೆಯ ಧ್ವನಿ ಚಾಣಕ್ಯನ ಕಿವಿಗೂ ಬಿತ್ತು. ಚಾಣಕ್ಯನು ಕ್ರೂರವಾಗಿ ನಗುತ್ತಾ ತನ್ನ ನೆಚ್ಚಿನ ಶಿಷ್ಯನಾದ ಶಾರ್ಂಗರವನಿಗೆ ಹೇಳಿದನುವಿರೋಧಿಸುವ ಎಲ್ಲಾ ಮತಾಂಧ ವಿದ್ವಾಂಸರು ತಮ್ಮ ತಮ್ಮ ವಾದಗಳೊಂದಿಗೆ ನಮ್ಮನ್ನು ಭೇಟಿಯಾಗಬೇಕೆಂದು ಘೋಷಣೆ ಮಾಡಿ. ಅವರ ಆಕ್ಷೇಪದ ಬಗ್ಗೆ ಬಹಿರಂಗ ಸಭೆಯಲ್ಲಿ ನ್ಯಾಯಯುತ ತೀರ್ಮಾನ ಕೈಗೊಳ್ಳುತ್ತೇವೆ. ಜನರು ಕೂಡ ಬಹಳ ವಿಚಿತ್ರ ಸ್ವಭಾವದವರು. ಕ್ಷಣಮಾತ್ರದಲ್ಲಿ ಅದು ಮೋಡಗಳ ಬಣ್ಣದಂತೆ ಬದಲಾಗುತ್ತದೆ. ಬುದ್ಧಿವಂತ ಜನರು ಸಾರ್ವಜನಿಕರೊಂದಿಗೆ ಸುಲಭವಾಗಿ

ಆಟವಾಡುತ್ತಾರೆ. ಯಾರು ಬುದ್ಧಿವಂತಿಕೆಯಿಂದ ತಿಳಿದಿದ್ದಾರೆ ಅವನು ತನಗೆ ಹೊಂದಿಕೊಂಡರೆ, ಅವನು ವಿಜಯಶಾಲಿಯಾಗುತ್ತಾನೆ. ಚಾಣಕ್ಯನ ಘೋಷಣೆಯಿಂದ ಸಾರ್ವಜನಿಕರು ಪರದಾಡಿದರು. ಮೊದಲ ಕ್ಷಣದಲ್ಲಿ ಎದ್ದ ಪ್ರತಿಭಟನೆಯ ಜ್ವಾಲೆಯು ಬಹಿರಂಗ ಅಧಿವೇಶನದಲ್ಲಿ ಚಾಣಕ್ಯನ ಚರ್ಚೆಯನ್ನು ಕೇಳಿದ ನಂತರ ಕಡಿಮೆಯಾಗಲು ಪ್ರಾರಂಭಿಸಿತು.

ಮರುದಿನ, ಕೋಟೆಯ ಬಳಿಯ ದೊಡ್ಡ ಚೌಕದಲ್ಲಿ, ರಾಜ್ಯದ ಮಹಾನ್ ವಿದ್ವಾಂಸರು ತಮ್ಮ ತಮ್ಮ ವಾದಗಳೊಂದಿಗೆ ಚಾಣಕ್ಯನನ್ನು ತಲುಪಿದರು. ಚಾಣಕ್ಯನು ಬಂದ ಗಣ್ಯರಿಗೆ ಗೌರವಪೂರ್ವಕವಾಗಿ ಆಸನಗಳನ್ನು ನೀಡಿ, ಅವರನ್ನು ಸ್ವಾಗತಿಸಿ, ಅವರ ಕೊರಳಿಗೆ ಹೂವಿನ ಹಾರಗಳನ್ನು ಹಾಕಿ ನಂತರ ಅತ್ಯಂತ ಸರಳವಾಗಿ ಸಭ್ಯವಾಗಿ ಹೇಳಿದನು - "ಗೌರವಾನ್ವಿತ ವಿದ್ವಾಂಸರ ಗುಂಪು! ನಿನ್ನನ್ನು ನೋಡಿ ಧನ್ಯನಾದೆನು. ನಿಮ್ಮಂತಹ ವಿದ್ವಾಂಸರ ಜ್ಞಾನದಿಂದ ಮಾತ್ರ ಈ ದೇಶದ ಸಂಸ್ಕೃತಿ ಮತ್ತು ವೈಭವವು ಜೀವಂತವಾಗಿದೆ. ನನ್ನ ದೇಶದ ಶಿಕ್ಷಕರ ಬಗ್ಗೆ ನನಗೆ ಹೆಮ್ಮೆ ಇದೆ. ನಿಮ್ಮ ಆಕ್ಷೇಪಣೆಯನ್ನು ನಿರ್ಭಯವಾಗಿ ವ್ಯಕ್ತಪಡಿಸಬಹುದು, ನಾನು ಕೇಳಲು ಸಿದ್ಧನಿದ್ದೇನೆ. , ಚಾಣಕ್ಯನ ಮಾತಿನಲ್ಲಿ ಎಷ್ಟು ಆಕರ್ಷಣೆ ಇತ್ತು ಎಂದರೆ ಒಬ್ಬ ವಿದ್ವಾಂಸರು ಅವನನ್ನು ಇನ್ನೊಬ್ಬರಿಗೆ ಹೊಗಳಲು ಪ್ರಾರಂಭಿಸಿದರು. ಬ್ರಾಹ್ಮಣ ಗುಂಪಿನಲ್ಲಿ ಅವರ ಗುಣಗಳ ಗುಸುಗುಸುಗಳಿದ್ದವು. ಬಹಳ ತಡಬಡಾಯಿಸಿ, ಬಲಶಾಲಿಯಾದ ಬ್ರಾಹ್ಮಣನು ಎದ್ದು ನಡುಗುತ್ತಲೇ ಕೋಪದ ದನಿಯಲ್ಲಿ

ಹೇಳಿದನು - "ಮಗಧ ಚಕ್ರವರ್ತಿ ಚಂದ್ರಗುಪ್ತನು ಗ್ರೀಸ್‌ನ ರಾಜಕುಮಾರಿ ಹೆಲೆನ್ ಎಂಬ ವಿದೇಶಿ ಹುಡುಗಿಯನ್ನು ಮದುವೆಯಾಗುತ್ತಿರುವುದನ್ನು ನಾವು ಕೇಳಿದ್ದೇವೆ. ಇದು ಅಧರ್ಮ, ಜಾತಿ ಬಿಕ್ಕಟ್ಟು ಹೆಚ್ಚುತ್ತದೆ. ಈ ಘೋರ ದುರಂತ ಸಂಭವಿಸಲು ನಾವು ಬಿಡುವುದಿಲ್ಲ. ಬ್ರಾಹ್ಮಣನ ಗರ್ಜನೆಯ ಧ್ವನಿಯನ್ನು ಕೇಳಿ ಅಲ್ಲಿದ್ದ ಬ್ರಾಹ್ಮಣರಲ್ಲಿ ಹೆಮ್ಮೆಯ ಅಲೆಯೊಂದು ಹರಿಯಿತು. ಒಂದು ಕ್ಷಣದ ಹಿಂದೆ ಚಾಣಕ್ಯನನ್ನು ಹೊಗಳುತ್ತಿದ್ದವರು ಟೀಕೆ ಮಾಡತೊಡಗಿದರು. ಸ್ಪೀಕರ್ ಪಂಡಿತ್ ಜೊತೆಗೆ ಧ್ವನಿಗಳು ಎದ್ದು

ನಿಂತವು - "ಈ ಮದುವೆ ಆಗುವುದಿಲ್ಲ, ಇದನ್ನು ಮಾಡಲು ಬಿಡುವುದಿಲ್ಲ." ಧ್ವನಿಯನ್ನು ಕೇಳಿದ ಟ್ರೆಬ್ಲಿ ಚಾಣಕ್ಯನ ಈಟಿಯ ಮೇಲೂ ಬಲವನ್ನು ತಿನ್ನಲು ಪ್ರಾರಂಭಿಸಿದನು. ಆದರೆ ಕೋಪವನ್ನು ನಿಗ್ರಹಿಸಿ ಗಂಭೀರವಾಗಿ

ಉತ್ತರಿಸಿದನು - "ಸಾರ್ವಜನಿಕರಿಗೆ ಏನು ಬೇಡವೋ, ಚಾಣಕ್ಯನೂ ಅದನ್ನು ಬಯಸುವುದಿಲ್ಲ, ಆದರೆ ನೀವು ಮುಳುಗಲು ಬಯಸಿದರೆ, ಚಾಣಕ್ಯನು ತನ್ನ ಪ್ರಾಣವನ್ನು ಕೊಟ್ಟು ನಿನ್ನನ್ನು ರಕ್ಷಿಸುತ್ತಾನೆ. ಧರ್ಮ ಎಂದರೆ ನಾಶವಲ್ಲ. ಧರ್ಮವೆಂದರೆ ಅದರಲ್ಲಿ ಮಾನವ ಸಮಾಜದ ಕಲ್ಯಾಣವಿದೆ. ಸಾಮಾಜಿಕ ನಿಯಮಗಳು ಬದಲಾಗುತ್ತಲೇ ಇರುತ್ತವೆ.

ಜಾತಿ ಭೇದ ಎಂದರೆ ಕರ್ಮ ವ್ಯತ್ಯಾಸ. ಮದುವೆಗೆ ಧರ್ಮದ ಶಾಶ್ವತ ತತ್ವವಿಲ್ಲ. ಮದುವೆಯು ಮನುಷ್ಯನ ಹೃದಯಕ್ಕೆ ಸಂಬಂಧಿಸಿದೆ. ಗುಣಗಳು, ಕ್ರಿಯೆಗಳು ಮತ್ತು ಸ್ವಭಾವವು ಹೊಂದಿಕೆಯಾಗುವ ಯಾರನ್ನಾದರೂ ಮದುವೆಯಾಗಬೇಕು.

ಗ್ರೀಸ್‌ನ ರಾಜಕುಮಾರಿ ಯಾವುದೇ ಭಾರತೀಯ ಶಿಕ್ಷಣಕ್ಕಿಂತ ಕಡಿಮೆಯಿಲ್ಲ. ಭಾರತೀಯ ಸಾಹಿತ್ಯದ ಅಧ್ಯಯನ ಅವರ ಧ್ವನಿಯಲ್ಲಿದೆ. ಅವಳು ಆದರ್ಶ ರಾಜಕುಮಾರಿ, ಚಂದ್ರಗುಪ್ತನನ್ನು ಮದುವೆಯಾಗುವ ಮೂಲಕ ನಾವು ಮಾನವೀಯತೆಯ ಬಾಂಧವ್ಯವನ್ನು ವಿಸ್ತರಿಸುತ್ತೇವೆ. , ಚಾಣಕ್ಯನಿಗೆ ಇನ್ನೇನೋ ಹೇಳಬೇಕೆನಿಸಿತು, ಆದರೆ ಮಧ್ಯದಲ್ಲಿ ಬಲಿಷ್ಠ ಪಂಡಿತ ಧರ್ಮಾಧಿಕಾರಿ ಎದ್ದು ಹಲ್ಲು ಕಡಿಯುತ್ತಾ

ಹೇಳಿದ - 'ಶತ್ರುವಿನ ಮಗಳನ್ನು ಮದುವೆಯಾಗುವುದರಿಂದ ನಮ್ಮ ದೇಶವನ್ನು ಪ್ರಾಣಾಪಾಯಕ್ಕೆ ಸಿಲುಕಿಸುತ್ತೇವೆ. ಈ ವಿದೇಶಿ ವಂಚನೆಗಳಲ್ಲಿ ಯಾವ ನಂಬಿಕೆ ಇರಬಹುದು?,

ಚಾಣಕ್ಯ- ನಾನು ಕಣ್ಣು ಮುಚ್ಚಿ ಆಡಳಿತ ನಡೆಸುವುದಿಲ್ಲ, ಧರ್ಮಾಧಿಕಾರಿ ಜೀ! ರಾಜಕೀಯ ದೃಷ್ಟಿ ಈ ಮದುವೆಯ ಶುಭ ಫಲಿತಾಂಶವನ್ನು ನೀವು ಊಹಿಸಲೂ ಸಾಧ್ಯವಿಲ್ಲ. ಅನುಪಯುಕ್ತ ಸ್ಟೀರಿಯೊಟೈಪ್‌ಗಳಿಗೆ ನಿಮ್ಮ ಕಣ್ಣುಗಳನ್ನು ಮುಚ್ಚುವ ಮೂಲಕ ನೀವು ದೇಶದ ಭವಿಷ್ಯವನ್ನು ಮುಳುಗಿಸಲು ಬಯಸುತ್ತೀರಿ.

ಧರ್ಮಾಧಿಕಾರಿ - ನಾವು ದೇಶವನ್ನು ಮುಳುಗಿಸುತ್ತಿದ್ದೇವೆಯೇ ಅಥವಾ ನೀವೇ? ನೀನು ನಂದನನ್ನು ಕೊಂದ ರಾಕ್ಷಸ ಸಮರ್ಥ ಮಂತ್ರಿಯನ್ನು ಶತ್ರುವನ್ನಾಗಿ ಮಾಡಿಕೊಂಡು ಈಗ ಧರ್ಮವನ್ನು ನಾಶ ಮಾಡಲು ಹೊರಟಂತೆ! ಆದರೆ ಯಾವಾಗ ನಮಗೆ ಶಕ್ತಿ ಇರುವವರೆಗೂ ಅಧರ್ಮ ನಡೆಯಲು ಬಿಡುವುದಿಲ್ಲ. ಚಾಣಕ್ಯ ಒಳಗೊಳಗೆ ಕುಣಿದಾಡಿದನು. ಅವನ ದೇಹದ ಪ್ರತಿಯೊಂದು ರಂಧ್ರವು ಒಳಗಿನ ಜ್ವಾಲೆಯಿಂದ ನಡುಗಿತು, ಆದರೆ ಅವರು ಗಂಭೀರವಾಗಿ

ಹೇಳಿದರು - "ರಾಜಕೀಯವು ಸಂಪ್ರದಾಯಗಳಿಗಿಂತ ಮೇಲಿದೆ. ನಗರದ ತುಳಿತಕ್ಕೊಳಗಾದ ಧಾರ್ಮಿಕ ಅಧಿಕಾರದ ಪುಟಗಳನ್ನು ನಮೂದಿಸಲು ನಾನು ಬಯಸಲಿಲ್ಲ. ಆದರೆ ನೀವು ನನ್ನನ್ನು ಬಲವಂತಪಡಿಸಿದ್ದೀರಿ. ಪ್ರತಿಯೊಬ್ಬ ವ್ಯಕ್ತಿಯೂ ಬರೆದ ಪತ್ರ ನನ್ನ ಬಳಿ ಇದೆ. ಏಕೆ ಧರ್ಮಾಧಿಕಾರಿ ಜೀ! ಮಹಾನಂದರು ನಾಯನ ಜಾತಿಯ ಮುರ ಹೆಣ್ಣನ್ನು ತನ್ನ ಮನೆಯಲ್ಲಿಟ್ಟುಕೊಂಡಿದ್ದ ಆ ಕಾಲದಲ್ಲಿ ನಿನ್ನ ಧರ್ಮ ಎಲ್ಲಿತ್ತು, ಯಾವ ಹೆಣ್ಣನ್ನು ತಾನು ಸುಂದರಿಯೆಂದು ಭಾವಿಸಿದರೂ ಬಲವಂತವಾಗಿ ಅವಳನ್ನು ತನ್ನ ಹೆಂಡತಿಯನ್ನಾಗಿ ಮಾಡಿಕೊಂಡು ತನ್ನ ಮನೆಯಲ್ಲಿ ಇಟ್ಟುಕೊಳ್ಳುತ್ತಿದ್ದನು?

ಧರ್ಮಾಧಿಕಾರಿ- ನಾವು ಅವರ ಕೆಲಸವನ್ನು ಎಂದಿಗೂ ಹೊಗಳಲಿಲ್ಲ. ಚಾಣಕ್ಯನ ಮೇಲೆ ಯಾರೂ ಅವನನ್ನು ವಿರೋಧಿಸಲಿಲ್ಲ.

ಧರ್ಮಾಧಿಕಾರಿ - ಅವರು ಪ್ರತಿಭಟಿಸದಿದ್ದರೆ ಅವರನ್ನು ಕೊಲ್ಲುವ ಶಕ್ತಿ ಯಾರಿಗಿತ್ತು? ಮಹಾನಂದರಂತಹ ಸದ್ಗುಣಶೀಲ ಮತ್ತು ವೀರ ರಾಜನು ಕಾಮ ಮತ್ತು ಮದ್ಯಪಾನ ಮಾಡದಿದ್ದರೆ, ಚಂದ್ರಗುಪ್ತ ಎಂದಿಗೂ ಚಕ್ರವರ್ತಿಯಾಗುತ್ತಿರಲಿಲ್ಲ.

ಚಾಣಕ್ಯ - ಮನುಷ್ಯನ ದೌರ್ಬಲ್ಯವೇ ಅವನ ನಾಶಕ್ಕೆ ಕಾರಣ. ಆದರೆ ಸ್ವಲ್ಪ ದೊಡ್ಡ ಹೃದಯದಿಂದ ಯೋಚಿಸಿ, ಈ ಮದುವೆಯು ಪ್ರತಿಕೂಲವಲ್ಲ ಆದರೆ ಅನುಕೂಲಕರವಾಗಿದೆ. ಧರ್ಮಾಧಿಕಾರಿ- ಇಲ್ಲ, ಇದು ಸಾಧ್ಯವಿಲ್ಲ. ನೇರವಾದ ಬೆರಳುಗಳಿಂದ ತುಪ್ಪ ಹೊರಬರುವುದಿಲ್ಲ, ಮನವೊಲಿಸಿ ಈ ಪಂಡಿತರನ್ನು ಬದಲಾಯಿಸಲಾಗುವುದಿಲ್ಲ, ಆಗ ಅವರು ವಕ್ರತೆಯನ್ನು ಆಶ್ರಯಿಸಬೇಕಾಗುತ್ತದೆ ಎಂದು ಚಾಣಕ್ಯ ಮನಸ್ಸಿನಲ್ಲಿ ಭಾವಿಸಿದನು. ಯೋಚಿಸುತ್ತಿರುವಾಗ ಚಾಣಕ್ಯ ತನ್ನ ಕಣ್ಣುಗಳನ್ನು ಕಿರಿದುಗೊಳಿಸಿ

ಗರ್ಜಿಸಿದನು - "ದ್ರುತ್ತನ ಹೊದಿಕೆಯಡಿಯಲ್ಲಿ ಕಾಡಿನಲ್ಲಿ ಅಡಗಿರುವ ಬೇಟೆಗಾರರು ಮುಗ್ಧ ಜಿಂಕೆಗಳನ್ನು ನೋಡುವುದಿಲ್ಲ. " ಹೀಗೆ ಹೇಳುತ್ತಾ ಚಾಣಕ್ಯನು ತನ್ನ ಕೂದಲನ್ನು ತನ್ನ ಬೆರಳಿಗೆ ಸುತ್ತಿಕೊಂಡನು, ಆ ಪಂಡಿತರಲ್ಲಿ ಒಬ್ಬ ಪಂಡಿತನು ಎದ್ದುನಿಂತು

ಹೇಳಿದನು - ಧನಾನಂದರಂತೆ ಕೂದಲು ಹರಿದು ನಮ್ಮನ್ನು ಹೆದರಿಸಲು ಬಯಸುವಿರಾ? ನಾವು ಬ್ರಾಹ್ಮಣರು, ನಿಮ್ಮ ಖಡ್ಗಕ್ಕೆ ಕಡಿಯಲಾಗದ ಶಕ್ತಿ ನಮ್ಮ

ಕೀರ್ತಿಗಿದೆಚಾಣಕ್ಯ - ಬ್ರಾಹ್ಮಣ ದೇವರಿಗೆ ಬಿಡಿ! ನಿಮ್ಮ ದುಷ್ಕೃತ್ಯಗಳ ಇತಿಹಾಸವನ್ನು ಬರೆಯುವ ದೇವಾಲಯದ ಪ್ರದಕ್ಷಿಣೆಗೆ ಮಾತ್ರ ನಿಮ್ಮ ಮಹಿಮೆ ವಿಸ್ತರಿಸುತ್ತದೆ. ಅದು ಎಲ್ಲರ ಕಣ್ಣಿಗೂ ಮರೆಯಾಗಿರಬಹುದು, ಆದರೆ ಚಾಣಕ್ಯನ ಕಣ್ಣಲ್ಲಿ ನೀನು ಕರುಣೆಯ ಭಿಕ್ಷೆಯ ಪರದೆಯ ಹಿಂದೆ ಬಚ್ಚಿಟ್ಟ ನಿನ್ನ ಆ ಘಟನೆ ಗೋಚರಿಸುತ್ತದೆ. ನಿಮ್ಮ ವೈಭವವನ್ನು ಎಲ್ಲರಿಗೂ ತೋರಿಸಲು ನೀವು ಬಯಸಿದರೆ, ದೇವಾಲಯದ ವಿಗ್ರಹದ ಹಿಂದೆ ನೀವು ಯಾರ ಪಾತ್ರವನ್ನು ನಾಶಪಡಿಸುತ್ತೀರೋ ಆ ಕನ್ಯೆಯ ಹುಡುಗಿಯನ್ನು ಕರೆ ಮಾಡಿ. ಇದನ್ನು ಕೇಳಿ ಬ್ರಾಹ್ಮಣನಿಗೆ ಭಯವಾಯಿತು. ಅವರು ನಡುಗುತ್ತಾ

ಹೇಳಿದರು - "ಇಲ್ಲ ಇಲ್ಲ.

"ಚಾಣಕ್ಯ- ಇಲ್ಲ, ಇಲ್ಲ, ಏನು! ಈಗ ಒಂದು ಪುಟವನ್ನು ಮಾತ್ರ ತಿರುಗಿಸಲಾಗಿದೆ.

ಬ್ರಾಹ್ಮಣ- ಅಷ್ಟೆ, ಎಲ್ಲಾ ಬ್ರಾಹ್ಮಣರು

ಒಟ್ಟಾಗಿ - ಇದು ಅತ್ಯಂತ ಭ್ರಷ್ಟ ಬ್ರಾಹ್ಮಣ, ಅವನು ಬ್ರಾಹ್ಮಣರ ವೈಭವದ ಪ್ರಕಾಶಕ್ಕೆ ಮಸಿ ಬಳಿದಿದ್ದಾನೆ.

ಧರ್ಮಾಧಿಕಾರಿ - ಬಹಿಷ್ಕರಿಸಿ! ಕಪ್ಪು ಮುಖದ ಕತ್ತೆಯ ಮೇಲೆ ಮಾರುಕಟ್ಟೆ ಹೊರಗೆ ತೆಗೆ! ಬ್ರಾಹ್ಮಣ- ಹೋಗು ಹೋಗು ಕಪ್ಪಗಿದ್ದ ದೊಡ್ಡವನು ಬಂದಿದ್ದಾನೆ! ಮೊದಲು ನಿಮ್ಮ ಬಾಯಿಯಿಂದ ಶಾಯಿಯನ್ನು ಒರೆಸಿ. ಸೋಮಾಹುತಿಯ ಹೆಂಡತಿಯಿಂದ ಆ ದಿನ ನಿನ್ನನ್ನು ಉಳಿಸಿದ್ದೆ, ಇಲ್ಲದಿದ್ದರೆ ಅವಳು ನಿನ್ನನ್ನು ಹಸಿಯಾಗಿ ಅಗಿಯುತ್ತಿದ್ದಳು. ನಿನ್ನ ಕರಾಳ ಇತಿಹಾಸದ ಪ್ರತಿ ಪತ್ರವನ್ನೂ ಬರೆದಿದ್ದೇನೆ. ಈ ಬ್ರಾಹ್ಮಣರೆಲ್ಲರಿಗೂ ಆ ಶೂದ್ರ ಗೊತ್ತಿಲ್ಲದಿದ್ದರೂ, ಅಲ್ಲಿ ನಿನಗೆ ತಿನ್ನಲು, ಕುಡಿಯಲು ಮತ್ತು ಮಲಗಲು ಎಲ್ಲವೂ ಇದೆ; ಆದರೆ ನನಗೆ ಗೊತ್ತು.

ಧರ್ಮಾಧಿಕಾರಿ - ಇದೆಲ್ಲ ಸುಳ್ಳು

ಬ್ರಾಹ್ಮಣ- ತನ್ನ ಪಾಪಗಳ ಬಗ್ಗೆ ಯಾರು ಸುಳ್ಳು ಹೇಳುವುದಿಲ್ಲ! ಆ ದಾಸಿಯ ಹದಿನಾರರ ಹರೆಯದ ಮಗಳೊಡನೆ ನಿನ್ನ ಆಸೆಯನ್ನು ಪೂರೈಸಿ ನಂತರ ಔಷಧಿಗಳ ಸಹಾಯದಿಂದ ಅವಳ ಹೊಟ್ಟೆಯಲ್ಲಿ ಕೂತು ನಿನ್ನ ಪಾಪವನ್ನು ಮರೆಮಾಚಲಿಲ್ಲವೇ ಹೇಳು? ಎಲ್ಲಾ

ಬ್ರಾಹ್ಮಣರು-ಶಿಟ್: ಶಿಟ್: ಶಿಟ್, ಇದನ್ನೇ ನಾವು ಕೇಳುತ್ತಿದ್ದೇವೆ. ಭಯಾನಕ ಕಲಿಯುಗ ಬಂದಿದೆ.

ಧರ್ಮಾಧಿಕಾರಿ- ಕಲಿಯುಗ ಬಂದಿದೆ! ಕಲಿಯುಗವು ನಿಮ್ಮ ಅಸ್ತಿತ್ವದ ಪ್ರತಿಯೊಂದು ರಂಧ್ರದಲ್ಲಿಯೂ ನುಸುಳಿದೆ. ಬ್ರಾಹ್ಮಣನನ್ನು ಉಗ್ರವಾಗಿ ನಿಂದಿಸುತ್ತಿದ್ದ ಈ ಪಾಪಿಯು ಸುಟ್ಟು ಬೂದಿಯಾಗಲಿಲ್ಲ.

ಬ್ರಾಹ್ಮಣ - ಶಿವಜಿ ಮಹಾರಾಜರು ಹೀಗಿದ್ದರು, ಆದ್ದರಿಂದ ನೀವು ನಿಮ್ಮ ಮೂರನೇ ಕಣ್ಣು ತೆರೆದು ನಮ್ಮನ್ನು ಬೆಳಗಿಸಿದ್ದೀರಿ. ಹಾಕುತ್ತಿದ್ದರುಬ್ರಾಹ್ಮಣರು ಪರಸ್ಪರ ಕೆಟ್ಟದಾಗಿ ಜಗಳವಾಡತೊಡಗಿದರು. ಕೋಪದಿಂದ ಎಲ್ಲರ ಆತ್ಮಸಾಕ್ಷಿಯೂ ನಾಶವಾಯಿತು. ವಿಷಯ ಎಷ್ಟರಮಟ್ಟಿಗೆ ಉಲ್ಬಣಗೊಂಡಿತೆಂದರೆ ಅದು ಜಗಳವಾಗಿ ಪರಿಣಮಿಸಿತು. ಚಾಣಕ್ಯನು ಬೆಂಕಿಯು ಸಂಪೂರ್ಣವಾಗಿ ಮುಗಿದಿರುವುದನ್ನು ಕಂಡಾಗ, ಅವನು ತನ್ನ ಎರಡೂ ಕೈಗಳನ್ನು ಮೇಲಕ್ಕೆತ್ತಿ

ಹೇಳಿದನು - "ಬ್ರಾಹ್ಮಣರನ್ನು ಶಾಂತಗೊಳಿಸಿ, ಶಾಂತವಾಗಿರಿ!" ಈ 44 ಪಶುತ್ವವು ವಿದ್ವಾಂಸರಿಗೆ ಸರಿಹೊಂದುವುದಿಲ್ಲ. ಏನಾಯಿತು ಎಂಬುದನ್ನು ಮರೆತು ನಂತರ ಮಾನವರ ಕಲ್ಯಾಣಕ್ಕಾಗಿ ಮನುಷ್ಯರಂತೆ ಯೋಚಿಸಿ. "ಕಾರ್ನೇಲಿಯಾ ಮತ್ತು ಚಂದ್ರಗುಪ್ತರ ನಡುವಿನ ಸಂಬಂಧವು ಗ್ರೀಸ್ನ ಶಕ್ತಿಯು ಭಾರತದ ಪಾದಸೇವಕನಾಗುವ ಸಂಬಂಧವಾಗಿದೆ. ಚಂದ್ರಗುಪ್ತನೊಂದಿಗೆ ಹೆಲೆನ್ ವಿವಾಹವು ಗ್ರೀಸ್ನ ಲಕ್ಷ್ಮಿ ದೇವತೆ ನಮ್ಮ ಪಾದಗಳಿಗೆ ಬೀಳುತ್ತದೆ ಎಂದು ಅರ್ಥ. ದ್ವೇಷದ ವರ್ಷಗಳನ್ನು ಸಂಬಂಧಗಳಾಗಿ ಪರಿವರ್ತಿಸುವ ಮೂಲಕ, ನಾವೇ ಭವಿಷ್ಯತ್ತಾಗುತ್ತೇವೆ ಸುಂದರ ಭಾರತವನ್ನು ಕಟ್ಟಬಲ್ಲೆವು ಸ್ವಲ್ಪ ಗಂಭೀರವಾಗಿ ಯೋಚಿಸಿದರೆ ಗ್ರೀಸ್ ಸಂಸ್ಕೃತಿಯು ಭಾರತದ ಅಧೀನತೆಯನ್ನು ಒಪ್ಪಿಕೊಳ್ಳುತ್ತದೆ.ಇದು ನಮ್ಮ ಧರ್ಮದ ಬೆಳವಣಿಗೆಯಾಗಿದೆ.ಬಿಕ್ಕಟ್ಟಿನ ಪರಿಸ್ಥಿತಿಯಲ್ಲಿ ಮದುವೆ ಕ್ಷತ್ರಿಯ ರಾಜನು ಬ್ರಾಹ್ಮಣನಲ್ಲದೆ ಬೇರೆ ಯಾವುದೇ ಹುಡುಗಿಯೊಂದಿಗೆ ಧಾರ್ಮಿಕನಾಗಿರುತ್ತಾನೆ.

ರಾಷ್ಟ್ರೀಯ ಬಿಕ್ಕಟ್ಟಿನ ಸಮಯದಲ್ಲಿ, ಈ ಮದುವೆಯು ಧಾರ್ಮಿಕವಾಗಿದೆ.ಭಾರತದ ರೈಲು ಬ್ರಾಹ್ಮಣರ ಹೆಗಲ ಮೇಲೆ ಎಳೆಯಲ್ಪಡುತ್ತದೆ, ನೀವು ದೇಶದ ಪ್ರಗತಿಯನ್ನು ಬಯಸಿದರೆ, ಧರ್ಮ ಮತ್ತು ಬ್ರಾಹ್ಮಣರೇ, ಆಗ ನೀವು

ಈ ಸಂಬಂಧವನ್ನು ಒಪ್ಪಿಕೊಳ್ಳಬೇಕು. ಬ್ರಾಹ್ಮಣರು ಯೋಚಿಸಿ ನಾಚಿಕೆಯಿಂದ ತಲೆಬಾಗಿ ಮೌನವಾದರು. ಹೃದಯವು ಗಟ್ಟಿಯಾಯಿತು ಮತ್ತು ಎಲ್ಲರ ಧ್ವನಿಯಿಂದ

ಹೊರಬಂದಿತು-"ಓ ಮಹಾತ್ಮ ಚಾಣಕ್ಯ! ನೀನು ಬ್ರಾಹ್ಮಣರಲ್ಲಿ ಶ್ರೇಷ್ಠನು. ನಿನ್ನ ಮಾತುಗಳಿಂದಹೊರಬರುವ ಧ್ವನಿ ಧರ್ಮದ ಧ್ವನಿ. ಚಾಣಕ್ಯ, ದೇಶದ ಹಿತದೃಷ್ಟಿಯಿಂದ ಮಾನವರ ಕಲ್ಯಾಣಕ್ಕಾಗಿ ನೀವು ನೀಡುವ ಯಾವುದೇ ಆದೇಶವನ್ನು ಪಾಲಿಸುವ ನಿಮ್ಮ ವಿವೇಚನೆಯ ಬಗ್ಗೆ ನನಗೆ ಹೆಮ್ಮೆ ಇದೆ. ನಿಮ್ಮ ಔದಾರ್ಯದಿಂದ ನಾನು ಸಂತೋಷಗೊಂಡಿದ್ದೇನೆ. ಆದ್ದರಿಂದ ನಿಮ್ಮೆಲ್ಲರ ಹಾರೈಕೆಯೊಂದಿಗೆ, ನಾಳೆ ಬಸಂತ್ ಪಂಚಮಿಯಂದು, ಭಾರತದ ಚಕ್ರವರ್ತಿ ಚಂದ್ರಗುಪ್ತ ಮತ್ತು ಗ್ರೀಸ್‌ನ ರಾಜಕುಮಾರಿ ಕಾರ್ನೆಲಿಯಾ ಹೆಲೆನ್ ಅವರ

ವಿವಾಹವು ಅದ್ದೂರಿಯಾಗಿ ನಡೆಯಲಿದೆ ಎಂದು ನಾನು ಘೋಷಿಸುತ್ತೇನೆ. ಈ ಶುಭ ಸಂಧರ್ಭದಲ್ಲಿ ಎಲ್ಲಾ ಬ್ರಾಹ್ಮಣರಿಗೆ ರಾಜನಿಂದ ದಕ್ಷಿಣೆಯಾಗಿ ಬಹಳಷ್ಟು ಹಣವನ್ನು ನೀಡಲಾಗುವುದು. ನೀವೆಲ್ಲರೂ ಈ ಧಾರ್ಮಿಕ ವಿವಾಹದ ಪರವಾಗಿ ಸ್ತುತಿಗಳನ್ನು ಹಾಡುತ್ತೀರಿ, ದೇವರಂತಹ ಬ್ರಾಹ್ಮಣ ಚಂದ್ರಗುಪ್ತನ ಖ್ಯಾತಿಯನ್ನು ವಿವರಿಸುತ್ತೀರಿ. ಎಲ್ಲಾ **ಬ್ರಾಹ್ಮಣರು** - ಮಹಾತ್ಮ ಚಾಣಕ್ಯನಿಗೆ ನಮಸ್ಕಾರ! ಚಕ್ರವರ್ತಿ ಚಂದ್ರಗುಪ್ತನಿಗೆ ನಮಸ್ಕಾರ! ಅಂತಹ ರಾಜ ಮತ್ತು ಅಂತಹ ಮಂತ್ರಿಗಳಿರುವ ದೇಶದಲ್ಲಿ ಗೋವುಗಳನ್ನು ಮತ್ತು ಬ್ರಾಹ್ಮಣರನ್ನು ಅದೇ ರೀತಿಯಲ್ಲಿ ನೋಡಿಕೊಳ್ಳಲಾಗುತ್ತದೆ.

ಚಾಣಕ್ಯ- ಈಗ ನೀನು ಹೋಗಬಹುದು. ನಾಳೆ ನಡೆಯುವ ಮದುವೆ ಸಮಾರಂಭದಲ್ಲಿ ದಯವಿಟ್ಟು ಭಾಗವಹಿಸಿ. ಮಾಡು! ಬ್ರಾಹ್ಮಣರೆಲ್ಲ 'ಖಂಡಿತ' ಎನ್ನುತ್ತಾ ನಡೆಯತೊಡಗಿದರು. ಅವರು ನಾಳೆಯ ಹಾಡುಗಳನ್ನು ಹಾಡುತ್ತಾ ಸಂತೋಷದಿಂದ ನಡೆದರು, ವಾಹ್! ಅದ್ಭುತ! ಅತ್ಯಂತ ಧಾರ್ಮಿಕ ವ್ಯಕ್ತಿ ಮಂತ್ರಿ ಮತ್ತು ಅತ್ಯಂತ ಧಾರ್ಮಿಕ ವ್ಯಕ್ತಿ ರಾಜ. ನಾಳೆ, ಚಕ್ರವರ್ತಿ ಚಂದ್ರಗುಪ್ತನು ಧರ್ಮಗ್ರಂಥಗಳಲ್ಲಿ ಚರ್ಚಿಸಿದ ಅದೇ ಧಾರ್ಮಿಕ ವಿವಾಹವನ್ನು ಹೊಂದುತ್ತಾನೆ, ಇದು ಅಕ್ಷರಶಃ ನಿಜವಾಗಿದೆ. ಇಂತಹ ಮದುವೆಗಳು ಇಲ್ಲಿ ಹಿಂದಿನಿಂದಲೂ ನಡೆಯುತ್ತಿವೆ. ಸತಿಯರಲ್ಲಿ ಮುಖ್ಯಳಾದ 'ಗಾಂಧಾರಿ' ಗಾಂಧಾರ ದೇಶದ ಹುಡುಗಿ. ಬ್ರಾಹ್ಮಣರ ಮಾತಿನಿಂದಾಗಿ ವಿರೋಧವು ಸಹಕಾರವಾಗಿ ಬದಲಾಯಿತು. ಸುತ್ತಲೂ ಶುಭ ಪುಷ್ಪಗಳ ಸುರಿಮಳೆಯಾಯಿತು ನಿಶ್ಚಿತಾರ್ಥವಾಗಿದೆ. 'ನಮ್ಮ ಚಕ್ರವರ್ತಿಯ ಅತ್ಯಂತ ಸುಂದರ ವಿದೇಶಿಗ' ವಂದನವರ್ಗಳಲ್ಲಿ ಶುಭ ಹಾರೈಕೆಗಳ ಧ್ವನಿ ಪ್ರತಿಧ್ವನಿಸಿತು. ರಾಜಕುಮಾರಿಯನ್ನು ಮದುವೆಯಾಗುತ್ತೇನೆ. ಇದು ನಮಗೆ ಅಪಾರ ಹೆಮ್ಮೆಯ ವಿಷಯ.,

ಪ್ರಜೆಗಳ ಮಾತಿನಿಂದ ಸಂತಸದಿಂದ ಮಳೆ ಸುರಿಯತೊಡಗಿತು. ಮದುವೆಯ ಸಮಯದಲ್ಲಿ ಎಲ್ಲರೂ ಮದುವೆ ಮಂಟಪದ ಬಳಿ ತಲುಪಿದರು. ಬ್ರಾಹ್ಮಣರು ಶುಭ ಚಿತ್ರಗಳನ್ನು ಯಥಾವತ್ತಾಗಿ ಪೂರ್ಣಗೊಳಿಸಿದ್ದರು. ನಿಗದಿತ ಸಮಯದಲ್ಲಿ, ಚಂದ್ರಗುಪ್ತ, ಸೆಲ್ಯೂಕಸ್ ಮತ್ತು ಕಾರ್ನೇಲಿಯಾ ಚಾಣಕ್ಯನೊಂದಿಗೆ ವಸಂತಕಾಲದಲ್ಲಿ ಹೂವುಗಳು ಹೇಗೆ ಬರುತ್ತವೆಯೋ ಅದೇ ರೀತಿಯಲ್ಲಿ ಬಂದರು. ಅವರು ಆಗಮಿಸಿದ ತಕ್ಷಣ, ರಾಜ ಸಂಗೀತ ವಾದ್ಯಗಳನ್ನು ನುಡಿಸಲಾಯಿತು, ಶುಭ ಗೀತೆಗಳನ್ನು ಹಾಡಲಾಯಿತು ಮತ್ತು ಎಲ್ಲಾ ಕಡೆಯಿಂದ ಆಶೀರ್ವಾದದ ಸುರಿಮಳೆಯಾಯಿತು. ಅದುನಡೆಯಲಾರಂಭಿಸಿತು. ಬ್ರಾಹ್ಮಣರು ಮಂತ್ರಗಳನ್ನು ಪಠಿಸಿದರು ಮತ್ತು

ಹೇಳಿದರು - ಈಗ ವಧು ಮತ್ತು ವರನಿಗೆ ಮಾಲೆ ಹಾಕಿ. ಕಾರ್ನೆಲಿಯಾ ಹೆಲೆನ್ ತನ್ನ ಎರಡೂ ತೋಳುಗಳನ್ನು ಮೇಲಕ್ಕೆತ್ತಿ ಚಂದ್ರಗುಪ್ತನ ಕೊರಳಿಗೆ ಹೂಮಾಲೆ ಹಾಕಿದಳು, ಅದೇ ರೀತಿಯಲ್ಲಿ ಹೂವುಗಳಿಂದ ತುಂಬಿದ ಎರಡು ಕೊಂಬೆಗಳು ಗಾಳಿಯ ರಭಸದಿಂದ ಎದ್ದು ಮರಕ್ಕೆ ಹಾರವನ್ನು ಮಾಡಿದಳು. ಯಾರನ್ನಾದರೂ ನಿಜವಾದ ಪ್ರೀತಿಯನ್ನು ಹೊಂದಿರುವವನು, ಶೀಘ್ರದಲ್ಲೇ ಅಥವಾ ನಂತರ ಅವನನ್ನು ಭೇಟಿಯಾಗಲು ಕೆಲವು ಕಾಕತಾಳೀಯ ಸಂಭವಿಸುತ್ತದೆ. ಪ್ರೀತಿ ಎಂದರೆ ತಪಸ್ಸು. ಐಕ್ಯಕ್ಕಾಗಿ ಧ್ಯಾನಿಸುವವನು ಮಾತ್ರ ದಣಿವರಿಯದ ಶ್ರಮ ಮತ್ತು ಭಕ್ತಿಯಿಂದ ಐಕ್ಯತೆಯ ಪರಿಮಳವನ್ನು ಪಡೆಯಬಹುದು. ಚಂದ್ರಗುಪ್ತನು ರಾಜೋದ್ಯಾನದಲ್ಲಿ ಹೆಲೆನ್‌ಳ ಕೈಯನ್ನು ಪ್ರೀತಿಯಿಂದ ಮುದ್ದಿಸುತ್ತಾ

ಹೇಳಿದನು- 'ಇಂದು ನನ್ನ ಕೈಯಲ್ಲಿ ಸ್ವರ್ಗದಲ್ಲಿ ಸೌಂದರ್ಯವಿದೆ. ನಿಮ್ಮ ಸೌಂದರ್ಯ, ಮಾಧುರ್ಯ ಮತ್ತು ಕೌಶಲ್ಯದಿಂದ, ನಿರ್ಜೀವ ವಸ್ತುವೂ ಧ್ವನಿಯನ್ನು ಕಂಡುಕೊಳ್ಳಬಹುದೇ? ಹೋಗೋಣ. ಸಂತೃಪ್ತಿ ಮತ್ತು ಬಾಯಾರಿಕೆ ಎರಡನ್ನೂ ಹೊಂದಿರುವ ನಿನ್ನಲ್ಲಿ ಯಾವ ಜೇನು ಇದೆಯೋ

ಗೊತ್ತಿಲ್ಲಹೆಲೆನ್ - ಪ್ರೀತಿ ಬಾಯಾರಿಕೆ ಮತ್ತು ತೃಪ್ತಿಗೆ ಮತ್ತೊಂದು ಹೆಸರು.

ಚಂದ್ರಗುಪ್ತ- ಪ್ರೀತಿಯೇ ಅಮೃತ, ಹಾಗಾದರೆ ಸಮಾಜ ಅದನ್ನು ಏಕೆ ವಿಷ ಎನ್ನುತ್ತದೆಯೋ ಗೊತ್ತಿಲ್ಲ.
ಹೆಲೆನ್- ನಾವು ಕಾಮಕ್ಕೆ ಆಧ್ಯಾತ್ಮಿಕ ವ್ಯಾಖ್ಯಾನವನ್ನು ನೀಡಬೇಕಾದಾಗ, ನಾವು 'ಪ್ರೀತಿ' ಎಂಬ ಪದವನ್ನು ಬಳಸುತ್ತೇವೆ. ಪ್ರೀತಿ ಕಾಮದ ಆಧ್ಯಾತ್ಮಿಕ ಹೆಸರು.

ಚಂದ್ರಗುಪ್ತ- ರಾಜ ಮತ್ತು ಪ್ರೇಮಿಯ ನಡುವೆ ಯಾರು ಸಂತೋಷವಾಗಿರುತ್ತಾರೆ?

ಹೆಲೆನ್ - ನೀವು ರಾಜ ಮತ್ತು ಪ್ರೇಮಿಯಾಗಿದ್ದೀರಿ, ನಿಮ್ಮ ಸ್ವಂತ ಭಾವನೆಗಳಿಂದ ಉತ್ತರವನ್ನು ತೆಗೆದುಕೊಳ್ಳಿ.

ಚಂದ್ರಗುಪ್ತ- ಪ್ರೇಮವೆಂಬ ಜೇನಿನ ಸಹಾಯದಿಂದ ನಿರ್ಜನವನ್ನೂ ಹೂವನ್ನಾಗಿ ಮಾಡುವ ರಾಜನಿಗಿಂತ ಪ್ರೇಮಿಯೇ ಶ್ರೇಷ್ಠ ಎಂದು ನಾನು ಭಾವಿಸುತ್ತೇನೆ. ರಾಜನ ಜೀವನ ಎಂಥಾ ಜೀವನ! ಸದಾ ಹಕ್ಕುಗಳಿಗಾಗಿ ಹೋರಾಡುತ್ತಲೇ ಇರುವುದು, ರಕ್ತದ ಹೊಳೆಯಲ್ಲಿ ಸ್ನಾನ ಮಾಡುವಾಗ ತನ್ನ ಬಗ್ಗೆ ಹೆಮ್ಮೆ ಪಡುವುದು, ರಾಜ ಸುಖದಲ್ಲಿ ಎಂತಹ ಭಯಾನಕತೆ ಇದೆ.

ಹೆಲೆನ್ - ಪ್ರಾಣೇಶ್,ಪ್ರೇಮಿಯಾಗಿದ್ದರೂ, ಪ್ರೀತಿಯ ಸತ್ಯವನ್ನು ಗುರುತಿಸಲು ಸಾಧ್ಯವಾಗದಿರುವುದು ಆಶ್ಚರ್ಯಕರವಾಗಿದೆ! ಪ್ರೀತಿ ಶೌರ್ಯ ಮತ್ತು ದುಃಖಕ್ಕೆ ಮತ್ತೊಂದು ಹೆಸರು. ಮತ್ತು

ಚಂದ್ರಗುಪ್ತ- ನಿನಗೆ ದುಃಖವಾಗುವುದು, ಆದರೆ ನನಗೆ ಇದು ಅತ್ಯಂತ ದೊಡ್ಡ ಸಂತೋಷ. ಈ ಕ್ಷಣದಲ್ಲಿ ನನಗೆ ಏನೂ ಇಲ್ಲ ಎಂಬ ಭಾವನೆ ಇದೆ.

ಹೆಲೆನ್-ನಾಥ್ ಅವರು ದುಃಖದ ಉತ್ತುಂಗವನ್ನು ದಾಟಿದ ಕಾರಣ ಸಂತೋಷವನ್ನು ಅನುಭವಿಸುತ್ತಿದ್ದಾರೆ.

ಚಂದ್ರಗುಪ್ತ- ಗುರುದೇವರು ದುಃಖಕ್ಕೆ ಮಿತಿಯಿಲ್ಲ ಎಂದು ಹೇಳುತ್ತಿದ್ದರು; ಜೀವನದಲ್ಲಿ ಗರಿಷ್ಠ ದುಃಖವನ್ನು ಬಯಸುವವನು ತಪ್ಪು

ಮಾಡುತ್ತಿದ್ದಾನೆ

ಹೆಲೆನ್ - ಅವರ ಪವಿತ್ರ ಗುರೂಜಿ ಸತ್ಯವನ್ನು ಹೇಳುತ್ತಿದ್ದರು. ಪ್ರೀತಿಯಲ್ಲಿ ಬಳಲಿದ ನಂತರ ನೀವು ಸಂತೋಷವನ್ನು ಅನುಭವಿಸಿದ್ದೀರಿ. ಆದರೆ ಪ್ರೀತಿಯು ಅಪರಿಮಿತ ದುಃಖವನ್ನು ನೀಡಿದಾಗ, ನೀವು ದುಃಖದ ವ್ಯಾಖ್ಯಾನವನ್ನು ಗುರುತಿಸಲು ಸಾಧ್ಯವಾಗುತ್ತದೆ.

ಚಂದ್ರಗುಪ್ತ - ಆ ದುಃಖವು ಗೋಚರಿಸದಿದ್ದರೆ, ಅದಕ್ಕೆ ಪರೋಕ್ಷವಾಗಿ ಯಾವುದೇ ಅಸ್ತಿತ್ವವಿಲ್ಲವೇ? ಹಾಗಿದ್ದಲ್ಲಿ, ನಾನು ಅದನ್ನು ಕೇಳಲು ಬಯಸುತ್ತೇನೆ.

ಹೆಲೆನ್ - ನೀವು ಅದನ್ನು ಕೇಳಲು ಬಯಸಿದರೆ, ಹೆಲೆನ್ ಸತ್ತರು ಎಂದು ಊಹಿಸಿ. ಚಂದ್ರಗುಪ್ತನು ಹೆಲೆನ್‌ನ ತುಟಿಗಳ ಮೇಲೆ ತನ್ನ ಬೆರಳನ್ನು ಇರಿಸುತ್ತಾ

ಹೇಳಿದನು - ಹಾಗೆ ಹೇಳಬೇಡ! ಇದನ್ನು ನಾನು ಎಂದಿಗೂ ಬಿಡುವುದಿಲ್ಲ.

ಹೆಲೆನ್ – ಯಾರೂ ಸಾವಿನಿಂದ ತಪ್ಪಿಸಿಕೊಳ್ಳುವುದಿಲ್ಲ, ಮಾಸ್ಟರ್! ಚಂದ್ರಗುಪ್ತ- ನೀನು ಏನು ಹೇಳಿದ್ದೆ, ಹೆಲೆನ್! ಇದನ್ನು ಕಲ್ಪಿಸಿಕೊಂಡರೆ ನನ್ನ ಚರ್ಮದ ಪ್ರತಿಯೊಂದು ರಂಧ್ರವೂ ನಡುಗುತ್ತಿತ್ತು. ಇಂದು ನಿಮ್ಮ ರಾಜ ಜನಿಸುತ್ತಿದ್ದಾರೆ - ಇದು ದಿನ. ಈ ಮಂಗಳಕರ ಹಬ್ಬದಂದು ಈ ಪದಗಳನ್ನು ಹೇಗೆ ಉಚ್ಚರಿಸಬೇಕು ಹೆಲೆನ್: ನಿಮಗೆ ಪ್ರೀತಿಯ ವೀರತ್ವವಿದೆ, ಸರ್! ವೀರರಲ್ಲಿ ಮುಖ್ಯನಾದ ಪ್ರಾಣೇಶ್ವರ! ಸಂಕಟದ ಹೇಡಿಗಳು ಯೋಚಿಸಿದಾಗ ನಡುಗುತ್ತಾರೆ. ದುಃಖದಲ್ಲಿ ಬದುಕುವ ಮಹಾತ್ಮ ಚಾಣಕ್ಯನ ಶಿಷ್ಯ ನೀನು. ಮನುಷ್ಯ ಪ್ರತಿ ದುಃಖವನ್ನು ಸ್ವಾಗತಿಸಲು ಸಿದ್ಧನಾಗಿರಬೇಕು. ನೋಡು, ಎದುರಿನಿಂದ ಸುವಾಸಿನಿ ದೇವಿ ಬರುತ್ತಾಳೆ. ಅವರ ಕಣ್ಣುಗಳಲ್ಲಿ ಉತ್ಸಾಹ ಇಣುಕುತ್ತಿದೆ, ಕೆಲವರು ಕೋಪಗೊಂಡಿದ್ದಾರೆಂದು ತೋರುತ್ತದೆ. ಹೆಲನ್ ಇನ್ನೇನು ಹೇಳುವ ಮೊದಲೇ ಸುವಾಸಿನಿ ಅಲ್ಲಿಗೆ ಬಂದಳು. ಬಂದವಳೇ ಗಟ್ಟಿ ದನಿಯಲ್ಲಿ

ಹೇಳಿದಳು – "ಮಹಾಮಾತ್ಯ ಚಕ್ರವರ್ತಿಯ ನೆನಪಾಯಿತು. ಕಾಯುವ ನಂತರ ಅವರು ನನ್ನನ್ನು ಇಲ್ಲಿಗೆ ಕರೆತಂದರು ಕಳುಹಿಸುವಂತೆ ಒತ್ತಾಯಿಸಲಾಯಿತು

ಚಂದ್ರಗುಪ್ತ - ನಿಸ್ಸಂದೇಹವಾಗಿ ನಾನು ತಪ್ಪು ಮಾಡಿದೆ. ಗುರುದೇವ ಮಧ್ಯಾಹ್ನದ ನಂತರ ತಕ್ಷಣ ಅವರನ್ನು ಭೇಟಿಯಾಗಲು ಹೇಳಿದರು, ಆದರೆ ನಾನು ಪ್ರೀತಿಯ ಸಾಗರಕ್ಕೆ ಧುಮುಕುತ್ತಲೇ ಇದ್ದೆ. ಹೀಗೆ ಹೇಳುತ್ತಾ ಚಂದ್ರಗುಪ್ತನು ಮಹಾಮಾತ್ಯ ಚಾಣಕ್ಯನ ಕೋಣೆಯ ಕಡೆಗೆ ಬೇಗನೆ ನಡೆದನು. ಭಾವ ಮತ್ತು

ಭಯದ ವಾದಗಳಲ್ಲಿ ಇಳಿಯುವುದು ಚಂದ್ರಗುಪ್ತ ಸಂಕಿತ್ ಗುರುದೇವರ ಮುಂದೆ ನಿಂತರು. ಚಾಣಕ್ಯನು ತನ್ನ ಅಂಗಾರದಂತಹ ಕಣ್ಣುಗಳನ್ನು ಮೇಲಕ್ಕೆತ್ತಿ ಚಂದ್ರಗುಪ್ತನನ್ನು ನೋಡಿ ಸಿಂಹದಂತೆ ಗರ್ಜನೆ ಮಾಡಿ

ಹೇಳಿದನು - ನಿನಗೆ ಜೀವನವೇ ಬೇಸರವಾಗಿದೆಯಂತೆ!

ಚಂದ್ರಗುಪ್ತ - ತಪ್ಪಾಯಿತು ಗುರುದೇವ! ನನ್ನನು ಕ್ಷಮಿಸು.

ಚಾಣಕ್ಯ - ರಾಜನ ಒಂದು ಸಣ್ಣ ತಪ್ಪು ಇಡೀ ರಾಷ್ಟ್ರದ ಮರಣವಾಗುತ್ತದೆ.

ಚಂದ್ರಗುಪ್ತ - ಪ್ರೀತಿಯು ಫಲಿತಾಂಶವನ್ನು ಮರೆತುಬಿಡುತ್ತದೆ ಗುರುದೇವಚಾಣಕ್ಯನು ಕೋಪದಿಂದ ಹಲ್ಲು ಕಡಿಯುತ್ತಾ ಎದ್ದು ನಿಂತ. ಯಾರೋ ಒಬ್ಬ ಕಲ್ಲಿಗೆ ಕಲ್ಲನ್ನು ಹೊಡೆಯುವ ರೀತಿಯಲ್ಲಿ ಅವನು ತನ್ನ ಮುಷ್ಟಿಯನ್ನು ಇನ್ನೊಂದು ಮುಷ್ಟಿಗೆ ಹೊಡೆದನು ಮತ್ತು ನಂತರ ನಡುಗುವ ತುಟಿಗಳಿಂದ

ಹೇಳಿದನು - "ರಾಜಮದ್ದಲ್ಲಿ ಗುರುಗಳ ಗುರುತ್ವಾಕರ್ಷಣೆಯು ಮರೆತುಹೋಯಿತು! ನಿನ್ನೆಯ ಹುಡುಗ ನನಗೆ ಕಲಿಸಲು ಹೋದನು! ಬುದ್ಧಿವಂತರು ಮೊದಲು ಫಲಿತಾಂಶವನ್ನು ನಿರ್ಧರಿಸುತ್ತಾರೆ, ನಂತರ ಕ್ರಿಯೆಯನ್ನು ಮಾಡುತ್ತಾರೆ. 'ಫೇಲ್' ಎಂಬ ಪದ ಚಾಣಕ್ಯನ ನಿಘಂಟಿನಲ್ಲಿ ಹುಟ್ಟಿಲ್ಲ. ಜೀವನವನ್ನು ವೇಗಗೊಳಿಸದ ಪ್ರೀತಿ ಪ್ರೀತಿಯಲ್ಲ, ಅದು ಸಾವು. ನೀವು ಬಯಸಿದರೆ ನೀನು ಹೋಗಬೇಕೆಂದಿದ್ದರೆ ನಿನ್ನ ರಾಜ್ಯವನ್ನು ನೋಡಿಕೊಳ್ಳು, ನಾನು ಹೋಗುತ್ತಿದ್ದೇನೆ! "ಹೀಗೆ ಹೇಳುತ್ತಾ ಚಾಣಕ್ಯನು ನಡೆಯಲು ತನ್ನ ಪಾದಗಳನ್ನು ಮೇಲಕ್ಕೆತ್ತಿದನು, ಚಂದ್ರಗುಪ್ತನು ಮಗುವಿನಂತೆ ಅವನ ಪಾದಗಳನ್ನು ಅಪ್ಪಿಕೊಂಡು ಅಳಲು ಪ್ರಾರಂಭಿಸಿದನು - ನನ್ನನ್ನು ಕ್ಷಮಿಸು ಗುರುದೇವ! ಈಗ ಅಂತಹ ತಪ್ಪು ಎಂದಿಗೂ ಸಂಭವಿಸುವುದಿಲ್ಲ.

ಚಾಣಕ್ಯ - ಚಾಣಕ್ಯನು ಯಾರನ್ನೂ ಕ್ಷಮಿಸುವುದಿಲ್ಲ.

ಚಂದ್ರಗುಪ್ತ - ನೀನು ಕ್ಷಮಿಸದಿದ್ದರೆ ಚಂದ್ರಗುಪ್ತನೂ ಬದುಕಲು ಬಯಸುವುದಿಲ್ಲ. ಹೀಗೆ ಹೇಳುತ್ತಾ ಚಂದ್ರಗುಪ್ತನು ತನ್ನ ವಜ್ರದ ಉಂಗುರವನ್ನು ತನ್ನ ಬಾಯಿಯ ಕಡೆಗೆ ಎತ್ತಿದಾಗ ಚಾಣಕ್ಯನು ಅವನ ಕೈಯನ್ನು ಹಿಡಿದನು. ತಕ್ಷಣವೇ ಅವರು ಬೆಂಕಿಯಿಂದ ನೀರಿನ ಕಡೆಗೆ ತಿರುಗಿದರು. ಚಂದ್ರಗುಪ್ತನನ್ನು ತರಾಟೆಗೆ ತೆಗೆದುಕೊಂಡು, "ಪಂಚನಾಡಿನಲ್ಲಿ ಮಗಧದ ಮೇಲಿನ ದಾಳಿಗೆ ಸಂಪೂರ್ಣ ಸಿದ್ಧತೆ ಮಾಡಿಕೊಳ್ಳಲಾಗಿದೆ. ರಾಕ್ಷಸರು ಮತ್ತು ಪುರುಷರು ಐದು ದೊಡ್ಡ ರಾಜರೊಂದಿಗೆ ಮಗಧಕ್ಕೆ ಬರಲು

ಬಯಸುತ್ತಾರೆಚಂದ್ರಗುಪ್ತ - ಅವನ ಮರಣವು ಅವನನ್ನು ಇಲ್ಲಿಗೆ ಕರೆತರುತ್ತಿದೆ ಎಂದು ತೋರುತ್ತದೆ. ದಯವಿಟ್ಟು ಅನುಮತಿಸಿ ಗುರುದೇವ! ನಾನು ನನ್ನ ದೊಡ್ಡ ಸೈನ್ಯದೊಂದಿಗೆ ಅವರ ಮೇಲೆ ದಾಳಿ ಮಾಡುತ್ತೇನೆ ಮತ್ತು ಎಲ್ಲಾ ಏಳು ಜನರ ತಲೆಗಳನ್ನು ಗುರುದೇವನ ಪಾದದ ಬಳಿಗೆ ತರುತ್ತೇನೆ. ಚಾಣಕ್ಯ- ಒಬ್ಬ ವ್ಯಕ್ತಿಯು ಕೋಪದಿಂದ ಹೇಳುವುದು ಸುಲಭ, ಅದನ್ನು ಮಾಡುವುದು ಹೆಚ್ಚು ಕಷ್ಟ. ಹೋರಾಟದಿಂದ ಸಮಸ್ಯೆ ಬಗೆಹರಿಯುವುದಿಲ್ಲ.

ಚಂದ್ರಗುಪ್ತ - ಹಾಗಾದರೆ ಏನು, ಗುರುದೇವ!

ಚಾಣಕ್ಯ - ನಿಮ್ಮ ಮತ್ತು ನನ್ನ ನಡುವೆ ಜಗಳವಾಡಿ ವಿಷಯ ಇತ್ಯರ್ಥವಾಗುತ್ತದೆ.

ಚಂದ್ರಗುಪ್ತ - ಇಲ್ಲ ಗುರುದೇವ! ಇದು ಎಂದಿಗೂ ಸಂಭವಿಸಲು ಸಾಧ್ಯವಿಲ್ಲ.

ಚಾಣಕ್ಯ - ಅದು ಆಗುತ್ತದೆ, ಅದು ಸಂಭವಿಸುತ್ತದೆ!

ಚಂದ್ರಗುಪ್ತ - ನೀನು ಏನು ಹೇಳುತ್ತಿರುವೆ? ನೀವು ಚಂದ್ರಗುಪ್ತನೊಂದಿಗೆ ಇರದಿದ್ದರೆ, ಚಂದ್ರಗುಪ್ತ ಮತ್ತು ಸಾಮಾನ್ಯ ವ್ಯಕ್ತಿ ಎಂಬ ವ್ಯತ್ಯಾಸವಿಲ್ಲ. ಚಾಣಕ್ಯ ಬದುಕಿದ್ದಾನೋ ಇಲ್ಲವೋ ಮಹಾಮಾತ್ಯ ಚಾಣಕ್ಯ ನಿನ್ನಿಂದ ಅವಮಾನಿತನಾಗಿ ಪದಚ್ಯುತನಾಗುತ್ತಾನೆಚಂದ್ರಗುಪ್ತ- ನಾನು ಇದನ್ನು ಹೇಗೆ ಮಾಡಬಲ್ಲೆ?

ಚಾಣಕ್ಯ- ಪರಶುರಾಮನು ತನ್ನ ತಾಯಿಯ ಶಿರಚ್ಛೇದ ಮಾಡಿದ ರೀತಿ. ಈಗ ನೀನು ನ್ಯಾಯಾಲಯಕ್ಕೆ ಹೋಗು! ನನ್ನ ಆಜ್ಞೆಯಿಂದ ನಾನು ರಾಜಾಜ್ಞೆಗಳನ್ನು ನಿಲ್ಲಿಸಿದ್ದೇನೆ, ಈ ಅಪರಾಧಕ್ಕಾಗಿ ನೀವು ನನ್ನನ್ನು ಪದಚ್ಯುತಗೊಳಿಸಬೇಕು

24

ಬೆಳಕಿನ ಕಂಬಗಳಲ್ಲಿ ಅಡಗಿರುವ ಉರಿ! ನಿಮ್ಮ ಮೌನ ಎಷ್ಟು ಅದ್ಭುತವಾಗಿದೆ! ನೀವು ಪ್ರಯಾಣಿಕರಿಗೆ ಬೆಳಕನ್ನು ನೀಡುತ್ತೀರಿ ಮತ್ತು ಚಕ್ರವರ್ತಿಗಳಿಗೆ ಸ್ವಾಗತ, ಆದರೆ ನಿಮ್ಮ ಉಪಪ್ರಜ್ಞೆಯ ನೋವಿನ ಪುಟಗಳನ್ನು ಯಾರಾದರೂ ಓದಿದ್ದೀರಾ? ನಿಮ್ಮ ನೋವನ್ನು ಗುರುತಿಸಲು ಬಹುಶಃ ಶಲಭ್ ಹುತಾತ್ಮನಾಗುತ್ತಾನೆ. ಚಕ್ರವರ್ತಿ ಚಂದ್ರಗುಪ್ತನು ಹೆಲೆನ್ ಸಾಮ್ರಾಜ್ಞಿಯೊಂದಿಗೆ ಹೊಳೆಯುವ ಬೀದಿಗಳ ಮೂಲಕ ರಾಜಮನೆತನಕ್ಕೆ ಬಂದನು. ಕೋರ್ಟ್ ಪ್ರವೇಶಿಸಿದ ತಕ್ಷಣ ಸುತ್ತಲೂ ನೋಡುತ್ತಾ ಕಣ್ಣು ಕೆಂಪಗಾಗಿತ್ತು. ಚಕ್ರವರ್ತಿ ಕೋಪದಿಂದ ಕೆಂಪಗೆ ತಿರುಗಿ ಹೇಳಿದ, 'ನಮ್ಮ ವಾರ್ಷಿಕೋತ್ಸವದಲ್ಲಿ ಶೋಕದ ಧ್ವನಿ ಏಕೆ? ಬಾಳೆ ಗೇಟ್‌ಗಳನ್ನು ಏಕೆ ಅಳವಡಿಸಲಾಗಿಲ್ಲ? ಅರಮನೆಯನ್ನು ಹೂವುಗಳಿಂದ ಏಕೆ ಅಲಂಕರಿಸಲಾಗಿಲ್ಲ? ಸುರಭಿ ಏಕೆ ಹಾರುವುದಿಲ್ಲ? ನೃತ್ಯದ ಗುಂಗು ಏಕೆ ಕೇಳಿಸುವುದಿಲ್ಲ? ಗಾಯಕ, ನೃತ್ಯ, ಕಲಾವಿದ ಎಲ್ಲರೂ ಎಲ್ಲಿ ಸತ್ತರು?" ರಾಜ್ಯಸಭೆಯಲ್ಲಿ ಮೌನ ಆವರಿಸಿತ್ತು. ಯಾರ ಬಾಯಿಂದಲೂ ಒಂದೇ ಒಂದು ಮಾತು ಹೊರಡಲಿಲ್ಲ. ಅಂತಿಮವಾಗಿ ಮುದುಕ ಅಮಾತ್ಯ ಕಾತ್ಯಾಯನನು ಎದ್ದು ನಯವಾಗಿ

ಹೇಳಿದನು - ಅತ್ಯಂತ ಪೂಜ್ಯ ಮಹಾಮಾತ್ಯ ಚಾಣಕ್ಯನ ಆದೇಶದಂತೆ. ಸಮಾರಂಭವನ್ನು ಮುಂದೂಡಲಾಯಿತುಚಂದ್ರಗುಪ್ತ- ರಾಜಾಜ್ಞೆಯನ್ನು ಉಲ್ಲಂಘಿಸುವ ಚಾಣಕ್ಯ ಯಾರು? ನಾನೇ ಅಲ್ಲವೇ ಚಕ್ರವರ್ತಿ ಚಾಣಕ್ಯ.

ಕಾತ್ಯಾಯನ- ಶಾಂತವಾಗು, ಸಾಮ್ರಾಟನನ್ನು ಶಾಂತಗೊಳಿಸು! ಚಾಣಕ್ಯನು ಇದನ್ನು ಕೇಳಿ ಕೋಪಗೊಂಡರೆ, ಪರಿಣಾಮಗಳು ಭೀಕರವಾಗಿರುತ್ತದೆ.

ಚಂದ್ರಗುಪ್ತ - ನೀನು ಚಾಣಕ್ಯನಿಗೆ ಹೆದರುವೆ, ನನಗೆ ಭಯವಿಲ್ಲ. ಅವರು ನನ್ನನ್ನು ರಾಜನನ್ನಾಗಿ ಮಾಡಲಿಲ್ಲ, ನನ್ನ ಕೈಯಿಂದ ನಾನು ರಾಜನಾಗಿದ್ದೇನೆ. ಹೆಲೆನ್ ನಡುಗುತ್ತಾ ಮೆಲ್ಲನೆ

ಹೇಳಿದಳು - ಸ್ವಾಮಿ ನಿನಗೆ ಏನಾಯಿತು? ಮಹಾತ್ಮಾ ಚಾಣಕ್ಯನನ್ನು ಬಹಿರಂಗ ಅಧಿವೇಶನದಲ್ಲಿ ಅವಮಾನಿಸುತ್ತಿದ್ದಾರೆ.

ಚಂದ್ರಗುಪ್ತ- ಸುಮ್ಮನಿರು ಮಹಾರಾಣಿ! ಸರ್ಕಾರಿ ಕೆಲಸದಲ್ಲಿ ಯಾರ ಸಲಹೆಯೂ ನಮಗೆ ಬೇಡ. ಒಬ್ಬ ಅಧಿಕಾರಿಯನ್ನು ನೋಡಿ ಅವನು

ಹೇಳಿದನು - 'ಹೋಗು, ಮಹಾಮಾತ್ಯ ಚಾಣಕ್ಯನಿಗೆ ಹೇಳು ಚಕ್ರವರ್ತಿ ಕೂಡಲೇ ಹಾಜರಾಗುವಂತೆ ಆದೇಶ ನೀಡಿದೆ. ಅಧಿಕಾರಿ ನಡುಗುತ್ತಾ ಹೋದರು. ಚಾಣಕ್ಯ ತನ್ನ ಕೋಣೆಯಲ್ಲಿ ಏನೋ ಓದುತ್ತಿದ್ದ. ಅಧಿಕಾರಿಗೆ ನಮಸ್ಕಾರ ಮಾಡಿದ ನಂತರ ಅವರು ಅಲುಗಾಡುವ ಧ್ವನಿಯಲ್ಲಿ

ಹೇಳಿದರು - "ಚಕ್ರವರ್ತಿ ನಿಮ್ಮನ್ನು ನೆನಪಿಸಿಕೊಂಡಿದ್ದಾರೆ.

"ಚಾಣಕ್ಯ - ಚಾಣಕ್ಯನು ದೊಡ್ಡ ಕೆಲಸದಲ್ಲಿ ನಿರತನಾಗಿದ್ದಾನೆಂದು ಚಕ್ರವರ್ತಿಗೆ ಹೇಳು, ಅವನು ಈಗಲೇ ಬರಲು ಸಾಧ್ಯವಿಲ್ಲ. ಅಧಿಕಾರಿ: ಕೂಡಲೇ ಹಾಜರಾಗುವಂತೆ ಆದೇಶ ನೀಡಿದ್ದಾರೆ. ಚಾಣಕ್ಯ ತನ್ನ ಹಣೆಯನ್ನು ಒತ್ತಿ ಕಣ್ಣು ಎತ್ತಿದನು. ಅಧಿಕಾರಿ ಅವನನ್ನು ನೋಡಿ ಕದಲದೆ ನಿಂತರು. ಹಲ್ಲು ಕಡಿಯುತ್ತಾ

ಹೇಳಿದನು – "ಚಂದ್ರಗುಪ್ತನು ಅಪ್ಪಣೆ ಕೊಟ್ಟಿದ್ದಾನಾ? ಅಂದಿನ ಬಾಲರಾಜನ ಈ ಶಕ್ತಿ! ಚಂದ್ರಗುಪ್ತನ ಸಾವು ಹತ್ತಿರದಲ್ಲಿದೆ ಎಂದು ತೋರುತ್ತದೆ. , ಇದನ್ನು ಕೇಳಿದ ಅಧಿಕಾರಿಯು ಸತ್ತವನಂತೆ ನಿಂತನು ಮತ್ತು ಚಾಣಕ್ಯನು ವೈಶ್ವಾನರಂತೆಯೇ ರಾಜಮನೆತನವನ್ನು ತಲುಪಿ ಚಂದ್ರಗುಪ್ತನ ಮುಂದೆ ನಿಂತನು. ವ್ಯಂಗ್ಯವಾಗಿ ನಗುತ್ತಾ

ಹೇಳಿದನು – "ಹೇಳು ಚಕ್ರವರ್ತಿ! ಏನು ಆಜ್ಞೆ?" ಚಾಣಕ್ಯನನ್ನು ಕೆಳಗಿನಿಂದ ಮೇಲಕ್ಕೆ ನೋಡಿದ ಚಂದ್ರಗುಪ್ತ ಒಳಗಿನಿಂದ ನಡುಗಿದನು. ಭೂಮಿಯು ನಡುಗುತ್ತದೆ. ಅವರು ಬಹಳ ಧೈರ್ಯದಿಂದ ಹೇಳಿದರು - "ನನಗೆ ತಿಳಿಯಬೇಕು ಅಂತೆ ಭೂಕಂಪ ಈ ದಿನಗಳಲ್ಲಿ ನನ್ನ ಆಜ್ಞೆಗಳು ದಿನದಿಂದ ದಿನಕ್ಕೆ ಏಕೆ ಉಲ್ಲಂಘನೆಯಾಗುತ್ತಿವೆ?"

ಚಾಣಕ್ಯ- ಚಂದ್ರಗುಪ್ತ! ಚಾಣಕ್ಯನನ್ನು ಉತ್ತರ ಕೇಳುವವನು ತನ್ನ ಸಾವನ್ನು ತಾನೇ ಆಹ್ವಾನಿಸಿಕೊಳ್ಳುತ್ತಾನೆ. ಅಂತಹ ಬಹಿರಂಗ ಸಮಾವೇಶದಲ್ಲಿ ಚಾಣಕ್ಯನನ್ನು ಅವಮಾನಿಸುವ ಮೂಲಕ, ಮಹಾನಂದರು ಹೊಂದಿದ್ದ ಅದೇ ಫಲವನ್ನು ನೀವು ಪಡೆದುಕೊಳ್ಳಲು ಬಯಸುವಿರಾ?

ಚಂದ್ರಗುಪ್ತ- ಧೈರ್ಯಶಾಲಿ ಚಂದ್ರಗುಪ್ತ ಈ ಬೆದರಿಕೆಗಳಿಗೆ ಹೆದರುವುದಿಲ್ಲ. ಚಾಣಕ್ಯ ಕೂಡ ನನ್ನ ತಂದೆಯನ್ನು ಕೊಂದು ದೊಡ್ಡ ಅಪರಾಧ ಮಾಡಿದ್ದಾನೆ. ಆ ಬೆಂಕಿ ಇನ್ನೂ ಆರಿಲ್ಲ. ಅಪರಾಧದ ಮೇಲೆ ಅಪರಾಧ ಇಲ್ಲವಾದಲ್ಲಿ ಹೀಗೆ ಮಾಡಿ ನನ್ನ ಬೆಂಕಿಯನ್ನು ಉರಿಯಬೇಡಿ.

ಚಾಣಕ್ಯ - ಇಲ್ಲದಿದ್ದರೆ ಏನು?

ಚಂದ್ರಗುಪ್ತ - ನಾನು ನಿನ್ನನ್ನು ವಜಾಮಾಡುತ್ತೇನೆ. ಚಾಣಕ್ಯ ಕೋಪದಿಂದ ಕುಣಿದಾಡಿದನು. ಸುಳಿಯುವ ಬೆಂಕಿಯಿಂದ ಅವು ಗೋಚರಿಸಿದವು. ಹರಡುವ ಜ್ವಾಲೆಯಂತೆ ಹರಡಿ, ಅವರು

ಹೇಳಿದರು - "ನಾನು ರಾಜನನ್ನಾಗಿ ಮಾಡಿದವನು ನನ್ನನ್ನು ಪದಚ್ಯುತಗೊಳಿಸುವುದಾಗಿ ಬೆದರಿಕೆ ಹಾಕುತ್ತಿದ್ದಾನೆ! ಅಧಿಕಾರಕ್ಕಾಗಿ ಹಂಬಲಿಸುವವನಿಗೆ ಪದಚ್ಯುತಿಯಾಗುವ ಭಯವಿದೆ. ಇದನ್ನು ನಿಮ್ಮ ಸ್ವಂತವಾಗಿ ತೆಗೆದುಕೊಳ್ಳಿ." ಹಕ್ಕುಗಳು! ನಿನ್ನನ್ನು ರಾಜನನ್ನಾಗಿ ಮಾಡಿದವನು ನಿನ್ನನ್ನು ಸಿಂಹಾಸನದಿಂದ ತೆಗೆದುಹಾಕಬಹುದು. "ಚಾಣಕ್ಯ ಎಂದು ಹೇಳುತ್ತಾ, ಅಧಿಕಾರದ ಚಿಹ್ನೆಯನ್ನು ಎಸೆದು, ಚಂದ್ರಗುಪ್ತನು ತನ್ನ ಎಲ್ಲಾ ಶಕ್ತಿಯಿಂದ ಹೊರಟುಹೋದನು. ಒಳಗಿನ ಭಾವನೆಗಳನ್ನು ನಿಗ್ರಹಿಸಿ, ಎದ್ದು ಗಂಭೀರವಾಗಿ

ಹೇಳಿದರು - ನಮ್ಮ ರಾಜ್ಯವು ಯಾವುದೇ ನಿರ್ದಿಷ್ಟ ವ್ಯಕ್ತಿಯ ಇಚ್ಛೆಯ ಮೇಲೆ ಓಡುವುದಿಲ್ಲ. ಚಾಣಕ್ಯ ಹೋದರೆ ಹೋಗು.

ಕಾತ್ಯಾಯನ - ರಾಜಕಾರಣಿ ಚಾಣಕ್ಯ ಇಂತಹ ವಿಚಿತ್ರ ಸಮಯದಲ್ಲಿ ನಮ್ಮ ಮೇಲೆ ಕೋಪಗೊಳ್ಳುವುದು ಒಳ್ಳೆಯದಲ್ಲ. ಅವನುಚಕ್ರವರ್ತಿಯಾದನು!

ಚಂದ್ರಗುಪ್ತ- ಸರಿ ಹೋಗದಿದ್ದರೆ ನಿನಗೂ ಕೋಪ!

ಕಾತ್ಯಾಯನ- ಇವತ್ತು ನಿನಗೆ ಏನಾಯಿತು ಚಕ್ರವರ್ತಿ? ನಿನ್ನ ಮಾತು ಕೇಳಿದರೆ ಕ್ಷಣಮಾತ್ರದಲ್ಲಿ ಸಿಟ್ಟು ಬರಬಹುದು ಆದರೆ ಮಗಧ ರಾಜ್ಯದ ತಳಹದಿಯನ್ನು ಕಂಡು ಸುಮ್ಮನಾಗುತ್ತೇನೆ. ನನ್ನ ಹಿರಿಯರ ಅಸ್ಥಿಗಳನ್ನು ಹೂಳಿರುವ ಅಡಿಪಾಯ ಇದು. ನಾನೇ ಕೈಯಾರೆ ನೀರು ಹಾಕಿದ ಗಿಡವನ್ನು ಬೇರು ಸಮೇತ ಕಿತ್ತು ಹಾಕಿದ್ದಕ್ಕೆ ನನಗೆ ವಿಷಾದವಿದೆ. ಜಾಗರೂಕರಾಗಿರಿ, ಚಕ್ರವರ್ತಿ! ಜಾಗರೂಕರಾಗಿರಿ, ಇನ್ನೂ ಸಮಯವಿದೆ, ಕೆಟ್ಟದ್ದನ್ನು ಸರಿಪಡಿಸಿ!

ಚಂದ್ರಗುಪ್ತ - ನೀನು ಚಾಣಕ್ಯನ ಪಾದಗಳನ್ನು ಮುತ್ತಿಡುತ್ತೇನೆ ಎಂದರ್ಥ! ಇಲ್ಲ, ಅದು ಸಾಧ್ಯವಿಲ್ಲ. ಆ ಹೆಮ್ಮೆಯ ಬ್ರಾಹ್ಮಣನಿಗೆ ಅವರು ಸಾಕಷ್ಟು ಸೇವೆ ಸಲ್ಲಿಸಿದ್ದಾರೆ. ಈಗ ಅವನು ನನಗೆ ಏನು ಮಾಡುತ್ತಾನೆಂದು ನೋಡೋಣ

ಕಾತ್ಯಾಯನ - ಹೆಚ್ಚು ಕಾಯುವ ಅಗತ್ಯವಿಲ್ಲ. ಪಂಚನಾಡಿನಿಂದ ಕಪ್ಪು ಮೋಡಗಳು ಬರುತ್ತಿವೆ. ನಾಳೆ ಹಗಲು ರಾತ್ರಿ ನೋಡಿದಾಗ ಚಾಣಕ್ಯನನ್ನು ನೆನೆದು ಅಳುವಿರಿ.

ಚಂದ್ರಗುಪ್ತ - ಚಿಂತಿಸಬೇಡ, ಚಂದ್ರಗುಪ್ತನ ಕೈಯಲ್ಲಿದ್ದ ಖಡ್ಗ ಇನ್ನೂ ಜೀವಂತವಾಗಿದೆ. ಮುಖ್ಯ ಕಮಾಂಡರ್! ಸೇನೆಯು ಎಲ್ಲಾ ಸಮಯದಲ್ಲೂ ಸಿದ್ಧವಾಗಿರಬೇಕು, ನಾವು ಯಾವುದೇ ಕ್ಷಣದಲ್ಲಿ ಪಂಚನಾಡಿನ ಮೇಲೆ ದಾಳಿ ಮಾಡಲು ಆದೇಶಿಸಬಹುದು. ಕಾತ್ಯಾಯನನು ತೀವ್ರವಾಗಿ ಚಿಂತಿತನಾಗಿದ್ದನು ಮತ್ತು ಚಂದ್ರಗುಪ್ತನು ಗಲಿಬಿಲಿಗೊಂಡು ಅರಮನೆಗೆ ಹೋದನು. ಇಲ್ಲಿ ಚಂದ್ರಗುಪ್ತನು ಅರಮನೆಯನ್ನು ತಲುಪಿದನು, ಇನ್ನೊಂದು ಬದಿಯಲ್ಲಿ ಶತ್ರುಗಳ ಶಿಬಿರಗಳಲ್ಲಿ ತುಪ್ಪದ ದೀಪಗಳು ಉರಿಯಲು ಪ್ರಾರಂಭಿಸಿದವು. ವಿರಾಧನು ಸಂತೋಷದಿಂದ ಕುಣಿದು ಕುಪ್ಪಳಿಸಿದನು, ಚಿಂತೆಯಲ್ಲಿ ಕುಳಿತ ರಾಕ್ಷಸನ ಬಳಿಗೆ ಬಂದನು. ಮತ್ತು ಒಂದೇ ಉಸಿರಿನಲ್ಲಿ ಅವರು

ಹೇಳಿದರು - ನೀವು ಕೇಳಿದ್ದೀರಿ, ಚಾಣಕ್ಯ ಮತ್ತು ಚಂದ್ರಗುಪ್ತ ನಡುವೆ ಆಳವಾದ ಹೋರಾಟವಿದೆ. ಹೋದರು! ಇಬ್ಬರೂ ಪರಸ್ಪರರ ಜೀವನದ ಗ್ರಾಹಕರು. ಇದನ್ನು ಕೇಳಿದ ಕೂಡಲೇ ರಾಕ್ಷಸರು ತಮ್ಮ ಕಂಬಗಳ ಮೇಲೆ ನಿಂತು ಮಿಡಿಯುವ ಹೃದಯದಿಂದ

ಹೇಳಿದರು - ಸತ್ಯವೇನು?

ವಿರಾಧ್ - ನಿಜ, ಸಂಪೂರ್ಣ ಸತ್ಯ! ಇದು ಇಂದು ಎಲ್ಲೆಡೆ ಚರ್ಚೆಯಾಗಿದೆ. ರಾಕ್ಷಸನು ಉತ್ತರವಾಗಿ ಏನನ್ನೂ ಹೇಳುವ ಮೊದಲು ಜೀವಧರ್ಮನು ಬೆದರಿಸುತ್ತಾ

ಹೇಳಿದನು - ಅದು ಇಡೀ ಪ್ರಪಂಚದ ಧ್ವನಿಯ ಮೇಲೆ ಚರ್ಚೆಯಾಗಿದ್ದರೂ, ಅದರಲ್ಲಿ ನನಗೆ ಏನಾದರೂ ರಹಸ್ಯವಿದೆ.

ರಾಕ್ಷಸ - ಯಾವುದೇ ರಹಸ್ಯವಿಲ್ಲ, ಚಾಣಕ್ಯ ಕೋಪಗೊಂಡ ಬ್ರಾಹ್ಮಣ. ಚಂದ್ರಗುಪ್ತನ ಬಗ್ಗೆ ಸ್ವಲ್ಪ ಆದರೆ ಅವನು ರುದ್ರನ ರೂಪವನ್ನು

ಪಡೆದಿರಬೇಕುವಿರಾಧ್ - ನಿಖರವಾಗಿ ಅದೇ ವಿಷಯ. ರಾಜಮಾದದಲ್ಲಿ ಚಂದ್ರಗುಪ್ತ ಚಾಣಕ್ಯನನ್ನು ಅವಮಾನಿಸಿದನೆಂದು ಕೇಳಿದ ಇದರಿಂದ ಸಿಟ್ಟಿಗೆದ್ದ ಅವರು ಸಚಿವ ಸ್ಥಾನ ಬಿಟ್ಟುಕೊಟ್ಟಿದ್ದಾರೆ. ವಿಶ್ವಾಸಾರ್ಹ ಮೂಲಗಳಿಂದ ಚಾಣಕ್ಯ ಈಗ ಚಂದ್ರಗುಪ್ತನನ್ನು ನಾಶಮಾಡಲು ನಿಶ್ಚಯಿಸಿದ್ದಾನೆ ಎಂದೂ ತಿಳಿದುಬರುತ್ತದೆ.

ರಾಕ್ಷಸರು - ವಿನಾಶದ ಸಮಯದಲ್ಲಿ ಬುದ್ಧಿಯು ತಲೆಕೆಳಗಾಗಿ ತಿರುಗುತ್ತದೆ. ನಿಸ್ಸಂದೇಹವಾಗಿ ಈಗ ಚಾಣಕ್ಯನ ವಿನಾಶದ ದಿನಗಳು ಬಂದಿವೆ. ನಾವು ಇನ್ನು ಮುಂದೆ ದಾಳಿಯನ್ನು ವಿಳಂಬ ಮಾಡಬಾರದು. ವಿರಾಧ- ವಿಳಂಬದ ಅಗತ್ಯವೇನು! ಜೀವ: ಕೆಲವೊಮ್ಮೆ ಹಿಮ್ಮೆಟ್ಟುವ ಶತ್ರು ಕೂಡ ಧಾವಿಸಿ ದಾಳಿ ಮಾಡುತ್ತಾನೆ. ಇಷ್ಟು ಬೇಗ ಏನು! ಈ ಕ್ರಮಕ್ಕೆ ಪ್ರತಿಕ್ರಿಯೆಯನ್ನು ನೋಡಿದ ನಂತರ ಕೆಲವು ಕ್ರಮಗಳನ್ನು ತೆಗೆದುಕೊಳ್ಳಲು ಸೂಕ್ತವಾಗಿದೆ.

ರಾಕ್ಷಸ-ಜೀವಧರ್ಮವನ್ನೂ ಸರಿಯಾಗಿ ಹೇಳಲಾಗಿದೆ. ಯಾವುದೇ ಕೆಲಸವನ್ನು ಆತುರದಿಂದ ಮಾಡುವ ಮೊದಲು ಎಚ್ಚರಿಕೆಯಿಂದ ಯೋಚಿಸಬೇಕು. ನೀವು ಮಹಾರಾಜ ಪುರುವಿನ ಬಳಿಗೆ ಹೋಗಿ ಈ ಹಠಾತ್ ಶುಭ ಸಂದರ್ಭದಲ್ಲಿ ಅವರ ಅಭಿಪ್ರಾಯವೇನು ಎಂದು ಕೇಳಿವಿರಾಧನು ಪುರುವಿಗೆ ಹೋದನು. ವಿರಾಧ್ ಆಗಷ್ಟೇ ಬಾಗಿಲನ್ನು ತಲುಪಿದ್ದನು, ಭಾಗುರಾಯನು ಮುಂಚಿತವಾಗಿ ಮಾಹಿತಿ ಪಡೆದು ಬಾಗಿಲಿಗೆ ಓಡಿ ಬಂದು ಸಂತೋಷದಿಂದ

ಹೇಳಿದನು - ನಿಮಗೆ ಸುವರ್ಣ ಭವಿಷ್ಯಕ್ಕಾಗಿ ಅಭಿನಂದನೆಗಳು! ಈಗ ನೀವು ಅಖಿಲ ಭಾರತದ ಏಕೈಕ ರಹಸ್ಯ ಅಧಿಕಾರಿಯಾಗುವ ದಿನ ದೂರವಿಲ್ಲ.

ವಿರಾಧ್- ಅವಕಾಶ ಬರಲಿ, ನಿಮ್ಮನ್ನೂ ಸಹಾಯಕ ಅಧಿಕಾರಿಯನ್ನಾಗಿ ಮಾಡಲಾಗುವುದು. ನಾವು ಮಹಾರಾಜ್ ಪುರುಗೆ ಹೋಗುತ್ತಿದ್ದೇವೆ, ಅವರು ಏನು ಮಾಡುತ್ತಿದ್ದಾರೆ?

ಭಾಗುರಾಯನ್ - ಆಳವಾದ ನಿದ್ರೆಯಲ್ಲಿ ನಿದ್ರಿಸುವುದು. ಈ ಮಾಹಿತಿಯನ್ನು ಕೇಳಿದ ಕುಮಾರ್ ಕೂಡ ಅವರನ್ನು ಭೇಟಿಯಾಗಬೇಕೆಂದು ಬಯಸಿದ್ದರು, ಅವರನ್ನು ಎಬ್ಬಿಸಲು ಸಾಕಷ್ಟು ಪ್ರಯತ್ನಿಸಿದರು ಆದರೆ ಅವರು ಎಚ್ಚರಗೊಳ್ಳಲಿಲ್ಲ. ಅವನು ಅಸ್ವಸ್ಥನಾಗದಂತೆ, ಅವನಿಗೆ ಮಲಗಲು ಅವಕಾಶ ನೀಡಲಾಯಿತು. ಬಹಳ ಮುಖ್ಯವಾದ ಕೆಲಸವಿದ್ದರೆ ಹೋಗಿ ಅವನನ್ನು ಎಬ್ಬಿಸಿ.

ವಿರಾಧ- ಮಹಾರಾಜರು ಪುರು ಮಲಗುವ ಕೋಣೆಯ ಕಡೆಗೆ ಹೋದರು ಮತ್ತು ಭಾಗುರಾಯನು ಅವನ ಕೋಣೆಯ ಕಡೆಗೆ ಹೋದನು. ದಾರಿಯಲ್ಲಿ ಅವನು ಒಬ್ಬ ಅಡುಗೆಯವರನ್ನು ಭೇಟಿಯಾದನು, ಅವನಿಗೆ ಅವನು ಮೃದುವಾಗಿ

ಕೇಳಿದನು - ಪುರು ಎಷ್ಟು ದಿನ ಮಲಗುತ್ತಾನೆ?

ಕುಕ್ - ಯಾವುದೇ ಸಂದರ್ಭದಲ್ಲಿ ಮೂರು ದಿನಗಳವರೆಗೆ ಎಚ್ಚರವಾಗಿರಲು ಸಾಧ್ಯವಿಲ್ಲ.

ಭಗುರಾಯನ್ - ವಾಹ್ ಭಾಸುರಕ್! ಈಗ ಗೆಲುವು ನಮ್ಮ ಕೈಯಲ್ಲಿದೆ. ಭಾಸುರಕ್- ಹಾಗಾದರೆ ಈ ವಿಷಯದಲ್ಲಿ ಲಡ್ಡೂಗಳನ್ನು ತಿನ್ನಿಸಿ!

ಭಾಗುರಾಯನ್ - ಅಡುಗೆ ಮನೆಯಲ್ಲಿದ್ದುದರಿಂದ ಕ್ಷಣಕ್ಷಣವೂ ಲಡ್ಡು ತಿನ್ನುತ್ತಿರಬೇಕು, ತಿನ್ನುವಾಗ ಹೊಟ್ಟೆ ಉರಿಯತೊಡಗಿತು. ಸರಿ, ಈಗ ನೀನು ಹೋಗು! ಸಂಪೂರ್ಣ ಯಶಸ್ಸು ತುಪ್ಪದ ಬುರಾ ದಿನ ಅಂದು ಮೋತಿಚೂರಿನ ಲಡ್ಡುಗಳಲ್ಲಿ ಹೂಳಲಾಗುತ್ತದೆ. ಅಡುಗೆಯವನು ಹೊರಟು ಭಾಗುರಾಯನು ಕುಮಾರ ಮಲೆಯನ್ನು ತಲುಪಿದನು. ಮಲ್ಯನನ್ನು ಪೂರ್ತಿಯಾಗಿ ಎದುರಿಸುವ ಮೊದಲೇ ದಾರಿಯಲ್ಲಿ

ಹೇಳತೊಡಗಿದ - ಅದ್ಭುತವಾಗಿದೆ ಮಹಾರಾಜ! ಅದ್ಭುತ ಮುಗಿದಿದೆ!

ಮಲಯ – ಭಾಗುರಾಯನೇನುಭಗುರಾ

ಯನ್ - ಯಾರೋ ಮಹಾರಾಜ ಪುರುವಿಗೆ ಎಬ್ಬಿಸುವ ಮೂಲಕ ಏನು ತಿನ್ನಿಸಿದ್ದಾರೆಂದು ಯಾರಿಗೆ ತಿಳಿದಿದೆ ಏಳಲೇ ಇಲ್ಲ.

ಮಲ್ಯ- ಯಾರಾದ್ರೂ ರಾಜನಿಗೆ ಏನಾದ್ರೂ ತಿಂಡಿ ಕೊಡ್ತಾರಾ? ಹೀಗೆ ಹೇಳುತ್ತಾ ಭಗುರಾಯನೊಡನೆ ಮಹಾರಾಜನ ಹಾಸಿಗೆಗೆ ಬಂದನು. ರಾಜನ ಹಾಸಿಗೆ ವಿರಾಧ ಆಗಲೇ ಅವನ ಹತ್ತಿರ ಇದ್ದ. ಅವನನ್ನು ನೋಡಿದ ಕೂಡಲೆ ಭಾಗುರಾಯನು

ಹೇಳಿದನು – ನಿನಗೆ ಗೊತ್ತು ಅವರಿಗೆ ಏನಾಯಿತು?

ವಿರಾಧ್- ಮಹಾರಾಜನಿಗೆ ಏನಾಯಿತು ಎಂದು ತಿಳಿದಿಲ್ಲವೇ?

ಭಾಗುರಾಯನು - ಯಾರೋ ಮಹಾರಾಜರಿಗೆ ವಿಷವನ್ನು ತಿನ್ನಿಸಿದ್ದಾರೆ ಎಂದು ನಾನು ಭಾವಿಸುತ್ತೇನೆ. ಕುಮಾರ್: ಊಟವಾದಾಗಿನಿಂದ ಹೀಗೆಯೇ ಸುಳ್ಳು ಹೇಳುತ್ತಿದ್ದೇನೆ.

ಭಾಗುರಾಯನ್ - ಖಂಡಿತ ಅಡುಗೆಯವರ ಕೈಕೆಲಸವಿದೆ. ತಕ್ಷಣ ಅಡುಗೆಯವರನ್ನು ಕರೆಸಲಾಯಿತು. ನಡುಗುತ್ತಿದ್ದ ಅಡುಗೆಯವರು ಪುರು ಮಲಗುವ ಕೋಣೆಗೆ ಬಂದರು. ಕುಮಾರನನ್ನು ನೋಡಿದ ಕೂಡಲೇ ಕಣ್ಣು ತೆರೆದು

ಕೇಳಿದ - ಮಹಾರಾಜರಿಗೆ ಏನು ತಿನ್ನಿಸಿದ್ದೀರಿ? ಅಡುಗೆಯವರು: ಏನಿಲ್ಲ ಸಾರ್! ನಾನು ಏನನ್ನೂ ತಿನ್ನಿಸಲಿಲ್ಲ.

ಭಾಗುರಾಯನು - ಹಾಗಾದರೆ ನಿನಗೆ ಯಾರು ಊಟಕೊಟ್ಟಿದ್ದಾರೆ? ಕುಕ್: ಆತಿಥ್ಯಕಾರಿಣಿ ನನಗೆ ಮಾತ್ರೆ ಕೊಟ್ಟು ಈ ರಾಕ್ಷಸ ಎಂದು ಹೇಳಿದ್ದರು ಕಳುಹಿಸಿದೆ, ಅದನ್ನು ಮಹಾರಾಜರಿಗೆ ಅನ್ನದಲ್ಲಿ ತಿನ್ನಿಸಿ, ಇದು ಮಹಾರಾಜರ ಆಯುಷ್ಯವನ್ನು ಹೆಚ್ಚಿಸುತ್ತದೆ.

ಕುಮಾರ್- ರಾಕ್ಷಸನು ಬುಲೆಟ್ ಕಳುಹಿಸಿದೆಯೇ?

ವಿರಾಧ್ - ಇಲ್ಲ, ಇದು ಸುಳ್ಳು.

ಭಾಗುರಾಯನ್ - ಸುಳ್ಳು ಮತ್ತು ಸತ್ಯ ಶೀಘ್ರದಲ್ಲೇ ತಿಳಿಯುತ್ತದೆ. ರಾಕ್ಷಸನನ್ನು ಕರೆಸಿ; ಆದರೆ ಅವರನ್ನು ಏಕೆ ಕರೆಯಲಾಗುತ್ತಿದೆ ಎಂದು ಅವರಿಗೆ ತಿಳಿದಿಲ್ಲದಿರಬಹುದು. ಅಲ್ಲಿಯವರೆಗೆ ಈ ಕೊಬ್ಬಿದ ಅಡುಗೆಯನ್ನು ಬಂಧಿಸಿ ಅದನ್ನು ತಯಾರಿಸಲಿ.

ಅಡುಗೆಯವರನ್ನು- ಸೆರೆಹಿಡಿಯಲಾಯಿತು ಮತ್ತು ರಾಕ್ಷಸರನ್ನು ಗೌರವದಿಂದ ಪ್ರಸ್ತುತಪಡಿಸಲಾಯಿತು. ಬಂದ ಕೂಡಲೇ ಕುಮಾರ

ಹೇಳಿದ – ಅಡುಗೆಯವರು ಮಹಾರಾಜರಿಗೆ ವಿಷದ ಮಾತ್ರೆಗಳನ್ನು ಕೊಟ್ಟಿದ್ದೀರಿ ಎಂದು ಹೇಳುತ್ತಾರೆ. ರಾಕ್ಷಸ- ಅಡುಗೆಯವನು ಸುಳ್ಳು ಹೇಳುತ್ತಾನೆ.

ಭಾಗುರಾಯನ್ - ನಾನು ಪರಿಹಾರವನ್ನು ಯೋಚಿಸುತ್ತೇನೆ ಕುಮಾರ್! ಈ ಅಡುಗೆಯವನು ಮತ್ತು ದೈತ್ಯನನ್ನು ಹುಡುಕಬೇಕು. ವಿಷದ ಗುರುತುಗಳನ್ನು ಹೊಂದಿರುವವರಿಗೆ ಶಿಕ್ಷೆಯಾಗಬೇಕು.

ಮಾನ್ಸ್ಟರ್ - ಮೋಸ! ಅದು ನನ್ನ ಉಪ್ಪನ್ನು ತಿನ್ನುತ್ತದೆ ಮತ್ತು ನನ್ನ ಬೇರುಗಳನ್ನು ಕತ್ತರಿಸುತ್ತಿದೆ.

ಭಾಗುರಾಯನು - ನಾನು ನ್ಯಾಯದ ಬಗ್ಗೆ ಮಾತನಾಡುತ್ತಿದ್ದೇನೆ, ರಾಕ್ಷಸರಾಜ! ನಿಮ್ಮ ಶುದ್ಧತೆಯನ್ನು ಸಾಬೀತುಪಡಿಸಲು ನಾನು ಇದನ್ನು ಯೋಚಿಸಿದೆ. ನೀವು ನಿರಪರಾಧಿಗಳಾಗಿದ್ದರೆ ನಿಮ್ಮ ಆಕ್ಷೇಪವೇನು?

ರಾಕ್ಷಸ - ನನಗಿಷ್ಟವಿಲ್ಲ.

ಭಾಗುರಾಯನ್- ಕುಮಾರ್! ರಾಕ್ಷಸನ ಬಟ್ಟೆಗಳನ್ನು ನೋಡಿ ಮತ್ತು ಈ ಅಡುಗೆಯ ಪೊರಕೆ ತೆಗೆದುಕೊಳ್ಳಿ. ಕುಮಾರ್ ಇಬ್ಬರನ್ನೂ ನಿಂದಿಸತೊಡಗಿದ. ಆದರೆ ಆ ರಾಕ್ಷಸನ ಬಟ್ಟೆಯಲ್ಲಿ ಗುಂಡುಗಳ ಕಟ್ಟು ಪತ್ತೆಯಾಗಿದ್ದು, ಭಾಸುರಕ್‌ನ ಜೇಬಿನಿಂದ ಅದೇ ಗುಂಡನ್ನು ಹೊರತೆಗೆಯಲು ಹೆಚ್ಚು ಸಮಯ ಹಿಡಿಯಲಿಲ್ಲ. ಹುಡುಕಾಟದ ನಂತರ ನಾಯಿಗೆ ಪರೀಕ್ಷೆಗಾಗಿ ಮಾತ್ರೆ ತಿನ್ನಿಸಿದ ತಕ್ಷಣ ಅದು ನಿದ್ದೆಗೆ ಜಾರಿತು. ತೀವ್ರವಾದ ವಿಷದಬಳಕೆಯನ್ನು ನೋಡಿ, ರಾಕ್ಷಸರು ಕೆಳಗಿನಿಂದ ಮೇಲಕ್ಕೆ ನಡುಗಿದರು. ಅನುಮಾನ ಮತ್ತು ಕೋಪದಿಂದ ತನ್ನನ್ನು ತಾನು ನಿಯಂತ್ರಿಸಿಕೊಳ್ಳಲಾಗದೆ ನಡುಗುವ ದನಿಯಿಂದ

ಹೇಳಿದ – "ನಿಸ್ಸಂದೇಹವಾಗಿ ಇದು ಶತ್ರುಗಳ ಸಂಚು.

ಕುಮಾರ್- ಸತ್ಯವನ್ನು ಸುಳ್ಳಿನಿಂದ ಸತ್ಯಕ್ಕೆ ಬದಲಾಯಿಸುವುದು ಮನುಷ್ಯನ ಬುದ್ಧಿವಂತಿಕೆಗೆ ಸಾಕ್ಷಿಯಾಗಿದೆ.

ರಾಕ್ಷಸ - ನೀವು ಯೋಚಿಸುತ್ತೀರಿ, ನಾನು ಇದನ್ನೆಲ್ಲಾ ಏಕೆ ಮಾಡುತ್ತೇನೆ ಎಂದು?

ಮತ್ತು ಕುಮಾರ್ - ಈಗ ಏನು ಮಾಡಬೇಕು?

ಭಾಗುರಾಯನು - ನನ್ನ ಅಭಿಪ್ರಾಯದಲ್ಲಿ, ರಾಜನಿಗೆ ಪ್ರಜ್ಞೆ ಬರುವವರೆಗೆ, ರಾಕ್ಷಸ ಮತ್ತು ಅಡುಗೆಯವರನ್ನು ಸೆರೆಯಲ್ಲಿ ಇಡಬೇಕು.

ಮಾನ್ಸ್ಟರ್ - ಮೋಸ! ಮೋಸ! ಅವನು ತಿನ್ನುವ ಪಾತ್ರೆಯು ಅದೇ ಪಾತ್ರೆಯಲ್ಲಿ ರಂಧ್ರಗಳನ್ನು ಮಾಡುತ್ತಿದೆ.

ಭಾಗುರಾಯನ್ - ಉಪ್ಪು ಕಾನೂನುಬದ್ಧವಾಗಿದೆ ಎಂಬುದಕ್ಕೆ ಪುರಾವೆಯು ಮಹಾರಾಜನ ಪ್ರಜ್ಞಾಹೀನತೆಯಾಗಿದೆ. ರಾಕ್ಷಸ-ದೇವರು ಯಾರಿಗಾದರೂ ಕೇಡು ಮಾಡಿದಾಗ ಅವನ ಕೈಯಲ್ಲಿದ್ದ ಹಂಸವೂ ಹಾರಿಹೋಗುತ್ತದೆ. ಕುಮಾರ್! ಈ ವಿಷವರ್ತುಲದಲ್ಲಿ ಬೀಳುವ ಮೂಲಕ, ನೀವು ನಿಮ್ಮ ಮಲಗುವ ದಿನಗಳನ್ನು ಧೂಳಾಗಿ ಪರಿವರ್ತಿಸುತ್ತಿದ್ದೀರಿ.

ಕುಮಾರ್ - ಮಹಾರಾಜರಿಗೆ ಪ್ರಜ್ಞೆ ಬರುವವರೆಗೂ ನಾನೇನೂ ಮಾಡಲಾರೆಕಮಾಂಡರ್ ಗಾಳಿಯಂತೆ ಓಡಿ ಬಂದು ಒಂದೇ ಉಸಿರಿನಲ್ಲಿ ಹೇಳಿದಾಗ ಕುಮಾರ್ ಮತ್ತೇನನ್ನೋ ಹೇಳಲು

ಬಯಸಿದನು - "ಕುಮಾರ್, ಗಂಗೆ ಹಿಮ್ಮುಖವಾಗಿ ಹರಿಯಲು ಪ್ರಾರಂಭಿಸಿದೆ!" ನಮ್ಮೊಂದಿಗೆ ಮಗಧದ ಮೇಲೆ ಆಕ್ರಮಣ ಮಾಡಲಿದ್ದ ಐದು ರಾಜರಲ್ಲಿ ಕಾಶ್ಮೀರದ ರಾಜ, ಕುಲುತಾಧಿಪತಿ ಮತ್ತು ಸಿಂಧುಸೇನರು ವಂಚಕ ಚಾಣಕ್ಯನ ಆಜ್ಞೆಯಿಂದ ನಮಗೆ ಶತ್ರುಗಳಾಗಿದ್ದಾರೆ. ಈ ಮೂವರು ದೊಡ್ಡ ರಾಜರು ಮತ್ತು ಉಳಿದ ಇಬ್ಬರು ರಾಜರು ಚಾಣಕ್ಯರ ನಡುವಿನ ಒಪ್ಪಂದದಿಂದಾಗಿ, ಅವರು ನಿಮ್ಮ ಬಗ್ಗೆ ಭಯಪಟ್ಟರು. ನಾವು ಯುದ್ಧದಲ್ಲಿ ಭಾಗವಹಿಸಲು ಸಿದ್ಧರಿಲ್ಲ ಎಂದು ಅವರಿಂದ ಪತ್ರಗಳು ಬಂದವು. , ತಕ್ಷಣ ಮತ್ತೊಬ್ಬ ಕಮಾಂಡರ್ ಬಂದು ಒಂದೇ ಉಸಿರಿನಲ್ಲಿ

ಹೇಳಿದ- 'ಚಾಣಕ್ಯನು ಪಂಚನಾಡನ್ನು ನಮ್ಮ ಕೈಗೆ ಹಾಕಿಕೊಳ್ಳುತ್ತೇನೆ, ಇಲ್ಲದಿದ್ದರೆ ನಾವು ನಿಮ್ಮನ್ನು ಇಟ್ಟಿಗೆಯಿಂದ ಹೊಡೆಯುತ್ತೇವೆ ಎಂದು ಪತ್ರ ಕಳುಹಿಸಿದ್ದಾನೆ. ಭಾರತವನ್ನು ಸಣ್ಣ ರಾಜ್ಯಗಳಾಗಿ

ವಿಂಗಡಿಸುವುದನ್ನು ನಾವು ನೋಡಲಾಗುವುದಿಲ್ಲ. ನಿನ್ನನ್ನು ಕರೆದುಕೊಂಡು ಹೋಗಿ, ಹೆಮ್ಮೆಯ ಚಂದ್ರಗುಪ್ತನ ಗರ್ವವನ್ನೂ ಮುರಿಯುತ್ತೇವೆ. ಅದರ ನಂತರ ಒಂದು ಧ್ವಜ ಇಡೀ ಭಾರತದ ಮೇಲೆ ಹಾರುತ್ತದೆ. ಇದನ್ನು ಕೇಳಿ ಕೋಪಗೊಂಡ ಮಲ್ಯನು ಕೋಪದಿಂದ ತನ್ನ ಕತ್ತಿಯನ್ನು ಎಳೆದು ಕಮಾಂಡರ್ ಮೇಲೆ ದಾಳಿ ಮಾಡಿದನು. ಹೇಳಿದರು- ಸೈನ್ಯವನ್ನು ಸಿದ್ಧಪಡಿಸು! ಸಾವು ಅಥವಾ

ಗೆಲುವು - ನಾವು ಎರಡರಲ್ಲಿ ಒಂದನ್ನು ಆರಿಸಿಕೊಳ್ಳುತ್ತೇವೆ. ರಾಕ್ಷಸನು ತನ್ನ ತಲೆಯನ್ನು ಬಾಗಿಸಿ ನಂತರ ಶಾಂತವಾಗಿ

ಹೇಳಿದನು - ಪಿತೂರಿ ಮತ್ತು ಕೋಪದಲ್ಲಿ ನಿಮ್ಮನ್ನು ಕಳೆದುಕೊಳ್ಳುವ ಬದಲು, ಬುದ್ಧಿವಂತಿಕೆಯಿಂದ ವರ್ತಿಸಿ! ಇನ್ನೂ ಸಮಯವಿದೆ.

ಕುಮಾರ್ - ಸಮಯ ಏನೂ ಇಲ್ಲ, ಶತ್ರುಗಳನ್ನು ಭೇಟಿಯಾದಂತೆ ತೋರುತ್ತದೆ, ಅದಕ್ಕಾಗಿಯೇ ಹೊಸ ಹೂವುಗಳು

ಅರಳುತ್ತವೆರಾಕ್ಷಸ - ಶತ್ರು ಮತ್ತು ಮಿತ್ರನ ಗುರುತನ್ನು ತಿಳಿಯದವನು ಮಧ್ಯದಲ್ಲಿದ್ದಾನೆ. ಮುಳುಗುತ್ತಿದೆ

ಕುಮಾರ್ - ಮುಳುಗುವ ಭಯವಿರುವವನು ದಾಟಲು ಹಾತೊರೆಯಬಾರದು. ಫಲಿತಾಂಶದ ಬಗ್ಗೆ ಮಾತ್ರ ಯೋಚಿಸುವವನು ಯಾವಾಗಲೂ ಸೋಲುತ್ತಾನೆ. ಯಾವಾಗ ಸೋಲಿನ ಭಯದಿಂದ ಹಿಂದೆ ಸರಿಯುತ್ತೇವೋ ಆಗ ಮಾತ್ರ ಜೈ ನಮ್ಮಿಂದ ದೂರ ಸರಿಯಿತು. ಇತರರ ಬೆಂಬಲದ ಮೇಲೆ ನಡೆಯಲು ಬಯಸುವವರು, ತಮಗಾಗಿ ಬದುಕುವುದಿಲ್ಲ. ಕುಮಾರ್ ಅವರ ಕತ್ತಿಯ ಮೇಲೆ ನಂಬಿಕೆ ಇದೆ. ಈ ರಕ್ತಪಿಪಾಸು ಮಹಿಳೆಯ ಮುಂದೆ ತಲೆ ಎತ್ತುವ ಶಕ್ತಿ ಯಾರಿಗಿದೆ? ಒಬ್ಬ ಚಾಣಕ್ಯ ಏನು, ನೂರು ಚಾಣಕ್ಯರು ಒಟ್ಟಾಗಿ ಪಂಚನಾಡಿನ ವೀರ ಸೈನಿಕರನ್ನು ಗೆಲ್ಲಲು ಸಾಧ್ಯವಿಲ್ಲ. ಅಲೆಕ್ಸಾಂಡರ್‌ನಂತಹವರ ಈಟಿಗಳು ಮುರಿದುಹೋದ ಮರಗಳು ಇವು. ನಿನ್ನನ್ನು ನಂಬಿದವನು ತಪ್ಪು ಮಾಡುತ್ತಾನೆ. ಇದನ್ನು ಕೇಳಿ ರಾಕ್ಷಸನ ಕಣ್ಣುಗಳು ತೇವವಾದವು. ಆಂತರಿಕವಾಗಿ ಅವರು ತಮ್ಮ ಅದೃಷ್ಟವನ್ನು ನಿಂದಿಸಿದರು. ಅವರು ಹೇಳಲು

ಪ್ರಾರಂಭಿಸಿದರು- "ಯಾರ ಕೆಟ್ಟ ದಿನಗಳು ಬರುತ್ತವೆಯೋ, ಅವನ ಒಳ್ಳೆಯ ಮಾತುಗಳು ಕೆಟ್ಟದಾಗುತ್ತವೆ. ವಿಧಾನ ತಾನ ಹಾರೈಕೆ!" ಕುಮಾರ್ ಕೋಪದಿಂದ ಸ್ವಲ್ಪ ನಿಯಂತ್ರಣ ತಪ್ಪಿದ. ವಿಚಿತ್ರ ಕಣ್ಣುಗಳಿಂದ ಸುತ್ತಲೂ ನೋಡುತ್ತಾ, ಅವರು

ಆದೇಶಿಸಿದರು - ಈ ಅಡುಗೆಯನ್ನು ಸೆರೆಹಿಡಿಯಬೇಕು! ರಾಕ್ಷಸನನ್ನು ನೋಡುವಾಗ ನೀವು ವಿಶ್ರಾಂತಿ ಪಡೆಯಬಹುದು. ರಾಕ್ಷಸ ಮತ್ತು ಕುಮಾರ್? ಕುಮಾರ್- ಈಗ ನೀನು ಕುಮಾರನ ಬಗ್ಗೆ ಚಿಂತಿಸಬೇಡ, ಅವನ ಕೈಯಲ್ಲಿರುವ ಕತ್ತಿ ಅವನ ಬಗ್ಗೆ ಚಿಂತೆ ಮಾಡಲು ಸಾಕು. ಈ ಖಡ್ಗವನ್ನು ತೆಗೆದುಕೊಂಡು ನಾನು ರಣರಂಗದಲ್ಲಿ ಶಿವನಂತೆ ಕಾಮೋದ್ರೇಕವನ್ನು ಶೂನ್ಯಗೊಳಿಸುತ್ತೇನೆ. ಹೀಗೆ ಹೇಳುತ್ತಾ ಮಲ್ಯರು ಕತ್ತಿಗಳನ್ನು ಬೀಸುತ್ತಾ ಸೇನಾ ಶಿಬಿರದ ಕಡೆಗೆ ಹೋದರು.

ಹುಬ್ಬುಗಳನ್ನು ಮೇಲಕ್ಕೆತ್ತಿ ಭಾಗುರಾಯನನ್ನು ನೋಡಿದನು, ಅದಕ್ಕೆ ಉತ್ತರವಾಗಿ ಭಾಗುರಾಯನೂ ಅದೇ ರೀತಿ ಕಣ್ಣು ತಿರುಗಿಸಿದ. ಭಾಗುರಾಯನಿರಲಿ, ಇಲ್ಲದಿರಲಿ ನಮ್ಮಲ್ಲಿ ಗೂಢಚಾರರು ಬೆರೆತಿದ್ದಾರೆ ಎಂದು ರಾಕ್ಷಸರಿಗೆ ಅರ್ಥವಾಯಿತು. ದೆವ್ವಗಳು ಏನನ್ನೂ ಹೇಳದೆ ಕಾವಲುಗಾರರ ಮಧ್ಯೆ ಕತ್ತು ಬಾಗಿಸಿ ವಿಶ್ರಾಂತಿ ಗೃಹದ ಕಡೆಗೆ ಬಂದವು. ಇಲ್ಲಿ ವಿರಾಧ ಮತ್ತು ಜೀವಧರ್ಮ ಆಗಲೇ ಅವನಿಗಾಗಿ ಕಾತರದಿಂದ ಕಾಯುತ್ತಿದ್ದರು. ನಮ್ಮಸ್ವಾಮಿ ರಾಕ್ಷಸನ ರೂಪವು ಸಂಪೂರ್ಣವಾಗಿ ಬದಲಾಗಿರುವುದನ್ನು ನೋಡಿ, ಜೀವಿಯು

ಹೇಳಿದನು - ಯಾರೋ ಹಾಗೆ ತೋರುತ್ತಿದೆ ಹೊಸ ಮಿಂಚು ಮಿಂಚಿತು. ರಾಕ್ಷಸ: ಮಿಂಚು ಮಿಂಚಿಲ್ಲವಷ್ಟೇ ಅಲ್ಲ, ಒಡೆದು ಹೋಗಿದೆ. ಜೀವ್- ಯಾಕೆ ಸ್ವಾಮಿ ಇಷ್ಟೊಂದು ನಿರಾಸೆ?

ರಾಕ್ಷಸ - ಭರವಸೆಯ ಕಿರಣವು ಈಗ ಉಳಿದಿಲ್ಲ. ನಾನು ವಿಶ್ರಾಂತಿ ಪಡೆದ ನೆರಳಿನಲ್ಲಿ ಮರ ಭರವಸೆ ಇತ್ತು ಮತ್ತು ಅದು ದುರಂತವಾಗಿ ನಮ್ಮ ಮೇಲೆ ಬಿದ್ದಿತು.

ಜೀವ- ಮರವನ್ನು ಗುರುತಿಸುವಲ್ಲಿ ನಾವು ತಪ್ಪು ಮಾಡಿರಬೇಕು ಸ್ವಾಮಿ!

ರಾಕ್ಷಸ- ಜಗತ್ತಿನಲ್ಲಿ ತಪ್ಪು ಮಾಡದ ವ್ಯಕ್ತಿ ಯಾರು? ಭಗವಂತ, ಜೀವಂತ ಜಗತ್ತಿನಲ್ಲಿ ಏನಿಲ್ಲ? ಚಾಣಕ್ಯ ಅಂತಹ ಮನುಷ್ಯ ತಪ್ಪು ಮಾಡದ. ರಾಕ್ಷಸ: ನಮ್ಮದೇ ಸೇವಕರು ಎದುರಿಗಿರುವ ಶತ್ರುವನ್ನು ಹೊಗಳಿ ನಮ್ಮ ಉತ್ಸಾಹವನ್ನು ಮುರಿಯುತ್ತಿದ್ದಾರೆಯೇ?

ಜೀವ- ಇಲ್ಲ ಮೇಷ್ಟ್ರು! ಹೀಗೆ ಹೇಳುತ್ತಾ ಯಜಮಾನನು ಚಾಣಕ್ಯನಂತೆ ನಂಬಿಕೆಯನ್ನು ತನ್ನ ಒಡನಾಡಿಯಾಗಿ ಮಾಡಿಕೊಳ್ಳಬೇಕೆಂದು ಸೇವಕನು ಬಯಸುತ್ತಾನೆ. ಆತ್ಮವಿಶ್ವಾಸವೇ ದೊಡ್ಡ ಒಡನಾಡಿ.

ರಾಕ್ಷಸ- ಈ ಸಂದಿಗ್ಧ ಪರಿಸ್ಥಿತಿಯಲ್ಲಿ ಏನು ಮಾಡಬೇಕೆಂದು ನನಗೆ ಅರ್ಥವಾಗುತ್ತಿಲ್ಲ.

ಜೀವ- ನೀನು ಎಲ್ಲೋ ಅಡಗಿಕೋ, ನಾನೊಬ್ಬನೇ ಸಾವಿನ ಮುಖಕ್ಕೆ ಹಾರಿ ಶತ್ರುವನ್ನು ನಾಶಮಾಡುತ್ತೇನೆ. ನೀಡಲಿದೆ

ರಾಕ್ಷಸ- ನಿನ್ನ ಭಕ್ತಿಯಿಂದ ನಾನು ಧನ್ಯನಾಗಿದ್ದೇನೆ. ಆದರೆ ಇದನ್ನೆಲ್ಲ ಹೇಗೆ ಮಾಡುತ್ತೀರಿ?

ಜೀವ್ - ಭಗವಂತನ ಧೈರ್ಯಶಾಲಿ ಭಕ್ತನು ಏನು ಮಾಡಬೇಕು. ಮೇಣ, ಸೀಮೆ ಎಣ್ಣೆ ಮತ್ತು ಕರ್ಪೂರ ಇತ್ಯಾದಿಗಳನ್ನು ಸೇರಿಸಿ ಶತ್ರುಗಳ ಶಸ್ತ್ರಾಗಾರಕ್ಕೆ ಬೆಂಕಿ ಹಚ್ಚುತ್ತೇನೆ. ರಾಕ್ಷಸ: ಬೆಂಕಿ ಹಚ್ಚಿದ ಮೇಲೆ ನೀನು ಹೇಗೆ ಹೊರಬರುವೆ?

ಜೀವ- ಚಕ್ರವ್ಯೂಹಕ್ಕೆ ಹೋದ ಅಭಿಮನ್ಯು ಹೇಗೆ ಹಿಂದಿರುಗಲಿಲ್ಲವೋ ಹಾಗೆಯೇ ಜೀವವೂ ಹಿಂತಿರುಗುವುದಿಲ್ಲ. ನಾನು ಆಯುಧಗಳ ಹೊದಿಕೆಯಡಿಯಲ್ಲಿ ಅಡಗಿಕೊಂಡು ಕುಳಿತು ಅಲ್ಲಿ ಬೆಂಕಿ ಹಚ್ಚಿ ಈ ಮರ್ತ್ಯ ದೇಹವನ್ನೂ ನಾಶಪಡಿಸುತ್ತೇನೆ.

ಈಗ ಯೋಚಿಸುವ ಅಗತ್ಯವಿಲ್ಲ ಸ್ವಾಮಿ! ಶತ್ರುವು ತನ್ನನ್ನು ತಾನೇ ಅಡ್ಡಗಟ್ಟಿದನೆಂದು ನಾನು ಕೇಳಿದ್ದೇನೆ, ಶತ್ರು ನಾಳೆ ಬೆಳಿಗ್ಗೆ ಇಟ್ಟಿಗೆ ಇಟ್ಟಿಗೆಯಿಂದ ಹೋರಾಡುವ ಬಯಕೆಯಿಂದ ತನ್ನ ಸಂತೋಷದ ನಿದ್ರೆಯಿಂದ ಎಚ್ಚರಗೊಳ್ಳುತ್ತಾನೆ. ನನಗೆ ಅನುಮತಿ ಕೊಡು, ಪ್ರಭು! ಮತ್ತು ನೀವು ಚಂದ್ರಗುಪ್ತನನ್ನು ಅಲ್ಲಿಗೆ ಸೇರಿಸಿಕೊಳ್ಳಲು ಪ್ರಯತ್ನಿಸುತ್ತೀರಿ.

ಇಲ್ಲಿ ನಾನು ಚಾಣಕ್ಯನ ದುಷ್ಟ ಯೋಜನೆಗಳನ್ನು ವಿಫಲಗೊಳಿಸುತ್ತೇನೆ, ಇನ್ನೊಂದು ಬದಿಯಲ್ಲಿ ನೀನು ಚಂದ್ರಗುಪ್ತನೊಂದಿಗೆ ಒಪ್ಪಂದವನ್ನು ಮಾಡಿಕೊಂಡು ಅವನನ್ನು ಕರೆದುಕೊಂಡು ಹೋಗಿ ಹೆಮ್ಮೆಯ ಸಾಮ್ರಾಜ್ಯದ ದುರಾಸೆಯ ರಾಜರ ಮೇಲೆ ದಾಳಿ ಮಾಡು.

ಹೀಗೆ ಹೇಳುತ್ತಾ ಜೀವಧರ್ಮನು ಸ್ವಾಮಿಯ ಪಾದಗಳನ್ನು ಮುಟ್ಟಿ ಹೊರಟುಹೋದನು. ನಡೆದುಕೊಂಡು ಹೋಗುವಾಗ ಶತ್ರುಗಳ ಶಸ್ತ್ರಾಗಾರವು ಕಟ್ಟುನಿಟ್ಟಾದ ಕಾವಲಿನಲ್ಲಿದ್ದ ಅಲ್ಲಿಗೆ ತಲುಪಿದನು. ಎಲ್ಲಿಗೂ ಹೋಗಲು ದಾರಿ ಕಾಣದೆ ಏನು ಮಾಡುವುದೆಂದು ಬಹಳ ಹೊತ್ತು ಯೋಚಿಸುತ್ತಲೇ ಇದ್ದ. ಪರಿಹಾರ ಸಿಗದಿದ್ದಾಗ ಮೈಮೇಲೆ ಸೀಮೆಎಣ್ಣೆ ಎರಚಿಕೊಂಡು ಮೇಣದ ಪೆಟ್ಟಿಗೆಯನ್ನು ಕೈಯಲ್ಲಿ ಹಿಡಿದು ಅದೇ ಬಾಕ್ಸ್‌ನಲ್ಲಿ ಸೀಮೆ ಎಣ್ಣೆ ಬಾಟಲಿಗಳನ್ನು ಇಟ್ಟುಕೊಂಡಿದ್ದರು. ತಳಮಳದಿಂದ ಅವನು ಭೂಮಿ ಮತ್ತು ಆಕಾಶವನ್ನು ನೋಡಿದನು ಮತ್ತು ಮರಣದಂಡನೆಯಂತೆ ನಿಂತನು.

ಅವನು ಶಸ್ತ್ರಾಗಾರದ ಬಳಿ ಕಾವಲುಗಾರರಿಂದ ಸ್ವಲ್ಪ ದೂರದಲ್ಲಿದ್ದಾಗ, ಅವನು ತಕ್ಷಣ ತನ್ನ ದೇಹಕ್ಕೆ ಬೆಂಕಿ ಹಚ್ಚಿ ಕಾಳ್ಗಿಚ್ಚಿನಂತೆ ಶತ್ರುಗಳ ಆಯುಧದ ಕಡೆಗೆ ಓಡಿದನು. ಬೆಂಕಿಯನ್ನು ನೋಡಿದ ಯಾವುದೇ ಸೈನಿಕನಿಗೆ ಅದನ್ನು ಹಿಡಿಯುವ ಧೈರ್ಯವಿರಲಿಲ್ಲ. ಬೆಂಕಿಯ ಮೂರ್ತಿಯು ಶಸ್ತ್ರಾಗಾರವನ್ನು ಪ್ರವೇಶಿಸಿದ ಈ ಸಿಡಿಲನ್ನು ನೋಡಿ ಎಲ್ಲರೂ ದಿಗ್ಭ್ರಮೆಗೊಂಡರು. ಡೇರೆಗಳಿಗೆ ಬೆಂಕಿ ಹೊತ್ತಿಕೊಂಡಿತು ಮತ್ತು ಭೀಕರ ಸ್ಫೋಟಗಳು ಸಂಭವಿಸಿದವು.

ಈ ಹಠಾತ್ ದಾಳಿಗೆ ದಾಳಿಕೋರರು ಹೆದರಿ ಓಡಿಹೋದರು. ನಿಂತರೂ ಅವರ ಪಾದಗಳು ನಿಲ್ಲಲಿಲ್ಲ. ಬಹಳ ಕಷ್ಟಪಟ್ಟು ಸುರಕ್ಷಿತ ಸ್ಥಳವನ್ನು ತಲುಪಿ ನಿಲ್ಲಿಸಿದರು. ಭೀಕರ ಸ್ಫೋಟದ ಸುದ್ದಿ ಎಲ್ಲೆಡೆ ಹರಡಿತು.

ಇದನ್ನು ಕೇಳಿದ ರಾಕ್ಷಸನು ಅವನ ಒಂದು ಕಣ್ಣಿನಿಂದ ಕಣ್ಣೀರು ಮತ್ತು ಇನ್ನೊಂದರಿಂದ ಸಂತೋಷದ ಕಣ್ಣೀರು ಹರಿಯಲು ಪ್ರಾರಂಭಿಸಿದನು. ವಿರಾಧ್‌ನ ಸೊಂಟದ ಮೇಲೆ ತನ್ನ ಕೈಯನ್ನು ಇಟ್ಟುಕೊಂಡು ಅವನು

ಹೇಳಿದನು - ವಿಜಯವು ಸಾಧಿಸಲ್ಪಟ್ಟಿತು, ಆದರೆ ವೀರ್ ಮುಂದುವರಿಯುತ್ತಲೇ ಇದ್ದನು! ಜೀವ್ ಅವರಂತಹ ಭಕ್ತ ಮತ್ತೊಬ್ಬರು ಜೀವನದಲ್ಲಿ ಸಿಗಲಿಲ್ಲ. ಹೇಳು, ಚಂದ್ರಗುಪ್ತನ ಸುದ್ದಿ ಏನು? ಚಾಣಕ್ಯ ಬಿಟ್ಟು ಹೋದ ಮೇಲೆ ಇಷ್ಟು ದೊಡ್ಡ ರಾಜ್ಯ ನಿರ್ಮಾಣವಾಗುವುದಾದರೂ ಹೇಗೆ ಎಂದು ವಿರಾಢ- ಚಂದ್ರಗುಪ್ತ ಚಿಂತಿಸುತ್ತಾನೆ. ಓಡಿಸಲಾಗುವುದು

ರಾಕ್ಷಸ- ಈ ಶುಭ ಸಂದರ್ಭವು ಹಾದುಹೋಗಬಾರದು. ಚಂದ್ರಗುಪ್ತ ಹೇಗೋ ನಮ್ಮ ಹಿಡಿತಕ್ಕೆ ಬಿದ್ದರೆ ಚಾಣಕ್ಯನನ್ನು ಸುಲಭವಾಗಿ ಸೋಲಿಸಬಹುದು.

ವಿರಾಧ್- ಲೋ, ಆ ಕುಮಾರರೂ ಎದುರಿನಿಂದ ಬರುತ್ತಿದ್ದಾರೆ, ಅವರ ಮುಖದಿಂದ ಸಂತೋಷದ ಸುರಿಮಳೆಯಾಗುತ್ತಿದೆ. ಬಂದ ಕೂಡಲೇ ರಾಕ್ಷಸನಿಗೆ ನಮಸ್ಕರಿಸಿ ಹರ್ಷೋದ್ರೇಕಕ್ಕೆ

ಹೇಳಿದನು - "ಪ್ರಕೃತಿ ಹೊಂದಿದೆ ಕುಮಾರ್ ಬೆಂಬಲವನ್ನು ನೀಡಿತು, ಶತ್ರುಗಳ ಶಸ್ತ್ರಾಗಾರದಲ್ಲಿ ಬೆಂಕಿ ಕಾಣಿಸಿಕೊಂಡಿತು, ಆಕ್ರಮಣಕಾರರು ತಮ್ಮದೇ ಆದ ಬೆಂಕಿಯಲ್ಲಿ ಸುಟ್ಟುಹೋದರು. ಮಹಾರಾಜರೂ ಪ್ರಜ್ಞೆ ತಪ್ಪಿ ಎದ್ದಿದ್ದಾರೆ, ಆದರೆ ಪ್ರಜ್ಞಾಹೀನತೆಯ ರಹಸ್ಯ ಇನ್ನೂ ಸ್ಪಷ್ಟವಾಗಿಲ್ಲ.ರಾಕ್ಷಸ-ದೇವರು ಅನುಕೂಲಕರವಾದಾಗ, ಪ್ರತಿಕೂಲವಾದವರು ಸಹ ಅನುಕೂಲಕರವಾಗುತ್ತಾರೆ. ಆದರೆ ಕುಮಾರ್! ಈ ಜೈ ಎಷ್ಟು ಕೊಡಬೇಕಿತ್ತೋ ಗೊತ್ತಿಲ್ಲ. ಈ ಗೆಲುವಿಗೆ ನನ್ನ ಪ್ರಾಣ, ಪ್ರಾಣ, ಧರ್ಮ

ತ್ಯಾಗವಾಯಿತುಕುಮಾರ್- ನಮ್ಮನ್ನು ಕ್ಷಮಿಸಿ, ತಿಳಿಯದೆ ನಿನಗೆ ಅವಮಾನವಾಯಿತು.

ರಾಕ್ಷಸರು- ಹಿತೈಷಿಗಳು ತಮ್ಮ ಪ್ರೀತಿಪಾತ್ರರಿಗೆ ಅವಮಾನ ಮಾಡಿದ ನಂತರವೂ ಕೆಟ್ಟದ್ದನ್ನು ಮಾಡುವುದಿಲ್ಲ. ರಾಕ್ಷಸನೊಂದಿಗಿನ ದ್ವೇಷದ ಪರಿಣಾಮಗಳನ್ನು ನೀವು ನೋಡಿದ್ದೀರಿ! ಚಾಣಕ್ಯನು ನಮ್ಮದೇ ಒಡನಾಡಿಗಳೊಂದಿಗೆ ನಮ್ಮನ್ನು ಗೆಲ್ಲಲು ಬಯಸಿದನು! ಸಾಮ್ರಾಜ್ಯದ ದುರಾಸೆಯಿಂದ ಕುರುಡನಾದ ಕುತಂತ್ರಿ ರಾಜನು ರಾಕ್ಷಸನ ಮುಂದೆ ಖಡ್ಗವನ್ನು ಹಿಡಿದು ನಿಂತನು! ಈಗ ಚಾಣಕ್ಯನೊಂದಿಗೆ ಉಳಿದಿರುವುದು ಚಿತ್ರಸೇನ್ ಮಾತ್ರ. ನಾನು ಶೀಘ್ರದಲ್ಲೇ ಚಂದ್ರಗುಪ್ತನೊಂದಿಗೆ ಒಪ್ಪಂದವನ್ನು ಮಾಡಿಕೊಳ್ಳುತ್ತೇನೆ ಮತ್ತು ಚಾಣಕ್ಯನನ್ನು ಸೆರೆಯಾಳಾಗಿ ಮಾಡುತ್ತೇನೆ ಮತ್ತು ಚಿತ್ರಸೇನನನ್ನು ಶಿಲುಬೆಯಲ್ಲಿ ಗಲ್ಲಿಗೇರಿಸುತ್ತೇನೆ. ದೈತ್ಯನು ಬೇರೆ ಏನಾದರೂ ಹೇಳಿರಬಹುದು, ಆದರೆ ಬೆವರುವ ಸೈನಿಕನು ಪ್ರವೇಶಿಸಿದನು ಕುಮಾರ್ ಅದ್ಭುತ! ಚಂದ್ರಗುಪ್ತನ ರಕ್ಷಣೆಯಲ್ಲಿ ಒಂದು ದೊಡ್ಡ ಸೈನ್ಯವು ಪಂಚನಾಡಿನ ಕಡೆಗೆ ಸಾಗಿತು. ಹೇಳಿದರು- ಇದು ಹೆಚ್ಚುತ್ತಿದೆ. ಅವರೊಂದಿಗೆ ಚಿತ್ರಸೇನ್ ಕೂಡ ಇದ್ದಾರೆ ಎಂದು ಕೇಳಿದ್ದೇನೆ. ರಾಕ್ಷಸ- ಚಂದ್ರಗುಪ್ತ ಮತ್ತು ಚಾಣಕ್ಯರ ನಡುವಿನ ಜಗಳ ಕೃತಕವಾಗಿದ್ದಂತೆ ತೋರುತ್ತದೆ. ಈ ವಂಚಕನು ನಾವು ಭೇಟಿಯಾದ ರಾಜರನ್ನು ಪರಸ್ಪರ ಹೊಡೆದಾಡುವಂತೆ ಮಾಡಿ ಅವರನ್ನು ಕೊಲ್ಲಲು ಈ ಭಯಾನಕ ಸಂಚು ಮಾಡಿದ್ದನು.

ಕುಮಾರ್- ಆದರೆ ಈಗ ಏನು ಮಾಡಬೇಕು?

ರಾಕ್ಷಸ - ಧೈರ್ಯಶಾಲಿ ಮನುಷ್ಯ ಏನು ಮಾಡಬೇಕು. ರಣಬಂಕೂರಿನ ವೀರ ಸೈನಿಕರು ಕೋಟೆಯನ್ನು ರಕ್ಷಿಸಲು ಕಬ್ಬಿಣದ ಗೋಡೆಯಂತೆ ನಿಲ್ಲುವಂತೆ ಮಾಡಿ! ಒಂದು ಕ್ಷಣವೂ ಬೇರೆ ಯಾವುದರ ಬಗ್ಗೆಯೂ ಯೋಚಿಸಲು ಅವಕಾಶವಿಲ್ಲ. ವಿಜಯ ಅಥವಾ ಸಾವು, ನಿಮ್ಮ ದಾರಿಯಲ್ಲಿ ಬರುವ ಎಲ್ಲವನ್ನೂ ಸ್ವೀಕರಿಸಿಮಲಯನು ತನ್ನ ಕತ್ತಿಯನ್ನು ಹೊರತೆಗೆದು ಕೋಪದಿಂದ

ಗರ್ಜಿಸಿದನು - ವೀರ ದಳಪತಿ! ನೀನು ನಿನ್ನ ಸೈನ್ಯವನ್ನು ತೆಗೆದುಕೊಂಡು ಹೋಗಿ ಚಂದ್ರಗುಪ್ತನನ್ನು ದಾರಿಯಲ್ಲಿ ನಿಲ್ಲಿಸು, ನಾನು ನನ್ನ ಸೈನ್ಯದೊಂದಿಗೆ ಕೋಟೆಯ ದ್ವಾರಕ್ಕೆ ಹೋಗುತ್ತಿದ್ದೇನೆ. ಇಂದು ಒಂದೋ ರಾತ್ರಿಯ ಚಂದ್ರನು ನಮ್ಮನ್ನು ನೋಡುವುದಿಲ್ಲ ಅಥವಾ ಚಂದ್ರಗುಪ್ತನ ತಲೆಯು ಪಂಚನಾಡಿನ ಕೆಸರಿನಲ್ಲಿ ಉರುಳುತ್ತದೆ. ಜೈ ರುಧೀರಪ್ರಿಯಾ! ಜೈ ಚಂಡಿ! ಅವರು ಅನುಮತಿ ಪಡೆದ ತಕ್ಷಣ, ಕಮಾಂಡರ್ ಹೊರಟುಹೋದರು. ಆದರೆ ನಾವು ಬಾಗಿಲಿನಿಂದ ಹೊರಬರುವ ಮೊದಲು, ಒಬ್ಬ ಸೈನಿಕ ಬಂದು ಮಾಹಿತಿ

ನೀಡಿದರು - ಚಂದ್ರಗುಪ್ತನ ಬೃಹತ್ ಸೈನ್ಯದ ವಿರುದ್ಧ ನಮ್ಮ ಕೆಲವು ಸೈನಿಕರು ಹಸಿದ ಸಿಂಹಗಳಂತೆ ಹೋರಾಡಿದರು, ಆದರೆ ಫಲಿತಾಂಶವು ಮರಣವಲ್ಲ. ಚಂದ್ರಗುಪ್ತನ ಸೈನ್ಯವು ಕೋಟೆಯತ್ತ ಸಾಗುತ್ತಲೇ ಇತ್ತು, ಕೊಲ್ಲುತ್ತಾ ಕೊಲ್ಲುತ್ತಾ

ಇತ್ತುಕಮಾಂಡರ್ - ಅವಳು ಬರುತ್ತಿಲ್ಲ, ಬರುತ್ತಿದ್ದಾಳೆ! ನೋಡಿ, ಕುದುರೆಯ ಗೊರಸುಗಳ ಸದ್ದು ಕೇಳಿಸುತ್ತದೆ. ಸೈನ್ಯದ ಪಾದಗಳಿಂದ ಬೀಸುವ ಬಿರುಗಾಳಿಯು ನಮ್ಮನ್ನು ನಾಶಮಾಡಲು ಸಾವಿನಂತೆ ಬರುತ್ತಿದೆ. ಆದರೆ ನಾವು ಮೃತ್ಯುಂಜಯರು, ಸಾಯುವ ಮುನ್ನ ಸಾವನ್ನೂ ಸಾಯಿಸುತ್ತೇವೆ. ಸೈನಿಕ! ನೀನು ಕುಮಾರನಿಗೆ ಮಹಾರಾಜನನ್ನು ಕರೆದುಕೊಂಡು ಹೋಗಿ ರಹಸ್ಯ ಮಾರ್ಗದಲ್ಲಿ ಹೋಗು ಎಂದು ಹೇಳು, ನಾನು ಚಂದ್ರಗುಪ್ತನನ್ನು ಎದುರಿಸುತ್ತೇನೆ. ಸೈನಿಕನು ಅಲ್ಲಿಗೆ ಹೋದನು ಮತ್ತು ಚಂದ್ರಗುಪ್ತನ ಸೈನ್ಯವು ಕೋಟೆಯನ್ನು ಸುತ್ತುವರೆದಿತು. ಈಗಾಗಲೇ ದಾಳಿಯಲ್ಲಿದೆ ಕಮಾಂಡರ್ ಹುತಾತ್ಮರಾದರು ಮತ್ತು ಸೈನ್ಯವು ಕೋಟೆಯನ್ನು ಪ್ರವೇಶಿಸಿತು. ಕೈಯಲ್ಲಿ ರಕ್ತಸಿಕ್ತ ಖಡ್ಗವನ್ನು ಹಿಡಿದುಕೊಂಡು ಚಂದ್ರಗುಪ್ತನು ಕೆಲವು ಸೈನಿಕರೊಂದಿಗೆ ಪ್ರವೇಶಿಸಿದಾಗ ಕುಮಾರನಿಗೆ ತನ್ನ ಸಂಪೂರ್ಣ ಕಥೆಯನ್ನು ಹೇಳಲು ಸೈನಿಕನಿಗೆ

ಸಾಧ್ಯವಾಗಲಿಲ್ಲ - ಈಗ ಕತ್ತಿಯನ್ನು ಹೊರತೆಗೆಯಲು ಪ್ರಯತ್ನಿಸಬೇಡಿ, ಇಲ್ಲದಿದ್ದರೆ ಈ ಹಸಿರು ಸಾಮ್ರಾಜ್ಯವು ರಕ್ತದ ಹೊಳೆಯಾಗಿ ಬದಲಾಗುತ್ತದೆಹೊಗೋಣ.

ಕುಮಾರ್ - ವಿಶ್ವಾಸಘಾತುಕ! ನೀವು ಇಲ್ಲಿಗೆ ಬಂದಿರುವುದು ಒಳ್ಳೆಯದು. ತೋಳಿನಲ್ಲಿ ಹಾವು ಅವನಿಗೆ ಹಾಲು ಕುಡಿಸಿದ್ದೆ, ಇಂದು ನಾನು ಅವನ ತಲೆಯನ್ನು ಕತ್ತರಿಸಿ ನನ್ನ ಜ್ವಾಲೆಯನ್ನು ಶಾಂತಗೊಳಿಸುತ್ತೇನೆ.

ಚಂದ್ರಗುಪ್ತ- ನೀನು ಮರೆಯುತ್ತಿರುವೆ, ಚಂದ್ರಗುಪ್ತನು ಯಾರಿಗೂ ದ್ರೋಹ ಮಾಡುವುದಿಲ್ಲ. ಅವನು ದೇಶದ್ರೋಹಿಯ ಶತ್ರು ಮಾತ್ರ. ನೀನು ನನ್ನನ್ನು ತಬ್ಬಿಕೊಳ್ಳಬೇಕೆಂದಿದ್ದರೆ ಇವತ್ತೂ ನಿನ್ನನ್ನು ತಬ್ಬಿಕೊಳ್ಳಲು ಸಿದ್ಧನಿದ್ದೇನೆ.

ಕುಮಾರ್- ನೀನು ಮತ್ತು ನಾನು ಇಂದು ಕತ್ತಿಗಳಿಂದ ಒಬ್ಬರನ್ನೊಬ್ಬರು ಅಪ್ಪಿಕೊಳ್ಳುತ್ತೇವೆ. ಹೀಗೆ ಹೇಳುತ್ತಾ ಕುಮಾರ್ ಕತ್ತಿ ಹಿರಿದು ಇಬ್ಬರ ನಡುವೆ ನೇರ ಕಾಳಗ ಶುರುವಾಯಿತು. ಇಬ್ಬರೂ ಧೈರ್ಯಶಾಲಿಗಳಾಗಿದ್ದರು. ಚಂದ್ರಗುಪ್ತನ ಹರಿತವಾದ ಖಡ್ಗವು ಅವಕಾಶವನ್ನು ಪಡೆದುಕೊಂಡಿತು ಮತ್ತು ಮಲ್ಯನ ಬಲಗೈಯನ್ನು ಪ್ರವೇಶಿಸಿತು, ಆದರೆ ತಕ್ಷಣವೇ ಕುಮಾರ್ ತನ್ನ ಎಡಗೈಯಲ್ಲಿ ಖಡ್ಗವನ್ನು ತೆಗೆದುಕೊಂಡನು. ನಾನು ಚಂದ್ರಗುಪ್ತನ ಬಲಗೈಗೆ ಗಾಯ ಮಾಡಿಕೊಂಡೆ. ಇಬ್ಬರು ವೀರ ಯೋಧರ ಕತ್ತಿಗಳು ಇದ್ದಕ್ಕಿದ್ದಂತೆ ರಕ್ತದ ಕೆಂಪು ಭಯಾನಕತೆಯನ್ನು ಸೃಷ್ಟಿಸಿದವು ಓಡುವ ನೆರಳು ಇಬ್ಬರ ನಡುವೆ ಬಂದು ನಿಂತಿತು. ಇಬ್ಬರ ಕತ್ತಿಗಳೂ ಡಿಕ್ಕಿ ಹೊಡೆದು ನಿಂತವು. ಮಲ್ಯನು ಕಟುವಾಗಿ

ಹೇಳಿದನು – ನೀನು ಮಧ್ಯದಿಂದ ದೂರ ಹೋಗು, ಛಾಯಾನೆರಳು: ಸಹೋದರಿಯ ಮುಂದೆ ಒಂದೇ ದೇಶದಲ್ಲಿ ವಾಸಿಸುವ ಇಬ್ಬರು ಸಹೋದರರ ನಡುವೆ ಯುದ್ಧ ನಡೆಯಲು ಸಾಧ್ಯವಿಲ್ಲ. ಇಬ್ಬರೂ ಕತ್ತಿಗಳನ್ನು ಬಳಸಬೇಕಾದರೆ ಮೊದಲು ನನ್ನ ಕುತ್ತಿಗೆಯನ್ನು ಕತ್ತರಿಸು! ಚಂದ್ರಗುಪ್ತನು ನೆರಳನ್ನು ನೋಡಿದ ತಕ್ಷಣ, ಅವನ ದೇಹದ ಪ್ರತಿಯೊಂದು ರಂಧ್ರದಲ್ಲೂ ಅವನ ಹಿಂದಿನ ನೆನಪುಗಳು ಜಾಗೃತಗೊಂಡವು. ಕುಮಾರ್ ಚಂದ್ರಗುಪ್ತನನ್ನು ನೋಡಿದನು ಮತ್ತು ಚಂದ್ರಗುಪ್ತನು ಕುಮಾರನನ್ನು ನೋಡಿದನು. ಇಬ್ಬರ ಕಣ್ಣಲ್ಲೂ ನೆರಳು ತುಂಬಿದ್ದು ದೇವರೇ ಬಲ್ಲ. ಎಂದು ಹಗೆತನ ಯೋಚಿಸತೊಡಗಿತು. ತೂಗುವ ಕತ್ತಿಗಳು ನಮಸ್ಕರಿಸಿದವು. ಚಂದ್ರಗುಪ್ತನು ತನ್ನ ಖಡ್ಗವನ್ನು ತೆಗೆದುಕೊಂಡನು ಅದನ್ನು ಪೊರೆಯಲ್ಲಿ ಹಾಕಿ ಕುಮಾರ್ ಕೂಡ ತನ್ನ ಕತ್ತಿಯನ್ನು ಕವಚಕ್ಕೆ ಹಾಕಿದನು

25

ಕುಸುಂಪುರದ ಗಗನಚುಂಬಿ ಕೋಟೆಯ ಮೇಲೆ ಮೌರ್ಯ ಸಾಮ್ರಾಜ್ಯದ ವಿಜಯ ಪತಾಕೆ ಹಾರಾಡುತ್ತಿತ್ತು. ಭೂಮಿ ತನ್ನ ಕೈಯಲ್ಲಿ ಹಣ್ಣುಗಳು ಮತ್ತು ಹೂವುಗಳೊಂದಿಗೆ ಧ್ವಜದ ನೆರಳಿನಲ್ಲಿ ಸುತ್ತುತ್ತಿದ್ದಳು. ಝೇಂಕರಿಸುವ ಧ್ವಜದ ಮಹಾತ್ಮ ಚಾಣಕ್ಯನು ತನ್ನ ಕಣ್ಣುಗಳಿಂದ ಆರತಿಯನ್ನು ಮಾಡುವಾಗ ಸ್ವತಃ

ಹೇಳಿದನು - "ಬ್ರಾಹ್ಮಣನ ಕೆಲಸವು ಪೂರ್ಣಗೊಂಡಿದೆ. ಇಂದು ಜಗತ್ತು ಭಾರತದ ಹೆಮ್ಮೆಯಿಂದ ಪ್ರಭಾವಿತವಾಗಿದೆ. ತುಂಡು ತುಂಡಾಗಿರುವ ಭಾರತವು ಒಂದೇ ಧ್ವಜದಡಿಯಲ್ಲಿ ಸರ್ವಾಧಿಕಾರಿ ಸಾರ್ವಜನಿಕ ಕಲ್ಯಾಣ ರಾಜ್ಯವಾಗಬೇಕೆಂದು ಚಾಣಕ್ಯ ಬಯಸಿದ್ದರು. ಅವರ ಆಸೆ ಈಡೇರಿತು.

ಕುಸುಮಪುರದಲ್ಲಿ ಚಾಣಕ್ಯನ ಭಾವಗಳ ವಿಜಯ ಪತಾಕೆ ರಾರಾಜಿಸುತ್ತಿದೆ. "ನಮ್ಮ ಕಾಸ್ಮಿಕ್ ಉದ್ದೇಶವನ್ನು ಸಾಧಿಸಲಾಗಿದೆ. ಈಗ ನಾವು ಈ ಹೊಳೆಯುವ ಪ್ರಪಂಚದಿಂದ ದೂರ ಆಧ್ಯಾತ್ಮಿಕ ಜಗತ್ತಿನಲ್ಲಿ ವಾಸಿಸುತ್ತೇವೆ. ಹೀಗೆ ಹೇಳುತ್ತಾ ಚಾಣಕ್ಯ ಸೀಟಿನ ಮೇಲೆ ಬಿದ್ದಿದ್ದ ತನ್ನ ಹರಿದ ಸೊಂಟದ ಬಟ್ಟೆಯನ್ನು ಎತ್ತಿಕೊಂಡು ಹೊಲಿಯತೊಡಗಿದದೂರದಿಂದ ಬಂದ ಚಂದ್ರಗುಪ್ತನು ಮಹಾತ್ಮ ಚಾಣಕ್ಯನು ತನ್ನ ಬಟ್ಟೆಗಳನ್ನು ಧರಿಸಿ ತನ್ನ ಇಡೀ ಸಾಮ್ರಾಜ್ಯವನ್ನು ಧೂಳಿನಂತೆ ಪರಿಗಣಿಸುವುದನ್ನು ನೋಡಿ

ಹೇಳಿದನು - ಸ್ವರ್ಗದ ರಾಜ್ಯವೂ ಆಚಾರ್ಯ ಚಾಣಕ್ಯನ ಶ್ರೇಷ್ಠತೆಗಿಂತ ಶ್ರೇಷ್ಠವಾಗಿರಲು ಸಾಧ್ಯವಿಲ್ಲ. ಇಷ್ಟು ದೊಡ್ಡ ಸಂಸ್ಥಾನದ ಏಕೈಕ ಸಂಸ್ಥಾಪಕ ಮಹಾತ್ಮ ಚಾಣಕ್ಯ ಈ ಗುಡಿಸಲಿನಲ್ಲಿ ದುಡಿಮೆಯಿಲ್ಲದೆ ನೆಮ್ಮದಿಯಿಂದ ಬದುಕುತ್ತಿದ್ದಾರೆ. ನಿಜವಾಗಿಯೂ ಚಕ್ರವರ್ತಿ ಮತ್ತು ಸಂತರ ನಡುವೆ ಯಾವುದೇ ಹೋಲಿಕೆ ಇಲ್ಲ.' ಹತ್ತಿರ ಬಂದು, ಭಾರತದ ಚಕ್ರವರ್ತಿ ಸಂತ ಚಾಣಕ್ಯನ ಪಾದಗಳಿಗೆ ತಲೆಬಾಗಿ

ಹೇಳಿದರು- "ತಮ್ಮ ತ್ಯಾಗ ಮತ್ತು ಶಕ್ತಿಯಿಂದ ಇಂತಹ ದೊಡ್ಡ ಸಾಮ್ರಾಜ್ಯವನ್ನು ಸ್ಥಾಪಿಸಿದ ಮಹಾತ್ಮರು ಈ ಕುಟೀರದಲ್ಲಿ ವಾಸಿಸುತ್ತಿದ್ದರು. ವಾಸಿಸುವ ಮೂಲಕ, ನೀವು ಕಿರೀಟವನ್ನು ನಾಚಿಕೆಪಡಿಸುತ್ತಿದ್ದೀರಿ.,

ಚಾಣಕ್ಯ- ರಾಜ್ಯವನ್ನು ಸ್ವಾಧೀನಪಡಿಸಿಕೊಂಡ ನಂತರ, ಸಾರ್ವಜನಿಕ ಹಿತಾಸಕ್ತಿಯಲ್ಲಿ ತೊಡಗಿಸಿಕೊಳ್ಳದ ಅಂತಹ ರಾಜನಿಂದ ಒಂದು ದಿನ ಜನರು ರಾಜ್ಯವನ್ನು ಕಸಿದುಕೊಳ್ಳುತ್ತಾರೆ. ನಾನು ಅದನ್ನು ಆನಂದಿಸಲು ರಾಜ್ಯವನ್ನು ತೆಗೆದುಕೊಳ್ಳಲಿಲ್ಲ, ಆದರೆ ನಾನು ಮಾನವೀಯತೆಯನ್ನು ಉಳಿಸುವ ಬಯಕೆಯಿಂದ ಈ ಹೊಸ ರಾಜ್ಯವನ್ನು ಸ್ಥಾಪಿಸಿದೆ. ಇದು ಭೂಮಿಯ ಮೇಲಿನ ಲಕ್ಷಾಂತರ ಪುತ್ರರ ಆಸ್ತಿ. ನನ್ನ ಕೆಲಸ ಪೂರ್ಣಗೊಂಡಿದೆ. ಈಗನೀನು ಮತ್ತು ನಿನ್ನ ರಾಜ್ಯವು ಸಮೃದ್ಧಿಯಾಗಲಿ! ಮುಂಬರುವ ಏಕಾದಶಿಯಂದು ಈ ಬ್ರಾಹ್ಮಣ ಕಾಡಿಗೆ ಹೋಗುತ್ತಾನೆ.

ಚಂದ್ರಗುಪ್ತ - ಗುರುದೇವ ಏನು ಹೇಳುತ್ತಿದ್ದಾನೆ! ನೀನಿಲ್ಲದೆ ನಾನು ಈ ಬೃಹತ್ ರಾಜ್ಯವನ್ನು ಹೇಗೆ ನಿಭಾಯಿಸಲಿ! ನೀನಿಲ್ಲದಿದ್ದರೆ ಚಂದ್ರಗುಪ್ತನ ಧೂಳು ಯಾವ ಚಂಡಮಾರುತದ ಗಾಳಿಗೂ ಪತ್ತೆಯಾಗುತ್ತಿರಲಿಲ್ಲ.

ಚಾಣಕ್ಯ- ಈ ಬೃಹತ್ ರಾಜ್ಯದ ಅಡಿಪಾಯ ಈಗ ಶತಮಾನಗಳವರೆಗೆ ಬೆಂಕಿ ಬರಲು ಸಾಧ್ಯವಾಗದಷ್ಟು ದೃಢವಾಗಿದೆ. ನನ್ನ ಸ್ಥಾನದಲ್ಲಿ, ಭವಿಷ್ಯದಲ್ಲಿ, ಪರಮ ಸದ್ಗುಣಶೀಲ, ಚಾರಿತ್ರ್ಯವಂತ, ದೇಶಭಕ್ತ, ಬ್ರಾಹ್ಮಣ ರಾಕ್ಷಸರು ಅಲಂಕರಿಸುತ್ತಾರೆ ಮತ್ತು ನಾನು ಎಲ್ಲಿ ವಾಸಿಸುತ್ತಿದ್ದೇನೆ, ನನ್ನ ಹೃದಯವು ಯಾವಾಗಲೂ ಮನುಷ್ಯರೊಂದಿಗೆ ಇರುತ್ತದೆ.

ಚಂದ್ರಗುಪ್ತ - ಆದರೆ ಅವರು ಯಾವುದೇ ಷರತ್ತಿನಲ್ಲಿಯೂ ಸಿದ್ಧರಿಲ್ಲ. ಲಕ್ಷ ಹೇಳಿದ ನಂತರವೂ

ಅವರು ಬೃಹತ್ ರಾಜ್ಯದ ಸ್ಥಾಪನೆಯನ್ನು ಅವರು ದೊಡ್ಡ ಸೋಲು ಎಂದು ಪರಿಗಣಿಸುತ್ತಾರೆ.

ಚಾಣಕ್ಯ- ವೈಯಕ್ತಿಕ ಸೋಲು ಸಾಮೂಹಿಕ ಗೆಲುವಿನಲ್ಲಿ ಸೋಲಲ್ಲ, ಆದರೆ ದೊಡ್ಡ ಗೆಲುವಿನಲ್ಲಿಯೂ ಒಬ್ಬನ ಸೋಲು ನೋವಿನಿಂದ ಕೂಡಿರುತ್ತದೆ. ದೈತ್ಯನನ್ನು ನನ್ನದಾಗಿಸಲು, ನಾನು ನನ್ನ ಜೀವನದ ದೊಡ್ಡ ಮಹತ್ವಾಕಾಂಕ್ಷೆಯನ್ನು ತ್ಯಾಗ ಮಾಡಬೇಕಾಗಿದೆ

ಚಂದ್ರಗುಪ್ತ- ಅವನು ಎಂತಹ ಗುರುದೇವ!

ಚಾಣಕ್ಯ - ಗರ್ಭದಲ್ಲಿರುವ ಎಲ್ಲಾ. ರಾಕ್ಷಸರು ಈಗ ಎಲ್ಲಿದ್ದಾರೆ?

ಚಂದ್ರಗುಪ್ತ- ರಾಜಮನೆತನದಲ್ಲಿ ಬಂಧಿಯಾಗಿರುವ ರಾಜನಂತೆ, ಕಟ್ಟುನಿಟ್ಟಾದ ಕಾವಲುಗಾರನಾಗಿ ಅವನು ಸುರಕ್ಷಿತವಾಗಿರುತ್ತಾನೆ. ಪಂಚನದ ವಿಜಯದ ನಂತರ, ಅವನನ್ನು ತಂದು ಅದೇ ಅರಮನೆಯಲ್ಲಿ ಇರಿಸಲಾಯಿತು, ಅಂದಿನಿಂದ ಅವನು ಅಲ್ಲಿಯೇ ಇದ್ದನು. ಅವರಿಗೆ ಎಲ್ಲಾ ಉತ್ತಮ ಚಿಕಿತ್ಸೆ ನೀಡಲಾಗಿದ್ದರೂ ಅವರು ಯಾವಾಗಲೂ ದುಃಖಿತರಾಗಿರುವುದು ಏಕೆ ಎಂದು ನನಗೆ ತಿಳಿದಿಲ್ಲ. ಕೇವಲ ಒಂದು ರೊಟ್ಟಿ ಹಾಲು, ಕಾಲು ಲೀಟರ್ ನೀರು ಮತ್ತು ಎರಡು ನಿಂಬೆ ಹಣ್ಣುಗಳೊಂದಿಗೆ ಜೀವನ ಸಾಗಿಸುತ್ತಿದ್ದಾರೆ. ಚಾಣಕ್ಯ- ರಾಕ್ಷಸನಿಗೆ ಶುಭವಾಗಲಿ! ನಿಮ್ಮಂತಹ ರಾಜ್ ಭಕ್ತರು ಇತಿಹಾಸದಲ್ಲಿ ಅಪರೂಪ. ಚಂದ್ರ ಗುಪ್ತಾ! ಚಾಣಕ್ಯನು ರಾಜ ಸ್ಥಾನವನ್ನು ತ್ಯಜಿಸುವ ಮೂಲಕ ಮನುಕುಲದ ಹಿತಕ್ಕಾಗಿ ದೇಶಭ್ರಷ್ಟನಾಗುತ್ತಿದ್ದಾನೆ ಎಂದು ಘೋಷಿಸಬೇಕು. ನಾವು ಭೌತಿಕ ಪ್ರಪಂಚವನ್ನು ತೊರೆಯಲು ನಿರ್ಧರಿಸಿದ್ದೇವೆ. ಚಂದ್ರಗುಪ್ತನ ಕಣ್ಣಲ್ಲಿ ನೀರು ಜಿನುಗಿತು. ಅವನ ಪಾದಗಳನ್ನು ಹಿಡಿದು

ಹೇಳಿದನು - 'ಇಲ್ಲ ರಾಜರ್ಷಿ! ಈಗ

ಸಾಧ್ಯವಿಲ್ಲಚಾಣಕ್ಯ-ನಾವು ಆದೇಶಿಸಿದ್ದನ್ನು ಅನುಸರಿಸಿ. ಚಾಣಕ್ಯನು ಯಾರ ಇಚ್ಛೆಯಿಂದ ಪ್ರಭಾವಿತನಾಗುವುದಿಲ್ಲ. ಅವನು ಯಾವ ಕರುಣೆಯಿಂದಲೂ ಮುರಿಯಲಾಗದ ಗಟ್ಟಿಯಾದ ಕಲ್ಲು. ಹೋಗು, ಆ ಸುವಾಸಿನಿ ಎದುರಿನಿಂದ ಬರುತ್ತಿದ್ದಾಳೆ. ಚಾಣಕ್ಯ ಇನ್ನೇನು ಹೇಳುವ ಮೊದಲೇ ಸುವಾಸಿನಿ ತನ್ನ ಕೈಯಿಂದಲೇ ಬಟ್ಟೆ ನೇಯ್ದಿದ್ದಳು. ಸರಳವಾದ ಧೋತಿಯನ್ನು ಧರಿಸಿ, ಉಷಾ ಬೆಳಗಿನ ಬಿಳಿ ಸೀರೆಯನ್ನು ಉಟ್ಟು ಭೂಮಿಗೆ ಇಳಿದಂತೆ ಬಂದಳು. ಹೌದು. ಸುವಾಸಿನಿ ಏನನ್ನೂ ಹೇಳುವ ಮೊದಲೇ ಚಂದ್ರಗುಪ್ತನು

ಹೇಳಿದನು - ಇದನ್ನು ಕೇಳಿ ನಿನಗೆ ಸಂತೋಷವಾಯಿತು. ಮಹಾತ್ಮಾ ಚಾಣಕ್ಯ ರಾಜ್ಯವನ್ನು ಬಿಟ್ಟು ಕಾಡಿಗೆ ಹೋಗುತ್ತಿರಬೇಕು. ಸುವಾಸಿನಿ ಮೃದುವಾಗಿ ನಗುತ್ತಾಳೆ ಮತ್ತು ನಂತರ ಗಂಭೀರವಾಗಿ

ಮಾತನಾಡಿದರು - ಮಹಾತ್ಮರ ಪ್ರತಿಯೊಂದು ಭಾಷೆಯಲ್ಲಿ ಒಂದು ನಿಗೂಢವಿದೆ. ಬಹಳಷ್ಟು ದಾರಿ ತಪ್ಪಿಸುವುದು ಅವರಿಗೆತಿಳಿದಿದೆ.

ಚಾಣಕ್ಯ- ಯಾರು ಒದ್ದಾಡುತ್ತಾರೋ ಅವರು ಸರಳ ವಿಷಯಗಳಿಂದಲೂ ದೂರ ಹೋಗುತ್ತಾರೆ. ಆದರೆ ನಾನು ನಿನ್ನನ್ನು ಮೋಹಿಸಲಿಲ್ಲ, ಸುವಾಸಿನಿ! ನಾನು ನಿಜವಾಗಿಯೂ ಆಧ್ಯಾತ್ಮಿಕ ಜಗತ್ತಿಗೆ ಹೋಗುತ್ತಿದ್ದೇನೆ. ಈ ಮರ್ತ್ಯ ಜಗತ್ತಿನಲ್ಲಿ ಮನುಷ್ಯ ಸುಳ್ಳು ಲಗತ್ತುಗಳನ್ನು ಹೊಂದಿದ್ದಾನೆ.

ಸುವಾಸಿನಿ - ಲೋಕದ ಕಠೋರತೆಯಿಂದ ಸೋತವನು ಈ ರೀತಿ ಮಾತನಾಡುತ್ತಾನೆ. ಆಧ್ಯಾತ್ಮಿಕತೆ ಎಂದರೆ ಪ್ರಪಂಚದಿಂದ ಓಡಿಹೋಗುವುದು ಎಂದಲ್ಲ. ಆಧ್ಯಾತ್ಮ ಪ್ರಪಂಚವನ್ನು ತೊರೆಯಲು ಹೇಳುವುದಿಲ್ಲ. ಪ್ರಪಂಚದಲ್ಲಿ ಜೀವಿಸುತ್ತಾ ಸಕಲ ಜೀವರಾಶಿಗಳ ಕಲ್ಯಾಣದಲ್ಲಿ ನಿರತನಾದವನೇ ಶ್ರೇಷ್ಠ ಆಧ್ಯಾತ್ಮಿಕ ವ್ಯಕ್ತಿ. ಕಾಡಿನಲ್ಲಿ ಅಲೆದಾಡುವ ಮತ್ತು ಶೂನ್ಯದೊಂದಿಗೆ ಮಾತನಾಡುವ ಸನ್ಯಾಸಿಯು ಜಗತ್ತಿನಲ್ಲಿ ವಾಸಿಸುವ ಮತ್ತು ಮಾನವ ಕಲ್ಯಾಣ ಮಾಡುವ ಚಾಣಕ್ಯನಿಗಿಂತ ಉನ್ನತನಾಗಲು ಸಾಧ್ಯವಿಲ್ಲ.

ಚಾಣಕ್ಯ- ಮನುಷ್ಯನಿಗೆ ಎಲ್ಲದಕ್ಕೂ ಉತ್ತರವಿದೆ, ಆದರೆ ಎಲ್ಲರೂ ಸಂಪೂರ್ಣವಾಗಿ ಶುದ್ಧರಲ್ಲ. ಚಂದ್ರ ಗುಪ್ತಾ! ಇಲ್ಲಿಯೇ ಇದ್ದು ಸಮಯ ಹಾಳು ಮಾಡು ಎಂದು ನಾವು ಕೇಳಿಲ್ಲ.

ಚಂದ್ರಗುಪ್ತ- ಇದು ತಪ್ಪು ಗುರುದೇವಹೀಗೆ ಹೇಳುತ್ತಾ ಚಂದ್ರಗುಪ್ತನು ಹೊರಟುಹೋದನು ಮತ್ತು ಚಾಣಕ್ಯನು ಮತ್ತಷ್ಟು

ಹೇಳಿದನು - ಗುರಿಯನ್ನು ತಲುಪಿದ ನಂತರ, ಪ್ರಯಾಣಿಕನು ವಿಶ್ರಾಂತಿಯನ್ನು ಬಯಸುತ್ತಾನೆ. ಚಾಣಕ್ಯನಿಗೆ ಎಲ್ಲಿಯಾದರೂ ಶಾಂತಿಯಿದ್ದರೆ ಅದು ಶೂನ್ಯದ ಮಡಿಲಲ್ಲಿ ಮಾತ್ರ. ಆದರೆ ಅಲ್ಲಿಯೂ ಎಲ್ಲರ ಅವಾಂತರಗಳಿಂದ ದುಃಖಿತನಾಗುತ್ತಾನೆ. ಮನುಷ್ಯ ಶಾಂತಿಯನ್ನು ಹುಡುಕಿಕೊಂಡು ಅನೇಕ ಕಡೆ ಅಲೆಯಬೇಕಾಗುತ್ತದೆ.

ಸುವಾಸಿನಿ - ಮನುಷ್ಯನು ಪದಗಳ ದೊಡ್ಡ ಮೋಸಗಾರ. ಒಂದು ದಿನ ನೀವು 'ಪರಿಮಳ! ಭರವಸೆ ಈಡೇರಿದ ನಂತರ ನಾನು ನಿಮ್ಮ ನೆರಳಿನಲ್ಲಿ ಶಾಂತಿಯನ್ನು ಉಸಿರಾಡುತ್ತೇನೆ" ಮತ್ತು ಇಂದು ನೀವು ಶೂನ್ಯದಲ್ಲಿ ಸಂತೋಷವನ್ನು ಕಾಣಲಿದ್ದೀರಿ.

ಚಾಣಕ್ಯ- ಪರೋಕ್ಷ ಭಾಷೆ ಗೋಚರದಲ್ಲಿ ಸ್ಪಷ್ಟವಾಗಿಲ್ಲ. ಸಂತೋಷವಾಗಿ ಕಾಣುವ ಅನೇಕರ ಸಂತೋಷವು ಅತೃಪ್ತರ ನಿಟ್ಟುಸಿರುಗಳಿಗಿಂತ ಹೆಚ್ಚು ಸಹಾನುಭೂತಿಯಾಗಿರುತ್ತದೆ. ಚಾಣಕ್ಯ ತನ್ನ ಜೀವನದಲ್ಲಿ ಎಂದಿಗೂ ಸಂತೋಷವನ್ನು ನೋಡಲಿಲ್ಲ, ದುಃಖವು ಅವನ ಜೀವನದ ಏಕೈಕ ಸಾಧನೆಯಾಗಿದೆ. ಸರಿ ಬಿಡಿ ಸುವಾಸಿನಿ! ಈ ವಿಷಯಗಳಲ್ಲಿ ಏನಿದೆ? ಚಾಣಕ್ಯನು ಯಾರಿಗೂ ಒಳ್ಳೆಯದನ್ನು ಮಾಡುವುದಿಲ್ಲ ಎಂದು ನಿಮಗೆ ತಿಳಿದಿದೆ. ಅವನು ತುಂಬಾ ಕಠೋರ. ಅವನು ಮಾಡುವ ಪ್ರತಿಯೊಂದರಲ್ಲೂ ಮೋಸವಿದೆ. ನಿನಗೂ ಮೋಸ ಮಾಡಿದ್ದೇನೆ, ನಿನ್ನನ್ನು ಪ್ರೀತಿಸುವುದಿಲ್ಲ.

ಸುವಾಸಿನಿ - ಏನು ಹೇಳುತ್ತಿರುವೆ? ನಿಮ್ಮ ಈ ಭಾಷೆಯಿಂದ ನಾನು ಮೋಸ ಹೋಗಿದ್ದೇನೆ. ಇಲ್ಲ ಇಲ್ಲ! ಇದು ಎಂದಿಗೂ ಸಂಭವಿಸಲು ಸಾಧ್ಯವಿಲ್ಲ. ನೀವು ಎಂದಿಗೂ ಕಠಿಣವಾಗಿರಲು ಸಾಧ್ಯವಿಲ್ಲ. ಒಂದೇ ಒಂದು ಭರವಸೆಯ ಬೆಂಬಲದಿಂದ ನಾನು ಈ ದೇಹವನ್ನು ಇಂದಿನವರೆಗೂ ಉಳಿಸಿಕೊಂಡಿದ್ದೇನೆ. ಸುವಾಸಿನಿಯ ಮೃತ ದೇಹವು ನಿಮ್ಮ ಯಶಸ್ಸಿನ ಬಗ್ಗೆ ಕಣ್ಣೀರು ಸುರಿಸುತ್ತಿರುವುದನ್ನು ನೋಡಬೇಡಿ.

ಚಾಣಕ್ಯ- ಸುವಾಸಿನಿ! ಚಾಣಕ್ಯನು ಯಾರ ಸಾವಿನ ಅಥವಾ ಜೀವನದ ಬಗ್ಗೆ ದುಃಖ ಅಥವಾ ಸಂತೋಷವನ್ನು ಅನುಭವಿಸುವುದಿಲ್ಲ ಎಂದು ನಿಮಗೆ ತಿಳಿದಿದೆ. ಬಹಳ ಹಿಂದೆಯೇ ಅವನ ಕಣ್ಣುಗಳಿಂದ ಕಣ್ಣೀರು ಹರಿಯುವುದನ್ನು ನಿಲ್ಲಿಸಿತ್ತು.

ಸುವಾಸಿನಿ - ಚಾಣಕ್ಯನ ಕಣ್ಣಲ್ಲಿ ನೀರು ಇಲ್ಲ ಎಂದು ಯಾರು ಹೇಳುತ್ತಾರೆ. ಸುವಸ್ ಕಣ್ಣು ರೆಪ್ಪೆಗಳ ಹಿಂದೆ ಅಡಗಿರುವ ಕಣ್ಣೀರನ್ನು ನೋಡುತ್ತಿದ್ದಾನೆ. ಈ ಬೆಂಬಲದಿಂದ ನಾನು ಇಂದಿನವರೆಗೂ ಜೀವನವನ್ನು ಆಶೀರ್ವಾದ ಎಂದು ಪರಿಗಣಿಸುತ್ತಿದ್ದೇನೆ ಚಾಣಕ್ಯನ ಪಾದಸೇವಕನಾಗಲು ಒಂದು ದಿನ ಹೂವಿಗಿಂತ ಮೃದು ಮತ್ತು ಸಿಡಿಲುಗಿಂತ ಕಠಿಣ ನಿಮಗೆ ಶುಭ ಅವಕಾಶ ಸಿಗಲಿದೆ. ಆದರೆ ಈ ಸೌಭಾಗ್ಯ ಸಿಗದಿದ್ದರೆ ಬದುಕಿಗೆ ಶಾಪ ಹಾಕುತ್ತೇನೆ. ಅದನ್ನು ಅರ್ಥಮಾಡಿಕೊಂಡು ಈ ಕಠೋರ ಭೂಮಿಯಲ್ಲಿ ತ್ಯಾಗ ಮಾಡುತ್ತೇನೆ.

ಚಾಣಕ್ಯ - ನಿಜವಾಗಿಯೂ ಸುಂದರ! ನೀನು ನನ್ನನ್ನು ಪ್ರೀತಿಸುತ್ತಿಯಾ. ನಾನು ಏನು ಹೇಳಿದರೂ, ನಾನು ವಿವರಿಸಲು ಎಲ್ಲವನ್ನೂ ಹೇಳಿದೆ. ಆದುದರಿಂದ ನೀನು ನನ್ನ ಸರ್ವಸ್ವವನ್ನೂ ಸ್ವೀಕರಿಸಲು ಸಿದ್ಧನಿದ್ದೀಯಾ

ಸುವಾಸಿನಿ - ನಾನೇ ಬೇರೆಯಲ್ಲದವರಿಂದ ಯಾವುದನ್ನಾದರೂ ಹೇಗೆ ತಿರಸ್ಕರಿಸಬಹುದುಚಾಣಕ್ಯ, ನೀವು ಭರವಸೆ ನೀಡುತ್ತೀರಾ?

ಸುವಾಸಿನಿ - ನಂಬಲಾಗುತ್ತಿಲ್ಲವೇ?

ಚಾಣಕ್ಯ- ಚಾಣಕ್ಯನು ಅತ್ಯಂತ ನಂಬಿಗಸ್ತರನ್ನು ಸಹ ನಂಬುವುದಿಲ್ಲ, ಆದರೆ ಅವನು ನಿಮ್ಮನ್ನು ಏಕೆ ಅಪನಂಬಿಕೆ ಮಾಡುವುದಿಲ್ಲ ಎಂದು ತಿಳಿದಿಲ್ಲ! ಅದಕ್ಕಾಗಿಯೇ ನೀನು ರಾಕ್ಷಸನನ್ನು ಮದುವೆಯಾಗಬೇಕೆಂದು ನಾನು ಬಯಸುತ್ತೇನೆ. ಇದರಲ್ಲಿ ಚಾಣಕ್ಯನ ಸಾಧನೆ ಅಡಗಿದೆ. ಸುವಾಸಿನಿಯ ಬಾಯಿಂದ ಉತ್ತರವಾಗಿ ಯಾವ ಮಾತೂ ಹೊರಡಲಿಲ್ಲ. ಅವಳ ಮೌನ ಕಣ್ಣೀರು ಏನು ಹೇಳಬೇಕೋ ಅದನ್ನು ಹೇಳಿತು. ಚಾಣಕ್ಯನು ಅವನ ತಲೆಯನ್ನು ಮುದ್ದಿಸುತ್ತಾ

ಹೇಳಿದನು - "ನನ್ನ ಮಾತಿನ ಹೊಡೆತವನ್ನು ಗುಡುಗುಗಿಂತ ಗಟ್ಟಿಯಾಗಿ ಸಹಿಸಿಕೊಂಡಿದ್ದೀರಿ, ಆದರೆ ನೀವು ಇದನ್ನು ಮಾಡಬೇಕಾಗಿದೆ, ನಿಮ್ಮ ಈ ತ್ಯಾಗವಿಲ್ಲದೆ, ರಾಕ್ಷಸರು ಚಂದ್ರಗುಪ್ತನ ಸಚಿವಾಲಯವನ್ನು ಸ್ವೀಕರಿಸುವುದಿಲ್ಲ. ರಾಕ್ಷಸರು ಮತ್ತು ಚಾಣಕ್ಯರು ಒಂದಾಗದ ಹೊರತು. ಅದು ಆಗುವವರೆಗೆ ಚಂದ್ರಗುಪ್ತನ ರಾಜ್ಯವು ಸುರಕ್ಷಿತವಾಗಿರಲು ಸಾಧ್ಯವಿಲ್ಲ. ಸೋಲಿನ ಗಾಯವು ರಾಕ್ಷಸನ ಹೃದಯದಲ್ಲಿ ಹಾವಿನ ಕಡಿತದಂತೆ ಬಿಗಿಯಾಗುತ್ತಿದೆ. ಅವನು ಯಾವಾಗ ಬೇಕಾದರೂ ವಿಷವನ್ನು ಉಗುಳಬಹುದು. ಕುಮಾರ ಮಾಲೆ ಮತ್ತು ರಾಕ್ಷಸರು ಇಂದು ನಮ್ಮ ನಿಯಂತ್ರಣದಲ್ಲಿದ್ದಾರೆ, ಆದರೆ ಸಹಾಯದಿಂದ ನೂರಾರು ಚೇಳುಗಳು ಕಚ್ಚಿದ ಮನುಷ್ಯರುಚಂದ್ರಗುಪ್ತನು ಚಾಣಕ್ಯನನ್ನು ನೋಡಿದ ಕೂಡಲೇ

ಹೇಳಿದನು – ನಿನ್ನ ಆಜ್ಞೆಯಂತೆ ನಾನು ಘೋಷಿಸಿದ್ದೇನೆ. ಆದರೆ ಈಗ ನಾನು ರಾಜ್ಯವನ್ನು ನಡೆಸಲು ಸಾಧ್ಯವಾಗುವುದಿಲ್ಲ. ನಾನು ರಾಜನಾಗಲು ಬಯಸುವುದಿಲ್ಲ. ಇವತ್ತಿನವರೆಗೂ ರಕ್ತಪಾತದಲ್ಲಿ ಸ್ನಾನ ಮಾಡಿ ನಾನು ರಾಜನಾದೆ ಎಂದು ಹೆಮ್ಮೆ ಪಡುತ್ತಿದ್ದ ದೊಡ್ಡ ಸಾಮ್ರಾಜ್ಯ ಇಂದು ನನ್ನನ್ನು ತಿನ್ನಲು ಬರುತ್ತಿದೆ. ನೀವು ಇಲ್ಲದೆ ನಾನು ಹುಚ್ಚನಾಗುತ್ತೇನೆ.

ಚಾಣಕ್ಯ - ತಾಳ್ಮೆಗೆಡಬೇಡ ಚಂದ್ರಗುಪ್ತ! ನೀನು ಧೈರ್ಯಶಾಲಿ, ಹೇಡಿಯಾಗಿರುವುದು ವೀರರ ಧರ್ಮ ಸಂ. ನಾನೂ ನೀನೂ ಭೂಮಿಯ ಮೇಲೆ ಉಳಿಯುವುದಿಲ್ಲ; ಆದರೆ ನಿಮ್ಮ ಖ್ಯಾತಿಯ ಹಾಡುಗಳು ದಿಕ್ಕುಗಳ ಗೋಡೆಗಳಲ್ಲಿವೆ ಮೇಲೆ ಬರೆಯಲಾಗುವುದು ಭೂಮಿ ಮತ್ತು ಆಕಾಶವು ನಿಮ್ಮ ಪಾತ್ರದ ಸದ್ಗುಣಗಳನ್ನು ಹೇಳುತ್ತಲೇ ಇರುತ್ತದೆ. ನನ್ನತ್ತ ನೋಡಬೇಡ! ನಿಮ್ಮ ಕಣ್ಣುಗಳನ್ನು ಮೇಲಕ್ಕೆತ್ತಿ, ಈ ನಾಲ್ಕು ದಿಕ್ಕುಗಳಲ್ಲಿ ಕಿರುಚುವ ಜೀವಿಗಳ ಕರುಣೆಯ ಕೂಗನ್ನು ಆಲಿಸಿ! ನಿರ್ಗತಿಕರಿಗೆ ಆಶ್ರಯ ನೀಡಿ! ಹಸಿದವರಿಗೆ ಅನ್ನ ನೀಡುವುದು, ನಿರುದ್ಯೋಗಿಗಳಿಗೆ ದುಡಿಯುವುದು ರಾಜನ ಧರ್ಮ. ನಿಮ್ಮ ರಾಜ್ಯದಲ್ಲಿ ಯಾರೂ ಅತೃಪ್ತರಾಗಬಾರದು, ನಿಮ್ಮ ರಾಜ್ಯ ಅನ್ಯಾಯದ ರಾಜ್ಯವಾಗಬಾರದು, ಇದರಿಂದ ಚಾಣಕ್ಯನ ಆತ್ಮಕ್ಕೆ ಶಾಂತಿ ಸಿಗುತ್ತದೆ. ಕಲೆಗೆ ಉತ್ತೇಜನ ನೀಡಿ ನಿನ್ನ ರಾಜ್ಯ ಸಮೃದ್ಧಿಯಾಗಲಿ ಎಂಬುದೇ ಚಾಣಕ್ಯನ ಮಹಿಮೆ. ನೀವು ಇಲ್ಲಿ ಸಂತೋಷದಿಂದ ವಾಸಿಸುತ್ತೀರಿ ಮತ್ತು ನಾನು ಮನುಷ್ಯರಿಗೆ ಜೇನುತುಪ್ಪವನ್ನು ಹುಡುಕಲು ಹೋಗುತ್ತೇನೆ.

ಚಂದ್ರಗುಪ್ತ - ಆದರೆ ನೀನಿಲ್ಲದೆ ಇದೆಲ್ಲ ಹೇಗೆ ಆಗುವುದು! ಚಂದ್ರಗುಪ್ತ ಮುಗ್ಧ ಮಗು. ಚಾಣಕ್ಯ: ಆದರೆ ಚಂದ್ರಗುಪ್ತನೊಂದಿಗೆ, ಸಂಪೂರ್ಣವಾಗಿ ಧಾರ್ಮಿಕ ರಾಕ್ಷಸ ಮತ್ತು ಇತರ ಯೋಗ್ಯ ಮಂತ್ರಿಗಳು

ಆಗುವವರುಚಂದ್ರಗುಪ್ತ- ರಾಕ್ಷಸ ಮೌರ್ಯ ಸಾಮ್ರಾಜ್ಯದ ಮಂತ್ರಿಯನ್ನು ಎಂದಿಗೂ ಒಪ್ಪಿಕೊಳ್ಳುವುದಿಲ್ಲ.

ಚಾಣಕ್ಯ- ಚಾಣಕ್ಯ ಏನು ಬಯಸುತ್ತಾನೋ, ಸೃಷ್ಟಿಕರ್ತನು ಅದನ್ನು ಬಯಸುತ್ತಾನೆ, ಆದ್ದರಿಂದ ರಾಕ್ಷಸನು ಮೌರ್ಯ ಸಾಮ್ರಾಜ್ಯದ ಮಹಾಮಾತ್ಯನಾಗುತ್ತಾನೆ ಮತ್ತು ಖಂಡಿತವಾಗಿಯೂ ಆಗುತ್ತಾನೆ. ಇವರಲ್ಲದೆ ಕಾತ್ಯಯ್ಯನವರಂತಹ ಅನುಭವಿ ಮಂತ್ರಿಗಳು ಈ ರಾಜ್ಯದ ಭದ್ರ ಸ್ತಂಭಗಳಾಗುತ್ತಾರೆ. ಚಿಂತಿಸಬೇಡ ಗೆಳೆಯ! ಕುಮಾರ್ ಎಲ್ಲಿ?

ಚಂದ್ರಗುಪ್ತ - ರಾಜಪ್ರಸಾದದಲ್ಲಿ ವಿಶ್ರಮಿಸುತ್ತಿದ್ದ. ಏರುವ ಹಂತದಲ್ಲಿರಬೇಕು.

ಚಾಣಕ್ಯ - ನಾವು ಅವನನ್ನು ಭೇಟಿಯಾಗುತ್ತೇವೆ ಭೇಟಿಯಾಗಬೇಕು.

ಚಂದ್ರಗುಪ್ತ- ಹಾಗಾದರೆ ಅವನನ್ನು ಇಲ್ಲಿಗೆ ಕರೆಯಿರಿ.

ಚಾಣಕ್ಯ- ಇಲ್ಲ, ನಾವೇ ಅಲ್ಲಿಗೆ ಹೋಗುತ್ತೇವೆ. ಎಂದು ಚಾಣಕ್ಯ ಹೇಳಿ ಚಂದ್ರಗುಪ್ತನೊಂದಿಗೆ ಹೊರಟುಹೋದ. ಆಲೋಚಿಸುತ್ತಾ ಮಾತನಾಡುತ್ತಿರುವಾಗಲೇ ಕುಮಾರ್ ಎದುರಿಗೆ ಬಂದರು. ಕುಮಾರನು ಚಾಣಕ್ಯನನ್ನು ನೋಡಿದ ಕೂಡಲೇ ಎದ್ದು ಮರ್ಯಾದೆಯಿಂದ ನಮಸ್ಕರಿಸಿ ಕುಳಿತನು. ಒಂದು ಕ್ಷಣ ಮೌನವಾದ ನಂತರ, ಚಾಣಕ್ಯ ಸರಳವಾಗಿ

ಹೇಳಿದನು - ಕುಮಾರ್, ನೀವು ಯಾಕೆ ಗಂಭೀರವಾಗಿ ಮತ್ತು ಚಿಂತೆ ಮಾಡುತ್ತಿದ್ದೀರಿ? ಕುಮಾರ್: ಸೋಲಿನ ನಂತರ ಯಾರು ಶಾಂತವಾಗಿ ಮತ್ತು ಸಂತೋಷವಾಗಿರುತ್ತಾರೆ?

ಚಂದ್ರಗುಪ್ತ- ಕೆಲವೊಮ್ಮೆ ಗೆಲುವು ಸೋಲಿನೊಂದಿಗೆ ಗೊಂದಲಕ್ಕೊಳಗಾಗುತ್ತದೆ. ಇದು ನಿನ್ನದು ಅದು ಗೆಲುವು, ಅದರಾಚೆಗೆ ಗೆಲುವಿಲ್ಲ.

ಕುಮಾರ್ - ಅದು ಸೋಲಿರಬಹುದು ಅದರಾಚೆಗೆ ಗೆಲುವು ಸಾಧ್ಯವಾಗದಿರಬಹುದು.

ಚಾಣಕ್ಯ - ನೀವು ಇದನ್ನು ಒಪ್ಪಿಕೊಂಡರೂ ಅದು ನಿಮ್ಮ ದೊಡ್ಡ ಗೆಲುವು.

ಕುಮಾರ್- ಮನುಷ್ಯನು ಮನಸ್ಸಿಗೆ ಮನವರಿಕೆ ಮಾಡಿಕೊಡಲು ಏನಾದರೂ ಯೋಚಿಸುತ್ತಾನೆ, ಆದರೆ ಆಲೋಚನೆಯು ಸೋಲನ್ನು ಗೆಲುವಾಗಿ ಬದಲಾಯಿಸುವುದಿಲ್ಲಚಾಣಕ್ಯ- ನೀವು ಈ ಗುರಿಯನ್ನು ಗೆಲುವಿನ ಬದಲು ಸೋಲು ಎಂದು ಕರೆದರೆ, ಭವಿಷ್ಯದಲ್ಲಿ ಪದವು ಸೋಲಿನ ಅರ್ಥವನ್ನು ಬದಲಾಯಿಸಬೇಕಾಗುತ್ತದೆ. ಕೇಳು ಕುಮಾರ್! ನೀವು ಮತ್ತು ಚಂದ್ರಗುಪ್ತರು ದೇಹದಲ್ಲಿ ಭಿನ್ನರು, ಆದರೆ ಆತ್ಮದಲ್ಲಿ ಒಂದೇ ಎಂದು ನಾವು ಪರಿಗಣಿಸುತ್ತೇವೆ. ಮಗಧ ಭಾರತದ ಒಂದು ಕೈಯಾದರೆ, ಪಂಚನಾದದ್ದು ಇನ್ನೊಂದು ಕೈ.

ಕುಮಾರ್- ವಂಚನೆಯ ಭಾಷೆಯಿಂದ ಮತ್ತೆ ಮತ್ತೆ ವಂಚಿಸಲು ಸಾಧ್ಯವಿಲ್ಲ. ಕಷ್ಟಕಾಲದಲ್ಲಿ ಪಂಚನಾದರು ಸಹಾಯ ಮಾಡಿದ ಚಂದ್ರಗುಪ್ತನು ಶಕ್ತಿಶಾಲಿಯಾಗಿ ನಮ್ಮ ಮೇಲೆ ಆಕ್ರಮಣ ಮಾಡಿದನು.

ಚಾಣಕ್ಯ- ನಿನ್ನ ತಪ್ಪುಗಳಿಗೆ ಇತರರನ್ನು ದೂಷಿಸಿ ಹೊಸ ತಪ್ಪುಗಳನ್ನು ಮಾಡಬೇಡ ಕುಮಾರ್! ದುರಾಸೆ ನಿಮ್ಮ ಕಣ್ಣುಗಳನ್ನು ಮುಚ್ಚಿತ್ತು. ಚಂದ್ರಗುಪ್ತನು ಸಕಾಲದಲ್ಲಿ ನಿನ್ನ ವಿಷವನ್ನು ತೆಗೆಯಲು ವಿಷವನ್ನು ಬಳಸದೇ ಇದ್ದಿದ್ದರೆ ಇಂದು ಮಗಧವಾಗಲೀ, ಪಂಚನಾಡಾಗಲೀ ಸುರಕ್ಷಿತವಾಗಿರುತ್ತಿರಲಿಲ್.

ಹೆಚ್ಚು ಹೂತಿಟ್ಟ ಕಲ್ಲಿದ್ದಲನ್ನು ಅಗೆಯಬೇಡಿ! ಹಗೆತನವನ್ನು ಇಲ್ಲಿಗೆ ಕೊನೆಗೊಳಿಸಿ, ಮುರಿದರೂ ಮುರಿಯಲಾಗದ ಸಂಬಂಧವನ್ನು ಕಟ್ಟಿಕೊಳ್ಳಿ. ನೀವು ಧೈರ್ಯಶಾಲಿಗಳು, ನಿಮ್ಮ ಶಕ್ತಿಯಿಂದ ಭಾರತವು ಹೆಮ್ಮೆಪಡುತ್ತದೆ.

ನೀನು ಬಯಸುವುದಾದರೆ ನಿನ್ನನ್ನು ರಾಜನನ್ನಾಗಿ ಮಾಡಿ ಚಂದ್ರಗುಪ್ತನನ್ನು ನನ್ನ ಸೇವಕನನ್ನಾಗಿ ಮಾಡಿ ಸಂತೋಷಪಡುತ್ತೇನೆ; ಇಲ್ಲದಿದ್ದರೆ ನೀವಿಬ್ಬರೂ ಈ ದೊಡ್ಡ ದೇಶದ ಪ್ರತಿನಿಧಿ ಸೇವಕರು. ಇಡೀ ದೇಶದ ವಿಭಜಿತ ಪ್ರದೇಶಗಳಲ್ಲಿ ನೀವು ರಾಜನ ಹೆಸರಿನಲ್ಲಿ ಕಾವಲುಗಾರ. ಪಂಚನಾದ್ ನಿನ್ನದು, ಮಗಧವೂ ನಿನ್ನದೇ.

ಈ ದೇಶದ ಎಲ್ಲಾ ಪ್ರದೇಶಗಳು ನಿಮ್ಮದೇ. ನೀನು ಭಾರತಮಾತೆಯ ಧೀರ ಪುತ್ರ. ಚಂದ್ರಗುಪ್ತ ಮತ್ತು ನೀವಿಬ್ಬರೂ ಅಪ್ಪಿಕೊಂಡು ಒಂದಾಗಿದ್ದೀರಿ! ಕುಮಾರ್- ಅಪ್ಪ-ಅಕ್ಕ ಕೇಳದೆ ನಾನೇನೂ ಹೇಳಲಾರೆ.

ಚಾಣಕ್ಯ - ಕೇಳಿ ಮತ್ತು ಎಚ್ಚರಿಕೆಯಿಂದ ಯೋಚಿಸಿ! ಚಾಣಕ್ಯ ಹೇಳುತ್ತಿರುವುದು ಚಂದ್ರಗುಪ್ತನ ಹಿತಾಸಕ್ತಿ ಅಥವಾ ನಿಮ್ಮ ಹಿತಾಸಕ್ತಿಯಲ್ಲ, ಆದರೆ ಇಡೀ ದೇಶದ ಹಿತಾಸಕ್ತಿಗಾಗಿ. ಚಂದ್ರಗುಪ್ತನನ್ನು ಗಂಭೀರವಾಗಿ.

ನೋಡುತ್ತಾ - 'ಕುಮಾರನನ್ನು ರಾಜ್ಯ ಗೌರವಗಳೊಂದಿಗೆ ಕಳುಹಿಸು!'ಎಂದು ಚಾಣಕ್ಯ ಹೇಳಿ ಹೊರಟು ಹೋದ. ಚಂದ್ರಗುಪ್ತನು ಕುಮಾರನ ಬೀಳ್ಕೊಡುಗೆಗೆ ಸಂಗೀತ ವಾದ್ಯಗಳೊಂದಿಗೆ ಭವ್ಯವಾದ ವ್ಯವಸ್ಥೆಯನ್ನು ಮಾಡಿದನು. ಮರುದಿನ, ವೈಭವದ ಪ್ರದರ್ಶನದ ಮಧ್ಯೆ, ಚಂದ್ರಗುಪ್ತನು ಕುಮಾರನನ್ನು ಬಹಳ ದೂರದಲ್ಲಿ ಬಿಡಲು ಬಂದನು. ಚಂದ್ರಗುಪ್ತನು ಗಡಿಯಿಂದ ಹಿಂದಿರುಗಿದನು ಮತ್ತು ಕುಮಾರನು ತನ್ನ ರಾಜಧಾನಿಯ ಕಡೆಗೆ ಹೋದನು. ದುಃಖ ಮತ್ತು ಅಪ್ಪಿಕೊಂಡರು. ಸಂತೋಷದ ಸಂಗಮದಿಂದ ಕುಮಾರ್ ತಂದೆಗೆ ನಮಸ್ಕರಿಸಿ ತಂಗಿಗೆ ನಮಸ್ಕರಿಸಿದ. ತಂದೆ ಮಗನ ತಲೆಯನ್ನು ಮುದ್ದಿಸಿ

ಹೇಳಿದರು - ನೀವು ಸುರಕ್ಷಿತವಾಗಿ ಬಂದಿದ್ದೀರಿ, ಇದು ಮುಳ್ಳಿನ ನಡುವೆ ಅರಳುವ ಹೂವುಗಳಂತೆ.

ಕುಮಾರ್ - ಕೊಂಬೆಯಲ್ಲಿ ಅರಳುವವರೆಗೆ ಮಾತ್ರ ಹೂವಿಗೆ ಬೆಲೆ ಇರುತ್ತದೆ. ಅದನ್ನು ಮುರಿದು ಯಾರೊಬ್ಬರ ಪಾದಗಳಿಗೆ ಅರ್ಪಿಸಿದಾಗ ಅದು ಒಣಗಿ ಸಾಯುತ್ತದೆ. ಯಾರ ಕಾಲಿಗೆ ಬಿದ್ದು ತನ್ನ ಅಸ್ತಿತ್ವವನ್ನೇ ಕಳೆದುಕೊಳ್ಳುವ ಹೂವು ಮುರಿದಂತೆ ನಮ್ಮ ಸ್ಥಿತಿ.

ಛಾಯಾ - ನೀನು ಯಾವ ವಿಷಯದ ಬಗ್ಗೆ ಮಾತನಾಡುತ್ತೀಯ ಅಣ್ಣ.

ಕುಮಾರ್- ಸೋತಂತೆ ಮಾಡಬೇಕುಛಾಯಾ- ನೀನು ಸೋತಿರುವೆ ಎಂದು ಯಾರು ಹೇಳುತ್ತಾರೆ! ಅನೇಕ ಬಾರಿ ಒಬ್ಬ ವ್ಯಕ್ತಿಯು ತನ್ನ ಗೆಲುವಿನ ಬಗ್ಗೆ ಗೊಂದಲಕ್ಕೊಳಗಾಗುತ್ತಾನೆ ಮತ್ತು ಗೆಲುವನ್ನು ಸೋಲು ಎಂದು ಪರಿಗಣಿಸಿ ದುಃಖವನ್ನು ಅನುಭವಿಸಲು ಪ್ರಾರಂಭಿಸುತ್ತಾನೆ.

ಪುರು - ಯಾಕೆ ಕುಮಾರ ನಿನಗೇಕೆ ಬೇಸರ? ಕುಮಾರ್: ಅಧೀನದವನು ಅಸಮಾಧಾನಗೊಳ್ಳುವುದನ್ನು ಬಿಟ್ಟು ಇನ್ನೇನು ಮಾಡಲು ಸಾಧ್ಯ? ಇಂದು ನಾವು ಗುಲಾಮರಂತೆ ಬದುಕುತ್ತಿದ್ದೇವೆ.

ಪುರು- ಪುರು ಬದುಕಿರುವಾಗ ಪಂಚನಾದವನ್ನು ದಾಸನನ್ನಾಗಿ ಮಾಡುವ ಶಕ್ತಿ ಯಾರಿಗಿದೆ. ನಾವು ಸಾಯಬಹುದು, ಆದರೆ ಗುಲಾಮರಾಗಲು ಸಾಧ್ಯವಿಲ್ಲ.

ಕುಮಾರ್- ಚಾಣಕ್ಯನ ಅಧೀನದಲ್ಲಿಲ್ಲದ ಭಾರತದಲ್ಲಿ ಇಂದು ಯಾರಿದ್ದಾರೆ? ಆ ಬ್ರಾಹ್ಮಣ ತನ್ನ ಬುದ್ಧಿ ಶಕ್ತಿಯಿಂದ ಇಡೀ ಭಾರತದ ಮೇಲೆ ತನ್ನ ಅಧಿಪತ್ಯವನ್ನು ಸ್ಥಾಪಿಸಿದ. ಅವರೊಂದಿಗೆ ಹೋರಾಡಿದರೆ ಗೆಲ್ಲಲು ಸಾಧ್ಯವಿಲ್ಲ. ಅದೇ ಸಮಯದಲ್ಲಿ, ಈ ಸಮಯದಲ್ಲಿ ಅವರೊಂದಿಗೆ ಹೋರಾಡುವುದು ಭಾರತಕ್ಕೆ ಮಾಡುವ ದೊಡ್ಡ ದ್ರೋಹವೂ ಆಗಿದೆ, ಏಕೆಂದರೆ ಅಖಂಡ ಭಾರತವನ್ನು ಮತ್ತೆ ತುಂಡುಗಳಾಗಿ ಒಡೆಯುವುದು ಬುದ್ಧಿವಂತಿಕೆಯ ಪುರಾವೆಯಲ್ಲ.

ಛಾಯಾ- ನೀನು ಹೇಳಿದ್ದು ಸರಿ ಅಣ್ಣ! ನಾವು ಒಗ್ಗಟ್ಟಿನಿಂದ ಇಡೀ ಜಗತ್ತನ್ನು ಆಳಬಹುದು ಮತ್ತು ನಾವು ತುಂಡುಗಳಾಗಿ ಒಡೆದರೆ ಎಲ್ಲವೂ ನಾಶವಾಗುತ್ತದೆ. ಸಂಭಾಷಣೆ ಇನ್ನೂ ಮುಂದುವರೆದಿದೆ ಆದರೆ ಸಂದೇಶವಾಹಕನು ಪ್ರವೇಶಿಸಿ ಪತ್ರವನ್ನು ಕೊಟ್ಟು

ಹೇಳಿದನು - "ಮಹಾತ್ಮ ಚಾಣಕ್ಯ ಕುಸುಂಪುರದಿಂದ ಕಳುಹಿಸಿದ್ದಾನೆ." ಕುಮಾರ್ ಪತ್ರವನ್ನು ತೆಗೆದುಕೊಂಡು

ಓದಲಾರಂಭಿಸಿದರು – "ನಮ್ಮ ಪ್ರೀತಿಯ ನೆರೆಹೊರೆಯವರು! ನಿಮ್ಮ ಸಾಮರಸ್ಯದಿಂದ ನಮ್ಮ ದೇಶದ ಭವಿಷ್ಯ ಬೆಳಗುತ್ತಿದೆ. ಮನುಷ್ಯರಲ್ಲಿ, ಮಹಿಮಾನ್ವಿತ ಗುಣಗಳನ್ನು ಹೊಂದಿರುವ ಶುದ್ಧ ಸಜ್ಜನ ರಾಕ್ಷಸನು ಮಗಧ ರಾಜ್ಯದ ಮಹಾಮಾತ್ಯ ಹುದ್ದೆಯನ್ನು ಸ್ವೀಕರಿಸಿದ್ದಾನೆ ಎಂಬ ಈ ಸಂತೋಷದಾಯಕ ಸುದ್ದಿಯನ್ನು ಕೇಳಿ ನೀವು ಸಂತೋಷಪಡುತ್ತೀರಿ. ಇದರೊಂದಿಗೆ ಇಡೀ ಭಾರತವನ್ನು ರಕ್ಷಿಸುವ ಜವಾಬ್ದಾರಿಯನ್ನು ಕುಮಾರ್ ಮಲಕೇತು ಅವರಿಗೆ ವಹಿಸಲಾಗಿದೆ. ಉಳಿದ ಖಾತೆಗಳನ್ನು ಸಹ ಅರ್ಹರಿಗೆ ಹಸ್ತಾಂತರಿಸಲಾಗಿದೆ. ನಿಮ್ಮ ಇಚ್ಛೆಯಂತೆ ರಾಜ್ಯ ವ್ಯವಸ್ಥೆಯು ಪಂಚನಾಡಿನಲ್ಲಿ ಕಾರ್ಯನಿರ್ವಹಿಸುವುದನ್ನು ಮುಂದುವರಿಸುತ್ತದೆ. ಉಳಿದ ರಾಜ್ಯಗಳು ತಮ್ಮ ತಮ್ಮ ಪ್ರದೇಶಗಳಲ್ಲಿ ತಮ್ಮ ಇಚ್ಛೆಗೆ ಅನುಗುಣವಾಗಿ ರಾಜ್ಯವನ್ನು ನಡೆಸುತ್ತವೆ. ಆದರೆ ಇಡೀ ಭಾರತದ ಹಿತದೃಷ್ಟಿಯಿಂದ ಯಾರೂ ಸ್ವಾತಂತ್ರ್ಯದ ಮೇಲೆ ದಾಳಿ ಮಾಡಲು ಸಾಧ್ಯವಿಲ್ಲ.

ಈ ಹೊಸ ವ್ಯವಸ್ಥೆಯನ್ನು ಅಭಿನಂದಿಸಲು, ಮುಂಬರುವ ಕಾರ್ತಿಕ ಶುಕ್ಲ ಪೂರ್ಣಿಮೆಯಂದು, ವಿಜಯದ ದಿನದಂದು ಭಾರತದಾದ್ಯಂತ ಅದ್ದೂರಿ ಆಚರಣೆಯನ್ನು ಆಚರಿಸಲಾಗುತ್ತದೆ. ಇದೇ ದಿನದಂದು ಭಾರತದ ಕೇಂದ್ರವಾದ ಕುಸುಂಪುರ್‌ನಲ್ಲಿ ವಿಶಿಷ್ಟವಾದ ಕಾರ್ಯಕ್ರಮವನ್ನು ಆಯೋಜಿಸಲಾಗಿದೆ, ಇದರಲ್ಲಿ ಭಾರತ ಮತ್ತು ವಿದೇಶಗಳ ಕಲಾವಿದರು, ಗೌರವಾನ್ವಿತ ವಿದ್ವಾಂಸರು ಮತ್ತು ರಾಜರು ಭಾಗವಹಿಸುತ್ತಾರೆ. ಅಂದು ರಾಜ್ಯದಿಂದ ದೊಡ್ಡ ದೊಡ್ಡ ಪ್ರಶಸ್ತಿಗಳನ್ನು ನೀಡಲಾಗುತ್ತದೆ. ಚಕ್ರವರ್ತಿ ಚಂದ್ರಗುಪ್ತ ಮಹಾರಾಜ ಪುರು, ರಾಜಕುಮಾರ ಮಲಕೇತು ಮತ್ತು ರಾಜಕುಮಾರಿ ಛಾಯಾ ಅವರನ್ನು ಈ ಸಮಾರಂಭಕ್ಕೆ ಆತ್ಮೀಯವಾಗಿ ಮತ್ತು ಪ್ರೀತಿಯಿಂದ ಆಹ್ವಾನಿಸಿದ್ದಾರೆ. ಕುಮಾರ್ ತನ್ನ ತಂದೆ ಮತ್ತು ತಂಗಿಯನ್ನು ನೋಡಿದನು. ಮಹಾರಾಜ ಪುರು ಅವರ ತಲೆಯಾಡಿಸಿ ಒಪ್ಪಿಗೆ ಸೂಚಿಸಿ

ಹೇಳಿದರು - "ಅಭಿನಂದನೆಗಳು ಮತ್ತು ಶುಭಾಶಯಗಳ ಸಂದೇಶವನ್ನು ಕಳುಹಿಸಿ ಮತ್ತು ಯಾವುದೇ ಅನಿರೀಕ್ಷಿತ ಸಂದರ್ಭಗಳು ಉದ್ಭವಿಸದಿದ್ದರೆ ನಾವು ಖಂಡಿತವಾಗಿಯೂ ಸಮಾರಂಭಕ್ಕೆ ಹಾಜರಾಗುತ್ತೇವೆ ಎಂದು ಬರೆಯಿರಿ." ಉತ್ತರವನ್ನು ಕಳುಹಿಸಲಾಗಿದೆ. ಸ್ವಲ್ಪ ಹೊತ್ತು ಮೌನವಾದ ನಂತರ ಛಾಯಾ

ಹೇಳಿದಳು- 'ಪರಸ್ಪರ ದ್ವೇಷದಿಂದ ಈ ದೇಶ ಯಾವಾಗಲೂ ನಷ್ಟದಲ್ಲಿದೆ. ಈ ದೇಶದ ಆಂತರಿಕ ಘರ್ಷಣೆಗಳಿಂದಾಗಿ ನಮ್ಮ ಭವಿಷ್ಯವನ್ನೆಲ್ಲ ಕತ್ತಲಾಗಿಸುವ ಸಾಧ್ಯತೆ ಇದೆ. ಚಾಣಕ್ಯನ ಶುದ್ಧ ಪಾತ್ರವನ್ನು ಸುವರ್ಣಾಕ್ಷರಗಳಲ್ಲಿ ಕೆತ್ತಲಾಗಿದೆತಾನೂ ತಪಸ್ಸು ಮಾಡಿ ಇಡೀ ದೇಶವನ್ನು ಒಂದೇ ದಾರದಲ್ಲಿ ಕಟ್ಟಿ ಎಲ್ಲರಿಗೂ ಬೆಳಕಾಗಲು ಅರ್ಹ. ಈಗ ಹಿಂದಿನ ದ್ವೇಷವನ್ನು ಮರೆತು ಒಬ್ಬರನ್ನೊಬ್ಬರು ಅಪ್ಪಿಕೊಳ್ಳಿ!"

ಪುರು – ನಮ್ಮ ಮಗಳು ಹೇಳಿದ್ದು ಸರಿ. ಕುಮಾರ್-ಪ್ರಣಯ್ ಅವರ ಚಿನ್ನದ ಕನಸುಗಳಲ್ಲಿ ಆತ್ಮಗೌರವವನ್ನು ಸ್ವಂತ ಕೈಗಳಿಂದ ಸುಟ್ಟುಹಾಕಲಾಗಿದೆ. ಚಂದ್ರಗುಪ್ತನ ಬಗ್ಗೆ ನಮಗಿಂತ ನಮ್ಮ ತಂಗಿಗೆ ಕಡಿಮೆಯೇನಿಲ್ಲ.

ಛಾಯಾ - ನಾನು ಮಗಧ-ರಾಜನನ್ನು ನನ್ನ ಹೃದಯದಿಂದ ಪ್ರೀತಿಸುತ್ತೇನೆ ನಿಜ. ಆದರೆ ನಾನು ನನ್ನ ದೇಶದ ವಿರುದ್ಧ ದಂಗೆಯೇಳಬೇಕು ಎಂದು ಇದರ ಅರ್ಥವಲ್ಲ.

ಕುಮಾರ್- ನೀನು ಕೇಳಿದ್ದೀಯ ತಂದೆ!

ಪುರು - ಎಲ್ಲವನ್ನೂ ಕೇಳಿ ಎಲ್ಲವನ್ನೂ ಅರ್ಥಮಾಡಿಕೊಳ್ಳಿ. ಗೊಂದಲವನ್ನು ಹೇಗೆ ಪರಿಹರಿಸುವುದು ಎಂದು ಮಾತ್ರ ಯೋಚಿಸುತ್ತಿದ್ದೆ. ಛಾಯಾ ತಾನು ಚಂದ್ರಗುಪ್ತನನ್ನು ಮಾತ್ರ ಮದುವೆಯಾಗುವುದಾಗಿ ಪ್ರತಿಜ್ಞೆ ಮಾಡುತ್ತಾಳೆ. ಹೀಗಾದರೆ ಛಾಯಾ ಪುಟ್ಟ ರಾಣಿಯಾಗಿ ಬಾಳಬೇಕಾಗುತ್ತದೆ.

ಛಾಯಾ - ಚಿಕ್ಕವರು ಮತ್ತು ದೊಡ್ಡವರು ಎಂಬ ಪ್ರಶ್ನೆ ಇಡೀ ಜಗತ್ತನ್ನು ಸಂಕಷ್ಟಕ್ಕೆ ಸಿಲುಕಿಸಿದೆ. ನಾನು ನಮ್ಮ ಜೀವನ ಸುಖಮಯವಾಗಿರುತ್ತದೆ ಎಂದು ನಾನು ನಂಬುತ್ತೇನೆ.

ಪುರು-ಕೇಕಯಿಯಂತೂ ನನ್ನ ಮನಸ್ಸಿನಲ್ಲಿ ಅಸೂಯೆಯ ಭಾವವು ಹುಟ್ಟುತ್ತದೆ ಎಂದು ಅವನ ಕನಸಿನಲ್ಲಿ ನಂಬಲಿಲ್ಲ, ಆದರೆ ಅದು ಸಂಭವಿಸಿತು. ಸರಿ, ನಾನು ಅಥವಾ ಇದು ಏನಾಗಲಿದೆ ಎಂಬುದನ್ನು ಅಳಿಸಲು ಸಾಧ್ಯವಿಲ್ಲ. ಚಾಣಕ್ಯ ಮತ್ತು ಚಂದ್ರಗುಪ್ತ ಇಬ್ಬರೂ ಕೈ ಚಾಚಿ ನಮ್ಮಿಂದ ಹೆಣ್ಣುಮಕ್ಕಳನ್ನು ಕೇಳುತ್ತಿದ್ದಾರೆ ಎಂಬುದು ಖಚಿತವಾಗಿದೆ. ಆದ್ದರಿಂದ ಈ ಸಂಬಂಧವನ್ನು ಒಪ್ಪಿಕೊಳ್ಳಬೇಕು. ಎರಡು ಹೃದಯಗಳ ನಡುವಿನ ಈ ಸಂಬಂಧದ ಬಂಧನದ ಜೊತೆಗೆ, ಹಗೆತನದ ಹಳೆಯ ಸರ್ಪವೂ ಸಾಯುತ್ತದೆ. ಮಗಧ ರಾಜ ಚಂದ್ರಗುಪ್ತನ ವಿವಾಹವು ಪಂಚನಾಡಿನ ರಾಜಕುಮಾರಿಯೊಂದಿಗೆ ಅಂಗೀಕರಿಸಲ್ಪಟ್ಟಿದೆ ಎಂದು ಚಾಣಕ್ಯನಿಗೆ ತಿಳಿಸಿ. ಛಾಯಾ ಸುಹಾಗ್ನ ಸಿಂಧೂರದಂತೆ ಹೊಳೆಯುತ್ತಾಳೆ ಮತ್ತು ನಾಚಿಕೆಯಿಂದ ತಲೆಬಾಗಿ ತನ್ನ ಏಕಾಂತ ಕೋಣೆಗೆ ಹೋದಳು. ಹಾಡುತ್ತಿರುವಾಗ ಚಂದ್ರಗುಪ್ತನ ಚಿತ್ರವನ್ನು ನೋಡಿ ತನ್ನ ಬೆರಳಿನಿಂದ ಕಣ್ಣಿಗೆ ಆಂಟಿಮನಿ ಹಚ್ಚಿ ಚಿತ್ರದಲ್ಲಿ ಚಂದ್ರಗುಪ್ತನ ಕೆನ್ನೆಯ ಮೇಲೆ ಸಣ್ಣ ಮಚ್ಚೆ ಮಾಡಿದ್ದಾನೆ. ತದನಂತರ ನೀವೇ ಹೇಳಲು

ಪ್ರಾರಂಭಿಸಿದ್ದೀರಿ - "ಈಗ ದೃಷ್ಟಿ ಹೇಗಿರುತ್ತದೆ! ಆದರೆ ಬೆರಗಾದ ನಂತರ ಅವಳು

ಹೇಳಿದಳು - "ಸೌಂದರ್ಯವು ಇನ್ನೂ ಹೆಚ್ಚಾಗಿದೆ. ಸೌಂದರ್ಯದ ಮೇಲಿನ ಕಳಂಕವೂ ಸುಂದರವಾಗಿ ಕಾಣುತ್ತದೆ ನಿಜ. ಆದುದರಿಂದಲೇ ಸೃಷ್ಟಿಕರ್ತನ ಬಣ್ಣದ ಕುಂಚದಿಂದ ಚಿಮುಕಿಸಿದ ಚುಕ್ಕೆ ಗೌರಾಂಗನ ಮೇಲೆ ಮಚ್ಚೆಯಂತೆ ಸುಂದರವಾಗುತ್ತದೆ

26

ನೀವು ಚಲಿಸುವುದಿಲ್ಲ, ಮಾತನಾಡುವುದಿಲ್ಲ ಅಥವಾ ಆದೇಶಗಳನ್ನು ನೀಡುವುದಿಲ್ಲ! ನಿಮ್ಮ ಉದಾಸೀನತೆಯು ಸಂತೋಷ ಮತ್ತು ಕಣ್ಣೀರಿನ ಕಣ್ಣೀರಿಗೆ ದಾರಿ ಮಾಡಿಕೊಡುತ್ತದೆ. ನೀನು ಹಬ್ಬಕ್ಕೆ ಹೋಗದಿದ್ದರೆ ನಾನಿನ್ನೂ ಹೋಗುವುದಿಲ್ಲ." ಚಂದ್ರಗುಪ್ತ ಚಾಣಕ್ಯನ ಪಾದಗಳಿಗೆ ತಲೆಬಾಗಿ ಹೇಳಿದ. ಚಾಣಕ್ಯನು ತನ್ನ ಮುಖವನ್ನು ಮೇಲಕ್ಕೆತ್ತಿ ಅವನ ಕಣ್ಣುಗಳನ್ನು ನೋಡುತ್ತಾ

ಹೇಳಿದನು - 'ಈಗ ನಾನು ನಡೆಯಲು, ಮಾತನಾಡಲು ಅಥವಾ ಯಾವುದೇ ಆದೇಶವನ್ನು ನೀಡುವ ಅಗತ್ಯವಿಲ್ಲ. ನನ್ನ ಜೀವನದ ಒಂದು ಗುರಿಯನ್ನು ಸಾಧಿಸಲಾಗಿದೆ, ಇನ್ನೊಂದು ಗುರಿಗಾಗಿ ಯೋಚಿಸಿದೆ. ಚಂದ್ರಗುಪ್ತನು ಭರತವರ್ಷದ ಚಕ್ರವರ್ತಿ, ರಾಕ್ಷಸ ಈ ದೇಶದ ಮಹಾಮಾತ್ಯ, ಅಗ್ನಿ ಮತ್ತು ನೀರು ಗ್ರೀಸ್‌ನ ರಾಜಕುಮಾರಿ ಮತ್ತು ಪಂಚನದನಿಮಗೆ ಸಂತೋಷ ಮತ್ತು ದೇಶಕ್ಕೆ ಶಕ್ತಿಯನ್ನು ನೀಡುವುದು. ಇಂದು, ಭಾರತದ ಸುಷುಮ್ನಾ ರೀತಿಯ ರಾಜಕೀಯದೊಂದಿಗೆ, ಇಂಗಳ ಮತ್ತು ಪಿಂಗಲರ ಸಂಗಮವಿದೆ ಎಂದು ತೋರುತ್ತದೆ. ಚಾಣಕ್ಯನಿಗೆ ಇನ್ನೇನು ಬೇಕು! ಬ್ರಹ್ಮಾಂಡಕ್ಕೆ ಎಲ್ಲವನ್ನೂ ನೀಡಿದ ನಂತರ, ಬ್ರಾಹ್ಮಣನು ಈಗ ವ್ಯಕ್ತಿಗಳ ತ್ರಿಮೂರ್ತಿಗಳಲ್ಲಿ ವಾಸಿಸುತ್ತಾನೆ. ,

ಚಂದ್ರಗುಪ್ತ- ಹಾಗಾದರೆ ನೀನು ನಿನ್ನ ಜೀವನದುದ್ದಕ್ಕೂ ಇಷ್ಟು ಕಷ್ಟಗಳನ್ನು ಅನುಭವಿಸಿದ್ದೀಯಾ? ಎಲ್ಲವನ್ನೂ ಸ್ವೀಕರಿಸಿದ ನಂತರ, ಎಲ್ಲವನ್ನೂ ನನಗೆ ಕೊಡು.

ಚಾಣಕ್ಯ- ಇಲ್ಲ ಚಂದ್ರಗುಪ್ತ! ನಿನಗೆ ಸೇವೆಯ ಜವಾಬ್ದಾರಿ ಕೊಟ್ಟಿದ್ದೇನೆ. ನನಗೆ ಸಿಕ್ಕಿದ ಎಲ್ಲವೂ ಅದೆಲ್ಲವೂ ಜೀವಿಗಳಿಗೆ ಮಾತ್ರ, ರಾಜನು ಅದರ ಆಡಳಿತಗಾರ ಮಾತ್ರ.

ಚಂದ್ರಗುಪ್ತ - ತಪ್ಪಾಗಿ ನಾನು ಅನುಚಿತವಾಗಿ ಹೇಳಿದೆ, ನಾನು ನಿಮ್ಮ ಉದಾಸೀನತೆಯನ್ನು ಅರ್ಥೈಸಿದೆ. ಚಂದ್ರಗುಪ್ತನು ಬದುಕಿರುವವರೆಗೂ ನೀನು ಅವನ ಕಣ್ಣೆದುರಿನಲ್ಲಿ ಉಳಿಯುವೆ ಎಂದು ಈ ಪ್ರಾರ್ಥನೆಯನ್ನು

ಸ್ವೀಕರಿಸಿಚಾಣಕ್ಯ- ಜಗತ್ತಿನಲ್ಲಿ ಯಾರು ಯಾವಾಗಲೂ ಯಾರ ಕಣ್ಣ ಮುಂದೆ ಇರುತ್ತಾರೆ! ರಾಜ್ಯದ ದೃಷ್ಟಿಯಲ್ಲಿ, ರಾಜನು ಒಂದು ದಿನ ಶಾಶ್ವತವಾಗಿ ಬೇರ್ಪಟ್ಟಿದ್ದಾನೆ, ಪತಿ ತನ್ನ ಹೆಂಡತಿಯಿಂದ ಬೇರ್ಪಟ್ಟಿದ್ದಾನೆ ಮತ್ತು ಹೆಂಡತಿ ತನ್ನ ಪತಿಯಿಂದ ಒಂದು ದಿನ ಬೇರ್ಪಟ್ಟಿದ್ದಾನೆ. ಇಲ್ಲಿ ಅವಕಾಶವು ಸಾವಿನ ಚಾಪದವರೆಗೂ ಇರುತ್ತದೆ. ಅಗಲಿಕೆಯ ದುಃಖವನ್ನು ಅನುಭವಿಸದವರಾರು? ಆದರೆ ಇದೆಲ್ಲವನ್ನು ಬಿಟ್ಟುಬಿಡಿ, ಇಡೀ ಜಗತ್ತು ನಿಮ್ಮ ಖ್ಯಾತಿಯಿಂದ ಬೆಳಗುತ್ತಿರುವುದನ್ನು ನೀವು ನೋಡುತ್ತೀರಿ. ಇಂದು ಎಲ್ಲಾ ಸಣ್ಣ ರಾಜ್ಯಗಳು ಒಂದು ದೊಡ್ಡ ರಾಜ್ಯದಲ್ಲಿ ಸೇರಿಕೊಂಡಿವೆ. ನಿನ್ನ ರಾಜ್ಯದಲ್ಲಿ ದುಃಖ ಮಾಯವಾಗುತ್ತಿದೆ. ಕಲೆಯ ಮೂಲಕ, ಭೂಮಿಯ ರೂಪವು ತುಂಬಾ ವಿಶಿಷ್ಟವಾಗಿದೆ, ಶಾಶ್ವತ ಕಲಾವಿದ ಅದನ್ನು ನೋಡಲು ಬಯಸುತ್ತಾನೆ. ಇದೆ. ಚಂದ್ರ ಗುಪ್ತಾ! ಇಂತಹ ಹೊಳೆಯುವ ಜಗತ್ತಿನಲ್ಲಿ ಚಾಣಕ್ಯನಂಥ ಕಲ್ಲು ಬ್ರಾಹ್ಮಣನ ಅವಶ್ಯಕತೆ ಏನಿದೆ. ಚಂದ್ರಗುಪ್ತ: ಹಾಗೆ ಹೇಳಬೇಡ ಗುರುದೇವ! ಇಲ್ಲದಿದ್ದರೆ ನಾನು ಇಡೀ ರಾಜ್ಯವನ್ನು ತ್ಯಜಿಸಿ ಸುಟ್ಟು ಬೂದಿಯಾಗುತ್ತಿದ್ದೆ ತೆಗೆದುಕೊಳ್ಳುತ್ತದೆ. ತ್ಯಜಿಸಿದವರಲ್ಲಿ ಶಿರೋಮಣಿ! ನೀವು ಇಲ್ಲದೆ, ಬೆಳಕು ಕತ್ತಲೆಯಂತೆ ತೋರುತ್ತದೆ. ಬನ್ನಿ, ಈ ಪ್ರಾಬಲ್ಯದ ರಾಜ್ಯೋತ್ಸವಕ್ಕೆ ಹೋಗೋಣ! ನೀವು ಒಪ್ಪದಿದ್ದರೆ ಚಂದ್ರಗುಪ್ತನು ಭೀಷ್ಮನಿಗೆ ಪ್ರತಿಜ್ಞೆ

ಮಾಡಬೇಕಾಗುತ್ತದೆಚಾಣಕ್ಯ- ನೀವು ಹಠಮಾರಿಗಳಾಗಿದ್ದರೆ ಬ್ರಾಹ್ಮಣರು

ಸಮಾರಂಭ-ಮಂಟಪಕ್ಕೆ ಹೋಗುತ್ತಾರೆ ಮತ್ತು ಅಲ್ಲಿಂದ ಮಾನವ ಕಲ್ಯಾಣಕ್ಕಾಗಿ ಮೌನ ಧ್ಯಾನವನ್ನು ಮಾಡುತ್ತಾರೆ. 'ನೀವು ಹೊರಡುವಾಗ, ನಾವು ಇಲ್ಲೇ ಇದ್ದು ಏನು ಮಾಡುತ್ತೇವೆ? ಎಲ್ಲಿ ಗುರು ಇದ್ದಾನೋ ಅಲ್ಲಿ

ಶಿಷ್ಯರು ಇರುತ್ತಾರೆ." ಶಾರ್ಂಗರಾವ್, ಭಾಗುರಾಯನ್ ಮತ್ತು ಭಾಸುರಕ್ ಶಾಂತಿಯುತವಾಗಿ ಪ್ರವೇಶಿಸುವಾಗ ಹೇಳಿದರು.

ಚಾಣಕ್ಯ- ನನ್ನ ಶಿಷ್ಯರು ಹೆಸರಿನಲ್ಲಿ ವಿಭಿನ್ನರು, ಆದರೆ ಚಾಣಕ್ಯ ಆತ್ಮದಲ್ಲಿ ಒಂದೇ. ನಾನು ಎಲ್ಲಿದ್ದರೂ ನನ್ನ ಜನರಿಗೆ ಮಾತ್ರ ಇರುತ್ತೇನೆ..

ಶಾರ್ಂಗರಾವ್ - ನೀರಿಲ್ಲದೆ ಮೀನು ಹೇಗೆ ಬದುಕಲಾರದು, ಸೂರ್ಯನಿಲ್ಲದ ದಿನ ಮತ್ತು ದೇಹವು ಜೀವವಿಲ್ಲದೆ ಬದುಕುವುದಿಲ್ಲ, ಹಾಗೆಯೇ ನಾವು ಗುರುದೇವ್ ಇಲ್ಲದೆ ಬದುಕಲು ಸಾಧ್ಯವಿಲ್ಲ.

ಭಾಗುರಾಯನು - ಈಗ ಇಲ್ಲೇ ಇದ್ದು ಏನು ಮಾಡುವೆವು? ನಮ್ಮ ಕೆಲಸ ಪೂರ್ಣಗೊಂಡಿದೆ.

ಚಾಣಕ್ಯ- ಕೆಲಸ ಮುಗಿದಿಲ್ಲ. ಈಗಷ್ಟೇ ಗೆಲುವು ಸಿಕ್ಕಿತು, ವಿಶ್ರಮ

ಭಾಸುರಕ್ - ನೀವು ಸತ್ಯವನ್ನು ಹೇಳುತ್ತೀರಿ ಗುರೂಜಿ! ಈಗ ಹಸು ಬಿತ್ತನೆ ಮಾಡಿದ್ದು ದೂರದೂರಕ್ಕೆ ಕಾಳು ಉತ್ಪಾದನೆಯಾಗಿದೆ. ನಾನು ತಡವಾಗಿದ್ದೇನೆ. ಬೇಳೆ ಕಡಿಯುತ್ತಾರೆ, ಬೇಳೆ ಕಾಳುಗಳನ್ನು ರುಬ್ಬುತ್ತಾರೆ, ಕಾಳುಗಳನ್ನು ರುಬ್ಬುತ್ತಾರೆ ಮತ್ತು ಇಲ್ಲಿ ಹಸು ಹಾಲು ಕೊಡುತ್ತದೆ, ಮೊಸರು ಇಡುತ್ತದೆ, ತುಪ್ಪ ಬರುತ್ತದೆ, ಆಗ ಮಾತ್ರ ಲಡ್ಡುಗಳನ್ನು

ಮಾಡುತ್ತಾರೆಚಾಣಕ್ಯ- ಆಗಲೂ ಲಡ್ಡುಗಳನ್ನು ಮಾಡಲಾಗುವುದಿಲ್ಲ, ಏಕೆಂದರೆ ಕಬ್ಬು ಬೆಳೆದಾಗ ರಸವನ್ನು ತೆಗೆದರೆ, ಬೆಲ್ಲವನ್ನು ತಯಾರಿಸಿದರೆ, ಸಕ್ಕರೆ ಸಿದ್ಧವಾಗಿದೆ, ಕಬ್ಬನ್ನು ಪುಡಿಮಾಡಿದರೆ ಮಾತ್ರ ಸಿಹಿತಿಂಡಿಗಳು ಮಾಡಲ್ಪಡುತ್ತವೆ.

ಭಾಸುರಕ್ - ನೀವು ಹೇಳುವುದು ಸತ್ಯ ಗುರೂಜಿ, ನೀವು ಸತ್ಯವನ್ನು ಹೇಳುತ್ತೀರಿ! ಲಡ್ಡುಗಳ ದುರಾಸೆಯಲ್ಲಿ ನಾನು ಸಿಹಿತಿಂಡಿಗಳನ್ನೇ ಮರೆತುಬಿಟ್ಟೆ. ಚಾಣಕ್ಯ - ನಾವು ಈಗಾಗಲೇ ಲಡ್ಡುಗಳ ಬಗ್ಗೆ ಮಾತನಾಡಿದ್ದೇವೆ. ಈಗ ಭಾರತದ ಹೊಸ ರಾಜ್ಯದ ಸುಂದರ ವ್ಯವಸ್ಥೆಗಾಗಿ ನೀವೆಲ್ಲರೂ ಇಲ್ಲಿಯೇ ಇರಬೇಕೆಂದು ಚಾಣಕ್ಯ ಆದೇಶಿಸುತ್ತಾನೆ ಮತ್ತು ಚಾಣಕ್ಯ ನಿಮಗಾಗಿ ಕಾಡುಗಳಿಗೆ ಹೋಗುತ್ತಾನೆ.

ಶಾರ್ಂಗ್ರವ - ನನ್ನ ಜೀವನದ ಕೊನೆಯ ಉಸಿರಿನಲ್ಲೂ ನಿಮ್ಮ ಆದೇಶವನ್ನು ಸ್ವೀಕರಿಸುತ್ತೇನೆ, ಆದರೆ ನಾನು ನಮ್ಮ ಶಿಷ್ಯರನ್ನು ಕಾಡಿಗೆ ಹೋದ ನಂತರ ಮರೆಯಬಾರದು ಎಂದು ವಿನಂತಿಸುತ್ತೇನೆ. ಭಕ್ತರು ಕೆಲವೊಮ್ಮೆ ದೇವರು ನೋಡುತ್ತಲೇ ಇರಬೇಕು.

ಚಾಣಕ್ಯ - ನಿಮ್ಮ ಸೇವೆ ಮತ್ತು ಭಕ್ತಿಯ ಮುಂದೆ ನನ್ನ ಎಲ್ಲಾ ಸಾಧನೆಗಳು ಸಾಮಾನ್ಯ. ನಿಮ್ಮ ಆಸೆ ಖಂಡಿತವಾಗಿಯೂ ಈಡೇರುತ್ತದೆ. ಈಗ ಹಬ್ಬಕ್ಕೆ ಹೋಗೋಣ. ನಂತರ ಅಲ್ಲಿಂದ ಕಾಡಿಗೆ ಹೋಗುತ್ತೇವೆ.

ಚಂದ್ರಗುಪ್ತ- ಗುರುದೇವ! ನೀವು ಸಮಾರಂಭದಲ್ಲಿ ಪಾಲ್ಗೊಳ್ಳುವಿರಿ, ಭೂಮಿಯು ಆಶೀರ್ವದಿಸಲ್ಪಡುತ್ತದೆ. ಕಾವಲುಗಾರರು! ನೀತಿವಂತರಲ್ಲಿ ಉತ್ತಮರು, ಮಹಾಪುರುಷರಲ್ಲಿ ಬುದ್ಧಿವಂತರು, ತಪಸ್ವಿಗಳಲ್ಲಿ ಶ್ರೇಷ್ಠರು, ಮಹಾತ್ಮರು ಎಂದು ಸಮಾರಂಭದಲ್ಲಿ ಘೋಷಿಸಿ. ಚಾಣಕ್ಯ ಬರುತ್ತಾನೆಮಹಾತ್ಮ ಚಾಣಕ್ಯ ಬರುತ್ತಿದ್ದಾರೆ. ಮಹಾಪುರುಷ ಚಾಣಕ್ಯನಿಗೆ ಮಹಿಮೆ! ರಾಜರ್ಷಿ ಚಾಣಕ್ಯನ ಮಹಿಮೆ! ತಪಸ್ವಿ ಚಾಣಕ್ಯನಿಗೆ ಜೈ!" ಈ ಧ್ವನಿ ಎಲ್ಲಾ ದಿಕ್ಕುಗಳಿಂದಲೂ ಪ್ರತಿಧ್ವನಿಸಿತು. ಸೂರ್ಯನ ಬೆಳಕು ಹೇಗೆ ಎಲ್ಲಾ ದಿಕ್ಕುಗಳಲ್ಲಿಯೂ ಹರಡುತ್ತದೆಯೋ ಹಾಗೆಯೇ ಚಾಣಕ್ಯನ ಸೆಳವು ಇಡೀ ಜಗತ್ತಿನಾದ್ಯಂತ ಹರಡಿತು. ದಿವಾಕರ್ ಅವರ ದಿವ್ಯ ಪ್ರಭೆಯಂತೆ ಮಹಾತ್ಮರು ತಮ್ಮ ಶಿಷ್ಯರೊಂದಿಗೆ ಸಮಾರಂಭದಲ್ಲಿ ಕಾಣಿಸಿಕೊಂಡರು.

ಆಲಿಕಲ್ಲು ಶಬ್ದ ಮತ್ತು ಹೂವಿನ ಮಳೆಯಿಂದ ಋಷಿವರ್ ಆವರಿಸಿಕೊಂಡಿತ್ತು. ಅಂತಹ ಭವ್ಯ ವ್ಯಕ್ತಿತ್ವವು ಸಾಮಾನ್ಯವಾಗಿ ಒಂದು ನಿರ್ದಿಷ್ಟ ಯುಗದಲ್ಲಿ ಮಾತ್ರ ಇರುತ್ತದೆ. ಆದರೆ ಚಾಣಕ್ಯ ಈಗ ಅಭಿನಯದಿಂದ ದೂರವಾಗಿದ್ದರು, ಅವರಿಗೆ ಎಲ್ಲೂ ಆಕರ್ಷಣೆ ಇಲ್ಲದಂತಾಗಿದೆ. ಒಮ್ಮೆ ಗಂಭೀರವಾಗಿ

ಸುತ್ತಲೂ ನೋಡಿದಾಗ ಅವನ ದೃಷ್ಟಿ ರಾಕ್ಷಸನ ಕಣ್ಣುಗಳಲ್ಲಿ ಬರುವುದನ್ನು ನಿಲ್ಲಿಸಿತು. ಎರಡು ಕ್ಷಣ ಮೌನವನ್ನು ಆಚರಿಸಿದ ಚಾಣಕ್ಯನು ಬಹಳ ಮೃದುವಾಗಿ

ಹೇಳಿದನು - "ಹೇಳು, ನೀತಿವಂತರಲ್ಲಿ ಗೌರವಾನ್ವಿತ ಮಹಾಮಾತ್ಯ! ಜೀವನದಲ್ಲಿ ಮತ್ತು ಸಾಮ್ರಾಜ್ಯದಲ್ಲಿ ಯಾವುದೇ ಕ್ಲೇಶವಿಲ್ಲವೇ?"

ರಾಕ್ಷಸ - ಬುದ್ಧಿವಂತರ ಮುಖ್ಯಸ್ಥ, ತ್ಯಜಿಸುವವರಲ್ಲಿ ಅಗ್ರಗಣ್ಯ, ಋಷಿ ಚಾಣಕ್ಯನ ಸೃಷ್ಟಿಯಲ್ಲಿ ದುಃಖ ಎಲ್ಲಿಂದ

ಬರಬಹುದುಚಾಣಕ್ಯ- ಸುಖ ಹೆಚ್ಚಾದಂತೆ ದುಃಖ ಎರಡು ಹೆಜ್ಜೆ ಮುಂದೆ ಹೋಗುತ್ತದೆ. ಸಂತೋಷಕ್ಕಾಗಿ ದುಃಖವನ್ನು ಸಹಿಸಿಕೊಳ್ಳುವುದು ಜೀವನದ ಗುರಿಯಾಗಿದೆ. ಭಾರತದ ಮಹಾನ್ ರಾಕ್ಷಸನಿಗೆ ದುಃಖವನ್ನು ಸಹಿಸಿಕೊಳ್ಳುವ ಸಾಮರ್ಥ್ಯವಿದೆ. ದೆವ್ವವಿಲ್ಲದೆ ಇಡೀ ರಾಜ್ಯವು ಸುರಕ್ಷಿತವಾಗಿದೆ ಎಂದು ನಾನು ನಂಬುತ್ತೇನೆ. ಈ ನಂಬಿಕೆಯೇ ನಮ್ಮ ನಿರ್ಗಮನದಲ್ಲಿ ದೊಡ್ಡ ಸಂತೋಷ. ರಾಕ್ಷಸ: ಮತ್ತು ನಿನ್ನ ನಿರ್ಗಮನವು ನಮಗೆಲ್ಲರಿಗೂ ಮರಣದಂತೆಯೇ ಭಾರವಾದ ದುಃಖವಾಗಿದೆ. ಒಪ್ಪುತ್ತೇನೆ, ಋಷಿವರ್! ವೈಭವದಿಂದ ಕೂಡಿದ ಈ ವಿಶಾಲವಾದ ಸಾಮ್ರಾಜ್ಯವನ್ನು ಬಿಟ್ಟು ಕಾಡಿಗೆ ಹೋಗಬೇಡ, ಇಲ್ಲದಿದ್ದರೆ ಎಲ್ಲಾ ಬೆಳಕು ಕಾಡಿನ ಬೆಂಕಿಯಂತೆ ಬಿಸಿಯಾಗುತ್ತದೆ. ದ್ವೇಷದ ವಿಷವನ್ನು ಕುಡಿಯುವ ಮಹಾನ್ ಯೋಧ! ನಿಮ್ಮ ವೈರಿಗಳೂ ಸಹ ನಿಮ್ಮ ಅಗಲಿಕೆಯನ್ನು

ಸಹಿಸಲಾರರುಚಾಣಕ್ಯ - ಪ್ರಪಂಚವು ಅತ್ಯಂತ ಅಪಾಯಕಾರಿ ವ್ಯಕ್ತಿ ಎಂದು ಪರಿಗಣಿಸುವವನು ವಿಷವನ್ನು ಕುಡಿದ ನಂತರ ಭಯಾನಕನಾಗುತ್ತಾನೆ. ನಂತರ ವಿಷವನ್ನು ತೆಗೆದುಹಾಕಲು ಅವನು ವಿಷವನ್ನು ಬಳಸಬೇಕಾಗುತ್ತದೆ. ಚಾಣಕ್ಯ ಮಾಡಿದ್ದು ಇದನ್ನೇ. ಭೂಮಿಯ ವಿಷ ದೂರವಾಯಿತು. ಈಗ ವಿಷ ಬಂದರೂ ವಿಷವನ್ನು ಹೋಗಲಾಡಿಸುವ ನಿಮ್ಮಂತಹವರು ಈ ಭೂಮಿಯಲ್ಲಿ ಇದ್ದಾರೆ. ದೈತ್ಯನನ್ನು ಮರೆತುಬಿಡಿ! ಈ ಭೂಮಿಗೆ ಚಾಣಕ್ಯನೂ ಬಂದಿದ್ದ. ನಾವು ನಿಮ್ಮನ್ನು ಸಂತೋಷದಿಂದ ನೋಡಲು ಬಯಸುತ್ತೇವೆ. ನಮ್ಮ ತೃಪ್ತಿ ಮಹಾ ಭೂತದ ತೃಪ್ತಿಯಲ್ಲಿದೆ.

ರಾಕ್ಷಸ- ಇಂದು ನೀನು ಎಲ್ಲವನ್ನೂ ಕೊಟ್ಟು ನನ್ನಿಂದ ಎಲ್ಲವನ್ನೂ ಕಿತ್ತುಕೊಂಡೆ. ಚಾಣಕ್ಯನ ದೇಹದಲ್ಲಿ ಕರುಣೆ ಮತ್ತು ತ್ಯಾಗದ ನಿಧಿ ಅಡಗಿದೆ ಎಂದು ನನಗೆ ತಿಳಿದಿರಲಿಲ್ಲ. ರಾಜ್ಯದ ಎಲ್ಲಾ ಸಂತೋಷಗಳಲ್ಲಿ, ಚಾಣಕ್ಯನ ಅನುಪಸ್ಥಿತಿಯು ಅವನ ಜೀವನದುದ್ದಕ್ಕೂ ಬಡಿದುಕೊಳ್ಳುತ್ತದೆಚಾಣಕ್ಯ-ಗೈರುಹಾಜರಿಯೂ ಜಗತ್ತಿನ ಅಮೂಲ್ಯ ಸಂಪತ್ತು. ಸರಿ ಮಹಾಮಾತ್ಯ, ವಿದಾಯ! ಚಾಣಕ್ಯ ಹೇಳಿದಾಗ ಸಭೆಯು ದಿಗ್ಭ್ರಮೆಗೊಂಡಿತು. ಚಂದ್ರಗುಪ್ತನು ಚಾಣಕ್ಯನ ಪಾದಗಳಿಗೆ ನಮಸ್ಕರಿಸಿ ಅವನ ಪಾದಗಳನ್ನು ಬಿಳುಪುಗೊಳಿಸಿದನು. ರಾಜರ ಕಿರೀಟಗಳು ಅವರ ಪಾದಗಳಿಗೆ ನಮಸ್ಕರಿಸಿದವು. ರಾಕ್ಷಸರು ಚಾಣಕ್ಯನಿಗೆ ಅಂಟಿಕೊಂಡರು. ಅವನು ತನ್ನ ಕಣ್ಣುಗಳಿಂದ ಚಾಣಕ್ಯನ ದೇಹವನ್ನು ತೇವಗೊಳಿಸಿದನು, ಕತ್ತರಿಸಿದ ಬಟ್ಟೆಗಳನ್ನು ಧರಿಸಿದನು.

ಕಣ್ಣಲ್ಲಿ ನೀರು ಬರದಿದ್ದವರು ಯಾರು? ಗೋಡೆಗಳ ಮೇಲೆ ಕಟ್ಟಿರುವ ಆರಾಧಕರು ರಾಮನ ವನವಾಸದ ಅಧ್ಯಾಯವನ್ನು ಬರೆಯಲು ಪ್ರಾರಂಭಿಸಿದರು. ಮೋಡಗಳು ಸುತ್ತುವರೆದಿವೆ ಮತ್ತು ವಸಂತಕಾಲದಲ್ಲಿ ಮರಗಳ ಮೇಲಿನ ಪಕ್ಷಿಗಳು ಪ್ರತ್ಯೇಕತೆಯ ಕಾವ್ಯವನ್ನು ರಚಿಸಲು ಉತ್ಸುಕರಾಗಿದ್ದವು ಶರತ್ಕಾಲದ ಹಾಡುಗಳನ್ನು ಹಾಡುತ್ತಿದ್ದರು. ಚಾಣಕ್ಯ ಹೊರಟುಹೋದಾಗ ಹಸುಗಳು ಹಗ್ಗವನ್ನು ಮುರಿದು ಅವನೊಂದಿಗೆ ನಡೆದವು. ಚಾಣಕ್ಯನ ಕೈಗಳಿಂದ ನೀರು ಹಾಕಿದ ಗಿಡಗಳು ಮುರಿದು ಅವನ ಪಾದಗಳಿಗೆ ಸಾಷ್ಟಾಂಗವೆರಗಿದವು. ಎರಕಹೊಯ್ದ ಧ್ವನಿ ದುಃಖದಿಂದ ಎಚ್ಚರವಾಯಿತು. ಆದರೆ ಸಂತೋಷ ಮತ್ತು ದುಃಖವನ್ನು ಮೀರಿ ಚಾಣಕ್ಯ ಏನನ್ನು ನೋಡುತ್ತಿದ್ದನೋ ಗೊತ್ತಿಲ್ಲ! ಕ್ರಮೇಣ ಚಾಣಕ್ಯನು ಭೌತಿಕ ಪ್ರಪಂಚದಿಂದ ಆಧ್ಯಾತ್ಮಿಕ ಜಗತ್ತಿಗೆ ಹೋದನು. ಜೈ ಎಂದು ಜಪಿಸುತ್ತಾ ಯುಗಪುರುಷನ ಜೊತೆಯಲ್ಲಿ ಜನರು ಹೆಜ್ಜೆ ಹಾಕಿದರು. ಚಾಣಕ್ಯನು ಮುಖ್ಯದ್ವಾರವನ್ನು ತಲುಪಿದ ತಕ್ಷಣ, ಸುವಾಸಿನಿ ಬಂದು ಅವನನ್ನು ಸ್ವಾಗತಿಸಿ

ಹೇಳಿದಳು - "ಜಗತ್ತು ನಿನ್ನಿಂದ ಬೇಸತ್ತಿದೆಯೇ ಅಥವಾ ಪ್ರಪಂಚದಿಂದ ಬೇಸತ್ತಿದೆಯೇ?" ಚಾಣಕ್ಯ-ನನಗಾಗಲೀ ಪ್ರಪಂಚದ ಬಗ್ಗೆಯೂ ಬೇಸರವಿಲ್ಲ ಅಥವಾ ಜಗತ್ತು ನನ್ನಿಂದ ಬೇಸರಗೊಂಡಿಲ್ಲ.

ಸುವಾಸಿನಿ - ಹಾಗಾದರೆ ಭಯದಿಂದ ಓಡಿಹೋಗುತ್ತಿರುವೆಯಾಕೆ?

ಚಾಣಕ್ಯ- ಚಾಣಕ್ಯ ಸೋಲನ್ನು ಒಪ್ಪಿಕೊಂಡು ಪ್ರಪಂಚದಿಂದ ಓಡಿಹೋಗುತ್ತಿಲ್ಲ, ಆದರೆ ಗೆಲುವು ಪಡೆದ ನಂತರ, ನಾನು ಜಗತ್ತಿಗೆ ಆಧ್ಯಾತ್ಮಿಕ ಅಮೃತವನ್ನು ಹಿಂಡಲಿದ್ದೇನೆ. ಆಧ್ಯಾತ್ಮಿಕತೆಯಿಲ್ಲದ ಭೌತವಾದವು ರಕ್ತಪಿಶಾಚಿಯಾಗಿದೆ. ಮನುಷ್ಯನ ಕಣ್ಣುಗಳು ಭೌತಿಕ ಭ್ರಮೆಯಿಂದ ಮುಚ್ಚಲ್ಪಟ್ಟಾಗ, ಅವನ ಆತ್ಮವು ಕುರುಡಾಗುತ್ತದೆ. ಆತ್ಮದ ಉನ್ನತಿಯಿಲ್ಲದೆ, ಮನುಷ್ಯನ ಕಲ್ಯಾಣವಿಲ್ಲ, ದೇವಿ!

ಸುಗಂಧ - ಮತ್ತು ಅವನ ಲೌಕಿಕ ಮನುಷ್ಯನನ್ನು ಕೊಂದ ನಂತರವೂ ಏನನ್ನೂ ಪಡೆಯುವುದಿಲ್ಲ. ತನ್ನ ಜೀವನದಲ್ಲಿ ಸೋತ ವ್ಯಕ್ತಿ ಮಾತ್ರ ಸನ್ಯಾಸಿಗಳ ಬೆಂಬಲವನ್ನು ಪಡೆಯುತ್ತಾನೆ. ಮಾಯೆ, ಮಾಹಿ, ಮಾನಿನಿಯರ ಅನುಪಸ್ಥಿತಿಯಲ್ಲಿ ಸಂನ್ಯಾಸಿಗಳಾಗದ ಇಂಥ ಎಷ್ಟು ಸನ್ಯಾಸಿಗಳಿದ್ದರು?

ಚಾಣಕ್ಯ - ಆದರೆ ಈ ಬ್ರಾಹ್ಮಣ ಈ ವಿಷಯಗಳನ್ನು ತ್ಯಜಿಸಿದ್ದಾನೆ.

ಸುವಾಸ್ - ಹಾಗಾದರೆ ಈ ವಸ್ತುಗಳನ್ನು ತ್ಯಜಿಸಲು ಯೋಗ್ಯವಾಗಿದೆಯೇ?

ಚಾಣಕ್ಯ - ಇಲ್ಲಸುವಾಸ್ - ಇಲ್ಲದಿದ್ದರೆ ನೀವು ರಾಜ್ಯದಲ್ಲಿ ಏಕೆ ವಾಸಿಸಬಾರದು? ನೀವು ಕಾಡಿಗೆ ಏಕೆ ಹೋಗುತ್ತಿದ್ದೀರಿ?

ಚಾಣಕ್ಯ - ಏಕೆಂದರೆ ನಾನು ಪ್ರಪಂಚದ ಸಂತೋಷವನ್ನು ನನ್ನ ಕಣ್ಣುಗಳಲ್ಲಿ ಹೊತ್ತಿದ್ದೇನೆ ಮತ್ತು ಜಗತ್ತಿಗೆ ಕಾಡಿನ ಅಮೃತವನ್ನು ಹಿಂಡಲು ಹೊರಟಿದ್ದೇನೆ.

ಸುಗಂಧ - ಭರವಸೆಯ ಮಾತುಗಳು ಮಧುರವಾಗಿವೆ, ಆದರೆ ವಾಸ್ತವವು ಪ್ರಪಂಚದ ಸತ್ಯಗಳಲ್ಲಿ ಅಡಗಿದೆ.

ಚಾಣಕ್ಯ- ತಪಸ್ಸಿನ ತೇಜಸ್ಸು ದೂರದಿಂದ ಬೆಳಕನ್ನು ನೀಡುತ್ತದೆ. ಸೂರ್ಯನು ಆಕಾಶದಲ್ಲಿ ತಪಸ್ಸು ಮಾಡುವ ಮೂಲಕ ಭೂಮಿಯ ಮೇಲೆ ತನ್ನ ಕಿರಣಗಳ ಪ್ರಕಾಶವನ್ನು ಹರಡುವ ಸಂತೋಷವನ್ನು ಆಚರಿಸುತ್ತಾನೆ. ನಾನು ಎಲ್ಲಿ ವಾಸಿಸಿದರೂ ಜಗತ್ತು ನನ್ನಿಂದ ದೂರವಾಗುವುದಿಲ್ಲ. ಸ್ವಾರ್ಥ, ದ್ವೇಷ, ದುರುದ್ದೇಶ, ಪಾಪಗಳು ಹತ್ಯಾಕಾಂಡದ ರೂಪ ತಳೆದು ಮಾನವನ ಸುಂದರ ಸೃಷ್ಟಿಯನ್ನು ಮುಳುಗಿಸಲು ಧಾವಿಸಿದ ದಿನವನ್ನು ನಾನು ನೋಡುತ್ತೇನೆ, ಆಗ ಚಾಣಕ್ಯನ ಶಿಖರವು ಶಿವನ ಮುಡಿಯಂತೆ ಹೋಮವನ್ನು ಕುಡಿಯಲು ಮತ್ತೆ ತೆರೆದುಕೊಳ್ಳುತ್ತದೆ

ಸುಗಂಧ - ಮನುಷ್ಯ ಶಿವನು ಕಾಡಿನ ಅಂತರದಲ್ಲಿ ಅಡಗಿದ್ದರೆ, ನಾವೂ ಅಲ್ಲಿಗೆ ಹೋಗಬೇಕು!

ಚಾಣಕ್ಯ- ಚಾಣಕ್ಯನನ್ನು ತರ್ಕ-ಬಲೆಯಲ್ಲಿ ಮತ್ತು ಭಾಷೆಯ ಮೋಹದಲ್ಲಿ ಕಟ್ಟಿಹಾಕುವ ಪ್ರಯತ್ನ ವ್ಯರ್ಥ. ಹೀಗೆ ಹೇಳುತ್ತಾ ಚಾಣಕ್ಯ ಅವನ ದಿಕ್ಕಿಗೆ ಹೆಜ್ಜೆ ಹಾಕಿದ. ಎಲ್ಲರೂ ಅವರನ್ನು ಬಹಳ ದೂರ ಹಿಂಬಾಲಿಸಿದರು ಹೋಗ್ತಾ ಇರು ಸುವಾಸಿನಿಯೂ ಹೊರಡುತ್ತಿದ್ದಳು. ಚಾಣಕ್ಯ ನೋಡಿದಾಗ ಯಾರೂ ಹಿಂತಿರುಗುವುದಿಲ್ಲ ಬೇಡವೆಂದರೂ ಎಲ್ಲರನ್ನೂ ಶಾಂತವಾಗಿ ನೋಡಿ

ಹೇಳಿದ- ಈಗ ನಿನ್ನ ಪ್ರೀತಿಯ ಭಾರ ನನ್ನ ಮೇಲಿದೆ. ಚಾಣಕ್ಯ ಅದನ್ನು ನಿಭಾಯಿಸಲು ಸಾಧ್ಯವಿಲ್ಲ. ಈಗ ನನ್ನನ್ನು ಅನುಸರಿಸಿ ಪ್ರಯೋಜನವಿಲ್ಲ, ಹಿಂತಿರುಗಿ! ಅಲ್ಲಿ ಆಸರೆ ಇಲ್ಲದ ಕಡೆ ಹೋಗು, ಕಣ್ಣೀರಿಗೆ ಆಸರೆ ಇಲ್ಲದ ಕಡೆ ಹೋಗು. ನೀನು ಬೇಕು ಸರಸ್ವತಿಯನ್ನು ಗೌರವಿಸದ ಸ್ಥಳವಿದೆ. ದುಃಖಿತರಿಗೆ ಸಂತೋಷವನ್ನು ನೀಡಿ, ಬಿದ್ದವರನ್ನು ಮೇಲಕ್ಕೆತ್ತಿ, ತಾರತಮ್ಯ ಹಸಿವು ನೀಗಿಸು ಶಾಶ್ವತ ಶಾಂತಿಗಾಗಿ ಚಾಣಕ್ಯನನ್ನು ಬಿಟ್ಟುಬಿಡಿ!" ಎಲ್ಲರೂ ಮೌನವಾಗಿ ನೋಡುತ್ತಿದ್ದರು ಮತ್ತು ಚಾಣಕ್ಯ ಕಾಡಿನ ಆಳವನ್ನು ಪ್ರವೇಶಿಸಿದನು. ಅವರು ಹೊರಡುತ್ತಿದ್ದರು ಮತ್ತು ಲಕ್ಷಾಂತರ ಆರ್ದ್ರ ಕಣ್ಣುಗಳು ಅವನನ್ನು ನೋಡುತ್ತಿದ್ದವು. ಆದರೆ ಚಾಣಕ್ಯ ಹಿಂತಿರುಗಿ ನೋಡಲಿಲ್ಲ. ಮಂಥರ್ ವೇಗದಲ್ಲಿ ಹೆಚ್ಚುತ್ತಿರುವಾಗ, ಅವರು ದಿಗಂತದಲ್ಲಿ ವಿಲೀನಗೊಂಡರು. ಮತ್ತು ಇಲ್ಲಿ ಆ ಮಹಾನ್ ಪ್ರಯಾಣಿಕನ ನೆರಳು ಲಕ್ಷಾಂತರ ಕಣ್ಣುಗಳಲ್ಲಿ ನೆಲೆಸಿತ್ತು.

27

ಜನರ ತುಂಬಿದ ಕಣ್ಣುಗಳು ಹೊಸ ಸಮುದ್ರವನ್ನು ಉಗುಳಲು ಬಯಸಿದವು. ಚಕ್ರವರ್ತಿ ಚಂದ್ರಗುಪ್ತನಿಂದ ಚಾಣಕ್ಯ ಸಾಮಾನ್ಯ ಜನರಲ್ಲೂ ಹರಡಿತ್ತು. ಈ ಪವಿತ್ರ ಹಬ್ಬದಲ್ಲಿನಿಷ್ಪಕ್ಷಪಾತಿಯಾಗದ ಒಬ್ಬ ವ್ಯಕ್ತಿಯೂ ಇರಲಿಲ್ಲ. ಭೂಮಿಯಂತೆ, ಇಡೀ ಪ್ರಾಣಿ ಪ್ರಪಂಚವು ಮೌನವಾಗಿತ್ತು. ಆದರೆ ಮೌನದಲ್ಲಿಯೂ ಮಹಾಮತ್ಯ ರಾಕ್ಷಸರು ಆಲೋಚನೆ ಮತ್ತು ಪ್ರಜ್ಞೆಯಲ್ಲಿ ಜಾಗೃತರಾಗಿದ್ದರು. ಮೌನ ಮಹಾಮಾತ್ಯ ಎಂಬ ರಾಕ್ಷಸನು ಸುವಾಸಿನಿಯ ಭುಜದ ಮೇಲೆ ಕೈ ಹಾಕಿದ ಕೂಡಲೇ, 'ಹೋಗೋಣ. ದೇವಿ!' ಹಾಗೆಯೇ ಸುವಾಸಿನಿಯ ಪ್ರಜ್ಞಾಹೀನ ದೇಹ ರಾಕ್ಷಸನ ಕೈಗೆ ಸಿಕ್ಕಿತು. ಸಂತೃಪ್ತಿಯೂ ಎಷ್ಟು ಮೃದು, ನಿರ್ಗತಿಕ ಮಗುವಿನಂತೆ! ಅಲೆದಾಡುವ ಪ್ರಯಾಣಿಕನು ಆಟವಾಡುತ್ತಾನೆ, ಭಾವನೆಗಳು ಪ್ರಜ್ಞಾಹೀನ ದೇಹವನ್ನು ವಿವಿಧ ರೀತಿಯಲ್ಲಿ ಅಲಂಕರಿಸುತ್ತವೆ, ಆದರೆ ಅತೃಪ್ತಿ ಎಂದಾದರೂ ತೃಪ್ತವಾಗಿದೆಯೇ? ಸಂತೋಷದ ಚಿತ್ರಣವು ದುಃಖಗಳ ಕವಲುದಾರಿಯಲ್ಲಿ ಅಲೆದಾಡುತ್ತಿದೆ ಮತ್ತು ಅಲೆದಾಡುತ್ತಲೇ ಇರುತ್ತದೆಕೆಸರಿನಲ್ಲಿ ಹುಡುಕುತ್ತಾ ಬಂಗಾರದಿಂದ ಹೊಳೆಯುತ್ತಿದ್ದ ಲೋಕದಿಂದ ದೂರ ಸರಿಯುತ್ತಿದ್ದ ಚಾಣಕ್ಯ ಏನೆಂದು ತಿಳಿಯಬೇಡ. ಅವನ ಕಾಲುಗಳಲ್ಲಿ ವಿಚಿತ್ರ ಚಲನೆ ಇತ್ತು. ನೋಡುಗನಿಗೆ ತಾನು ನಡೆಯುತ್ತಿಲ್ಲ ಆದರೆ ದಾರಿ ತನ್ನೆಡೆಗೆ ಸಾಗುತ್ತಿದೆ ಎಂದು ಅನಿಸಿತು. ಇಲ್ಲೊಂದು ಬಂಗಾರದ ಲೋಕವಿತ್ತು, ಇನ್ನೊಂದು ಬದಿಯಲ್ಲಿ ಪಗ್ ಕಾಡಿನತ್ತ ಚಲಿಸುತ್ತಿತ್ತು, ಮನುಷ್ಯ ಹೋಗುವಾಗ ಭಯಪಡುವ ಕಾಡು.

ಆದರೆ ತೇಜಸ್ವಿ ಚಾಣಕ್ಯ ನಿರ್ಭಯವಾಗಿ ಮುಂದೆ ಸಾಗುತ್ತಿದ್ದ. ಮನಃಶಾಸ್ತ್ರದ ಮೂಲಕ ದೇವರ ರಹಸ್ಯವನ್ನು ಬಹಿರಂಗಪಡಿಸಿದರೂ, ಚಾಣಕ್ಯನ ಆಂತರಿಕ ಭಾಷೆಯನ್ನು ಓದಲಾಗುವುದಿಲ್ಲ. ಅವರು ಏನು ಯೋಚಿಸುತ್ತಿದ್ದಾರೆ ಮತ್ತು ಅವರಿಗೆ ಏನು ಬೇಕು ಎಂದು ತಿಳಿಯದೆ ಹೋಗುತ್ತಿದ್ದರು. ಕೆಲವೊಮ್ಮೆ ಮುಗುಳ್ನಗುತ್ತಾ ಕೆಲವೊಮ್ಮೆ ಸೀರಿಯಸ್ ಆಗುತ್ತಿದ್ದರು, ಕೆಲವೊಮ್ಮೆ ಮುಖ ಗಂಟಿಕ್ಕುತ್ತಿದ್ದರು ಮತ್ತು ಕೆಲವೊಮ್ಮೆ ಚಿಂತೆಯ ನೋಟದಿಂದ ಸುತ್ತಲೂ ನೋಡುತ್ತಿದ್ದರು. ತಮ್ಮ ಪಗ್ ಮಾರಣಾಂತಿಕವಾಗಿ ಗಾಯಗೊಂಡ ವ್ಯಕ್ತಿಗೆ ಡಿಕ್ಕಿ ಹೊಡೆದಿರುವುದನ್ನು ನೋಡಲು ಅವರು ಹೊರಟರು. ಚಾಣಕ್ಯ ನಿಲ್ಲಿಸಿ ರಕ್ತಸ್ರಾವ ಮನುಷ್ಯನನ್ನು ನೋಡಿದನು. ರಕ್ತದಲ್ಲಿ ತೊಯ್ದಿದ್ದ ಕಠಾರಿ ಗಾಯದಿಂದ ದೂರ ಬಿದ್ದಿತ್ತು. ಒಂದು ಕ್ಷಣ ಯೋಚಿಸಿದ ಚಾಣಕ್ಯ ಸ್ವತಃ ಹೇಳಿದನು - "ಹಾಗೆ ತೋರುತ್ತದೆ." ಅವರನ್ನು ಡಕಾಯಿತರು ಕೊಂದರು. ಇದು ಅತ್ಯಂತ ದುಃಖಕರವಾಗಿದೆ, ಮಾನವರನ್ನು ಡಕಾಯಿತರಿಂದ ರಕ್ಷಿಸಲಾಗದ ರಾಜ್ಯವು ಶಕ್ತಿಹೀನವಾಗಿದೆ. , 'ಇದನ್ನು ಹೇಳುತ್ತಾ, ಐದು ನಿಮಿಷಗಳ ಕಾಲ ಗಾಯಗೊಂಡವನ ಬಳಿ ಚಾಣಕ್ಯನು ಮೌನವಾಗಿದ್ದನು ಮತ್ತು ಅವನು ತನ್ನ ಮನಸ್ಸಿನಲ್ಲಿ ಏನನ್ನು ಓದಿದನು ಮತ್ತು ನಂತರ ಗಾಯಗೊಂಡವನ ಬಾಯಿಗೆ ನೀರು ಸುರಿಯುವುದನ್ನು ತಿಳಿಯದೆ,

ಹೇಳಿದನು - "ಹೇಳು, ನೀನು ಯಾರು?" ಗಾಯಾಳುಗಳ ಬಾಯಿಂದ ಭಯಂಕರವಾದ

ಧ್ವನಿ ಹೊರಬಿತ್ತು - "ದ್ವಿರಾಗಮನ ಮುಗಿಸಿ ಪತ್ನಿಯೊಂದಿಗೆ ಚಾವ್ ಫುಲ್ ಹೌಸ್‌ಗೆ ಹೋಗುತ್ತಿದ್ದ ಪ್ರಯಾಣಿಕನೊಬ್ಬನನ್ನು ದಾರಿಯಲ್ಲಿ ಡಕಾಯಿತರು ಕಡಿದು ಹಾಕಿದ್ದು, ಆ ಬಡ ಬಾಲಕಿ ಎಂತಹ ಅವಸ್ಥೆ ಎದುರಿಸುತ್ತಿದ್ದಳೋ ಯಾರಿಗೆ ಗೊತ್ತು. . ನಾನು ಕೇಳಿದ್ದೆ, ಚಂದ್ರಗುಪ್ತ, ಮತ್ತು ಚಾಣಕ್ಯನ ರಾಜ್ಯದಲ್ಲಿ ಯಾವುದೇ ಭಯವಿಲ್ಲ, ಆದರೆ ಪರಿಣಾಮಗಳನ್ನು ಅನುಭವಿಸಬೇಕಾಯಿತು." 44 ಗಾಯಗೊಂಡವರಿಗೆ ಸಾಂತ್ವನ ಹೇಳುತ್ತಾ ಚಾಣಕ್ಯ

ಹೇಳಿದ- ದರೋಡೆಕೋರರು ಯಾವ ದಿಕ್ಕಿನಲ್ಲಿ ಹೋಗಿದ್ದಾರೆ?

ಗಾಯಗೊಂಡ - ಕೇವಲ ಉತ್ತರಕ್ಕೆ ಹೋಗಿದೆ. ಹೇಳು.

ಚಾಣಕ್ಯ- ಈಗ ನೀನು ಬಯಸಿದಲ್ಲಿ ಒಂದು ಕ್ಷಣ ನಮ್ಮ ಅತಿಥಿ.

ಗಾಯಗೊಂಡವರು - ಆ ಬಡ ಮಹಿಳೆಯನ್ನು ರಕ್ಷಿಸಿ ಮತ್ತು ನಿಮಗೆ ಸಾಧ್ಯವಾದರೆ, ಡಕಾಯಿತರಿಂದ ಮನುಷ್ಯರನ್ನು ರಕ್ಷಿಸಿ.

ಚಾಣಕ್ಯ- ಎಲ್ಲಿಯವರೆಗೆ ಮನುಷ್ಯನು ಭೂಮಿಯ ಮೇಲೆ ಅಸುರಕ್ಷಿತನಾಗಿರುತ್ತಾನೆಯೋ ಅಲ್ಲಿಯವರೆಗೆ ಚಾಣಕ್ಯನ ಅಸ್ತಿತ್ವವು ನಿರರ್ಥಕವಾಗಿದೆ. ನಿಮ್ಮ ಶಾಶ್ವತ ನಿದ್ರೆಯಲ್ಲಿ ಶಾಂತಿಯನ್ನು ತೆಗೆದುಕೊಳ್ಳಿ, ಪ್ರಯಾಣಿಕ! ಭೂಮಿ ಖಂಡಿತವಾಗಿಯೂ ಡಕಾಯಿತರಿಂದ ಮುಕ್ತವಾಗುತ್ತದೆ. ಗಾಯಗೊಂಡವರು ನರಳುತ್ತಾ

ಹೇಳಿದರು - ಅವನನ್ನು ನೋಡಿ, ಆ ಡಕಾಯಿತರು ಅವನನ್ನು ಕರೆದುಕೊಂಡು ಹೋಗುತ್ತಿದ್ದಾರೆ. ಅದನ್ನು ರಕ್ಷಿಸಿ ಸತಿಯನ್ನು ರಾಕ್ಷಸರಿಂದ ರಕ್ಷಿಸುಚಾಣಕ್ಯನು ಗಾಯಗೊಂಡ ನರಳಾಟವನ್ನು ಬಿಟ್ಟು ದಸ್ಯುಗಳು ದೇವಿಯನ್ನು ಕರೆದೊಯ್ದು ದಿಕ್ಕಿನ ಕಡೆಗೆ ಹೋದನು. ಗಾಳಿಯ ವೇಗ ಅವನ ಕಾಲಿಗೆ ಬಂದಿತು. ಸ್ವಲ್ಪ ದೂರ ಹೋದ ನಂತರ ಡಕಾಯಿತರು ಗಾಯಾಳುವಿನ ಹೆಂಡತಿಯನ್ನು ಎಳೆದುಕೊಂಡು ಹೋಗುತ್ತಿರುವುದನ್ನು ನೋಡಿದನು. ಚಾಣಕ್ಯನು ಯೋಗದೃಷ್ಟಿಯಿಂದ ಡಕಾಯಿತರನ್ನು ನೋಡಿದನು, ಚಾಣಕ್ಯನನ್ನು ನೋಡಿದ ಡಕಾಯಿತರು ತಲೆತಗ್ಗಿಸಿ ಬಿದ್ದರು. ಚಾಣಕ್ಯನು ಅವನ ಮುಂದೆ ಹೋಗಿ ಗರ್ಜಿಸುವ ಧ್ವನಿಯಲ್ಲಿ

ಹೇಳಿದನು - "ಅದೂ ಕೂಡ ಚಂದ್ರಗುಪ್ತನ ಸಾಮ್ರಾಜ್ಯದಲ್ಲಿ ಅಮಾಯಕ ಮಹಿಳೆಯನ್ನು ದಮನ ಮಾಡುವ ಧೈರ್ಯಡಕಾಯಿತರು ತಮ್ಮ ಮುಂದೆ ಸುಡುವ ಮರವು ನಿಂತಿದೆ ಅಥವಾ ಸೂರ್ಯ ಮುಳುಗಿದಂತೆ ಕಾಣುತ್ತದೆ. ಪಾಪಿಗಳು ತಮ್ಮ ಕಣ್ಣುಗಳನ್ನು ಎತ್ತಲಾಗಲಿಲ್ಲ. ದೇವಿಯ ಕಡೆಗೆ ನೋಡುತ್ತಾ ಚಾಣಕ್ಯ

ಹೇಳಿದನು – "ಈಗ ಭಯಪಡುವಂಥದ್ದೇನೂ ಇಲ್ಲ ಮಗಳೇ! ನಿನ್ನ ತಂದೆಯಂತೆ ಚಾಣಕ್ಯನೂ ನಿನ್ನ ಮುಂದೆ ಇದ್ದಾನೆ. ಚಾಣಕ್ಯ ಮತ್ತು ಚಂದ್ರಗುಪ್ತರ ರಾಜ್ಯದಲ್ಲಿ, ಯಾರಿಗಾದರೂ ಕಿರುಕುಳ ನೀಡುವ ಯಾವುದೇ ಪಾಪಿಯು ಕಠಿಣ ಶಿಕ್ಷೆಯನ್ನು ಪಡೆಯುತ್ತಾನೆ. "ಈ ರಕ್ತ ತೋಯ್ದ ಕಠಾರಿ ತೆಗೆದುಕೊಂಡು ಈ ಡಕಾಯಿತರ ತಲೆಗಳನ್ನು ಕತ್ತರಿಸಿ ನಿನ್ನ ಗಂಡನ ಹತ್ಯೆಗೆ ಸೇಡು ತೀರಿಸಿಕೊಳ್ಳಿ!" 'ದರೋಡೆಕೋರರು ತಮ್ಮ ಎದುರಿನಲ್ಲಿ ಚಾಣಕ್ಯನನ್ನು ನೋಡಿದ ತಕ್ಷಣ, ಅವರು ಪ್ರಜ್ಞಾಹೀನರಾದರು ಮತ್ತು ನಡುಗಲು ಪ್ರಾರಂಭಿಸಿದರು, ಅವನ ಕಾಲಿಗೆ ಬಿದ್ದು ಕ್ಷಮೆ ಯಾಚಿಸಿದರು. ಕೋಪ ಮತ್ತು ದ್ವೇಷದಿಂದ ಅವರನ್ನು ತಿರಸ್ಕರಿಸಿ, ಚಾಣಕ್ಯ

ಹೇಳಿದ - 'ಅಪರಾಧಿಯನ್ನು ಕ್ಷಮಿಸುವ ಮೂಲಕ ಅವನನ್ನು ಪ್ರೋತ್ಸಾಹಿಸಲಾಗುತ್ತದೆ. ಚಾಣಕ್ಯನಿಗೆ ಪಾಪಿಯನ್ನು ಹೇಗೆ ಕ್ಷಮಿಸಬೇಕೆಂದು ತಿಳಿದಿಲ್ಲ. ತಡ ಮಾಡಬೇಡ ದೇವಿ, ಈ ಪಾಪಿಗಳ ತಲೆ ಕಡಿಯಿರಿ. , ಕಠಾರಿಯನ್ನು ತೆಗೆದುಕೊಂಡು, ಸತಿಯು ಹಸಿದ ಸಿಂಹಿಣಿಯಂತೆ ಧಾವಿಸಿ ಎಲ್ಲಾ ಡಕಾಯಿತರ ತಲೆಗಳನ್ನು ಒಂದೊಂದಾಗಿ ಕತ್ತರಿಸಿದಳು. ಶಿರಚ್ಛೇದದ ನಂತರ, ಲಹುವರ್ಣ ಸತಿ ದುರ್ಗೆಯಂತೆಯೇ ಕಾಣಿಸಿಕೊಳ್ಳಲು ಪ್ರಾರಂಭಿಸಿದಳು. ಚಾಣಕ್ಯನು ನಮಸ್ಕರಿಸುತ್ತಾ ಹೇಳಿದನು, "ತಾಯಿ ಕಲಿರುನಾ. ಚಾಣಕ್ಯ ನಿನಗೆ ಮತ್ತೆ ಮತ್ತೆ ನಮಸ್ಕರಿಸುತ್ತಾನೆ. ಹೋಗಿ,

ಈ ಹೆಣೆಯಲ್ಪಟ್ಟ ತಲೆಗಳನ್ನು ಪೋನಿಟೇಲ್ನಲ್ಲಿ ಕಟ್ಟಿ ಚಕ್ರವರ್ತಿ ಚಂದ್ರಗುಪ್ತನಿಗೆ ತೋರಿಸಿ, ಚಂದ್ರಗುಪ್ತನ ರಾಜ್ಯದಲ್ಲಿ ಶಕ್ತಿಯು ಹರಿಯುತ್ತದೆ. ಶಕ್ತಿರೂಪ ದುರ್ಗೆಯ ಕೃಪೆಯಿಂದ ನಾಡಿನಲ್ಲಿ ಹುಡುಕಿದರೂ ಪಾಪಿಗಳು ಸಿಗಬಾರದು ಎಂಬುದು ನನ್ನ ಪುರೋಹಿತರ ಆಶಯ. ನಿಜವಾಗಲಿ ಅಮ್ಮನ ಹಾರೈಕೆ. ಒಂದು ಘೋರ ಧ್ವನಿಯು ಆಶೀರ್ವಾದದ ರೂಪದಲ್ಲಿ ಪ್ರತಿಧ್ವನಿಸಿತು 'ಆಮೆನ್!' ಮತ್ತು ಚಾಣಕ್ಯನು ದುರ್ಗಾದೇವಿಯ ರೂಪವು ಸುತ್ತಲೂ ನೃತ್ಯ ಮಾಡುವುದನ್ನು ನೋಡಿದನುಚಾಣಕ್ಯ ಗೌರವ ಸಲ್ಲಿಸಿದ ನಂತರ ಹೊರಟುಹೋದ. ಗಾಳಿಯ ವೇಗದಲ್ಲಿ ಚಲಿಸುತ್ತಾ ಅವರು ಗಂಗಾ ತೀರದ ಬಗ್ಗೆ ಮಾತನಾಡಿದರು. ಆದರೆ ಬನ್ನಿ ಇಲ್ಲಿ ತನಗಾಗಿ ಹುಲ್ಲಿನಿಂದ ಮಾಡಿದ ಆಸನವನ್ನು ಹರಡಿಕೊಂಡಿದ್ದಾನೆ. ಒಂದು ದಿನ ಕಳೆದಿತು, ಎರಡು ದಿನಗಳು ಕಳೆದವು ಮತ್ತು ಮೂರನೇ ದಿನವೂ ಕೊನೆಗೊಂಡಿತು, ಆದರೆ ಚಾಣಕ್ಯ ಕುಡಿಯಲೂ ಇಲ್ಲ ಪುಷ್ಯ ನಕ್ಷತ್ರದಲ್ಲಿ ಉಪವಾಸದ ನಂತರ ಉಪವಾಸವನ್ನು ಆಚರಿಸುತ್ತಿದ್ದರು.

ಶಕ್ತಿ, ಜ್ಞಾನ ಮತ್ತು ತಪಸ್ಸಿನಲ್ಲಿ ಅವರು ಮಹಾತ್ಮ ಪ್ರಕೃತಿಯಾಗಲು ಪ್ರಾರಂಭಿಸಿದರು. ಧ್ಯಾನದ ಮೂಲಕ ಪರಿಪೂರ್ಣನಾದ ನಂತರ, ಅವನು ದೇವರಾಗಿ ಹೋದಂತೆ ಕಾಣುತ್ತಾನೆ. ಆದರೆ ಈ ಸಾಧನೆಗಳನ್ನು ಸಾಧಿಸುವಾಗ, ಅವರ ದೇಹದಲ್ಲಿ ರಕ್ತವೇ ಉಳಿಯಲಿಲ್ಲ, ಅವರು ಒಣಗಿ ಕೇವಲ ಅಸ್ಥಿಪಂಜರವಾದರು.

ಉಳಿಯಿತು. ಅವನು ತಪಸ್ಸು ಮತ್ತು ಉಪವಾಸದಲ್ಲಿ ತನ್ನನ್ನು ತಾನೇ ಒಣಗಿಸಿದನು. ತನ್ನ ಬೂದಿಯ ಆತ್ಮದೊಂದಿಗೆ, ಅವರು ಶಾಂತಿಯ ಬಯಕೆಯೊಂದಿಗೆ ಏಕಾಂತ ಸಂತೋಷವನ್ನು ಹುಡುಕಲು ಪ್ರಾರಂಭಿಸಿದರು. ಆದರೆ ಹೋರಾಟ ಜಗತ್ತಿನಲ್ಲಿ ತೃಪ್ತಿಯ ಸಂತೋಷ ಎಲ್ಲಿದೆ. ತೃಪ್ತಿಯಲ್ಲಿ, ಜೀವನದ ವೇಗವು ನಿಲ್ಲುತ್ತದೆ. ಬಹುಶಃ ಅತೃಪ್ತಿಯಲ್ಲಿ ಸಂತೋಷವಿದೆಸೋಲು ಸೋಲನ್ನು ಒಪ್ಪಿಕೊಳ್ಳದ ಕ್ಷಣವೂ ಇಲ್ಲದ ಚಾಣಕ್ಯನನ್ನು ಯಾವ ಮಣ್ಣಲ್ಲಿ ಮಾಡಿತೋ ಗೊತ್ತಿಲ್ಲ. ಸ್ಮಶಾನದಲ್ಲಿ ಉರಿಯುತ್ತಿರುವ ಚಿತಾಭಸ್ಮವನ್ನು ನೋಡಿ ಚಾಣಕ್ಯ ನಕ್ಕು

ಹೇಳಿದನು - "ಸಾವು! ನೀವು ಮನುಷ್ಯನ ಹಾರವನ್ನು ಅವನ ಮೇಲೆ ಅರಳುವಂತೆ ಮಾಡುತ್ತೀರಿ! ನಿಮ್ಮ ಭಯಾನಕತೆ ಎಷ್ಟು ಭಯಾನಕವಾಗಿದೆ. ನಿಮ್ಮ ಕಲ್ಪನೆಯಿಂದಾಗಿ ಮನುಷ್ಯ ನಿರಾಶೆಗೊಳ್ಳುತ್ತಾನೆ. ಸ್ಮಶಾನ! ನಿನ್ನಲ್ಲಿ ಎಷ್ಟು ಮಣ್ಣು ಹತಾಶೆಯ ಹಾಡುಗಳನ್ನು ಹೇಳುತ್ತಿದೆಯೋ ಗೊತ್ತಿಲ್ಲ. ಆದರೆ ಮಾನವ! ಸಾವಿನ ಎದೆಯ ಮೇಲೆ ನಿಮ್ಮ ಪಾದಗಳನ್ನು ಇಟ್ಟುಕೊಂಡು ನೀವು ಬದುಕಲು ಕಲಿಯುತ್ತೀರಿ! ಮನುಷ್ಯನಿಗೆ ಸಾವನ್ನು ಸಹ ಕೊಲ್ಲುವ ಶಕ್ತಿಯಿದೆ. ಯಾರ ಭರವಸೆ ಸಾಯುತ್ತದೋ ಅವನು ಸಾಯುತ್ತಾನೆ. , ಭರವಸೆ! ಅದರಲ್ಲಿ ಎಷ್ಟು ಬೆಳಕು! ಮಾನವ ನೀವು ಭೂಮಿಗೆ ಅಮೃತವನ್ನು ಹುಡುಕುತ್ತಿದ್ದೀರಿ, ಮಾನವನನ್ನು ಅಜೇಯರನ್ನಾಗಿ ಮಾಡಿ, ಇದರಿಂದ ಸಮಯದ ಭಯಾನಕ ನೃತ್ಯವು ಮಾನವ ನೆಲದಲ್ಲಿ ನೃತ್ಯ ಮಾಡುವುದಿಲ್ಲ. "ಆಕಾಶದ ಕಡೆಗೆ

ನೋಡುತ್ತಾ - "ಭೂಮಿ, ಆಕಾಶ ಮತ್ತು ಪ್ರಪಾತ ಎಂತಹ ವಿಪರ್ಯಾಸ! ಬೆಂಕಿ, ನೀರು, ಗಾಳಿ, ಅಮರ ಶಕ್ತಿಗಳು; ಆದರೆ ಈ ಎಲ್ಲಾ ಶಕ್ತಿಗಳು ಯಾರ ಪಾದಗಳನ್ನು ತಲುಪಬಹುದು?" ನೇರ ಜೋರಾಗಿ

ನಗುತ್ತಾ - "ಯಾರ ಪುರುಷತ್ವದ ಮುಂದೆ ಎಲ್ಲಾ ಶಕ್ತಿಗಳು ತಲೆಬಾಗುತ್ತವೆಯೋ ಆ ಮನುಷ್ಯ. ಗೆಲುವಿನ ಮೆಟ್ಟಿಲುಗಳು ಇನ್ನೂ ಉಳಿದಿವೆ. ಬಾ ಚಾಣಕ್ಯ! ಬೆಂಕಿಯನ್ನು ಜಯಿಸಿ, ನೀರು ಮತ್ತು ಗಾಳಿಯನ್ನು ಸಹ ಜಯಿಸಿ! " ಆಸೆಯನ್ನು ಮಾಡಿದ ನಂತರ, ಚಾಣಕ್ಯ ಮತ್ತೆ ತಪಸ್ಸಿಗೆ ಹೋದನು. ಬೆಂಕಿಯು ಅವರನ್ನು ಸುಡಲು ಪ್ರಯತ್ನಿಸಿತು ಆದರೆ ಅದು ಸುಡಲಿಲ್ಲ, ಗಾಳಿಯು ಅವರನ್ನು ತೆಗೆದುಹಾಕಲು ಪ್ರಯತ್ನಿಸಿತು ಆದರೆ ಸೋಲಿಸಲ್ಪಟ್ಟಿತು, ನೀರು ಅವರನ್ನು ಮುಳುಗಿಸಲು ಪ್ರಯತ್ನಿಸಿತು ಆದರೆ ಸೋಲಿಸಲ್ಪಟ್ಟಿತು ಮತ್ತು ಅವಮಾನದಿಂದ ಕೆಳಗಿಳಿಯಿತು.

ತದನಂತರ ಒಂದು ದಿನ ಚಾಣಕ್ಯ ತನ್ನ ಕಣ್ಣುಗಳನ್ನು ತೆರೆದಾಗ, ಭೂಮಿ, ಆಕಾಶ ಮತ್ತು ಪ್ರಪಾತವು ಮಿಶ್ರಣಗೊಂಡಿತು. ಚಾಣಕ್ಯನು ತ್ರಿಲೋಕನ ಪಾದಗಳಿಗೆ ನಮಸ್ಕರಿಸುವಾಗ ಎದ್ದು ಅಕ್ಕಪಕ್ಕದಲ್ಲಿ ಹೋದನುನಡೆಯುವಾಗ ಯೋಚಿಸತೊಡಗಿದರು, "ಆದರೆ ಜೈಯ ಐತಿ ಎಲ್ಲಿ? ಗುರಿ ಎಲ್ಲಿದೆ ನೀವು ಸಂಪೂರ್ಣವಾಗಿ ತೃಪ್ತಿ ಹೊಂದಿದ್ದೀರಾ? ಮನಸ್ಸನ್ನು ಕೊಂದು ಸನ್ಯಾಸಿಯಾಗುವುದರಲ್ಲಿ ಸುಖವಿದೆಯೇ? ಬಹುಶಃ ಆದರೆ ಇಲ್ಲ ಆತ್ಮದಲ್ಲಿ ಏಕೆ ನಂಬಿಕೆ ಇಲ್ಲವೋ ಗೊತ್ತಿಲ್ಲ. ನಂಬಿಕೆಯು ಗೋಚರಿಸುವ ಪ್ರಪಂಚದ ಬೆಳಕಿನ ಮೇಲೆ ಮಾತ್ರ." "ಆದರೆ ಈ ಗೋಚರ ಪ್ರಪಂಚದ ಲೀಲೆ ಎಷ್ಟು ಭಯಾನಕವಾಗಿದೆ! ರೂಪ, ರುಚಿ, ವಾಸನೆ ಮತ್ತು ಎಲ್ಲರೂ ಮನುಷ್ಯನನ್ನು ಕೊಲ್ಲಲು ಬಯಸುತ್ತಾರೆ, ಆದರೆ ಚಾಣಕ್ಯ ಸಾಯುವುದಿಲ್ಲ. ಯಾವುದೇ ರೂಪವೂ ಇಲ್ಲ.

ಅವನನ್ನು ಕೊಲ್ಲಬಹುದು.ಮತ್ತು ರಸವೂ ಅಲ್ಲ, ಅವನು ಸ್ಪರ್ಶ ಅಥವಾ ವಾಸನೆಯ ಗುಲಾಮನಲ್ಲ. ಚಾಣಕ್ಯನು ತನ್ನ ನಂಬಿಕೆಯಲ್ಲಿ ದೃಢವಾಗಿದೆ, ಇಡೀ ಕಲ್ಯಾಣದ ರೂಪ." ಆಲೋಚಿಸುತ್ತಿರುವಾಗಲೇ ಚಾಣಕ್ಯ ಇನ್ನೂ ಸ್ವಲ್ಪ ಹೊತ್ತು ಮುಂದೆ ಸಾಗಿದ, ಆಮೇಲೆ ಆಲೋಚನೆಗಳಲ್ಲಿ ಮುಳುಗಿದ್ದ ವೇಗದ ಚಾಣಕ್ಯನ ಯೋಚನೆಗಳು ಯಾರದೋ ಸಂಗೀತದ ದನಿಯಿಂದ ತಲ್ಲಣಗೊಂಡವು. ಅಪೂರ್ವ ಸೌಂದರ್ಯವೊಂದು ಹಾಡುತ್ತಾ ತನ್ನೆಡೆಗೆ ಬರುತ್ತಿರುವುದನ್ನು ಚಾಣಕ್ಯ ಕಂಡ. ಚಾಣಕ್ಯ ಬೆರಗಾಗುವುದನ್ನು ನಿಲ್ಲಿಸಿ ಮೃದುವಾದ ಧ್ವನಿಯಲ್ಲಿ

ಹೇಳಿದನು - "ಯಾರು ನೀನು? ಈ ದಟ್ಟ ಕಾಡಿನಲ್ಲಿ ನೀನೇಕೆ ಒಂಟಿಯಾಗಿ ತಿರುಗಾಡುತ್ತಿದ್ದೀಯಾ? ಈ ಶೂನ್ಯದಲ್ಲಿ ಹಾಡುವ ಮೂಲಕ ನಿಮಗೆ ಏನು ಬೇಕು?" ಸುಂದರಿಯ ತುಟಿಗಳ ಮೇಲೆ ಸ್ವಲ್ಪ ನಗುವಿನ ಗೆರೆ ಎಳೆಯಿತು. ಅವಳು ವಿದ್ಯುದ್ದೀಪದಿಂದ ಪ್ರಜ್ವಲಿಸುತ್ತಿದ್ದ ರೂಪಕ್ಕೆ

ಹೇಳಿದಳು - "ನಾನು ಅನಾಥ ಹುಡುಗಿ, ಕಾಡಿನ ಮಧ್ಯದಲ್ಲಿ ಒಂಟಿಯಾಗಿ ಬೆಳೆದೆ, ಇಲ್ಲಿ ನಾನು ಸರಿತಾ ಧ್ವನಿಯಿಂದ ಸಂಗೀತವನ್ನು ಕಲಿತಿದ್ದೇನೆ, ಗಾಳಿಯಿಂದ ಹೂವುಗಳನ್ನು, ಸೌಂದರ್ಯ ಮತ್ತು ಹೂವುಗಳಿಂದ ಸೌಂದರ್ಯವನ್ನು ಮತ್ತು ಪಲ್ಲವರಿಂದ ಬಂದ

ಜೀವಿಗಳು - ಹಿಂಬಾಲಿಸು ಕೆಲವೇ ಕ್ಷಣಗಳ ಹಿಂದೆ ಪರಮ ತಪಸ್ವಿ ಚಾಣಕ್ಯ ಋಷಿಯು ಕಾಡಿನ ಅಂಗಳಕ್ಕೆ ಬರುತ್ತಿದ್ದಾನೆ ಎಂದು ಸುತ್ತಮುತ್ತಲಿನ ಶಬ್ದ ಕೇಳಿಸಿತು, ನಾನು ಅಂತರ ಆರತಿಯನ್ನು ನೋಡಲು ಮತ್ತು ಪೂಜಿಸಲು ಇಲ್ಲಿಗೆ ಬರುತ್ತಿದ್ದೇನೆ. ಚಾಣಕ್ಯ ಮುಗುಳ್ನಕ್ಕು ಗಂಭೀರವಾಗಿ ಹೇಳಿದನು - ನಿಸರ್ಗದ ನಿಶ್ಯಬ್ದ ಸೌಂದರ್ಯವು ನಿಮಗೆ ಎಲ್ಲಾ ಸುತ್ತಿನ ಸೌಂದರ್ಯವನ್ನು ನೀಡಿದೆ ಎಂದು ತೋರುತ್ತದೆ. ನೀವು ಈಗ ಕಾಡಿನ ಈ ಸತ್ಯವನ್ನು ಮಾನವರ ಅನುಕೂಲಕ್ಕಾಗಿ ಜಗತ್ತಿಗೆ ಕೊಂಡೊಯ್ಯುವುದು

ಉತ್ತಮಸುಂದರಿ- ಇಲ್ಲ, ಯಾರು ಲೋಕಕ್ಕೆ ಹೋದರೂ ಅವರ ಪರಿಶುದ್ಧತೆಯ ಮೇಲೆ ಪರಿಣಾಮ ಬೀರುತ್ತದೆ. ಈ ಶುದ್ಧ ಸೌಂದರ್ಯವು ಪ್ರಪಂಚದ ಕಪ್ಪುತನದಿಂದ ಕಪ್ಪಾಗುತ್ತದೆ.

ಚಾಣಕ್ಯ - ಹಾಗಾದರೆ ಧ್ಯಾನದಿಂದ ಪಡೆದ ಈ ಅಮೃತದಂತಹ ಸೌಂದರ್ಯವನ್ನು ನೀವೇನು ಮಾಡುವಿರಿ? ಕಾಡಿನ ಹೂವಿನಂತೆ ಅರಳುವ ಅದು ಎಂದಾದರೂ ಸಾಯುವುದಿಲ್ಲವೇ? ಅದಕ್ಕೇ ನೀನು ಅಮರನಾಗಬೇಕೆಂದರೆ ಲೋಕಕಲ್ಯಾಣದಲ್ಲಿ ನಿನ್ನ ಜೀವನವನ್ನು ಕಳೆಯು!

ಸುಂದರ - ಆದರೆ ನನಗೆ ಅದು ಬೇಡ.

ಚಾಣಕ್ಯ - ಹಾಗಾದರೆ ನಿನಗೆ ಏನು ಬೇಕು?

ಸುಂದರಿ - ನನಗೆ ಬೇಕಾಗಿರುವುದು ನನ್ನ ಮುಂದೆ. ನನಗೆ ಕಾಡಿನ ಈ ಪವಿತ್ರ ನೆರಳು ಬೇಕು ನಾನು ಪರಮಾತ್ಮನ ಪಾದಗಳನ್ನು ಮುದ್ದಿಸುತ್ತಿರಲಿ; ತನ್ನ ಜೀವನದುದ್ದಕ್ಕೂ ಜಗತ್ತಿಗೆ ತನ್ನನ್ನು ತ್ಯಾಗ ಮಾಡಿದ, ನನ್ನ ಸೇವೆಗಳಿಂದ ನಾನು ಅವನಿಗೆ ಶಾಂತಿಯನ್ನು ನೀಡಬಲ್ಲೆ.

ಚಾಣಕ್ಯ- ನೀವು ಚಾಣಕ್ಯನಿಗೆ ಶಾಂತಿಯನ್ನು ನೀಡಲು ಬಯಸುತ್ತೀರಿ! ಇಲ್ಲ, ಅವನು ಶಾಂತಿಯನ್ನು ಬಯಸುವುದಿಲ್ಲ, ಅಥವಾ ಅವನಿಗೆ ಶಾಂತಿಯನ್ನು ನೀಡಲು ಯಾರಿಗೂ ಸಾಧ್ಯವಾಗುವುದಿಲ್ಲ. ಸಂತೋಷ್ ಎಲ್ಲೋ ಇದ್ದಾನೆ ಎಂದರೆ ನಂಬಲಾಗುತ್ತಿಲ್ಲ. ಪ್ರತಿ ಶಾಂತಿಯ ನಂತರ, ಹೊಸ ಶಾಂತಿಹೀನತೆ ಉಂಟಾಗುತ್ತದೆ. ವ್ಯಕ್ತಿಯ ಶಾಂತಿ ಇದ್ದರೆ, ಅದು ಒಟ್ಟಾರೆಯಾಗಿದೆ, ಆದ್ದರಿಂದ ಎಲ್ಲರ ಹಿತಾಸಕ್ತಿಯಲ್ಲಿ ನಿಮ್ಮನ್ನು ತ್ಯಾಗ

ಮಾಡಿಸುಂದರಿ - ಉಪದೇಶವು ಕೇಳಲು ಬಹಳ ಮಧುರವಾಗಿದೆ, ಆದರೆ ವಾಸ್ತವದ ಎದೆಯ ಮೇಲೆ ಉಪದೇಶದ ನೃತ್ಯ ಅದರ ಅಸ್ತಿತ್ವ ಕ್ಷಣಿಕವೂ ಅಲ್ಲ. ಈ ಅನುಪಯುಕ್ತ ವಸ್ತುಗಳನ್ನು ಬಿಟ್ಟು ನನ್ನೊಂದಿಗೆ ಬಾ! ನಾನು ನೀನು ಕಾಡಿನಲ್ಲಿ ಸ್ವರ್ಗದ ಸಂತೋಷವನ್ನು ನೀಡುತ್ತದೆ. ನನಗೆ ವಿಮೋಚನೆಯ ತೃಪ್ತಿ ಇದೆ. ಅವರ ಸಂಗೀತ ಮತ್ತು ರೂಪಗಳಲ್ಲಿ ಒಂದಾಗಿದೆ ಕೇವಲ ಒಂದು ಸಿಪ್ನೊಂದಿಗೆ ನಾನು ನಿಮಗೆ ಹೊಸ ಜೀವನವನ್ನು ನೀಡಬಲ್ಲೆ. ನನ್ನೊಂದಿಗೆ ಬಾ, ಕ್ಷಣದಲ್ಲಿ ಜೀವನವನ್ನು ಬೆಳಗಿಸಿ ಎಚ್ಚರಗೊಳ್ಳಲಿದೆ. ನನ್ನ ತುಟಿಗಳಲ್ಲಿ ಮಕರಂದವಿದೆ, ನನ್ನ ಕಣ್ಣುಗಳಲ್ಲಿ ಸಂತೋಷ ಮತ್ತು ನನ್ನ ಅಪ್ಪುಗೆಯಲ್ಲಿ ಬಯಕೆಗಳ ಈಡೇರಿಕೆ ಇದೆ.

ತುಂಬಾ ನೀವು ಜಗತ್ತಿಗೆ ಸ್ವಲ್ಪ ಒಳ್ಳೆಯದನ್ನು ಮಾಡಿದ್ದೀರಿ, ಈಗ ನಿನಗಾಗಿಯೂ ಸ್ವಲ್ಪ ತೆಗೆದುಕೊಳ್ಳಿ! ಹೀಗೆ ಹೇಳುತ್ತಾ ಸುಂದರಿ ಅವನನ್ನು ವಿಚಿತ್ರವಾಗಿ ನೋಡಿ ಅವನ ಕೈ ಹಿಡಿದಳು. ಕೈ ಮುಟ್ಟಿದ ಕೂಡಲೇ ಚಾಣಕ್ಯ ಆಟವಾಡತೊಡಗಿದ. ಅವನ ತೇಜಸ್ಸು ಮತ್ತು ದೃಢತೆ ರೂಪನ ಮುಂದೆ ಅವನ ಕೈಗಳನ್ನು ಕಟ್ಟಿಹಾಕಿದಂತಿತ್ತು. ಬಿ. ಅವನ ದೇಹದ ಪ್ರತಿಯೊಂದು ರಂಧ್ರದಲ್ಲೂ ಕಂಪನವಿತ್ತು. ಚಾಣಕ್ಯನು ವಿಚಿತ್ರವಾದ ಪರಿಸ್ಥಿತಿಯಲ್ಲಿ ಸಿಲುಕಿದನು. ಅವರು ಅಡ್ಡರಸ್ತೆಯಲ್ಲಿ ನಿಂತಿದ್ದರು. ಒಂದು ಕಡೆ ಸೌಂದರ್ಯದಿಂದ ಮತ್ತೊಂದೆಡೆ ಕಠೋರ ತಪಸ್ಸಿನಿಂದ ಎಳೆಯಲ್ಪಡುತ್ತಿದ್ದನು. ಚಾಣಕ್ಯನು ಒಂದು ಕ್ಷಣ ಕಣ್ಣು ಮುಚ್ಚಿ, ದೇವರನ್ನು ಸ್ಮರಿಸಿದನು ಮತ್ತು ನಂತರ ತನ್ನ ಕಣ್ಣುಗಳನ್ನು ತೆರೆದು ದೇವಿಯ ಕಡೆಗೆ ನೋಡಿ

ಹೇಳಿದನು - "ನಮಸ್ಕಾರಗಳು ತಾಯಿ!" ಸೌಂದರ್ಯಕ್ಕೆ ನಮಸ್ಕರಿಸಿ, ಚಾಣಕ್ಯನು ಹೊಸ ಸಾಧನೆಯನ್ನು ಸಾಧಿಸಿ ನಾಚಿಕೆಪಡುತ್ತಾ ಹೊರಟುಹೋದನು. ನೋಡುತ್ತಲೇ ಇದ್ದರು

28

ನಿಲ್ಲಿಸು, ಅವರನ್ನು ನಿಲ್ಲಿಸು! ಇಲ್ಲ, ನಾನು ನಿನ್ನನ್ನು ಹೋಗಲು ಬಿಡುವುದಿಲ್ಲ. ತಂದೆ ಹೋದರು, ತಾಯಿ ಹೋದರು, ಸಹೋದರ ಬೇರ್ಪಟ್ಟರು, ಅದಕ್ಕಾಗಿಯೇ ನೀವು ನನ್ನಿಂದ ದೂರ ಹೋದರು. ಇರು, ನಾನೂ ನಿನ್ನ ಜೊತೆ ಬರುತ್ತೇನೆ. ತನ್ನ ಜೀವನದುದ್ದಕ್ಕೂ ದಾನಕ್ಕಾಗಿ ನಡೆಯುವ ಪ್ರಯಾಣಿಕ! ನನ್ನನ್ನೂ ನಿಮ್ಮೊಂದಿಗೆ ಕರೆದುಕೊಂಡು ಹೋಗು. ಜೀವನದಲ್ಲಿ ಏನು ಸಿಕ್ಕಿತೋ ಅದನ್ನು ಬೇರೆಯವರಿಗೆ ಕೊಟ್ಟಿದ್ದೀನಿ, ನಿನಗೋಸ್ಕರ ಏನಾದರೂ ಇಟ್ಟುಕೊಳ್ಳಬೇಕಿತ್ತು! ಬೆಂಕಿ ಮತ್ತು ನೀರುಈ ಜಗತ್ತು! ದಯಪಾಲಕನಿಗೆ ದುಃಖವನ್ನು ಉಂಟುಮಾಡುವ ಮೂಲಕ, ಅದು ಎಲ್ಲವನ್ನೂ ಕಸಿದುಕೊಳ್ಳುತ್ತದೆ. ಇವತ್ತಿನವರೆಗೂ ನಾವು ಬೆಂಕಿಯ ಮೇಲೆ ನಡೆಯುತ್ತಿದ್ದೆವು, ಆದರೆ ಒಂದು ನಿಟ್ಟುಸಿರು ಸಹ ಹೊರಬರಲಿಲ್ಲ. ನಿಮ್ಮ ಜೀವನವು ಹಿಮದಂತಿತ್ತು, ಆದರೆ ನೀವು ಏನನ್ನೂ ಹೇಳಲಿಲ್ಲ. ಸಂತೋಷದ ದಿನಗಳು ಬಂದಾಗ, ಅವರು ಮನುಕುಲದ ಕಲ್ಯಾಣಕ್ಕಾಗಿ ತಮ್ಮ ಕೊನೆಯ ಆಸೆಯನ್ನು ಸಹ ತ್ಯಾಗ ಮಾಡಿದರು. ನೀವು ತುಂಬಾ ನೋವನ್ನು ಅನುಭವಿಸಿದ್ದೀರಿ, ಈಗ ನೀವು ಇನ್ನು ಮುಂದೆ ಅನುಭವಿಸುವುದು ನನಗೆ ಇಷ್ಟವಿಲ್ಲ. ಎತ್ತಲು ನಿಮಗೆ ಅವಕಾಶ ನೀಡುತ್ತದೆ ಮಾಲೀಕ! ಮಗಧದ ಮಹಾಮಾತ್ಯ! ಟಪ್ಪುಂಜ್ ಚಾಣಕ್ಯ ಎಲ್ಲಿಗೆ ಹೋಗಿದ್ದಾನೆಂದು ನನ್ನನ್ನು ಕರೆದುಕೊಂಡು ಹೋಗು." ಸುವಾಸಿನಿ ರೋಗಿಯ ಹಾಸಿಗೆಯ ಮೇಲೆ ಮಲಗಿದ್ದಾಳೆ ಮತ್ತು ಏನೆಂದು

ತಿಳಿದಿಲ್ಲ - ಅವಳು ಅಲೆದಾಡುತ್ತಿದ್ದಳು ಮತ್ತು ಒದ್ದೆಯಾದ ಕಣ್ಣುಗಳಿಂದ ಅಲೆದಾಡುತ್ತಾ ಮರೆಯಾಗುತ್ತಿರುವ ಸುವಾಸಿನಿಯ ಮುಖವನ್ನು ರಾಕ್ಷಸರು ನೋಡುತ್ತಿದ್ದರು. ನನ್ನನ್ನು ಒತ್ತಿ ಹೇಳಿದರು- "ಏನಾಗುತ್ತಿದೆ ನಿನಗೆ ಸುವಾಸಿನಿ! ಚಾಣಕ್ಯನಿಗೆ ಮೇಣದ ಬತ್ತಿಯಂತೆ ಉರಿಯುತ್ತಿದೆ ನನಗೆ ಗೊತ್ತು, ಅವನ ಮೇಲಿನ ಪ್ರೀತಿಯ ದೀಪವು ನಿಮ್ಮ ಹೃದಯದಲ್ಲಿ ಇನ್ನೂ ಉರಿಯುತ್ತಿದೆ, ನಾನು ದೊಡ್ಡ ಪಾಪ ಮಾಡಿದ್ದೇನೆ, ನಿಮ್ಮ ಮಾತನ್ನು ಒಪ್ಪುತ್ತೇನೆ, ಇಲ್ಲದಿದ್ದರೆ ಚಾಣಕ್ಯ ಮೌರ್ಯ ಸಾಮ್ರಾಜ್ಯದ ಮಹಾನ್ ತಾಯಿ ಮತ್ತು ಸುವಾಸಿನಿ ಅವಳು ಬಯಸಿದ್ದನ್ನು ಪಡೆದಿದ್ದಾಳೆ, ನನ್ನಿಂದಾಗಿ, ಬೇರೆ ಯಾರು ಅನುಭವಿಸಬೇಕಾಗಿತ್ತು! ಈಗ ನನಗೂ ಜೀವನವೇ ಬೇಜಾರಾಗಿದೆ. ನಾನು ನನ್ನ ಪ್ರಾಣವನ್ನು ತ್ಯಜಿಸಲು ಬಯಸುತ್ತೇನೆ, ಆದರೆ ನನ್ನ ಕರ್ತವ್ಯವು ನನ್ನ ಎದೆಯ ಮೇಲೆ ಕಲ್ಲನ್ನು ಇಟ್ಟುಕೊಂಡು ಬದುಕಬೇಕೆಂದು ಹೇಳುತ್ತದೆ!

"**ಸುವಾಸಿನಿ-** ಯಾಕೆ ಹೀಗೆ ಯೋಚಿಸುತ್ತೀಯ ಸ್ವಾಮೀ! ಪ್ರಪಂಚದಲ್ಲಿ ಯಾರಿಗೂ ಸುಖ ದುಃಖವಿಲ್ಲ ಕೊಡುತ್ತಾನೆ, ಎಲ್ಲವೂ ಅವನ ಕರ್ಮಗಳ ಭೋಗವೇ. ನಿನ್ನ ಶ್ರೇಷ್ಠತೆಗೆ ಮಸಿ ಬಳಿದವನು ಪಾಪಿ. ನೀವು ಆದ್ದರಿಂದ ನೀವು ಎಲ್ಲರಿಗೂ ಸಂತೋಷವನ್ನು ನೀಡಲು ಬಯಸುತ್ತೀರಿ, ಆದರೆ ದುಃಖದಲ್ಲಿ ಯಾರ ಭವಿಷ್ಯವನ್ನು ಬರೆಯಲಾಗಿದೆಯೋ ಅವರಿಗೆ ನೀವು ಏನು ಮಾಡಬೇಕು. ನೀವು ಎಲ್ಲರ ಸಂತೋಷದ ಬಗ್ಗೆ ಚಿಂತಿಸುತ್ತೀರಿ, ಆದರೆ ನಿಮ್ಮ ಜೀವನದಲ್ಲಿ ನಿಮಗೆ ಸಂತೋಷ ಯಾವಾಗ?

ರಾಕ್ಷಸ - ದುಃಖದಲ್ಲಿ ಮನಸ್ಸಿನ ಮಾತನ್ನು ಕೇಳುವ ಅವಿಭಾಜ್ಯ ಒಡನಾಡಿ ಹೊಂದಿರುವ ವ್ಯಕ್ತಿಗೆ ದುಃಖವೂ ಸಂತೋಷವಾಗುತ್ತದೆ.

ಸುವಾಸಿನಿ - ನಾನಿರುವೆ ಸ್ವಾಮಿ! ನಿನ್ನ ಬದುಕಿಗೆ ಪ್ರೀತಿಯಿಂದ ನೀರೆರೆಯುತ್ತೇನೆ, ನಿನ್ನ ದುಃಖವೆಲ್ಲವನ್ನೂ ಹಾಡುವ ಮೂಲಕ ದೂರ ಮಾಡುತ್ತೇನೆ. ಈಗ ದುಃಖಿಸಬೇಡ ನಾಥ! ನಿನಗೆ ಬೇಸರವಾದರೆ ನನಗೆ ಸುಸ್ಥಿತಿ ಬರುವುದಿಲ್ಲ ಸ್ವಾಮಿ.

ರಾಕ್ಷಸ- ಮನುಷ್ಯನು ಭಾವನೆಗಳ ಆಧಾರವನ್ನು ಬಯಸುತ್ತಾನೆಯೇ ಹೊರತು ಭಾಷೆಯಲ್ಲ. ನೀನು ಚೇಳು ಕಾಟದಿಂದ ನರಳುತ್ತಿರುವಂತೆ ನೋಡುತ್ತಿದ್ದೇನೆ, ಆದರೆ ನೀನು ನಿನ್ನ ಸ್ಥಿತಿಯನ್ನು ಹತ್ತಿಕ್ಕಿಕೊಂಡು ನನ್ನ ಮನಸ್ಸಿನ ಭಾಷೆಯಲ್ಲಿ ಮಾತನಾಡುತ್ತೀಯೆ. ಸರಿ, ಈಗ ಈ ವಿಷಯಗಳನ್ನು ಬಿಟ್ಟುಬಿಡಿ, ಹೇಗಾದರೂ ನೀವು ಆರೋಗ್ಯವಾಗಿರುತ್ತೀರಿ! ನೀನು ಗುಣವಾಗದೆ ಹೋದರೆ ಜೀವನ ಪರ್ಯಂತ ಅಸ್ವಸ್ಥನಾಗುತ್ತೇನೆ ಸುವಾಸ್! ಸುವಾಸಿನಿಯ ಕಣ್ಣುಗಳು ಬೆಳಗಿದವು. ಸ್ವಾಮಿಯ ಪ್ರೀತಿಯಿಂದ ಅವನ ಹೃದಯ ಮುಳುಗಿತು. ಪ್ರೀತಿಯಿಂದ ರಾಕ್ಷಸನ ಕೈಯನ್ನು ಒತ್ತಿ ಅವನ ಕಣ್ಣುಗಳನ್ನು ನೋಡಿದನು. ಮತ್ತೊಂದು ಕೈಯಿಂದ ರಾಕ್ಷಸನ ಕಣ್ಣುಗಳಿಂದ ಕಣ್ಣೀರನ್ನು ಒರೆಸುತ್ತಾ

ಹೇಳಿದನು - ಈಗ ನಾನು ನಿನ್ನ ದಾಸಿಯೇ, ನಾಥ! ಅಳಬೇಡ ಸ್ವಾಮಿ! ಈ ದೊಡ್ಡ ಕಣ್ಣುಗಳಲ್ಲಿ ನಾನು ಇನ್ನು ಮುಂದೆ ಕಣ್ಣೀರನ್ನು ನೋಡಲಾರೆ. ಅಳಬೇಡ, ಪ್ರಿಯ! ನಾನು ಚೆನ್ನಾಗಿರುತ್ತೇನೆ

ರಾಕ್ಷಸ - ಯಾರು ಜಗತ್ತಿನಲ್ಲಿ ಅಳಲು ಬಯಸುತ್ತಾರೆ! ಮನುಷ್ಯ ಸ್ವತಃ ಅಳುವುದಿಲ್ಲ, ಅವನನ್ನು ಅಳಲು ಮಾಡಲಾಗಿದೆ. ಈಟಿಯ ತುತ್ತತುದಿಯಿಂದಲೂ ಚುಚ್ಚದ ಎದೆಯು ಪ್ರೇಮದ ಸೋಲಿಗೆ ತುಂಡಾಗುತ್ತದೆ. ಈ ವಿಷಯಗಳನ್ನು ಪಕ್ಕಕ್ಕೆ ಬಿಡಿ! ಜಗತ್ತಿನಲ್ಲಿ ನಾನೇ ಹೆಚ್ಚು ಎಂದು ಹೇಳಬಲ್ಲ ಯಾವ ಮನುಷ್ಯನೂ ಇಲ್ಲನಾನು ಹೆಚ್ಚು ದುಃಖಿತನಾಗಿದ್ದೇನೆ.

ಅತ್ಯಂತ ಅತೃಪ್ತ ವ್ಯಕ್ತಿ ಸಾರ್ವಕಾಲಿಕ ಅತೃಪ್ತನಾಗಿರುತ್ತಾನೆ. ಮನುಷ್ಯನು ಇತರ ಅತೃಪ್ತರನ್ನು ನೋಡಿ ತೃಪ್ತಿಪಡಬೇಕು. ಜೀವನದ ಪ್ರತಿ ಕ್ಷಣವೂ ದುಃಖದ ವಿವರವಾದ ಇತಿಹಾಸವನ್ನು ಹೊಂದಿರುವ ಚಾಣಕ್ಯ, ಯಾರಿಗಾಗಿ ರಾಕ್ಷಸನ ಹೃದಯದಲ್ಲಿ ಪ್ರತೀಕಾರದ ಉಗ್ರ ಜ್ವಾಲೆಯು ಉರಿಯುತ್ತಿದೆಯೋ, ಅವನು ಇಂದು ನನ್ನ ಅತ್ಯುನ್ನತ ಗೌರವಕ್ಕೆ ಪಾತ್ರನಾಗಿದ್ದಾನೆ. ಅವನು ತನ್ನ ಅತ್ಯಂತ ಪ್ರೀತಿಯ ಸುವಾಸಿನಿಯನ್ನು ದೇಶಕ್ಕಾಗಿ ರಾಕ್ಷಸನಿಗೆ ಕೊಟ್ಟಾಗಿನಿಂದ ನಾನು ಅವನ ಬಗ್ಗೆ ಯೋಚಿಸುತ್ತೇನೆ. ಅವರು ಎಲ್ಲಿದ್ದಾರೆ ಎಂದು ತಿಳಿದಿಲ್ಲ, ಅವರು ಯಾವ ದುಃಖದ ಪರ್ವತಗಳಿಗೆ ಬಡಿದುಕೊಳ್ಳಬೇಕು! ಅವರು ಯಾವಾಗಲೂ ಮಾನವರ ಕಲ್ಯಾಣದ ಬಗ್ಗೆ ಚಿಂತಿಸುತ್ತಾರೆ. ಅವರು ತಮಗಾಗಿ ಬದುಕುವುದಿಲ್ಲ, ಜೀವಿಗಳಿಗಾಗಿ ಮಾತ್ರ ಬದುಕುತ್ತಾರೆ.

ಸುವಾಸಿನಿ - ಇದೇನು ನಾಥ! ನಿಮ್ಮ ಕಣ್ಣುಗಳು ಅವನ ನೆನಪಿನಲ್ಲಿ ಮಿಂಚಿದವು! ನಾನು ಇದಲ್ಲ ನೀವಿಬ್ಬರೂ ಬೇರೆಯೇ ಅಥವಾ ಅವಿಭಾಜ್ಯರೇ ಎಂಬುದನ್ನು ಅರ್ಥಮಾಡಿಕೊಳ್ಳಬಹುದು. ಚಾಣಕ್ಯ ಶ್ರೇಷ್ಠನಾದರೆ ನನ್ನ ಒಡೆಯ ಅವನಿಗಿಂತ ಶ್ರೇಷ್ಠ. ಕಡಿಮೆ ಶ್ರೇಷ್ಠವಲ್ಲ. ಸುವಾಸಿನಿಯ ಪೂಜೆಯ ಹೂವುಗಳು ಆ ಪರಮಾತ್ಮನ ಜೀವನದ ಮೇಲೆ ನೆಡಲಾಗುತ್ತದೆ ಅಥವಾ ತನ್ನ ಯಜಮಾನನ ಪಾದದಲ್ಲಿ. ಮಾಲೀಕ! ಈ ಜಗತ್ತಿನಲ್ಲಿ ಯಾವ ಕ್ಷಣದಲ್ಲಿ ಒಬ್ಬ ವ್ಯಕ್ತಿ ಯಾರಿಂದ ಬೇರ್ಪಡುತ್ತಾನೆ ಎಂದು ತಿಳಿದಿಲ್ಲ, ಆದ್ದರಿಂದ ನಿಮ್ಮ ದಾಸಿಯು ಸಮಯದ ಕಠೋರ ಹೊಡೆತದಿಂದ ನಿಮ್ಮಿಂದ ಬೇರ್ಪಟ್ಟರೆ, ಆ ದೊಡ್ಡ ಕಣ್ಣುಗಳಲ್ಲಿ ಯಾರೂ ಕಣ್ಣೀರನ್ನು ನೋಡಬಾರದು ಎಂದು ಅವಳು ವಿನಂತಿಸುತ್ತಾಳೆ. ನಿಮ್ಮ ಮತ್ತು ಚಾಣಕ್ಯನ ಇತಿಹಾಸದ ಬಗ್ಗೆ ಜಗತ್ತು ಹೆಮ್ಮೆ ಪಡಬೇಕು, ಇದು ನನ್ನಕೊನೆಯ ಆಸೆಯಾಗಿದೆ.

ರಾಕ್ಷಸ- ಏನು ಹೇಳುತ್ತಿರುವೆ ಸುವಾಸ್! ನಿಮ್ಮ ಧ್ವನಿಯಿಂದ ನಿರಾಶೆಯ ಮಾತುಗಳು ಏಕೆ ಹೊರಬರುತ್ತಿವೆ? ನೀನೂ ರಾಕ್ಷಸನಿಂದ ಬೇರ್ಪಡುವೆಯಾ? ಇಲ್ಲ, ಇದು ಸಂಭವಿಸಲು ಸಾಧ್ಯವಿಲ್ಲ. ನೀನಿಲ್ಲದಿದ್ದರೆ ನಾನು ಈ ಬೃಹತ್ ಸಾಮ್ರಾಜ್ಯವನ್ನು ಹೇಗೆ ನಿರ್ವಹಿಸಬಲ್ಲೆ? ಸುವಾಸಿನಿ ರಾಕ್ಷಸನ ಪ್ರೀತಿಯಲ್ಲಿ ಅರಳಿದಳು. ಮಲಗಿದ್ದ ರಾಕ್ಷಸನ ಕುತ್ತಿಗೆಗೆ ತನ್ನೆರಡೂ ಕೈಗಳನ್ನು ಹಾಕಿ ಅವನ ಅಕ್ಷವನ್ನು ತನ್ನ ಕಣ್ಣೀರಿನಿಂದ ಒದ್ದೆ ಮಾಡಿದಳು.ಪ್ರತಿಹಾರಿಯು ತನ್ನ ಆಗಮನದ ಬಗ್ಗೆ ತಿಳಿಸುವವರೆಗೂ ಯಾರಿಗೆ ಗೊತ್ತು ಈ ಪ್ರೀತಿಯ ಗಂಗೆಯು ಹರಿಯುತ್ತಲೇ ಇತ್ತು - "ರಾಜಕುಮಾರಿ ತಾಯಿ." ಮುರ. ಈ ಸಮಯದಲ್ಲಿ ನಿನ್ನ ನೆನಪಿದೆ." "ಈಗ ಬಾ" ಎಂದು ರಾಕ್ಷಸನು ಸುವಾಸಿನಿಯನ್ನು ನೋಡುತ್ತಾ ಅವಳಿಗೆ ಹೋಗಲು ಅನುಮತಿ ನೀಡಿತು. ಸುವಾಸಿನಿ ಮಿಂಚಿನಂತೆ ಮುಗುಳ್ನಕ್ಕು ನಗುತ್ತಾ

ಹೇಳಿದಳು- "ಹೋಗು, ತಡವಾಗಿ ಬರಬೇಡ, ನಾನು ಕಾಯುತ್ತಿರುತ್ತೇನೆ." ಸುವಾಸಿನಿಯನ್ನು ನೋಡಿದ ಮಹಾಮಾತ್ಯ ಮಲಗುವ ಕೋಣೆಯಿಂದ ಮತ್ತು ಉಯ್ಯಾಲೆಯಿಂದ ಹೊರಬಂದಳು. ತಂಪಾದ ಅಂಗಳದಂತೆ, ಅವರು ಅಲ್ಲಿಗೆ ತಲುಪಿದರು, ಅಲ್ಲಿ ಮುರ ತಮಗಾಗಿ ಕಾತುರದಿಂದ ಕಾಯುತ್ತಿದ್ದನು. ಮುರನನ್ನು ನೋಡಿದ ಮಹಾಮಾತ್ಯನು ರಾಜನ ವಂದನೆಯನ್ನು ಸಲ್ಲಿಸಿದನು ಮತ್ತು

ಹೇಳಿದನು - "ಹೇಳು, ರಾಣಿ ತಾಯಿ ನಮ್ಮನ್ನು ಏಕೆ ನೆನಪಿಸಿಕೊಂಡಿದ್ದಾಳೆ?"

ಮುರ - ಸುವಾಸಿನಿ ಹೇಗಿದ್ದಾಳೆ? ನಾನೇ ಅಲ್ಲಿಗೆ ಬರುತ್ತಿದ್ದೆ, ಆದರೆ ಇಲ್ಲಿ ಅರಮನೆ ಇಲ್ಲಿಂದ ಒಂದು ಕ್ಷಣ ನಿರ್ಗಮಿಸಿದರೂ ಅಪಾಯ ಕಟ್ಟಿಟ್ಟ ಬುತ್ತಿ ಎಂಬಂತೆ ಪರಿಸ್ಥಿತಿ ನಿರ್ಮಾಣವಾಗಿದೆ. ಅದಕ್ಕೇ ನಿನಗೆ ಇಲ್ಲಿಗೆ ಬರಲು ತೊಂದರೆ ಕೊಟ್ಟೆ.

ರಾಕ್ಷಸ - ಏನು ವಿಷಯ, ರಾಜಮಾತೆ! ಮುರ- ವಿಷಯ ಏನೆಂದರೆ ಉಳಿದ ರಾಣಿಯರೆಲ್ಲ ನನ್ನೊಂದಿಗೆ ಪ್ರತ್ಯಕ್ಷವಾಗಿ ಬಹಳ ಸಂತೋಷಪಟ್ಟರೂ ಪರೋಕ್ಷವಾಗಿ ಅಸೂಯೆ ಪಡುತ್ತಾರೆ. ಮನೆಯಲ್ಲಿ ಈ ಗುಪ್ತ ಅಪಶ್ರುತಿಯಲ್ಲಿ ನಾನು ನನ್ನ ಜೀವನವನ್ನು ಕಳೆಯಬೇಕಾಗಿದೆಭಾವಿಸಲಾಗಿದೆ. ಮಗಧದ ಬುದ್ಧಿವಂತ ಮಹಾಮಾತ್ಯ! ರಾಜಮಾತೆಯ ಈ ಮಹತ್ವದ ಕಿರೀಟವನ್ನು ಈಗ ನಾನು ಧರಿಸುವುದಿಲ್ಲ. ಅರಮನೆಯ ನಯವಾದ ಮಣ್ಣು ನನಗೆ ಕಾದ ಕಲ್ಲಿಗಿಂತ ಗಟ್ಟಿಯಾಗಿದೆ. ನನ್ನ ಸಹೋದರಿಯರು ರಾಣಿ ತಾಯಿಯಾಗಿ ಉಳಿಯಬೇಕು ಮತ್ತು ನಾನು ರಾಜ್ಯ ಸೇವೆಯನ್ನು ಮುಂದುವರಿಸಬೇಕು, ಇದು ನನ್ನ ಆಸೆ. ಅದಕ್ಕಾಗಿಯೇ ನಾನು ಜನಸೇವೆಗಾಗಿ ಮಹಿಳೆಯರ ಅಭಿವೃದ್ಧಿಗಾಗಿ ನಗರದಿಂದ ನಗರಕ್ಕೆ ಮತ್ತು ಹಳ್ಳಿಗೆ ಹಳ್ಳಿಗೆ ಹೋಗುತ್ತಿದ್ದೇನೆ. ಸುನಂದಾ ಹಠಾತ್ತನೆ ಅಲ್ಲಿಗೆ ಬಂದು ಗಾಂಭೀರ್ಯದಲ್ಲಿ ಅವಳನ್ನು ಪರಿಚಯಿಸಿದ ಮುರಾ ಇನ್ನೇನು ಹೇಳುತ್ತಿದ್ದಳು. ಬಂದ ಕೂಡಲೇ ಮುಗುಳ್ನಗುತ್ತಾ

ಹೇಳಿದನು – "ನಮ್ಮ ತಂಗಿ ಮುರಾ ನಮ್ಮನ್ನು ಬೇರೆಯಾಗಿ ಬಿಟ್ಟು ಹೋಗುತ್ತಿದ್ದಾಳೆ, ಈ ಹಸಿರಿನ ಮರದ ಬೇರುಗಳನ್ನು ಇಲ್ಲಿಯವರೆಗೆ ಕಿತ್ತುಹಾಕಿದ ವೈಷಮ್ಯದ ಬೀಜ, ಇಂದಿಗೂ ಆ ಬೀಜ ಅರಳಲು ಬಿಡಬಹುದೇ? ಸಾಧ್ಯವಿಲ್ಲ.ರಾಕ್ಷಸ!ಖಂಡಿತಾ ಸಾಧ್ಯವಿಲ್ಲ.ಅಜ್ಜ ಬದುಕಿರುವವರೆಗೂ ಮನೆಯಲ್ಲಿ ಸ್ಫೋಟವಿಲ್ಲ. ಮಾಡಲಾಗುವುದಿಲ್ಲ.

ಮುರಾ- ಆದರೆ ನಾನು ಪ್ರತಿ ಕ್ಷಣವೂ ಯಾರೋ ಅಥವಾ ಇನ್ನೊಬ್ಬರಿಂದ ಏನನ್ನಾದರೂ ಕೇಳುತ್ತಲೇ ಇರುತ್ತೇನೆ. ಮಾಧವಿ ನಿನ್ನನ್ನು ಟೀಕಿಸುತ್ತಿದ್ದಳು ಎಂದು ಕೆಲವೊಮ್ಮೆ ಯಾರೋ ಹೇಳುತ್ತಾರೆ, ಕೆಲವೊಮ್ಮೆ ವಿಕ್ಷಣಾ ಎಂದು ಯಾರಾದರೂ ಹೇಳುತ್ತಾರೆ ದ್ವೇಷಿಗಳು, ಕೆಲವೊಮ್ಮೆ ಸುನಂದಾ ನಿಮ್ಮ ಮೇಲೆ ತುಂಬಾ ಕೋಪಗೊಂಡಿದ್ದಾರೆಂದು ನಾನು ಕೇಳುತ್ತೇನೆ.

ಸುನಂದಾ - ಮಾತನಾಡುವವರು ಮತ್ತು ಕೇಳುವವರು ಕೇಳುವ ಮೂಲಕ ತಮ್ಮ ಮನೆಯನ್ನು ಹಾಳುಮಾಡುತ್ತಾರೆ. ಯಾರೊಬ್ಬರ ಮಾತು ಮತ್ತು ಕೇಳುವಿಕೆಯು ಮುರಾ ಅವರಂತಹ ಬುದ್ಧಿವಂತ ರಾಣಿಯ ಮೇಲೆ ಹೇಗೆ ಪರಿಣಾಮ ಬೀರಬಹುದು ಎಂದು ಆಶ್ಚರ್ಯಪಡುತ್ತೀರಿ ಬಿದ್ದ!

ಮುರ - ನಿನ್ನ ಪ್ರೀತಿಯಲ್ಲಿ ಏನಿದೆಯೋ ಗೊತ್ತಿಲ್ಲ ಅಕ್ಕ! ನಿಮ್ಮಲ್ಲಿ ಎಂದಿಗೂ ದುರುದ್ದೇಶ ಮತ್ತು ದ್ವೇಷವನ್ನು ನೋಡಿಲ್ಲ. ನೀವು ವಿಷದ ಕಹಿಯನ್ನೂ ಜೀರ್ಣಿಸಿಕೊಳ್ಳುತ್ತೀರಿ.

ಸುನಂದಾ - ವಿಷವನ್ನು ಕುಡಿಯಲು ಸಾಧ್ಯವಿಲ್ಲದವನಿಗೆ ಅಮೃತವನ್ನು ಕುಡಿಯುವ ಹಕ್ಕಿಲ್ಲ. ಆದರೂ ಬಿಡಿ ಈ ಟೀಕೆ-ಪ್ರತಿ-ಟೀಕೆಗಳಿಗೆ. ಹೋಗಲಿ, ಮೊದಲು ಸುವಾಸಿನಿಯ ಚಿಕಿತ್ಸೆ ಕಡ್ಡಾಯ. ಏನೇ ಆಗಿರಲಿ ಯಾವುದೇ ಸೇವೆಯಲ್ಲಿ ನಡೆಯಿರಿ, ನಾವು ನಿಮ್ಮೊಂದಿಗೆ ನಡೆಯುತ್ತೇವೆ. ಮಹಾಮಾತೆಯರ ಜೊತೆಯಲ್ಲಿ ರಾಜಮಾತೆಯರು ಸುವಾಸಿನಿಯ ಸೇವೆಯಲ್ಲಿ ನಿರತರಾಗಿದ್ದ ಕೋಣೆಗೆ ಬಂದರು. ರಾಜಮಾತೆಯನ್ನು ನೋಡಿದ ಸುವಾಸಿನಿ ಗೌರವದಿಂದ ನಮಸ್ಕರಿಸಿದಳು. ರಾಣಿ ಸುನಂದಾ ತೇರ್ಗಡೆಯಾದರು ಕುಳಿತುಕೊ

ಹೇಳಿದರು - ಪರಿಮಳ ಹೇಗಿದೆ! ಸುವಾಸಿನಿ ನಾನು ಒಳ್ಳೆಯ ತಾಯಿ!

ಮುರಾ - ಹಾಗಾದರೆ ಅವಳು ಮಂಚದ ಮೇಲೆ ಏಕೆ ಮಲಗಿದ್ದಾಳೆ

ಸುವಾಸಿನಿ - ದೇವರ ಬಯಕೆ. "ನಾವು ಅವನ ಯೋಗಕ್ಷೇಮವನ್ನು ವಿಚಾರಿಸುತ್ತಿರುವಾಗ, ಚಕ್ರವರ್ತಿ ಮತ್ತೆ ರಾಕ್ಷಸನನ್ನು ಕರೆದನು. 44. ಪ್ರತೀಹಾರಿಯು, 'ಚಕ್ರವರ್ತಿಯು ನಿನ್ನನ್ನು ಸ್ಮರಿಸಿದ್ದಾನೆ' ಎಂದು ಹೇಳಿದಾಗ, ರಾಕ್ಷಸರು

ಹೊರಟುಹೋದರು- "ಸೇವೆಯು ಸಾಮಾನ್ಯ ದರ್ಜೆಯದ್ದಾಗಿರಲಿ ಅಥವಾ ಮಹಾಮಾತ್ಯರ ಶ್ರೇಣಿಯದ್ದಾಗಿರಲಿ, ಅದು ಒಂದೇ ಆಗಿರುತ್ತದೆ. ಪ್ರಾಯಶಃ ಜಗತ್ತಿನಲ್ಲಿ ಅಧಿಕಾರಕ್ಕಿಂತ ದೊಡ್ಡ ದುಃಖ ಇನ್ನೊಂದಿಲ್ಲ. ಇದು ಮನುಷ್ಯನನ್ನು ಸದಾ ಚಿಂತಿಸುವ ಆಕರ್ಷಣೆ. ರಾಜಸೇವೆಯೂ ಕಠೋರ! ಇದರಲ್ಲಿ

ಒಂದುಕ್ಷಣವೂಸಮಾಧಾನವಿಲ್ಲ.ಯೋಚಿಸುತ್ತಿರುವಾಗಮಹಾಮಾತ್ಯಚಕ್ರವರ್ತಿಚಂದ್ರಗುಪ್ತನಮುಂದೆತಲು ಪಿದನು.ಮಹಾಮಾತ್ಯನನ್ನುನೋಡಿದನುಚಂದ್ರಗುಪ್ತನು ಗೌರವದಿಂದ ನಮಸ್ಕರಿಸಿ

ಹೇಳಿದನು - ನನಗೆ ಥಟ್ಟನೆ ನಿನ್ನ ನೆನಪಾಯಿತು ಏಕೆಂದರೆ ಈಗ ನಮಗೆ ಒಂದು ಕ್ಷಣವೂ ಅರಗಿಸಿಕೊಳ್ಳಲು ಸಾಧ್ಯವಾಗದಂತಹ ಸಂತೋಷದಾಯಕ ಸುದ್ದಿ ಬಂದಿದೆ.

ಮಹಾಮಾತ್ಯ - ಅದು ಏನು, ಚಕ್ರವರ್ತಿ!

ಚಂದ್ರಗುಪ್ತ- ನಮ್ಮ ಪರಿಶೋಧಕರು ಮಗಧ ದೇಶದಿಂದ ಆ ಗಣಿಗಳನ್ನು ಕಂಡುಹಿಡಿದಿದ್ದಾರೆ, ಅದರೊಂದಿಗೆ ನಾವು ಸಂಪತ್ತನ್ನು ತುಂಬುತ್ತೇವೆ. ಮಹಾಮತ್ಯ ಭೂಮಿಯು ರತ್ನಗಳಿಂದ ತುಂಬಿದೆ, ಅದರಿಂದ ಮನುಷ್ಯನು ಏನು ಬೇಕಾದರೂ ಸಾಧಿಸಬಹುದು. ಹೌದು ಹಾಗಾದರೆ ರಾಜನ್! ಹುಡುಕಾಟದ ನಂತರ ಯಾವ ರತ್ನಗಳು ಹೊರಬಂದವು?

ಚಂದ್ರಗುಪ್ತ- ಇಲ್ಲಿಂದ ಬಂಗಾಳದವರೆಗಿನ ಭೂಮಿ ಖನಿಜಗಳು, ಕಲ್ಲಿದ್ದಲು ಮತ್ತು ಕಬ್ಬಿಣದಿಂದ ತುಂಬಿದೆ. ಈಗ ಭಾರತ ಎಂದಿಗೂ ಬಡವರಾಗಿ ಉಳಿಯಲು ಸಾಧ್ಯವಿಲ್ಲ.

ಮಹಾಮಾತ್ಯ - ಭಾರತವು ಮೊದಲು ಬಡವಾಗಿರಲಿಲ್ಲ, ಈಗ ಬಡವಾಗಿಲ್ಲ ಮತ್ತು ಭವಿಷ್ಯದಲ್ಲಿ ಬಡವನಾಗಿ ಉಳಿಯುವುದಿಲ್ಲ. ಸಮುದ್ರದ ನೀರು ಎಂದಿಗೂ ಬತ್ತುವುದಿಲ್ಲ. ಹೌದು, ಚಕ್ರವರ್ತಿ! ಭೂಮಿಯ ಮೇಲ್ಮೈಯಿಂದ ರತ್ನಗಳನ್ನು ಹೊರತೆಗೆಯುವ ಆ ಪರಿಶೋಧಕರನ್ನು ಶ್ರೀಮಂತರನ್ನಾಗಿ ಮಾಡಿ, ಅವರಿಗೆ ಹೆಚ್ಚಿನ ಹಣವನ್ನು ನೀಡಿ, ಯಾವ ಕಾರ್ಮಿಕನೂ ಬಡವನಾಗಿ

ಉಳಿಯುವುದಿಲ್ಲಚಂದ್ರಗುಪ್ತ - ಮಹಾಮಾತ್ಯನ ಅಪ್ಪಣೆಯಂತೆ!

ಮಹಾಮಾತ್ಯ - ಸಮೃದ್ಧ ರಾಜ್ಯದಲ್ಲಿ, ಯಾರಿಗಾದರೂ ಹಣಕಾಸಿನ ಕೊರತೆಯಿದ್ದರೆ, ಆ ರಾಜ್ಯವು ಒಂದು ದಿನ ಅಥವಾ ಇನ್ನೊಂದು ದಿನ ನಾಶವಾಗುತ್ತದೆ. ನಮ್ಮ ರಾಜ್ಯದಲ್ಲಿ ದೊಡ್ಡವರು ಅಥವಾ ಚಿಕ್ಕವರು ಯಾರೂ ಬಡವರಾಗಿ ಉಳಿಯಬಾರದು.

ಚಂದ್ರಗುಪ್ತ - ನಿನ್ನ ಕೃಪೆಯಿಂದ ರಾಜ್ಯದಲ್ಲಿ ಯಾರಿಗೂ ಕೊರತೆಯಿಲ್ಲ.

ಮಹಾಮಾತ್ಯ - ನನ್ನ ಕೃಪೆಯಿಂದಲ್ಲ, ತಪಸ್ವಿ ಚಾಣಕ್ಯನ ಕೃಪೆಯಿಂದ ಹೇಳು, ಯಾರ ಮಹಿಮೆಯಿಂದ ಈ ಭೂಮಿ ಬೆಳಗುತ್ತಿದೆ ಮತ್ತು ಪ್ರಕಾಶಿಸುತ್ತಲೇ ಇರುತ್ತದೆ.

ಚಂದ್ರಗುಪ್ತ - ನಿಜವಾಗಲೂ ನಾಡಿನ ದೇವರು ವಿನಾಕಾರಣ ನಮ್ಮನ್ನು ಬಿಟ್ಟು ಹೋಗಿದ್ದಾನೆ!

ಮಹಾಮಾತ್ಯ - ಮಹಾತ್ಮ ಚಾಣಕ್ಯನ ಯಾವುದೇ ಕೆಲಸವನ್ನು ಮಾನವ ಆಸಕ್ತಿಯಿಲ್ಲದ ಮಾಡಲಾಗುವುದಿಲ್ಲ. ಅವನ ಅರಣ್ಯ ಯಾತ್ರೆಯಲ್ಲೂ ನಿಸ್ಸಂಶಯವಾಗಿ ಏನಾದರೂ ರಹಸ್ಯವಿದೆ.

ಚಂದ್ರಗುಪ್ತ - ಗುರುದೇವನು ಸೂರ್ಯನಂತೆ ತಪಸ್ಸು ಮಾಡುವ ಮೂಲಕ ಬೆಳಕನ್ನು ನೀಡುತ್ತಾನೆ. ನಾನು ಈ ಸ್ಥಿತಿಯನ್ನು ತೊರೆದು ಅವರು ಎಲ್ಲಿದ್ದರೂ ಆ ಪುಣ್ಯಾತ್ಮರ ಪಾದಕ್ಕೆರಗಲು ಬಯಸುತ್ತೇನೆ.

ಮಹಾಮಾತ್ಯ - ವಾಸ್ತವವಾಗಿ, ಮಹರ್ಷಿ ಚಾಣಕ್ಯ, ಮಣಿ-ಮಣಿಯ ಪಾದಗಳಲ್ಲಿ ಇರುವಷ್ಟು ಶಾಂತಿ ಇದೆ. ದತ್ ಸಿಂಹಾಸನದಲ್ಲಿದ್ದಾನೆ, ಆದರೆ ಸಾಮೂಹಿಕ ಹಿತಾಸಕ್ತಿಯಲ್ಲಿ, ವೈಯಕ್ತಿಕ ಶಾಂತಿಯ ದಾರಿದೀಪದಂತೆ ಸುಡಬೇಕು. ಚಂದ್ರಗುಪ್ತ - ರಾಜ್ಯಶ್ರೀ ಕೂಡ ಎಷ್ಟು ಅದ್ಭುತ! ಈ ಜೇನುತುಪ್ಪವು ತುಂಬಾ ಕಹಿ ರುಚಿಯನ್ನು ಹೊಂದಿರುತ್ತದೆ ಪಳಗಿಸು.

ಮಹಾಮಾತ್ಯ- ರಾಜಸಿದ್ಧಿ ವಿಷ ಕುಡಿಯುವುದಕ್ಕಿಂತ ಕಡಿಮೆಯಿಲ್ಲ ರಾಜನ್! ಆದರೆ ಇಂದು ಈ ಸಮಯದಲ್ಲಿ ಈ ವಿಚಿತ್ರ ತರ್ಕವು ನಿಮ್ಮ ಮನಸ್ಸಿನಲ್ಲಿ ಹೇಗೆ ಕಾಣಿಸಿಕೊಂಡಿತು?

ಚಂದ್ರಗುಪ್ತ- ರಾಜ್ಯದಲ್ಲಿ ಯಾವ ವಿಶೇಷ ಕೆಲಸವೂ ಇಲ್ಲದ ಕಾರಣ ನನ್ನ ಮನಸ್ಸು ಒಂಟಿತನ ಕಾಡತೊಡಗಿತು.ಕುಳಿತುಕೊಳ್ಳುತ್ತಲೇ ಹಲವು ಪ್ರಶ್ನೆಗಳು ಮನದಲ್ಲಿ ಮೂಡಿದಾಗ ಮಹಾಮಾತೆಯರೊಡನೆ ಕೆಲ ಕ್ಷಣ ಮಾತನಾಡಿ ಜೀವನದಲ್ಲಿ ಇನ್ನೇನಾದರೂ ಸಾಧಿಸಬಹುದು

ಎಂದುಕೊಂಡೆಮಹಾಮಾತ್ಯ - ರಾಜನು ಎಲ್ಲಾ ಸಮಯದಲ್ಲೂ ಕಾರ್ಯನಿರತವಾಗಿರುವುದು ಅವಶ್ಯಕ. ಖಾಲಿ ಮನುಷ್ಯನು ತನ್ನ ತಲೆಬುರುಡೆಯನ್ನು ತಿನ್ನಲು ಪ್ರಾರಂಭಿಸುತ್ತಾನೆ. ಚಕ್ರವರ್ತಿಯು ಕಾರ್ನೇಲಿಯಾ ಮತ್ತು ಛಾಯಾ ಎಂಬ ಎರಡು ಅಮರ ಫಲಗಳನ್ನು ಹೊಂದಿದ್ದು ಅದು ಜೀವನದ ಎಲ್ಲಾ ಭಾಗಗಳನ್ನು ಪೂರೈಸುತ್ತದೆ. ಚಕ್ರವರ್ತಿ ನಿರಾಸಕ್ತಿಯ ಬಗ್ಗೆ ಯೋಚಿಸಬಾರದು.

ಚಂದ್ರಗುಪ್ತ - ಗುರು ಚಾಣಕ್ಯ ಎಂಬ ದೇವತಾ ರೂಪವು ಹೋದಾಗಿನಿಂದ, ಬಹಳಷ್ಟು ಅನ್ವಯಿಸಿದ ನಂತರವೂ, ಮನಸ್ಸು ಹಾಗೆ ಯೋಚಿಸಬೇಡ.

ಮಹಾಮಾತ್ಯ- ನಿಮ್ಮ ಮನಸ್ಸು ಹೆಚ್ಚು ಚಿಂತಿತವಾಗಿದ್ದರೆ, ಕವಿ ಶಿರೋಮಣಿ ಭಾಸ್ ಅವರ ಕವನವನ್ನು ಕೇಳಿ. ಭೌತಿಕತೆ ಮತ್ತು ಆಧ್ಯಾತ್ಮಿಕತೆಯ ತೃಪ್ತಿಯು ಕಾವ್ಯದ ಸಂಗಮದಿಂದ ಮಾತ್ರ ಸಾಧಿಸಲ್ಪಡುತ್ತದೆ. ಕವಿ ಶ್ರೇಷ್ಠ ಭಾಸರ ಪ್ರತಿಯೊಂದು ಪದ್ಯವೂ

ಸಾವಿರ-ಸಾವಿರ ರಾಜ್ಯಗಳ ಸಂತೋಷಕ್ಕಿಂತ ಹೆಚ್ಚು ಆಹ್ಲಾದಕರವಾಗಿರುತ್ತದೆ. ನನ್ನ ಹೃದಯವು ಕವೀಶ್ವರನಿಂದ ಕಾವ್ಯಾಮೃತವನ್ನು ನಿರಂತರವಾಗಿ ಕುಡಿಯಲು ಬಯಸುತ್ತದೆ, ಆದರೆ ರಾಜ್ಯದ ಜಂಜಾಟಗಳಿಂದ ನನಗೆ ವಿಶ್ರಾಂತಿ ಸಿಗುವುದಿಲ್ಲ. ಕವಿರಾಜ್ ಅವರನ್ನು ಬಹಳ ದಿನಗಳಿಂದ ನೋಡಿರಲಿಲ್ಲ.

ಚಂದ್ರಗುಪ್ತ - ಕವಿರಾಜ ಯಾಕೆ ಇಲ್ಲಿಗೆ ಬರಲಿಲ್ಲವೋ ಗೊತ್ತಿಲ್ಲ.

ಮಹಾಮಾತ್ಯ - ರಾಜನ ಮುಂದೆ ಅರ್ಜಿದಾರನಂತೆ ತಲುಪುವ ಆ ಕವಿ ಏನು! ಕವಿಯ ಗುಡಿಯ ಪ್ರಸಾದ ಕಿರೀಟಕ್ಕೆ ಸಿಗದ ಆ ರಾಜನ ದುರ್ದೈವ. ಕವಿಯು ರಾಜನಿಂದ ಅಮರತ್ವವನ್ನು ಪಡೆಯುವುದಿಲ್ಲ, ಆದರೆ ಕವಿಯಿಂದ ರಾಜನು ಅಮರತ್ವವನ್ನು ಪಡೆಯುತ್ತಾನೆ.

ಚಂದ್ರಗುಪ್ತ-ಮಹಾಮಾತ್ಯ ಎಂದರೆ ಬಹುಶಃ ಸದ್ಗುಣಿಗಳು ಮತ್ತು ಕಲಾವಿದರ ಗೌರವಕ್ಕಾಗಿ ಇದಕ್ಕಾಗಿ ಚಂದ್ರಗುಪ್ತನೇ ಅವನ ಮನೆಗೆ ಹೋಗಬೇಕು.

ಮಹಾಮಾತ್ಯ - ಬುದ್ಧಿವಂತರಿಗೆ ಸುಳಿವು ಸಾಕು. ನೋಡು, ಆ ಪ್ರತೀಹಾರಿ ಗಾಬರಿಯಿಂದ ಎದುರಿನಿಂದ ಬರುತ್ತಿದ್ದಾಳೆ. ಸುವಾಸಿನಿಯ ಸ್ಥಿತಿ ಕೊಂಚ ಹದಗೆಟ್ಟಂತಿದೆ!

ಚಂದ್ರಗುಪ್ತ- ಹೌದು ಕೇಳಲು ಮರೆತಿದ್ದೆ ಅಕ್ಕ ಹೇಗಿದ್ದೀಯಾ?

ಮಹಾಮಾತ್ಯ - ಹೇಗಿದೆಯೋ ಗೊತ್ತಿಲ್ಲ, ನನಗೇನೂ ಅರ್ಥವಾಗುತ್ತಿಲ್ಲ. ಅಷ್ಟರಲ್ಲಿ ಪ್ರತೀಹಾರಿ ಬಂದು ಹೇಳಿದಳು - "ಪರಮ ವಿದ್ವಾಂಸರಾದ ಸುವಾಸಿನಿಯು ಮಹಾಮಾತ್ಯನನ್ನು ತಕ್ಷಣವೇ ನೆನಪಿಸಿಕೊಂಡಳು. ಮಾಡಿದ್ದೇನೆ. ಇದನ್ನು ಕೇಳಿದ ಮಹಾಮಾತ್ಯ ಮತ್ತು ಚಂದ್ರಗುಪ್ತರು ನಡೆಯತೊಡಗಿದರು ಮತ್ತು ಕಣ್ಣು ಮಿಟುಕಿಸುವಷ್ಟರಲ್ಲಿ ಬಲವಾದ ಗಾಳಿಯ ರಭಸವು ಕ್ಷೀಣಿಸುತ್ತಿರುವ ಚಂದ್ರನ ಬೆಳಕಿನಂತೆ ಸುವಾಸಿನಿ ನಗುತ್ತಿರುವ ಕೋಣೆಗೆ ಬಂದಿತು, ಮಹಾಮಾತ್ಯನನ್ನು ನೋಡಿ ಅವಳು ಮೋಡಗಳ ರಾತ್ರಿಯಲ್ಲಿ ಮೋಡದಂತೆ ನಕ್ಕಳು. ಜ್ಯೋತ್ಸ್ನಾ ತೆಗೆದ ಮೇಲೆ ಹೊಳೆಯುತ್ತಾಳೆ, ಆದರೆ ಮುಂದಿನ ಕ್ಷಣದಲ್ಲಿ ಮೋಡಗಳು ರೋಗದ ರೂಪದಲ್ಲಿ ಮತ್ತೆ ಹೊಳೆಯುವ ಚಂದ್ರನನ್ನು ಆವರಿಸಿದವುಮಹಾಮಾತ್ಯ ಮತ್ತು ಸಾಮ್ರಾಟ್ ಸುವಾಸಿನಿಯ ಹಾಸಿಗೆಯ ಬಳಿ ಕುಳಿತರು. ಕುಳಿತ ಕೂಡಲೇ ಇಬ್ಬರ ಕಣ್ಣಲ್ಲೂ ಸ್ವಲ್ಪ ನೀರು ಬಂತು, ಆದರೆ ಸುವಾಸಿನಿ ನಗು ತುಂಬಿದ ಕಣ್ಣುಗಳಿಂದ ಅವರನ್ನು ನೋಡುತ್ತಾ

ಹೇಳಿದಳು- ಳಳ ಏನಿದು ನಿನ್ನ ಕಣ್ಣಲ್ಲಿ ನೀರು! ಮಗಧದ ಚಕ್ರವರ್ತಿ ಮತ್ತು ಮಹಾಮಾತ್ಯ ಅವನ ಕಣ್ಣಲ್ಲಿ ನೀರು ತರಿಸಿತು! ಜಗತ್ತು ಅಳುವುದಕ್ಕೆ ಅಲ್ಲ, ನಗುವುದಕ್ಕೆ., ಮಹಾಮಾತ್ಯ ಏನನ್ನೂ ಉತ್ತರಿಸಲಿಲ್ಲ, ಆದರೆ ಚಕ್ರವರ್ತಿಗೆ ಮೌನವಾಗಿರಲು ಸಾಧ್ಯವಾಗಲಿಲ್ಲ. ಗಡಸು ದನಿಯಲ್ಲಿ

ಹೇಳಿದ - "ನೀನು ಈ ರಾಜ್ಯದ ದೀಪಿಕಾ ಅಕ್ಕ! ಮಾಗಧದ ಸುಖಗಳೆಲ್ಲವೂ ನಿನ್ನ ಆರತಿಯನ್ನು ಮಾಡಬೇಕೆನ್ನುವ ಇವತ್ತು ನಿನ್ನ ಜೀವನದುದ್ದಕ್ಕೂ ನೀರು ಸುಟ್ಟು ನಮಗೆ ಬೆಳಕು ಕೊಟ್ಟನ ಗಡಸುತನವು

ನಿಮ್ಮ ಮೇಲೆ ಆಕ್ರಮಣ ಮಾಡಿದೆ. ನೀನು ಕ್ಷೇಮವಾಗುವವರೆಗೆ ಮಹಾಮಾತೆಯ ಮತ್ತು ನಮ್ಮೆಲ್ಲರ ಕಣ್ಣುಗಳು ತೇವವಾಗಿಯೇ ಇರುತ್ತವೆ.,

ಸುವಾಸಿನಿ - ಪ್ರತ್ಯೇಕತೆಯು ಜೀವನದ ಅಂತಿಮ ಸತ್ಯವಾಗಿದೆ. ಎಲ್ಲರೂ ಒಂದಲ್ಲ ಒಂದು ದಿನ ಬೇರೆಯಾಗಬೇಕಾಗುತ್ತದೆ. ಆತ್ಮ ಮತ್ತು ದೇಹದ ಪ್ರತ್ಯೇಕತೆ ಕೂಡ ಇದೆ. ಪ್ರತಿಯೊಬ್ಬ ಮನುಷ್ಯನೂ ಈ ಕಠೋರ ಸತ್ಯವನ್ನು ಒದ್ದೆಯಾದ ಕಣ್ಣುಗಳೊಂದಿಗೆ ಸಹಿಸಿಕೊಳ್ಳಬೇಕು.

ಚಂದ್ರಗುಪ್ತ - ಮಗಧದ ಪ್ರತಿ ಕಣದಲ್ಲೂ ನಿನ್ನ ಮಹಿಮೆ ಬರೆದಿದೆ. ಈ ರಾಜ್ಯದ ಸ್ಥಾಪನೆಯಲ್ಲಿ ನಿನ್ನ ತ್ಯಾಗವು ಸೂರ್ಯನ ತಪಸ್ಸಿನಂತೆ ಪ್ರಕಾಶಮಾನವಾಗಿದೆ. ಮಗಧ ರಾಜ್ಯದ ಬಲದಲ್ಲಿ ನಿನ್ನ ಕುಟುಂಬ ಮೂಳೆಗಳನ್ನು ಅಡಿಪಾಯದ ಇಟ್ಟಿಗೆಗಳಂತೆ ಹಾಕಲಾಗುತ್ತದೆ.

ಸುವಾಸಿನಿ - ಒಬ್ಬ ದೇಶದ ನಿವಾಸಿಗೆ ಇದಕ್ಕಿಂತ ಹೆಚ್ಚಿನ ಅದೃಷ್ಟ ಏನಿದೆ, ಅವನ ಕೊನೆಯ ಉಸಿರು ಸಹ ಮನುಕುಲದ ಪ್ರಯೋಜನಕ್ಕಾಗಿ ಹೊರಡುತ್ತದೆ. ಜೀವನ ಧರ್ಮವು ಜೀವನಕ್ಕಾಗಿಸುವಾಸಿನಿ ಹೇಳುತ್ತಲೇ ಬೆಳದಿಂಗಳು ನಿಧಾನವಾಗಿ ಮೂಡತೊಡಗಿತು. ಸ್ವಲ್ಪ ಸಮಯದಲ್ಲೇ ಮಹಾಮಾತೆಯ ಕಣ್ಣುಗಳಿಂದ ನೀರು ಹೊರಬಿತ್ತು. ತನ್ನ ನಡುಗುವ ಕೈಯಿಂದ ಮಹಾಮಾತ್ಯನ ಕಣ್ಣುಗಳನ್ನು ಒರೆಸುತ್ತಾ ಸುವಾಸಿನಿ

ಹೇಳಿದಳು - "ಉಕ್ಕಿನ ಮನುಷ್ಯನಾಗಿದ್ದ, ದುಃಖದಲ್ಲಿ ನಮ್ಮನ್ನು ಅಳುವಂತೆ ಮಾಡಿದ ನೀನೇ ಅಳಬೇಡ, ಆಗ ಸಾಮಾನ್ಯ ಜನರ ಕಣ್ಣಿನಲ್ಲಿರುವ ಕಣ್ಣೀರನ್ನು ಯಾರು ಒರೆಸುತ್ತಾರೆ? ಧೈರ್ಯ ಸ್ವಾಮಿ! ತದನಂತರ ನಾನು ಇನ್ನೂ ಜೀವಂತವಾಗಿದ್ದೇನೆ." ನಗು ನಾಥ! ನಗು ಚಕ್ರವರ್ತಿ! ಸಾಯುವ ಮೊದಲು ಎಷ್ಟು ಸಾಧ್ಯವೋ ಅಷ್ಟು ನಗು. ಅದನ್ನು ನೋಡಿ, ಮಹಾತ್ಮ ಚಾಣಕ್ಯ ಶೂನ್ಯಕ್ಕೆ ನಗುತ್ತಾ ಹೋಗುತ್ತಿದ್ದಾನೆ. ಹಾದಿಯಲ್ಲಿನ ಮುಳ್ಳುಗಳು ಅವನ ಪಾದಗಳನ್ನು ಚುಚ್ಚಿದವು, ಆದರೆ ಅವನು ಮೃತ್ಯುಂಜಯನಂತೆ. ಸಾವು ಮತ್ತು ದುಃಖದ ಮೇಲೆ, ದೂರ ಹೋಗುವುದು, ನಗು, ಎಲ್ಲರೂ ಒಟ್ಟಿಗೆ. ದುಃಖವು ಭಯದಿಂದ ಓಡಿಹೋಗುವ ರೀತಿಯಲ್ಲಿ ನಗು." ಇದನ್ನು ಹೇಳುತ್ತಾ ಸುವಾಸಿನಿ ದೀಪವು ತನ್ನ ಬೆಳಕು ಆರುವ ಮೊದಲು ನಗುವಂತೆ ನಕ್ಕಳು

29

ಮನುಷ್ಯ ತನ್ನ ಜೀವನದುದ್ದಕ್ಕೂ ಸಂತೋಷ ಮತ್ತು ತೃಪ್ತಿಯನ್ನು ಹುಡುಕುತ್ತಾ ಅಲೆದಾಡುತ್ತಾನೆ. ಆದರೆ ಕ್ರಾಂತಿ ಮತ್ತು ಶಾಂತಿಗಾಗಿ ಹೋರಾಟ ಎಂದಿಗೂ ನಿಲ್ಲುವುದಿಲ್ಲ. ಸಂತೋಷಕ್ಕಾಗಿ ಹೋರಾಟ ಎಂದರೆ ಸಂಕಟ. ದುಃಖವಿಲ್ಲದೆ ಸುಖವಿಲ್ಲ. ದುಃಖವನ್ನು ಸಹಿಸಿಕೊಳ್ಳುವ ಅಭ್ಯಾಸವನ್ನು ಹೊಂದಿರುವವರಿಗಿಂತ ಯಾರಾದರೂ ಸಂತೋಷವಾಗಿರಲು ಸಾಧ್ಯವೇ? "ಚಾಣಕ್ಯನು ದುಃಖ ಮತ್ತು ಸಂತೋಷವನ್ನು ಟೀಕಿಸುತ್ತಾ ಗಂಗಾನದಿಯ ದಡದಲ್ಲಿ ಸ್ನಾನ ಮಾಡಲು ನಿಂತ ತಕ್ಷಣ, ಅಪಾರ ಗುಂಪಿನ ನಡುವೆ ರಾಜ ಗೌರವದಿಂದ ಶವನೌಕೆ ದೂರದಿಂದ ಬರುತ್ತಿರುವುದನ್ನು ಅವನು ನೋಡಿದನು. ಶವನೌಕೆಯು ಮುಂದೆ ಬರುತ್ತಿದ್ದಂತೆ, ತಪಸ್ವಿ ಚಾಣಕ್ಯ ಅವನ ಹೃದಯವು ಪ್ರಾರಂಭವಾಯಿತು. ಊದಿಕೊಳ್ಳುವುದು.ಬಹುತೇಕ ಎಲ್ಲರಿಗೂ ಮೃತದೇಹದ ಪರಿಚಯವಿತ್ತು.ಚಂದ್ರಗುಪ್ತ ಮಹಾಮತ್ಯ ರಾಕ್ಷಸ,ಮುಖ್ಯದಳಪತಿ ಮತ್ತು ಇತರ ಮಂತ್ರಿಗಳು ಕಣ್ಣೀರಿನಲ್ಲಿ ಮುಳುಗಿ ಬರುತ್ತಿದ್ದರು.ನೋವು ಉತ್ತುಂಗಕ್ಕೇರಲು ಹೆಚ್ಚು ಸಮಯ ಹಿಡಿಯಲಿಲ್ಲ.ರಾಕ್ಷಸರು ಸಾವಿಗೆ ಶೋಕದಲ್ಲಿ ಓಡುತ್ತಿದ್ದರು.ಬನ್ನಿ ಚಾಣಕ್ಯನನ್ನು ದೀರ್ಘವಾಗಿ ತಬ್ಬಿಕೊಳ್ಳಿ ಬಿಕ್ಕಳಿಸುತ್ತಾ

ಹೇಳಿದರು – "ಸುವಾಸಿನಿಚಾಣಕ್ಯನು ತನ್ನ ಬೆರಳಿನಿಂದ ರಾಕ್ಷಸನ ಕಣ್ಣೀರನ್ನು ಒರೆಸಿದನು ಮತ್ತು ಅವನ ಹೃದಯದ ಮೇಲೆ ಸಿಡಿಲು ಬಡಿದು

ಹೇಳಿದನು - ತಾಳ್ಮೆಯಿಂದಿರಿ, ಮನುಷ್ಯ ಯಾವುದೇ ದುಃಖದಲ್ಲಿ ಕಣ್ಣೀರು ಸುರಿಸಬಾರದು. ಚಾಣಕ್ಯ ಮಾತ್ರವಲ್ಲದೆ ಇಡೀ ಜಗತ್ತೇ ರಾಕ್ಷಸನಂತಿರುವ ಕಬ್ಬಿಣದ ಮನುಷ್ಯನ ಬಗ್ಗೆ ಹೆಮ್ಮೆಪಡುತ್ತದೆ. ರಾಕ್ಷಸ: ತಾಳ್ಮೆಯ ಮಾತುಗಳು ಬಹಳ ಮಧುರವಾಗಿವೆ ಋಷಿರಾಜ! ಆದರೆ ತಾಳ್ಮೆಯಿಂದಿರುವುದು ಸುಲಭವಲ್ಲ. ಇಂದು, ಅಂತಹ ದೊಡ್ಡ ರಾಜ್ಯದ ರಾಜನಾಗಿದ್ದರೂ, ರಾಕ್ಷಸನು ಬಡವನ ಎಡವಿಗಿಂತ ಚಿಕ್ಕದಾಗಿದೆ.

ಚಾಣಕ್ಯ- ನನಗೆ ಗೊತ್ತು, ತುಂಬಾ ಪ್ರತಿಭಾವಂತ! ನಿನ್ನ ದುಃಖ ನನ್ನ ಹೃದಯದ ದುಃಖ. ನನ್ನ ಜೀವನದಲ್ಲಿ ಚಂದ್ರಗುಪ್ತ ಮತ್ತು ರಾಕ್ಷಸನ ಮೇಲೆ ರಾಕ್ಷಸನು ಸುವಾಸಿನಿಯನ್ನು ಪ್ರೀತಿಸುವಂತೆಯೇ ನನಗೂ ಇದೆ. ಆದರೆ ಈಗ ಏನಾಗಬಹುದು? ದೊಡ್ಡ ರಾಜ್ಯವನ್ನು ಕಳೆದುಕೊಂಡು ಮರಳಿ ಪಡೆಯಬಹುದು, ಆದರೆ ಸಾವಿನ ಮಡಿಲಲ್ಲಿ ಮಲಗಿರುವ ಆತ್ಮೀಯರನ್ನು ಮರಳಿ ಪಡೆಯಲಾಗುವುದಿಲ್ಲ. ರಾಮನಿಗೂ ಸೀತೆಯನ್ನು ಹುಡುಕಲಾಗಲಿಲ್ಲ ಅಥವಾ ಮಂಡೋದರಿಗೆ ರಾವಣನನ್ನು ಹುಡುಕಲಾಗಲಿಲ್ಲ.

ಆದರ್ಶ್‌ಗೆ ಸಾವಿತ್ರಿ ಮತ್ತು ಸತ್ಯವಾನ್ ಕಥೆ ಚೆನ್ನಾಗಿದೆ, ಆದರೆ ಸತ್ಯಕ್ಕೆ ಸಾವಿನ ಕ್ರೌರ್ಯ ಮಾತ್ರ ತಿಳಿದಿದೆ. ಗತಕಾಲದ ಗರ್ಭದಲ್ಲಿ ನಿನ್ನ ಮತ್ತು ನನ್ನ ಎಷ್ಟು ಇತಿಹಾಸ ಅಡಗಿದೆಯೋ ಗೊತ್ತಿಲ್ಲ. ಪ್ರೀತಿಯ ಸಂಬಂಧವು ಅಪರಿಮಿತ ಸುಂದರ ಸುವಾಸಿನಿಯೊಂದಿಗಿನ ಪ್ರಪಂಚದ ಸಂಬಂಧವಾಗಿತ್ತು. ಅದು ತುಂಬಾ ಚಿಕ್ಕದಾಗಿದ್ದರೂ ಸಹ. 'ಸುರಭಿ-ಸುವಾಸಿನಿಯ ಬಿಯರ್ ಅನ್ನು ಗಂಗೆಯ ದಡದಲ್ಲಿ ಇರಿಸಿದನು, ಅವನನ್ನು ತನ್ನ ಭುಜಗಳಿಂದ ಬೆಂಬಲಿಸಿದನು. ಚಾಣಕ್ಯ ತನ್ನ ಮುಖದ ಬಟ್ಟೆಯನ್ನು ಎತ್ತಿ ಸುವಾಸಿನಿಯತ್ತ ನೋಡಿದನು, ಅದನ್ನು ನೋಡಿ ಅವನ ಕಣ್ಣುಗಳು ತುಂಬಿದವು. ಕಣ್ಣೀರನ್ನು ಬೆರಳಿನಿಂದ ಒರೆಸಿಕೊಂಡು ಮೆಲ್ಲನೆ ಗದ್ಗದಿತರಾಗಿ

ಹೇಳಿದರು - "ಸಾವಿನ ಕ್ಷಣ ಎಷ್ಟು ತಾತ್ವಿಕ! ಆದರ್ಶ ಮತ್ತು ವಾಸ್ತವದ ಕಠೋರ ಸಂಗಮ ಇದು! ಜೀವನದ ಕನಸುಗಳೆಲ್ಲ ಸಾವಿನ ಮಡಿಲಲ್ಲಿ ಮಲಗುತ್ತವೆ. ಈ ಬಡ ಹುಡುಗಿ ತನ್ನ ಇಡೀ ಜೀವನವನ್ನು ಕಳೆದರು ಒಬ್ಬನು ತಪಸ್ಸು ಮಾಡಿ ಏನನ್ನು ಸಾಧಿಸಿದನು? ಅವರಲ್ಲಿ ಎಷ್ಟು ಜನ ಹೀಗೆ ಶಾಶ್ವತವಾಗಿ ಕಣ್ಣೀರು ಹಾಕುತ್ತಾ ನಿದ್ರಿಸುತ್ತಾರೋ ಯಾರಿಗೆ ಗೊತ್ತು.' ದುಃಖವು ಅಸಹನೀಯವಾದಾಗ ಹಿಮಾಲಯವೂ ಸಿಡಿಯುತ್ತದೆ. ಮೊದಲು ಚಾಣಕ್ಯನ ದೃಷ್ಟಿಯಲ್ಲಿ "ಯಾರೂ ಕಣ್ಣೀರು ನೋಡಿರಲಿಲ್ಲ. ಪೈರು ಸುಟ್ಟಾಗ ಅಲ್ಲಿ ಬೆಂಕಿ ಮತ್ತು ನೀರಿನ ಸಂಗಮವಾಗುತ್ತದೆ. ಕಣ್ಣುಗಳಿಂದ ಕಣ್ಣೀರು ಹರಿಯಿತು ಮತ್ತು ಪೈರು ಬೆಳಗಿತು. ರೂಪ, ಮೇಕ್‌ಅಪ್ ಮತ್ತು ಸೃಷ್ಟಿ ಅವರ ಕಥೆಯನ್ನು ಅಂತ್ಯಕ್ರಿಯೆಯ ಚಿತೆಯ ಬದಿಯಲ್ಲಿ ಬಿಡುತ್ತವೆ. ಪ್ರಪಂಚದ ಎಲ್ಲಾ ಸಂಬಂಧಗಳು ಇಲ್ಲಿಗೆ ಕೊನೆಗೊಳ್ಳುತ್ತವೆ. ಚಿನ್ನದ ದೇಹವು ಸುಟ್ಟು ಬೂದಿಯಾಯಿತು ಮತ್ತು ಕೇವಲ ಬೂದಿಯ ರಾಶಿಯಾಗಿ ಕುಸಿಯಿತು. ಗಂಗಾನದಿಯ ಸ್ಪಷ್ಟ ನೀರಿನಲ್ಲಿ, ಚಾಣಕ್ಯನ ದೃಷ್ಟಿಯಲ್ಲಿ, ರಾಕ್ಷಸನು

ಜೀವನದ ಭರವಸೆಯನ್ನು ಶಾಶ್ವತವಾಗಿ ಮುಳುಗಿಸಿದಂತೆ ತೋರುತ್ತಿತ್ತು. ಇವರಿಬ್ಬರೂ ಗಂಗಾನದಿಯ ಪುಣ್ಯಜಲದಲ್ಲಿ ಸುವಾಸಿನಿಯ ಚಿತಾಭಸ್ಮದೊಂದಿಗೆ ತಮ್ಮ ಕಣ್ಣಾಲಿಗಳನ್ನು ಪಸರಿಸಿ ಸಾವಿನ ಕಲ್ಲನ್ನು ಎದೆಯ ಮೇಲೆ ಶಾಶ್ವತವಾಗಿ ಇಟ್ಟುಕೊಂಡರುವಿರಹದ ಹತಾಶೆಯ ಕಥೆಯನ್ನು ಹೇಳುತ್ತಿರುವಾಗ, ರಾಕ್ಷಸನು

ಹೇಳಿದನು - 'ಈಗ ನಾನು ರಾಜ್ಯಕ್ಕೆ ಹಿಂತಿರುಗುವುದಿಲ್ಲ. ಸನ್ಯಾಸಿಯಾದ ನಂತರ ನನ್ನ ಇಡೀ ಜೀವನವನ್ನು ಸುವಾಸಿನಿಯ ನೆನಪಿಗಾಗಿ ಈ ದಡದಲ್ಲಿ ಕಳೆಯುತ್ತೇನೆ. ಇದನ್ನು ಕೇಳಿದ ಚಾಣಕ್ಯ ಗಂಭೀರನಾದನು.ಒಂದು ಕ್ಷಣ ಮೌನವಾದ ನಂತರ ಅವನು

ಹೇಳಿದನು – ದುಃಖ ನೀವೊಬ್ಬರೇ ಅಲ್ಲ ಸಾರ್! ಭೂಮಿಯ ಪ್ರತಿಯೊಂದು ಭಾಗದಿಂದ ನೋವಿನ ಕೂಗು ಇದೆ. ನೀವು ದುಃಖವನ್ನು ಅರ್ಥಮಾಡಿಕೊಳ್ಳಲು ದೇವರು ನಿಮಗೆ ದುಃಖವನ್ನು ನೀಡಿದ್ದಾನೆ. ಮನುಷ್ಯನ ನೋವನ್ನು ಮನುಷ್ಯ ಗುರುತಿಸಬಲ್ಲ, ಇದು ಮನುಷ್ಯನ ಧರ್ಮ. ನೀನು ಮತ್ತೆ ರಾಜ್ಯಕ್ಕೆ ಹೋಗಬೇಕು. ನಮಗಾಗಿ ಅಲ್ಲ, ಆದರೆ ಲಕ್ಷಾಂತರ ಸಂತ್ರಸ್ತರ ಕಣ್ಣೀರು ಕಲ್ಲುಗಳ ಮೇಲೆ ಬಿದ್ದು ಮತ್ತೆ ಮತ್ತೆ ಒಡೆಯುತ್ತದೆರಾಕ್ಷಸ: ಆದರೆ ಈಗ ನಾನು ಸರ್ಕಾರಿ ಕೆಲಸವನ್ನು ಮಾಡಲು ಸಾಧ್ಯವಾಗುವುದಿಲ್ಲ, ಮಹಾತ್ಮ! ನನ್ನ ಮನಸ್ಸು ಒಡೆದಿದೆ.

ಚಾಣಕ್ಯ - ಆದರೆ ಅವನ ಮನಸ್ಸು ಒಡೆಯಲಿಲ್ಲ. ಹೋಗು ಮಹಾಮಾತ್ಯಾ! ರಾಜ ಮತ್ತು ಮಹಾತಾಯಿ ಸ್ವಂತ ಮನೆಯವರ ಸಾವನ್ನು ನೋಡಬಾರದು, ಆದರೆ ಜನರ ಮನೆಯ ದುಃಖವನ್ನು ನೋಡಬೇಕು.

ರಾಕ್ಷಸ - ಸರ್ಕಾರದ ಕೆಲಸ ಎಷ್ಟು ಕಠಿಣ! ದೊಡ್ಡವನು, ಅವನ ದುಃಖಗಳು ಹೆಚ್ಚು ಅವರು ಮಾತ್ರ ಬೆಳೆಯುತ್ತಾರೆ. ಮಹಾತ್ಮ ಹೋಗಬೇಕು! ಕರ್ತವ್ಯ ತುಂಬಾ ಕಠಿಣವಾಗಿದೆ. ನಿಮ್ಮ ಭಾವನಾತ್ಮಕತೆ ತನ್ನ ಕಡೆಗೆ ಮತ್ತು ಕರ್ತವ್ಯವನ್ನು ತನ್ನ ಕಡೆಗೆ ಎಳೆಯುತ್ತದೆ. ಮನುಷ್ಯ, ಎರಡು ಹೆಣ್ಣು ಆನೆಗಳ ನಡುವೆ ಆನೆಯಂತೆ, ಕೆಲವೊಮ್ಮೆ ಇಲ್ಲಿ ಮತ್ತು ಕೆಲವೊಮ್ಮೆ ಅಲ್ಲಿಗೆ ಹೋಗುತ್ತಾನೆ.

ಚಾಣಕ್ಯ- ತನ್ನ ದಾರಿಯಲ್ಲಿ ಬರುವ ಪ್ರತಿ ಆಕ್ಷೇಪಣೆಯನ್ನು ನಗುವುದಿಲ್ಲ ಮತ್ತು ಮರೆಯದವನು ಈ ಜಗತ್ತಿನಲ್ಲಿ ಬದುಕಲು ಸಾಧ್ಯವಿಲ್ಲ. ಗೋ ಬ್ರಾಹ್ಮಣ ಶಿರೋಮಣಿ! ನೀವು ರಾಜ್ಯದ ಕಡೆಗೆ ಹೋಗುತ್ತೀರಿ ಮತ್ತು ನಾನು ಶೂನ್ಯದ ಕಡೆಗೆ ಹೋಗುತ್ತೇನೆ ಗೆ ಧ್ವನಿ ನಾನು ವಾಸಿಸುತ್ತಿದ್ದೇನೆ.

ನಾನು ಪ್ರಪಂಚದಿಂದ ಓಡಿಹೋಗುತ್ತಿದ್ದೇನೆ ಎಂದು ಅರ್ಥಮಾಡಿಕೊಳ್ಳಬೇಡಿ, ಆದರೆ ಶೂನ್ಯ ಮಾಡಲು ನಾನು ಶೂನ್ಯದ ವ್ಯತ್ಯಾಸದೊಂದಿಗೆ ಪದವನ್ನು ಹುಡುಕಲಿದ್ದೇನೆ. ರಾಜಮನೆತನದವರೊಂದಿಗೆ ಮಹಾಮಾತ್ಯ ರಾಕ್ಷಸನು ಕಣ್ಣೀರಿನೊಂದಿಗೆ ರಾಜಧಾನಿಯತ್ತ ನಡೆದನು ಮತ್ತು ಚಾಣಕ್ಯನು ಸುವಾಸಿನಿಯ ಸ್ಮಶಾನದಿಂದ ಒಂದು ಚಿಟಿಕೆ ಮಣ್ಣಿನ ಮೇಲೆ ಮಲ್ ಶೂನ್ಯಕ್ಕೆ ಹೊರಟನು. ನಡೆಯುವಾಗ ಚಾಣಕ್ಯ ಕೆಲವೊಮ್ಮೆನಗುತ್ತಿದ್ದನು ಮತ್ತು ಕೆಲವೊಮ್ಮೆ ಕೋಪಗೊಳ್ಳುತ್ತಾನೆ. ಅವನ ಹೃದಯದಲ್ಲಿ ಮತ್ತೆ ಮತ್ತೆ ಉಬ್ಬರವಿಳಿತದಂತೆ

ಏಳುತ್ತಿದ್ದರು - "ಯಾವುದು ನಿಜ, ಯಾವುದು ಸುಳ್ಳು? ಇದಕ್ಕಾಗಿಯೇ ಮನುಷ್ಯ ಇಷ್ಟು ದೊಡ್ಡ ದಡ್ಡ? ಮಾಡುತ್ತದೆ? ಇಲ್ಲ ಇಲ್ಲ! ಸಾವಿನ ಮುಂದೆಯೂ ಸೋಲಬಾರದು. ವಯಸ್ಸಿನ ಮೂಲಕ ಮನುಷ್ಯನು ಸಾವಿನ ಎದೆಯ ಮೇಲೆ ಜೀವಂತವಾಗಿದ್ದಾನೆ ಮತ್ತು ಉಳಿಯುತ್ತಾನೆ. ಆಗ ನೀನು ಅಷ್ಟು ದೊಡ್ಡ ರಾಜ್ಯವನ್ನು ಬಿಟ್ಟು ಹೋಗು ಯಾಕೆ ಬಂದೆ?

ಸುವಾಸಿನಿ ನಿಮ್ಮ ಆದರ್ಶದ ಕೊಡುಗೆಯಲ್ಲವೇ? ಲೋಕದ ಬಟ್ಟಲುಗಳು ವ್ಯರ್ಥವಾಗಿವೆ ಆದರ್ಶ! ಜೀವನದಲ್ಲಿ ಒಬ್ಬ ವ್ಯಕ್ತಿಯು ಸಂತೋಷವಾಗಿರುವ ಕ್ಷಣ ಮಾತ್ರ ನಮ್ಮದು., 'ಆತ್ಮದ ವಿಸ್ತರಣೆಯು ಅರಣ್ಯಗಳ ಶೂನ್ಯತೆಯಲ್ಲಿ ಅಲ್ಲ, ಆದರೆ ನಗರಗಳ ಸೌಂದರ್ಯದಲ್ಲಿ, ಆದರೆ ಆತ್ಮವು ಕೇವಲ ಭೌತವಾದದಲ್ಲಿ ಮುಳುಗಿದರೆ ಮುಂದೊಂದು ದಿನ ಮನುಷ್ಯ ಕಾಡು ತೋಳಕ್ಕಿಂತ ಕೆಟ್ಟವನಾಗುತ್ತಾನೆ. ಕಾಡಿನ ಆಳದಿಂದ ಮೇಲೇಳುವ ಋಷಿಗಳ ಧ್ವನಿಯು ಆತ್ಮವನ್ನು ಬಲಪಡಿಸುತ್ತದೆ." ತಾತ್ವಿಕವಾಗಿ ಯೋಚಿಸುತ್ತಾ, ಚಾಣಕ್ಯ

ಕಾಡಿನೊಳಗೆ ಹೋದನು, ಅಲ್ಲಿ ಮೌನವು ಶಾಂತಿಯ ಕಥೆಯನ್ನು ಹೇಳುತ್ತದೆ, ಅಲ್ಲಿ ಪ್ರಕೃತಿ ಮೌನ ಸಂದೇಶವನ್ನು ನೀಡುತ್ತಿತ್ತು. ಪ್ರಕೃತಿಯಲ್ಲಿ ಮುಳುಗಿದ ಚಾಣಕ್ಯ ಅವರು ಶೂನ್ಯದಲ್ಲಿ ಮುಂದುವರೆದಂತೆ, ಕಾಡಿನ ಅಂತರದಿಂದ ಪ್ರತಿ ಕ್ಷಣವೂ ಧ್ವನಿ ಪ್ರತಿಧ್ವನಿಸಲು ಪ್ರಾರಂಭಿಸಿತು. "ಅತ್ಯಂತ ಮೇಧಾವಿ ಮಹಾತ್ಮ ಚಾಣಕ್ಯನಿಗೆ ನಮಸ್ಕಾರ! ಯುಗಪುರುಷ ರಾಜರ್ಷಿಗೆ ಮಹಿಮೆ! ನೀತಿವಂತರಲ್ಲಿ ಶ್ರೇಷ್ಠನಾದ ಮಹಾತ್ಮಾ ಚಾಣಕ್ಯನಿಗೆ ನಮಸ್ಕಾರ! ಮಹಾಪುರುಷ ಚಾಣಕ್ಯನಿಗೆ ಮಹಿಮೆ! , ಚಾಣಕ್ಯ ಮತ್ತಷ್ಟು ಮುಂದುವರೆದಂತೆ, ಅದೇ ರೀತಿಯಲ್ಲಿ, ಅನೇಕ ಋಷಿಗಳು ಶೂನ್ಯದ ಅಂತರದಿಂದ ಚಾಣಕ್ಯವನ್ನು ಪಠಿಸಲು ಪ್ರಾರಂಭಿಸಿದರು. ಮಾತನಾಡುತ್ತಾ ಜೈ ಅವರ ಮುಂದೆ ಬಂದರು.

ಚಾಣಕ್ಯನು ಅವನನ್ನು ಸ್ವಾಗತಿಸಲು ನಮಸ್ಕರಿಸಲು ಬಯಸುವುದಕ್ಕಿಂತ ಮುಂಚೆಯೇ, ಭೇಟಿ ನೀಡಿದ ಋಷಿಗಳು ಮಹಾತ್ಮ ಚಾಣಕ್ಯನ ಮುಂದೆ ಸಾಷ್ಟಾಂಗ ನಮಸ್ಕಾರ ಮಾಡಿದರು. ಚಾಣಕ್ಯನು ನಾಚಿಕೆಯಿಂದ ತನ್ನ ಧ್ವನಿಯನ್ನು ಮೃದುಗೊಳಿಸಿ

ಹೇಳಿದನು - 'ಓ ಋಷಿ! ನಿನ್ನ ನೋಡಿದ ಮೇಲೆ ಪಾಪಿಗಳು ಕೂಡ ಮುಕ್ತರಾಗುತ್ತಾರೆ. ನೀವು ಮನುಷ್ಯರಲ್ಲಿ ಮತ್ತು ತ್ಯಜಿಸುವವರಲ್ಲಿ ಉತ್ತಮರು. ನಾನೇ ಮುಕುಟಮಣಿ. ನಿನ್ನ ತಪಸ್ಸಿನ ಮೇಲೆ ಶತಮಾನಗಳ ಇತಿಹಾಸ ಬರೆಯಲಾಗಿದೆ. ಯುಗಯುಗಗಳು ಬಂದು ಹೋದವು, ಆದರೆ ನೀವು ಅಮರರು. ನಿನ್ನ ಮುಂದೆ ನಾನೇ ಮರ್ತ್ಯನಾನು ಒಬ್ಬ ಸಾಮಾನ್ಯ ಮನುಷ್ಯ, ಅವನ ಇತಿಹಾಸವನ್ನು ಆಧ್ಯಾತ್ಮಿಕತೆಯ ಪುಟಗಳಲ್ಲಿ ವಂಚನೆಯ ಮಸಿಯಲ್ಲಿ ಬರೆಯಲಾಗಿದೆ, ಅವನನ್ನು ಕೋಪ ಮತ್ತು ವಕ್ರ ಎಂದು ಪರಿಗಣಿಸಿ, ಮನುಷ್ಯ ಭಯಪಡುತ್ತಾನೆ, ಅವನ ಜೀವನದಲ್ಲಿ ಬೆಂಕಿ ಮತ್ತು ಕಣ್ಣೀರು ಇದೆ, ಅವನ ಜೀವನದಲ್ಲಿ ಆಸೆಯಿಂದ ನಿಮ್ಮ ಪಾದಗಳಿಗೆ ಬಂದವನು. ಶಾಂತಿ. ಅವನಿಗೇಕೆ ಮುಜುಗರ ಮಾಡಿ ಈ ರೀತಿ ಭಾರ ಹಾಕುತ್ತೀರಿ?

ಋಷಿ - ಯಾರ ಬೆಳಕಿನಿಂದ ಭೌತಿಕ ಪ್ರಪಂಚವು ಪ್ರಕಾಶಿಸಲ್ಪಟ್ಟಿದೆಯೋ, ಯಾರು ತಪಸ್ಸು ಮಾಡುತ್ತಾ ಮಾನವ ಕುಲವನ್ನು ಉನ್ನತೀಕರಿಸಿದಾರೋ, ಯಾರು ದುಃಖದ ಪರ್ವತಗಳನ್ನು ದಾಟಿ ಇಲ್ಲಿಗೆ ಬಂದಿದ್ದಾರೆ, ಯಾರ ಖ್ಯಾತಿ ಮತ್ತು ಕ್ರಾಂತಿಯ ಇತಿಹಾಸವನ್ನು ದಿಕ್ಕುಗಳ ಗೋಡೆಗಳ ಮೇಲೆ ಬರೆಯಲಾಗಿದೆ, ಯಾರು ಮನುಷ್ಯರು, ಅವರು ಶ್ರೇಷ್ಠ ಮತ್ತು ಋಷಿಗಳಲ್ಲಿ ಶ್ರೇಷ್ಠರು, ಅವರ ಪಾದಗಳಿಗೆ ದೊಡ್ಡ ಪರ್ವತಗಳು ನಮಸ್ಕರಿಸುತ್ತವೆ, ಆ ದೇವರನ್ನು ನಮ್ಮ ನಡುವೆ ಹೊಂದಲು ನಾವೆಲ್ಲರೂ ಧನ್ಯರು.

ಬ್ರಾಹ್ಮಣ ಶಿರೋಮಣಿ ಬಾ! ಈ ಋಷಿ ಸಮಾಜವು ನಿಮ್ಮನ್ನು ಅಭಿನಂದಿಸುತ್ತದೆಚಾಣಕ್ಯ- ನೀನು ನನ್ನನ್ನು ದತ್ತು ತೆಗೆದುಕೊಂಡಾಗ ನಾನು ಕೃತಜ್ಞನಾಗಿದ್ದೇನೆ. ಈಗ ನೀನು ನನ್ನನ್ನು ನಿನ್ನ ಆಶ್ರಮದಲ್ಲಿ ವಕ್ರ ಬ್ರಾಹ್ಮಣನನ್ನು ಇಟ್ಟುಕೊಂಡು ಸರಿಯಾದ ಮಾರ್ಗವನ್ನು ತೋರಿಸು! ಮನುಷ್ಯನ ತೃಪ್ತಿ ಎಲ್ಲಿದೆ, ಮನುಷ್ಯನ ಸಂತೋಷದ ಮಿತಿ ಎಲ್ಲಿದೆ ಎಂದು ನಾನು ತಿಳಿದುಕೊಳ್ಳಲು ಬಯಸುತ್ತೇನೆ? ನಾನು ಮನುಷ್ಯರಿಗೆ ಶಾಂತಿ ಮತ್ತು ಮೋಕ್ಷವನ್ನು ಹುಡುಕಲು ಬಂದಿದ್ದೇನೆ.

ಋಷಿ- ಮನುಷ್ಯನ ಮೋಕ್ಷ ಮತ್ತು ಶಾಂತಿಯು ಚಾಣಕ್ಯನ ಪಾತ್ರದಲ್ಲಿದೆ, ಅವನು ದುಃಖವನ್ನು ಸಹಿಸಿಕೊಂಡ ನಂತರ ನಗುವುದು ಮತ್ತು ಇತರರನ್ನು ನಗಿಸುವುದು ಹೇಗೆ ಎಂದು ತಿಳಿದಿರುತ್ತಾನೆ, ಗಾರ್ಗಲ್ ಕುಡಿದ ನಂತರ ಅಮೃತವನ್ನು ಉಗುಳುತ್ತಾನೆ. ಶಿವ ಅವನ ಬಳಿ ಕೇವಲ ಜೀವಿ ಇದೆ. ಮನುಷ್ಯರು ಮಾತ್ರವಲ್ಲ, ಋಷಿಮುನಿಗಳೂ ಅದರಿಂದ ಅಮೃತವನ್ನು ಪಡೆಯುತ್ತಾರೆ.

ಚಾಣಕ್ಯ- ನಾನು ಓದುತ್ತಿರುವ ಮತ್ತು ಕಲಿಸುತ್ತಿರುವ ಅಧ್ಯಾಯವನ್ನು, ನಾನು ಮನಃಪೂರ್ವಕವಾಗಿ ತೃಪ್ತಿಪಡದ ಅಧ್ಯಾಯವನ್ನು ಹೇಳಲು ನಾನು ಈ ಋಷಿ ಆಶ್ರಮಕ್ಕೆ ಬಂದಿದ್ದೇನೆಯೇ? ಇಲ್ಲ, ನಾನು ಈಗ ಭೌತವಾದದ ಕಠೋರ ಪರಿಸರದಿಂದ ದೂರವಿರುವ ಅಂತಿಮ ಶಾಂತಿಯನ್ನು ಬಯಸುತ್ತೇನೆ. ಋಷಿಗಳ ಮಾತು! ಎಲ್ಲಿದೆ ಅಂತಿಮ ಶಾಂತಿ, ಎಲ್ಲಿ ಶಾಶ್ವತ ಮೋಕ್ಷ?

ಋಷಿ - ಕರ್ಮಯೋಗಿ! ಇದನ್ನು ಕೇಳಲು ನಾವೇ ಬಂದಿದ್ದೇವೆ. ತಪಸ್ಸು ಮಾಡುವಾಗ ನಮ್ಮ ದೇಹವು ಕೇವಲ ಅಸ್ಥಿಯಾಯಿತು, ತಪಸ್ಸು ಮಾಡುವಾಗ ನಾವು ಅನೇಕ ಬಾರಿ ವಯಸ್ಸಾಗಿದ್ದೇವೆ, ಆದರೆ ಇಲ್ಲಿಯವರೆಗೆ ನಮಗೆ ಭೂಮಿಯ ತತ್ವವನ್ನು ಅರ್ಥಮಾಡಿಕೊಳ್ಳಲಾಗಿಲ್ಲ. ವಿನಾಶ ಮತ್ತು ಸೃಷ್ಟಿಯ ರಹಸ್ಯ ಇನ್ನೂ ತಿಳಿದಿಲ್ಲ. ಯಾವುದು ನಿಜ ಮತ್ತು ಯಾವುದು ನಿರಾಕಾರ ಎಂದು ಅರ್ಥವಾಗಲಿಲ್ಲ! ಚಾಣಕ್ಯ- ತ್ರಿಕಾಲದರ್ಶಿ ಋಷಿಗಳು ಕಾಡುಗಳ ಗರ್ಭದಲ್ಲಿ ಮತ್ತು ಪರ್ವತಗಳ ಗುಹೆಗಳಲ್ಲಿ ವಾಸಿಸುತ್ತಾರೆ ಎಂದು ನಾನು ಕೇಳಿದ್ದೇನೆ.

ಅವರ ಬಳಿ ಇರುವುದೇ ಪರೋಕ್ಷ, ಅವರಲ್ಲಿರುವುದು ನೇರ. ಅವರು ಜೀವನ ಮತ್ತು ಸಾವನ್ನು ನೇರವಾಗಿ ನೋಡುತ್ತಾರೆ. ತಮ್ಮ ಆಸನದ ಮೇಲೆ ಕುಳಿತು, ಅವರು ಆಕಾಶವನ್ನು ಆಚೆಗೆ ತಲುಪುತ್ತಾರೆ ಮತ್ತು ಭೂಮಿಯ ಆಳಕ್ಕೆ ಪ್ರಯಾಣಿಸುತ್ತಾರೆ. ಕಣ್ಣು ಮಿಟುಕಿಸುವ ಸಮಯದಲ್ಲಿ ಭೂಮಿಯ ತಿರುಗುವಿಕೆಯು ಕೇವಲ ಉಸಿರು. ಅವರು ತಮ್ಮ ಉಸಿರನ್ನು ಊದಿದ ತಕ್ಷಣ ಜಗತ್ತನ್ನು ನಾಶಪಡಿಸಬಹುದು; ಅವರು ಕಣ್ಣು ಮಿಟುಕಿಸುವುದರಲ್ಲಿ ಜಗತ್ತನ್ನು ನಾಶಪಡಿಸಬಹುದು. ಚಾಣಕ್ಯ ಅವನನ್ನು ಈ ರೂಪದಲ್ಲಿ ನೋಡಲು ಬಯಸುತ್ತಾನೆ.

ರಿಷಿ - ನಾನು ಕೂಡ ಅದನ್ನೇ ಕೇಳಿದ್ದೆ, ಆದರೆ ನೇರವಾಗಿ ನೋಡಲಿಲ್ಲ, ಆಧ್ಯಾತ್ಮಿಕ ಅಭ್ಯಾಸ ಮಾಡುವಾಗ ಕೂದಲು ಮತ್ತೆ ಮತ್ತೆ ಬಿಳಿಯಾಗುತ್ತಿದೆ, ಆದರೆ ರಹಸ್ಯವು ಇನ್ನೂ ರಹಸ್ಯವಾಗಿಯೇ ಉಳಿದಿದೆ.

ಚಾಣಕ್ಯ - ಹಾಗಾದರೆ ಇಲ್ಲಿ ಭಸ್ಮವನ್ನು ತಿಂದು ತಪಸ್ಸು ಮಾಡುವ ಉದ್ದೇಶ ಕೇವಲ ದೇಹವನ್ನು ಒಣಗಿಸುವುದೇ?

ಋಷಿ - ಇಲ್ಲ, ತಪಸ್ಸಿನ ಉದ್ದೇಶ ಮಾನವನ ಅಹಂಕಾರ ಅಥವಾ ಋಷಿಗಳಿಗೂ ತಿಳಿಯದ ಕೆಲವು ರಹಸ್ಯವಿದೆ. ಅಂತಹ ಮೂಕ ಆಕರ್ಷಣೆಯು ಸನ್ಯಾಸದಲ್ಲಿ ಕಂಡುಬರುತ್ತದೆ, ಅದರ ಮುಂದೆ ಪ್ರತಿಯೊಂದು ಆಕರ್ಷಣೆಯನ್ನು ಅತ್ಯಲ್ಪ ಎಂದು ಕರೆಯಲಾಗುತ್ತದೆ.

ಚಾಣಕ್ಯ- ಹತಾಶೆಯಿಂದ ಬೇಸತ್ತ ಮನುಷ್ಯ ಯಾವುದೋ ಶಾಶ್ವತ ಸತ್ಯದ ಆಸೆಯಿಂದ ತಪಸ್ಸು ಮಾಡುತ್ತಾನೆ, ಆದರೆ ಪ್ರತ್ಯಕ್ಷ ಅವಲೋಕಿಸಿದಾಗ ಆ ತಪಸ್ಸು ಉಗುರಿನ ತನಕ ಕೇಸರಿ ಬಟ್ಟೆ, ಗಡ್ಡದಿಂದ ತನ್ನನ್ನು ವಂಚಿಸುವ ಸುಳ್ಳೆಂಬುದು ಸ್ಪಷ್ಟವಾಯಿತು. ವಾಸ್ತವವಾಗಿ, ತಪಸ್ಸು ಎಂದರೆ ಜೀವಿಗಳಿಗೆ ಸಂತೋಷದ ಹುಡುಕಾಟ. ಋಷಿ, ತಪಸ್ವಿ, ಮಹಾತ್ಮ, ಅವರೆಲ್ಲರಿಗೂ ಒಂದೇ ಅರ್ಥವಿದೆ ಮತ್ತು ಅದು ಮಾನವೀಯತೆಯ ನಿಜವಾದ ಸ್ವಭಾವವಾಗಿದೆ.

ಋಷಿ - ಪ್ರಪಂಚದಲ್ಲಿ ಜೀವಿಗಳ ಎರಡು ರೂಪಗಳು ಕಂಡುಬರುತ್ತವೆ. ಒಂದರಲ್ಲಿ ಅವನನ್ನು ದೇವರು ಎಂದು ಕರೆಯಲಾಗುತ್ತದೆ, ಇನ್ನೊಂದು ಅವನನ್ನು ರಕ್ತಪಿಶಾಚಿ ಎಂದು ಕರೆಯಲಾಗುತ್ತದೆ. ರಿಷಿ ಅವನ ಹೊರತಾಗಿ ಕೆಲವು ದೈವಿಕ ಜೀವಿ ಇರುವ ಸಾಧ್ಯತೆಯಿದೆ. ಚಾಣಕ್ಯ-ಋಷಿ, ಜೀವನದ ಗುರಿ ಮಾನವ ಕಲ್ಯಾಣವಾಗಬೇಕು, ಇದರಿಂದ ನೀವೆಲ್ಲರೂ ನಿಮಗೆ ಬೆಂಬಲವಿದೆಯೇ? ಋಷಿ- ಮಾನವನಷ್ಟೇ ಅಲ್ಲ, ಸಕಲ ಜೀವಿಗಳ ಹಿತಾಸಕ್ತಿ ಸಾಧು ಮನುಷ್ಯನ ಧರ್ಮ.

ಚಾಣಕ್ಯ - ಹಾಗಾದರೆ ಕೋಟಿಗಟ್ಟಲೆ ವಿರಕ್ತರು ವನಗಳಲ್ಲಿ ಸುಖವನ್ನು ಅನುಭವಿಸುತ್ತಾ ಜೀವಿಗಳ ಕಲ್ಯಾಣಕ್ಕಾಗಿ ಶ್ರಮಿಸಿ ಭೂಮಿಯ ಮೇಲೆಯೇ ಸ್ವರ್ಗವನ್ನು ನಿರ್ಮಿಸುವುದಿಲ್ಲವೇ? ಮೋಕ್ಷ ಮತ್ತು ಸ್ವರ್ಗದ ಕನಸಿನಲ್ಲಿ ಏಕೆ ಅಲೆದಾಡಬೇಕು? ಈ ಕತ್ತಲೆ ಬೆಳಕಾಗುವಂತೆ ನಿಮ್ಮ ಶ್ರಮ ಮತ್ತು ಬುದ್ಧಿವಂತಿಕೆಯ ಮಹಿಮೆಯಿಂದ ಭೂಮಿಗೆ ಅಂತಹ ಬೆಳಕನ್ನು ಏಕೆ ನೀಡಬಾರದು? ಋಷಿಗಳೇ ಎದ್ದೇಳಿ! ಜೀವಿಗಳ ಪ್ರಯೋಜನಕ್ಕಾಗಿ ಭೂಮಿಯ ಸಂತೋಷ, ಸ್ವರ್ಗದ ಸೌಂದರ್ಯ ಮತ್ತು ಮೋಕ್ಷದ ಸತ್ಯವನ್ನು ಸಂಗಮಿಸಿ! ಮಾನವ ಜಗತ್ತು ಮತ್ತು ದೇವಲೋಕದ ನಡುವಿನ ಗೋಡೆಯನ್ನು ತೆಗೆದುಹಾಕುವ ಮೂಲಕ, ಅಮೃತದ ಅಲೆಯು ಎಲ್ಲೆಡೆ ಜೀವವನ್ನು ನೀಡಲಿ! ಎಲ್ಲಿಯವರೆಗೆ ಪತನವು ಉನ್ನತಿಯಾಗಿ ಬದಲಾಗುವುದಿಲ್ಲವೋ, ಅಲ್ಲಿಯವರೆಗೆ ಉನ್ನತಿಯು ಅವನತಿಯನ್ನು ತನ್ನ ಬೆಳಕಿನಿಂದ ಬೆಳಗಿಸುವವರೆಗೆ, ಋಷಿಗಳು ಭೂಮಿಯನ್ನು ಮರಣವೆಂದು ಕರೆದು ಮರಣಕ್ಕೆ ಹೆದರಿ ಕಾಡುಗಳಲ್ಲಿ ಒಡಿಹೋಗುವವರೆಗೆ, ಮನುಷ್ಯ

ಸೋಲನುಭವಿಸುತ್ತಾನೆ. ಸಮಾಧಿಯಲ್ಲಿ ಮಲಗಿರುವ ಮಹಾತ್ಮ! ಎಚ್ಚೆತ್ತುಕೊಳ್ಳಿ, ಋಷಿಗಳ ಜೀವನದ ಯಶಸ್ಸು ಶಿವನ ಆರಾಧನೆಯಲ್ಲಿ ಅಡಗಿದೆ.

ರಿಷಿ - ಈ ಯಶಸ್ಸು ಹಾವು ನೋಡುವುದಕ್ಕಿಂತ ಹೆಚ್ಚು ಅಪಾಯಕಾರಿ ಮತ್ತು ಸ್ವಯಂ ಅಸಹ್ಯಕ್ಕಿಂತ ಹೆಚ್ಚು ಅಸಹ್ಯಕರವಾಗಿದೆ. ಭೌತಿಕ ಜಗತ್ತಿಗೆ ಹೋಗುವುದರಿಂದ ಯಾರು ಕಳಂಕಿತರಾಗಲಿಲ್ಲ?

ಚಾಣಕ್ಯ- ಅಗ್ನಿ ಪ್ರವೇಶಕ್ಕೆ ಹೆದರುವವನು ಹಸಿ ತಪಸ್ವಿ. ಜ್ವಾಲೆಯಲ್ಲಿ ಕಾಯಿಸಿದ ನಂತರ ಹೊಳೆಯುವ ಅಂತಹ ಸಂತನಿಗಿಂತ ಘನ ಚಿನ್ನ ಮಾತ್ರ ಉತ್ತಮವಾಗಿದೆ. ಜಗತ್ತು ಶಾಪವಲ್ಲ, ಅದು ವರವಾಗಿದೆ. ಮನುಕುಲದ ಉದ್ಧಾರಕ್ಕಾಗಿ ಸಾವಿರ ಬಾರಿ ನರಕಕ್ಕೆ ಹೋಗಬೇಕಾದರೂ ಹೋಗಬೇಕು.

ಹೇಯವಾದ ಆ ಸ್ವರ್ಗದ ದೇವರು, ಯಾರ ಕಿವಿಯಲ್ಲಿ ನರಕದ ಜೀವಿಗಳ ಕೂಗು 'ತ್ರಾಹಿ-ತ್ರಾಹಿ' ಬರುತ್ತಿದೆ! ನಿದ್ದೆಯಲ್ಲಿ ಪರರ ದುಃಖದ ಮಾತುಗಳನ್ನು ಕೇಳದ ಸ್ವರ್ಗಲೋಕದ ಆ ರಾಜರು ನಿಷ್ಪ್ರಯೋಜಕರು. ವೈಯುಕ್ತಿಕ ಸುಖದ ಆಚರಣೆಯಲ್ಲಿ ಮಗ್ನವಾಗಿರುವ ಋಷಿ ಸಮುದಾಯ ಮನುಷ್ಯರಿಂದ ದೂರವಾಗಿ ದೈವತ್ವವನ್ನು ಪಡೆಯುವ ವ್ಯರ್ಥ ಪ್ರಯತ್ನಗಳನ್ನು ಮಾಡಬಾರದೆಂಬ ಕಾರಣಕ್ಕಾಗಿಯೇ ಚಾಣಕ್ಯ ಮಾನವ ಲೋಕದಿಂದ ಋಷಿಲೋಕಕ್ಕೆ ಬಂದಿದ್ದಾನೆ. ವಿಜ್ಞಾನದ ಮನುಷ್ಯನು ಈ ಮಧ್ಯದ ರೇಖೆಯ ಮೂಲಕ ಜೀವಿಯನ್ನು ಎಳೆಯುತ್ತಿದ್ದಾನೆ. ಅಧ್ಯಾತ್ಮದ ಸಿಂಧುದಲ್ಲಿ ಋಷಿಮುನಿಗಳು ಭೌತಿಕ ಜೀವಿಗಳಿಗೆ ಅಂತಿಮ ಶಾಂತಿಯ ಮಾರ್ಗವನ್ನು ತೋರಿಸದಿದ್ದರೆ, ಧರ್ಮ ಎಂದು ಕರೆದು ಅಮಾಯಕ ಮನುಷ್ಯನನ್ನು ಕೊಲ್ಲುವ ಬಗ್ಗೆ ಮಾನವ ಹೆಮ್ಮೆಪಡುವ ದಿನ ಬರಬಹುದು

ಋಷಿ- ನೀನು ವಿಜ್ಞಾನ ಮತ್ತು ಆಧ್ಯಾತ್ಮಿಕತೆಯ ಸಂಗಮ, ಜ್ಞಾನದ ಮನುಷ್ಯ! ಹೇಳಿ, ನಾವು ಜೀವಿಗಳಿಗೆ ಏನು ಸೇವೆ ಮಾಡಬಹುದು?

ಚಾಣಕ್ಯ- ಮರಗಳು ಮತ್ತು ಎಲೆಗಳ ಶಬ್ದವನ್ನು ಕೇಳಿ, 'ನಮ್ಮನ್ನು ಉಳಿಸಿ, ಉಳಿಸಿ! ಕಬ್ಬಿಣದ ರಥದ ಮೇಲೆ ಸವಾರಿ ಮಾಡುವ ಚಿನ್ನದ ಮನುಷ್ಯ ನಮ್ಮನ್ನು ಹರಿದು ಹಾಕುತ್ತ ಬರುತ್ತಿದ್ದಾನೆ. ಋಷಿಮುನಿಗಳ ತ್ಯಾಗದಿಂದಲೂ ಅಳಿಸಲಾಗದ ಹಿಂಸೆಯ ಅಕ್ಷರಗಳನ್ನು ಭವಿಷ್ಯದ ಪುಟಗಳಲ್ಲಿ ಕೆತ್ತುತ್ತಿದ್ದೇವೆ, ಜೀವ ಸಂಹಾರಕರಾದ ನಾವು. ಈಗ ಸಮಯ, ಸುಂದರವಾದ ಹೊಸ ಭವಿಷ್ಯವನ್ನು ನಿರ್ಮಿಸಲು ಮಾನವ ಪ್ರಪಂಚದ ಕಡೆಗೆ ಹೋಗಿ!

ಋಷಿ - ಮುಳುಗುತ್ತಿರುವ ಭೂಮಿಯನ್ನು ಉಳಿಸಲು, ಪ್ರಪಂಚದ ಸುತ್ತ ಜೀವಿಗಳು ಕಾಡಿನ ಅಂತರದಲ್ಲಿ ನೆಲೆಸಲು ಬರುತ್ತವೆ, ಅಲ್ಲಿಂದ ಇಡೀ ಭೂಮಿ ಬೆಳಕು ಪಡೆಯುತ್ತದೆ. ಚಾಣಕ್ಯ- ಇಲ್ಲಿಯವರೆಗೆ ಕಾಡಿನ ನೆರಳಿನಲ್ಲಿ ಮರೆಯಾಗಿದ್ದ ನೀನು ಈಗ ಮಾನವನ ಕಣ್ಣೆದುರಿಗೆ

ಬಾಋಷಿ - ನಮ್ಮನ್ನು ಗುರುತಿಸಲು ಮನುಷ್ಯರಿಗೆ ಕಣ್ಣುಗಳಿವೆಯೇ?

ಚಾಣಕ್ಯ- ಹೌದು ಋಷಿ! ಧರ್ಮನಿಷ್ಠ ರಾಜ ಚಂದ್ರಗುಪ್ತನ ರಾಜ್ಯದಲ್ಲಿ ಋಷಿಗಳಿಗಿಂತ ಹೆಚ್ಚು ಪೂಜಿಸಲ್ಪಟ್ಟನು ಮತ್ತು ಬೇರೆ ಯಾರೂ ಅಲ್ಲ. ಅಲ್ಲಿ ನೀವು ಸತ್ಯ, ಧರ್ಮ ಮತ್ತು ಪ್ರೀತಿಯ ಸುಂದರ ಸಂಗಮವನ್ನು ಕಾಣಬಹುದು. ನೀವು ಕಾಡಿನ ಈ ಶಾಂತಿಯನ್ನು ಮರೆತುಬಿಡುತ್ತೀರಿ. ಚಂದ್ರಗುಪ್ತನ ರಾಜ್ಯದಲ್ಲಿ ಚಂದ್ರನಂತೆ ಶಾಂತಿಯೂ ಸ್ವರ್ಗದಂತೆ ಆನಂದವೂ ಇದೆ. ಋಷಿ-ಚಾಣಕ್ಯರ ಅವಿರತ ತಪಸ್ಸಿನಿಂದ ಸ್ಥಾಪಿತವಾದ ಚಂದ್ರಗುಪ್ತ ರಾಜ್ಯವು ಮಾನವರಿಗೆ ಶಿವನಾಗಲಿ! ಆದರೆ ಮಹಾತ್ಮ! ಭೌತಿಕ ಸುಂಟರಗಾಳಿಯಲ್ಲಿ, ಮನುಷ್ಯ ಒಂದು ಕ್ಷಣದ ನಂತರ ತನ್ನ ಮಾನವೀಯತೆಯನ್ನು ಕಳೆದುಕೊಳ್ಳುತ್ತಾನೆ. ಭೂಮಿಯ ಮೇಲೆ ಬಂದ ಎಲ್ಲಾ ಯುಗಗಳು, ಎಲ್ಲಾ ರಾಜರುಗಳು, ಎಲ್ಲರೂ ವಿರೋಧಾಭಾಸದ ವಿಷವನ್ನು ಕುಡಿಯಬೇಕಾಗಿತ್ತು. ರೂಪ, ಬಣ್ಣ, ರುಚಿ, ವಾಸನೆ ಮತ್ತು ಸ್ಪರ್ಶದ ಜಗತ್ತಿನಲ್ಲಿ ಚಾಣಕ್ಯನನ್ನು ಹೊರತುಪಡಿಸಿ, ಮುಳ್ಳುಗಳ ನಡುವೆ ಹೂವಿನಂತೆ ಅರಳುವ ಅಂತಹ ಋಷಿ ಬೇರೆ ಯಾರಿರಬಹುದು!

ಚಾಣಕ್ಯ - ಭೂಮಿಯ ಕಠೋರ ಮುಳ್ಳುಗಳು ಎದೆಯನ್ನು ಚುಚ್ಚುವುದಿಲ್ಲ, ಅವನಿಗೆ ಪ್ರಪಂಚದ ಜ್ಞಾನವಿಲ್ಲ. ಮಾಡಬಹುದು.

ರಿಷಿ- ನಿಮ್ಮ ಬುದ್ಧಿವಂತಿಕೆಯ ಬೆಳಕಿನ ಮೊದಲು, ನಮ್ಮ ಬೆಳಕನ್ನು ಸಣ್ಣ ಸೇವೆಗಾಗಿ ಪ್ರಸ್ತುತಪಡಿಸಲಾಗಿದೆ. ಇದೆ. ನಾವು ನಿಮಗೆ ವಿಧೇಯರಾಗುತ್ತೇವೆ

ಚಾಣಕ್ಯ- ಹಾಗಾದರೆ ಬಾ! ಆತ್ಮವನ್ನು ಸತ್ಯದ ಬೆಳಕಿನಿಂದ ತುಂಬಲು, ಬಳಲುತ್ತಿರುವ ಮತ್ತು ತುಳಿತಕ್ಕೊಳಗಾದ ಜೀವಿಗಳಿಗೆ ಶಾಂತಿಯನ್ನು ನೀಡಲು, ಕ್ರಿಯೆಯ ಭೂಮಿಯಲ್ಲಿ ನಡೆಯಿರಿ! ನಿಸ್ವಾರ್ಥ ಕರ್ಮಯೋಗಕ್ಕಿಂತ ದೊಡ್ಡ ಯೋಗ ಇನ್ನೊಂದಿಲ್ಲ. ಆಶ್ರಯಕ್ಕಾಗಿ ಕಾಯುತ್ತಿರುವ ನಿರ್ಗತಿಕ ಮಾನವ. ವಿಸ್ಮೃತಾ ಸಮತೆಯ ಎದೆಯ ಮೇಲೆ ರಕ್ತ ಸ್ನಾನಮಾಡಲು ಬಯಸುತ್ತಾಳೆ. ನಿಮ್ಮ ತಿಳುವಳಿಕೆಯೊಂದಿಗೆ ಅವನನ್ನು ಸಮಾನರನ್ನಾಗಿ ಮಾಡಿ! "ಋಷಿರಾಜ ಚಾಣಕ್ಯನಿಗೆ ಜಯ!" ಋಷಿಗಳ ಗುಂಪಿನ ಮೌನ ಧ್ವನಿಯು ಕಾಡಿನ ಮೌನ ದಿಕ್ಕುಗಳಲ್ಲಿ ಪ್ರತಿಧ್ವನಿಸಿತು ಮತ್ತು ಅವರು ಚಾಣಕ್ಯನ ಹೆಜ್ಜೆಗಳನ್ನು ಅನುಸರಿಸಲು ಪ್ರಾರಂಭಿಸಿದರು. ನಿಸರ್ಗದ ಮೂಕ ಆಸನದ ಮೇಲೆ ತಪಸ್ಸು ಮಾಡುತ್ತಿದ್ದ ಆ ಋಷಿಗಳು ಯಾರಿಗೆ ಗೊತ್ತು. ಋಷಿ ಸಮುದಾಯವು ಮುಂದುವರೆದಂತೆ, ಭೂಮಿಯು ಧನ್ಯವಾಗತೊಡಗಿತು. "ಋಷಿವರ ಚಾಣಕ್ಯನು ಅತ್ಯಂತ ಅದ್ಭುತವಾದ ಋಷಿಗಳೊಂದಿಗೆ ವಿತಸ್ತಾದ ದಡಕ್ಕೆ ಬಂದಿದ್ದಾನೆ.

ಈ ತಪಸ್ವಿಗಳು ಯುಗಯುಗಾಂತರಗಳಿಂದ ಪರ್ವತಗಳ ಗುಹೆಗಳಲ್ಲಿ ಧ್ಯಾನ ಮಾಡುತ್ತಿದ್ದರು. ಮಹಾಪುರುಷ ಚಾಣಕ್ಯನ ಆಶೀರ್ವಾದದಿಂದ ಈ ಮಹರ್ಷಿಗಳನ್ನು ನೋಡುವ ಸೌಭಾಗ್ಯ ನಮಗೆ ಲಭಿಸುತ್ತಿರುವುದು ನಮ್ಮೆಲ್ಲರ ಭಾಗ್ಯ. ಅವನ ದರ್ಶನಗಳಿಂದ ಹುಟ್ಟಿದೆಇದು ಯಶಸ್ವಿಯಾಗುತ್ತದೆ ಮತ್ತು ಪಾಪಗಳು ಪುಣ್ಯಗಳಾಗಿ ರೂಪಾಂತರಗೊಳ್ಳುತ್ತವೆ.

ಈ ಅತ್ಯಂತ ಮಂಗಳಕರ ಸಂದರ್ಭವು ಭೂಮಿಯ ಇತಿಹಾಸದಲ್ಲಿ ಅಪರೂಪವಾಗಿ ಬರುತ್ತದೆ. ತೇಜಸ್ವಿ ಚಾಣಕ್ಯನು ತನ್ನ ಭಕ್ತಿಯಿಂದ ಕೋಟಿಗಟ್ಟಲೆ ದೇವತೆಗಳನ್ನು ಕರೆದನೆಂದು ತೋರುತ್ತದೆ." ಈ ಸುದ್ದಿ ಸೂರ್ಯನ ಬೆಳಕಿನಂತೆ ಎಲ್ಲಾ ದಿಕ್ಕುಗಳಲ್ಲಿಯೂ ಹರಡಿತು. ಭಕ್ತಿಯ ಫಲದಿಂದ ಋಷಿಗಳನ್ನು ನೋಡಲು ಲಕ್ಷಾಂತರ ಜನರು ನೆರೆದರು.

ಚಕ್ರವರ್ತಿ ಚಂದ್ರಗುಪ್ತನು ಬರಿಗಾಲಿನಲ್ಲಿದ್ದನು. ಸಾಮ್ರಾಜ್ಞಿಯರು ಮತ್ತು ರಾಜ್ಯ ಅಧಿಕಾರಿಗಳು ಸನ್ಯಾಸಿಯ ಪಾದಗಳನ್ನು ಸ್ಪರ್ಶಿಸಲು ಪ್ರಾರಂಭಿಸಿದರು. ಪರಮ ಪುರುಷನ ಆಶ್ರಯವನ್ನು ತಲುಪಿದ ಚಕ್ರವರ್ತಿಯು ರಾಜಮನೆತನದವರೊಂದಿಗೆ ಋಷಿ ಸಮುದಾಯಕ್ಕೆ ನಮಸ್ಕರಿಸಿದನು. ಪರಮ ಮಹಿಮೆಯುಳ್ಳ ರಾಜ ಚಂದ್ರಗುಪ್ತನು ತನ್ನನ್ನು ತಾನು ಶರಣಾಗುವಂತೆ ತನ್ನ ಪಾದಗಳನ್ನು ಪೂಜಿಸುವುದರಲ್ಲಿ ಮಗ್ನನಾಗಿದ್ದನು. ಚಂದ್ರಗುಪ್ತನ ಬೆನ್ನ ಮೇಲೆ ಕೈಯಿಟ್ಟುಕೊಂಡು ಚಾಣಕ್ಯ ಮೆಲ್ಲನೆ

ಹೇಳಿದ - ರಾಜ್ಯದಲ್ಲಿ ಕ್ಷೇಮವೇ?

ಚಂದ್ರಗುಪ್ತ - ನಿಮ್ಮ ಪಾಲಕರಿಂದ ಅಶುಭವಾದುದೆಲ್ಲವೂ ಮಂಗಳಕರವಾಯಿತು. ಪುರುಷ ನಾಯಕ ಚಾಣಕ್ಯ ಅಂತಹ ವಿಷಯ ಇರುವ ಸ್ಥಳದಲ್ಲಿ ಒಬ್ಬನು ಹೇಗೆ ಕೌಶಲ್ಯರಹಿತನಾಗಿರುತ್ತಾನೆ?

ಚಾಣಕ್ಯ- ಭಾಷೆಗೂ ವಾಸ್ತವಕ್ಕೂ ಬಹಳ ವ್ಯತ್ಯಾಸವಿದೆ. ನನ್ನನ್ನು ಮೆಚ್ಚಿಸಲು ಇಷ್ಟೆಲ್ಲ ಹೇಳುತ್ತಿದ್ದೀಯಾ? ಭೂಮಿಯ ಮೇಲೆ ಯಾರೂ ದುಃಖಿತರಾಗಬಾರದು ಎಂದು ಚಾಣಕ್ಯ ಬಯಸುತ್ತಾನೆ. ಚಾಣಕ್ಯ ಹೀಗೆ ಹೇಳುತ್ತಿದ್ದಾಗ ದೂರದಿಂದ ಯಾರದೋ ಕೂಗು ಕೇಳಿಸಿತು. 'ತ್ರಾಹಿ ಮಾ! ನನ್ನನ್ನು ಕಾಪಾಡಿಚಾಣಕ್ಯನು ಆಶ್ಚರ್ಯಗೊಂಡು

ಹೇಳಿದನು - ಇದು ಯಾವ ರೀತಿಯ ಕಿರುಚಾಟ ಮತ್ತು ಇದು ಯಾರ ಕಿರುಚಾಟ?

ಚಂದ್ರಗುಪ್ತ-ನು ಒಬ್ಬ ಅಧಿಕಾರಿಯನ್ನು ಸಾಂಕೇತಿಕ ದೃಷ್ಟಿಯಲ್ಲಿ ನೋಡಿದನು. ಎಲ್ಲಿಂದ ಕಿರುಚಾಟ ಅವರು ಬರುತ್ತಿದ್ದರು, ಆ ಕಡೆ ಹೋಗಿ ಸ್ವಲ್ಪ ಹೊತ್ತಿನ ನಂತರ ಹಿಂತಿರುಗಿ ಬಂದು

ಹೇಳಿದರು - "ಮಹಾತ್ಮ ಅಪರಾಧಿ! ಕೆಲವು ಉನ್ನತ ಬ್ರಾಹ್ಮಣರು ಯಾರನ್ನು ಹಿಡಿದು ಹೊಡೆಯುತ್ತಿದ್ದಾರೆ.

ಚಾಣಕ್ಯ - ಅವನ ಅಪರಾಧವೇನು ಮತ್ತು ಆ ಶ್ರೇಷ್ಠ ಬ್ರಾಹ್ಮಣರು ಅವನನ್ನು ಏಕೆ ಹೊಡೆಯುತ್ತಿದ್ದಾರೆ? ರಾಜ್ಯವು ಅವನನ್ನು ಅಪರಾಧಿ ಎಂದು ಘೋಷಿಸಿದೆಯೇ?

ಅಧಿಕಾರಿ: ರಾಜ್ಯದ ಮುಂದೆ ಇನ್ನೂ ವಿಚಾರಣೆ ನಡೆಸಿಲ್ಲ. ಈ ಶೂದ್ರ ಜಾತಿಯ ಮನುಷ್ಯ ನಮ್ಮ ಅತ್ಯುತ್ತಮ ಬ್ರಾಹ್ಮಣರ ಕಾಲೋನಿಯಲ್ಲಿ ವಾಸಿಸಲು ಪ್ರಾರಂಭಿಸಿದ್ದಾನೆ ಎಂದು ಆ ಬ್ರಾಹ್ಮಣರು ಹೇಳುತ್ತಾರೆ. ಅವನು ನಮ್ಮ ಬಾವಿ ಮತ್ತು ದೇವಾಲಯವನ್ನು ಹಾಳು ಮಾಡಿದನು ಮತ್ತು ಈಗ ಋಷಿಗಳನ್ನು ನೋಡಲು ನಮ್ಮ ಮಾರ್ಗದಲ್ಲಿ ಹೋಗಲು ಬಯಸುತ್ತಾನೆ.

ಚಾಣಕ್ಯ- ಬಾವಿ ಮತ್ತು ದೇವಸ್ಥಾನವೂ ಭ್ರಷ್ಟವಾಗಬಹುದೇ ಚಂದ್ರಗುಪ್ತ! ಮನುಷ್ಯರು ನಡೆಯಲು ಸಾಧ್ಯವೇ? ಮಾರ್ಗವೂ ಅಶುದ್ಧವಾಗುತ್ತದೆ! ರಸ್ತೆಯ ಹಕ್ಕು ಎಲ್ಲರಿಗೂ ಇದೆ. ಚಂದ್ರಗುಪ್ತ- ಅಪವಿತ್ರರೂ ಪವಿತ್ರವಾಗುವ ಸ್ಥಳ, ಆ ಸ್ಥಳವು ಎಂದಿಗೂ ಅಪವಿತ್ರವಾಗಲಾರದುಚಾಣಕ್ಯ - ಹಾಗಾದರೆ ಹೋಗಿ ಆ ದುರ್ಬಲ ವ್ಯಕ್ತಿಯನ್ನು ಏಕೆ ಹಿಂಸಿಸಲಾಗುತ್ತಿದೆ ಎಂದು ನೋಡು. ಯಾರಿಗಾದರೂ ನ್ಯಾಯದಿಂದ ಶಿಕ್ಷೆಯಾಗುವವರೆಗೆ, ಶಿಕ್ಷೆಯನ್ನು ಅನುಭವಿಸುವ ಹಕ್ಕು ಯಾರಿಗೂ ಇಲ್ಲ ಮತ್ತು ಶಿಕ್ಷೆಯನ್ನು ನೀಡುವ ಹಕ್ಕು ಯಾರಿಗೂ ಇಲ್ಲ. ಹೋಗಿ ಅಧಿಕಾರಿ! ಆ ವಿಷಣ್ಣ ಮತ್ತು ಆ ಶ್ರೇಷ್ಠ ಬ್ರಾಹ್ಮಣರನ್ನು ನಮ್ಮ ಮುಂದೆ ಪ್ರಸ್ತುತಪಡಿಸು! ಅಧಿಕಾರಿಯು ಸೈನಿಕರೊಂದಿಗೆ ಹೋದನು ಮತ್ತು ಚಾಣಕ್ಯನು ಹೇಳಿದನು- "ದುಃಖ ಮತ್ತು ದುರ್ಬಲರಿಗೆ ಸಹಾಯ ಸಿಗದ ರಾಜ್ಯವು ದುಃಖ ಮತ್ತು ದುರ್ಬಲರ ಸಾಮೂಹಿಕ ಶಕ್ತಿಯ ಮುಂದೆ ಒಂದು ದಿನ ನಾಶವಾಗುತ್ತದೆ. ಹೀಗೆ ಹೇಳಿದ ಚಾಣಕ್ಯ ಸುಮ್ಮನಿದ್ದು ಏನನ್ನೋ ಯೋಚಿಸತೊಡಗಿದ. ಸ್ವಲ್ಪ ಸಮಯದ ನಂತರ, ಅಧಿಕಾರಿಯೊಂದಿಗೆ ರಕ್ತಸ್ರಾವ ವ್ಯಕ್ತಿಯೊಬ್ಬರು ಚಾಣಕ್ಯನ ಪಾದಗಳಿಗೆ ಕಿರುಚಿದರು.

30

ಗಾಯಗೊಂಡವರ ಮತ್ತು ಬಲಿ ಯಾದವರ ಗಾಯಗಳನ್ನು ಕಣ್ಣುಗಳಿಂದ ತೊಳೆಯುವಾಗ, ಚಾಣಕ್ಯನು ಚಂದ್ರಗುಪ್ತನಿಗೆ

ಹೇಳಿದನು - ಇದು ನಿಮ್ಮ ರಾಜ್ಯವೇ? ನಿಮ್ಮ ರಾಜ್ಯದಲ್ಲಿ ಅಮಾಯಕರು ಇಂತಹ ದೌರ್ಜನ್ಯಕ್ಕೆ ಒಳಗಾಗಿದ್ದಾರೆಯೇ? ಚಾಣಕ್ಯನು ಕಾಡಿನಿಂದ ಹಿಂದಿರುಗಿದಾಗ, ಮನುಷ್ಯನನ್ನು ದ್ವೇಷಿಸುತ್ತಿದ್ದುದನ್ನು ಕಂಡನು! ಮನುಷ್ಯನು ಮನುಷ್ಯನನ್ನು ದಬ್ಬಾಳಿಕೆ ಮಾಡುತ್ತಾನೆ ಮತ್ತು ರಾಜನು ನೋಡುತ್ತಾನೆ!

ಚಂದ್ರಗುಪ್ತ - ಎಲ್ಲವನ್ನೂ ಮಾಡುವ ಶಕ್ತಿಯನ್ನು ಹೊಂದಿದ್ದರೂ, ಕೆಲವು ಸ್ಥಳಗಳಲ್ಲಿ ಪವಿತ್ರಾತ್ಮನಾದ ಚಂದ್ರಗುಪ್ತನು ಏನನ್ನಾದರೂ ಮಾಡಲು ಒತ್ತಾಯಿಸುತ್ತಾನೆ. ಅಸ್ಪೃಶ್ಯತೆಯ ಭೂತವು ರಾಷ್ಟ್ರವನ್ನು ಸ್ಟೀರಿಯೊಟೈಪ್‌ಗಳಿಂದ ಬಂಧಿಸಲು ಬಿಡುವುದಿಲ್ಲ. ಭಾರತದ ನಾಡು ಧರ್ಮಾಂಧತೆಯ ಮಂಜಿನಿಂದ ಆವೃತವಾಗಿದೆ. ಈ ದೇಶದ ಮೂಲೆ ಮೂಲೆಯಲ್ಲಿ ಸಂಚರಿಸುವ ಕೋಟಿಗಟ್ಟಲೆ ಮಂಡಿಯೂರಿ ಸಾಧುಗಳು ಮನೆ ಬಾಗಿಲಿಗೆ ತಿರುಗುತ್ತಾರೆ.

ಚಂದ್ರಗುಪ್ತನು ಬಯಸಿದರೂ ಏನನ್ನೂ ಮಾಡಲಾರ. ಅವನು ಖಡ್ಗವನ್ನು ಎತ್ತಿದರೆ ಋಷಿಗಳ ರಕ್ತದಿಂದ ಭೂಮಿ ಕೆಂಪಾಗುವ ಭಯವಿದೆ. ಮತ್ತು ಅವನು ಶಾಂತಿಯುತವಾಗಿ ಬದಲಾವಣೆಗಾಗಿ ತನ್ನ ಧ್ವನಿಯನ್ನು ತೆರೆದರೆ, ಆಗ ಬ್ರಾಹ್ಮಣರ ಕಲ್ಲುಗಳು ಮಳೆಯಾಗಲು ಪ್ರಾರಂಭಿಸುತ್ತವೆಚಾಣಕ್ಯನ ಕಣ್ಣು ಕೆಂಪಾಯಿತು, ಶಾಂತ ಮತ್ತು ಗಂಭೀರ ಮಹಾಪುರುಷನ ಮುಖ ಮತ್ತೊಮ್ಮೆ ಅರಳಿತು. ಚಾಣಕ್ಯನ ಮುಖವನ್ನು ನೋಡಿದ ಚಂದ್ರಗುಪ್ತ ಭವಿಷ್ಯದ ಭಯದಿಂದ ನಡುಗಿದನು. ಕೋಪಗೊಂಡ ತೇಜಸ್ವಿ ಭಾಷಣದಲ್ಲಿ ಚಾಣಕ್ಯ ನಿಧಾನವಾಗಿ

ಹೇಳಿದನು- 'ದೇಶದ ಸ್ವಾತಂತ್ರ್ಯವು ಗುಲಾಮಗಿರಿಗಿಂತ ಹೆಚ್ಚು ಅತ್ಯಲ್ಪವಾಗಿದೆ, ಅಲ್ಲಿಯವರೆಗೆ ದುಷ್ಟ ಮತ್ತು ಕೆಟ್ಟ ಜನರ ಹಕ್ಕುಗಳು ಅದರಲ್ಲಿ ಉಳಿಯುತ್ತವೆ. ಇಡೀ ರಾಷ್ಟ್ರವನ್ನು ಒಂದೇ ಧ್ವಜದಡಿಯಲ್ಲಿ ತಂದ ನಂತರ ಅದನ್ನು ಒಂದೇ ಧರ್ಮದ ಅಡಿಯಲ್ಲಿ ತರಲು ಚಾಣಕ್ಯ ಕಾಡಿನ ಧೂಳನ್ನು ಜರಡಿ ಹಿಡಿಯಲು ಹೊರಟಿದ್ದ. ದೇಶಾದ್ಯಂತ ಕಪಟಿಗಳು ಆತ್ಮಸಾಕ್ಷಿಯಾಗುವವರೆಗೂ ಚಾಣಕ್ಯ ಚಡಪಡಿಸುತ್ತಾನೆ., ಚಾಣಕ್ಯನ ಅಶಾಂತಿಯ ಜೊತೆಗೆ ಬ್ರಾಹ್ಮಣ ಸಮುದಾಯದಲ್ಲಿ ಅಶಾಂತಿಯೂ ಹಬ್ಬಿತು. ರಾಜಕೀಯ ಬಹಳ ವಿಚಿತ್ರ. ಅವನ ಒಂದು ಕಣ್ಣಿನಲ್ಲಿ ಅಮೃತ ಮತ್ತು ಇನ್ನೊಂದು ಕಣ್ಣಿನಲ್ಲಿ ವಿಷವಿದೆ. ಸಾರ್ವಜನಿಕರ ದೃಷ್ಟಿಯೂ ತೀರಾ ಸಂಕುಚಿತವಾಗಿದೆ. ಒಂದು ಕ್ಷಣ ಅವಳು ಆರಾಧಿಸುವವನನ್ನು ಪೂಜಿಸುತ್ತಾಳೆ ಮತ್ತು ಮುಂದಿನ ಕ್ಷಣ ಅವಳು ಅವನನ್ನು ಮುರಿಯಲು ಸಿದ್ಧಳಾಗುತ್ತಾಳೆ. ಚಿತ್ರಹಿಂಸೆಗೊಳಗಾದ ಮತ್ತು ಗಾಯಗೊಂಡ ವ್ಯಕ್ತಿಗೆ ಚಾಣಕ್ಯ ಆಶ್ರಯ ನೀಡಿದ ತಕ್ಷಣ, ಕೋಪದ ಬಿರುಗಾಳಿ ಎದ್ದಿತು.

ಇದರಿಂದ ಕುಪಿತಗೊಂಡ ಬ್ರಾಹ್ಮಣ ಸಮುದಾಯ ಚಾಣಕ್ಯನ ಗುಡಿಯ ಮೇಲೆ ದಾಳಿ ಮಾಡಿ ಎಲ್ಲರ ಬಾಯಿಂದಲೂ 'ಚಾಣಕ್ಯ ಅಸ್ಪೃಶ್ಯನಿಗೆ ಆಶ್ರಯ ನೀಡಿದ್ದಾನೆ, ಪಾಪಿಗೆ ಸ್ಥಾನ ನೀಡಿದ್ದಾನೆ, ಶಿಕ್ಷೆ ಅನುಭವಿಸಬೇಕು' ಎಂಬ ಭಯಂಕರ ಕೂಗನ್ನು ಹೊರ ಹಾಕಿದರು. ಇದನ್ನು ಕೇಳಿದ ಚಂದ್ರಗುಪ್ತನು ಕೋಪಗೊಂಡನು, ಆದರೆ ಚಾಣಕ್ಯನು ಶಾಂತನಾದನು. ಚಾಣಕ್ಯನ ಗೈರುಹಾಜರಿಯಲ್ಲಿ ಚಾಣಕ್ಯನನ್ನು ಶಿಕ್ಷಿಸಬೇಕೆಂದು ಯಾರಾದರೂ ಹೇಳಿದ್ದರೆ, ಚಂದ್ರಗುಪ್ತ ಅವನ ಚರ್ಮವನ್ನು ಸುಲಿಯುವ ಸಾಧ್ಯತೆಯಿದೆ, ಆದರೆ ಚಾಣಕ್ಯನ ಗಂಭೀರ ಶಾಂತತೆಯು ಚಕ್ರವರ್ತಿಯ ಕೈಗಳನ್ನು ನಿಲ್ಲಿಸಿತು. ಚಾಣಕ್ಯನು ಸರಳವಾಗಿ ಸುತ್ತಲೂ ನೋಡಿ

ಹೇಳಿದನು-ಧರ್ಮಾಧಿಪತಿ ಬ್ರಾಹ್ಮಣರೇ! ಅಮೃತವನ್ನು ಕುಡಿದರೂ ವಿಷದ ಪರಿಣಾಮ ಉಳಿದಿದೆಯಂತೆ. ಧರ್ಮ ಎಂದರೇನು, ಈ ಚಾಣಕ್ಯಚೆನ್ನಾಗಿ ಗೊತ್ತಿದೆ. ಅಧರ್ಮವನ್ನು ಧರ್ಮವೆಂದು ಸ್ವೀಕರಿಸಿ ಯಾರೂ ಶ್ರೇಷ್ಠ ಬ್ರಾಹ್ಮಣರಾಗಲು ಸಾಧ್ಯವಿಲ್ಲ. ಅಧರ್ಮಿಗಳನ್ನು ಧರ್ಮಿಷ್ಠರನ್ನಾಗಿ

ಪರಿವರ್ತಿಸುವುದು ಬ್ರಾಹ್ಮಣನ ಅತಿ ದೊಡ್ಡ ಕರ್ತವ್ಯ. ಮೊದಲನೆಯದಾಗಿ, ನಿಮ್ಮೆಲ್ಲರ ಮೇಲೆ ಕೋಪಗೊಂಡ ವ್ಯಕ್ತಿಯು ಧರ್ಮದ್ರೋಹಿ ಅಲ್ಲ. ಹಿರಿಯರು ಸೃಷ್ಟಿಸಿದ ಸಣ್ಣ ಜಾತಿಯಲ್ಲಿ ಹುಟ್ಟಿದ್ದು ಅವನ ಅಪರಾಧ. ನಿರಾಶ್ರಿತರಿಗೆ ಆಶ್ರಯ ನೀಡದೆ ಚಿತ್ರಹಿಂಸೆ ನೀಡುವುದು ನಿಮ್ಮ ಅಪರಾಧ. ನಿನ್ನನ್ನು ಬದಲಿಸು, ಇಲ್ಲವಾದರೆ ಹೊಳೆಯುವ ಸೂರ್ಯನು ಕತ್ತಲೆಯಿಂದ ಮುಚ್ಚಲ್ಪಡುತ್ತಾನೆ, ಅತ್ಯುತ್ತಮವಾಗಿ ಪೂಜಿಸಲ್ಪಟ್ಟ ಬ್ರಾಹ್ಮಣ ಜಾತಿಯು ಒಂದು ದಿನ ಪಾದದ ಧೂಳಿಗಿಂತಲೂ ಕೀಳಾಗುತ್ತಾನೆ. ಬ್ರಾಹ್ಮಣನ ಅಸ್ತಿತ್ವವನ್ನು ರಕ್ಷಿಸಬೇಕಾದರೆ,

ಬ್ರಹ್ಮ-ಧರ್ಮವನ್ನು ಅನುಸರಿಸಿ. ಬ್ರಾಹ್ಮಣನ ಅರ್ಥ ಬ್ರಹ್ಮ-ಧರ್ಮ, ಜಡ ಪ್ರಜ್ಞೆ ಎಲ್ಲವೂ ಅದರಲ್ಲಿ ಸೇರಿದೆ. ಹಾಗಾದರೆ ಮನುಷ್ಯನ ಮೇಲಿನ ದ್ವೇಷದ ಧೂಳಿನಿಂದ ಎಲ್ಲವೂ ಹೇಗೆ ಹುಟ್ಟಿಕೊಂಡಿತು? ಒಬ್ಬರೇ ಇದ್ದಾರೆ ಮತ್ತು ಎಲ್ಲರೂ ಒಂದೇ ಧೂಳಿನಲ್ಲಿ ಬದುಕಬೇಕು. ಇಂದು ತೋರುತ್ತದೆ ಬ್ರಾಹ್ಮಣನು ಜ್ಞಾನ ಮತ್ತು ಸಂಪತ್ತನ್ನು ಬಿಟ್ಟು ಕ್ರೂರ ಶಕ್ತಿಯನ್ನುಅಳವಡಿಸಿಕೊಳ್ಳಲು ಬಯಸುತ್ತಾನೆ. ಇದನ್ನು ಕೇಳಿದ ಬ್ರಾಹ್ಮಣನು ಕ್ರುದ್ಧನಾದನು.ಬೆಂಕಿಯಂತೆ ಉರಿಯುತ್ತಾ ಒಬ್ಬ ಬ್ರಾಹ್ಮಣನು

ಹೇಳಿದನು - ಇದು ಇಡೀ ಬ್ರಾಹ್ಮಣ ಕುಲಕ್ಕೆ ಮಾಡಿದ ಅವಮಾನ.ಚಾಣಕ್ಯನು ಅಗತ್ಯಕ್ಕಿಂತ ಹೆಚ್ಚು ಹೆಮ್ಮೆ ಪಟ್ಟನು. ರಾಜಕೀಯ, ತತ್ತ್ವಶಾಸ್ತ್ರ, ಯೋಗ ಎಲ್ಲವೂ ನನ್ನ ಮುಂದಿದೆ ಎಂದು ಅವರು ಅರ್ಥಮಾಡಿಕೊಳ್ಳುತ್ತಾರೆ. ಅದಕ್ಕೇನು ಗೌರವ ಕೊಟ್ಟು ಎತ್ತರಕ್ಕೆ ಬೆಳೆಸಿದೆವೋ ಅದು ನಮ್ಮ ತಲೆಯ ಮೇಲಿದೆ

ಚಾಣಕ್ಯ- ಅಷ್ಟು ಕೋಪಗೊಳ್ಳಬೇಡ ಬ್ರಾಹ್ಮಣ! ಯಾರೂ ಯಾರನ್ನೂ ಮೇಲಕ್ಕೆತ್ತುವುದಿಲ್ಲ. ಇತರರನ್ನು ಮೇಲಕ್ಕೆತ್ತುವವನು ಎತ್ತರಕ್ಕೆ ಏರುತ್ತಾನೆ. ಚಾಣಕ್ಯ ಏನೆಲ್ಲ ಸಾಧಿಸಿದ್ದಾನೋ ಅದನ್ನು ನಿನ್ನ ಕೈಗೆ ಒಪ್ಪಿಸಿ ಹೊರಟು ಹೋದ, ಆದರೆ ದುಃಖದ ಸಂಗತಿಯೆಂದರೆ ನೀನು ಜನಕಲ್ಯಾಣವನ್ನು ಅನುಭವಿಸುತ್ತಿರುವೆ. ಚಾಣಕ್ಯನು ಬ್ರಹ್ಮತ್ವವನ್ನು ರಕ್ಷಿಸಲು ಭೂಮಿಯನ್ನು ಸುತ್ತುತ್ತಾನೆ ಮತ್ತು ಇಂದು ಅವನು ಪ್ರಸಾದ ರೂಪದಲ್ಲಿ ನಿನ್ನಿಂದ ನಿಂದನೆಗಳನ್ನು ಪಡೆಯುತ್ತಿದ್ದಾನೆ. ಇದು ವಿದ್ಯಾವಂತ ಬ್ರಾಹ್ಮಣರ, ರಕ್ಷಕರ ಧರ್ಮವೇ? ಚಂದ್ರಗುಪ್ತನಿಗೆ ಆಗಲೇ ಕೋಪ ಬರುತ್ತಿತ್ತು, ಚಾಣಕ್ಯನ ಮಾತುಗಳನ್ನು ಕೇಳಿ ಕೋಪಗೊಂಡು

ಗರ್ಜಿಸಿದನು - ಋಷಿ ಶ್ರೇಷ್ಠ ಗುರುದೇವನ ಅನುಮತಿಯಾಗಿದ್ದರೆ, ರಾಜ ವಿರೋಧಿ ಬ್ರಾಹ್ಮಣರನ್ನು ಸೆರೆಹಿಡಿಯಬೇಕೇ? ಚಾಣಕ್ಯ- ಇಲ್ಲ, ಚಾಣಕ್ಯ ತನ್ನ ಎದುರಾಳಿಯಿಂದ ರಾಜ್ಯದಿಂದ ಪ್ರತೀಕಾರವನ್ನು ತೆಗೆದುಕೊಳ್ಳಲು ಬಯಸುವುದಿಲ್ಲ. ಬ್ರಹ್ಮ ಗೋ! ಈಗ ಚಾಣಕ್ಯ ಬದಲಾಗಲು ಉತ್ಸುಕನಾಗಿದ್ದಾನೆ. ರಾಷ್ಟ್ರದ ಯಾವುದೇ ಪ್ರಜೆಯ ವಿರುದ್ಧ ರಾಜ್ಯದ ಯಾವುದೇ ಅಸ್ತ್ರ ಎತ್ತುವುದನ್ನು ಅವರು ಬಯಸುವುದಿಲ್ಲ.

ಈಗ ಚಾಣಕ್ಯ ಭೀಷ್ಮನಿಗೆ ನೀಡಿದ ಎರಡನೇ ಭರವಸೆ ಈ ದೇಶದಲ್ಲಿ ಯಾವುದೇ ತಾರತಮ್ಯವಿಲ್ಲ. ನೀವು ಬ್ರಾಹ್ಮಣರಾಗಿದ್ದರೆ, ಬಿದ್ದವರನ್ನು ತಬ್ಬಿಕೊಳ್ಳಿ! ನೀವು ಗೀಚಿದ ಈ ವ್ಯಕ್ತಿಗೆ ನೀವು ಕ್ಷಮೆಯಾಚಿಸುತ್ತೀರಿ. ಬ್ರಾಹ್ಮಣರು ಮತ್ತೆ ಕೋಪಗೊಂಡರು. ಒಬ್ಬ ಬ್ರಾಹ್ಮಣನು ದೂರ್ವಾಸನಂತೆ ನಡುಗುತ್ತಾ ಹೇಳಿದನು - ನಾವು ಮತ್ತು ಈ ನೀಚ ಮನುಷ್ಯನ ಕ್ಷಮೆ ಕೇಳಬೇಕು! ನಾವು ನಿಮ್ಮನ್ನು ಶಪಿಸುತ್ತೇವೆ, ನೀವು ಈಗಲೇ ಸುಟ್ಟು ಬೂದಿಯಾಗುತ್ತೀರಿ. ನೀನು ಸ್ಥಾಪಿಸಿದ ರಾಜ್ಯವು ಇನ್ನು ಉಳಿಯಲಾರದು. ಚಂದ್ರಗುಪ್ತನು ನಾಶವಾಗುವನು.

ಚಾಣಕ್ಯ - ಇಂದಿನ ಬ್ರಾಹ್ಮಣರ ಶಾಪ ಫಲಿಸದಿರುವುದು ದುಃಖಕರ. ಬ್ರಾಹ್ಮಣ- ಏನಾಗುತ್ತಿದೆ ಎಂದು ನೋಡೋಣ, ನಿನ್ನ ಅವಮಾನಕ್ಕೆ ಈ ಮೂಲಕ ಸೇಡು ತೀರಿಸಿಕೊಳ್ಳಿ! ನಾವು ಶಾಲೆಗೆ ಹೋಗಬೇಕಾದರೂ ಸಹ ಯಾಕೆ ಗಲ್ಲಿಗೇರಿಸಬಾರದು, ಆದರೆ ಧರ್ಮ ವಿರೋಧಿ ಚಾಣಕ್ಯನನ್ನು ಜೀವಂತ ಸುಟ್ಟು ಹಾಕುತ್ತೇವೆ. ಸೌರವ್ಯೂಹದ ಪವಾಡವೇ ಹೇಳಬಯಸುತ್ತದೆ ಎಂಬಂತೆ ಇಲ್ಲಿಯವರೆಗೂ ಮೌನವಾಗಿದ್ದ ಋಷಿ ಸಮುದಾಯ ಚಾಣಕ್ಯನ ಕಡೆಗೆ ವಿಷದ ವಾಕ್ಯಗಳಿಂದ ದನಿಗೂಡಿಸಿತು. ಗಂಭೀರ ಆದರೆ ಪ್ರಕಾಶಮಾನವಾದ ಭಾಷೆಬಂದಿದ್ದೇವೆ?

ಋಷಿಚಾಣಕ್ಯರಂತಹಅದ್ಭುತಋಷಿಗಳುಎಲ್ಲಿಅವಮಾನಿತರಾಗುತ್ತಾರೋಅಲ್ಲಿಉಳಿಯುವುದುಪಾಪ. ಬ್ರಾಹ್ಮಣರೇ! ನಿಮ್ಮ ಸ್ವಂತ ಬೆಳಕನ್ನು ನೀವು ಹೊಂದಿಲ್ಲ. ತೇಜವಂತ ಚಾಣಕ್ಯನ ಬೆಳಕಿನಿಂದ ಮಾತ್ರ ನೀನು

ಜ್ಯೋತಿವಂತ. ನಿನ್ನ ಕಠೋರವಾದ ಮಾತುಗಳ ಫಲಿತಾಂಶವನ್ನು ಇಡೀ ಭೂಮಿಗೆ ಪಾಪವಾಗಿಸಬೇಡ. ಆದರೆ ಬ್ರಾಹ್ಮಣನು ಕೋಪದಿಂದ ಹುಚ್ಚನಾಗಿದ್ದನು. ಋಷಿಗಳ ಮಾತುಗಳು ಅವನ ಸತ್ತ ಆತ್ಮವನ್ನು ತಲುಪಲಿಲ್ಲ. ಉರಿಯುವ ಕಣ್ಣುಗಳಿಂದ ಬ್ರಾಹ್ಮಣನು ಚಾಣಕ್ಯನ ಕಡೆಗೆ ಹೋದನು. ಚಾಣಕ್ಯ ಸ್ವಲ್ಪ ನಗುನಗುತ್ತಾ ಅವನತ್ತ ನೋಡಿದ. ಅವನ ದೃಷ್ಟಿಯ ತೇಜಸ್ಸಿನಿಂದ ಬ್ರಾಹ್ಮಣರ ಮುನ್ನಡೆಯ ಹೆಜ್ಜೆಗಳು ನಿಂತವು.

ಹನ್ನೆರಡು ಸೂರ್ಯರು ಭೂಮಿಯ ಮೇಲೆ ಇಳಿದಂತೆ ಅವನು ನೋಡಿದನು. ಚಾಣಕ್ಯನ ಹಿಂದೆ ಎಲ್ಲ ಋಷಿಗಳ ಬೆಳಕು ಬೆಳಗುತ್ತಿತ್ತುಅದ್ಭುತ ಪವಾಡದಿಂದ ಬ್ರಾಹ್ಮಣರು ಬೆರಗಾದರು. ಅವನ ಕೋಪ ಸೋಲನ್ನು ಒಪ್ಪಿಕೊಂಡಿತು. ಶಾಂತವಾಗಿ ಉಳಿದ ನಂತರ ಎಲ್ಲರೂ ವಿನಮ್ರರಾದರು. ವಿಚಿತ್ರ ಶಕ್ತಿಯ ಮುಂದೆ ಕಣ್ಣು ಬಾಗಿ ಬ್ರಾಹ್ಮಣ

ಹೇಳಿದ - "ನಶೆಯಲ್ಲಿ ಮರೆತೇ ಹೋಗಿದ್ದೆವು, ನೀವು ನಮ್ಮನ್ನು ಕತ್ತಲೆಯಿಂದ ಬೆಳಕಿನೆಡೆಗೆ ತಂದಿದ್ದೀರಿ. ದೈವಿಕ ಬ್ರಾಹ್ಮಣ! ನಿಮ್ಮ ಮಹಾನ್ ಶಕ್ತಿಯಿಂದ ನಮ್ಮ ಹೆಮ್ಮೆಯನ್ನು ಸೋಲಿಸಲಾಯಿತು. ನಿಮ್ಮ ಒಂದು ಕೈಯಲ್ಲಿ ಬೆಂಕಿ ಮತ್ತು ಇನ್ನೊಂದು ಕೈಯಲ್ಲಿ ನೀರಿನ ಹೊಳೆಯಿದೆ. ನೀವು ಅಸತ್ಯಕ್ಕೆ ಬೆಂಕಿ ಮತ್ತು ಸತ್ಯಕ್ಕೆ ನೀರು. ನಮ್ಮ ಪಾಪಗಳಿಗೆ ಪ್ರಾಯಶ್ಚಿತ್ತ ಮಾಡಿಕೊಳ್ಳಲು ನಾವು ಇಲ್ಲಿದ್ದೇವೆ. 'ಮೋಡಗಳನ್ನು ಕಳಚಿದಾಗ ಸೂರ್ಯನು ಕಾಣಿಸುವಂತೆ ಚಾಣಕ್ಯಃ ಎದುರಿಗಿದ್ದವನು

ಹೇಳಿದ- "ಚಾಣಕ್ಯನಿಗೆ ಏನು ಬೇಕೋ ಅದಕ್ಕೂ ನೀನು ಹಾಜರ್. ಹಾಗಿದ್ದಲ್ಲಿ, ನಿಮ್ಮ ಪ್ರಾಯಶ್ಚಿತ್ತವು ಪಾಪಿಯ ಮರಣದಲ್ಲಲ್ಲ, ಆದರೆ ಪಾಪದ ಮರಣದಲ್ಲಿದೆ. ನಿಮ್ಮ ಮಾನವ ಸಮಾಜದ ಬಂಡಿಯನ್ನು ಎಳೆಯಬಲ್ಲ ಆ ಶಕ್ತಿ ಹೆಗಲಲ್ಲಿದೆ. ನೀವು ಬಯಸಿದರೆ, ನೀವು ಸ್ವರ್ಗ ಮತ್ತು ಮರ್ತ್ಯ ನಡುವೆ ಸುಂದರವಾದ ಒಪ್ಪಂದವನ್ನು ಮಾಡಬಹುದು, ಅದರಲ್ಲಿ ದೇವರು ಮತ್ತು ಮನುಷ್ಯನ ನಡುವಿನ ವ್ಯತ್ಯಾಸವನ್ನು ಅಳಿಸಬಹುದು.

"ಈ ದೇಶದ ಮೂಲೆ ಮೂಲೆಗಳಲ್ಲಿ ಹರಡಿ ಅಸತ್ಯದ ಕಪ್ಪು ಹಾಳೆಯನ್ನು ಹಾರಿಸು! ದುಃಖದ ಕಳಂಕವು ಭೂಮಿಯಾದ್ಯಂತ ತೊಳೆಯುವ ರೀತಿಯಲ್ಲಿ ಮಳೆಯಾಗಲಿ. ಋಷಿಗಳು, ಬ್ರಾಹ್ಮಣರು, ಪರೋಪಕಾರಿಗಳು ಮಾತ್ರವಲ್ಲ. ಸನ್ಯಾಸಿಯ ಬಟ್ಟೆಯನ್ನು ಧರಿಸಿ, ಭೂಮಿ ಮನುಷ್ಯನಿಗೆ ಬಹಳಷ್ಟು ನೀಡಿದೆ, ಈಗ ನೀವು ಭೂಮಿಗೆ ನಿಜವಾದ ಮನುಷ್ಯನನ್ನು ನೀಡುತ್ತೀರಿ, ಸಂತೋಷದ ಮನುಷ್ಯನನ್ನು ನೀಡಿ, ಇದು ನಮ್ಮ ಧರ್ಮ ಮತ್ತು ಇದು ನಮ್ಮ ಕರ್ತವ್ಯಬ್ರಾಹ್ಮಣರು ನಾಚಿಕೆಯಿಂದ ತಲೆಬಾಗಿದರು ಮತ್ತು ಒಪ್ಪಿಗೆಯ ಭಂಗಿಯಲ್ಲಿ ಆಜ್ಞೆಯಿಂದ ಉನ್ನತಿಯಲ್ಲಿ ಕಾಣಿಸಿಕೊಂಡರು. ಇಡೀ ಭೂಮಿಯಲ್ಲಿ ಒಂದು ಮೂಕ ಧ್ವನಿಯು.

31

ಚಾಣಕ್ಯನು ಮುಗುಳ್ನಗೆಯಿಂದ ಬಿಚ್ಚಿದ ಧ್ವಜವನ್ನು ನೋಡಿ ಹತ್ತಿರ ನಿಂತಿದ್ದ ಚಂದ್ರಗುಪ್ತನನ್ನು ನೋಡಿ

ಹೇಳಿದನು - ಇಂದು ಧ್ವಜವು ಪೂರ್ಣ ಸಂತೋಷದಿಂದ ಬೀಸುತ್ತಿದೆ ಎಂದು ತೋರುತ್ತದೆ. ಚಂದ್ರಗುಪ್ತ- ರಾಜ್ಯದಲ್ಲಿ ಯಾರೂ ಅತೃಪ್ತರಾಗಿರದಿದ್ದರೆ, ಮೂಲದಲ್ಲಿಯೂ ಸಂತೋಷದ ಅಲೆಗಳು ಓಡಲು ಪ್ರಾರಂಭಿಸುತ್ತವೆ, ಆಗ ಧ್ವಜವು ಕಳೆದುಹೋದ ಪ್ರಜ್ಞಾಪೂರ್ವಕ ಭಾವನೆಗಳ ಸಂಕೇತವಾಗಿದೆಚಾಣಕ್ಯ- ನಿಮ್ಮ ಬಾಯಿಂದ ನಾವು ನಮ್ಮ ಆಲೋಚನೆಗಳನ್ನು ಕೇಳುತ್ತಿದ್ದೇವೆ.

ಇಂದು ಎಲ್ಲೆಡೆ ಶಾಂತಿ ಮತ್ತು ಸಂತೋಷವನ್ನು ನೋಡಿದ ಚಾಣಕ್ಯ ತುಂಬಾ ಹೆಮ್ಮೆಪಡುತ್ತಾನೆ. ಈ ಸಂತೋಷದ ಸಮಯದಲ್ಲಿ, ನಾವು ಶಾರ್ಂಗಾರವ, ಭಾಗುರಾಯ ಮತ್ತು ಅವರನ್ನು ಭೇಟಿಯಾಗಲು ಬಯಸುತ್ತೇವೆ. ಭಾಸುರಕನನ್ನು ಭೇಟಿಯಾಗಬೇಕು.

ಚಂದ್ರಗುಪ್ತ, ದಯವಿಟ್ಟು ಅವನನ್ನು ಒಂದು ಕ್ಷಣ ಕರೆ ಮಾಡಿ! ನಾವು ಚಂದ್ರಗುಪ್ತ - ರಾಜ್ಯದ ಗುಪ್ತಚರ ಇಲಾಖೆಯಲ್ಲಿ ಸದಾ ಬ್ಯುಸಿ. ನಿಜವಾಗಿ, ಅವನು ದೇಶದ ರಾಜನಿಗಿಂತ ಹೆಚ್ಚು ಶ್ರದ್ಧೆಯುಳ್ಳ ಸೇವಕ. ಈ ಪುರೋಹಿತರನ್ನು ಕಾಣದೇ ಬಹಳ ದಿನಗಳಾದವು. ನಾನು ಈಗ ಕರೆ ಮಾಡುತ್ತೇನೆ

ಚಾಣಕ್ಯ - ಕರೆ ಮಾಡುವ ಅಗತ್ಯವಿಲ್ಲ. ಬನ್ನಿ ಅವರ ನಿವಾಸಕ್ಕೆ ಹೋಗೋಣ. ಗುಂಪಿನಿಂದ ತಪ್ಪಿಸಿಕೊಂಡು, ಚಾಣಕ್ಯ ಮತ್ತು ಚಂದ್ರಗುಪ್ತ ಶರ್ಂಗರಾವ್ ಅವರ ನಿವಾಸ ಕುಂಜ್ಗೆ ಬಂದರು. ರಾಜ ಮತ್ತು ಮಹಾತ್ಮರು ಶಾಂತಿಯುತವಾಗಿ ಸರಳ ಆದರೆ ಅದ್ಭುತವಾದ ಉದ್ಯಾನವನ್ನು ಪ್ರವೇಶಿಸಿದರು. ಎಷ್ಟೋ ಗಿಡ, ಮರ, ಹಸಿರು ಗುಡಿಸಲುಗಳನ್ನು ದಾಟಿ ಶಾರ್ಂಗ್ರವ ಸೀಟಿನಲ್ಲಿ ಗೊರಕೆ ಹೊಡೆಯುತ್ತಿದ್ದ ಜಾಗಕ್ಕೆ ಬಂದರುರಾಜ ಮತ್ತು ಮಹಾತ್ಮರು ಸ್ವಲ್ಪ ಸಮಯದವರೆಗೆ ಮೌನವಾಗಿ ನಿಂತರು, ಆದರೆ ಶಾರ್ಂಗರವ ತನ್ನ ಸರದಿಯನ್ನು ಬದಲಾಯಿಸದಿದ್ದಾಗ, ಚಂದ್ರಗುಪ್ತನು

ಕರೆದನು - ಎದ್ದೇಳು ಸಹಪಾಠಿ! ನೋಡು, ಗುರುದೇವ ಬಂದಿದ್ದಾನೆ. ಚಂದ್ರಗುಪ್ತನು ಎರಡು ಬಾರಿ ಕರೆದನು, ಆಗ ಶಾರ್ಂಗ್ರವನ ಕಣ್ಣುಗಳು ತೆರೆದವು. ಅಲ್ಲಿ ನಿಂತಿದ್ದ ಗುರುದೇವನನ್ನು ನೋಡಿ ದಿಗ್ಭ್ರಮೆಗೊಂಡು ಎದ್ದು ಅವರ ಪಾದಗಳನ್ನು ಮುಟ್ಟಿ ಕಣ್ಣುಗಳನ್ನು ಉಜ್ಜಿಕೊಂಡು ಹೇಳಿದರು - ನಾನು ಕನಸು ಕಾಣುತ್ತಿದ್ದೇನೆ. ಅಲ್ಲಿತ್ತು, ಆದರೆ ಇದು ನೇರ ದರ್ಶನವಾಗಿತ್ತು. ಚಾಣಕ್ಯ- ನಿನ್ನ ಸೇವೆ ಮತ್ತು ಭಕ್ತಿ ಕೂಡಿಸುವುದಿಲ್ಲ, ಶಾರ್ಂಗಾರವ್! ಆದರೆ ನಮಗೆ ಆಶ್ಚರ್ಯವಾಗುತ್ತದೆ ಈ ರೀತಿಯ ಕುದುರೆಗಳನ್ನು ಮಾರಿದ ನಂತರ ಸಾಮ್ರಾಜ್ಯದ ಮಹಾನ್ ರಕ್ಷಕನು ಹೇಗೆ ನಿದ್ರಿಸುತ್ತಿದ್ದನು?

ಶಾರ್ಂಗ್ರವ- ಹುಡುಕಿದರೂ ಕಳ್ಳ ಸಿಗುವುದಿಲ್ಲ, ಕಷ್ಟಪಟ್ಟರೂ ಎಲ್ಲಿಯೂ ಕೆಡುಕಿನ ಬೀಜ ಕಾಣಿಸುವುದಿಲ್ಲ, ಎಲ್ಲಿಯೂ ಸುಳ್ಳಿಲ್ಲ, ಹಾಗಾಗಿಯೇ ಕೆಲವೊಮ್ಮೆ ಸತ್ಯ ವಂಚನೆಯಲ್ಲಿ ಸಿಕ್ಕಿಬೀಳುತ್ತದೆ. ಸಾಕಷ್ಟು ಹುಡುಕಿದರೂ ದುಃಖ ಸಿಗಲಿಲ್ಲ. ಹಲವು ಕಾಲುಗಳು ಮುರಿದಿದ್ದರೂ ದಾಳಿಕೋರರು ಕಾಣಲಿಲ್ಲ. ಹಾಗಾದರೆ ನೀವು ಏನು ಮಾಡುತ್ತೀರಿ? ಬಹಳ ಹೊತ್ತು ಹಿಗ್ಗಿದ ನಂತರ ನಿದ್ದೆ ಬಂತುಚಾಣಕ್ಯ - ಒಬ್ಬ ವ್ಯಕ್ತಿಯು ಎಚ್ಚರವಾಗಿದ್ದಾಗ, ಕಳ್ಳರು ಬರುವುದಿಲ್ಲ.

ಆದರೆ ಮನುಷ್ಯನು ನಿದ್ರಿಸಿದಾಗ, ಕತ್ತಲೆಯು ಬೆಳಕಿನಿಂದ ಹೊರಹೊಮ್ಮುತ್ತದೆ. ವರ್ಷಗಳ ಆಯಾಸದ ನಂತರ ನೀವು ಸಂತೋಷದಿಂದ ನಿದ್ರಿಸುತ್ತಿದ್ದೀರಿ, ನಮ್ಮನ್ನು ಎಚ್ಚರಗೊಳಿಸುವುದು ನಮಗೆ ನೋವುಂಟು ಮಾಡಿದೆ. ಆದರೆ ಚಾಣಕ್ಯನಿಗೆ ಶಾರ್ಂಗ್ರವನಂಥವನು ಚಿಂತೆಯಿಲ್ಲದೆ ನಿದ್ದೆ ಹೋಗುವುದನ್ನು ಬಯಸುವುದಿಲ್ಲ. ಭಗುರಾಯನ್ ಮತ್ತು ಭಾಸುರಕ್ ಎಲ್ಲಿದ್ದಾರೆ? ಶಾರ್ಂಗ್ರವ- ಅವರೂ ಅದೇ ಎಲೆ

ಗುಡಿಸಲಿನಲ್ಲಿ ವಿಶ್ರಾಂತಿ ಪಡೆಯುತ್ತಿದ್ದಾರೆ. ನಾನು ಈಗ ಎಚ್ಚರಗೊಳ್ಳುತ್ತೇನೆ ಹೀಗೆ ಹೇಳುತ್ತಾ ಶಾರ್ಂಗ್ರವ ಅಲ್ಲಿಂದ ಕರೆದು, "ಭಗುರಾಯನೇ! ಭಾಸುರಕ್!" ಪ್ರತ್ಯುತ್ತರವಾಗಿ, ಗುಡಿಸಲಿನಿಂದ ಭಾಸುರಕನ ಧ್ವನಿ

ಬಂದಿತು - "ಶರ್ಂಗರಾವ್ ಜೀ ಎಂದರೇನು? ನೀವು ನನ್ನನ್ನು ಏಕೆ ಮಲಗಲು ಬಿಡುವುದಿಲ್ಲ? ಲಡ್ಡುಗಳು ಕತ್ತಿನವರೆಗೂ ಅಂಟಿಕೊಂಡಿವೆ. ಎದ್ದ ಕೂಡಲೇ ವಾಂತಿಯಾಗುವ ಭಯವಿದೆ, ಗಲಾಟೆ ಮಾಡಬೇಡಿ!

"ಶಾರ್ಂಗರಾವ್ - "ಅಣ್ಣಾ, ಶಬ್ದ ಮಾಡಬೇಡ! ಬೇಗ ಬಾ, ಚಕ್ರವರ್ತಿ ಬಂದಿದ್ದಾನೆ." ಮತ್ತು ಗುರುದೇವ "ಏನು, ಚಕ್ರವರ್ತಿ ಮತ್ತು ಗುರುದೇವ!"ಹೀಗೆ ಹೇಳುತ್ತಾ ಭಗುರಾಯನು ಎದ್ದು ಪರಮ ಗುರು ಚಾಣಕ್ಯನಿಗೆ ನಮನ ಸಲ್ಲಿಸಿದನು. ಮುಂದೆ ನಿಂತಇಂದು ನನ್ನ ಆತ್ಮೀಯ ವಿಧೇಯ ಶಿಷ್ಯನನ್ನು ಶಾಂತಿಯ ವಾತಾವರಣದಲ್ಲಿ ನೋಡಿದಾಗ, ಪುಣ್ಯಾತ್ಮ ಚಾಣಕ್ಯನ ಮುಖವು ವಿಸ್ಮಯದಿಂದ ಹೊಳೆಯಿತು. ಶಿಷ್ಯರ ಸೊಂಟದ ಮೇಲೆ ಕೈ ಮಾಡಿ

ಹೇಳಿದರು- "ಚಾಣಕ್ಯನ ಯಶಸ್ಸಿಗೆ ಅವನ ಪ್ರಿಯ ಶಿಷ್ಯರ ಸೇವೆಯೇ ಕಾರಣ. ನೀವು ಹಗಲಿರುಳು ದಣಿವರಿಯಿಲ್ಲದೆ ಕೆಲಸ ಮಾಡಿದ್ದೀರಿ, ನಿಮ್ಮ ಸತ್ಯ ಮತ್ತು ಬುದ್ಧಿವಂತಿಕೆಯು ಈ ದೇಶದಲ್ಲಿ ಶಕ್ತಿ ಮತ್ತು ಶಾಂತಿಯನ್ನು ಸ್ಥಾಪಿಸಿದೆ. ಚಾಣಕ್ಯ ನಿಮ್ಮೊಂದಿಗೆ ತುಂಬಾ ಸಂತೋಷವಾಗಿದೆ! ನೀವು ಅವನಿಂದ ಏನನ್ನು ಬಯಸುತ್ತೀರೋ, ಅವನು ನಿಮಗೆ ನೀಡಲು ಸಿದ್ಧನಿದ್ದಾನೆ. ಆದರೆ ನೀವು ಎಚ್ಚರವಾಗಿರುತ್ತೀರಿ, ಚಾಣಕ್ಯ ಖಂಡಿತವಾಗಿಯೂ ನಿಮ್ಮಿಂದ ಇದನ್ನು ಬಯಸುತ್ತಾನೆ.

ಶಾರಂಗರಾವ್ - ನಾವು ನಿಮ್ಮ ಶಿಷ್ಯರು ಎಚ್ಚರವಾಗಿರುವಾಗ ಮಲಗಿರುವಂತೆ ನಟಿಸಬಹುದು, ಆದರೆ ಮಲಗಿರುವಾಗ ನಿದ್ದೆ ಕೂಡ ಮಾಡುವುದಿಲ್ಲ.

ಚಾಣಕ್ಯ - ಅದಕ್ಕಾಗಿಯೇ ನಾನು ಈಗ ರಾಜ್ಯದ ಕಡೆಯಿಂದ ನಿರಾಳವಾಗಿದ್ದೇನೆ, ಏಕೆಂದರೆ ನನ್ನ ಶಿಷ್ಯರು ಧರ್ಮ, ಕರ್ಮ, ರಾಜ ಮತ್ತು ತಂತ್ರ ವಿದ್ಯೆಗಳಲ್ಲಿ ನಿಪುಣರಾಗಿದ್ದಾರೆ. ಈಗ ನಾನು ಚಿಂತಿಸದೆ ಪರೋಕ್ಷವಾಗಿ ಗೋಚರಿಸುವಂತೆ ಮಾಡಲಿದ್ದೇನೆ. ಈ ಹುಡುಕಾಟದಲ್ಲಿ ನಾನು ಎಲ್ಲೋ ಕಳೆದುಹೋಗಿರಬಹುದು. ಅದಕ್ಕಾಗಿಯೇ ನಡೆದುಕೊಂಡು ಹೋಗುವಾಗ ಶಿಷ್ಯರನ್ನು ನೋಡಲು ಬಂದರು. ಆದ್ದರಿಂದ ನೀವು ಏನು ಬೇಕಾದರೂ ನನ್ನನ್ನು ಕೇಳಿ! ಬೇರೆಯವರು ಏನನ್ನೂ ಹೇಳುವ ಮುನ್ನವೇ ಭಾಸುರಕ ಜಿಗಿದು ಗುರುಗಳ ಪಾದದ ಬಳಿ ಕುಳಿತನು.

ಹೇಳಿದರು - ನೀವು ಚಂದ್ರಗುಪ್ತನಿಗೆ ಇಷ್ಟು ದೊಡ್ಡ ರಾಜ್ಯವನ್ನು ನೀಡಿದ್ದೀರಿ, ಇಡೀ ಸಾಮ್ರಾಜ್ಯದ ಮುಖ್ಯಸ್ಥ ಶಾರಂಗರಾವ್. ಭಗುರಾಯನನ್ನು ಬುದ್ಧಿಮತ್ತೆಯ ಒಡೆಯನನ್ನಾಗಿ ಮಾಡಿ, ಭಗುರಾಯನನ್ನು ಈ ದೊಡ್ಡ ದೇಶದ ಅಧಿಪತಿಯನ್ನಾಗಿ ಮಾಡಿದ ಜ್ಯೋತಿಷಿ ಮಾಡಿದೆವು, ಆದರೆ ನಾವು ಭಾಸುರಕ್ ಬಾಬಾ ಜಿ ಅವರ ಬಾಬಾ ಜಿಯಾಗಿ ಉಳಿದಿದ್ದೇವೆ. ನಡೆಯುವಾಗ ಈ ತಲೆ ಮಂಡಿಯೂರಿರುವ ಶಿಷ್ಯನ ಮೇಲೆ ಸ್ವಲ್ಪವಾದರೂ ಕೃಪೆ ತೋರಬೇಕು! ಚಾಣಕ್ಯ ಮುಗುಳ್ನಗುತ್ತಾ

ಹೇಳಿದ - ನಿನ್ನನ್ನು ನೋಡಿ ಸ್ಮಶಾನವೂ ನಗುತ್ತದೆ. ಹೇಳು ಆತ್ಮೀಯ ಭಾಸುರಕ್! ನಿನಗೆ ಏನು ಬೇಕು?

ಭಾಸುರಕ್ - ನಮಸ್ಕಾರ ಗುರುದೇವ! ನಿಮ್ಮ ಈ ವಿಧೇಯ ಪ್ರಿಯ ಶಿಷ್ಯನು ತನ್ನ ಲಡ್ಡುಗಳ ಬಟ್ಟಲು ಯಾವಾಗಲೂ ತುಂಬಿರಬೇಕೆಂದು ಬಯಸುತ್ತಾನೆ. ನಿಮ್ಮ ಈ ದುಂಡುಮುಖದ ಶಿಷ್ಯನು ಮೋದಕಗಳನ್ನು ಸಂತೋಷದಿಂದ ತಿನ್ನುವುದನ್ನು ಮುಂದುವರಿಸುತ್ತಾನೆ, ಇದು ಅವನ ಬಯಕೆಯಾಗಿದೆ.

ಚಾಣಕ್ಯ - ಆಮೆನ್! ಇಗೋ, ನಿಮ್ಮ ಲಡ್ಡೂಗಳ ಪಾತ್ರೆಯು ಯಾವಾಗಲೂ ತುಂಬಿರುವ ಶಿಕ್ಷಣವನ್ನು ನಾನು ನಿಮಗೆ ನೀಡುತ್ತೇನೆ. ಮೂರು ರಾತ್ರಿ ಉಪವಾಸ ಮಾಡಿದ ನಂತರ ಪುಷ್ಯ ನಕ್ಷತ್ರದಲ್ಲಿ ಆಯುಧದಿಂದ ಕತ್ತರಿಸಿದ ಮನುಷ್ಯನ ತಲೆಬುರುಡೆಯಲ್ಲಿ ಮಣ್ಣನ್ನು ತುಂಬಿ ಗುಂಜಾವನ್ನು ಬಿತ್ತಿ ಹಳಸಿದ ನೀರಿನಿಂದ ನೀರುಣಿಸಬೇಕು. ಅವು ಹುಟ್ಟಿದಾಗ ಪುಷ್ಯ ನಕ್ಷತ್ರದ ಅಮಾವಾಸ್ಯೆ ಅಥವಾ ಹುಣ್ಣಿಮೆಯಂದು ಆ ಬಳ್ಳಿಗಳನ್ನು

ಕಿತ್ತುಹಾಕಿ. ಲಡ್ಡುಗಳಿಂದ ತುಂಬಿದ ಪಾತ್ರೆಗಳನ್ನು ನೀವು ಆ ಬಳ್ಳಿಗಳ ವೃತ್ತದಲ್ಲಿ ಇಡುತ್ತೀರಿ, ನೀವು ಎಷ್ಟು ತಿಂದರೂ ಮತ್ತು ಅವುಗಳಿಗೆ ತಿನ್ನಿಸುವುದಿಲ್ಲ, ಆದರೆ ಎಂದಿಗೂ ಖಾಲಿ

ಆಗುವುದಿಲ್ಲಭಾಸುರಕ್ - ವಾಹ್! ಗುರು ಜೀ! ವಾಹ್, ನಿಮ್ಮ ಬಳಿ ಒಂದು ಪರಿಪೂರ್ಣ ಮಂತ್ರವಿದೆ. ಆದರೆ ನಾನು ಎಲ್ಲರಿಗೂ ಏನು ಮಾಡಬೇಕು, ನಾನು ಈ ಮಂತ್ರದಿಂದ ತೃಪ್ತಿ ಹೊಂದಿದ್ದೇನೆ. ಭಾಗುರಾಯನ್ ಜೀ! ಏನನ್ನ ನೋಡುತ್ತಾ ಇದ್ದೀಯ? ಈ ಒಳ್ಳೆಯ ಅವಕಾಶ ನನ್ನ ಇಡೀ ಜೀವನದಲ್ಲಿ ಬಂದಿದೆ. 'ಗುರೂಜಿಯವರ ಬಳಿ ಏನು ಬೇಕಾದರೂ ಕೇಳಿ.

ಭಾಗುರಾಯನ್ - ಗುರುದೇವನ ಕರುಣೆ ನನಗೆ ಎಲ್ಲವನ್ನೂ ನೀಡಿದೆ.

ಚಾಣಕ್ಯ - ಈ ವಿದಾಯದಲ್ಲಿ ನೀವು ಏನು ಬೇಕಾದರೂ ಹೇಳಿ!

ಭಾಗುರಾಯನು - ನಾನು ಏನನ್ನು ಬಯಸಿದರೂ, ನಾನು ಅದನ್ನು ಪಡೆಯಲು ಸಾಧ್ಯವಿಲ್ಲ. ಚಾಣಕ್ಯ- ಚಾಣಕ್ಯನ ಮಾತು ಎಂದಿಗೂ ತಪ್ಪುವುದಿಲ್ಲ.

ಭಾಸುರಕ್ - ವಾಹ್! ಗುರು ಜೀ! ವಾಹ್, ನಿಮ್ಮ ಬಳಿ ಒಂದು ಪರಿಪೂರ್ಣ ಮಂತ್ರವಿದೆ. ಆದರೆ ನಾನು ಎಲ್ಲರಿಗೂ ಏನು ಮಾಡಬೇಕು, ನಾನು ಈ ಮಂತ್ರದಿಂದ ತೃಪ್ತಿ ಹೊಂದಿದ್ದೇನೆ. ಭಾಗುರಾಯನ್ ಜೀ! ಏನನ್ನ ನೋಡುತ್ತಾ ಇದ್ದೀಯ? ಈ ಒಳ್ಳೆಯ ಅವಕಾಶ ನನ್ನ ಇಡೀ ಜೀವನದಲ್ಲಿ ಬಂದಿದೆ. 'ಗುರೂಜಿಯವರ ಬಳಿ ಏನು ಬೇಕಾದರೂ ಕೇಳಿ.

ಭಾಗುರಾಯನ್ - ಗುರುದೇವನ ಕರುಣೆ ನನಗೆ ಎಲ್ಲವನ್ನೂ ನೀಡಿದೆ.

ಚಾಣಕ್ಯ - ಈ ವಿದಾಯದಲ್ಲಿ ನೀವು ಏನು ಬೇಕಾದರೂ ಹೇಳಿ!

ಭಾಗುರಾಯನು - ನಾನು ಏನನ್ನು ಬಯಸಿದರೂ, ನಾನು ಅದನ್ನು ಪಡೆಯಲು ಸಾಧ್ಯವಿಲ್ಲ.

ಚಾಣಕ್ಯ- ಚಾಣಕ್ಯನ ಮಾತು ಎಂದಿಗೂ ತಪ್ಪುವುದಿಲ್ಲ.

ಭಾಗುರಾಯನು- ಗುರುದೇವನಿಗೆ ಇಷ್ಟು ಕರುಣೆಯಿದ್ದರೆ ನಾನು ಗುರುದೇವನನ್ನು ಸ್ಮರಿಸಿದಾಗಲೆಲ್ಲ ಅವನು ನನಗೆ ಗೋಚರಿಸಬೇಕೆಂದು ನಾನು ಬಯಸುತ್ತೇನೆ. ಚಾಣಕ್ಯನು ಆಲೋಚನೆಯಲ್ಲಿ ಮುಳುಗಿದನು, ಆದರೆ ಸ್ವಲ್ಪ ಸಮಯದ ನಂತರ ಅವನು

ಹೇಳಿದನು - ಇದು ಸಂಭವಿಸುತ್ತದೆ. ನೀವು ಟ್ರಾಟ್ ಯೋಗ ಮೊದಲು ಅಭ್ಯಾಸಿಯಾಗಿರಿ ಇದು ನಿಮ್ಮ ಆಸೆ ಈಡೇರಿದೆ. ಈಗ ನಾನು ನಿಮಗೆ ಆ ತಂತ್ರ ವಿದ್ಯೆಯನ್ನು ನನ್ನ ಇಚ್ಛೆಯಿಂದ ನೀಡುತ್ತೇನೆ, ಅದರ ಮೂಲಕ ನೀವು ಶಾರೀರಿಕ ಮತ್ತು ನಿರಾಕಾರ ಎರಡೂ ಆಗಿ ಅತ್ಯಂತ ರಹಸ್ಯವಾದ ರಹಸ್ಯಗಳನ್ನು ಪಡೆಯಬಹುದು, ನೀರು ನಿಮ್ಮನ್ನು ಸ್ಪರ್ಶಿಸಲು ಸಾಧ್ಯವಾಗುವುದಿಲ್ಲ, ಬೆಂಕಿಯು ನಿಮ್ಮನ್ನು ಸುಡಲು ಸಾಧ್ಯವಾಗುವುದಿಲ್ಲ.

ಭಗುರಾಯನ್ - ಗುರುದೇವನ ಕರುಣೆಯನ್ನು ಯಾರು ಚಿತ್ರಿಸಬಲ್ಲರು! ಶಾರ್ಂಗರಾವ್! ನೀನೇಕೆ ಸುಮ್ಮನೆ ಇರುವೆ?

ಚಾಣಕ್ಯ- ಶಾರ್ಂಗರಾವ್ - ನನಗೆ ಏನೂ ಬೇಡ ಗುರುದೇವ! ನಿನ್ನ ಪಾದದ ಧೂಳು ಮಾತ್ರ ನನಗೆ ಬೇಕು. ಹೀಗೆ ಹೇಳುತ್ತಾ ಶಾರ್ಂಗ್ರವ ಗುರುಗಳ ಪಾದದ ಕೆಳಗಿದ್ದ ಮಣ್ಣನ್ನು ಎತ್ತಿ ಅವನ ಹಣೆಗೆ ಹಚ್ಚಿದನು. ದೇಹ ಮತ್ತು ಆತ್ಮದ ಮಿಲನ ಮತ್ತು ಬೇರ್ಪಡುವಿಕೆ ಒಂದು ಸಂದರ್ಭ ಎಂಬಂತೆ ಪ್ರತಿಯೊಬ್ಬರ ಕಣ್ಣುಗಳು ಗುರುದೇವನ ಮೇಲಿನ ಪ್ರೀತಿಯಿಂದ ತುಂಬಿದವು. ತನ್ನ ಕಣ್ಣೀರನ್ನು ಒರೆಸುತ್ತಾ ಚಂದ್ರಗುಪ್ತ ಚಾಣಕ್ಯನ ಪಾದಗಳನ್ನು ಮುಟ್ಟಿದನು. ತನ್ನ ಆಶೀರ್ವಾದದಲ್ಲಿ, ಚಾಣಕ್ಯನು ಚಂದ್ರಗುಪ್ತನಿಗೆ ನಿಯಮಗಳು ಮತ್ತು ನಿಬಂಧನೆಗಳನ್ನು ನೀಡುತ್ತಾ

ಹೇಳಿದನು - ನಿಮ್ಮ ರಾಜ್ಯದಲ್ಲಿ ಯಾರೂ ಯಾವುದೇ ದುಃಖವನ್ನು ಅನುಭವಿಸಬಾರದು, ಓ ರಾಜ!

ಚಂದ್ರಗುಪ್ತ - ಪರಮಗುರು ಚಾಣಕ್ಯ ಆಳುವ ರಾಜ್ಯದಲ್ಲಿ ಯಾರೂ ದುಃಖವನ್ನು ಎದುರಿಸುವುದಿಲ್ಲ. ಅದು ಹೇಗೆ ಸಾಧ್ಯ? ಚಾಣಕ್ಯ- ಹಾಗಾದರೆ ಈಗ ಹೋಗೋಣ ವತ್ಸ!

ಚಂದ್ರಗುಪ್ತ - ನೀನಿಲ್ಲ, ಎಲ್ಲಿಗೆ ಹೋಗುವೆ! ನಿಮ್ಮ ಮಾತು ಪ್ರತಿಯೊಂದು ಕಣದಲ್ಲೂ ವ್ಯಾಪಿಸಿದೆ.

ಚಾಣಕ್ಯ- ಬೆಂಕಿ ಮತ್ತು ನೀರು ಬ್ರಹ್ಮಾಂಡದ ಇಬ್ಬರು ಶತ್ರುಗಳು ಎಂದು ನಾನು ಕೇಳಿದ್ದೇನೆ, ಅವರು ಸೃಷ್ಟಿಯ ಮೇಲೆ ವಿನಾಶದ ನೃತ್ಯ ಮಾಡುತ್ತಾರೆ. ಈ ಬ್ರಾಹ್ಮಣನು ಈಗ ಈ ಎರಡು ಅಂಶಗಳನ್ನು ಹೀರಿಕೊಳ್ಳಲು ಬಯಸುತ್ತಾನೆ, ಆದ್ದರಿಂದ ನೀರು ಮತ್ತು ಜ್ವಾಲೆಯು ಜೀವಕ್ಕೆ ಸಾವನ್ನು ನೀಡುವ ಬದಲು, ಸಾವಿಗೆ ಜೀವವನ್ನು ನೀಡುತ್ತಲೇ ಇರುತ್ತಾನೆ, ಜೀವಜಲವು ಹತ್ಯಾಕಾಂಡದ ಉಗ್ರತೆಯ ಮೇಲೆ ತೇಲುತ್ತದೆ. ಸಂತೋಷವಾಗಿರಿ ವ್ಯಾಟ್ಸ್! ಆಶೀರ್ವಾದ ಪ್ರಸಾದ ನೀಡಿ ಚಾಣಕ್ಯ ತೆರಳಿದರು. ಇಲ್ಲಿ ಶಿಷ್ಯರು ಪವಿತ್ರ ಗುರುಗಳು ಕಣ್ಮರೆಯಾಗುವವರೆಗೂ ಅವರನ್ನು ಗಮನಿಸುತ್ತಿದ್ದರು. ದಿವ್ಯ ಪುರುಷರು ಕಣ್ಣುಗಳಿಂದ ಕಣ್ಮರೆಯಾದ ತಕ್ಷಣ, ಭೀಕರವಾದ ಕಪ್ಪು ಚಂಡಮಾರುತವು ಅಲ್ಲಿ ಕಾಣಿಸಿಕೊಳ್ಳಲು ಪ್ರಾರಂಭಿಸಿತು. ಕಣ್ಣು ಮಿಟುಕಿಸುವಷ್ಟರಲ್ಲಿ ಹಗಲು ಕಡು ಅಮಾವಾಸ್ಯೆಯ ರಾತ್ರಿಯಂತೆ ಮೋಡಗಳಿಂದ ತುಂಬಿ ಹೋಗಿತ್ತು. ಭೀಕರ ಚಂಡಮಾರುತಗಳಿಂದಾಗಿ ಭೂಮಿಯ ಬಣ್ಣ ಮತ್ತು ಆಕಾಶವು ಒಂದಾಗಲಾರಂಭಿಸಿತು. ಗಾಳಿಯ ಭೀಕರ ಸದ್ದು, ಮೋಡಗಳ ಭೀಕರ ಘರ್ಜನೆ, ಮಿಂಚಿನ ಭಯಂಕರ ಕ್ರೌರ್ಯ, ನದಿಗಳ ವೇಗ, ವಿಚಿತ್ರ ಪದಗಳು ವಿಶ್ವದಲ್ಲಿ ಕಂಪಿಸತೊಡಗಿದವು. ಶಾರ್ಂಗ್ರವ ಭಯದಿಂದ

ಹೇಳಿದರು - ವಿನಾಶಕಾರಿ ಚಂಡಮಾರುತ ಬಂದಿದೆ, ಗುರುದೇವ ಅದರಲ್ಲಿ ಸಿಕ್ಕಿಬಿದ್ದನು ಪ್ರಿಯ. **ಬೀಳುತ್ತವೆಭಾಗುರಾಯನ್** - ಮನುಷ್ಯನ ವಿಜಯದ ಮೇಲೆ ಪ್ರಕೃತಿಯು ಅಸೂಯೆಯಿಂದ ಕೋಪಗೊಂಡಂತೆ ತೋರುತ್ತದೆ. ಭಾಸುರಕ- ಏನು ಯೋಚಿಸುತ್ತಿದ್ದೀಯ, ಬೇಗ ಓಡಿ! ನದಿಗಳು ತುಂಬಿ ಹರಿಯತೊಡಗಿದವು, ಧಾರಾಕಾರ ಮಳೆ ಸುರಿಯತೊಡಗಿತು, ಮಿಂಚು ಹೊಡೆಯುವ ಸಮಯವಿತ್ತು, ಆಕಾಶವು ಗುಡುಗಿ ಬೀಳುವ ಹಂತದಲ್ಲಿತ್ತು. ಈಗ ಪ್ರಳಯದ ಈ ಉಗ್ರ ಕ್ರೋಧದಿಂದ ಮಾನವರು ಹೇಗೆ ರಕ್ಷಿಸಲ್ಪಡುತ್ತಾರೆ,

ರಾಜಚಂದ್ರಗುಪ್ತ- ಗುರುದೇವನ ಮಹಿಮೆಯಿಂದ ಏನು ಮಾಡಲು ಸಾಧ್ಯವಿಲ್ಲ? ಎಲ್ಲಿಯವರೆಗೆ ಧೈರ್ಯ ಮನುಷ್ಯನ ಬಳಿ ಇರುತ್ತದೆಯೋ ಅಲ್ಲಿಯವರೆಗೆ ಶಿವನು ಅವನೊಂದಿಗಿದ್ದಾನೆ. ನಾವು, ಲಕ್ಷಾಂತರ ಜನರು ಒಟ್ಟಾಗಿ ಹತ್ಯಾಕಾಂಡದ ಭೀಕರತೆಯನ್ನು ನಮ್ಮ ಜೀವನದಲ್ಲಿ ನಿಲ್ಲಿಸುತ್ತೇವೆ. ಭಾಗುರಾಯನು- ಆದರೆ ಇದು ಯಾವ ರೀತಿಯ ಚಕ್ರವರ್ತಿ? ಇದ್ದ ಜಾಗದಲ್ಲಿ ಕತ್ತಲು ನಿಂತಿದೆ, ಬಿರುಗಾಳಿ ಹೆಚ್ಚುತ್ತಿಲ್ಲ. ಮುಂದೆ

ಚಕ್ರವರ್ತಿ - ಇದು ಮಾತ್ರವಲ್ಲ, ಯಾರೋ ಹಿಂದಕ್ಕೆ ತಳ್ಳುತ್ತಿರುವಂತೆ ಚಂಡಮಾರುತವು ಹಿಮ್ಮೆಟ್ಟುತ್ತಿದೆ. ಶಾರ್ಂಗ್ರವ- ಇದೇನಿದು? ಕತ್ತಲೆಯ ಎದೆಯ ಮೇಲೆ ಯಾವ ರೀತಿಯ ಬೆಳಕು ಹರಡುತ್ತಿದೆ, ಮಿಂಚಿಗಿಂತ ತೀಕ್ಷ್ಣವಾಗಿದೆ! ನೀನು ಇಲ್ಲೇ ಇರು, ನಾನು ಹೋಗಿ ನೋಡುತ್ತೇನೆ. ಹೀಗೆ ಹೇಳುತ್ತಾ ಶರ್ಂಗ್ರವ ಶರವೇಗದಲ್ಲಿ ನಡೆಯತೊಡಗಿದ. ಆದರೆ ದೂರ ಹೋದಷ್ಟೂ ಬೆಳಕು ಕಡಿಮೆಯಾಯಿತು. ಯಾರಿಗೆ ಗೊತ್ತು ಶಾರ್ಂಗ್ರವ ಎಷ್ಟು ಹೊತ್ತು ನಡೆಯುತ್ತಿದ್ದರೂ ಹಿಡಿಯಲಾಗಲಿಲ್ಲ. ಸೋತ ಶರಣಂಗರಾವ್ ಕೆಳಗೆ ಬಿದ್ದು ಜ್ಯೋತಿಗೆ ನಮಸ್ಕರಿಸುವಾಗ

ಹೇಳಿದರು - "ಈ ಪವಾಡ ಅಜೇಯವಾಗಿ ಉಳಿಯುತ್ತದೆಯೇ? ಇದು ಯಾವ ರೀತಿಯ ನಿಗೂಢ? ಗುರುದೇವ, ಈ ಅದ್ಭುತ ವಿಸ್ಮಯ ಏಕೆ ಗೋಚರಿಸುವುದಿಲ್ಲ? ನೀನು ಎಲ್ಲಿದಿಯಾ?' ದೈವಿಕ ತೇಜಸ್ಸಿನಿಂದ ವಿಶಾಲವಾದ ಧ್ವನಿಯು ಎಲ್ಲೆಡೆ

ಪ್ರತಿಧ್ವನಿಸಿತು - "ದಿಗಂತದ ಎದೆಯ ಮೇಲೆ, ಸೂರ್ಯನ ನಾನು ಕಿರಣಗಳಲ್ಲಿ ಹತ್ಯಾಕಾಂಡದ ನೋವಿನೊಂದಿಗೆ, ಗಾಳಿಯ ವೇಗದೊಂದಿಗೆ, ಮಣ್ಣಿನ ವಾಸನೆಯೊಂದಿಗೆ ಆಟವಾಡುತ್ತಿದ್ದೇನೆ